இந்த நூலைப் பற்றி

லியோனார்டு தம்முடைய கருத்துகளைத் தெளிவாகவும், விறுவிறுப்பாகவும், நேர்மையாகவும் எடுத்துக் கூறுகிறார் – அதிக காலம் செயல்படும் வகையிலும், பழுது பார்க்கும் வகையிலும், மறுசுழற்சி செய்யும் வகையிலும் தகவமைப்புக் கொண்டதாகப் பொருட்களை உற்பத்தி செய்ய வேண்டும் என்ற அவருடைய யோசனைகள் மறுக்கத் தகாத வகையில் முக்கியத்துவம் பெற்றவையாகும்.

– பப்ளிஷர்ஸ் வீக்லி

புவிக்கும் அதில் வாழும் உயிரினங்களுக்கும் ஏற்படும் எண்ணற்ற சவால்கள் பற்றி மற்றவர்கள் பதிவு செய்திருந்தாலும், நாம் எதிர்நோக்கும் பிரச்சினைகளின் பரவலான தன்மையை வரையறுப்பது அரிதான செயலாகும். அதை ஆனி லியோனார்டு செய்துள்ளார். அத்துடன், பிரச்சினையின் மையத்திற்கே சென்று அதற்கான தீர்வையும் அவர் வழங்கியுள்ளார். நீங்கள் தொழிலையும் வணிகத்தையும் மறுசீரமைக்கும் போதோ, உங்களுடைய பேரக்குழந்தைகளின் பேரக்குழந்தைகளுக்கான ஒரு மேம்பட்ட வருங்கால உலகத்தை நினைத்துப் பார்க்கும் போதோ ஆனியின் பணி உங்களுக்கு உதவும். இந்த நூலைப் படியுங்கள்; தகுந்த செயல்பாட்டில் ஈடுபடும் உத்வேகத்தைப் பெறுவீர்கள்.

– ரே. சி. ஆண்டர்சன்
இண்டர்ஃபேஸ்.காம், நிறுவனர், தலைவர்

ஆனி லியோனார்டு நுகர்வியலின் இருட்டான மையப் பகுதிக்குப் பயணம் மேற்கொண்டு, ஒரு மிகச்சிறந்த நூலுடன் வெளிவருகிறார். இந்த நூல் ஒரு கையேடாகவும், தகவல் அறிக்கையாகவும், விவரங்கள் செறிந்ததாகவும், பாடம் புகட்டுவதாகவும் திகழ்கிறது. சூழலில் ஆர்வமுள்ள எவரும் நிச்சயம் படிக்க வேண்டிய நூல்.

– ஆலன் புர்டிக்
ஆசிரியர், *அவுட் ஆஃப் ஈடன்: ஆன் ஒடிசி ஆஃப் எகோலாஜிகல் இன்வேஷன்*

ஆனி லியோனார்டு இன்று அமெரிக்க சமுதாயத்திலுள்ள மிகச்சிறந்த சமுதாய, அரசியல் சிந்தனையாளர்களின் மத்தியில் ஒரு தனித்தன்மை வாய்ந்த, முக்கிய இடத்தைப் பெற்றுள்ளார். சமூக, பொருளாதாரக் குழப்பங்களைக் கொடுத்துப் புவியை அழிக்கும் ஒரு பொருளாதார

ஒருங்கின் (அமைப்பின்) *உள்ளார்ந்த* பிரச்சினைகளை இவரால் மிகவும் எளிமையாகவும், நகைச்சுவையுடனும், மிகுந்த திறனுடனும் விளக்க முடிகிறது. இது நம்முடைய காலத்தில் காணப்படும் சிக்கல்களைப் புரிந்து கொள்ளவும், அவற்றிற்குத் தீர்வு காண என்ன செய்யவேண்டும் என்றும், அவற்றைப் பற்றி மற்றவர்களுடன் எப்படிப் பேசவேண்டும் என்றும் அறிய விரும்புபவர்கள் அனைவரும் *கட்டாயம் படிக்கவேண்டிய* நூலாகும். மிகவும் முக்கியத்துவம் பெற்ற கற்பிக்கும், ஒழுங்குபடுத்தும் கருவியாகத் திகழ்கிறது இந்த நூல்.

– ஜெர்ரி மாண்டர்
தி இன்டர்நேஷனல் ஃபோரம் ஆன் க்ளோபலைசேஷனின் நிறுவனர்

ஆனி லியோனார்டின் மிகச்சிறந்த நூல் இதைவிட சரியான நேரத்தில் வெளியிடப்பட்டிருக்க முடியாது; ஏனெனில், நாட்டின் (மற்றும் உலகின்) அனைத்துப் பகுதிகளின் மக்கள், குறிப்பாக இளம்மக்கள் நுகர்வு, சூழல், சமூக, பொருளாதாரச் சிக்கல்களுக்கிடையிலான தொடர்புடைய பிரச்சினைகளைத் தற்போது சமாளிக்க வேண்டியுள்ளது. அனைத்துப் பகுதிகளிலுமுள்ள மாணவர்களுக்கு நான் *பொருட்களின் கதையைப்* பரிந்துரைக்கிறேன்: மிகப் பரந்த ஒரு மாற்றத்தை உண்டாக்க விரும்பும் எவரும் நிச்சயம் படிக்க வேண்டிய நூலாகும் இது.

– மைக்கேல் மணியேட்டஸ்
அரசியல் மற்றும் சூழலியல் பேராசிரியர், அல்லேஜெனி கல்லூரி

ஆனி லியோனார்டின் குரல் மிகவும் அரிதான ஒன்றாகும். தம்முடைய வாசகர்களைத் தனிமைப்படுத்தாமல் அல்லது பீதியடையச் செய்யாமல் நம்முடைய பொருளாதார ஒருங்கு பற்றிய அடிப்படைப் பிரச்சினைகளை அவரால் எழுப்ப முடிகிறது. *பொருட்களின் கதை* நூலின் மூலம் எவை உடைந்து போயுள்ளன என்பது பற்றிய முழுவதும் புரிந்து கொள்ளக்கூடிய ஒரு பார்வையைக் கொடுத்துள்ளது மட்டுமின்றி, ஒரு முழுமையான புதிய பொருளாதார, சமூக, சூழலியல் உண்மை நிலைமையோடு அதற்குள்ள ஒரு இணைப்பையும் கொடுத்துள்ளார்.

– ஜேம்ஸ் குஸ்டாவ் ஸ்பேத்
ஆசிரியர், *தி பிரிட்ஜ் அட் தி எட்ஜ் ஆஃப் தி வேர்ல்டு: கேபிடலிஸம், தி என்வைரென்மெண்ட், அன்டு க்ராசிங் ஃப்ரம் கிரைசிஸ் டு சஸ்டைனபிளிடி*

பொருட்களின் கதை

நமது உலகம், நமது சமுதாயங்கள்,
நமது உடல்நலம் போன்றவற்றின் மீது ஏற்படும்
மீநுகர்வின் தாக்கத்தை எவ்வாறு சீர்படுத்துவது?

ஆனி லியோனார்டு

நூலாக்க உதவி
அரியேன் கான்ராடு

தமிழில்
கு.வி. கிருஷ்ணமூர்த்தி

அடையாளம்

முதல் பதிப்பு 2014
இரண்டாவது மீளச்சு 2021

© ஆனி லியோனார்டு
© தமிழ் மொழிபெயர்ப்பு: அடையாளம்

வெளியீடு: அடையாளம், 1205/1 கருப்பூர் சாலை, புத்தாநத்தம் 621310, திருச்சி மாவட்டம், இந்தியா. தொலைபேசி: 04332 273444

நூல் வடிவம்: த பாபிரஸ், அச்சாக்கம்: அடையாளம் பிரஸ், இந்தியா

ISBN 978 81 7720 210 6

விலை: ₹ 500

Porutkalin kathai is the Tamil translation of *The Story of Stuff* in English by Annie Leonard, Translated by K.V. Krishnamurthy, Published by Adaiyaalam, 1205/1 Karupur Road, Puthanatham 621310, Trichy Dist., Tamilnadu, India. email: info@adaiyaalam.net

பாபிக்கும் டூவிக்கும்

உள்ளடக்கம்

மொழிபெயர்ப்பாளர் குறிப்புகள்	ix
முன்னுரை	xi
சொற்களைப் பற்றி ஒரு சொல்	xlvi
அடிக்கடி இடம்பெறும் விளக்கப்படங்களுக்கான விளக்கம்	lv
இயல் 1: பிரித்தெடுத்தல்	1
இயல் 2: உற்பத்தி	74
இயல் 3: விநியோகம்	180
இயல் 4: நுகர்வு	246
இயல் 5: அகற்றுதல்	311
முடிவுரை: புதிய கதையை எழுதுதல்	404
பின்னிணைப்பு 1: நம்பிக்கையூட்டும் செயல்திட்டங்கள், சீர்திருத்தங்கள், சட்டங்கள் போன்றவற்றுக்கான எடுத்துக்காட்டுகள்	430
பின்னிணைப்பு 2: தனிமனிதர்களுக்குப் பரிந்துரைக்கப்படும் செயல்முறைகள்	441
பின்னிணைப்பு 3: பாலிவினைல் குளோரைடு சில்லறை வணிகர்கள், உற்பத்தியாளர்கள், விற்பனைக்கு ஆதரவு தேடுபவர்களுக்கான மாதிரிக் கடிதம்	449
குறிப்புகள்	453
நன்றி	483
இந்த நூலை நாங்கள் எவ்வாறு உருவாக்கினோம்	490
சுட்டி	491
நூலாசிரியர்கள் பற்றி	500
மொழிபெயர்ப்பாளர் பற்றி	502

மொழிபெயர்ப்பாளர் குறிப்புகள்

பொருட்களின் கதை என்னும் இந்த நூல் ஆனி லியோனார்டு ஆங்கிலத்தில் எழுதிய த ஸ்டோரி ஆஃப் ஸ்டஃப் என்னும் நூலின் தமிழாக்கமாகும். இந்நூலை நான் 2011ஆம் ஆண்டின் முற்பகுதியில்தான் கண்டேன். ரேச்சேல் கார்சனின் மௌன வசந்தம் (சைலண்ட் ஸ்பிரிங்) என்னும் நூலுக்குப் பிறகு வெளிவந்த, மிகச் சிறந்த, சூழல் நலம் பற்றிய நூல்களில் இதுவும் ஒன்று என அப்போதே உணர்ந்தேன். ஆனியின் போராட்ட உணர்வும் சிக்கலான விஷயங்களை கருத்துநிலையுடன் அணுகும் முறையும் எனக்கு மிகவும் பிடித்திருந்தன. சூழல்தொகுதி (ஈகோசிஸ்டம்) கருத்துருவான ஐந்திணைக் கோட்பாட்டை ஏறத்தாழ 2000 ஆண்டு களுக்கு முன்பு முதன்முதலில் உலகுக்கு உணர்த்தியவர்கள் தமிழர்கள் தாம்; சூழல் சிதைவு பற்றி 'முல்லையும் குறிஞ்சியும் முறைமையில் திரிந்து, நல்லியல்பு இழந்து, பாலை என்பதோர் படிவம் கொள்ளும்' என்று முதன்முதலில் உணர்ந்தவர்களும் தமிழர்கள்தாம். ஆகவே இந்நூலின் செய்திகள் தமிழரை அடைய வேண்டும் என்று நான் விரும்பினேன். இதனிடையே அடையாளம் பதிப்புக்குழுவினர் இந்த நூலைத் தமிழில் மொழிபெயர்த்துத் தர இயலுமா என்று என்னிடம் வினவிய போது, மிகுந்த மகிழ்ச்சியுடன் அப்பணியை ஏற்றுக் கொண்டேன். அதற்கு மற்றொரு காரணமும் உண்டு: 'காசினியில் இன்றுவரை அறிவின் மன்னர் கண்டுள்ள கலைகளெல்லாம் தமிழில் எண்ணிப் பேசி மகிழ்நிலை வேண்டும்' என்று கவிஞர் குலோத்துங்கன் கூறியபடி பிறமொழியில் உள்ள நல்ல அறிவியல் நூல்கள் எல்லாம் தமிழில் மொழிபெயர்க்கப்படவேண்டும்; தமிழ் மக்களைத் தற்கால அறிவியல் செய்திகள் அனைத்தும் அடைய வேண்டும் என்பது என்னுடைய பெரிய ஆசையும்கூட.

ஏற்கனவே சில அறிவியல் நூல்களை எழுதியும் மொழிபெயர்த்தும் இருக்கிறேன். இதனடிப்படையில் ஒரு நூலை மொழிபெயர்ப்பது அவ்வளவு எளிதான செயலன்று என்பதை நான் நன்கு அறிவேன். மொழிபெயர்ப்பு ஒரு தனிக் கலை. மொழிபெயர்ப்பாளருக்கு நிலைமொழி, வருமொழி ஆகிய இரண்டிலும் நல்ல வளமும் புலமையும் இருக்க வேண்டும். நூலாசிரியரின் நாட்டுப் பண்பாடு, வரலாறு, பழக்கவழக்கங்கள், வாழ்க்கைமுறை, உலகப் பார்வை, நம்பிக்கைகள், தொழில்நுட்ப முன்னேற்ற நிலை, வட்டாரச் சொற்கள்

போன்றவை தமிழரின் வாழ்வியலோடு பெருமளவு வேறுபட்டவை யாகும். இரண்டையும் ஒரு மொழிபெயர்ப்பில் இணைப்பதும் பிணைப்பதும் மிகவும் கடினமானவை.

மூல நூல் அமெரிக்க ஆங்கிலத்தில் அங்குள்ள வாசகர்களைக் கருத்தில் கொண்டு எழுதப்பட்டிருக்கிறது. ஆயினும் மூல நூலில் உள்ள வட்டாரச் சொற்களைத் தமிழுக்குக் கொண்டுவருவதில்தான் நான் மிகுந்த சிக்கலை உணர்ந்தேன். ஆட்கள், வேதியப்பொருட்கள், நிறுவனங்கள், அமைப்புகள் போன்றவற்றின் இயற்பெயர்களை தமிழில் ஒலிபெயர்ப்பாகக் கொடுத்துள்ளேன்; அடையாளம் பதிப்புக் குழுவினரும் இதையே வலியுறுத்தினர்.

மேலும், இந்த மொழிபெயர்ப்பின்போது சில அறிவியல், தொழில் நுட்பக் கலைச்சொற்களையும் துறைசார் சொற்களையும் தமிழில் புதிதாக உருவாக்க வேண்டிய தேவையும் எனக்கு ஏற்பட்டது. குறிப்பாக ஆங்கில மொழியிலேயே மிக அண்மையில் உருவாக்கப் பட்ட சொற்களைக் கூறலாம். ஏற்கனவே நடைமுறையில் உள்ள சில கலைச்சொற்களுக்கு மாற்றாக அதிகப் பொருளைத் தரக்கூடிய பல புதிய சொற்களையும் இந்நூலில் பயன்படுத்தியுள்ளேன். எடுத்துக் காட்டாக, *பயோடைவர்சிடி* என்னும் ஆங்கிலச் சொல்லுக்கு *பல்லுயிர்ப் பெருக்கம்* என்பதற்கு மாற்றாக *உயிரினவளம்*. இதேபோல் *சிஸ்டம் – அமைப்பு – ஒருங்கு*.

இதற்கு பேராசிரியர் குழந்தைசாமி, முனைவர் ராதா செல்லப்பன் போன்ற 'அறிவியல் தமிழ்' அறிஞர்கள் முன்னமே சுட்டிக்காட்டியது போன்று, புதிய அறிவியல் கலைச்சொற்களைத் தமிழில் உருவாக்குவது அறிவியல் தமிழை மேலும் வளப்படுத்தும். இதில் எனக்கும் எந்தவித ஐயப்பாடும் இல்லை.

இம்மொழிபெயர்ப்பில் இயல் பகுதிகளில் வரும் மேற்கோள் களுக்கான *குறிப்புகள்* இறுதிப் பகுதியில் இடம்பெற்றுள்ளன. அவற்றில் தமிழ் வாசகர்களின் தேவை, இடம் கருதி அடிக்கடி வரும் ஒரே மேற்கோளுக்கு அதே எண்ணையே கொடுத்துள்ளோம்.

என்னால் தமிழில் மொழிபெயர்க்கப்பட்டுள்ள *பொருட்களின் கதை* என்னும் இந்த நூலைச் சூழல்நலத்திலும், அறிவியல் தமிழிலும் ஈடுபாடுகொண்ட அனைவரும் நன்கு வரவேற்பார்கள் என்று நம்புகிறேன். இந்த அரிய மொழிபெயர்ப்புப் பணியை எனக்கு வழங்கி, செப்பனிட உதவிய அடையாளம் பதிப்புக்குழுவினருக்கு நன்றி.

கு.வி. கிருஷ்ணமூர்த்தி

முன்னுரை

1970ஆம் ஆண்டுகளில் பசுமையும் இனிமையும் நிறைந்த சியாட்டில் நகரத்தில் வளர்ந்தது சுவையானதாக இருந்தாலும், உண்மையான மகிழ்ச்சியைக் கோடைக்காலத்தில்தான் நான் பெற்றேன். அப்பொழுது நானும் என்னுடைய குடும்பத்தாரும் இடைத்தங்கல் முகாமுக்குத் தேவை யான பொருட்களை ஒன்றுதிரட்டி எங்களுடைய பார கார் வண்டியில் ஏற்றிக் கொண்டு வடக்கு காஸ்கேட் மலைகளுக்குப் பயணிப்போம். அப்போதெல்லாம் வண்டி இருக்கையின் பின்புறம் டிவிடி பிளேயர்கள் பொருத்தப்பட்டிருக்கவில்லை. நான் இந்தப் பயணத்தின்போது சுற்றி யுள்ள நிலவமைப்பை வண்டியின் ஜன்னல் வழியாக உன்னிப்பாகக் கவனித்து வருவது வழக்கம். ஒவ்வொரு ஆண்டிலும் நகர எல்லை கொஞ்சம் கொஞ்சமாக அதிக தூரங்களுக்கு நீள்வதையும் காடுகள் சிறிது சிறிதாக அதிக நேரப் பயணத்திற்குப் பின் தோன்றுவதையும், அவற்றின் அளவு குறுகிக்கொண்டே வருவதையும் காணத் தொடங்கினேன். நான் மிகவும் விரும்பும் காடுகள் எங்கே போய்க்கொண்டிருக்கின்றன?

இந்த வினாவிற்கான விடை சில ஆண்டுகளுக்குப் பின்பு வேறெங்கும் அல்ல, நியூயார்க் நகரத்திலேயே எனக்குக் கிடைத்தது. சூழலியல் தொடர்பான என்னுடைய வகுப்புகளுக்காக நான் பார்னார்டு கல்லூரி வளாகத்திற்குச் செல்லவேண்டியிருந்தது. வகுப்பு அறைகள் மன்ஹாட்டனின் மேல் மேற்குப் பக்கத்திலிருந்த மேற்கு 116வது தெருவிலும், என்னுடைய தங்கும் விடுதி அறை மேற்கு 110வது தெருவிலும் அமைந்திருந்தன. ஒவ்வொரு நாள் காலையும் நான் அந்த ஆறு தெருக்களைத் தூக்கக்கலக்கத்தில் சிரமப்பட்டுக் கடந்து செல்வேன். அப்போது நியூயார்க் நகரத்தின் தெருக்களில் ஓரமாகக் குவிந்து காணப்படும் குப்பைக் குன்றுகளைப் பார்க்க வேண்டியிருந்தது. பத்து மணி நேரம் கழித்து என்னுடைய விடுதிக்கு நான் திரும்பி வருவேன். அப்போது அந்தக் குப்பைகள் அகற்றப்பட்ட காலியான பக்கவாட்டு நடைதளத்தின் வழியாக நடந்து வரவேண்டியிருந்தது. இந்த முடிவற்ற குப்பைத் திரட்சிகளை ஆக்ரமித்துக் கொண்டிருக்கும் முக்கியப்

பொருட்கள் என்னவென்று கவனித்தபோது, அவை காகிதங்கள் என்பதை அறிந்து வியந்தேன்.

காகிதம்! காணாமல் போனதாக நான் கருதிய காட்டுமரங்கள் எல்லாம் காகிதமாக முடிவடைந்திருந்தன (உண்மையில் அமெரிக்காவின் ஏறத்தாழ 40 விழுக்காடு நகரக் குப்பைகள் காகிதங்களிலிருந்து பெறப்பட்டவையாகும்[1]). நான் அறிந்த பசிபிக் வடமேற்குப் பகுதி யிலுள்ள காடுகளிலிருந்து மன்ஹாட்டனின் மேல் மேற்குப் பகுதிக்கு வந்தடைந்த காகிதங்கள்... அடுத்து சென்றடையும் இடம் எதுவோ?

என்னுடைய ஆர்வம் தூண்டப்பட்டுவிட்டது! என்னால் இதனோடு நிறுத்திக்கொள்ள முடியவில்லை. நடைபாதையிலிருந்து காணாமல் போன காகிதத்துக்கு என்ன நேர்ந்தது என்பதை அறிய ஆவல் கொண்டேன். எனவே, நான் ஸ்டேட்டன் தீவிலிருந்த மிகவும் அவப்பெயர் பெற்ற ஃபிரஷ் கில்ஸ் குப்பைநிரப்புக்குழிக்கு ஒரு பயணத்தை மேற்கொண்டேன். 4.6 சதுரமைல் பரப்பளவில் அமைந்த ஃபிரஷ் கில்ஸ் உலகின் மிகப்பெரிய குப்பைநிரப்புக்குழிகளில் ஒன்றாகும். 2001ஆம் ஆண்டு இது அதிகாரபூர்வமாக மூடப்பட்டபோது, இந்த பூமியிலிருந்த, மனிதனால் உருவாக்கப்பட்ட, மிகப்பெரிய, நாற்றமடிக்கும் குப்பைமேடாக அது இருந்தது என்று சிலர் கூறினர். இதன் கொள்ளளவு நீண்ட சீனப் பெருஞ்சுவரின் கொள்ளளவைவிட பெரிதாக இருந்தது; இதன் உச்சிகள் சுதந்திர தேவி சிலையைவிட 80 அடி அதிக உயரத்தைப் பெற்றிருந்தன.[2]

ஃபிரஷ் கில்ஸ் போன்ற குப்பைநிரப்புக்குழியை நான் என்னுடைய வாழ்நாளில் கண்டதே இல்லை. இந்தக் குப்பைநிரப்புக்குழியின் விளிம்பில் ஒருவித பயத்தோடு உறைந்து நின்றேன். ஒவ்வொரு திசையிலும் என்னுடைய கண்களுக்கு எட்டிய தொலைவுவரை குப்பைக் கூளமாகப் படுக்கைகள், உபகரணங்கள், அட்டைப்பெட்டிகள், ஆப்பிள் விதைப் பகுதிகள், துணிமணிகள், பிளாஸ்டிக் பைகள், புத்தகங்கள் போன்றவற்றோடு டன் கணக்கில் இதரபொருட்களும் சிதறிக் காணப்பட்டன. மிகவும் கோரமான கார் விபத்து நடந்த ஒரு இடத்தை நீங்கள் காணும்போது ஒரே நேரத்தில் நீங்கள் உற்று நோக்கவும் அருவருப்பில் முகத்தைத் திருப்பிக்கொள்ளவும் செய்வீர்கள் அல்லவா! இந்தக் குப்பைமேடு அதே உணர்வைத்தான் என்னிடமும் ஏற்படுத்தியது. பொருளாதார மந்தநிலைக்குப் பிற்பட்ட காலத்தில் தனித்து வாழ்ந்த தாயால் வளர்க்கப்பட்டவள் நான். என்னுடைய தாய் தன்னுடைய இதர குழந்தைகளைப் போலவே எனக்கும், எண்ணிக்கைக்குப் பதிலாக – தரத்திற்கு அதிக முக்கியத்துவம் அளிக்க வேண்டும் என்ற பண்பை ஊட்டி வளர்த்தார். என்னுடைய தாயின் வாழ்க்கைத் தத்துவத்தின் காரணமாகவும், பொருளாதாரத்

தேவைகளின் காரணமாகவும் 'பயன்படுத்தி முடி, முழுத் தேய்மானமும் செய்துவிடு, எந்தவொரு பொருளையும் செயல்பட வை அல்லது அது இல்லாமல் செயல்படு' என்ற இரண்டாம் உலகப் போர்க் கூற்றின் அடிப்படையில் என்னுடைய இளமைப்பருவம் வடிவமைக்கப்பட்டது. எங்களுடைய வீட்டில் பொருட்களின் அளவுக்கு மீறிய நுகர்வோ கழிவோ ஏற்படவில்லை. எங்களிடம் இருந்த பொருட்களைப் பாதுகாத்துப் பேணி, இனி எதற்கும் உதவாது எனும் நிலை தோன்றும் வரை அவற்றை நாங்கள் முழுமையாகப் பயன்படுத்தி வந்தோம்.

எனவே, நல்ல நிலையிலிருந்த பல பொருட்கள் ஃபிரஷ் கில்ஸில் குப்பைக்கூளமாகச் சிதைந்து காணப்பட்டது எனக்கு ஒரு விவேகமற்ற, தவறான செயலாகத் தோன்றியது. யார் இத்தகைய செயல்முறையை உருவாக்கியது? இதைப்பற்றி நன்கு அறிந்தவர்கள் இது தொடர்வதை எவ்வாறு அனுமதித்தனர்? எனக்குப் புரியவில்லை என்றாலும், இதற்கான விடையைக் கண்டறிந்தே தீர்வது என்று நான் முடிவெடுத்தேன். இரு பத்தாண்டுகள் கடுமையான முயற்சிக்குப் பின்பு இதற்கான விடையை அறிந்தபோது, அதைப் பொருட்களின் (உற்பத்திப் பொருட்களின்)* கதை என்றழைத்தேன்.

இடைத் தொடர்புகள்

பொருட்களின் கதை தொடர்பான பயணம் என்னை உலகம் முழுவதும் சுற்ற வைத்தது. இந்தப் பயணம் என்னை கிரீன்பீஸ், எசென்சியல் ஆக்ஷன், குளோபல் அலையன்ஸ் ஃபார் இன்சினெரேட்டர் ஆல்டர் - நேடிவ்ஸ் (ஜிஏஐஏ) போன்ற சூழலியல் அமைப்புகளின் ஆய்வுக்கும், சமுதாயச் சீரமைப்புத் திட்டப்பணிகளுக்கும் கொண்டுசென்றது. இதற் காக அதிக குப்பைக் கூள மேட்டுப்பகுதிகள் மட்டுமின்றி சுரங்கங்கள், தொழிற்கூடங்கள், மருத்துவமனைகள், தூதரகங்கள், பல்கலைக் கழகங்கள், விவசாயப் பண்ணைகள், உலக வங்கி அலுவலகங்கள், அரசுத்துறைகள் போன்ற இடங்களுக்கும் சென்றேன். மிகவும் ஒதுக்குப் புறமாக அமைந்த இந்திய கிராமங்களில் உள்ள குடும்பங்களோடு நான் தங்கியிருந்திருக்கிறேன். அங்கு சென்றடைந்தவுடனேயே தங்கள் குழந்தைகளின் நோய்களை நீக்குவதற்காக வந்திருக்கும் ஒரு மருத்துவரோ என்ற எண்ணத்தோடு, நீங்கள் ஒரு மருத்துவரா என்ற வினாவோடு பெற்றோர்கள் என்னைச் சூழ்ந்துகொள்வார்கள். என்ன செய்வதென்று தெரியாமல் கவலையில் ஆழ்ந்துள்ள பெற்றோர்களைச் சந்தித்துள்ளேன். பிலிப்பைன்ஸ், கௌதமேலா, வங்கதேசம் போன்ற

* மூல நூலின் ஆசிரியர் நூலின் தலைப்பில் உள்ள ஸ்டஃப் என்ற சொல்லுக்கு 'உற்பத்திப் பொருட்கள்' என்ற விளக்கத்தைக் கொடுத்திருக்கிறார்; ஆயினும், இந்த மொழி பெயர்ப்பில், எளிமை கருதி, 'பொருட்கள்' என்னும் சொல் ஆளப்பட்டுள்ளது. (மொ-ர்)

நாடுகளில் குப்பைமேடுகளிலேயே வாழ்ந்துகொண்டிருக்கும் குடும்பங் களை நான் சந்தித்துள்ளேன். நாற்றமடித்துக் கொண்டும், உள்ளூர எரிந்துகொண்டும் இருக்கும் குப்பைக்குவியலிலிருந்து எடுக்கப்படும் உணவையும், பயன்படக்கூடியப் பொருட்களையுமே அந்தக் குடும்பங்கள் சார்ந்திருப்பதையும் பார்த்திருக்கிறேன். டோக்கியோ, பாங்காக், லாஸ் வேகாஸ் போன்ற நகரங்களின் மிகப்பெரிய, ஒளி வெள்ளம் நிறைந்த, பிளாஸ்டிக் சூழ்ந்த கூட்டு வணிக வளாகங் களுக்கும் நான் சென்றுள்ளேன். இந்த இடங்களுக்குச் சென்றபோது ஜெட்சன்சிலோ ஃபியூச்சுராமாவிலோ இருந்தது போன்ற உணர்வைப் பெற்றிருக்கிறேன்.

நான் சென்ற இடங்களிலெல்லாம், 'ஏன்' என்ற வினா என்னிடம் எழுந்துகொண்டே இருந்தது. இந்தப் பிரச்சினை பற்றி அதிக ஆழத்துடன் எண்ணியபோது இந்த வினா மேலும் வலுவடைந்தது. குப்பைமேடுகள் ஏன் அதிக தீங்கு விளைவிப்பவையாய் உள்ளன? குப்பையிலுள்ள நச்சுப்பொருட்களினாலா, குப்பையில் நச்சுப்பொருட்கள் எவ்வாறு உண்டாக்கப்படுகின்றன? இந்த வினாக்களுக்கான விடைகளைத் தேடியபோதுதான் நச்சுப்பொருட்கள், வேதியியல், சுற்றுப்புறச் சுகாதாரம் போன்றவற்றைப் பற்றி கற்றறியத் தூண்டப்பட்டேன். வெள்ளையர் அல்லாதவர் வாழ்கின்ற, பணிபுரிகின்ற, குறைந்த வருவாய் கொண்ட சமுதாயங்கள் உள்ள இடங்களில் ஏன் பெரும்பாலும் குப்பைக்கூளங்கள் அதிகம் காணப்படுகின்றன? சூழல்சார் இனப் பாகுபாடு பற்றியும் இதன் மூலம் அறியத் தொடங்கினேன்.

மொத்த தொழிற்சாலைகளையும் பிற நாடுகளுக்கு எடுத்துச் செல்வது என்பது எப்படிப் பொருளாதார அர்த்தம் கொண்டதாக அமைகிறது? அவ்வாறு பிற நாடுகளுக்குத் தொழிற்சாலைகளை எடுத்துச் சென்ற பின்பும் அங்கு உற்பத்தியாகும் பொருட்கள் தொலைதூரம் கடந்து வந்தபின்பும் அவற்றை எவ்வாறு ஓரிரு டாலர்களுக்கு விற்க முடிகிறது? உலக நாடுகளுக்கிடையே ஏற்படும் வணிக ஒப்பந்தங்கள் பற்றியும் அரசு சட்டதிட்டங்களின்மேல் பெருவணிக நிறுவனங்களின் தாக்கம் பற்றியும் அப்பொழுதுதான் நான் அறிய வேண்டியிருந்தது.

மற்றொரு விஷயமும் எனக்குக் கேள்விக்குறியாக இருந்தது: ஏன் மின்னணுப் பொருட்கள் மின்னல் வேகத்தில் தோன்றத் தொடங்குகின்றன; அவற்றைப் பழுது பார்ப்பதைவிட புதிதாக வாங்குவது ஏன் மலிவாக உள்ளது? திட்டமிட்டே பொருட்களில் பயனிழப்பை ஏற்படுத்துதல், விளம்பரப்படுத்துதல், நுகர்தலை அதிகரிக்கும் இதர கருவிகள் போன்ற வற்றைப் பற்றி நான் அறிந்துகொள்ள முடிந்தது. மேம்போக்காகக் காணும்போது, மேற்கூறிய தலைப்புகள் ஒன்றுக்கொன்று தனித் தனியானவை, தொடர்பற்றவை போன்று தோன்றியது. எடுத்துக்

காட்டாக, நியூயார்க் நகரத் தெருக்களில் குவிந்திருக்கும் குப்பைக் கூளத்திற்கும் காஸ்கேட் பகுதியிலுள்ள காடுகளுக்கும் உள்ள தொடர்பைக் குறிப்பிடலாம். ஆனால், இவை அனைத்துமே தொடர்புடையவை.

ஒருங்கிணைப்புச் சிந்தனையாளர்கள் என்று மக்களால் அழைக்கப் படுபவர்களில் ஒருவராக என்னை என்னுடைய பயணம் மாற்றி விட்டது. இருப்பவை அனைத்தும் ஒரு பெரிய அமைப்பின் ஒரு கூறாகத்தான் இருக்கின்றன என்று என்னை நம்பவைத்தது. மேலும், ஒரு பகுதியை மற்ற பகுதிகளோடு தொடர்புபடுத்திதான் அறிந்து கொள்ள வேண்டும் என்பதையும் எனக்கு உணர்த்தியது. இதுவொன்றும் அரிய கருத்தன்று: கடந்தமுறை, உங்களுக்கு ஏற்பட்ட காய்ச்சல் பற்றி நினைத்துப் பாருங்கள். அது ஒரு பாக்டீரியத்தாலோ, வைரஸாலோ வந்திருக்கலாம் என்று நீங்கள் எண்ணியிருக்கலாம். உங்களுடைய உடல் அமைப்பினுள் நுழைக்கப்பட்ட ஒரு புதிய கூறு ஏற்படுத்திய தூண்டல்தான் காய்ச்சலாகும். உங்களுடைய உடல் ஒரு அமைப்பு போன்றது என்பதை நீங்கள் நம்பாவிட்டால் காய்ச்சலினால் சூடான உங்களுடைய நெற்றியின் உள்ளே ஏதோவொரு சூடான பொருள் உள்ளது என்று கருதுவீர்கள்; அல்லது ஏதோவொரு சுவிட்சு தற்செயலாகப் போடப்பட்டு அதனால் உங்களுடைய நெற்றியின் வெப்பநிலை அதிகமானதாக நினைப்பீர்கள். உயிரியலில் பல அமைப்புகள் (எடுத்துக்காட்டாக, இரத்த ஓட்ட மண்டலம், செரிமான மண்டலம், நரம்பு மண்டலம்) உள்ளன; இவை ஒவ்வொன்றும் செல்கள், உறுப்புகள் போன்ற பல பகுதிகளைக் கொண்டவை; நம்முடைய உடலினுள் இந்த அமைப்புகள் ஒவ்வொன்றும் இடை வினைப் புரிகின்றன என்பதை எளிதில் ஏற்றுக்கொண்டுள்ளோம்.

நம்முடைய பள்ளிவகுப்புகளில் நாம் அனைவரும் நீர்ச்சுழற்சி பற்றி கற்றிருக்கிறோம். இது உலகில் திட, திரவ, வாயு போன்ற பல நிலைகளில் உள்ள நீரின் சுழற்சியை விளக்கும் ஓர் அமைப்பாகும். நாம் உணவுச்சங்கிலி பற்றியும் கற்றிருக்கிறோம். இதை எளிமையாகப் பின்வருமாறு விளக்கலாம்: மிகச் சிறிய மிதப்புயிரிகள் சிறிய மீன் களால் உண்ணப்படுகின்றன; சிறிய மீன்கள் பெரிய மீன்களால் உண்ணப்படுகின்றன; பெரிய மீன்கள் மனிதனால் உண்ணப்படுகின்றன. நீர்ச்சுழற்சி, உணவுச்சங்கிலி ஆகிய இரண்டு அமைப்புகளுக்கிடையே – ஒன்று உயிரற்ற பொருட்களாலும் மற்றொன்று உயிரிகளாலும் ஆக்கப்பட்டிருந்தாலும் – ஒரு முக்கிய இடைவினை காணப்படுகிறது. அதாவது, முதல் அமைப்பின் கூறுகளான நதிகளும் கடல்களும் இரண்டாவது அமைப்பின் உயிரிகளின் வாழிடங்களாகத் திகழ்கின்றன. இந்த அடிப்படை விவரம் நமக்குச் சூழல் தொகுதி பற்றி அறிமுகப்

படுத்துகிறது. ஒவ்வொரு சூழல் தொகுதியும் இடைத் தொடர்புடைய உயிரற்ற இயற்பியல் கூறுகளையும் துணைக்கூறுகளான பாறைகள், நீர் போன்றவற்றையும், உயிருள்ள கூறுகளான தாவரங்களையும் விலங்குகளையும் கொண்டுள்ளன. மறுபடியும் கூறப்போனால், அமைப்புகளுக்குள் அமைப்புகள் காணப்படுகின்றன. புவியின் உயிரி மண்டலம் – இந்தக் கோளின் மொத்த சூழல் தொகுதியைச் சுட்டும் மற்றொரு சொல் – நம்மால் சூரியக் குடும்பம் என்றழைக்கப்படும் ஒரு பெரிய அமைப்பிற்குள் அமைந்த ஒரு சிறிய அமைப்பாகும்.

பொருளாதாரமும் ஒரு பெரிய அமைப்பு போன்றே செயல்படுகிறது. எனவேதான் அதற்குள் ஆற்றல்மிக்க தொடர்விளைவுகளைக் காணலாம். எடுத்துக்காட்டாக, மக்கள் தம்முடைய பணிகளை இழக்கும்போது தம்முடைய செலவுகளைக் குறைக்கிறார்கள். இதன் விளைவாக தொழிற்சாலைகள் பெரிய அளவில் உற்பத்திப் பொருட்களை விற்க முடியாது. இதனால், மேலும் அதிக மக்கள் தம்முடையப் பணிகளை இழப்பார்கள்... இதுதான் 2008, 2009ஆம் ஆண்டுகளில் அமெரிக்காவில் நிகழ்ந்தது. பொருளாதாரம் தொடர்பான ஒருங்கிணைப்புச் சிந்தனை 'கீழ் சொட்டும்' *(ட்ரிக்கிள் டவுன்)* பொருளாதாரம் போன்ற ஒரு கொள்கையையும் விளக்கும். இந்தக் கொள்கையின்படி, வரிச் சலுகைகள் போன்ற ஊக்கச் செயல்கள் பணக்காரர்களுக்குக் கொடுக்கப்படுவதால் அவர்கள் வியாபாரத்தில் அதிக முதலீடு செய்வார்கள்; இது நடுத்தர, ஏழை மக்களுக்குத் தற்காலிகமாக அதிக வேலை வாய்ப்பை ஏற்படுத்தலாம். ஓர் அமைப்பின் கீழ் செயல்படும் இந்தக் கூறுகளின் (பணம், வேலைகள், பல்வேறு வகுப்புகளைச் சேர்ந்த மக்கள்) மேல் உங்களுக்கு நம்பிக்கை இல்லை எனில், 'கீழ் சொட்டும்' கொள்கைக்கு எந்தவித அடிப்படையும் இருக்காது; அல்லது வழங்கலுக்கும் தேவைக்கும் இடையே உள்ள இடைவினை பற்றிய நம்பிக்கையும் ஏற்படாது. இந்த அனைத்து எடுத்துக்காட்டுகளும் பொருளாதாரம் என்ற ஒரு பெரிய அமைப்பினுள் அமைந்த, இடைத் தொடர்புடைய கூறுகளாகும்.

உலகிலுள்ள அனைத்துக் கூறுகளும் ஒரு பெரிய அமைப்பின் (இந்தப் பெரிய அமைப்புகளையும் சேர்த்துதான்) பகுதிகளாகக் காணப்படுகின்றன என்பதை *எல்லாக் கூறுகளும் ஒன்றோடொன்று தொடர்பு கொண்டுள்ளன* என்றும் கூறலாம்.

வேடிக்கை என்னவென்றால் பெரும்பாலான மக்களின் வாழ்க்கைப் பணிப் பாதைகள் ஒரு பொதுவான ஆர்வத்துடன்தான் தொடங்குகின்றன. பின்பு இவை பல ஆண்டுகள் கல்வி, பயிற்சி, பணி ஆகியவற்றில் ஏற்படும் அனுபவங்களின் விளைவாக ஒரு குறிப்பிட்ட துறையில் சிறப்புத்தன்மையை அடைகின்றன. இத்தகைய வளரும்

பணிச் சிறப்புத் தன்மைக்குச் சமுதாயம் சார்ந்த, வாழ்க்கைப் பணி சார்ந்த நிலைத்தன்மை வலுவூட்டுகிறது. எனினும், நான் இதற்கு நேர்எதிரானப் பாதையைத் தேர்ந்தெடுத்தேன்: குறிப்பாக, குப்பை நிரம்பிய ஏராளமான பைகள் நியூயார்க் நகரின் மேல் மேற்குப் பகுதியில் இருப்பதைக் கண்ட எனக்குக் குப்பைக் கூளத்தின் மேல் ஈர்ப்பு ஏற்பட்டு விட்டது; அது தொடர்பாக என் வாழ்க்கைப் பணியை நான் ஒருவித வெறியுடன் தொடங்கினேன். சூழல் அறிவியல் துறையில் பட்டம் பெற்றவுடன் கிரீன்பீஸ் இன்டர்நேஷனல் அமைப்பில் எனக்கு வேலை கிடைத்தது. அமெரிக்கக் கப்பல்களில் ஏற்றப்பட்டு வெளிநாடு களுக்கு அனுப்பப்பட்ட அனைத்துக் கழிவுப்பொருட்களின் தடமறியும் பணி. அவை எங்குக் கொண்டு செல்லப்படுகின்றன, ஏற்படும் பாதிப்புகள் என்ன ஆகியவற்றையும் அறியும் பணி. அதற்காக எனக்கு அந்த நிறுவனம் சம்பளம் கொடுத்தது. உலகின் பல நாடுகளுக்கும் எடுத்துச் செல்லப்பட்டு அங்குக் கொட்டப்படும் கழிவுகள் பற்றி ஆய்ந்தறிந்து அதைத் தடுக்க முயல்வதுதான் என்னுடைய முழு நேரப் பணியாக அமைந்தது.

நான் கிரீன்பீஸ் நிறுவனத்திற்கு மிகவும் கடமைப்பட்டிருக்கிறேன். நமது கண்களுக்கு எதிரிலேயே நடக்கும் தவறான செயல்கள் பற்றி மற்றவர்களுக்கு உணர்த்த வேண்டும்; அவை தொடர்பான நடவடிக் கைகள் எடுக்க வேண்டும் என்ற எண்ணத்தையும் பொறுப்பையும் கிரீன்பீஸ் வலியுறுத்தியது. அதை மையமாகக் கொண்டு, அவற்றிற்கான ஒரு நேரடிச் சாட்சியாக நாம் திகழவேண்டும் என்ற குவேக்கர் கொள்கையின் அடிப்படையில் கிரீன்பீஸ் அமைப்பு நிறுவப்பட்டது. இந்த நிறுவனம் எனக்கு ஒரு மடிக்கணினியையும் தொடக்கநிலைப் பயிற்சியையும் அளித்தது. உலக அளவில் நடைபெறும் கழிவு நடமாட்டம் பற்றி ஒரு சாட்சியாகச் செயல்பட்டு, நான் கண்டதை ஒவ்வொருவருக்கும் அறிவிக்க வேண்டும் என்று பணித்தது. தன்னுடைய மொத்த பணிகளையும் கிரீன்பீஸ் நிறுவனம் குறிப்பிட்ட பிரச்சினைத் தொகுதிகளாகப் பிரித்து, எங்களைத் தனித்தனியாக (ஒருவருக்கொருவர் தொடர்பில்லாமல்) பணி செய்ய வைத்தது: நச்சுப்பொருட்கள், கடல், காடுகள், அணுமின் அமைப்புகள், கடல்சார் சூழல் தொகுதிகள், மரபணு மாற்றப்பட்ட உயிரிகள், தட்பவெப்ப மாற்றம் போன்றவை பற்றித் தனித்தனியாகப் பணிகள் மேற்கொள்ளப்பட்டன.

இந்த நிறுவனம் ஒவ்வொரு துறையிலும் சிறப்பு பெற்றவர்களை மட்டுமே தேர்ந்தெடுக்கிறது; அவர்கள் தமக்குத் தொடர்பான பணி களை மட்டுமே மேற்கொள்ள வேண்டும் என்ற வலிமையான பண் பாட்டை வளர்த்தெடுக்கிறது. எடுத்துக்காட்டாக, நச்சுப்பொருட்கள் தொடர்பானவர்கள், அரண்டுபோகும் அளவுக்கு நச்சு பற்றிய விரிவான

அறிவைப் பெற்றிருந்தனர். தொடக்கநிலைப் பயிற்சியாளர்கள்கூட குளோரின் கொண்ட கரிமப் பொருட்களின் மூலக்கூறு அமைப்புகள் பற்றி அறிந்திருந்தனர்; அவற்றின் சூழல் நல பாதிப்புகள் பற்றி விளக்க மளிக்கும் திறமையைப் பெற்றிருந்தனர். அவர்கள் பிற பிரச்சினை களை விலக்கிவிட்டு, ஒரே குறிக்கோளோடு தம்முடைய பணியை மேற்கொண்டனர். ஆனால், அப்போது நாங்கள் ஒவ்வொருவரும் மிகவும் கடுமையாகச் செயல்பட்டுத் தீர்வுகாண முயன்ற பிரச்சினை களின் இடைத்தொடர்புகள் பற்றி புரிந்துகொள்ள அதிக நேரத்தைச் செலவிட முடியவில்லை என்பது உண்மை.

1990ஆம் ஆண்டுகளின் தொடக்கத்தில் இதர நாடுகளில் உள்ள எங்களைப் போன்றோருடன் சேர்ந்து செயல்படுவதற்காக மிக விரிவான பயணங்களை மேற்கொள்ளத் தொடங்கினேன். உலக நாடுகளுக் கிடையே கழிவு நடமாட்டம் பற்றி கிரீன்பீஸ் அமைப்பில் என்னுடைய குழு தவிர வேறு பலரும் பணியாற்றிக் கொண்டிருந்தனர். அவர்களை விட அதிகமாக அறிவதற்கு முதலில் நான் என்னைத் தயார்படுத்திக் கொண்டேன். எனினும், நான் அதிகம் பயணிக்க, பயணிக்க என்னால் புரிந்துகொள்ள முடியாத, எனக்குத் தெரியாத தகவல்கள் ஏராளம் உள்ளன என்பதைக் கொஞ்சம் கொஞ்சமாக உணரத் தொடங்கினேன். இந்தியா, இந்தோனேசியா, பிலிப்பைன்ஸ், ஹைட்டி, தென் ஆப்பிரிக்கா போன்ற நாடுகளில் இதர சூழலியல் ஆர்வலர்கள் மேற்கொண்டு வரும் பணிகளின் நோக்கம் பற்றி நான் அறிந்தவுடன் தொடக்கத்தில் அதிர்ச்சி யடைந்தேன். எடுத்துக்காட்டாக, நீர், காடுகள், ஆற்றல், பெண்களின் பிரச்சினைகள், நாடுகளுக்கிடையேயான வணிகம் போன்ற பல பிரச்சினைகள் தொடர்பாக ஒரே நேரத்தில் ஈடுபட்டிருந்த பலரை நான் சந்திக்க முடிந்தது.

பணியாளர்களின் எண்ணிக்கைக் குறைவாக இருந்ததால் தான் அவர்கள் இப்படி ஒரே நேரத்தில் பல வேலைகளில் ஈடுபட்டனர் என்று நான் முதலில் நினைத்தேன். என்னைப்போல் ஒரே குறிக்கோளுடன் ஒரே பணியில் ஈடுபடாமல், பலர் செய்யவேண்டிய பல பணிகளில் ஒரே நேரத்தில் இவர்கள் ஈடுபடுகிறார்களே என்று அவர்கள் மீது எனக்கு முதலில் இரக்கம்தான் தோன்றியது; அதற்காக நான் வருத்தமும் அடைந்தேன். ஆனால், இந்த அனைத்துப் பிரச்சினைகளும் ஒன்றுக் கொன்று தொடர்புடையவை என்று சிறிதுகாலம் கழித்து தான் அறிந்தேன். இந்தத் தொடர்பு வலையில் உள்ள ஒவ்வொரு இழையையும் வெளிக்கொணரத் தொடங்கியவுடன்தான் குப்பைக் கூளம் – அல்லது எந்தவொரு தனிப்பிரச்சினையும் – தனியாகத் தீர்க்கக் கூடிய ஒரு பிரச்சினையல்ல என்பதை உணர்ந்தேன். ஒரே பிரச்சினையில் மட்டும் என்னுடைய முழு கவனத்தையும் ஈடுபடுத்துவது எனக்கு

உதவி புரியாது; உண்மையில் குப்பைக் கூளம் தொடர்பான அடிப்படை பிரச்சினை பற்றிய என்னுடைய புரிதல் திறனையும், ஒரு முழுமையான கருத்தை எட்டுவதையும், இத்தகைய 'ஒற்றைக் கவனம்' தடுத்தது. இதர பிரச்சினைகள் பற்றி அறிந்துகொள்வது என்னுடைய முன்னேற்றத்தைத் திசை திருப்பாது. உண்மையில் ஒரு புதிய திருப்பத்தை அடைவதற்கு உதவும்.

எனவே, குப்பைப் பைகளுக்கு உள்ளே என்ன இருக்கிறது என்பதைப் பற்றி மட்டுமே அறிவதை மாற்றிக்கொண்டு பொருட்களின் உற்பத்தி, நுகர்வு பற்றிய – அல்லது பொருட்களின் பொருளாதாரம் என்று கல்வியாளர்களால் சுட்டப்படும் பொருள் பற்றிய – உலகளாவிய நிலைமைகளை ஆய்வு செய்யத் தொடங்கினேன். அதாவது, சூழல் இயல் (அல்லது சூழ்நிலையியல்), பொருளியல் என்று ஒன்றுக் கொன்று முற்றிலும் முரண்பட்டதாகவும், வேறுபட்டதாகவும் தற்கால உலகத்தால் கருதப்படும் இந்த இரண்டு துறைகளுக்கிடையே நான் அடிக்கடி முன்னும் பின்னும் ஊசலாடினேன். எனினும், உங்களால் ஊகிக்க முடிகிறதா? இந்த இரண்டு துறைகளும் ஒன்றோடொன்று தொடர்புடையன மட்டுமல்ல, சூரியக் குடும்பத்தின் ஒரு துணை அமைப்பாக நம்முடைய பூமி விளங்குவது போல, இவற்றில் ஒன்று மற்றொன்றின் துணைத் தொகுதியாகும்.

தற்போது, பல சூழலியல் வல்லுநர்கள் பொருளியல் பற்றி கருதவோ அதைப் பயன்படுத்தவோ விரும்பவில்லை. பாரம்பரிய சூழ்நிலை யாளர்கள் அழியும் நிலையிலுள்ள கட்டிப்பிடிக்கும் கரடி பற்றியோ, கம்பீரமான செம்மரத் (ரெட்வுட்) தோட்டங்களைப் பற்றியோ, பங்குச் சந்தை போன்ற வெறுக்கத்தக்க விஷயங்களை மறக்க மக்கள் வருகை தரும் இயற்கைப் பாதுகாப்புச் சரணாலயங்களைப் பற்றியோ மட்டுமே தம்முடைய கவனத்தைச் செலுத்துகிறார்கள். அழியும் நிலையிலுள்ள சிற்றினங்களும், வளமையழியா இயற்கைப் பகுதிகளும் விலை நிர்ணயிக்கப்படும் அமைப்புகளுடனோ, சுரங்கம் தோண்டுவதற்கான அரசு மானியங்களுடனோ, நாடுகளுக்கிடையிலான வணிக உடன் படிக்கைகளுடனோ எந்தவிதத் தொடர்பும் கொண்டவையல்ல என்று இவர்கள் கருதுகின்றனர்; உண்மையிலேயே அவ்வாறு தொடர் பற்றவையா? (உண்மையில் அவை தொடர்பு கொண்டவையே). இதே போன்று, பாரம்பரிய பொருளியல் வல்லுநர்கள் சூழலை ஒரு வரம் பற்ற, மலிவான அல்லது செலவற்ற, பொருளாதாரத்தை வளர்க்கின்ற, மூலப்பொருட்களின் இருப்பிடம் என்று கருதினர். காட்டு மூஞ்சூறின் வாழ்விடத்தைப் பேணுவதற்காக அப்பகுதியில் நிறுவ இருக்கும் ஒரு தொழிற்சாலையை எதிர்க்கக் கிளம்பும் போராட்டக்காரர்கள் இத்தகையக் களத்திலிருந்துதான் எழுகிறார்கள்.

எனினும், உண்மையில் பொருளாதாரம் என்பது புவிச்சூழல் தொகுதி யான உயிர் மண்டலத்தின் ஒரு துணை ஒருங்கு(அமைப்பு)தான் எந்தவொரு பொருளாதாரச் செயல்முறையும் – எடுத்துக்காட்டாக, பண்டமாற்று, அடிமைத்தனம், நில பிரபுத்துவம், முதலாளித்துவம், பொதுவுடைமைத் தத்துவம் போன்றவை – மனித கண்டுபிடிப்புதான். புவியின் பல்வேறு உயிரினங்களில் மனிதர்களும் ஓர் உயிரினம்தான் (நம்முடைய எழுத்தாலும் ஆயுதங்களாலும் மிகுந்த வலிமை கொண்டவர்கள் என்றாலும்) என்பதால் நம்முடைய எந்தக் கண்டுபிடிப்பும், உருவாக்கமும் புவிச்சூழல் ஒருங்கின் (அமைப்பின்) ஒரு துணை ஒருங்கு(அமைப்பு)தான். இதனை நாம் சரியாகப் புரிந்துகொண்டால் (இது என்னுடைய கருத்தல்ல; ஒரு தெளிவான உண்மை) அது நம்மை இதர நுண்ணறிவுகளுக்கு வழிநடத்தும்.

வரம்புகளை நெருங்குதல்

இத்தகைய கூடுதல் நுண்ணறிவுகளில் மிகவும் முக்கியமானது வரம்பு களைப் பற்றியதாகும். ஓர் அமைப்பு மற்றொரு அமைப்பினுள் அமைந் திருக்க, துணை அமைப்பு தாய் அமைப்பினால் ஏற்படுத்தப்படும் வரம்புகளுக்குள் பொருந்தியிருக்க வேண்டும். நம்முடைய அழகான, நீல நிறக்கோள் விண்வெளியில் இருப்பதைக் காட்டும் படங்களை நீங்கள் பார்த்திருப்பீர்கள் இல்லையா? நம்முடைய உலகம் என்று குறிப்பிடப்படும் அமைப்பின் புறப்பரப்பு 197 மில்லியன் சதுர மைல் களாகும் (இதில் மூன்றில் ஒரு பங்கு நிலத்தாலானது).[3] இக்கோளின் மையக்கோட்டின் வழியாக ஒரு நூலைச் சுற்ற வேண்டுமென்றால் உங்களுக்கு 24,901.55 மைல்கள் நீளம் உள்ள நூல் (40,075.16 கிலோமீட்டர்) தேவைப்படும்.[4] புவியில் காணப்படும் நீரின் அளவு – அதன் எல்லா நிலைகளையும் சேர்த்து – 326 மில்லியன் கனமைல்கள் ஆகும்.[5] இவைதாம் நாம் பெற்றுள்ளவை. புவியின் அளவுகளும், கொள்திறனும் நிலையானவை, மாற்றமடையாதவை. இதன் முக்கியத் துவம் என்னவெனில், புவியின் நில, நீர், காற்று, தனிமப் பொருட் களின் அளவிற்கும் இதர மூலப்பொருட்களின் அளவிற்கும் ஒரு வரம்புள்ளது. இது ஒரு நிதர்சனமான உண்மையாகும்.

என்னை நம்புங்கள். அமெரிக்கா அல்லது இதர பணக்கார நாடு களில் வசிக்கும் நம்மில் பெரும்பாலோர் வாழும் வழிமுறையை மனத்தில் கொள்ளும்போது மேற்கூறிய உண்மையை நாம் எளிதில் மறந்துவிடக்கூடும் என்பதை நானறிவேன். மண்ணின் தரம் சிதைந்து கொண்டிருக்கிறது என்றோ, கடல்களில் மீன் இன அளவு தொடர்ந்து குறைந்து வருகின்றது என்றோ நாம் எவ்வாறு அறிவோம்? நம்முடைய உணவுத் தாவரங்கள் எவ்வாறு வளர்கின்றன என்பதையோ, எவ்வாறு

நீரிலிருந்து நம்முடைய மீன்கள் வலைகள் மூலம் வெளிக்கொணரப் படுகின்றன என்பதையோ நேரிடையாக நம்மில் சிலர்தாம் பார்த்திருப் பார்கள். இதுபோன்றே எங்கிருந்து, எப்படி நம்முடைய டீ சர்ட்டுகள், மடிக்கணினிகள், புத்தகங்கள், இதர தேவையான பொருட்கள் தயாரிக்கப்படுகின்றன என்பதைப் பலர் அறிந்திருப்பதில்லை. என்னு டைய மாநிலமான கலிஃபோர்னியா பல அடுக்கு வறட்சியில் திணறி னாலும், நான் உட்கார்ந்துள்ள வசதியான பெர்க்கிலி நகர பங்களா விலிருந்து காணும்போது உலகம் மிகவும் அழகாகத் தென்படுகிறது; வெளி தட்பவெப்பநிலை நன்றாக உள்ளது; தேர்ந்தெடுக்கும் அளவிற்கு பலசரக்குக் கடைகளில் பலவகைப் பொருட்கள் காணப்படுகின்றன. இந்த ஆண்டு நம்முடைய ஆப்பிள் விளைச்சல் மிகவும் குறைந்தாலும், சிலி நாட்டிலிருந்து ஆப்பிள்கள் நமக்குக் கொண்டு வரப்படுகின்றன. இதனால் நமக்கு எல்லாமே கிடைப்பதால் உண்மை நிலைகளை உணராமல் எதற்கும் கவலைப்படாமல் மகிழ்ச்சியுடன் இருக்கிறோம்.

எனினும், உலகின் ஒவ்வொரு சிறப்பான அறிவியல் அறிஞரின் அறிக்கையும் மாறுபட்ட வேறு கதையை நமக்குக் கூறுகின்றது. சூழலியல் சிக்கலுக்கான சான்றுகள் தற்போது ஏராளமாக இருப்பதால், மிக வன்மையாக எதிர்ப்பதையே வழக்கமாகக் கொண்டவர்கள் மட்டுமே தொடர்ந்து உண்மைத் தகவல்களை மறுக்கிறார்கள். மைய ஓட்டத்தோடு ஒத்துச் செயல்படும் பொருளியல் அறிஞர்களும் அரசியல் வாதிகளும் உண்மையான இயற்பியல் வரம்புகளை உணர மறுக்கும் போது, சூழலியலாளர்கள், அறிவியலாளர்கள், கல்வியாளர்கள், இதர வகையினர் மட்டுமே பல ஆண்டுகளாக உண்மையான பிரச்சினைகளை எழுப்பியுள்ளார்கள்.

உண்மையில் கணக்கற்ற, நம்பத்தகுந்த, சரியான தகவல்களின் அடிப்படையில் எழுதப்பட்ட நூற்றுக்கணக்கான நூல்களும் அறிக்கை களும் வெளிவந்துள்ளன; இவை இந்தக் கோளில் தவிர்க்கப்பட வேண்டிய பல்வேறு செயல்கள் எவ்வாறு நடைபெற்றுக் கொண்டிருக் கின்றன என்பதை எடுத்துக் கூறுகின்றன. இவற்றில் முக்கியமான சிலவற்றை மட்டுமே கீழே குறிப்பிட்டுள்ளேன்:

- 2009ஆம் ஆண்டு ஜூலை மாதத்தில் நம்முடைய வளி மண்டிலத்தின் கார்பன்டை ஆக்ஸைடின் அளவு ஒரு மில்லியன் பகுதியில் 387.81 பகுதி அளவை (பீபீஎம்) எட்டிவிட்டது. உலகின் சிறந்த அறிவியல் அறிஞர்கள் 350 பீபீஎம் அளவுதான், நாம் அறிந்தவரை, நம்முடைய கோள் தொடர்ந்து சரியாகச் செயல்படுவதற்காக வளிமண்டலம் பெற்றிருக்க வேண்டிய மிக அதிகப்படியான கார்பன்டை ஆக்ஸைடின் அளவாகும்[6] என்று எடுத்துக் காட்டியுள்ளார்கள்.

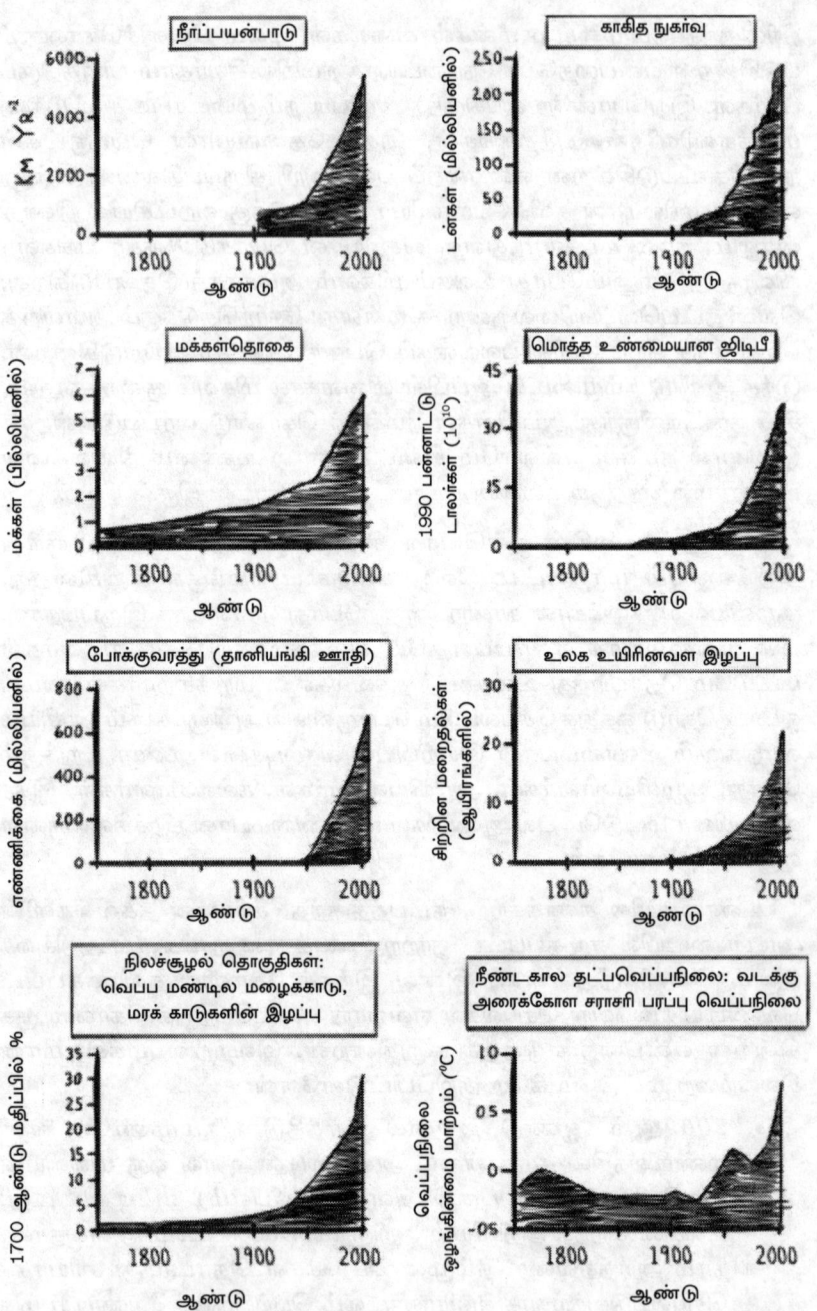

ஆதாரம்: ஸ்டெஃபன் மற்றும் சக ஆய்வாளர்கள். *Global change and the Earth System: A Planet Under Pressure*, 2005

- உலகின் எந்தப் பகுதியைச் சேர்ந்தவராக இருந்தாலும் ஒவ்வொரு வரின் – பிறந்த குழந்தைகளையும் சேர்த்து⁶ – உடலிலும் நச்சுத்தன்மை வாய்ந்த தொழிற்சாலை வேதிப்பொருட்களும் விவசாய வேதிப்பொருட்களும் காணப்படுகின்றன.

- வீட்டிற்குள் காற்று மாசுறுதல் ஒவ்வொரு ஆண்டும் 1.6 மில்லியன் மக்களைக் கொல்கிறது; வீட்டிற்கு வெளியே காற்று மாசுறுதல் 800,000 உயிர்களை ஒவ்வொரு ஆண்டும் அழித்து வருகிறது.⁷

- உலக மக்கள்தொகையில் ஏறத்தாழ ஐந்தில் ஒரு பங்கு – அதாவது 1.2 மில்லியன் மக்கள் – நீர்ப் பற்றாக்குறையால் துன்புறு கின்றனர்; நீர் ஆதாரம் அரிதாகிக் கொண்டே வருகிறது.⁸

- உலக வருவாய்ச் சமனின்மை திகைப்படைய வைத்துள்ளது. தற்போது உலகின் மிகவும் பணக்காரர்களில் ஒரு விழுக்காடு மக்கள் அடிமட்ட 57 விழுக்காடு மக்களின் மொத்த பணம், சொத்து, பொருட்கள் ஆகியவற்றைப் பெற்றுள்ளனர்.⁹

எனவே, நிலையான வரம்பளவு கொண்ட ஓர் அமைப்பின் உள்ளே யுள்ள பொருளாதாரம் போன்ற ஒரு துணை அமைப்பு தொடர்ந்து பெருக்கமடைந்து கொண்டே வந்தால் என்ன நடக்கும்? இது வரம்பை எட்டிவிட்ட ஒரு செயலாகும். பெருக்கிக் கொண்டே செல்லும் பொருளாதார அமைப்பு நமது கோளின் உயிரைப் பேணும் திறனின் வரம்புகளை நெருங்கிவிட்டது. தற்போதைய வளர்ச்சி விகிதத்தையும் எதிர்பார்க்கக்கூடிய வருங்கால வளர்ச்சி விகிதத்தையும் அடிப்படையாகக் கொண்டு பொருளியல் வல்லுநர்கள் எதிர்பார்ப்பது

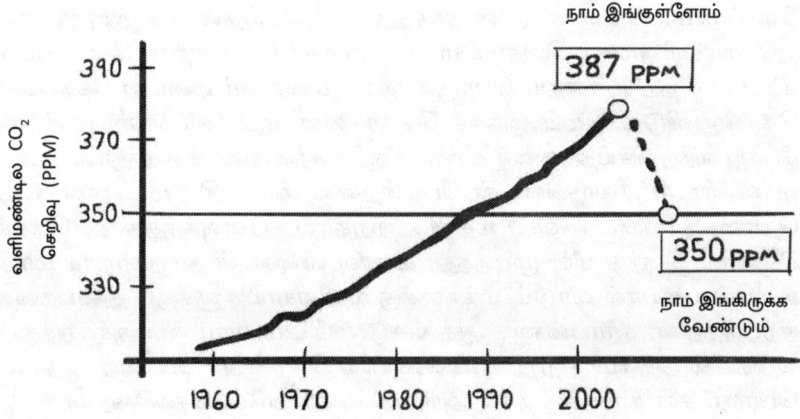

ஆதாரம்: J.ஹேன்சன் மற்றும் சக ஆய்வாளர்கள். *Target atmospheric CO₂: Where should humanity aim?*, 2008 350.org

என்னவெனில், வளர்ந்த நாடுகள் ஆண்டுக்கு 2 முதல் 3 விழுக்காட்டள விலும், சைனாவும் இந்தியாவும் 5 முதல் 10 விழுக்காட்டளவிலும் மேலும் வளரலாம் என்பதுதான்.[10] உலகின் பல்வேறு பகுதிகளில், இன்று உற்பத்திச் செய்யப்படும் அளவு பயன்பொருட்களையும் சேவைகளையும் உருவாக்குவதில், நாம் ஏற்கனவே, ஐந்து மடங்கிற்கும் அதிகமான (உண்மையில் ஆறு மடங்கிற்கு அருகில்) கார்பன்டை ஆக்ஸைடின் வெளியீட்டு அளவை எட்டிவிட்டோம். இது 2050ஆம் ஆண்டுவாக்கில் ஏற்படலாம் என்று எதிர்பார்க்கப்பட்ட ஒட்டுமொத்த தட்பவெப்பநிலைக் குழப்பங்களைத் தவிர்க்க நாம் குறைக்க வேண்டிய கார்பன்டை ஆக்ஸைடின் வெளியீட்டு அளவாகும்.

எனவே, இதுதான் தற்போதைய பிரச்சினையாகும். உலகின் ஏழை மக்களின் வாழ்க்கைத் தரத்தை உயர்த்துவதில் இந்தப் பிரச்சினை மிகவும் பாதிப்பு ஏற்படுத்தும் (இவர்களின் வாழ்க்கைத் தரத்தை உயர்த்த வேண்டுமென்றால் கார்பன்டை ஆக்ஸைடு வெளியீட்டு அளவை அதிகரிப்பது தவிர்க்க முடியாததாகும்). நம்முடைய மென்மையான வளிமண்டலத்தில் மேலும் சுமையேற்றும் வகையில் கார்பன்டை ஆக்ஸைடு செயல்படுவதாலும் புவி கொடுக்கும் இதர அனைத்து வாழ்வாதாரச் சேவைகள், மூலப் பொருட்கள் தொடர்பான நமது தேவைகளாலும் வரம்புகளையும் மீறிய அளவில் நாம் கோளை அழுத்தமடையச் செய்கிறோம்.

எளிமையாகக் கூறவேண்டுமென்றால், நம்முடைய மூலப்பொருள் பிரித்தெடுத்தல் ஒருங்குகளையும் உற்பத்தி ஒருங்குகளையும் தகுந்த முறையில் திசைதிருப்ப வேண்டும்; பொருட்களின் பங்கீடு, நுகர்தல், கழிவு போன்றவற்றில் மேற்கொள்ளப்படும் வழிமுறைகளை மாற்ற வேண்டும். இதனை நான் எடுத்தல் – செய்தல் – கழிவு நீக்கல் முன்மாதிரி என்று சிலசமயம் அழைப்பேன்; இவற்றைச் செய்யா விட்டால் தற்போதைய பொருளாதார முறை நம்முடைய கோளைக் கொன்றுவிடும். நான் இந்தச் சொற்களை எழுதிக்கொண்டிருக்கும் போது வந்த செய்திகளைக் காண்க: நிதிச் சந்தைகள் சிதைந்துவிட்டன; வால் ஸ்ட்ரீட்/வாஷிங்டன் போன்றவை மிக அதிக மீட்புக்காப்புத் தொகை (பெயில்-அவுட்) உதவிபெற்றதால் ஓரளவுக்குத்தான் இந்தச் சிக்கலில் இருந்து மீள முடிந்தது; உணவு விலைகள் தாறுமாறாக மாறி உலகில் பசியால் வாடும் மக்களுக்கும் விவசாயிகளுக்கும் துன்பத்தை ஏற்படுத்தின; கார்பன்டை ஆக்ஸைடு மட்டம் வாழ்வை அச்சுறுத்தும் வகையில் அதிகமாயிற்று; எண்ணெய், மீன், நன்னீர் போன்ற ஆதாரப் பொருட்கள் நாளுக்கு நாள் அரிதாகிக்கொண்டே செல்கின்றன.

கடுமையான விவரங்கள், பிரச்சினையில் இணக்கமற்ற தன்மை ஆகியவற்றின் அடிப்படையில் அனைத்து முயற்சிகளையும் கைவிட்டு

விட்டு, இவ்வாறுதான் நடைபெறும் என்ற இயலாமை நிலைக்குச் சென்று விடலாமா என்ற எண்ணம் உங்களுக்குத் தோன்றலாம் என்பதை நான் அறிவேன். என்னுடைய நண்பர் ஒருவர் என்னிடம் இவ்வாறு கூறினார்: மேற்கூறிய வகைத் தகவல்களைப் படிப்பதனால் தான் உண்மையில் பொருட்கள் வாங்கக் கடைக்குச் செல்லும் விருப்பம் தமக்கு ஏற்பட்டது என்றும், உங்களுடைய தேவையைப் பூர்த்தி செய்வதற்கு ஏற்ற அளவு பணவசதி உங்களிடம் உள்ளதா என்ற கவலையை உணர அப்படிப்பட்ட நிலைமைதான் வாய்ப்பளிக்கும் என்று தாம் கருதுவதாகவும் அவர் கூறினார். எல்லா இடங்களிலும் உள்ள அனைத்து மக்களும் – குறிப்பாக ஏழைகள் – இந்தச் சிக்கல் சோர்வை அனுபவித்துக் கொண்டுள்ளார்கள். பரவலான ஃப்ளூ காய்ச்சல், அசாதாரணப் புயல்கள், வேலையின்மை, காலதாமதங்கள் போன்றவை குறித்துக் கவலைப்படுகிறார்கள். இது தொடர்பாக குறிப்பிடப்பட வேண்டியது என்னவெனில் நமக்கு வேறு வழி யில்லை என்பதாகும். வழக்கறிஞரும், உயிர்வேதிய அறிவியலாளரும், என்வைரென்மெண்டல் ஹெல்த் நெட்வொர்க்கின் இயக்குநருமான ஜோசப் குத் என்பவரின் கூற்றுப்படி 'சூழலியல் அடிப்படையில் செயல் பட்டு உயிர்ப்பேணும் உயிர் மண்டலத்தைவிட புவியில் *வேறு எதுவும்* மனித இனத்திற்கு முக்கியமல்ல. தடைகள் நிறைந்த பிரபஞ்சத்தில் நாம் அறிந்த ஒரே வசிக்கத்தக்க இடம் இதுதான். நாம் வாழ்வதற்கு இதைத் தான் சார்ந்திருக்கிறோம்; இதனைப் பகிர்ந்துகொள்ளும் கட்டாயத்தில் உள்ளோம்; நம்முடைய ஒரே இல்லம் இதுதான்... உண்மையில் புவியின் உயிரி மண்டலம் மனிதர்களுக்கென்றே ஏறத்தாழ பொருத்த மாக அமைந்த ஒன்றாகும்; ஏனெனில், நாம் பலகாலம் இதனோடு பொருந்தி வாழ்ந்து பரிணமித்துள்ளோம். *செயல்திறன் மிக்க உயிர் மண்டலம் இல்லாமல் நாம் நீண்டகாலம் அல்லது நன்றாக வாழ முடியாது; எனவே, நாம் பெற்றுள்ள அனைத்துமே மதிப்பு மிக்கவையாகும்.*'[11]

முடிவற்ற தீர்வுகள்

நமக்கு ஏற்பட்டுள்ள சவால்கள் ஒன்றுக்கொன்று தொடர்புடையன மட்டுமின்றி, விரிவானவையும்கூட. ஆயினும் இவற்றிற்கான தீர்வுகள் பெரும்பாலும் முழுமையற்றவை; ஒரே ஒரு துறையை நோக்கிக் கவனம் செலுத்தப்பட்டவையாகும் – எடுத்துக்காட்டுகளாக, தொழில் நுட்பத்தை மேம்படுத்துதல், மக்கள் தொகையைக் கட்டுப்படுத்துதல் அல்லது மூலப்பொருட்கள் நுகர்தலில் புகுத்தப்பட்டுள்ள தடைகள் போன்றவற்றைக் குறிப்பிடலாம்.

எடுத்துக்காட்டாக, அதிக சுத்தமான, சூழலைப் பாதுகாக்கக் கூடிய, புதுமையான தொழில்நுட்பங்கள் தீர்வுகளைத் தரலாம்;

ஆற்றல், இதர மூலப்பொருட்கள் போன்றவற்றைப் பயன்படுத்தி நம்முடைய தொழில்சார் பொருளாதாரச் செயல்பாட்டைத் திறன் மிக்கதாகச் செய்யலாம்; இவையெல்லாம் நம்முடைய பிரச்சினை களுக்குத் தீர்வுகளைக் கொடுக்கும் என்று தொழில்நுட்ப முறைகளைப் பரிந்துரைப்பவர்கள் நம்புகிறார்கள். புதிய தொழில்நுட்பங்கள் மூலம் ஓர் அலகு செயல்பாட்டுக்கு (ஒரு டாலர் மதிப்புள்ள உள்நாட்டுப் பொருள் உற்பத்தி செய்ய அல்லது ஒரு டன் எடையுள்ள உற்பத்திப் பொருளை உருவாக்க) மேலும் மேலும் குறைந்த சூழல் சிதைவு ஏற்படும் என்று இவர்கள் கருதுகிறார்கள். இவர்கள் அவ்வாறு கருதுவதில் தவறு எதுவுமில்லை. பல தொழில்நுட்பங்கள் அதிகத் திறன் மிக்கவையாக மாறி வருகின்றன. இந்த முன்னேற்றம் அதிக அளவு உற்பத்திப்பொருட்களைப் பிரித்தெடுத்தல், பயன்படுத்துதல், கழிவு நீக்குதல் போன்ற செயல்களில் அதிக எண்ணிக்கையில் பயன்படுத்தப் பட்டதால் அதிக அளவில் ஒருங்கிணைந்த உண்மையான வளர்ச்சி ஏற்பட்டது; ஆனால், 2008இல் ஏற்பட்ட பொருளாதார வீழ்ச்சி இந்த முன்னேற்றத்தை நீக்கிவிட்டது. (2008 முதல் 2009 வரை உற்பத்தியில் ஏற்பட்ட சரிவுகூட ஓரளவுக்குக் குறைவே; முந்தைய போக்குகள் ஏதோவொரு வகையில் வழிகாட்டுபவையாக இருந்தால், நாம் விரைவிலேயே வளர்ச்சிப் பாதைக்கு மீண்டு விடுவோம்). எனவே, அதிகத் திறன்கொண்ட தொழில்நுட்பம் வளர்ந்தாலும், ஒட்டுமொத்த சூழலுக்கு எதிரான பாதிப்பு தொடர்ந்து அதிகரித்துக் கொண்டுதான் வருகிறது.

சூழலோடு ஒத்துப்போகும் நல்ல தொழில்நுட்பங்கள் மட்டும் நம்மைக் காப்பாற்றாது என்பதற்குக் காரணம் அவை ஒட்டுமொத்த நிலைப்பாட்டில் ஒரு பகுதிதான் என்பதாகும். நம்மைக் காப்பாற்றி வாழவைக்கும் புவித்திறனின் வரம்புகளை நாம் எவ்வளவு விரைவாக அடையப் போகிறோம் என்பதுதான் நமது கோளின் மேல் உள்ள நமது கூட்டுத் தாக்கமாகும். இது நாம் எவ்வளவு எண்ணிக்கையில் உள்ளோம், நாம் எந்த வகைத் தொழில்நுட்பங்களைப் பயன்படுத்துகிறோம், நாம் எந்த அளவு பொருட்களை நுகர்கிறோம் போன்றவற்றின் சேர்க்கை யைப் பொருத்தது. இது I = PAT என்ற சமன்பாட்டால் குறிக்கப்படுகிறது; இந்தச் சமன்பாடு 1970ஆம் ஆண்டுகளில் உருவாக்கப்பட்டதாகும். அந்தக் காலகட்டத்தில் சூழல் சிதைவுக்குத் தொழில்நுட்பங்களும் நுகர்வுப்பாங்குகளும்தான் முக்கியக் காரணிகளாகும் என்று ஒரு தரப்பினர் வாதிட்டனர்; பெருகிவரும் மக்கள்தொகைதான் முக்கியக் காரணியாகும் என்று இன்னொரு தரப்பினர் வாதிட்டனர். இவர்களுக் கிடையே ஏற்பட்ட விவாதங்களினால் இந்தச் சமன்பாடு உருவாக்கப் பட்டது. I = PAT சமன்பாட்டில், I = தாக்கம், P = மக்கள்தொகை,

A = செழிப்புநிலை *(அஃப்ளுயன்ஸ்)*, T = பயன்படுத்தப்பட்ட தொழில் நுட்பங்கள். இந்தச் சமன்பாடு மேற்கூறிய அனைத்துக் காரணி களுக்கும் இடையேயுள்ள இடைவினையை எடுத்துக் கூறுகிறது. இந்தக் காரணிகள் எவ்வாறு இடைவினை புரிகின்றன என்பதை நமக்கு உணர்த்துகிறது; *பொதுவாக*, மக்கள்தொகையைக் குறைப்பதன் மூலமோ, தொழில்நுட்பங்களை மேன்மையாக்குவதன் மூலமோ சூழலின்மேல் ஏற்படும் தாக்கத்தை நாம் குறைக்கலாம். ஆனால் எப்பொழுதுமே, பொதுவாக இது நடைபெறுவதில்லை: மாற்றத்தை இதர மாறிகள் *(வேரியபில்ஸ்)* நீக்கிவிட்டால், எடுத்துக்காட்டாக, சில மக்கள் மிக அதிக அளவில் உற்பத்திப் பொருட்களை நுகர்ந்தால் தாக்கம் தொடர்ந்து அதிகரிக்கும். அதிக மக்கள் குறைந்த அளவு பொருட்களை நுகர்ந்தால் தாக்கம் குறையும். இந்த மாறிகளை வேறு பல வழிகளிலும் ஒன்றோடொன்று தொடர்புபடுத்தலாம்.

மொத்த மக்கள்தொகை இந்தப் பிரச்சினையின் ஒரு பகுதிதான் என்பதில் எந்தவித ஐயமுமில்லை; நீங்கள் செய்ய வேண்டியதெல்லாம் பக்கம் xxiiஇல் காட்டப்பட்டுள்ள அனைத்து ஹாக்கி மட்டை வடிவ வரைபடங்களையும் நன்கு கவனியுங்கள். அனைத்துப் பொருட்களின் (மரங்கள், தனிமப் பொருட்கள், நன்னீர், மீன்கள் போன்றவை) பயன்பாடு அடுக்குக் குறியீட்டெண்ணாக (exponentially) கடந்த 50 ஆண்டுகளில் அதிகரித்துள்ளதற்குக் காரணம் அடுக்குக் குறியீட்டெண் ணாக நம்முடைய எண்ணிக்கையும் அதிகரித்துள்ளதுதான் என்று அறிந்து கொள்ளலாம். மக்கள்தொகை ஒரு பில்லியனாக வளர 1800ஆம் ஆண்டுகளின் தொடக்கம் வரை இருநூறு ஆயிரம் ஆண்டுகள் எடுத்துக்கொள்ளப்பட்டன; ஆனால், ஒரு நூறு ஆண்டுகளைவிட சற்றுக் கூடுதலான ஆண்டுகளுக்குள் (1960க்குள்) மக்கள்தொகை 3 பில்லியனாகிவிட்டது; அதன் பின் (அடுத்த ஐம்பது ஆண்டுகளில்) இது இரண்டு மடங்காக வளர்ந்துவிட்டது; தற்போதைய மக்கள்தொகை 6.7 பில்லியன்களாகும். இந்த எண்ணிக்கை மேலும் அதிகரித்துக் கொண்டேயுள்ளது.[12]

எனினும், வரலாற்று அடிப்படையில் காணும்போது உலக மக்கள் தொகைப் பெருக்கத்தை நிலையானதாக்கும் முயற்சிகள் அனைத்தும் பொதுவாக உலகின் அதிக பொருள் நுகர்வோர் பகுதிகளில்தான் மேற்கொள்ளப்பட்டுள்ளன; மேலும், இந்த முயற்சிகளில் மிகவும் சமனற்ற நுகர்வுப் பாங்குகள் பற்றிய உண்மைகள் பெரும்பாலும் புறக்கணிக்கப்பட்டுள்ளன என்பதும் தெளிவாகின்றன. மிக விரைவாகப் பெருகிவரும் மக்கள்தொகை உள்ள பகுதிகளில்தான் பெரும்பாலும் மிகக் குறைந்த அளவு மூலப்பொருட்கள் பயன்படுத்தப்படுகின்றன. அதே நேரத்தில், உலகின் பெரும்பாலான செல்வத்தை (பெரும்பாலும்

1 முதல் 5 விழுக்காட்டு செல்வத்தை) சொந்தமாகக் கொண்டுள்ள உலக மக்கள்தொகையின் மிகச்சிறிய பகுதி மக்கள்தான் மிக அதிக விழுக்காடு பசுமையில்ல வளிமங்களையும் இதர சூழல் சிதைவுகளை யும் உண்டாக்குகின்றனர். மக்கள்தொகைப் பெருக்கத்தை நிலையாக்க நாம் ஜனநாயக அடிப்படையில் முடிவெடுத்துச் சில உத்திகளை மேற்கொள்ள வேண்டும். மனித உரிமைகளையும் குறிப்பாகப் பெண்களின் உரிமைகளையும், சமன்நிலையையும் அடிப்படையாகக் கொண்டு இந்த உத்திகள் அமைய வேண்டும் என்பது மிக முக்கியம்.

நம்முடைய கோளின் சரியான சுமைதாங்களவு (கேரியிங் கெபாசிடி) எவ்வளவென்று நமக்குத் தெரியாது. ஆயினும், அது ஒரு நெகிழ்வான எண் அல்ல என்பது மட்டும் நமக்குத் தெரியும்; இது நம்முடைய உற்பத்திப் பாங்குகளையும் அளவுகளையும், நுகர்வுப் பாங்குகளையும் அளவுகளையும் பொருத்தது. சுமைதாங்களவு மூலப்பொருட்களின் விநியோகம் மட்டுமின்றி சமன்நிலை எட்டுவது தொடர்பாக முக்கியத் துவம் வாய்ந்தது; எந்த அளவு (உற்பத்தியும் நுகர்வும்) போதுமானது என்பது பற்றி விழுமிய அடிப்படையில் முடிவு மேற்கொள்வது தொடர் பாகவும் பெரிய பிரச்சினைகளை இது எழுப்புகிறது. இந்தக் கோள் எவ்வளவு எண்ணிக்கை மக்களைத் தாங்கும் திறன் கொண்டது என்பதை அமெரிக்காவின் நுகர்வு அளவு அடிப்படையில் மேற்கொள்வதா அல்லது வங்கதேச நுகர்வு அளவு அடிப்படையில் மேற்கொள்வதா? முக்கியமாக எவர் இதற்கான விடையை முடிவு செய்வது?

இந்தப் பிரச்சினைகள் சிக்கலானவை என்றாலும், இது தொடர்பாக நாம் விவாதித்து நம்முடைய விடைகளை ஒட்டுமொத்தமாக முடிவு செய்யவேண்டும். நாம் இதை அவசியம் செய்தாக வேண்டும்; ஏனெனில், நமது கோளின் சுமைதாங்களவை நாம் விரைவில் எட்டி விடுவோம் என்பதில் எந்தவித ஐயமுமில்லை. தற்போது நாம் அந்த திசையை நோக்கிதான் சென்றுகொண்டிருக்கிறோம். அந்தக் கோட்டைக் கடக்கும் போது அனைத்தும் முடிந்துவிடும். சாப்பிட, குடிக்க, சுவாசிக்க, வாழ நாம் இந்தக் கோளை நம்பியுள்ளோம். நம்முடைய வாழ்க்கைப் பாதுகாப்பு ஒருங்கு தொடர்ந்து இயங்குவதற்கு நாம் என்ன செய்ய வேண்டும் என்பது தான் நமது முதல் குறிக்கோளாக அமைய வேண்டும். நம்முடைய இல்லம் என்று அழைக்கப்படும் இந்த ஒரே கோளில்தான் நாம் ஒன்றாக வாழ வேண்டி யுள்ளது. சரியான முறையிலும், மரியாதையுடனும், நிலைத்தன்மையுடனும், மகிழ்ச்சியாகவும் நாம் வாழ வேண்டியுள்ளது. அதற்கான – வழிமுறைகளைக் கண்டுபிடிப்பதை விட அதிக முக்கியத்துவம் வாய்ந்தது வேறு எதுவுமில்லை.

இந்தக் குறிக்கோளுக்குத் தடையாக இருப்பது மனித கண்டுபிடிப்பு களின் தடுமாற்றம்தான்; அதாவது எடுத்தல் – செய்தல் – கழிவு நீக்கம்

என்ற பொருளாதார எந்திரம்தான் என்றால், அந்த எந்திரத்தைப் பிரித்து, கழற்றி மீண்டும் உருவாக்கி, கடந்த காலத்தில் நாம் அறிந்த அனைத்து உத்திகளையும் பயன்படுத்தி மேம்படுத்துவதுதான் ஒரு தர்க்கரீதியான அணுகுமுறையாகும்.

இதுதான் பொருளாதார வளர்ச்சியா – மடத்தனம்

பொருளாதார வளர்ச்சி என்பது பொருளாதார நடவடிக்கைகளையும் செயல்களையும் (வணிகம், சேவைகள், உற்பத்தி, நுகர்வு போன்றவை) அதிகரிக்கும் நிகழ்வைப் பொதுவாகக் குறிக்கிறது. இது புவியிலிருந்து பிரித்தெடுக்கப்படும் இயற்கை மூலப்பொருட்களின் அதிக அளவை யும், அவை உற்பத்திப்பொருட்களாக மாற்றப்படுவதையும், அவை மீண்டும் கழிவாகப் புவியை அடைவதையும் குறிக்கிறது. இதன் அர்த்தத்தை எளிதாக ஒரே சொல்லால் குறிப்பிட வேண்டுமென்றால், அது *அதிகம்* என்பதாகும். அதிக உற்பத்திப்பொருட்கள், அதிக பணம். வளர்ச்சி என்பது, இந்தச் சொல்லே சுட்டுவது போல், பெரிதாக மாறுதல் என்று பொருள்படும்.

தற்போது, பொருளாதார வளர்ச்சி பின்வரும் உண்மையான இலக்கு களை நோக்கிச் செல்வதற்கான ஒரு மதிப்பு-நடுநிலை *(வால்யூ-நியூட்டிரல்)* வழிமுறையாகத் திகழவேண்டும்: ஒவ்வொருவரின் அடிப்படைத் தேவைகளையும் ஈடுசெய்து, அதிக நலம்கொண்ட சமுதாயங்களை உருவாக்குவது, அதிக சமன்நிலைத்தன்மையை அடைவது, சுத்தமான ஆற்றலைப் பெறுவது, அதிக வலுவான கட்டமைப்பை உருவாக்குவது, அதிகத் துடிப்பான பண்பாட்டைப் பெறுவது போன்றவை. இந்த அடிப்படை இலக்குகளை அடைவதற்கு வளர்ச்சி நீண்டகாலத்திற்குப் பங்களிக்கவில்லை என்றாலும், சில இடங்களில் இதர இடங்களைச் சுரண்டுவதன் மூலம் 'வளர்ச்சி' அதிக நேரங்களில் ஏற்பட்டுள்ளது என்பதை நாம் முக்கியமாக நினைவில்கொள்ள வேண்டும். நாம் திறந்தவெளிகளை அதிக அளவுக்குத் தொடர்ந்து பெற்றிருந்த ஒரு நூற்றாண்டுக்கு முன்பு, வளர்ச்சி முன்மாதிரி *(க்ரோவ்த் மாடல்)* சாலைகளையும், வீடுகளையும், மைய சூடேற்று அமைப்புகளையும், நிறைந்த வயிறுகளையும் கொண்டு வந்தது. தற்போது உலகின் பெரும் பகுதிகளில் நாம் இந்தப் பொருட்களைக் காண்கிறோம். உண்மை யில் உலகிலுள்ள ஒவ்வொருவரின் அடிப்படைத் தேவைகளையும் நிறைவு செய்யும் அளவுக்குப் போதுமான உற்பத்திப் பொருட்களைப் பெற்றுள்ளோம்; ஆனால், இவை சரியான முறையில் பங்கிடப் படுவதில்லை என்பதே உண்மையாகும். போதுமான பொருட்களின் இல்லாமையை விட அவற்றைப் பகிர்ந்துகொள்வதில்தான் நம்முடைய குறைபாடுள்ளது.

நாம் இன்று எதிர்நோக்கும் பிரச்சினையின் ஒரு பெரும்பகுதி என்னவெனில் நம்முடைய ஓங்கி நிற்கும் பொருளாதார ஒருங்கு மற்ற அனைத்தையும் விட தன்னுடைய வளர்ச்சியை மட்டுமே இலக்காக மதிப்பதுதான். இதன் காரணமாகவே மொத்த உள்நாட்டு உற்பத்திப் பொருளை *(கிராஸ் டொமஸ்டிக் புராடக்ட் - ஜிடிபீ)* வெற்றியின் (வளர்ச்சி யின்) நிலையான அளவீடாகப் பயன்படுத்துகிறோம். ஒவ்வொரு ஆண்டும் ஒரு நாட்டில் உற்பத்தி செய்யப்படும் பொருட்களின் மதிப்பையும் சேவைகளின் மதிப்பையும் ஜிடிபீ கணக்கில் எடுத்துக் கொள்கிறது. ஆனால், உண்மை நிலைமையின் மிக முக்கியமான சில கூறுகளை ஜிடிபீ தன்னுடைய மதிப்பீட்டிலிருந்து விட்டுவிடுகிறது. செல்வத்தின் சமனற்ற, முறையற்ற பங்கீடு பற்றியோ, மக்கள் எந்த அளவுக்கு உடல்நலத்தோடும் மன நிறைவோடும் உள்ளனர் என்பது பற்றிய அறிகுறிகளையோ ஜிடிபீ கருதுவதில்லை. இதன் காரண மாகவே ஒரு நாட்டின் ஜிடிபீ, அதே காலகட்டத்தில் அந்நாட்டின் பணியாளர்களின் வருவாய் உயராமல் இருக்கும்போதுகூட, தொடர்ந்து *2* முதல் *3* விழுக்காட்டளவுக்கு உயரலாம் – அதாவது, செல்வம் இந்த ஒருங்கின் ஏதோவொரு புள்ளியில் சிக்கிக்கொண்டுவிடுகிறது. எர்த் எக்கனாமிக்ஸ் என்ற அமைப்பின் இயக்குநரும், ஹெர்மான் டாலி என்ற புகழ்பெற்ற சூழலியல் பொருளாதார வல்லுநரின் மாணவரு மான டேவ் பாட்கர் என்பவரின் கூற்றுப்படி ஜிடிபீ என்பது அனைத்துச் செலவுகளையும் வருவாய்களையும் கூட்டி, பின்பு இவை இரண்டை யும் சேர்த்து 'ஒரு பெரிய செயலற்ற எண்ணை' அடையும் ஒரு வணிகச் சொந்தக்காரர் போன்றதாகும். இந்த எண் மிகப்பெரியது என்பதைத் தவிர, வியாபாரம் உண்மையில் எவ்வாறு நடைபெறுகிறது என்பது பற்றி அது நமக்கு எதுவும் சுட்டுவதில்லை.

ஜிடிபீ கணக்கிடப்படுவதில் உள்ள மற்றொரு பெரிய பிரச்சினை என்னவெனில், வளர்ச்சியின் உண்மையான சூழல்களும் சமுதாய அடக்க விலைகளும் ஜிடிபீ கணக்கீட்டில் எடுத்துக் கொள்ளப்படுவ தில்லை. தொழிற்சாலைகள், 'அடக்க விலையைப் புறவயமாக்கம் *(எக்ஸ்டர்னலைஸ்)* செய்வது' பொதுவாக அனுமதிக்கப்படுகிறது. (அரசினால் அனுமதிக்கப்படுவதையும் பொதுவாக பொறுப்பு ஏற்கப்பட வேண்டியதில்லை என்பதையும் 'அனுமதி' என்ற சொல் இங்குக் குறிக்கிறது.) புறவயமாக்கம் என்ற புதுமையான சொற் றொடரைப் பொருளாதார வல்லுநர்கள் கீழ்க்கண்ட உண்மையை விவரிக்கப் பயன்படுத்துகிறார்கள்: வணிக நிறுவனங்கள் உற்பத்தியிலும் விற்பனையிலும் தீவிரமாக இருக்கும்போது அவை உண்டாக்கும் நிலத்தடி நீர் மாசுறுதல், புற்றுநோய்ப் பொருட்களுக்கு மக்களை உட்படுத்துவது, காற்று மாசுறுதல் போன்ற பக்கவிளைவுகளுக்கு அவை

விலை கொடுப்பதில்லை அல்லது அவை யாவை என்பதைக்கூட கண்டு கொள்வதில்லை.

ஜிடிபீ கணிப்பு முழுவதுமாகக் குழப்பப்பட்டுள்ளது: சூழல் மாசுறுத்தல், அதனைச் சுத்தம் செய்தல், புற்றுநோய் உண்டாக்கல் (உயிரிக்கொல்லிகள், பாலிவினைல் குளோரைடு – பீவிசி – உற்பத்தி செய்யும் தொழிற்சாலைகள்), அதன் சிகிச்சை (சூழல் மறுசீரமைப்பும் மருத்துவமும்) போன்ற செயல்களை ஜிடிபீ உடன்பாடான கூறுகளாகக் கணக்கில் எடுத்துக்கொண்டாலும், உண்மையில் காற்று அல்லது நீரில் வெளிவிடப்படும் மாசுறுத்தல் அல்லது காடு இழப்பு போன்ற செயல்களுக்காக ஜிடிபீ கணக்கீட்டில் எந்தவிதக் குறைப்பும் ஏற்றுக்கொள்ளப் படுவதில்லை. தன்னுடைய *டீப் எகானமி (ஆழமான பொருளாதாரம்)* என்ற நூலில் பில் மெக்கிப்பென் வளர்ச்சியை அளவிடுவதில் ஜிடிபீ தோற்றுப்போய்விட்டதை ஓர் உண்மையான எடுத்துக்காட்டுடன் விளக்கியுள்ளேன்: ஆப்பிரிக்காவில் பல காலமாக அந்த நாட்டிற்கு இயல்பாக இல்லாத அயல் தாவரமான ஆகாயத் தாமரை நீர்வழிகள் அனைத்தையும் அடைத்துக்கொண்டு இருந்ததையும், இந்தப் பிரச்சினையைத் தீர்க்க களைக்கொல்லிகள் எந்த விதத்திலும் கைகொடுக்கவில்லை என்பதையும் அவர் குறிப்பிட்டுள்ளார். காயவைக்கப்பட்ட ஆகாயத் தாமரையைப் பயன்படுத்தி ஊட்டச்சத்து மிக்க உணவுக் காளான்களை வளர்க்க முடியும் என்றும், காளான்கள் இந்தத் தாவரத்தின் செல்லுலோஸை சிதைத்தவுடன் பெறப்படும் கழிவை மண்புழு வளர்க்கும் நல்ல ஊடகமாகப் பயன்படுத்தலாம் என்றும் யாரோ கண்டுபிடித்ததையும் அவர் குறிப்பிட்டுள்ளார். மண்புழுவால் மேலும் சிதைக்கப்பட்ட இந்தத் தாவரத்தின் கூளம் மிகச் சிறந்த உரமாகவும், மண்புழுக்கள் கோழிகளுக்குச் சிறந்த தீவனமாகவும் செயல்பட்டன. இந்தக் கோழிகள் மக்களுக்குத் தேவைப்படும் மிகச் சத்தான முட்டைகளைத் தந்தன. கோழிகளின் மலப்புழுக்கைகள் உயிரி எரிவாயு தயாரிப்பதற்கான மூலப்பொருட்களாகத் திகழ்ந்தன. இதனால் ஆப்பிரிக்காவின் அந்தப் பகுதியில் ஏற்கனவே காடழிப்பினால் பாதிக்கப்பட்டிருந்த காடுகளில் எரி ஆற்றல் பெறுவதற்காக வெட்டப் படும் விறகு மரங்களின் எண்ணிக்கை பெருமளவில் குறைந்தது. உரங்கள் வாங்குவது போன்ற செலவுகள் குறைந்ததால் பணம் கொடுக்கல் வாங்கலும் குறைந்தது. ஆனால் ஜிடிபீ போன்ற அளவீட்டில் இது குறை 'வளர்ச்சி'யாகக் காட்டப்பட்டுள்ளது.[13] எனினும், கண்கள், மூளை, இதயம் கொண்ட எவருக்கும் ஆகாயத் தாமரை – உணவுக் காளான் – மண்புழு – கோழி தொடர் தீர்வு ஒரு நல்ல வளர்ச்சியாகத்தான் தோன்றியது; இது சிறப்பான வளர்ச்சியும்கூட. அரசு மற்றும் தொழில் தலைவர்களின் அதிகாரம் எப்படியிருந்த போதிலும், நம்முடைய

பொருளாதாரத்தின் மறுக்கமுடியாத இலக்கு ஜிடிபீயில் ஏற்படும் ஒரு நிலையான மேம்பாடு, அதாவது, வளர்ச்சிதான். எந்தப் பொருட்களை அடைய வளர்ச்சி நமக்கு உதவ வேண்டுமோ அந்த உண்மையான இலக்குகளையே வளர்ச்சி இலக்கு நீக்கிவிட்டது. நானும் வேறு சிலரும் தற்போது காண்பது – இந்த நூல் இதை மிகவும் தெளிவாக்கும் என்று நான் நம்புகிறேன் – என்னவெனில் வளர்ச்சிக்காக வளர்ச்சியை அடிக்கடி ஓர் உத்தியாக நோக்குவது வளர்ச்சியின் உண்மையான இலக்குகளைப் பலவீனப்படுத்திவிட்டது என்பதைத்தான். 'வளர்ச்சி' என்று இன்று கருதப்படுவதில் பெரும்பகுதி – எடுத்துக்காட்டாக, பல டன்கள் எடை கொண்ட நச்சு நுகர்வுப் பொருட்கள் – நம்முடைய பாதுகாப்பு, உடல்நலம், மகிழ்ச்சி போன்றவற்றைப் பலவீனப்படுத்தி விட்டன. அதிக வளர்ச்சியும் தொழில்நுட்பம், அறிவியல், மருத்துவம் போன்றவற்றில் அதிக முன்னேற்றங்களும் இருந்தாலும் எப்பொழுதுமே காணப்படாத அளவுக்கு அதிக மனிதர்கள் பட்டினியால் வாடுகிறார்கள்; உலகின் மக்கள்தொகையில் பாதி பேர் ஒரு நாளைக்கு 2.50 டாலர் வருமானத்திற்கும் குறைவாகவே பெற்று வாழ்கிறார்கள்; வருவாய்ச் சமனின்மை நாடுகளுக்குள்ளேயும் இடையேயும் வளர்ந்துகொண்டே இருக்கிறது.

பொருளாதார வளர்ச்சியில் நம்முடைய சமுதாயம் ஆழமான மாறா நம்பிக்கை கொண்டுள்ளது. முடிவிலா வளர்ச்சியின் மேல் நம்முடைய கவனத்தைச் செலுத்துவது சாத்தியமானது மட்டுமின்றி நன்மை பயக்கக்கூடியது என்ற ஊகத்தின் *(அஸ்ஸம்ப்ஷன்)* அடிப் படையில் அமைந்ததாகும் அது. விரிவடைந்து கொண்டே செல்லும் பொருளாதாரத் துணை அமைப்பை (எடுத்தல் – செய்தல் – கழிவு நீக்கம்) ஒரு நிலையான மூலப் பொருட்கள் அளவு கொண்ட கோளில் முடிவிலா முறையில் நாம் செயல்பட வைக்க முடியாது: பல விஷயங் களில் நாம் நம்முடைய நிலைத்த அளவு கொண்ட கோளின் வரம்பு களுக்கு மிகவும் நெருக்கமாக ஏற்கனவே வந்துவிட்டோம். எனவே, முடிவிலாப் பொருளாதார வளர்ச்சி நடைபெறச் சாத்தியமில்லை; அடிப்படை மனிதத் தேவைகள் நிறைவேற்றப்பட்ட பின்பும் மனித நலவாழ்வை அதிகரிக்கும் உத்தியாக இது திகழாது. ஒரு குறிப்பிட்ட புள்ளிக்குப் பின்பு, பொருளாதார வளர்ச்சி (அதாவது, அதிகப் பணம், அதிக உற்பத்திப் பொருட்கள்) நம்மை மகிழ்ச்சியாக வைத்திருக்கத் தவறி விடுகிறது. நான் இங்குக் குறிப்பிட விரும்புவது என்னவெனில், ஒவ்வொருவரும் மகிழ்ச்சியில் திளைத்துத் தம்முடைய ஓய்வு நேரத்தை நன்கு செலவிட்டு வாழ முடிந்தால், கோளைக் குப்பைக்கூளமாக்கி வளர்ச்சியை மேற்கொள்ளுதல் சரியானதுதான் என்று நாம் முடிவு செய்யலாம். ஆனால், நம்மில் பெரும்பாலோர் மகிழ்ச்சியைப்

பெறுவதில்லை; பதிலாக, மிக அதிக அளவு மன அழுத்தம், சோர்வு, கவலை, மகிழ்ச்சியின்மை போன்றவற்றைக் கொண்டிருப்பதாக நாம் கூறி வருகிறோம்.

நல்லது, நான் பின்வருமாறு கூறப் போவதை ஏற்க நீங்கள் தயாராக இருக்கிறீர்களா? பொருளாதார வளர்ச்சியைப் பற்றிய இந்த விமர்சனம் இன்று செயல்பட்டுக் கொண்டிருக்கும் முதலாளித்துவத்தின் பல கூறுகளைப் பற்றிய விமர்சனமாகும். நான் பயன்படுத்திய சொல்: 'முதலாளித்துவம்' ஆகும். இது நிச்சயமாக பெயர் – சுட்டப் – படக் கூடாத – பொருளாதார – அமைப்பாகும்.

பொருட்களின் கதை படத்தின் திரைக்கதையை எழுதிக் கொண்டிருந்தபோது எனக்கு ஒரே நோக்கம்தான் இருந்தது. நான் குப்பைக் கூளங்களைப் பற்றி அறிந்துகொள்ள தொழிற்சாலைகள், குப்பை நிரப்புக் குழிகள் போன்றவற்றிற்குச் சென்று உலகம் முழுவதும் பொருட்கள் எவ்வாறு தயாரிக்கப்படுகின்றன, பயன்படுத்தப்படுகின்றன, பின்பு கழிவாகத் தூக்கி எறியப்படுகின்றன என்பதை அறிந்துகொள்ள பல ஆண்டுகள் பயணம் மேற்கொண்டேன். அந்தப் பயணங்களில் நான் பார்த்தவற்றை விவரிப்பது தான் என்னுடைய நோக்கமாக இருந்தது. முதலாளித்துவத்தில் காணப்பட்ட குறைகளை விளக்குவதற்காக நான் எழுதத் தொடங்கவில்லை. என்னுடைய எண்ணத்தில் முதலில் இருந்தது குப்பைக் கூளங்கள்தானே ஒழிய பொருளாதாரம் அல்ல. எனவே, சில விமர்சகர்கள் என்னுடைய திரைப்படத்தை 'முதலாளித்துவம் பற்றிய ஒரு சூழலியல் விமர்சனம்' என்றோ 'முதலாளித்துவ எதிரி' என்றோ விமர்சித்தபோது நான் சற்று வியப்படைந்தேன். என்னுடைய திரைப்படம் அத்தகையதா? அது உண்மையா? இந்த விமர்சனங்கள் என்னைத் தூண்டிவிட்டன. பொருளாதாரம் பற்றிய என்னுடைய பழையப் புத்தகங்களைத் தூசுதட்டி எடுத்தேன். முதலாளித்துவத்தின் அடிப்படைப் பண்புகள் பற்றி மீண்டும் படித்தேன். அந்த விமர்சகர்கள் ஏதோவொன்றினால் உந்தப்பட்டுள்ளனர் என்று நான் உணர்ந்தேன். ஒரு குறிப்பிட்ட பொருளாதார ஒருங்கின் மையச் செயல்பாடுகள்தாம் முதலாளித்துவம் என்று அழைக்கப்படுகிறது. அந்தச் செயல்பாடுகள் சில ஆழமான பிரச்சினைகளை உருவாக்குகின்றன. பொருட்களை உற்பத்தி செய்தல், பயன்படுத்துதல், பிறகு தூக்கி எறிதல் ஆகியவை பற்றி எனக்குக் கடுமையான பார்வை உண்டு. அந்த ஆழமான பிரச்சினைகளைக் கடுமையான பார்வையின் மூலம் சுட்டிக் காட்டியுள்ளேன். அதனால்தான் மேற்கூறிய விமர்சனங்கள் எழுந்தன என்று அறிந்தேன். இதற்கு வேறு வழியில்லை; தற்போது செயல்படும் முறையைக் காணும்போது முதலாளித்துவம் முறைப்படுத்தப்பட முடியாத ஓர் ஒருங்காகத் திகழ்கிறது.

வழக்கறிஞரும் முன்னாள் ஜனாதிபதியின் ஆலோசகருமான கஸ் ஸ்பேத் *த பிரிட்ஜ் அட் த ஈஸ்ட் எண்ட் ஆஃப் த வோர்ள்ட் (உலகத்தின் கிழக்கு முடிவில் பாலம்)* என்னும் தன்னுடைய நூலில் பின்வருமாறு குறிப்பிட்டுள்ளார்: 'முதலாளித்துவத்தின் செயல்பாட்டில் உள்ளார்ந்து அமைந்திருப்பது லாபம் ஈட்டுவது, அதனை முதலீடு செய்வது, புதுமையைப் படைப்பது மட்டுமின்றி இவற்றின் மூலம் பொருளா தாரத்தை பொதுவாக அதிவேகமான விகிதத்தில் வளர்ப்பது போன்றவற்றில் காட்டும் ஒரு வலிமையான உந்துதல் போன்றவை தான்... நிறைய தேடலுக்கும் போதுமான தயக்கத்திற்கும் பிறகு, என்னுடைய முடிவு என்னவெனில், பெரும்பாலான சூழல் சிதைவு நாம் இன்று பெற்றுள்ள முதலாளித்துவத்தின் தொடர் தோல்விகளின் விளைவுதான். மேலும் இதற்கான ஒருமித்த தீர்வுகள் தேவையெனில் தற்கால முதலாளித்துவத்தின் முக்கியப் பண்புகளில் மாற்றங்கள் அவசியம் என்பதுதான்.'

எனினும், அமெரிக்காவில், நாம் இந்தக் குறிப்பிட்ட தலைப்பு பற்றி விவாதிப்பதற்குத் தொடர்ந்து தயங்குகிறோம்; நம்மை தேசபக்தி யற்றவர்கள், உண்மைக்குப் புறம்பானவர்கள் அல்லது புத்தி பேதலித்த வர்கள் என்று முத்திரை குத்திவிடுவார்களோ என்று பயப்படுகிறோம். பெரும்பாலான உலக மக்களுக்கு அல்லது இந்தக் கோளுக்கு முதலாளித் துவத்தின் சில கூறுகள் சரியாகச் செயல்படுவதில்லை என்ற ஒரு பரவலான கருத்து உலகின் வேறு பகுதிகளில் நிலவுகிறது; மக்கள் இதுபற்றி வெளிப்படையாகப் பேசுகிறார்கள். பெர்க்கிலியில் உள்ள கலிஃபோர்னியா பல்கலைக்கழகத்தின் 'அமெரிக்கன் ஸ்டடீஸ்' துறையில் விரிவுரையாளராகப் பணிபுரியும் மைக்கேல் கோஹென் கூறுவது என்னவெனில், இதர நாடுகளில் முதலாளித்துவம் பல விருப்பங்களில் ஒரு விருப்பமாகத் திகழும்போது அமெரிக்காவில் மட்டும் அது தவிர்க்க முடியாத ஒன்றாகத் திகழ்கிறது.

இதர தலைப்புகளை நாம் எந்த அளவு புத்திக்கூர்மையான கண்டிப் புடன் வரவேற்று அவற்றைப்பற்றி பேசுகிறோமோ அதே கண்டிப் புடன் முதலாளித்துவம் பற்றி விவாதம் செய்ய முடியுமா? பல சந்ததிகள் பழமையான, மாறுதலே இல்லாத நடைமுறைகளில் சிக்காமலும், உண்மையான அமெரிக்கர்கள் அல்லர் என்று குற்றம் சாட்டப் படாமலும் முதலாளித்துவத்தின் தோல்விகளைப் பற்றி நம்மால் பரிசீலிக்க முடியுமா? இவ்வாறு பேசாமல் தவிர்ப்பதனால் மட்டுமே முதலாளித்துவத்தில் உள்ள பிரச்சினைகள் காணாமல் போய்விடாது. நம்முடைய நாட்டை நாம் போற்ற வேண்டுமென்றால், நான் நம்புவது போல், முதலாளித்துவம் திசை மாறிச் செல்லும்போதெல்லாம் அவற்றைச் சுட்டிக்காட்டத் தயங்கக் கூடாது. பல பொருளாதார,

சூழலிய, சமுதாயக் குறியீடுகள் மோசமடைவதற்கு முன்பு, இங்கு அமைதியாக உட்கார்ந்திருக்காமல், இதனை நாம் செய்ய வேண்டும். முதலாளித்துவம் பற்றி சற்றே வேறுபட்ட முறையிலும் நன்றாகவும் நாம் என்ன செய்திருக்க முடியும் என்பதை அறியவும் உணரவும் முயல்வதற்கு இதுவே சரியான தருணமாகும்.

உண்மையை உணர்ந்துகொள்ள முயலுங்கள்

மேலும் சிறந்த உலகத்தை உருவாக்குவதற்கு முடிவிலாப் பொருளாதார வளர்ச்சிதான் மிகச்சிறந்த உத்தி என்ற நம்பிக்கை நம்முடைய அனைத்து அரசியல்வாதிகளிடமும் பொருளியல் வல்லுநர்களிடமும் வேரூன்றி விட்டது. அதுமட்டுமின்றி ஊடகங்களும் பங்குகொள்ளும் ஒரு மதச் சார்பற்ற 'மதம்' போன்றாகிவிட்டது; இது அரிதாகவே விவாதிக்கப் படுகிறது. ஏனெனில், இதை ஒவ்வொரு வரும் உண்மையென்று ஏற்றுக்கொண்டவர்களாகக் கருதப்படுகின்றனர். முதலாளித்துவம் அல்லது வளர்ச்சிக்கு சவால் தொடுப்பவர்கள் கிறுக்கர்கள் என்று கருதப்படுகின்றனர். அல்லது, *யுஎஸ் நியூஸ் அண்ட் வேள்ட் ரிப்போட்டில்* வெளியான ஓர் அண்மைக்காலக் கட்டுரை குறிப்பிட்டது போன்று, 'வளர்ந்து வரும் பொருளாதார எதிர்ப்பு வளர்ச்சி இயக்கம் தீவிர சூழலியலாளர்களாலும், தீவிர தொழில்நுட்ப வெறுப்பாளர்களாலும், உலகமயமாக்கலை வன்மையாக எதிர்ப்பவர்களாலும் உருவாக்கப் பட்டதாகும்...'[14] சமுதாய, சூழலிய, பொருளாதாரப் பிரச்சினைகளில் முழுவதும் மூழ்கியிருந்த போதும் மாற்று உத்திகளைக் கடைப்பிடிக்கத் தகுந்த சிக்கலான தருணத்தின் போதும்கூட நாட்டின் ஆட்சியை ஏற்றுக்கொள்ளும் சமயத்தில் ஜனாதிபதி ஒபாமாவும் அவருடைய குழுவும் பொருளாதார வளர்ச்சி மறுபடியும் திரும்பும் என்று மீண்டும் மீண்டும் வாக்குறுதியளித்தனர். பொருளாதார வளர்ச்சி என்ற புனிதமான இந்தக் கருத்தைக் காப்பாற்றுவதற்காகத் தான் 2008ஆம் ஆண்டு கடைசியில் நிதிச் சந்தைகளை நிலைப்படுத்த அமெரிக்க நிதித்துறையால் கொடுக்கப்பட்ட 800 பில்லியன் டாலர் மீட்பு நிதி உதவியது; இதே போன்று, 2009ஆம் ஆண்டு ஒபாமா, நிதித்துறைச் செயலர் திமோத்தி கெய்த்னர், பொருளாதாரச் சக்கரவர்த்தியான லேரி சம்மர்ஸ், கூட்டாட்சி நிதி சேமிப்புத் தலைவர் பென் பெர்னான்கே போன்றோர் ஒன்றுசேர்ந்து ஏறத்தாழ $13 டிரில்லியன் டாலர் பொதுநிதியை அளித்து வால் ஸ்ட்ரீட்டை நிதிச் சிக்கலிலிருந்து மீட்டு, மீண்டும் பொருளாதார வளர்ச்சியைத் தொடங்கிவைத்தனர்.

இந்தக் கோளுக்கும் அதிலுள்ள பெரும்பாலான மக்களுக்கும் நிச்சய மாகச் சேவை செய்ய முடியாத ஒரு பொருளாதார முன்மாதிரியைப் பற்றி எதிர்ப்புத் தெரிவிக்க விருப்பமில்லாமல், அல்லது சீரிய முறையில்

விவாதம் செய்யாமல், ஏன் சிலர் இருக்கிறார்கள்? இதற்கு, நான் நினைக்கும் ஒரு காரணம் இந்தப் பொருளாதார முன்மாதிரி நம்முடைய கண்களுக்கு ஏறத்தாழ சரியாகப் புலப்படவில்லை என்பதுதான்.

'நம்பிக்கைக் கருத்துரு' (பாராடைம்) என்ற சொல் எளிதில் பயன் படுத்தமுடியாத ஒரு சொல்லாக இருக்கலாம் என்றாலும், நம்முடைய பொருளாதாரத்தையும் சமுதாயத்தையும் பல்வேறு வகைகளில் ஒழுங்கமைக்க இது ஒரு முக்கியமான கருத்துருவாகத் திகழ்கிறது. நம்பிக்கைக் கருத்துரு என்பது ஒரு கட்டுக்கோப்பான அமைப்பு போன்றது, அல்லது ஒரு கணினியின் செயல்பாட்டு ஒருங்கு போன்றது. ஒரு சமுதாயம் எவ்வாறு உண்மைநிலையைக் கருதுகிறது என்பதை நிர்ணயிக்கும் சிறப்பான ஊகங்கள், மதிப்புகள், கருத்துகள் போன்ற வற்றால் இது உருவாக்கப்படுகிறது. இது நம்முடைய 'உலகப் பார்வை' யாகும். மூக்குக் கண்ணாடி ஒத்த நம்பிக்கைக் கருத்துரு ஒன்றின் மூலம் தான் நாம் உலகத்தைக் காண்கிறோம் என்பதையே சிறிது காலம் கழித்து மறந்துவிடுகிறோம். 'நீங்கள் மற்றொரு நம்பிக்கைக் கருத்துரு கொண்ட ஒருவருடன் தகவல் பரிமாற்றம் செய்ய முயலும் வரை உங்களுடைய நம்பிக்கைக் கருத்துரு உங்களுடைய சிந்தனைச் செயல்களுக்கு மிகவும் உள்ளார்ந்ததாக அமைகிறது என்பதால் அதன் இருப்பையும் நீங்கள் உணர்வதில்லை' என்கிறார் மிகவும் புகழ்பெற்ற ஒருங்கு பகுப்பாய்வாளரான டோனெல்லா மெடோஸ்.[15]

ஒரு பண்பாட்டமைப்பைப் புறத்தே இருந்து நீங்கள் காணும்போது தான் நம்பிக்கைக் கருத்துருவின் கூறுகளை அறிந்துகொள்வதற்கு அதிக வாய்ப்புள்ளது. எடுத்துக்காட்டாக, வங்கதேசத்தின் டாக்கா நகரில் 1990ஆம் ஆண்டின் மைய காலத்தில் ஐந்து மாதங்கள் வாழ்ந்தபோது எனக்கு மற்றொரு பண்பாட்டின் தரங்களும் பண்புகளும் என்ன வென்று அறியும் பல வாய்ப்புகள் கிட்டின. மேலும், என்னுடைய சொந்தப் பண்பாட்டையும் ஒரு புதிய கோணத்தில் அணுகும் வாய்ப்பும் கிட்டியது. அங்கிருந்தபோது வங்கதேசத்தினர் நிறைந்த ஒரு வீட்டில் வசித்தேன்; வங்கதேசத்தினர் பணிபுரிந்த ஒரு நிறுவனத்தில் பணிபுரிந்தேன்; அங்கு வேறு எந்த மேல்நாட்டாரும் இல்லை. முதலில் என்னுடன் வீட்டில் வாழ்ந்தவர்களும் வேலை செய்தவர்களும் என்னிடம் மிகவும் அன்புடனும் நட்புடனும் இருந்தனர் என்றாலும், ஏறத்தாழ ஒரு வாரம் கழித்து அவர்கள் என்னிடம் அவ்வளவாக நெருங்க வில்லை. அவர்களுக்குக் கோபம் வரும் அளவுக்கு நான் ஏதாவது செய்துவிட்டேனோ என்று தொடர்ந்து வினவினேன். நான் அவர்களை அவமதித்துவிட்டேன் என்றும் அவர்களுடைய இல்லங்களுக்கு இரவு உணவு சாப்பிட செல்லவில்லை என்றும் அமெரிக்காவில் ஒரு சமயம் வாழ்ந்த ஒரு பெண் என்னிடம் விளக்கினார். 'ஆனால், அவர்கள்

என்னை அழைக்கவில்லையே' என்று நான் மறுப்பு தெரிவித்தபோது, இரவு உணவு நேரத்தின்போது வலிய அவர்களுடைய இல்லங்களுக்குச் சென்று உணவருந்த வேண்டும் என்றும் அவள் கூறினாள்.

அமெரிக்காவில் வளர்ந்ததால் அழையா விருந்தாளியாக நான் அவர்களுடைய வீட்டிற்கு இரவு உணவருந்தச் சென்றதில்லை. எந்தவித அழைப்புமின்றி ஒருவருடைய வீட்டிற்கு இரவு உணவு நேரத்தில் சென்று அவர்களால் கொடுக்கப்படும் உணவை உண்பது சரியான செயலன்று என்ற கருத்து என்னுடைய மனத்தில் நிலைத்து நின்று விட்ட ஒன்றாகும். 'இது ஒரு மரியாதைக் குறைவான செயல்' என்று நான் அந்தப் பெண்ணிடம் கூறியபோது அவள் கூறினாள்: 'இல்லை; உங்களுடைய நாட்டில் அது ஒரு மரியாதைக் குறைவான செயலாக இருக்கலாம்; ஆனால், இங்கு அப்படி இல்லை.' இது ஒரு சாதாரண விஷயம்தான் என்றாலும் அது என்னைச் சிந்திக்கத் தூண்டியது. வினாக்கள் கேட்காமலேயே இதுவரை உண்மை என்று என்னால் கருதப்பட்ட அனைத்து நம்பிக்கைகள், விழுமியங்கள், கருத்துருக்கள் போன்றவற்றை என்னுடைய மனத்தில் பட்டியலிடத் தொடங்கினேன். என்னுடைய அமெரிக்க நம்பிக்கைக் கருத்துருக்களை அவிழ்த்துவிடத் தொடங்கிவிட்டேன்.

நம்பிக்கைக் கருத்துருக்கள் எல்லா இடங்களிலும் மிக ஊடுருவி யும் தெளிவாகப் புலப்படாமலும் இருப்பதால், அவை உண்மையென்று எளிதில் தவறாகக் கணிக்கப்படலாம். இவ்வாறு நடக்கும்போது, நாம் எதிர்கொள்ளும் பிரச்சினைகளுக்குத் தீர்வுகள் கண்டுபிடிப்பதில் நம்முடைய ஆக்கத்திறன் பாதிக்கப்படுகிறது; ஏனெனில், நம்முடைய சிந்தனைத் திறன் சமுதாயத்தின் ஓங்கிய சட்ட வரம்பினால் முன்நிர்ணயம் செய்யப்படுகிறது; பாதிக்கப்படுகிறது. எடுத்துக் காட்டாக, உங்களுடைய பண்பாடு பூமி தட்டையானது என்று நம்பினால், புவிக்கு வெளியே என்ன இருக்கிறது என்பதைப் பற்றி நீங்கள் ஆராய்வதற்கு அதிக சாத்தியக்கூறுகள் இல்லை. மனித இனத்தின் தேவைகளைப் பூர்த்தி செய்ய வேண்டியக் கட்டாயத்தினால்தான் இயற்கை மூலப்பொருட்களைச் சேமித்து வைத்துள்ளது என்று உங்களு டைய நம்பிக்கை கருதுகிறது என்று கொள்வோம்; அந்த நிலையில் நீங்கள் இயற்கையை நடத்தும் விதத்திற்கும், இயற்கை புனிதமானது; சிக்கலான ஒருங்கு; அதில் மனிதர்கள் ஒரு சிறு கூறுதான் என்று உங்களுடைய நம்பிக்கை கருதும்போது நீங்கள் இயற்கையை நடத்தும் விதத்திற்கும் வேறுபாடு உண்டு. உங்களுடைய சட்டவரம்பு ஏழ்மை ஒழித்தலையும் மகிழ்ச்சி உண்டாக்கலையும் பொருளாதார வளர்ச்சியின் முக்கியப் பண்புகளாகக் கருதினால், அப்பொழுது நீங்கள் பொருளாதார வளர்ச்சியை, அந்தச் செயல் பலரை மேலும்

ஏழைகளாகவும், மகிழ்ச்சி குறைந்தவர்களாகவும் மாற்றினாலும் கூட, எப்பாடு பட்டாவது பாதுகாப்பீர்கள்.

வாய்ப்புக்கேடாக, சூழலியல் நிலைமைகளையும் சமுதாய நிலைமைகளையும் மேம்படுத்தும் பணியில் ஈடுபட்டுள்ள பல நிறுவனங்களும் அரசியல் தலைவர்களும் எந்தவிதச் சந்தேகமுமின்றி தம்முடைய நம்பிக்கைக் கருத்துருவின்படியே செயல்படுகின்றனர். எனினும், ஐன்ஸ்டீனின் கூற்றுப்படி எந்த நம்பிக்கைக் கருத்துருவில் பிரச்சினைகள் உருவாகின்றனவோ, அதே நம்பிக்கைக் கருத்துருவிற்குள் அந்தப் பிரச்சினைகளுக்கான தீர்வுகளை எட்ட முடியாது. இதற்கான சிறந்த எடுத்துக்காட்டாக பசுமையில்ல வளிம வெளியேற்றங்களைக் குறைக்கவும் பரிமாற்றமும் செய்ய பயன்படுத்தப்படும் பிறருக்கு மாற்றும் அணுகுமுறையைக் குறிப்பிடலாம். இந்த அணுகுமுறையில் தனியார் வணிக நிறுவனங்கள் தம்முடைய சூழல் மாசுறுத்தும் 'உரிமை'களை மற்ற வணிக நிறுவனங்களுக்கு விற்க அனுமதிக்கப்படுகின்றன; பசுமையில்ல வளிம குறைப்புகளை உண்டாக்கும் மிகத் திறமையான வாய்ப்புகளைக் கண்டுபிடிக்க சந்தைகள் தன்னிச்சையாகச் செயல்படலாம் என்ற நம்பிக்கையின்படி உரிமைகளை வாங்கிய வணிக நிறுவனங்கள் மேலும் அதிக அளவில் சூழலை மாசுறுத்தலாம். ஆனால், சூழல் மாசுறுத்தலை ஓர் 'உரிமை' என்று கருதுவதும், சூழலியல் பிரச்சினைகளுக்கான ஒரு தீர்வைப் பெற சந்தைகளிடம் சார்ந்திருப்பதும் இந்தப் பிரச்சினைக்குக் காரணம் நம்மை ஆளாக்கிய நம்பிக்கைக் கருத்துருதான் என்பதை வலியுறுத்துகின்றன. மற்றொரு நம்பிக்கைக் கருத்துருவில் மனித நலமும் சூழ்நிலை நிலைத்து நிற்பதும் முக்கியமாகக் கருதப்பட்டு, இந்த இரண்டு இலக்குகளையும் தொழில்சார் செயல்பாடுகளையும் ஒட்டுமொத்தமாகத் தடைசெய்ய வலியுறுத்தப்படுகிறது. காற்றைச் சுத்தமாக்குதலையும் ஒரு நல்ல சூழல் நிலவுவதையும் வலியுறுத்தும் உரிமை சூழல் மாசுறுத்தல் 'உரிமையை' நீக்கிவிடும்.

ஒரு நம்பிக்கைக் கருத்துருவை மாற்றுவதற்கு முன்பு அது ஒரு நம்பிக்கைக் கருத்துருதான்; உண்மையல்ல என்று அறிந்துகொள்ள வேண்டும். *த மேட்ரிக்ஸ்* என்ற திரைப்படத்தில் வலுவாகக் காணப்படும் நம்பிக்கைக் கருத்துரு மனித மக்கள்தொகையை ஒடுக்க எந்திரங்களால் உருவாக்கப்பட்ட, உண்மையை ஒத்த உருவாக்கம்தான்; இவற்றின் உடல்களின் வெப்பமும் மின்காந்தச் செயல்பாடும் இந்த எந்திரங்களின் ஆற்றல் மூலங்களாகப் பயன்படுத்தப்படுகின்றன. மார்ஃபியஸால் தலைமை தாங்கப்பட்டக் கலகக்காரர்களின் கூட்டம் மேற்கொள்ளும் முதல் செயல் 'வெளிக்கொணர்தல்' *(அன்பிளக்)*தான்; அவர்கள் *மேட்ரிக்ஸை*, அது என்ன என்று காண்பதற்காக, ஒரு சிவப்பு மாத்திரையை விழுங்குகின்றனர். உற்பத்திப் பொருட்களினால்

நம்முடைய வாழ்வில் ஏற்படும் அனைத்து மறைந்து காணப்படும் தாக்கங்களையும் ஆய்வு செய்வது ஒருவகை வெளிக்கொணர்தல்தான் என்று நான் நம்புகிறேன்; மேலும் இதுதான் சரியான மாற்றங்களுக் கான முதல் படிநிலையாகும் என்றும் நான் நம்புகிறேன்.

டோனெல்லா மெடோஸ் பல ஆண்டுகள் செயல்பட்டு எங்கு 'ஒரு பொருளில் ஏற்படும் சிறிய மாற்றம் எந்தக் கட்டுப்பாட்டுப் புள்ளிகளில் மற்ற அனைத்துப் பொருட்களிலும் பெரிய மாற்றங்களை உண்டாக்குமோ'[16] அந்தக் கட்டுப்பாட்டுப் புள்ளிகளைக் கண்டறிந்தார். இதன் விளைவாக அவர் பல படிநிலைக் கட்டுப்பாட்டுப் புள்ளி களை உருவாக்கினார்; இவற்றில் சிறிது சிறிதான, ஆனால் உடனடி யாக மாற்றங்களை உண்டாக்கும் கட்டுப்பாட்டுப் புள்ளிகளிலிருந்து மொத்த ஒருங்கிலேயே அடிப்படை மாற்றங்களை ஏற்படுத்தும் கட்டுப்பாட்டுப் புள்ளிகள் வரை அடங்கும். இந்தப் படிநிலைகளின் உச்சியில் இருக்கும் புள்ளி, நம்பிக்கைக் கருத்துருவையே எதிர்க்கும் அல்லது மாற்றும் கட்டுப்பாட்டுப் புள்ளியாகத் திகழ்கிறது; ஏனெனில், நம்பிக்கைக் கருத்துருவில் ஏற்படும் விலக்கம் உடனடியாக மற்ற அனைத்தையும் மாற்றிவிடுகிறது.[16] என்னைப் பொறுத்தவரை, இந்த உண்மைதான் நம்பிக்கைக்கான மிகப்பெரிய ஊக்கமூலமாகும். நம்பிக்கைக் கருத்துருவை மாற்றுவதற்குப் பல தலைமுறைகள் ஆகும். எனினும், இது ஒரு வினாடியிலும்கூட ஏற்படலாம்; குறிப்பாக, ஒருவர் திடீரென்று ஒரு புதிய கோணத்தில் பிரச்சினைகளை அணுகும்போது. எடுத்துக்காட்டாக, பிரெஷ் கில்ஸ் குப்பைக்குழி மேட்டிற்குப் பக்க வாட்டில் நான் நின்றதால் ஏற்பட்ட விளைவைக் குறிப்பிடலாம்.

பொருட்களின் கதை

குப்பைக்கூளப் பிரச்சினை பொருட்களின் பொருளாதாரத்துடனும் அடியில் சுட்டப்பட்டுள்ள மொத்த அம்சங்களுடனும் தொடர்புடையது என்பதை நான் உணர்ந்தேன். அதற்கு என்னுடைய பயணங்கள் வழிகோலின: சுரங்கப் பணி, மரக்கட்டை வெட்டுதல் போன்ற இயற்கை மூலப் பொருட்களைப் பிரித்தெடுத்தல், உற்பத்திப் பொருட்களை வடிவமைத்தல், உற்பத்தி செய்தல் போன்றவற்றில் ஈடுபட்டுள்ள வேதிய ஆய்வகங்கள், தொழிற்சாலைகள்; உற்பத்திப் பொருட்களை எடுத்துச் சென்று சேமிக்கப்பட்டு, குறைந்த விலைச் சீட்டுகள் ஒட்டப்படும் பன்னாட்டுக் கிடங்குகளும் சேமிப்பு இடங் களும்; நுகர்வோரின் கவனத்தை ஈர்த்திழுக்க உளவியலார்கள் உதவி யுடன் உருவாக்கப்படும் தொலைக்காட்சி விளம்பரங்கள் போன்றவை. உலக வங்கி, பன்னாட்டு முதலீட்டமைப்பு (*இண்டர்நேஷனல் மானிடரி ஃபண்ட் – ஐஎம்எஃப்*), உலக வணிக மையம் போன்ற பன்னாட்டு நிதி,

வணிக நிறுவனங்கள், செவ்ரான், வால்மார்ட், அமேசான் போன்ற பெரு வணிக நிறுவனங்கள், ஈக்வெடாரின் மழைக் காடுகளைப் பேணும் பழங்குடி மக்கள் கூட்டம், ஹைட்டியின் டிஸ்னி இரவு ஆடைகளை உருவாக்கும் தையல்காரர்கள், நைஜீரியாவின் ஷெல் நிறுவனத்திற்கு எதிராகப் போராடிய ஓகோணி மக்கள், லௌசியானாவின் கான்சர் சந்துகளில் வாழும் சமுதாயங்கள், உஸ்பெகிஸ்தானின் பருத்திக் காட்டுத் தொழிலாளர்கள் போன்றவர்கள் பற்றி நான் அறிந்து கொண்டேன். இந்தப் பயணங்களின் போது பார்த்த உற்பத்திப் பொருட்கள், பதப்படுத்தப்படும் செயல்முறைகள், நிறுவனங்கள், மனித சமுதாயங்கள் போன்றவை அனைத்தும் ஒரே கதையின் வெவ்வேறு கூறுகளாகத் திகழ்ந்தன; என்னுடைய மடிக்கணினியின் உண்மையான அடக்கவிலை விவரங்களைப் பற்றி நான் வினவிய போது, முனைவர் ஜெஃப்ரி மாரிஸ் என்ற சூழல் பொருளாதாரவியல் வல்லுநர் பின்வருமாறு விளக்கினார்: 'எந்தப் பொருளைத் தேர்ந் தெடுத்து அதன் உண்மையான தோற்றங்கள் பற்றி அறிய பின்னோக்கிச் சென்றாலும், அதனை உற்பத்திச் செய்வதில் ஒட்டுமொத்த பொருளா தாரமும் ஈடுபட்டுள்ளது என்பதை நீங்கள் உணர்வீர்கள்.'

செயலிழந்த ஒருங்கின் ஒட்டுமொத்த கூறுகளையும் நான் ஒன்று சேர்க்க முயன்றபோது ஒரு விஷயத்தை உணர்ந்தேன். பல்வேறு குழுக்கள் இதே பிரச்சினைகளைப் பல்வேறு கோணங்களில் அணுகி வருகின்றன என்பதைக் கண்டறிந்தேன். அறிவியல், பொருளாதாரம் அல்லது செயற்கொள்கை வடிவமைப்பு போன்ற துறைகளைச் சேர்ந்த, மிகத் தீவிரமாக இயங்கும் அறிஞர்கள் தம்முடைய உண்மையான, ஆனால் அச்சுறுத்தும் புள்ளிவிவரங்களுடனும், உண்மைத் தகவல் களுடனும், சான்றுகளுடனும் உள்ளனர். ஆனால், வாய்ப்புக் கேடாக, இவை, மக்களைத் தகுந்த நடவடிக்கைகளை மேற்கொள்ள ஊக்க மளிக்காமல், பயத்தையும் நம்பிக்கையின்மையையும் ஊக்குவித்து அவர்களைச் செயலிழக்க வைக்கின்றன. இதைத் தவிர, மூலப்பொருட் களை நுகர்வதில் ஒட்டுமொத்த மாற்றத்தைக் கொண்டுவர ஊக்கு விக்காமல் பிழைகளின் அடிப்படையில் மோசமாக நுகர்வோரின் மீது மட்டும் குற்றம் சாட்டுபவர்களும் உள்ளனர்; இவர்கள் வெற்றி பெறுவது மிகவும் அரிதாகும். இவர்களைத் தவிர, எவருடைய தூண்டுதலுமின்றி மிகவும் எளிமையாகவும் வியாபார நோக்கிலிருந்து முற்றிலும் விடுபட்டும் வாழ்பவர்கள் உள்ளனர்; இவர்கள் குறை வாகவே வேலை செய்கிறார்கள், பொருட்களை வாங்குகிறார்கள். எடுத்தல் – செய்தல் – கழிவு நீக்கல் அடிப்படைக்கு மாற்றான ஒரு வாழ்க்கை முறைக்கு முன்மாதிரியாக இவர்களைத் திகழ வைக்கலாம்; ஆயினும் தம்முடைய சமுதாயங்களை மீறிய ஒரு பண்பாட்டுச்

சூழலுக்கு இவர்களை இழுத்துக்கொண்டு வர முடியவில்லை. தொழில் நுட்ப முன்னேற்றங்கள் நம்மைப் பாதுகாக்கும் என்ற கருத்தில் நம்பிக்கை உள்ளவர்களைப் போன்று, சரியான நுகர்வு-உணர்வு கொண்ட மக்களும் உள்ளனர்; சூழல் தன்மையைக் கெடுக்காத பொருட்களுக்கும் பதப்படுத்தல்களுக்கும் போதுமான அளவு ஒரு சந்தையைக் கொடுத்தாலும், அதற்குப் பதிலாக இதனை நாம் தேர்ந்தெடுத்து வாங்கினாலும், அனைத்தும் நலமாகவே இருக்கும் என்று இவர்கள் நம்புகிறார்கள் (இவர்கள் என்னுடைய சொற்பொழிவை முடித்துக் கொண்டவுடன், 'நீங்கள் கூறுவது சரிதான்; எனவே, நான் எதை வாங்க வேண்டும்?' என்று வினவுபவர்கள் ஆவர்). இவர்களைத் தவிர சூழல் பாதிப்பில்லா வடிவமைப்பாளர்கள் உள்ளனர். இவர்கள் இதைப்பற்றிய சிந்தனை நிலையில் இருக்கும்போதே (அதாவது, செயல்படுத்தத் தொடங்காத நிலையிலேயே) தம்முடைய பொருட்களையும் வீடுகளையும் பாதுகாப்பாக மாற்ற முயல்பவர்கள் ஆவர். இவர்கள் அனைவரையும் தவிர, தம்முடைய தேர்ந்தெடுத்த பிரச்சினைகள் தொடர்பாகப் போராட்டத்திலும் செயல்களிலும் ஈடுபடுபவர்களாக நான் பல ஆண்டுகள் செயல்பட்டது போன்று, சிலர் உள்ளனர்.

என்னைப் பொறுத்தவரை, என்னுடைய விருப்பம் பொருட்களின் பொருளாதாரம் பற்றியும், இதற்குக் காரணமான பொருளாதார வளர்ச்சி நம்பிக்கைக் கருத்துரு பற்றியும் நான் எவ்வாறு பேச வேண்டும் என்பதை முடிவு செய்வதுதான். இதற்காக, நிலுவையிலுள்ள அனைத்து அணுகுமுறைகளிலிருந்தும் சிறந்ததை எடுத்துக்கொண்டு ஒரு விரிவான செயல் ஒருங்கு அடிப்படையை ஊக்குவிப்பதுதான் என்னுடைய நோக்கமாகும். ஆனால், இந்த முயற்சியில் தொழில்நுட்பப் பிதற்றல்கள், பிழை, நம்பிக்கையின்மை போன்றவற்றில் மூழ்கிவிடாமல் இருக்க முயலுதல் அவசியம் என்று நான் கருதுகிறேன்.

இந்த நூலின் மூலம் நான் அடைய நினைக்கும் இலக்கு (இந்த நூலின் முன்னோடியாக அமைந்த என்னுடைய திரைப்படத்தின் இலக்கும்) பொருட்களின் கதையை – பொருளாதாரத்தின் ஊடே பொருட்களின் ஓட்டம் பற்றிய (கதையை) – எவ்வளவு எளிமையாக முடியுமோ அவ்வளவு எளிமையாக அவிழ்த்துவிடுவதுதான். எப்பொழுதுமே என்னுடைய இலக்கு உங்களைப் பிழை செய்தவர்களாகக் காட்டுவதல்ல (நீங்கள் செவ்ரான், டௌ கெமிக்கல், டிஸ்னி, ஃபாக்ஸ் நியூஸ், ஹல்லிபர்ட்டன், மெக்டொனால்ட்ஸ், ஷெல் அல்லது உலக வங்கி போன்றவற்றின் தலைவராக இல்லையென்றால் மட்டுமே); நான் அடையாளம் கண்டுள்ள அடிப்படைப் பிரச்சினை தனிப்பட்ட மனிதரின் நடத்தையையோ, மோசமான வாழ்க்கை முறைத்

தேர்வோ அல்ல; உடைந்துபோன செயல் ஒருங்குதான். அதாவது – மிகவும் மோசமான எடுத்தல் – செய்தல் – கழிவுநீக்கல் எந்திரம்தான் – என்பதைத் தெளிவாக்குவதுதான். இந்தக் கதையைப் படிப்பதனால் நீங்கள் உந்தப்பட்டு அழகுப் பொருட்களிலுள்ள நச்சுப்பொருட்கள், கழிவு மறுசுழற்சியிலும் எரித்தலிலும் உள்ள பிரச்சினைகள், ஐஎம்எஃபின் பொருளாதார செயற்கொள்கைகளில் உள்ள பிழைகள் போன்றவை பற்றி இந்தக் கதையில் கொடுக்கப்பட்டுள்ள விவரங்களை உங்கள் வாழ்க்கையில் எதிர்கொள்ளும் மற்றவர்களுடன் பகிர்ந்துகொள்வீர்கள் என்று நான் நம்புகிறேன். நான் வேதியியல், வழங்கல் சங்கிலிக் கோட்பாடு, வணிக செயற்கொள்கைகள் போன்ற துறைகளில் உள்ள தொழில்நுட்பச் சொற்களைத் தவிர்த்துள்ளேன்; அல்லது என்னால் முடிந்த வரை எளிமையாக விளக்கியுள்ளேன்; ஏனெனில் தொழில் நுட்ப விவரங்கள் சாதாரண மனிதர்களை இந்த உரையாடல்களில் கலந்துகொள்ள விடாமல் தவிர்க்கின்றன.

பல்வேறு கடினமான சவால்களுக்கிடையில் பல கிளர்ச்சியூட்டும், நம்பிக்கையூட்டும் வளர்ச்சிகள் ஏற்பட்டுள்ளன; இவற்றைப் பற்றி இந்த நூலின் பக்கங்களில் விவரித்துள்ளேன். இந்த விவரங்கள் ஓர் உண்மையான, முறைப்படுத்தப்பட்ட, சூழ்நிலையியல்–பொருளாதார ஒருங்கை நோக்கிய சரியான படிநிலைகள் என்று நான் நினைக்கிறேன். இவை அனைத்தையும்விட, உங்கள் அனைவரையும் நுகர்வோனாக இருப்பதைவிட ஒரு குடிமகனாக எழுமாறும் மிக வளமான, உரத்த உரையாடலை உங்களுடைய சமுதாயத்திற்குள் மேற்கொள்ளுமாறும் வேண்டிக்கொள்கிறேன்.

சில விளக்கங்கள்:

1. நான் பொருட்களுக்கு எதிரானவர் அல்ல.

உண்மையில் நான் பொருட்களை ஆதரிப்பவர்! நம்முடைய பொருட்களை நாம் அதிகமாக மதிக்க வேண்டும்; அவற்றில் கவனம் செலுத்த வேண்டும்; அவற்றிற்கு கொடுக்கப்படவேண்டிய மரியாதையைக் கொடுக்க வேண்டும் என்று நான் விரும்புகிறேன். நாம் வாங்கும் ஒவ்வொரு பொருளும் அனைத்துவகை மூலப்பொருட்களையும் உழைப்பையும் ஈடுபடுத்துகின்றன என்பதையும் நாம் அனைவரும் உணர வேண்டும் என்று நான் விரும்புகிறேன். உங்களுடைய செல்பேசியிலுள்ள உலோகங்களுக்காக எவரோ ஒருவர் பூமியில் சுரங்க வேலையில் ஈடுபடுகிறார்; உங்களுடைய டீ சர்ட்டுக்கான நூல் மூட்டைகளைப் பருத்தி ஆலையிலிருந்து துணி ஆலைகளில் எவரோ ஒருவர் இறக்குகிறார். எவரோ ஒருவர் நீங்கள் அணியும் கறுப்புக் கண்ணாடிகளைத் தொழிற்சாலைகளில் கோக்கிறார்கள்;

அப்பொழுது அவர் புற்றுநோய் வேதிப்பொருட்களுக்கு உட்படுத்தப் படுவார் அல்லது கூடுதல் நேரம் வேலை செய்வார். இந்த மலர்ச் செண்டு உங்களுக்கு வந்துசேர யாரோ ஒருவர் காரோட்டிக் கொண்டோ நாட்டைக் கடந்து விமானத்தில் பறந்தோ வந்திருப்பார். நாம் நம்முடைய உற்பத்திப்பொருட்களின் உண்மையான மதிப்பை, விலைச்சீட்டைத் தாண்டிய மதிப்பை, அப்பொருட்களின் சொந்தக் காரர்களின் சமுதாய நிலைமையையும் தாண்டிய மதிப்பை அறிந்து கொள்வது மிகவும் அவசியம். உற்பத்திப் பொருட்கள் நீண்ட நாட்கள் பயன்படக்கூடியவையாகவும் உருவாக்கும் கலைஞனின் படைப்புத் திறனைப் பிரதிபலிப்பவையாகவும் இருக்க வேண்டும்; இவற்றிற்குத் தகுந்தவாறு அவை கவனமாகப் பேணப்பட வேண்டும்.

பெரும்பாலான சராசரி அமெரிக்கர்கள் போன்று நானும் அதிக எண்ணிக்கையில் பொருட்களைப் பெற்றுள்ளேன்; வீட்டில் தாறு மாறாகச் சிதறிக் கிடக்கும் இந்தப் பொருட்களுடன் நான் போராட வேண்டியுள்ளது. எனினும், எனக்குத் தேவைப்படாத பொருட்கள், குறிப்பாக புதிய பொருட்கள், வாங்குவதை நான் தவிர்க்கிறேன். அறைக் கலன்கள், சமையலறைக் கலன்கள், விளையாட்டுக் கருவிகள், இதர பல்வேறு பொருட்களை நான் பழைய விலைக்கு வாங்குவதால், பொருட்களின் உற்பத்தியின்போது ஏற்படக்கூடிய புதிய கழிவுகள் உண்டாவதைத் தடுக்கிறேன். நான் புதிதாக வாங்கும் பொருட்களை விட இவை உயர்ந்த தரமும் நீண்டு நிலைத்திருக்கும் தன்மையும் கொண்டவையாகத் திகழ்கின்றன; இதன் பின், வாங்கிய பொருட் களை நான் நன்கு பராமரிக்கிறேன். என்னுடைய பழைய காலணி களுக்குப் புதிய அடிப்பகுதியை (சோல்) பொருத்திக் கொள்கிறேன்; என்னுடைய கிழிந்த உடைகளைத் தைத்துக் கொள்கிறேன். மழை பெய்யும் போது என்னுடைய இருசக்கர வாகனத்தை மழையிலிருந்து பாதுகாத்து எவ்வளவு நீண்டகாலம் செயல்பட வைக்க முடியுமோ அவ்வளவு காலம் செயல்பட வைக்கிறேன்.

2. நான் ஏழ்மையை மிகைப்படுத்தவில்லை

நம்முடைய அதிநுகர்வு அமெரிக்க வாழ்க்கை முறையிலுள்ள குறை களைச் சுட்டிக்காட்டுகிறேன்; மெதுவாக நகருகின்ற, அதிக பொருட் களைப் பயன்படுத்தாத நாடுகளுக்கு நான் சென்றுள்ளேன்; அவற்றின் நிறைகளைப் புகழ்கிறேன். இப்படிச் செய்தால் நான் ஏழ்மையை மிகைப்படுத்துவதாக எவரும் கருதக் கூடாது. ஏழ்மை என்பது ஒரு வெறுக்கத்தக்க, பொறுக்க முடியாத உண்மை நிலையாகும்; இது மூலப்பொருட்களின் தவறான பகிர்வை ஏற்படுத்தும் ஒரு துண்டுபட்ட பொருளாதார முன்மாதிரியின் விளைவாகும். இத்தகைய வாழ்க்கை

நிலைமை எவருக்கும், எப்பொழுதும் ஏற்படக்கூடாது. மலேரியாவினால் அரை டஜன் குழந்தைகளை இழந்த தருணத்தில் இருந்த ஓர் இந்தியப் பள்ளிக்கு நான் சென்றிருந்தேன்; நான் வீட்டில் ஒரு கோப்பை காப்பிக்குச் செலவிடும் பணத்தைவிடக் குறைவான விலை கொண்ட மருந்து அந்தக் குழந்தைகளை இறப்பிலிருந்து காப்பாற்றி இருக்கக்கூடும் என்பதை நான் அறிந்தேன். இத்தகைய

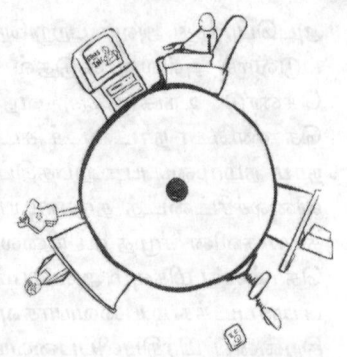

குழந்தைகளுக்கும், உணவு, மருந்து, தங்குமிடம், பள்ளிகள், இதர அடிப்படை வசதிகளைப் பெற்றிராத மற்றவர்களுக்கும் அதிக பணமும் அதிக பொருட்களும் நிச்சயம் உதவும். நம்முடைய அடிப்படைத் தேவைகள் அனைத்தும் பெறப்பட்டவுடன் மேலும் மேலும் பொருட்களைப் பெறுவதில் கையாளப்படும் செயல்கள் உண்மையில் மகிழ்ச்சியைப் பலவீனப்படுத்துகிறது என்பது நிரூபிக்கப்பட்டுள்ளது. (மேலும் விவரங்களுக்கு நுகர்வு பற்றிய இயல் 4ஐ காணவும்).

உலகின் ஏறத்தாழ தொழில்மயமாக்கப்பட்ட எந்தவொரு நாட்டின் மக்களையும்விட அமெரிக்காவில் நாம் அதிக மணிநேரம் வேலை செய்கிறோம். நம்முடைய ஓய்வுநேரத்தில் நாம் மேற்கொள்ளும் இரண்டு முக்கியச் செயல்கள் தொலைக்காட்சிப் பார்ப்பதும் கடைகளுக்குச் செல்வதும் ஆகும். எனவே, நாம் வேலைக்குச் செல்கிறோம்; களைப்புடன் வீடு திரும்புகிறோம்; தொலைக்காட்சி முன்பு உட்காருகிறோம்; நாம் நன்றாக, வசதியாக உள்ளோம் என்பதை நாமே உணர தொலைக்காட்சியில் காட்டப்படும் விளம்பரங்கள் நமக்குப் புதிய பொருட்கள் தேவை என்பதைக் கூறுகின்றன. எனவே, நாம் அவற்றை வாங்க கடைக்குச் செல்கிறோம். இந்தப் பொருட்கள் வாங்க பணம் தேவை என்பதற்காக நாம் மேலும் அதிக நேரம் வேலை செய்ய வேண்டியுள்ளது. இதனை நான் வேலை – (தொலைக்காட்சி) காணல் – செலவிடுதல் தொடர் இயக்கம் என்றழைக்கிறேன்.

அமெரிக்காவில் இருப்பது போன்ற இத்தகையத் தொடர் இயக்கத்தில் சிக்காத நாடுகளை நான் பாராட்டுவதற்கும் ஏழ்மைக்கும் எந்த விதத் தொடர்புமில்லை. மாறாக, குறைந்த நேரங்களுக்கே வேலை செய்பவர்கள், நீண்ட விடுமுறையைப் பெறுகிறவர்கள், குறைந்த நேரமே தொலைக்காட்சி பார்ப்பவர்கள், தம்முடைய நண்பர்களுடனும் அண்டை வீட்டார்களுடனும் அதிக நேரம் செலவிடுபவர்கள், பொருட்களின்மேல் தம்முடைய ஆற்றலை அதிகமாக வீணாக்காதவர்கள் ஆகியோரைக் கொண்ட சமுதாயங்களை நான் பாராட்டுகிறேன். நான்

இந்த வாழ்க்கை முறையை மிகைப்படுத்துகிறேன் என்றுகூட நீங்கள் கூறலாம்; எனக்கு இதில் எந்தவித ஆட்சேபனையும் இல்லை.

3. நான் அமெரிக்காவைப் பலமாகத் தாக்கவில்லை

அமெரிக்க வாழ்க்கை முறையில் சில இனிப்பான விஷயங்கள் உள்ளன. நம்முடைய வாழ்க்கைத் தரத்தை உயர்த்தக்கூடிய பல தொழில்நுட்ப முன்னேற்றங்களும் நுகர்வோர் விருப்பங்களை ஈடுசெய்யும் செயல்களும் இங்கு உள்ளன. ஆனால், நாற்பது நாடுகளில் பயணம் மேற்கொண்ட பின்பு, சில நாடுகளிலிருந்து கற்றுக்கொள்ள வேண்டிய ஒன்றிரண்டு விஷயங்கள் உள்ளன என்பதையும் நான் அறிவேன். தங்களுடைய நலவாழ்விற்கோ, பல்கலைக்கழகக் கல்விக்கோ எப்படிப் பணம் பெறுவது என்பது பற்றிக் கவலைப்படாத என்னுடைய ஐரோப்பிய நண்பர்களைக் கண்டு நான் பொறாமைகூட கொண்டிருக்கிறேன். சியோல், மாண்டிரீல் போன்ற நகரங்களிலுள்ள சுத்தமான, நிசப்தமான, சரியாக இயங்கும் பாதாளப் போக்குவரத்து ஒருங்குகள் (சப்வே சிஸ்டம்ஸ்) நம்மிடம் இருந்திருந்தால் எப்படி இருக்கும் என்று வியந்திருக்கிறேன். நெதர்லாந்தில் சைக்கிள் பயணம் எவ்வளவு பாதுகாப்பாகவும் மகிழ்ச்சியாகவும் உள்ளதோ அதேபோன்று அமெரிக்க நகரங்களிலும் இருக்க வேண்டும் என்று விரும்பியிருக்கிறேன். உடல் பருத்தல், நீரிழிவு, இதர உடல்நலப் பிரச்சினைகளில் நம் நாட்டளவு உலக உச்சநிலை இல்லாதிருக்க நான் விரும்பியிருக்கிறேன். நான் இவற்றைச் சுட்டுவதால் அமெரிக்காவைப் பலமாகத் தாக்குகிறேன் என்றோ, சில முக்கிய வாழ்க்கைத் தர பிரச்சினைகளில் நாம் நம்முடைய பிடியை இழப்பதைச் சுட்டிக் காட்டுகிறேன் என்றோ பொருள் கொள்ளக்கூடாது. மாறாக, உயர் இலக்குகளை அடைவதற்கான என்னுடைய ஆசையை வெளிப்படுத்துவதும் எது சரியாகச் செயல்படவில்லை என்று சுட்டுவதும் நாட்டுப்பற்று மிக்க செயல்கள் என்றே நான் நினைக்கிறேன். என்னுடைய நாட்டின் நம்பமுடியாத திறனுக்கு நான் செலுத்தும் ஒரு புகழ் மாலையாகவே இதைக் கருதுகிறேன்.

சொற்களைப் பற்றி ஒரு சொல்

அமெரிக்கர்கள்

'அமெரிக்காக்கள்' உண்மையில் யுனைடட் ஸ்டேட்ஸைவிட மிகப் பெரியது; கனடா, கரிபியன், தெற்கில் அமைந்த மொத்த லத்தீன் அமெரிக்கா போன்றவற்றை உள்ளடக்கியது. எனவே, யுனைடட் ஸ்டேட்ஸின் குடிமக்களையும் இங்கு வாழ்பவர்களையும் 'அமெரிக் கர்கள்' என்று சுட்டுவது சரியானதல்ல என்பதை நான் அறிவேன். ஆனால், ஒவ்வொரு முறையும் 'யுனைடட் ஸ்டேட்ஸின் குடிமக்கள், வாழ்பவர்கள்' என்று தொடர்ந்து குறிப்பிடுவது வாயில் நுழைய முடியாத ஒன்றாகும். etats-unisians – இடேட்ஸ் யூனிசியன்ஸ் ('ஐக்கிய அமெரிக்க மக்கள்' என்பதன் பிரெஞ்சு சொற்றொடர்) என்ற சொற்றொடர் பன்னாட்டு வட்டத்தில் பிரபலமாகிக் கொண்டு வருகிறது; ஆயினும், நம் நாட்டுக்குள்ளேயே இன்னும் இது சரியாக வழக்கத்திற்கு வரவில்லை. எனவே, அமெரிக்காக்களின் இதர நாடுகளில் உள்ள மக்களிடம் மன்னிப்புக் கேட்டுக் கொண்டு, நான் இந்த நூலில் 'அமெரிக்கர்கள்' என்ற சொல்லை யுனைட்ட் ஸ்டேட்ஸில் வாழும் மக்களைக் குறிப்பிட, 'வாயில் நுழைவதற்கென்றே' பயன்படுத்தியுள்ளேன்.

நுகர்வோர்/நுகர்தல்

நுகர்தலைக் குறிக்கும் *கன்ஸ்யூம்* (Consume) என்ற ஆங்கிலச் சொல்லின் பொருள் அழித்தல் (நெருப்பு அல்லது நோய் மூலம்), விரயமாக்குதல் அல்லது முழுவதும் பயன்படுத்துதல் என்பனவாகும். இதன் காரண மாகத்தான் காசநோய் முதலில் *கன்ஸப்ஷன்* (Consumption) என்ற ஆங்கிலச் சொல்லால் சுட்டப்பட்டது. இந்த அடிப்படையில் பார்க்கும் போது நுகர்வோர் கழகம் என்பது விரயமாக்குவோர், அழிப்போர் கொண்ட ஒரு கழகமாகும். ஆனால், உண்மையில் அது சரியன்று.

அல்லேகெனி கல்லூரியில் அரசியல் அறிவியல், சூழலியல் பேராசிரியராகப் பணிபுரியும் மைக்கேல் மணியேட்டஸ் கூறுவது என்னவெனில், பொருட்கள் உற்பத்தியின் வாழ்க்கைச்சுழல் நிலை களில் நடைபெறும் பிரித்தெடுத்தல், உற்பத்தி, பங்கீடு போன்றவற்றை

பெயர்மாற்றம் செய்து, அவை அனைத்தையும் ஒன்று சேர்த்து 'நுகர்தல்' என்ற சொல்லால் நாம் அழைக்க வேண்டும்.[1] இயற்கைநிலை மாறா ஒரு காட்டை வெட்டி, பயன்படுத்தப்பட்டபின் தூக்கி எறியக்கூடிய மரத்தாலான சாப்பாட்டுக் குச்சிகளை (சாப்ஸ்டிக்ஸ்) உருவாக்கி, அவற்றைத் தாளால் சுற்றி அடுக்கி, பின்பு தொல் எரிபொருள் பயன்படுத்தப்படும் கப்பலில் ஏற்றி உலகின் பாதிப் பகுதிகளைச் சுற்றி நாம் எடுத்துச் செல்கிறோம். மேற்கூறப்பட்ட அனைத்துச் செயல்களும் உற்பத்தி நிகழ்வுகளா அல்லது உண்மையில் நுகர்வுச் செயல்களா? அதாவது, அழித்தலா? ஆமாம், நுகர்வுச் செயல்கள்தான். உண்மையில், மூலப்பொருட்கள் நுகர்தலின் தேசத் தகைவேகத்தைப் பற்றிப் பேசும் போது எந்த அளவு கட்டையை அல்லது எண்ணெயை அமெரிக்கா நுகர்கிறது என்பது போன்ற அனைத்துச் செயல்களும் சேர்க்கப் படுகின்றன.

எனினும், நுகர்தல் பற்றி இந்த நூலின் இயலில் நான் ஒரு பொதுவான வரையறையைப் பயன்படுத்துகிறேன்; உற்பத்திப்பொருட்களை நுகர்வோர் வாங்குவதையும், பயன்படுத்துவதையும் சார்ந்த நுகர்தல் பற்றி அங்கு என்னுடைய கவனத்தைச் செலுத்தியுள்ளேன்.

பெருவணிக நிறுவனங்கள்

பொருட்களின் கதை திரைப்படம் அனைத்துப் பெருவணிக நிறுவனங் களும் கெட்டவை என்று அநியாயமாக விமர்சிக்கிறது என்று சில மக்கள் அதிருப்தி தெரிவித்துள்ளனர். இங்கு பதிவு செய்வதற்காக நான் கூறுவது என்னவெனில், பெரு வணிக நிறுவனங்கள் எதுவும் இயற்கை யாகவே நல்லவையோ கெட்டவையோ அல்ல. ஒரு பெருவணிக நிறுவனம் எவ்வாறு நடத்தப்படுகிறது என்பதைப் பொறுத்துதான் அது ஒட்டுமொத்தச் சமுதாயத்திற்கும் ஒரு மதிப்புமிக்கச் சொத்தா அல்லது ஒரு கேடா என்பது நிர்ணயிக்கப்படுகிறது. பெருவணிக நிறுவனங் களின் உள்ளே உள்ள பலர் நம்முடைய கோளைப் பற்றியும் மக்களைப் பற்றியும் அக்கறை கொண்டுள்ளனர் என்றும், தம்முடைய நிறுவனத்தின் சூழல் தாக்கத்தைக் குறைப்பதற்குச் செயல்படுகிறார்கள் என்றும் நான் அறிவேன். சிலர் இதற்கு மேலும் செயல்பட்டு, நல்ல மாற்றங் களுக்கான ஒரு விசையாகத் திகழ முயற்சி செய்கிறார்கள். ஆனால், வாய்ப்புக்கேடாக, பெருவணிக நிறுவனங்களின் சில அமைப்புக் கூறுகள், அவற்றின் அண்மையிலுள்ள அல்லது உலகிலுள்ள சரியாகச் செயல்படும் வேறு நிறுவனங்களைவிட, குறைபாடுடையனவாக அவற்றை மாற்றுகின்றன.

முதலாவதாக, சில நிறுவனங்கள் மிகவும் பெரிதாகவும் வலிமை மிக்கதாகவும் வளர்ந்து விட்டதால் அவை சமனற்ற முறையில் அதிக

தாக்கத்தையும் பாதிப்பையும் ஏற்படுத்துகின்றன. இதன் காரணமாக, ஜனநாயகச் செயல்முறை அதிக அளவுக்கு நசுக்கப்பட்டு விட்டது. உலகின் மிகப்பெரிய நூறு பொருளாதார அமைப்புகளில் ஏறத்தாழப் பாதிக்குமேல் பெருவணிக நிறுவனங்களாகும் — இவற்றில் சில, பல நாடுகளையும் விஞ்சியவை. உலக மூலப்பொருட்களின் பாதி விழுக்காட்டைப் பெருவணிக நிறுவனங்கள் கட்டுப்படுத்தும் போதும், அவை புவியைக் குப்பைக் கூளமாக்கத் தொடங்கும் போதும் — உண்மையில் சில நிறுவனங்கள் மிக அதிக அளவிற்குச் செய்கின்றன — அவற்றைக் கட்டுப்படுத்துவது மிகவும் கடினமாகிறது. 2007ஆம் ஆண்டு 60,000க்கும் அதிக பன்னாட்டு வணிக நிறுவனங்கள் உலகின் பாதி எண்ணெய், எரிவாயு, நிலக்கரியைக் கட்டுப்படுத்தி உலக வெப்ப மயமாக்குதலுக்குக் காரணமான பாதியளவு வாயுக்களை உற்பத்தி செய்தன.[2] அமெரிக்காவிலுள்ள பெருவணிக நிறுவனங்கள், எல்லா வற்றிற்கும் மேலாக, தம்முடைய பங்குதாரர்களுக்கு லாபம் ஈட்டித் தருவதற்கு சட்டப்படி கட்டுப்பட்டுள்ளன. எனவே, குறைந்தகாலத்தில் லாபம் காட்டுவதை முதல் குறிக்கோளாகக் கொண்டுள்ள நிறுவனங்கள் உலகின் பெரும்பாலான ஆற்றல் மூலப்பொருட்களைக் கட்டுப் படுத்துகின்றன; இந்த மூலப்பொருட்களைக் கட்டுப்பாடின்றி பயன் படுத்துவதால்தான் நம்முடைய மொத்த உலக தட்பவெப்ப நிலையும் குழப்பத்தில் முடிவடைகிறது.

தம்முடைய அளவு, தாக்கத்தைத் தவிர, பல பெருவணிக நிறுவனங்கள் சட்ட அமைப்பு வழிமுறைகளின் மூலம் பெறப்படும் மிகவும் வலிவான உரிமைகளினாலும் பயனடைகின்றன. அதே நேரத்தில், இந்த உரிமைகள் பொறுப்பேற்பதிலிருந்து விடுபடவும் அவற்றை அனுமதிக்கின்றன. எடுத்துக்காட்டாக, அமெரிக்காவின் அரசியல் சட்டம் தன்னுடைய தனிமனிதர்களுக்குக் கொடுக்கும் அதே உரிமைப் பாதுகாப்புகளை அமெரிக்கப் பெருவணிக நிறுவனங் களுக்கும் — 'இது மனித அடையாளம்' *(பர்ஸன்ஹூட்)* என்றும் அழைக்கப் படுகிறது — அளிக்கின்றது. அதே நேரத்தில் பெருவணிக நிறுவனத்தின் பங்குதாரர்களைப் பாதுகாக்கும் சட்ட வழிமுறைகளும் — வரையறுக்கப் பட்டக் கடப்பாடு என்றழைக்கப்படும் பொறுப்புகளும் — உள்ளன.

இத்தகைய அமைப்புச் சவால்கள் இருந்தும்கூட சில பெருவணிக நிறுவனங்கள் தொடர்ந்து லாபம் ஈட்டிய போதும் (இந்த லாபம் ஈட்டலும் சட்டப்படி முன்னுரிமையாக்கப்பட்டது என்பது குறிப்பிடத் தக்கது) மக்களையும் கோளையும் பாதுகாப்பதற்கான நடவடிக்கை களை எடுத்துள்ளன. சில பெருவணிக நிறுவனங்கள் குறைந்த எண்ணிக்கை மூலப்பொருட்களைப் பயன்படுத்துவதில், நச்சுப் பொருட்களை நீக்குவதில், குறைந்த அளவே கழிவுப்பொருட்களை

உண்டாக்குவதில், பணியாளர்களையும், அண்டையிலுள்ள சமுதாயங் களையும் மதிப்பதில் நல்ல முன்னேற்றங்களைப் பெற்றுள்ளன.

எனினும், மேற்கூறப்பட்ட தன்னிச்சையான நடத்தை நெறிமுறைகள் அல்லது தற்போது பொறுப்பில் உள்ளவர்களின் நல்ல நோக்கங்கள் போதுமானவையாக இல்லை என்பது நிரூபணமாகிவிட்டது. பெரு வணிக நிறுவன அமைப்பும், அதனைச் சூழ்ந்துள்ள கட்டுப்பாடு ஒருங்கும் மாற்றப்பட வேண்டியவையாக உள்ளன: வரையறுக்கப் பட்டக் கடப்பாடும் நிறுவனங்களுக்கு அரசியல் சட்டத்தில் உள்ள மனித அடையாளமும் நீக்கப்பட வேண்டும். மேலும், பெருவணிக நிறுவனத்தின் பொறுப்புடைமை, வலிமையான நிறுவன இணைப்பு எதிர்ப்பு *(ஆண்டிட்ரஸ்ட்)* சட்டங்கள், பன்னாட்டுக் கடப்பாடு போன்ற வற்றை அதிகரிக்கும்படி நாம் வலியுறுத்த வேண்டும்; அரசியலின் பிடிகளிலிருந்து பெருவணிக நிறுவனங்களைப் பிரித்தல்; நீட்டிக்கப் பட்ட உற்பத்தியாளர் பொறுப்புடைமை; அகவயமாக்கப்பட்ட (புறவயமாக்கப்படுவதற்கு எதிரான) அடக்க விலைகள்; அக்கறை யாளர்களின் *(ஸ்டேக்ஹோல்டர்)* மொத்த பொறுப்புடைமை (இவர் களில் பணியாளர், அண்டையிலுள்ள சமுதாயங்கள், நுகர்வோர், விற்பனையாளர் போன்றோர் அடங்குவர். இவையனைத்தும் பெரு வணிக நிறுவனங்களின் பிரச்சினைக் குறைப்பையும் தீர்வு அதிகரிப்பை யும் எளிதாக்கும்) போன்றவையும் செய்யப்பட வேண்டும்.

வளர்ச்சி

'வளர்ச்சி' என்பது நிலைமைகள் மேன்மையடைவதைக் குறிப்பதாக நாம் புரிந்துகொண்டிருக்கிறோம். வாய்ப்புக் கேடாக, பல சமயங்களில் வளர்ச்சி என்பது தொல் படிம எரிபொருளை அதிகமாகப் பயன்படுத்து கின்ற, நச்சு பொதிந்த, நுகர்வினால் உந்தப்படுகின்ற, பொருளா தாரத்தை நடைமுறைப்படுத்துகின்ற 'முன்னேற்றத்தைக்' குறிக்கின்றது. எனவே, அதிக வாழ்நாள் எதிர்பார்ப்பு, எழுத்தறிவு, நிறைவான வாழ்க்கை போன்றவற்றைக் கொண்ட கோஸ்டா ரிகாவின் சிறிய நகரங்கள் அதிக அளவு சூழல் சிதைவையும், சமுதாயச் சமமின்மை யையும் அழுத்தத்தையும் கொண்ட அமெரிக்க நகரங்களைவிடக் குறைவாக வளர்ச்சியடைந்ததாகவே கருதப்படுகின்றன.

உலக வளர்ச்சிக்கான அமெரிக்க உதவி முகவர் அமைப்பு (USAID), சீரமைப்பு மற்றும் வளர்ச்சிக்கான உலக வங்கி போன்ற பன்னாட்டு 'வளர்ச்சி' நிறுவனங்கள் மக்களையும் கோளையும் மேம்படுத்து வதற்குப் பதிலாக நிலைமையை மேலும் மோசமாக்குகின்ற பொருளாதார வளர்ச்சி முன்மாதிரித் தொடர்பானத் திட்டங்களையும், செயற் கொள்கைகளையும் *(பாலிஸி)* அடிக்கடிப் புகுத்தி வருகின்றன.

நாம் மனித நலத்தையும் சூழல் நலத்தையும் சார்ந்த இலக்குகளைக் கண்காணிப்பது அவசியமாகிறது: புதிய உள் கட்டமைப்பு, நகரமய மாக்கம், மூலப்பொருள் நுகர்வு போன்றவை இந்த இலக்குகளுக்கு உதவினால் மிகவும் நல்லது; அதுதான் உண்மையான வளர்ச்சி. ஆனால், இவை நலவாழ்வைப் பலவீனப்படுத்தத் தொடங்கினால் அது அழி வாகும்; வளர்ச்சியன்று. சில முன்னேற்றங்கள், குறிப்பாக மருத்துவம், தகவல் தொடர்பு போன்றவை, நிச்சயமாக உடன்பாடானவை. நச்சு கொண்ட உடல் சுமைகள், பசுமை இல்ல வாயு வெளியேற்றம் போன்ற இதர நிகழ்வுகள், ஒரு நாடு இந்தப் பாதையில் முன்னேறும்போது பொதுவாகக் காணப்படுபவை; ஆனால், உடன்பாடற்றவை.

இந்தப் புத்தகம் முழுவதும் நான் 'வளரும்', 'வளர்ந்த' என்ற சொற்களைப் பொதுவாகப் பயன்படுத்தப்படும் அர்த்தத்தில் சுருக்க மாகப் பயன்படுத்தியுள்ளேன். இந்தப் பயன்பாட்டில் நான் எந்தவித மதிப்புக் கருத்தையும் குறிப்பாக உணர்த்தவில்லை: வளர்ந்த நாடுகள் என்று அழைக்கப்படும் நாடுகள் 'வளர்ந்து வரும்' என்றழைக்கப்படும் நாடுகளைவிட மிகச் சிறந்தவை அல்ல. இதே உலகளாவிய சமூகப் பொருளாதாரப் பிரிப்பு சிலசமயம் உலக வடக்கு அல்லது ஓஇசிடி *(ஆர்கனைசேஷன் ஃபார் எகனாமிக் கோ-ஆபரேஷன் அண்ட் டெவலப் மெண்ட்)* நாடுகள் என்றும் உலக தெற்கு அல்லது ஓஇசிடி அல்லாத நாடுகள் என்றும் விவரிக்கப்படுகிறது. [வடக்கு அல்லது தெற்கு என்பவை கண்டிப்பான நிலவரைவியல் *(ஜியோகிராபிகல்)* அடிப்படையில் அமைந்தவை அல்ல. எடுத்துக்காட்டாக, பணக்கார நாடுகளான ஆஸ்திரேலியா, நியூசிலாந்து போன்றவை உலகின் தெற்கு அரைக் கோளத்தில் உள்ள நாடுகள். இதே போன்று, உலக தெற்குப் பகுதியின் பல நாடுகளின் சில சமுதாயங்கள் 'வடக்கு' அளவிலான மூலப் பொருள் நுகர்வைப் பெற்றுள்ளன.]

அனைத்துச் சொற்களுமே முடிவற்றவை, குறைபாடுகள் கொண்டவை. எளிமை கருதி நான் 'வளரும்/வளர்ந்த' என்ற பெயரீட்டைத் தேர்ந் தெடுத்துப் பயன்படுத்தியுள்ளேன்.

புறவயமாக்கப்பட்ட அடக்கவிலைகள் (விலையும் அடக்கவிலையும்)

இவ்வுலகில் பேரங்கள் மலிந்து காணப்படுகின்றன: பெரிய கடைகளில் அடிமட்ட விலைகள், தள்ளுபடி வடிகால் கடைகள், இணையதள ஏல களங்கள், 99-செண்ட் கடைகள். எனினும், ஒருவித நியாயமற்ற திரித்துணர்வு அவ்விடங்களில் காணப்படுவது போன்று தோன்றுகிறது; அதாவது, நீங்கள் கொடுக்கும் விலைக்கும் அடக்க விலைக்கும் இடையே ஒரு குறிப்பிடத்தக்க இடைவெளி காணப்படுவது போன்று தோன்றுகிறது. விலைச்சீட்டில் உள்ள விலை அந்தப் பொருளை உற்பத்திச்

செய்வதில் ஏற்பட்ட அடக்கவிலையோடு மிகவும் தொடர்பற்று உள்ளது. நேரடி அடக்கவிலைகளான பணியாளர்களின் உழைப்பும் பயன் படுத்தப்பட்ட மூலப்பொருட்களின் விலையும் நிச்சயமாக விலையில் சேர்க்கப்பட்டிருக்க வேண்டும். ஆயினும் புறவயமாக்கப்பட்ட குடிநீர் மாசுறுதல், பணியாளர்கள் மட்டுமின்றி அங்கு வாழும் மக்கள் சமுதாயங்களின் மேல் ஏற்படும் உடல்நலத் தாக்கங்கள், உலகளாவிய தட்பவெப்ப நிலை மாற்றங்கள் போன்றவற்றால் ஏற்படும் மறைந்துள்ள அடக்கவிலைகளினால் பொருட்களின் விற்பனை விலைகள் மிகவும் சிறிதாக்கப்படுகின்றன. இவற்றிற்கு அடக்க விலை கொடுப்பது யார்? அதைக் கொடுப்பவர்கள் சில சமயம் அந்த வட்டாரவாழ் மனிதர் களாக உள்ளனர்; இவர்கள் பயன்படுத்தும் வட்டார நீர் மாசடைந்து விட்டதால் தற்போது இவர்கள் பாட்டில் நீரை வாங்குகிறார்கள் அல்லது நச்சுள்ள நீரைக் குடிக்கிறார்கள். தம்முடைய நலவாழ்விற்குத் தாமே செலவிடுகிறார்கள் அல்லது உடல் நலனுக்கான அடக்கவிலை யைத் தாமே ஏற்றுக்கொள்கிறார்கள். அல்லது, இவர்களின் வருங்காலச் சந்ததிகள், எடுத்துக்காட்டாக, நீர்ச் சுழற்சியைக் கட்டுப்படுத்த காடு களைச் சார்ந்திருக்க முடியாத காரணத்தால், இந்தச் செலவுகளைத் தாமே ஏற்றுக்கொள்ள வேண்டியிருக்கும். இந்த அடக்கவிலைகளைச் சூழல் மாற்றங்களுக்குக் காரணமாக இருந்த பெருவணிக நிறுவனங் களைத் தவிர்த்த இதர மக்களும் நிறுவனங்களும்தான் ஏற்றுக்கொள்ள வேண்டியிருப்பதால், இவை புறவயமாக்கப்பட்ட அடக்கவிலைகள் எனப்படுகின்றன. பொருளாதார வல்லுநர்கள் புயவயமாக்கப்பட்ட அடக்கவிலையைப் பின்வருமாறு வரையறுக்கிறார்கள்: ‘ஒருவரின் செயலால் மற்றொருவரின் நலவாழ்வில் ஏற்படும் திட்டமிடப்படாத அல்லது ஈடுகட்ட முடியாத இழப்பு.’[3]

முழு அடக்கவிலை கணக்கிடுதல் அல்லது உற்பத்திப்பொருட்களின் வாழ்க்கைச்சுழல் மதிப்பீட்டின் மூலம் இந்தச் சூழலியல் அடக்க விலைகளையும் சமுதாய அடக்கவிலைகளையும் நுகர்பொருட் களின் விலையில் சேர்க்க அதிக எண்ணிக்கையிலான பொருளாதார வல்லுநர்கள் முயற்சி செய்கிறார்கள் என்பது ஒரு நல்ல செய்தியாகும்; இதன்மூலம் நம்முடைய அனைத்துப் பொருட்களையும் உற்பத்தி செய்வதில் ஏற்படும் உண்மையான அடக்கவிலையை அதிகமாகப் புரிந்துகொள்ள முடிகிறது. நீங்கள் வாங்கும் பொருட்களில் மறைந்துள்ள அனைத்து அடக்கவிலைகளும் எளிதாகத் தெரியும்போது ஏற்படக் கூடிய அதிர்ச்சிக்கு உங்களைத் தயார் செய்துகொள்ளுங்கள்.

கரிம (பொருள்)

பெட்ரோலிய வேதிப்பொருட்கள், கழிவுநீர்ச் சேறு அல்லது மரபணு

மாற்றமடைந்த உயிரிகள், இதர மோசமான உள்ளீட்டுப் பொருட்கள் போன்றவை இல்லாமல் உண்டாக்கப்பட்ட காய்கறிகள், பால் பொருட்கள், பருத்தி நார்கள் போன்றவற்றை விவரிக்க, விவசாயத் திற்குத் தொடர்பாக, தற்போது இந்தச் சொல் பயன்படுத்தப்படுவதை நாம் பொதுவாகக் கேள்விப்படுகிறோம். சில சமயங்களில் விவசாயம் சார்ந்த பொருளில் இந்தச் சொல்லைச் சுட்டினாலும், பல சமயங்களில் 'கரிம' என்ற சொல்லை நான் வேதியியல் தொடர்பாகப் பயன்படுத்தி யுள்ளேன்; இங்கு இந்தச் சொல் கார்பன் கொண்ட ஒரு பொருளைச் சுட்டுகிறது. இவ்வகைப் பயன்பாடு இரண்டு முக்கியக் காரணங்களுக் காக முக்கியத்துவம் பெறுகிறது. ஒன்று, மனித உடல்கள் (மற்ற எல்லா உயிரிகளின் உடலும்) கார்பன் பெற்றிருப்பதால், கார்பன் பெற்றுள்ள பொருட்களுடன் அவை அனைத்துவகை உயிரியல்/வேதியியல் இடை வினைகளையும், எதிர்வினைகளையும் மேற்கொள்கின்றன. எடுத்துக் காட்டாக, கரிம ஃபாஸ்ஃபேட்கள் (பராத்தியான், மலாத்தியான்), கரிம குளோரைடுகள் (டிடிடீ போன்ற) போன்றவற்றால் ஆக்கப்பட்ட உயிரிக்கொல்லிகள் *(பெஸ்டிசைட்ஸ்)* நரம்புத் தொகுதி செயல்பட மிகவும் தேவையான ஒரு நொதியை நிலையாகச் செயலிழக்க வைத்து விடுகின்றன. இதன் காரணமாகத்தான் உயிரிக்கொல்லி நச்சினால் பாதிக்கப்பட்டவர்கள் பல நேரங்களில் ஒருவகை இழுப்புக்கும், நடுக்கத் திற்கும், மங்கலான பார்வைக் கோளாறுக்கும் உள்ளாகிறார்கள்; சிறுநீர்ப்பை, மலக்குடல் கட்டுப்பாட்டையும் இழக்கிறார்கள்.[4]

இரண்டு, கரிம வேதிப்பொருட்களை மிகப்பெரிய அளவில் உற்பத்தி செய்வது ஓரளவுக்குப் புதிய நிகழ்வாகும்; இவற்றில் பல, இதுவரை புரிந்துகொள்ள முடியாத, பல உடல்நல, சூழல் தாக்கங்களை ஏற்படுத்துகின்றன. நாம் பல ஆயிரம் ஆண்டுகளாகப் பயன்படுத்தி வரும் கனிம (அதாவது கார்பனற்ற) வேதிப்பொருட்களான உலோகம், கல், களிமண் போன்றவை போலல்லாமல், கடந்த ஒரு நூற்றாண்டில், குறிப்பாக இரண்டாம் உலகப்போருக்குப் பின்பு, அறிவியல் அறிஞர்கள் புதிய கரிமப் பொருட்களின் தயாரிப்பில் பைத்தியக் காரத்தனமாக ஈடுபட்டு வருகிறார்கள். *மெட்டீரியல் மேட்டர் (பொருள் விஷயம்)* என்ற நூலின் ஆசிரியரான கென் கெய்சர் கூற்றுப்படி இதன் விளைவு 'கடந்த ஒரு நூற்றாண்டில் பொருட்களின் உற்பத்தியிலும் நுகர்விலும் ஏற்பட்ட ஒரு புதிய புரட்சியாகும்.'[5]

உற்பத்திப் பொருட்கள்

இந்த நூலில் 'உற்பத்திப் பொருட்கள்' என்று சொல்லும்போதெல்லாம் நான் குறிப்பிடுவது உற்பத்தி செய்யப்படும் அல்லது அதிக அளவில் உருவாக்கப்படும் பொருட்களைத்தான். இவற்றில் பொட்டலம்

கட்டும் பொருட்கள், ஐ பேடுகள், துணிகள், காலணிகள், கார்கள், ரொட்டி சுடும் கருவிகள், மார்ஷ்மேலோ ஷூட்டர் என்ற உடலுறவுச் சாதனம் (கடைசியில் குறிப்பிட்டது ஸ்கைமால் கம்பெனியின் சரக்கு இருப்புப் பட்டியலில் சேர்க்கப்பட்டுள்ளது) போன்றவை அடங்கும். இந்த நூலில் மரக்கட்டை உருளைகள், எண்ணெய் பீப்பாய்கள் போன்ற மூலப்பொருட்களைச் சேர்க்கும் வகையில் இதன் பொருளை நான் நீட்டிக்கவில்லை. நாம் வாங்கும், பயன்படுத்தும், இழக்கும், உண்டாக்கும், மாற்றீடு செய்யும், நம்மை மன அழுத்தத்திற்கு உட்படுத்தும் பொருட்கள் போன்றவற்றைப் பற்றி மட்டுமே இங்கு அதிகக் கவனம் செலுத்தியுள்ளேன்; இந்தப் பொருட்களை நாம் நம்முடைய சொந்த சுயமதிப்புப் பொருட்களோடு குழப்பிக் கொள் கிறோம். நான் இங்கு உற்பத்திப் பொருட்கள் என்று வரையறை செய்பவை 'குப்பைப் பொருட்கள்' என்றும் அழைக்கப்படுகின்றன. நீங்கள் இந்த நூலில் 'stuff' (உற்பத்திப்பொருட்கள்) என்று கூறப் படும் இடங்களிலெல்லாம் 'goods' (பொருட்கள்) என்ற சொல்லால் மாற்றீடு செய்யலாம்;* ஆனால் goods (பொருட்கள்) என்ற சொல் பெரும்பாலும் நல்லவையாக (good) இல்லாததால் – அதாவது அதிக அளவு பொட்டலம் கட்டப்பட்டும், நச்சு பொதிந்தும், தேவையற்றும், பூமியைச் சிதைப்பவையாகவும் இருப்பதால் – நான் இந்தச் சொல்லைப் பயன்படுத்த விரும்பவில்லை.

முறைப்படுத்தம்/நீடிப்புத்திறன் (சஸ்டைனபிலிட்டி)

தற்போது இந்தச் சொல் எல்லா நேரங்களிலும் பயன்படுத்தப் பட்டாலும், எந்த நோக்கத்திற்காக எதைக் குறிப்பிடுவதற்காக இது எப்பொழுதும் பயன்படுத்தப்படுகிறது என்பது தெளிவாக இல்லை. சுற்றுச்சூழல் மட்டுமின்றி வளர்ச்சிக்கான ஐநாவின் உலகக் குழு (யுனைடெட் நேஷன்ஸ் வேர்ல்ட் கமிஷன் ஆன் என்வைரென்மெண்ட் அண்ட் டெவலப்மெண்ட்) என்ற அமைப்பினால் பரிணமிக்கப்பட்ட மிகச் சாதாரணமான வரையறை முறைப்படுத்தப்பட்ட/நீடிப்புத் திறனுள்ள வளர்ச்சியைப் பின்வருமாறு விளக்குகிறது: *'எதிர்காலச் சந்ததியினர் தம்முடைய சொந்தத் தேவைகளை எதிர்கொள்ளும் திறனுக்குப் பாதிப்பு ஏற்படுத்தாமல் தற்போதைய சந்ததியினர் தம்முடைய தேவைகளை எதிர்கொள்வது.'* [6]

முறைப்படுத்தம்/நீடிப்புத்திறன் பற்றிய என்னுடைய வரை யறை இதர சில முக்கியக் கருத்துருக்களையும் உள்ளடக்கியதாகும்.

* பக்கம் xiiiஇல் அடிக்குறிப்பில் கூறியுள்ளது போல 'உற்பத்திப் பொருட்கள்' என்பதற்குப் பதிலாகப் 'பொருட்கள்' என்று இந்த மொழிபெயர்ப்பில் எளிமை கருதி பயன்படுத்தப்பட்டுள்ளது. (மொ-ர்)

முறைப்படுத்தம்/நீடிப்புத்திறன் பற்றிய வரையறை சமன்நிலையை யும் நியாயத்தையும் சேர்க்க வேண்டும். வான்இயற்பியலாளரும் எழுத்தாளருமான ராபர்ட் கில்மேன் பின்வருமாறு வரையறுக்கிறார்: 'முறைப்படுத்தம் என்பது காலப்போக்கில் சமன்நிலையை எட்டல் ஆகும்.'[7] மேலும், முறைப்படுத்தம் ஒரு பெரிய அடிப்படையில் காணப் படவேண்டும்; அதாவது, ஒரு குறிப்பிட்ட காட்டில் மட்டுமோ, தனியாக தட்பவெப்ப நிலையில் மட்டுமோ, நம் வீடு, நகரம், நாட்டில் மட்டுமோ முறைப்படுத்தத்தை/நீடிப்புத்திறனை ஏற்படுத்தாமல் மொத்த ஒருங்கிலும் ஏற்படுத்த வேண்டும். முறைப்படுத்தும் (நீடிப்புத் திறனுள்ள) சமுதாயங்களுக்கான மையம் *(சென்டர் ஃபார் சஸ்டைனபிள் கம்யூனிட்டீஸ்)* கூறுவது என்னவெனில் முறைப்படுத்தம் 'குறிப்பிட்ட ஒன்றை மட்டும் சாராமல் மொத்தத்தையும் சார்ந்திருக்கிறது. முறைப் படுத்தம் *(நீடிப்புத்திறன்)* தனிப்பட்ட கூறுகளை மட்டுமே கருதாமல் அவற்றிற்கிடையே உள்ள தொடர்புகளை வலியுறுத்துகிறது.'[8]

அடிக்கடி இடம்பெறும் விளக்கப்படங்களுக்கான விளக்கம்

நம்பிக்கையின் அடையாளம்

இந்தப் பிரச்சினை தொடர்பாக ஓரளவுக்கு நம்பிக்கை யூட்டும் முன்னேற்றம் ஏற்பட்டுள்ளது என்பதை இந்த வரைபடம் சுட்டுகிறது. எடுத்துக்காட்டாக, உள்ள நிலைமையை மேம்படுத்தும் வகையில் இந்தப் பிரச்சினை தொடர்பாகப் பெருகிவரும் ஒரு விழிப்புணர்வு, ஊக்க மளிக்கும் குடிமக்கள் செயல்பாடு அல்லது சட்டமியற்று வதில் உள்ள முன்னேற்றம் போன்றவற்றைச் சுட்டலாம்.

மாற்றுவழி

இந்த அடையாளம் தற்போதுள்ள பிரச்சினைக்குரிய நிலைமைக்கு நான் ஒரு நல்ல மாற்று வழிமுறையை முன்மொழிகிறேன் என்பதைச் சுட்டுகிறது. எடுத்துக் காட்டாக, உற்பத்திச் செயல்முறைகளில் பயன்படுத்தப் பட்டு வரும் நச்சுப் பொருட்களுக்குப் பதிலாக மாசுறுதல் இல்லாத வேதிப்பொருட்களைச் சூழலுணர்வு கொண்ட வேதியியலாளர்கள் உருவாக்குவதைக் குறிப்பிடலாம்.

பொருட்களின் கதை

இயல் 1

பிரித்தெடுத்தல்

நமது வாழ்வில் அங்கம் வகிக்கும் அனைத்துப் பொருட்களையும் உண்டாக்க, நமக்கு முதலில் தேவைப்படுவது அப்பொருட்களின் கூறுகளைப் பெறுவது தான். இக்கூறுகளில் சில தற்போது இயற்கையாகக் காணப்படுவதில்லை – குறிப்பாக மனிதனால் உருவாக்கப்படும் கூறுகள். இவற்றைப் பற்றியும் நாம் இங்கு காண்போம். எனினும், நம்முடைய பொருட்களின் கூறுகள் பல புவியின் உள்ளேயோ அதன் பரப்பிலோ காணப்படுகின்றன. அவற்றின் அறுவடையோ பிரித்தெடுத்தலோ மட்டுமே தேவைப்படுகிறது... அவற்றை அவ்வாறு மட்டுமே பெறமுடியும்!

பொருட்களின் கூறுகளைப் பற்றி நாம் ஆய்வு செய்யத் தொடங்கும் போதுதான், ஒவ்வொரு முக்கியக் கூறையும் புவியிலிருந்து தனித் தெடுத்துப் பதப்படுத்திப் பயன்பாட்டிற்குத் தகுந்த வகைகளில் தயார் நிலையில் வைக்க நமக்கு இதர பல கூறுகள் தேவைப்படுகின்றன என்பதை நாம் அறிந்துகொள்கிறோம். எடுத்துக்காட்டாக, காகிதத்தை எடுத்துக்கொள்வோம். இதனைப் பெறுவதற்கு நமக்கு மரங்கள் மட்டுமே போதுமானவையல்ல. ரம்பங்களையும் மரம் வெட்டும் எந்திரங் களையும் உண்டாக்க நமக்கு உலோகங்கள் தேவைப்படுகின்றன; பதப்படுத்தும் ஆலை களுக்கு மரக்கட்டைகளை எடுத்துச் செல்ல லாரிகள், தொடர் வண்டிகள், ஏன் கப்பல்கள்கூட தேவைப்படு கின்றன; ஆலைகளையும் அங்குள்ள எந்திரங்களையும் ஓட்ட எண்ணெய் தேவைப்படுகிறது. மரக்கூழ் தயாரிக்க நமக்குத் தண்ணீர் (மிக அதிக அளவில்) தேவைப்படு கிறது. மேலும், ஓரளவிற்காவது நிறமற்றக் காகிதத்தைப் பெறுவதற்கு நமக்குப் பொதுவாக

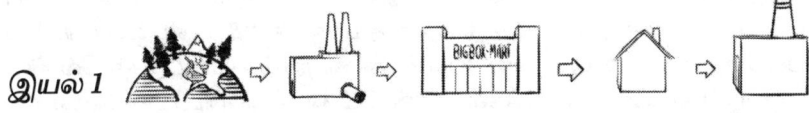

98 டன் பொருட்கள்

1 டன் காகிதம்

ஒரு நிறம் நீக்கிப் பொருள் (வேண்டாம்!) அல்லது ஹைட்ரஜன் பெராக்சைடு (ஓரளவிற்குப் பரவாயில்லை) தேவைப்படுகிறது. மேற்கூறிய அனைத்தையும் கருத்தில் கொள்ளும்போது, ஒரு டன் எடையுள்ள எழுது காகிதத்தைத் தயாரிக்க 98 டன் எடையுள்ள பல்வேறுபட்ட இதர மூலப்பொருட்களை நாம் பயன்படுத்த வேண்டியுள்ளது.[1] என்னை நம்புங்கள், நான் மேலே குறிப்பிட்டது மிக எளிய ஓர் எடுத்துக்காட்டே. இதன் காரணமாகவே நாம் இந்தப் பிரச்சினையை ஒட்டுமொத்த நுகர்ப் பொருளியல் அடிப்படையில் மட்டுமின்றி உலகளாவிய மட்டத்தில் அணுக வேண்டும். அவ்வாறு அணுகினால் தான் தற்போது கடைகளில் விற்கப்படும் எந்தவொரு பொருளையும் உண்டாக்கத் தேவையான அனைத்துக் கூறுகளையும் பற்றிய ஒரு தெளிவான புரிதலை அடைய முடியும்.

புவியிலிருந்து பெறப்படும் பல்வேறு மூலப்பொருட்களைப் பற்றி அறிய பல வழிமுறைகள் உள்ளன. ஆயினும், எளிமை கருதி, நான் பின்வரும் மூன்று வகை மூலப்பொருட்களை மட்டுமே பயன்படுத்தி விளக்கப்போகிறேன்: மரங்கள், கற்பாறைகள், நீர்.

மரங்கள்

நான் ஏற்கனவே இந்நூலின் முன்னுரையில் குறிப்பிட்டபடி, அதிக இயற்கையழகும் பசுமையும் கொண்ட சியாட்டில் நகரத்தில் வளர்ந்த காரணத்தால், எனக்கு மரங்களின் மேல் அதிக ஈடுபாடும் காதலும் உண்டு. வாஷிங்டன் மாநிலத்தின் ஏறத்தாழ பாதி நிலப்பரப்பு காடுகளால் சூழ்ந்ததாகும். எனக்கு வாய்ப்புக் கிடைத்த போதெல்லாம் இக்காடுகளுக்கு நான் சென்றிருக்கிறேன். என்னுடைய குழந்தைப் பருவத்தின் போது காடுகளால் சூழப்பட்டிருந்த நிலப்பரப்புகள் சிறிது சிறிதாக சாலைகளாலும், கூட்டு வணிக வளாகங்களாலும், வீடுகளாலும் அதிக அளவில் மாறத் தொடங்கியதை நான் மிகுந்த மனவருத்தத்துடன் கண்டு வந்திருக்கிறேன்.

நான் வளரத் தொடங்கியவுடன்தான் ஒரு விஷயத்தை அறிந்தேன். நம்முடைய மரங்களுக்கு ஏற்படும் பாதிப்புகள் மனித உணர்வுசார் வருத்தங்களையும் மீறிய பல்வேறு மாற்றங்களையும் உருவாக்குகின்றன என்பதை அறிந்தேன். மரங்கள் ஆக்சிஜனை

உருவாக்குகின்றன; இது நாம் சுவாசிக்க மிகவும் தேவை என்பதை நான் நினைவூட்டத் தேவையில்லை. நாம் மரங்களைப் பேண வேண்டும் என்பதற்குத் தூண்டுதலாக அமைய இந்த ஒரு காரணமே போதும். நமது கோளின் நுரையீரல்களான காடுகள் இடைவிடாமல் செயல்பட்டுக் காற்றிலுள்ள கார்பன் டை ஆக்ஸைடை நீக்கி (இந்தச் செயல் கார்பன் செயலிழக்கம் – *கார்பன் சீக்வெஸ்ட்ரேஷன்* – என்றழைக்கப்படுகிறது), அதற்குப் பதிலாக ஆக்சிஜனை நமக்குக் கொடுக்கின்றன. பருவநிலை மாற்றங்களினால் கவலை அடைந்துள்ள அறிவியல் அறிஞர்கள் தற்போது அவற்றைச் சரிப்படுத்த முயல்கின்றனர். அந்தச் செயலின் ஒரு பகுதியாக மிக விரிவான, அதிக பொருட்செலவு ஏற்படுத்தும், செயற்கை யான நடைமுறைகள் நிறைந்த ஆய்வுத் திட்டங்களை முன்மொழி கின்றனர். அவற்றின் மூலம் நமது சூழலிலுள்ள கார்பனைச் செயலிழக்க வைக்கும் முயற்சிகளை மேற்கொண்டுள்ளனர். என்னைக் கேட்டால், இது ஒரு வேண்டாத வேலை என்று கூறுவேன். கார்பனைச் செயலிழக்க வைப்பதற்கும், நாம் சுவாசிக்கத் தேவையான சரியான வகைக் காற்றை உருவாக்குவதற்கும் நம்மிடம் ஏற்கனவே இயற்கையான கூறுகள், அதாவது நம்முடைய மரங்கள் உள்ளன. மேலும் இவற்றின் சேவைகள் எந்தவிதச் செலவுமின்றியும் கிடைக்கின்றன.

இதனோடு முடிந்துவிடவில்லை – காடுகள் இதர பல முக்கிய சேவைகளையும் செய்கின்றன. காடுகள் நமக்குத் தேவையான நீரைச் சேகரித்து வடிகட்டுகின்றன; இதன் மூலம் கோளின் ஒட்டுமொத்த நீர்ச்சுழற்சியை நிலைப்படுத்துகின்றன; வெள்ளங்களையும் வறட்சி களையும் சரிப்படுத்துகின்றன. ஊட்டச்சத்து நிறைந்த மேல் மண்ணைப் பாதுகாப்பதன் மூலம் காடுகள் மண்வளத்தை நிலைநிறுத்துகின்றன. நமக்கு உதவி செய்யும் இந்த உண்மையான நண்பர்களை நாம் ஏன் அழிக்க நினைக்கிறோம்?

காடுகளை வெட்டிச் சாய்ப்பது மிக மோசமான செயல் என்பதற்கு மேலும் ஒரு காரணத்தை இங்குக் குறிப்பிட வேண்டும்: நம்முடைய அனைத்து மருந்துப் பொருட்களில் நான்கில் ஒரு பங்கு காடுகளிலிருந்து தான் பெறப்படுகின்றன – குறிப்பாக மழைக் காடுகளிலிருந்து.[2] அறுவை சிகிச்சையில் பயன்படுத்தப்படும் உணர்வு நீக்கி, தசை நெகிழ்வு மருந்தான கியூரேர்[3]; சீதபேதி மருந்தான இபிகாக்[4]; மலேரியாவைக் கட்டுப்படுத்தும் குய்னைன்[4] ஆகியவை இவற்றில் சில எடுத்துக்காட்டு களே. மடகாஸ்கரின் வெப்ப மண்டிலக்காடுகளில் காணப்படும் சுடுகாட்டு மல்லியை *(பெரிவின்கில்)* அப்பகுதியின் பழங்குடி மருத்து வர்கள் நீரிழிவு நோயை நீக்கப் பயன்படுத்துகின்றனர். இதைக் கண்ட மேலை நாட்டு அறிவியல் அறிஞர்கள் அந்தத் தாவரத்தின் மீது தம்முடைய கவனத்தைச் செலுத்தத் தொடங்கியது நீண்ட காலத்திற்கு

முன்பல்ல. இளஞ்சிவப்பு நிறப் பூக்களைக் கொண்ட இந்தத் தாவரம் புற்றுநோய்க்கு எதிரானப் பண்புகளைக் கொண்டிருந்தது இவர்களின் ஆய்வுமூலம் தெரிய வந்துள்ளது; இந்தத் தாவரம் தற்போது வின்கிரிஸ்டின், வின்பிளாஸ்டின் என்னும் இரண்டு மருந்துகளைத் தயாரிக்க உதவு கிறது. இவற்றில் முதலாவது ஹாட்கின் நோயைக் குணப்படுத்த உதவுகிறது. இரண்டாவது, வெளிர்ப் புற்றுநோய் எனப்படும் குழந்தைப் பருவ லூக்கேமியாவினால் பாதிக்கப்பட்டவர்களுக்கு ஒரு வரப் பிரசாத மருந்தாகப் பயன்படுகிறது. இந்தத் தாவரத்தின் மருத்துவப் பண்புகளைக் கண்டுபிடிப்பதற்கு முன்பு வெளிர்ப் புற்றுநோயிலிருந்து மீளும் வாய்ப்பு வெறும் 10 விழுக்காடாக இருந்தது. அந்த நிலை தற்போது 95 விழுக்காடாக மாறியிருப்பது குறிப்பிடத்தக்கது.[5]

(இந்த இரண்டு மருந்துகளின் விற்பனை ஓர் ஆண்டிற்குப் பல நூறு மில்லியன் டாலர்களாக இருந்தாலும், வாய்ப்புக்கேடாக இந்தப் பணத்தில் எதுவும் உலகின் மிக ஏழ்மையான நாடுகளில் ஒன்றான மடகாஸ்கர் நாட்டு மக்களை அடையவில்லை என்பது குறிப்பிடத்தக்கது.[5] இந்தக் கருத்து இந்நூலில் மீண்டும் மீண்டும் வலியுறுத்தப்படும்)

உலகின் எந்தப் பகுதியாக இருந்தாலும் அந்தப் பகுதியின் காடுகள் அழிக்கப்படுவது விரும்பத்தகாத செயலாகும். ஆயினும் வெப்ப மண்டிலக் காடுகளை அழிப்பது என்பது மிகவும் தவிர்க்கப்பட வேண்டிய ஒன்றாகும். ஏனெனில், இக்காடுகளின் உயிரினவளம் மிகவும் செழுமை யானதாகும். பொதுவாக, காடுகள் எவ்வளவுக்கு எவ்வளவு புவி மையக் கோட்டிற்கு அருகில் உள்ளனவோ, அவ்வளவுக்கு அவ்வளவு அக்காடுகளின் மரங்கள் மட்டுமின்றி அவை தாங்கிப் பேணும் இதர உயிரினவளமும் அதிகமிருக்கும். எடுத்துக்காட்டாக, போர்னியோவின் இருபத்து ஐந்து சதுர ஏக்கர் காட்டுப்பரப்பில் 700க்கும் அதிகமான வெவ்வேறு மரச் சிற்றினங்கள் காணப்படுகின்றன. இது வட அமெரிக்காவின் அனைத்து மரச் சிற்றினங்களின் எண்ணிக்கைக்குச் சமமானதாகும்.[6]

இதுவரை நாம் கண்டறிந்துள்ள தாவரங்களும் இதர உயிரினங்களும் ஒரு தொடக்கமே; மழைக்காடுகளில் இருக்கக்கூடிய சிற்றினங்களில் ஒரு விழுக்காடு மட்டுமே இனங் கண்டறியப்பட்டு அவற்றின் நன்மை பயக்கும் பண்புகள் ஆய்வு செய்யப்பட்டுள்ளன என்று அறிவியல் அறிஞர்கள் கருதுகின்றனர்.[6]

இந்தப் பரிதாபமான இழப்பு தெரியவராமல் போயிருந்தால், இதுவரை கண்டுபிடிக்கப்படாத பயனுள்ள வேதிப்பொருட்களை உள்ளடக்கியுள்ள இந்த மதிப்புமிக்க கருவூலங்கள் 'முன்னேற்றம்', 'வளர்ச்சி' என்ற பெயரில் அழிக்கப்பட்டு வருவது உணரப்படாமலேயே

இருந்திருக்கும். நம்முடைய நோய்களைத் தீர்க்கும் வல்லமை கொண்ட (நாம் சுவாசிக்கும் காற்றைக் கொடுக்கின்ற, நம்முடைய நீர் ஆதாரங்களைச் சுத்தமாக்குகின்ற, நம்முடைய தட்பவெப்ப நிலையைக் கட்டுப்படுத்துகின்ற) இந்தக் காடுகளைக் காப்பாற்றுவதுதான் மேலும் அதிக புத்திசாலித்தனமான வளர்ச்சி உத்தி என்று எனக்குத் தோன்றுகிறது.

நான் சிறுமியாகக் காட்டில் தங்கி என்னுடைய நேரத்தைச் செலவிட்ட போது நான் கார்பன் செயலிழப்பு, நீர்ச்சுழற்சிகள் அல்லது தாவரங்களிலிருந்து பெறப்படும் மருந்துப் பொருட்கள் பற்றியெல்லாம் கேள்விப் பட்டதே இல்லை. மாறாக, நான் காடுகளை மிகவும் விரும்பியதற்குக் காரணம் அங்கு வாழ்ந்த பல விலங்குகள்தான். உலகிலுள்ள மூன்றில் இரண்டு பங்கு சிற்றினங்களின் வாழிடங்களாகக் காடுகள் திகழ்கின்றன[7] – கோலா கரடிகள், குரங்குகள், சிறுத்தைகள் முதற்கொண்டு வண்ணத்துப் பூச்சிகள், ஊர்ந்து செல்லும் உயிரிகள், கிளிகள் போன்றவற்றிற்கு. இவற்றின் வாழிடங்களை – குறிப்பாக வெப்ப மண்டல மழைக்காடுகள் போன்ற மிக அதிக உயிரினவளம் பெற்ற காடுகளை வெட்டுகிறார்கள். இது ஒவ்வொரு நாளும் நூற்றுக்கும் மேற்பட்ட சிற்றினங்களை அழிவை நோக்கித் தள்ளுகின்றது.[12] ஒரு நாளைக்கு நூறு சிற்றினங்களா? இதனைப் புரிந்துகொள்வதற்கு நீங்கள் இதுவரை உலகில் பார்த்த அனைத்து நாய்களையும் எடுத்துக்கொள்ளுங்கள்; இவை பத்துக்கும் குறைவான சிற்றினங்களுக்குள் அடங்கும் (பேரினம் *கேனிஸ்*)[9]. ஆனால், மனிதர்களில் ஒரே ஒரு சிற்றினம்தான் உள்ளது! ஒரு நாளைக்கு நூறு சிற்றினங்களை இழப்பது என்பது ஒரு பெரிய விஷயமாகும். இவ்வாறு இழக்கப்படும் சிற்றினங்கள் அதிசயமான மருந்துகளைக் கொடுக்கலாம் அல்லது உணவுச் சங்கிலியில் சில முக்கியமான, ஈடுகட்ட முடியாத பங்கை வகிக்கலாம். அவற்றை அழிப்பது என்பது நம்மிடம் ஜெயித்த எண் கொண்ட லாட்டரி சீட்டு இருக்கிறதா என்பதை அறிந்துகொள்ளாமலேயே அந்தச் சீட்டைத் தூக்கி எறிவது போன்றதாகும்.

வேறு ஏதோ சிற்றினம் (எடுத்துக்காட்டாக, *பெரிபிளனாட்டா ஃபுலிஜினோசா* என்ற புகைப்பழுப்பு கரப்பான் பூச்சி) இக்கோளைக் கட்டுப்படுத்துகிறது என்றும், அது தன்னுடைய பசியைத் தீர்த்துக் கொள்வதற்கு ஒரு நாளைக்கு நூறு சிற்றினங்களை அழித்துவிடுகிறது என்றும் ஒரு நிமிடம் நினைத்துக்கொள்ளுங்கள். இதைத் தவிர்க்க நாம் என்ன *செய்ய* வேண்டும்? இப்பூச்சிகளின் செயல் சரியானதல்ல என்று நாம் நினைக்கலாம். நாம் அவற்றை என்ன செய்ய நினைப்போம்? அவற்றிற்கு எதிரான ஒரு புரட்சிக்குத் தலைமை தாங்குவோமா? ஒரு நாளிலிருந்து அடுத்த நாளுக்குள் இதர தொண்ணூற்று ஒன்பது சிறிய

சிற்றினங்களோடு நாமும் அழிக்கப்படுவோம் என்பதைத் தவிர நமக்கு வேறு எந்த வாய்ப்பும் இல்லை.

மரங்கள் காட்டு உயிரிகளுக்கு மட்டும் இடமளிக்கவில்லை – உலகம் முழுவதும் ஏறத்தாழ 300 மில்லியன் மக்கள் காடுகளில் வாழ்கிறார்கள்; இவர்களில் 60 மில்லியன் பழங்குடி மக்கள் ஏறத்தாழ காடுகளையே முழுமையாகச் சார்ந்திருக்கின்றனர்.[10] ஏழ்மையின் புறக்கோடியிலுள்ள ஒரு பில்லியன் மக்களுக்கும் மேலானவர்களுக்குக் காடுகள்தான் வாழ்க்கையின் முக்கிய ஆதாரமாகத் திகழ்கின்றன.[11] உயிர்வாழத் தேவையான உணவு, தீவனம், நார், எரிபொருள் ஆகியவற்றைக் காடுகள் கொடுக்கின்றன. வளமான காடுகளிலிருந்து பழங்குடி மக்கள் அல்லது இதர காடுவாழ் சமுதாயங்கள் தம்முடையத் தேவைகளைப் பெற்றன. இவர்கள் உணவைச் சேகரித்தனர் அல்லது வேட்டை யாடினர்; கால்நடைகளுக்குத் தீவனம் கொடுத்தனர்; தம்முடைய வீடுகளைக் கட்டத் தேவையான பொருட்களைப் பெற்றனர்; வெப்பத் திற்கும் சமைப்பதற்கும் தேவையான விறகுகளைச் சேகரித்தனர்.

சியாட்டில் நகரில் நான் வளர்ந்து வந்தபோது, காடுகளோடு என்னுடைய முதல் தொடர்பு கேளிக்கையை அடிப்படையாகக் கொண்டமைந்தது. நான் காடுகளுக்குச் சென்று மலையேறுவேன்; தங்குவேன்; பறவைகளைக் கண்டுகளிப்பேன்; பனிச்சறுக்கு விளை யாடுவேன். காடுகளை இப்படித்தான் பயன்படுத்தினேனேயொழிய கட்டுமானப் பொருட்களைப் பெறுவதற்கல்ல. சாப்பிட ஏதாவது சிற்றுண்டி எனக்குத் தேவைப்பட்டபோது நான் குளிர்சாதனப் பெட்டியை நோக்கிச் சென்றேனேயொழிய, காட்டை நோக்கியல்ல. பிரச்சினைகளைப் படித்தறிந்த பின்புகூட, காடுகளுக்கும் உடனடி உயிர் வாழ்வுக்கும் இடையேயான தொடர்பு பற்றிய புரிதல் கல்வி சார்ந்ததாக இருந்ததே தவிர, நேரடி அனுபவம் சார்ந்ததாக இல்லை. நான் வெளிநாடுகளுக்குச் செல்லத் தொடங்கியது வரை, இதர நாடுகளில் காடுகள் நேரடியாக எப்படி உயிரைக் காப்பாற்றுவதற்கு உதவுகின்றன என்பதைப் பற்றி உணரவில்லை.

ஒரு காலத்தில் பசுமை நிறைந்திருந்த ஹைட்டியின் கிராமப் பகுதியில் பயணித்துக் கொண்டிருந்தபோது, காடுகள் அழிக்கப் பட்டதால் தம்முடைய வீடுகளை இழந்த குடும்பங்களை நான் சந்தித்தேன். மண்ணை நிலையாகப் பிடித்து வைத்திருந்த வேர்களும் ஒரு மழைக்குப் பின் நீர் ஓட்டங்களைக் கட்டுப்படுத்திக் கொண்டிருந்த மிக வலுவான வேர்களும் அழிக்கப்பட்ட பின்பு, மண் சரிவுகள் இவர் களுடைய வீடுகளை மூடிவிட்டன. எனவே, காடுகள் இல்லையெனில் வெள்ளக்கட்டுப்பாடும் இல்லை. இந்தியாவிற்குப் பயணித்தபோது பசுக்களுக்கு உணவாகக் கொடுக்கவும், கூரைகளை வேயவும், அல்லது

அரிசியைச் சமைக்கவும் தேவையான இலைகளையும் சுள்ளிகளையும் சேகரிக்க இந்தியப் பெண்கள் பல மைல்கள் தூரம் செல்வதை நான் கண்டேன். காடுகள் இல்லையென்றால் கால்நடைத் தீவனம் இல்லை; நார் இல்லை; எரிபொருள் இல்லை. வாழ்க்கைக்குக் காடுகள் மிக அவசியம். மேற்கூறிய அனைத்து வகைச் சேவைகளின் மதிப்புகள் காட்டில் வெட்டப்படும் மரக்கட்டையின் விலையை விட மிக மிக அதிகமாகும்.

உண்மையில், காடுகள் உண்டாக்கும் பொருட்களின், சேவை களின் பண மதிப்புகளைப் பொருளாதார வல்லுநர்கள் கணக்கிடத் தொடங்கியுள்ளனர். *2008*ஆம் ஆண்டு அக்டோபர் மாதத்தில் ஐரோப்பியக் கூட்டமைப்பு ஓர் ஆய்வை மேற்கொண்டது. இதன்படி ஒவ்வொரு ஆண்டும் காடழிப்பு மூலம் நாம் இழக்கும் காட்டுச் சேவைகளின் டாலர் மதிப்பு கணக்கிடப்பட்டது. *தி எகனாமிக்ஸ் ஆஃப் ஈக்கோசிஸ்டம்ஸ் அண்ட் பயோடைவர்சிடியில்* வெளியிடப்பட்ட இந்த ஆய்வறிக்கை எச்சரிப்பது என்னவென்றால், காடு இழப்பினால் உலகப் பொருளாதாரத்திற்கு ஏற்படும் அடக்கவிலை அந்தக் காலகட்டம் வரை வுங்கிச் சிக்கலில் ஏற்பட்ட பொருளாதார இழப்பைவிட மிக மிக அதிகமாக இருந்தது என்பதுதான்; இந்த வங்கிச் சிக்கல் அந்த ஆண்டு அதிக அளவு ஊடகங்களின் கவனத்தை ஈர்த்தது; அரசின் உடனடி நடவடிக்கைகளைத் தூண்டியது. மேலும், இந்த அறிக்கை சுட்டிக் காட்டியது என்னவெனில், காடு அழிப்பால் ஏற்படும் இழப்புகள் ஒரு-நேர படுதோல்வியல்ல; ஒவ்வொரு ஆண்டும் தொடரும் செயல் களாகும்.[12] காடுகள் செய்யும் பல சேவைகளை மதிப்பிடுவதன் மூலமும், இத்தகைய இழப்புகளுக்கு மனிதர்கள் தம்மைத் தயார்படுத்திக் கொள்ளவும், இந்தச் சேவைகளைத் தாம் பெறுவதற்கு எவ்வளவு அடக்க விலை கொடுக்க வேண்டும் என்பதைக் கணக்கிடுவதன் மூலமும் இந்த ஆய்வு காடு இழப்பின் அடக்க விலையை 2 டிரில்லியன் டாலருக்கும் 5 டிரில்லியன் டாலருக்கும் இடைப்பட்டதாக நிர்ணயம் செய்தது; இது ஒவ்வொரு ஆண்டு உலக மொத்த உள்நாட்டு உற்பத்திப் பொருட் களில் (ஜிடிபீ) ஏறத்தாழ 7 விழுக்காடு ஆகும்.[13] தற்போது காடழிப்பு பொருளாதார, சூழல் அடிப்படைகளில் மீட்பு நடவடிக்கைகளுக்கு உட்படுத்தப்பட வேண்டும். அதற்குரிய தகுதியை அது பெறவில்லை யெனில், வேறு எதுதான் அந்தத் தகுதியைப் பெற்றுள்ளது என்பது எனக்குத் தெரியவில்லை.

இத்தகைய சிக்கல்கள் இருந்தாலும், காடுகள் நம்முடைய வீடுகளுக்கான கட்டடப் பொருட்களைக் கொடுத் தாலும், உயிர்காக்கும் மருந்துகளைக் கொடுத்தாலும், நீரை வடிகட்டி நாம் சுவாசிக்கும்

காற்றை உருவாக்கினாலும், நாம் தொடர்ந்து அதிவேகத்தில் மரங்களை வெட்டிச் சாய்க்கிறோம். உலக அளவில் ஒவ்வொரு ஆண்டும் நாம் 7 மில்லியன் அல்லது ஒரு நாளுக்கு 20,000 ஹெக்டேருக்கும் – ஏறத்தாழ 50,000 ஏக்கர்கள் – மேலான அளவு காடுகளை இழந்து வருகிறோம்.[14] இது ஒரு நாளுக்கு பாரிஸ் நகரின் இரண்டு மடங்கு பரப்பை இழப்ப தற்குச் சமமாகும்; அல்லது ஒவ்வொரு நிமிடத்திற்கும் ஏறத்தாழ முப்பத்து மூன்று கால்பந்தாட்டக் களங்களுக்கு ஈடானதாகும்.[15] 'ரெய்ன் ஃபாரஸ்ட் நெட்வொர்க்' என்ற அமைப்பின் கூற்றுப்படி ஐம்பது ஆயிரம் மர இனங்கள் ஒவ்வொரு ஆண்டும் மறைந்து வருகின்றன.[16]

காடு இழப்பு தகைவேகங்கள் குறிப்பாக ஆப்பிரிக்கா, லத்தீன் அமெரிக்கா, கரிபியன், ஆசியாவின் பெரும்பகுதி போன்றவற்றில் மிக அதிகமாகும். நமக்குக் கிடைத்துள்ள அறிக்கைகளின்படி இதற்கான விதிவிலக்குகள் சைனாவும், இந்தியாவும்தான்; இந்த இடங்களில் காட்டுபயிர்மரத் தோட்டங்களில் போட்டுள்ள முதலீடு இயற்கையான காடுகளில் நடந்து கொண்டிருக்கும் இழப்புத் தகை வேகத்தை மறைத்து விடும் அளவிற்கு விவரங்களைத் திசைதிருப்பிவிடுகிறது.[15] எனினும், தொழில்சார் மரப்பயிர்த் தோட்டங்கள் உண்மையான காடுகளிலிருந்து மிகவும் வேறுபட்டவையாகும். மரத்தோட்டங்களின் இலக்கு மரக் கட்டைப் பொருட்களை உண்டாக்குவதுதான்; இயற்கைக் காடுகள் கொடுக்கும் வேறு பல சேவைகள், மூலப்பொருட்கள், வாழிடம் போன்றவை மரத்தோட்டங்களின் இலக்குகள் அல்ல. தம்முடைய குறிப்பிட்ட இலக்கு நோக்கி இவை பொதுவாக மிகத் தீவிரமான மேலாண்மைக்கு உட்படுத்தப்படுகின்றன; மரங்கள் சமமான இடை வெளிகள் விட்டு வளர்க்கப்படுகின்றன; வெளிநாட்டில் இருந்து இறக்குமதி செய்யப்பட்ட, மிக அதிக மர மகசூல் கொடுக்கக்கூடிய, மரச் சிற்றினங்களின் தூய வளர்ப்பு *(மோனோகல்ச்சர்)* களங்களாக இவை திகழ்கின்றன. இத்தகைய மரப்பயிர்த் தோட்டங்கள் உயிரினவளம், நோய் எதிர்ப்பு சக்தி, மனிதர்களும் விலங்குகளும் உயிர்வாழச் சார்ந் திருக்கும் வேறு பல (மரக்கட்டைகளைத் தவிர்த்த), காட்டுப் பொருட் களைத் தருதல் போன்ற உண்மையான காட்டுப் பண்புகளை நிச்சய மாகக் காட்டுவதில்லை. மரப்பயிர்த் தோட்டங்கள், அவற்றிற்கு முன்னால் அந்த இடங்களை ஆக்கிரமித்த, இயற்கைக் காட்டின் உயிரினங்களில் 10 விழுக்காடு சிற்றினங்களைத்தான் பொதுவாகப் பெற்றுள்ளன;[17] அதிகப்படியாக, இவற்றைப் 'பசுமைப் பாலைவனங்கள்' என்றுதான் விவரிக்க முடியும். இவை மிகக் குறைந்த அளவு வேலை வாய்ப்பு களைத்தான் உருவாக்குகின்றன; உயிரிக்கொல்லிகளின் பயன் பாட்டை அதிகரிக்கின்றன; வட்டார நீர்ச்சுழற்சிகளை மறைமுகமாகப் பாதிக்கின்றன.[18]

எனவே அறிவியல் அறிஞர்களும், தட்ப வெப்பநிலை வல்லுநர்களும், பொருளாதார நிபுணர்களும் – அனைத்து விலங்குகளும் மனிதர்களும் கூட – மரப்பயிர்த் தோட்டமற்ற, உண்மையான காடுகள்தான் நமக்குத் தேவை என்ற கருத்தில் ஒருமித்துள்ளனர். எனினும், நாம் தொடர்ந்து காடுகளை வெட்டி அழிக்கிறோம்; இந்த அழிப்பு வெப்ப மண்டலப் பகுதிகளின் உயிரினவள செழிப்புப் பகுதிகளில் மட்டு மல்லாது நம்முடைய வீடுகள் அமைந்துள்ள பசிபிக் வடமேற்குப் பகுதி யின் குளிர் மண்டலக் காடுகளிலும் நடைபெறுகிறது.

இதனை முதன்முதலில் நேரடியாகக் காணும் வாய்ப்பு 1980ஆம் ஆண்டு கோடைக்காலத்தில் எனக்குக் கிட்டியது; அப்பொழுதுதான் நான் காட்டுக்கு வெளியே செலவிடும் நேரத்தைவிட காடுகளிலேயே அதிக நேரத்தைச் செலவிட்டேன். என்னுடைய பத்தாம் வகுப்பிற்குப் பின் வந்த கோடைக்காலத்தில் நான் யூத் கன்சர்வேஷன் கார்ப்ஸுடன் (ஒய்சிசி) வேலை செய்ய ஒப்பந்தம் செய்துகொண்டேன். ஒய்சிசி என்பது ஒரு கூட்டாட்சித் திட்டமாகும்; ஏறக்குறைய பத்து ஆண்டு களுக்கு முன்பு தீட்டப்பட்ட இந்தத் திட்டத்தின்மூலம் சிறுவர் சிறுமியர் நகர வாழ்க்கையிலிருந்தும், சில சமயம் வீதிகளிலிருந்தும் சேவைகள் செய்யவும் கற்கவும் கோடைக் காலத்தில் காடுகளுக்கு வரவழைக்கப்படுகின்றனர். இந்தத் திட்டத்தில் நாங்கள் காடுகளில் கடுமையாக உழைத்தோம்; இயற்கை ஒருங்குகள் (அமைப்புகள்) பற்றி அறிந்தோம்; ஓரளவு ஊதியத்தையும் பெற்றோம். இதுதான் என்னுடைய சக ஊழியரான ஃபான் ஜோன்ஸ் ‘கிரீன் காலர் பணிகள்’ என்று பின்னால் குறிப்பிட்ட பணியில் என்னுடைய முதல் அனுபவமாகும்.

என்னுடைய ஒய்சிசி செயற்களம் வாஷிங்டன் மாநிலத்திலுள்ள வடக்கு காஸ்கேட்ஸ் உயிரின சரணாலயம் ஆகும். இது மிகுந்த இயற்கையெழில் கொண்ட பகுதி; பனிமலைச் சிகரங்கள், சூரிய ஒளியில் மின்னிச் சிதறிக் கிடக்கும் படிக நீல நிற ஏரிகள், கீழ்நிலக் காடுகள், பாசிகள் நிறைந்த அடர்ப்பச்சை நிற நீரில் திளைத்த குளிர்மண்டில மழைக் காடுகள், உலர் பாண்டரோசா பைன் ஆகிய சூழல் தொகுதிகள் இந்தப் பகுதியில் நிறைந்துள்ளன.

எனக்கு இருபது ஆண்டுகளுக்கு முன்பு இந்த இடத்தில் தன்னுடைய கோடைக்காலத்தைக் கழித்த ஜேக் கிரௌயாக் இந்தப் பகுதியைப் பற்றிப் பின்வருமாறு தன்னுடைய *த தர்மா பம்ஸ்* என்ற நூலில் குறிப்பிடுகிறார்: ‘இது நதிகள் நிறைந்த ஒரு அற்புதப் பிரதேசம்; பொன்னான, முடிவிலா வெறுமைப்பகுதி; பாசிகள், மரப்பட்டைகள், குச்சிகள், மண் ஆகியவற்றின் மணங்களைக் கொண்ட பகுதி; என்னுடைய கண்களுக்கெதிரில் பூடகமான, ஊளையிடுகின்ற, ஆனால் அதே சமயத்தில் களங்கமற்று, நிலைத்துக் காணப்படும் பல்வேறு

வகைக் காட்சிப்பொருட்கள்; மலைகளில் மயிர்கள் போன்று செருகப் பட்ட மரங்கள்; நடனமாடும் சூரிய ஒளி... வில்லைப் போன்று வளைந்த பைன் மரங்கள் நீரில் கழுவப்பட்டு திருப்தியடைந்தவை போன்று காட்சி அளிக்கின்றன. மலையுச்சியிலிருந்த மரங்கள் சாம்பல் நிறப்பனியில் திளைப்பதில் திருப்தியடைந்தன. வடமேற்குக் காற்றில் மிகவும் விரைவாக நடனமாடும் பளபளக்கும் இலைகள் மகிழ்ச்சியில் திளைத்தன. தொடுவானத்தில் முட்டும் மேல்மட்ட பனிமூட்டங்கள் தடமறியாமலும், தாலாட்டப்பட்டும், சுறுசுறுப்பாகவும் தோன்றின. அனைத்துமே தொடர்ந்து நெகிழ்வாகவும், துலங்கும் தன்மை கொண்டதாகவும் இருந்தன; இவையனைத்துமே எங்கும் நிறைந்து, நிஜத்தைத் தாண்டி, நீலநிற வெற்றிட வெளியைத் தாண்டி இருப்பது போன்று காணப்பட்டன.'[19]

இத்தகைய ஆச்சரியமான இயற்கை எழிலுக்கிடையே என்னுடைய புதிய ஒய்சிசி நண்பர்களும் நானும் மலையேறும் பாதைகளில் கிடக்கும் விழுந்த மர உறுப்புகளை நீக்கியும், ஏற்கனவே அங்கு தங்கியிருந்தவர் களால் கவனக்குறைவால் விட்டுச் செல்லப்பட்ட முகாம் நெருப்புக் கனல்களைப் புதைத்தும், வட்டார சால்மன்மீன் வளர்ப்பில் கவனம் செலுத்தியும், கல்லூரி மாணவர்களிடமிருந்து காடு சூழல் தொகுதி பற்றி அறிந்தும் (இவர்களின் இந்தப் பொருள் பற்றிய நிபுணத்துவம் என்னை மிகவும் வியப்படைய வைத்தது) எங்களுடைய நாட்களைக் கழித்தோம். இந்த ஒய்சிசி திட்டம், என்னைப் பொறுத்தவரையிலாவது, நன்கு நடைபெற்றது. நான் அந்தக் கோடையில் விரும்பி காட்டிற்குள் நுழைந்தேன்; ஏனெனில் புனிதத்தன்மை கொண்டதாகக் காட்சி யளிக்கும் ஒன்றின் பிடியில் நான் பத்திரமாகவும், நிலையாகவும், எளிமை யாகவும் உணர்ந்தேன். நம்முடைய ஆறுகள், மீன்கள், நாமறிந்த கோள் போன்றவை காடுகளை நம்பியுள்ளன என்பதை அந்தக் கோடையின் முடிவில் உணர்ந்தேன். அவற்றைப் பாதுகாக்க வேண்டும் என்ற வலுவான உறுதியுடன்தான் நான் அங்கிருந்து கிளம்பினேன்.

அந்தக் கோடையில் தான் முதல் மொட்டை அடித்தலை நான் மிகவும் நெருக்கமாகக் கண்டேன். ஒரு பகுதியிலிருந்து அதன் அனைத்து மரங்களையும் நீக்கும் வீரிய மரம் வெட்டல் மொட்டையடித்தல் என்ற சொற்றொடரால் சுட்டப்படுகிறது: இது அனைத்து வேர்கள், அனைத்து இயல்புப் பூக்கள், அனைத்து உயிரிகள் ஆகியவற்றின் நீக்கத்தைச் சுட்டு கிறது. ஒரு சிறைச்சாலைக் கைதியின் தலை முழுக்க மொட்டையடிக்கப் பட்டது போன்று காட்டின் தரை தாவரங்களற்று மாற்றப்பட்டது. எனவே, ஆங்காங்கே சிதறிக் காணப்படும் அடி மரக்கட்டைகளும் உலரும் பழுப்பு நிறத் தூவிகளும்தான் எஞ்சி நின்றன. பாக்தாத்தில் காணப்படுவது போன்ற நாசமடைந்த குண்டு துளைத்த பகுதிகளோடு

இந்த மொட்டையடிக்கப்பட்ட காட்டுப் பகுதிகள் பிறரால் ஒப்பிடப் படுவதை நான் கேட்டிருக்கிறேன். இது மிகத் துல்லியமான, சரியான ஒரு விவரிப்பாகும். இதற்கு முன்பு நான் இத்தகைய களங்களை விமானத்தின் ஜன்னல்களிலிருந்தோ, காரை ஓட்டிக்கொண்டு மிக வேகமாகக் கடந்து செல்லும் போதோதான் கண்டுள்ளேன். ஆனால், அந்தக் கோடையில், இத்தகைய மொட்டையடிக்கப்பட்ட மலைப்பகுதி களில் ஏறும்போது அவை எந்த அளவுக்குக் கன்னிக் காடுகளிலிருந்து வேறுபட்டவை என்று உணர்ந்தேன். இந்தப் பகுதிகளுக்கு அடியில் ஓடிக் கொண்டிருக்கும் ஓடை நீரின் மாதிரிகளைச் *(சாம்பிள்ஸ்)* சேகரித்து வெப்பநிலை, ஆக்சிஜன், நீர்வாழ் உயிரிகளில் ஏற்படும் மாற்றங்கள் போன்றவற்றை நானும் எனது சகப் பயிற்சியாளர்களும் ஆய்வு செய்தோம். மொட்டையடிக்கப்பட்ட பகுதிகளின் எல்லைகளிலிருந்து நீரின் மோசமான மாற்றங்கள் அதிக தூரத்திற்குப் பரவியுள்ளதைக் கண்டு மிகவும் அதிர்ந்து போனேன்.

தம்முடைய இலைகள், மையத் தண்டுகள், வேர்கள் போன்றவற்றில் நீரை உள்ளடக்கி ஓடைகளிலும் ஆறுகளிலும் நீரின் ஓட்டத்தைக் கட்டுப்படுத்தும், மிகவும் பூதாகரமான நீர் உறிஞ்சும் பஞ்சு போலச் செயல்படும் காடுகளைப் போலல்லாமல், மொட்டையடிக்கப்பட்ட பகுதிகள் மண் சரிவைத் தடுப்பதில்லை; நீரை உறிஞ்சுவதில்லை. அடை மழைக் காலங்களில் மொட்டையடிக்கப்பட்ட மலைகளிலிருந்து எளிதில் நீர் வழிந்து ஓடிவிடுகிறது; இதனால் மண் சரிவுகள், வெள்ளப்பெருக்கு, அரிப்பு போன்றவை ஏற்படுகின்றன. சேறு போன்ற மண் நிலச்சரிவுகள் கீழ்நோக்கி வருவதால் நீர்வழிகள் அடைக்கப்படுகின்றன; மனித சமூகங்கள் இவற்றால் மூழ்கடிக்கப்படுகின்றன. மலையடிப் பகுதியில் நீரும் மண்ணும் மனிதச் சொத்துக்களை அழிக்கின்றன; சில நேரங்களில், மக்களைக் காயப்படுத்துகின்றன அல்லது கொன்றுவிடுகின்றன. அரசின் பல மில்லியன் டாலர்கள் பணம் இந்தச் சிதைவைச் சரிசெய்யத் தேவைப்படுகிறது. வேறு சில இடங்களில், இதனால் ஏற்படும் செலவை அப்பகுதி மக்களே ஏற்றுக்கொள்ள வேண்டியுள்ளது; சில சமயங்களில் தாங்கள் பெற்றிருந்த அனைத்தையும் இழந்த நிலையில். இவற்றைத் தவிர, இந்தச் சிதைவுக் காடுகளைச் சார்ந்துள்ள மிக மென்மையான வாழ்க்கை வலையையும் பாதிக்கின்றது; மரங்களின் வேர்களில் வாழும் பூஞ்சைகள் சிறிய பாலூட்டிகளுக்கு உணவளிக்கின்றன; இந்தப் பாலூட்டிகள் ஆந்தைகளுக்கும் கழுகுகளுக்கும் உணவாகின்றன. இந்த உணவுச் சங்கிலி முழுவதும் அறுபடுகிறது.

என்னைப் பொறுத்தவரை, வடக்கு காஸ்கேடில் நான் கழித்த அந்தக் கோடைக்காலம் ஜான் மூயிர் என்ற தொடக்கக் கால இயற்கைப் பாதுகாவலர் ஒருமுறை பின்வருமாறு கூறியதற்கான ஒரு புதிய

பொருளை எனக்கு உணர்த்தியது: 'நாம் ஏதாவது ஒன்றை மட்டும் தனியாகப் பொறுக்கி எடுக்க முயலும்போதுதான், அது பிரபஞ்சத்திலுள்ள மற்ற எல்லாவற்றுடனும் பிணைக்கப்பட்டிருப்பதை அறிகிறோம்.'[20] இந்தக் கூற்றை நான் முன்னமே கேட்டிருந்தாலும் அது உருவகத் தொடர்புகளைச் *(மெட்டாஃபாரிகல் கனெக்ஷன்ஸ்)* சுட்டுகிறது என்று எண்ணினேன். உண்மையில், அவர் இதை நேரடியாகத்தான் சுட்டியிருக்கிறார் – மொத்த கோளும் உண்மையிலேயே இணைக்கப் பட்டுள்ளது. காடுகள் ஆறுகளுடனும், ஆறுகள் கடல்களுடனும், கடல்கள் நகரங்களுடனும், நகரங்கள் நமது உணவுடனும், உணவு நம்முடனும் இணைக்கப்பட்டுள்ளன.

மொட்டையடித்தல் நமக்கு நினைவூட்டுவது பாரம்பரிய மக்கள் கதாநாயகனான விறகு வெட்டியின் உருவ வடிவத்தைதான்: புன்னகை புரிந்து கொண்டிருக்கும், தாடி வைத்த, நீலநிற ஜீன்ஸ் கால் ஆடைகளையும், ஒரு மடித்த கம்பளிச் சட்டையையும் அணிந்து, ஒரு கோடரியை ஏந்திக் கொண்டிருக்கும் ஒரு மனிதனைத்தான். அவனுடைய படம் வட்டார உணவு விடுதிகளையும் மேப்பிள் சாறு பாட்டில்களையும் அலங்கரிக்கின்றது. மரம் வெட்டுதல் முன்பெல்லாம் அவ்வாறாக இருந்திருந்தாலும், அது இப்பொழுது உண்மையில் அவ்வாறில்லை. கோடரி ஏந்திய, கம்பளி ஆடை அணிந்த அனைத்து ஆட்களும் தற்போது பெரிய விசை வெட்டு எந்திரங்களைக் கொண்டவர்களால் ஏறத்தாழ மாற்றீடு செய்யப்பட்டு விட்டார்கள்: பூதாகரமான புல்டோசர்கள், கிரேன்கள், மிகப்பெரிய லாரி வண்டிகளில் பெரிய மர உருளைகளைத் தம்முடைய பெரிய உலோகக் கிடுக்கிகள் மூலம் அடுக்கும் பூதாகரமான எந்திரங்கள் போன்றவற்றால். மேலும், பல மனித வேலையாட்களின் இடத்தை எந்திரங்கள் எடுத்துக்கொண்டு விட்டாலும் எஞ்சியிருக்கும் வேலையாட்கள் எதிர்கொள்ளும் அபாயங்களை எந்திரங்கள் நீக்கவில்லை. வெட்டிச் சாய்க்கப்படும் மரங்கள், மிகப்பெரிய எந்திரங்கள், மேடுபள்ளமான நிலப்பகுதி, தட்ப வெப்ப நிலை போன்ற அனைத்தும் பன்னாட்டுத் தொழிலாளர் அமைப்பால் *(இண்டர்நேஷனல் லேபர் ஆர்கனைசேஷன்)* பல நாடுகளில் காணப்படும் மிக அபாயகரமான வாழ்க்கைப் பணிகளில் ஒன்றாக மரம் வெட்டுதலை அடையாளமிடுவதற்கு உதவியுள்ளன.[21]

இவையெல்லாம் எதற்கு? நாம் ஏன் நம்முடைய கோளின் நலத்தைப் பலவீனப்படுத்துகிறோம்; மதிப்புமிக்கதாகக் கருதப்படும் மருந்துகளை அழிக்கிறோம்; தாவரங்களையும் விலங்குகளையும் அழிவை நோக்கித் தள்ளுகிறோம்; மிகவும் தேவைப்படும் கார்பன் சேமிப்புக் கலத்தை

நீக்குகிறோம்; மரம் வெட்டுபவர்களை ஊறு செய்கிறோம் என்பன வற்றிற்குத் தகுந்த, நல்ல காரணங்கள் இருக்க வேண்டும். சரிதானே?

காடுகள் அதிக எண்ணிக்கையில் வெட்டப்பட்டுக் கால்நடைப் பண்ணைகளாகவும், சோயாபீன் வயல்களாகவும், இதர விவசாய விளைபொருட்கள் உண்டாக்கும் பகுதிகளாகவும் மாறிவிட்டன. வாய்ப்புக்கேடாக, தொல் படிம எரிபொருட்களுக்கான மாற்றாக உயிரி எரிபொருட்கள் என்று அழைக்கப்படும் பொருட்களைப் பயன் படுத்தும் குறைநோக்கு முயற்சிதான் தற்போது உலகம் முழுவதும் காடுகளை அழிக்கும் உந்து செயலாகத் திகழ்கிறது; இதற்காகக் காடுகள் அழிக்கப்பட்டு பனைவகை மரங்களும் இதர எண்ணெய்ப் பயிர்களும் வளர்க்கப்படுகின்றன. 'இந்தோனேஷியா, மலேசியா, பிரேசில் போன்ற நாடுகளில் உயிரி எரிபொருட்கள்தான் மிகவும் விரைவான காடழிப்புக் காரணிகளாகத் திகழ்கின்றன. நாங்கள் இதனைக் 'காடழிப்பு டீசல்' என்றழைக்கிறோம்'[22] என்று குளோபல் ஃபாரஸ்ட் கோயலிஷன் என்ற பன்னாட்டுச் சூழலியல் நிறுவனத்தில் பணிபுரியும் சைமன் லோவேரா கூறுகிறார்.

ஒழுங்கீனமான பரப்புகளை உருவாக்கவும் வளர்ச்சி என்று அழைக்கப்படும் செயலுக்காகவும் காடுகள் அழிக்கப்படுகின்றன. காடழிப்பு மூலம் பெறப்பட்ட மரங்கள் மர உருளைகளாக மாற்று வதற்காக எடுத்துச் செல்லப்பட்டு, பின்பு அவை வீடுகள் கட்டவும், அறைக்கலன்கள் செய்யவும் பயன்படுத்தப்படுகின்றன. உலகின் பல பகுதிகளில் மில்லியன்கள் எண்ணிக்கைகளில் மக்கள் சமைப்பதற்கும் வெப்பமுண்டாக்குவதற்கும் மரக்கட்டைகளைப் பயன்படுத்து கிறார்கள். எரிபொருட்களைத் தவிர, மரங்களிலிருந்து பெறப்படும் முக்கியமான பொருள் காகிதம்தான். பார்ப்பதற்கு எளிமையாகக் காட்சியளிக்கும் காகிதம், காடழிப்பினால் பெறப்படும், எரிபொருள் - தவிர்த்த பொருளாகும். இது செய்தித்தாள்கள், இதழ்கள், சுவரொட் டிகள், புத்தகங்கள், பட்டிகள் *(கேட்லாக்ஸ்)* போன்றவற்றை மட்டும் உருவாக்குவதில்லை. காகிதங்களிலிருந்து ஐம்பதாயிரம் இதர வகைப் பொருட்கள் தயாரிக்கப்படுகின்றன.[23] இவற்றில் பணத்தாள், அட்டை விளையாட்டுப் பொருட்கள், நுண்ணலைப் பொட்டலங்கள் *(மைக்ரோவேவ் பேக்கேஜிங்ஸ்)*, அலங்காரக் காலணிகளின் அடிப்பகுதி நுழைப்புப் பொருட்களும் அடங்கும்.

அமெரிக்காவில் நாம் ஓராண்டுக்கு **80** மில்லியன் டன்கள் காகிதங் களைப் பயன்படுத்துகிறோம்.[24] நம்முடைய புத்தகங்களுக்கு மட்டும் **2008**ஆம் ஆண்டறிக்கை ஒன்றின் படி, **2006**ஆம் ஆண்டு அமெரிக்காவில் நுகரப்பட்ட காகிதத்தின் அளவு **1.6** மில்லியன் மெட்ரிக் டன்களாகும். அதாவது ஏறத்தாழ **30** மில்லியன் மரங்களாகும்.[25] ஒரு டன் நகலெடுப்பு

அல்லது அலுவலகக் காகிதத்திற்கு 2 முதல் 3 டன்கள் எடையுள்ள மரங்கள் எங்கோ, ஏதோவொரு காட்டில் வெட்டப்படுகின்றன.[26] இதற்கு எந்த முடிவும் இதுவரை காணப்படவில்லை. உலக அளவில் கடந்த ஐம்பது ஆண்டுகளில் காகித நுகர்வு ஆறு மடங்கு அதிகமாகியுள்ளது;[27] இது மேலும் அதிகமாகலாம் என்று சுட்டிக்காட்டப்பட்டுள்ளது; இதில் அமெரிக்கா மற்ற நாடுகளை முந்திக்கொண்டு நிற்கிறது. அமெரிக்காவில் ஒரு சாதாரண அலுவலகப் பணியாளர் தற்போது ஒரு ஆண்டுக்கு பத்தாயிரம் காகிதங்களுக்கும் அதிகமாகப் பயன்படுத்துகிறார்;[28] அமெரிக்கர்களான நாம் அனைவரும் ஒன்று சேர்ந்து ஒரு ஆண்டுக்குப் பயன்படுத்தும் காகிதத்தைக் கொண்டு நியூயார்க்கிலிருந்து டோக்கியோ வரை ஒரு பத்தடி உயரச் சுவரை எழுப்பிவிடலாம்.[29]

புதிய காகிதத்தை மீள்சுழற்சி மூலமாகவோ, முறைப்படுத்தப்பட்ட வகையில் மேலாண்மை செய்யப்பட்ட மூலங்களிலிருந்தோ உற்பத்தி செய்வதற்கான வளர்ந்து வரும் ஓர் இயக்கம் தோன்றியிருந்தாலும், உலகின் பெருமளவு காகிதம், அதாவது ஏறத்தாழ 71 விழுக்காடு, தொடர்ந்து காடுகளிலிருந்துதான் பெறப்படுகின்றது; மரத்தோட்டங் களிலிருந்தோ, மீள்சுழற்சிக் குப்பைத் தொட்டியிலிருந்தோ அல்ல.[30]

தற்போதைய காடழிப்பு அளவுகள் நம்மை அச்சுறுத்து கின்றன என்றாலும், இந்த நிலைமையை மாற்றுவதற் கான வாய்ப்புகளும் உள்ளன. கடந்த ஒரு சந்ததியில் காகித மறுசுழற்சி இரண்டு வகைகளில் அதிகமாகியுள்ளது; கழிவு செய்யப்பட்ட காகிதம் மீள்சுழற்சிக்காக அதிக அளவு மீட்கப்படுகின்றது; அதிக வணிக நிறுவனங்கள் மீள்சுழற்சி செய்யப்பட்ட காகிதத்தைப் பயன்படுத்து கின்றன. மரங்களிலிருந்து பெறுவதைத் தவிர்த்து கழிவுக் காகிதத்திலிருந்து காகிதத்தை உற்பத்தி செய்யும் சுழற்சி வளையத்தில் இருந்து வந்த இடைவெளியை ஏறத்தாழ மூடிவிடும் நிலையை எட்டிவிட்டோம். என்வைரென்மெண்டல் பேப்பர் நெட்வொர்க் (இபீஎன்) என்ற அமைப்பு நுகர்ந்தபின் மறுசுழற்சியின் மூலம் பெறப்பட்ட காகிதம், விவசாயக் கழிவு, மாற்று நார்கள் போன்ற வற்றிலிருந்து பெறும் காகிதம், காடுகளிலிருந்து பெறப்படாமல் முறைப் படுத்தப்பட்ட மரத்தோட்டங்களிலிருந்து பெறப்படும் சான்றிதழ் வழங்கப்பட்ட காகிதம் போன்றவற்றை ஊக்குவிக்க சந்தை-சார் உத்திகளைப் பயன்படுத்தும் டஜன் கணக்கிலான தொகுதிகளின் கூட்டமைப்பாகும். இந்த அமைப்பின் உறுப்பினர்கள் பெருவணிக நிறுவனத் தலைமை நிர்வாக அதிகாரிகளுடன் பேச்சுவார்த்தை நடத்து கிறார்கள்; கடைகள் மற்றும் தொழிற்சாலைகள் நடத்தும் வணிக விழாக்களில் மரவழி பெறப்படும் புதிய காகிதத்திற்குத் தம்முடைய

எதிர்ப்பைக் காட்டுகிறார்கள்; இந்தச் செயல்களில் பன்னாட்டு அளவில் செயல்பட்டு வருகிறார்கள்.[31] ஃபாரஸ்ட் எதிக்ஸ் என்று அழைக்கப் படும் ஓர் இபீஎன் உறுப்பினர் அமைப்பு முறைப்படுத்தப்பட்ட வகையில் பெறப்பட்ட மரக்கட்டைகளையும் மறுசுழற்சிக் காகிதங் களையும் பயன்படுத்துமாறு ஆபீஸ் டெப்போ, ஸ்டேப்பிள்ஸ், ஹோம் டெப்போ போன்ற மிகப்பெரிய நிறுவனங்களைத் தூண்டும் முயற்சியில் வெற்றிபெற்றுள்ளது. இந்த அமைப்பு அதிக அளவு பட்டி தயாரிப்பாளர்களையும், குறிப்பாக விக்டோரியா சீக்ரெட் நிறுவனத்தை அணுகி அவர்களுடைய பட்டிகளில் மறுசுழற்சிக் காகிதங்களைப் பயன்படுத்துமாறு வலியுறுத்தி உள்ளது. தற்போது இந்த அமைப்பு நாட்டளவில் உள்ள தொலைப்பேசி தவிர்ப்புப் பதிவகம் (Do Not Call Registry) போன்று அஞ்சல் தவிர்ப்புப் பதிவகம் (Do Not Mail Registry) ஒன்றை நிறுவ முயன்று வருகின்றது; இதன் மூலம் நமது வீடுகளுக்குத் தொடர்ந்து வருகின்ற 'குப்பைத் தபால்களை' நிறுத்த முயன்று வருகிறது. ஃபாரஸ்ட் எதிக்ஸ் என்ற நிறுவனத்தின்படி அமெரிக்க வீடுகளுக்கு ஓராண்டுக்கு 100 பில்லியன் 'குப்பைத் தபால்களுக்கு' மேல் வருகின்றன. இவற்றில் ஏறத்தாழ பாதி (44 விழுக்காடு) திறக்கப்படாமலேயே/பிரிக்கப்படாமலேயே தூக்கி எறியப்படுகின்றன. இவற்றைத் தயாரிக்க 100 மில்லியன் மரங்களை வெட்ட வேண்டி யுள்ளது; இது மொத்த ராக்கி மவுண்டன் நேஷனல் பார்க்கை ஒவ்வொரு நான்கு மாதத்திற்கும் மொட்டையடிப்பதற்கு இணையாகும்.

நாம் அதிக அளவு காகிதத்தைப் பயன்படுத்துவது மட்டுமின்றி அதிக அளவு காகித்தை வீணடிக்கிறோம்; அமெரிக்க நகராட்சிக் குப்பையில் ஏறத்தாழ 40 விழுக்காடு காகிதம்தான். அதிக அளவு நச்சு வேதிப் பொருட்களுக்கு உட்படுத்தப்படாமல் இருந்தால் இவையனைத்துமே மறுசுழற்சி செய்யக்கூடியவை அல்லது உரமாகக்கூடியவை. அவற்றைக் குப்பைக் கூளமாக்குவதைவிட மறுசுழற்சி செய்தால், நம்முடைய அடுத்த ரீம் காகிதத்துக்காக அதிக காடுகளை வெட்ட வேண்டிய அழுத்தத்தைக் குறைக்கலாம் (இதனால் நம்முடைய குப்பையின் அளவையும் 40 விழுக்காடு குறைக்கலாம்). ஆனால், காகித மறுசுழற்சி யைவிட குப்பைத் தபால்கள், பட்டிகள் போன்றவற்றில் காகிதத்தின் பயன்பாட்டைத் தடுப்பது மேலே கூறியதைவிட சிறந்தது.

சூழல் தொகுதியையும், அதைச் சார்ந்து வாழும் சமுதாயங்களையும் அழிக்காமல் இதர வழிகளிலும் மரங்களைக் காடுகளிலிருந்து அறுவடை செய்யலாம். சூழலியல் அடிப்படையில் விரும்பத்தக்க மரக்கட்டை யைப் பெறும் இந்த நடைமுறைகள் மரக்கட்டை அறுவடையின் தீவிரத்தைக் குறைக்கக்கூடியவை; வேதிப்பொருட்களின் பயன்பாட் டைக் குறைக்கக்கூடியவை; மண் நலத்தை நிலைநிறுத்தக் கூடியவை;

இயல்வாழ் உயிரிகளையும் உயிரினவளத்தையும் பாதுகாக்கக் கூடியவை. மொத்த நிலத்தோற்றத்தையும் மொட்டையடிப்பதற்கு எதிராக இந்தக் குறைந்த அளவு, குறுகிய கால லாபம் ஈட்டக்கூடிய செயல்முறைகளை நடைமுறைப்படுத்துவது நீண்ட கால சூழலியல் நன்மைகளையும் சமுதாய நன்மைகளையும் கொடுக்கக் கூடியவை.

இத்தகைய உயர்ந்த சூழலியல் செந்தகைமைகளைக் கடைப்பிடிக்கும் காடுகளைக் கண்டறிந்து சான்றிதழ் செய்யும் முயற்சிகளில் ஒன்று காடு நிர்வகிப்புக் குழு (ஃபாரஸ்ட் ஸ்டூவர்ட்ஷிப் கவுன்சில் - எஃப்எஸ்சி) என்பதாகும்; இது நாற்பத்து ஐந்து நாடுகளில் சிறப்பாகச் செயல்படுகிறது. கடந்த பதின்மூன்று ஆண்டுகளாக உலகின் பல பகுதிகளில் 90 மில்லியன் ஹெக்டேர்களுக்கும் அதிகமான காட்டுப் பகுதி எஃப்எஸ்சி செந்தகைமைகளின்படி செயல்படுவதாக சான்றிதழ் பெற்றுள்ளது. பல்லாயிரக்கணக்கான உற்பத்திப் பொருட்கள் எஃப்எஸ்சி சான்றிதழ் பெற்ற மரக் கட்டையிலிருந்து செய்யப்பட்டு எஃப்எஸ்சி வணிக உரிம அடையாளம் பொறிக்கப்பட்டுள்ளன.[32] காடு பாதுகாப்பு ஆர்வலர்கள் எஃப்எஸ்சி அதிக வலுவற்றது என்றும், சூழலிய-தூய்மை அடையாளமாக இதனைக் காணக் கூடாது என்றும் கருதினாலும், இது ஒரு சிறந்த தொடக்கம் என்பதில் ஐயமில்லை. 'எஃப்எஸ்சி மிகச்சிறந்த காட்டுச் சான்றிதழ் நடைமுறை; மேலும், அது அதிக வலுவானதாக மாற வேண்டும். இதனோடு ஒப்பிடக் கூடிய இதர ஒழுங்குகளைவிட, எடுத்துக்காட்டாக, மரக்கட்டைத் தொழிலின் முறைப்படுத்தப்பட்ட/நீடிப்புத்திறனுள்ள வனவள முயற்சி (சஸ்டைனபிள் ஃபாரஸ்டரி இன்ஷியேடிவ்) என்று அழைக்கப்படும் செயல் திட்டத்தைவிட, எஃப்எஸ்சி ஒரு நிச்சயமான தேர்வாகும்' என்று ஃபாரஸ்ட் எதிக்ஸ் இயக்குநரான டாட் பாக்லியா கூறுகிறார்.

கூடுதலாக, சமுதாயக் காடுவளர்ப்பு என்று அழைக்கப் படுகின்ற, நம்பிக்கையூட்டுகின்ற, காடு மேலாண்மை முன்மாதிரி ஒன்றுள்ளது. இது ஒரு புதுமையான சிந்தனையாகும். இதன்படி காடுகள் சமுதாயங்களால் மேலாண்மைச் செய்யப்பட்டு மரக்கட்டை வெட்டுவது மட்டுமல்லாமல் அவற்றின் மொத்த பங்களிப்புகளும் கட்டுப்படுத்தப்படுகின்றன. உண்மையில், இது ஒரு 'புதிய சிந்தனை' அல்ல. ஏனெனில், உலகின் பல பகுதிகளில் பல கிராமப்புற சமுதாயங்களும் பழங்குடி சமுதாயங்களும் ஒரு நீண்ட பாரம்பரியமாகவே சமுதாய அங்கத்தினர்களின் கூட்டுமுயற்சியின் மூலம் இதை நடைமுறைப்படுத்தி வருகின்றன. முடிவில்தான் இதர மக்கள் இத்தகைய வழிமுறையின் அதிக நன்மைகளைக் காணத் தொடங்கியுள்ளனர்.

நீர்

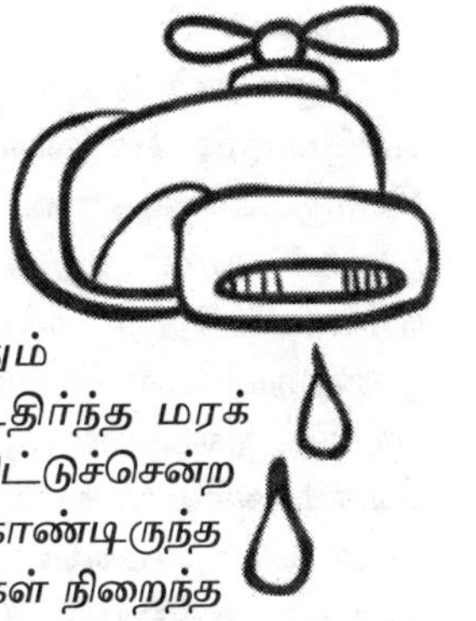

வடக்கு காஸ்கேட்ஸ் தேசியச் சரணாலயத்தில் நான் கழித்த கோடைக் காலம் மரங்களைப் பற்றி மட்டுமின்றி மேலும் சிலவற்றைப் பற்றியும் எனக்குக் கற்றுக்கொடுத்தது. அப்பொழுது நான் அங்குள்ள நதிகளைச் சுற்றிப் பார்த்தும் என்னுடைய நேரத்தைச் செலவிட்டேன். உதிர்ந்த மரக் கிளைகளும் அங்கே முன்னால் தங்கியவர்கள் விட்டுச்சென்ற குப்பைகளும் நதிப் பகுதிகளை அடைத்துக் கொண்டிருந்த அடைப்புகளைச் சரிசெய்வதற்காக பனிக்கட்டிகள் நிறைந்த நீரில் – உங்களுடைய கழுத்தளவு நீரில் நிற்பதை 'நீரில் நடப்பது' என்று அழைத்தால் – நாங்கள் 'நீரில் நடந்து', கரைந்து கொண்டிருக்கும் பனிக்கட்டி நீருக்குள் மூழ்கி காலியான கொக்கோகோலா டப்பாக்களைப் பொறுக்கி எடுத்தோம். அப்போது அனுபவித்த கஷ்டங்கள், இனிமேல் எப்பொழுதுமே குப்பைப் பொருட்களை நீரில் போடக்கூடாது என்ற பொறுப்பான உறுதிமொழியை நான் எடுத்துக்கொள்ள உதவின.

அங்குதான் நான் முதன்முதலில் ஒரு மொட்டையடிக்கப்பட்ட மலைப்பகுதிக்குக் கீழே ஓடும் நதிக்கும் நிலைத்து நிற்கும் காடுகளைக் கொண்ட மலைப்பகுதிக்குக் கீழே ஓடும் நதிக்கும் இடையே உள்ள மிகப்பெரிய வேறுபாடுகளைக் காண முடிந்தது. மொட்டையடிக்கப் பட்ட பகுதிக்குக் கீழே ஓடிய நதி மிகவும் கலங்கியும், அதிக அளவு தூசுகளுடனும், குப்பைகளுடனும் இருந்தது. மீன்களும் இதர நுண்ணுயிரிகளும் மிகக் குறைவாகவே காணப்பட்டன. இந்த நீரின் மாதிரிகளை எடுத்து ஆய்வு செய்தபோது அது அதிக அளவு உயிரியல் ஆக்சிஜன் தேவையை *(பயோலாஜிக்கல் ஆக்ஸிஜன் டிமாண்ட்)* அல்லது பிஓடி-ஐ கொண்டிருந்தது என்பதை நாங்கள் அறிந்தோம். பிஓடி என்பது நீரில் எந்த அளவு கரிமப் *(ஆர்கானிக்)* பொருட்கள் உள்ளன என்பதற்கான ஒரு சிறந்த அளவீடாகும். குறைந்த பிஓடி நன்னீரையும், மிக அதிக அளவு பிஓடி மாசடைந்த நீரையும் குறிக்கும்.

தற்போது, விவசாயத்திலும் உற்பத்திப் பொருட்களிலும் 'கரிம' என்ற அடையாளம் ஒரு நல்ல அடையாளமாகக் கருதப்படுகிறது. ஆனால், உயிரியலிலும் வேதியியலிலும் இந்த அடையாளம் எப்பொழுதுமே நல்லதைச் சுட்டுவதில்லை; இவற்றில் 'கரிம' என்பது நச்சு நிறைந்த உயிரிக்கொல்லிகளின் இல்லாமையைக் குறிப்பதில்லை. உயிரியலில் ஒரு கரிமப்பொருள் உயிரிகளிடமிருந்து பெறப்படுவதாகும். வேதியியலில் பொருட்களைக் கட்டமைப்புச் செய்யும் தனிமங்களில் ஒன்றாகக் கார்பனைக் கொண்ட பொருட்கள் 'கரிம' என்ற சொல்லால் சுட்டப்படுகின்றன.

நதிகளையும் சேர்த்து, இயற்கையின் ஓர் அங்கமாகக் கரிமப் பொருட்கள் திகழ்கின்றன; மேற்கூப்பட்ட வரையறைப்படி இது எப்பொழுதுமே நல்லதையோ கெட்டதையோ சுட்டுவதில்லை. பல பொருட்களில் காணப்படுவது போன்று, ஒரு பொருளின் வழங்கலளவு (டோஸ்) தான் அது நச்சுத்தன்மை கொண்டதா இல்லையா என்பதை நிர்ணயிக்கிறது. கரிமப் பொருட்கள் (இலைகள் அல்லது இறந்த நுண்ணுயிரிகள் போன்றவை) சாதாரணமாக நீரில் பிரச்சினைகளை ஏற்படுத்துவதில்லை; நீரில் இவற்றின் சிதைவு வேகத்தைவிட சேர்க்கை வேகம் அதிகமானால்தான் பிரச்சினைகள் ஏற்படுகின்றன. இத்தகைய கரிமப்பொருட்களைச் சிதைப்பதில் ஈடுபடும் நுண்ணிய பாக்டீரியங் களுக்கு ஆக்சிஜன் தேவைப்படுகிறது. இவற்றின் சிதைவுச் செயல் அதிகரிக்கும் போது ஆக்சிஜன் தேவையும், இயற்கையாகப் பெறப்படும் ஆக்சிஜன் அளவைவிட அதிகரிக்கிறது. இதன் காரணமாக ஆக்சிஜன் பற்றாக்குறை கொண்ட நீரைக் கொண்ட நதிகள் உண்டாகி அவற்றை அழிவை நோக்கித் தள்ளுகின்றன.

நலத்துடன் உள்ள காட்டுத் தரைப் பகுதிகள் 'மட்கு' (ஹியூமஸ்) எனப்படும் கரிமப் பொருளால் மூடப்பட்டுள்ளன. இது மரவேர் களாலும் குறுமரத் தாவரங்களாலும் தரையில் நிலைத்து வைக்கப் படுகின்றது. நுண்ணுயிரிகளும் ஆக்சிஜனும் காணப்படும்போது மட்கு நன்கு சிதைக்கப்பட்டு மண்ணிற்குத் தொடர்ந்து ஊட்டப் பொருட் களைக் கொடுத்து வரும். மொட்டையடிக்கப்பட்ட பகுதிகளில் மர வேர்களும் மரத்தாவரங்களும் முழுவதும் நீக்கப்படுவதால் காட்டுத் தரை முழுவதும் வெறுமையாக்கப்படுகிறது; அடைமழை பெய்தால் நல்ல வளமான மண் மலையின் அடிப்பகுதிக்கு அடித்துச் செல்லப் பட்டு நதிகளுடன் கலக்கப்படுவதால் அவை மாசுறுத்தப்படுகின்றன.

வடக்கு காஸ்கேட்களின் நதிகள் பல நீர்ப்பிடிப்புப் பகுதிகளுக்கு நீராதாரமாகத் திகழ்வதால்தான் வாஷிங்டன் மாநிலத்தின் மக்கள் குடிப்பதற்கும், கழுவுவதற்கும், பாசனத்திற்கும் தேவையான நீரைப் பெறமுடிகிறது. இந்த நீர் முடிவில் பூகெட் சவுண்ட் என்ற இடத்திற்குச் செல்கிறது; இங்குதான் நான் சிறுமியாக இருந்தபோது சங்குகளை எடுத்து நதி அலைகளில் வீசி எறிந்திருக்கிறேன். இந்த நதிகளின் நலன் நூற்றுக்கணக்கான மைல்கள் தள்ளியுள்ள இதர நீர் அமைப்புகளின் நலனைப் பாதிக்கின்றது; மேலும், இந்த நீரைச் சார்ந்துள்ள மீன்கள், பறவைகள், மக்கள் உடல் நலத்தையும் பாதிக்கின்றது.

நீர் இந்தப் பிரபஞ்சத்திலுள்ள அனைத்துடனும் தொடர்புகொண்ட தாகும். இயற்கையின் அமைப்புகள் அனைத்தும் ஒன்றோடொன்று

தொடர்புடையவை என்பதை நாம் மிகத் தெளிவான முறையில் அறிந்துகொள்ள உதவும் இயற்கை மூலப்பொருள் நீர் ஆகும். சிறுவர்களாக இருக்கும் போது நாம் கற்றுக்கொள்வது என்னவெனில், மழை பெய்யும்போது மழைநீர் நம்முடைய நிலத்தடி நீர்ச் சேமிப்புகளையும், நதிகளையும், நீர் வடிகால்களையும் நிரப்பி, பின்பு ஏரிகள், கடல்கள் போன்றவற்றிலிருந்து ஆவியாகி, மேகங்களில் சேமிப்படைந்து, மீண்டும் மழையாகவோ பனியாகவோ திரும்புகின்றது என்பதைத்தான். நமக்குப் புறத்தேயமைந்த 'சூழலில்' மட்டும்தான் நீர் காணப்படுகிறது என்று நாம் தவறாகக் கருதக்கூடாது; நமது உடலின் **50** முதல் **65** விழுக்காடு அளவும் குழந்தைகளின் உடலின் **75** விழுக்காடு அளவும் நீர்தான்.[33]

ஆனால், நாம் வளர்ந்து பெரியவர்களாகும்போது, நீரை ஒரு இடைத்தொடர்புகளற்ற பொருளாக எப்படியோ நினைத்துக் கொண்டு விடுகிறோம். நீரை அடிப்படையாகக் கொண்ட நம்முடைய கழிவுநீர் ஒருங்கு நம்மிடையே மிக முக்கியமான ஓர் உளவியல் சார்ந்த தவறான கருத்தைத் திணித்துள்ளது என்று நீர்த் தொடர்பான பிரச்சினைகளில் வல்லுநரான ஓய்வுபெற்ற கிரீன்பீஸ் அறிவியலாளர்களில் ஒருவரும், *வீ ஆல் லிவ் டவுன்ஸ்ட்ரீம்: ஏ கைட் டு வேஸ்ட் ட்ரீட்மெண்ட் தட் ஸ்டாப்ஸ் வாட்டர் பொல்யூசன்* என்னும் நூலின் ஆசிரியருமான பாட் காஸ்ட்னெர் நம்புகிறார். சிறுவயதிலிருந்தே நாம் நீரை ஒரு கழிவுக்கலன் என்று கருதவும் நீரைக் கழிவோடு தொடர்புபடுத்தவும் பழகிவிட்டோம். நமது உடலிலிருந்து வெளியேற்றப்படும் கழிவுப்பொருட்களைத் தொழில்நுட்பம் நிறைந்த சுத்திகரிப்பு நிலையங்களுக்கு எடுத்துச் செல்லும் ஊடகப் பொருளாக மட்டும் மிகவும் அரிதான மூலப் பொருளான நீரை நாம் கருதுகிறோம். இது மிகவும் முட்டாள்தனமானது என்று காஸ்ட்னெரும் வேறு பல நீர்ப் பாதுகாப்பு ஆர்வலர்களும் அடிக்கடி சுட்டிக் காட்டியுள்ளனர். காஸ்ட்னெர் மேலும் ஒரு படி சென்று, ஓரளவுக்கு நகைச்சுவையுடன் குறிப்பிடுவது என்னவெனில், நீரையும் கழிவையும் தொடர்புபடுத்துவதைத் தடுப்பதற்காகப் புதிய பெற்றோர்கள் தம்முடைய குழந்தைகளை ஒரு மணற்பெட்டியில் (மலம் கழிக்க) பயற்சி கொடுக்க வேண்டும் (நீர்ப் பயன்பாட்டைத் தவிர்க்க).

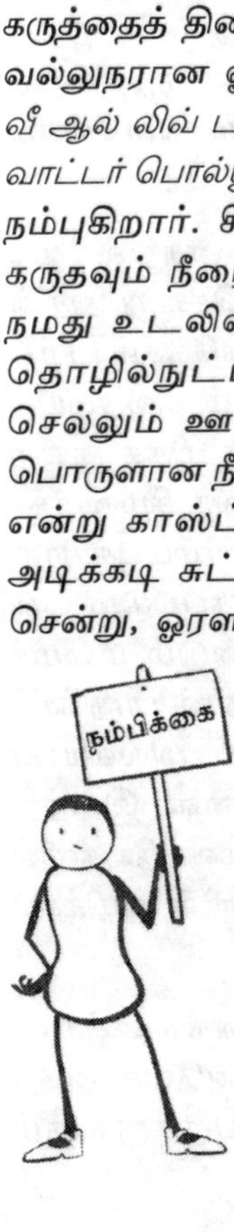

மேற்கூறிய பிரச்சினைக்கு மிகவும் நல்ல, தூய்மையான, அறிவுபூர்வமான தீர்வு ஒன்று உள்ளது. இது உரமாக்கும் கழிவறை என்று அழைக்கப்படுகிறது. இந்த எளிய நீர்த்தவிர்த்த தொழில்நுட்பம் உலகின் எல்லா இடங்களிலும் நிறைவேற்றுவதற்குத் தயார் நிலையில் உள்ளது; இதனால் நம்முடைய நீர்

மாசுறாமல் தடுக்கப்படுகிறது. ஒரு மாசுறுத்தியாகவும் உடல் நலக்கேடு விளைவிக்கும் பொருளாகவும் செயல்படக்கூடிய ஒரு பொருளை (மனிதக் கழிவை) இந்தத் தொழில்நுட்பம் ஒரு மதிப்புமிக்க மண் சேர்ப்புப் பொருளாக (உரமாக) மாற்றுகிறது (இது மொட்டை யடிக்கப்பட்டு, வளம் நிறைந்த மேல் மண்ணை இழந்த பகுதி களில் பயன்படுத்தத் தகுந்ததாகும்). உரமாக்கும் கழிப்பறை ஒரு வெற்றி-வெற்றி-வெற்றி *(வின்-வின்-வின்)* தொழில்நுட்பமாகும். இது நீருக்கும் நல்லது. மண்ணுக்கும் நல்லது. தாவரங்களுக்கும் நல்லது. அனைத்திற்கும் நல்லது.

அமெரிக்காவில் கழிவறைகள் (ஓரளவுக்கு முன்னேற்றம் பெற்ற குறை-நீர் ஓட்டக் கழிவறைகளையும் சேர்த்து) கேலன்கள் கணக்கில் நீரைச் செலவிடுகின்றன. இங்கு 95 விழுக்காடுகளுக்கும் அதிகமான வீடுகளில் பகல் இரவு அனைத்து நேரங்களிலும் சூடான, குளிரான நீர்க் குழாய்களுடன் இவை காணப்படுகின்றன;[34] இதன் காரண மாகவே நீர் எவ்வளவு மதிப்புமிக்கது, அரிதானது என்பதை எளிதில் மறந்து விடுகிறோம். நீர்ப் பற்றாக்குறை உள்ள பகுதிகளில் நான் வாழ்ந்ததுபோல நீங்கள் சிறிது காலம் வாழ்ந்தால், குழாயைத் திறப்பதற்கு முன் நீருக்கு நாம் எவ்வளவு கடமைப்பட்டுள்ளோம் என்பதை நினைக்காமல் இருக்க முடியாது.

*1993*ஆம் ஆண்டு, ஒரு வட்டார சூழலியல் நிறுவனத்தில் ஆறு மாதங்களுக்குப் பணி புரிவதற்காக நான் வங்கதேசம் சென்று அதன் தலைநகரான டாக்காவில் தங்கி இருந்தேன். வங்கதேசம் நீர்ப் பற்றாக்குறையால் அடிக்கடி பாதிக்கப்படும் ஒரு நாடாகும். சில சமயங் களில் நீர் அளவுக்கதிகமாகவும், சில சமயங்களில் நீர் மிகக் குறை வாகவும் கிடைக்கப் பெறும் பகுதியாகும். இந்த நாடு ஒரு கீழமைந்த பகுதி; அடிப்படையில், வங்காள விரிகுடாவில் சேரும் பிரம்மபுத்திரா, மேஹ்னா, கங்கை என்ற மூன்று நதிகளால் உண்டாக்கப்படும் ஒரு வெள்ளப்பெருக்கு சமவெளிப் பகுதி. ஒவ்வொரு ஆண்டும் மழைக் காலத்தில் இந்த நாட்டின் மூன்றில் ஒரு பங்கு வெள்ளத்தால் பாதிக்கப் படும்; இது மிகப் பெரும் வெள்ளப்பெருக்காகும். மில்லியன் எண்ணிக்கையிலான மக்கள் தங்களுடைய வீடுகளை இழந்து விடுவார்கள். இந்த நதிகளின் அடிக்கடி மாறும் வண்டல்மண் தீவுகளில் வாழும் மொத்த மனித சமுதாயங்களும் சில சமயங்களில் அழிக்கப் பட்டுவிடும்.

இதர சூழலியல் பிரச்சினைகள் எந்தெந்தக் காரணங்களுக்காக மேலும் மேலும் மோசமாகிக் கொண்டே வருகின்றனவோ அதே காரணங்களுக்காக வங்கதேசத்தின் வெள்ளப் பெருக்குகளும்

தொடர்ந்து மோசமாகிக் கொண்டு வருகின்றன: நதிப்பள்ளத்தாக்கின் மேற்பகுதிகளான தொலைவிலுள்ள இந்திய இமாலயப் பகுதிகளில் உள்ள காடுகள் அழிக்கப்படுவதால் இவை நடைபெறுகின்றன. புயல் மழைக் காலங்களுக்குப் பின்பு அதிக நீர் வழிந்தோடல் காணப் படுகிறது. மண்ணை நிலைநிறுத்தக்கூடிய மரவேர்கள் இல்லாமையால் இந்த நீர் ஓட்டம் அதிக வண்டலையும் மண்ணையும் அடித்துச் சென்று நதியில் தேங்க வைக்கிறது. இதனால் நதியின் ஆழம் குறைக்கப்பட்டுக் கரைகளின் வழியாக வெள்ளப்பெருக்கு ஏற்படுகிறது. உலக தட்ப வெப்ப நிலை மாற்றம் கடல் மட்டங்களை எழவைக்கிறது; இதன் காரணமாக, கீழமைந்தப் பகுதிகளைக் கொண்ட வங்கதேசத்தில் நிலத்தடி நீர்மட்டம் உயருகிறது; இதன் காரணமாக அதிக மழைக் காலத்திலும் வெள்ளப்பெருக்குக் காலத்திலும் நிலத்தின் நீர் உறிஞ்சுத் திறன் மிகவும் குறைகிறது. பல அறிவியல் ஆய்வாளர்கள் முன்கூட்டியே கூறுவதுபோல் கடல்மட்டம் 30 முதல் 45 சென்டிமீட்டர்கள் உயர்ந்தால் 35 மில்லியன் மக்கள் தாம் வாழும் நிலப்பகுதியை இழப்பார்கள்; கடலோரப் பகுதிகளிலிருந்து நாட்டின் உள்நோக்கி இடம்பெயர்ந்து செல்வார்கள். நான் டாக்காவில் தங்கியிருந்த காலத்தில், ஒன்றுக்கு மேற்பட்ட முறை, என்னுடைய வீட்டிற்கும் அலுவலகத்திற்கும் இடையே இருந்த சாலை வெள்ளத்தால் மிக ஆழத்தில் மூழ்கியது; இதனால் என்னுடைய சைக்கிள் ரிக்ஷாவின் சக்கரங்கள் முழுவதும் நீருக்கடியில் மூழ்கின.

தொடர்ந்து பலகாலம் நீரில் மூழ்கியிருக்கும் பகுதிகளைக் கொண்ட இந்த நாட்டில், முரண்பாடாக, குடிநீர் பெறுவது மிகவும் கடினமாக உள்ளது. குளம், குட்டைகளின் நிலப்பரப்பு நீரைத்தான் வங்கதேசத்தின் மில்லியன்கள் எண்ணிக்கையிலான மக்கள் குடிநீராகப் பெற்று வருகின்றனர்; இவை அடிக்கடி மனிதக் கழிவுகளாலும் விவசாய, தொழிற்சாலை மாசுப்பொருட்களாலும் மாசடைகின்றன. அசுத்த நீரோடு தொடர்புடைய, எளிதில் தடுக்கப்படக்கூடிய நோயான வயிற்றுப் போக்கினால் ஒவ்வொரு ஆண்டும் ஒரு நூறு ஆயிரத்துக்கும் அதிகமான குழந்தைகள் இறக்கிறார்கள். இதே சமயத்தில் பல கிணறுகள் ஆர்செனிக் நச்சால் மாசடைந்து வருவது கண்டுபிடிக்கப் பட்டு வந்துள்ளது. ஆர்செனிக் இயற்கையாகவே இப்பகுதியில் அதிகமாகக் காணப்படுகிறது. 2008ஆம் ஆண்டு ஏறத்தாழ 70 மில்லியன் வங்கதேசத்தினர் உலக சுகாதார நிறுவனத்தால் பரிந்துரைக்கப்பட்ட தரத்தை எட்டாத நீரைத்தான் தொடர்ந்து குடித்து வந்துள்ளார்கள்.[35]

நான் டாக்காவில் வாழ்ந்த போது எட்டு வங்கதேசிகளுடன் ஒரு வீட்டில் தங்கியிருந்தேன். அவர்கள் அனைவரும் குழாய் நீரைத்தான் குடித்தார்கள்; ஆனால், என்னுடைய உடல் இதற்குப் பழக்கப்

படாததால் எப்பொழுதுமே சமைப்பதில் ஈடுபட்டிருக்கிற இரண்டு பெண்கள் எனக்காக மட்டும் இரண்டு பானை நீரை இருபது நிமிடங் களுக்குக் கொதிக்க வைத்துக் கொடுத்தனர். என் ஒருத்திக்காக நீரைக் கொதிக்க வைக்க வீட்டின் அரிதான எரிபொருள் அதிக அளவில் பயன் படுத்தப்படுவதைக் கண்டு நான் வருந்தினேன். இதனால் அங்கிருந்த அந்த ஆறு மாதங்களில் அரை டம்ளர் நீரைக்கூட பயன்படுத்தாமல் தொட்டியில் கொட்டியதில்லை. அந்த நாட்டின் அனைத்துப் பகுதி களிலும் பயணித்த பின்பும், மக்கள் நீரைப் பெறமுடியாத நிலைமை யைக் கண்ட பின்பும், நானும் உண்மையான நீர்த் தாக்கத்தை வாழ்க்கையில் முதன் முதலாக அனுபவித்த பின்பும்தான் நான் குடிக்கும் ஒவ்வொரு மடக்கு நீரின் மதிப்பையும் உணர்ந்தேன். இந்த நீர் ஒரு கண்ணாடி டம்ளரில்தான் கிடைக்கிறது என்றும் என்னுடைய வீட்டில் வெள்ளப்பெருக்கு போன்று காணப்படுவ தில்லை என்றும் நான் உணர்ந்தேன். நான் பெற்றது நீரைக் குடிப்பதில் ஒருவகை புது அனுபவம்; இதில் விழிப்புணர்வும் நன்றியும் நிறைந்து காணப்பட்டன.

வங்கதேசத்தில் குளிப்பதும் எனக்கு ஒரு வேறுபட்ட அனுபவமாக இருந்தது. ஒவ்வொரு காலையும் எனக்கு ஒரு வாளி அளவு குளிர்ந்த நீர்தான் குளிக்கக் கிடைத்தது. சில சமயங்களில் அது மிகவும் குளிர்ச்சியாக இருந்ததால் என் உடலின் தேவைப்பட்ட பகுதிகளுக்கு என்னால் பஞ்சுக் குளியல்தான் கொடுக்க முடிந்தது. இதற்கான அவசரக்கால மாற்றுவழி ஒன்று எனக்கு இருந்தது; டாக்கா நகரத்தின் நன்கு வளர்ந்த பகுதியிலிருந்த இரண்டு சொகுசு ஓட்டல்களில் – ஷெராடோன் அல்லது சோனார்காவோன் – ஒன்றுக்கு ரிக்ஷா எடுத்துச் செல்வதுதான். பெண்களின் ஓய்வு அறையில் ஏறத்தாழ இருபது நிமிடங்கள் செலவழித்து என்னுடைய கைகளையும் முகத்தையும் சுடுநீரில் நன்கு கழுவித் துடைத்துக் கொள்வேன்; சுடுநீர்க் குளியலைத் தவிர வங்கதேசத்தில் நான் இழந்த மற்றொரு முக்கியமான விஷயம்: உண்மையிலேயே ஒரு கப் நல்ல காப்பியைத்தான்.

ஓட்டலின் சிறிய உணவு விடுதியில் அமர்ந்து என்னுடைய காப்பியை ரசித்துச் சுவைத்துக் கொண்டிருக்கும் போது அண்டை மேஜைகளில் அமர்ந்திருக்கும் வியாபாரிகளும் மக்கள் நல உதவி ஆர்வலர்களும் மேற்கொள்ளும் உரையாடல்களைக் கேட்பேன்; அங்குள்ள நீர் ஊற்றின் மிளிரும் நீரை ரசிப்பேன்; என்னுடைய ஒரு கப் காப்பியைத் தயாரிக்கத் தேவைப்படும் 36 கேலன்கள் நீரைப் பற்றி மனதிற்குள் நினைத்துக்கொள்வேன். அந்த ஓட்டலில் இருபது நிமிடங்கள் செலவிட எனக்கு அனுமதி கிடைத்ததற்கான ஒரே காரணம் என்னுடைய தோலின் நிறமும் என்னிடமிருந்த அமெரிக்கன்

எக்ஸ்பிரஸ் அட்டையும்தான். சுத்த மான நீரின் பற்றாக்குறையால் அடுத்த பன்னிரண்டு மாதங்களில் இறக்கும் ஒரு நூறாயிரம் குழந்தைகள் ஒவ்வொரு வரிடமும் இந்த வகை அட்டை இருந்தாலோ ஒரு பாதுகாப்பான குடிநீர்க் குழாய் மிக அருகில் இருந்தாலோ எப்படியிருக்கும் என்று நான் வியந்ததுண்டு.

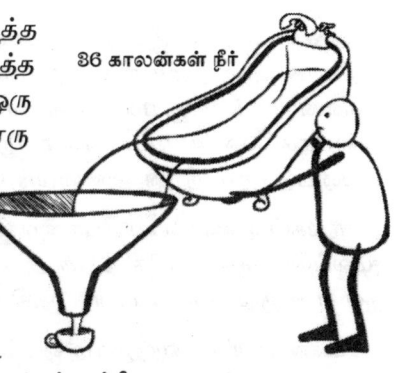

36 காலன்கள் நீர்

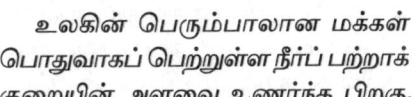

1 கப் காப்பி

உலகின் பெரும்பாலான மக்கள் பொதுவாகப் பெற்றுள்ள நீர்ப் பற்றாக் குறையின் அளவை உணர்ந்த பிறகு, முன்னேற்றமடைந்த சமுதாயங்கள், தாம் தொடர்ந்து நிலைத்திருக்க மிகவும் தேவையான காற்றைத் தவிர நீரையும் பற்றிக் கவலைப் படுவதே இல்லை என்பதை நான் தற்போது உணர்கிறேன். குடிப்பதற்கும் குளிப்பதற்கும் மட்டுமல்லாது நம்முடைய உணவு மூலங்களை வளர்ப்பதற்கும் நீர் தேவைப்படுகிறது! எனினும், நாம் பல் தேய்க்கும் போது நீரை அதிக அளவு சாக்கடையோடு கலப்பதை அனுமதிக் கிறோம்; விலங்குச் சாணி முதல் நச்சு நிறைந்த கழிவுகள் வரை அனைத்தையும் நாம் நீரில் கொட்டுகிறோம்; நம்முடைய கோல்ஃப் மைதானத்துக்கும் பசும்புல் தரைகளுக்கும் மில்லியன்கள் கேலன்கள் அளவு நீரை ஊற்றுகிறோம்.

அமெரிக்காவில் நம்முடைய பசும்புல் தரைகளுக்கு மட்டும் நாம் 20 பில்லியன் டாலர்களை ஓராண்டுக்குச் செலவிடுகிறோம் என்பது உங்களுக்குத் தெரியுமா?[36] சராசரியாக, ஒரு ஆண்டுக்கு நாம் இருபத்து ஐந்து மணி நேரம், பெரும்பாலும் ஆற்றலால் இயங்கும், புல் வெட்டி எந்திரங்களைப் பயன்படுத்தி இவற்றின் புற்களை வெட்ட செலவிடு கிறோம். இவற்றில் பல புல்வெட்டிகள் சரியான திறனுடன் செயல் படாததால் அவற்றிற்கு ஓராண்டிற்கு 800 மில்லியன் கேலன்கள் கேசோலின் தேவைப்படுகிறது.[37] இது நாம் நீரைச் செலவழிப்பதற்கு முன்பு. நம்முடைய பசும்புல் தரைகளில் மதிப்புமிக்க நீரை ஏராள மாய்க் கொட்டுகிறோம். ஒவ்வொரு வேலையாளும் புல் வளரும் பருவத்தில் 200 கேலன்கள் நீரை ஒவ்வொரு நாளைக்கும் புல்தரையில் கொட்டுகிறார்கள். சில மனித சமுதாயங்களில் இந்த நீரின் அளவு மொத்த மக்கள் பயன்படுத்தும் நீரில் ஏறத்தாழ அரைப்பங்கிற்கும் மேலாக உள்ளது![36] அமெரிக்காவில், பசும்புல் அல்லது தரைப்புல்தான் மிகவும் அதிகமாகப் பாசனம் செய்யப்படும் பயிராகும். மக்காச் சோளத்தைவிட மூன்று மடங்கு அதிக நீர் இதற்குத் தேவை.[38] பசும்புல்

தரைகள் உள்ள இடத்தில் சாக்கடைகளில் வழிந்தோடுவதற்குப் பதிலாக அந்த நீரை நிலத்திற்குள் ஊடுருவவிடுகின்ற நீர் குறைவாகத் தேவைப்படும் இயல்புத் தாவரங்களை வீட்டு உரிமையாளர்கள் வளர்க்க வேண்டும். அவ்வாறு செய்தால் பசும்புல்வெளிகளில் பயன்படுத்தும் நீரின் அளவைப் பெருமளவு குறைக்கலாம்.

நீங்கள் நினைப்பது போன்று இந்த மிக முக்கிய, அரிதான, இயற்கை மூலப்பொருளை மிக அதிக அளவில் நமக்குத் தேவையான பொருட்களை உருவாக்கப் பயன்படுத்தி விடுகிறோம்.

உண்மையில், ஏறத்தாழ ஒவ்வொரு தொழிற்சாலையிலும் உற்பத்தி செய்யப்படும் பொருட்களுக்குத் தேவையான மிக அடிப்படையான கூறுகளுக்கான ஒரு சிறிய பட்டியலில் நீர்தான் முக்கிய உள்ளீட்டுப் பொருளாகத் திகழ்கிறது. இதில் பயன்படும் எந்த அளவு நீரும் மறு சுழற்சிக்கோ மறு பயன்பாட்டிற்கோ ஈடுபடுத்தப்படுவதில்லை. இந்த நிலையில், 1 டன் காகிதத்தை உருவாக்க 300 முதல் 400 டன்கள் நீரைக் காகித உற்பத்தித் தொழிற்சாலைகள் பயன்படுத்துவதை எடுத்துக் கொள்வோம்.[39] ஒரு டீ சர்ட்டை உருவாக்கத் தேவையான பருத்தியை வளர்க்க 256 கேலன்கள் நீர் தேவைப்படுகிறது[39] என்பதையும் கருத்தில் கொள்வோம். ஒரு கப் காப்பியைப் பெறுவதற்குத் தேவையான காப்பிக் கொட்டை தாவரத்தை வளர்ப்பதற்கு, காப்பிக் கொட்டை உற்பத்தி செய்வதற்கு, பொட்டலம் கட்டுவதற்கு, வெவ்வேறு இடங்களுக்கு அனுப்புவதற்கு 36 கேலன்கள் நீர் தேவைப்படுகிறது.[39] ஒரு சாதாரண காரை உற்பத்தி செய்ய அதைவிட 50 மடங்கு எடையுள்ள, அல்லது 39,000 கேலன்களுக்கும் அதிகமான நீர் தேவைப்படுகிறது.[40] இந்தப் பொருட்களை உற்பத்தி செய்யப் பயன்படுத்தப்படும் நீர் மிகவும் மோசமாக வேதிப்பொருட்களால் மாசுறுத்தப்படுகிறது. எடுத்துக் காட்டாக, நிறம்நீக்கிப் பொருள் (பிளீச்சிங் சப்ஸ்டன்ஸ் - காகிதம் அல்லது வெள்ளை டீ சர்ட்டுகளை உருவாக்குவதற்கு), ஈயம், ஆர்செனிக், சயனைடு (உலோகங்களைத் தோண்டி எடுப்பதற்கு) போன்ற வேதிப் பொருட்கள். எப்பொழுதுமே இந்த நச்சுப்பொருட்கள் நிலத்தடி நீருக்குக் கசிந்து செல்கின்றன; அல்லது, பெரும்பாலும் நடைபெறுவது போல, இவற்றைப் பெற்றுள்ள நீர் நேரடியாக நதிகளிலோ கடலிலோ கொட்டப்படாமல் இருந்தால், இவற்றைக் கொண்டுள்ள கொள்கலன்களிலிருந்து நதிகளிலும் கடல்களிலும் கசிவதற்கும் அதிக வாய்ப்புகள் உள்ளன.

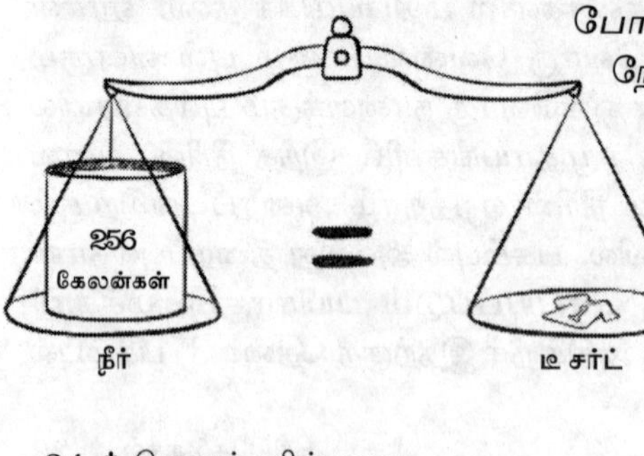

நம்முடைய பயன்பாட்டுப் பொருட்களை உருவாக்கும் எந்திரங் களை இயக்குவதற்கும் நீர் தேவைப்படுகிறது. நான் நீர் ஆற்றலைப் (ஓடும் நீரின் விசையிலிருந்து பெறப்படும் மின்சாரத்தை) பற்றி மட்டும் இங்குக் குறிப்பிடவில்லை. வெப்ப ஆற்றல் உற்பத்தி நிலையங்களில் தொல் படிம எரிபொருட்களான நிலக்கரி, எரி எண்ணெய், இயற்கை வாயு போன்றவற்றிலிருந்து உருவாக்கப்பட்ட அனைத்து வெப்ப ஆற்றல் உற்பத்தியின் போதும் வெளிப்படும் நீர் குளிர வைக்கப்பட வேண்டும். இவை அனைத்தும் ஒன்று சேர்ந்துதான் உலகின் பெரும் பாலான ஆற்றல் மூலங்களை உண்டாக்குகின்றன; இவை அனைத்தும் நீரைப் பயன்படுத்துகின்றன.

எனவே, மேற்கூறிய அனைத்திற்கும் நமக்கு நீர் தேவைப்படுகிறது; நாம் அதிக அளவில் நீரையும் இழந்து வருகிறோம். மொத்த பரப்பில் அரைப்பகுதி நீரால் சூழப்பட்ட நீலக் கோளான நம்முடைய பூமியில் இத்தகைய இழப்பு எவ்வாறு சாத்தியம் என்று நீங்கள் வினவலாம். புவியிலுள்ள அனைத்து நீரிலும் 97.5 விழுக்காடு உப்பு நீராகும். எஞ்சி யுள்ள 2.5 விழுக்காட்டில் பெரும்பாலான நீர் உறைந்து பனியாகவோ நமக்கு எளிதில் எட்டாத ஆழத்திலுள்ள மண்ணின் நீர் ஊற்றுகளிலோ காணப்படுகிறது.[41] உலகத்தின் நீரில் ஒரு விழுக்காடுதான் நேரடி மனித பயன்பாட்டிற்குக் கிடைக்கிறது.[41] இத்தகையவற்றில் நாம் காணக்கூடிய ஏரிகள், நதிகள், நீர்த்தேக்கங்கள், புவிப்பரப்பிற்கு அருகில் நம்மால் எளிதாகவும் குறைந்த செலவிலும் எடுக்கக்கூடிய குறைந்த ஆழத்திலுள்ள நிலத்தடி நீர் போன்றவை அடங்கும். இந்த ஒரு விழுக்காடு நீர் மட்டும் பொதுவாக மழையாலும், பனிப்பொழிவினாலும் மீண்டும் மீண்டும் புதுப்பிக்கப்படுகின்றது; நமக்கு முறைப்படுத்தப்பட்ட வகையில் கிடைக்கிறது; எனவே, இந்த வகை நீரை நாம் அதிக அளவில் பயன் படுத்தத் தொடங்கிவிட்டால் நாம் பிரச்சினைகளில் சிக்கிக்கொள்வோம்.

இதே ஒரு விழுக்காட்டு நீரைத்தான் நாம் நம்முடைய அனைத்து வகைத் தேவைகளுக்கும், குடிக்க, கழிவு நீக்க, பாசனம் செய்ய, தொழிற்சாலைகளில் பயன்படுத்த எடுத்துக்கொள்கிறோம். மக்கள் தொகைப் பெருக்கம், நகரமயமாக்கம், தொழில் மயமாக்கம், நுகர்வு ஆகிய அனைத்தும் நீரின் தேவையை அதிகரிப்பதாகப் பொருள் படும். நாம் எப்பொழுதையும்விட தற்போது அதிக அளவு நீரைப் பயன்படுத்துகிறோம், வீணடிக்கிறோம். அதனால், சுத்தநீர் கிடைப்பது மிகவும் சுருங்கிவிட்டது. கடந்த நூற்றாண்டில் உலக அளவில் பயன்படுத்தப்படும் நீரின் அளவு ஆறுமடங்கு அதிகமாகியுள்ளது. இது மக்கள்பெருக்கத் தகைவேகத்தைவிட இரண்டு மடங்காகும்.[42] அதிக நீரைப் பயன்படுத்தும் மக்களும் நம்மில் அதிகமாகியுள்ளனர். இது ஒரு முறைப்படுத்தப்பட்ட வளர்ச்சிப் போக்கல்ல.

உலக மக்கள்தொகையில் மூன்றில் ஒரு பங்கு உள்ள நாடுகள் ஏற்கனவே நீர்ப் பற்றாக்குறையை உணரத் தொடங்கிவிட்டன.[42] நாம் அதிக அளவு தொழில்நுட்ப அறிவைப் பெற்றிருந்தாலும், ஆறில் ஒரு பங்கு மக்களுக்குக்கூட பாதுகாப்பான குடிநீர் கிடைப்பதில்லை. ஒவ்வொரு நாளும் ஆயிரக்கணக்கான மக்கள் – குறிப்பாக குழந்தைகள் – தடுத்து நிறுத்தக்கூடிய நோய்களால் இறக்கின்றனர்; இவையனைத்துமே அவர்களுக்குப் பாதுகாப்பான குடிநீர் கிடைக்கவில்லை என்பதால்தான்.[43] எப்பொழுதுமே மிக அபரிமிதமாக நீர் கிடைக்கக்கூடிய இடம் என்று கருதப்படும் ஆசியாவில் ஒவ்வொரு மனிதனுக்கும் கிடைக்கும் நீரின் அளவு 1955க்கும் 1990க்கும் இடைப்பட்டக் காலத்தில் 40 முதல் 60 விழுக்காடு வரை குறைந்துள்ளது.[44] 2025ஆம் ஆண்டின்போது உலகின் நான்கில் மூன்று பங்கு மக்கள் நீர்ப்பற்றாக்குறையை அனுபவிப்பார்கள் என்று வல்லுநர்கள் முன்கூட்டியே எச்சரிக்கிறார்கள்; இத்தகைய சூழ்நிலையில் நீரின் இருப்பைவிட அதன் தேவை மிகவும் அதிகமாகிவிடும்.[45] வறட்சி, மாசுறுதல், தட்ப வெப்பநிலை மாற்றம், தொழில் அல்லது விவசாயத் தேவைகளுக்குத் திருப்பப்படுதல், நீர் பெறுவதில் மக்களுக்கிடையே ஏற்படும் ஏற்றத்தாழ்வு போன்றவற்றோடுகூட நீரின் அபரிமிதப் பயன்பாடு நீர்ப்பற்றாக்குறைக்கு வழிவகுக்கும்.

நீர் அதிக அளவில் அரிதாகிக் கொண்டு வரும்போது அதன் பயன்பாடு பற்றி உலகம் முழுவதும் கருத்து வேறுபாடுகள் எழுந்து வருகின்றன; குறிப்பாக எந்தச் செயல்பாட்டின் மூலம் அதன் பயன்பாடு முக்கியமாக நிர்ணயிக்கப்படப் போகிறது என்பது பற்றி. ஒவ்வொரு வரின் நீரின் உரிமையையும் முறைப்படுத்தப்பட்ட நீர் மேலாண்மையையும் பாதுகாப்பதற்கு எதிராக நீர் ஒருங்குகளின் மேலாண்மையை லாபத்திற்காக, வியாபார நோக்குடன் தனியார்கள் மேற்கொள்வது ஒரு அதிகமான நிகழ்வாக மாறி வருகிறது என்று பலர் – என்னையும் சேர்த்து – பயப்படுகிறார்கள். நீர் ஒருங்குகளைத் தனியார் மயமாக்குதல் விலை உயர்வுகளாலும், நீர் பங்கீட்டுச் சேவைத் தடைகளாலும், நீரைப் பெறுவதில் ஓர் ஒட்டுமொத்தக் குறைப்பாலும் பெரும்பாலும் தொடர்கிறது. ஏனெனில், மிக ஏழ்மையான மக்கள் சமுதாயங்களிடம் நீர்ப் பங்கீட்டினால் பணம் எதுவும் ஈட்ட முடிவதில்லை.

வருங்காலச் சந்ததிகளின் உயிரையும் சேர்த்து, நாமும் உயிர் வாழ நீர் மிகவும் தேவையாகும். ஆகவே, நீர் நியாயமான முறையில் பகிர்ந்துகொள்ளப்பட வேண்டும்; கொடுக்கப்பட வேண்டும். இந்த அடிப்படையில் நீர் மேலாண்மைத் திட்டங்கள் உருவாக்கப்பட வேண்டும்; இதன்மூலம் நீண்ட கால முறைப்படுத்தப்பட்ட வளர்ச்சி, சூழ்நிலை உருக்குலையாமை, தனிப்பட்ட ஒருவரின் ஆதாயத்திற்குப்

பதிலாக அனைவரும் நீரை நியாயமாகப் பெறும் வாய்ப்பு ஆகியவற்றுக்கு வழிகாண வேண்டும். நீர் மேலாண்மை தனியார் நிறுவனங்களால் செய்யப் படுவதைத் தடுத்து பொதுத்துறை நிறுவனங்களால் நிர்ணயிக்கப்பட வேண்டும் என்று ஒரு உலகளாவிய இயக்கம் அறைகூவல் விட்டுள்ளது. இதே நேரத்தில் 'நீர் நீதி' (வாட்டர் ஜஸ்டிஸ்) ஆர்வலர்களின் கூட்டமைப்பு அனைவருக்கும் நீர் என்ற உரிமையைப் பெறுவதற்கு உலக நாடுகளின் சபை தன்னை ஈடுபடுத்திக்கொள்ள வேண்டும் என்று வலியுறுத்துகிறது. ஏற்கனவே பொருளாதார, சமூக, பண்பாட்டு உரிமைகளுக்கான ஐநா குழு (யுஎன் கமிட்டி ஆன் எகனாமிக், சோஷியல் அண்ட் கல்ச்சுரல் ரைட்ஸ்) 2002ஆம் ஆண்டில் முடிவெடுத்துள்ள பொதுக் குறிப்பு எண் 15இன் படி நீருக்கான உரிமை அனைத்து மனித உரிமைகளுக்கும் மக்கள் கௌரவமாக வாழ்க்கை நடத்துவதற்கும் ஒரு முன்தேவை என்பது உணர்த்தப்பட்டுள்ளது.[46]

இவ்வாறு இருந்தும், மிகப்பெரிய பன்னாட்டு வணிக நிறுவனங்கள் பல, அமெரிக்காவிலும் உலகின் பல பகுதிகளிலும் பொது நீர் ஒருங்குகளைத் தனியார் மயமாக்க முயன்று வருகின்றன; அடிப்படை மனிதத் தேவைகளை ஈடுகட்டுவதையும், சூழல் நலத் தன்மையையும், சமுதாய நீதியையும் ஏற்படுத்துவதற்குப் பதிலாக சந்தை வாய்ப்புகளை யும், லாபத்தையும் எதிர்பார்த்து இவை இத்தகைய முடிவை மேற்கொண்டுள்ளன. இந்தப் பெருவணிக நிறுவனங்கள் பாட்டிலில் அடைக்கப்பட்ட நீருக்கான சந்தையை விரிவுபடுத்தவும் நீரை 'மொத்த மாக' விற்கவும் முயன்று வருகின்றன; இத்தகைய முயற்சிகளின் போது புதிய சந்தைகளை நோக்கி நீரைப் பல மைல்கள் கடந்து எடுத்துச் செல்லவேண்டியுள்ளது. சமுதாயங்கள் தம்முடைய சொந்த நீரின் பற்றாக்குறையை உணரும்போது, வேறு வழியில்லையென்றால், வேறு இடங்களிலிருந்து பெறப்படும் நீரை விலை கொடுத்து வாங்குவதற்குக் கட்டாயப்படுத்தப்படுகின்றன. த எக்கனாமிஸ்ட் என்ற இதழ் '21ஆம் நூற்றாண்டின் எண்ணெய்தான் நீர்' என்று ஆரூடம் கூறியுள்ளது.[47]

குறைந்துகொண்டே வரும் பெரும்பாலான இயற்கை மூலப் பொருட்களைப் போலவே, வளர்ந்து வரும் உலகளாவிய நீர்ப்பற்றாக் குறைப் பிரச்சினைக்கும் எந்தவொரு தீர்வும் இல்லையென்பதுதான் உண்மை; இதற்குப் பன்முனைச் செயல்பாடு நமக்குத் தேவை. இதற்கு பில்லியன் டாலர் உள்கட்டமைப்பும் மிகப்பெரிய நீர்த்தேக்கங்களும் தேவை என்று சில வல்லுநர்கள் பரிந்துரைக்கின்றனர் என்றாலும், உலக நீர்ப் பிரச்சினைக்கு பசிஃபிக் நிறுவனத்தால் (பசிஃபிக்

இன்ஸ்டிடியூட்) 'மென்மையான வழி' என்று அழைக்கப்பட்ட தீர்வை நான் தேர்ந்தெடுக்கிறேன். அதனுடைய கூற்றின்படி: 'முடிவிலா புதிய ஆதாரத்தைத் தேடுவதற்குப் பதிலாக நீர் உற்பத்தியை மேம்படுத்து வதைக் குறிக்கோளாக மென்மைவழித் தீர்வுகள் கொண்டுள்ளன... (மேலும்) சமுதாய அளவிலான திட்டங்களோடு மைய திட்டமிடுதல் மூலம் உள்கட்டமைப்பும் செய்யப்பட வேண்டும்; மேலும், மென்மை வழித் தீர்வுகள் அக்கறை உள்ளவர்களை *(ஸ்டேக்ஹோல்டர்ஸ்)* முக்கிய முடிவுகள் எடுப்பதில் ஈடுபடுத்துகின்றன. இதன் காரணமாக நீர்ப் பங்கீடுகளும் திட்டங்களும் சூழ்நிலையையும் பொதுமக்கள் நலன் களையும் பாதுகாக்கும்.'[48] இத்தகையத் தீர்வுகளில் மேம்படுத்தப்பட்ட தொழில்நுட்பம், மேம்படுத்தப்பட்ட பாதுகாப்பு, உண்மையான, சரியான, ஜனநாயக முறையில் முடிவு எடுக்கப்படும் செயல்கள் போன்ற அனைத்தும் ஒன்றாக மேற்கொள்ளப்பட வேண்டும்.

எங்கெல்லாம் நீர் பயன்படுத்தப்படுகிறது, வீணடிக்கப்படுகிறது என்பதைக் கண்டறிதல்தான் ஒரு சரியான திசைநோக்கிய முக்கியப் படிநிலையாகும்; இதில் நாள் அடிப்படையில் செய்யப்படுகின்ற, கண்களுக்குப் புலப்படாத நீர்ப் பயன்பாடுகளும் சேரும். ஒரு பருத்தி டீ சர்ட், ஒரு கார் அல்லது ஒரு ஒளிவிளக்கு சுவிட்சைக் காணும் போது எவருமே நீரைப்பற்றி நினைப்பதில்லை. 'கண்களுக்குப் புலப்படாத' நீரை ஒளியோடு தொடர்புபடுத்துவதற்காக ஜான் ஆலன் என்ற பிரிட்டிஷ் பேராசிரியர் உலகத் தொழிலிலும் வணிகத்திலும் பயன் படுத்தப்படும் நீரின் தடத்தைக் குறிக்க 'மாயநீர்' என்ற கருத்துருவை உருவாக்கினார்.[49] எவ்வளவு அளவு நீர் உணவு அல்லது இதர பொருட் களைப் பிரித்தெடுக்கவும் உற்பத்தி செய்யவும் தேவைப்படுகிறதோ அந்த அடிப்படையில் அப்பொருளில் பொதிந்துள்ள நீரின் அளவுதான் மாயநீர் ஆகும். பருத்தி, காப்பி போன்ற நீர் அதிகமாகத் தேவைப்படும் பயிர்களை வளர்த்து ஏற்றுமதி செய்யும் நாடுகளை மாயநீரை ஏற்றுமதி செய்யும் நாடுகள் என்று கருதலாம்.

மற்றொரு பயனுள்ள கருத்துரு 'நீர்க் காலடிச்சுவடு' *(வாட்டர் ஃபுட் பிரிண்ட்)* ஆகும்; ஒரு நிறுவனத்தால் பொருட்களும் சேவைகளும் செய்ய பயன்படுத்தப்படும் மொத்த நன்னீர் அல்லது ஒரு தனிமனிதன் அல்லது சமுதாயத்தால் பயன்படுத்தப்படும் நன்னீர் அளவை இது கணக்கிடுகிறது. இதைப் பற்றி மேலும் அறிந்துகொள்ள நீங்கள் ஆர்வமாக இருந்தால் பார்க்க: www.waterfootprint.org. உங்களுடைய சொந்த நீர்க் காலடிச்சுவடு பற்றி தோராயமான கணக்கீட்டைப் பெறலாம். ஹாலந்தின் ட்வென்டே பல்கலைக்கழகத்தின் பேரா சிரியர் ஆர்ஜென் ஹோக்ஸ்ட்ரா தம்முடைய 'நீர்க் காலடிச்சுவடு' கருவி உருவாக்கத்தைப் பின்வருமாறு விவரிக்கின்றனர்: 'நன்னீர்

ஒருங்குகளின்மேல் ஏற்படுத்தப்படும் மனித தாக்கங்கள் முடிவாக மனித நுகர்வோடு இணைக்கப்படுவதை அடிப்படையாகக் கொண்டதுதான் இந்தக் கருத்துரு; நீர்ப் பற்றாக்குறை, மாசுறுத்தல் போன்ற பிரச்சினைகளைப் பற்றி எளிதில் புரிந்துகொள்ள உற்பத்தியையும் வழங்கல் சங்கிலிகளையும் *(சப்ளை செயின்ஸ்)* ஒருமித்து நோக்கவேண்டும்.'[50] வேறு விதமாகக் கூறவேண்டுமென்றால், எந்த அளவு அதிகமாகப் பொருட்கள் உருவாக்கப்படுகின்றனவோ, பயன்படுத்தப்படுகின்றனவோ, மாற்றீடு செய்யப்படுகின்றனவோ அந்த அளவுக்கு அதிக நீர் பயன்படுத்தப்படுகிறது.

நான் என்னுடைய சொந்த (நீர்க்) காலடிச்சுவடைக் கணக்கிட்ட போது, அது ஆண்டுக்கு ஏறத்தாழ 500 கனமீட்டர்கள் என்பதை அறிந்தேன். இது தொடர்பாக கணித்தபோது என்னுடைய நீர்க் காலடிச்சுவடு எண்ணைக் குறைந்த காப்பி குடித்தல், குறைந்த மாமிச உணவுப்பொருட்களைச் சாப்பிடுதல், குறைந்த அளவு பொருட்களை வாங்குதல் போன்றவற்றால் குறைக்க முடியும் என்று கண்டறிந்தேன்.

என்னுடைய சற்று வித்தியாசமான சாம்பல்நிற-நீர் ஒருங்கு என்னுடைய சலவை எந்திரக்கழிவு நீரால் ஆனது; இது என்னுடைய தோட்டத்தை வளர்க்கப் பயன்படுகிறது. இந்தக் கழிவு மிகவும் கவனமாகத் தேர்ந்தெடுக்கப்பட்ட, வடிகட்டும் தாவரங்களாலான ஒரு எளிய, பல மட்ட தாவர வளர்ப்பின் மூலம் வடிகட்டப்படுகிறது. இந்த ஒருங்கிலிருந்து சற்று வேறுபட்ட ஒருங்குகள் உலகம் முழுவதும் சாம்பல் நிற நீரை வடிகட்டி மீண்டும் பயன்படுத்த உதவுகின்றன. இவை வீடுகள், பல்கலைக்கழகங்கள், தங்கு விடுதிகள், உணவு பதப்படுத்தும் தொழிலகங்கள் போன்ற களங்களில் பயன்படுத்தப்படுகின்றன. என்னுடைய தோட்டம் இதனை விரும்புகிறது என்றாலும், நான் ஒவ்வொரு நாளும் பயன்படுத்தும் பொருட்களை உருவாக்கத் தேவைப்படும் நீரை ஒப்பிடும்போது இவ்வாறு பயன்படுத்தும் நீரின் அளவு ஒரு வாளியில் ஒரு துளி அளவேயாகும் என்பதை நான் அறிகிறேன். விவசாயத்தில், ஆற்றல் உற்பத்தியில், தொழிற்சாலை உற்பத்தியில் நீர் ஒரு கூறாகப் பயன்படுவதில்தான் அதன் பயன்பாட்டைக் குறைப்பதற்கான ஒரு நல்ல வாய்ப்பு உள்ளது.

தொழில் நிறுவனங்களின் புறவயமாக்கப்பட்ட, மிக அதிகமான அடக்கவிலைகளில் நீரின் உண்மையான அடக்கவிலையும் ஒன்றாகும்; இதன் பொருள் என்னவெனில், நீரின் அடக்கவிலையைத் தொழில் நிறுவனங்கள் உண்மையாகக் கொடுப்பதில்லை. பொருட்களின் விலைகள் நீரின் உண்மை மதிப்பைப் (இதனைத் தற்போதுதான்

பொருளியல் வல்லுநர்கள் கணக்கிடத் தொடங்கியுள்ளனர்) பிரதிபலிப்பதில்லை; மாசுறுத்தல், களங்கமுறுத்தல் போன்றவை மூலம் நீர் ஆதாரங்களின் சிதைவு அடக்கவிலையையோ பாதிக்கப்படும் சூழல் தொகுதிச் சேவைகளையோ பிரதிபலிப்பதில்லை. இதன் உண்மையான மதிப்பைப் பெற, சிலர் மொத்த பொருளாதார மதிப்பு செயல் வரம்பு (டோடல் எகனாமிக் வால்யூ ஃபிரேம்வொர்க்) என்றழைக்கப்படும் கருத்துருவைப் பயன்படுத்தத் தொடங்கியுள்ளனர்; இதில் குடிநீர் போன்ற நேரடிப் பயன்பாடுகளும் ஒரு நதியின் நீர்மட்டம், ஓட்டம் போன்ற மறைமுகப் பயன்பாடுகளும் அடங்கும்; மேலும், வருங்காலச் சந்ததிப் பயன்பாட்டு மதிப்பு (வருங்காலச் சந்ததிகள் பயன்படுத்துவதால் ஏற்படும் எதிர்கால மதிப்பு – bequest value), இருப்பு மதிப்பு (புவியில் இருத்தல் என்ற எளிமையான அடிப்படையால் ஏற்படும் மதிப்பு – எக்ஸிஸ்டென்ஸ் வால்யூ) ஆகியவற்றையும் மொத்த பொருளாதார மதிப்புச் செயல் வரம்பில் சேர்க்கின்றனர்.[45] இந்த அடிப்படையில் உலகத்தின் பல பகுதிகளைச் சேர்ந்த அரசுப் பிரதிநிதிகளும், தொண்டு நிறுவனங்களும், இன்டர்நேஷனல் கான்ஃபிரன்ஸ் ஆன் வாட்டர் அண்ட் த என்வைரென்மெண்ட் நிகழ்வில் 1992ஆம் ஆண்டு டூப்ளின் கொள்கைகளை உருவாக்கி, நீரின் மதிப்பைக் கண்டுணர்த்தும் நீர் மேலாண்மைக்கான செந்தகைமைப் பண்புகளை நிறுவச் செய்தனர்.[51]

இந்த மாற்றம், மேம்படுத்தப்பட்ட நீர் உற்பத்தியைத் தூண்டும். பயன்படுத்தப்படும் நீராலும் நீரை மாசுறுத்துவதாலும் ஏற்படும் அந்த மறைந்த அல்லது 'மாய', புறவயமாக்கப்பட்ட அடக்கவிலைகள் வியாபாரங்களின் வரவு-செலவு கணக்குத்தாளின் 'அடக்கவிலைகளில்' உண்மையிலேயே காணப்படத் தொடங்கும். இதனால், வணிக நிறுவனங்கள் தாம் பயன்படுத்தும் நீரின் அல்லது நீர் மாசுறுத்தலின் அளவைக் குறைக்கப் பெரிதும் உந்தப்படும். அதே நேரத்தில் நீரின் பொருளாதார மதிப்பைக் கணக்கிடும் போது, அது அடிப்படை மனித உரிமையைப் பெறுவதிலுள்ள நம்முடைய அறிந்துணர்தலை மங்கலாக்கக் கூடாது. நீருக்குப் பொருளாதார மதிப்பு கொடுப்பது அதனுடைய ஒட்டுமொத்த மதிப்பை நாம் நன்கு புரிந்துகொள்ள உதவும் ஒரு உத்தியேயொழிய, அது நீரைத் தனியார்மயமாக்கி விற்கப்படுவதை நோக்கிய ஒரு படிநிலையல்ல.

நீர்ப் பயன்பாட்டின் மொத்த அடக்கவிலைக்கும் தொழில் நிறுவனங்கள்தான் பொறுப்பேற்க வேண்டும் என்று கட்டாயப்படுத்தினால், அவை தகுந்த தொழில்நுட்பச் செயல்பாடுகளின் மூலம் நீரை விரயமின்றி பயன்படுத்தத் தொடங்கிவிடும் என்று நம்பப்படுகிறது. புறவயமாக்கப்பட்ட அடக்கவிலையை ஏற்க வேண்டுமென்று தொழில்

நிறுவனங்களைக் கட்டாயப்படுத்தினால் பொருட்களின் விலை உயர்த்தப்படுவது உறுதி; இது பொருளாதார அல்லது சந்தை சார்ந்த உத்திகளைப் பற்றிய ஒரு மோசமான விஷயம். ஏனெனில் தொழில் நிறுவனங்கள் அடக்க விலையை நுகர்வோரின்மீது திணித்துவிடும். இது பல சமயங்களில் மோசமானதாக இருப்பதில்லை (டார்கெட் கடைகளில் 4.99 டாலர் விலையில் விற்கப்படுவதால் மட்டுமே 256 கேலன் அளவு நீரைச் செலவழித்து உருவாக்கப்படும் மற்றொரு டீ சர்ட்டை வாங்கிய உணர்வு நமக்கு உண்மையிலேயே தேவையா?). எனினும் அடிப்படை பொருட்களின் உயர்த்தப்பட்ட விலைகள் உலகிலுள்ள ஏழை மக்களுக்கு ஊறு விளைவிக்கும்.

இந்தப் பிரச்சினை தொடர்பாக ஏற்கனவே சிலர் செயல்படத் தொடங்கி உள்ளனர். ஒவ்வொருவரும் விலை கொடுக்க முடியாத பரம ஏழைகூட, தன்னுடைய அடிப்படைத் தேவைகளுக்கான நீரைப் பெறுவதற்கு முயற்சி செய்து வருகின்றனர். அதே சமயத்தில், நீரை அதிக அளவில் சொகுசு நுகர்வுக்காகப் பயன்படுத்தும் (அல்லது வீணடிக்கும்) மக்களுக்குக் கூடுதலான விலை நிர்ணயிக்கவும் முயன்று வருகிறார்கள். மனித உரிமை ஆர்வலர்கள், முற்போக்கு நகராட்சித் தலைவர்கள், தொழிற்சங்கங்கள், சூழல் காப்பு நிறுவனங்கள் ஆகியவை இணைந்து ஒரு பன்னாட்டு இணைப்பமைப்பு ஏற்படுத்தப்பட்டுள்ளது. நீர்ப் போராளிகள் என்று அழைக்கப்படும் இவர்கள் நீர் ஒரு மனித உரிமை என்ற அறிந்துணர்தலை ஏற்படுத்துகிறார்கள்; நீரை ஒரு வியாபாரப் பொருளாக மாற்றுவதைத் தடுக்கிறார்கள்; நீர்ப் பங்கீட்டில் மக்களால் தேர்ந்தெடுக்கப்பட்ட நகராட்சிக்கு ஆதரவளிக்கிறார்கள்; நீரைத் தனியார்மயமாக்கலை எதிர்க்கிறார்கள்.

பல நிறுவனங்கள் ஏற்கனவே தொழில்நுட்ப நோக்கில் தம்முடைய பொருள்பதப்படுத்தும் செயல்களை மேம்படுத்தியுள்ளன. அதன்மூலம் நீரின் பயன்பாட்டைக் குறைத்து, வீணாக்குவதை மட்டுப்படுத்தியுள்ளன. இவை தாம் பயன்படுத்தும் அனைத்து நீரையும் தொடர்ந்து மறுசுழற்சி செய்யும் மூடிய-சுற்று (க்ளோஸ்டு லூப்) தொழிற்சாலை என்ற புதுமைக் கண்டுபிடிப்புகள் மூலம் மேற்கூறியவற்றைச் செய்கின்றன. பல வணிக நிறுவனங்கள் தம்முடைய உற்பத்திச் செயல்களில் நச்சுப்பொருட்களின் உள்ளீடுகளைத் தவிர்த்து மாற்றம் செய்யத் தொடங்கிவிட்டன. ஆதலால், தொழிற்சாலையிலிருந்து

வெளியேறும் நீர் நச்சுத்தன்மையற்று மீண்டும் பயன்படக்கூடிய வகையில் உள்ளது. இது ஒரு மிகப்பெரிய முன்னேற்றமாகும். இந்த வகைப் பதப்படுத்தும் செயல்களை வெற்றிகரமாகச் செயல்படுத்தும் வணிக நிறுவனங்களில் ஒன்று இன்டர்ஃபேஸ் என்ற தரைவிரிப்பு உற்பத்தியாளராகும். 1996ஆம் ஆண்டிலிருந்து, ரே ஆண்டர்சன் என்ற தொலைநோக்குப் பார்வைகொண்ட தலைவரின் கீழ், இந்த வணிக நிறுவனம் தன்னுடைய தொழிற்சாலையின் ஒவ்வொரு உற்பத்தி அலகிலும் 75 விழுக்காடு நீர் உள்ளீட்டைக் குறைத்துள்ளது.[52] இதனை மேலும் குறைக்க முடியும் என்று இந்த வணிக நிறுவனம் கூறுகிறது!

இதே நேரத்தில், வட்டாரத் திட்டமிடுதல், தொழில்சார் சூழ்நிலை யியல், நகர வடிவமைப்பு, கட்டடக்கலை போன்றவற்றின் வல்லுநர்கள் ஏற்கனவே கட்டமைப்புச் செய்யப்பட்ட நம்முடைய சூழலை மீள்வடிவமைப்புச் செய்யத் தொடங்கிவிட்டனர். இவற்றில் தனி வீடுகள் முதல், தொழிற்சாலைக் கூட்டமைப்புகள், ஒட்டுமொத்த நகரம்வரை அடங்கும். இந்த முயற்சியில் இயற்கையான நீர் ஒருங்குகள் அல்லது 'நீர்ப்பிடிப்புப் பகுதிகள்' போன்றவற்றைச் சிதைக்காமல், அவற்றைப் பாவனை செய்யும் வகையில், மீள் வடிவமைப்பை இவர்கள் செய்யத் தொடங்கியுள்ளனர்: பசும்புல் தரைகளுக்குப் பதிலாக அதிக நீர்த்தேவை இல்லாத, நீர் ஊடுருவலை அதிகரிக்கின்ற, இயல்தாவரத் தரைப் பரப்புகளைப் பதிலீடு செய்து அதிக மழைநீர் தரைக்குள் செல்வதை ஊக்குவித்தல்; நகராட்சி சாக்கடைகளில் ஊறு விளைவிக்கும் கழிவுகளை எறிய வகை செய்யும் வணிக நிறுவன ஒப்பந்தங்களை நீக்குதல்; இவற்றைத் தவிர, நீர்ப் பயன்பாட்டைப் பாதுகாக்க வகை செய்யும் வேறு பல மாற்றங்களைச் செய்தல். உரமாக்கும் கழிப்பறை பற்றி நாம் இங்கு மீண்டும் குறிப்பிடத் தேவையில்லை.

அத்துடன், சந்தை அடிப்படையிலும் தொழில்நுட்ப அடிப்படை யில் அமைந்த தீர்வுகளிலும் நீர்த் தொடர்பான நம்முடைய பண்பாட்டு அணுகுமுறைகளில் நமக்கு மாற்றங்கள் தேவை. இவற்றில் முதலில் கூறப்பட்டவை நாம் முடிவெடுத்தவுடன் அமலாக்கத்திற்குத் தயார் நிலையில் உள்ளன. இவை இரண்டுமே நீரை நீடித்தப் பயன் பாட்டிற்கும் அனைவருக்கும் கிடைக்கும் வகையில் பெறவும் முன்னுரிமை அளிக்கின்றன. நாம் சுவாசிக்கும் ஆக்சிஜன் போன்று, நம்முடைய வாழ்வு நிலைத்திருக்க நீரும் மிக அவசியமாகும்; இதற்கு இயற்கையில் எந்தவிதப் பதிலீட்டுப் பொருளும் தற்போது தயார் நிலையில் இல்லை.

கற்பாறைகள்

நம்முடைய உற்பத்திப்பொருட்களைத் தயாரிக்கத் தேவையான மிக தவிர்க்கமுடியாத கூறுகள் தரையின் அடியில் கிடைப்பனவாகும்.

உலோகங்கள், மதிப்புக் கற்கள், கனிமங்கள் – மேலும் இவற்றின் கரிமத் தொடர்புப் பொருட்களான பெட்ரோலியம், நிலக்கரி போன்றவை – அடிப்படையில் மீள்புதுப்பித்தல் செய்ய முடியாதவையாகும். எனவே இவை மரங்களையும் (நம்முடைய பயன்படுத்துதல் தகைவேகம் நம்முடைய மறு பயிராக்கத் தகைவேகத்தைவிடக் குறைவாக இருந்தால் மீள் புதுப்பிக்கத்தக்கவை) நீரையும் (மீண்டும் பெறக்கூடியது, ஆனால் மிகவும் எளிதாகக் குறையக் கூடியது; நலமான சூழல் தொகுதியில் சிறிது காலத்திற்குப் பிறகு தொடர்ந்து மீள்கொணரப்படக்கூடியது) போன்றவையல்ல. இவற்றைப் புவியிலிருந்து பெறுவது மிகவும் கடினம். இதன் காரணமாகத்தான் சுரங்க வேலை தொடங்கியது.

கற்பாறைகளின்மேல் உணர்ச்சிவசப்படுபவர் களைப் பற்றி நீங்கள் அதிகம் கேள்விப்பட்டி ருக்க முடியாது. அவை ஒன்றும் உயிருள்ள மரங்களைப் போன்று கம்பீரமானவையோ, நம்முடைய மனத்தை ஈர்க்கக்கூடிய வையோ அல்ல; அல்லது நீரைப் போன்று களங்கமற்ற, நோய் நீக்கவல்ல, சுத்தமாக்கும் பொருட்களும் அல்ல. அவற்றினுடைய இயற்கை யான அமைவிடத்திலிருந்து வெள்ளியோ, யுரேனியமோ நீக்கப்படு வதைத் தடுக்க மேற்கொள்ளப்படும் முறையீடுகளைப் பற்றி நீங்கள் அதிகம் கேள்விப்படுவதில்லை. எனினும், கற்பாறையை மூலமாகக் கொண்ட உற்பத்திப் பொருட்களின்மேல் உணர்ச்சியுடன்கூடிய ஒரு தொடர்பைக் கொண்ட மக்களை நீங்கள் காண்பதற்கு வாய்ப்புள்ளது. ஒருவருடைய திருமண மோதிரத்தையோ, செல்பேசியையோ, காரையோ அபகரிக்க முயற்சி செய்தால் நீங்களே சிக்கலில் மாட்டிக்கொள்வீர்கள்.

நாம் மிகவும் விரும்புகின்ற சொந்த பொருட்களைக் கொடுக் கின்றன என்ற போர்வையில் இத்தகைய உயிரற்ற, மனத்தை ஈர்க்க முடியாத மூலப் பொருட்களைப் புவியிலிருந்து நீக்குவதில் அப்படி யென்ன பெரிய விஷயம் உள்ளது? ஆனால், வருங்காலச் சந்ததிகளுக்கு இத்தகைய பொருட்களின் இருப்பும், அது கிடைப்பதும் பற்றிய பிரச்சினைதான் குறிப்பிடத்தக்க வகையில் பெரிதாகத் தோன்றுகிறது. நாம் இன்று பயன்படுத்தி முடிந்து போனவை மீண்டும் வளரப் போவ தில்லை. நம்முடைய முக்கியப் பொருளாதார முன்மாதிரி கனிமங் களைப் போன்ற மீள்புதுப்பித்தல் செய்ய முடியாத மூலப் பொருட் களின் பயன்பாட்டை அடிப்படையாகக் கொண்டுள்ளது. இந்த விவரம் முன்னேற்றத்தின் ஒரு நல்ல அளவீடாகக் கருதப்படும் மொத்த உள்நாட்டு உற்பத்திப் பொருட்களின் (ஜிடிபீ) ஒரு முக்கியக் கூறாக இருப்பது வாய்ப்புக்கேடான ஒன்றாகும்.

இந்தப் பொருட்களை எவ்வாறு தோண்டி எடுக்கிறோம் என்பதைப் பற்றிய முழுவிவரங்களையும் நாம் அறிய வேண்டும். நீங்கள் இதைப் பற்றி எந்தக் கருத்தைக் கொண்டிருந்தாலும், உண்மையில் தோண்டுதல் மக்களுக்கும் மொத்த கோளுக்கும் அதிக நெருக்கடியைக் கொடுக்கும் ஒரு பிரச்சினையாகும். தோண்டுதல்கள், திறந்த குழி *(ஓப்பன் பிட்)* அல்லது நீக்குவகையாக *(ஸ்ட்ரிப்)* இருந்தாலும், தரைப் பரப்பின்மேல் அல்லது தரைக்கு அடியில் இருந்தாலும், அவை அதிக அளவு ஆற்றல் மட்டுமின்றி நீரின் பயன்பாட்டையும் கொண்டவை; கழிவு கக்கும் தன்மை கொண்டவை; பெரும்பாலும் நச்சுத்தன்மை கொண்டவை; ஒட்டுமொத்த அசுத்தமான செயல்முறைகளைக் கொண்டவை; தோண்டுதல்கள் நடக்கும் இடங்களிலிருந்து மக்கள் சமுதாயங்கள் வெளியேற்றப்படுகின்றன; அங்கு பணியாளர்களின் உரிமைகள் மீறப்படுகின்றன; அவற்றின் துணை உற்பத்திப் பொருட்கள் அனைவரின் உடல்நலத்திற்கும் ஊறு விளைவிக்கின்றன. சுரங்கங்கள் மூடப்பட்ட பின்பும்கூட இந்த அதிர்ச்சிகள் முற்றுப் பெறுவதில்லை; பல ஆண்டுகள் தொடர்கின்றன.

நிலத்தடி அல்லது நிலப்பரப்படி சுரங்க வேலை என்பது புவியில் குகையமைப்பு போன்ற ஆழத்தோண்டுதல்களை ஈடுபடுத்துவதாகும். ஆனால், சுரங்கங்கள் என்றாலே மக்கள் மனதில் தலையில் சுரங்க விளக்கை ஏந்திய பணியாளர்களும் கூண்டில் அடைபட்ட மஞ்சள் குருவிகளாக *(கானரி)* தோன்றுகின்றனர்; ஆயினும், பெரும்பாலான சுரங்கத் தோண்டல்கள் தற்போது மிக பிரம்மாண்டமான திறந்தவெளிக் குழிகளில்தான் நடைபெறுகின்றன. அமெரிக்காவில் திறந்தவெளிக் குழி சுரங்கத் தோண்டல்கள்தான் பெருமளவுக் கனிமப் பொருட்களைக் கொடுக்கின்றன; உலக அளவில் மூன்றில் இரண்டு மடங்கு உலோகங்கள் திறந்தவெளிக் குழிகளிலிருந்துதான் பெறப்படுகின்றன.[53] வைரம், இரும்பு, செம்பு, தங்கம், நிலக்கரி ஆகிய அனைத்துமே திறந்த வெளிக் குழிகளிலிருந்துதான் பிரித்தெடுக்கப்படுகின்றன; இக்குழிகள் பெரும்பாலும் மிகவும் பிரம்மாண்டமானவை. எடுத்துக்காட்டாக, உடாவிலுள்ள பிங்காம் கேன்யான் செம்புச்சுரங்கம் 3 சதுர மைல்கள் (7.7 சதுர கிமீ) பரப்பளவு கொண்டது; வடக்கு சிலியின் சுக்விகமாட்டா செம்புச்சுரங்கம் ஏறத்தாழ 4.5 சதுரமைல்கள் (12 சதுர கிமீ) பரப்பைக் கொண்டது. மூலப்பொருட்களைப் பெறுவதற்காக குன்று உச்சி நீக்கங்களும் நடைபெறுகின்றன. பொதுவாக இவை குன்றின் உள்ளே ஆழ்ந்து அமைந்துள்ள நிலக்கரிப் படுகைகளை அடைவதற்காக செய்யப் படுகின்றன (காண்க, 60ஆம் பக்கத்திலுள்ள நிலக்கரி பற்றிய பெட்டிச் செய்தி). குறிப்பாக, வளரும் நாடுகளில் இன்றும் சிறிய அளவில் 'மனித உடல் சக்தியை' பயன்படுத்தும் சுரங்கத் தோண்டல்கள் நடைபெறு கின்றன; இவற்றில் பணியாட்கள் பரப்பிலுள்ள படுகைகளிலிருந்து

தேவையான பொருட்களைக் கைகளாலும் சிறிய கருவிகளாலும் எடுக்கின்றனர்.

ஒரு திறந்தவெளிக் குழியை உருவாக்குவது என்பது அப்பகுதியிலுள்ள மரங்களை (அதிக எண்ணிக்கை மரங்களை) வெட்டுவதையும் அங்குள்ள குடிமக்களையும் விலங்குகளையும் அப்புறப்படுத்துவதையும் குறிக்கும். சுரங்கத் தொழில் பற்றிய ஒரு இந்திய அறிக்கை கனிமப் பொருட்களையும் காடுகளையும் சுட்டப்பட்டுள்ள படங்களையும் (மேப்ஸ்) ஒப்பிட்டுள்ளது. இதன்படி எங்கெல்லாம் நாட்டின் பெரும் பாலான உயிரினவளமும் அதிகமான பழங்குடி மக்கள் தொகையும் உள்ளனவோ அந்தக் காட்டுப்பகுதிகளில்தான் மிகச் செழுமையான நிலக்கரி, பாக்சைட் (அலுமினியத்தின் மூலத்தாது), இரும்புத்தாது ஆகியவை காணப்படுகின்றன.[54]

சுரங்க வேலையின் போது முதலில் தோண்டப்பட்டு நீக்கப்படுவது மண்ணின் முதலடுக்கு உயிரிகள்தாம். மதிப்புமிக்க மூலத்தாதுவைச் சுற்றி மூடியிருக்கும் அனைத்துக் கல், மண் – இவை சுரங்கத் தொழிலால் 'சுமை' என்று அழைக்கப்படுகின்றன – போன்றவை முதலில் நீக்கப்பட வேண்டும். இவற்றின் நீக்கத்தில் புல்டோசர்கள், துளைப்பான்கள், வெடி மருந்துகள், பெரிய பார வண்டிகள் (இவையனைத்துமே அவற்றுடைய தயாரிப்பிலும் செயல்பாட்டிலும் மிக அதிக அளவு எண்ணிக்கையில் தனித்தனிக் கூறுகளைப் பயன்படுத்துகின்றன) போன்றவை பயன்படுத்தப்படுகின்றன. இந்தச் சுரங்கக் கழிவுப் பொருட்கள் குவியத் தொடங்குகின்றன, சில நேரங்களில் பெரிய குன்று போல. உண்மையில், திறந்தவெளிக் குழிச்சுரங்கங்கள் ஆழ் தரையடிச் சுரங்கங்களின் கழிவைவிட எட்டு முதல் பத்து மடங்கு அதிகக் கழிவை உருவாக்குகின்றன.[53]

மூலத்தாதுவைப் பெறுவது ஒரு தொடக்கமே. மிக உயர்ந்த வகை மூலத்தாதுகூட தேவைப்படக்கூடிய தூய உலோகத்தையோ கனிமத்தையோ சிறிதளவுதான் கொண்டிருக்கும். இதைத் தவிர, அந்த மூலத்தாதுவை மேலும் பதப்படுத்த வேண்டியுள்ளது; இதற்கு அதிக அளவு எந்திரப் பொருட்கள், நீர், வேதிப்பொருட்கள் போன்றவை தேவைப்படுகின்றன. பெரும்பாலான மூலத்தாது கழிவாக முடிவடை கிறது. உயர்வகை மூலத்தாதுகள் மறைய மறைய இவற்றின் தேவை தொடர்ந்து அதிகரிக்கிறது. எர்த்வொர்க்ஸ் அண்ட் ஆக்ஸ்ஃபாம் அமெரிக்கா என்ற அமைப்பால் உருவாக்கப்பட்ட டர்ட்டி மெட்டல்ஸ் (அழுக்கு உலோகங்கள்) என்றழைக்கப்படும் அறிக்கை ஒன்றின்படி, அமெரிக்காவில், 20ஆம் நூற்றாண்டின் தொடக்கத்தில் தோண்டி எடுக்கப்பட்ட செம்பு மூலத்தாதுவில் பயன்படக்கூடிய உலோகம் மொத்த எடையில் 2.5 விழுக்காடு இருந்தது; இன்று, இந்த விழுக்காடு

0.51 அளவிற்குக் குறைந்துள்ளது. தங்கம் தோண்டுதலில் மொத்த மூலத்தாதுவில் 0.00001 விழுக்காடுதான் (1 விழுக்காட்டில் 1/1000 அளவுதான்) உண்மையிலேயே தங்கமாகச் சுத்தமாக்கப்படுகிறது என்று மதிப்பிடப்பட்டுள்ளது.'[53] பதப்படுத்துதலில் பயன்படுத்தப்படும் வேதிப்பொருட்கள் உலக அளவில் ஓர் ஆண்டிற்குக் குறைந்தபட்சம் 90 மில்லியன் டன் தாதுக் கழிவுகளை மாசுபடுத்துகின்றன; இது அனைத்து அமெரிக்க நகரங்களும் ஒன்று சேர்ந்து ஓர் ஆண்டில் உருவாக்கும் கழிவுகளைவிட ஏறத்தாழ ஒன்பது மடங்கு அதிக எடைக்குச் சமமானதாகும்.[53]

உண்மையில் நச்சுப்பொருட்களாலும் கனரக எந்திரங்களாலும் மட்டுமின்றி, உபகரணங்களால் உண்டாக்கப்படும் காயங்களாலும் வெடித்தல்கள், தீ, மண்சரிவுகள் போன்ற நிகழ்வுகளாலும் சுரங்கத் தொழிலாளர்கள் சமனற்ற முறையில் பாதிக்கப்படுகிறார்கள். பன்னாட்டுத் தொழிலாளர் கூட்டமைப்பு தெரிவிப்பது என்னவெனில், உலகப் பணியாளர்களில் 0.4 விழுக்காடு பணியாளர்கள் மட்டுமே சுரங்கத் தொழிலில் ஈடுபட்டுள்ளார்கள். ஆயினும், பணியின்போது ஏற்படும் மொத்த விபத்துகளில் 3 விழுக்காட்டைவிட அதிகமாக இந்தத் தொழிலில் உள்ளவர்கள்தாம் அனுபவிக்க வேண்டியுள்ளது (ஒவ்வொரு ஆண்டும் 11 ஆயிரம், ஒவ்வொரு நாளும் ஏறத்தாழ 30 பேர்.)[55]

எடுத்துக்காட்டாக, இந்தியாவில் உள்ள ராஜஸ்தானில் சுரங்கத் தொழிலாளர்கள் – இவர்களில் பலர் பெண்கள், குழந்தைகள் – நீண்ட நேரம் உழைத்து உலகமுழுவதும் அலங்காரக் குளியலறை, சமையலறை போன்றவற்றிலுள்ள சலவைக் கற்களையும் மணற்கற்களையும் சுரங்கங்களிலிருந்து பிரித்தெடுக்கின்றனர். ராஜஸ்தான் சுரங்கத் தொழிலாளர்களுடன் காந்தியால் ஊக்குவிக்கப்பட்ட கிராவிஸ் என்ற அரசுசாரா அமைப்பும் சேர்ந்து பணியாற்றுகிறது. இந்த அமைப்பு, சிலிக்கோசிஸ் போன்ற நுரையீரல் கோளாறுகளை ஏறத்தாழ பாதிக்கும் மேற்பட்ட ராஜஸ்தான் சுரங்கத் தொழிலாளர்கள் பெற்றுவிட்டனர் என்று தெரிவிக்கிறது. 'சுரங்கத் தொழிலாளர்கள் ஆழமான திறந்தவெளிக் குழிகளில் பணிபுரிகிறார்கள்; உலர்துளையிடுதலின் காரணமாக இங்குள்ள காற்று தூசிகளின் செறிவினால் மிகவும் அடர்த்தியாக உள்ளது; பாதுகாப்புக் கருவிகள் இங்கு இருப்பதில்லை; குடிநீர் கொடுக்கப்படுவதில்லை; ஓய்வெடுக்க நிழல் இருப்பதில்லை; கழிவறைகள் கிடையாது; முதலுதவிச் சாதனங்கள் கிடையாது; விபத்துகளுக்கான நஷ்ட ஈடு தொழிலாளர்களுக்குக் கிடைப்பதில்லை; விபத்துகள் அடிக்கடி நடைபெறுகின்றன; பெரும்பாலும் சுரங்கத் தொழிலாளர்களிடம் கூடுதல் பணம் இல்லாமையால் அவர்களால் மருத்துவ வசதி பெற முடிவதில்லை.'[56]

நீர், காற்று, மண் மாசுறுதல் தொடங்கி தொழிலாளர்களின் உடல் நலம் வரை எல்லா அடக்கவிலைகளையும் மனதில் கொள்ளும்போது சுரங்கத் தொழில் நிறுவனங்கள் லாபம் ஈட்டுவதற்கு மிகவும் சிரமப் படுகின்றன என்று நீங்கள் நினைக்கலாம். ஆனால், உண்மையான அடக்கவிலைகளில் மிகச் சிறிய ஒரு பகுதியை மட்டுமே அந்த நிறுவனங்கள் ஏற்றுக்கொள்கின்றன; அவற்றின் வரவு-செலவு அறிக்கைகள் அரிதாகவே நீர் அல்லது காற்றுத் தரம் தொடர்பானக் காரணிகளைக் கணக்கில் எடுத்துக்கொள்கின்றன. உண்மையில், இதை நீங்கள் அறிந்துகொள்ளுங்கள்: அமெரிக்கக் கூட்டாட்சி நிலங்களில் சுரங்க வேலையை ஏறத்தாழக் கட்டணம் எதுவும் செலுத்தாமல் எவரும் மேற்கொள்ளலாம். 1872ஆம் ஆண்டு நிறைவேற்றப்பட்ட பொதுவான சுரங்க சட்டத்தின்படி, எந்தவொரு 18 வயது அல்லது அதற்கு மேற்பட்ட வயதுள்ள அமெரிக்கக் குடிமகனும் தங்கம், வெள்ளி, பிளாட்டினம், செம்பு, ஈயம், துத்தநாகம் போன்ற கனிமப் பொருட்களுக்காகக் கூட்டாட்சி நிலங்களில் ஆய்ந்தறிந்து சுரங்கத் தோண்டலில் ஈடுபடலாம், எந்தவிதக் கட்டணமும் இல்லாமல். இதற்காக, அப்பொழுது கூறப்பட்டக் காரணம் என்னவெனில், சுரங்கத் தொழிலாளர்களும், சுரங்கப் பொருட்களை ஆய்ந்து அறிபவர்களும் மிகவும் மதிப்பு மிக்க வணிகத்தை மேம்படுத்தும் சேவைகளைச் செய்கிறார்கள் என்பதும், அமெரிக்காவின் புதிய பகுதிகளில், குறிப்பாக மேற்குப் பகுதியில், குடியேற்றத்தைத் தூண்டுகிறார்கள் என்பதும்தான்.[57]

இந்தச் சட்டம் நிறைவேற்றப்பட்டுப் பலகாலம் கடந்த பின், கூட்டாட்சி அரசு 245 பில்லியன் டாலருக்கும் அதிகமான மதிப்புள்ள கனிமப் பொருட்களைக் கட்டணமின்றிக் கொடுத்துள்ளது என்று கணக்கிடப்பட்டுள்ளது.[58] இது அரசுக்கு வருமான இழப்பை மட்டுமின்றி, மறு சுழற்சிக்குப் பதிலாக, கன்னி (முன்னெப்போதும் பயன்படுத்தப் படாத) மூலப்பொருட்களைத் தோண்டியெடுத்துப் பயன்படுத்துவதை ஊக்குவித்து வந்துள்ளது. ஓர் ஆய்வு முடிவின்படி அமெரிக்காவில் பதினைந்து கூட்டாட்சி மானியங்கள் – ஒவ்வொன்றும் சராசரியாக 2.6 பில்லியன் டாலர் மதிப்புள்ளவை – ஒவ்வோராண்டும் மூலப்பொருள் பிரித்தெடுத்தல் தொழிற்கூடங்களுக்கு அனுகூலமாக வழங்கப் பட்டுள்ளன.[58] இதனாலும், அவை உலோக மறுசுழற்சிக்குப் பதிலாக கன்னி உலோக மூலங்களை நோக்கிச் செல்ல ஊக்குவிக்கப்பட்டுள்ளன. கனிமப் பொருட்கள் ஏறத்தாழக் கட்டணமின்றிக் கிடைக்கின்றன; ஆதலால், அவற்றைப் பேணுவதற்கும், தங்கம், வெள்ளி, ஈயம், இதர உலோகங்களை அனைத்து மின்னணுக் கழிவுகளிலிருந்தும், இதர உற்பத்திப் பொருட்களிலிருந்தும் மீட்கும் முயற்சியை மேற்கொள் வதற்கும் எந்தவிதத் தூண்டுதலும் இல்லை.

சுரங்க வேலை தொடர்பான இந்த மிகப் பழமையான சட்டத்தைத் திருத்துவதற்கான முயற்சிகள் மேற்கொள்ளப்பட்டு வருவது மகிழ்ச்சியளிக்கிறது. அமெரிக்க செனட்டில் 2007ஆம் ஆண்டின் சட்ட முன்மாதிரி தோல்வி அடைந்தவுடன், 2009ஆம் ஆண்டின் தொடக்கத்தில் கடினப்பாறை சுரங்கப்பணி மற்றும் மீளமைப்புச் சட்டம் *(ஹார்ட் ராக் மைனிங் அண்ட் ரீக்ளேமேஷன் ஆக்ட்)* மறுபடியும் புகுத்தப்பட்டது. இந்தப் புதிய சட்டத்தின்படி ஏற்கனவே சுரங்க வேலையில் ஈடுபட்டுள்ள நிறுவனங்களின் மொத்த வருமானத்தில் 4 விழுக்காடு உரிமைப் பங்காகச் *(ராயல்டி)* சுமத்தப்படும்; அதுமட்டுமின்றி புதிதாகச் சுரங்க வேலைகளில் ஈடுபடுவோர்களிடம் 8 விழுக்காடு உரிமைப் பங்காகச் சுமத்தப்படும். இவ்வாறு வசூலிக்கப்படும் உரிமைப்பங்குப் பணத்தில் எழுபது விழுக்காடு பழைய, கைவிடப்பட்டச் சுரங்கங்களைச் சுத்தப் படுத்தப் பயன்படுத்தப்படும்; மீதமுள்ள 30 விழுக்காடு சுரங்கத் தொழிலால் பாதிக்கப்பட்ட சமுதாயங்களுக்குச் செலவிடப்படும்.[59] இது சரியான திசையில் மேற்கொள்ளப்படும் ஒரு படிநிலை என்றாலும், இந்தச் சட்டம் அமெரிக்காவின் பொது நிலங்களில் உள்ள சுரங்கங்களுக்கு மட்டுமே பொருந்தும். இதற்கிடையில், கன்னி மூலப்பொருட்களின் பயன்பாட்டை ஊக்குவிக்கும் மானியங்கள் தொடர்ந்து கொடுக்கப்படுகின்றன; இவை நீக்கப்பட வேண்டும்.

நம்முடைய பொருட்களைத் தயாரிப்பதற்காகப் பிரித்தெடுக்கப் படும் அனைத்து வகை உலோக, கனிமப் பொருட்களையும் ஆய்வு செய்ய நான் விரும்பினால், அது பல புத்தகங்களின் பக்கங்களை நிரப்பும் கதையாக மாறிவிடும். எனவே, நாம் புவியிலிருந்து தோண்டி எடுக்கின்ற, அல்லது வெடித்தல் மூலம் எடுக்கின்ற சில தேர்வு செய்யப் பட்ட கற்பாறைகளைப்பற்றி மட்டும் விவரமாகக் காண்போம். நம்முடைய உற்பத்திப் பொருட்களுக்குத் தேவையான அனைத்து உலோகங்களின் பிரித்தெடுத்தலையும் கனிமப் பொருட்களின் பிரித் தெடுத்தலையும் இந்தத் தேர்ந்தெடுத்த பொருட்களின் விவரங்கள் பிரதிநிதித்துவம் செய்யும்.

தங்கமும் வைரங்களும்

தங்கம் பலவற்றில் பயன்படுத்தப்படுகிறது; பொய் பற்களிலிருந்து, கண்ணாடி ஊதுவது *(கிளாஸ் புளோவிங்)*, செல்வமாகச் சேமிப்பது வரை தங்கம் பயன்படுகிறது. மின்னணுப் பொருட்களிலும் தங்கம் பயன்படுத்தப்படுகிறது; தற்கால மின்னணுக் கருவி எதையெடுத்துக்

கொண்டாலும் – செல்பேசிகள், மடிக்கணினிகள், தொலைக்காட்சி சாதனங்கள், ஜிபிஎஸ் ஒருங்குகள், எம்பீ3 பிளேயர்கள் போன்ற எதுவாக இருந்தாலும் – அவற்றில் ஒரு துளி தங்கமாவது காணப்படும். எனினும், மற்ற அனைத்தையும் அமுக்கும் வகையில் உள்ள தங்கத்தின் மிகப் பெரிய பயன்பாடு நகைகளில்தான். இன்று பயன்படுத்தப்படும் தங்கத்தின் மொத்த அளவில் 75 விழுக்காட்டிற்கும் அதிக அளவு நகைகள் செய்யவே பயன்படுத்தப்படுகின்றன.[60]

உங்களுக்கு மிகவும் பிடித்த தங்க நகை உங்களிடம் இருக்கலாம். இதில் நீங்கள் விதிவிலக்கானவர் அல்லர். என்னிடம் தங்க நகைகள் இல்லை. எனினும், ஒரு சிறிய தங்க மோதிரம் மட்டும் உள்ளது; இது என க்குப் பலகாலம் முன்பு அன்புப் பரிசாகக் கொடுக்கப்பட்டது.

எனக்காக ஒரு மோதிரத்தை அவர் வாங்க விரும்பியபோது, நான் அவரிடம் வற்புறுத்தியது ஒரு பழைய, சிறிய மோதிரத்தைத்தான். தென்ஆப்பிரிக்காவில் நான் தங்கச் சுரங்கங்களைக் கண்டிருக்கிறேன். தங்கம் தோண்டுதல் மிக அதிகமான மாசுறுத்தலையும், மனித உரிமை மீறல்களோடு எப்பொழுதுமே தொடர்பு கொண்டுள்ளதையும், உலகில் தோண்டி எடுக்கப்படும் தங்கத்தில் நான்கில் ஒரு பங்கு நகைகளில் முடிவடைவதையும் நான் அறிவேன். வயதான பெண்களின் அலங்கார மேஜை அறைகளில் சத்தமிடும் அளவிற்கு அதிக எண்ணிக்கையில் தங்க நகைகள் உள்ளன; மின்னணுக் கழிவுகளில் தங்கம் அதிக அளவிற்குக் குவிக்கப்படுகின்றன; ஆகவே இன்னும் அதிக தங்கத்தைத் தோண்டி எடுக்க வேண்டும் என்ற சந்தை முயற்சிகளுக்கு ஏன் ஊக்கம் கொடுக்க வேண்டும்? எனவே, வாஷிங்டன் டிசியில் உள்ள டைனி ஜூவெல் பாக்ஸ் என்ற கடையிலிருந்து எனக்கு ஒரு பழமையான, சிறிய மோதிரத்தை அவர் வாங்கிக் கொடுத்தார். அதில் '16 Mai 1896' என்று பொறிக்கப்பட்டிருந்தது; மேலும், அதில் ஒரு பளபளக்கும் நீலப் படிகக்கல்லைச் சுற்றி பென்சில் புள்ளிகளைவிட பெரிதாக இல்லாத நுண்ணிய முத்துக்கள் பதிக்கப்பட்டிருந்தன.

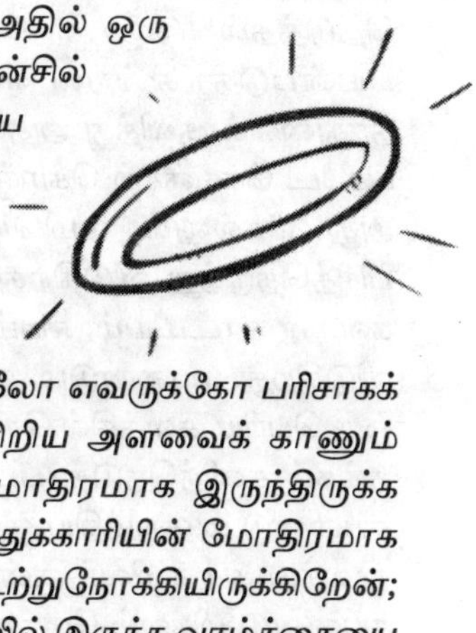

என்னுடைய மோதிரம் மிகப் பழமையானது என்பதால் அதை நான் விரும்புகிறேன். இதில் 'Mai' என்று பொறிக்கப்பட்டதால் இது ஃபிரான்சிலோ, ஜெர்மனியிலோ எவருக்கோ பரிசாகக் கொடுக்கப்பட்டிருக்க வேண்டும். அதன் சிறிய அளவைக் காணும் போது அது ஒரு திருமண நிச்சயதார்த்த மோதிரமாக இருந்திருக்க வாய்ப்பில்லை: அது ஓர் இனிய பதினாறு வயதுக்காரியின் மோதிரமாக இருந்திருக்கலாமோ? நான் அதை அடிக்கடி உற்றுநோக்கியிருக்கிறேன்; அது ஓர் இளம் ஐரோப்பியப் பெண்ணின் விரலில் இருந்த வாழ்க்கையை

நினைத்துப் பார்க்கிறேன்; அதை அவளுக்கு யார் கொடுத்திருப்பார்கள் என்று வியந்திருக்கிறேன். மேலும், அவளுக்கு முன்பாகவே, அது மோதிரமாக வடிவம் பெறுவதற்கு முன்பாகவே அந்த உலோகத்திற்கு ஒரு வாழ்க்கை இருந்திருக்க வேண்டும்.

என்னுடைய இனிமைமிக்க சிறிய மோதிரத்தின் தங்கம் எங்கு தோண்டி எடுக்கப்பட்டது? தெற்கு ஆப்பிரிக்காவிலா? பல ஆண்டுகளாக தெற்கு ஆப்பிரிக்கா உலகின் பெரும்பாலான தங்கத்தைக் கொடுத்து வந்துள்ளது; இன்றைய தேவையிலும் கால் பங்கிற்கும் மேலான அளவு தங்கத்தைத் தொடர்ந்து கொடுத்து வருகிறது. 1990-களின் நடுவே நான் தென் ஆப்பிரிக்காவுக்குச் சென்றபோது, நான் ஓட்டிச் சென்றுகொண்டிருந்த காரின் ஜன்னல் வழியாகப் பார்த்தபோது அந்த நாட்டின் கிராமப் பகுதிகளில் சிதறிக் கிடக்கும் சிறிய குன்றுகளை எந்தப் புவியியல் நிகழ்வுகள் உருவாக்கியிருக்கக் கூடும் என்று வியந்திருக்கிறேன். 'இவையெல்லாம் குன்றுகள் அல்ல; அவை சுரங்கக் கழிவுகளின் குவியல்கள்தாம்' என்று என்னுடைய தென் ஆப்பிரிக்க நண்பர் எனக்கு விளக்கினார்.

ஒரு சராசரி திருமண மோதிரத்தைத் தயாரிக்கத் தேவையான தங்கத்தைத் தோண்டியெடுக்கும்போது ஏறத்தாழ 20 டன்கள் தீங்கு விளைவிக்கும் சுரங்கக் கழிவுகள் உருவாக்கப்படுகின்றன;[61] இந்தக் கழிவுகள் சில நேரங்களில் நதிகளிலோ, கடலிலோ கொட்டப்படுகின்றன; சில நேரங்களில், நான் தென் ஆப்பிரிக்காவில் கண்டது போன்று, எங்கு உருவாக்கப்பட்டதோ அந்த இடங்களிலேயே கொட்டப்படுகின்றன. இந்தக் கழிவுகள் நச்சுத்தன்மை கொண்டவை என்பதற்கான காரணம், மூலத்தாதுவிலிருந்து தூய தங்க உலோகம் பிரித்தெடுக்கப்படும் செயலில் சுரங்க நிறுவனங்கள் 'குவியல் கரைத் தெடுத்தல்' *(ஹீப் லீச்சிங்)* என்றழைக்கப்படும் செயல்முறையைப் பயன்படுத்துகின்றன என்பதுதான்; அதாவது, தங்கம் உள்ள மூலத் தாதுவைக் குவித்து அதன் மேல் சயனைடை ஊற்றி அது குவியலின் ஊடே கொஞ்சம் கொஞ்சமாக சொட்டி ஊடுருவச் செய்யப்படுகிறது. அது செல்லும் வழியெல்லாம் (கரைத்தல் மூலம்) தங்கத்தைப் பிரித்தெடுத்து விடுகிறது. அதே நேரத்தில் அது இதர நச்சு உலோகங்களான காட்மியம், ஈயம், பாதரசம் போன்றவற்றையும் பிரித்தெடுத்து விடுகிறது. சயனைடும், நச்சுத்தன்மை வாய்ந்த உலோகக் கரைசல்களும் ஒரு பெரிய குளத்தில் சென்று முடிவடைகின்றன; இந்தக் குளத்திலிருந்து தங்கம் தனித்தெடுக்கப்படுகிறது. இதன் விளைவாக கன உலோகமும் சயனைடு மாசுறுத்திய குளமும், கன உலோகமும் சயனைடு மாசுறுத்திய மூலத்தாதுக் கழிவுக் குன்றும் அருகருகே அமைந்து காணப்படுகின்றன. சயனைடு மிகவும் மோசமான நஞ்சு என்பதை நான் உங்களுக்கு நினை

வூட்டத் தேவையில்லை. ஒரு அரிசி அளவு சயனைடு ஒரு மனிதனைக் கொன்றுவிடும். ஒரு கிராமில் ஒரு மில்லியன் பகுதி சயனைடு ஒரு லிட்டர் நீரில் கலந்தால் அது ஒரு மீனைக் கொன்றுவிடும்.[62] இது ஒரு பெரிய பிரச்சினையாகும்; ஏனெனில், பெரும்பாலான சுரங்கக்கழிவு நதிகளிலும் ஏரிகளிலும் முடிவடைகிறது.

என்னுடைய மோதிரம் மிகச் சிறியது; அது மொத்த சராசரிக் கழிவில் பாதிக் கழிவைத்தான் உண்டாக்கியிருக்க வேண்டும் என்று என்னை நானே தேற்றிக் கொண்டேன். எனினும், அது 10 டன்களாவது இருக்கும் என்று நான் உணர்ந்தேன்.

மண்குவியல்களின் மேல் சயனைடு ஊற்றப்பட்டுப் பெறப்பட்ட தங்கத்திலிருந்து என்னுடைய மோதிரம் செய்யப்பட்டிருக்காது என்று நான் நம்புகிறேன். 1887ஆம் ஆண்டு வரை தங்க மூலத்தாதுவின் மேல் சயனைடு பயன்பாடு பரவலாகக் காணப்படவில்லை. என்னுடைய மோதிரத்தின் தங்கம் அமெரிக்காவில் பிரித்தெடுக்கப்பட்டதாகக் கூட இருக்கலாம்; என்னைப்போல் கலிஃபோர்னியாவைச் சேர்ந்த தாகவும் இருக்கலாம். தொடக்கக் கால கலிஃபோர்னியாவில் சுரங்கத் தொழிலாளர்கள் சயனைடைப் பயன்படுத்தவில்லை என்பதால் அந்த நச்சுத்தன்மை வாய்ந்த பாரம்பரியத்திலிருந்து என்னுடைய மோதிரம் தவிர்க்கப்பட்டிருக்கலாம் என்றாலும், வாய்ப்புக்கேடாக மற்றொரு சமமானப் பிரச்சினையைக் கொடுத்திருக்கலாம்.

என்னுடைய மோதிரம் பொறிக்கப்பட்டக் காலத்திற்கு நாற்பத்து எட்டு ஆண்டுகளுக்கு முன்பு தங்கம் வடக்கு கலிஃபோர்னியாவில் கண்டுபிடிக்கப்பட்டது. 1848ஆம் ஆண்டு ஜேம்ஸ் மார்ஷல் என்ற பெயரைக் கொண்ட மனிதர் வடக்கு கலிஃபோர்னியாவில் ஒரு மரம் அறுக்கும் தொழிற்கூடத்தில் பணியாற்றி வந்தார். இவர் கொலோமாவின் அமெரிக்க நதியில் முதன்முதலில் பளபளக்கும் ஓர் உலோகத்தைக் கண்டார். மார்ஷலின் கண்டுபிடிப்பு 1949ஆம் ஆண்டின் தங்க வேட்டைக்குக் காரணமாயிற்று: பல நூறு ஆயிரம் மக்கள் உடனடி செல்வந்தர்கள் ஆகும் எண்ணத்துடன் அங்கு வந்து சேர்ந்தனர்.[63] இதன் விளைவாகக் கலிஃபோர்னியாவில் 1854ஆம் ஆண்டு வெள்ளையர் களின் எண்ணிக்கை 13,000த்திலிருந்து 300,000 ஆக திடீரென்று உயர்ந்தது. அதே நேரத்தில் கலிஃபோர்னியாவின் பழங்குடி அமெரிக்க மக்களின் எண்ணிக்கை மிகவும் குறைவுற்றது; தங்க வேட்டைக்கு முன்பிருந்த 150,000 மக்கள் 30,000 மக்களாக 1870ஆம் ஆண்டு குறைந்து விட்டனர். இவற்றில் 60 விழுக்காடு இழப்பு தங்க வேட்டைக் காகப் புகுந்தவர்களால் புதிதாக நுழைக்கப்பட்ட நோய்களால் ஏற்பட்ட தாகும்; மீதி இழப்பு கட்டாயமாக்கப்பட்ட இடமாறுதல்களால் விரைவாக்கப்பட்டது அல்லது நேரடிக் கொலைகளால் ஏற்பட்டதாகும்.[64]

அந்தக் காலகட்டத்தில், நதிக் கரைகளிலிருந்தும் மலைகளி லிருந்தும் பெறப்பட்ட மூலத்தாதுகள் பாதரசத்தில் ஊறவைக்கப்பட்டு அவற்றிலிருந்து தங்கம் பிரித்தெடுக்கப்பட்டது. பாதரசம் பற்றி உற்பத்தி என்ற இயலில் நான் மிக விரிவாக விளக்கியுள்ளேன். இது ஒரு நரம்பு நச்சாகும்; மூளை, தண்டுவடம், சிறுநீரகங்கள், கல்லீரல் போன்ற வற்றைப் பாதிக்கக்கூடியது ('பைத்தியக்காரத் தொப்பி அணிந்தவர்' என்பதைக் குறிக்கும் ஆங்கிலச் சொற்றொடரான 'mad hatter' தடித்த கம்பிளித் துணியாலான தொப்பிகளைக் கழுவிச் சுத்தம் செய்தவர் களுக்கு ஏற்பட்ட நரம்பியல் சிதைவிலிருந்து பெறப்பட்டதாகும். இந்தத் தொப்பிகள் பாதரசத்தை நீக்கப் பயன்பட்டவையாகும்). தங்க வேட்டையின்போது ஏறத்தாழ 7,600 டன்கள் பாதரசம் மத்திய சியரா நெவேடா நதிகளில் மட்டும் படிந்தன.[65] கலிஃபோர்னியா சூழலில், நதிகளிலும் பனிவீழ்ப்படிவுகளிலும் இன்றும் காணப்படுகிறது; மக்கள் நீந்தியும் மீன்பிடித்தும் நேரத்தைச் செலவழிக்கும் சான்ஃபிரான்சிஸ்கோ வளைகுடாவில் பாதரசம் தொடர்ந்து காணப்படுகின்றது.

வாய்ப்புக்கேடான உண்மை என்னவெனில் என்னுடைய சிறிய மோதிரத்தின் தங்கம் எங்கிருந்து வந்தது என்பது பற்றியோ, அதன் உருவாக்கத்தால் எவர் பாதிக்கப்பட்டனர் என்பது பற்றியோ என்னால் கூற முடியாது என்பதுதான். எனக்குத் தெரிந்ததெல்லாம் அது என்னிடம் வந்தபோது அது ஏற்கனவே கைமாறிய ஒன்று என்பதும், அது ஒரு நல்ல விஷயம் என்பதும்தான். பெரும்பாலான தங்கம் நகைகள் செய்வதற்குப் பயன்படுத்தப்படுவதாலும், பயன்படுத்தப்படும் தங்கத்தில் மூன்றில் இரண்டு பங்கு புதிதாகத் தோண்டி எடுக்கப் படுகிறது என்பதாலும், காதலை வெளிப்படுத்துவதற்கும் அல்லது வாக்குகளை நிறைவேற்றுவதற்கும் சிறந்த அடையாளம் தங்கம்தான் என்று நம்புவோர்க்குப் பழைய தங்கம்தான் ஒரு சிறந்த தேர்வாகும்.

மற்றவர்களிடம் சொந்தமாக முன்னால் இருந்த தங்கத்தையோ மறுசுழற்சியடைந்த தங்கத்தையோ பயன்படுத்துவது அல்லது தங்கத்தை முழுவதும் வேண்டாமென்று ஒதுக்குவதுதான் நல்லது. அப்போது தான் தங்கச் சுரங்கத் தோண்டுதலால் உண்டாக்கப் படும் சிதைவுகளுக்கு நாம் காரணம் ஆகாமல் இருக்க முடியும். எனினும், புதிய தங்கத்தைத்தான் வாங்கு வேன் என்று பிடிவாதமாக இருப்பவர்களுக்கு, தாக்கத்தைக் குறைப்பதற்கு வேறு வழிகள் உள்ளன. தங்கள் இருப்பிலுள்ள தங்கம் வட்டாரச் சமுதாயங்களையோ, பணி யாட்களையோ, சூழலையோ பாதிக்காவண்ணம் பெறப்பட்டவை என்று உறுதியெடுத்துக் கொண்டுள்ள நகை உற்பத்தியாளர்களும்/

வியாபாரிகளும் உள்ளனர். நோ டர்ட்டி கோல்டு இயக்கம் தங்க விதிமுறைகள் என்றழைக்கப்படும் சில தன்னிச்சையான நெறிமுறைகளை உண்டாக்கியுள்ளது. இவற்றில் சில்லறை நகை விற்பனையாளர்கள் கையொப்பமிட்டு சூழல்நலத்தையோ, பணியாளர் நலத்தையோ, சமுதாய உரிமைகளையோ மேம்படுத்தலாம். எந்த நகைக்கடைக் காரர்கள் இத்தகைய விதிமுறைகளைக் கடைப்பிடித்து வியாபாரம் செய்கிறார்கள் என்பதை www.nodirtygold.org என்ற வலைத்தளத்தில் காணலாம்.[66]

முரண்பாட்டுக் கனிமப் பொருட்கள்

வாய்ப்புக்கேடாக, தங்கத்தின் கதை நமது பொருட்களுக்குத் தேவையான ஏறத்தாழ அனைத்துக் கனிமங்கள் அல்லது உலோகங்களின் கதைகளோடு பல பொதுவான தொடர்புகளைக் கொண்டுள்ளது. ஆனால், தங்கத்தைவிட இவை மிகவும் மோசமான விளைவுகளை ஏற்படுத்துகின்றன.

எந்தக் கனிமங்களின் கட்டுப்பாடு, விற்பனை, வரிவிதிப்பு அல்லது பாதுகாப்பு போன்றவற்றிலிருந்து பெறப்படும் லாபம் குற்றம் செய்யும் கும்பல்கள், கொடுமையான ஆட்சி, ஆயுதங்கள் போன்றவற்றுக்குப் பண உதவி செய்து மிகவும் மேசமான போராட்டங்களுக்கு வழிவகுக் கின்றனவோ, அத்தகைய மதிப்புள்ள கற்பாறைகளைச் சுட்ட 'முரண் பாட்டுக் கனிமப் பொருட்கள்' *(கான்ஃஃபிளிக்ட் மினரல்ஸ்)* என்ற சொற்றொடர் பயன்படுத்தப்படுகிறது. இத்தகைய கனிமப் பொருட் களும் உலோகங்களும் பொதுவாக அடக்குமுறைகள் நிலவும் சூழ்நிலை களில்தான் தோண்டியெடுக்கப்படுகின்றன; இதில் ஈடுபடும் தொழிலாளர் களுக்கு மிகக் குறைந்த ஊதியம்தான் கொடுக்கப்படும்; அல்லது ஊதியமே கொடுக்கப்படாது. லண்டனிலும் வாஷிங்டன் டிசியிலும் அமைவிடங்களைக் கொண்ட குளோபல் விட்னெஸ் என்ற நிறுவனம் முரண்பாடான வைரங்களின் மேல் போராட்டத்தை நடத்தி வருகிறது. இந்த நிறுவனத்தின் கூற்றுப்படி வைரங்கள் 'மில்லியன் கணக்கிலான மக்களின் இறப்புக்கும் இடம்பெயரலுக்கும் வழிவகுத்த கொடுமை யான சண்டைகளுக்கு ஆப்பிரிக்காவில் பண உதவி செய்துள்ளன. அல்-கொய்தா போன்ற பயங்கரவாதக் கும்பல்களும் வைரங்களைப் பயன்படுத்தித் தம்முடைய பயங்கரவாதச் செயல்களுக்கும் பணப் பட்டுவாடா செயல்களுக்கும் நிதி உதவி செய்துள்ளன.'[67]

சியரா லியோனின் உள்நாட்டுப் போரில் 'முரண்பாட்டு வைரங்கள்' அல்லது 'இரத்த வெறி வைரங்கள்' ஆற்றிய பங்கு உலகின் கவனத்தைக் கவர்ந்துள்ளது. இந்த விவரம் 1998ஆம் ஆண்டு தொடங்கப்பட்ட குளோபல் விட்னெஸின் முரண்பாட்டு வைரங்களை எதிர்த்தல்

என்ற இயக்கத்தின் மூலம் வெளிக்கொணரப்பட்டது. பிளட் டைமண்டு என்ற 2006ஆம் ஆண்டு வெளியான ஆங்கிலத் திரைப்படத்திலும் இந்த நிலைமை வெளிச்சத்திற்குக் கொண்டு வரப்பட்டது. சுரங்கங்களைச் செயல்படுத்தும் (கிராம மக்களைக் கடத்திச் சென்று சுரங்க வேலை செய்ய வைத்ததும் சிறுவர்களைக் குழந்தைப் படைவீரர்களாக மாற்றியும்) கலகப்படையின் கொடுமைத்தனங்களையும், கலகக்காரர் களோடு குடிமக்களையும், கிராம மக்களையும் கண்மூடித் தனமாகக் கொல்லும் அரசுப் படைகளின் கொடுமைத்தனங்களையும் ஒருசேரக் காட்டுவதில் இந்தத் திரைப்படம் நன்கு வெற்றிபெற்றுள்ளது.

1991 முதல் 2002 ஆண்டு வரை நடைபெற்ற சியரா லியோனின் பதினோரு ஆண்டு உள்நாட்டுப் போரில் ரிவல்யூஷனரி யுனைடெட் ஃபிரண்ட் (ஆர்யூஎஃப்) என்றழைக்கப்பட்ட ஒரு துன்மார்க்கமான கலகக்காரப்படை கற்பழிப்பு, பிடிபட்டவர்களின் பக்க உறுப்பு நீக்கம், ஒட்டுமொத்தக் கொலை போன்றவற்றை உள்ளடக்கிய வன்செயல் களையும் பயங்கரவாதங்களையும் பயன்படுத்தியது. பல ஆயிரம் சியரா லியோனிய மக்கள் கொல்லப்பட்டனர்.[68] 2009ஆம் ஆண்டுத் தொடக்கத்தில் ஆர்யூஎஃப்பின் மூன்று முக்கியத் தலைவர்கள் போர்க் குற்றங்கள் செய்ததற்காகவும் மானிடருக்கு எதிரானக் குற்றங்களைச் செய்ததற்காகவும் தண்டனை பெற்றனர். வைரச் சுரங்கங்களை அபகரித்ததில் அவர்கள் பங்குபெற்று, கடத்தப்பட்ட குடிமக்களை வைரம் தோண்டியெடுக்கும் பணியில் ஈடுபடுத்தி, பின்பு அந்த வைரங் களைப் பணத்திற்காகவும் இராணுவத்தை நடத்தவும் விற்றனர்.[68] ‘கடந்த இருபது ஆண்டுகளில் ஏற்பட்ட மிக மோசமான சில போர்க் குற்றங்களுக்கு வைரங்களும் இதர இயற்கை மூலப்பொருட்களின் வணிகமும் காரணமாக இருந்திருக்கின்றன’ என்று குளோபல் விட்னெஸ் என்ற பன்னாட்டு அரசுசாரா நிறுவனத்தின் மைக் டேவிஸ் கூறுகிறார். ‘எனினும், சியரா லியோனில் ஏற்பட்ட நிகழ்ச்சிகள் போன்றவை சில நடந்தாலும் இந்தப் பிரச்சினைக்கு ஏற்ற ஓர் ஒருமித்தப் பன்னாட்டு அணுகுமுறை இதுவரை ஏற்படவில்லை. இயற்கை மூலப்பொருட்கள் இன்றுவரை தொடர்ந்து சண்டைகளையும் கருத்து வேறுபாடுகளை யும் ஊக்குவிக்கின்றன; குறிப்பாகக் கிழக்கு காங்கோ ஜனநாயகக் குடியரசில். இங்கு ஆயுதம் தாங்கிய கும்பல்கள் கனிமப் பொருட் களின் வணிகத்தில் ஈடுபட்டுத் தம்முடைய பணத்தேவைகளை நிறைவு செய்து கொண்டும், குடிமக்கள் தொகைக்கு எதிரான கொடுமைகளை நடத்தியும் வருகின்றன.’[68]

2000ஆம் ஆண்டில் தென் ஆப்பிரிக்க அரசு அங்குள்ள கிம்பெர்லி நகரில் வைர வணிகமும் உற்பத்தியும் செய்யும் முக்கிய நாடுகள், வைரத் தொழில் செய்வோரின் பிரதிநிதிகள், தன்னார்வ அமைப்புத்

தொண்டர்கள் போன்றவர்களுக்கான ஒரு கூட்டத்தைக் கூட்டியது; இந்தக் கூட்டத்தின் நோக்கம் கிம்பெர்லி செயல்முறை என்று அழைக்கப் பட்ட ஒரு பன்னாட்டு வைர நடமாட்டத்தின் தடமறிதலையும் சான்றிதழ் கொடுக்கும் திட்டத்தையும் தொடங்குவதுதான். 2003ஆம் ஆண்டு ஜனவரி மாதத்தில் முறைப்படித் தொடங்கப்பட்ட இந்தத் திட்டத்தின் குறிக்கோள் வைரங்களை முரண்பாடுகளின்றியும் பலாத்கார மின்றியும் ஒரு 'சுத்தமான' மூலத்திலிருந்து பெறுவதை உறுதிசெய்வது தான். ஒரு நாடு இந்த அமைப்பில் பங்குகொள்ள அது பின்வருமாறு உறுதியளிக்க வேண்டும்: அதன் வைரங்களில் எந்தவொன்றும் ஒரு கலகக் கும்பலுக்கோ, ஐநா அங்கீகாரம் பெற்ற ஓர் அரசைத் தூக்கி யெறிய விரும்பும் இதர அமைப்புகளுக்கோ நிதி உதவி செய்யக்கூடாது; ஒவ்வொரு வைரமும் அரசுசார் சான்றிதழைப் பெற்றிருக்க வேண்டும்; மேலும் எந்தவொரு வைரமும் இந்த அமைப்பில் உறுப்பினர் அல்லாத நாட்டிலிருந்து இறக்குமதி செய்யப்பட்டிருக்கக்கூடாது அல்லது அந்நாட்டிற்கு ஏற்றுமதி செய்யப்படக்கூடாது.[69] சியரா லியோனைச் சேர்ந்த சுன்காங் அயஃபோர் ஐநாவில் சாட்சியம் அளித்தது போன்று 'எப்போதும் வைரங்கள் (முக்கியத்துவம் வாய்ந்தவை)' என்று அடிக்கடி கூறப்படுகிறது. ஆனால், உயிர்கள் அப்படியில்லை. முரண்பாடான வைரங்களுக்காக நாம் மக்களைப் போர், முடமாக்கல்கள், இறப்பு போன்ற கடும் சோதனைகளுக்கு உட்படுத்தக்கூடாது.'[70]

வாய்ப்புக்கேடாக, கிம்பெர்லி செயல்முறை அதன் திறனுக்கேற்ற முறையில் செயல்பட முடியவில்லை; மேலும், வைரத்தொழில் தொடர்ந்து மனித உரிமை மீறல்களாலும் முரண்பாடுகளைக் கொண்ட தொடர்புகளாலும் பாதிக்கப்பட்டுள்ளது. இந்த உடன்படிக்கையின் முதல் ஐந்து ஆண்டுகளுக்குப் பின்பு குளோபல் விட்னெஸ் பின்வரும் அறிக்கையை வெளியிட்டது: 'முரண்பாட்டுத் தன்மையுடைய, சட்ட விரோதமான கற்களின் கடத்தல்கள் விதிவிலக்காக இல்லாமல் அபாயகரமான விதிகளாகக் காணப்படுகின்றன.'[71]

முரண்பாட்டுப் பிரச்சினைகளையும் உள்நாட்டுப் போரையும் தூண்டுவதைத் தவிர்ப்பதற்கான மிகச்சிறந்த வழி வைரங்களை வாங்காமல் இருப்பதுதான். வைரத் தொழில் இந்தக் கற்பாறைகளை அன்பு, வாக்குறுதி, செல்வம், அந்தஸ்து போன்றவற்றின் அடையாளங்கள் என்று வலியுறுத்தி விற்பனை செய்யும் சிறப்பான வேலையை மேற்கொள்கின்றன. ஆனால், இத்தகைய விளம்பரங்களால் ஏமாறக் கூடாது. ஒருவரின் அன்பைக் காட்டுவதற்கு மேலும் பல சிறந்த வழிகள் உள்ளன. வைரத்தில் உங்களுடைய ஒரு மாத ஊதியத்தைப் போடு வதற்கு நீங்கள் உண்மையிலேயே கட்டாயப்படுத்தப்பட்டால் குளோபல் விட்னெஸ், ஆம்னெஸ்டி இண்டர்நேஷனல் ஆகிய அமைப்பு

களால் தயாரிக்கப்பட்ட வைரம் வாங்குவது தொடர்பான வழிகாட்டி களைக் காணவும்; இவற்றில் வைரம் பற்றி நீங்கள் நகைக்கடைக்காரர் களிடம் கேட்கவேண்டிய பல முக்கிய வினாக்கள் அடங்கியுள்ளன.

கோல்ட்டான்

நம்முடைய அனைத்துவகைச் செல்பேசிகள், எம்பீ3 பிளேயர்கள், தொலைக் கட்டுப்படுத்திகள் *(ரிமோட் கன்ட்ரோல்ஸ்)*, பிளேஸ்டேஷன்கள் போன்றவற்றில் காணப்படுகின்ற மற்றொரு முரண்பாட்டுப் பிரச்சினை கொண்ட கனிமம் டான்டாலம் ஆகும். இது 'கோல்ட்டான்' என்று சுரங்கத் தொழிலாளர்கள் மொழியில் அழைக்கப்படும் ஒரு மூலத் தாதுவிலிருந்து பெறப்படுகிறது. இது தன்னுடைய அதிக வெப்பம் தாங்கும் திறனாலும் அமில அரிப்பை – அமிலத்தில் முழுவதும் மூழ்கி இருக்கும் நிலையிலும் – தாங்கும் திறனாலும் நன்கு அறியப்பட்ட கனிமமாகும்.

ஆஸ்திரேலியா, பிரேசில், கனடா போன்ற நாடுகளிலிருந்து கோல்ட்டான் பெறப்பட்டாலும், உலகின் 90 விழுக்காடு வினியோகங்கள் காங்கோ ஜனநாயகக் குடியரசின் அரசியல் நிலையற்ற, வன்செயல் நிரம்பிய கிழக்குப் பகுதியிலிருந்து பெறப்படுகின்றன.[72] காங்கோவின் கோல்ட்டான் சுரங்கத் தொழில் மிக பயங்கரமான கொரில்லாப் படைகளுக்கும் மற்ற அண்டை நாடுகளான ருவாண்டா, புருண்டி, உகாண்டா போன்றவற்றிலுள்ள அவற்றை ஆதரிப்போருக்கும் நிதி உதவி செய்துள்ளது. கோல்ட்டானை மிக அடிப்படையான முறைகள் மூலம் தோண்டி எடுக்கலாம்: கலிஃபோர்னியாவின் தங்க வேட்டைக் காரர்கள் 1849ஆம் ஆண்டில் செய்தபடி மூலத்தாதுவை வெட்டி எடுத்து தட்டுகள் மூலம் பிரித்தெடுத்தல். எனவே, 2000ஆம் ஆண்டில் இந்த உலோகத்தின் உலகளாவிய விலை ஒரு பவுண்டு எடை கொண்ட சுத்தப்படுத்தப்பட்ட கனிமத்திற்கு 300 டாலராக உயர்ந்தபோது (இது ஓரளவுக்கு சோனியின் Ps2 விளையாட்டுச் சுருதிக் கட்டைகளின் மிகப்பெரிய வெளியீட்டினால் ஏற்பட்டதாகும்) ஆயிரக்கணக்கான காங்கோவாசிகள் அந்நாட்டின் அடர்ந்த பசுமைக்காடுகளை நோக்கி விரைந்து இந்தக் கனிமத்தைப் பெற முயன்றனர். இந்த முயற்சியின் போது நாட்டின் சரணாலயங்களை அழித்தும், கன்னிக்காடுகளை வெட்டியும், உணவிற்காக கொரில்லாக்களைக் கொன்றும், விலங்கு களின் வாழ்விடங்களைக் கெடுத்தும் இந்த உலோகத்தைப் பெற்றனர்.[72] அரசுசார் படைகளும் கலகக்காரர்களின் படைகளும் இதன் வியாபாரத்தில் பங்கேற்க விரைந்தனர். இந்தச் செயலின் போது அவர்கள் குழந்தைகளையும் போர்க் கைதிகளையும் சுரங்க வேலையில் பயன்படுத்தினர்; அந்த வட்டாரப் பெண்களைக் கொடூரமாகக்

கற்பழித்தனர் (ஐநா மதிப்பீட்டின்படி 2005ஆம் ஆண்டு மட்டும் 45,000 பெண்கள் கற்பழிக்கப்பட்டனர்.⁷²). விபச்சாரத்தையும் சட்டத்திற்குப் புறம்பான ஆயுதங்களின் வியாபாரத்தையும் தங்களுடன் கொண்டு வந்தனர். அந்தச் சமயத்தில் பிரிட்டனின் நாடாளுமன்ற உறுப்பினராக இருந்த ஊனா கிங் இந்த நிலைமை பற்றி பின்வருமாறு கூறினார்: 'காங்கோவின் குழந்தைகள் சுரங்கங்களுக்கு இறப்பதற்காக அனுப்பப் படுவதன்மூலம் ஐரோப்பாவிலும் அமெரிக்காவிலும் உள்ள குழந்தைகள் கற்பனையான வேற்றுக்கோள்வாசிகளைத் தம்முடைய வாழ்வறை களில் (தொலைக்காட்சிச் சாதனங்கள் மூலம்) கொல்ல முடிந்தது.'⁷²

கலகக்காரர்களுக்கும், காங்கோவின் இராணுவப் படைகளுக்கும், அதன் அண்டை நாடுகளுக்கும் கோல்ட்டான் சுரங்கத் தோண்டல் மிகப்பெரிய செல்வம் ஈட்டும் ஒரு வியாபாரமாக அமைந்தது. கடந்த பத்து ஆண்டுகளில் காங்கோவின் சில பகுதிகளை அவ்வப்போது ஆக்ரமித்த ருவாண்டா இராணுவப்படை ஏப்ரல் 2007க்கும், அக்டோபர் 2008க்கும் இடையே ஏறத்தாழ 500 மில்லியன் டாலர்களைக் காங்கோ கோல்ட்டான் மூலம் பெற்றதாக மதிப்பிடப்பட்டுள்ளது.⁷³ மேலும், கோல்ட்டான் – உள்ள அனைத்து உற்பத்திப் பொருட்களை விற்பனை செய்யும் பெருவணிக நிறுவனங்களும் மிக அதிக லாபத்தை ஈட்டின. இவற்றில் பல இந்த உலோகத்தோடு அடிக்கடி தொடர்ந்து செல்லும் வன்செயலின் ஓட்டத்தை முடிவுக்குக் கொண்டு வராமல், கோல்ட்டான் பயன்படுத்தப்பட்ட அண்மைக்கால சாதனங்கள் பற்றி விளம்பரம் செய்வதில் அதிக அளவு பணமுதலீடு செய்தன.

தன்னுடைய நாட்டைப்பற்றி மிக அதிக அளவு மக்கள் எப்படி நினைத்தார்கள் என்பது பற்றி காங்கோவின் மனித உரிமை ஆர்வலரான பெட்ரன்ட் பிசிம்வா பின்வருமாறு சுருக்கிக் கூறுகிறார்: '19ஆம் நூற்றாண்டிலிருந்து காங்கோவை உலகம் காணும்போது அது செல்வச் செழிப்புமிக்க அடுக்குகளையும் அவற்றின் மேல் சில கருப்பு

மனிதர்கள் அசௌகரியத்துடன் அமர்ந்திருப்பதையும் காண்கிறது; செல்வந்த மக்கள் காங்கோ மக்களை அழித்துவிடுகிறார்கள். இதன் மூலம் அவர்கள் சுரங்கங்களையும் மூலப்பொருட்களையும் தாமே ஆக்கிரமித்துக் கொள்கிறார்கள். நாங்கள் இருப்பது அவர்களுக்குச் சங்கடமாக இருப்பதால் எங்களை அவர்கள் அழிக்கிறார்கள்.'[72]

சில மின்னணுச் சாதன உற்பத்தியாளர்கள் ஆப்பிரிக்காவில் தோண்டி எடுக்கப்படும் டான்டாலத்தை தாம் ஒரேயடியாகத் தடை செய்ததைப் பற்றி ஒளிவு மறைவின்றி அறிவித்துள்ளனர் என்றாலும், *பிளட் டைமண்ட்* என்ற திரைப்படத்தில் காட்டப்பட்டது போன்று, இதன் வியாபாரத்தில் பல்வேறு விற்பனையாளர்களும் மற்றவர்களும் ஈடுபட்டிருக்கும் போது, இதன் மூலத்தாதுவின் தடத்தை அறிவது அவ்வளவு எளிதல்ல. இதற்கு அறிவியல் அறிஞர்களால் உருவாக்கப் படும் 'கோல்ட்டான் அடையாளங்களின்' ஒரு தகவல் மையம் நன்மைபயக்கக்கூடிய தீர்வாக அமையும். இத்தகைய தகவல் மையம் சாத்தியமான ஒன்றுதான். ஏனெனில், ஒவ்வொரு சுரங்கக்களமும் ஒரு தனித்தன்மை வாய்ந்த புவியியல் வரலாற்றைக் கொண்டிருக்கின்றது; மேலும், ஒரு குறிப்பிட்டக் கலவையில் அமைந்த உலோகத்தை உருவாக்குகின்றது.[74] இத்தகைய தகவல் மையம் கிம்பெர்லி செயல் முறை போன்ற ஒரு பன்னாட்டுச் சான்றிதழ் ஒருங்கை அனுமதிக்கும். இதன் மூலம் மின்னணுச் சாதன உற்பத்தியாளர்கள் தமக்குத் தேவை யான கோல்ட்டானைச் சட்டபூர்வமான, நல்ல செயல்பாடும் சூழல் செந்தகைமைகளும் கொண்ட சுரங்கங்களிலிருந்து பெறமுடியும்.

எனினும், அனைத்தையும்விட மிகச்சிறந்த தீர்வு – கோல்ட்டானுக்கு மட்டுமின்றி இன்றைய பலவித மின்னணுச் சாதனங்களில் காணப்படும் இதர உலோகங் களுக்கும் பொருந்தும் தீர்வு – இன்றைய மின்னணுச் சாதனங்களின் செயல்திறனை அதிகரித்து, அவற்றின் வாழ்நாளை நீட்டிப்பதுதான். இதனால் நாம் அவற்றை அடிக்கடி மாற்றீடு செய்யவேண்டிய தேவை இருக்காது. நாம் பயன்படுத்தி, பின்பு செயலிழந்த மின்னணுச் சாதனங்களை மறுசுழற்சி செய்ய மீண்டும் ஏற்றுக் கொள்ளும் உற்பத்தியாளர்கள் நமக்குத் தேவை. தற்போது ஐரோப்பியக் கூட்டமைப்பு முழுவதும் கட்டாயமாக்கப்பட்டுள்ள 'மீண்டும் திரும்பப் பெறுதல் திட்டம்' உற்பத்தியாளர்களை மறு பயன்பட்டிற்காக டான்டாலத்தை (மற்ற உலோகங்களையும்) மீட்க உதவி செய்கிறது. இதனால் மின்னணுச் சாதனக் கழிவுகள் குப்பைக்குழிகளை அடையாது; மேலும் அதிக டான்டாலத்தைத் தோண்டியெடுத்தலின் அழுத்தத்தை யும் இது குறைக்கிறது.

வாஷிங்டன் டிசியை அமைவிடமாகக் கொண்ட சூழல் நல ஆதரவுக் குழுவான எர்த்வொர்க்ஸ் மதிப்பீடு செய்வது என்னவெனில், 130 மில்லியன் செல்பேசிகளில் மறுசுழற்சி மேற்கொள்ளப்பட்டால் 202,000 அவுன்சு தங்கம் பெறப்படும். இதனோடு அரிதான இதர உலோகங்களும் கிடைக்கும். ஒவ்வொரு ஆண்டும் 150 மில்லியன் செல்பேசிகளும் 300 மில்லியன் இதர மின்னணுச் சாதனங்களும் அமெரிக்காவில் தூக்கியெறியப்படுகின்றன. மற்றொரு 500 மில்லியன் பயன்படுத்தாத செல்பேசிகள் மக்களின் மேஜை அறைகளில் உறங்கிக் கொண்டிருக்கின்றன என்று மதிப்பீடு செய்யப்பட்டுள்ளது.[75] இவை யனைத்தும் மறுபயன்பாட்டிற்கு எடுத்துக்கொள்ளக்கூடிய நல்ல கற்பாறைகள் ஆகும்.

பெட்ரோலியம்

பெட்ரோலிய எண்ணெய் பற்றி குறிப்பிடாமல் இயற்கை மூலப் பொருட்களினால் உந்தப்பட்ட போர்கள் பற்றிய எந்த விவாதமும் முற்றுப்பெறாது. நம்முடைய தற்போதைய வாழ்க்கையில் பெட்ரோலிய ஆற்றல் பயன்படுத்தப்பட்டு நம்முடைய பல பொருட்களை உருவாக்கும் பதப்படுத்தச் செயல்கள் உந்தப்படுகின்றன. ஒவ்வொரு ஆண்டும் பயன்படுத்தப்படும் பெட்ரோலியத்தில் 84 விழுக்காடு எந்திரங் களை, தானியங்கி ஊர்திகளை இயக்கவும், நம்முடைய வீடுகளில் வெப்பமூட்டவும் பயன்படுத்தப்படுகிறது.[76] நம்முடைய உற்பத்திப் பொருட்கள் பலவற்றில் பெட்ரோலியமே ஒரு கூறாக அமைகிறது. எஞ்சியுள்ள 16 விழுக்காடு பிளாஸ்டிக், மருந்துப் பொருட்கள், உரங்கள், சாயப் பென்சில்கள், பபிள் கம், பாத்திரம் கழுவும் திரவம், நாற்றம் நீக்கி, டயர்கள், அமோனியா போன்றவற்றைத் தயாரிக்கச் செலவிடப்படுகிறது.[76]

பெட்ரோலிய எண்ணெய் பெறுவதற்காக மேற்கொள்ளப்படும் ஆழ்த்துளையிடுதல், பதப்படுத்துதல், எரித்தல் போன்ற செயல்கள் அசுத்தமானவை மட்டுமின்றி அனைத்து இடங்களிலுமுள்ள மக்களின் உடல்நலத்தையும் கெடுக்கின்றன; பூமியின் நலத்தையும் பாதிக்கின்றன. பெட்ரோலியத்தால் ஏற்படும் மற்றொரு பெரிய பிரச்சினை என்ன வெனில், உலகில் அதன் இருப்பளவு குறைந்துகொண்டே வருவது தான். ‘உச்சகட்ட எண்ணெய்’ என்ற சொற்றொடர், தொழில்நுட்ப வரம்புகளினாலும் புவியியல் வரம்புகளின் காரணமாகவும் எளிதில் எடுக்க முடியாமல் எஞ்சியிருக்கும் பெட்ரோலியத்தின் அளவைவிட அதிக அளவு பெட்ரோலியத்தை நாம் பயன்படுத்திவிடும் வரம்புப் புள்ளியைக் குறிக்கப் பயன்படுகிறது. உச்சகட்ட எண்ணெய்ப் புள்ளியை அடைந்தவுடன் எண்ணெய் உற்பத்தி குறைந்துவிடும். உலக

ஆற்றல் நிறுவனம் (ஐஇஏ) என்ற அமைப்பு உலகம் முழுவதும் உள்ள ஆற்றல் விநியோகங்களைத் தடமறிகிறது; இந்த அமைப்பின்படி, 2020ஆம் ஆண்டு நாம் உச்சகட்ட எண்ணெய் நிலையை எட்டி விடுவோம். எனினும், கிடைப்பதை விட தேவை வேகமாக அதிகரிப்பதால் இந்த ஆண்டிற்கு முன்பேயே நாம் ஒரு 'எண்ணெய்ப் பற்றாக்குறையை' உணரத் தொடங்கிவிடுவோம்; மேலும், எண்ணெய் பிரித்தெடுத்தலும் மிக அதிக செலவை ஏற்படுத்தும்.

2009ஆம் ஆண்டு ஆகஸ்ட் மாதத்தில் ஐஇஏவின் தலைமைப் பொருளியல் வல்லுநரான முனைவர் ஃபடீ பிரோல் இவ்வாறு கூறினார்: 'ஏறத்தாழ பத்து ஆண்டுகளுக்குள் உலக உற்பத்தி அளவு உச்ச கட்டத்தை எட்டிவிடும். பெரும்பாலான அரசுகள் நினைத்ததை விட குறைந்தபட்சம் ஒரு பத்தாண்டு விரைவாகவே இதை எட்டி விடும்.'[77] உலகின் 800க்கும் மேற்பட்ட எண்ணெய் வெளிகளை ஆராய்ந்த பின்பு (இது உலக எண்ணெய் இருப்பில் நான்கில் மூன்று பங்காகும்) ஐஇஏ வெளியிட்ட அறிக்கையின் படி, கடந்த இரண்டு ஆண்டுகளுக்கு முன்பு மதிப்பிட்டதைவிட, அதிக விரைவாகவே எண்ணெய் அளவு குறைந்து கொண்டுவருகிறது. மேலும், தற்போதைய ஆற்றல் பயன்பாட்டுப் பாங்குகள் 'தெளிவாக முறைப்படுத்தப் படாதவை' ஆகும். முனைவர் பிரோலின் கூற்றுப்படி எண்ணெய்த் தேவை நிலையாக இருந்தால், நான்கு சவுதி அரேபியாவுக்குச் சமமான அளவு உற்பத்தியையும், தற்போதைய காலத்திற்கும் 2030க்கும் இடையே எதிர்பார்க்கக்கூடிய அதிக தேவையைப் பூர்த்தி செய்ய வேண்டுமென்றால் ஆறு சவுதி அரேபியாவுக்குச் சமமான அளவு உற்பத்தியையும் நாம் மேற்கொள்ள வேண்டும்.[77]

முனைவர் பிரோல் மேலும் கூறுகிறார்: 'நம்மை விட்டு எண்ணெய் பிரிவதற்கு முன்பு நாம் அதனை விட்டுப் பிரிந்து விடவேண்டும். இந்த இலக்கை நோக்கி நாம் எவ்வளவு விரைவாகத் தொடங்குகிறோமோ அவ்வளவு நல்லது; ஏனெனில், நமது அனைத்துப் பொருளாதார, சமுதாய ஒருங்குகளும் எண்ணெயைச் சார்ந்துள்ளன. எனவே, இதிலிருந்து மாறவேண்டுமென்றால் நமக்கு அதிக கால அவகாசமும், மிக அதிக அளவுப் பணமும் தேவை.'[77] இத்தகைய உண்மைகள் இருந்தபோதிலும் பல அரசுகள் மாற்று ஆற்றல் உற்பத்திச் செயல்களில் முதலீடு செய்வதில் மிகவும் மெதுவாகவே உள்ளன; சில நாடுகள் – நம்முடைய நாட்டைப் போன்று – பெட்ரோலியம் பெறுவதைக் காப்பாற்றுவதற்காக விலை அதிகமான போர்களில் தம்முடைய நிதியை பதில்-முதலீடு செய்கின்றன.

எண்ணெய் இருப்புகளுக்கும் மத்திய கிழக்குப் பகுதிகளில் அமெரிக்க இராணுவத்தின் செயல்பாட்டுக்கும் இடையே உள்ள

தொடர்புபற்றி நாம் அனைவரும் கேள்விப்பட்டிருக்கிறோம். இடையில், ஈக்வெடார், நைஜீரியா போன்ற இடங்களில் நடைபெறும் எண்ணெய் பிரித்தெடுத்தல் பற்றிய கவனம் குறைந்துவிட்டது என்றாலும், இவற்றின் விளைவுகள் பெரும் நாசம் விளைவிக்கக் கூடியவையாகவே உள்ளன.

ஈக்வெடாரில் டெக்சாகோ (தற்போது செவ்ரான்) நிறுவனம் 1964க்கும் 1992க்கும் இடையே ஏறத்தாழ 30 ஆண்டுகளைச் செலவிட்டு மன்ஹாட்டனைவிட மூன்று மடங்கு பெரிய அளவு கொண்ட அமேசான் காட்டுப் பகுதியிலிருந்து எண்ணெய் பிரித்தெடுத்தலை மேற்கொண்டது; இதனால் அந்தப் பகுதியின் உயிரினங்கள் அழிக்கப் பட்டன. சூழல் செந்தகைமை நிலைகளை மதிக்காமல் டெக்சாகோ ஆழ்துளையிடுதல் மூலம் பெறப்பட்ட துணை விளைபொருட்களான நச்சு கலந்த நீரையும், எண்ணெய் சேற்றுக் கழிவுகளையும் சுற்றியமைந்த நீராதாரங்களின் மீது கொட்டியது. இப்பொருட்களில் புற்றுநோய் உண்டாக்கக்கூடிய பென்சீன், காட்மியம், பாதரசம் போன்றவை செறிந்து காணப்பட்டன. இந்த நிறுவனம் அறுநூறுக்கும் மேற்பட்ட திறந்த, கரைகளற்ற கழிவுக் குழிகளை விட்டுவிட்டுச் சென்றது. இவற்றி லிருந்து ஆறு இணைத்திறனுள்ள *(ஹெக்ஸாவாலண்ட்)* குரோமியம் (எரின் புரோக்கோவிச்சை* உங்களுக்கு நினைவிருக்கிறதா?) போன்ற வேதிப்பொருட்கள் கசிந்து குடிப்பதற்கும், சமைப்பதற்கும், குளிப் பதற்கும், மீன் பிடிப்பதற்கும் ஏறத்தாழ முப்பதாயிரம் மக்களால் பயன்படுத்தப்படும் நதிகளையும் ஓடைகளையும் அடைந்தன. இதனால் அந்தப்பகுதி மக்கள் மிக அதிக விழுக்காட்டில் புற்றுநோய், மிக மோசமான இனப்பெருக்கப் பிரச்சினைகள், பிறவிக் குறைபாடுகள் போன்றவற்றால் பாதிக்கப்பட்டனர்.[78] டேவிட்- கோலியாத் சண்டை போன்று நீண்டகாலம் எடுத்துக்கொள்ளப்பட்ட இந்தச் சட்டப் பிரச்சினை தொடர்ந்து நடைபெற்று வருகிறது. இந்தப் பகுதி மக்கள் அங்குள்ள கழிவுகளையும் இதர பிரச்சினைகளையும் செவ்ரான் நிறுவனம் முதலில் நீக்க வேண்டும் என்றும், இவற்றால் ஏற்பட்ட தம்முடைய இழப்புகளுக்காகத் தகுந்த இழப்பீடு தரவேண்டும் என்றும் போராடி வருகின்றனர்.

2007ஆம் ஆண்டில் வருங்காலம் ஓரளவுக்கு அதிக நம்பிக்கையூட்டு வதாக அமைந்தது. ஈக்வெடாரின் ஜனாதிபதி ரஃபேல் கொர்ரியாவின் ஆட்சி மிக வளமான யசூனி மழைக்காட்டில் அமைந்துள்ள எண்ணெய்

* இவர் ஒரு அமெரிக்கச் சூழல் பாதுகாப்பு ஆர்வலரும் போராளியும் ஆவார். சட்டப்படிப்பு இல்லாமலேயே இவர் 1993இல் பசிபிக் கேஸ், கலிஃபோர்னியாவின் மின் நிறுவனம் போன்றவற்றிற்கு எதிராக வழக்கு தொடர்ந்தார். இவரைப் பற்றி ஒரு திரைப்படமும் வெளிவந்துள்ளது.

வெளிகளைப் பாதுகாப்பதாக அறிக்கை விட்டது. யசூனியில் ஒரு மில்லியன் ஹெக்டேர்கள் அளவுக்கு வளம் அழியா மழைக்காடுகளும், பழங்குடி இனங்களும், வளமான இயல்புத் தாவரங்களும், விலங்குகளும் (இவற்றில் பல அழியும் நிலையில் உள்ளனவாகும்) காணப்படுகின்றன. வளர்ச்சியுறாத, உலகின் மிகப்பெரிய எண்ணெய் வெளியும் அங்குள்ளது; இதில் 1 பில்லியன் பீப்பாய் அளவு எண்ணெய் உள்ளது. இங்குள்ள பெட்ரோலியம் பிரித்தெடுக்கப் படாவிட்டால் வளிமண்டிலத்தில் 400 மில்லியன் டன் எடையுள்ள கார்பன் வெளிவிடப்படாது.[79]

யசூனி எண்ணெய்வெளிகள் பற்றி அந்த நாடு மேற்கொண்ட நடவடிக்கை மிகவும் துணிச்சலானதாகும்; ஏனெனில், ஈக்வெடாரின் 70 விழுக்காடு வருமானம் எண்ணெயிலிருந்துதான் பெறப்படுகிறது.[80] இந்த இழப்பை அந்த நாடு எவ்வாறு ஈடுகட்டப் போகிறது? இந்த எண்ணெய் வெளிகளின் ஆயுட்காலம் முடியும் வரை அவற்றிலிருந்து பெறப்படக்கூடிய வருமானத்தில் பாதியை அல்லது பத்து ஆண்டுகளுக்கு ஆண்டுக்கு 350 மில்லியனைக் கொடுக்குமாறு பன்னாட்டுச் சமுதாயத்தை அந்த நாடு கேட்டுள்ளது.[80] இது ஒரு மிகப்பெரிய நடவடிக்கையாகும்; உண்மையிலேயே ஒரு புதுமையான நடவடிக்கையும் ஆகும்; தம்முடைய மூலப்பொருட்களைப் பாதுகாக்க இதர வளரும் நாடுகளும் இதைப் பின்பற்றலாம்; இதன்மூலம் தட்ப வெப்பநிலை மாற்றத்தையும் தடுக்கலாம். ஸ்பெயின், நார்வே, இத்தாலி போன்ற நாடுகள் கொர்ரியாவின் இந்த நடவடிக்கையை ஆதரித்தாலும் வாய்ப்புக்கேடாக, 2009ஆம் ஆண்டு ஜெர்மனி பணம் கொடுக்க ஒப்புதல் அளிக்கும்வரை வேறு எவரும் பணம் அளிக்க முன்வரவில்லை. ஜெர்மனி ஒவ்வொரு ஆண்டும் 50 மில்லியன் டாலர் கொடுப்பதாக வாக்குறுதி அளித்தது.[81] எவ்வாறு யசூனி செயல்படப் போகிறது என்பதைப் பொறுத்திருந்துதான் காணவேண்டும்.

நைஜீரியாவில், வில்லன் வேறொரு பெயரில் (ஷெல்) காணப் பட்டாலும் கதை ஒன்றேதான். 1958ஆம் ஆண்டு ஷெல் நிறுவனம் நைஜீரியாவின் மிக வளமான பகுதிகளில் ஒன்றான ஓகோணிலாந்துக்குச் சென்றது. அங்கு வாழும் ஐந்நூறு ஆயிரம் ஓகோணி மக்கள் அந்த நாட்டின் பழங்குடி மக்களில் ஒரு சிறுபான்மை இனத்தவர் ஆவர்; இவர்களைப் பற்றி நைஜீரிய அரசியல் சட்டம் அறவே கண்டுகொள்ளவே இல்லை; இவர்களுக்கு மிகச்சிறிய அளவு பாதுகாப்பே அதில் கொடுக்கப் பட்டுள்ளது. தம்முடைய பகுதியில் காணப்படும் கனிமங்களின்மீது கூட அவர்களுக்கு உரிமையில்லை. ஏனெனில், அனைத்து கனிம

உரிமைகளையும் அரசே சொந்தமாக்கிக் கொண்டுள்ளது.[82] ஈக்வெடாரைப் போன்றே இவர்களுடைய நிலமும் ஆழ்துளையிடுதலால் ஏற்பட்ட எண்ணெய்க் கசிவுகளாலும், எண்ணெய்ச் சேறாலும், இதர துணை விளைப் பொருட்களாலும் மாசடைந்து காணப்பட்டது.

ஓகோணி மக்களுடைய இடத்திலேயே ஷெல் நிறுவனம் மில்லியன்கள் டாலர் மதிப்புள்ள எண்ணெயைப் பிரித்து எடுத்ததனால் வறுமை, பொது சுகாதாரப் பிரச்சினைகள், சூழல் அழிவு போன்றவற்றால் அவர்கள் பல காலம் பாதிக்கப்பட்டனர். பின்பு, ஓகோணி பழங்குடி மக்கள் ஒன்றுதிரண்டு தம்முடைய உரிமைகளுக்காகவும் தம்முடைய நிலத்திற்காகவும் போராடத் தொடங்கினர். 1990ஆம் ஆண்டு அவர்கள் மூவ்மெண்ட் ஃபார் த சர்வைவல் ஆஃப் த ஓகோணி பீப்பிள் – எம்ஓஎஸ்ஓபீ – இயக்கத்தைத் தொடங்கினர்; இந்த இயக்கம் ஓகோணி மக்களின் நிலைத்த வாழ்விற்காகப் போராடும் இயக்கமாகும்; இது அஹிம்சா வழியில் போராடும் இயக்கமுமாகும். இதன் தலைவர் கென் சரோ-விவா என்ற வசீகரமான எழுத்தாளர்; வியாபாரி; தொலைக் காட்சி நிகழ்ச்சித் தயாரிப்பாளர்; சூழல் நல ஆர்வலர் ஆவார்.[83]

மிகச்சிறந்த மக்கள் பேச்சாளரான கென் உலகம் முழுவதும் பயணம் செய்தார். அனைத்து இடங்களிலும் தன் சொந்த நாட்டை அழித்துவரும் ஆழ் எண்ணெய்க் கிணறு துளையிடுதலால் ஏற்பட்ட, அதிகம் வெளியில் அறியப்படாத, சூழல் அழிவு, பொது சுகாதார அழிவு பற்றிய பொது விழிப்புணர்வை எழுப்பினார். இவருடைய செயல்கள் ஒரு வலுவான பன்னாட்டு மக்கள் வலை அமைப்பை உருவாக்கின. ஷெல் நிறுவனம் தன்னுடைய செயல்பாடுகளைச் சரியான வழியில் மேம்படுத்துமாறும், ஏற்கனவே அது ஏற்படுத்திய சூழல் அழிவு களைச் சுத்தம் செய்யுமாறும், மனித உரிமைகளை மதிக்குமாறும், சொந்த மண்வாழ் மக்களுக்கு எண்ணெய் விற்பனையில் பெறப்பட்ட லாபத்தைச் சரியான முறையில் பகிர்ந்தளிக்குமாறும் இந்த வலை யமைப்பு மிகவும் வலியுறுத்தி அழுத்தம் கொடுத்தது.

உலகம் முழுவதும் ஷெல் பெட்ரோலிய விற்பனை நிலையங்களுக்கு முன்பு மாணவர்கள் மறியல் செய்தனர். திரைப்படத் தயாரிப்பாளர்கள் கென்னை பேட்டி எடுத்தார்கள்; ஓகோணிலாந்துக்கு வருகை புரிந்தனர். கென் விவரித்த கொடுமைகளை மேலும் பலர் காண்பதற்கு வழிவகுத் தனர். நம்பிக்கையையும் பெருவணிக நிறுவன பொறுப்புடைமையை வலியுறுத்தும் தன்மையையும் கொண்ட செயல் ஆர்வலர்கள் இப்பகுதி யில் காணப்படும் பிரச்சினைகளை அனைவரிடமும் எடுத்துக் கூறினர்.

முடிவில் ஷெல் நிறுவனத்தின் வருடாந்திரக் கூட்டங்களில் மேற்கூறியவை பற்றிய தீர்மானங்களைப் புகுத்தினர். கிரீன் பீஸ்,

புரோஜக்ட் அண்டர்கிரவுண்ட், எசன்ஷியல் ஆக்ஷன் போன்ற அமைப்புகள் ஓகோணி மக்களை ஆதரித்துச் செயல்பட்டன.[84]

அந்தச் சமயத்தில் சானி அபாச்சா என்ற அவப்புகழ் பெற்றவர் நைஜீரியா இராணுவத்தின் தலைவராக இருந்தார். அவருடைய இராணுவ சர்வாதிகார ஆட்சியின்கீழ் நைஜீரியா இருந்தது. ஒரு வலுவான எண்ணெய் சார்ந்த பொருளாதாரச் சூழல் நிறைந்த அந்தக் கால கட்டத்தில் ஷெல்தான் மிகப்பெரிய எண்ணெய் நிறுவனமாகத் திகழ்ந்தது. மேலும், அது அரசுடன் மிக நெருக்கமான, கூட்டுத் தொடர்பைப் பெற்றிருந்தது. சொந்த நட்டிலும், அயல்நாட்டிலும் எம்ஓஎஸ்ஓபீ தலைவர் கென்னின் செயல்கள் இந்த இருவரையுமே மகிழ்ச்சியுறச் செய்யவில்லை. ஓகோணிலாந்திலிருந்து ஷெல் நிறுவனம் 1993ஆம் ஆண்டு வெளியேறியது. இதில் ஓரளவுக்காவது எம்ஓஎஸ்ஓபீ யின் பங்கு உண்டு; எனினும் ஷெல்லும் எண்ணெயிலிருந்து 85 விழுக் காட்டைவிட அதிக வருமானத்தைப் பெற்ற நைஜீரிய அரசும் பிரச்சினை களைத் தட்டிக் கேட்ட ஆர்வலர்களையும் மக்களையும் அடக்க வேண்டும் என்று தொடர்ந்து விரும்பின: ஷெல் நிறுவனத்திற்கும் நைஜீரிய அரசுக்கும் இடையே இருந்த கடிதத் தொடர்புகள் எம்ஓஎஸ்ஓபீயை தடுத்து நிறுத்த வேண்டும் என்ற ஷெல்லின் ஆசையை எடுத்துக் காட்டியுள்ளன.[85] வளர்ந்து வந்த பயமுறுத்தல்களும் அரசின் தொந்தரவுகளும் இருந்தாலும், கென் தம்முடைய மிகவும் குறுகிய வாழ்நாள் காலம் வரையிலும் சூழல்நலத்திற்கும் மனித உரிமைகளுக்கும் மேற்கொண்ட போராட்டத்தைக் கைவிடவில்லை.

'மிக வளமான நிலத்தில் வாழும் என்னுடைய மக்களை வறுமை இழிவுபடுத்துகிது; அரசியல் ஓதுக்குகிறது; பொருளாதார நெருக்கடி அல்லலுறுத்துகிறது; சொந்த மக்களின் நிலமும் வளமான பாரம் பரியமும் அழிக்கப்பட்டுவிட்டன. இவற்றால் ஏற்பட்ட கோபத்தாலும், அவர்களுடைய வாழ்வுரிமையையும், கௌரவத்துடன் வாழ்வதை யும் நிலைநிறுத்த வேண்டிய கவலையுடனும் நான் செயல்பட முயன்றுள்ளேன்; பயமுறுத்தப்படும் ஒவ்வொருவரையும், ஒவ்வொரு பழங்குடி இனத்தையும், மனித நாகரிகத்தை நோக்கிய அனைவரின் உரிமைகளையும் பாதுகாக்கும் நியாயமான ஜனநாயக ஒருங்கை ஒட்டுமொத்த நாடும் பெறவேண்டும். அதை நிர்ணயிக்க வேண்டிய முயற்சியை மேற்கொண்டுள்ளேன்; எந்தக் குறிக்கோளின் மேல் என்னுடைய மொத்த நம்பிக்கையையும் வைத்துள்ளேனோ அதன் மேல் எனது அறிவுசார்ந்த மூலதனங்களையும் பொருள் சார்ந்த மூலதனங்களையும், என்னுடைய வாழ்க்கையையும் நான் முழுவதும் அர்ப்பணித்துள்ளேன்.'[86] பொய்யான குற்றங்களின் அடிப்படையில் இவரும், மேலும் பதினைந்து ஓகோணியர்களும் கைது செய்யப்

பட்டனர். இராணுவத்தால் நியமிக்கப்பட்ட சிறப்பு நீதிமன்றத்தில் அவருடைய வழக்கு விசாரிக்கப்பட்டது. அப்போது கென் கொடுத்த முடிவுரையிலிருந்து எடுக்கப்பட்டதுதான் மேலே குறிப்பிட்ட உரை. இராணுவத்தால் தடைசெய்யப்பட்ட அந்த நாட்டின் ஒரு பகுதியிலோ அதற்கு அருகிலோ கென் நிச்சயமாக இல்லாதிருந்தும் நடந்த கொலையை இவர்தான் செய்தார் என்று குற்றம் சாட்டப்பட்டார். அவர் கூறியபடி அவருடைய 'சொந்த உயிரையே' தம்முடைய குறிக்கோளுக்கு அர்ப்பணித்தார்: **1995**ஆம் ஆண்டு நவம்பர் **10**ஆம் தேதி அவர் தூக்கிலிடப்பட்டார்.

அவர் தவறான முறையில் கொல்லப்பட்டார் என்பது பன்னாட்டளவில் மிகுந்த கூக்குரல்களை எழுப்பியது. இதனைக் கேள்விப்பட்ட போது நான் எங்கிருந்தேன் என்பதை நன்கு நினைவுகொள்கிறேன்: நியூயார்க் நகரிலுள்ள ரிவர்சைடு கிறித்துவக் கோவிலில். அப்பொழுது நான் பொருளாதார உலகமயமாக்கம் பற்றி விவாதித்துக் கொண்டிருந்த பன்னாட்டுச் சூழலியல், மனித உரிமை ஆர்வலர்கள் கூட்டத்தில் இருந்தேன். அங்கிருந்தவர்களில் பலர் ஓகோணி நிலைமையைப் பற்றி அறிந்திருந்தனர். ஏனெனில், ஓகோணி பிரச்சினை பிரித்தெடுத்தல் தொழில்களுடன் பிணைக்கப்பட்டிருந்த சூழலியல் சிதைவு, உரிமைகள் மீறல், பொருளாதாரப் புரட்டுகள் போன்றவற்றின் சின்னமாகத் திகழ்ந்தது. மிகவும் இரகசியமாக நடந்த, பரவலான அவப்பெயர் பெற்ற விசாரணை மூலம் கென் கொலைக் குற்றம் சாட்டப்பட்டார் என்பதை நான் அறிவேன். எனினும், அவர் தூக்கிலிடப்படுவார் என்று நான் அறவே நினைக்கவில்லை. அவருக்குக் கணக்கற்ற பன்னாட்டு நண்பர்கள் இருந்தனர். ஆம்னெஸ்டி இண்டர்நேஷனல் அவருடைய சார்பில் ஒரு போராட்டத்தை மேற்கொண்டது. இதர நாட்டு அரசுகளும், மனித உரிமை அமைப்புகளும், உலகின் தலைசிறந்த எழுத்தாளர்களும் நைஜீரிய அரசைத் தொடர்பு கொண்டு கென்னையும் அவருடைய தோழர்களையும் விடுதலை செய்யுமாறு கேட்டுக் கொண்டனர். ஆப்பிரிக்கா முழுவதும் மிகவும் பரவலாகக் கண்டுகளிக்கப்பட்ட இசை நாடகத்தை அவர் வடிவமைத்துள்ளார். அவர் மிகவும் வசீகரமானவர்; நன்கு படித்தவர்; பன்னாட்டளவில் அறியப்பட்டவர். அன்று கிறித்துவக் கோவிலில் என்னுடன் இருந்த பலர் அவரைச் சந்தித்துள்ளனர்; அவருடைய பேச்சுகளை நேரடியாகக் கேட்டுள்ளனர்; அவரை நண்பராக ஏற்றுக்கொண்டுள்ளனர். அவரைப் போன்ற சூழல் ஆர்வலர்களின் இறப்பை எவருடைய கவனமுமின்றி எளிதாக மறைக்க முடியாது.

எனினும் அவருடைய இறப்பு நடந்துவிட்டது. இந்தச் செய்தியைக் கேட்டவுடனேயே என் போன்ற நூற்றுக்கணக்கானோர் கிறித்துவக் கோவிலை விட்டு வெளிவந்து, மன்ஹாட்டனின் மத்திய நகரப்

பகுதியிலிருந்த ஷெல் அலுவலகத்திற்கு ஊர்வலமாகச் சென்றோம். எங்களில் சிலர் உரக்க அழுதனர். மிகவும் ஆத்திரமடைந்த சிலர் ஷெல் அலுவலக நுழைவாயிலில் படுத்து ஆர்ப்பாட்டம் செய்து, கதவை அடைத்து, காவல்துறை வந்து அவர்களை இழுத்துச்செல்லும் வரை அதன் வியாபாரத்தைப் பாதித்தனர். நான் அதிர்ச்சியில் உறைந் திருந்தேன். பன்னாட்டு அழுத்தத்திற்கு நைஜீரிய அரசின் பலவீனத்தை நான் சற்றுக் கூடுதலாக மதிப்பிட்டு விட்டேன்; மேலும், கென்னை வாயடைக்கவைக்கும் நைஜீரிய அரசின் ஆசையைக் குறைத்து மதிப் பிட்டு விட்டேன். ஆனால், உண்மையில் அரசால் அவரை அமைதிப் படுத்த முடியவில்லை. அழிக்கும் எண்ணெய்த் திட்டங்களுக்கு எதிராகச் செயல்படுமாறு அவருடைய நினைவு தொடர்ந்து மக்களைத் தூண்டிவருகிறது. கென்னின் கடைசி வார்த்தைகள் பின்வருமாறு என்று கூறப்படுகிறது: 'கடவுளே, என்னுடைய ஆன்மாவை எடுத்துக் கொள்; ஆனாலும் இந்தப் போராட்டம் தொடரட்டும்.'[87]

உண்மையிலேயே இந்தப் போராட்டம் தொடர்ந்து நடந்தது; நீதிமன்ற அறைகளிலும் தெருக்களிலும் தொடர்ந்தது. விவாவுக்கும் ஷெல்லுக்கும் இடையேயான வழக்கிற்கு ஷெல் நிறுவனம் நைஜீரிய இராணுவத்திற்கு ஆயுதங்களையும் போக்குவரத்து வசதிகளையும் கொடுத்தது; அதனோடு சேர்ந்து செயல்பட்டது; ஓகோணி எதிர்ப்பை அமுக்க வழிமுறைகள் கொடுத்தது போன்ற குற்றச்சாட்டுகள் பற்றியவை யாகும். இந்த வழக்கின் வாதிகள் கென்னும் அவருடன் கொல்லப் பட்டவர்களின் உறவினர்களும் – இவர்கள் தற்போது ஓகோணி 9 என்றழைக்கப்படுகிறார்கள் – மட்டுமின்றி ஷெல்லுக்கு எதிர்ப்பையும், எம்ஓஎஸ்ஓபீக்கு ஆதரவையும் தெரிவித்ததால் துன்புறுத்தப்பட்ட, சில நேரங்களில் கொல்லப்பட்ட இதர ஓகோணிகளும் ஆவர்.[88]

நியூயார்க் நகரில் 2009ஆம் ஆண்டு ஜூன் மாதம் நடைபெறவிருந்த கூட்டாட்சி நீதிமன்ற விசாரணைத் தேதிக்கு சில நாட்களுக்கு முன்பே கென்னுக்கும் இதர பாதிப்படைந்தவர்களின் சொந்தக்காரர்களுக்கும் 15.5 மில்லியன் டாலர் கொடுப்பதாக நீதிமன்றத்திற்கு வெளியேயான தீர்வுக்கு ஷெல் நிறுவனம் ஒத்துக்கொண்டது. ஆனால், ஷெல் எந்தவிதத் தவறுக்கும் இறப்புகளுக்கும் பொறுப்பேற்க மறுத்துவிட்டது; தான் கொடுக்கும் தீர்வுப் பணம் குடும்பங்களின் இழப்புகளுக்கும் அவர்களின் சட்ட செலவுகளுக்கும் கொடுக்கும் ஒரு 'மனிதாபிமான செயல்' என்று அது கூறியது. இந்தப் பணத்தில் ஒரு பகுதி ஓகோணி மக்களின் நலன்களுக்காக உருவாக்கப்படும் ஒரு அமைப்பிற்கு ஒதுக்கப்படும்.[89] ஷெல் செய்த தவறுகளின் அளவை ஒப்பிடும்போது தீர்வுப்பணம் மிகவும் குறைவு. எனினும், மற்ற நாடுகளில் செய்யப் படும் குற்றங்களுக்கு அனைத்துப் பெருவணிக நிறுவனங்களும்

பொறுப்பேற்க வேண்டும் என்பதை வலியுறுத்தும் போக்கை நோக்கிய ஒரு முக்கியப் படிநிலையாகும்.

ஷெல் மீண்டும் ஓகோணிலாந்துக்குச் செல்லவில்லை என்றாலும், அது தொடர்ந்து ஒரு நாளைக்கு நைஜீரியாவில் இருந்து 250,000 பீப்பாய்கள் அளவுக்கு மேல் பெட்ரோலியத்தை எடுக்கிறது. 2008ஆம் ஆண்டு ஜூன் மாதத்தில் நைஜீரிய அரசு நைஜீரிய பெட்ரோல் வளர்ச்சி நிறுவனத்திற்கு ஓகோணிலாந்தில் எண்ணெய்க்காக ஆழ்துளையிடு உரிமையை அளிக்கும் திட்டத்தை வெளியிட்டது; எனவே, இங்கு புதிதாகப் பிரித்தெடுத்தல் செயல்பாடு தொடங்கும்.

தன்னுடைய செயல்முறைகளைச் சீர்திருத்திக்கொள்ள ஷெல் நிறுவனம் கட்டாயப்படுத்தப்பட்டிருந்தாலும், ஆழ்துளைச் செய்யப் படும் இடங்களில் மக்களுக்கும் சூழலுக்கும் காட்டப்பட்ட அலட்சியம் தொடர்ந்து நிகழ்ந்திருக்கும் என்பதில் ஐயமில்லை. 1998ஆம் ஆண்டு மே மாதத்தில், கென் கொல்லப்பட்ட மூன்றாண்டுகளுக்குள்ளேயே, நைஜீரியக் கடற்கரையில் செவ்ரான் நிறுவனத்தின் எண்ணெய் மேடைக்கு *(பிளாட்ஃபார்ம்)* எதிராக நடந்த அமைதியான போராட்டத்தின் போது இலாஜே எனப்படும் மற்றொரு நைஜீரியச் சமுதாயத்தின் உறுப்பினர்கள் சுடப்பட்டனர், இருவர் கொல்லப் பட்டனர்.[90] எர்த் ரைட்ஸ் இண்டர்நேஷனல் என்ற அமைப்பின் கூற்றுப்படி, செவ்ரான் நைஜீரிய இராணுவத்தை அழைத்து, தான் ஏற்பாடு செய்திருந்த ஹெலிகாப்டர் மூலம் அவர்களை எண்ணெய் மேடைக்கு அழைத்துச் சென்று போராட்டக்காரர்களின் மேல் தாக்குதல் நடத்துவதை மேற்பார்வை செய்தது;[91] இந்த அமைப்புதான் விவாவுக்கும் ஷெல்லுக்கும் இடையேயான வழக்கிலும், எண்ணெய் மேடையின்முன் போராட்டம் செய்தபோது ஏற்பட்ட கொலைகள் தொடர்பான வழக்கிலும் சட்ட ஆலோசகராகச் செயல்பட்டது.

இதில் வேடிக்கை என்னவென்றால், ஆற்றலுக்கும் பொருட்களை உற்பத்தி செய்வதற்கும் தேவையான பெட்ரோலியத்திற்குப் பதிலாக மிகவும் நல்ல மாற்றுகள் உள்ளன என்பதுதான். நம்முடைய ஆற்றல் தேவை களை எதிர்கொள்வதற்காக இத்தகைய பரவலான சூழல் அழிப்பையும் வன்செயலையும் தொடரவேண்டிய தேவையில்லை. பல அறிவியல் அறிஞர்களும் வணிகத் தலைவர்களும் தற்போது ஏற்றுக்கொண்டுள்ளபடி, சூரிய ஆற்றலும் காற்று ஆற்றலும் நம்முடைய பல ஆற்றல் தேவைகளை ஈடுசெய்யலாம். மீள்புதுப்பிக்கத்தக்க ஆற்றலை மிகவும் தேவைப்படும் ஆற்றல் குறைப்புகளின் மூலம் கிடைக்கும் ஆற்றலோடு சேர்த்தால் நமக்குப் போதுமான அளவு ஆற்றல் கிடைத்து

விடும்; பெட்ரோலியத்தைப் பூமிக்கு அடியிலேயே விட்டுவிடலாம். ஆற்றல் திறனை அதிகரிக்க நிலப்பயன்பாட்டைத் திட்டமிடுதல் முதல் போக்குவரத்து ஒருங்குகள், நுகர்வுப் பாங்குகள் வரை உள்ள அனைத்திலும் மேம்பாடுகளைச் செய்யவேண்டும்.

பிளாஸ்டிக்கையும் இதர உற்பத்திப் பொருட்களையும் தயாரிக்கப் பயன்படும் பெட்ரோலிய எண்ணெயை இதர பொருட்களின் மூலம் மாற்றீடு செய்யலாம்; இவற்றில் உயிரி அடிப்படையில் அமைந்த பொருட்களும் அடங்கும். வட்டாரத் தற்சார்பு நிறுவனம் என்ற அமைப்பைச் சேர்ந்த டேவிட் மோரிஸ் கடந்த பத்து ஆண்டுகளுக்கு மேலாக பெட்ரோலியத்தை அடிப்படையாகக் கொண்ட பொருளாதாரத்திற்குப் பதிலாக கார்போஹைட்ரேட் பொருள் அடிப்படையில் அமைந்த பொருளாதாரத்தின் தொழில்நுட்ப நன்மைகள் பற்றியும் சூழலியல் நன்மைகள் பற்றியும் பதிவு செய்துள்ளார்.[92] சூழலுணர்வு கொண்ட பல வேதியியலாளர்களும், முறைப்படுத்தப் பட்ட வேளாண்மையை ஆதரிக்கும் ஆர்வலர்களும், சூழல் நலத்தில் ஆர்வம் கொண்டவர்களும் முறைப்படுத்தமடையச் செய்யும் உயிரிப் பொருட்கள் கூட்டமைப்பு என்ற அமைப்பை நிறுவியுள்ளனர். இந்த அமைப்பின் விதிமுறைகளின்படி பெட்ரோல் அடிப்படையில் அமையாமல், தாவர அடிப்படையில் அமைந்த பொருட்களுக்கு மக்கள் மாறுவதை சூழ்நிலை நலம், நலமான பண்ணைகள், நல்ல பண்ணைப் பணிகள், பாதுகாப்பான, சுத்தமான, நியாயமான கோளை உருவாக்குதல் போன்றவற்றின் மூலம் மேற்கொள்ள வேண்டும்.

பிரித்தெடுத்தல் பற்றிய மாற்றுச் சிந்தனை

சிலர் கூறுவது போன்று உலோகங்களை அல்லது எண்ணெயை நிலத்திலிருந்து பரவலான சூழலியல் பாதிப்பின்றியும் மனித உரிமைகள் பாதிப்புகளின்றியும் எடுப்பது சாத்தியம்தான் என்றாலும் நான் அதை இதுவரை கண்டதில்லை. இத்தகைய தொழில்களைத் தொடங்கிச் செயல்படுத்துவதற்குத் தேவையான முதலீட்டின் அளவும் கடின உழைப்பின் அளவும் மிகமிகப் பெரியதாகும். ஈயம், பாதரசம் போன்ற நச்சான கன உலோகங்கள் அல்லது எண்ணெயைப் பொறுத்தவரையில் அவற்றை நிலத்திலிருந்து வெளிக் கொணர்வதில் இருக்கின்ற பிரச்சினைகளில் இது முதலாவது மட்டுமே. இந்த மூலப்பொருட்களைப் பயன்படுத்துவது இரண்டாம் சந்ததிப் பிரச்சினைகள் பலவற்றை உருவாக்குகிறது. பல கன உலோகங்கள் நரம்பு நஞ்சுகளாகவோ, புற்றுநோய்க் காரணிகளாகவோ, இனப்பெருக்கப் பாதிப்பு நஞ்சுகளாகவோ (நீங்கள் ஆரோக்கியமான குழந்தைகள் பெறும் உங்கள் திறனை இவை குறைக்கின்றன) செயல்படுகின்றன.

பிரித்தெடுக்கும் செயலில் ஈடுபட்டுள்ள சில தொழிற்சாலைகளை மேம்படுத்த முடியும். தங்கமான விதிகள் (கோல்டன் ரூல்ஸ்), கிம்பெர்லி செயல்முறை போன்றவை இந்த இலக்கு நோக்கிய நல்ல படிநிலைகள் ஆகும்; ஆயினும், இதர செயல்முறைகளைப் புகுத்த எடுக்கப்படும் முயற்சிகள் அவ்வளவாகப் பலனளிக்காது. பாதுகாப்பாகவும் முறைப் படுத்தப்பட்ட வகைகளிலும் மூலப்பொருட்களைப் பிரித்தெடுப்பது என்பது முடியாத செயலாகும்; வரையறைப்படி, இந்த மூலப்பொருட் களே சூழல் நல, உடல்நலப் பிரச்சினைகளாகும்.

ஈயம், பாதரசம் போன்ற நச்சு உலோகங்களைப் பொறுத்தவரையில் அவற்றை நிலத்திலேயே விட்டுவிட வேண்டும்; அவற்றின் பயன் பாட்டைத் தவிர்க்கும் வகையில் நம்முடைய தொழிற்சாலைகள் பதப்படுத்தும் செயல்களையும் உற்பத்திப் பொருட்களையும் மறு வடிவமைப்பு செய்ய வேண்டும். ஈயம், பாதரசம் ஆகிய இரண்டையும் நம்முடைய சந்ததி எந்த சாதாரணப் பயன்பாடுகளுக்காகப் பயன் படுத்தியதோ அவற்றைத் தற்போது நீக்கிவிட்டது. ஈயம் கலந்த பெயிண்ட், பெட்ரோல் பற்றி உங்களுக்கு நினைவிருக்கிறதா? பாதரச வெப்ப அளவுமானி பற்றி நினைவிருக்கிறதா?

மாற்றங்களை ஏற்படுத்துவது எளிது என்று நான் கூறவில்லை. நுகர்வோர் பொருட்கள், முறைப்படுத்தப்பட்ட ஆற்றல் ஒருங்குகள், அன்பை வெளிப்படுத்தத் தங்கத்தில் பொதியப்பட்ட வைர மோதிரம் தான் முடிவான அடையாளம் என்ற பண்பாட்டுத்தரம் ஆகிய ஒவ்வொன் றையும் மறுவடிவமைப்புச் செய்ய முயல்வது ஒரு சவாலாகும். ஆயினும், நமது பூமிக்கும் அதனைச் சார்ந்து வாழும் நமது சகவாசிகளுக்கும் ஏற்படுத்தும் இந்த மாற்றங்களின் முக்கியத்துவங்களை மனத்தில் கொள்ளும்போது நம்மால் அந்த மாற்றங்களைச் செய்யமுடியும்.

சமனாக்கப்படாத ஆதாயங்கள்

மடகாஸ்கரின் சுடுகாட்டு மல்லி, சியரா லியோனின் வைரங்கள், காங்கோவின் கோல்ட்டான், நைஜீரியாவின் எண்ணெய், அப்பலாச்சியாவின் நிலக்கரி ஆகிய அனைத்தின் கதைகளையும் இணைக்கும் ஒரு பொதுவான இழையை நீங்கள் கவனித்திருக்கலாம். இந்த அனைத்து இடங்களிலும் இயற்கை மூலப்பொருட்களின் அபரிமிதம் காணப்படுகிறது என்றாலும், ஏதோவொரு விதத்தில் அந்த வட்டார மக்கள் சூழலியல் அடிப்படையிலும் பொருளாதார அடிப்படையிலும் அவற்றின் பலன்களை அடைவதில்லை. உண்மையில் காடுகள், உலோகங்கள், கனிமங்கள் போன்ற புதுப்பிக்க முடியாத, மதிப்புமிக்க மூலப்பொருட்களைக் கொண்ட பல இடங்களின் மக்கள் உலகப் பொருளாதாரத்தோடு வாதாட முடியாமல், ஏழ்மை

நிலக்கரி

நுகர்வோர் பொருட்களின் நேரடிக் கூறாக, மிக அதிகமாகப் பயன் படுத்தப்படாததால் கற்பாறைகள் தொடர்பான என்னுடைய பட்டியலில் நிலக்கரி இடம்பெறவில்லை. எனினும், நீர், எண்ணெய் போன்று நம்முடைய பொருட்களை உண்டாக்கும் எந்திரங்களை இயக்க நிலக்கரி பயன்படுவதால் இதைப்பற்றி நாம் கட்டாயம் குறிப்பிட வேண்டும்.

நிலக்கரியைவிட மிக அழுக்கான மூலப்பொருளைக் கண்டறிவது அரிது என்றாலும் அதிக அளவு (உலகின் 40 விழுக்காடு) மின்சாரத்தை உருவாக்க நிலக்கரி பயன்படுத்தப்படுகிறது. நிலக்கரி மிக அதிக அளவிலும் எளிதாகவும் கிடைக்கக்கூடியதாக இருந்த முந்தைய காலத்தில் அது எவ்வளவு மோசமானது என்பதை மக்கள் அறிய அவசியம் ஏற்படவில்லை. இதைத் தோண்டி எடுப்பது அப்படி யொன்றும் கடினமான செயல் அல்ல என்றும், சுரங்கத்தின் உள்ளே உள்ள காற்று விஷத்தன்மையற்றதா இல்லையா என்று அறிய சிறிய மஞ்சள் கூண்டுப் பறவைகளை உள்ளே அனுப்பி உறுதிப்படுத்திக் கொண்டால் போதும் என்றும் அவர்கள் உணர்ந்தார்கள் என்று நீங்கள் நினைப்பீர்கள்! அல்லது, சுரங்கத்தின் கூரை தொடர்ந்து சிதைந்தபோதும், தீப்பிடித்தல்களும் வெடித்தல்களும் இரக்கமற்ற முறையில் ஏற்பட்ட போதும், கருப்பு நுரையீரல் நோய் சுரங்கத் தொழிலாளர்களின் வாழ்வுக் காலத்தைச் சுருக்கியபோதும் நிலக்கரி ஒரு மோசமான பொருள் என்று அறிந்தார்கள் என்றும் நினைப்பீர்கள். ஆனால், அவ்வாறுமில்லை.

தற்போது நமக்கு மேலும் அதிக விவரங்கள் தெரிய வந்துள்ளன. ஒரு நிலக்கரிச் சுரங்கத்தை உருவாக்கி, செயல்பட வைப்பது தாவரத் தொகுப்பு *(வெஜிடேஷன்)*, மண், நிலத்தடி நீர் போன்றவற்றை அழித்து விடுகிறது; இயல் உயிரிகளையும் வாழ்விடங்களையும் இடம்பெயரச் செய்து விடுகின்றது; அழித்து விடுகிறது; காற்றின் தரத்தைச் சாம்பலாலும் தூசிகளாலும் மிகவும் குறைத்து விடுகிறது; மேலும் நிலத்தோற்றத்தை நிரந்தரமாக மாற்றிவிடுகிறது, குறிப்பாகக் குன்று உச்சி நீக்கத்தின்போது. பாதரசம், யுரேனியம், ஆர்செனிக் போன்ற இதர கன உலோகங்களைக் கொண்ட சாம்பலையும், நிலக்கரிச் சேறு போன்ற கழிவுகளையும் டன் கணக்கில் சுரங்கங்கள் உண்டாக்குகின்றன. டென்னெசியின் ரோவேன் பகுதியில் மிகப் பெரும் விபரீதம் ஒன்று நிகழ்ந்தது. ஒரு பில்லியன் கேலன் நச்சுச்சேறு நிறைந்திருந்த குளத்தில் வெடிப்புகள் ஏற்பட்டன.

இதனால் அந்த நச்சுச் சேறுகள் நதிகள், நகரங்கள் மற்றும் நிலத்தில் கலந்தன. 2008ஆம் ஆண்டு டிசம்பர் மாதம் நடந்த இந்தச் சோக நிகழ்ச்சி நிலக்கரிச் சுரங்கங்களோடு தொடர்புடைய மிகவும் அண்மை விபரீதங்களில் ஒன்றாகும்.

இதற்கிடையில், நிலக்கரி எரிப்பது வளிமண்டிலக் கார்பன் டை ஆக்ஸைடு அளவைக் கூட்டுவதற்கு, மனிதனால் உருவாக்கப்படும் மிகப்பெரிய செயலாகும். மேலும், இதுதான் வளிமண்டில மீத்தேனுக்குமான முக்கிய மூலமாகும்; இந்த இரண்டு வளிமங்களும்தான் தட்ப வெப்பநிலை மாற்றங்களுக்கும், உலக வெப்ப மடைதலுக்கும் நிரூபிக்கப்பட்ட காரணிகளாகும். தன்னுடைய பிக் கோல் என்ற நூலில் ஜெஃப் கூடெல் பின்வருமாறு குறிப்பிடுகிறார்:

'1975க்கும் 2001க்கும் இடையே, நிலக்கரி நிலையங்களிலிருந்து ஒவ்வொரு வருடமும் வெளிவிடப்படும் நச்சு உலோகங்களின் அளவு இரண்டு மடங்காக உயர்ந்துள்ளது; 350 டன்களிலிருந்து 700 டன்களாக... நிலக்கரியால் இயக்கப்படும் ஆற்றல் உற்பத்தி நிலையங்களிலிருந்து வெளியேறும் நச்சுப்பொருட்கள் சூழல் பாதுகாப்பு அமைப்பால் (இபீஏ) அறிவிக்கப்பட்ட அனைத்துக் காற்று நச்சுகளிலும் 40 விழுக்காட்டிற்கும் மேலான அளவு நச்சுப்பொருட்களாகும்."[93]

இவற்றைத் தவிர நிலக்கரி எரிப்பினால் பல சூழ்நிலைத் தாக்கங்கள் ஏற்படுகின்றன; ஆனால், அவற்றையெல்லாம், குறிப்பாக அதன் பிரித்தெடுத்தல் தொடர்பான தாக்கங்களையெல்லாம் இந்தச் சிறிய பகுதியில் விவரிக்க முடியாது.

நிலக்கரி தோண்டுவதால் ஏற்படும் அனைத்துத் தாக்கங்களிலும் குன்று உச்சித் தகர்ப்புதான் – இந்தச் செயல்முறைதான் அப்பலாச்சியாவில் மிக அதிகமாகக் காணப்படுகிறது – மிக இழிவானதாகும். நிலக்கரித் தோண்டும் நிறுவனங்கள் இந்தச் செயல்முறையைப் பின்பற்றத் தொடங்கியதற்கு இரண்டு காரணங்கள் உள்ளன: நிலக்கரியின் தடம் குன்றின் பரப்பில் காணப்படாமை; குகைகள் மூலமும் சுரங்கப் பாதைகள் மூலமும் நிலக்கரி தேடுதலால் ஏற்படும் அதிகச் செலவு. இதில் வியப்பான விஷயம் என்னவெனில் அந்தக் குன்றுகளின் மிகுந்த ஆழத்திலும் மிக அதிக அளவு நிலக்கரி காணப் படாமைதான். குன்றின் ஆழத்தில் நிலக்கரி தோண்டுவது நிலக்கரி நிறுவனங்களுக்கு அதிக லாபம் ஈட்ட முடியாத செயலாகும். மேலும், இதனால் ஏற்படும் சூழல் சிதைவுகளுக்கும் நாசங்களுக்கும் அந்த நிறுவனங்கள் எதுவும் செலவிட வேண்டாம்.

இவற்றைத் தவிர, மான்டானா, வ்யோமிங் போன்ற மாநிலங்களில் மிகவும் எளிதில் பெறக்கூடிய நிலக்கரி அதிக அளவில் கிடைக்கிறது.[93] எனவே, ஏன் நாம் அதற்காக அப்பலாச்சியாவில் தோண்ட வேண்டும்? அங்குள்ள சுரங்க நிறுவனங்களும் அந்தப் பகுதி மக்களும் கருதுவது என்னவெனில், சுரங்கத் தொழில் இல்லையென்றால் சுரங்கப் பணிகள் இல்லாமல் அந்தப் பகுதி சிதைந்துவிடும். ஆனால், உண்மை இதற்கு நேர்மாறானது. எடுத்துக்காட்டாக, கடந்த 150 ஆண்டுகளில் ஏறத்தாழ 13 பில்லியன் டன் நிலக்கரி மேற்கு விர்ஜினியாவிலிருந்து தோண்டி எடுக்கப்பட்டிருந்தாலும், மேற்கு விர்ஜினிய மக்கள்தான் இந்த நாட்டின் மிகக் குறைந்த நடுத்தர வீட்டு வருமானத்தைப் பெறுகிறார்கள்; அந்த மாநிலத்தின் தெற்கு நிலக்கரிச் சுரங்கவெளிப்பகுதியின் எழுத்தறிவு விகிதம் ஆப்கானிஸ்தானிலுள்ள காபூல் நகரத்தின் அளவுதான்.[93]

அப்பலாச்சியாவின் குன்று உச்சிகளைத் தகர்ப்பதற்கும் என்னுடைய வீட்டு விளக்கு பல்புகளுக்கும் ஏதாவது தொடர்புள்ளதா என்று அறிய விரும்பினேன். இதற்காக நான் www.ilovemountains.org வலைத்தளத்திற்குச் சென்றேன். இதன் மூலம் அமெரிக்காவில் உள்ள எவரும் zip code-ஐ தட்டச்சு செய்து, உங்களுடைய ஆற்றல் தேவைக்காக எந்தக் குன்றுகளெல்லாம் தகர்க்கப்பட்டுள்ளன என்று கண்டறியலாம். என்னுடைய தேடுதல் காட்டியது என்னவெனில், என்னுடைய பகுதிக்கு ஆற்றல் கொடுக்கும் இரண்டு ஆற்றல் உற்பத்தி நிறுவனங்கள் அப்பலாச்சியாவில் உள்ள குன்றுகளின் தகர்ப்பால் பெறப்பட்ட நிலக்கரியை வாங்குவதாக அறிந்தேன். இதே வலைத்தளத்தில் மலைகளுக்கான தேசிய நினைவுச் சின்னத்தின் களத்திற்கு *(நேஷனல் மெமோரியல் ஃபார் த மவுண்ட்டைன்ஸ்)* சென்று பார்த்தேன். இது 470க்கும் மேற்பட்ட சிதைக்கப்பட்ட குன்றுகளை அடையாளம் காட்டியது. குன்று உச்சி தகர்ப்புக்கும் மிகப் பெரிய தட்பவெப்ப நிலை மாறுதல்களுக்கும் இடையேயான தொடர்பு என்னுடைய வீட்டிற்கும் சூரிய ஒளி ஆற்றல் தகடுகளைப் பொருத்த என்னைத் தூண்டியது. இதன் மூலம் என்னுடைய வீட்டிற்குத் தேவையான ஆற்றலுக்காக எந்தவொரு குன்றும் தகர்க்கப்படாது என்று என்னை நானே நிச்சயப்படுத்திக் கொண்டேன்.

வாய்ப்புக்கேடாக, ஒவ்வொரு வீட்டிற்கும் சூரிய ஆற்றல் தகடுகளைப் பொருத்துவதற்கான நேரம் இன்னும் வரவில்லை. அவ்வாறு செய்தாலும் அது தொழில் தொடர்பான பயன்பாடுகளுக்காக நிலக்கரி உபயோகப்படுத்தப்படுவதைத் தடுக்காது.

நிலக்கரியைப் பிரித்தெடுத்து எரித்தல் மிகவும் மோசமான விளைவு களை ஏற்படுத்துவதால், இதற்கு ஒரே ஒரு தீர்வுதான் உள்ளது; நிலக்கரியை அதனுடைய இடத்திலேயே வைத்திருத்தல்தான். அதை அங்கேயே இருக்க விடுங்கள். நிலக்கரியால் இயக்கப்படும் ஆற்றல் நிலையங்களின் செயல்பாட்டைத் தட்பவெப்பநிலை தாங்காது என்பது ஒரு வளர்ந்துவரும் உலகளாவிய ஒப்புதல் கருத்தாகும்.

நிலைக்குத் தள்ளப்படுகின்றனர்; இந்தக் குடிமக்கள் பெரும்பாலும் பசி பட்டினிக்கும் உடல்நலக் குறைகளுக்கும் ஆளாக்கப்படுகிறார்கள். இந்த முரண்பாடு மூலப்பொருள் சாபம் என்றழைக்கப்படுகிறது.

சில பொருளாதார அறிஞர்களும் சமூகவியல் வல்லுநர்களும் கூறுவது என்னவெனில், ஒரு நாடு அல்லது பகுதி மிகுந்த மதிப்பு கொண்ட மூலப்பொருட்களைக் கொண்டும், அந்தப் பொருட்களின் மேல் அதிக அளவிற்குச் சார்ந்தும், அப்பகுதியின் அதிக மக்கள் பிரித்தெடுத்தல் தொடர்பான வேலையால் ஈர்க்கப்பட்டும் இருந்தால் அங்கு மூலப்பொருள் சாபம் காணப்படும். இதனால் இப்பகுதிகளில் இதர பொருளாதாரக் கூறுகள் பிரித்தெடுத்தல் செயலோடு போட்டி போட முடிவதில்லை. இதற்கிடையில் இந்த இயற்கை மூலப்பொருட் களின் விலைகள் உலகப் பொருளாதாரத்தின் விருப்புவெறுப்புகளுக் கேற்ப மிகவும் அதிகமாக ஊசலாடி, மிகச்சிக்கலான நிலைமையை உருவாக்குகின்றன. அரசியல் மட்டுமின்றி அதன் மூலம் ஏற்படும் பொருளாதாரக் குழப்பங்களையும் வளர்ப்பதில் முரண்பாட்டு கனிமப் பொருட்களின் பங்கை இதர வல்லுநர்கள் சுட்டிக் காட்டுகின்றனர். இயற்கை மூலப் பொருட்களை அடிப்படையாகக் கொண்ட அரசுகள் குடிமக்களிடமிருந்து பெறப்படும் வரிகளைச் சார்ந்திருப்பதில்லை என்று அமெரிக்கப் பல்கலைக்கழகத்தின் பேராசிரியரான டிபோரா பிரவுட்டிக்காம் கருத்துத் தெரிவித்துள்ளார். இதன் பொருள் என்ன வெனில் அரசுக்கும் அதன் குடிமக்களுக்கும் இடையேயான ஒப்பந்தம் வலிமையற்றது; குடிமக்கள் தவறுகளுக்குத் தங்களுடைய தலைவர் களைப் பொறுப்பேற்க வைக்க முடியாது. இத்தகைய சூழ்நிலைகளில் சாதாரண மக்கள் அரசு பற்றி புகார் கொடுத்தால் தலைவர்கள் மூலப்பொருட்களிலிருந்து பெறப்படும் பணத்தை எப்பொழுதுமே பயன்படுத்தி எதிர்ப்பு தெரிவிப்பவர்களை அடக்கும் இராணுவத்திற்குச் செலவிட முடியும்.[94] அடக்கவிலைகளைப் புறவயமாக்கும் பழக்கம் வட்டார அழிவை மேலும் சிக்கலாக்குகிறது. ஏனெனில் இது ஆழ்துளை யிடும், சுரங்கம் வெட்டும், மூலப் பொருட்களைப் பிரித்தெடுக்கும்

பகுதிகளின் சூழலையே கெடுத்து, எந்தவித நீதிசார் விசாரணைகளுமின்றி அவற்றைக் குப்பையாக்க பன்னாட்டு நிறுவனங்களுக்கு அனுமதியளிக்கிறது.

இதில் உள்ள வாய்ப்புக்கேடான உண்மை என்னவெனில், ஒரு தனி நாட்டால் அனுபவிக்கப்படும் மூலப் பொருள் சாபம் நியாயமின்மையாலும் சமனின்மையாலும் நிரம்பிய ஒரு சிக்கலான உலக நிலைமையின் ஒரே ஒரு முகப்புதான் என்பதாகும். பன்னாட்டுப் பிரித்தெடுத்தலின் ஆதாயங்களும் அடக்கவிலைகளும் சமன்பாடில்லாமல் பங்கிடப்படுகின்றன. பன்னாட்டுத் தொழில் நிறுவனங்கள், நாட்டு அரசுகள், பன்னாட்டு வளர்ச்சி வங்கிகள் போன்றவற்றை உள்ளடக்கிய, எப்பொழுதும் பேராசையும், லஞ்ச லாவண்யமும் நிறைந்தவர்களின் சிக்கலான வலையமைப்பை, இந்தப் பன்னாட்டுப் பிரித்தெடுத்தல் ஈடுபடுத்துகிறது. இதன் விவரங்களை இனிவரும் இயல்களில் காணலாம். இத்தகைய மூலப்பொருட்கள் எடுக்கப்படும் பகுதிகளில் வாழ்ந்து பணி செய்யும் பல மில்லியன் மக்கள் இந்தச் சமன்பாட்டிலிருந்து விலக்கப்படுகிறார்கள்.

குறிப்பாக, பிரித்தெடுத்தல் தொழிற்சாலைகளால் பழங்குடி மக்கள் சமுதாயம் அதிக தாக்கங்களுக்கு உட்படுத்தப்படுகின்றது. உலகம் முழுவதும் பல பழங்குடிச் சமுதாயங்கள் மூலப்பொருள் செறிந்த இடங்களில் வாழ்கின்றன; இவர்கள்தாம் மரக்கட்டை வெட்டுவதற்கு, சுரங்கத்தொழில் செய்வதற்கு, எண்ணெய் மற்றும் எரிவாயு ஆழ்குழித் துளையிடுவதற்கு, இதர பிரித்டெடுத்தல் பணி செய்வதற்கு இலக்குகளாக அமைகின்றார்கள். பழங்குடி மக்களால் பல நூற்றாண்டு காலமாகப் பாதுகாத்துப் பேணப்பட்டு வந்த வாழ்க்கை முறைகளும், பண்பாடுகளும், அவர்கள் வாழும் நிலங்களும், அங்குள்ள இயற்கை மூலப்பொருட்களும் அவர்களுக்குக் கிடைப்பதைப் பொறுத்து பெரும்பாலும் அமைகின்றன. எனினும், பழங்குடி மக்கள் சமுதாயங்கள் தம்முடைய மூலப்பொருட்களையும் சமுதாயங்களையும் பாதிக்கும் திட்டவரைவுகளில் முடிவு மேற்கொள்ள அனுமதிக்கப்படவில்லை.

சூழலியல் திட்டப்பணிகளில் பங்குகொள்வதில் தம்முடைய உரிமைகளைப் பெறுவதற்குப் பழங்குடி மக்கள் சமுதாயங்கள் வெற்றிபெற்று வருகிறார்கள் என்பதை நான் மகிழ்ச்சியுடன் பதிவுசெய்கிறேன்; எனினும், இந்த விஷயத்தில் அவர்கள் மேலும் போராட வேண்டும் என்பது என்னைத் தொடர்ந்து சங்கடப்படுத்துகிறது. இருபது ஆண்டுகளுக்கு மேலான பேச்சு வார்த்தைகள், வழக்காடல்களுக்குப் பின்பு ஐநா

சபை, பழங்குடிமக்களுக்கான உரிமைகள் பற்றிய பிரகடனத்தை 2007ஆம் ஆண்டு செப்டம்பர் 13ஆம் தேதியன்று ஏற்றுக்கொண்டது; இது பழங்குடி தனிமனித உரிமைகளையும் இதர உரிமைகளையும் பாதுகாப்பது தொடர்பான ஒரு பெரிய படிநிலையாகும். இந்தப் பிரகடனம் பெருமளவு ஆதரவான 143 வாக்குகளின் மூலம் ஏற்றுக் கொள்ளப்பட்டது; நான்கு நாடுகள் மட்டும் – கனடா, ஆஸ்திரேலியா, நியூசிலாந்து, அமெரிக்கா மட்டும் – எதிராக வாக்களித்தன.[95]

பன்னாட்டு அரசியல் ஒப்புதல் இதற்கு உதவி செய்தாலும், நாம் இன்னும் வெகுதூரம் செல்ல வேண்டும். பழங்குடி மக்கள் செயல் பாடுகள் தொடர்பான பன்னாட்டுப் பணிக்குழு *(இன்டர்நேஷனல் வொர்க்கிங் க்ரூப் ஃபார் இன்டிஜெனூஸ் அஃபெயர்ஸ்)* விளக்குவது போன்று, 'இந்த அரசியல் அங்கீகாரத்தை வட்டார அளவிலும், நாட்டு அளவிலும் பன்னாட்டளவிலும் எளிதில் உணரக்கூடிய முன்னேற்றங் களாக மாற்றுவது பழங்குடி மக்களுக்கு ஒரு பெரிய சவாலாக உள்ளது.'[96] பழங்குடி மக்கள் சமுதாயங்கள் தொடர்ந்து உலகம் முழுவதும் பிரித்தெடுத்தல் திட்டங்களுக்கு இலக்காக்கப்படுகின்றனர்; முடிவு எடுக்கப்படும் செயல்களில் கருத்து நிறைந்த வகையில் கலந்துகொள்ள வாய்ப்பின்றி உள்ளார்கள் அல்லது குறைந்த வாய்ப்புகள் மட்டுமே பெற்று வருகிறார்கள் என்பதும் குறிப்பிடத்தக்கது.

நம்முடைய அதிகரித்து வரும் உலகமயமாக்கல் பொருளாதாரத்தில் மேலும் மேலும் அதிக அளவில் பிரித்தெடுத்தல் செயல் திட்டங்கள் பன்னாட்டு நிறுவனங்களால் மேற்கொள்ளப்படுகின்றன; இவை உலக வங்கி அல்லது பன்னாட்டு நிதி நிறுவனம் – ஐஎம்எஃப் (இத்தகைய நிறுவனங்கள் பற்றிய அதிகத் தகவல்களுக்கு விநியோகம் தொடர்பான இயல் 3-ஐ காண்க) – போன்ற பன்னாட்டு நிதியுதவி பெறுகின்றன; இவற்றின் முடிவு எடுக்கும் மையங்கள் பாதிக்கப்பட்ட சமுதாயங் களிலிருந்து மிகவும் விலகி அமைந்துள்ளன. இதன் காரணமாக இந்தச் செயல்திட்டங்களை நடத்துவது வட்டாரச் சமுதாயங்களுக்கு மேலும் அதிக பிரச்சினைகளைக் கொடுக்கிறது; இதனால் செயல்திட்ட மிடுவதில் வட்டார மக்கள் பெருமளவு தம்முடைய கருத்துகளைக் கூறவே முடிவதில்லை. மிகவும் அதிகமாகப் பாதிக்கப்பட்ட சமுதாயங் களுக்கு இந்தச் செயல்திட்டங்களில் எதையும் பெற முடிவதில்லை; மேலும், மூலப்பொருள் பயன்பாட்டினால் பெறப்படும் ஆதாயங் களினால் இவர்கள் எந்தப் பலனையும் அடைவதில்லை.

உலகின் வெவ்வேறு பகுதிகளில் உள்ள பல நிறுவனங்கள் பொதுத் துறை, தனியார் போன்ற இத்தகைய நிதியுதவி செய்பவர்களை நல்ல முறையில் செயல்படுவதற்குத் தூண்டி வருகின்றன. இதன் மூலம் உயர்ந்த சூழலியல், சமுதாய மனித உரிமைகள் ஆகியவை தொடர்பான

செந்தகைமைகளுக்கு நிதியுதவி அமைப்புகள் தம்மை உட்படுத்திக் கொள்ளுமாறு வலியுறுத்தப்படுகின்றன. பல நியாயவாதிகளும் சூழல் நல ஆர்வலர் குழுக்களும் பொதுத்துறை மட்டுமின்றி, தனியார் நிதியுதவி அமைப்புகளின் தலைவர்களைச் சூழலியல் பிரச்சினை களையும் சமுதாயப் பிரச்சினைகளையும் பாதுகாக்கக்கூடிய அல்லது மேம்படுத்தக்கூடிய திட்டங்களை மட்டும் ஏற்குமாறு கட்டாயப் படுத்துகின்றனர்.

எடுத்துக்காட்டாக, உலகம் முழுவதும் உள்ள பிரித்தெடுத்தல், உள்கட்டமைப்பு, செயல்திட்டங்கள் போன்றவற்றை ஆதரிக்கும் மிகப்பெரிய நிதி உதவி நிறுவனங்களில் ஒன்றான உலக வங்கிக் குழு ஓர் ஆண்டிற்குச் சராசரியாக **20** முதல் **25** பில்லியன் டாலர்களை வளரும் நாடுகளின் அரசுகளுக்குக் கடனாக அளிக்கிறது. இதில் பிரித்தெடுத்தல் தொழில்களுக்குக் குறிப்பாகக் கொடுக்கப்படும் ஒரு பில்லியன் டாலருக்கும் அதிகமான தொகையும் அடங்கும்.[97] ஆனால், இந்தக் குழு **1987** வரையில் இந்தத் திட்டங்கள் தொடர்பாகக் கட்டாயமாகச் செய்யவேண்டிய சூழலியல் மதிப்பீட்டைக்கூட செய்ததில்லை. உலக வங்கிக்குக் கடனைக் கொடுக்கின்ற, அதிலிருந்து கடனைப் பெறுகின்ற நாடுகளில் உள்ள சூழலியல், மனித உரிமை அமைப்புகள் மட்டுமின்றி இதர லாபம் ஈட்டா அமைப்புகளின் நீண்ட, காரசாரமானப் போராட்டங்களுக்குப் பிறகுதான் தற்போது மேற்கொள்ளப்படும் மதிப்பீட்டுச் செயலை, அது முற்றிலும் சரியான தாக இல்லாத போதிலும், உலக வங்கி ஏற்றுக்கொண்டது.

2003ஆம் ஆண்டு ஜூன் மாதத்தில் உலக வங்கி பிரித்தெடுத்தல் தொழில் நிறுவனங்களில் வெளிப்பாடான முயற்சி (Extractive Industries Transparency Initiatiive - EITI) என்ற முனைப்புச் செயலுக்குச் சம்மதம் அளித்தது; இது ஒரு தன்னிச்சையான முனைப்புச் செயலாகும். மூலப்பொருட்கள் செறிவு கொண்ட நாடுகளிலுள்ள பிரித்தெடுத்தல் தொழில்களின் அதிக வெளிப்பாட்டுத் தன்மையையும் குடிமக்கள் சமுதாயப் பங்கேற்பையும் ஆதரிக்கும் திட்டமாகும் இது.[98] இத்தகைய செயல்திட்டமுறைகள் இருந்தாலும் உலக வங்கி தொடர்ந்து அழிவு ஏற்படுத்தக்கூடியப் பிரித்தெடுத்தல் தொழில்திட்டங்களுக்கு நிதியுதவி செய்கிறது; மேலும், வளரும் நாடுகளில் தொழிற்சாலைகள் வெளிப் பாட்டுத் தன்மைகளை மேம்படுத்துவதையோ சமுதாயங்கள் அந்தத் தொழில்களில் பங்குகொள்வதையோ உற்சாகப்படுத்துவதற்குத் தன்னுடைய குறிப்பிடத்தக்க அதிகாரத்தை உலக வங்கி பயன் படுத்துவதில்லை.

இத்தகைய பெரிய நிதிஉதவி நிறுவனங்கள் தம்முடைய வழிமுறை களை மாற்றிக்கொள்ள மேற்கொள்ளப்படும் செயல் மிக மெதுவான

தாகும். இதுவரை இந்த முயற்சிகள் போதுமான வேகத்திலும் அளவிலும் மேற்கொள்ளப்படவில்லை. இவற்றைச் சீரமைக்கும் முயற்சிகளைப் பல குழுக்கள் விட்டுவிட்டன; ஏனெனில், உலக வங்கி, அதனுடைய சகோதர நிறுவனமான பன்னாட்டு நிதி நிறுவனம் ஆகிய வற்றின் அமைப்புகளும் திட்டங்களும் மிக ஆழமான குறைகளைக் கொண்டுள்ளன என்று இந்தக் குழுக்கள் நம்பின. இதற்குப் பதிலாக, இந்தக் குழுக்கள் தம்முடைய முயற்சிகளை இந்த நிறுவனங்களின் இலக்கு எல்லையையும் பாதிப்புகளையும் குறைக்கும் செயல்களில் செலவிடுகின்றன. 'பன்னாட்டு நிதி நிறுவனம், உலக வங்கி ஆகிய வற்றின் சாதனை ஒரு கலப்பிடமில்லாத் தோல்வியாகும். அவற்றின் தோல்வியடைந்த பெரிய செயல்திட்டங்கள் உலக வளர்ச்சியில் எதிர்காலப் பங்கு பெறுவதிலிருந்து இவற்றைத் தகுதியற்றவர்களாக ஆக்கிவிட்டது. இந்த நிறுவனங்களைச் சுருங்கச் செய்ய வேண்டிய நேரம் வந்துவிட்டது' என்று கடந்த பத்து ஆண்டுகளுக்கு மேலாக உலக வங்கியிலும் பன்னாட்டு நிதி நிறுவனத்திலும் தம் கவனத்தைச் செலுத்திய ஜோரோகே ஜேகு என்ற கென்யா நாட்டு ஆர்வலர் விளக்கியுள்ளார்.[99]

ஆசியாவிலும் ஆப்பிரிக்காவிலும் சிதைவு ஏற்படுத்தி யுள்ள பல உலக வங்கிச் செயல்திட்டங்களை என்னு டைய சொந்தக் கண்களால் கண்டுள்ளேன். நான் அதனுடைய வாஷிங்டன் டிசி அலுவலகங்களுக்கு என்னுடைய மிக அண்மைக்கால விவரங்களுடனும் பிரச்சினைகளுடனும் சென்ற ஒவ்வொரு முறையும் உலக வங்கி அதிகாரிகளிடமிருந்து போதுமான பதில்களைப் பெறமுடியவில்லை. இதற்குப் பின்பு என்னுடைய முடிவு என்னவெனில் பிரச்சினைகளை எதிர்கொள்ளச் சிறந்த அணுகுமுறை இந்த நிறுவனத்தின் இலக்கு எல்லையைத் தடுப்பதுதான். உலக வங்கி பிணை ஆவணப் புறக்கணிப்பு (WBBB) என்ற பன்னாட்டுப் போராட்டத்தின் மூலம் ஓய்வூதிய நிதிகள், தொழிற் சங்கங்கள், கிறித்துவக் கோவில்கள், நகராட்சிகள், பல்கலைக்கழகங்கள் போன்றவை உலக வங்கி பிணை ஆவணங்களை (bonds) வாங்க விடாமல் தவிர்ப்பதை சிறந்த அணுகு முறையாகக் கொள்ளலாம். இந்த வங்கி தன்னுடைய பத்திரங்கள் மூலம் நிதி திரட்டுவதைத் தடுப்பதன் மூலம் WBBB இந்த வங்கியின் மேல் அழுத்தத்தைக் கொடுக்கிறது; இதன் பல இலக்குகளில் ஒன்றான எண்ணெய், எரிவாயு, சுரங்கம் தோண்டுதல், அணைகள் கட்டுதல் போன்ற சூழல் அழிப்புச் செயல்திட்டங்களுக்கு நிதியுதவி அளிக்க முடியாமல் தடுக்கின்றது.[100]

பிரித்தெடுத்தல் செயல்திட்டங்களிலுள்ள அபாயங்களும் மோசமான தாக்கங்களும் சமமான முறையில் பங்கிடப்படவில்லை என்பது தெளிவு. இதுவே பிரித்தெடுத்தலிலிருந்து பெறப்படும் ஆதாயங்களுக்கும் – லாபத்திற்கும் உண்மையான மூலப்பொருட்களுக்கும் – பொருந்தும். சிலர் தம்முடைய பங்கைவிட அதிகமான அளவு மூலப்பொருட்களைப் பயன்படுத்துகிறார்கள்; வேறு சிலர் மிகக் குறைந்த அளவே பயன்படுத்துகிறார்கள்; *கொலாப்ஸ்* என்ற நூலின் ஆசிரியரான ஜேரட் டைமண்ட் பின்வருமாறு குறிப்பிடுகிறார்: 'எண்ணெய், உலோகங்கள் போன்ற மூலப்பொருட்களை மக்கள் நுகரும் சராசரி தகைவேகங்களும் பிளாஸ்டிக், பசுமையில்ல வளிமங்கள் போன்ற கழிவுகளை உருவாக்கும் சராசரித் தகைவேகங்களும் வளரும் நாடுகளைவிட வட அமெரிக்கா, ஐரோப்பா, ஜப்பான், ஆஸ்திரேலியாவில் 32 விழுக்காடு அதிகம்.'[101] உலகின் 5 விழுக்காடு மக்கள்தொகையைக் கொண்ட அமெரிக்கா உலகின் மூலப்பொருட்களின் 30 விழுக்காட்டைப் பயன்படுத்துகிறது. மொத்தத்தில், தொழில்வளம் மிக்க நாடுகளின் 25 விழுக்காடு மக்கள் உலகின் மூலப்பொருட்களின் 75 விழுக்காட்டைப் பயன்படுத்திக் கொள்கின்றனர்.[102]

உண்மையில், இந்தக் கோளில் உள்ள நாம் அனைவருமே ஒட்டுமொத்தமாக ஒவ்வொரு ஆண்டும் இந்தக் கோள் உருவாக்கும் மூலப்பொருட்களைவிட அதிக மூலப்பொருட்களை நுகர்கிறோம்; ஒவ்வொரு ஆண்டும் நாம் 1.4 கோள் அளவு மதிப்புள்ள உயிரித் திறனை நுகர்கிறோம்.[103] இது நடக்க முடியாத ஒன்றாகும்; நாம் நுகரும் பொருட்களின் அளவு ஒவ்வொரு ஆண்டும் கோள் உருவாக்கும் மொத்த மூலப் பொருட்களைவிட அதிகமாகும். உண்மையில் இது சாத்தியமாவதற்குக் காரணம் நாம் தோன்றுவதற்கு முன்பேயே இந்தக் கோள் தோன்றிவிட்டது என்பதும் அது நமக்கு முன்பே சேர்த்து வைத்த மூலப் பொருட்களைப் பெற்றிருக்கிறது என்பதும்தான்.இந்தக் கூடுதல் மூலப்பொருட்கள் வேகமாகத் தீர்ந்து கொண்டிருக்கின்றன. பல ஆண்டுகள் ஒரு வீட்டில் சேமித்து வைத்திருந்த வரவுகள் திடீரென அதிக அளவில் தீர்க்கப்படுவதற்கு ஒப்பாகும் இது. சேமிப்பிலிருந்து, சம்பாதித்ததைவிட அதிகமாக சிறிது காலத்திற்குச் செலவிடலாம். ஆனால், இதைத் தொடர்ந்து செய்தால் முடிவில் எதுவும் மீதமிருக்காது. இது போன்றுதான் இப்போது நம்முடைய கோளில் நடைபெற்றுக் கொண்டிருக்கிறது.

அமெரிக்கா தன்னுடைய மூலப்பொருட்களைச் செலவிடும் வேகத்தில் அனைத்து நாடுகளும் தம்முடைய மூலப்பொருட்களைச் செலவிட்டால், நம்மை மேலும் வாழவைக்க புவியைப் போன்ற ஐந்து கோள்கள் நமக்குத் தேவைப்படும்.[104] இதுதான் உண்மையான பிரச்சினை; ஏனெனில், நம்மிடம் ஒரு கோள்தான் உள்ளது. பயோ ரீஜனல்,

வோர்ல்டு வைடு ஃபண்ட் என்ற இரண்டு ஐரோப்பிய அமைப்புகள் ஒரு கோள்தான் உயிரோடு உள்ளது *(ஒன் பிளானெட் லிவிங்)* என்ற திட்டத்தைத் தொடங்கியுள்ளன. இந்தத் திட்டத்தின் மூலம் ஒட்டு மொத்த மூலப்பொருள் பயன்பாட்டைக் குறைத்தல், சூழ்நிலை நலத்தைப் பாதுகாத்தல், சமுதாய நலத்தைப் பாதுகாத்தல், அனைத்து மூலப்பொருட்களும் சமமாகப் பங்கிடப்படுதல் போன்ற முயற்சிகளை மேற்கொண்டுள்ளன. இந்த இலக்குகளை அடைய இந்தத் திட்டம் மிகவும் குறைக்கப்பட்ட பொருட்களின் பொருளாதாரத்தை ஆதரிக்கிறது; கூடவே, நம்மிடம் உள்ள மூலப்பொருட்களின் அளவுக்கு ஏற்ற தகவில் செயல்படும் புதிய பண்பாட்டுத் தரங்களைப் பரிந்துரைக்கின்றது.[104]

இதன்படி நாம் அனைவரும் மூலப்பொருட்களின் பயன்பாட்டைக் குறைக்க வேண்டும் என்பதல்ல – ஏனெனில், அது முழுதும் நியாய மற்றதாகும். அமெரிக்கா, ஐரோப்பா போன்ற சில உலகப் பகுதிகள் குறைந்த அளவு மூலப்பொருட்களை நுகர வேண்டும்; வேறு சில நாடுகள் தம்முடைய அடிப்படைத் தேவைகளை ஈடுசெய்ய மூலப் பொருட்களை அதிகமாக நுகரவேண்டும். இந்த இரண்டிற்கும் இடையே ஒரு இடத்தில் நாம் சந்திக்க வேண்டும். பிரித்தெடுத்தலின் மொத்த அளவு இந்தக் கோளின் சூழல் வரம்புகளுக்குள் இருக்க வேண்டும்.

பிரித்தெடுத்தலை மாற்றியமைத்தல்

உள்ள நிலைமைகளைச் சரிசெய்ய நாம் குறைந்த அளவு மூலப்பொருட் களை மட்டுமே பிரித்தெடுக்க வேண்டும். நாம் பயன்படுத்தும் பிரித்தெடுத்தல் செயல்முறைகள் சூழல், சமுதாயம், பணியாளர்களின் நலன் போன்றவற்றைப் பாதிக்கக் கூடாது. நாம் பிரித்தெடுத்த பொருட் களை மிகவும் சிறப்பாகவும், நல்ல முறையிலும், மரியாதையுடனும் பயன்படுத்த வேண்டும். மூலப்பொருட்களின் பிரித்தெடுத்தலால் ஏற்படும் தீமைகளையும் நன்மைகளையும் சரியான முறையில் நாம் பங்கிட்டுக்கொள்ள வேண்டும்.

முறைப்படுத்தப்பட்ட செந்தகைமைச் செயல்பாடுகளை (காடு நிர்வகிப்புக் குழு போன்றவற்றை) மேம்படுத்தவேண்டும்; சமூகக் காடுவளர்ப்புத் திட்டங்கள் போன்ற பிரித்தெடுத்தலுக்கான திட்ட மிடுதல் நிகழ்வின்போது பணியாளர்களின் கருத்துக்களையும் சமுதாயத்தின் கருத்துக்களையும் ஒருங்கிணைக்க வேண்டும்; இவை குறிப்பிட்ட திட்டங்களின் பாதிப்புகளைக் குறைக்க உதவும்; ஆயினும், உலகளாவிய மூலப் பொருள் அழிப்பினாலும் பிரித்தெடுத்தலினாலும் ஏற்படும் பொதுநலன் மட்டுமின்றி, சூழல் விளைவுகள் தொடர்பான பிரச்சினையைச் சரிசெய்ய நமக்கு மேலும் மிகவும் முக்கியமான மாற்றங்கள் தேவை.

பிரித்தெடுத்தல் மூலம் பெறப்படும் பொருட்களுக்கான ஒட்டு மொத்தத் தேவையை நாம் மிகவும் அதிகமாகக் குறைக்க வேண்டும். பயன்படுத்தப்படும் மூலப்பொருட்களின் செயல்திறனை அல்லது உற்பத்தித் திறனை நாம் அதிகரிக்க வேண்டும்; மேலும், மறுபயன்பாடு, மறு சுழற்சித் திட்டங்களை அதிகரிக்க வேண்டும். முடிவில், நம்முடைய

தேவைகளை எதிர்கொள்ள நாம் மாற்று வழிமுறை களைத் தேட வேண்டும். புதிய பொருட்களை உற்பத்தி செய்வதில் உள்ள சீரான ஓட்டத்தில் குறைந்த கவனம் செலுத்த வேண்டும் என்பதை இது பலருக்குச் சுட்டும். மற்றொரு வழியும் உள்ளது. ஏற்கனவே உள்ள ஒருங்கை மூன்று இடங்களில் நாம் மாற்றலாம்; இதனால் குறைந்த இயற்கை மூலப்பொருட்களை மட்டுமே இந்த ஒருங்கு பயன்படுத்தும் – முகப்பு முனையில், பின் முனை யில், நம்முடைய இதயங்களிலும் மனங்களிலும்.

1. முகப்பு முனையில்

வடிவமைப்பு நிலையில் குறைந்த மூலப்பொருட்களை நம்முடைய உற்பத்தி ஒருங்குகள் பயன்படுத்து வகையில் முதலில் மறுவடிவமைப்பு செய்ய வேண்டும். இதன்மூலம் அதிக பிரித்தெடுத்தலின் தேவையைக் குறைக்கலாம்.

பொருட்களின் கோணத்திலும் ஆற்றல் கோணத்திலும் காணும் போது நம்முடைய தற்போதைய பொருளாதாரமும் தொழில் முன் மாதிரிகளும் அதிக செயல்திறனற்றவையாக உள்ளன. இப்பொழுது தொடங்கி நாம் குறைவாகப் பயன்படுத்தினால், குறைவான கழிவு களை மட்டுமே உண்டாக்கலாம். அமெரிக்காவில் தொழிலகங்களால் ஒவ்வொரு நாளும் பயன்படுத்தப்படும் பொருட்களின் அளவு ஒவ்வொரு மனிதரின் எடையைவிட இருபது மடங்கிற்கும் அதிகமாக உள்ளது – அதாவது, ஒரு ஆண்டுக்கு ஒரு அமெரிக்கனுக்கு 1 மில்லியன் பவுண்டை விட அதிகமாக.[105]

நம்முடைய மூலப்பொருட்களிலிருந்து மிகவும் அதிக அளவிற்கு பொருட்களைப் பெற வேண்டும் என்று பல அறிவியல் அறிஞர்கள், சூழல் ஆர்வலர்கள், பொருளாதார வல்லுநர்கள், அரசு அலுவலர்கள், வியாபாரிகள் கூறி வருகின்றனர் – இதை வேறு சொற்களில் கூறவேண்டுமென்றால், ஒவ்வொரு அலகு ஆற்றல் நுகர்வுக்கும் மிகவும் அதிக அளவு பயனைப் பெறவேண்டும் என்று இவர்கள் கூறி வருகின்றனர்.

ஜெர்மனியின் தட்பவெப்பநிலை, சூழல் மற்றும் ஆற்றலுக்கான வுப்பர்டால் நிறுவன வடிவமைப்பாளர்கள், பொருளாதார வல்லுநர்கள், வளர்ச்சி வல்லுநர்கள் போன்றவர்களின் குழுவைக் கூட்டி ஃபேக்டர் 10 குழுவைத் தொடங்கி வைத்தது. 1994ஆம் ஆண்டில் இந்தக் குழு ஒரு பிரகடனத்தை வெளியிட்டது. இதன்படி ஐம்பது ஆண்டுகளுக்குள் மூலப்பொருட்களிலிருந்து பெறப்படும் உற்பத்திப் பொருட்களின் அளவை பத்து மடங்கு அதிகரிக்க வேண்டும்; மேலும் இது அவர்கள் நம்புவது போன்று, 'நாம் நம்முடைய புது உற்பத்திப் பொருட்களையும், தேவைகளையும், புதிய உற்பத்திமுறைகளையும் உருவாக்கும் செயல்முறைகளை ஒன்று திரட்டுவது தொழில்நுட்ப அடிப்படையில் சாத்தியமான ஒன்றாகும். '[106]

குறைப்புப் பொட்டலமாக்கம் அல்லது குறைந்த எண்ணிக்கை பொருட்களை மட்டுமே கொள்ளும் வகையில் பொருட்களை வடிவாக்கம் செய்ய வேண்டும். இது 'குறைந்த எடையாக்கம்' எனப்படுகிறது. இதுபோன்ற மிக வீரியமான மூலப்பொருள் திறனை ஒரு வடிவாக்க இலக்காகக் கொள்வதற்குப் பல எடுத்துக்காட்டுகள் உள்ளன. இதர வடிவாக்க உத்திகளில் அதிகப் பொருட்களை உண்டாக்குவதும் அடங்கும்.

- நீண்டகாலம் நிலைத்துச் செயல்படுபவை: இதனால் பொருட்கள் நீண்டகாலம் பயன்படுகின்றன; இந்தப் பொருட்களை எளிதில் விலக்கத் தேவையில்லை; பதிலீடு உடனடியாகச் செய்ய வேண்டிய தில்லை.

- பழுது பார்க்கத்தக்கவை: இதன் கூடுதல் நன்மை அதிக பணியிடங்களை உருவாக்குவதுதான்.

- மறுசுழற்சி செய்யத்தக்கவை: மறுசுழற்சி செய்தால் தம்முடைய ஒருங்கமைவை இழக்காத திறனைக் கொண்ட பொருட்களைத் தேர்ந்தெடுக்க வேண்டும். சில பொருட்கள் எளிதில் சிதைந்து விடுகின்றன; மற்றவை பலமுறை மறுசுழற்சி செய்யத்தக்கவை.

- தகவமைவுத் தன்மையுடையவை: புதிய பண்புகள்/கூறுகள் நுழைக்கப்படும்போது அவற்றைப் பெற்றிராத நமது செல்பேசிகள், மடிக்கணினிகள் போன்றவற்றைத் தூக்கியெறியாமல், அவற்றில் உள்ள பழைய பண்புகள்/கூறுகளை நீக்கிவிட்டு அவற்றினிடத்தில் புதியவற்றைப் புகுத்தும்படியான பொருட்களை முதலிலேயே தயாரிப்பது. இதனால் மூலக்கருவி தகவமைப்புத் தன்மையைப் பெறுகிறது. எடுத்துக்காட்டாக, காமரா லென்ஸ்களை மாற்றுதல். இதனால் மொத்த கருவியையும் மீண்டும் உருவாக்க வேண்டாம். பொருட்களைப் புதிதாகப் பிரித்தெடுத்தல் செய்வதைக் குறைக்கலாம்; அடக்கவிலையிலும் நாம் பயனடையலாம்.

வேகப் பாங்கையும் அமைப்புப் பாங்கையும் மட்டும் மேம்படுத்துவதில் நம்முடைய கவனத்தைச் செலுத்தாமல், பொருட் குறைப்புகளில் (குறைந்த மூலப்பொருட்களைப் பயன்படுத்துதல்) ஈடுபடவேண்டும். இதை வலியுறுத்தும் முற்போக்கான தொழில்நுட்பம் சார்ந்த வடிவமைப்பை மேற்கொள்ள நம்முடைய மிகப் புத்திசாலித்தனமான மனத்தை ஊக்குவிக்க வேண்டும். எடுத்துக்காட்டாக, டன் கணக்கில் இருந்த வினைல் ரிகார்டு தட்டுகள், பிளாஸ்டிக் குறுந்தகடுகள், சிடி போன்றவற்றை டிஜிடல் இசை தற்போது பதிலீடு செய்துவிட்டது. பழைய துணி துவைக்கும் எந்திரங்கள் அளவு இருந்த தொலைக்காட்சிகள் தற்போது மிக மெல்லிய, தட்டை திரை கொண்ட தொலைக்காட்சி களாலும், காட்சித் திரைகளாலும் மாற்றப்பட்டுவிட்டன. பொட்டல மாக்கம் மெல்லியதாகவும் எடை குறைவானதாகவும் மாறிவிட்டது. பல துறைகளில் ஒவ்வொரு பொருளுக்கும் தேவைப்படும் மூலப் பொருட்களின் எண்ணிக்கை குறைந்து வருகிறது. (வாய்ப்புக்கேடாக, ஒட்டுமொத்த நுகர்வுத் தகைவேகம் இதே போன்று மெதுவாக்கப் படாமல் இருந்தால் இந்த முன்னேற்றம் பயனில்லாமல் போய்விடும்.)

2. பின் முனையில்

ஒவ்வொரு ஆண்டும் வீணாகும் மிக அதிக அளவு உலோகங்கள், காகிதம், மரக்கட்டை, நீர் போன்றவற்றை மறுசுழற்சி செய்யலாம் அல்லது மறுபயன்பாடு செய்யலாம். பொருட்களைப் பிரித்தெடுத்துப் பதப் படுத்திய பின்பு அப்படியே வைத்திருப்பதற்குப் பதிலாக, அவற்றை உடனே பயன்படுத்தத் தொடங்கிவிட வேண்டும். இல்லையெனில், நாம் அதிக குன்றுகளின் உச்சிகளைத் தகர்க்க வேண்டியிருக்கும் அல்லது அதிக காடுகளை மொட்டையடிக்க வேண்டியிருக்கும். இது பீவிசி என்று சுருக்கக் குறியீடு மூலம் அழைக்கப்படும் பாலிவினைல் குளோரைடு, பிளாஸ்டிக், ஈயம், பாதரசம் போன்ற கன உலோகங்கள் போன்ற நச்சுப்பொருட்களுக்குப் பொருந்தாது; இவற்றை மறுசுழற்சி செய்யக் கூடாது; இவை பயன்பாட்டிலிருந்து நீக்கப்பட்டு நச்சு இல்லா, சூழல்நலம் காக்கும் பொருட்களால் மாற்றீடு செய்யப்பட வேண்டும்.

3. நம்முடைய இதயங்களிலும் மனங்களிலும்

நாம் கீழ் குறிப்பிட்டுள்ள வினாவை எப்பொழுதுமே கேட்க முயல வேண்டும் அல்லது நிச்சயம் கேட்க வேண்டும்: நம்முடைய தேவை களைப் பூர்த்தி செய்ய பொருட்களல்லாத வழிமுறைகள் உள்ளனவா? எடுத்துக்காட்டாக, ஒரு தங்க வளையத்தில் பொருத்தப்பட்டுள்ள வைரம் அன்பிற்குச் சமமானதல்ல – அன்பிற்குச் சமமானது அன்புதான்! பிறரை நன்கு கவனிப்பது, மரியாதையுடன் நடப்பது, உதவி செய்யத்

தயார் என்று கூறுவது, மென்மையாக இருப்பது, அன்யோன்யமாக இருப்பது, இவைதாம் என்னுடைய நூலில் அன்பிற்குச் சமமானவை. மேலும் மேலும் அதிக மூலப்பொருட்களைப் பயன்படுத்தாமல், நாம் எவ்வாறு நம்முடைய அன்பை வெளிப்படுத்துவது, நம்முடைய குழந்தைகளுடன் நேரத்தைச் செலவிடுவது, நம்மை நாமே மகிழ்வித்துக் கொள்வது? நம்முடைய அந்தஸ்தை நாம் அணியும் ஆடைகளால், நாம் ஓட்டும் கார்களால், நம்முடைய வீட்டின் அளவால் அடையாளம் கண்டறிவதைவிட, நம்முடைய அடையாளம் இனிய குணம், அனுபவம், ஞானம் போன்றவற்றால் ஏன் அமையக்கூடாது? நாம் அதிக உருவாக்கத் திறனைப் பெறுவோம், மக்களே!

மேலும், பங்கிட்டுக் கொள்ளுதல் என்றழைக்கப்படும் முக்கியமான சமுதாயச் செயலுக்கு நாம் திரும்ப வேண்டும். ஸிப்கார் எனப்படும் கார் பங்கீட்டுத் திட்டங்கள், பெர்க்கிலி நகரம் கொடுப்பது போன்ற கருவி-பங்கீட்டு 'நூலகங்கள்', நம்முடைய தேவைகளுக்காக அண்டை வீட்டாரிடம் கடன் வாங்கும் பழைய பழக்கத்தை மீண்டும் கொண்டு வருதல் போன்றவை நம்முடைய தேவைகளைப் பூர்த்தி செய்யப் பயன் படும் மிகப்பெரிய உத்திகளாகும்; இவை அனைத்துமே மூலப்பொருள் பயன்பாட்டுச் சிக்கன முறைகளாகும். இந்த அணுகுமுறை பெற்றுள்ள கூடுதல் நன்மை என்னவெனில், இது சமுதாயங்களைக் கட்டமைக்கும்; மக்களுக்கிடையே உள்ள தொடர்பை வலுப்படுத்தும். இவை உளவியல் அறிஞர்களாலும் சமூக அறிவியலாளர்களாலும் மனநலனையும் மகிழ்ச்சியையும் கொடுக்கும் முக்கியக் காரணிகளாக நிரூபிக்கப் பட்டுள்ளன.

இயல் 2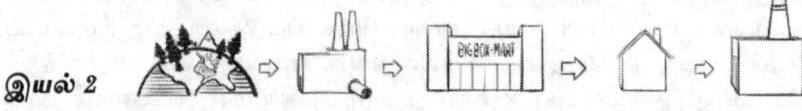

உற்பத்தி

காடுகள், நதிகள், மலைகள் போன்றவற்றிலிருந்து பெறப்படும் இயற்கையான உட்கூறுகளின் பட்டியலைத் தயாரிப்பது எவ்வளவு சிக்கலானது என்பதைப் பற்றியும் இதுவரை உங்களால் நினைத்துப் பார்க்க முடியாத அளவுக்குத் தாக்கங்களைப் பிரித்தெடுத்தல் தொழிற்சாலைகள் உருவாக்குகின்றன (உள்நாட்டுப் போர்கள்!) என்பதைப் பற்றியும் நீங்கள் வியப்படைந்திருந்தால், சற்றுப் பொறுங்கள். அடுத்த நிலையான உற்பத்தி உங்களுக்குத் தலைச் சுற்றலை உண்டாக்கும். 'உற்பத்தி' என்ற சொல் அனைத்துத் தனியான உட்கூறுகளையும் எடுத்து, அதிக அளவு ஆற்றல் தேவைப்படுகின்ற பதப்படுத்தச் செயல்களை ஒன்றாகக் கலந்து, நம்முடைய பொருட்களாக உருவாக்கும் செயலைக் குறிக்கின்றது.

முந்தைய இயலில் நம்முடைய பெரும்பாலான பொருட்களையும் உற்பத்திக்குத் தேவையான அனைத்து ஆற்றல்களையும் நாம் எவ்வாறு பெறுகிறோம் என்பதை விவரித்தேன். எனினும், ஒரு கடைசி வகை உட்கூறுகள் புவியின் மேலும் காணப்படுவதில்லை; அதன் பரப்பிற்கு அடியிலும் காணப்படுவதில்லை. இவை புதிதாக உருவாக்கப்படும் பொருட்களாகும். வேதியியலாளர்கள் மூலக்கூறுகளை ஒன்று சேர்த்து பாலிமர்களை/பலபடிச் சேர்மங்களை உருவாக்குகிறார்கள்; இந்த ஒன்றுசேர்த்தல் செயல் பொருட்களை அதிக வலிவுடையதாக, நீட்சி அடையக்கூடியதாக, மென்மையானதாக, ஒட்டிக்கொள்ளக்கூடியதாக, பளபளக்கக்கூடியதாக, உறிஞ்சு தன்மை கொண்டதாக, நீண்டு நிலைத்திருக்கக்கூடியதாக அல்லது தீ, தீங்குயிரி அல்லது நீரினால் தாக்கமடையக் கூடாததாக மாற்றுகின்றது. அவர்கள் கலவை உலோகங் களையும் உருவாக்குகிறார்கள் அல்லது உலோகங்களை வெவ்வேறு வகைகளில் ஒன்று சேர்த்து அவற்றிற்குக் குறிப்பிட்ட புதிய பண்புகளை உருவாக்குகிறார்கள் – எடுத்துக்காட்டாக, ஸ்டெயின்லெஸ் ஸ்டீல் இரும்பின் உறுதியையும், குரோமியத்தின் அரிப்பு எதிர்ப்புப் பண்பு களையும் இணைத்துப் பெற்றுள்ளது. இதர சாதாரண புதிதாக

உருவாக்கப்படும் பொருட்களில் பிளாஸ்டிக், பாலியெஸ்டர், பீங்கான் போன்றவையும் அடங்கும்.

இன்று, தற்காலத் தொழில்சார் உற்பத்தியில் ஏறத்தாழ ஒரு நூறு ஆயிரம் புதிதாக உருவாக்கப்பட்ட கூட்டுப்பொருட்கள் பயன்படுத்தப் படுகின்றன.[1] இவை தற்போது மிகச் சாதாரணமாகக் காணப்படுவதால், நாம் நம்முடைய வாழ்வில் பயன்படுத்தும் பெரும்பாலான உற்பத்திப் பொருட்களை, இவற்றைக் கூறுகளாகப் பயன்படுத்தாமல், உண்டாக்க முடியாது; அல்லது இவற்றினால் உண்டாக்கப்படும் பண்புகளன்றி அதே அளவு பளபளப்புடன் அல்லது அதே அளவு நெகிழ்வுத் தன்மை யோடு உருவாக்க முடியாது. புதிதாக உருவாக்கப்பட்ட பொருட்கள் தன்னிச்சையாகவே நல்லவையாகவோ கெட்டவையாகவோ இருப்ப தில்லை. இவற்றில் சில இயற்கைக் கூறுகளிலிருந்து உண்டாக்கப் படுகின்றன; வேறு சில முழுவதும் இயற்கையற்ற கூறுகளிலிருந்து சோதனைச் சாலைகளில் உண்டாக்கப்படுகின்றன. இங்கு முக்கியமாகக் குறிப்பிட வேண்டியது என்னவெனில், இந்தப் புதிய கூட்டுப் பொருட்கள் புவியில் இயற்கையாகக் காணப்படுவதில்லை என்பதுதான்.

புதிதாக உருவாக்கப்பட்ட பொருட்களின் முக்கியப் பிரச்சினை என்னவெனில், நம்முடைய உடல் நலத்திலும் இக்கோளின் உடல் நலத்திலும் அவை எந்த அளவு/எந்த வகையில் தம்முடைய தாக்கங் களை ஏற்படுத்துகின்றன என்பது பற்றி நமக்குத் தெரியாததுதான். இவை அறியப்பட்ட/உண்டாக்கப்பட்ட ஏறத்தாழ ஐம்பது ஆண்டு களுக்குள் இவற்றில் சில மட்டுமே இது குறித்துச் சோதனை செய்யப் பட்டுள்ளன; இதன் காரணமாக, இவற்றைப் பயன்படுத்துவதாலும் இவற்றின் தாக்கத்திற்கு நம்மை உட்படுத்திக் கொள்வதாலும் நாம் அதிக இடர்-வாய்ப்பை எதிர்கொள்கிறோம். வேதி உட்கூறுகளைப் பற்றி நாம் முன்னால் நினைத்துக் கொண்டிருந்தது என்னவெனில், அவற்றின் மிகக் குறைந்த அளவிற்கு நம்மை உட்படுத்திக் கொண்டால் நமக்கு எந்தவித உடல்நலக் கேடும் ஏற்படாது என்பதுதான். ஆனால், **1996ஆம் ஆண்டு எழுதப்பட்ட** *அவர் ஸ்டோலன் ஃபியூச்சர்* **என்ற நூலின் ஆசிரியர்களும் (டயேன் டூமனோஸ்கியுடன் சேர்ந்து), சூழலியல் அறிவியலாளர்களுமான முனைவர்கள் தியோ கோல்பார்னும் ஜான் பீட்டர்சன் மையர்ஸும் தம்முடைய மிக முக்கியமான ஆய்வின் மூலம் அது ஒரு தவறான நினைப்பு என்று நிரூபித்தனர். பல நாட்களுக்கு, குறைந்த மருந்தளவுக்கு உட்படுவதுகூட வருந்தத்தக்க விளைவுகளை ஏற்படுத்திவிடும். மிக மிகக் குறைந்த அளவு வேதி மாசுறுதல்கள்கூட குறிப்பிடத்தக்க விளைவுகளை அடுத்த சந்ததியில் காட்டுகின்றன. இந்த விளைவுகளில் குறைக்கப்பட்ட அறிவுத்திறன், குறைந்த நோய் தாங்குதிறன், கவனப் பற்றாக்குறை கோளாறு (ஏடிடி),**

மலட்டுத்தன்மை, புற்றுநோய், நாம் இதுவரை கேள்விப்படாத வேறு பல விளைவுகள் போன்றவை அடங்கும்.[2] மிகவும் அபாயகரமான பொருட்கள் பற்றி பின்னால் வரப்போகும் பகுதியில் சொல்ல இருக்கிறேன். நம்மால் ஏற்கனவே தடமறியப்பட்ட, புதிதாக உருவாக்கப்பட்ட சில பொருட்களின், மோசமான தாக்கங்கள் பற்றி விவரிக்க உள்ளேன்.

ஆனால், நம்மிடையே மர உருளைகளின் அடுக்கங்கள், நீர் நிறைந்த சேமிப்புக்கலன்கள், உலோகக் குவியல்கள், பெட்ரோலியப் பீப்பாய்கள், நிலக்கரி அடுக்குகள், கெஜக் கணக்கில் புதிதாக உருவாக்கப்பட்ட நார்கள், வேதியக் கூட்டுப் பொருட்களின் தொட்டிகள் போன்ற அனைத்து வகையான தேவைக் கூறுகளும் தற்போது கிடைக்கப் பெறுவதால், முதலில் சில தொழிற்சாலைகளுக்குள் நுழைந்து நம்முடைய உற்பத்திப் பொருட்கள் எவ்வாறு தயாரிக்கப்படுகின்றன என்று காண்போம்.

வெவ்வேறு வகை உற்பத்திப்பொருட்களுக்கு வெவ்வேறு வகை உற்பத்திச் செயல்முறைகள் உள்ளன என்றாலும், இவற்றிற்கிடையே பல ஒருமைப்பாடுகளும் உள்ளன. எடுத்துக்காட்டாக, ஒவ்வொரு உற்பத்திச் செயலும் ஆற்றல் உள்ளீட்டைப் பெற்றுள்ளது; தற்போது இது பெரும்பாலும் எண்ணெய் அல்லது நிலக்கரியை எரித்துப் பெறப்படுகிறது. உலகில் காணப்படும் பெரும்பாலான உற்பத்திச் செயல் முறைகளில் எனக்குப் பிடித்த சிலவற்றை ஆய்வு செய்தும், எனக்குப் பிடிக்காத சிலவற்றை ஆய்வு செய்தும் உற்பத்தி பற்றி அணுக உள்ளேன்.

என்னுடைய பருத்தி டீ சர்ட்

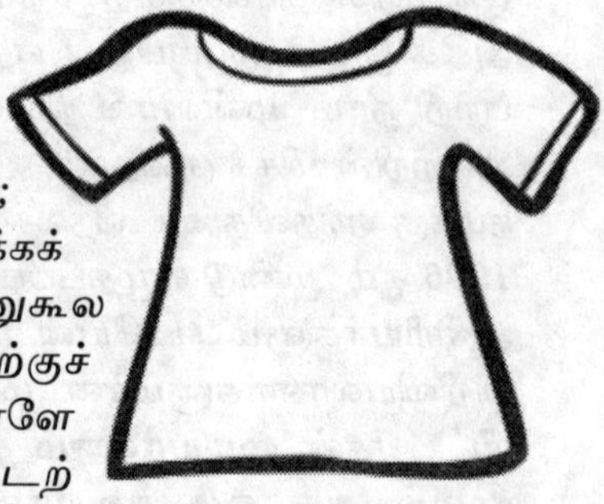

இது ஒரு மிகப்பெரிய கண்டுபிடிப்பு அல்லவா? இது அணிவதற்கு வசதியாக உள்ளது; எளிதில் மூச்சுவிட உதவுகிறது; துவைக்க முடிகிறது; வியர்வையை ஈர்க்கக் கூடியது; மேலும் பல விதங்களில் அனுகூல மானது. ஒரு முக்கியமான கூட்டத்திற்குச் செல்லும்போது பிளேசர் ஆடைக்கு உள்ளே இதை என்னால் அணியமுடிகிறது; கடற் கரையில் நீச்சல் உடையை இதனால் மறைக்க முடிகிறது; மேலும், என்னுடைய ஜீன்ஸ் காலாடையுடன் – ஸ்வெட்டர் அணிந்தோ அணியாமலோ – எந்தப் பருவத்திலும் அணியமுடிகிறது. நான் இதனை எங்கு வேண்டுமானாலும் – ஒரு சாதாரண பல்பொருள் அங்காடியிலோ மருந்துக்கடையிலோகூட – வாங்க முடிகிறது. இதற்காக *6.99* அல்லது *4.99* டாலர் அல்லது மொத்தமாக வாங்கும்

போதோ தள்ளுபடியில் வாங்கும் போதோ சில இடங்களில் 1.99 டாலர் மட்டுமே செலவிட்டால் போதுமானது. இதில் பிடிக்காதது என்ன? இங்கே காண்போம்.

பொருட்களின் கதையைக் கூறும்போது நான் வேண்டுமென்றே வேளாண் உற்பத்திப் பொருட்களையும் உணவையும் விட்டுவிட்டேன்; இவற்றைப் பற்றிய பிரச்சினைகள் மற்றவர்களாலும், புத்தகங்களாலும், திரைப்படங்களாலும் விளக்கப்பட்டுள்ளன. ஆனால், டீ சார்ட்டைப் பற்றிய என்னுடைய கதையை எடுத்து விளக்குவதற்கு, நாம் விளை நிலங்களில் தொடங்க வேண்டியுள்ளது. இந்தக் கதை ஒட்டுமொத்த ஜவுளித் தொழிலைப் பற்றி அறிய உதவும் சாளரமாகவும் செயல் படுகிறது. மென்மையானது; நிறைய நீர்வேட்கை கொண்டது; நச்சுத் தன்மையுடையது: இவைதாம் பருத்திக்கான அடையாளங்களாகும். பருத்தி வெப்ப மண்டில நாடுகளைச் சேர்ந்த ஒரு பெருஞ் செடி/ குறுமரம் என்றாலும், இன்று இது அமெரிக்கா, உஸ்பெகிஸ்தான், ஆஸ்திரேலியா, சைனா, இந்தியா, பெனின் ஆகிய நாடுகளிலும் புர்கினா ஃபாசோ போன்ற சிறிய ஆப்பிரிக்க நாடுகளிலும் வளர்க்கப்படுகிறது. இதன் உலக ஆண்டு உற்பத்தி 25 மில்லியன் டன்களுக்கும் அதிக மானது, அல்லது உலகிலுள்ள ஒவ்வொரு மனிதனுக்கும் பதினைந்து டீ சர்ட்டுகளை உருவாக்கும் பருத்தி அளவுக்கு இணையானது.[3]

பருத்தித் தாவரங்கள் நீரை விரும்புகின்றன. உண்மையில் உலகின் மிகவும் அதிகமாக நீர்ப்பாசனம் செய்யப்படும் தாவரங்களில் பருத்தியும் ஒன்றாகும்.[4] உலக நீர்ப்பாசன ஒருங்குகளில் 0.7 விழுக்காடு நீரை மட்டுமே பயன்படுத்தும் சொட்டு நீர்ப்பாசனத்தைத் தவிர மற்றவை மிகவும் அதிக அளவு நீரைக் கசிவின் மூலமும் ஆவியாதல் மூலமும் வீணடிக்கின்றன.[4]

பருத்தியையும் நீரையும் சார்ந்த பெரிய பிரச்சினைகளில் ஒன்று சென்ற இயலில் நுழைக்கப்பட்ட மாயநீர், நீர்க் காலடிச்சுவடு கருத் துருக்களுக்கு நம்மை மீண்டும் எடுத்துச் செல்கிறது. பருத்தி வாங்கும் நாடுகள் பல டன்கள் நீரைத் தம்முடைய எல்லைகளுக்கு வெளியில் இருந்து பருத்தி மூலம் பெறுகின்றன. எடுத்துக்காட்டாக, அமெரிக்காவில் ஒரு ஆண்டுக்கு, ஒரு ஆளுக்குப் பருத்தி நுகர்வினால் ஏற்படும் நீரின் பயன்பாடான 176 கன கெஜ (135 கனமீட்டர்கள்) அளவில் ஏறத்தாழ பாதியை அது அமெரிக்காவுக்கு வெளியிலிருந்து பெறுகிறது.[4] ஐரோப்பாவில் ஏறத்தாழ 84 விழுக்காடு பருத்தி தொடர்பான நீர்க் காலடிச்சுவடு உலகின் வேறுபகுதிகளிலிருந்து வருகிறது.[4] இதன் பொருள் என்னவென்றால், அமெரிக்க, ஐரோப்பிய நுகர்வாளர்கள் அடிப்படையில் பருத்தி உற்பத்தி நாடுகளின் நீரை தம்முடைய நாடுகளில் மூழ்கடித்து விடுகிறார்கள். இதனால் பருத்தி உற்பத்தி

நாடுகளில் உள்ள மக்களுக்குத் தேவையான நீரின் அளவு குறைந்து விடுகிறது. மேலும், இதனால் ஏற்படும் நீர்ப் பற்றாக்குறைப் பிரச்சினை களை எப்படிச் சமாளிப்பது என்று அவர்களைக் கவலைப்பட வைக்கிறது. (நீர்க் காலடிச்சுவடுகள் பருத்தி விளைவிப்பதில் உள்ள நீர்ப்பயன்பாட்டை மட்டுமின்றி பருத்திப் பதப்படுத்துவதையும் இதனால் ஏற்படும் நீர் மாசுறுதல் போன்றவற்றையும் குறிக்கின்றன.) உலக நீர்ப் பற்றாக்குறை அதிகமாவதாலும் பெரிய அளவில் பொது மக்களின் உடல்நலன் தாக்கமடைவதாலும் அடிப்படையில் இந்த நிலைமை நியாயமற்றது; அதுமட்டுமின்றி, நம்முடைய ஏற்கனவே நிரம்பியுள்ள துணி அறைகளில் மற்றொரு பருத்தி டீ சார்ட்டைச் சேர்ப்பதற்கு முன்பு நாம் நீண்ட இடை வெளியைக் கடைப்பிடிக்க வேண்டும் என்ற எண்ணத்தையும் நம்மிடையே தூண்டுகிறது.

பருத்திப் பயிரினால் ஏற்பட்ட நீர்ப் பற்றாக்குறையையும் அதன் காரணமாக ஏற்பட்ட பிரச்சினைகளையும் விளக்க மிகச் சோகமான எடுத்துக்காட்டாக பழைய சோவியத் கூட்டமைப்பின் உஸ்பெகிஸ்தானைக் குறிப்பிடலாம். இங்கு அரசால் நடத்தப்பட்டப் பருத்திப் பண்ணைகள் உலகின் நான்காவது பெரிய உள்நாட்டுக் கடலான ஆரல் கடலில் சேரும் நதிகளின் நீரைப் பெருமளவு உறிஞ்சி விட்டன. 1960க்கும் 2000க்கும் இடையே 80 விழுக்காடு அளவு நீரின் கொள்ளளவு இவற்றால் குறைந்தன. ஒரு காலத்தில் மிகவும் பசுமை யாகவும் வளமாகவும் இருந்த இந்தப் பகுதியை இவை ஏறத்தாழ ஒரு பாலைவனமாக மாற்றிவிட்டன.[4] ஆரல் கடலின் சுருக்கம் அந்தப் பகுதியின் தட்பவெப்பநிலையை அதிகமாக மாற்றி, குறைந்த நாட் களும் அதிக வெப்பமும் கொண்ட கோடைக் காலங்களையும், அதிகக் குளிரான குளிர்காலங்களையும், குறைந்த மழைப்பொழிவையும், மிக மோசமான தூசிப் புயல்களையும் உருவாக்கியுள்ளது. இந்தத் தூசிப் புயல்கள் உப்பையும், டிடிடீ போன்ற உயிரிக்கொல்லிகளையும் தாங்கி வந்து, பல பொதுச் சுகாதாரச் சிக்கல்களை ஏற்படுத்தியுள்ளன. பருத்தி வளர்ப்பு நீரின் அளவைக் குறைத்தது மட்டுமின்றி, எஞ்சியுள்ள நீரின் தரத்தையும் சிதைத்துள்ளது. ஒட்டுமொத்த நீர்க்குறைப்பு ஏற்பட்டுள்ளது மட்டுமின்றி, எஞ்சியிருக்கும் நீர் தொடர்ந்து அதிக அளவு வேளாண் வேதிப்பொருட்களால் மாசடைந்து வருகிறது.[3] நாம் இங்குக் குறிப்பிடுவது பல டன்கள் அளவிலான வேதிப்பொருட் களையே.

உலகின் பயிர் நிலத்தில் 2.5 விழுக்காட்டை மட்டுமே கொண்டிருந் தாலும், உலகின் 10 விழுக்காட்டு உரங்களையும் 25 விழுக் காட்டுப் பூச்சிக்கொல்லிகளையும் பருத்தி பயன்படுத்துகிறது.[3] வேளாண் வணிகம் ஏறத்தாழ 2.6 பில்லியன் அளவு மதிப்புள்ள உயிரிக்கொல்லி

வேதிப்பொருட்களைப் பருத்தித் தாவரங்களின் மேல் ஒவ்வொரு ஆண்டும் செலவழிக்கிறது.[5] அமெரிக்க விவசாயிகள் ஒவ்வொரு பவுண்டு பருத்தி அறுவடைக்கும் ஏறத்தாழ மூன்றில் ஒரு பங்கு வேதி உரங்களையும் உயிரிக்கொல்லிகளையும் பயன்படுத்துகின்றனர்.[6] பல உயிரிக்கொல்லிகள் (இவற்றில் அடிகார்ப், ஃபோரேட், மெதாமிடோஃபாஸ், எண்டோசல்ஃபான் போன்ற பூச்சிக்கொல்லிகள், களைக்கொல்லிகள், பூஞ்சைக் கொல்லிகள் ஆகியவை அடங்கும்) தற்போதுள்ள மிக அபாயகரமான வேதிப்பொருட்களிலும் புற்று நோய்க்குக் காரணமான பொருட்களிலும் சேர்த்தவையாகும். இவற்றை முதலில் அறிவியல் வல்லுநர்கள் ஒரே சமயத்தில் போர்த் தளவாட நரம்புத் தளர்ச்சிப் பொருட்களாகவும் பூச்சிக் கொல்லி களாகவும் உருவாக்கினர்.[6]

பாரம்பரியப் பருத்தி வளர்ப்பில், தாவரத்தை வளர்ப்பதற்கு முன்பு, மண்ணை 'சுத்தமாக்குவதற்காக' இந்த வேதிப்பொருட்களை முதலில் பருத்தி நிலங்களில் தெளிக்கின்றனர். பல நேரங்களில், பருத்தி விதை களே பூஞ்சைக் கொல்லிகளில் மூழ்கடிக்கப்பட்டு பின்பு விதைக்கப் படுகின்றன. பின்பு உயிரிக்கொல்லிகள் பலமுறை தாவரங்களின்மேல் வளரும் பருவத்தில் தெளிக்கப்படுகின்றன.[3]

இந்த வேதிப்பொருட்களின் செயல்கள்/விளைவுகள் தாறு மாறானவை. இவை பருத்தித் தாவரத்தை அழிக்கும் உயிரிகளைத் தவிர, நன்மை செய்யும் பூச்சிகளையும் மண்ணில் உள்ள உயிரிகளை யும் கொல்கின்றன. நல்ல உயிரிகளை நீக்குவது என்பது மோசமான உயிரிகளைக் கொல்கின்ற இயற்கையான ஊனுண்ணிகளையும் நீக்கு வதாகவும் பொருள்படும்; அதுமட்டுமின்றி, இச்செயல் மேலும் அதிக உயிரிக்கொல்லிகளின் தேவையை அதிகரிக்கும். இதற்கிடையில், 500 சிற்றினங்களுக்கும் மேற்பட்ட பூச்சிகளும், 180 களைகளும், 150 பூஞ்சை களும் உயிரிக்கொல்லிகளுக்கு எதிரான தாங்குதிறனை வளர்த்துக் கொண்டு விட்டன.[7] இவையனைத்துமே வேதிப்பொருட்களின் உற்பத்தி நிலையங்களை மேலும் அதிக எண்ணிக்கைகளில் கூடுதல் பொருட்களை உருவாக்கத் தூண்டின; மேலும், விவசாயிகளையும் அதிக அளவு 'பூச்சிக்கொல்லி நடையோட்டங்களோடு' பிணைய வைத்து விட்டன. இந்தப் பிரச்சினைகளை மேலும் சிக்கலாக்கும் வகை யில் தொழில்சார் வேளாண்மை பல நூறு வெவ்வேறுபட்ட பருத்தி இனங்களைச் சில குறிப்பிட்ட வகைகளாகக் குறைக்க வழிவகுத்து விட்டது. மேலும், மிகச் சாதாரணமாகக் காணப்படும் தனிப் பயிர் வளர்ப்பு (பயிர் நிலங்களில் ஒரே ஒரு வகைத் தாவரத்தை மட்டும் வளர்ப்பது) பயிர் நிலங்களை மேலும் அதிக அளவு தீங்குயிரிகளின் தாக்கங்களுக்கு உட்படுத்த உதவுகிறது; ஒரு பெரிய பயிர் நிலத்திலிருந்து

ஒரே வகைத் தாவர உணவைத் தீங்குயிரிகள் அதிக அளவில் பெறுவதை இது ஊக்குவிக்கிறது.

கொடுக்கப்பட்டுள்ள அறிவுரைகளின்படி பயன்படுத்தப்பட்டாலும் பயிர்நிலத்திலிருந்து உயிரிக்கொல்லிகள் எப்படியோ அருகிலுள்ள மக்கள் சமுதாயத்தைச் சென்றடைகின்றன. நிலத்தடி நீரையும் குளம், ஏரி போன்றவற்றின் நீரையும் மாசுறுத்துகின்றன. மீன்கள், பறவைகள், மனிதர்கள் – குறிப்பாகப் பயிர் பண்ணையில் வேலை செய்பவர்கள் – ஆகிய இலக்குகளை இவை அடைகின்றன. பருத்தித் தோட்டப் பணியாளர்கள் அடிக்கடி நரம்பு, பார்வைத் தொடர்பான கோளாறுகளால் அவதியுறுகின்றனர். என்னுடைய மாநிலமான கலிஃபோர்னியாவில் உயிரிக்கொல்லிகள் சார்ந்த நோய்களைப்பற்றி ஓர் ஆய்வு மேற்கொள்ளப்பட்டது. அதன்படி, பூச்சிக்கொல்லிகளால் பணியாளர்களிடம் உண்டாக்கப்பட்ட மொத்த நோய்களில் பருத்தி வழி நோய் மூன்றாவதாகத் திகழ்ந்தது.[6]

சூழலியல் கட்டுப்பாடுகள் அதிக வலுவற்றவையாக உள்ள வளர்ந்து வரும் நாடுகள் பலவற்றில் உயிரிக்கொல்லிகள் அளவும், அவற்றின் நச்சுத்தன்மையும் மேலும் அதிகமாகக் காணப்படுகின்றன; பணியாளர்களுக்குக் கொடுக்கப்படும் முன் தடுப்பு நடவடிக்கைகளும் மிகக் குறைவே. ஐநாவின் உணவு மற்றும் வேளாண்மை அமைப்பு (எஃப்ஏஓ) குறிப்பிடுவது போன்று விவசாயிகள், குறிப்பாக வளரும் நாடுகளைச் சேர்ந்த விவசாயிகள், மிகப் பழமையானதும் தற்போது வழக்கொழிந்துள்ளதுமான, ஆபத்துகள் நிறைந்த கருவிகளைப் பயன் படுத்துகின்றனர். இவற்றிலிருந்து உயிரிக்கொல்லிகள் அதிக அளவுக்கு சிந்துகின்றன; அதிக அளவுக்கு நச்சுகளை உண்டாக்குகின்றன.[6] உயிரிக்கொல்லி செயல் வலையமைப்பின் கரிமப் பருத்தி அறிவுரை ஏட்டின்படி: 'இந்தியாவில் ஒரு நாளைக்கு எட்டு மணி நேரம் அல்லது அதற்கும் அதிகமாகப் பூச்சிக்கொல்லிகளுக்குத் தம்மை வெளிப்படுத்திக் கொள்ளும் 91% ஆண் பருத்தித் தொழிலாளர்கள் குரோமோசோமக் கோளாறுகள், செல் இறப்பு, செல் சுழற்சி தாமதம் போன்ற ஏதோ ஒருவகை நோய்க்கோளாறினை அனுபவிக்கின்றனர்... வளரும் நாடுகளில் உயிரிக்கொல்லி நச்சுறுதல் தினமும் நடக்கும் ஒரு உண்மை நிகழ்வாக விவசாயத் தொழிலாளர்களிடம் காணப்படுகிறது. இந்த நாடுகளில் வேளாண் துறையின் அனைத்துப் பணி-சார் நோய்க் கோளாறுகளிலும் 14%க்கும் அதிகமாகவும் அனைத்து வகை உயிரிழப்புகளிலும் 10%மும் உயிரிக்கொல்லிகளின் மூலமாகத்தான் ஏற்படுகின்றன.'[7]

இவையனைத்திற்கும் உச்சகட்டமாக அறுவடைக் காலத்தில் பருத்தித் தாவரங்களின்மேல் இலை நீக்க நச்சு வேதிப்பொருட்கள் தெளிக்கப்

படுகின்றன; இதனால் இலைகள் உதிர்ந்து விடுகின்றன. நார்கள் நிறைந்த, உப்பிய வெண்மையான பருத்திக் காய் திரட்சிகள் இதனால் மிகவும் எளிதாக எந்திரங்களால் பொறுக்கி எடுக்கப்படுகின்றன அல்லது 'உரித்தெடுக்கப்படுகின்றன'.[8]

பருத்தி பற்றிய கதையில் தற்போது நாம் வயல்களை விட்டு வெளிவந்துவிட்டோம் என்றாலும், முழுமையாகத் தயாரிக்கப்பட்ட பருத்தி உற்பத்திப் பொருளுக்கு வெகுதூரத்தில் உள்ளோம்: அதாவது டீ சர்ட்டுக்கு. தாவரத்திலிருந்து பெறப்பட்ட பதப்படுத்தப்படாத பருத்தியை ஆடையாக மாற்றுவதில் மிக அதிக அளவு தொழிற்சாலை சார்ந்த பதப்படுத்தச் செயல்கள் தேவைப்படுகின்றன. இந்தச் செயல்களில் தேவைப்படுகின்ற ஆற்றலை உறிஞ்சுகின்ற எந்திரங்களில் பருத்தி விதை நீக்கியும் (ஜின்) ஒன்றாகும். இது பருத்தி விதையை யும் அதன் நார்களையும் தனித்தனியாகப் பிரிக்கின்றது. (கூடவே, கலந்துள்ள இலைகளும் தண்டுகளும் நீக்கப்படுகின்றன.) இதன் பின்பு, பிரிக்கப்பட்ட நார்களை ஒன்றுதிரட்டிப் பொதிகளாக மாற்றும் எந்திரங்கள் செயல்படுகின்றன. பொதிகள் வேறு இடங்களுக்குப் பொதுவாக எடுத்துச் செல்லப்பட்டு அங்கு மேலும் பலவகை எந்திரங்கள் பொதிகளைப் பிரித்து, பருத்தியைக் கூளமாக்கி (ஃபிளஃப்), அவற்றிற்கு அதிக அழுத்தம் கொடுத்து, மடிப்புகள் (லாப்ஸ்) என்றழைக்கப்படும் தாள்களாக மாற்றுகின்றன. மடிப்புகள் எந்திரங்கள் மூலம் சிக்கல் நீக்கப்பட்டு சுத்தமாக்கப்படுகின்றன; பின்பு இழுக்கப்பட்டு நூல் நூற்றல் எந்திரங்களுக்கு உட்படுத்தப்படுகின்றன. நூல் நூற்றல் பருத்தி நூல்களை உருவாக்குகிறது. முடிவில் ஆடை நெய்யும் அல்லது பின்னும் எந்திரங்கள் பருத்தி நூல்களைத் துணிகளாக மாற்றுகின்றன. எனினும், இன்னும் என்னுடைய வெண்மையான பருத்தி டீ சர்ட் மென்மையையும் ஒளியூட்டத்தையும் பெறவில்லை – அதாவது, அது 'முடிவாக்கச்' செயல்களுக்கு உட்படவில்லை. இவற்றில் அசுத்த நீக்கச் செயல்களும் அடங்கும்; இந்நிகழ்வின்போது சோடியம் ஹைட்ராக்சைடு போன்ற ஒரு காரத்தில் கொதிக்க வைக்கப்பட்டு துணியில் உள்ள அனைத்து அழுக்குகளும் நீக்கப்படுகின்றன.[8]

அடுத்த மேல்நிலை சாயமேற்றுவது. என்னுடைய டீ சர்ட் வெண்மையானது என்பதால் அது மிக அதிக அளவு வெளிர்ப்பைப் பெறப் போகிறது; ஆனால், நிறமுள்ள டீ சர்ட்டுகளும் சாயமேற்றப் படுவதற்கு முன்பு வெளிர்ப்பாக்கப்படுகின்றன [சாயச் செயல் பெரும்பாலும் பென்சீன், கன உலோகங்கள், ஃபார்மால்டிஹைடு நிலைப்படுத்தும் முகவிகள் (ஏஜன்ட்ஸ்) போன்ற வேறு பல வேதிப் பொருட்களையும் கையாளுகிறது. மேலும் பருத்தி இயற்கையாகவே சாயங்களை விலக்க முயல்வதால் சாயங்களில் மூன்றில் ஒரு பங்கு

உற்பத்தி ✤ 81

கழிவு நீராக வெளியேறி விடுகிறது.] மீண்டும் என்னுடைய வெண்மை நிற டீ சர்ட்டுக்கு வருவோம். இதன் துணியை வெளிர்க்க ஹைட்ரஜன் பெராக்சைடைத்தான் பயன்படுத்துவார்கள் என்று நான் நம்பினாலும், அமெரிக்காவுக்கும் ஐரோப்பாவுக்கும் வெளியேயுள்ள பெரும்பாலான ஆடை தயாரிப்பு நிறுவனங்கள் குளோரினைப் பயன்படுத்துகின்றன.[9] குளோரினே ஒரு நச்சுப்பொருளாக இருந்தாலும், அது கரிம *(ஆர்கானிக்)* பொருட்களோடு சேரும்போது, எடுத்துக்காட்டாக, ஒரு தொழிற்சாலையிலிருந்து கழிவு நீரில் வெளியேறும்போது, அது ஒரு புற்றுநோய் உருவாக்கியாகவும் நரம்பு நஞ்சாகவும் செயல்படுகிறது.

துணி சுருட்டப்பட்டுத் தையல் எந்திரங்களுக்குச் செல்வதற்கு முன்பான கடைசி நிலையில் (அல்லது சில சமயங்களில் அது ஆடையாக உருவாக்கப்பட்டதற்குப் பின்பு) ஜவுளித் தொழிலால் 'ஈசி கேர்' எனப்படும் செயலுக்காகப் பதப்படுத்தப்படுகிறது. இதன் பொருள் மென்மை, சுருக்கம் எதிர்ப்பு, கறை எதிர்ப்பு, நாற்றம் எதிர்ப்பு, தீ எதிர்ப்பு, அந்துப்பூச்சி எதிர்ப்பு, நிலை மின்விசை எதிர்ப்பு போன்றவற்றைத் துணியில் உருவாக்குவதாகும். நம்முடைய வாழ்க்கையை 'எளிதாக்குவதில்' அறிவியல் திறனின் மேல் நமக்கு 1950க்கு மேல் ஏற்பட்ட கவர்ச்சியின் நம்பமுடியாத பாரம்பரியங்களில் ஒன்றை நாம் இங்குக் காண்கிறோம். எனவே, துணிகளின் மேற்கூறப்பட்ட நற்பண்புகளைப் பற்றி நாம் அதிகம் கவலைப்படாமல் இருக்க அறிவியல் அறிஞர்கள் எந்த மாய மருந்தைக் கண்டுபிடித்தனர்? ஃபார்மால்டிஹைடு என்ற மருந்தை.[10] இந்த அபாயகரமான வேதிப் பொருள் (பொதுவாகப் பிசின்கள், பிளாஸ்டிக்குகள் போன்றவற்றைத் தயாரிக்க உதவும் கட்டமைப்புப் பொருளாக இது செயல்படுகிறது) சுவாசித்தல், கண் எரிச்சல், புற்று நோய்ப் பிரச்சினைகளை மட்டுமின்றி, தொடர்புத் தோல் நோயை *(கான்டாக்ட் டெர்மேடிட்ஸ்)* உண்டாக்குகிறது.[11] எனக்கு உங்களைப் பற்றித் தெரியாது என்றாலும், அனைத்து நேரமும் என்னுடைய ஆடைகள் என்னுடைய தோலோடு தொடர்பு கொள்கின்றன. இந்தப் படிநிலையில் பயன்படுத்தப்படும் இதர உட்கூறுகள் எரி சோடா, கந்தக அமிலம், புரோமைன்கள், யூரியா பிசின்கள், சல்ஃபோனமைட்கள், ஹேலோஜென்கள் போன்றவை ஆகும்.[9] இவை தூக்கம், கவனம், நினைவாற்றல் போன்றவற்றில் பிரச்சினைகளையும் அதிக புற்றுநோயையும் ஏற்படுத்தலாம்.

பருத்தி ஆடையை அணியும் நம்மைப் போன்றோர் மட்டுமின்றி, தொழிற்சாலையில் பருத்தி ஆடையைப் பதப்படுத்தும் தொழிலாளர்களுக்கும் ஆபத்துகள் உள்ளன. இந்தத் தொழிற்சாலைகளிலிருந்து வெளியேறும் கழிவுநீர் முடிவில் ஒட்டுமொத்த உலக உணவுச் சங்கிலியையும் பாதிக்கிறது. உண்மையில், உலக பருத்தி நுகர்வுக்

காலடிச்சுவடில் ஐந்தில் ஒரு பங்கு தொழிற்சாலைகளிலிருந்தும் பருத்தி வயல்களிலிருந்தும் வெளியேறும் கழிவுநீரினால் ஏற்படும் மாசுறுத்தலோடு தொடர்புடையதாகும்.[4]

முடிவாக, என்னுடைய டீ சர்ட் பிறக்கத் தயாராகி விட்டது; முற்றிலும் தயாரான பருத்தித் துணி எந்தத் தொழிற்சாலைக்கு அனுப்பப்படுகிறதோ அங்கு இது தயாரிக்கப்படுகிறது. இந்தப் படிநிலையைப் பற்றித்தான் நாம் அதிகம் கேள்விப்பட்டிருக்கிறோம். இதற்குக் காரணம் ஆடை தயாரிப்பு நிறுவனங்களில் நடைபெறும் மோசமான விஷயங்கள்பற்றி ஊடகங்கள் அதிகம் வெளியிட்டுள்ளன என்பதுதான். வருந்தத்தக்க வகையில், அதிக கவனம் செலுத்தப்பட்டும்கூட, பெரும்பாலான ஆடைத் தயாரிப்புப் பணியாளர்களின் நிலைமைகள் தொடர்ந்து மோசமாக உள்ளன. எந்தத் தொழிற்சாலையில் பணியாளர்களுக்கு மிகக் குறைந்த ஊதியங்கள் கொடுக்கப்படுகின்றனவோ அந்தத் தொழிற்சாலைகளைத்தான் பல பெரிய ஆடைத் தயாரிப்பு நிறுவனங்கள் நாடுகின்றன. இன்று இவை வங்கதேசம், சைனாவின் ‘சிறப்புப் பொருளாதார மண்டலங்கள்’ அல்லது ‘ஏற்றுமதிப் பதப் படுத்தும் மண்டலங்கள்’ போன்றவையாகும். இந்தக் குறை ஒளியேற்றப் பட்ட, சரியான காற்றோட்ட வசதி இல்லாத, மிக அதிக இரைச்சல் உள்ள தொழிற்சாலைகளில் ஏறத்தாழ அடைக்கப்பட்ட நிலையில் உள்ள தொழிலாளர்கள் உள்ளம் மரத்துப் போகின்ற, ஒரே மாதிரியான கடின வேலைகளைச் செய்கிறார்கள்; சில நேரங்களில் ஒரு நாளைக்குப் பதினோரு மணி நேரங்களுக்கு. இதற்கு ஒரு மணி நேரத்திற்கு *10* முதல் *13* சென்ட்கள் வரையிலான, மிகக் குறைவான ஊதியத்தையே பெறுகிறார்கள்.[5] தம்முடைய கருத்துகளைச் சுதந்திரமாகக் கூறவும், தொழிற்சங்கம் அளிக்கும் உரிமையும், இவர்களுக்கு இல்லை. குழந்தைத் தொழிலாளர்கள் எங்கும் சட்ட அளவில் தடை செய்யப்பட்டிருந்தாலும், தொடர்ந்து ஆங்காங்கே காணப்படுகிறார்கள்; குறிப்பாக, தயாரித்த ஆடைகளை அனுப்புவதற்கான முடிவு தேதி நெருங்கும்போது.

*1990*ஆம் ஆண்டு நான் ஹைட்டியில் உள்ள போர்ட்–அவ்–பிரின்ஸுக்கு வந்தபோது டிஸ்னிக்காக ஆடை தயாரிப்பு நிலையங்களில் வேலை செய்யும் பெண்களைச் சந்தித்தேன். நியூயார்க்கில் அமைந்துள்ள தேசிய தொழிலாளர் குழுவால் தயாரிக்கப்பட்ட *மிக்கிமவுஸ் கோஸ் டு ஹைட்டி* என்ற *1996*ஆம் ஆண்டுத் திரைப்படம் வெளியிடப்படுவதற்கு ஆறு ஆண்டுகளுக்கு முன்பு நடந்த சந்திப்பாகும் இது. வேலை செய்யும் பெண்கள் எதிர்கொள்ளும் வேதனைகள் பற்றி இந்தத் திரைப்படத்தில் விவரிக்கப்பட்டிருந்தது. ஆனால், ஆடைத் தயாரிப்புப் பணியாளர்களின் பிரச்சினைகள் முன்னமே பன்னாட்டுக் கவனத்தை ஈர்த்துவிட்டன. நான் சந்தித்தவர்களில் சிலர்

வெளிப்படையாகப் பேசுவதற்குத் தயங்கினர்; வேறு சிலர் அதிகம் தயங்கவில்லை; டிஸ்னியின் செயல்பாடுகளை நல்ல விதத்தில் மாற்றுவதற்கு என்னைப் போன்றவர்கள் உதவி புரியலாம் என்று இவர்கள் நம்பிக்கைக் கொண்டிருந்தனர். இந்த விஷயத்தில் எந்தவிதத் தயக்கமுமின்றிச் செயல்பட்டவர் படாய் ஓவ்ரியே ('தொழிலாளர் களின் போராட்டம்') என்ற அமைப்பின் தீப்பொறி போன்ற ஒருங்கமைப்பாளரான யான்னிக் எடியென்னே என்பவராவர்; இவர்தான் என்னுடைய கூட்டத்திற்கு ஏற்பாடு செய்தவர்; மேலும், அந்தப் பெண்களின் கதையை எனக்கு மொழிபெயர்த்துக் கூறியவர்.

ஹைட்டியின் மிக அதிக வெப்பத்தில் சாம்பல் நிறக் கற்களால் உருவாக்கப்பட்ட ஒரு சிறிய அறையில் நாங்கள் கூடினோம். தொழிலாளர்கள் எங்களுடன் பேசுவதை எவரும் கவனிக்காமல் இருப்பதற்காக அந்த அறையின் சாளரங்களை நாங்கள் மூட வேண்டி யிருந்தது. எந்த ஆடைகளைத் தாங்களே வாங்க பண வசதி இல்லாத நிலையில் இருந்தாலும் அந்த டிஸ்னி ஆடைகளைத் தைக்கும் வேலையில் இந்தப் பெண்கள் தொடர்ந்து இரவு பகலாக உழைக்க வேண்டியிருந்தது. ஒவ்வொரு நாளும் எட்டு மணி நேரம், வாரத்திற்கு ஆறு நாட்கள், வேலை செய்யும் 'அதிர்ஷ்டசாலி' தொழிலாளர்கள் குறைந்த அளவு ஊதியமான வாரத்திற்குப் பதினைந்து டாலர்களை மட்டும் பெற்றனர். ஒவ்வொரு சுற்றுமுறைக்குள்ளும் *(ஷிப்ட்)* ஒரு குறிப்பிட்ட எண்ணிக்கை ஆடைகளைத் தயாரித்து முடிக்காவிட்டால், அவர்களுடைய பணி மேற்பார்வையாளர்கள் சிலர் இந்தக் குறைந்தபட்ச ஊதியத்தையும் கூட கொடுக்க மறுத்தனர். பணியில் இருக்கும் பொறுக்க முடியாத அழுத்தங்கள், தொடர்ந்து ஏற்பட்ட பாலியல் தொந்தரவுகள், இதர பாதுகாப்பற்ற, இழிவான நிலைமைகள் போன்றவற்றைப் பற்றி அந்தப் பெண்கள் விவரித்தனர். தொழிலாளர் உரிமைகள் இயக்கத்தின் பன்னாட்டுத் தோழர்களின் மூலம் டிஸ்னியின் முதன்மை நிர்வாக அதிகாரியான (சிஇஓ) மைக்கேல் எய்ஸ்னர், மில்லியன் கணக்கில் டாலர்களை சம்பாதித்தார் என்று இவர்கள் அறிந்துகொண்டனர். *மிக்கி மவுஸ் கோஸ் டூ ஹைட்டி* என்ற திரைப்படம் வெளியான 1996ஆம் ஆண்டில் அவர் 8.7 மில்லியன் டாலர் ஊதியமாகவும், 181 மில்லியன் டாலர் பங்குச் சந்தை விருப்பத் தொகையாகவும், மொத்தமாக ஒரு மணிக்கு 101,000 டாலர் பணத்தைப் பெற்றார்.[12] இதற்கு மாறாக, அமெரிக்காவில் உடைகளின் விற்பனை விலையில் 1 விழுக்காட்டில் பாதியைத்தான் இந்தப் பெண்கள் ஒட்டுமொத்த ஊதியமாகப் பெற்றனர்.

எனினும், இத்தகைய மோசமான பணிச் சூழலிலும் மிக மிகக் குறைந்த ஊதியத்திலும் இந்தப் பெண்கள் தம்முடைய பணிகளை

இழந்து விடுவோமோ என்ற பயத்தில் இருந்தனர். ஏனெனில், இவர்களுக்கு வேறு எந்த வாய்ப்பும் இல்லை. டிஸ்னியில் வேலை செய்வதனால்தான் தாம் மெதுவாகப் பட்டினியடைவதாகவும், அது உடனடிப் பட்டினியைவிட மேலானது என்றும் ஒரு பெண் கூறினாள். நியாயமான ஒரு நாள் பணிக்கு ஒரு நியாயமான ஊதியத்தைத்தான் இந்தப் பெண்கள் எதிர்பார்த்தனர். அமெரிக்காவின் நுகர்வோர் களாகவும் குடிமக்களாகவும் உள்ள எங்களுடைய பலத்தைப் பயன் படுத்தி, டிஸ்னிக்கு அழுத்தம் கொடுத்து, தொழிலாளர்களின் ஊதியங் களையும் வாழ்க்கை நிலைகளையும் மேம்படுத்துமாறு எங்களை இந்தப் பெண்கள் வேண்டினர். இதன் மூலம் தாங்கள் ஒரு கௌரவ மான, நலமான வாழ்க்கையை வாழ முடியும் என்றும் அவர்கள் கூறினர். தாங்கள் பாதுகாப்பாக இருக்கவும், மிக வெப்பமான சூழலில் நீர் அருந்தத் தடையில்லாமல் இருக்கவும், பாலியல் தொல்லைகளி லிருந்து விடுபட்டிருக்கவும் விரும்பினர். தங்கள் குழந்தைகள் தூங்கு வதற்கு முன்பு அவர்களைக் காண்பதற்கு ஏதுவாக வேலையிலிருந்து சீக்கிரமாக வீடு திரும்ப தாய்மார்கள் விரும்பினர். குழந்தைகள் விழித்திருக்கும் போதே அவர்களுக்கு உணவளிக்கப் போதுமான அளவு உணவு வேண்டும் என்றும் அவர்கள் விரும்பினர். அந்த வருகைக்குப் பின்பு, டிஸ்னி பொருட்களைக் காணும் போதெல்லாம் என்னால் போர்ட்–அவ்–பிரின்ஸ் பெண்களைப்பற்றி நினைக்காமல் இருக்க முடிவதில்லை.

2009ஆம் ஆண்டு ஆகஸ்ட் மாதத்தில் எடியென்னே எனக்கு ஒரு மின்னஞ்சல் அனுப்பியிருந்தார்; அதில் அவர் பின்வருமாறு குறிப் பிட்டிருந்தார்: ‘போர்ட்–ஆஃப்–பிரின்ஸின் தொழிற்பேட்டையின் பணிச் சூழல்களில் அதிக அளவு மாற்றங்கள் ஏற்படவில்லை. நாங்கள் சில மாற்றங்களுக்காகத் தொடர்ந்து போராடி வருகிறோம். தற்போது, குறைந்தபட்ச ஊதியத்தை அதிகப்படுத்தக் கோரி மிகவும் தீவிரமான போராட்டம் நடந்து வருகிறது.’ நான் அந்த உறுதிமிக்க ஒருங் கிணைப்பாளரைச் சந்தித்துப் பத்தொன்பது ஆண்டுகள் ஆகிவிட்டன என்றாலும் ஹைட்டியில் அவர் தொடர்ந்து தொழிலாளர்களின் உரிமைகளுக்காகப் போராடி வருகிறார். 2009ஆம் ஆண்டு ஆகஸ்ட் மாதம் ஹைட்டி அரசு குறைந்தபட்ச ஊதியத்தை அதிகரித்தது என்றாலும், பல தொழிலாளர்கள் கேட்டுக்கொண்டிருந்த, ஒரு நாளைக்கு ஐந்து டாலர்கள் ஊதியத்தைவிட அது குறைவாகவே இருந்தது. குறைந்தபட்ச ஊதியம் ஒரு நாளைக்கு மூன்று டாலர்களும் எழுபத்து ஐந்து சென்ட்களும் ஆகும்.[13] டீ சர்ட்டுகளும், ஜீன்ஸ்களும், பைஜாமாக்களும் நாள் முழுவதும் தைக்க ஒரு நாளைக்கு ஊதியம் மூன்று டாலர்கள் எழுபத்து ஐந்து சென்ட்கள்!

மீண்டும் என்னுடைய டீ சர்ட்டுக்குத் திரும்புவோம்: அதன் கடைசித் தாக்கமான கார்பன் டை ஆக்ஸைடு காலடிச்சுவடு அல்லது தட்பவெப்பநிலை மாற்றத்திற்கு அது ஏற்படுத்திய பங்களிப்பு பற்றிக் காண்போம். என்னுடைய ஒரு சட்டையை மட்டும் உருவாக்க ஏறத்தாழ 2 பவுண்டு கார்பன் டை ஆக்ஸைடு வெளியேற்றப்படுகிறது – அதாவது, பெட்ரோலிய வேதிப்பொருட்களையும், உயிரிக்கொல்லி களையும் உண்டாக்கவும், பாசன நீரைப் பருத்தி வயல்களுக்குக் கொடுக்க உதவும் மின்சாரத்திற்கும். பருத்தி சுத்தப்படுத்தல், நூல் நூற்றல், பின்னுதல், இதர இறுதிகட்ட தயாரிப்புச் செயல்களுக்கு மேலும் 3 பவுண்டுகள் கார்பன் டை ஆக்ஸைடு வெளிவிடப்படுகிறது. எனவே, மொத்தமாக என்னுடைய டீ சர்ட் 5 பவுண்டு கார்பன் டை ஆக்ஸைடை உருவாக்குகிறது. இது அந்தச் சட்டையை உற்பத்தித் தொழிற்சாலையிலிருந்து கடைக்கும், அங்கிருந்து வாங்குவோருக்கும் அனுப்பப்படும் வரையிலான கார்பன் டை ஆக்ஸைடின் வெளியீட்டள வாகும். இதற்குப்பின் அதன் வாழ்நாள் முழுவதும் நடைபெறும் செயல்களான தோய்த்தல், உலர்த்துதல் போன்றவை டீ சர்ட்டின் கார்பன் காலடிச்சுவடைக் குறைந்தபட்சம் இரண்டு மடங்குகள் கூடுதலாக்குகின்றன.[3]

நான் படகோனியா என்ற ஆடைத் தயாரிப்பு நிறுவனத்தின் வலைத் தளத்திற்கு வருகை புரிந்தபோது என்னால் அதன் பல பொருட்களின் காலடிச்சுவடைக் கணக்கிட முடிந்தது; இவற்றில் அதனுடைய கரிம டீ சர்ட்டுகளும் ஒன்றாகும். இந்தக் களம் எனக்கு அறிவித்தது என்ன வெனில் அதனுடைய 'ஏறத்தாழ பாதி' பருத்தி துருக்கி நாட்டிலிருந்து பெறப்பட்டதாகும் என்ற தகவல்தான். இது மிகவும் தூரத்திலமைந்த ஓர் இடமாகும். இதில் குறிப்பிடப்பட்டுள்ள மற்றொரு இடம் லாஸ் ஏஞ்செல்ஸ் ஆகும். இங்கு பின்னுதல், வெட்டுதல், தைத்தல் போன்றவை ஒரு தொழிற்சாலையிலும், எண்ணெயை அடிப்படையாகக் கொண்ட (இவற்றில் சில பாலிவினைல் குளோரைடைப் பெற்றுள்ளன) சாயமேற்றல் மற்றொரு தொழிற்சாலையிலும் மேற்கொள்ளப்பட்டன. படகோனியா இவ்வாறு விளக்குகிறது: 'தாவர அடிப்படைச் சாயங்கள் அதிக அளவு சூழல் தீங்கற்றவையாக இருந்தாலும், அவற்றை வணிகப் பயன்பாட்டளவிற்குப் பெறுவது மிகவும் கடினமாகும். தாவர அடிப்படைச் சாயங்கள் சில சலவைகளுக்குள் தம்முடைய நிறத்தை வேகமாக இழக்கின்றன.' லாஸ் ஏஞ்செல்ஸிலிருந்து அதனுடைய டீ சர்ட்டுகள் நிவேடாவின் ரெனோவிலுள்ள விநியோக மையத் திற்கு அனுப்பப்படுகின்றன. அவர்களுடைய கணக்கீட்டின்படி, படகோனியாவின் டீ சர்ட் உங்களுடைய வட்டாரக் கடைகளுக்கு வருவதற்கு முன்பு 7840 மைல்கள் பயணம் மேற்கொண்டு 3.5 பவுண்டு கார்பன் டை ஆக்ஸைடை உருவாக்குகின்றது.[14]

எனவே, அதன்மேல் நீங்கள் செலவழிக்கத் தேவையான கூடுதல் டாலர்களுக்கு இந்தக் கரிமப் பருத்தி டீ சர்ட்டுகள் (மற்றும் இதர ஆடைகள்) அருகதையற்றவை என்று நான் குறிப்பிடுகிறேன் என்று நீங்கள் தவறாக நினைத்துவிடக்கூடாது. கரிமப் பருத்தி உயிரிக் கொல்லிகள், வேதி உரங்கள் போன்றவற்றின் பயன்பாட்டைத் தவிர்க் கிறது; இந்த வேதிப்பொருட்களின் உற்பத்தியில் ஏற்படும் கார்பன் டை ஆக்ஸைடையும் தவிர்க்கிறது; நிலத்தடி நீரையும், மண்ணையும் சுத்த மாக வைத்திருக்க உதவுகிறது; விலங்குகள், மனிதர்களின் (வயலில் வேலை செய்பவர்கள், அண்மையிலுள்ள சமுதாயத்தில் வாழ்பவர்கள், நுகர்வோர்கள்) உடல்நலத்தைப் பாதுகாக்கிறது. கசிவுகள், ஓட்டங்கள் மூலம் வீணாக்கப்படும் நீரின் அளவை நலமான மண் மிகவும் அதிகமாகக் குறைக்கிறது என்று கரிம வேளாண் மக்கள் நம்புகிறார்கள் (ஏனெனில், மண்ணின் காற்றோட்டத்தை அதிகரிக்கும் மண்புழுக்கள் வேதிப்பொருட்களால் கொல்லப்படுவதில்லை). எனினும், உயிர்த் தொழில்நுட்பவியல் ஆர்வலர்கள் அவர்களுடைய மரபணு மாற்ற மடைந்த தாவரங்கள் குறைந்த அளவு நீரையே பயன்படுத்துகின்றன என்று கூறுகிறார்கள். படகோனியா போன்ற நிறுவனங்கள் நூல் நூற்கின்ற, ஆடை நெய்கின்ற, தைக்கின்ற செயல்களுக்காகப் பயன் படுத்தும் ஆற்றல் பேணுதலிலும் நச்சுப் பொருட்களின் கழிவோட்டக் குறைப்பிலும் முன்னோடிகளாகத் திகழ்கின்றன. மக்கள் ஒரு நியாயமான வணிக அடையாளக் குறியைக் காணும்போது, பருத்தி விவசாயிகள் நியாயமான விலைகளைப் பெறுகிறார்கள்; துணி தயாரிக்கும் தொழிலாளர்கள் ஹைட்டி ஆடைத் தயாரிப்புத் தொழிலாளர்களைவிட நல்ல சூழலைப் பெறுகிறார்கள்; மேலும் ஹைட்டியில் நான் சந்தித்த பெண்களைவிட அதிக நியாயமான முறையில் ஈடுசெய்யப்படுகின்றனர் என்று பொருள்படும்.

மேற்கூறப்பட்ட அனைத்துக் காரணங்களுக்காகவும் கரிம, நியாய வணிகப் பருத்திப் பொருட்கள் மிகவும் நல்ல தேர்வுகளாகும். ஆனால், இவையனைத்தையும் விட சிறந்த தேர்வு எது? உங்களிடம் உள்ள டீ சர்ட்டை ஆசையுடன் பேணுங்கள். ஒரு நகையை எந்த அளவுக்கு ஆசையுடனும் அன்புடனும் அணிவீர்களோ அதே அளவு ஆசையுடன் டீ சர்ட்டை அணிந்துகொள்ளுங்கள். அதைக் கவனமாகக் காப்பாற்றுங்கள். மிக அண்மையில் வெளிவந்த புதிய, வண்ண அல்லது வளையக் கழுத்துள்ள டீ சர்ட்டால் அதைப் பதிலீடு செய்யும் ஆசையைத் தவிர்த்து விடுங்கள். உடற்பயிற்சி நிலையங்களுக்குக்கூட அணிந்து செல்ல முடியாத அளவுக்குப் பழமையாகும் வரை நான் என்னுடைய டீ சர்ட்டை அணிகிறேன்; அதன்பிறகு அதைக் கந்தைத் துணியாகப் பயன்படுத்துகிறேன். இதைத்தான் என்னுடைய தாத்தா, பாட்டிகள் செய்தனர். இந்த வழக்கமே எனக்கும் நல்லதாகத்

தோன்றுகிறது. விலைச்சீட்டு 4.99 டாலர் அல்லது படகோனியாவில் 12.99 டாலர் என்று கூறினாலும்கூட, அது ஒரு எளிமையான, வெண்மையான பருத்திச் சட்டையில் மறைந்துள்ள அனைத்து அடக்க விலைகளையும் நெருக்கமாகப் பிரதிபலிக்கவில்லை.

ஒரு புத்தகம்

என்னிடம் பல அலமாரிகளை நிரப்பும் அளவிற்குப் புத்தகங்கள் உள்ளன. என்னுடைய படுக்கை அறையின் மொத்தச் சுவரும் புத்தகங் களைக் கொண்டுள்ளது. சமையலறையின் பொருட்கள் வைக்கும் 'கல்லா' (கவுன்டர்) பகுதியில் நான் புத்தகங்களை வைத்துள்ளேன். என்னுடைய மகளின் அலமாரியிலிருந்து கீழே சிதறிக்கிடக்கும் வகையில் புத்தகங்கள் உள்ளன. பயன்படுத்தாத தீ மூட்டும் கணப்புப் பகுதிகளிலும் புத்தகங்கள் நிரம்பியுள்ளன. உற்பத்திப் பொருட்களோடு எனக்குள்ள தொடர்பில் ஒரு சிறப்பான இடத்தைப் புத்தகங்கள் ஆக்கிரமிக்கின்றன. புதிய துணிகளையோ மின்னணுச் சாதனங் களையோ வாங்கும்போது எனக்கு அசௌகரியமான உணர்வுகள் ஏற்பட்டாலும், பரிந்துரைக்கப்பட்ட, மிக அண்மையில் வெளிவந்த புத்தகத்தை வாங்கும்போது எனக்குத் தயக்கம் எதுவும் ஏற்படுவ தில்லை. நான் இதைப்பற்றி என்னுடைய நண்பர்களிடம் கேட்டிருக் கிறேன். மிக அதிகமான பொருட்களைப் பற்றிய எதிர்மறை உணர்வுகளிலிருந்து ஏதோவொரு விதத்தில் புத்தகங்கள் விதிவிலக் கானவை என்ற உணர்வில் நான் மட்டும் தனிமைப்படுத்தப்பட்டவள் அல்லள் என்பதை அப்பொழுது அறிந்தேன். ஒரு புத்தகத்தில் அடங்கி யுள்ள அறிவின் மதிப்பும், உருவாக்கத் திறனின் மதிப்பும் அதன் காலடிச் சுவடைச் சரியாகச் சுட்டுகின்றன என்று நாம் உணர்கிறோமா? அல்லது, காலடிச்சுவடைப் பற்றி நாம் நினைப்பதே இல்லையா? இந்தப் புத்தகத்தை எழுதும்போது என்னுடைய வீட்டிலுள்ள மிக அதிகமான புத்தகங்களைவிட என்னுடைய மடிக்கணினி, செல்பேசி அல்லது டீ சர்ட்டின் மூலம் ஏற்படும் சூழல், உடல்நல அபாயங்கள் பற்றி அதிகம் அறிந்திருந்தேன் என்பதை உணர்ந்தேன். எனவே, நான் எவ்வாறு புத்தகங்கள் உண்டாக்கப்படுகின்றன என்பதை அறிய ஆவல் கொண்டேன்.

இன்று, நாம் காகிதங்களைப் பற்றி எண்ணிப் பார்க்கும்போது அவை மரங்களிலிருந்து பெறப்படுவதைப் பற்றி நினைக்கிறோம். எனினும், 1850ஆம் ஆண்டுகளிலிருந்துதான் மரக்கூழ்களிலிருந்து மட்டுமே காகிதங்கள் தயாரிக்கப்படுகின்றன.[15] அதற்கு முன்பு – இன்றுகூட

ஓரளவுக்கு – சணல் நார், மூங்கில் போன்ற வேளாண் பயிர்களிலிருந்தும் பழைய ஐவுளிகளிலிருந்தும்தான் தயாரிக்கப்பட்டது. காகிதத்துக்கான ஆங்கிலச் சொல்லான 'Paper' *(பேப்பர்)* கோரை என்பது Papyros *(பாபிரோஸ்)* என்ற கிரேக்கச் சொல்லிலிருந்து பெறப்பட்டதாகும்; இந்த எழுது ஊடகத்தைக் கிரேக்கர்கள் பாபிரஸ் (கோரை) தாவரத்தின் கூழாக்கப்பட்ட நீண்ட தண்டுகளிலிருந்து பெற்றனர். முதன்முதலாக அறியப்பட்ட காகிதம் ஏறக்குறைய இரண்டாயிரம் ஆண்டுகளுக்கு முன்பு சாய் லுன் என்ற சைனா நீதிமன்ற அலுவலரால் உண்டாக்கப் பட்டது; இதனை அவர் முசுக்கொட்டைப் புதர் நார், பழைய மீன்பிடி வலைகள், சணல் நார், புல் போன்றவற்றிலிருந்து உருவாக்கினர். பதினைந்தாம் நூற்றாண்டில் சில புத்தகங்கள் தோல் காகிதத்தில் அச்சடிக்கப்பட்டன; இது செம்மறி ஆடுகள் அல்லது ஆடுகளின் தோலிலிருந்து அல்லது கன்றுக்குட்டியின் தோலிலிருந்து ஒரு குறிப் பிட்ட வகையில் தயாரிக்கப்பட்டது. ஒரு பைபிளைத் தயாரிக்க அப்பொழுது முந்நூறு செம்மறி ஆடுகளின் தோல் தேவைப்பட்டது. பின்பு, பதினாறாம் நூற்றாண்டில் துணிக் கந்தல்களும் லினனும் பரவலாகக் காகிதத் தயாரிப்பு நார்களாகச் செயல்பட்டன.[15] இதற்குப் பலகாலம் பின்புதான் – ஏறத்தாழ 19ஆம் நூற்றாண்டின் மையத்தில்தான் – பெரிய அளவில் மரக்கூழ் பதப்படுத்தச் செயல்முறைகள் உண்டாக்கப் பட்டன; மரங்கள் காகிதங்களையும் புத்தகங்களையும் உருவாக்கத் தேவையான நார்களின் முதல்நிலை மூலங்களாக மாறின [இன்று உண்டாக்கப்படும் அனைத்துப் புத்தகங்களும் தாவர நார்களிலிருந்து பெறப்படுவதில்லை. பில் மெக்டோனோவின் புத்தகமான *கிராடில் டு கிராடில் (தொட்டிலிலிருந்து தொட்டிலுக்கு)* இத்தகைய விதிவிலக்கில் ஒன்றாகும்; இது பிளாஸ்டிக்கில் அச்சடிக்கப்பட்டதாகும். மின்னணுப் புத்தகங்கள் அச்சடிக்கப்படுவதே இல்லை!] காகிதம் முன்னமே பயன் படுத்தப்பட்ட காகிதத்திலிருந்தும் பெறப்படலாம். இது மறுசுழற்சியாகும்.

இந்தப் பல நூறு ஆண்டு காலத்தில் காகித உற்பத்திப் படிநிலைகள் அடிப்படையில் மாறாமல் உள்ளன. நார்கள் தனியாகப் பிரிக்கப்பட்டு, தட்டையாக்கப்பட்டு, உலர்த்தப்பட்டு, அழுத்தமாக அமுக்கப்பட்டுக் காகிதமாக மாற்றப்படுகின்றன. நான் என்னுடைய மகளுடன் சேர்ந்து செய்யும் கைவினைக்கலை தொடர்பான பள்ளிச் செயல்திட்டங் களிலிருந்து இது வேறுபட்டதல்ல; இவற்றில் பழைய காகிதம், பூவிதழ்கள், பொருட்களைச் சுற்றி உள்ள காகிதத் துண்டுகள் போன்ற வற்றை நீரோடு சேர்த்து ஒரு மிக்சியில் போட்டு அரைத்து, அந்த அரைத்த சேற்றை ஒரு வலைச்சட்டகத்தில் ஊற்றித் தட்டையாக்கி, சூரிய ஒளியில் உலர்த்துவது போன்ற செயல்கள்தாம் காகிதத் தயாரிப்பிலும் காணப்படுகின்றன. காகிதத் தயாரிப்பில் நான்கு வகை உட்கூறுகள் தேவைப்படுகின்றன: நார், ஆற்றல், வேதிப்பொருட்கள், நீர்.

ஆனால், இந்த எளிய பட்டியல் நம்மை ஓரளவுக்குத் திசை திருப்பி விடும். முதலில், இதில் காடழிப்புப் பிரச்சினை உள்ளது (காண்க, பிரித்தெடுத்தல் பற்றிய இயல் 1). இதில் இயற்கைக் காடுகள் மரத் தோட்டங்களால் மாற்றீடு செய்யப்படுகின்ற எளிதில் கட்புலனாகாத காடழிப்பும் அடங்கும். இன்று வட அமெரிக்காவில் வெட்டப்படும் ஏறத்தாழப் பாதி மரங்கள் செய்தித்தாள்கள் தயாரிக்க, பொட்டலம் கட்ட, எழுதுபொருள் தொடர்பான காகிதத் தயாரிப்பிற்குச் செல் கின்றன.[16] ஒவ்வொரு ஆண்டும் ஏறத்தாழ 30 மில்லியன் மரங்கள் அமெரிக்காவில் விற்கப்படும் புத்தகங்களை உருவாக்கப் பயன்படுத்தப் படுகின்றன.[17] உங்களுக்கு இதைத் தெளிவாக்க வேண்டும் என்றால் நம்முடைய புத்தகங்களை உண்டாக்க சென்ட்ரல் பார்க்கில் உள்ள ஏறத்தாழ 26,000 மரங்களை[18]விட 1150 மடங்கு அதிக எண்ணிக்கை மரங்கள் தேவை. காகிதத் தயாரிப்பு மிக அதிக அளவு ஆற்றலையும் பயன்படுத்துகிறது. மேலும், அனைத்து உற்பத்தித் தொழிற்சாலை களிலும் பசுமையில்ல வளிமங்களை வெளியேற்றும் தொழில்கள் முதல் ஐந்தில் இதுவும் ஒன்றாகும்.[19] இதற்கு மிக அதிக அளவு நீரும் நச்சு வேதிப்பொருட்களும் தேவைப்படுகின்றன; இவை ஒன்று சேர்க்கப்பட்டுச் சூழலில் வெளிவிடப்படுகின்றன.

கன்னி மரங்கள், சரியாக மேலாண்மை செய்யப்பட்ட காடுகள், வேளாண் பயிர்கள் அல்லது மீட்கப்பட்ட காகிதங்கள் ஆகிய எந்த மூலப்பொருளிலிருந்து நீங்கள் தொடங்கினாலும் அதன் ஒரு பகுதி தான் பயன்படுத்தப்படுகின்றது; மீதிப்பகுதிகள் பயன்படுத்தப்படுவ தில்லை. இவற்றில் தேவைப்படும் பகுதி நார்கள்தான். தேவைப்படாத பொருட்கள் மரக்கட்டையிலும் மற்ற தாவரங்களிலுமுள்ள லிக்னின், சர்க்கரைகள் போன்ற இதரப் பொருட்களாகும். மூலப்பொருள் மீள்சுழற்சி செய்யப்படும் காகிதமாக இருந்தால் அப்பொழுது பெரும்பாலான லிக்னின் ஏற்கனவே நீக்கப்பட்டிருக்கும் என்றாலும், மைகள், ஸ்டேப்பிள் ஊசிகள், நறுமணப் பொருட்கள், இதர மாசுப் பொருட்கள் நீக்கப்பட வேண்டும்.[20] வாய்ப்புக்கேடாக, காகித மறுசுழற்சிக்கு உட்படும் ஒவ்வொரு முறையும் நார்கள் சிதைந்து, குட்டையாக்கப்படுவதால், காகிதத்தை சில முறைகள்தாம் மீள்சுழற்சி செய்ய முடியும்.

தேவையற்ற பகுதிகளிலிருந்து பயனுள்ள நார்களைப் பிரிக்கும் செயல் கூழாக்கம் எனப்படுகிறது. கூழாக்கத்தில் இரண்டு முக்கிய தொழில்நுட்பங்கள் பயன்படுத்தப்படுகின்றன: பொறிசார் கூழாக்கங்கள், வேதிப்பொருள்சார் கூழாக்கங்கள். பொறிசார் கூழாக்கத்தில் மூலப் பொருள் துண்டித்தல், அரைத்தல் அல்லது நொறுக்குதல் போன்ற செயல்பாடுகள் பயன்படுத்தப்பட்டு இதர பொருட்களிலிருந்து

செல்லுலோஸ் நார்கள் பிரிக்கப்படுகின்றன. பொறிசார் கூழாக்கம் வேதிய மரக்கூழாக்கத்தைவிட இரண்டு மடங்குகள் திறனுடையது என்றாலும், பெறப்படும் நார்கள் குட்டையாகவும் அதிக விறைப்பாகவும் இருப்பதால் குறைந்த தரமுடைய காகிதங்களைத்தான் அதனால் உருவாக்க முடியும்; குறிப்பாகச் செய்தித்தாள்களுக்கு, தொலைப்பேசிப் பட்டியல்களுக்கு (இந்தப் பட்டியல்களில் ஒன்று எவ்வளவு காலத்திற்கு முன்பு உங்களுக்குத் தேவைப்பட்டது?), பொட்டலம் கட்டுவதற்கு.[21]

வேதிய மரக்கூழாக்கம் *(கெமிக்கல் பல்பிங்)* அதிகப் பரவலாகப் பயன்படுத்தப்படும் முறையாகும். இதில் வேதிப்பொருட்கள், வெப்பம், அழுத்தம் போன்றவை நார்களைப் பிரித்தெடுக்கப் பயன்படுத்தப்படுகின்றன. இந்தச் செயலில் அதிக வேதிப்பொருட்கள் பிறகு சாயங்கள், மைகள், வெளிர்ப்பான்கள், பாவுப்பசைகள், மேற்பூச்சுகள் போன்றவையாகப் பயன்படுத்தப்படுகின்றன. 'தற்காலக் காகிதத் தயாரிப்புக்கலை சிறப்பு வேதிப்பொருட்களின் பயன்பாட்டில்தான் உள்ளது' என்று ஒரு வேதிப்பொருள் பத்திரிகையாளர் விளக்கினார். 'உணவிற்கு நறுமணப் பொருட்கள் எந்தக் கூடுதல் மதிப்பைக் கொடுக்கின்றனவோ அதுபோன்ற மதிப்பைக் காகிதங்களுக்கு இவை கொடுக்கின்றன'.[22] காகிதத்தின் பயன்பாடு அதிகரிக்க அதிகரிக்கக் காகித உற்பத்திக்குத் தேவைப்படும் அந்த வேதிப்பொருட்களின் தேவையும் அதிகரிக்கின்றது. அமெரிக்காவில் கூழ், காகிதத் தயாரிப்பிற்குத் தேவையான வேதிப்பொருட்களின் தேவை 2011ஆம் ஆண்டு 20 பில்லியன் டன்களாக அதிகரிக்கும் என்று எதிர்பார்க்கப்படுகிறது. இந்த வேதிப் பொருட்களின் மதிப்பு 8.8 பில்லியன் டாலர் என்று கணக்கிடப்பட்டுள்ளது.[23]

காகிதத் தயாரிப்பில் பயன்படுத்தப்படும் வேதிப்பொருட்களில் மிகவும் அவப்பெயர் பெற்ற, ஆட்சேபணைக்குரிய பொருள் குளோரின் ஆகும். இது கூழாக்கத்திலும் காகிதத்தை வெளிர்ப்படையச் செய்வதிலும் பயன்படுகிறது. இதுவே ஒரு வலுவான நஞ்சாகச் செயல்படுகிறது; இதன் நச்சுத்தன்மை மிகவும் அதிகம் என்பதால் இது இரண்டாம் உலகப்போரில் பயன்படுத்தப்பட்டது. ஆனால், கரிம வேதிப்பொருட்களோடு குளோரின் (கார்பன் கலந்த பொருட்கள்) சேர்க்கையுறும் போது, ஏறத்தாழ ஓராயிரம் வேறுபட்ட கரிமக் குளோரின் பொருட்களை உருவாக்குகிறது. இவற்றில் டயாக்சின் என்ற இதுவரை காணப்பட்டுள்ளவற்றிலேயே மிகுந்த நச்சுத்தன்மையுடைய, நிலைத்து நிற்கும் மாசுறுத்தியும் அடங்கும்.[24] குளோரினும் இதரக் கரிமப் பொருட்களும் சேர்க்கையுறுவது காகிதத் தயாரிப்பின் போது தாவரங்களை நொறுக்கிச் சேறாக்கும்போது

அதிகம் ஏற்படுகிறது. அமெரிக்கச் சூழல் பாதுகாப்பு அமைப்பு, புற்று நோய் ஆய்வுக்கான பன்னாட்டு அமைப்பு ஆகிய இரண்டு அமைப்பு களும் டயாக்சின் புற்றுநோய் உருவாக்குவதை உறுதி செய்துள்ளன. இது நாளமில்லாச் சுரப்பிகள் மட்டுமின்றி, இனப்பெருக்க, நரம்பு, நோய்த்தடுப்பு மண்டலங்களின் கோளாறுகளுடன் தொடர்புடையது.[25] வெள்ளைத் தாள் பெறவேண்டும் என்பதற்காக இதனைப் பயன் படுத்துவது உண்மையிலேயே தேவையற்ற ஒன்றாகும். என்னைப் பொறுத்தவரை ஓரளவுக்குப் பழுப்பு நிறமான அல்லது மரக்கட்டை நிறமான காகிதத்தையே எப்பொழுதுமே புற்றுநோயுண்டாக்கிக்குப் பதிலாக நான் தேர்வு செய்வேன்.

ஐரோப்பாவில், கழிவறைக் காகிதம் முதல் புத்தகத்தின் பக்கங்கள் வரை பயன்படுத்தப்படும் பெரும்பாலான காகிதங்கள் ஓரளவுக்கு வெண்மை யற்ற நிறங்கொண்டவை. அங்கு பெரும்பாலான காகிதத் தொழிற்சாலைகள் குளோரினற்ற (டீசிஎஃப்) செயல்முறைக்கு முழுவதும் மாறிவிட்டன. இவை குளோரினுக்குப் பதிலாக ஆக்சிஜன் அல்லது ஓசோனை யும் ஹைட்ரஜன் பெராக்சைடையும் பயன்படுத்திக் காகிதத்தை வெண்மையாக்குகின்றன.[26] அமெரிக்கா விலும் கனடாவிலும் நம்முடைய பெரும்பாலான தொழிற்சாலைகள் குளோரின் தனிமமற்ற (இசிஎஃப்) செயல்முறையை விருப்பத்தேர்வு செய்கின்றன. இங்கு குளோரின் வளிமத்திற்குப் பதிலாக குளோரினி லிருந்து பெறப்படும் குளோரின் டை ஆக்ஸைடு போன்ற பொருட்கள் பயன்படுத்தப்படுகின்றன. உண்மையில் இவை நம்முடைய காகிதங் களைக் குளோரின் வளிமத்தால் 'நினைவிழக்கச்' செய்வதில்லை என்றாலும், டயாக்சின் உருவாக்கத்தின் அளவைப் பாதியாகக் குறைக் கின்றன. எனினும், எந்த அளவு டயாக்சினும், சிறு துளியாக இருப் பினும், மிக அதிகமே. எனவே, டீசிஎஃப் செயல்முறை நிச்சயம் விரும்பத் தக்கதாகும். குளோரினுக்கான கடைசி மாற்றுவழி ஒன்றுள்ளது: மறுசுழற்சிக் காகித மூலங்களிலிருந்து உண்டாக்கப்படும் காகிதங்கள், பதப்படுத்தப்பட்ட குளோரினற்ற காகிதங்கள் (பீசிஎஃப்). இத்தகைய காகிதத் தயாரிப்புத் தொழிற்சாலைகள் மூலப்பொருட்களாகப் பயன்படுத்தும் காகிதங்கள் குளோரினற்றவை என்று உறுதியளிக்க முடியாதவை என்றாலும், மறுசுழற்சிச் செயலில் குளோரின் பயன் படுத்தப்படுவதில்லை என்று உறுதியளிக்க முடியும்.

குளோரினை அறவே தவிர்க்க ஓரளவுக்கு மூலதனம் தேவை. எனினும், மீன் பிடிப்புப் பகுதிகள், மக்களின் வாழ்வாதாரம், சமுதாயப் பொதுநலன் போன்றவற்றைப் பயமுறுத்தும் டயாக்சின் கலந்த நீரைக்

கொண்ட நதிகள் போன்ற சூழலின் மீதும் மக்களின் மீதும் திணிக்கப் பட்ட அடக்கவிலைகளை ஒப்பிடும்போது இந்த மூலதனப் பணம் மிகக் குறைவானதே.

காகிதத் தயாரிப்பில் பயன்படுத்தப்படும் இதர நச்சுப்பொருட் களில் ஒன்று பாதரசமாகும். இது ஒரு முக்கியமான நரம்பு நச்சுப் பொருளாகும்; குறிப்பாக, முதிர்க்கருவிலும் இளங்குழந்தைகளிலும், நரம்பு மண்டலத்தையும் மூளையையும் இது பாதிக்கிறது. காகிதத் தயாரிப்பின் பின்நிலையில்தான் இது தன்னுடைய பங்கினை வகிக் கிறது; அதாவது குளோரினும் எரிசோடா எனப்படும் காஸ்டிக் சோடாவும் தயாரிக்கப்படும் குளோர்–வன்காரத் தொழிற்சாலைகள் செயல்படும் 'மேற்கால்' *(அப்ஸ்ட்ரீம்)* நிலையில். உலகம் முழுவதும் மரக்கூழ்/காகிதம் தயாரிக்கும் தொழிற்சாலைகள்தான் எரிகாரத்தை மிகவும் அதிகமாகப் பயன்படுத்துகின்றன.[27] எரிசோடாவையும் குளோரினையும் போட்டி அடிப்படையிலும், அதிக செலவில்லாமலும், பாதரசத்தைப் பயன்படுத்தாமலும் தயாரிக்கும் மாற்று வழிமுறைகள் உள்ளன; ஆயினும், அமெரிக்காவிலும் உலகின் பிற பகுதிகளிலும் உள்ள பல குளோர்–வன்காரத் தொழிற்சாலைகள் தொடர்ந்து தம்முடைய உற்பத்தியில் பாதரசத்தைப் பயன்படுத்துகின்றன. சூழலில் வெளி விடப்பட்டப் பின்பும்கூட பாதரச விளைவுகள் தொடர்ந்து காணப்படுகின்றன.

எனினும், நிலைமைகள் முன்னேறி வருகின்றன. பாதரசம் பற்றிய தொடர்ந்து காணப்படும் கவலைகள் அதிக அளவில் உள்ளதால் (இதே இயலின் பின்னால் உள்ள 'அபாயகரமானப் பொருட்கள்' என்ற பகுதியைக் காண்க) இதைப் பயன்படுத்தும் தொழிற்சாலைகள் அதிக எண்ணிக்கையில் கடந்தகாலத்தின் எச்சங்களாக மாறிவருகின்றன. இவை சிறிது சிறிதாகப் பாதரசமற்ற, மாற்றுச் செயல்முறைகள் கொண்ட தொழிற்சாலைகளால் மாற்றீடு செய்யப்பட்டு வருகின்றன.

மீண்டும் காகிதத் தயாரிப்புத் தொழிற்சாலைக்கு வருவோம். மரக் கூழாக்கச் செயல்கள் முடிவடைந்தவுடன், நீருடன் கூழ் கலக்கப்பட்டு ஒரு இயங்கிக் கொண்டு செல்கின்ற வலைத் திரையில் தெளிக்கப் படுகின்றது. இந்த வலைத்திரைகள் வெற்றிடமாக்கப்பட்டு, வெப்ப மேற்றப்பட்டு, அழுத்தப்பட்டு கூழை ஒரே மாதிரியான காகிதப் பொரு ளாக உலர்த்துகிறது. இந்த அனைத்துச் செயல்களுக்கும் ஆற்றல் தேவைப் படுகிறது. இதன்பிறகு காகிதம் அச்சுக்குத் தயார் நிலையில் உள்ளது.

ஏற்கனவே சேர்க்கப்பட்ட பல நச்சுப்பொருட்களோடு அச்சகத்தில் நச்சுத்தன்மை கொண்ட, வேறு பல பெட்ரோலிய–அடிப்படை வேதிப் பொருட்கள் சேர்க்கப்படுகின்றன. இப்பொருட்கள் மைகள் உருவாக்கு கின்ற, அச்சு எந்திரங்களைச் சுத்தமாக்குகின்ற அல்லது உறிஞ்சுத்

தளங்களைச் (மை நிறைந்த உருவகங்களைக் காகிதத்திற்கு மாற்ற உதவும் அமைப்புகள்) சுத்தமாக்கும் செயல்களில் ஈடுபடுத்தப்படுகின்றன. இவை அனைத்திற்கும் உச்சகட்டமாக அமைவது டொல்யூன் என்ற வேதிப்பொருளாகும். அச்சில் பயன்படுத்தப்படும் அனைத்து நச்சுப்பொருட்களிலும் இது 75 விழுக்காட்டை ஆக்கிரமிக்கிறது.[28] இந்த வேதிப்பொருள் பயமுறுத்தும் அளவுகளில் சூழலில் வெளிவிடப் படுகின்றது. இவற்றின் விரைந்து ஆவியாகும் வேதிப்பொருட்கள் (விஓசி) காற்றைப் புகைப்பனி போன்று மாற்றி சுவாச, ஒவ்வாமை, நோய்த்தடுப்புப் பிரச்சினைகளை ஏற்படுத்துகின்றன. மேலும், மண்ணிற்குள்ளும் நிலத்தடி நீரிலும் கசிகின்றன.

எனினும், மைகள், சுத்தமாக்கிகள் போன்ற பெட்ரோலிய வேதிப்பொருட்களுக்கான நல்ல மாற்றுகள் தாவர அடிப்படையில் அமைந்த 'உயிரி வேதிப்பொருட்கள்' வடிவத்தில் உள்ளன. இவற்றில் பெரும்பாலானவை ஓரளவு பெட்ரோலியத்தைக் கொண்டு உருவாக்கப்பட்டாலும், இவை ஒரு நல்ல மேம்பாடாகும். இவை பண்படுத்தப்படாத எண்ணெயைப் பிரித்தெடுக்கின்றன; அதைத் தூய்மையாக்க மேற்கொள்ளப்படும் பதப்படுத்தச் செயல்களின் மேற்கால் படிநிலை மாசுறுத்தல்கள் பெரும்பாலானவற்றைத் தவிர்க்கின்றன; இவற்றைக் கையாளுவதிலிருந்து அச்சகப் பணியாளர்களுக்கும் அதிகப் பாதுகாப்பை அளிக்கின்றன; பாதுகாப்புப் பயிற்சியிலும் கருவிகளிலும் குறைந்த முதலீடு செய்வதை ஊக்குவிக்கின்றன. இவை குறைவான அளவே தீப்பற்றிக் கொள்பவை. இவை குறைந்த அளவே திட நச்சுக் கழிவையும் வெளியேற்றங்களையும் உருவாக்குகின்றன. பெட்ரோலிய அடிப்படையில் அமைந்த மைகள் 30 முதல் 35 விழுக்காடுகள் விஓசியைப் பெற்றுள்ளன. ஆனால், சோயா அடிப்படையில் அமைந்த மைகள் 2 முதல் 5 விழுக்காடு விஓசியைத்தான் கொண்டுள்ளன.[28]

சோயா மொச்சை எண்ணெய் அடிப்படையில் அமைந்த மைகள் தாவர அடிப்படை மைகளிலேயே மிகவும் பிரபலமானவையாகும். அமெரிக்காவின் வணிகரீதியான அச்சகங்களில் மூன்றில் ஒரு பங்கு அச்சகங்கள் இவற்றைத் தற்போது பயன்படுத்துகின்றன.[28] விலை சற்று கூடுதலாக இருந்தாலும், சோயா மைகளின் செயல்பாடு மேம்பாடு கொண்டதாகவும், அதிக ஒளிர்வான நிறங்களைக் காட்டுவதாகவும், காகிதத்தின் அதே அளவு இடத்தை ஆக்கிரமிக்க குறைந்த அளவு மையே தேவைப்படும்படியாகவும் இருக்கின்றன. இதனால் பாரம்பரிய வேதியமைகளைவிட இவை அதிக சிக்கனமானவை; இவை காகித மறுசுழற்சியையும் எளிதாக்குகின்றன. ஏனெனில், இவற்றை மிக எளிதாகப் பழைய காகிதத்திலிருந்து நீக்கிவிடலாம்.

காகிதங்கள் அச்சடிக்கப்பட்ட பின்பு அவை ஒரு கடினமான அட்டை உறைக்குள் அல்லது ஒரு மெல்லிய காகித உறைக்குள் அடக்கப்பட்டு ஒன்றாகத் தைக்கப்பட்டுப் புத்தகமாக உருவாக்கப் படுகின்றன. ஒரு புத்தகத்தின் காலடிச் சுவடைப் பற்றிய கடைசி கூறு அதன் விநியோகமும் பல்வேறு இடங்களுக்கு அனுப்பப்படுதலும்தான். இவற்றைப் பற்றி நான் அடுத்த இயலில் விளக்குகிறேன்.

என்வைரென்மெண்டல் பேப்பர் நெட்வொர்க், கிரீன் பிரஸ் இனிஷியேட்டிவ் போன்ற நிறுவனங் களாலும், முறைப்படுத்தப்பட்ட வளர்ச்சி வணிக முன்னோடிகளான இன்க்வொர்க்ஸ் பிரஸ், ஈகோ பிரிண்ட், நியூ லீஃப் பேப்பர் போன்றவற்றின் வாதங்களாலும் காகிதத் தயாரிப்புத் தொழிற்சாலை களும் புத்தக வெளியீட்டுத் தொழிற்சாலைகளும் அதிகப் பசுமையாகியுள்ளன. மறுசுழற்சி செய்யப்படும் காகிதங்களிலிருந்து மேலும் அதிக அளவில் புத்தகங்கள் தற்போது அச்சிடப்படுகின்றன. இதனால் குறைந்த அளவு பெட்ரோலிய அடிப்படையிலமைந்த மைகள் பயன்படுத்தப்படுகின்றன. குறைந்த காலடிச்சுவடைக் கொண்ட செயல்களின் மூலம் தயாரிக்கப்படும் காகிதங்களால் புத்தகங்கள் உற்பத்தி செய்யப்படும்போது சில விவரங்கள் நமக்குக் கிடைக்கின்றன. இன்றைய புத்தகங்களில் பயன்படுத்தப்பட்டுள்ள காகிதம் எங்கிருந்து எப்படிப் பெறப்பட்டது (மறுசுழற்சி, கன்னித்தன்மை அல்லது சான்றிதழ் பெற்ற முறைப்படுத்தப்பட்ட வளர்ச்சி விவரங்கள்), பயன்படுத்தப் பட்டுள்ள வெளிர்ப்புச் செயல்முறை, மைகளின் வகை போன்ற விவரங்கள் அந்தப் புத்தகத்திலேயே அச்சிடப்பட்டிருக்கும். இதனால், அந்தப் புத்தகங்களைப் படிப்பவர்கள் அவற்றின் தயாரிப்புச் செயல் முறைகள் பற்றி நன்கு அறிந்துகொள்ள முடிகிறது.

இதனை எழுதும்போது என்னுடைய படுக்கையருகில் உள்ள புத்தக அலமாரியிலிருந்த ஐந்து புத்தகங்களைக் கவனமாகப் பார்த்தேன். ஒரு புத்தகத்தில் அதன் பக்கங்கள் 'மறுசுழற்சி செய்யப்பட்ட காகிதங் களில் அச்சடிக்கப்பட்டது' என்று குறிப்பிடப்பட்டிருந்தது. ஆனாலும் எவ்வளவு விழுக்காடு மறுசுழற்சி, நுகர்வதற்கு முன்பு (நுகர்வோர்களால் தொடப்படாத, காகிதத் தொழிற்சாலையிலிருந்து பெறப்பட்ட, வெட்டப்பட்ட துண்டுக் காகிதங்களிலிருந்து பெறப்பட்டவை) அல்லது நுகர்வதற்குப் பின்பு (நுகர்வோரால் பயன்படுத்தப்பட்டு, விலக்கப்பட்டக் காகிதங்களிலிருந்து பெறப்பட்டவை) பெறப்பட்டதா போன்ற விவரங்கள் கொடுக்கப்படவில்லை. மற்றொரு புத்தகம் அதன் காகிதங்கள் எஃப்எஸ்சி சான்றிதழ் பெற்ற 'நன்கு மேலாண்மை

உற்பத்தி ✤ 95

செய்யப்பட்ட காடுகளிலிருந்தும், கட்டுப்பாடான மூலங்களிலிருந்தும், மறுசுழற்சி செய்யப்பட்ட கட்டை அல்லது நாரில் இருந்தும் பெறப் பட்டவை' என்று குறிப்பிட்டிருந்தது. கடைசிப் புத்தகம் ஏற்கனவே நுகரப்பட்ட, மறுசுழற்சி செய்யப்பட்ட காகிதங்களிலிருந்து உண்டாக்கப் பட்டது. நுகர்வதற்குமுன் பெறப்பட்ட காகிதங்களிலிருந்து பெறப் படும் மறுசுழற்சியைவிட இது ஒரு முன்னேற்ற வகை மறுசுழற்சி யாகும்; ஏனெனில், இது நகரக் கழிவுகளாக மாறக்கூடிய ஒன்றை மீண்டும் பயனுள்ள பொருட்களாக மாற்றுகிறது. என்னுடைய படுக்கைக்கு அருகில் இருந்த ஒரேயொரு புத்தகம் மட்டும் குளோரின் பிரச்சினையைக் குறிப்பிட்டது; இது தன்னுடைய அட்டையில் டிசிஎஃப் அடையாளத்தையும் அதன் உட்பக்கங்களின் பீசிஎஃப் தன்மையையும் மிகவும் பெருமையுடன் எடுத்துக் கூறியது.

என்னுடைய இருபது நிமிட கார்ட்டூன் திரைப்படமான *தி ஸ்டோரி ஆஃப் ஸ்டஃப்பின்* அடிப்படையில் ஒரு புத்தகத்தை உருவாக்க என்னை முதன்முதலில் அணுகியபோது அது எத்தகைய மூலப்பொருட்களைப் பயன்படுத்தும் என்ற எண்ணத்தினால் நான் ஓரளவுக்குத் தயங்கினேன். எனினும், நான் அந்தத் திரைப்படத்தில் கையாண்ட பல விஷயங்கள் பற்றி ஆயிரக்கணக்கான மக்கள் அதிக விவரங்களைக் கேட்டனர்; விவாதக் குழுக்களை அமைக்க வேண்டினர்; தற்போதைய ஒருங்கிற் கானத் தகுந்த நல்ல மாற்றுகளைப் பற்றி அதிகம் அறிய விரும்பினர்; இதற்காக என்ன செயல்திட்டங்களை மேற்கொள்ள வேண்டும் என்றும் அறிய விரும்பினர். உலகம் முழுவதும் மேற்கொள்ளப்பட்ட என்னுடைய பயணங்களின் விளைவாக நான் அறிந்தது என்ன வெனில், உலகின் பல இடங்களில் மக்கள் தொடர்ந்து என்னு டைய திரைப்படத்தைக் காண்பதற்கான தொழில்நுட்பத்தைப் பெற முடியவில்லை அல்லது ஆன்லைனிலோ குறுந்தகடாகவோ அதிக விளக்கமான தகவல்களைப் பெறமுடியவில்லை என்று அறிந்து கொண்டேன். எனவே, இந்தப் புத்தகத்தை எழுத ஒப்புக்கொண்டேன் என்றாலும், இந்தப் புத்தகத்தின் உருவாக்கத்தில் மூலப் பொருட் களையும், நஞ்சு உள்ளீடுகளையும் முடிந்தவரை குறைக்கும் ஒரு புத்தக வெளியீட்டாளரை நான் தேடினேன். இந்த நூல் பற்றிய சுற்றுச்சூழல் தாக்கக் கூற்றினை பக்கம் 490இல் நீங்கள் காணலாம்.

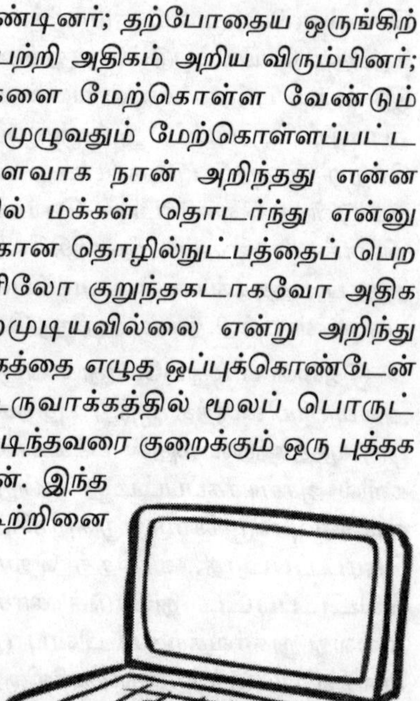

என்னுடைய கணினி

ஒட்டுமொத்தமாக, அமெரிக்கர்கள் 200 மில்லியன்களுக்கும் அதிக மான கணினிகள், 200 மில்லியன்

தொலைக்காட்சி கருவிகள், ஏறத்தாழ 200 மில்லியன் செல்பேசிகள் போன்றவற்றைப் பெற்றுள்ளனர்.[29] என்னிடமும் ஒரு மடிக்கணினியும் ஒரு செல்பேசியும் உள்ளன என்றாலும், உண்மையில் புதிய மின்னணுச் சாதனங்களால் ஈர்க்கப்படாத மக்களில் நானும் ஒருத்தி. இவை உண்டாக்கும் தொடர் சத்தங்கள் என்னைத் தொந்தரவுக்குள்ளாக்கு கின்றன. என்னுடைய தொடர்புத் தகவல்கள் அல்லது ஆவணங்கள் ஒரே ஒரு அழிப்பால் இழக்கப்பட்டு விடுமோ என்ற எண்ணம் எனக்குப் பீதியை உண்டாக்குகிறது. நான் என்னுடைய பதினைந்து வருடப் பழமையான, மறுநிரப்புச் செய்யக்கூடிய, காகிதத்தாலான நிகழ்வுக்குறிப்புப் (அப்பாய்ன்மெண்ட்) புத்தகத்தை முழுவதும் சார்ந்துள்ளேன். இது என்னுடன் குறைந்தபட்சம் முப்பது நாடுகளுக்குப் பயணம் செய்துள்ளது. எனினும், ஒவ்வொரு ஆண்டு முடிந்தவுடனும் அந்தப் புத்தகத்திற்கான புதிதாகச் சேர்க்கப்பட வேண்டிய காகிதங் களைப் பெறுவது மிகவும் கடினமாகிக் கொண்டு வருகிறது; அது ஒரு அபாய நிலையிலுள்ள உயிரினம் போன்று மாறிவிட்டது. அதிகம் தளர்ந்துவிட்ட அந்த நிகழ்வுக் குறிப்புப் புத்தகத்தை நான் நேசிப்பதால் அதைத் தயாரித்த நிறுவனம் ஏற்பாடு செய்த ஒரு கட்டுரைப் போட்டி யில் கலந்து கொண்டேன். இதற்காக நான் எழுதிய கவிதையின் முதல் பாதி பின்வருமாறு: 'இது ஒளியூட்டப்படாது; இதனை உட்செருக (பிளக் இன்) முடியாது; இதற்கு மின்கலங்கள் தேவையில்லை; இதற்கு எந்தவொரு இரகசிய சொந்த அடையாள எண்ணும் (PIN) கிடையாது. [இதற்கு எந்தவொரு மின்னுட்செருகியும் (pin) கிடையாது என்று வேறொரு பொருளும் கொள்ளலாம்].' இதற்காகவே நான் இந்தக் குறிப்புப் புத்தகத்தை அதிக தொழில்நுட்ப மாற்றுகளுக்குப் பதிலாகத் தேர்ந்தெடுக்கிறேன்.

மேற்கூறியவற்றால், தொழில்நுட்பத்தைக் கண்டு பயப்படும் ஒருவராக என்னை நீங்கள் ஒதுக்கக்கூடாது; மின்னணுத் தொழில்நுட்ப வியலும் கணினித் தொழில்நுட்பமும் கொடுத்துள்ள நல்ல பங்களிப்பு களை நான் முற்றிலும் உணர்ந்துள்ளேன். இன்று செல்பேசி இல்லாமல் என்னால் எளிதாகச் சமாளிக்க முடிவதில்லை. காணாமல் போன குழந்தைகளையும் வழியில் தவித்து நிற்கும் பயணிகளையும் மின்னணு உத்திகள் எளிதில் கண்டுபிடிக்க உதவும் என்பதை நான் அறிவேன். உலகம் முழுவதும் உள்ள சூழல்நல ஆர்வலர்களிடம் இவை இருப்பதால் தான் அவர்களால் மனித உரிமை மீறல்களைப் பதிவு செய்ய முடிகிறது; மேலும், மக்களை விழிப்படையச் செய்யவும் எச்சரிக்கைகள் செய்யவும் முடிகிறது. மனிதர்கள் எந்த விதக் காரணமுமின்றிக் காவலில் வைக்கப்பட்டிருக்கும் போதோ தீங்கிற்கு உள்ளாக்கப்படும் போதோ பனுவல் செய்திகளும் (டெக்ஸ்ட் மெசேஜ்) வலைக்கடிதமெழுதுதலும்

உற்பத்தி ❖ 97

(டுவீட்டிங்) ஊடகங்களையும், ஆதாரப் பிணையங்களையும் (சப்போர்ட் நெட்வொர்க்ஸ்) விழிப்புறச் செய்துள்ளன. என்னுடைய கணினி இல்லையென்றால் நான் ஒரு மகிழ்ச்சியற்றவளாக மாறிவிடுவேன்; ஏனெனில், இது தகவலைக் கண்டுபிடித்து ஒழுங்கமைவுச் செய்யவும் நண்பர்களுடனும், சகப்பணியாளர்களுடனும் தொடர்புகொள்ளவும், இந்தப் புத்தகத்தை எழுதவும் எனக்கு உதவி செய்தது.

எனினும், நம்முடைய மின்னணுவியலின் கதை மிகவும் சிக்கலானது. அந்த ஆப்பிள் நிறுவன விளம்பரங்கள் தம்முடைய உற்பத்திப் பொருட்களை மிகவும் சுத்தமானவை, எளிமையானவை, நேர்த்தியானவை என்று சித்திரிக்கின்றன, இல்லையா? உயர் தொழில்நுட்ப வளர்ச்சி பழங்காலத் தொழிற்சாலைகளின் புகைப்போக்கிகளைவிட மேம்படுத்தப்பட்டதாகப் பெரும்பாலும் காட்டப்படுகின்றன என்றாலும், அவை உண்மையில் பழைய தொழிற்சாலைகளின் மிகவும் கட்புலனான மாசுறுத்தலைக் குறைந்த கட்புலனான ஒன்றால் பதிலீடு செய்கிறது.

இதில் உள்ள உண்மை என்னவெனில், மின்னணுச் சாதனங்களின் உற்பத்தி, சூழல் நிலையியல் அடிப்படையில், மிகவும் அழுக்கான ஒன்றாகும்; இது பணியாளர்களையும் சூழ்ந்துள்ள சமுதாயங்களையும் நச்சாக்கும் அபாயகரமான வேதிப்பொருட்களைப் பயன்படுத்துவது மட்டுமின்றி வெளியிடவும் செய்கின்றது. என்னுடைய வீடு உள்ள பெர்க்கிலியின் கிழக்கே ஏறத்தாழ ஐம்பது மைல்களுக்கும் குறைவான தூரத்தில் சிலிக்கான் பள்ளத்தாக்கு உள்ளது. அது பல உயர் தொழில் நுட்ப வளர்ச்சியோடு தொடர்புடைய, நச்சு மாசடைந்த களங்களைப் பெற்றுள்ளது. சிலிக்கான் பள்ளத்தாக்கு நாட்டின் மேம்பட்ட நிதி (சூப்பர்ஃபண்ட்) பெற்ற களங்களை மிக அதிகச் செறிவில் கொண்டுள்ளது.[29] (மேம்பட்ட நிதிக் களம் என்பது அமெரிக்க அரசால் தயாரிக்கப்பட்ட நச்சுகளால் அதிகமாக மாசுறுத்தப்பட்டக் களங்களின் பட்டியலில் உள்ள ஒரு களமாகும்; தூய்மையாக்கும் திட்டம் செயல்பட வேண்டிய, முன்னுரிமைக்குத் தகுதி பெற்ற களமாகும்.) தற்போது பெரும்பாலான உயர்தொழில்நுட்ப உற்பத்தி சிலிக்கான் பள்ளத்தாக்கிற்கு வெளியே எடுத்துச் செல்லப்பட்டுவிட்டது; ஆயினும், அது ஒரு நச்சு நிறைந்த எச்சத்தை அங்கு விட்டுவிட்டுச் சென்றுள்ளது. இத்தகைய வெளியேற்றத்துக்குக் காரணம் ஆசியா, லத்தீன் அமெரிக்கா போன்ற இடங்களில் குறைந்த ஊதியங்களும் குறைந்த கெடுபிடியான பணியாளர் பாதுகாப்பும், சூழல்நலக் கட்டுப்பாடுகளும் உள்ளன என்பதுதான்.

சிலிக்கான் பள்ளத்தாக்கின் பிரபலமான உயர்தொழில்நுட்ப அதிசயப்பகுதி சமூகப் புறக்கோடிகளைக் (எக்ஸ்ட்ரீம்ஸ்) கொண்ட பகுதியாகவும் திகழ்கிறது. இங்கு இணையதள முதலாளிகள் வாழும் மாளிகைகள், மின்னணுக் கருவிக் கூறுகளைத் தற்போது தயாரிக்கும்

அல்லது ஒரு காலத்தில் அங்கிருந்து பின்பு வெளிநாடுகளுக்கு இடம் மாறிவிட்ட தொழிற்சாலைகளில் முன்பு பணிபுரிந்த சாதாரண மக்கள் வாழும் அண்டைப் பகுதியோடு ஒட்டிக் காணப்படுகின்றன. கணினி நிறுவனங்கள் தங்களுடைய மிக அதிக லாபங்களைத் தக்கவைத்துக் கொண்டு அதே நேரத்தில் நுகர்வோருக்குக் குறைந்த விலையில் கணினிகளை விற்க முன்வரும் முயற்சியில் ஈடுபடுகின்றன. அப்போது, அவை தம்முடைய அடக்கவிலை குறைப்புச் செயல்களை வழங்கல் (விநியோகச்) சங்கிலியின் ஊடே ஆங்காங்கே மேற்கொள்கின்றன. மிகப் பிரபலமான கணினி நிறுவனங்கள் செலவுகளையும் விலைகளையும் குறைக்கும்படியும் வேலை நேரங்களை நீட்டிப்புச் செய்யும்படியும் உற்பத்தியாளர்களையும் விநியோகஸ்தர்களையும் வலியுறுத்துவதில் அவப்பெயர் பெற்றுள்ளன. டெல் கம்ப்யூட்டர்ஸ் நிறுவனத்தின் மைக்கேல் டெல் ஒருமுறை இவ்வாறு கூறினார்: 'அடக்கவிலைகளைக் குறைப்பதில் உலகிலேயே சிறந்த நிறுவனமாகத் திகழ வேண்டும் என்பதுதான் எங்களுடைய மாபெரும் குறிக்கோளாகும்.'[30]

மின்னணுச் சாதனக் கழிவு [இதை மின்னணுக் கழிவு, இ-வேஸ்ட் என்றும் அழைப்பர்] என்ற இந்தத் தொழிலின் முடிவுநிலைப் பிரச்சினையும் மிக முக்கியமானதாகும். கழிவு அகற்றுதல் என்ற இயலில் நான் இதை விரிவாக விவாதித்துள்ளேன். ஒவ்வொரு ஆண்டும் 5 முதல் 7 மில்லியன் டன்கள் அளவு மின்னணுச் சாதனங்கள் பயன்படுத்தப் படாமல் போகின்றன; அவற்றின் குப்பைக் கூளமாக்கப்பட்ட, நச்சுத் தன்மை வாய்ந்த உட்கூறுகள் நிலம், நீர், காற்று போன்றவற்றோடு புவியின் அனைத்து உயிரிகளையும் நச்சுப்படுத்துகின்றன. ஆகவே மின்னணுக் கழிவு ஓர் உலகளாவிய பிரச்சினையாகும்.[29]

என்னுடைய கணினியிலும் அதனை உற்பத்திச் செய்வதிலும் உள்ள செயல்முறைகளில் எந்தக் குறிப்பிட்டப் பொருட்கள் தேவைப் பட்டன என்பதைப் பற்றிய விவரங்களைச் சேகரிக்க முயன்றேன். அப்போது வெற்றிபெற முடியாத சில தடைகளை எதிர்கொள்ள வேண்டியிருந்தது. என்னுடைய டீ சர்ட், புத்தகம் போன்றவற்றின் உற்பத்திச் செயல்முறையைத் தடயமறிய முடிந்தது போன்று என்னு டைய கணினியின் கதையையும் கண்டுபிடிக்க நான் விரும்பினேன். இதைக் கேட்ட எலக்ட்ரானிக்ஸ் டேக்பேக் கொயலிஷன் என்ற அமைப்பைச் சேர்ந்த டெம் ஸ்மித் தன்னுடைய தலையை ஆட்டி அதிலுள்ள கஷ்டங்களைச் சுட்டிக் காட்டினார்: 'ஒரு கணினி மற்ற பொருட்களைப் போன்றல்லாமல் பல மடங்கு சிக்கலானது' என்று அவர் கூறினார். எடுத்துக்காட்டாக, இது ஒரு மண்புழுவின் உயிரிய அமைப்பிற்கும், மொத்த கோளின் அமைப்பிற்கும் இடையே உள்ள வேறுபாடு போன்றது என்று அவர் மேலும் கூறினார். என்னுடைய

கணினியின் ஒரு கூறான ஒரு நுண்சில்லுவின் *(மைக்ரோசிப்)* உற்பத்தி யில் மட்டுமே இரண்டாயிரத்திற்கும் மேற்பட்டப் பொருட்கள் பயன்படுத்தப்படுகின்றன என்று ஸ்மித் சுட்டிக்காட்டியுள்ளார்! இந்தத் தொழில் மிகவும் விரைவாக முன்னேறிச் செல்வதாலும், தொடர்ந்து புதிய பொருட்களும், செயல்முறைகளும் நுழைக்கப்படுவதாலும், ஸ்மித்தின் நிறுவனம் போன்ற கட்டுப்பாட்டு, தீவிரக் கண்காணிப்புக் குழுக்கள் அந்த வேகத்தோடு போட்டி போட முடியவில்லை. பல ஆண்டுகள் இந்த முயற்சியில் ஈடுபட்டிருந்தாலும் மின்னணுச் சாதனங்கள் ஏற்படுத்தும் உடல்நல, சூழல்நலத் தாக்கங்கள் பற்றிய பகுப்பாய்வு களை அவற்றால் முடிக்க முடியவில்லை; இதற்கிடையில் பல புதிய வகை உற்பத்திப் பொருட்கள் ஏற்கனவே நுழைக்கப்பட்டுவிட்டன. இவையனைத்திற்கும் மேலாக, கணினியின் முழு கதையையும் கூறுவது உண்மையாகவே ஒரு முடியாத காரியமாகும். அது ஏன் என்பதற்கான காரணங்கள் இந்தத் தொழிலின் கட்டாயமாக்கப்பட்ட இரகசியத் தன்மையும் அதற்கே உரிமையான அதன் செயல்முறைகளும், பொருட்களும்தான்; இத்தகைய மனப்பான்மை முன்னாள் இன்டெல் சிஇஓ-ஆன ஆண்டி குரோவ் எழுதிய ஒரு புத்தகத்தின் தலைப்பான ஒன்லி த பாரனாய்டு* சர்வைவ் என்பதில் பிரதிபலிக்கிறது.³¹

என்னுடைய மடிக்கணினியின் அனைத்துக் கூறுகளும் எந்த இடங் களில் உற்பத்தி செய்யப்படுகின்றன என்பதை அறிவது ஒரு முடியாத காரியமாகும்; இதற்குக் காரணம் மின்னணு சாதனத் தொழிலின் வழங்கல் சங்கிலி *(சப்ளை செயின்)* தொடர்ந்து அதிகச் சிக்கலாக உள்ளதுதான். பல அறிக்கைகளின் படி இந்த வழங்கல் சங்கிலிதான், அனைத்துத் தொழில்களின் வழங்கல் சங்கிலிகளைவிட மிக அதிகமாக உலகமயமாக்கப்பட்ட வழங்கல் சங்கிலியாகும்.³² பிரித்தெடுத்தல் பற்றிய இயலில் விவரிக்கப்பட்ட பிரச்சினைக்குரிய அனைத்துக் கனிமத் தோண்டுதல் செயல்முறைகளும் – தங்கம், டான்டாலம் போன்ற வற்றிற்கு மட்டுமல்லாது செம்பு, அலுமினியம், ஈயம், நிக்கல், தகரம், வெள்ளி, இரும்பு, பாதரசம், கோபால்ட், ஆர்செனிக், காட்மியம், குரோமியம் – இங்கும் காணப்படுகின்றன என்பது நமக்குத் தெரியும். நன்கு அறியப்பட்ட டெல், ஹெச்பி, ஐபிஎம், ஆப்பிள் போன்ற வணிக நிறுவனங்களால் எப்படிப்பட்ட பொருட்கள் பெறப்படுகின்றன அல்லது கூறுகள் உண்டாக்கப்படுகின்றன என்பது பற்றிய அதிக உடனடித் தகவல்கள் நமக்குத் தெரியாமல் இருக்கலாம் அல்லது அவற்றின்மீது கட்டுப்பாடுகள் இல்லாமல் இருக்கலாம். ஏனெனில், உலகம் முழுவதுமுள்ள நூற்றுக்கணக்கான கூறுகளைக் கொடுக்கும் அல்லது ஒன்றாகக் கோக்கும் இதர நிறுவனங்களிடமிருந்து இவை

---

* பிறர் தன்னைப் பற்றித் தவறாகப் பேசுகிறார்கள் என்று தவறாக நினைப்பவர்.

தம்முடைய தேவைகளைப் பெறுகின்றன. எனினும், இந்த உற்பத்திப் பொருட்களால் உண்டாகும் சூழல் மாசுறுதல், உடல்நலப் பிரச்சினைகள் அல்லது மனித உரிமை மீறல்கள் போன்றவற்றிற்கான பொறுப்புகளிலிருந்து இந்தப் பெரிய நிறுவனங்களை மன்னித்துவிட முடியாது.

நுண்சில்லுகள் உற்பத்தி பற்றி ஓரளவுக்கு அதிகத் தகவல்கள் உள்ளன என்பதால் இவை எவ்வாறு தயாரிக்கப்படுகின்றன என்பது பற்றியாவது நாம் தற்போது காண்போம். கணினியின் மூளையாகச் செயல்படும் சில்லுகள் மிகவும் சிக்கலானவை. சில்லு பொதுவாகச் சிலிக்கானால் உருவாக்கப்பட்ட ஒரு மெல்லிய துண்டு ஆகும். இதனுள் மின்னோட்டத்தைப் பரப்புவதற்காக இலக்கமுறை தகவலாக மாற்றும் உலோகத்தினாலான நுண்ணிய, சிக்கலான வழிப்பாதைகள் அரித்துருவாக்கம் (எட்ச்) செய்யப்படுகின்றன. இத்தகைய சில்லுகளில் ஒன்று உங்களுடைய சுண்டு விரல் நகத்தைவிடச் சிறியதாகும்; இவை தொடர்ந்து சிறிதாகிக் கொண்டே வருகின்றன.[29]

சில்லுக்குத் தேவையான சிலிக்கானை உலகில் எந்தப் பகுதியிலிருந்தும் பெறமுடியும். சிலிக்கான் ஒரு வகை மணல்; மிகவும் சாதாரணமாகக் காணப்படுவது; நச்சற்றது. நல்வாய்ப்பாக, சில்லு உற்பத்திக்கு அதிக அளவு சிலிக்கான் தேவைப்படுவதில்லை. ஏனெனில், சுரங்கங்களிலோ, தொழிற்சாலைகளிலோ அதிக அளவு சிலிக்கானின் தாக்கத்திற்கு வெளிப்படுத்திக் கொள்வது சுவாசித்தல் பிரச்சினைக்கும் சிலிகோசிஸ் என்ற குணப்படுத்த முடியாத நுரையீரல் நோய்க்கும் காரணமாகிறது. உலக சுகாதார நிறுவனத்தின் அறிக்கையின்படி ஒவ்வொரு ஆண்டும் ஆயிரக்கணக்கான மக்கள் சிலிக்கோசிஸ் நோயினால் இறக்கிறார்கள்.[29] சில்லுத் தயாரிப்பின் கடைநிலைகளில் நச்சுத்தன்மை கொண்ட ஆண்டிமனி, ஆர்செனிக், போரான், பாஸ்பரஸ் போன்றவை சேர்க்கப்பட்டு சிலிக்கான் மின்சாரத்தைக் கடத்தும்படிச் செய்யப்படுகிறது.[29]

சில்லுவை உருவாக்க முதலில் சிலிக்கான் மாவாக அரைக்கப்படுகிறது. பிறகு எளிதில் தீப்பற்றக்கூடிய, அரிப்பு ஏற்படுத்தக்கூடிய மிகவும் நச்சுத்தன்மையுடைய ஒரு நீர்மத்தில் கரைக்கப்படுகிறது. ஆற்றல் மிகவும் தேவைப்படும் படிநிலைகளில் (சில்லு முழுமையான நிலையை அடையும்வரை 250க்கும் மேற்பட்ட ஆற்றல் தேவைப் படிநிலைகள் உள்ளன) இந்த நீர்மம், அது ஆவியாகும்வரை சூடேற்றப் பட்டு, சிலிக்கான் படிகமாக அனுமதிக்கப்பட்டு பின்பு மீண்டும் சுடப்பட்டு உருளைகளாக்கப்படுகிறது. ஹை டெக் ட்ராஷ் (உயர் தொழில் நுட்பக் குப்பை) என்னும் தன்னுடைய விவரமான நூலில் எலிசபெத் கிராஸ்மான் பின்வருமாறு எழுதுகிறார்: 'குளிராக்கப்பட்ட பிஸ்கட் மாவு போன்ற, மிக அதிகத் தொழில்நுட்பத் திறன் வாய்ந்த, மிகச் சுத்த மான சிலிக்கான் படிக உருளையைப் பற்றி நினைத்துப் பாருங்கள்.'[29]

இந்தச் சில்லுக்களில்தான் (மின்னணுச்) சுற்றுகள் அரித்துருவாக்கம் செய்யப்படுகின்றன. இந்தச் செயலில் நச்சு உலோகங்கள், வளிமங்கள், கரைப்பான்கள், 'அரித்துருவாக்கிகள்' போன்றவை பயன்படுத்தப் படுகின்றன. 'ஒட்டு மொத்தத்தில், பகுதிக் கடத்தி *(செமி கண்டக்டர்)* உருவாக்கத் தொழிற்சாலை ஒன்று ஐந்நூறு முதல் ஆயிரம் வேறுபட்ட வேதிப்பொருட்களைப் பயன்படுத்துகிறது' என்று கூறும் கிராஸ்மான் மேலும் இவ்வாறு எழுதுகிறார்: 'ஹைட்ரோஃபுளோரிக், நைட்ரிக், பாஸ்ஃபோரிக், கந்தக அமிலம் போன்றவற்றை உள்ளடக்கிய அமிலங் களும், அம்மோனியா, ஃபுளோரைடு, சோடியம் ஹைட்ராக்சைடு, ஐசோபுரோபைல் ஆல்கஹால், மிதைல் -3- மிதாக்சிபுரோபியனேட், டெட்ரமிதைல் அம்மோனியம் ஹைட்ராக்சைடு, ஹைட்ராக்சில் மோனோ எதனோலமைன் போன்றவையும், அசிடோன், குரோமியம் டிரையாக்சைடு, மிதைல் எதைல் கீட்டோன், மிதைல் ஆல்கஹால், சைலீன் போன்றவையும் பயன்படுத்தப்படுகின்றன.'[29] இது ஒரு நீண்ட பட்டியலின் சிறு பகுதிதான்.

இவையனைத்துமே சில்லுகளின் மேல் நுண்தூசித்துகள்கள் படிவதைத் தடுப்பதற்காக அதிக அளவு நச்சுக் கரைப்பான்களைப் பயன்படுத்தும் சுத்த அறைகளில் மேற்கொள்ளப்படுகின்றன. 'சுத்தம்' என்ற சொல் உற்பத்திப் பொருட்களைப் பாதுகாப்பதற்கே தவிர, பணியாளர்களை அல்ல என்பதை நீங்கள் புரிந்துகொள்ள வேண்டும். உண்மையில், அனைத்து உயர் தொழில்நுட்பப் பணியாளர்களிலேயே இந்த 'சுத்த அறைப்' பணியாளர்கள்தாம் அதிக மாசுறுத்தலுக்கு உட்படுத்தப் படுகிறார்கள். இந்த வேதிப்பொருட்களின் விளைவாக இவர்கள் சுவாசநோய்கள், சிறுநீரகக் கோளாறுகள், கல்லீரல் கோளாறுகள், புற்றுநோய்கள், குறைப் பிரசவங்கள், கிளைத்தத் தண்டுவடம், குருட்டுத்தன்மை, பக்க உறுப்புகள் இல்லாமை அல்லது குறைகள் நிறைந்திருப்பது போன்ற பிறவிக் கோளாறுகளுக்கும் ஆளாகிறார்கள். பெரும்பான்மையான மோசமான உடல்நலத் தாக்கங்கள் சில்லு உற்பத்தி நிலையங்களுக்கு அருகிலுள்ள மக்கள் சமுதாயங்களையும் பாதிக்கின்றன; இங்குள்ள நிலத்தடி நீர், மண், காற்று ஆகிய அனைத்தும் மாசடைந்துள்ளன.

அத்துடன், இந்த நச்சுப் பொருட்கள் நம்முடைய கணினிகளில் வேலை செய்யும் போதும் நம்மை அச்சுறுத்துகின்றன. கிளியர் புரோடக்ஷன் ஆக்ஷன், கம்ப்யூட்டர் டேக்பேக் கேம்பெயின் என்ற இலாபம் ஈட்டா இரண்டு அமைப்புகள் உள்ளன. இவை மின்னணுச் சாதனத் தொழிற்துறையில் பாதுகாப்பான பொருட்களின் பயன் பாட்டை ஆதரிப்பவை. இவை 2004ஆம் ஆண்டு கணினியிலிருந்து பெறப்படும் துகள்களைச் சேகரித்து அவற்றில் நச்சுத்தன்மை கொண்ட

தீத்தடுப்புப் பொருட்கள் உள்ளனவா என்று சோதித்தன. அவை சோதித்த ஒவ்வொரு மாதிரியிலும் இத்தகைய ஆபத்தான நரம்பு நச்சுகள் இருப்பதை அறிவியல் அறிஞர்கள் கண்டுபிடித்தனர்.[33] தீத்தடுப்புப் பொருட்களான பாலிபுரோமினேட்டட் டைஃபினைல் ஈதர்கள் (பீபிடிஇ) போன்ற வேதிப்பொருட்கள் எளிதில் தீப்பிடிக்காமல் இருப்பதற்குச் சேர்க்கப்படுகின்றன. ஆனால், இந்த வேதிப்பொருட்கள் தீப்பிடித்தலைத் தடுக்கின்றனவா என்பதே இன்னும் நிரூபிக்கப்பட வில்லை. எனவே, இவை எந்தவித உதவியும் செய்வதில்லை. பீபிடிஇ பெறப்பட்ட பிளாஸ்டிக் உறையால் சூழப்பட்ட மின்னணுச் சாதனங்கள் வெப்பமேற்றப்படும் போது (இது கணினிகள் பயன்படுத்தத் தொடங்கிய சில மணி நேரங்களுக்குள் நடைபெறுகிறது) இந்த வேதிப் பொருட்கள் தூசி வடிவத்தில் சிதைந்து, அல்லது ஆவியாக மாறி கணினியிலிருந்து கசிந்து சூழலை (அதாவது நம்முடைய மேஜைகளை) அடைகின்றன.[33] கணினிகளில் பயன்படுத்தப்பட்டுள்ள பீபிடிஇயின் துகள்வடிவம் நம்முடைய உடலுக்குள் பல ஆண்டுகள் நிலைத்து நிற்கின்றது. மேற்கொள்ளப்பட்டுள்ள ஆய்வுகளின்படி, இவற்றின் நரம்பு நச்சுத்தன்மையைத் தவிர, இவை நோய்த் தடுப்புத் தன்மை யின்மை, இனப்பெருக்கம் தொடர்பான பிரச்சினைகள், புற்றுநோய்கள் போன்றவற்றிற்கும் காரணமாகத் திகழ்கின்றன. இவற்றின் காரணமாக பீபிடிஇக்கள் ஐரோப்பாவில் தடை செய்யப்பட்டுள்ளன. மேலும் ஸ்டாக்ஹோமில் நடைபெற்ற POPக்கள் கூட்டத்திலும் இவை தடைப் பொருட்களாகப் பட்டியலிடப்பட்டுள்ளன. மேலும், அனைத்து இடங்களிலும் கணினி உற்பத்தியாளர்கள் இவற்றைச் சிறிது சிறிதாக விலக்குவதற்குக் கட்டாயப்படுத்தப்பட்டுள்ளனர்.[33]

மின்னணுச் சாதன உற்பத்தியின் பொது சுகாதாரப் பிரச்சினைகளின் அளவு அது சூழலின் மேல் ஏற்படுத்தும் தாக்கங்களின் அளவுக்கு இணையாக உள்ளது. ஏறத்தாழ 0.16 கிராம் எடை மட்டுமே கொண்ட நுண்ணிய, முழுவதும் வடிவமைக்கப்பட்ட, சில்லு ஒன்றின் உற்பத்தியை எடுத்துக்கொள்வோம்.[29] கம்ப்யூட்டர்ஸ் அண்ட் என்வைரென்மெண்ட் என்ற நூலின் இணையாசிரியரும், யுனைடெட் நேஷன்ஸ் பல்கலைக் கழகத்தைச் சேர்ந்தவருமான எரிக் வில்லியம்ஸின் கூற்றுப்படி ஒரு சில்லுவின் உற்பத்தியில் ஏறத்தாழ 5 கேலன்கள் அளவு (20 லிட்டர்கள்) நீர், ஏறத்தாழ 45 கிராம்கள் வேதிப்பொருட்கள் – இவை முற்றிலும் உண்டாக்கப்பட்டச் சில்லுவின் எடையை விட 250 மடங்குகளுக்கும் அதிகமான எடையைக் கொண்டவை – 18 மணி நேரம் அல்லது 1.8 கிலோவாட் மணிகள் எரியக்கூடிய 100 வாட் பல்புக்குத் தேவையான அளவு ஆற்றல் போன்றவை தேவைப்படுகின்றன.[34] இவற்றைத் தவிர, சுத்த அறையை வெப்பமேற்ற, குளிரேற்ற, காற்றோட்டமடையச் செய்ய கூடுதல் ஆற்றல் தேவைப்படுகிறது. பகுதிக் கடத்திகளை

(செமி கண்டக்டர்ஸ்) உற்பத்தி செய்யும் ஒரு தொழிற்சாலை ஓராண்டிற்குப் பத்தாயிரம் வீடுகளுக்குத் தேவையான அளவு மின்சாரத்தையும் ஒரு நாளைக்கு 3 மில்லியன் கேலன்கள் அளவு வரை நீரையும் பயன்படுத்துகிறது.[35] வருடாந்திரப் பயன்பாட்டுக்கான தொகை 20 முதல் 25 மில்லியன் டாலர் அளவுக்கும் அதிகமாகும்.[35] முடிவில், ஒரு சில்லுவின் உற்பத்தியில் 17 கிலோகிராம்கள் அளவிற்குக் கழிவுநீரும் 7.8 கிராம்கள் அளவிற்குத் திடக்கழிவும் உண்டாகின்றன.[29] கழிவு நீரில் அதிக அளவு நைட்ரேட்கள் உள்ளன; இதனால் நீர்வாழ்த் தாவர வளர்ச்சி மிகவும் அதிகமாகத் தூண்டப்பட்டு நீர் நிலைச் சூழல் தொகுதிகளின் சமன்தன்மையைச் சீர்குலைக்கின்றன. அம்மோனியா, ஹைட்ரோ குளோரிக் அமிலம், ஹைட்ரஜன் ஃபுளோரைடு, நைட்ரிக் அமிலம் போன்றவற்றின் வெளியேற்றத்தால் காற்று மாசுபடுகிறது; இவை அனைத்துமே நச்சுப் பொருட்களாகும்.[29] இவையனைத்திற்கும் காரணம் நுண்சில்லுகளே.

கணினியின் திரையகம் (மானிட்டர்) பற்றியும், தீப்பிடித்தல் தடுப்புப் பொருட்களாலும், வண்ணத்திற்காகவும், நயத்திற்காகவும் இதர வேதிப்பொருட்களாலும் பதப்படுத்தப்பட்ட பல பெட்ரோலிய – அடிப்படைப் பிளாஸ்டிக்குகள் கொண்ட அதன் அமைவிடம் பற்றியும் காண்போம். திரையின் கண்ணாடி, குறிப்பாகப் பழைய கணினி

ஒரு கணினியிலுள்ள இன்னல் விளைவிக்கும் பொருட்கள்

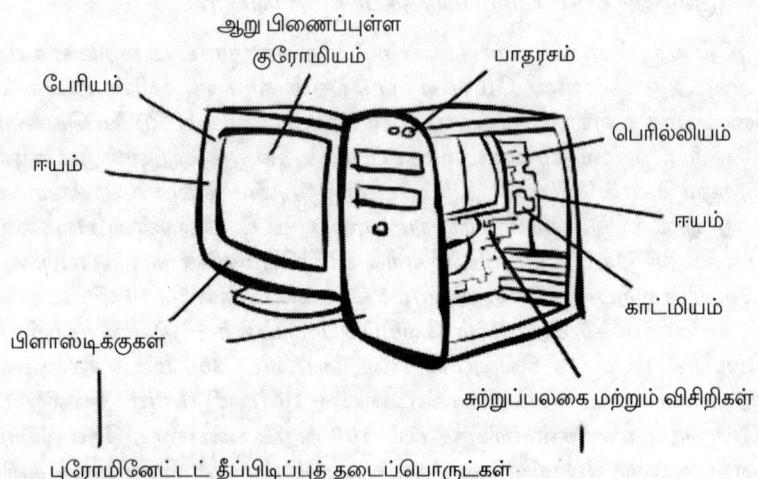

ஆதாரம்: Silicon Valley Toxics Coalition/Elactronics Take Back Compaign, 2008

வடிவமைப்புகள், பெரும்பாலும் ஈயத்தால் ஆனது. தட்டையான பலகைக் காட்சியமைப்பிற்குப் (டிஸ்பிளே) பின்னால் அமைந்துள்ள விளக்கு பெரும்பாலும் பாதரசம் கொண்டது. நச்சுத்தன்மை வாய்ந்த பாலிவினைல் குளோரைடு (இதைப்பற்றி விரிவாகப் பின்னால் வரும் ஒரு பகுதியில் நான் விளக்கவுள்ளேன்) மின்கம்பிகளைக் காப்பிடுகிறது (இன்சுலேஷன்). மடிக்கணினிகளுக்கு ஆற்றலைக் கொடுக்கப் பொது வாகப் பயன்படுத்தப்படும் லித்தியம் மின்கலன்கள் சில நச்சுப்பொருட் களைக் கொண்டுள்ளன – எடுத்துக்காட்டாக, லித்தியமே ஒரு நச்சுப் பொருளாகும். இந்த நூற்றுக்கணக்கான பொருட்கள், இவற்றில் பல இன்னல்களை விளைவிக்கக்கூடியவை, கணினியில் ஒன்றாக்ப் பிணைக்கப்பட்டுப் பின்னிக் காணப்படுகின்றன. இதன் காரணமாகவே, பயன்பாடு இழந்த என்னுடைய மடிக்கணினியிலுள்ள கூறுகளையும் பொருட்களையும் பின்னால் மறுசுழற்சிச் செய்வது மிகவும் கடினமாக அமையும்.

இந்தப் புத்தகத்தை எழுதப் பயன்படுத்தப்பட்ட என்னுடைய மடிக்கணினி டெல் நிறுவனத்தால் உண்டாக்கப்பட்டதாகும். 2006ஆம் ஆண்டு நான் ஒரு புதிய கணினியை வாங்குவதற்காகக் கடைக்குச் சென்றபோது இந்த மடிக்கணினியைத் தேர்வு செய்தேன். ஏனெனில், டெல்லின் கணினிகள் கிரீன்பீஸின் தவறாமல் புதுப்பிக்கப்படும் கைட் டு கிரீன் எலெக்ட்ரானிக்ஸில் (பசுமை மின்னணுவியலுக்கான வழிகாட்டி) உயர்தரம் கொடுக்கப்படுபவையாகும். இது மூன்று அடிப்படைகளில் மின்னணுச் சாதன உற்பத்தியாளர்களைத் தரவரிசைப்படுத்துகிறது: நச்சு வேதிப்பொருட்கள், மறுசுழற்சி, தட்பவெப்பநிலை மாற்றம்/ ஆற்றல் நுகர்வு. 2006ஆம் ஆண்டு முதல் டெல் நிறுவனம் மீண்டும் குறைந்த தரவரிசைக்கு இறங்கிவிட்டது. ஏனெனில், 2010-க்குள் நச்சு நிறைந்த பாலிவினைல் குளோரைடையும், புரோமினேற்றப்பட்ட தீத்தடுப்புப் பொருட்களையும் நீக்குவது தொடர்பான வாக்குறுதி களிலிருந்து இந்த நிறுவனம் பின்வாங்கி விட்டது.

டெல் நிறுவனத்தில் பணியாளர்கள் பாதுகாப்புத் தொடர்பான சில மோசமான செய்திகள் தோன்றியுள்ளன. அதனுடைய சொந்தத் தொழிற்சாலைகளிலும் டெல் கணினிகளுக்கான உட்கூறுப் பொருட் களை உற்பத்திச் செய்யும் ஒப்பந்தக்காரர்களின் நிறுவனங்களிலும் பாதுகாப்பான பணிநிலைமைகளை உருவாக்குவது தொடர்பான வாக்குறுதியை அதனுடைய நிறுவனச் செயற்கொள்கைகள் விவாதிக் கின்றன. ஆனால் வாய்ப்புக்கேடாக, தொழிலாளர் உரிமை அமைப்பு களாலும் மனித உரிமைகள் அமைப்புகளாலும் மேற்கொள்ளப்பட்ட பல ஆய்வுகள் டெல்லுக்காகச் செயல்படும் பல தொழிற்சாலைகளில் நடந்துகொண்டிருக்கும் தொழிலாளர் சீர்குலைவுகள் பற்றி கண்டு

பிடித்துள்ளன. பன்னாட்டு நிறுவனங்கள் பற்றிய ஆய்வு மையம் (somo) என்ற ஹாலந்து நாட்டைச் சேர்ந்த, லாபம் ஈட்டா, ஆலோசனை/ஆய்வு அமைப்பு சைனா, மெக்சிகோ, ஃபிலிப்ஃபைன்ஸ், தாய்லாந்து போன்ற இடங்களில் உள்ள டெல்லுக்கு உட்கூறுகளைக் கொடுக்கும் எட்டு நிறுவனங்களை ஆய்வு செய்தது. 'ஆபத்தான, சிதைவடைந்துள்ள, இழிவான பணிச் சூழல்கள், மிகக் கூடுதலான பணிநேரங்கள், கட்டாயமாக்கப்பட்ட கூடுதல் பணிநேரம், சட்டத்திற்குப் புறம்பான குறைந்த ஊதியங்கள், ஊதியமற்றக் கூடுதல் பணிநேரம், வேலைநிறுத்த உரிமை மறுப்பு, பணியாளர் சேர்க்கையில் பாரபட்சம் காட்டுதல், ஒப்பந்தப் பணியாளர்களையும் 'பயிற்சி' பணியாளர்களையும் ஒப்பந்தமின்றிப் பயன்படுத்துதல், தொழிலாளர் கூட்டமைப்புகள், சங்கங்கள் போன்றவற்றை உருவாக்குவதற்கான சுதந்திரமின்மை போன்ற மீறல்களை' somo கண்டுபிடித்துள்ளது.[36]

கிரீன்பீஸ் அமைப்பின் வழிகாட்டி பணிச்சூழல்களை ஆய்வு செய்யவில்லை. பொருட்களைப் பற்றிய ஆர்வலர்களான என்னைப் போன்றவர்களைத் தவிர, வேறு யாருக்கு இந்த வித அனைத்து ஆய்வுகளையும், குறுக்கு நோக்கீட்டினையும் *(கிராஸ்-ரெஃபரன்ஸிங்)* மேற்கொள்ளத் தேவையான நேரம் உள்ளது? நல்வாய்ப்பாக, என்னுடைய கூட்டாளியும் பெர்க்கிலியிலுள்ள கலிஃபோர்னியப் பல்கலைக்கழகத்தின் சூழலியல் மற்றும் தொழிலாளர் திட்டக் கொள்கைத்துறைப் பேராசிரியருமான டாரா ஓ'ரூர்க்கே குட்கைடு என்று அழைக்கப்படும் ஒரு நிகழ்நிலைக் கருவியை *(ஆன்லைன் டூல்)* உருவாக்கி வருகிறார். இது பல்லாயிரக்கணக்கான நுகர்வோர் பொருட்களின் சூழல், சமுதாயத் தாக்கங்கள் மட்டுமின்றி மனித உடல்நலத் தாக்கங்கள் பற்றிய மிகப் பரவலான விவரங்களை ஒரே இடத்தில் கொடுக்கிறது. நான் இந்தப் புத்தகத்தை எழுதும்போது குட்கைடின் மின்னணுச் சாதனங்கள் பற்றிய பிரிவு துவங்கப்பட வில்லை (ஓ'ரூர்க்கேவின் குழு என்னுடைய மடிக்கணினி பற்றிய ஆய்வின் போது நான் எதிர்கொண்ட அதே பெருவணிகத் தடை களுக்கு எதிராகத் தற்போது போராடிக் கொண்டிருக்கிறது).

ஆனால், டெல்லையும் இதர மின்னணுச் சாதன உற்பத்தி நிறுவனங் களையும் மாற்றங்களை முழுவதும் எதிர்ப்பவர்களாக நான் சுட்டிக் காட்ட விரும்பவில்லை. இவை பாதரசம், பாலிவினைல் குளோரைடு, சில நச்சுத்தன்மை வாய்ந்த தீப்பிடித்தல் தடைப் பொருட்கள் போன்ற சில தாக்கப் பொருட்களை நீக்கித் தம்முடைய சூழல் காலடிச் சுவடைக் குறைக்க முயற்சி செய்கின்றன; தம்முடைய தொழில்சார் வசதிகளைச் செயல்பட வைக்க புதுப்பிக்கக்கூடிய ஆற்றல் *(ரினிவபிள் எனர்ஜி)* விழுக்காட்டை அதிகரித்து வருகின்றன; பொட்டலம் கட்டுவதைக்

குறைத்துக் கொண்டும் பொட்டலத்தின் மறுசுழற்சிப் பகுதிகளை அதிகரித்துக் கொண்டும் வருகின்றன.[37] நான் இந்த முயற்சிகளைப் பாராட்டுகிறேன் என்றாலும், அவை அதிகம் முன்னேறவில்லை என்றே கருதுகிறேன்.

மின்னணுச் சாதனங்களை வேறு வகையில் உற்பத்தி செய்ய முடியாது என்று கருதுவது நகைப்பிற்கிடமளிப்பதாகும். மின்னணுச் சாதன வடிவமைப்பாளர்களும் உற்பத்தியாளர்களும் சாமர்த்திய மானவர்கள். அவர்கள் மிகவும் விரைவாக வேகம், அளவு, திறன் போன்றவற்றில் மேம்பாடுகளைப் புகுத்தி வருகின்றனர் என்பது வியப்பை ஏற்படுத்துகிறது. ஏறத்தாழ, ஒவ்வொரு இரண்டு ஆண்டு களுக்கும் கணினியின் கணிப்புத்திறன்கள் இரண்டு மடங்காகின்றன என்று அதிகமாகச் சுட்டப்படும் மூர் விதி முன்னறிவிக்கிறது. எனவே, எப்படி ஆயிரக்கணக்கான கட்டுப்பாடுகளைத் தீப்பெட்டி அளவிலான ஓர் உத்தியில் அடக்க முடியும் என்று அவர்களால் கண்டுபிடிக்க முடியும் எனும்போது, எப்படி அவர்களால் மிகவும் நச்சுத்தன்மை வாய்ந்த பிளாஸ்டிக்கான பீவிசியை அவர்களுடைய உயர் தொழில்நுட்பப் பொருட்களிலிருந்து நீக்க முடியாது அல்லது பொட்டலம் தொடர்பான கழிவுகளை 10 விழுக்காட்டிற்கு மேல் குறைக்க முடியாது? அதிக புத்திசாலிகளான அவர்கள் எப்படி நச்சுப்பொருட்களைப் படிப்படி யாகக் குறைப்பது, கழிவுகளை மிகவும் குறைப்பது, பொருட்களின் நிலைப்புத் தன்மையையும், வாழ்நாளையும் அதிகமாக்குவது என்பதிலும் தம்முடைய கவனத்தைச் செலுத்த வேண்டும்.

இந்தத் தொழிலைத் தடமறியும் செயலில் ஈடுபட்டுள்ள சூழல் நல ஆர்வலர்கள் மூர் தொழில்நுட்பத் திறனில் முன்கூட்டி கூறிய அதே அளவு மேம்பாடுகளைச் சூழல் தாக்கங்களையும் உடல்நலத் தாக்கங் களையும் குறைப்பதிலும் செய்து காட்டுமாறு உயர் தொழில்நுட்ப உற்பத்தியாளர்களுக்குச் சவால் விட்டுள்ளனர். பத்து ஆண்டுகளுக்கு முன்பு, மே 1999ஆம் ஆண்டு டிரான்ஸ்-அட்லாண்டிக் நெட்வொர்க் ஃபார் கிளீன் புரொடக்ஷன் (TANCP) என்ற அமைப்பு சோஸ்டர்பெர்க் கொள்கைகளை *(சோஸ்டர்பெர்க் பிரின்சிபிள்ஸ்)* ஏற்றுக்கொண்டது; இந்தக் கொள்கைகள் தொழில்துறையில் தொழில்நுட்பப் புதுமை களைப் புகுத்தும் வேட்கையில் சூழல், உடல்நலம், சமூகப் பிரச்சினை போன்றவற்றைச் சேர்த்தன. இந்தக் கொள்கைகளில் ஒன்றான மின்னணுச் சாதன முறைப்படுத்தப்பட்ட வளர்ச்சி வாக்குறுதி பின்வருமாறு:

> மின்னணு உற்பத்திப்பொருட்களில் ஏற்படும் ஒவ்வொரு புதிய சந்ததித் தொழில்நுட்ப மேம்பாடும் சூழல், உடல்நலம், பாதுகாப்பு மட்டுமின்றி சமூக நியாயம் தொடர்பான கூறுகளிலும் இணையான, அதே விழுக்காட்டளவு மேம்பாடுகளை உள்ளடக்க வேண்டும்.[38]

பகுதிக் கடத்தியின் திறன் ஒவ்வொரு இரண்டு ஆண்டும் இரட்டிப்பாக மேம்பாடு அடையக்கூடியதாக இருப்பதைப் போன்று ஒவ்வொரு இரண்டு ஆண்டிற்கும் நச்சு வேதிப்பொருட்களின் எண்ணிக்கை பாதியாக்கப்படுதலும், இதே கருவிகளின் பயன்பாட்டு வாழ்நாட்கள் இரட்டிப்பாதலும் ஏன் சாத்தியமாக்கப்படவில்லை? பரிதாபகரமாக, சோஸ்டர்பெர்க் கொள்கைகள் ஏற்கப்பட்டுப் பத்து ஆண்டுகளுக்கு மேலாகியும்கூட சூழல், உடல்நல மேம்பாடுகளை விடத் தொழில்நுட்ப மேம்பாடுகள்தான் தொடர்ந்து அதிக கவனத்தைப் பெற்றுள்ளன, அதிக முன்னேற்றத்தை அடைந்துள்ளன. என்ஜிஓ அமைப்புகளின் தொடர் போராட்டங்களுக்குப் பின்புதான் கணினி நிறுவனங்கள் தம்முடைய பெரும்பாலான சூழல்நல மேம்பாடுகளைப் பெற்றுள்ளன. சிலிக்கான் வேலீ டாக்ஸிக் கொயலிஷன், கிளீன் புரொடக்ஷன், எலக்ட்ரானிக்ஸ் டேக்பேக் கொயலிஷன், குட் எலக்ட்ரானிக்ஸ், கிரீன்பீஸ், பேசல் ஆக்ஷன் நெட்வொர்க், இதர என்ஜிஓக்கள் தொடர்ந்து கடினமாகச் செயல்பட்டு மின்னணுச் சாதனத் தொழிலில் மேம்பாடுகளைக் கொண்டுவர தொடர்ந்து வலியுறுத்தும் என்றாலும், தொழில்நுட்ப இலக்குகளையும் பொருளாதார இலக்கு களையும் போன்றே முறைப்படுத்தப்பட்ட வளர்ச்சியையும் சமூக இலக்குகளையும் அனைத்து மின்னணுச் சாதன உற்பத்தியாளர்கள் மேற்கொண்டால், நமக்கு மிகவும் எளிதாகவும் நன்றாகவும் இருக்கும்.

இதற்கிடையில் நான் என்னுடைய பழைய மின்னணுச் சாதனங் களைக் குப்பைக் கூளமாக்கிவிட்டு அவற்றிற்குப் பதிலாக மிகவும் அண்மைக்கால, அதிக பளபளப்பான வகைச் சாதனங்களை வாங்கும் எண்ணத்தைக் கைவிட்டு விட்டேன். என்னுடைய நிகழ்ச்சிக் குறிப்புப் புத்தகமும் 2006ஆம் வருட மடிக்கணினியும் தொடர்ந்து நன்கு செயல்பட்டு வருகின்றன.

முட்டாள்தனமான பொருட்கள்

சில நுகர்வுப் பொருட்கள் மிகவும் உள்ளார்ந்த நச்சுத்தன்மை யையோ, வீணாக்கத் தன்மையையோ, அதிக ஆற்றல் தேவை யையோ கொண்டவையாக இருப்பதால் அவை ஒரு சிறந்த தேர்வாக அமைவதில்லை. அதனால், அவற்றின் உற்பத்தியையும் பயன்பாட்டை யும் நிறுத்திவிடுவது நல்லது. ஒரு மந்திரக் கோலைப் பயன்படுத்தி நம்முடைய கோளின் நலத்திலும், மனித நலத்திலும் மிகப்பெரிய, நல்ல தாக்கத்தை ஏற்படுத்துவதற்காக ஒவ்வொரு நாளும் பயன்படுத்தப் படும் இரண்டு பொருட்களை என்னால் நீக்க முடிந்தால், அந்த இரண்டு பொருட்கள் அலுமினியக் குவளைக் கலன்களும், பீவிசியாகவும்தான் இருக்கும். உங்களுக்கு ஏற்படும் சொந்தத் தாக்கங்களை நீக்க நீங்கள்

விரும்பினால், உண்மையிலேயே எளிமையான, உடனடியாகச் சில விஷயங்களைச் செய்ய வேண்டும்: நச்சு நிறைந்த, முற்றிலும் தேவையற்ற இந்த இரண்டு பொருட்களை உங்களுடைய வாழ்விலிருந்து நீக்கத் தொடங்குங்கள்.

பிளாட்டினம் – அதாவது அலுமினியக் குவளைக் கலன்கள்

ஒருநாள் நான் சான் ஃபிரான்ஸிஸ்கோவின் வணிக நிறுவனங்கள் நிறைந்த பகுதியில் நடந்து சென்றுகொண்டிருந்தேன். அப்போது இரண்டு ஆர்வம் நிறைந்த விற்பனையாளர்கள் காஃபீன் கொண்ட ஏதோவொரு புதிய பானத்தின் விற்பனையை மேம்படுத்துவதற்காக அதனை இலவசமாகக் கொடுத்துக் கொண்டிருந்தனர். 'இதனை அருந்திப் பாருங்கள்! இது ஒரு நியாயமான வியாபாரம்! இது கரிம உட்கூறுகளாலானது! இது உங்களுக்கும் நல்லது, புவிக்கும் நல்லது!' நான் இந்த அழைப்பை மறுத்து விட்டேன்; மேலும், ஒரு நியாய-வணிக கரிம பானம் அதிக ஆற்றல் தேவைப்படக்கூடிய, கார்பன் டை ஆக்ஸைடை மட்டுமின்றி, கழிவையும் உருவாக்கும் பொருட்களில் ஒன்றான அலுமினியக் குவளைக் கலனில் அடைக்கப்பட்டுள்ளது என்பது எவ்வளவு நகைப்புக்கிடமானது. ஆயினும் இதை அவர்களிடம் கூறி அவர்களுடைய நல்ல உற்சாக உணர்வைக் கெடுக்க வேண்டாம் என்று முடிவு செய்தேன்.

அமெரிக்காவில் நாம் ஏறத்தாழ 100 பில்லியன்கள் அல்லது ஒரு ஆளுக்கு 340 குவளைக் கலன்களை ஒவ்வொரு ஆண்டும் பயன்படுத்துகிறோம்: ஏறத்தாழ ஒரு நாளைக்கு ஒன்று. இது ஒரு சராசரி ஐரோப்பிய மனிதரை விட 10 மடங்கும், ஒரு கனடா, ஆஸ்திரேலியா அல்லது ஜப்பானிய மனிதரைவிட இரண்டு மடங்கும் அதிகப் பயன்பாடாகும். சைனா, இந்தியா போன்ற பகுதிகளில் ஒரு மனிதன் சராசரியாக ஓர் ஆண்டுக்கு 10 குவளைக்கலன்களை மட்டுமே நுகர்கின்றான் (சமூக வகுப்புகளுக்கிடையே நுகர்வில் மிகுந்த விரிவான வேறுபாடுகள் உள்ளன) என்றாலும், இந்த எண்ணிக்கை, அந்த நாடுகளின் பொருளாதாரம் அதிகம் வளர வளர அதிகமாகும் என்று எதிர்பார்க்கப்படுகிறது.[39] மனிதர்கள் குவளைக் கலன்களை விரும்புவதற்குக் காரணங்களாக இருப்பவை அவற்றின் குறைவான எடையும், உடையாதத் தன்மையும், எளிதில் குளிர்விக்க முடியும் தன்மையும், மறுசுழற்சிச் செய்யப்படக் கூடியவை என்று பரவலாக மதிப்பிடப்பட்டிருப்பதும்தான். அவற்றின் உண்மையான கதை மேலும் பரவலாக அறியப்பட்டால், மக்கள் அலுமினியக் குவளைக் கலன்களைக் கவலையின்றி பயன்படுத்துவதை நிறுத்திவிடலாம்.

ஒரு குவளைக் கலன் தன்னுடைய வாழ்வை பாக்சைட் என்ற ஒரு சிவப்பு நிற மூலத்தாது மூலம் தொடங்குகிறது. இது ஆஸ்திரேலியா,

பிரேசில், ஜமைக்காவிலும் சில வெப்பமண்டலப் பகுதிகளிலும் தோண்டியெடுக்கப்படுகிறது.[40] இந்தத் தோண்டியெடுத்தல் அங்கு பல காலமாக வாழ்ந்து வந்த மக்களையும் விலங்குகளையும் வாழ்விட மாற்றம் செய்கிறது; மேலும், உலகம் வெப்பமடைதலுக்கு எதிரான போரில் பங்குபெறும் படைவீரர்களான மரங்களை வெட்டிச் சாய்க்கிறது.

பாக்சைட் கழுவப்படுவதற்காகவும், பொடியாக்கப்படுவதற்காகவும், எரிசோடாவுடன் கலப்பதற்காகவும், சூடேற்றப்படுவதற்காகவும் வடிகட்டப்படுவதற்காகவும் வேறு பகுதிகளுக்கு அனுப்பப்படுகிறது. இந்தச் செயல்கள் முடிந்தவுடன், முதலில் இருந்த மூலத்தாதுவின் எடையில் பாதிதான் அலுமினியம் ஆக்ஸைடுப் படிகங்களாக எஞ்சி நிற்கின்றன. ஆனால், வேறொரு பொருளும் எஞ்சி நிற்கின்றது: 'சிவப்பு மண்' எனப்படும் ஒரு கழிவுச்சேறு; இதில் மிகவும் காரத்தன்மை வாய்ந்த எரிசோடாவும் பாக்சைட்டில் இருந்த இரும்பும் காணப்படு கின்றன. இந்த மண் பெரும்பாலும் பெரிய, திறந்தவெளிக் குட்டைகளில் வைக்கப்படுகிறது.[3] இந்த நீர்த்தேக்கங்களை ஒரு பெரிய புயல்தாக்கி வெள்ளப்பெருக்கை உருவாக்கினால் உண்டாக்கப்படும் சூழல் சிதைவு அதிக நாசங்களை ஏற்படுத்தும். இந்தச் சேற்றில் உள்ள இரும்பை நாம் பயன்படுத்தலாம் என்றாலும், அதைச் சிக்கனமாகப் பிரித்தெடுக்கும் செயல்முறையை இதுவரை எவரும் கண்டுபிடிக்கவில்லை.

இதற்குப் பிறகு, அலுமினியம் ஆக்ஸைடு உருக்காலைகளுக்கு எடுத்துச் செல்லப்படுகிறது. இங்குதான் அலுமினிய உற்பத்தியில் உள்ள உண்மையான மொத்தக்கூறுகளும் தொடங்குகின்றன. அறிவியல் அறிஞர்கள் அலுமினியத்தை 'உறைந்த ஆற்றல்' என்றழைப்பதற்குத் தகுந்த காரணம் உள்ளது: ஒரு அலுமினியக் குவளைக்கலனை உருவாக்க அந்தக் கலனின் கொள்ளளவில் நான்கில் ஒரு பங்கு எரிவாயுவிற்கு இணையான ஆற்றல் எடுத்துக் கொள்ளப்படுகிறது.[40] அலுமினியம் உருவாக்கப்படுதலுக்கு உலகில் உள்ள எந்த உலோகப் பதப் படுத்துதலையும் விட அதிக ஆற்றல் தேவைப்படுகிறது.[3]

உருக்காலையில் அலுமினிய ஆக்ஸைடு படிகங்கள் கிரையோலைட் எனப்படும் பனிக்கல் (சோடியம் அலுமினியம் ஃபுளோரைடு) தொட்டி யில் கரைக்கப்பட்டு, மிக அதிகமான மின்சாரக் குலுக்கல்களால் (100,000 முதல் 150,000 ஆம்பியர்கள்) தாக்கப்பட்டு அலுமினியத் திலிருந்து ஆக்சிஜன் பிரிக்கப்படுகிறது. இந்தச் செயலின்போது கிரையோலைட்டிலிருந்து ஓரளவுக்குப் ஃபுளோரினும் நீக்கப்பட்டு பெர்ஃபுளோரோ கார்பன்களாக (பீஎஃப்சி) உருக்காலையிலிருந்து வெளியேறுகிறது; இதுதான் பசுமையில்ல வாயுக்களிலேயே மிகவும் மோசமான வாயுவாகும்; இது கார்பன் டை ஆக்ஸைடை விட ஆயிரக்கணக்கான மடங்கு அதிக வெப்பத்தை ஈர்த்துக்கொள்கிறது.

உருக்காலையில் எஞ்சி நிற்பது அலுமினியம் மட்டும்தான். இது வார்ப்பு களில் ஊற்றப்பட்டுத் தண்டுகளாகக் குளிரவைக்கப்படுகின்றது. பின்பு இந்தத் தண்டுகள் மற்ற பகுதிகளுக்கு அனுப்பப்பட்டு அங்கே மிக மெல்லியத் தாள்களாக உருட்டப்படுகின்றன. இந்தத் தாள்கள் பின்பு மற்றொரு தொழிற்சாலைக்கு அனுப்பப்பட்டுக் குவளைக்கலன்களாக மாற்றப்படுகின்றன. இந்தக் கலன்கள் கழுவப்பட்டு, உலர்த்தப்பட்டு, அலங்கரிக்கப்பட்டு, நிறுவன அடையாள முத்திரையோடு பொருள் பற்றிய தகவலும் பெயின்ட் செய்யப்பட்டு, மெருகேற்றப்பட்டு, உட்பக்கம் அரிப்படையாத பூச்சு தெளிக்கப்பட்டு, முடிவில் பானத்தால் நிரப்பப்படுகின்றன.[40]

இவையனைத்திற்கும் பிறகு, குவளைக் கலனின் உள்ளடக்கப் பொருள் பானம் சில நிமிடங்களுக்குள் நுகரப்பட்டு, சில விநாடிகளுக்குள் கலன் குப்பையாக்கப்படுகிறது. 'என்னுடைய நாட்டுமக்களை என்னால் புரிந்துகொள்ள முடியவில்லை. இந்த உற்பத்திப் பொருளை அவர்கள் இறக்குமதி செய்கிறார்கள்; குப்பையைக் குடித்துவிட்டு மதிப்புமிக்க மூலப்பொருளைப் பின்பு தூக்கி எறிகிறார்கள்' என்று கூறுகிறார் போர்ட்டோ ரிக்கோ சூழல் ஆர்வலரான ஜுவான் ரோசாரியோ. அதிக அளவு சோடா நுகர்வையும் குறைந்த அளவு மறுசுழற்சியையும் தன்னுடைய தீவில் கண்டு அவர் மேற்கூறியவாறு வருத்தப்படுகிறார்.

உலக அளவில், மூன்றில் ஒரு பங்கு அலுமினிய உருக்காலைகள் நிலக்கரியிலிருந்து பெறப்படும் மின்சாரத்தைப் பயன்படுத்துகின்றன. கார்பன் டை ஆக்ஸைடு வெளியேற்றத்தைத் தவிர இது நம்முடைய காற்றை டன் கணக்கிலான கார்பன் மோனாக்சைடு (கார் மூடப்பட்ட நிலையில் உங்களுடைய கார் எஞ்சினை ஓடவிட்டால் இந்த வாயு உங்களைக் கொன்றுவிடும்), கந்தக டை ஆக்ஸைடு, நைட்ரஜன் டை ஆச்சைடு போன்றவையும் காற்றில் வெளியேற்றப்படுகின்றன.[39]

அமெரிக்காவிலும் இதர வளர்ந்த நாடுகளிலும் உள்ள பெரும் பாலான அலுமினிய உருக்காலைகள் மூடப்பட்டுவிட்டன. தொடர்ந்து செயல்பட்டுக் கொண்டிருக்கும் ஆலைகள் மேலும் அதிகக் காலத்திற்கு செயல்படாது. அலுமினியத்தின் மொத்த உற்பத்தி அடக்கவிலையில் **20** முதல் **30** விழுக்காடுகள் மின்சாரத்திற்காகச் செலவிடப்படுகின்றன; சுரங்கங்களிலிருந்து சுத்திகரிப்பு நிலையங்களுக்கும் அங்கிருந்து உருக் காலைகளுக்கும் எடுத்துச் செல்லப்படுவதால் ஏற்படும் போக்குவரத்து அடக்கவிலைகள் ஒரு விழுக்காட்டுக்கும் குறைவாக இருக்கின்றன.[41] ஆகவே எங்கு ஆற்றல் விலை குறைவாக உள்ளதோ உலகத்தின் அந்தப் பகுதிகளுக்கு மூலப்பொருட்களை அனுப்புவது சாதாரணமாகப் பின்பற்றப்படுகிறது. ரியோ டின்டோ என்ற மிகப் பிரமாண்டமான ஆஸ்திரேலிய சுரங்க நிறுவனம் அபுதாபியில் ஒரு புதிய உருக்காலையை

நிறுவத் திட்டமிட்டுள்ளது.[3] ஏன் அங்கே? ஏனெனில், தற்போது ஆஸ்திரேலியா பன்னாட்டுக் கார்பன் வெளியீட்டுத் திட்டக் கொள்கை யின் (கியோட்டோ உடன்படிக்கைக் குறிப்பின் தொடர்ச்சியாக) கீழ் வரவிருப்பதால் அந்தப் பழைய நிலக்கரி ஆற்றல் சார்ந்த தொழிற்சாலை மிகுந்த செலவைக் கொடுக்கும்; மேலும், அபுதாபி தொடர்ந்து அனைவருக்கும் கார்பன் செலவில்லா பகுதியாக இருக்கும்.

உலகம் முழுவதும் உள்ள பணக்கார நாடுகள் மிகவும் அதிக ஆற்றலைச் செலவு செய்து பெறவேண்டியிருப்பதால் தம்முடைய உருக்காலைகளை விலக்கிவிட்டுப் புதிய உருக்காலைகளை (அவற்றை நடத்தத் தேவையான ஆற்றல் உற்பத்தி நிலையங்களையும் குறிப்பாக நீர்த் தேக்கத் திட்டங்களையும்) அதிக தூரத்திலுள்ள மொசாம்பிக், சிலி, ஐஸ்லாந்து, பிரேசில், அமேசான் நதிக்கரைகள் போன்ற இடங் களில் தோற்றுவிக்க விரும்புகிறார்கள்.[41] நீர்த்தேக்கங்கள், சாலைகள், இதர உள் கட்டமைப்புகள் (இதனோடு தொழிற்சாலைத் தொடங்கிய வுடன் ஏற்படும் கழிவுகளும் வளிம வெளியீடுகளும்) மனிதர்கள், விலங்குகள், தாவர வாழ்வுகளுக்கும் தட்பவெப்பநிலைக்கும் மிக அதிக பயமுறுத்தல்களைக் கொடுக்கின்றன. எடுத்துக்காட்டாக, நூற்றுக்கும் மேற்பட்ட அழகான அருவிகளையும், ஒரு வகை கலைமான்களை யும் *(ரெயின்டீர்)* இதர பாதிப்புக்கு உட்படக்கூடிய காட்டுயிரி களின் வாழ்விடங்களையும் கொண்டுள்ள, கன்னித்தன்மை மாறாத, ஐஸ்லாந்தின் ஒரு பகுதியை ஒரு திட்டமிடப்பட்ட தொழிற்சாலைக் களம் வெள்ளப் பெருக்குக்கு உட்படுத்தும்.[41] உலகிலுள்ள நதிகளைப் பாதுகாப்பதற்காகத் தன்னை அர்ப்பணித்துக் கொண்ட நிறுவனமான இன்டர்நேஷனல் ரிவர்ஸின் அமேசான் திட்ட இயக்குநரான கிளென் ஸ்விட்கெஸ் விளக்குவது என்னவெனில், அலுமினிய நிறுவனங்கள்தான் அமேசானின் முக்கிய நதிகளில் நீர்த்தேக்கங்கள் அமைப்பதற்கான பிரேசில் அரசின் திட்டங்களுக்குப் பின்னால் நின்று செயல்பட வைக்கும் முக்கிய சக்தியாகும். 'அலுமினிய நிறுவனங்கள் தம்மை வெப்பமண்டில நாடுகளுக்கு மறு இடமாற்றம் செய்துகொள்வதற்குக் காரணம் வளரும் நாடுகளின் அரசுகள் அவற்றிற்கு மானிய விலையில் நீர் வழி மின்சாரத்தைக் கொடுப்பதுதான். இந்த நீர்த்தேக்கங்கள் உயிரினவளத்தின் மேல் மீள்மாற்றம் பெற முடியாதத் தாக்கங்களை ஏற்படுத்தும்; மேலும் ஆயிரக்கணக்கான ஆற்றங்கரை வாழ் மக்களையும் பழங்குடி மக்களையும் இடப்பெயர்ச்சி செய்துவிடும்.'[42]

மறுசுழற்சிக்கான ஆதரவை நீங்கள் தருகிறீர்களா? உண்மை என்னவெனில், மறுசுழற்சிக்காகக் கடந்த சில பத்து ஆண்டுகளாக மேற்கொள்ளப்பட்ட அனைத்துக் கவனமும் எவ்வளவு அலுமினியம் மறுசுழற்சி செய்யப்படுகிறது என்பதைப் பற்றிய வேண்டுமென்றே

பெரிதாக்கப்பட்ட ஓர் அனுமானத்தை அமெரிக்க மக்களுக்குக் கொடுத்துள்ளது. இது அலுமினியத் தொழிலால் எண்ணிக்கைகளில் வேண்டுமென்றே ஏற்படுத்தப்பட்ட புத்திசாலித்தனமானக் கையாளுதல்களின் விளைவாகும்.*

குவளைக்கலன்கள் 100 விழுக்காடு மறுசுழற்சி அடையத்தக்கவை என்பது உண்மையென்றாலும், பல பத்தாண்டுகளாக அமெரிக்காவில் அலுமினிய மறுசுழற்சி குறைந்துகொண்டே வருகிறது. இன்று நாம் 46 விழுக்காடுக் கலன்களை மட்டுமே மறுசுழற்சி செய்கிறோம்; இது 2000இல் இருந்த 54.5 விழுக்காட்டிலிருந்தும் 1992இல் இருந்த 65 விழுக்காட்டிலிருந்தும் ஏற்பட்ட குறைப்பாகும்.[43] இதற்கான ஓரளவுக் காரணங்கள் எவையெனில், ஒன்று அமெரிக்கர்கள் தம்முடைய அதிக நேரத்தை மேலும் பயணம் செல்வதில் கழிக்கிறார்கள். அவ்வாறு பயணம் செய்யும்போது பானங்களை நுகர்கிறார்கள்; மேலும், வணிகக் கூட்டு வளாகங்கள் *(மால்ஸ்)*, திரைப்பட அரங்குகள், விமான நிலையம் போன்ற, வீடுகளிலிருந்து தொலைவில் அமைந்துள்ள, பகுதிகளில் மறுசுழற்சிக் குப்பைத் தொட்டிகளின் எண்ணிக்கைப் பற்றாக்குறை உள்ளது. இரண்டு, ஒவ்வொரு குவளைக்கலனுக்கும் பாட்டிலுக்கும் 2.5 முதல் 10 சென்ட் வரை வைப்புத் தொகையை நாட்டின் 10 மாநிலங்களில் மட்டும்தான் வசூலிக்கிறார்கள்.[41] இதற்கிடையில் பிரேசிலில் பான குவளைக்கலன்களின் மறுசுழற்சித் தகைவேகம் 87 விழுக்காடாக உள்ளது. இதற்குக் காரணம் இவற்றைச் சேகரிப்பதில் தம்முடைய வருமானத்தைப் பெறுவோரின் எண்ணிக்கை அதிகமாகும்.[41] நம்முடைய நாட்டின் வேலையில்லாத் திண்டாட்டம் அதிகரிப்பதைக் காணும்போது, நாம் பிரேசிலின் எடுத்துக்காட்டைப் பின்பற்றும் எண்ணங்கொள்ள அதிக வாய்ப்புள்ளது.

* அலுமினிய வழங்கலில் 'மறுசுழற்சி' மூலம் பெறப்பட்ட மூலங்களைக் கணக்கிடுவதில் சில முரண்பாடுகள் உள்ளன. எடுத்துக்காட்டாக, அமெரிக்கப் புவி அமைப்பியல் 'பழைய' அல்லது நுகர்வுக்குப் பிறகு பெறப்பட்ட கழிவு, 'புதிய' அல்லது நுகர்வுக்கு முன் பெறப்பட்ட கழிவு ஆகிய இரண்டிற்கும் இடையே வேறுபடுத்திக் காட்டுகிறது. இவற்றில் இரண்டாவது, தொழிற்சாலையை விட்டு வெளியேறாத, உற்பத்திக்குப் பிறகு எஞ்சியுள்ள பிசிறல்களைக் கொண்டது. தொழில்வர்த்தகக் குழுவான அலுமினியம் அசோசியேஷன் இந்த இரண்டு வகைகளையும் ஒன்று சேர்த்துத் தன்னுடைய கணக்கிடல்களில் கருதுகின்றது. இதன் காரணமாகவே, ஒரு அதிக விழுக்காடு அலுமினியம் (ஏறத்தாழ மூன்றில் ஒரு பங்கு) 'மறுசுழற்சி பெற்ற' (அல்லது 'மீள் பெறப்பட்ட') மூலங்களிலிருந்து வருகிறது என்ற தவறான கருத்து எழுந்துள்ளது; ஆனால், உண்மை என்னவெனில், நுகர்வுக்குப் பிறகு பெறப்பட்ட உண்மையான மறுசுழற்சி மூலம் பெற்ற வழங்கல் ஐந்தில் ஒரு பங்குக்கும் குறைவேயாகும் *(ஜென்னிஃப்பெர் கிட்லிஜ்: த ரோல் ஆஃப் த கன்ஸ்யூமர் இன் ரெட்யூஸிங் பிரைமரி அலுமினியம் டிமாண்ட்; இது கண்டெய்னர் ரீசைக்ளிங் இன்ஸ்டிடியூட் ஃபார் தி இன்டர்நேஷனல் ஸ்ட்ரடஜிக் ரவுண்டேபிள் ஆன் தி அலுமினியம் இன்டஸ்ட்ரியின் ஓர் அறிக்கையாகும் (சவோ லூயிஸ், பிரேசில், அக்டோபர் 16-18, 2003, ப.9))*.

குவளை மறுசுழற்சி நிறுவனம் (கன்டைனர் ரீசைகிளிங் இன்ஸ்டிடியூட்) சுட்டிக் காட்டுவது போன்று கன்னித் தன்மை கொண்ட அலுமினியத்தைப் பெறுவதற்கான மிக அதிக மானியங்கள் கிடைக்கும்போது மறுசுழற்சி செய்யும் முயற்சிகளிலிருந்து நாம் விலகிவிடுகிறோம்: 'நீண்டகால, குறைந்த அளவு ஆற்றல் ஒப்பந்தங்கள், சந்தையைவிடக் குறைவான நீர் விலைகள், சுரங்கங்களுக்காக அரசு நிலங்களை எளிதில் பெறும் நிலைமை, பலவகை வரிச்சலுகைகள், உள்கட்டமைப்பு உதவி போன்றவற்றினால் அலுமினிய நிறுவனங்கள் வேறு சில முதன்மை நிலைத் தொழில்களை விட உலகளாவிய பொருளாதார அழுத்தங்களுக்குக் குறைந்த அளவே பாதிப்படையக் கூடியவையாக உள்ளன. (இது) உலக முதன்மையான அலுமினியத் தொழிலைத் தேவைக்கு முன்பே உற்பத்தித் திறனை விரிவுபடுத்திக் கொள்ள அனுமதித்துள்ளது. முதன்மையான அலுமினிய உற்பத்தித் திறன் நிலவும் வரையிலும், கன்னித்தன்மை வாய்ந்த உருக்கி வார்த்த அலுமினிய உலோகக் கட்டிகளை உருவாக்கும் அடக்கவிலைகள் குறைவாக இருக்கும் வரையிலும், பழைய அலுமினியப் பிசிறல் விலைகள் தொடர்ந்து மறைக்கப்படும்.'[41]

உண்மையில், பதிவுகள் வைக்கப்படத் தொடங்கிய 1972ஆம் ஆண்டு முதல் ஒரு டிரில்லியனுக்கும் அதிகமான அலுமினியக் குவளைக் கலன்கள் குப்பைக்குழிகளில் கொட்டப்பட்டுள்ளன என்று மதிப்பிடப்பட்டுள்ளது. இத்தகையக் கலன்களைத் தோண்டியெடுத்தால் இன்றைய பழைய உலோகப் பிசிறல் விலையில் ஏறத்தாழ 21 பில்லியன் டாலர் அளவுக்கு இருக்கும்.[44] 2004ஆம் ஆண்டு மட்டுமே 800,000 டன் கலன்கள் அமெரிக்கக் குப்பைக்குழிகளை அடைந்துள்ளன[39] (மேலும் 300,000 டன்கள் உலகின் இதர பகுதிகளில்). வோர்ல்டு வாட்சின் ஓர் அறிக்கை சுட்டிக்காட்டியுள்ளது போன்று, 'இது ஐந்து உருக்காலைகள் தம்முடைய அனைத்து வருடாந்திர வெளியீடான ஒரு மில்லியன் டன் உலோகத்தையும் புவியிலுள்ள ஓட்டையில் நேரடியாகக் கொட்டுவது போன்றது. இந்தக் குவளைக் கலன்கள் மறுசுழற்சியடைந்திருந்தால் 16 பில்லியன் கிலோவாட் மணிகள் சேமிப்பாய்க் கிடைத்திருக்கும். இது ஒரு வருடத்திற்கு இரண்டு மில்லியன் ஐரோப்பிய வீடுகளுக்குத் தேவையான மின்சாரத்திற்கு ஈடானதாகும்.'[39]

2007ஆம் ஆண்டு புடாபெஸ்டிஸ் கழிவுப் பிரச்சினைகள் பற்றி நான் ஆய்வு செய்துகொண்டிருந்தபோது அலுமினிய பான குவளைக்கலன்களின் பயன்பாட்டிலிருந்த பகுத்தறிவின்மையின் பெரிய விளக்கத்தைக் கண்டேன். அங்குள்ள ஹியூமஸ் (HuMuSz) என்ற அமைப்பு கழிவு பற்றிய விழிப்புணர்வை மக்களிடையே எழுப்புகிறது; இது ஹங்கேரி திரையரங்குகளில் முக்கியத் திரைப்படங்கள் காட்டப்படுவதற்கு முன்பு காட்டப்படும் பல சிறிய, விழிப்புணர்வுப் பொழுதுபோக்குத்

திரைப்படங்களைத் தயாரித்திருந்தது. இவற்றில் எனக்குப் பிடித்தத் திரைப்படம் *வால்-ஈ* ஆகும். எதிர்காலத்தில் முழுவதும் குப்பையாக்கப் பட்ட, புவிக்கோளில் நடந்த நிகழ்வுகளை இது எடுத்துக்காட்டியது. இந்தக் கோளை ஆய்வு செய்ய வேற்றுக் கோளின் மனிதர்கள் வருகை புரிகிறார்கள். அவர்கள் புவிக்கோளில் சிதறிக்கிடக்கும் மதிப்புமிக்க அலுமினியத் துண்டுகளைக் காண்கின்றனர். அவை செய்தித் தொடர்பு, இராணுவ அல்லது மருத்துவ நோக்கங்களுக்காகப் பயன்படுத்தப் பட்டிருக்கலாம் என்று நினைத்தனர். இதனை உறுதிப்படுத்த கோளில் எஞ்சி உயிர்வாழும் ஒரே ஒரு மனிதனைக் கண்டுபிடித்து அவனிடம் அவற்றைப் பற்றி வினவினர். அவை இனிப்பான, சோடா கலந்த பானங் களைக் கொடுக்கும் ஒரே ஒரு பயன்பாட்டைத்தான் கொண்டிருந்தன என்று அவன் வலியுறுத்தினான். அவன் பொய் கூறுகிறான் என்று வேற்றுக் கோள் மனிதர்கள் அவனைப் பின்வருமாறு ஏசினார்கள்: ‘இத்தகைய மதிப்புமிக்க, ஆற்றல் நிறைந்த உலோகத்தை ஓர் எளிய பானத்தைத் தாங்குவதற்காக எவரும் இவ்வளவு முட்டாள்தனமாகவும், பகுத்தறிவின்றியும் பயன்படுத்தமாட்டார்கள்!’ நான் இந்த விஷயத்தில் அந்த வேற்று உலக மனிதர்களோடு ஒத்துப் போகிறேன்.

முடிவாக, இதற்கான தீர்வு நம்ப முடியாத அளவுக்கு ஒளிவுமறைவற்றதாகும். நம்முடைய பானங்களுக் கான தாங்குக் கலன் என்ற அபத்தமான, அற்பமான பயன்பாட்டிற்காக அலுமினியம் செயல்படுவதை நாம் தடுத்துவிட்டால், ஏற்கனவே வழக்கிலுள்ள டன் கணக்கான அலுமினியத்தை நல்ல பயனுள்ள உற்பத்திப் பொருட்களாக மாற்றலாம். எடுத்துக்காட்டாக, எஃகை அலுமினியத்தால் ஓரளவுக்கு மாற்றீடு செய்து நம்முடைய போக்குவரத்து வாகனங்களை எடை குறைவானதாக் கலாம்; குறிப்பாக, தொடர்ந்து கார்பன் டை ஆக்ஸைடை வெளியேற்றும் தொல்படிம எரிபொருட்களைப் பயன்படுத்தி ஓடிக்கொண்டிருக்கும் வாகனங்களை. வேண்டாம் என்று ஒதுக்கி எறியக்கூடிய குவளைக் கலன்களுக்குப் பதிலாக மீண்டும் நிரப்பக்கூடிய பாட்டில்களிலிருந்து பானங்களைக் குடிக்கலாம். இது சற்று முன்னமே திட்டமிடப்பட வேண்டிய ஒன்று என்றாலும், காற்றும் நீரும் மாசுறுதலையும், ஆற்றல் பயன்பாட்டையும், கார்பன் டை ஆக்ஸைடு மட்டுமின்றி, இதரக் கழிவு உற்பத்தியையும் குறைக்கும்.

அழிவு தரவல்ல இழிவான வேதிக்கூட்டுப் பொருள் என்றும் அழைக்கப் படும் பாலிவினைல் குளோரைடு

இன்று பிளாஸ்டிக் மிகவும் பரவலாக அறியப்பட்ட ஒரு பிரச்சினை

ஆகும். இதனை உற்பத்தி செய்யத் தேவைப்படும் எண்ணெய் முதல், அது உண்டாக்கிய கடல்களில் மிதந்து கொண்டிருக்கும், ஏறத்தாழ அழிவில்லாதக் கூளங்கள் வரை அனைத்துமே பிரச்சினை நிறைந்தவை யாகும். ஆனால், அனைத்துப் பிளாஸ்டிக்குகளும் சமமான அளவு பிரச்சினைகளை ஏற்படுத்துவதில்லை; சில மற்றவற்றைவிட அதிகப் பிரச்சினைகள் கொடுக்கக்கூடியவை. சாதாரணமாக, வினைல் என்று அழைக்கப்படும் பீவிசி பிளாஸ்டிக் அதன் அனைத்து வாழ்க்கை நிலை களிலும் மிகவும் இன்னல் ஏற்படுத்துவதாகும்; தொழிற்சாலையில் இது உற்பத்தி செய்யப்படுவதிலிருந்து, வீடுகள், பள்ளிகள், மருத்துவ மனைகள், அலுவலகங்கள் போன்றவற்றில் பயன்படுத்தப்பட்டுப் பின்பு குப்பைக்குழிகளை அடைவது வரை இன்னல் விளைவிக்கிறது. மிகவும் மோசமான விளைவு நம்முடைய சாம்பலாக்கிகளின் *(இன்சினெரேட்டர்ஸ்)* மூலம்தான் ஏற்படுகிறது. இது மிகவும் மலிவானதும், பன்னிலைத்திறன் வாய்ந்ததுமான பிளாஸ்டிக் ஆகும். இந்த இரண்டு காரணங்களுக் காகவே, சூழல்நலத் தாக்கங்களை இது ஏற்படுத்தினாலும், தொடர்ந்து பரவலாகப் பயன்படுத்தப்படுகிறது.

பீவிசி பல்வகை வடிவத்தையும் நயத்தையும் கொண்டது; அனைத்து வகையான இடங்களிலும் காணப்படுகிறது: பொய்த்தோல் காலணிகள், பர்ஸ்கள், நீர்ப்புகா மழை ஆடைகள், மூடு காலணிகள், பளபளக்கும் கழுத்துப் பட்டைகள், மேல் அங்கிகள், மேலாடைகள், மேஜை விரிப்புகள், குளியலறைத் திரைகள், தோட்ட அமர்வு நாற்காலிகள், மேஜைகள், தண்ணீர்க் குழாய்கள், உணவுக் கலன்கள், மூடுதாள்கள், பிளாஸ்டிக்-பூச்சு கொண்ட பாத்திரம், உலர்த்தும் அலமாரிகள், வினைல் சாளரங்கள், குழாய்கள். இது மருத்துவப் பொருட்களிலும் (குழலாக்கம் செய்தல் - டியூபிங்) அலுவலகப் பொருட்களிலும் (பிணைப்பிகள்) காணப்படுகின்றது. மேலும், நம்முடைய குழந்தைகளைச் சுற்றி அவர்களுடைய பொம்மைகளிலும் ஆடைகளிலும் உள்ளது.

நம்முடைய பெரும்பாலான பொருட்களில் காணப்படும் குளோரினை இங்கு மீண்டும் காண்கிறோம். பீவிசி உற்பத்தியின் படிநிலையில் குளோரின் வாயு பயன்படுத்தப்பட்டு, எதிலீன் டை குளோரைடு (இடிசி) உண்டாக்கப்படுகிறது; இது பின்பு ஒருமடிய *(மோனோமர்)* வினைல் குளோரைடாகவும் (விசிஎம்) அதன் பின்பு பாலிவினைல் குளோரைடாகவும் மாற்றப்படுகிறது.[45] இவையனைத் துமே மிகவும் நச்சுத்தன்மை வாய்ந்த பொருட்களாகும். வினைல் குளோரைடு உற்பத்தி நிலையங்களில் பணிபுரிபவர்களிடையே அதிக அளவில் நோய்கள் காணப்படுவது பதிவு செய்யப்பட்டுள்ளது. இவற்றில் கல்லீரல், மூளை, நுரையீரல், நிணநீர், இரத்தப் புற்று நோய்கள், கல்லீரல் அரிப்பு போன்றவை அடங்கும்.[45]

பாலிவினைல் குளோரைடு உற்பத்திச்செயல் பல நச்சு மாசுறுத்திகளைச் சூழலில் வெளிவிடுகிறது; இவற்றில் டயாக்சினும் அடங்கும். நான் முன்பே குறிப்பிட்டப்படி, டயாக்சின்கள் சூழலில் நிலைத்து நிற்பவை; வெகு தூரத்திற்குப் பயணம் செய்பவை; உணவுச் சங்கிலியில் சேர்பவை; புற்றுநோய் உண்டாக்குபவை; நோய்த்தடுப்பு மண்டலத்தையும் இனப்பெருக்க மண்டலத்தையும் பாதிப்பவை. பீவிசி இத்தனைப் பாதிப்புகளையும் ஏற்படுத்துகிற நச்சு வேதிப்பொருட்களின் தொகுப்பாகும்.

கூடுதலாக, பாலிவினைல் குளோரைடு தன்னுடைய சுத்தமான வடிவத்தில் எளிதில் உடையக்கூடிய ஒரு பிளாஸ்டிக் வகையாகும்; இதனால், அதை நெகிழ்வுத் தன்மையுடையதாக்கவும் அதன் பயனை விரிவாக்குவதற்கும் கூடுதல் வேதிப்பொருட்கள் அல்லது சேர்க்கைப் பொருட்கள் அதனோடு கலக்கப்பட வேண்டும். இவற்றில் நரம்பு நச்சுப்பொருட்களான பாதரசம், ஈயம் போன்ற உலோகங்களும் இனப்பெருக்கக் கோளாறுக்கும் புற்றுநோய்க்கும் காரணமாக இருக்கலாம் என்று கருதப்படும் தேலேட்கள் போன்ற வேதிப்பொருட்களும் அடங்கும்.[45] சேர்க்கைப் பொருட்களில் பெரும்பாலானவை மூலக்கூறு மட்டத்தில் பாலிவினைல் குளோரைடுடன் உண்மையில் பிணைப்புக் கொள்ளாமல் இருப்பதால் அவை மெதுவாக வெளியில் கசியத் தொடங்குகின்றன. இந்த நிகழ்வு கரைவுறுதல் *(லீச்சிங்)* அல்லது வளிம வெளியேற்றம் எனப்படுகிறது. இந்த சேர்க்கைப் பொருட்கள் சில நேரங்களில் விரைவாகவும், சில நேரங்களில் மெதுவாகவும் பாலிவினைல் குளோரைடிலிருந்து கசிந்து, பொம்மைகளிலிருந்து நம்முடைய குழந்தைகளுக்கும், பொட்டலங்களிலிருந்து நம்முடைய உணவிற்கும், நம்முடைய குளியலறைத் திரைகளிலிருந்து நாம் சுவாசிக்கும் காற்றுக்கும் இடம்பெயர்கின்றன.

2008ஆம் ஆண்டில் உடல்நலம், சூழல், நியாயம் போன்றவற்றுக்கான மையம் (சிஎச்இஜே) ஒரு புதிய பாலிவினைல் குளோரைடு குளியலறைத் திரையிலிருந்து வளிம வெளியேற்றம் மூலம் பெறப்பட்ட நச்சு வேதிப்பொருட்களைச் சோதித்து ஒரு ஆய்வறிக்கையை வெளியிட்டது. குளியலறைத் திரைகளிலிருந்து காற்றுக்கு இருபத்து எட்டு நாட்களில் வெளியேறிய 108 வெவ்வேறு விரைந்து ஆவியாகின்ற பொருட்களை சிஎச்இஜேயின் சோதனைகள் பதிவு செய்துள்ளன. அமெரிக்கப் பசுமைக் கட்டடக் குழு பரிந்துரைத்த உள்ளகக் காற்றுத் தர அளவுகளைவிட பதினாறு மடங்கு இந்தப் பொருட்களின் அளவு இருந்தது.[46]

ஆனால், நீங்கள் உங்களுடைய சூழல்களில் மிக அதிக பாலிவினைல் குளோரைடைப் பயன்படுத்துவதற்குமுன் அதன் அவலமான வாழ்க்கைச்

சுழலிலுள்ள கடைசிப் பகுதியைப் பற்றி அறிய முற்படுங்கள். அமெரிக்கர்களாகிய நாம் ஒரு ஆண்டுக்கு 7 பில்லியன் டன் அளவுக்கு இதன் கழிவுகளைத் தூக்கியெறிகிறோம். இவற்றில் 2 முதல் 14 பில்லியன் டன் குப்பைப் பகுதிகளை அடைகின்றன.[45] ஒரு குப்பைக் குழியை இது முடிவில் சென்றடையும்போது, அது தன்னுடைய நச்சுச்சேர்க்கைப் பொருட்களை மண், நீர், காற்று போன்றவற்றில் கரையச் செய்கிறது.

பீவிசியைக் குப்பையாகக் கொட்டுவது ஒரு மோசமான செயல் என்றால், அதனை எரிய வைப்பது மிகவும் மோசமான செயலாகும்; ஏனெனில், இது எரியும்போது மிகப் பெரிய நச்சான டயாக்சினை உண்டாக்குகிறது.[45] இந்த விவரம் அறியப்பட்டிருந்தாலும், பெரும் பாலான எரிப்புகள் தற்செயலாக நடைபெறுவதில்லை. இது கீழ்க்கண்ட நான்கு இடங்களில் ஒன்றில் பொதுவாக எரிய வைக்கப்படுகிறது: வீட்டின் பின்பக்கம் அல்லது திறந்த வெளி எரிப்பு, மருத்துவக் கழிவுச் சாம்பலாக்கிகள், நகரக் கழிவுச் சாம்பலாக்கிகள், செம்பு உருக்காலைகள் (பழைய செம்புக் கம்பிகள் பெரும்பாலும் இதனால் சூழப்பட்டிருப் பதால், செம்பை மீட்க இது அதிக அளவு எரிக்கப்படுவது தவிர்க்க முடியாத ஒன்றாகும்.[45]) மேலும், இது கட்டுமானப் பொருட்களில் அதிக அளவு பயன்படுத்தப்படுவதால், கட்டட எரிதல்கள் டயாக்சினுடன் இதர நச்சு கலந்த பொருட்களின் வெளியேற்றத்திற்குப் புதிய மூலமாகச் செயல்படுகின்றன. பீவிசி கட்டடப் பொருட்கள் தீயால் வெப்ப மேற்றப் படும்போது அவை நச்சான ஹைட்ரஜன் குளோரைடு வளிமம் அல்லது ஹைட்ரோ குளோரிக் அமிலத்தை வெளிவிடுகின்றன; தீயணைப்பு வீரர்களாலும், எரியும் கட்டடத்தில் சிக்கிக் கொண்டவர் களாலும் இவை காற்றோடு உள்ளிழுக்கப்படும்போது அபாயகரமாக மாறிவிடுகின்றன.[45]

இதனை மறுசுழற்சி செய்தால் என்ன? அதிகப் பொருட்களைத் தயாரித்து அதிக அளவுக் கழிவை உண்டாக்குவது தொடர்பான நம்முடைய கவலைகளை நீக்குவதற்கு விரும்பும் மறுசுழற்சி என்ற வெண்மைக் கொடி மீண்டும் நம் கைவசம் உள்ளது. பாலிவினைல் குளோரைடை (பீவிசி) பொறுத்தவரை மறுசுழற்சி ஒரு எளிய தீர்வல்ல: இது ஏற்கனவே உள்ள பிரச்சினைகளோடு வேறு பிரச்சினைகளையும் சேர்க்கின்றது; ஏனெனில், ஒரு நச்சினை மறுசுழற்சி செய்வது அதனை மேலும் பரப்புவது போன்றதாகும். இதன் மறுசுழற்சி இன்னொரு வட்ட பணியாளர்களையும், எதிர்கால நுகர்வோர்களையும் இந்த நச்சின் தாக்கத்திற்கு உட்படுத்துகிறது. இதற்கான ஒரே தீர்வு இதன் புதிய உற்பத்தியை நிறுத்துவதும் ஏற்கனவே இருப்பவற்றைப் பயன் பாட்டிலிருந்து நீக்குவதும்தான்.

எனவே, உங்களிடமுள்ள பாலிவினைல் குளோரைடை என்ன செய்வது? முதலில், அது உங்களையும் உங்களது குடும்பத்தையும் சுற்றிக் காணப்பட்டால் உங்களையே நீங்கள் வெறுத்துக்கொள்ளாதீர்கள்; என்னுடைய வீட்டில்கூட, நான் மிகவும் விழிப்பாக இருந்தும் கூட, என்னை அறியாமலேயே இந்தப் பொருள் ஊடுருவி விடுகிறது. பிறந்தநாள் கொண்டாட்டங்களிலிருந்து என்னுடைய மகள் கொண்டு வரும் அழகான பைகளிலுள்ள சிறிய பொம்மைகள் வடிவத்தில் இது நுழைந்து விடுகிறது. எப்பொழுதாவது நானும் ஒரு சிலவற்றை, எடுத்துக் காட்டாக, ஒரு நீட்டிப்பு மின்வடத்தை *(எக்ஸ்டென்சன் கார்ட்)* வாங்கி வந்துவிடுகிறேன். அது இப்பொருளால் ஆனது என்பதைப் பொட்டலத்தைப் பிரித்துப் பார்த்த பின்பும், அதன் துர்நாற்றம் என்னுடைய வீட்டுக் கொட்டகையை நிரப்பும்போதும்தான் நானே உணர்கிறேன்.

ஒருமுறை என்னுடைய மகளுக்காக ஒரு மழை ஆடை வாங்கிய போது அதனைப் பற்றிய நிகழ்நிலை *(ஆன்லைன்)* விவரிப்பு அது பாலிவினைல் குளோரைடால் ஆனது என்று குறிப்பிடவில்லை; எனினும் அதனுடைய நாற்றம் எடுத்துக்காட்டிவிட்டது. எனவே என்ன செய்வது? நான் அந்தப் பொருட்களை மீண்டும் கட்டி உற்பத்தியாளர்களுக்கே அனுப்பிவிட்டேன்; அதனுடன் அனுப்பப்பட்ட என்னுடைய கடிதத்தில் ஏன் அந்தப் பொருட்கள் எனக்கு ஏற்புடையவையல்ல என்று விளக்கினேன்; அவற்றைப் பற்றிய கெடுதல் விவரங்களையும் எடுத்துக் கூறினேன்; என்னுடைய பணத்தை மீண்டும் திருப்பிக் கொடுக்குமாறும் கேட்டேன். (இதைப் பற்றிய ஒரு முன்மாதிரிக் கடிதத்தை இணைப்பு 3இல் கொடுத்துள்ளேன்; நீங்கள் அதன் நகலை எடுத்துக்கொள்ளலாம்.) என்னால் அதன் உற்பத்தியாளர்களைக் கண்டுபிடிக்க முடியாவிட்டால், அந்தப் பொருளை என்னுடைய வீட்டுக் கொட்டகைக்குள் உள்ள ஒரு பெட்டிக்குள் போடுகிறேன்; இந்தப் பெட்டி நிரம்பிய பின் அதனை வாஷிங்டன் டிசியில் உள்ள, ஒரு தொழில்-வணிகக் குழுவான வினைல் நிறுவனத்திற்கு அனுப்பி விடுகிறேன் (இதன் முகவரியும் இணைப்பு 3இல் கொடுக்கப் பட்டுள்ளது). இவர்கள் பீவிசி உற்பத்தியாளர்களை ஆதரிப்பதில் அதிக பணத்தை ஈட்டுவதால், அவர்கள் நான் அனுப்பியப் பொருட்களைச் சமாளிப்பார்கள் என்று நம்புகிறேன். நீங்களும் உங்களுடைய, உங்கள் அண்டை மக்களுடைய இந்தப் பொருட்களை இந்த நிறுவனத்திற்கு அனுப்பலாம். போதுமான மக்கள் இதில் பங்குகொள்ள இணையும் போது நீங்கள் ஒரு வட்டார தொலைக்காட்சி, வானொலி அல்லது செய்தித்தாள் நிருபரை அழைக்கலாம். ஏற்கமுடியாத பாலிவினைல் குளோரைடு பற்றி எவ்வளவுக்கெவ்வளவு நாம் விழிப்புணர்வை அதிகரிக்கிறோமோ அவ்வளவுக்கவ்வளவு நல்லது.

எதிர்காலத்தில் இப்பொருட்களை வாங்குவது பற்றிக் கருதும் போது, அதனை அடையாளம் கண்டுபிடிப்பது மிகவும் கடினம் அல்ல என்பதை நீங்கள் உணர வேண்டும். இதற்கான இரண்டு மிக எளிதான துப்புகள் அதிலுள்ள அடையாளச் சீட்டும் அதன் நாற்றமும்தான். ஒரு பிளாஸ்டிக் கொள்கலனைத் திருப்பிப் பார்க்கும் போது அதில் ஒன்றையொன்று துரத்தும் மூன்று சிறிய அம்புக்குறிகளுக்குள் 3 என்ற எண்ணைக் கொண்ட மறுசுழற்சி அடையாளத்தைக் கண்டால் அந்தப் பொருளை மீண்டும் கடையின் அலமாரியில் வைத்து விடுங்கள்.

உங்களால் முடிந்தால், பிளாஸ்டிக் கொள்கலனில் உள்ள 'வி' (V) தொலைப்பேசி எண்ணைக் கொண்டு நுகர்வோர் சேவைக்கு ஓர் அவசர அழைப்பு கொடுங்கள்; அல்லது ஒரு மின்னஞ்சல் அனுப்புங்கள்; அல்லது வீட்டிற்குச் சென்றவுடன் ஒரு கடிதம் எழுதுங்கள். அவர்களுடைய பொருட்களை உலகில் உள்ள மிக மோசமான நச்சு பிளாஸ்டிக்கால் பொட்டலம் செய்வதை நிறுத்தும் வரை வாங்கமாட்டேன் என்று அந்த நிறுவனத்திற்குத் தெரிவிக்க வேண்டும். சில கொள்கலன்கள் இந்த எண்ணைக் காட்டுவதில்லை என்றாலும், 'வினைல்' அல்லது 'பிவிசி' அல்லது ஒரு சிறிய 'வி'(V)ஐ குறிப்பிடுகின்றன. கவனமாகப் பாருங்கள், இப்பொருளை வீட்டுக்குக் கொண்டுவராமலிருக்க அந்தக் கூடுதல் நிமிடம் மிகவும் முக்கியமானதாகும்.

பாலிவினைல் குளோரைடை (பீவிசி அடையாளம் கண்டுகொள்ள மற்றொரு வழி – பெரும்பாலும் சில கெஜங்கள் தூரத்திலேயே – அதன் நாற்றம்தான். ஒரு டார்கெட் கடையில் ஒரு புதிய குளியலறைத் திரை, ஒரு புதிய கார் அல்லது காலணிப் பிரிவிலிருந்து எழும் நாற்றத்தை நீங்கள் அறிவீர்கள். அது பாலிவினைல் குளோரைடுதான். அல்லது, மேலும் சரியாகக் கூறவேண்டுமென்றால், சில சேர்க்கை வேதிப் பொருட்களின் வாயுவின் வெளியேற்றத்தின் காரணமாகத்தான் இந்த நாறம் ஏற்படுகிறது. என்னுடைய மகள் அண்மையில் பங்குபெற்ற ஹால்லோவீன் – நேர பிறந்தநாள் கூட்டத்தில் இரத்தக் காட்டேரி கோரைப்பற்கள் அன்பளிப்பாகக் கொடுக்கப்பட்டன. அவற்றிலிருந்து வெளியேறிய நாற்றத்தை உணர்ந்தவுடனேயே அவள் கூட்டத்தில் அங்குமிங்கும் ஓடி மற்ற குழந்தைகளிடமிருந்து அவற்றைப் பறித்து, 'உங்களுடைய வாயில் அவற்றைப் பொத்திக் கொள்ளாதீர்கள்!' என்று கத்தினாள். வேறு வார்த்தைகளில் கூறவேண்டுமெனில், உங்களுடைய குழந்தைகள்கூட இதற்கு எதிராகச் செயல்பட வேண்டும். நம்முடைய குழந்தைகள் அனுபவிக்கும் கஷ்டங்கள் இப்பொருளால்தான் என்று

நீங்கள் நினைத்தால், அது சரியான நினைப்புதான். நாற்றத்தின் அடிப்படையில் மட்டுமின்றி, இதரப் பாதுகாப்பான மாற்றுகள் இருக்கும்போதும் மிகவும் நச்சான இந்தப் பொருளைப் பயன்படுத்தும் முடிவை எவர் மேற்கொண்டாலும் அந்த அடிப்படையிலும் இது ஒரு வெறுக்கத்தக்கப் பொருளாகும்.

அனைத்து பீவிசி குழாய்களையும் நம்முடைய வீட்டிலிருந்து அகற்றுவது என்பதைக் கற்பனை செய்வது ஒரு பெரிய சவாலாகும்; எனினும், நாம் குப்பையை ஒத்த வினைல் உற்பத்திப் பொருட்களான பொட்டலங்கள், பிளாஸ்டிக் பாட்டில்கள், கொள் கலன்கள், முதுகுச்சுமைப் பைகள் அல்லது குழந்தை களுக்கான (காற்று) ஊதக்கூடிய நீச்சல் தொட்டிகள் போன்றவற்றை எளிதில் தவிர்க்கலாம். பல பீவிசி பொருட்களுக்கு நம்மிடையே பாதுகாப்பான, சிக்கனமான மாற்றுகள் உள்ளன. என்னிடம் ஒரு பருத்திக் குளியலறைத் திரை உள்ளது; இதனை நான் துவைத்துப் பயன்படுத்தலாம். என்னுடைய சமையலறையில் நான் நல்ல, வலிமையான, மறுபயன்பாடு செய்யக் கூடிய சமையல் கலன்களைப் பயன்படுத்துகிறேன்; என்னுடைய குடும்பத்தின் உணவு மோசமான பிளாஸ்டிக் உறைகளைத் தொடுவதை நான் எப்பொழுதுமே அனுமதிப்பதில்லை.

வாய்ப்புக்கேடாக, இப்பொருளுக்குப் பதிலாக இதர பொருட் களைப் பயன்படுத்துவது சற்று கடினமானது. எடுத்துக்காட்டாக, நான் என்னுடைய வீட்டின் மூன்று ஜன்னல்களை அதிக ஆற்றல் திறன் கொண்டவற்றால் பதிலீடு செய்ய விரும்பியபோது, பாரம்பரிய மரக்கட்டையால் செய்யப்பட்டதைவிட பீவிசி ஜன்னல் சட்டங்களின் விலை பாதிதான் என்பதை அறிந்தேன். இதன் வாழ்க்கைச் சுழற்சியைப் பற்றி அறிந்திருந்ததனால், இந்த ஜன்னல் சட்டங்களை உற்பத்தி செய்வதில் உள்ள உண்மையான அடக்கவிலைகளில் ஏறத்தாழ வெற்றி பெறமுடியாத உடல்நல, பாதுகாப்புத் தாக்கங்களும் உள்ளடக்கப் பட்டுள்ளன என்பதை நான் அறிவேன். ஆனால், மர ஜன்னல் சட்டங்கள் முறைப்படுத்தப்பட்ட வளர்ச்சி மூலம் அறுவடை செய்யப் படலாம் அல்லது இடரற்ற முறையில் பெறப்படலாம்; மேலும், கன உலோகங்களோ, நச்சுப்பொருட்களோ இல்லாத பெயின்ட்கள் மூலம் வண்ணமேற்றப்படலாம். பீவிசி ஜன்னல்கள் காண்பதற்கு மலிவு விலை கொண்டதாக இருக்கலாம்; ஏனெனில், இவற்றிற்கு வேறொருவர் (பணியாளர்கள், தொழிற்சாலைக்கு அண்மையிலுள்ள மக்கள் சமுதாயங்கள், சூழல்) உண்மையான அடக்கவிலையைக் கொடுக்கிறார். இதற்கு என்னுடைய தற்போதைய தீர்வு மேலும் சில

வருடங்களுக்கு இந்த, அவ்வளவாக சரியாக இல்லாத, பழைய மர ஜன்னல் சட்டங்களைத் தொடர்ந்து வைத்துக்கொள்வதும் அவற்றை மறைக்கும் வகையில் அதிக விலை இல்லாத தனிமைப்படுத்தும் ஜன்னல் திரைகளைப் பொருத்துவதும்தான்.

பீவிசியின் ஆபத்துகளைப் பற்றி அதிக மக்கள் அறிந்துகொண்டு அதனை வாங்க மறுப்பதால் சில நிறுவனங்கள் அதற்கான மாற்றுகள் நோக்கிச் செயல் படத் தொடங்கியுள்ளன. ஒருங்கமைந்த நுகர்வோர் – குடிமக்கள் பாத் அண்ட் பாடி வொர்க்ஸ், ஹோண்டா, ஐகேஇஏ, ஜான்சன் அண்ட் ஜான்சன், மைக்ரோ சாஃப்ட், நைக்கி, டொயோட்டா, விக்டோரியாஸ் சீக்ரெட், வால்மார்ட் போன்றவற்றை வெவ்வேறு மட்டங்களில் இப்பொருளைச் சிறிது சிறிதாக நீக்க உறுதியெடுத்துக் கொள்ளுமாறு வலியுறுத்தியுள்ளனர். இந்த ஒருங்கமைப்பாளர்கள் தம்முடைய வெற்றிப் பட்டியலில் மற்றொரு நிறுவனத்தைச் சேர்க்கும் ஒவ்வொரு சமயமும் நான் மகிழ்ச்சியுறுகிறேன்; எனினும், ஒவ்வொரு கடையாக அணுகி இப்பொருளைப் பயன்படுத்துவதை நிறுத்தும்படி அவை ஒவ்வொன்றை யும் கட்டாயப்படுத்திதான் இந்தப் பிரச்சினையைத் தீர்க்க முடியும் என்பதில் எனக்கு நம்பிக்கையில்லை. நமக்கு இவ்வாறு செய்வதற்கும் நேரமில்லை. இப்பொருளை அதனுடைய மூலத்திலேயே தடுக்க வணிக சமுதாயத்திற்குள்ளும், வலிமையான குடிமக்கள் கண்காணிப்புக் குழுக்களுக்குள்ளும் வழிகாட்டிகள் நமக்குத் தேவை; அரசின் செயல் பாடும் நமக்குத் தேவை.

ஸ்வீடன், ஸ்பெயின், ஜெர்மனி போன்ற நாடுகள் பீவிசி பயன் பாட்டை சில இடங்களில் அல்லது சில பயன்பாட்டுகளுக்காகத் தடை செய்துள்ளன. ஸ்பெயினில் 60க்கும் மேற்பட்ட நகரங்கள் இப்பொருளின் பயன்பாட்டிற்குத் தடைசெய்யப்பட்டப் பகுதி களாகப் பிரகடனப்படுத்தப்பட்டுள்ளன. ஜெர்மனியில் 274 மக்கள் சமுதாயங்கள் இதற்கு எதிரான தடைகளைப் புகுத்தியுள்ளன.[47] இப்பொருளால் உண்டாக்கப்பட்ட பொம்மைகளில் காணப்படும் நாளமில்லாச் சுரப்பிகளைச் சிதைக்கும் தேலேட்கள் பற்றி பல அரசுச் செயல்பாடுகள் தம்முடைய கவனத்தைச் செலுத்தியுள்ளன. இதன் காரணமாக, ஐரோப்பியக் கூட்டமைப்பு, ஜப்பான், மெக்சிகோ போன்ற இடங்களில் சில கட்டுப்பாடுகள் அல்லது தடைகள் ஏற்படுத்தப் பட்டுள்ளன.[48] இதற்கிடையில், அமெரிக்கா ஒரு தேசிய அளவிலான தடையைக்கூட கருத்தில் கொள்ளவில்லை. இதற்குப் பதிலாக, இப் பொருளால் கிலுகிலுப்பை, பல்முளைகள், குழந்தைகளின் பாட்டில்

நிப்பிள்கள் போன்றவற்றிலுள்ள இரண்டு தேலேட்களை நீக்க உற்பத்தி யாளர்களுடன் ஒரு தன்னிச்சையான ஒப்பந்தத்தை ஏற்படுத்திக் கொண்டுள்ளது.[48]

இந்த அணுகுமுறையில் உள்ள பிரச்சினைகளை உங்களால் கண்டுணர முடிகிறதா? முதலில், குழந்தைகள் 'பொம்மைகள்' என்று அடையாளமிடப்பட்டப் பொருட்களோடு மட்டும் தம்முடைய விளையாட்டுப் பொருட்களை வரையறுத்துக் கொள்வதில்லை என்று ஒவ்வொரு பெற்றோரும் அறிவர். இரண்டாவதாக, நம்முடைய கவலைகளைக் குழந்தைகளோடு மட்டும் நிறுத்திக் கொள்ளக்கூடாது; இது இதர மக்கள்தொகையைத் தேலேட்களுக்கும் பாலிவினைல் குளோரைடில் உள்ள அனைத்து இதர நச்சுகளுக்கும் தாக்கமேற்பட வைக்கும். இதற்கான ஒரே தீர்வு 100 விழுக்காடு இப்பொருள் இல்லாத நிலைமைதான். அதுவும் எவ்வளவு விரைவாக முடியுமோ அவ்வளவு விரைவாக.

உற்பத்தி பற்றிய முக்கிய வினாக்கள்

இந்த ஐந்து பொருட்களை மட்டும் ஆய்வு செய்ததன் மூலம், உற்பத்தி எவ்வாறு செயல்படுகிறது என்பது பற்றி நாம் உணரத் தொடங்கி உள்ளோம். மிக எளிதாகத் தோன்றும் உற்பத்திப் பொருட்களில்கூட மிக அதிக எண்ணிக்கையிலான உட்கூறுகள், எந்திரங்கள், துணை உற்பத்திப் பொருட்கள், சூழல் நலத்தாக்கங்கள், மனித நலத்தாக்கங்கள் போன்றவை ஈடுபட்டுள்ளன. உங்களுடைய காரையோ, வீட்டையோ உண்டாக்க எவை எவையெல்லாம் தேவைப்படும் என்பதை நினைத்துப் பாருங்கள்.

எனவே, எதையொன்றையும் வாங்குவதற்கு முன்பு, பின்வருமாறு கேட்கும் பழக்கத்தை எனக்குள் நானே வளர்த்துக் கொண்டுள்ளேன்: இந்தப் பொருளை உற்பத்தி செய்வதற்கும், இதற்கான உட்கூறுகளைப் பிரித்தெடுக்கவும் எடுக்கப்படும் அனைத்து முயற்சிகளுக்கும், அவற்றோடு சேர்ந்து அப்பொருளை வாங்குவதற்கும் செலவிடப்படும் என்னுடைய பணி நேரங்கள் தகுதியானவைதானா? அந்தப் பொருளை வாங்கு வதற்குப் பதிலாக அதனை என்னுடைய நண்பரிடமிருந்து இரவலாகப் பெறமுடியுமா? டிபோரா கடந்த நன்றி நவிலல் *(தாங்க்ஸ்கிவிங்)* திருவிழா இரவு உணவின் போது, ஒரு சுடுதட்டை எனக்கு இரவலாக அளித்தாள். ஆண்டிரியா தன்னுடைய பார வண்டியை, அறைக்கலன்களை *(பர்னிச்சர்)* இடம் மாற்ற, எனக்கு இரவலாகக் கொடுத்தாள். நிக் தன்னுடைய ஏணியை இரவலாகக் கொடுத்தான். நான் ஜேனுக்கு, கடந்த பெப்ருவரியில் கிழக்கு நோக்கித் திரும்பச் சென்றபோது, என்னுடைய கூடுதல் சூடேற்றும் ஆடையை இரவலாகக் கொடுத்தேன்.

இரவல் வாங்குவதிலும் இரவல் கொடுப்பதிலும் உள்ள நன்மைகள் சூழலைச் சார்ந்தது மட்டுமல்ல, சமூக உறவைச் சார்ந்ததுமாகும். இவை மகிழ்ச்சியைக் கொடுக்கும்; சமுதாயத்தைக் கட்டமைப்புச் செய்யும்.

புதிதாக ஒன்றை வாங்க வேண்டிய தேவையோ, விருப்பமோ எனக்குச் சில நேரங்களில் ஏற்படும். அப்பொழுது, நான் உற்பத்திச் செயலின் ஒன்றிரண்டு முக்கிய விஷயங்களில் என்னுடைய கவனத்தைச் செலுத்துகிறேன். அப்பொழுது என்னை நானே கேட்டுக் கொள்கிறேன்: இந்த உற்பத்தியில் நச்சு உட்கூறுகள் பயன்படுத்தப்படுகின்றனவா? இதனை உருவாக்கிய தொழிற்சாலைப் பணியாளர்களில் ஒருவராக நான் இருந்தால் எப்படியிருக்கும்? உற்பத்திச் செயலில் எந்தப் படிநிலை யாவது விரும்பத்தகாததாக உணரப்பட்டதால் உயர் தகுதிகளை வலியுறுத்தும் பணக்கார நாடுகள் அதனைச் செய்ய மறுத்துவிட்டனவா?

இதே வினாக்களை என்னுடைய வாழ்வின் ஊடே பலர் கேட்டதனால் நான் அறிந்த சிலவற்றை அடியில் குறிப்பிட்டுள்ளேன்.

அபாயகரமான பொருட்கள்

இன்று தொழிற்சாலைசார் உற்பத்தி வசதிகள் மிக அதிக வகை நச்சு வேதிப்பொருட்களைப் பயன் படுத்துகின்றன. இவற்றில் சில உற்பத்திச் செயலின் ஒரு கூறாகத் திகழ்கின்றன. எடுத்துக்காட்டாக, மற்ற வேதிப்பொருட்களை மேலும் நீர்மமாக்கவோ எந்திரக் கூறுகளைச் சுத்தம் செய்யவோ, உலர்த்தவோ பயன்படுகின்றன. ஈயம், தேலேட்கள் போன்ற வேறு சில பொருட்கள் ஒரு வகை நயத்தையோ, நிறத்தையோ உருவாக்குவதற்காகப் பொருட் களில் சேர்க்கப்படுகின்றன.

வேதியியலாளர்களும், தொழில் வடிவமைப்பாளர்களும், சூழல் நல ஆர்வலர்களும் பொருட்களை வகைப்படுத்த அனைத்து வகைச் சிக்கலான ஒருங்குகளையும் பயன்படுத்துகின்றனர். நம்முடைய பொருட்களின் உருவாக்கத்தில் பயன்படுத்தப்படும் எந்தப் பொருளாவது ஆபத்தானவையா, ஆபத்தற்றவையா என்பது மட்டுமே தனிமனிதர் களாகிய நமக்கு உண்மையிலேயே முக்கியமானது என்றுநான் நினைக்கிறேன். எனவே, அறிவியல் அடிப்படைகளில் காணும்போது, மரபை மீறியதாக இருந்தாலும், நான் ஈயம், காட்மியம், ஆர்செனிக், குரோமியம், பாதரசம் போன்ற மண்ணிலிருந்து தோண்டி எடுக்கப் படும் கன உலோகங்கள், ஆர்கனோகுளோரின்கள் (டயாக்சின், டிடிட), பெர்ஃபுளோரோ ஆக்டனோயிக் அமிலம் (நீர் வெறுப்புப் பொருட் களாகப் பயன்படுத்தப்படும் பீஎஃப்ஓஏ), பாலிபுரோமினேட்டட்

டைஃபினைல் ஈதர்கள் (பீபிடிஇ'க்கள் என்ற தீப்பிடிப்பு எதிர்ப்புப் பொருட்கள்) போன்ற புதிதாக உருவாக்கப்பட்ட கரிம வேதிக்கூட்டுப் பொருட்கள் ஆகிய அனைத்து நச்சுப்பொருட்களையும் இந்த நூலில் ஒன்று சேர்க்கப் போகிறேன்.

நீங்கள் அடிக்கடி கேள்விப்படும் மற்றொரு சொல் 'பாப்'கள் *(பெர்சிஸ்டண்ட் ஆர்கானிக் பொல்யூடண்ட்ஸ்)* அல்லது நிலைத்து நிற்கும் கரிம மாசுறுத்திகள் ஆகும். இதனை மேலும் விரிவுபடுத்தினால்: 'நிலைத் திருக்கும்' *(பெர்சிஸ்டண்ட்)* என்ற சொல், அவை சிதைவடைவதில்லை என்பதைச் சுட்டும். இவை உயிரிகளின் திசுக்களில் தங்குகின்றன, பெரும்பாலும் உயிரியச் சேர்க்கையடைகின்றன *(பயோ அக்யூமுலேட்டிங்)*; இதன் பொருள் இவை கொழுப்புச் செல்களில் தங்கி, உணவுச்சங்கிலி யில் ஒவ்வொரு உயர் மட்டத்திற்கு மாறும்போதும் எப்பொழுதும்-அதிகரிக்கும் செறிவுகளை அடைகின்றன என்பதும்தான். 'கரிம' என்பது இவை கார்பனைக் கொண்டுள்ளன என்பதைச் சுட்டுகின்றது; மற்றும் இவை உயிரிகளின் செல்களோடு (இவையனைத்தும் கார்பனைப் பெற்றுள்ளன) பல மோசமான வழிகளில் இடைவினை புரியக்கூடியவை. 'மாசுறுத்தி' என்ற சொல் இவை நச்சுத் தன்மை கொண்டவை என்பதையும், நாளமில்லாச் சுரப்பிகள், இனப்பெருக்க உறுப்புகள், நோய்த்தடுப்பு ஒருங்குகள் போன்றவற்றைப் பாதிப்பதோடல்லாமல், நரம்பு நடத்தைக் கோளாறுகளுக்கும் காரணமாக அமைகின்றன என்பதையும் சுட்டுகிறது.*

இயற்கையாகக் காணப்பம் கன உலோகங்கள் பற்றி தற்போது காண்போம். இவையனைத்தும் இயற்கையாகக் காணப்பட்டாலும் அவற்றைப் பிரித்தெடுத்தலின் அளவு, நுகர்வுப் பொருட்களில் அவற்றைப் பயன்படுத்துவதன் அளவு, அவற்றின் உலகளாவிய விநியோகம் போன்றவை இயற்கைக்குப் பொருந்தாதவையாகவும், அழிவுண்டாக்குபவையாகவும் உள்ளன. எடுத்துக்காட்டாக, தொழிற்

* 'பாப்'கள் மிகவும் மோசமானவை என்பதால், இவற்றை இலக்காகக் கொண்ட ஐக்கிய நாடுகள் ஒப்பந்தம் ஒன்று உருவாக்கப்பட்டது. இதன் விளைவாக சில பொருட்கள் சட்டங்களின் மூலம் தடை செய்யப்பட்டன; வேறு சிலவற்றின் பயன்பாடுகள் அதிகக் கட்டுப்பாடுகளுக்கு உட்படுத்தப்பட்டன. தொடக்கத்தில் ஸ்டாக்ஹோம் ஒப்பந்தம் பன்னிரண்டு அதிக-முன்னுரிமை பாப்'களை அடையாளம் கண்டறிந்தது. இவற்றில் எட்டு உயிரிக்கொல்லிகள் (ஆல்டிரின், குளோர்டேன், டிடிட, டயல்டிரின், என்டிரின், ஹெப்டகுளோர், மைரெக்ஸ் மற்றும் டோக்ஸஃபீன்), இரண்டு தொழிற்சாலை வேதிப்பொருட்கள் [ஹெக்சகுளோரோ–பென்சீன்கள் (எச்சிபிஎஸ்)], இரண்டு தொழில்–கிளைவினைப் பொருட்கள் (டயாக்சின்கள், ஃபியூரான்கள்). 2009ஆம் ஆண்டு மே மாதத்தில் கூடுதல் வேதிப்பொருட்கள் சேர்க்கப்பட்டன: எச்சிஎச்/லின்டேன், எச்பிபி, பென்டா–மற்றும் ஆக்டா-டிபிஇ, குளோர்டெகோன், பிஎஃப்ஓஎஸ், பென்டா குளோரோ பென்சீன். - ஆதாரம்: http://chem pops.int

சாலை மூலப்பொருட்களிலிருந்து உலக அளவில் ஏற்படும் ஈய வெளியேற்றம் இயற்கை மூலப்பொருட்களிலிருந்து வெளியேற்றமடையும் ஈயத்தின் அளவைவிட இருபத்து ஏழு மடங்கு அதிகமாகும்.[49] அவற்றை உயிரிய ஒருங்குகளில் சுற்றச் செய்வதைவிட இயற்கை அவற்றை புவிக்கடியில் பாதுகாப்பாக வைத்திருப்பதற்குக் காரணங்கள் உள்ளன: அனைத்து உயிரி வகைகளுக்கும் இவை மிக அதிக அளவு நச்சுத்தன்மை வாய்ந்தவையாகும். இவற்றின் மிகச்சிறிய அளவு தாக்கத்திற்கு உட்படுத்தப்பட்டாலும் மிகப்பரவலான நரம்பியல், வளர்ச்சி, இனப்பெருக்கப் பிரச்சினைகள் ஏற்படுகின்றன; இதனை அறிவியல் அறிஞர்கள் பல ஆய்வுகளை மேற்கொண்டு எந்தவித ஐயமுமின்றி முடிவு செய்துள்ளனர். பெரும்பாலான கன உலோகங்கள் உயிரிகளில் நிலைத்துக் காணப்படுகின்றன. அதாவது, அவை உயிரிகளின் உள்ளே வந்துவிட்டால், உடலை விட்டு வெளியேறும் வரை, அங்கு மிக நீண்ட காலம் – பல ஆண்டுகள் வரை – காணப்படுகின்றன. பெரும்பாலானவை உயிரியச் சேர்க்கையும் அடைகின்றன.

எடுத்துக்காட்டாக, ஈயம் ஒரு நரம்பு நஞ்சாகும். அதாவது, அது மூளையையும், நரம்பு மண்டலத்தையும் நச்சாக்குகிறது. கற்றல் மற்றும் இனப்பெருக்கக் கோளாறுகளுடனும் இது தொடர்பு கொண்டது. 'உண்மையில் எந்த அளவு ஈயம் நரம்பு வளர்ச்சித் தாக்கங்களோடு தொடர்புடையது என்பதை நாம் அறிந்துள்ளோம். சுழி அளவில் தொடங்கி அளவு அதிகமாகி, அதிகமாகி இது ஒரு தொடர்ச்சியான தாக்கமாகக் காணப்படுகிறது. எனவே, நம்மில் எவரும் ஈயத்திற்கு வெளிப்படுத்தப்பட்டால் தாக்கம் அடைகின்றனர். குறைந்த அளவில் இந்தத் தாக்கம் சிறியதாக இருக்கலாம் என்றாலும், தாக்கம் ஏற்படுவது உண்மையாகும்' என்று கூறுகிறார் சயின்ஸ் அண்ட் என்வைரென்மெண்டல் நெட்வொர்க்கைச் சேர்ந்த டெட் ஸ்கெட்லர். இப்படி இருந்தும் கார் மின்கலன்கள், பாலிவினைல் குளோரைடு (பீவிசி) பிளாஸ்டிக், கூரைப் பொருட்கள், உதட்டுச்சாயம், பொம்மைகள் போன்ற பொருட்களில் தொடர்ந்து ஈயம் பரவலாகப் பயன்படுத்தப்படுகிறது. 2007ஆம் ஆண்டு வாஷிங்டன் டாக்ஸிக்ஸ் கொயலிஷன் தான் செய்த ஆய்வில் பின்வரும் விவரங்களைப் பெற்றது. 1,200 குழந்தைப் பொம்மைகள் சோதிக்கப்பட்டன. அவற்றில் 35 விழுக்காடு பொம்மைகளில் ஈயம் காணப்பட்டது. மீண்டும் திருப்பி அனுப்பக் கூட்டாட்சியால் நிர்ணயிக்கப்பட்ட உயர்ந்த அளவான 600 பீபீஎம்-ஐ* விட அதிகமான அளவு ஈயத்தை 17 விழுக்காடு பொம்மைகள் பெற்றிருந்தன.[50] குழந்தைகளின் பொம்மைகளில் மூளைப் பாதிப்பு

* பீபீஎம் *(பார்ட்ஸ் பர் மில்லியன்)* என்பது ஒரு மில்லியன் பகுதியில் எவ்வளவு பகுதி என்பதைக் குறிக்கும்.

நஞ்சு உள்ளது. இது ஒரு மோசமான, பயமுறுத்தும் திரைப்படம் போன்றதாகத் தோன்றினாலும் உண்மையானதாகும்.

நம்மைச் சூழ்ந்துள்ள மற்றொரு மோசமான நச்சுப்பொருள் பாதரச மாகும். உடைந்த கண்ணாடி தெர்மா மீட்டர்களிலிருந்து ஒழுகும் வெள்ளி நிற நீர்மத்தைத் தொட்டுப் பார்க்கும் கட்டுக்கடங்காத ஆர்வம் என்னுள் இருந்தது. ஆனால் அதைத் தடுத்த என்னுடைய தாயின் எச்சரிக்கைக்குத் தகுந்த காரணம் உள்ளது. பாதரசத்தின் தாக்கத்திற்கு நம்மை உட்படுத்திக் கொள்வது நம்முடைய கற்கும் திறன்களைக் குறைக்கிறது. அதிக வழங்களவுகளில் இது உங்களுடைய நுரையீரல்களையும் கண்களையும் பாதிக்கின்றது; மேலும், நடுக்கம், புத்திபேதலிப்பு, மனநோய் போன்றவற்றையும் உண்டாக்குகிறது. இது புற்றுநோய், செல் இறப்பு, நீரிழிவு போன்றவற்றோடும் தொடர்புடையது.[51] குறிப்பாக, குழந்தைகளும் சிறு குழந்தைகளும் பாதரசத்தால் அதிகம் பாதிப்படைகின்றன; ஏனெனில், அவற்றுடைய நரம்பு மண்டலம் தொடர்ந்து வளர்ந்து வருகின்றது. கருப்பையில் பாதரசத் தாக்கத்திற்கு உட்படுத்தப்பட்ட ஒரு கரு பிறக்கும்போது நரம்புப் பிரச்சினைகளுடனும், உடற் கோளாறுகளுடனும் அல்லது பெருமூளைப் பக்க வலிப்புடனும் பிறக்கின்றது. அமெரிக்காவில் பிறக்கும் 15 விழுக்காடுகளுக்கும் மேற்பட்ட குழந்தைகள் கருப்பையில் பாதரச வெளிப்பாட்டிற்கு உட்படுத்தப்பட்டதால் மூளைச்சிதை வுடனும் கற்றல் பிரச்சினைகளுடனும் பிறக்கலாம் என்று அமெரிக்க அரசு மதிப்பிட்டுள்ளது.[52] 2005ஆம் ஆண்டு மேற்கொள்ளப்பட்ட ஓர் ஆய்வின்படி, ஆண்டுக்கு 316,000 முதல் 637,000 குழந்தைகளின் அறிவுத்திறனளவு (ஐக்யூ) பாதரசத் தாக்கத்தினால் குறைகிறது.[51]

அண்மை ஆண்டுகளில் மீன்களிலிருந்து பெறப்படும் பாதரச மாசுறுத்தல் பற்றி நாம் அதிகம் கேள்விப்படுகிறோம். ஏற்கனவே என்னுடைய மகளின் மழலைப் பள்ளியில், குழந்தைகள் ஒவ்வொருவரும் ட்யூனா மீன் சான்ட்விச் சாப்பிடக்கூடாது என்று தமக்குள்ளேயே விளக்கிக் கொண்டனர். ஏனெனில், அவர்கள் கடந்த வாரம் சாப்பிட்ட சான்ட்விச் மீனில் இருந்த பாதரசம் மிகவும் முக்கியத்துவம் வாய்ந்ததா கிறது. தொழிற்சாலைகள், நிலக்கரி – எரிக்கும் ஆற்றல் நிறுவனங்கள் (தொழிற்சாலைகளுக்கு இவை ஆற்றலைக் கொடுக்கின்றன), சாம்பலாக்கிகள் (தொழிற் சாலைகளில் உண்டாக்கப்படும் உற்பத்திப் பொருட்களை இவை எரிக்கின்றன) போன்றவற்றிலிருந்து பெறப்படும் பாதரச வெளியேற்றங்களை ஏரிகள், நதிகள், கடல்கள், காற்றில்லா சுவாச உயிரிகள் போன்றவற்றின் வீழ்ப் படிவுகள் மிதைல் பாதரசமாக மாற்றுகின்றன.[53] இந்த வகைப் பாதரசம் முந்தைய வகைப் பாதரசத்தை விட மிகவும் அதிகத்திறன் வாய்ந்த நச்சாகும். இது உயிரியச் சேர்க்கை

அடைகிறது; அதாவது இதன் செறிவு சிறிய மீன்களிலிருந்து, பெரிய மீன்கள் வழியாக மிகப்பெரிய மீன்கள் வரை தொடர்ந்து அதிகரித்துக் கொண்டே வருகிறது. இறுதியில் உணவுச் சங்கிலியின் உச்சிக்கு அருகில் மிகவும் அதிகமாகி, மனிதர்களில் முடிவடைகிறது.

நாம் பாதரசத்தை வளர்சிதை மாற்றம் செய்து நம்முடைய உடலி லிருந்து வெளியேற்றி விடுகிறோம் என்றாலும், அதன் மிகவும் பரந்து காணப்படும் நிலையின் காரணமாக அதற்கு நாம் நம்மை மீண்டும் மீண்டும் வெளிப்படுத்திக் கொள்கிறோம். ஒவ்வொரு நாளும் அதிக மாக அதை உள்ளேற்கிறோம். உடலிலிருந்து பாதரச வெளியேற்றம் எவ்வளவு விரைவாக நடைபெறுகிறது என்பது மனிதனுக்கு மனிதன் மிகவும் குறிப்பிடத்தக்க அளவுக்கு வேறுபடுகிறது. சிலருக்கு 30 முதல் 70 நாட்கள், வேறு சிலருக்கு ஏறத்தாழ 190 நாட்கள்![51] பாதரச வெளியேற்ற நேரத்தில் உள்ள வேறுபாடு உங்களுடைய ஜீன்களின் செயலைப் பொறுத்ததாகும். மிகப்புதிய அறிவியல் துறையான சூழல் மரபியல் துறை (இது ஜீன்களுக்கும் உணவு அல்லது நச்சுகளுக்கு உட்படுத்திக்கொள்ளுதல் போன்ற சூழல் காரணிகளுக்கும் இடையே ஏற்படும் இடைவினைகளை ஆய்வு செய்கிறது) நன்கு வளரும்வரை உங்களுடைய உடலில் பாதரச இருப்பு நேர வரம்பைப் பற்றி அறிவது கடினமாகும்.

இதற்கிடையில் அரசு எச்சரிக்கைகளும், பாதரச மாசுற்ற மீன் பற்றிய முழுமையான புள்ளிவிவரங் களும் மிகவும் பரவலாக்கப்பட்டு விட்டதால் நாம் இதை எளிதில் கவனத்தில்கொள்ள முடிகிறது. இது தொடர்பாகப் பின்வரும் வினாவை நான் அவசியம் கேட்க வேண்டும்: இந்த எச்சரிக்கைகள் மக்கள் ஏன் மீன் சாப்பிடக்கூடாது என்பதை நோக்கிய இலக்கு களாக மட்டுமே உள்ளன; நம்முடைய சூழலில் பாதரசத்தை வெளிவிடக்கூடாது என்று தொழிற்சாலை களைத் தடுக்க ஏன் பயன்படுத்தப்படவில்லை? முடிவில், 2009ஆம் ஆண்டு பெப்ருவரி மாதத்தில் ஏறத்தாழ ஓர் உலகளாவிய கருத்தொருமிப்பு அடையப்பெற்றது; ஐக்கிய நாடுகளின் சூழல் திட்டம் (யுஎன்இபீ) கூட்டிய ஒரு கூட்டத்தில் 140க்கும் மேற்பட்ட நாடுகள் ஒரு பன்னாட்டுப் பாதரச உடன்படிக்கையை உருவாக்க ஒருமித்து ஒத்துக்கொண்டன. இந்த உடன்படிக்கையை முடிவு செய்வதற்குள் ஒரு தன்னிச்சையான உலகளாவிய பாதரசக் கூட்டமைப்பு *(குளோபல் மெர்குரி பாட்னர்சிப்)* மூலம் உடனடிச் செயல்களை மேற்கொள்ளவும் இந்த அமைப்பு வாதிட்டது.[54] நம்முடைய உற்பத்திச் செயல்களிலிருந்து பாதரசத்தை

நீக்குவது நிச்சயமாக மிகவும் கடினமான செயலாகும்; இது அதிகப் பணச் செலவையும் ஏற்படுத்தும். எனினும், பாதரசத்தை நீக்குவதில் போடப்படும் முதலீடுகள் நன்கு செலவிடப்படும் முதலீடுகளாகும். சூழலிலிருந்து அறவே நீக்கப்படும் ஒவ்வொரு கிலோகிராம் பாதரசமும் 12,500 டாலர் அளவு மதிப்பான சமூக, சூழலிய, மனிதநல நன்மைகளை ஏற்படுத்தும் என்று யுஎன்இபீ மதிப்பிட்டுள்ளது.[54]

ஒவ்வொரு ஆண்டும் ஏறத்தாழ 6,000 டன் பாதரசம் சூழலில் வெளியேற்றப்படுவதால், தகுந்த நடவடிக்கை எடுக்க இதுதான் சரியான தருணமாகும்.[54] இவற்றில் சில, ஒரு முதன்மை நிலைச் செயலினால் ஏற்படுகின்றன; எடுத்துக்காட்டாக, நிலக்கரி எரிப்பு பயன்படுத்தப்படும் தொழிற்சாலைகள், காகிதத் தயாரிப்பில் ஈடுபட்டுள்ள குளோர்-வன்காரப்பொருள் தொழிற்சாலைகள், நகரக் கழிவுகளை எரிக்கும் பைத்தியக்காரத்தனமான வழக்கம் போன்றவற்றால் முதன்மை நிலைச்செயலில் தெரிந்தே அதிக அளவுப் பாதரசம் வெளியிடப்படுவதும் காணப்படுகிறது; குறிப்பாக, நான் ஏற்கனவே இதற்கு முந்தைய இயலில் குறிப்பிட்டவாறு தங்கம் தோண்டுதலிலும், மருத்துவக் கருவிகள், நோய்த்தடுப்பு மருந்துகள், இதர மருந்துப் பொருட்களிலும் கண்ணிமைச் சாயம் போன்றவற்றின் உற்பத்தி, பயன்பாடு, கழிவுநீக்கம் போன்றவற்றிலும் பாதரசம் வெளிவிடப் படுகிறது; ஆமாம், கண்ணிமையிலும்தான்.

செயற்கைக் குற்றவாளிகள்

இயற்கையாகக் காணப்படும் கன உலோக நச்சுப்பொருட்களைத் தவிர, புதிதாக உருவாக்கப்படும் நச்சுப் பொருட்களும் உள்ளன. பொருட்களை ஒன்றாகச் சேர்த்துப் பொடியாக்கி சோதனை செய்வது குகைவாழ் மக்கள் காலத்திலிருந்தே நடைபெறுவதுதான்; ஆயினும், அவற்றின் பெரிய அளவு வளர்ச்சியும், பயன்பாடும் இருபதாம் நூற்றாண்டின் மையத்திலிருந்து வெடிக்கத் தொடங்கின. சில நேரங்களில் செயற்கைப் பொருட்களின் உருவாக்கத் தேவை ஒரு புதிய பொருளுக்கான குறிப்பான தேவையின் காரணமாகத் தோன்றியதாகும். எடுத்துக்காட்டாக, மழையில் கரையாமல் நிலைத்து நிற்கும் பெயின்டின் தேவை போன்று. இதர நேரங்களில் மற்றொரு வேதிய இடைவினை அல்லது தொழிற்சாலை செயல்முறையின் (பெரும்பாலும் பெட்ரோலிய, இயற்கை வாயு சுத்திகரிப்பு) துணை-விளைபொருளுக்கான ஒரு பயன்பாட்டினைக் கண்டுபிடிப்பதற்கான தேவையினால் இது உந்தப்படுகிறது. இந்த வகைப் பொருள் பெரும்பாலும் ஒரு கழிவுநீர்த்தொட்டி *(சிங்க்)* என்றழைக்கப்படுகிறது – உங்களுக்குத் தேவையற்ற ஒன்றைக் கொட்டும் இடம்.

உங்களுடைய ஒப்பனைப் பொருட்கள்

ஒப்பனை, நறுமணப் பொருட்கள், அல்லது 'அழகுப் பொருட்கள்' போன்றவற்றில் எனக்கு அதிக ஆர்வமில்லை. நீங்களும் அவ்வாறு இருக்கலாம் அல்லது இல்லாமலும் இருக்கலாம். நீங்கள் குறைந்த பட்சம் ஒரு சோப்பு, ஷாம்பு, லோஷன் போன்றவற்றைப் பயன் படுத்துவீர்கள் என்று நான் பந்தயம் கட்டுகிறேன். நான் இவற்றைப் பயன்படுத்துகிறேன். இந்தப் பொருட்கள் ஒட்டுமொத்தமாக சொந்த 'நல' பொருட்கள் என்றும் அழைக்கப்படுகின்றன. நான் 'நல' என்ற சொல்லை மேற்கோள் குறிகளிட்டுச் சுட்டியிருப் பதற்குக் காரணம் இங்கு எந்த அளவு 'நலமாதல்' நடைபெறுகிறது என்பது ஒரு கேள்விக்குறியாகும்.

நாம் இந்தப் பொருட்களை நம்முடைய உடற்துளைகளில் தேய்க்கிறோம். சில சமயம் நம்முடைய உதடுகளிலும் கண்களிலும் போடுகிறோம். எனவே, அவற்றில் உள்ள கூறுகள் எவை என்று அறிவது அவசியம். இவற்றில் பல வெறுப்பூட்டும் ஆச்சரியங்களும் தொழில் இரகசியங்களும் உள்ளன. நீங்கள் எப்பொழுதாவது உங்களுடைய ஷாம்பு பாட்டிலையோ, சூரியக் கதிர்த் தாக்க எதிர்ப் பொருட்கள் கொண்ட குழலையோ திருப்பிப் பார்த்து அவற்றின் உட்கூறுகள் என்னவென்று படித்திருக்கிறீர்களா? நீங்கள் ஒரு உருப்பெருக்கிக் கண்ணாடியைப் பயன்படுத்திப் பார்த்திருந்தால் அது கிளிங்கானில்* எழுதப்பட்டிருக்கலாம்.

ஒரு சராசரி அமெரிக்கப் பெண் தன்னுடைய வாழ்க்கையின் ஒவ்வொரு நாளிலும் ஒரு டஜன் பொருட்களைப் பயன்படுத்து கிறாள்; இவற்றில் 168 வேதிக்கூறுகள் உள்ளன. ஒரு சராசரி ஆண் ஆறு உற்பத்திப் பொருட்களை ஒவ்வொரு நாளிலும் பயன்படுத்து கிறான்; இவற்றில் 85 வேதிப்பொருட்கள் உள்ளன. இத்தகைய பொருட்களை ஆண்கள் பயன்படுத்துவது தொடர்ந்து அதிகமாகி வருகிறது.[55] இவை மருந்துக் கடைகளில் வாங்கப்படுபவையாக இருந்தாலும், மிகவும் டாம்பீகமான கடைகளிலிருந்து வாங்கப் பட்டவையாக இருந்தாலும், உங்களுடைய வட்டார உடல் நல உணவுக் கடைகளில் இருந்து பெறப்பட்ட 'இயற்கை' அல்லது 'கரிம' *(ஆர்கானிக்)* பொருட்களாக இருந்தாலும் அவை ஏறத்தாழ நிச்சய மாக அபாயகரமான வேதிப்பொருட்களைக் கொண்டிருக்கலாம்.

* கிளிங்கான் என்பது *ஸ்டார் டிரெக்* திரைப்படத்தில் வேற்றுக் கோள் மக்களால் பேசப்படும் புதிதாக உருவாக்கப்பட்ட ஒரு மொழியாகும். *(மொ-ர்)*

2005ஆம் ஆண்டு ஆயிரக்கணக்கான சொந்த 'நல' உற்பத்திப் பொருட்களில் மேற்கொள்ளப்பட்ட ஓர் ஆய்வு பின்வரும் கண்டுபிடிப்புகளைப் பட்டியலிட்டுள்ளது:

- இவற்றில் மூன்றில் ஒரு பங்குப் பொருட்கள் புற்றுநோயுடன் தொடர்புடைய ஒரு கூறினையாவது கொண்டுள்ளன.
- இவற்றில் சரிபாதிப் பொருட்கள் இனப்பெருக்க மண்டலத் திற்கும் இளம் குழந்தையின் வளர்ச்சிக்கும் தீங்கு செய்யும் ஒரு கூறினையாவது கொண்டுள்ளன.
- இவற்றில் 60 விழுக்காட்டுப் பொருட்கள் ஈஸ்ட்ரோஜனைப் போல பாவனை செய்யும் அல்லது ஹார்மோன்களைச் சிதைக்கும் ஒரு கூறினைப் பெற்றுள்ளன.
- இவற்றில் பாதிக்கு மேலும் பொருட்கள் 'ஊடுருவுதலை அதிகரிக்கும்' வேதிப்பொருட்களைப் பெற்றிருப்பதால் இவை இதர வேதிப்பொருட்கள் உடலுக்குள் ஆழமாகவும் வேக மாகவும் பரவ உதவுகின்றன.[55]

சட்டப்படி, நிறுவனங்கள் தம்முடைய நறுமணப் பொருட்களை வணிக அடையாள இரகசியமாக வைத்துக்கொள்ள அனுமதிக்கப் படுகின்றன; இவை உள்ளடக்கக் கூறுகளின் பட்டியலில் மர்மமான 'மணம்' என்ற பொருட்களின் கீழ் சுட்டப்பட்டுள்ளன. இந்தச் சொல்லின் பின்னால் மறைந்திருக்கும் பொருட்களுக்கு ஓர் எடுத்துக் காட்டு தேலேட்களாகும் – இவை டெஸ்டோஸ்டீரோன் உற்பத்தி யைத் தடுக்கின்றன; இவற்றைப் பெற்றுள்ள தாய்மார்களின் பிறக்கப் போகும் குழந்தைகளிடம் சரியாக வளராத விந்தகங்களையும் ஆண் உறுப்புகளையும் உண்டாக்குகின்றன.[56] இந்த வேதிப்பொருட் களைப் பற்றி நாம் அறிந்திருந்தும்கூட, 2002ஆம் ஆண்டு ஆய்வாளர்கள் தொடர்ந்து ஓரளவு கூந்தல் தெளிப்பு, நாற்றம் நீக்கி, கூந்தல் ஜெல், உடல் தோல் கழிவகற்றி, நறுமண நீர்மங்களை இயைபிலா முறை யில் தேர்ந்தெடுத்துச் சோதித்த போது (அடையாளமிடப்படாத) எழுபத்திரண்டு பொருட்களில் நான்கில் மூன்று பங்குப் பொருட்கள் தேலேட்களை உள்ளடக்கியவை என்று கண்டுபிடித்தனர்.[57]

இதர ஆச்சரியங்கள்: கடந்த பெப்ருவரி மாதம் எனக்கு அனுப்பப் பட்ட வேலன்டைன் (காதலர்) நாள் வாழ்த்து அட்டையில் 'ரோஜாக்கள் சிவப்பு நிறமானவை, உதட்டுச் சாயங்கள் ஈயத்தைப் பெற்றுள்ளன...' *(ரோஸஸ் ஆர் ரெட், லிப்ஸ்டிக்ஸ் ஹேவ் லெட்)* என்று கேம்பெயின் ஃபார் சேஃப் காஸ்மெட்டிக்ஸ் அமைப்பு குறிப்பிட்டிருந்தது. 2006ஆம் ஆண்டு, இயைபிலா முறையில்

தேர்ந்தெடுக்கப்பட்ட உதட்டுச் சாயங்களில் (அனைத்து விலைப் பூச்சுகளிலும்) மேற்கொள்ளப்பட்ட சோதனைகளின்படி அமெரிக்க உணவு மற்றும் மருந்து நிர்வாகத்தால் (எஃப்டிஏ) மிட்டாய்களுக்கு அனுமதிக்கப்பட்ட அளவைவிட இரண்டு முதல் நான்கு மடங்கு அதிக ஈயத்தை இவை பெற்றிருந்தன.[58] உதட்டில் பூசப்பட்டு, உணவோடு சேர்த்து உண்ணப்பட்டு, நம்முடைய உதடுகளில் மீண்டும் பூசப்படும் ஒரு பொருளில் ஈயம் போன்ற ஒரு நரம்பு நச்சு இருக்கவேண்டும் என்பதற்கு எந்தவிதத் தேவையும் காரணமும் இல்லை! இதற்கிடையில், இளம் குழந்தைகளின் ஷாம்புகள் 1,4 டையோக்சேன் என்ற புற்றுநோய்ப் பொருளைக் கொண்டுள்ளன; இது பெரியவர்களின் ஷாம்புகள் பலவற்றிலும் காணப்படுகிறது, இது பெரும்பாலும் சோடியம் லாரெத் சல்ஃபேட் என்ற பெயரில் உள்ள கூறாக மறைமுகமாகக் காணப்படுகிறது.[59]

குறிப்பிட்ட மக்கள்தொகுதிகளுக்கு என்றே குறிப்பிட்ட ஆபத்துகளும் காணப்படுகின்றன. நகம் திருத்தும் நிலையங்களில் நச்சுகள் வழிந்தோடுகின்றன. அங்கு வேலை செய்யும் பெருமளவுப் பெண்கள் வெண்மை நிறத்தவர் அல்லர்; பெரும்பாலும் ஆசியர்கள். இவர்களின் சராசரி வயது முப்பத்தெட்டுதான். இதன் பொருள் என்னவெனில், பெரும்பாலோர் குழந்தைத்தாங்கு வயதினர் ஆவர்.[57] ஆசியாவின் மிகப் பிரபலமாகத் திகழும் வெண்மைத் தோலாக்கும் பொருட்கள் பெரும்பாலும் ஹைட்ரோகுவினோன் என்ற புற்று நோய் உருவாக்கும் வேதிப்பொருளையும் குரோமியம், பாதரசம் போன்ற கன உலோகங்களையும் கொண்டுள்ளன.[57] ஆப்பிரிக்க–அமெரிக்கப் பெண்களுக்கென்று மிக வீரியமாகச் சந்தையில் விற்கப்படும் கூந்தல் நெகிழ்வுப் பொருட்கள் மிகவும் நச்சுத் தன்மை வாய்ந்தவை. மிகவும் அபாயகரமானவை என்று கருதப்படும் பொருட்களின் பட்டியலில் முதலில் இருப்பது உங்கள் முடியின் நிறத்தையும் வடிவையும் மாற்றும் பொருட்கள்தான்.[57]

இந்த உற்பத்திப் பொருட்களைக் கட்டுப்படுத்துபவர் எவராவது ஒருவர் உள்ளாரா? 2005ஆம் ஆண்டு மேற்கொள்ளப்பட்ட ஆய்வின் படி, 87 விழுக்காடு உள்கூற்றுப் பொருட்களின் பாதுகாப்புத் தன்மை பற்றி அலங்காரப் பொருட்களின் உட்கூறு மறு ஆய்வு (சிஐஆர்) குழுவால் ஆய்வு செய்யப்படவில்லை என்று கண்டுபிடிக்கப் பட்டுள்ளது.[60] தற்போது, சிஐஆர் மட்டும்தான் இந்த உற்பத்திப் பொருட்களின் பாதுகாப்பைப் பற்றி சோதிக்கும் பொறுப்பைப் பெற்றுள்ளது. பாதுகாப்பு பற்றிய சோதனைகளைப் பொருட்களை உற்பத்தி செய்யும் நிறுவனங்கள்தாம் செய்ய வேண்டும் என்று

கட்டாயப்படுத்த அமெரிக்க உணவு மற்றும் மருந்து நிர்வாகத்திற்கு (எஃப்டிஏ) அதிகாரம் கிடையாது. குறையுள்ளவை அல்லது ஊறு விளைவிக்கக்கூடியவை என்று நிரூபிக்கப்பட்ட சொந்த 'நலன்' பொருட்களை நிறுவனமே திரும்பிப் பெற்றுக்கொள்ள வேண்டும் என்று கூறும் அதிகாரமும் இதற்குக் கிடையாது. சிஐஆர் குழு அழகு, குளியலறை மற்றும் நறுமணப் பொருட்களின் சங்கம் *(காஸ்மேடிக், டாய்லெட்ரி அண்ட் ஃபிராக்ரன்ஸ் அசோசியேஷன்)* என்ற அழகுசாதனப் பொருட்களுக்கான வணிகச் சங்கத்தின் நிதியுதவி பெற்று நடத்தப்படுகிறது. இந்தக் குழுவின் சோதனைகள் சொறிப் புண்கள், வீக்கம் போன்ற உடனடி உடல்நலக் கோளாறுகளைப் பற்றி மட்டும் கவனம் செலுத்துகின்றன. வாய்ப்புக்கேடாக, இவை நீண்ட கால விளைவுகள்பற்றி கவனம் செலுத்தவில்லை. மேலும், வெவ்வேறு வேதிப்பொருட்கள் தமக்கிடையேயும், ஜீன்களோடும் இடைவினைகள் செய்யும் போது என்ன நடக்கின்றன என்பது பற்றியும் இந்த அமைப்பு சோதிக்க வேண்டும்.

மேலே விவாதிக்கப்பட்ட தகவல்கள் மக்களிடம் மிகவும் வேக மாகப் பரவிவருகின்றன. சில சூழல் ஆர்வலர்கள் மிகவும் திறன் வாய்ந்த தகவல் மூலங்களை உருவாக்கியுள்ளனர் என்பது மகிழ்ச்சி யளிக்கின்றது. இவை நம்மை நாமே அறிவுறுத்திக்கொள்ளவும் மாற்றங்களைப் புகுத்தவும் உதவுகின்றன. என்வைரென்மெண்டல் வொர்க்கிங் குரூப் என்ற அமைப்பு *ஸ்கின் டீப்* என்ற ஒரு தரவுத் தளத்தை *(டேட்டாபேஸ்)* உருவாக்கி செயல்படுத்துகிறது. இது ஒரு பெரிய தரவுத் தளமாகும். இதில் நாற்பதாயிரத்துக்கும் அதிகமான பொருட்கள் பற்றியும் அவற்றின் கூறுகள் பற்றியும் தகவல்கள் காணப்படுகின்றன.[61] நீங்கள் பல அலங்காரப் பொருட்கள், சொந்த 'நல' பொருட்களின் பெயரில் உட்சென்று அவற்றில் எந்தக் கூறுகள் உள்ளன என்று கண்டுபிடிக்கலாம். அவர்களுடைய களமான cosmeticsdatabase.com என்பதற்கு வருகை புரிந்து எவ்வளவு வேதிப்பொருட்களைத் தவிர்க்க வேண்டுமோ அவ்வளவையும் தவிர்க்கலாம்; குறிப்பாக நீங்கள் கர்ப்பமாகவோ கர்ப்பமடை வதற்கோ திட்டமிட்டிருந்தால்.

காம்பேக்ட் ஃபார் சேஃப் காஸ்மெட்டிக்ஸ் என்பதில் கையெழுத் திட்டுள்ள நிறுவனங்களுக்காக நீங்கள் இதில் தேடலாம். இதன் உறுதிமொழி மூலம் புற்றுநோய், பிறவிக்கோளாறுகள், ஹார்மோன் செயலிழப்பு போன்றவற்றோடு தொடர்புடைய கூறுகள் மாற்றீடு செய்யப்பட்டிருக்கும். ஆயிரத்திற்கும் மேற்பட்ட நிறுவனங்கள் இதில் கையெழுத்திட்டுள்ளன.

எடுத்துக்காட்டாக, பாலிஎத்திலீன் என்ற பிளாஸ்டிக் பொருளைத் தயாரிக்கத் தேவையான எத்திலீனை உற்பத்தி செய்வதில் புரோபைலீன் என்ற துணை-விளைபொருள் உருவாக்கப்படுகிறது. இந்தத் துணை-விளைபொருள் ஒரு தேக்கியாகப் பயன்படுத்தப்பட்டால் அல்லது வேறொரு பொருளுக்கு மூலப்பொருளாகப் பயன்படுத்தப்பட்டால், எத்திலீன் உற்பத்தியின் அடக்கவிலை குறையும். எனவே, புரோபைலீனை ஏதாவது செய்யமுடியுமா என்று உற்பத்தியாளர்கள் முயற்சி செய்த போது, இதனை அக்ரைலோ-நைட்ரைல் என்று அழைக்கப்படும் ஒரு பொருளாக மாற்ற முடியும் என்று கண்டுபிடித்தனர். இதை வீட்டுக்கு வெளியே விரிக்கப்படும் அக்ரைலிக் தரை விரிப்புகளைத் தயாரிக்கப் பயன்படுத்தலாம். எனவே, அக்ரைலிக் தரைவிரிப்புகள் வீட்டுக்கு வெளியே உள்ள இயற்கையான தரைக்கு மாற்றாகப் பிறந்துள்ளன.[62] பாசிகள் அல்லது புல்லுக்கு மாற்றீடு நமக்குத் தேவைப் பட்டது என்பதால் நம்முடைய மிகப் புத்திசாலித்தனமான மனங்கள் ஒன்று சேர்ந்து இதை உருவாக்கியுள்ளன என்று கொள்ளக்கூடாது. மாற்றாக, இதற்குப் பின்னால் லாபத்தால் உந்தப்பட்ட ஒரு விநோத மான பின்னோக்கிய வளர்ச்சிச் செயல்தான் செயல்பட்டுள்ளது.

நச்சுப்பொருட்கள் நம்முடைய சொந்த உடல் தொடர்பானவை யாக மாறுகின்றன

2009ஆம் ஆண்டு கோடையில் என்னுடைய சொந்த 'உடல் சுமையை' சோதித்து நான் பல ஆண்டுகளாக ஆய்வு செய்துவந்த வேதிப்பொருட் களில் எவையெல்லாம் என்னுடைய உடலில் உள்ளன என்று கண்டு பிடிக்க என்னை நானே ஆய்வுக்கு உட்படுத்திக்கொண்டேன்.[1] இந்தச் சோதனை காமன்வீல் என்ற அமைப்பின் பயோமானிட்டரிங் ரிசோர்ஸ் சென்டர் என்ற ஒருங்கமைவில் செய்யப்பட்டது; இதன் முடிவுகள் சயின்ஸ் அண்ட் என்வைரென்மெண்டல் ஹெல்த் நெட்வொர்க்கின் முனைவர் டெட் ஸ்கெட்லர் என்பவரால் பகுப்பாய்வு செய்யப்பட்டன.

ஆச்சரியமூட்டாத வகையில், இந்தச் சோதனை கன உலோகங்கள், உயிரிக்கொல்லிகள், தொழிற்சாலை மூலம் உற்பத்தி செய்யப் படும் தினசரிப் பொருட்களில் காணப்படும் வேதிப்பொருட்கள் உள்ளடக்கிய டஜன் கணக்கான நச்சு வேதிப்பொருட்களை என்னுடைய உடலில் எடுத்துக் காட்டியது. ஒட்டாத சமையல் தட்டுகளைத் தவிர்த்தல், கரிம உணவுகளை உண்ணுதல் போன்ற சில வாழ்க்கை முறைத் தேர்வுகள் எனக்குப் பயனளித்தன. சில வேதிப் பொருட்களின் தாக்கங்களுக்குக் குறைவாக வெளிப்படுத்திக்

கொள்ளும் வாய்ப்பை இவை எனக்குக் கொடுத்தன; எனினும், சங்கடப்படுத்தும் அளவிற்கு அதிக அளவு நச்சுப் பொருட்கள் எனக்குள் இருந்தன. இதைவிட என்னை அதிகம் சங்கடப்படுத்தியது என்னவெனில் இவை எவ்வாறு எனக்குள் நுழைந்தன என்பதை எவரும் சரியாக விளக்க முடியவில்லை என்பதுதான்; ஏனெனில், எந்தவொரு குறிப்பிட்ட வழி வெளிப்பாட்டோடும் *(எக்ஸ்போஷர்)* என்னுள் இருந்த மாசுறுத்திகளைத் தொடர்புப்படுத்த முடியவில்லை. எடுத்துக்காட்டாக, வினைல் மழை ஆடை போன்ற நச்சு மூலத்தை நான் தவிர்த்தாலும், அதே வேதிப்பொருளின் வளிமங்களுக்கும் நச்சுப்பொருட்களுக்கும் நான் காற்று, நீர் அல்லது என்னுடைய உணவுமூலம் என்னை வெளிப்படுத்திக் கொண்டிருப்பேன் என்று கருதுகிறேன்.

என்னுடைய உடலில் காணப்பட்ட சில பொருட்களைப் பற்றிய விவரங்கள் கீழே கொடுக்கப்பட்டுள்ளன. இவற்றின் மிகப் பரவலாக அறியப்பட்ட சில மூலங்களும் கொடுக்கப்பட்டுள்ளன.

பிஸ்ஃபீனால் ஏ (பிபீஏ) – இது நாளமில்லாச் சுரப்பிச் செயல்களைத் தாக்கும் வேதிப்பொருளாகும். அதாவது, இது உடலின் ஹார்மோன்களின் செயல்களில் தலையிடுகிறது. இது பலவகை உடல் பிரச்சினைகளை உண்டாக்குகிறது; குறிப்பாக இனப்பெருக்க மண்டலத்திற்கு. குழந்தைகளின் பால்பாட்டில்களிலிருந்து, பிளாஸ்டிக் பாட்டில்கள், அலுமினியக் கலன்களின் உணவு அடைக்கப்பட்ட உள்உறை வரை உள்ள பல தினசரிப் பொருட்களில் இது பயன்படுத்தப்படுகிறது. உங்களுடைய மறுநிரப்பு நீர் பாட்டில்களை வாங்கும் போது அதில் இந்தப் பொருள் இல்லை என்ற அடையாளச் சீட்டு உள்ளதா என்பதைச் சோதித்து அறிந்துகொள்ளுங்கள்.

ஈயம் – *(காண்க பக்கங்கள் 126-127)* இதுவும் ஒரு நரம்பு நச்சுப் பொருளாகும். இது பெட்ரோலியத்திலும், பெயிண்டிலும் மிகவும் பரவலாகப் பயன்படுத்தப்பட்டது; இன்றும், உதட்டுச் சாயம் முதல் மின்னணுச் சாதனங்கள், குழந்தைகளின் பொம்மைகள் போன்ற பல நுகர்வுப் பொருட்களில் இது பயன்படுத்தப்படுகிறது.

பெர்ஃபுளோரினேட்டட் கூட்டுப் பொருட்கள் (PFCs)[2] – பலவகைப் புற்றுநோய்களுக்கும், கல்லீரல், சிறுநீரகச் சிதைவுக்கும், இனப் பெருக்கப் பிரச்சினைகளுக்கும் காரணமாகத் திகழலாம் என்று நம்பப்படும் இவை ஒட்டுதல், சாயமேற்றல் போன்றவற்றைத் தவிர்க்கும் பொருட்களை உற்பத்தி செய்யப் பயன்படுத்தப்

படுகின்றன. இவை நுண்ணலையால் (மைக்ரோவேவ்) பொரிக்கப் படக்கூடிய சோளப் பொரி பைகளிலும், டெஃப்லான் தட்டுகள், சில நீர் புகாத் துணிகள், தரை விரிப்புகள் போன்றவற்றிலும் காணப்படுகின்றன.

டிரைகுளோசான் – இது நாளமில்லாச் சுரப்பிப் பிரச்சினைகள், ஆஸ்துமா, ஒவ்வாத்தன்மை போன்றவற்றோடு தொடர்புடையதாக விலங்குகளில் மேற்கொள்ளப்பட்ட சோதனைகள் கூறுகின்றன. சூழல் பாதுகாப்பு நிறுவனம் (இபீஏ) டிரைகுளோசானை டயாக்சின் களோடு சேர்ந்து காணப்படும் மாசுறுத்தியாக 'இருக்கலாம்' என்றும், 'சந்தேகப்படும்படியாக உள்ள' (மாசுறுத்தியாக) இருக்கலாம் என்றும் பட்டியலிட்டுள்ளது.[3] சோப்புகள், அலங்காரப் பொருட்கள், வீட்டு சுத்திகரிப்புப் பொருட்கள் போன்ற பல பாக்டீரிய-எதிர்ப்புப் பொருட்களிலும், பாத உறைகள், பொம்மைகள், போர்வைகள் போன்ற 'பாக்டீரிய-எதிர்ப்புப்' பொருட்கள் என்று விளம்பரப் படுத்தப்படும் பொருட்களிலும் இது பயன்படுத்தப்படுகின்றது. இது நுண்ணுயிரிகளால் உண்டாக்கப்படும் நோயை எதிர்க்க உண்மை யில் தேவைப்படுவதில்லை. உண்மையில், அது அழிக்கும் என்று நம்பப்படும் அதே நுண்ணுயிரிகளில் வலிமை மிக்க ரகங்களை உருவாக்க இந்த வேதிப்பொருள் உதவலாம்.

என்னுடைய உடலிலும்கூட ஆர்கனோகுளோரின் உயிரிக் கொல்லிகளும் உள்ளன. இவற்றில் சிலவற்றைப் பெயர்களின் அடிப்படையில் நீங்கள் அறிந்துணரலாம் (டிடிடீ, குளோர்டேன், மைரெக்ஸ்); இவற்றோடு, உங்களுக்கு அதிக அறிமுகமில்லாதவையும் உள்ளன (இவற்றில் ஹெக்சாகுளோரோ பென்சீன், பீட்டா-ஹெக்சகுளோரோசைக்ளோ ஹெக்சேன், ஆக்சிகுளோர்டேன், டீ-நோனகுளோர், ஹெப்டகுளோர் இபாக்சைடு போன்றவை அடங்கும்). இவை நரம்பு நஞ்சுகள், புற்றுநோய் உண்டாக்கிகள் ஆகும். இவற்றில் பல தீராத நோய்களோடும் தொடர்புடையவை. பத்து ஆண்டுகளுக்கு முன்பு பல ஆர்கனோகுளோரைடுகள் தடை செய்யப்பட்டுவிட்டன என்றாலும், அவை மிகவும் மெதுவாகச் சிதைவதால் சூழல், உணவுச் சங்கிலி, நம் உடல் போன்றவற்றில் நிலைத்துக் காணப்படுகின்றன. என் உடலில் இந்த நச்சுப்பொருட் களின் அளவு உண்மையில் மிகக் குறைவு. நான் முனைவர் ஸ்கெட்லரை இதற்கான காரணம் என்ன என்று கேட்டபோது, நான் அதிக அளவு இறைச்சி சாப்பிடாமல் இருப்பதால் இருக்கலாம் என்று கூறினார். இறைச்சி சாப்பிடுவதுதான் இந்தக் கொழுப்பில் - கரையும் உயிரிக்கொல்லிகளுக்கு நம்மை உட்படுத்திக்கொள்வதற்கான

முக்கியமான வழிமுறையாகும். அவருடைய கூற்று சரிதான். பதினான்கு வயதில் தொடங்கி இருபத்து நான்கு ஆண்டுகளுக்கு நான் இறைச்சி சாப்பிடவில்லை. இன்று எப்பொழுதாவது கோழி அல்லது மீன் சாப்பிடுகிறேன், ஆனால் இறைச்சியை அல்ல.

பாதரசம் மூளைக்கும், நரம்பு மண்டலத்திற்கும் மிக அதிக பாதிப்பை ஏற்படுத்துகிறது (காண்க: பக். 127-128). சராசரியைவிட என்னுடைய உடலில் அதிக அளவு இது காணப்படுவது ஒரு மோசமான செய்தி யாகும். நோய்க் கட்டுப்பாட்டு மையம் என்ற அமைப்பு ஆய்வு செய்த மக்களில், அதிக பாதரசம் கொண்டுள்ளதாகக் கருதப்படும் முதல் 10 சதவீத மக்கள் கொண்டுள்ள பாதரச அளவில் நானும் உள்ளேன். பாதரசத்திற்கு நான் எவ்வாறு வெளிப்பாடடைந் திருப்பேன் என்று பலமுறை வினவிய பின்பு, ட்யூனா சுஷி மீன் உணவை அதிகமாக உண்பதால் பாதரசம் என்னுடைய உடலில் நுழைந்திருக்க வேண்டும் என்று முனைவர் ஸ்கெட்லர் கருத்துத் தெரிவித்தார். என்னுடைய சோதனை முடிவுகளைப் பெற்ற பின்பு பெரிய மீன் சாப்பிடுவதைத் தவிர்க்க வேண்டும் என்ற என்னுடைய பழைய முடிவை மீண்டும் புதுப்பித்தேன். நம்முடைய உடல்கள் பாதரசத்தை, மற்ற நிலைத்த மாசுறுத்திகளை விட விரைவாக நீக்குவதால், நான் என்னுடைய உடலின் பாதரச அளவுகளைக் குறைக்க முடியும்.

என்னுடைய உடலில் இருக்கும் மிகவும் உயர்ந்த அளவு வேதிப்பொருள் டெகா-பிடிஇ ஆகும். தீப்பிடிப்பு எதிர்ப் பொருளான இது தற்போது ஒரு முக்கிய சூழல் நலப்போரின் மையப் பொருளாகத் திகழ்கிறது.[4] மிகுந்த நச்சுத்தன்மை வாய்ந்த டெகா-பிடிஇ மற்றொரு புற்றுநோயுண்டாக்கியாக இருக்கலாம். இது கல்லீரல், சிறுநீரகம், தைராய்டு சுரப்பி போன்றவற்றைப் பாதிக்கிறது. பாதுகாப்பு உறை அணியாமலோ குறைந்த அளவு பாதுகாப்போடோ தம்முடைய கைகளைக் கொண்டு நச்சு நிரம்பிய மின்னணுச் சாதனங்களை அழிக்கின்ற மக்களிடம் இது அதிகம் காணப்படுகிறது; வளரும் நாடுகளிலுள்ள மோசமான மின்னணுச் சாதன மறுசுழற்சி அமைப்புகளில் பணியாற்றும் இத்தகையவர் களிடம் காணப்படும் உயர்ந்த அளவுக்குச் சமமான அளவு டெகா-பிடிஇ என்னுயை உடலிலும் காணப்படுகிறது.

என்னுடைய உடலில் எவ்வாறு டெகா – பிடிஇ அளவுகள் மிகவும் அதிகமாக உள்ளன என்பதை அறிய எந்த வழியுமில்லை. இதற்கான ஒரு காரணம் நான் கலிஃபோர்னியாவில் வாழ்வதால்

இருக்கலாம். தீப்பிடிப்பு எதிர்ப்புப் பொருட்களின் உற்பத்தி யாளர்களின் சக்தி வாய்ந்த சொந்த அக்கறைகளினால் கலிஃபோர்னியா சட்டம் பாதிப்புக்குள்ளாகியுள்ளது. தற்போது, அபாய எல்லையையும் தாண்டிய தீப்பிடிப்பு எதிர்ப்பொருட்களின் பயன்பாட்டை இவர்கள் மேற்கொண்டு வருகிறார்கள். இதர பகுதிகளில் உள்ள தயாரிப்பாளர்களை அதிகத் தீப்பிடிப்பு எதிர்ப்பொருட்களைப் பயன்படுத்த வைத்து இவர்களின் பொருட்களைக் கலிஃபோர்னியாவில் விற்கும் எண்ணத்தை ஊக்குவிக்கிறார்கள். டெகா-பிடிஇ-ஐ தடைசெய்ய வலியுறுத்தும் சட்டத்தை ஒவ்வொரு மாநிலமும் கொண்டுவர நாம் ஆதரவளிக்க வேண்டும். மிக மோசமான உடல் நலத் தாக்கங்கள் இவற்றால் உண்டாகின்றன என்பதற்கான சான்றுகள் அதிகமாகிக் கொண்டு வருகின்றன; மாற்றுத் தீப்பிடிப்புத் தடுப்பு வழிமுறைகள் (தானே அணைந்து கொள்ளும் சிகரெட்டுகள் போன்றவை) வலிமை மிகுந்தவையாக இருந்த போதிலும், டெகா-பிடிஇ-யையும், இதர தீப்பிடிப்பு எதிர்ப்புப் பொருட்களையும் உற்பத்தி செய்யும் தொழிற்சாலைகள், இவை தொடர்ந்து பயன்பாட்டில் இருப் பதற்காக மிகவும் கடினமாகப் போராடுகின்றன.[5]

என்னுடைய உடல் சுமைச் சோதனைகள் பொருட்களின் கதையின் நீதிகளில் ஒன்றை வலியுறுத்துகிறது; எப்படி நாம் வேதிப்பொருட்களைப் பயன்படுத்த வேண்டும் என்பது பற்றிய முழுமையான, தடுப்பு சார்ந்த சீர்திருத்தங்களுக்கு இதுதான் சரியான நேரம். தனிப்பட்ட முறையில் நாம் எவ்வளவு விழிப் புணர்வோடு செயல்பட வேண்டுமோ அந்த அளவு விழிப் புணர்வோடு செயல்பட்டாலும் நாம் தொடர்ந்து அவற்றை நம்முடைய தொழிற்சாலைகளிலும் நம்முடைய பொருட்களிலும் பயன்படுத்தும் வரை நம்முடைய உடல்களை அல்லது சூழலை விட்டு நச்சுகளை நீக்க முடியாது.

1 உடல் சுமைச் சோதனை பற்றியோ, உயிரியக் கண்காணிப்புப் பற்றியோ மேலும் அறிய காண்க www.commonweal.org/programs/brc/index.html

2 பெர்குளோரினேட்டட் கூட்டுப்பொருட்கள் பற்றி மேலும் அறிய, காண்க. www.pollutioninpeople.org/toxics/pbcs

3 U.S.EPA. 1994. Estimating exposure to dioxin-like compounds, vol.II: Properties, sources, occurrence and background exposures. Office of Research and Devalopment. Review Draft. Washington DC, June, pp.3-54.

4 Deca-BDE பற்றி மேலும் அறிய காண்க: Cleanproduction.org/Flame.Scientific.p› and environmental healthfund.org/documents/Deca%20Claims-Facts.pdf

5 Environmental Health Fund 'Claims and Facts about Deca-PBE Flame Retardant,' http: environmentalHealthfund.org/documents/Deca%20Claims-Facts.pdf

பெரும்பாலான நேரங்களில், செயற்கைப் பொருட்களைப் பயன் படுத்துவது தொழிற்சாலைகளின் செலவைக் குறைக்கும்; அவற்றை உண்டாக்குவதற்கு, பயன்படுத்துவதற்கு, பின்பு சுத்தம் செய்வதற்கு, அல்லது இந்தப் பொருட்களைக் கழிவாக விலக்குவதற்குக் காரணமான அனைத்து அடக்கவிலைகளையும் அவை மிக அரிதாகவே ஏற்க வேண்டி யிருக்கிறது. வேறு வார்த்தைகளில் கூற வேண்டுமானால், அவற்றின் முடிவான சூழ்நிலை உடல்நலத் தாக்கங்களுக்கான அடக்கவிலை களை அவை ஏற்க வேண்டியதில்லை. அதிகமான புறவயமாக்கப்பட்ட அடக்கவிலைகள்!

உடல்நலத் தாக்கங்களுக்காகவும் சூழல் தாக்கங்களுக்காகவும் பயன்பாட்டில் உள்ள பல ஆயிரம் செயற்கை வேதிப்பொருட்களில் சில பொருட்களே சோதனை செய்யப்பட்டுள்ளன. இவற்றில் ஒன்றுகூட அதன் முழுமையான கூட்டு உடல்நலத் தாக்கங்களுக்காகச் சோதனை செய்யப்படவில்லை. இதன் பொருள் என்னவெனில், ஒரே நேரத்தில் இவற்றில் ஒன்றுக்கு மேற்பட்ட வேதிப்பொருட்களுக்கு நாம் உட்படுத்தப்பட்டால் எந்தவிதமான கூட்டு விளைவுகள் ஏற்படும் என்பது சோதித்தறியப்படவில்லை.[63] தற்போது, அதிகத் தொழில் வளர்ச்சிப் பெற்ற நாடுகளில் வாழும் நம்மைப் போன்றவர்களுக்கு இந்த வகை பல்பொருள் தாக்கம் மிகவும் நிலைத்துக் காணப்படும் ஒன்றாகும்.

இதில் உள்ள மோசமான உண்மை என்னவெனில், நாம் இவற்றை உண்டாக்கினால் (அல்லது, கன உலோகங்களைப் பொறுத்தவரை அவற்றைப் பிரித்தெடுத்தால்/பரப்பினால்), இந்தப் பொருட்களை நீக்குவது அதிகக் கடினம் அல்லது பெரும்பாலும் முடியாத ஒன்று. காற்றாலும் நீராலும் ஏற்கப்பட்டும், விலங்குகளின் உள்ளேயும் இவை வெகுதூரம் பயணம் செய்கின்றன; பெரும்பாலானவை உயிரியச் சேர்க்கை அடைகின்றன அல்லது உயிரியில் நிலைத்தன்மையைப் பெறுகின்றன. நாம் அவற்றின் நுண்ணியத் துகள்களை நம்முடைய நுரையீரல்களுக்குள் மூச்சிழுக்கிறோம்; நம்முடைய நீரோடு இவற்றைக் குடிக்கின்றோம்; நம்முடைய பொருட்களிலிருந்து இவற்றை உறிஞ்சுகிறோம். நம்முடைய சூரியக்கதிர்த் திரை, நம்முடைய அறைக்கலன்கள், நம்முடைய ஒட்டாத சமையல் பாத்திரங்கள் *(நான்ஸ்டிக் பேன்ஸ்)*, நம்முடைய நுரைப் பஞ்சுத் தீ எதிர்ப்புத் திண்டுகள், நம்முடைய நீர்ப் புகாத் துணிகள் ஆகிய அனைத்தும் நச்சுப்பொருட்களைக் கசிவுறச் செய்கின்றன. இவற்றில் சில மூலங்கள் மட்டுமே இங்குக் குறிப்பிடப்பட்டுள்ளன.

தற்போது நச்சுப்பொருட்கள் எல்லா இடங்களிலும் உள்ளன. அவை பரவலாகக் காணப்படுகின்றன என்பதைப் பல அறிவியல் ஆய்வுகள் பதிவு செய்துள்ளன. இவற்றிற்கு உட்படாத மக்கள் தொகை ஏதாவது உள்ளதா என்று தேடிய அறிவியல் அறிஞர்கள் பெரும்பாலான

தொழிற்சாலை மூலங்களிலிருந்து வெகுதூரத்திலுள்ள கனடாவின் ஆர்க்டிக் பகுதி பழங்குடி மக்களைச் சோதித்தனர். அப்பொழுது அவர்களிடம் மிக உயர்ந்த அளவு செயற்கை வேதிப்பொருட்களின் உடல் சுமை மட்டங்களைக் கண்டனர்.[64] அமெரிக்காவிலும் ஐரோப்பாவிலும் உள்ள என்ஜிஓ-க்கள் வீட்டுத் தூசிகளை உறிஞ்சி அவற்றைச் சோதித்த போது அதில் பல நச்சுப் பொருட்கள் இருந்ததைக் கண்டுபிடித்தனர்.[65] தவழும் சிறு குழந்தைகளும் வீட்டுச் செல்லப் பிராணிகளும் பல்வேறு நச்சு மூலங்களோடு தொடர்புகொள்ளும் அளவுக்குப் பிறப்பிலிருந்து நீண்டகாலம் புவியில் இல்லை; 'வாழ்க்கைமுறை விருப்பத் தேர்வுகளால்' பாதிக்கப்படப் போவதில்லை; என்றாலும், அவை பெரும்பாலும் நச்சுப் பொருட்களின் உயர்ந்த உடல்சுமை அளவுகளைப் பெற்றிருந்தன. தொப்புள் கொடிகள் பற்றிய ஓர் ஆய்வில் அவை ஒவ்வொன்றும் சராசரியாக 287 வேளாண், தொழிற்சாலை வேதிப்பொருட்களைக் கொண்டிருப்பதை என்வைரென்மெண்டல் வொர்க்கிங் குரூப் (இடபிள்யூஜி) கண்டறிந்தது.[66] மனித வாழ்வின் புனிதத் தன்மைக்கு அதிர்ச்சி தரும் வகையில் உணவுச் சங்கிலியின் உச்சியிலுள்ள தாய்ப்பால் தற்போது பயமுறுத்தக்கூடிய அளவில் நச்சு மாசுறுத்தலைப் பெற்றிருக்கிறது.[67]

அனைத்து அபாயகரப் பொருட்களைப் பற்றிய அடிப்படை உண்மை ஓர் எளிய ஆங்கிலச் சொற்றொடரில் குறிப்பிடப்பட்டுள்ளது: Toxics in, toxics out (உள்ளேயும் நச்சுப்பொருட்கள், வெளியேயும் நச்சுப்பொருட்கள்). நாம் இந்த நச்சு உட்கூறுகளில் எதையாவது நம்முடைய உற்பத்திப் பொருட்களில் தொடர்ந்து உள்ளே சேர்த்து

நச்சு மாசுறுத்திகளின் வெளிப்பாட்டு வழிப்பாதைகள்

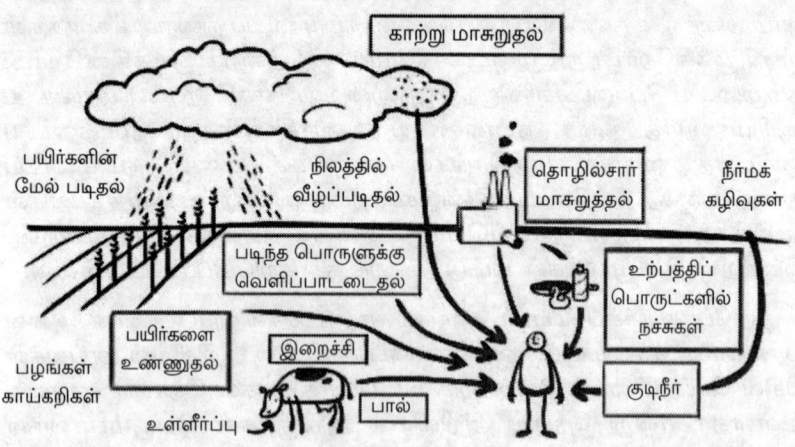

வந்தால், உற்பத்திப் பொருட்கள் வழியாகவும் மாசுறுத்தலின் வழியாகவும் நச்சுப் பொருட்கள் தொடர்ந்து வெளிவந்து கொண்டிருக்கும்.

ஐரோப்பியக் கூட்டமைப்பு ரீச் சட்டத்தை 2006ஆம் ஆண்டு நிறைவேற்றியபோது ஒரு ஒளி விளக்கு திடீரென்று பிரகாசித்தது; REACH என்பது Registration (பதிவுசெய்வது), Evaluation (மதிப்பிடுவது), Authorization (அதிகாரம் வழங்குதல்), Restriction of Chemicals (வேதிப்பொருட்களைக் கட்டுப்படுத்துதல்) போன்ற செயல்களைக் குறிக்கும். முக்கியமாக, அமெரிக்காவில் தொடர்ந்து ஆட்சி செலுத்தும், 'நச்சு என்று நிரூபிக்கப்படும் வரையில் (ஒரு பொருள்) தீங்கற்றது' என்ற மனப்பான்மை உள்ளது; இதற்கு எதிராக வேதிப் பொருட்கள் பயன்படுத்தப்பட்டு, பரலாக்கப்படுவதற்கு முன்பு[69] நிறுவனங்கள் அவற்றைப் பாதுகாப்பானவை என்று நிரூபிக்க வேண்டும் என்று ரீச் விரும்புகிறது. மேற்சுட்டப்பட்ட மனப்பான்மை நம்முடைய பழமையானதும் மிகவும் வலிமையற்றதுமான நச்சுப்பொருட்கள் கட்டுப்பாட்டுச் சட்டத்தில் (டீஎஸ்சிஏ) காணப்படுகிறது; இந்தச் சட்டம், அது ஏற்றுக்கொள்ளப்பட்ட 1976ஆம் ஆண்டிலிருந்து, இன்று வரை மேம்படுத்தப்படவில்லை. டீஎஸ்சிஏ அப்போது பயன்பாட்டிலிருந்த 62,000 வேதிப்பொருட்களை சோதனைகள் எதுவும் செய்யாமலேயே தொடர்ந்து பயன்படுத்த அனுமதித்துள்ளது. அதற்குப் பிறகு இது ஏறக்குறைய மேலும் 20,000 வேதிப்பொருட்கள் சந்தையை அடைய அனுமதித்துள்ளது; இதன் காரணமாக, மிக மோசமான உடல்நல அபாயங்களுக்கான வளர்ந்து வரும் ஆதாரங்கள் இருந்தாலும், இன்றும் பல்லாயிரக்கணக்கான வேதிப்பொருட்கள் பயன்படுத்தப் படுகின்றன.[70] இந்த நிலைமையைச் சீர்செய்ய சட்டமியற்றுபவர்கள் குழந்தை-பாதுகாப்பு வேதிப்பொருட்கள் சட்டத்தை (கேஎஸ்சிஏ) மே 2008இல் கொண்டு வந்தனர். ஐரோப்பாவின் ரீச் அணுகுமுறையைப் பின்பற்றி வேதிப்பொருட்கள் வணிகப் பயன்பாட்டிற்காக நுழைக்கப்படுவதற்கு முன்பு பாதுகாப்பானவைதான் என்று வேதிப் பொருள் நிறுவனங்கள் நிரூபித்துக் காட்ட வேண்டும் என்ற கட்டாயத்தை கேஎஸ்சிஏ புகுத்தியது.[71]

'நூற்றுக்கணக்கில் அபாயகரமான தொழில்சார் வேதிப்பொருட் களை ஏற்கனவே தம்முடைய இரத்தத்தில் கொண்டு, முன்மாசுற்று, இந்த உலகத்திற்குக் குழந்தைகள் (பிறந்து) வரும்போது, கட்டுப்பாடு ஒருங்கு உடைந்துவிட்டது என்பது தெளிவாகிறது' என்று கூறுகிறார் இடபிள்யூஜியின் தலைவரான கென் குக். வேதிப்பொருட்கள் பாதுகாப்பானவை என்று நம்பிக்கை கொண்டிருக்கும் ஒரு நெகிழ்வான,

இளங்குழந்தைகளின் வாய்களுக்குள்

தாய்ப்பாலில் நச்சுப்பொருட்களா? இது ஒரு சர்ச்சைக்குரிய பிரச்சினையாகும்.

இதைப்பற்றி பேசுவதே பல காரணங்களுக்காக மிகவும் கடினமான ஒன்றாகும். ஒரு விலை மதிக்க முடியாத, மகிழ்ச்சி தரக்கூடிய பிறந்த குழந்தையைக் கையில் ஏந்திக்கொண்டுள்ள ஒரு புதிய தாய் நினைக்க விரும்பாத தலைப்பாகும் இது. இது பீதி தருகின்ற, அடக்க முடியாத ஓர் உணர்வை ஏற்படுத்துகின்ற செய்தியாகும்; தாய்ப்பால் தான் சிறு குழந்தைகளுக்குக் கிடைக்கக்கூடிய மிகச் சிறந்த உணவாகும் என்றாலும்கூட இந்தச் செய்தி தாய்களை முலைப்பால் கொடுப்பதை அதைரியப்படுத்தும்.

எனினும், நாம் இதைப்பற்றி பேசியே ஆகவேண்டும். மௌனம் மாசுறுத்துபவர்களுக்குத்தான் சேவை செய்யும். மனிதத் தாய்ப்பாலில் நச்சுகள் காணப்படும் பிரச்சினையைப் பற்றி எவரும் எடுத்துக் காட்டவில்லை என்றால் மாசுறுத்துபவர்கள் அவருக்கு நன்றி யுடையவர்களாக இருப்பார்கள் என்று நான் கருதுகிறேன். எனவே, நாம் அதைப்பற்றிக் கட்டாயம் பேசுவோம், அடிக்கடி பேசுவோம், உரக்கப் பேசுவோம்.

நான் கூறியபடி, இன்று உயிர்வாழும் ஒவ்வொரு மனிதரும் தன்னுடைய உடலில் வெவ்வேறு வகைப்பட்ட நச்சு வேதிப் பொருட்களைத் தாங்கியுள்ளார். அவை தற்காலத் தொழிற்சாலைச் செயல்களாலும் உற்பத்திப்பொருட்களாலும் பெரும்பாலும் உருவாக்கப்பட்டவையாகும். இதனால் கருவுற்ற பெண்களும், பாலூட்டும் பெண்களும், வளரும் கருக்களும், புதிதாகப் பிறந்த குழந்தைகளும் பாதிக்கப்பட்டுள்ளனர். மிகவும் விரைவாக வளரும் மூளைகளையும் உடல்களையும் கொண்ட மிகச் சிறிய குழந்தை களும் இதற்கு விதிவிலக்கல்ல.

மருத்துவர்கள், அரசின் மனித நலவாழ்வு அமைப்புகள், சூழல்நலக் குழுக்கள், இதர மக்கள் போன்றவர்களால் மேற்கொள்ளப்பட்ட பல ஆய்வுகள் தாய்ப்பாலில் உள்ள மாசுறுத்திகளைத் தடமறிய முயன்றுள்ளன. எடுத்துக்காட்டாக, அமெரிக்கா முழுவதும் முதன் முறைத் தாயான இருபது பெண்களிடமிருந்து பெறப்பட்ட தாய்ப் பாலில் தீத்தடுப்பு பொருட்கள் உள்ளனவா என்று இடபிள்யூஜி சோதித்தது.[67] இந்தத் தீத்தடுப்புப் பொருட்கள் குறைந்த ஆற்றல், கவனம், நினைவுத்திறன் போன்ற நரம்புத் தொடர்பான பிரச்சினை களுடன் பிணைக்கப்பட்டுள்ளன. இடபிள்யூஜியின் முடிவுகள்

தாய்ப்பாலில் இதுவரை உலகில் காணப்படாத மிக அதிக அளவு தீத்தடுப்புப் பொருட்களின் இருப்பைக் காட்டின; இவற்றின் சராசரி அளவுகள் சில தீப்பிடிப்புத் தடுப்புப் பொருட்கள் தடை செய்யப்பட்ட ஐரோப்பாவின் சராசரி அளவைவிட 75 மடங்கு அதிகமாக இருந்தன.[67]

இந்தச் செய்தி தன்னோடு கொண்டுவரும் அனைத்து வேதனை யான, பயமான உணர்வுகளைத் தவிர நாம் நினைவில் வைத்துக் கொள்ள வேண்டிய சில முக்கியமான விஷயங்களையும் எடுத்துக் காட்டுகிறது.

- இங்குள்ளப் பிரச்சினை தாயிடம் இல்லை; பரவலான தொழில் ஒருங்கில் உள்ளது. நம்முடைய சமுதாயங்களை நச்சுக்களினால் விரவியிருக்க வைத்திருக்கும் ஒரு தொழில்சார் முன்மாதிரியை நாம் வளர்த்திருக்கா விட்டால் நம்முடைய தாய்களின் பாலில் நச்சு இருந்திருக்காது. இந்தத் தொழில்சார் முன்மாதிரியைக் கண்காணிக்கும் ஒரு கட்டுப்பாடு முன்மாதிரிக்கு, இந்த வேதிப்பொருட்களால் என்ன பாதிப்பு ஏற்படுகிறது என்பதை உண்மையில் அறிய எந்தவிதத் துப்பும் இல்லை.
- தாய்ப்பால்தான் இன்றும் மிகச் சிறந்தது; பிறந்த குழந்தை களுக்குத் தாய்ப்பால் ஊட்டச்சத்துதான் தனிமங்கள், உயிரி எதிர்ப்புப் பொருட்கள் மட்டுமின்றி மிகவும் வலிமையான உணர்ச்சிப் பிணைப்புகளைக் (தாய்க்கும் குழந்தைக்கும் இடையில்) கொடுக்கிறது. இது தாய்களைக் கருவுற்ற நிலை யின் தாக்கங்களிலிருந்து மீள் கொணர் கிறது. தாய்ப்பால் கொடுக்கும் பெண் களுக்குக் குறைந்த தகைவேகத்தில்தான் சூலக, மார்புப் புற்றுநோய்கள் வாழ்க்கை யின் பின்பகுதியில் தோன்றுகின்றன. (தாய்ப் பாலுண்ட மகள்களும் குறைந்த தகைவேக மார்பகப் புற்றுநோய்களைப் பெறுகிறார்கள்.[68]) நச்சுகளைப் பற்றிய பயமுறுத்தும் செய்திகள் இருந்தும் கூட சூழல் நல வல்லுநர்களும் மருத்துவ வல்லுநர்களும் தாய்ப்பால் கொடுப்பதைத் தொடர்ந்து வலியுறுத்துகின்றனர்.

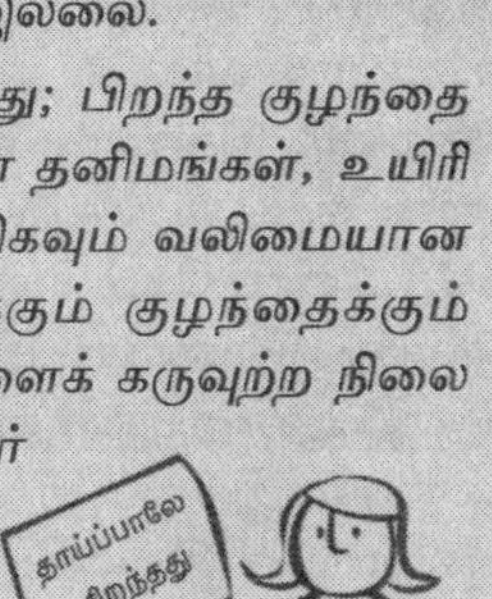

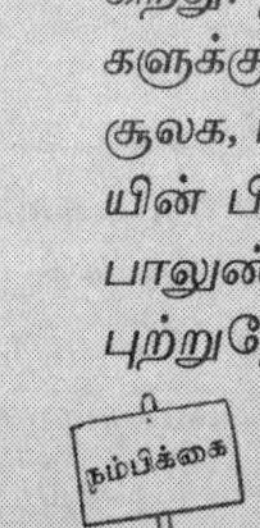

இந்தப் பிரச்சினையிலிருந்து மீள்வது ஒன்றும் கடினமல்ல. தாய்ப்பாலின்மேல் செய்யப்பட்ட நீண்ட நாள் சோதனைகள் காட்டுவது என்னவெனில், நச்சுப் பொருட்கள் பயன்பாட்டிலிருந்து நீக்கப்பட்டால்

தாய்ப்பாலில் உள்ள அவற்றின் அளவு குறைந்துவிடும். 2004ஆம் ஆண்டு முதல் ஐரோப்பாவில் சில தீப்பிடிப்பு எதிர்ப்பொருட்கள் தடைசெய்யப்பட்டுள்ளன. அமெரிக்க அளவுகளையும் ஐரோப்பிய அளவுகளையும் ஒப்பிட்டுப் பார்க்கும்போது, வேதிப்பொருட் களின் பயன்பாடு மிகவும் கட்டுப்படுத்தப்பட்ட பகுதிகளில் குறைந்த மாசுறுதலே காணப்படுகிறது.[67]

பழைய ஒருங்கை மாற்றி, சந்தையில் அனுமதிக்கப்படுவதற்கு முன்பு நச்சு வேதிப்பொருட்களைத் தயாரிப்பவர்கள் அவற்றின் பாதுகாப்பை நிரூபிக்க வேண்டும் என்று குழந்தைப் பாதுகாப்பு வேதிப்பொருட்கள் சட்டம் வலியுறுத்துகிறது. வேதிப்பொருட்கள் தொழிலின் லாபங் களைவிட பொதுமக்களின் நலம் அதிக முக்கியமானது என்பதை வலியுறுத்தும் இந்தச் சட்டம் நீண்ட நாட்களுக்கு முன்பே வந்திருக்க வேண்டிய ஒன்றாகும்.'[72] வேதிப்பொருள் தொழில்துறையினர் தன்னு டைய மக்கள்தொடர்பு வல்லுநர்களையும் தனக்காகச் செயல்பட்டு ஆதரவு தேடித் தருபவர்களையும் திரட்டி அவர்களை குழந்தை பாதுகாப்பு வேதிப்பொருட்கள் சட்டக் (கேஎஸ்சிஏ) குழுவில் நுழைத்து சட்ட முன்வடிவை ஒரு சட்டமாக மாற்றுவதை முறியடிக்க முயலு கின்றனர். இதற்காக அவர்கள் வாஷிங்டன் டிசியிலும், நாடு முழுவது முள்ள சமுதாயங்களிலும் செயல்படும் சேஃபர் கெமிக்கல்ஸ், ஹெல்தி ஃபேமிலீஸ் கேம்பெய்ன் போன்ற நிறுவனங்களையும் தொடர்பு கொள்ள வேண்டும். இந்த அமைப்புகள் வேதிப்பொருள் தொடர்பான தொழில்துறையினர் சட்டங்களைச் செயல்படுத்த முயலும் நிறுவனங் களாகும். இதைப்பற்றி மேலும் அறிந்துகொள்ள www.saferchemicals.org, safertetes.org இணையதளங்களைத் தொடர்புகொள்க.

எந்தவொரு மக்கள்தொகையும் (எடுத்துக்காட்டாக குழந்தைகள்) ஆபத்தான வேதிப்பொருட்களின் தாக்கங்களுக்கு உட்படுத்திக் கொள்வதைக் குறைப் பதில் கவனம் செலுத்துவதைவிட, நச்சுப் பொருட் களைச் சிறிது சிறிதாக நீக்கிவிட்டு அவற்றிற்குப் பதிலாக பாதுகாப்பானப் பொருட்களை மாற்றீடு செய்வதில் அதிகக் கவனம் செலுத்த வேண்டும். இந்த அணுகுமுறை அதிக நற்பயன் அளிக்கக்கூடியதாக இருக்கும். ஏனெனில், ஒரு வேதிப்பொருளினால் ஏற்படும் ஆபத்தின் அளவை இது கட்டுப்படுத்தக்கூடியதாகும். ஆனால், அதன் தாக்கத்திற்கு உட்படுவதன் அளவைக் கட்டுப்படுத்த முடியாது. குறிப்பாக, நிலைத்து நிற்கின்ற, பரவுகின்ற, சூழல் தொகுதிகளின் ஊடே கட்டமைப்புச் செய்யப்படும் வேதிப்பொருட்களின் அளவைக்

கட்டுப்படுத்த முடியாது. இங்குதான் சூழல்காப்பு வேதியியல் (கிரீன் கெமிஸ்டிரி) முக்கியத்துவம் பெறுகிறது. நம்முடைய தேவைகளை ஈடுசெய்வதற்கு, ஒட்டுகின்ற, வலிவான தீத்தடுப்பு எதிர்த்தன்மை பெற்ற புதிய பொருட்களை முன்னோடி சூழல்காப்பு வேதியியலாளர்கள் மூலக்கூறு மட்டத்திலிருந்து செயற்கையாக வடிவமைக்கிறார்கள். அதே நேரத்தில், இந்தப் பொருட்கள் சூழ்நிலையோடும் மனித நலத்தோடும் ஒத்துப்போகக்கூடிய தாகவும் பார்த்துக்கொள்கிறார்கள். சூழல் பாதுகாப்பு வேதியியல் பற்றி மேலும் விவரங்களை அறிந்துகொள்ள பார்க்க: www.clean production.org

முதல் வரிசையாளர்கள்

கடையிலுள்ள பொருட்கள் மூலமும் அன்றாட வாழ்வில் பயன் படுத்தப்படும் பொருட்கள் மூலமும் எப்படி என்னைப் போன்ற நுகர்வோர் நச்சுப் பொருட்களுக்குத் தம்மை உட்படுத்திக்கொள் கிறார்கள் என்பது பற்றி நான் இதுவரை பெருமளவு கூறிவிட்டேன். ஆனால், நுகர்வோர்தாம் உண்மையில் நச்சுப்பொருட்களால் பாதிக்கப் படும் மூன்றாவதும் கடைசித் தொகுதி மக்களுமாவர். முதலில் வருவது நமது உற்பத்திப் பொருட்களை உண்மையிலேயே உண்டாக்குகின்ற, கோக்கின்ற பணியாளர்கள்தாம்.

எ‌ன்னுடைய விருப்பமான பாடல்களில் ஒன்றான, ஸ்வீட் ஹனி இன் த ராக் என்ற காபெல்லா குழுவின் மோர் தன் ஏ பேசெக் என்ற பாட்டின் வரிகள் பின்வருமாறு: 'நாம் நம்முடைய விருப்பமானவர் களுக்கும் நம்முடைய குடும்பத்திற்கும் ஊதியக் காசோலையைத் தவிரக் கூடுதலானவற்றையும் கொண்டு வருகிறோம்... நாம் வீட்டிற்குக் கல்நார் நோய்கள், சிலிகோசிஸ், பழுப்பு நுரையீரல், கருப்பு நுரையீரல் நோய் தவிர குழந்தைகள் உண்மையிலேயே உருவாவதற்கு முன்பே அவற்றைத் தாக்கும் கதிர்வீச்சையும் கொண்டு வருகிறோம்.'[73] இது முற்றிலும் உண்மைதான். பாதிப்படைவதில் முதல் வரிசையில் இருப்பவர்கள் தொழிலாளர்கள்தாம். இவர்கள் எப்பொழுதுமே நச்சு வேதிப்பொருட்களுக்கு உட்படுத்தப்படுகிறார்கள்; அவற்றைத் தொடுவது மூலம், உள்ளிழுப்பது மூலம், தம்முடைய உடைகள் மூலம் தாங்கிச் சென்று தம்முடைய குடும்பத்துடன் பகிர்ந்துகொள்கிறார்கள். நச்சுள்ள உள்ளீடுகளுக்கும், அபாயகரமான செயல்முறைகளுக்கும் உற்பத்திப் பொருட்களுக்கும், வடிகட்டப்படாத, நேரடியான,

உக்கிரமான, அதிக அளவிலான உட்படுத்தலுக்கும் ஆளாகின்றனர். இல்லினாய் பல்கலைக்கழக மருத்துவ மையத்தின் சூழல் மற்றும் பணிசார் மருத்துவத் துறையின் தலைவரான முனைவர் பீட்டர் ஓர்ரிஸ் குறிப்பிடுவது போன்று, 'இந்த நோய்களும் இறப்புகளும் முற்றிலும் தடுக்கப்படக் கூடியவை. பணியிலிருக்கும் போதோ சமுதாயத்தில் வாழ்ந்து கொண்டிருக்கும் போதோ இந்தத் தேவையற்ற உயிரிழப்பை ஒரு நாகரிகமான சமுதாயத்தின் மக்கள் பொறுத்துக்கொள்ளக் கூடாது.'

பணியிடப் பாதுகாப்புப் பற்றியும் உடல்நலம் பற்றியும் கவனம் செலுத்தும் ஓர் அரசு அமைப்புதான் பணிசார் உடல்நலம் மற்றும் பாதுகாப்புக்கான தேசிய நிறுவனம் (நியோஷ்) ஆகும். அமெரிக்காவில் உள்ள லட்சக்கணக்கான மக்கள் விலங்குகளின்மீது மேற்கொள்ளப் பட்ட சோதனைகளின் மூலம் புற்றுநோய் உருவாக்கக் கூடியவை என்று அறியப்பட்ட பொருட்களுக்கும், அதைவிட அதிக எண்ணிக்கை யிலான மக்கள் இதுவரை நிர்ணயிக்கப்படாத புற்றுநோய் உருவாக்கும் பொருட்களுக்கும் எப்பொழுதுமே தாக்கமடைகிறார்கள் என்று நியோஷ் கருதுகிறது.[74] நம்முடைய தொழிற்சாலைகளில் இன்று பயன்படுத்தப்படும் பொருட்களில் 98 விழுக்காடுக்கும் அதிகமான, அதாவது ஏறத்தாழ அனைத்துப் பொருட்களும், இவற்றில் அடங்கும். பணியின்போது புற்றுநோய் உண்டாக்கிகளுக்குத் தாக்கமடைவது ஏறத்தாழ இருபதாயிரம் புற்றுநோய் இறப்புகளையும், நாற்பதாயிரம் புதிய புற்றுநோய்த் தாக்கிய மனிதர்களையும் ஒவ்வொரு ஆண்டும் உண்டாக்குகிறது என்று மதிப்பிடப்பட்டுள்ளது.[74] பணியின் போது நச்சுப் பொருட்களுக்கு உட்படுவதனால் ஏற்படும் பல நோய்களில் புற்றுநோயும்ஒன்று. இதய, இரத்த மண்டல நோய்கள், இனப்பெருக்க, நரம்பு மண்டலக் கோளாறுகள், தோல் பிரச்சினைகள், ஆஸ்துமா போன்ற சுவாச நோய்கள் மட்டுமின்றி வேறு பல நோய்களும் உண்டா கின்றன. ஸ்வீட் ஹனி குழு தன்னுடைய பாட்டைப் பின்வருமாறு மாற்றியமைக்கலாம்: 'நான் வீட்டுக்குக் காசோலையைத் தவிரக் கூடுதலானவற்றையும் விரும்புபவர்களுக்கும் குடும்பத்திற்கும் எடுத்துக் கொண்டு வருகிறேன். ஆனால், நான் வீட்டுக்கு வேறு எவற்றை எடுத்துக்கொண்டு வருகிறேன் என்பதைச் சரியாகக் கூற முடியாது. ஏனெனில், எவருமே தான் உள்ளிழுத்த வேதிப்பொருட்களையும், கையாண்ட வேதிப்பொருட்களையும் ஆய்வுசெய்ய நினைக்கவில்லை.'

ஆனால் அமெரிக்காவில் மட்டுமாவது இன்று பணியாளர்கள் எதிர்கொள்ளும் அபாயங்களைப் பற்றிய விழிப்புணர்வு வளர்ந் துள்ளது. மேலும், பணியிடத்தில் பாதுகாப்புக் கட்டுப்பாடுகள் அதிகம் ஏற்பட்டுள்ளன. சூழல்நல ஆர்வலர்கள் முதன்முதலாகத் தொழிற் சாலை வேதிப்பொருட்களைப் பற்றிய தம்முடைய அச்சங்களை

எழுப்பியபோது, பல நிறுவனங்கள் இவற்றை நிராகரித்தன; மேலும் சூழல் நல ஆர்வலர்கள் எப்படித் தம்முடைய நிறுவனங்களை மூடுவதற்கு பயமுறுத்துகின்றனர் என்றும், அதனால் பணியாளர்கள் பணியை இழப்பார்கள் என்றும் இந்த நிறுவனங்கள் பணியாளர்களின் கவனத்திற்குக் கொண்டு வந்தன. பெருவணிக நிறுவன நிர்வாகிகள் இந்தப் பிரச்சினைகளைப் பெரும்பாலும் 'பணியா அல்லது சூழலா' என்று எழுப்பினர். சிறிது காலத்திற்கு இது பணியாளர்களை இரண்டு தொகுப்புகளாகப் பிரிக்க வைத்தது: தொழிலாளர் பிரதிநிதிகள், சூழல் ஆதரவாளர்கள். முடிவில், ஒரு நலமான சூழலும் பணியாளர் களின் உடல்நலத்தைப் பாதுகாக்கும் நல்ல பணிகளும் ஒன்றோ டொன்று தொடர்புடையவை என்பது மட்டுமின்றி ஒன்றோடொன்று சார்ந்தவை என்பதையும் வலியுறுத்தும் என்பது தெளிவாகியது.

புரிதல் தொடர்பான இந்த மாற்றத்தின் பெரும்பகுதி, நான் பெரிதும் மதிக்கும் சூழல் நல ஆர்வலர்களில் ஒருவரான மறைந்த டோனி மாஜோச்சியின் சிறப்பான பணிகள் மூலம் நடைபெற்றது. இவர் எண்ணெய், வேதிப்பொருள் மற்றும் அணுசக்தித் தொழிலாளர் சங்கத்தின் தலைவராக இருந்தார். இவர் தொழிலாளர் இயக்கத்தின் ரேச்சல் கார்சன் என்று கருதப்பட்டவராவார். **1960**ஆம் ஆண்டுகளில் மாஜோச்சி தொழிலாளர்களுக்கு நச்சுப்பொருட்களின் பயமுறுத்தல் பற்றி அறிவித்து, பொதுமக்களுக்கும் திட்டமிடுபவர்களுக்கும் பணியிட அபாயங்கள் பற்றிய தகவல்களை வெளியிட்டார். மிகவும் முக்கியமாக, தொழிலாளர்களுக்கும் சூழல் நல ஆர்வலர்களுக்கு மிடையே ஒரு நெருங்கிய பிணைப்பை ஏற்படுத்தினார்; இந்த இரண்டு வகையானவர்களையும் பிரித்துத் தனிமையாக்கும் முயற்சிகளை முறியடித்தார். சூழல் நலத்தோடும் பணியாளர்களுக்கும், கோளுக்கும் நன்மை செய்யும் நல்ல, மதிப்பான பணிகளுக்கான இன்றைய இயக்கம் மாஜோச்சியின் தீவிர முயற்சிகளின் விளைவாகும்.

அமெரிக்காவில் நம்முடைய தொழிற்சாலைகள் முழுவதும் சூழல் நலம் சார்ந்ததாகவும் நச்சுகள் முற்றிலும் தவிர்க்கப்பட்டும்

மாறுவதற்கு நாம் மேலும் வெகு தொலைவு பயணிக்க வேண்டி யுள்ளது. இதற்கிடையில், நம்முடைய நாட்டில் மேற்கொள்ளப்பட்டு வரும் சூழல் சுத்தமாக்கும் செயலின் ஒரு வருந்தத்தக்க பக்கவிளைவு உள்ளது; இது நம்முடைய மோசமான உற்பத்திச் செயல்களை உலக முழுவதுமுள்ள ஏழ்மையான நாடுகளுக்கு ஏற்றுமதி செய்வதுதான். உலகின் ஒவ்வொரு கண்டத்திலும் பல மோசமான தொழிற்சாலை களை நான் கண்டுள்ளேன் என்றாலும், பன்னாட்டு முதலீட்டு டாலர் களின் வரவினால், இந்திய அரசால் 'தங்க நடைக்கூடம்' என்றழைக்கப் படும் குஜராத்தில் நான் கண்டதுதான் மிகவும் மோசமான நிலைமை யாகும். என்னுடைய வட்டத்தில் உள்ளவர்களால் இது 'புற்றுநோய் நடைக்கூடம்' என்றழைக்கப்படுகிறது; ஏனெனில், இது உயிரை பயமுறுத்தும் வேதிப்பொருட்களின் உற்பத்தித் தொழிற்சாலைகளால் நிரம்பியுள்ளது. இவற்றில் சில அதிகக் கடுமையான 'தரங்களின்' காரண மாக மேற்கத்திய நாடுகளிலிருந்து இடமாற்றம் பெற்றவையாகும்.

1995ஆம் ஆண்டு நானும் எனது நண்பர்களும் டெல்லியிலிருந்து அங்கலேஷ்வர் என்ற வெப்பமான, உலர்ந்த, தூசு நிறைந்த நகரத்திற்கு இயிலில் சென்றோம். இது குஜராத் பகுதியிலுள்ள இருநூறு 'தொழிற் பேட்டைகளில்' ஒன்றாகும். இங்கு, நமது கண்ணுக்கெட்டிய தூரம் வரை நூற்றுக்கணக்கான தொழிற்சாலைகள் கூட்டம் கூட்டமாகக் காணப்பட்டன. இவையனைத்தும் ஒரே சாலையையும், ஆற்றல் உற்பத்தி நிலையங்களையும், போதுமான வசதிகள் இல்லாத கழிவு நீக்க ஏற்பாடு களையும் பெற்றிருந்தன. காற்று, தூசிகள் தாங்கி மிகவும் அடர்த்தியாக இருந்தது; பிளாஸ்டிக், பெட்ரோலிய வேதிப்பொருட்கள், உயிரிக் கொல்லிகள், மருந்துப் பொருட்கள் போன்றவற்றின் உற்பத்தியால் ஏற்பட்ட நாற்றமடிக்கும், நச்சுகள் நிறைந்த குட்டைகளும் காணப் பட்டன. தொழிற்சாலைகளுக்கிடையேயுள்ள ஒவ்வொரு காலியான இடத்திலும், பணியாளர்கள் பழைய உலோக, மரப் பொருட்களைக் கொண்டு, எளிதில் இடமாற்றம் செய்யக்கூடிய வீடுகளைக் கட்டி யிருந்தனர். வருடாந்திர மழைக்காலங்களில் இந்த வீடுகள் எவ்வாறு காணப்படும் என்பதைப் பற்றி நான் நினைக்க முயலவில்லை.

அழுகிய நாற்றமடிக்கும் சிவப்புப் பழுப்பு நிறக் கழிவுகளால் நிரம்பிய நீரைக் கொண்ட சிறிய குட்டைகள், குடிசைகளோடும் சாலைகளோடும் தொடர்ந்து காணப்பட்டன. இவற்றின் தோற்றம், நிறம் போன்றவற்றிலிருந்தே இவை நச்சு நிறைந்தவை என்பதை நம்மால் கூறமுடியும். மேலும், என்னுடைய நண்பர்களின் பரிசோதனைகள் இந்தக் கழிவுநீர் பாதரசம், ஈயம் போன்ற பல வேதிப்பொருட்களைக் கொண்டிருக்கும் என்பதை வெளிப்படுத்தும்; இந்த வேதிப்பொருட்கள் இனப்பெருக்கக் கோளாறுகளுக்கும் கல்லீரல், மூளை, சிறுநீரகச்

சிதைவுகளுக்கும் காரணமாக அமையும். எந்தவித முன் பாதுகாப்புகளு மின்றி இந்தக் குட்டைகளைச் சுற்றி வாழ்க்கை நடந்துகொண்டிருந்தது. காலணி அணியாத கால்களுடன் குழந்தைகள் விளையாடிக் கொண்டி ருக்கும்போது இந்தக் குட்டைகளை முன்னும் பின்னும் அடிக்கடித் தாண்டுவதைக் கண்டேன்; பளீரென்ற சேலைகள் அணிந்த பெண்கள் இந்தக் குட்டைகளுக்கு அருகில் அமர்ந்துகொண்டு சமையல் செய்தனர். இந்தக் குட்டைகள் எங்கு முடிவடைகின்றன என்று அறிவதற்காக அவற்றைத் தொடர்ந்து சென்றபோது அவை ஒரு மிகப் பெரிய, பிரம்மாண்டமான குளத்தில் முடிவடைகின்றன என்று கண்டுபிடித்தேன். அங்கு, அந்தக் குளத்தின் பம்ப்பைப் பராமரித்துக் கட்டுப்படுத்தும் இளைஞன் ஒருவன் ஒரு கொட்டகையிலிருந்து வெளிப்பட்டு எங்களை வரவேற்று தன்னுடைய வேலையைப் பற்றி கர்வத்துடன் ஆர்வமாக எங்களைப் போன்ற வெளிநாட்டுக்காரர்களுக்கு விளக்கினான்.

அவன் உண்மையில் அந்த பம்ப்போடுதான் வாழ்ந்து வருகிறான் என்பதை நாங்கள் அறிந்துகொண்டோம். இரவும் பகலும் இடை விடாமல் அவன் அந்தப் பெரிய குளத்தின் நீர் மட்டத்தைக் கண் காணித்து வந்தான். அவனுடைய வேலை அந்தக் குளம் தன்னுடைய கொள்ளளவை எட்டும்போது, பம்ப்பை ஓடவிட்டு சிறிது கழிவு நீரைக் குளத்திலிருந்து வெளியேற்றுவதுதான். அப்பொழுது கழிவுநீர் அங்கிருந்து பல திறந்த வெளிக் குட்டைகளின் வழியாக வட்டார நதிக்கு அனுப்பப்பட்டு அங்கிருந்து புனிதமான நர்மதா நதியை அடைந்து, கடைசியில் காம்பே வளைகுடாவை (இது தற்போது காம்பெட் வளைகுடா என்று அழைக்கப்படுகிறது) அடைகிறது. இங்குதான் வட்டார மீனவர்கள் மீன் பிடித்தனர். பம்ப் ஓட்டியின் டீ சர்ட், அவன் தூங்குவதற்குப் பயன்படுத்தும் மெல்லிய ஜமக்காளம், காதைச் செவிடாக்கும் பம்ப் ஓசையுடன் அவனுடைய சிறிய ஐந்துக்கு ஆறு அடி அளவு கொண்ட அறையின் சுவர் ஆகிய அனைத்துப் பொருட்களும் இந்தக் கழிவு நீரால் தெளிக்கப்பட்டிருந்தன. சுவரில் ஓர் அடர் வெள்ளக்கோடு அடையாளம் காணப்பட்டது. இந்த இடம் ஒரு முறையாவது முழங்காலளவு ஆழத்திற்கு வெள்ளத்தால் மூழ்கடிக்கப் பட்டிருக்க வேண்டும்.

அப்பொழுது, என்னுடைய கண்களுக்கெதிரில் அவன் பம்ப்பை ஓடவிட்டான். ஆனால் கழிவுநீர் சீராக வெளியேறாததால், தன்னு டைய முழங்கையைக் குழாய்க்குள் விட்டுக் கை நிறைய நச்சுநீரில் மூழ்கியிருந்த குச்சிகளையும் இதர சிதைவுப் பொருட்களையும் வெளியே எடுத்தான். அதன் பின்புதான் பம்ப் சத்தம்போட்டு நன்கு செயல்படத் தொடங்கியது. தன்னுடைய வெற்றிகரமான பழுது பார்ப்பினால் பூரிப்படைந்தபோது, நானும் என்னுடைய நண்பர்களும்

இங்குள்ள பிரச்சினை, கழிவையும் மாசுறுத்தலையும் தாண்டிய ஒன்று என்ற வெறுப்பூட்டும் உணர்வைப் பெற்றோம். இது நிச்சயமாக ஒரு மனித உரிமை மீறல், ஓர் உடல்நல பயமுறுத்தல், ஏழ்மையின் ஒரு பரிதாபம் என்பவை மட்டுமின்றி பொது நீதிக்கும் முரண்பட்டதாகும். ஆயிரக்கணக்கான மைல்கள் தூரத்திலுள்ள ஒரு வால்மார்ட் அல்லது டார்கெட்டின் அலமாரியிலிருந்து ஒருவர் ஒரு பொருளை வாங்கு வதற்காக எடுக்கும்போது, அதன் பின்னணியில் உள்ள இந்த வகை நிகழ்வை எப்பொழுதுமே நினைத்துப் பார்க்கமாட்டார்.

வேலிக்கோட்டுச் சமுதாயங்கள் (ஃபென்ஸ் லைன் கம்யூனிடீஸ்)

உற்பத்திப் பொருட்களை வாங்கும் மக்களையும் (நுகர்வோர்) அவற்றைத் தயாரிப்பவர்களையும் (பணியாளர்கள்) தவிர உற்பத்திச் செயல்முறைகளால் பாதிக்கப்படும் மற்றொரு தொகுதி மக்களும் உள்ளனர். தொழிற்சாலைகளுக்கு அருகில் வாழும், வேலை செய்யும், விளையாடும் மக்கள்தாம் இவர்கள். பிரம்மாண்டமான தொழிற் சாலைப் புகைப்போக்கிகளின் நிழல்களில் வளரும் குழந்தைகளைக் கொண்ட இந்தச் சமுதாயங்கள் பொதுவாக 'ஓம்பல் சமுதாயங்கள்' அல்லது வேலிக்கோட்டுச் சமுதாயங்கள் என்று அழைக்கப்படுகின்றன. எப்படி, எங்கு அழுக்கான தொழிற்சாலை வசதிகள் செயல்படத் தொடங்கும் என்பது தொடர்பாக அங்கு வாழும் இந்தச் சமுதாயங் களுடன் வெகு தொலைவிலுள்ள அந்த நிறுவனங்களின் முதன்மை நிர்வாக அலுவலர்கள் எப்பொழுதுமே கலந்தாய்வு செய்வதில்லை; அல்லது தகவல் கொடுப்பதில்லை. புற்றுநோய்கள், பிறப்புக் கோளாறுகள், ஆஸ்துமா போன்ற நுரையீரல் நோய்கள், குறைப்பட்ட கவனமும் நுண்ணறிவுத் திறனும் (ஐக்யூ) மிகவும் குறைக்கப்பட்ட வாழ்நாட்கள் போன்றவற்றின் அதிகமான தகைவேகங்கள், இவை உலகில் எங்கிருந்தாலும், இந்தச் சமுதாயங்களைத் தாக்குகின்றன. இவர்கள் பொதுவாக ஏழைகள்; வெள்ளைத் தோலுடையவர்கள் அல்லர்.

இந்த நிகழ்ச்சி, சூழல் இனப்பாகுபாடு என்றழைக்கப்படுகிறது. மிகவும் நச்சு நிறைந்த தொழில்களை மாநிறம்கொண்ட மக்கள் சமுதாயங்களில் அமைத்தல்; இந்தச் சமுதாயங்களின் மேல் சமனற்ற சுமைகளை உருவாக்கும் தொழில் மண்டலங்களையும், இதர வசதி களையும், செயல்முறைகளையும், திட்டங்களையும் அமைத்தல்; சூழல்திட்டமிடுதலிலும் முடிவெடுத்தல் போன்றவற்றிலிருந்து இந்தச் சமுதாயங்களைச் சேர்ந்த மக்களைத் தவிர்த்தல்; மேற்கூறியவை சூழல் இனப்பாகுபாட்டில் அடங்கும். அடிப்படையில் நியாயமற்ற செயல் முறைகளின் விளைவாகச் சூழல்நீதி *(என்வைரென் மெண்டல் ஜஸ்டிஸ் - இஜே)* இயக்கம் **1980**ஆம் ஆண்டுகளில், அமெரிக்காவில் தோன்றியது;

சூழல் பற்றிய ஒரு மாற்றீடான முற்போக்குப் பார்வையையும் கொடுத்தது. அதாவது, அனைத்து மக்களுக்கும் சூழல் நலன், பொருளாதாரச் சமன்நிலை, உரிமைகள், நியாயம் போன்றவற்றைக் கொடுத்தல்.[75]

ஓரிடத்தில் நச்சு நிறைந்த ஒரு கழிவு வசதி அமைக்கப்படுமா, இல்லையா என்பதை நிர்ணயிப்பதில் மிகச் சிறப்பான காரணி சமுதாயத்தின் இன அமைப்புதான் என்று காட்டிய முதல் ஆராய்ச்சியால் 1987ஆம் ஆண்டு இந்த இளம் இஜே இயக்கம் வலுவடைந்தது: யுனைடெட் சர்ச் ஆஃப் கிரைஸ்ட் (யுசிசி) என்ற அமைப்பால் பிரசுரிக்கப்பட்ட *டாக்சிக் வேஸ்ட்ஸ் ரேஸ் இன் தி யுனைடெட் ஸ்டேட்ஸ்* (அமெரிக்காவில் நச்சுக் கழிவும் மனித இனமும்) என்ற பிரமிக்க வைக்கும் அறிக்கைதான் ஒவ்வொரு ஐந்து ஆப்பிரிக்க–அமெரிக்கர்களும் ஒவ்வொரு மூன்று ஹிஸ்பானிக் அமெரிக்கர்களும் கட்டுப் படுத்தப்படாத நச்சுக் கழிவுத் தளங்களில் உள்ள சமுதாயங்களில் வாழ்ந்தனர் என்று எடுத்துக்காட்டியது.[76]

யுசிசி தன்னுடைய கண்டுபிடிப்புகளை வெளியிட்டபோது நான் வாஷிங்டன் டிசியின் கிரீன்பீஸ் நிறுவனத்தில் என்னுடைய முதலாண்டுப் பணியில் இருந்ததை நினைத்துப் பார்க்கிறேன். பாரம்பரியச் சூழல் நல நிறுவனங்களின் ஊடே இந்த அறிக்கை அதிர்ச்சி அலைகளை உருவாக் கியது. இவற்றில் பல தம்முடைய செயல்பாடுகளில் தொழிற்சாலைச் சூழல்களையும் இன நியாயப்பாடுகளையும் செயல்திட்டங்களாகப் பெற்றிருக்கவில்லை. முக்கியச் சூழல்நலக் குழுக்கள் எடுத்துச் செயல் படுத்திய பெரும்பாலான பிரச்சினைகள் – திமிங்கிலங்கள், காடுகள், இளம் நீர் நாய்கள் போன்றவற்றைப் பற்றிய பிரச்சினைகள்தான். பிரம்மாண்டமான கழிவு கொட்டும் களங்களின் நிழல்களில் வாழும் ஆயிரக்கணக்கான மக்களின் நலன்களை இவை முற்றிலும் புறக்கணித்தன என்பதை மறுக்க முடியாது. வருத்தமளிக்கும் வகையில், சில பாரம்பரிய சூழல் நலக்குழுக்கள் இந்த அறிக்கையைக் குறைத்து மதிப்பிட்டன அல்லது தம்முடைய செயல்களை நியாயப்படுத்திக் கொண்டன. வேறு சிலருக்கு இந்தக் கண்டுபிடிப்புகள் மிக அதிகமான அகப்பிரதிபலிப்பைத் தூண்டின. அவர்களுடைய செயற்குழு உறுப்பினர்கள், பணியாளர்கள், உறுப்பினர்கள் பெருமளவு வெள்ளைத் தோலுடையவர்கள் என்ற உண்மையை உணர்ந்தனர். இதன் பொருள் என்னவெனில், இந்த நிறுவனங்கள் ஒரு பெரிய விழுக்காடு மக்கள் தொகையைத் தம்முடைய முக்கிய விவாதங்களிலிருந்தும், செயல்திட்ட முயற்சிகளிலிருந்தும் விட்டு விட்டனர் என்பதுதான். இது மிகப் பெரிய கவனக்குறைவாகும்.

சூழல் முறைப்படுத்தமும் சமுதாயத்தின் நியாயமான பிரச்சினை களும் ஒன்றிலிருந்து மற்றொன்று பிரிக்க முடியாதவை என்பதை வலியுறுத்த ஒரு வலுவான, வேறுபட்ட இயக்கத்தைத் தூண்டுவதற்கு

யுசிசி அறிக்கை உதவியது. குடிஉரிமைகள் ஆர்வலரும் சூழல் நியாய ஆர்வலருமான கோரா டக்கர் கூறியதாவது: 'சூழல் குழு அங்கிருந்தது; உரிமைக் குழு அங்கிருந்தது; பெண்களின் குழு அங்கிருந்தது; இதர குழுக்கள் அங்கிருந்தன என்று அவர்கள் கூறும்போது அவற்றிற்கிடையே உள்ள அனைத்துத் தொடர்புகளையும் மக்கள் உணர்வதில்லை. உண்மையில், அனைத்துமே ஒரு குழுதான். நமக்குக் குடிக்கச் சுத்தமான நீரோ, சுவாசிக்கச் சுத்தமான காற்றோ, உண்ண உணவோ எதுவுமே இல்லாதபோது நாம் போராடும் பிரச்சினைகள் செல்லுபடியாவதில்லை.'[77]

மேற்கூறப்பட்ட இயக்கம் உலக அளவில் அதிக அளவு உந்து சக்தியை பெற்றதால், முதலாவது நிற மக்களின் தலைமைத்துவ சூழலுக்கான தேசிய உச்சி மாநாடு (என்பீசிஇஎல்) வாஷிங்டன் டிசியில் **1991**ஆம் ஆண்டு நடந்தது. இதைத் தொடர்ந்து உடனேயே **1993**ஆம் ஆண்டு ஜனாதிபதி கிளிண்டன் சூழல் பாதுகாப்பு அமைப்பிற்கான (இபீஏ) தேசிய சூழல் நியாய ஆலோசனைக் குழுவை *(நேஷனல் என்வைரென் மெண்டல் ஜஸ்டிஸ் அட்வைசரி கவுன்சில்)* உருவாக்குவதற்கான ஓர் அரசாணையில் கையெழுத்திட்டார்.[75] எனவே, அப்பொழுது மாசுறுத்துகின்ற, ஊறு விளைவிக்கின்ற தொழில் வசதிகளுக்கான இடங்களின் தேர்வில் கடுமையான இனப்பாகுபாடு இருந்ததற்கான ஒரு வலுவான சான்று இருந்தது. மேலும் சூழல் நியாயத்திற்கான ஒரு வளரும், விரிவான நோக்கம் கொண்ட இயக்கம் இருந்தது; நாட்டின் சூழல் பாதுகாப்பு அமைப்பிற்கான (இபீஏ) ஒரு சிறப்பு ஆலோசனைக் குழுவும் ஜனாதிபதியின் அரசு ஆணையும் இருந்தன. ஆனால், இவையனைத்தும் சூழல் இனப் பாகுபாட்டைத் தீர்த்து வைத்திருக்க வேண்டும்; குறைந்தபட்சம் அமெரிக்காவிலாவது; ஆனால் இது நடைபெறவில்லை.

முதல் அறிக்கை வெளியிடப்பட்டு இருபது ஆண்டுகளுக்குப் பின்பு யுசிசி தன்னுடைய *டாக்சிக் வேஸ்ட்ஸ் அண்ட் ரேஸ் அட் ட்வண்டி, 1987-2007*ஐ வெளியிட்டது. இதன்படி, சூழல் இனப்பாகுபாடுப் பிரச்சினை தொடர்ந்து நிலைத்துக் காணப்பட்டது; சில பகுதிகளில் நிலைமை மிக மோசமாகியது. 'எங்கு அபாயகரமான கழிவுகள் காணப்படுகின்றன என்பதைச் சுட்ட வருவாய், கல்வி மற்றும் சமூகப் பொருளாதாரச் சுட்டுகளைவிட இனம் தொடர்ந்து ஒரு தனித்தன்மையான, ஒரு வலுவான அடையாளமாக உள்ளது. வணிக அபாயகரமான கழிவு (நீக்க) வசதிகளுக்கு அண்மைப் பகுதிகளில் நிறமான மனிதர்கள் தற்போது, மற்றவர்களைவிட, அதிக எண்ணிக்கைகளில் உள்ளனர்.'[78] காமன்வீல்

என்ற சூழல்நல நிறுவனத்தின் ஆய்வு இயக்குநரும் எழுத்தாளருமான ஸ்டீவ் லெர்னெர் பின்வருமாறு எழுதுகிறார்: ‘எங்கு சூழல் ஓரளவுக்குச் சுத்தமாக உள்ளதோ அதை (வெள்ளைத் தோல் மக்கள்) வாழத்தகுந்த சமுதாயங்களாகவும், எங்கு உற்பத்திப் பொருட்கள் செயற்கையான மலிவாகவும் பெருவணிக குழுமத்தின் லாபத்தை அதிகரிப்பதற்கு உதவும் உற்பத்திச் செயலில் நச்சு துணை விளைப்பொருட்களுக்குத் தம்மை உட்படுத்திக்கொள்ளும் (நிறத்தோல் கொண்ட) மக்களைக் கொண்ட *தியாக மண்டலங்களாகவும்* அமெரிக்கா மேலும் பிரிவுபடு வதிலிருந்து நாம் தடுக்க முயலவேண்டும். தாங்கள் ஏன் பொருட்களை மிகவும் மலிவாக வாங்கமுடிகிறது என்பதற்கு இதுவும் ஒரு காரணம் என்பதைப் பல அமெரிக்கர்கள் உணர்வதில்லை.’[79]

இருபது ஆண்டுகளுக்குப் பின்பும் சூழல் இனப்பாகுபாடு தொடர்ந்து காணப்படுகிறது; உண்மையில் அதிகரித்துள்ளது என்ற உண்மை நாம் அனைவரும் வெட்கப்பட வேண்டிய ஒன்றாகும். இது மேலும் தொடரக்கூடாது. சூழல் இனப்பாகுபாட்டுக்கான தீர்வு நச்சுச் சுமையை நாம் அனைவருமே சமமாகப் பகிர்ந்துக்கொள்ளும் ஒரு வகை ‘சமனாக்கப்பட்ட மாசுறுத்தல்’ அல்ல; இதற்கான விடை நம்முடைய உற்பத்திச் செயல்களைச் சுத்தப்படுத்துவதும் தகுந்த சூழல் மேலாண்மை யும்தான். இதனால் வயது, இனம், அல்லது வருமானம் போன்ற அடிப்படையிலோ, தற்போது வாழ்பவர்களா, பின்னால் வாழப் போகிறவர்களா என்ற பாகுபாடோ இல்லாமல் எவரும் தன்னுடைய உடல்நலத்தையும் நலவாழ்வையும் மானியமாகக் கொடுத்து வேதிக் கலவை நிறைந்த பொருட்களை உருவாக்கக் கூடாது.

ஒவ்வொருவரும் வலுவான சூழல் நலச் சட்டங்களைப் பெறுவ தற்கும், வெள்ளைத் தோல் அல்லது பணக்காரச் சமுதாயங்களுக்கு மட்டுமே சலுகை தரப்படும் என்ற இரட்டை நடைமுறையை நீக்குவதற்கும் நாம் நிச்சயமாகப் போராட வேண்டும். ஒவ்வொருவரும் என்று கூறும்போது நான் அமெரிக்கர்களை மட்டும் குறிப்பிடவில்லை. உலகமயமாக்கலின் மோசமான போக்குகள் பின்வருமாறு: பணக்கார (பெரும்பாலும் வெள்ளைத் தோலுடைய மக்களைக் கொண்ட) நாடுகள் மிகவும் அழுக்கான, அதிக நச்சுத்தன்மை வாய்ந்த தொழிற் சாலைகளையும் வசதிகளையும் நலிந்த சூழல் உடல்நலச் சட்டங்களும் பணியாளர் பாதுகாப்புச் சட்டங்களும் உள்ள நாடுகளுக்கு ஏற்றுமதி செய்வது; நிலுவையிலுள்ள சூழல் தரங்களைக் கண்காணிக்கவும் வழக்கில் கொண்டுவரவும் குறைந்த திறனே கொண்டிருத்தல்; மிகவும் முக்கியமாக, தகவல்களுக்கும் முடிவெடுக்கும் செயல்களில் பங்கு பெறுவதற்கும் குறைந்த அளவே அந்த நாடுகளின் பொதுமக்கள் அனுமதிக்கப்படுவது. எங்குக் கட்டுப்பாடுகள் மிகக் குறைவாக

உள்ளனவோ அந்த இடத்தை நோக்கிதான் அபாயகரமான தொழிற் சாலைகள் செல்கின்றன. அவற்றை எதிர்க்கும் அரசியல், பொருளாதார, கல்வி அல்லது இதர மூலப் பொருட்கள் இல்லை என்று உணரப்பட்ட இடங்களுக்குத்தான் அவை செல்கின்றன. உலோகங்களை உருக்குதல், மின்னணுச் சாதன உற்பத்தி, பீவிசி உற்பத்தி ஆகிய இந்த அனைத்துத் தொழிற்சாலைகளும் அமெரிக்காவில் தொடர்ந்து அதிக அளவில் மூடப் பட்டன; வளர்ந்து வரும் நாடுகளில் இவற்றின் எண்ணிக்கை பெருகி வருகின்றன. நாம் இந்த உற்பத்தி பொருட்களை மகிழ்ச்சியுடன் எடுத்துக் கொள்கிறோம். இதனால் ஏற்படும் சிக்கல்களை நாம் பெற விரும்ப வில்லை; இதுதான் தற்போது நடந்து வருகிறது. இது சரியானதல்ல.

ஒரு குறிப்பிட்டத் தொழிற்சாலையின் செயல்முறை, அமெரிக்கச் சமுதாயங்களுக்கும் அமெரிக்கக் குழந்தை களுக்கும் மிக அதிக நச்சுத்தன்மை வாய்ந்ததாக இருந்தால், அது எந்தச் சமுதாயத்திற்கும் எந்தவொரு குழந்தைக்கும் அதிக நச்சுத்தன்மை வாய்ந்ததாகும். உலகளாவிய பொறுப்புத்தன்மை, நீதி போன்றவற்றால் அவை ஊக்கு விக்கப்படுகின்றன. அத்துடன் ஏற்றுமதி செய்யப்பட்ட மாசுறுத்தல்கள், காற்றோட்டங்கள், உணவு, உற்பத்திப் பொருட்கள் போன்றவை மூலம் மீண்டும் மீண்டும் நம்மைத்தான் சுற்றிச் சுற்றி வருகின்றன என்பதற்கான வளர்ந்து வரும் ஆதாரங்களாலும் அதிக அளவு சமுதாயங்கள் 'என்னு டைய முற்றத்தில் அல்ல' (NIMBY- Not In My Back Yard) என்பதையும் தாண்டி 'புவிக்கோளின் மீது அல்ல' (NOPE - Not On Planet Earth) என்பதை நோக்கி கவலைப்படத் தொடங்கியுள்ளன; நானும் அவற்றோடுதான் உள்ளேன்.

வேலியின் மறுபக்கத்தில் யூனியன் கார்பைடு

நியூ ஓர்லியான்ஸின் மிகப்பெரிய வேதிப்பொருள் வசதிகளிலிருந்து, டீசல் வெளியீடு நிறைந்த புரோன்க்ஸ் அண்டைப் பகுதிகள், போர்ட் அவ்-பிரின்ஸின் குடிசைப் பகுதிகள், டர்பனின் வளிம வெளித்தள்ளும் சுத்திகரிப்பு நிலையங்கள் வரை எப்படி ஏழ்மையான, படிப்பறிவில்லா வெள்ளைத் தோலற்ற மக்கள் சமுதாயங்கள்தான் தாக்கமடைய தக்கவர்கள் என்று கருதப்படுவதை நானே நேரில் கண்டுள்ளேன். ஆனால், இந்தியாவின் போபாலில் காணப்பட்டது போன்று உலகின் எந்தப் பகுதியிலும் இந்தத் தாக்கம் மோசமாகக் காணப்படவில்லை. ஏரிகள், மசூதிகள் போன்றவற்றின் நகரம் எனப்படும் போபால் இதுவரை நடந்த உலகின் மிகப்பெரிய வேதித் தொழில் சார்ந்த விபத்துகளின் களமாக இன்று நன்கு அறியப்படுகிறது. பிரபலமடை வதற்கு எப்படிப்பட்ட ஒரு வழிமுறை!

1984ஆம் ஆண்டு டிசம்பர் 3ஆம் தேதி பின்னிரவில் மீத்தைல் ஐசோ சயனேட் (எம்ஐசி) என்ற நச்சு வாயு அமெரிக்காவின் பன்னாட்டு யூனியன் கார்பைடு நிறுவனத்துக்குச் சொந்தமான தொழிற்சாலை யிலிருந்து கசிந்து வெளியேறி எட்டாயிரம் மக்களுக்கும் மேற்பட்டவர் களைக் கொன்றது. தற்போது, இறந்தவர்களின் எண்ணிக்கை இருபதாயிரமாகும்; மேலும் இறப்பு நடந்துகொண்டிருக்கிறது. ஏனெனில், இதனுடைய உடல்நலத் தாக்கங்களுக்கு உட்பட்டு இன்றும் இறந்து வருகிறார்கள்; கடந்த இருபது ஆண்டுகளாகச் சராசரியாக ஒவ்வொரு நாளும் ஓர் இறப்பு நடைபெற்று வந்துள்ளது.[80]

இந்த விபத்தில் உயிர் தப்பியவர்களிடமிருந்து 'இந்த இரவு' பற்றி நான் பெற்ற விவரங்கள் என்னைத்தொடர்ந்து பாதித்து வருகின்றன; கட்டுலனாகாத வாயு அவர்களுடைய கண்கள், மூக்குகள், வாய்கள் போன்றவற்றில் எரிச்சலை உண்டாக்கியபோது எழுந்த மக்களின் கூக்குரல்களைக் கேட்டு அனைவரும் தூக்கத்திலிருந்து அந்த இருட்டில் விழித்துக் கொண்டனர். மிக அதிக மிளகாய்களை அண்டை வீட்டுக் காரர்கள் எரிக்கின்றனர் என்று முதலில் நினைத்தனர். உலகத்தின் முடிவு காலம் வந்துவிட்டது என்று வேறு சிலர் நினைத்தனர். பலர் வாந்தி எடுத்தனர்; இரத்தத்தோடு கலந்த கோழை இருமலின் போது வெளி வந்தது. எங்கிருந்து இந்த வாயு வருகிறது என்று அறியமுடியாமல் மக்கள் அங்குமிங்கும் ஓடினர். அண்டையிலிருந்த மொத்த மக்கள் தொகையும் பயத்தால் அந்த இடத்தைவிட்டு ஓடினர்; குடும்பங்கள் பிரிந்தன. தடுக்கி விழுந்த பலரும், மயங்கி விழுந்த இதர மக்களும் இறந்தனர். சில மணிகளுக்குள் சாலையில் ஆயிரக்கணக்கான மக்கள் இறந்து கிடந்தனர். காணாமல் போன தம்முடையக் குடும்பத்தினரை பலர் மீண்டும் காண முடியவில்லை. குவியலாகக் கிடந்த உடல்கள் ஒன்றாகக் கூட்டுக் கல்லறைக்குள் எறியப்பட்டுவிட்டதாக நினைத்தனர்.

அந்த இரவில் நடந்த நிகழ்ச்சிகள் பற்றிய சில விவரிப்புகள் அதை ஒரு விபத்து என்றன என்றாலும், நான் அதை ஒரு தவிர்க்க முடியாத நிகழ்வு என்று கருதுகிறேன். செலவுக்குறைப்பு நடவடிக்கை களும் தொழிற்சாலையை ஒட்டுமொத்தமாகச் சரியான முறையில் மேலாண்மை செய்யவில்லை என்பதும் பணியாளர் பாதுகாப்புப் பயிற்சிக் குறைத்தலுக்கு வழிவகுத்தன. மேலும், அபாயகரமான வேதிப் பொருட்களின் சேமிப்பு நடைமுறைகளைப் பற்றிய எச்சரிக்கைகள் புறக்கணிக்கப்பட்டன; சமுதாய எச்சரிக்கை நடைமுறைகளும் கையாளப் படவில்லை. அந்த இரவில் இந்த மாதிரியான வாயுக் கசிவிலிருந்து பாதுகாப்பதற்காகக் குறிப்பாக வடிவமைக்கப்பட்ட ஆறு பாதுகாப்பு ஒருங்குகளில் ஒன்றுகூட செயல்படவில்லை. ஆம், ஒன்றுகூட செயல்படவில்லை! மிக அதிக அளவில் நச்சு வேதிப்பொருட்களைச்

சேமித்து வைத்திருக்கும் ஒரு தொழிற்சாலை, குறிப்பாக கவனக் குறைவாக நடத்தப்படும் ஓரிடத்திலிருந்து, கெட்டது எதுவும் நடக்காது என்று எதிர்பார்ப்பது முறையல்ல.

இந்தத் தொழிற்சாலை நகரின் மிக அதிக மக்கள்தொகை உள்ள பகுதியில் அமைந்திருந்தது; தொழிற்சாலைச் சுவர்களுக்குச் சில மீட்டர்கள் தூரத்தில் பல குடிசைகள் தூங்கி வழியும் குடும்பங்களால் நிரம்பிக் காணப்பட்டன. தொழிற்சாலையிலிருந்து வாயு கசிந்து வெளியேறத் தொடங்கியபோது யூனியன் கார்பைடு அலுவலர்கள் காவல்துறைக்குத் தகவல் கொடுக்கவில்லை; அங்குள்ள மக்கள் சமுதாயத் திற்கு எச்சரிக்கைகளும் கொடுக்கவில்லை. உண்மையில், முதல் முக்கியமான சில மணி நேரங்களுக்கு வாயுக் கசிவுகள் தம்முடைய தொழிற்சாலையிலிருந்துதான் வெளியேறுகின்றன என்பதையே மறுத்தனர். இந்த நேரத்தில்தான் சமுதாய மக்கள் செய்வதறியாது, மூச்சுத் திணறடிக்கும் வாயுவிலிருந்து தப்பிக்க அங்குமிங்கும் ஓடினர்; அதிகாரத்தில் இருந்தவர்கள் என்ன நடக்கிறது என்பதை அறிய முடியாமல் தடுமாறினர். நிறுவனம் தன்னுடைய தொழிற்சாலையி லிருந்துதான் வாயு வெளியாகிறது என்பதை உடனடியாக ஏற்றுக் கொண்டிருந்தால், ஒரு ஈரத்துணியால் முகத்தை மூடிக்கொள்ள வேண்டியதன் முக்கியத்துவம் போன்ற அடிப்படைத் தகவல்களைப் பகிர்ந்துகொண்டிருந்தால், பல இறப்புகளைத் தவிர்த்திருக்கலாம் என்று பலர் கருதினர்.

இன்று, இந்த விபத்து நடந்து இருபத்து ஐந்து ஆண்டுகள் கடந்த பின்பும், நம்பத்தகாத வகையில், யூனியன் கார்பைடு நிறுவனம் எம்ஐசியின் நச்சுத்தன்மை கொண்ட உடல்தாக்கங்கள் பற்றிய தன்னுடைய விவரங்களை, ஒரு 'வியாபார இரகசியம்' என்று கூறி, தொடர்ந்து கொடுக்க மறுத்து வருகிறது; இதனால் எம்ஐசி தாக்கத்திற்கு உட்பட்டவர்களுக்குத் தகுந்த மருத்துவ சிகிச்சைகள் கொடுப்பது கடினமாகிறது.[81] வெந்த புண்ணில் வேலைப் பாய்ச்சுவது போன்று தற்போது டவ் கெமிக்கல் நிறுவனத்தால் சொந்தமாக்கிக் கொள்ளப் பட்ட யூனியன் கார்பைடு, அதே இடத்தில் தொடர்ந்து செயல்படுகிறது. விபத்திற்குப் பிறகு எஞ்சிவிடப்பட்ட ஆபத்தான வேதிப்பொருட் களையும் கழிவுகளையும் தொடர்ந்து வெளிவிட்டுக் கொண்டிருக்கிறது. அதனுடைய நுழைவாயில் கதவுகளில் அந்த வட்டார மக்கள் கண் களுக்கான டாலர் அடையாளங்களோடு மண்டையோடுகளையும், குறுக்கெலும்புகளையும் வரைந்துள்ளனர். 'கொலையாளி கார்பைடு', 'உலகமயமாக்கலின் உண்மை முகம்' போன்ற வாசகங்களையும் எழுதி யுள்ளனர். விபத்து நடந்து பதினைந்து ஆண்டுகளுக்குப் பின் தொழிற் சாலைக்கு அருகிலிருந்து மண் மற்றும் நீர் மாதிரிகள் எடுக்கப்பட்டு

கிரீன்பீஸால் சோதனை செய்யப்பட்டபோது அவற்றில் கன உலோகங்களும் இதர நச்சுப் பொருட்களும் இருந்தது அறியப்பட்டுள்ளது.[82] 2002ஆம் ஆண்டு பெப்ருவரி மாதத்தில் மேற்கொள்ளப்பட்ட ஓர் ஆய்வின்படி பாதரசம், ஈயம், ஆர்கனோகுளோரைடுகள் போன்றவை அந்த வட்டாரப் பெண்களின் தாய்ப்பாலில் இருந்தது அறியப்பட்டுள்ளது.[83] வாயுவால் பாதிக்கப்பட்ட பெண்களின் குழந்தைகள் வளர்ச்சிக் குறைவு, பயமுறுத்தும் பிறவிக்குறைகள், இனப்பெருக்கக் கோளாறுகள் போன்றவற்றை உள்ளடக்கிய பலவீனப்படுத்தும் பல நோய்களுக்கு உள்ளாகியுள்ளன.[81]

அந்த இரவைப் பற்றி மிக அதிக அளவுக்குப் படித்த பின்பும்கூட என்னுடைய பல வருகைகளில் முதல் வருகைக்காக 1992ஆம் ஆண்டு நான் போபாலில் காலடி எடுத்து வைத்தபோது நான் அங்கு நடந்த கோரத்தின் ஆழத்தைக் குறைத்து மதிப்பிட்டுவிட்டேன் என்பதை உணர்ந்தேன். விபத்திற்குப் பின் அங்கு எஞ்சி வாழும் மக்களிடம் மிகவும் அதிகமாகத் தென்பட்ட தைரியத்தையும் நம்பிக்கையையும் நான் நிச்சயமாக எதிர்பார்க்கவில்லை. பாதிக்கப்பட்டவர்கள் என்று அவர்கள் தம்மைக் கூறிக்கொள்ளவில்லை. ஏனெனில், அவர்கள் வெறுமனே உட்கார்ந்து கொண்டிராமல் எதிர்த்துப் போராடி வருகிறார்கள். உண்மையில், சதிநாத் சாரங்கி என்ற போபால் நண்பரும், நானும் இந்த நகரத்தை ‘உலகின் போராட்டத் தலைநகரம்’ என்று அழைக்கிறோம். உயிர் பிழைத்தவர்களில் சம்பா தேவி சுக்லா, ரஷீதா பீ என்ற இரண்டு பேர் போபாலில் நியாயத்திற்கான போராட்டத்தில் மிகுந்த தைரியத்தையும் உறுதிப்பாட்டையும் காட்டியதற்காக மிகவும் மதிப்பு வாய்ந்த கோல்கிமேன் சூழல் பரிசை வென்றனர். பரிசை வென்றபின் அவர்கள் ஆற்றிய உரையில் ரஷீதா பீ மிகவும் பெருமிதத்துடன் பின்வருமாறு கூறினார்: ‘நாங்கள் ஒன்றும் எளிதில் செலவிடப்பட வேண்டியவர்கள் அல்ல. நாங்கள் ஒன்றும் லாப, அதிகார பலிபீடத்தில் அர்ப்பணிக்கப்படும் பூக்கள் அல்ல. நாங்கள் இருட்டை வெற்றிகொள்ளச் சபதம் எடுத்துக்கொண்டுள்ள நடமாடும் தீச்சுடர்கள். இந்தக் கோளையும், உயிரின் மாயா ஜாலங்களையும், புதிர்களையும் பயமுறுத்துபவர்களை எதிர்கொள்ளும் போராளிகள்.’

ஒவ்வொரு ஆண்டும், இந்த விபத்தின் வருடாந்திர நாளின்போது, எஞ்சி உயிர்வாழ்பவர்கள் ஒரு நினைவுநாள் போராட்டத்தை நடத்துகின்றனர். பாடகர்கள் இழந்த அன்புள்ளங்களைப் பற்றியும், நியாயத்திற்கான போராட்டம் பற்றியும் கஜல் பாட்டுகள் பாடினார்கள். பல வண்ண விளம்பரப் பலகைகள் நியாயத்தை வேண்டின; உலகின் எந்த இடத்திலும் ‘போபாலைப் போன்று எதுவும் நடக்க வேண்டாம்’ என்ற வாசகங்களைக் கொண்டிருந்தன. உறவினர்கள் அடையாளம்

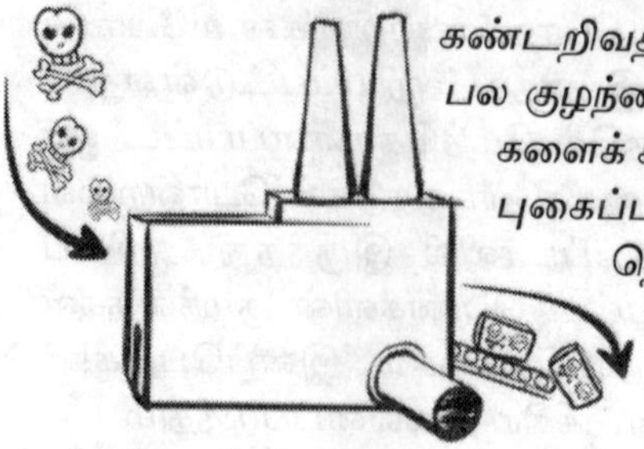

கண்டறிவதற்காகச் சாலையில் அடுக்கப்பட்ட, பல குழந்தைகளை உள்ளடக்கிய, இறந்த உடல்களைக் காட்டும் பெரிய கருப்பு - வெள்ளைப் புகைப்படங்களைக் கொண்ட இதயத்தைத் தொடும் புகைப்படக் காட்சிகள் நடைபெற்றன. புதைக்கப்படும் ஒரு சிறுமியின் முகத்தில் ஒட்டிக்கொண்டிருந்த மண்ணைத் துடைத்துவிட்டு அவளுடைய முகத்தைக் கடைசி முறையாகக் காணும் ஒரு தந்தையின் புகைப்படத்தையும் நான் கண்டேன். அது என் மனத்தை மிகவும் வாட்டியது. ஒரு தாயான என்னால் அந்தப் புகைப்படத்தைப் பார்த்தவுடன் வருத்தம் தாங்க முடியவில்லை; அச்சிறுமியின் தந்தை உணர்ந்த அதே உணர்ச்சியை நானும் பெற்றேன். உற்பத்தியின் போது தொடர்ந்து நச்சுப் பொருட்களை உள்ளீடு செய்தும், வெளியிட்டும் வரும்வரை இதைப் போன்ற விபத்துகள் நடப்பதை நாம் தவிர்க்க முடியாது என்பதை நான் உணர்ந்தேன்.

ஒவ்வோராண்டும் நடைபெறும் நினைவுநாளின் முடிவில் விபத்து நடந்தபோது யூனியன் கார்பைடு நிறுவனத்தின் முதன்மை அதிகாரியாக (சிஇஓ) இருந்த வாரன் ஆண்டர்சன்னின் மிகப் பிரம்மாண்டமான, காகிதத்தாலான உருவ பொம்மை எரிக்கப்படுகிறது. ஆண்டர்சன்ன் போபாலுக்கு வருகை புரிந்து இந்த விபத்திற்குக் காரணமாகத் திகழ்ந்த மேலாண்மை முடிவுகளுக்குத் தார்மிகப் பொறுப்பேற்று குற்றச்சாட்டை எதிர்கொள்ள வேண்டும் என்று எஞ்சி உயிர்வாழ்பவர்கள் வலியுறுத்துகிறார்கள். இந்திய நீதிமன்றங்கள் அவரைக் கைது செய்வதற்கு உத்தரவிட்டிருந்தாலும் ஆண்டர்சன் தன்னுடைய வசதியான கனெக்டிகட் வீட்டில் உட்கார்ந்து கொண்டு அதை அசட்டை செய்து வருகிறார். நான் போபாலில் இருந்த ஆண்டில், இரண்டு மாடி உயரமிருந்த அவருடைய உருவ பொம்மை சாம்பல் நிற ஆடையையும், தொப்பியையும், ஒரு கபடத்தனமான தாடியையும் கொண்டு ஒரு பழைய திரைப்பட வில்லன் போன்று தயாரிக்கப்பட்டது. மாலை நேரம் வந்தபோது ஆயிரக்கணக்கானோர் வீதியில் திரண்டு, கூக்குரலிட்டு, கார்பைடு தொழிற்சாலையின் நுழைவாயிலுக்கு நடந்து சென்று அந்த உருவ பொம்மையை எரித்தனர். கூச்சலிட்டுக் கொண்டிருந்த மக்கள் கூட்டத்தால் பாதிக்கப்பட்டும் எளிதில் தீப்பற்றிக் கொள்ளும் கூட்டமான குடிசைப் பகுதியின் மேல் எரியும் உருவபொம்மையின் உடைந்த பகுதிகள் மிதந்ததைக் கண்ட பின்பும், விபத்து நடந்த அந்த இரவின் இருட்டிலும், குழப்பத்திலும், பயத்திலும் என்ன நடந்திருக்கும் என்பதை என்னால் எளிதில் கற்பனை செய்ய முடிந்தது.

இதற்கிடையில், விபத்து நடந்த ஆண்டிலிருந்து, ஒவ்வொரு ஆண்டும், ஆண்டு முழுவதும் போபாலுக்கு நியாயம் கோரும் பன்னாட்டு போராட்ட அமைப்பு (ஐசிஜேபி) வட்டார மக்களுடனும் உலகிலுள்ள தோழமைப் போராளிகளுடனும் ஒன்று சேர்ந்து வாயுவால் பாதிக்கப் பட்டவர்களுக்கு உடல்நல வசதிகள் கொடுக்கவும், போபாலுக்கு நியாயம் வழங்கவும் போராடி வருகின்றது. எஞ்சி உயிர்வாழ்பவர் களின் முக்கிய வேண்டுதல்களில் பின்வருபவையும் அடங்கும்: நீர் மாசடைந்து விட்டதால் சுத்தமான குடிநீர் கொடுக்கப்படவேண்டும்; தம்முடைய குடும்ப உறுப்பினர்களை இழந்தவர்களுக்கும், அல்லது வாயு தொடர்பான நோய்களின் காரணமாக எந்த வேலையையும் செய்ய முடியாதவர்களுக்கும், தேவையான நீண்டகால உடல்நல மருத்துவ வசதியும், பொருளாதார சமூக ஆதரவும் கொடுக்கப்பட வேண்டும்; மிக மோசமான தொழிற்சாலை மேலாண்மைக்குக் காரண மானவர்களுக்குத் தகுந்த தண்டனை கொடுக்கப்பட வேண்டும்.

மற்ற இடங்களில், போபால் விபத்து பன்னாட்டளவிலான பத்திரிகைகளில் தலைப்புச் செய்தியாக வெளிவந்தது. இதர வேதிப் பொருள் நிறுவனங்களின் பெருவணிக நிர்வாகிகள் தொடங்கி வேதிப்பொருள் உற்பத்தித் தொழிற்சாலைகளின் அருகில் வாழும் மக்கள் சமுதாயங்கள் வரை பலரையும் கவலைப்பட வைத்தது. மேற்கு விர்ஜினியாவின் இன்ஸ்டிடியூட் பகுதியில் யூனியன் கார்பைடின் ஒரு தொழிற்சாலை இருந்தது. இது போபால் தொழிற்சாலையை ஏறத்தாழ ஒத்திருந்தது என்று முன்பு கூறப்பட்டது.[84] போபால் விபத்திற்குப் பின்பு, இன்ஸ்டிடியூட்டின் பணியாளர்களும், அருகில் வாழும் மக்களும், மற்ற வேதித் தொழிற்சாலைச் சமுதாயங்களும் கேள்வி எழுப்பத் தொடங்கி விட்டனர். எந்த நச்சுப்பொருட்களை வட்டாரத் தொழிற் சாலைகள் பயன்படுத்துகின்றன? தொழிற் சாலையிலிருந்து நச்சுப் பொருட்கள் வெளியேறுகின்றனவா, அப்படி யெனில் எந்த அளவுக்கு? போபால் போன்ற விபத்து வேறு எங்காவது சாத்தியமானதா?

பின்பு 1985ஆம் ஆண்டு தேசிய சுகாதார, சூழல் துணைக் குழுவின் *(நேஷனல் ஹெல்த் அண்ட் என்வைரென்மெண்டல் சப் கமிட்டி)* தலைவரான அமெரிக்கப் பிரதிநிதி ஹென்றி வேக்ஸ்மேன் யூனியன் கார்பைடின் ஓர் உள்ளகச் சிறுகுறிப்பைப் பின்வருமாறு வெளியிட்டார்: மேற்கு விர்ஜினியா தொழிற்சாலையில் 'நச்சுத் தன்மை வாய்ந்த (எம்ஐசி) வாயுவைக் கொண்டுள்ள சேமிப்புத் தொட்டிகளின் ஆபத்து நிறைந்த தோல்வியின்மூலம் ஒரு பயப்படும் சூழ்நிலை உருவாகலாம் (என்றாலும் பயங்கொள்ளக்கூடாது).'[85] 1980க்கும் 1984க்கும் இடையே இன்ஸ்டிடியூட் தொழிற்சாலையில் இருபத்து எட்டு சிறிய அளவு

வளிமக் கசிவுகள் ஏற்பட்டுள்ளன.[85] மக்கள் இவ்வாறு பயப்பட்டதில் எந்தவிதத் தவறும் இல்லை.

அமெரிக்க வேதியியல் குழு என்று தற்போது அழைக்கப்படும் வேதிப்பொருள் தயாரிப்பாளர்களின் சங்கம் (சிஎம்ஏ) தன்னுடைய 'பொறுப்பு நலத் திட்டம்' என்ற திட்டத்தின் மூலம் மேற்கூறியவற்றிற்குப் பதிலளித்தது. தன்னுடைய சங்கத்தின் உறுப்பினர்கள் சுய தணிக்கைக்கு உட்படுத்தப்படும் உலகளாவிய, தன்னிச்சையான பாதுகாப்புத் திட்டம் ஒன்றிற்குத் தம்மைப் பொறுப்பாளியாக்கிக் கொள்வதென்றும், 'தொடர்ந்து தம்முடைய நலத்தையும், பாதுகாப்பையும், சூழல் பாதுகாப்புச் செயல்முறையையும் மேம்படுத்துவோம்' என்றும் அறிவித்தது.[86] இதன் அடிப்படையில், அதிகக் கடுமையான கட்டுப் பாடுகளுக்குத் தங்களின் தொழிற்சாலைகளை உட்படுத்துதல் தேவை யற்றது என்று சிஎம்ஏ வாதிட்டது. வேண்டிய தகவல்களை மக்கள் எளிதில் பெறுவதற்காகச் செயல்பட்டு வரும் ஒரு என்ஜிஓவின் கூற்றுப் படி இந்தத் திட்டம், அடிப்படையில சுழியளவே அளவீடு செய்யப் படக்கூடிய இலக்குகளையும் கால வரையறையையும் கொண்டது; அல்லது, வேதி நச்சுப்பொருட்களைக் குறைப்பதில் வெளியார் தணிக்கையின் சரிபார்த்தலையும் சுழியளவே கொண்டுள்ளது; சரியாகக் கூற வேண்டுமென்றால், இது மக்களிடம் கூறுவது: 'எங்களை நம்புங்கள்; எங்களுடைய தடங்களைத் தொடராதீர்கள்.'[87]

இதற்கு மாறாக, அமெரிக்க அரசின் பதில் வியப்பை ஏற்படுத்தும் வகையில் பயனுள்ளதாக அமைந்தது. தொழிற்சாலைப் பகுதிகளில் வாழ்பவர்கள் எந்த வேதிப் பொருட்கள் பயன்படுத்தப்படுகின்றன, எவை அவர் களின் சமுதாயத்தின் மேல் வெளியிடப்படுகின்றன என்பதை அறியும் வகையில் கூட்டாட்சி நச்சுப் பொருட்கள் வெளியீட்டுப் பட்டியல் *(டாக்சிஸ் ரிலீஸ் இன்வென்டரி - டீஆர்ஐ)* ஒன்றை நிறுவியது. இது காற்றின் மூலமும் கழிவுகளின் மூலமும் வெளியிடப்படும் நச்சு வேதிப்பொருட்கள் பற்றிய தகவல்களைக் கொண்ட தரவுத் தளமாகும் *(டேட்டாபேஸ்)*. **1986**ஆம் ஆண்டின் அவசரக் கால திட்டமிடுதல் மற்றும் சமுதாய உரிமைகள் அறியும் சட்டத்தின் ஒரு பகுதியாக டீஆர்ஐ உருவாக்கப்பட்டது.[88] விபத்து ஏற்படும் பட்சத்தில் அவசரக்காலப் பணியாளர்களுக்கு அவசரக்கால உதவியாக அவர்கள் பயன்படுத்தும் நச்சு வேதிப்பொருட்களின் அளவு, பயன்படுத்தும் இடம் ஆகியவற்றை நிறுவனம் வெளியிட வேண்டும் என்று இந்தச் சட்டம் எதிர்பார்க்கிறது. கூடுதலாக, குறிப்பிட்ட அளவிற்கு மேல் நச்சு வேதிப்பொருட்களை உற்பத்தி செய்யும் அல்லது பயன்படுத்தும்

நிறுவனங்கள் அவற்றைப் பற்றிய விவரங்களையும் காற்று அல்லது கழிவின் மூலம் வெளியேற்றும் நச்சுப் பொருட்கள் பற்றிய விவரங் களையும் கொடுக்க வேண்டும் என்றும் இந்தச் சட்டம் எதிர்பார்க்கிறது. தற்போது டீஆர்ஐயில் ஏறத்தாழ 22,000 தொழில்சார், கூட்டாட்சிசார் வசதிகள் உள்ளடக்கப்பட்டுள்ளன. 2007ஆம் ஆண்டு, இந்த வசதிகள் 4.1 பில்லியன் பவுண்டு அளவிற்கு 650 வெவ்வேறு நச்சுப் பொருட் களைச் சூழலில் வெளியேற்றியுள்ளன; இவற்றில் களத்திலும் களத் திற்கு வெளியிலும் வெளியேற்றப்பட்டப் பொருட்களும் அடங்கும்.[89]

டீஆர்ஐ-ஆல் ஒன்று திரட்டப்பட்டத் தரவுகள் அரசுசார், அரசுசாரா வலைத்தளங்கள் மூலம் கிடைக்கின்றன. என்னுடைய விருப்ப வலைத் தளம் *ஸ்கோர்கார்ட்* ஆகும் (www.scorecard.org). இதன்மூலம் நீங்கள் முக்கிய மாசுறுத்தல் மூலங்களையும் வேதிப்பொருட்களையும் ஒரு கோப்பு அமுக்கக் குறியீடு *(ஸிப் கோடு)* மூலம் பெறலாம். *ஸ்கோர்கார்ட்* உடல்நலத் தளங்கள், தொழிற்சாலை விவரங்கள் போன்றவற்றைப் பற்றிய தரவுகளைத் தருவதோடு மட்டுமல்லாமல், பார்வையாளர்கள் தங்களுடைய வட்டார மாசுறுத்தும் நிறுவனங்களுக்கு இந்த வலைத் தளத்தின் மூலம் செய்திகளை அனுப்பவும் உதவுகிறது.

நச்சுப் பொருட்கள் தொடர்பாக என்னுடைய சொந்த நகரம் எவ்வாறு செயல்படுகிறது என்பதைப் பற்றி அறிய நான் அடிக்கடி ஸ்கோர்கார்டைக் காண்கிறேன். தன்னுடைய மிக அதிக அளவுச்சூழல் விழிப்புணர்வைப் பற்றி பெர்க்கிலி நகரம் கர்வம் கொள்கிறது. எங்களுடைய பொதுத்துறைப் பள்ளிகள் கரிம உணவைக் கொடுக் கின்றன. முழுவதும் மின்சாரத்தால் ஓடும் கார்களுக்குக் கட்டணமற்ற நிறுத்துமிடங்கள் நகரத்தில் உள்ளன. எனினும், அமெரிக்காவின் அனைத்து மாநிலங்களிலும் முதல் 20 விழுக்காட்டு அழுக்கான மாநிலங்களில் இதுவும் ஒன்றாகத் தரவரிசைப்படுத்தப்பட்டுள்ளது![90] என்னுடைய கோப்பு அமுக்கக் குறியீட்டின் முதன்மை மாசுறுத்திகளில் எந்திரங்கள், பிளாஸ்டிக் உற்பத்தி செய்பவர்களும் என்னுடைய வீட்டிலிருந்து சற்று தூரத்திலமைந்த நாற்றமடிக்கும் எஃகு சுத்திகரிப்புத் தொழிற்சாலையும் அடங்கும். என்னுடைய பகுதியில் பதிவு செய்யப் பட்ட முதல் இருபது மாசுறுத்திகள் பின்வருமாறு: கிளைக்கால் ஈதர்கள், சைலீன், என்-பியூட்டைல் ஆல்கஹால், டொல்யூன், 1,2,4- டிரைமீத்தைல் பென்சீன், மெத்தனால், அம்மோனியா, மீத்தைல் ஐசோபியூட்டைல் கீட்டோன், எத்திலீன் கிளைக்கால், மீத்தைல் எதைல் கீட்டோன், ஸ்டைரீன், பேரியம் கூட்டுப் பொருட்கள், எம்-சைலீன், என், என்-டைமீத்தைல் ஃபார்மமைட், ஈயம், துத்தநாகக் கூட்டுப் பொருட்கள், எதைல் பென்சீன், கியூமின், என்-ஹெக்சேன், ஃபார்மால்டிஹைடு.[90] இந்தப் பட்டியல் வெறுப்பூட்டும்படியாக உள்ளது அல்லவா?

வட்டார மாசுறுத்தல் மூலங்கள் பற்றியும் வெவ்வேறு தொழில் துறைகளின் போக்குகள் பற்றியும் உள்ள தகவல்களுக்கு டீஆர்ஐ ஒரு மிகச்சிறந்த மூலமாகும் என்றாலும், அது மேலும் வலுவானதாக மாற வேண்டும். டீஆர்ஐ-இன் பின்வரும் ஐந்து மிகப்பெரிய குறைகளை ஸ்கோர்கார்டு சுட்டிக் காட்டுகிறது: 1. இது கண்காணிப்பின் அடிப் படையில் அமையாமல் மாசுறுத்தும் நிறுவனங்களின் சுய பதிவுகளின் அடிப்படையைச் சார்ந்துள்ளது; 2. இது அனைத்து நச்சு வேதிப்பொருட் களையும் உள்ளடக்கவில்லை; 3. இது சில முக்கிய மாசுறுத்தல் மூலங்களை விட்டுவிடுகிறது; 4. உற்பத்திப் பொருட்களில் பயன் படுத்தப்படும் நச்சு வேதிப்பொருட்களின் அளவு பற்றி நிறுவனங்கள் தகவல் அளிக்க வேண்டும் என்று இது எதிர்பார்ப்பதில்லை; 5. வெளி யீட்டுப் பொருட்களின் விளைவால் மக்கள் அனுபவிக்கும் தாக்கங்கள் பற்றி இது எந்த விவரமும் அளிப்பதில்லை.[91] இந்தக் குறைகள் எல்லாம் நிவர்த்திக்கப்பட்டால் மக்களுக்கு டீஆர்ஐ மேலும் திறன்மிக்க ஒரு கருவியாக மாறும். இதனைப் பயன்படுத்தி நாம் நிறுவனங்களுக்கு அவை பயன்படுத்தும் நச்சு வேதிப்பொருட்களுக்கான மாற்றுகளைக் கண்டுபிடிக்க அழுத்தம் கொடுக்கலாம்.

எங்களுக்காக விழிப்புடன் இருப்பீர்களா (அல்லது மாட்டீர்களா)

இவற்றிலெல்லாம் அரசு வகிக்கும் பங்கினைப்பற்றி டீஆர்ஐ உங்களைச் சிந்திக்க வைத்திருக்கலாம். அபாயகரமான வேதிப்பொருட்களிலிருந்து நாம் பாதுகாப்பாக இருக்கிறோம் என்பதை நிச்சயப்படுத்த நாம் எவரோ ஒருவரைத் தேர்ந்தெடுக்கவில்லையா அல்லது பதவியில் அமர்த்த வில்லையா? உணவு, மருந்து நிறுவனம் இதை நோக்கிச் செயல்பட வில்லையா? சூழல் பாதுகாப்பு நிறுவனம் செயல்படவில்லையா? பணியிடப் பாதுகாப்பு, நல்வாழ்வுத்துறை செயல்படவில்லையா? உண்மையில், மிகவும் வருத்தமான, மிகவும் பயமுறுத்தும் உண்மை என்னவெனில் நச்சுப்பொருட்கள் தொடர்பான நம்முடைய அரசின் கட்டுப்பாடுகள் பல ஓட்டைகளைக் கொண்டுள்ளன.

அரசின் கட்டுப்பாடு குறிப்பிடத்தக்க வகையில் ஒரு துண்டிக்கப் பட்ட அணுகுமுறையை மேற்கொள்வது போன்று தோன்றும். நுகர்வோர் பொருட்கள், காற்று, நீர், நிலம், நம் உணவு, நம்முடைய தொழிற் சாலைகள் ஆகிய அனைத்தையும் தனித்தனியாக நாம் கட்டுப்படுத்து கிறோம். இந்தச் செயல்களைத் தனித்தனியாகப் பிரிப்பதில் உள்ள ஓர் அடிப்படைப் பிரச்சினை என்னவெனில் இது சூழலை ஒரு சிக்கலான இடைத்தொடர்புகளுடைய ஒருங்காக அணுகுவதற்குப் பதிலாகத் தனித்தனி அலகுகளின் சேர்க்கையாக அணுகுகிறது என்பதுதான். நீர், காற்று, நம்முடைய பொருட்கள், பணியிடம் போன்றவற்றில் உள்ள

அதே வேதிப்பொருளைக் கட்டுப்படுத்தும் நிறுவன அலுவலர்கள் பெரும்பாலும் ஒருவருக்கொருவர் பேசிக்கொள்வதில்லை. அவ்வாறு செய்தாலும் ஒருவருக்கொருவர் தமக்குள் வன்மையாக வேறுபடுகின்றனர்.

எடுத்துக்காட்டாக, மீனை எடுத்துக்கொள்ளுங்கள்: ஓர் ஓடையிலிருந்து நீங்கள் பிடிக்கும் ஒரு மீனின் மாசுறுத்தல் அளவைக் கண்காணிக்கும் அதிகாரம் சூழல் பாதுகாப்பு அமைப்பிற்கு (இபீஏ) உள்ளது. ஆனால், மற்றொருவரால் பிடிக்கப்பட்டு உங்களால் கடையில் வாங்கப்படும் ஒரு மீனின்மேல் உணவு மற்றும் மருந்து நிர்வாகத்திற்கு (எஃப்டிஏ) அதிகாரம் உண்டு. இந்த இரண்டு நிறுவனங்களும் ஒன்றோடொன்று சேர்ந்து செயல்பட வேண்டும் என்று எதிர்பார்க்கப்படுகிறது. சில சமயம் அவ்வாறு செயல்படுகிறார்கள். எடுத்துக்காட்டாக, 2004ஆம் ஆண்டு இவ்விரண்டு நிறுவனங்களும் ஒன்று சேர்ந்து கர்ப்பிணிப் பெண்கள், குழந்தை பெறும் வயதிலுள்ள பெண்கள், குழந்தை பெற்ற தாய்கள், சிறு குழந்தைகள் போன்றவர்கள் பாதரச உள்ளேற்றத்தைக் குறைக்க வாரத்திற்கு 12 அவுன்ஸ்களுக்கு மேலாக மீனை உட்கொள்ள வேண்டாம் என்ற வழிகாட்டலை வெளியிட்டன.[92]

பின்பு, 2008ஆம் ஆண்டின் பிற்பகுதியில் உணவு மற்றும் மருந்து நிர்வாகம் (எஃப்டிஏ) ஒரு புதிய அறிக்கையைத் திட்டநகல் செய்தது. இதன்படி ஒவ்வொரு வாரமும் 12 அவுன்ஸ்களுக்கும் அதிகமாக மீனை உண்ணலாம் என்று பரிந்துரை செய்யப்பட்டது.[93] இந்த அறிக்கை ஏறத்தாழ முழுவதும் தயாரிக்கப்படும்வரை உணவு மற்றும் மருந்து நிர்வாகம் (எஃப்டிஏ), சூழல் பாதுகாப்பு அமைப்பை (இபீஏ) கலந்தாலோசிக்கவில்லை என்று *வாஷிங்டன் போஸ்ட்* பத்திரிகை பதிவு செய்தது. சூழல் பாதுகாப்பு அமைப்பின் உள்ளகக் குறிப்புகள் உணவு மற்றும் மருந்து நிர்வாகத்தின் புதிய பரிந்துரைகளை 'அறிவியல் அடிப்படையில் தவறானவை, முழுமையற்றவை' என்று கூறியது; மேலும், அவை 'சூழல் பாதுகாப்பு அமைப்பால் எப்பொழுதுமே எடுத்துக்காட்டப்படும் அறிவியல் அடிப்படை' இல்லாதவை என்றும் கூறியது.[94] என்வைரென்மெண்டல் வொர்க்கிங் குரூப் என்ற கண்காணிப்பு நிறுவனம் இதற்கு மேலும் சென்று, உணவு மற்றும் மருந்து நிர்வாக அறிக்கை 'ஒரு விநோதமான, பொறுப்பற்ற அறிக்கையாகும். ஒரு நிறுவனமாக உணவு மற்றும் மருந்து நிர்வாகம் (எஃப்டிஏ) எவ்வளவு மோசமாகக் கீழிறங்கியுள்ளது என்பதை இது சுட்டுகிறது. ஒரு காலத்தில் இது அமெரிக்கர்களின் உடல்நலத்தை மிகவும் சிறப்பாகப் பாதுகாக்கும் அமைப்பாகத் திகழ்ந்தது. ஆனால், தற்போது இது மாசுறுத்துபவர்களுக்குத் துணை போகும் ஒரு நிறுவனமாக மாறிவிட்டது என்று கூறியது.'[94]

இந்த இரண்டு நிறுவனங்களும் நம்முடைய இரவு உணவுத் தட்டிலிருந்து நரம்பு நச்சுப்பொருட்களை நீக்குவது போன்ற மிக

முக்கியமான, அடிப்படையான ஒன்றில் ஒருங்கிணைந்து செயல்படா விட்டால், நாம் அரசுச் செயல்பாடுகளின் மொத்த சிக்கல்களில் எதை எதிர்பார்க்க முடியும்? நாம் சார்ந்திருக்கும் பல்வேறு நிறுவனங்கள், குழுக்கள், சட்டங்கள் போன்றவற்றைச் சற்று காணுங்கள்:

அரசு சட்டங்களும் நிறுவனங்களும்

(ஆணை) நிறைவேற்றும் கிளை

நேஷனல் என்வைரென்மெண்டல் பாலிசி ஆக்ட் (என்இபீஏ, 1969)

அரசின் அனைத்துக் கிளைகளும் சூழலுக்குச் சரியான அளவு பரிவைக் காட்டவேண்டும் என்று உறுதியளிக்கும் ஒரு விரிவான, நாடளவிலான திட்டம்.

கவுன்சில் ஆன் என்வைரென்மெண்டல் குவாலிடி (சிஇக்யூ, 1969)

என்இபீஏ-விற்குள் அமைந்துள்ள இது முடிவுகள் எடுக்கும்போது சூழல் வசதிகள், தேவைகள், விழுமியங்கள் போன்றவை கருத்தில் கொள்ளப்பட வேண்டும் என்பதை உறுதி செய்கிறது. இது ஆஃப்பீஸ் ஆஃப் என்வைரென்மெண்டல் குவாலிடி-ஆல் நிர்வகிக்கப்படுகிறது.

ஃபுட் அண்ட் டிரக் அட்மினிஸ்ட்ரேஷன் (எஃப்டிஏ) ஃபெடரல் ஃபுட் டிரக் அண்ட் காஸ்மேடிக் ஆக்ட் 1938ஆல் கட்டாயப்படுத்தப்பட்ட நிறுவனமாகும்

டிபார்ட்மெண்ட் ஆஃப் ஹெல்த் அண்ட் ஹியூமன் சர்வீஸஸின் உள்ளே உள்ள உணவு மற்றும் மருந்து நிர்வாகம் (எஃப்டிஏ) நம்முடைய உணவு விநியோகம், மருந்துகள், அழகு சாதனங்கள் போன்றவற்றின் பாதுகாப்பையும் செயல் திறனையும் நிச்சயப் படுத்துவதன் மூலம் பொதுமக்கள் உடல்நலப் பாதுகாப்பிற்குக் காரணமாகத் திகழ்கிறது. 2002இல் திருத்தப்பட்ட இது சூழல் பாதுகாப்பு அமைப்புக்கு (இபீஏ) அதிகாரம் கொடுத்து உணவிலுள்ள உயிரிக்கொல்லி எச்சங்களின் உச்சகட்ட வரம்பை நிர்ணயிக்க வைக்கிறது.

ஆக்குபேஷனல் சேஃப்டி அண்ட் ஹெல்த் அட்மினிஸ்ட்ரேஷன் (ஓஷா), நேஷனல் இன்ஸ்டிடியூட் ஃபார் ஆக்குபேஷனல் சேஃப்டி அண்ட் ஹெல்த் (நியோஷ், 1969)

ஆக்குபேஷனல் சேஃப்டி அண்ட் ஹெல்த் ஆக்ட் (1970) மூலம் தொழிலாளர் நலத் துறைக்குள் உருவாக்கப்பட்டது. இது பாதுகாப்பான, நலமான சூழல்களைப் பணியாளர்களுக்கு

உறுதியளிக்கிறது. ஓஎஸ்எச்ஏ நடைமுறைப்படுத்தல்களையும், என்ஐஓஎஸ்எச் (தற்போது இது டிபார்ட்மெண்ட் ஆஃப் ஹெல்த் அண்ட் ஹியூமன் சர்வீசஸ் செண்டர்ஸ் ஃபார் டிசீஸ் கண்ட்ரோல் அண்ட் பிரிவென்ஷன் என்பதன் ஒரு பகுதியாக விளங்கு கிறது) பணிசார் அபாயங்களின் மேல் ஆய்வு, கல்வி, பயிற்சியை மேற்கொள்கிறது.

நேஷனல் ஓஷியானிக் அண்ட் அட்மோஸ்பரிக் அட்மினிஸ்ட்ரேஷன் (என்ஓஏஏ, 1970)

வணிகத்துறையின் ஒரு பகுதியாக அறிவியல் அடிப்படையில் அமைந்துள்ள நிறுவனமான இது கடல் சூழல்களிலும் வளிமண்டலச் சூழல்களிலும், கடல்வாழ் உயிரி மூலங்களிலும் ஏற்படும் மாற்றங் களை முன்கூட்டி எச்சரிக்கிறது. என்ஓஏஏயில் நேஷனல் என்வைரென் மெண்டல் சாட்லைட், டேடா அண்ட் இன்ஃபர்மேஷன் சர்வீஸ், த நேஷனல் மரைன் ஃபிஷரீஸ் சர்வீஸ் (கடல்வாழ் மீன் மூலங் களின் மேலாண்மை, பேணல், பாதுகாப்பிற்குப் பொறுப்பேற்கிறது), நேஷனல் ஓஷன் சர்வீஸ் (பாதுகாப்பான, நலமான, உற்பத்தித்திறன் வாய்ந்த கடல்களையும், கடலோரப் பகுதிளையும் நிர்வகிக்கிறது; எடுத்துக்காட்டாக, பாதுகாப்பான, திறன்மிக்கக் கடல்சார் போக்கு வரத்திற்கு உறுதி அளிக்கிறது), நேஷனல் வெதர் சர்வீஸ், ஆபீஸ் ஆஃப் ஓஷியானிக் அண்ட் அட்மாஸ்பெரிக் ரிசர்ச் (என்ஓஏஏ-க்கு ஆய்வு வசதியைக் கொடுக்கிறது) போன்றவை உள்ளன.

கன்ஸ்யூமர் புராடக்ட் சேஃப்டி கமிஷன் (சிபீஎஸ்சி) (கன்ஸ்யூமர் புரொடக்ட் சேஃப்டி ஆக்ட், 1972ஆல் உருவாக்கப்பட்டது)

மின்சார, வேதிய அல்லது எந்திரம் சார்ந்த ஆபத்து விளைவிக்கும் நுகர்வுப் பொருட்களோடு தொடர்புடைய இன்னல்களிலிருந்து பொதுமக்களைக் காப்பாற்றுவது இதன் வேலையாகும்.

கன்ஸ்யூமர் புராடக்ட் சேஃப்டி இம்ப்ரூமெண்ட் ஆக்ட் (2008)

நுகர்வோர் பொருட்களின் பாதுகாப்புத் தரங்களையும் குழந்தை களின் பொருட்களுக்கான இதர பாதுகாப்புத் தேவைகளையும் இது நிர்ணயிக்கிறது.

என்வைரென்மெண்டல் புரொடெக்ஷன் ஏஜென்சி (இபீஏ, 1970)

மனித உடல்நலத்தைப் பாதுகாப்பதும், உயிர்வாழத் தேவையான இயற்கைச் சூழலை – காற்று, நீர், நிலம் போன்றவற்றை – பாதுகாப் பதும் சூழல் பாதுகாப்பு அமைப்பின் (இபீஏ) குறிக்கோளாகும்.

ஆய்வு, கண்காணிப்பு, தர நிர்ணயம், சூழல் பாதுகாப்பை உறுதிப் படுத்தும் செயல்முறைகளை நடைமுறைப்படுத்துதல் போன்ற செயல்களைச் சூழல் பாதுகாப்பு அமைப்பு ஒருங்கிணைக்கிறது.

சூழல் பாதுகாப்பு அமைப்புக்குள் (இபீஏ) நிர்வகிக்கப்படும் கிளைச் சட்டங்கள்

ஃபெடெரல் இன்செக்டிசைட், ஃபங்கிசைட், அண்ட் ரோடென்டிசைட் ஆக்ட் (1947)

பயிர்கள், விலங்குகள், மக்களைப் பயமுறுத்தும் உயிரிகளைக் கட்டுப்படுத்தும் உயிரிக்கொல்லிகளின், குறிப்பாக நுண்ணுயிரி எதிரிக்கொல்லிகளின், விற்பனையையும் பயன்பாட்டையும் பதிவு செய்தல் (உரிமங்கள்) அல்லது பதிவு செய்வதிலிருந்து விலக்கு அளித்தல்

ஃபுட் குவாலிட்டி புரொடெக்‌ஷன் ஆக்ட் (1996)

உயிரிக்கொல்லித் தாக்குத் திறன்களுக்கான பாதுகாப்பு வரம்பு நிலைகளை நிர்ணயித்தல், குறிப்பாகச் சிறு குழந்தைகளுக்கும் குழந்தைகளுக்கும்.

டாக்ஸிக் சப்ஸ்டென்சஸ் கண்ட்ரோல் ஆக்ட் (டீஎஸ்சிஏ, 1976)

பாலிகுளோரினேட்டட் பைஃபீனால்கள் (பீசிபி-க்கள்), கல்நார்கள் (ஆஸ்பெஸ்டாஸ்), ரேடான், ஈய அடிப்படையில் அமைந்த பெயிண்ட் போன்றவற்றை உள்ளடக்கிய குறிப்பிட்ட வேதிப்பொருட்களை உற்பத்திச் செய்தல், இறக்குமதி செய்தல், பயன்பாடு, விலக்கம் தொடர்பானவற்றை இது கட்டுப்படுத்துகிறது.

க்ளீன் ஏர் ஆக்ட் (சிஏஏ) (1963, விரிவாக்கப்பட்டது 1970, திருத்தப்பட்டது 1977-1990)

வேதிப்பொருட்களின் தொழிற்சாலைகள், பயன்பாட்டு நிறுவனங்கள், எஃகுத் தொழிற்சாலைகள் போன்ற மூலங்களிலிருந்து வெளியேறும் மாசுறுத்திகளையும் உள்ளடக்கிய சில காற்று மாசுறுத்திகளின் பயன்பாட்டைக் கட்டுப்படுத்துகிறது. தனிப்பட்ட மாநிலங்கள் அல்லது பழங்குடியினர் மிக வலுவான காற்று மாசுறுத்திகள் சட்டங்களைப் பெறலாம் என்றாலும் கூட்டாட்சி வரம்பெல்லையை விடக் குறைவான மாசுறுத்தல் வரம்புகளை அவை பெற்றிருக்காது. 1990ஆம் ஆண்டின் திருத்தங்கள் வெளியீட்டுப் பொருட்களின் வணிகம், சுத்தமான எரிபொருள் தரங்கள் போன்றவற்றை நிர்ணயிக்கின்றன.

க்ளீன் வாட்டர் ஆக்ட் - 1972 (சிடபிள்யூஏ)
அமெரிக்காவின் நீர்நிலைகளில் மாசுறுத்திகளின் வெளியீட்டைக் கட்டுப்படுத்துகிறது; மேலும், நிலப்பரப்பு நீருக்கான தர வரம்புகளைக் கட்டுப்படுத்துகிறது.

சேஃப் டிரிங்கிங் வாட்டர் ஆக்ட் – 1974 (திருத்தப்பட்டது 1986, 1996)
தரை மேலுள்ள, தரைக்கு அடியிலுள்ள மூலங்களிலுள்ள, உண்மையிலேயே பருகப்படுகின்ற, பருகுவதற்குத் தகுந்த தன்மையுள்ள அனைத்து நீர்களின் பண்பைப் பாதுகாக்கிறது; மேலும், முதன்மையான (உடல் நலன் தொடர்பான) தர நிலைகளைப் பொதுநீர் ஒருங்குகள் ஏற்றுக்கொள்வதையும் இது எதிர்பார்க்கிறது.

காம்ப்ரிஹென்சிவ் என்வைரென்மெண்டல் ரெஸ்பான்ஸ், காம்பன் சேஷன் அண்ட் லயபிலிடி ஆக்ட் (சிஇஆர்சிஎல்ஏ) (சூப்பர்ஃபண்ட் 1980 என்றும் அழைக்கப்படுகிறது)
கட்டுப்பாட்டில் இல்லாத அல்லது கைவிடப்பட்ட அபாயகரமான கழிவுக் களங்களையும், விபத்துகள், சிந்துதல்கள், சூழலில் மாசுறுத்திகள் மற்றும் களங்கமேற்படுத்தும் பொருட்களின் அவசர கால வெளியேற்றங்கள் போன்றவற்றைச் சுத்தம் செய்வதற்காக ஒரு சிறப்பு நிதியை (முதலில் 1.6 மில்லியன் டாலர்) கொடுத்தல்.

சூப்பர்ஃபண்ட் அமெண்ட்மெண்ட்ஸ் அண்ட் ரீஆதரைசேஷன் ஆக்ட் (1986)
மாநிலங்களின் ஈடுபாட்டையும், குடிமக்களின் பங்கேற்பையும் மனித நலனில் ஏற்படும் தாக்கங்களின் மேல் அதிகக் கவனத்தை மேற்கொள்ளவும், அபாயத் தரவரிசை ஒருங்கைத் திருத்தவும் இந்த அமைப்பின் நிதி அளவை 8.5 பில்லியன் டாலராக உயர்த்தவும், இது இஆர்சிஎல்ஏ-ஐ மேம்படுத்துகிறது.

எமர்ஜென்சி பிளானிங் அண்ட் கம்யூனிடி ரைட்ஸ் - டு - நோ ஆக்ட் (1986)
பொதுமக்கள் நலம், பாதுகாப்புச் சூழல் போன்றவற்றை வேதிய அபாயகரப் பொருட்களிலிருந்து வட்டார மக்கள் சமுதாயத்தைப் பாதுகாப்பதற்காக உதவும் வகையில் வடிவமைக்கப்பட்டது. இதன் நிபந்தனைகள் தனிப்பட்ட தொழில் வசதிகளில் உள்ள வேதிப் பொருட்கள், அவற்றின் பயன்பாடுகள், அவை சூழலில் வெளிவிடப்படுவது பற்றிய தகவல்கள் போன்றவற்றைப் பொதுமக்கள் பெறுவதற்கு அதிக அளவில் உதவுகிறது.

ஆயில் பொல்லூஷன் ஆக்ட் (ஓபீஏ, 1990)

எண்ணெய் சிந்துதல்களைச் சுத்தமாக்குவதற்கும், மாசுறுத்துபவர்களுக்கான குறைப்பு நடவடிக்கைகள் போன்றவற்றிற்குத் தேவையான மூலப்பொருட்களையும் நிதிகளையும் அளிக்கிறது.

ரீசோர்ஸ் கன்சர்வேஷன் அண்ட் ரெகவரி ஆக்ட் (ஆர்சிஆர்ஏ) (1976, 1986, 1984ஆம் ஆண்டுகளின் ஹசார்டஸ் அண்ட் சாலிட் வேஸ்ட்ஸ் அமெண்ட்டெண்ட்ஸ்)

உருவாக்கம், கடத்தல், பதப்படுத்துதல், சேமிப்பு, கழிவுநீக்கம் போன்றவற்றை உள்ளடக்கிய, 'தொட்டில் முதல் சுடுகாடு வரை' காணப்படும் இன்னல் இழைக்கும் கழிவைக் கட்டுப்படுத்தும் அதிகாரத்தைச் சூழல் பாதுகாப்பு அமைப்பிற்கு (இபீஏ) கொடுக்கிறது. இதில் மேற்கொள்ளப்பட்ட திருத்தங்கள் கழிவுக் குறைப்பின் மேலும், அபாயகரமான கழிவுகளின் மேலும், அதிக வலுவான கட்டுப்பாடுகளின் மேலும் கவனம் செலுத்துகின்றன.

பொல்லூஷன் பிரிவென்ஷன் ஆக்ட் (பீபீஏ, 1990)

மூலப்பொருட்கள் தொடர்பான தொழில்சார் மாசுறுத்தலின் குறைப்பில் இது கவனம் செலுத்துகிறது; மேலும், மாசுறுத்தல் தடுப்பின் ஒரு பகுதியாக இது மூலப்பொருள் பயன்பாட்டுத் திறனையும், பேணலையும் கவனத்தில் கொள்கிறது.

எண்டேஞ்சர்டு ஸ்பீஸிஸ் ஆக்ட் (இஎஸ்ஏ, 1973)

அபாயத்திலும் அழியும் நிலையிலும் உள்ள தாவரங்களையும், விலங்குகளையும், அவற்றின் வாழிடங்களையும் பாதுகாத்தல்.

மரைன் புரொடெக்ஷன், ரிசர்ச், அண்ட் சாங்ட்டுவரிஸ் ஆக்ட் (ஓஷன் டம்பிக் ஆக்ட், 1972 என்றும் அழைக்கப்படும்)

கடல்களில் கழிவுகள் கொட்டுதலைத் தடுத்தல்.

இவையனைத்திலும் பொதுவாக உள்ள எவற்றையேனும் நீங்கள் கவனித்துள்ளீர்களா? செல்பேசிகளையோ இணையதள வசதிகளையோ நாம் பெறுவதற்கு முன்பே இவற்றில் பெரும்பாலானவை உருவாக்கப்பட்டுவிட்டன. தொலைநகல் எந்திரங்கள் வருவதற்கு முன்பே சில உண்டாக்கப்பட்டவையாகும். ரேச்சல் கார்சனின் *மௌன வசந்தம் (சைலண்ட் ஸ்பிரிங்)* நூல் வெளிவருவதற்கு முன்பும், போபால் பேராபத்து நடைபெறுவதற்கு முன்பும், தட்பவெப்பநிலை மாற்றம் ஒரு

வீட்டு விமர்சனத் தலைப்பாக மாறுவதற்கு முன்பும் இவற்றில் பல உருவாக்கப்பட்டுவிட்டன. இவற்றை உருவாக்குவதற்கான எண்ணங்கள் நல்லவையாக இருந்தாலும், இவற்றில் பல நிறுவனங்களும் சட்டங் களும் பெரும்பாலும் காலாவதியாகிவிட்டன. மிகுந்த அண்மைக் காலத் திருத்தங்களும் காலாவதியாகிவிட்டன. சூழல் நல அபாயங்கள் மாறிவிட்டன; தொடர்ந்து மாறிவருகின்றன. இந்த அபாயங்கள் பற்றிய நம்முடைய புரிதல்கள் மிகவும் அதிகமாக வளர்ந்துள்ளன என்றாலும் சட்டங்களும் கட்டுப்பாட்டு நிறுவனங்களும் இவற்றுக்கு ஈடாக வளரவில்லை/புதுப்பிக்கப்படவில்லை. 'மாசுறுத்தலுக்குத் தீர்வு மாசுறுத்திகளை அதிகம் நீர்மப்படுத்துவதுதான்' *(டயல்யூசன் இஸ் த சொல்யூஷன் டு பொல்யூஷன்)* என்று தொடர்ந்து மக்கள் நம்பிய பழைய காலத்தில் பெரும்பாலான சட்டங்கள் உருவாக்கப்பட்டன. அப்பொழுது உயரமான புகைப் போக்கிகளும் நீளமான வெளியேற்றுக் குழாய் களும் இந்தப் பிரச்சினைகளைத் தீர்த்துவிடும் என்று மக்கள் நம்பினர். ஆனால் அவை தொடர்ந்து செல்லத்தக்கவையல்ல.

இருக்கும் நிலைமையை மேலும் குழப்பும் வகையில், இத்தகைய நிறுவனங்கள் பலவற்றால் உருவாக்கப்பட்டக் கூட்டாட்சி (நடுவண் அரசின்) சட்டங்களையும் கட்டுப்பாடுகளையும் நடைமுறைப்படுத்துதல் பெரும்பாலும் மாநில அளவிலான பொறுப்பாக அமைந்துள்ளது. அதாவது, இந்தச் சட்டங்களுக்கு ஏற்ப நடத்தலும் நடைமுறைப் படுத்துதலும் அந்தந்த மாநிலங்களுக்குள்ள முன்னுரிமைகள், வலுவான அக்கறைகள் போன்றவற்றைப் பொறுத்து மாநிலத்திற்கேற்ப வேறுபடு கின்றன. 'குறிப்பிட்ட தொழில்துறையால் (வேதிப்பொருட்கள், சுரங்கத் தொழில், குறிப்பிட்ட வகை உற்பத்திச் செயல்) மட்டுமே நிறைந்துள்ள மாநிலங்கள், அதிக பலதரப்பட்ட தொழில்துறைக் கலைவைகளைக் கொண்ட மாநிலங்களைவிட அந்தத் தொழில்துறைக்குத் தொடர்பான சட்டங்களுக்கு ஏற்ப நடக்காமல் இருக்கும் போக்கில் அதிக சகிப்புத் தன்மையைப் பெற்றுள்ளன' என்று கூறுகிறார் லோவெல்லில் உள்ள மாசசூசெட்ஸ் பல்கலைக்கழகப் பேராசிரியர் கென் கெய்சர். சட்டங் களின்படி நடத்தலும் அவற்றை நடைமுறைப்படுத்தலும் எவ்வளவு வலிமையாக உள்ளனவோ அதே அளவு வலிமையைத்தான் சட்டங் களும் கொண்டுள்ளன என்பதால் இந்தச் சட்டங்களின் விளைவுகளும் வெவ்வேறு இடங்களில் வெவ்வேறாகக் காணப்படுகின்றன.

மற்றொரு பெரிய பிரச்சினையும் உள்ளது. அரசுக்குத் திட்டப் பரிந்துரைகளோ, அறிவியல் ஆலோசனைகளோ கொடுக்கும் சுதந்திரச் செயல்தன்மை கொண்ட ஆலோசனைக் குழுக்கள் உள்ளன. தாங்கள் ஆலோசனை கூறும் அதே செயல்பாடுகளில் நிதி தொடர்பான அக்கறை கொண்ட உறுப்பினர்களால் அந்தக் குழுக்கள் நிரம்பியுள்ளன. இது

‘கோழிப் பண்ணையை நரி பாதுகாக்கிறது’ என்று மக்கள் கூறுவது போன்று இருக்கிறதல்லவா? அமெரிக்காவில் தகுந்த அறிஞர்களைக் கொண்டு மதிப்பிடுதல், அறிவியல் ஆய்வு, திட்டப் பரிந்துரைகளை உருவாக்குதல், நிதி உதவித் திட்டங்களை மதிப்பிடுதல், நல்லாட்சியை ஆதரிக்கும் இதர செயல்களைச் செய்தல் போன்றவற்றிற்காக ஏறத்தாழத் தொள்ளாயிரம் ஆலோசனைக் குழுக்கள் உள்ளன.[95] இந்தக் குழுக்கள் காங்கிரஸ், கூட்டாட்சி நிறுவனங்கள், ஜனாதிபதி போன்றோருக்கு ஆலோசனை கொடுப்பதில் மிகவும் ஊக்கத்தோடு செயல்படுகின்றன என்பதால் இவை சில சமயம் ‘அரசின் ஐந்தாவது கை’ என்றும் அழைக்கப்படுகின்றன.

இந்த சுதந்திரத் தன்மை வாய்ந்த குழுக்கள் ஒரு சமன் செய்யப் பட்ட, பல்வேறு வகையான கருத்துகளைப் பிரதிபலிக்கின்ற, அதேசமயம் விருப்பு வெறுப்புகளும் இல்லாத (இதுதான் இதிலுள்ள ‘சுதந்திரத் தன்மை வாய்ந்த’ பகுதியாகும்) உறுப்பினர்களைக் கொண்டிருக்க வேண்டும் என்று கூட்டாட்சிச் சட்டம் எதிர்பார்க்கிறது. இத்தகைய கட்டாயம் இருந்தபோதிலும் தொழிற்சாலையின் தாக்கம் இந்தக் குழுக்களைத் தொடர்ந்து பாதித்துச் சுதந்திரமான, சார்பற்ற நிபுணத்துவத்தின் மூலமாகத் திகழும் அவற்றின் மதிப்பையும் நம்பகத் தன்மையையும் பலவீனப்படுத்துகிறது.

எடுத்துக்காட்டாக, 2008ஆம் ஆண்டு, உணவுப்பொட்டலமாக்கு தலிலும் பல நீர்ப்பாட்டில்களிலும் பயன்படுத்தப்படும் பிஸ்ஃபீனால் ஏ (பிபீஏ) என்ற நெகிழ்வூட்டி பாதுகாப்பானது என்று ஓர் அறிக்கையை உணவு மற்றும் மருந்து நிர்வாகம் (எஃப்டிஏ) வெளியிட்டது.[96] நரம்பியல், வளர்ச்சி, இனப்பெருக்கம் போன்றவற்றில் கோளாறு களைக் கொண்ட குழந்தைகளோடு பிபீஏ-க்கு உள்ள பிணைப்பைப் பற்றிய ஒரு வளர்ந்து வரும் கவலையைத் தொடர்ந்து, இந்த அறிக்கை வெளியிடப்பட்டது. எந்த இரண்டு முக்கிய ஆய்வுகளின் அடிப்படை யில் தன்னுடைய பகுப்பாய்வை உணவு மற்றும் மருந்து நிர்வாகம் மேற்கொண்டதோ அந்த இரண்டு ஆய்வுகளும் பிபீஏஐ உற்பத்திச் செய்யும் அல்லது பயன்படுத்தும் நிறுவனங்களை உள்ளடக்கிய தொழில் வர்த்தகக் குழுவான அமெரிக்க வேதியியல் குழுவின் ஓர் அலகால் நிதியுதவி பெற்றவை என்று ‘அறிவியலில் நேர்மைத் திட்டம்’ வெளியிட்டது.[97] சந்தேகப்படக்கூடிய தகவல் மூலங்களுக்கும் அரசு ஆலோசனைக் குழுக்களில் கொடுக்கப்படும் பதவிகளுக்கும் உள்ள தொடர்புகளை எடுத்துக்காட்டும் ஒரு நீண்ட பட்டியலில் இது ஒரு சிறிய எடுத்துக்காட்டே. (இன்றும் பிபீஏ-இன் மேல் எந்தவொரு கூட்டாட்சித் தடையும் சுமத்தப்படவில்லை; இது விலங்குகளில் இனப்பெருக்கச் சிதைவுகளை உண்டாக்குகிறது என்று நிரூபிக்கப்பட்ட

பிறகும். உணவுப் பொட்டலம் கட்டுவதிலிருந்து பிபீஏ-யை விலக்கு வதற்குப் பார்க்க: www.saferstates.com/2009/06/safer-cans.html)

சென்டர் ஃபார் சயின்ஸ் இன் த பப்ளிக் இன்டரெஸ்ட், சிஎஸ்பீஐ) ஒரு லாப நோக்கமற்ற அமைப்பு ஆகும். இது அறிவியல் அடிப்படையில் அமைந்த, பொதுமக்கள் தொடர்பான திட்டத்தின் மேல் உள்ள பெருவணிக நிறுவனத் தாக்கத்திற்கு எதிரான ஆய்வுகளையும் போராட்டங்களையும் மேற்கொள்கிறது. இருநூறுக்கும் மேற்பட்ட அறிவியலை அடிப்படையாகக் கொண்ட ஆலோசனைக் குழுக்களை வெளியில் பறைசாற்ற முடியாத முரண்பட்ட ஆர்வம் *(கான்ஃப்ளிக்ட் இன்டரஸ்ட்)* தொடர்பாக சிஎஸ்பீஐ ஆழ்ந்து பரிசோதித்து அதன் முடிவுகளை தேடிப்பெறக்கூடிய ஓர் இணையத் தரவுத் தளத்தில் போட்டுள்ளது (www. cspinet.org/integrity). 2009ஆம் ஆண்டுத் தொடக்கத்தில் 'திருகலான அறிவுரை: மத்திய ஆலோசனைக் குழு உடைந்துவிட்டது' *(ட்விஸ்டட் அட்வைஸ் ஃபெடரல் அட்வைசரி கமிட்டீஸ் அர் புரோகன்)* என்ற புதிய அறிக்கையை சிஎஸ்பீஐ வெளியிட்டது. அரசு ஆலோசனைக் குழுக்கள் தொடர்ந்து தொழிற்சாலைகளுக்குச் சாதகமாகச் செயல்பட்டதை இந்த அறிக்கை எடுத்துக்காட்டியது'[98] இதற்குக் காரணம் இக்குழுக்களின் முடிவுகளில் தொழிற்சாலைகளின் நேரடி நிதிச்சார்பு அக்கறை பெற்ற உறுப்பினர்களின் கூடுதல் பிரதிநிதித்துவம் இருப்பதுதான்.

நச்சு நிறைந்த வேதிப்பொருட்கள், பணியாளர் பாதுகாப்பு, வலுவான சூழல் பிரச்சினை போன்றவற்றைக் கட்டுப்படுத்த மேற்கொள்ளப்பட்ட தற்போதைய அணுகுமுறை நம்மைப் பாதுகாக்காது என்பது தெளிவு. சில நேர்வுகளில் – எடுத்துக்காட்டாக, வேதிப்பொருட்கள் சார்பான தொழில்துறைகளின் ஆலோசனைக் குழுக்களில் தம்முடைய மக்களை நிரப்பும் – நோக்கம் மோசமானதாகும். மற்றும் சில நேர்வுகளில் –

எடுத்துக்காட்டாக முரண்பாடு கொண்ட சட்டங்களையும் நிறுவனங் களையும் முரண்பாடான அதிகார வரம்புகளோடு கலப்படம் செய்யும் – அமைப்பு மோசமானதாகும். இந்த இரண்டிற்கும் மாற்றாக நமக்கு மற்றொரு வழி தேவை. குறிப்பிட்ட தொழிற்சாலைகளுக்காக அல்லாமல் மக்களின் நலத்திற்காகப் பணிபுரியும் கட்டுப்பாடுகளும் அறிவியல் அறிஞர்களும் நமக்குத் தேவை. இயற்கைச் சூழல், கட்டுமானம் செய்யப்பட்ட சூழல், சமுதாயங்கள், பணியாளர்கள், குழந்தைகள், தாய்கள் போன்ற அனைத்துக் கூறுகளையும் உள்ளடக்கிய கோளின் சிக்கலைப் பிரதிபலிக்கின்ற, புரிந்துகொள்கின்ற சட்டங்களும் நிறுவனங் களும் நமக்குத் தேவை.

லோவெல் சென்டர் ஃபார் சஸ்டெய்னபல் புரொடக்ஷன் என்ற அமைப்பின் இயக்குநராக இருக்கும் பேராசிரியர் கென் கெய்சர் தம்முடைய 2008ஆம் ஆண்டின் ஆய்வேடான 'எதிர்காலத்திற்கான விரிவான வேதிப்பொருள் கொள்கைகள்' *(காம்ப்ரிஹென்சிவ் கெமிக்கல்ஸ் பாலிஸீஸ் ஃபார் த பியூச்சர்)* ஒரு வேறுபட்ட அணுகுமுறைக்கான முன்னோக்குப் பார்வையை எடுத்துக்காட்டினார். கெய்சரின் ஆய்வின்படி, வேதிப் பொருட்கள் பற்றிய ஒரு புதிய திட்டவரைவு வேதிப் பொருட்களை அவை பயன்படுத்தப்படும் ஒரு விரிவான உற்பத்தி ஒருங்கின் ஒன்றிணைந்தக் கூறுகளாகக் கருத வேண்டும்; தனிப்படுத்தப் பட்ட கூறுகளாக அல்ல. வேதிப்பொருட்களின் திட்டவரைவு பற்றிய இதைவிட வெற்றிகரமான அணுகுமுறை பின்வருவனவற்றை உள்ளடக்க வேண்டும்: வேதிப்பொருட்களின் மொத்த வகைகளின்மேல் ஆய்வு செய்தல், அவற்றைப் பற்றிய அதிக முழுமையான தகவல்களைப் பரப்புதல், குறைந்த நச்சுத்தன்மை வாய்ந்த மாற்றுப் பொருட்கள் உண்டாக்குதல், தொழிற்சாலையின் ஒவ்வொரு பிரிவிலும் அதிக அபாயகரமான வேதிப்பொருட்களின் பயன்பாட்டை ஒவ்வொன்றாக மாற்றி குறைந்த அபாயமான பொருட்களைப் பயன்படுத்துமாறு செய்தல். ஓர் ஒருங்கிணைந்த அணுகுமுறையைப் பின்பற்றினால் மின்னணுச் சாதனங்கள், போக்குவரத்து, நலவாழ்வு மட்டுமின்றி இதர துறைகளை யும் நச்சுக் கலந்த வேதிப்பொருட்களைச் சார்ந்திருக்காமல் மாற்றி யமைக்க முடியலாம். கெய்சர் குறிப்பிட்டவாறு, 'நாம் கட்டுப்பாடு பற்றிக் குறைவாகவும் மாற்றம் பற்றி அதிகமாகவும் நினைக்க வேண்டும்.'[99]

எப்பொழுதுமே இந்த வழியல்ல

பொருட்களை உண்டாக்குவதில் உள்ள பிரச்சினைகள் ஏறத்தாழத் தீர்க்க முடியாதவையாகத் தோன்றுகின்றன. கடந்த அறுபது ஆண்டுகளில்

எப்பொழுது நீங்கள் பிறந்திருந்தாலும் நிலைமைகள் வேறுவிதமாக இருந்திருக்கும் என்பதை நினைத்துப் பார்த்திருக்க மாட்டீர்கள். ஆனால், நிலைமைகள் எப்பொழுதுமே இப்படி இருந்ததில்லை. இன்றைய உற்பத்திச் செயல்முறைகளின் மிகவும் நச்சு நிறைந்த பகுதிகள் கடந்த நூறு ஆண்டுகளுக்குக் குறைவான காலத்திற்கே நம்முடன் இருந்திருக் கின்றன. இதுவே நமக்கு நம்பிக்கையூட்டுவதாக அமைகிறது.

நீண்ட காலமாகவே, நம்முடைய அனைத்துப் பொருட்களின் உருவாக்கம் குறைந்தளவு சூழல் இன்னல்களையே உண்டாக்கி யிருக்கின்றன. தொடக்கக் கால உற்பத்தியில் நிச்சயமாக சில எதிர்மறை உடல்நலத் தாக்கங்கள் ஏற்பட்டன – குறிப்பாக ஈயம், பாதரசம் போன்ற கன உலோகங்களின் பயன்பாடு மிகவும் அதிக ஆபத்தானது என மக்கள் உணரத் தொடங்குவதற்கு முன்பாக. எனினும், இன்றைய உலகளாவிய சூழல் அழிவையும் நிலைத்துக் காணப்படும் நச்சுப் பொருட்கள் போன்றவற்றையும் ஒப்பிடும்போது அது அற்பமான ஒன்றாகத் தோன்றுகிறது. தற்போது நச்சுப்பொருட்களின் வீச்சு இந்தக் கோளின் முன்பிருந்த வனாந்திரப் பகுதிகளிலிருந்து ஒவ்வொரு மனிதனின் கொழுப்புச் செல்கள் வரை நீட்டிக்கப்பட்டுள்ளது.

நாம் வரலாற்றைப் பின்னோக்கும்போது, மிகவும் மோசமான விளைவுகளோடு, அடிப்படையான மாற்றங்கள் பெற்ற, உற்பத்திச் செயல்முறைகளை உருவாக்கிய இரண்டு காலகட்டங்களைக் (அலை களை) காண்கிறோம். தொழில் புரட்சிக்கு முன்பு உற்பத்திப் பொருட் களை உருவாக்க மனித ஆற்றலும் நமக்கு உதவுவதற்காகத் தேர்ந் தெடுக்கப்பட்ட விலங்குகளின் ஆற்றல்களும்தான் பயன்படுத்தப் பட்டன. அதாவது நாம் எந்த எண்ணிக்கைகளில் மூலப்பொருட் களைச் சேகரிக்க முடிந்தது என்பது தொடர்பாகவும் எந்த அளவுக்குப் பொருட்களை உண்டாக்க முடிந்தது என்பது தொடர்பாகவும் ஒரு வரம்பு இருந்தது. பிறகு பதினெட்டாம் நூற்றாண்டின் பிற்பகுதி யிலும் பத்தொன்பதாம் நூற்றாண்டின் முற்பகுதியிலும் நாம் நீராவி எஞ்சினை உருவாக்கினோம். விரைவில் பாதுகாப்பான பணிச்சூழல் களை எதிர்பார்க்காமல் சாப்பிட அல்லது ஓய்வெடுக்க இடைவெளி இல்லாமல் கடுமையாகவும் நீண்ட நேரமும் உழைத்த பல மக்களை எந்திரங்கள் மாற்றீடு செய்யத் தொடங்கின.

திடீரென்று 'அதிகமாக, வேகமாக, சிறப்பாக' என்ற குறிக்கோளின் கீழ் எந்த அளவுக்கு உற்பத்திப் பொருட்களை நாம் பிரித்தெடுக்கிறோம், பதப்படுத்துகிறோம் போன்றவற்றில் உள்ள வரம்புகள் மறைந்தன. இது நிச்சயமாக பெருமளவிலும் விரைவானதாகவும் அமைந்தது என்றாலும், எப்பொழுதுமே அதிக நன்மை பயப்பதாக அமையவில்லை. இந்த ஒருங்கின் (அமைப்பின்) மூலமாகச் செல்லும் கொள்ளளவு –

பதபடுத்தச் செயல்களை உந்துவதற்குப் பயன்படுத்துவதிலும் உற்பத்தியில் பயன்படுத்தப்படும் மூலப்பொருட்களாகவும் – பெருமளவு அதிகரித்தது. எடுத்துக்காட்டாக, 1850ஆம் ஆண்டு அமெரிக்காவின் நிலக்கரி உற்பத்தி 8.5 மில்லியன் டன்னுக்கும் குறைவாகவே இருந்தது; 1900ஆம் ஆண்டில் அது 270 மில்லியன் டன்னாகவும், 1918ஆம் ஆண்டில் அது 680 மில்லியன் டன்னாகவும் அதிகரித்தது.[100] ஒரு எல்லைக்கோட்டு மீறல் மனப்பான்மை கோலோச்சியது; அதாவது, வெட்டப்படுவதற்காக அதிகக் காடுகள் எப்பொழுதுமே இருந்தன; கழிவுகளைக் கொட்ட அதிகப் பள்ளங்கள் இருந்தன. அப்பொழுது எல்லைகளைப் பற்றிக் கவலைப்படுவதற்குத் தேவையே இல்லாமல் இருந்து.

எனினும், அதிக இயற்கை மூலங்களைப் பயன்படுத்தினாலும், அதிக உற்பத்திப் பொருட்களை வேகமாக உண்டாக்கினாலும், நமக்குக் குறைந்த அளவே மனித உழைப்புத் தேவைப்பட்டது. இது ஒரு குழப்பமான நிலையை உருவாக்கியது: தொழிற்சாலைகள் அனைத்துப் பணியாளர்களையும் வைத்துக்கொண்டு, அதே சமயம் இந்தப் புதிய உற்பத்தி அதிகரிப்பு எந்திரங்களையும் புகுத்தும் போது, மக்களுக்குத் தேவையான அளவைவிட அதிக அளவு பொருட்கள் உண்டாக்கப் படும் (பொருளாதார வல்லுநர்கள் இதை மிகை உற்பத்தி என்று அழைப்பர்; இங்கு நுகர்வைவிட உற்பத்தி அதிக வேகத்தில் நடை பெறுகிறது). இதற்கு தற்போது இரண்டு வழிகள்தான் உள்ளன: நுகர்வை அதிகரித்தல் (அதிக உற்பத்திப்பொருள்) அல்லது உற்பத்தியை மெதுவாக்குதல் (அதிக ஓய்வு நேரம்). நுகர்வு பற்றிய இயலில் நான் மேலும் விரிவாக விளக்க இருப்பது போன்று, அந்தத் தருணத்தில் அமெரிக்காவின் வணிக, அரசியல் தலைவர்கள் ஐயத்திற்கிடமின்றி அதிக உற்பத்திப் பொருட்களைத் தேர்ந்தெடுத்தனர்.

இந்த முக்கியமான மாற்றத்திற்கான இரண்டாம் அலை இருபதாம் நூற்றாண்டின் தொடக்கம் முதல் மைய ஆண்டுகள்வரை ஏற்பட்டது. இந்த நேரத்தில் காணப்பட்ட மாற்றம் பொருட்கள் பற்றியதாகத் திகழ்ந்தது; அறிவியல் அறிஞர்கள் முன்னால் இருந்திராத பல புதிய வேதிக்கூட்டுப் பொருட்களின் தொகுதியைச் செயற்கையாக உருவாக்கத் தொடங்கினர். இயற்கையாகக் காணப்படும் பல பொருட்கள் செயற்கையாக உருவாக்கப்பட்டப் பெட்ரோலியப் பொருட்களால் மாற்றீடு செய்யப்பட்டன. உற்பத்தியில் பயன்படுத்தப்பட்ட வேதியக் கூட்டுப் பொருட்களின் கொள்ளளவும் நச்சுத்தன்மையும் மிகவும் அதிகமாகப் பெருகின.

தொழிற் புரட்சியும் தற்காலத்தில் புதிதாகச் செயற்கையாக உருவாக்கப்பட்ட பொருட்களின் வேதியியலும் நமக்கு நன்மைகளை அளித்துள்ளன என்பதை மறுக்க முடியாது. நான் என்னுடைய

வாழ்க்கையில் விரும்பிய பல விஷயங்கள் இந்தப் பொருட்கள் இல்லாமல் நடந்திருக்க முடியாது. குளிர்ப்பதனம், வெப்பமேற்றப் பட்ட வீடு, மருந்து, இணையதளம், நான் எங்கு சென்றாலும் இசை யைக் கொண்டு வரும் ஒரு நுண்ணியக் கருவி இவையனைத்தும் இல்லாமல் நான் எதையும் செய்ய விரும்பவில்லை; மற்றவர்களும் இவை இல்லாமல் எதையும் செய்யக்கூடாது என்பதையும் விரும்பு கிறேன். ஆனால், மற்றொரு தொகுப்பு முன்னேற்றங்களுக்கு, அதாவது மற்றொரு புரட்சிக்கு இதுதான் சரியான நேரமாகும்.

இன்று, நம்முடைய மக்கள்தொகை தொடர்ந்து வளரும் போது நாம் மூலப்பொருட்களின் பற்றாக்குறையை உணரத் தொடங்கி விட்டோம். எனினும், நம்முடைய உற்பத்தித் தொழில் நுட்பங்கள் இந்த உண்மை நிலையோடு சேர்ந்து வளரவில்லை. மூலப்பொருட்களின் வழங்கலை யும், கழிவையும், மாசுறுத்தலையும் தாங்கும் கோளின் திறன் முடிவற்றது என்ற எண்ணத்தில், மிக அதிக அளவு ஆற்றலையும் பொருட்களையும் நுகர்ந்து, கழிவாக்கும் பதப்படுத்தச் செயல்களை நாம் தொடர்ந்து பாதுகாக்கிறோம். உயிரைப் பாதுகாக்கும் கோளின் திறனையே பாதிக்கும் பொருளாதாரச் செயல்களை நாம் போற்றுகிறோம். நம்முடைய உற்பத்தி ஒருங்குகளை மீண்டும் மாற்றுவது எப்படி என்பதை நாம் கண்டுபிடிக்க வேண்டும்; அதாவது, குறைந்த உற்பத்திப் பொருட்களை உண்டாக்குதலையும் அதிக நல்ல பொருட்களை உண்டாக்குதலையும்.

மேகால் நிலையில் தொடங்குதல்

பொருள் உண்டாக்குவதைத் தொடங்குவதற்கு முன்பே, உற்பத்தியின் முதல் படிநிலைதான் மிக முக்கியமானதும் குறைந்த அளவே கட்புலனாகும் படிநிலையுமாகும்: வடிவமைப்பு. வடிவமைப்பு பின்வருவனவற்றை நிர்ணயிக்கிறது:

- எந்த உட்கூறுகள் பிரித்தெடுக்கப்பட வேண்டும் அல்லது உருவாக்கப்பட வேண்டும்.
- உற்பத்திப் பொருளை உண்டாக்குவதற்கும் பயன் படுத்துவதற்கும் தேவையான ஆற்றல் அளவு
- நச்சு வேதிப்பொருட்களின் இருப்பு அல்லது இல்லாமை
- பொருளின் வாழ்நாள் அளவு
- பழுதுபார்ப்பது எளிதா அல்லது கடினமானதா
- மறுசுழற்சி செய்யப்படுவதற்கான திறன்
- மறுசுழற்சி செய்யத்தக்கவை அல்ல எனில் பொருளைப் புதைப்ப தாலோ எரிப்பதாலோ ஏற்படும் தீமைகள்.

கட்டடக் கலைஞரும், முறைப்படுத்தப்பட்ட வளர்ச்சியில் பன்னாட்டு அளவில் பெயர் பெற்ற குருவுமான பில் மெக்டோனோ வடிவமைப்பை 'மனித விருப்பத்தின் முதல் அடையாளம்'[101] என்கிறார். மிகவும் அண்மைக்காலத்து நுகர்வோர் வெறியைத் தீர்க்கும் வகையில் மிகவும் செலவு குறைந்த மின்னணுச் சாதனத்தை உருவாக்குவது தான் நம்முடைய விருப்பமா? அல்லது, நமக்குத் தேவையான சேவையையும், சமுதாயத்தின் நலனையும் காக்கின்ற பொருட்களை உருவாக்குவது நமது விருப்பமா? தொழில்நுட்பம் மேம்படும்போது எளிதில் மேம்படுத்தக்கூடியவையாகவும் பழுது பார்க்கக்கூடியவை யாகவும் அவை இருக்க வேண்டும்; முடிவில் மறுசுழற்சி செய்யக் கூடியவையாகவும் அல்லது அவற்றின் வாழ்நாள் முடிந்தவுடன் எளிதில் உரமாக்கப்படக்கூடியவையாகவும் இருக்க வேண்டும். சூழ்நிலையோடு எளிதில் ஒத்துப்போகும் தன்மைகளைக் கொண்ட, நச்சற்ற, நன்கு உழைக்கக்கூடியவையாகவும் அவை திகழ வேண்டும்.

வடிவமைப்பில் மேற்கொள்ளப்படும் மாற்றங்களை படிப்படியான முன்னேற்றங்களுக்கு உட்படுத்தலாம் – ஒரு தயாரிப்பு வரிசையில் ஒரு குறிப்பிட்ட நச்சை பயன்பாட்டிலிருந்து நீக்குதல் போல. அல்லது இந்த மாற்றங்கள் நம்மால் பல காலம் கடைப்பிடிக்கப்பட்ட, வரம்புடைய சில ஊகங்களை மீளாய்வு செய்வதன் மூலம் பெற்றவை யாக இருக்கலாம். அதாவது, நம்முடைய சிந்தனைச் சட்டகத்தை (கருத்தியல்) மாற்றுவதன் மூலம் ஏற்படும் உண்மையான தன்மை மாற்றங்களாக இவை இருக்கலாம். எடுத்துக்காட்டாக, 'முன்னேற்றத்தின் விலை மாசுறுத்தல்தான்' அல்லது 'பணியா, சூழலா என்பதை நாம் தேர்ந்தெடுக்க வேண்டும்' போன்ற ஊகங்கள் சூழல், பணியாளர்கள் மட்டுமின்றி, ஒரு நலமான பொருளாதாரத்திற்கான புதுமையான தீர்வுகளைப் பற்றிய நம்முடைய உருவாக்கச் சிந்தனைகளைப் பல காலம் பாதித்திருக்கின்றன. சிந்திக்கும் முறையை நாம் மாற்றா விட்டால் உற்பத்திப் பொருட்களைப் பற்றிய ஒருங்கையும் நம்மால் மாற்ற முடியாது.

மேற்கூறியது ஒருபுறம் இருக்க, சிறிது சிறிதாகச் சேர்க்கப்படும் மாற்றங்கள்கூட மில்லியன்கள் எண்ணிக்கையிலான நுகர்வோர் பொருட்களின்மேல் மேற்கொள்ளப்பட்டால் ஒரு முக்கிய மாற்றத்தை ஏற்படுத்தும் என்பதை நாம் நினைவில்கொள்ள வேண்டும். எடுத்துக் காட்டாக, பெட்ரோலிய வாயுவிலிருந்து ஈயத்தை நீக்குவது பொதுமக்கள் உடல்நலத்தை, குறிப்பாகக் குழந்தைகளின் வளரும் மூளைகளைப் பாதுகாப்பதில் மிகுந்த நன்மைகளை உண்டாக்கியுள்ளது. இந்த ஒரு மாற்றம் மில்லியன்கள் எண்ணிக்கைகளிலான ஐக்யூ புள்ளிகளை உலகம் முழுவதும் காப்பாற்றியுள்ளது. 2009ஆம் ஆண்டு பெப்ருவரி

மாதத்தில் சில செல்பேசி உற்பத்தியாளர்களும், இயக்குபவர்களும் ஒரு செய்தியைக் கூறினர். எந்த உற்பத்தி நிறுவனத்தைச் சார்ந்ததாக அல்லது எந்த முன்மாதிரியாக இருந்தாலும், எந்தத் தொலைப்பேசிக் கருவியிலும் பயன்படுத்தப்படக்கூடிய தொலைப்பேசி மின்விசையேற்றிகளை வடிவமைக்கவும், அதிக ஆற்றல் பயன்திறன் கொண்டதாக மாற்றவும் முடிவெடுத்துள்ளதாக அவர்கள் கூறினர்.[102]

வாஷிங்டன் டிசிக்கு நான் வந்தபோதுதான் இந்த முடிவெடுத்தல் பற்றிய செய்தியை அறிந்தேன். இந்தப் பயணத்திற்குக் கிளம்பும் அவசரத்தில் என்னுடைய செல்பேசி மின்விசை ஏற்றியை வீட்டில் மறந்து வைத்துவிட்டு வந்துவிட்டேன். அந்த வாரம் முழுவதும் இடைவிடாத கூட்டங்களில் கலந்துகொள்ள வேண்டியிருந்தது. மேலும், என்னுடைய பணிகள் எந்தவிதத் தடங்கலுமின்றி நடைபெற நான் என்னுடைய செல்பேசியைச் சார்ந்திருக்க வேண்டியிருந்தது. ஒரே ஒரு வாரப் பயன்பாட்டிற்காக ஒரு புதிய மின்விசை ஏற்றியை வாங்க விரும்பவில்லை. என்னுடைய செல்பேசியில் பொருந்தக்கூடிய ஏதாவது ஒரு மின்விசையேற்றியை முன்பு ஓட்டலில் தங்கியிருந்தவர்கள் எவரும் மறதியாக விட்டுவிட்டுச் சென்று விட்டார்களா என்று ஓட்டல் அலுவலர்களைக் கேட்டேன். ஓட்டல் மேஜை குமாஸ்தா ஓர் அட்டைப் பெட்டி நிறைய செல்பேசி மின்விசையேற்றிகளைக் கொண்டு வந்தார். நான் இருபத்து மூன்று மின்விசையேற்றிகளை சோதனை செய்த பின்புதான் என்னுடைய செல்பேசியில் பொருந்தக்கூடிய ஒன்றைக் கண்டுபிடிக்க முடிந்தது!

மின்விசையேற்றி ஜாக்கியின் வடிவத்தை மாற்றுவதென்பது சிறிய விஷயம்தான் என்றாலும், செல்பேசித் தொழில் பிரதிநிதிகள் இந்த எளிய வடிவமைப்பு மாற்றம் செல்பேசி மின்விசையேற்றிகளின் உற்பத்தி எண்ணிக்கையைப் பாதியாகக் குறைக்கும் என்று எதிர்பார்க்கிறார்கள். இது மின்விசையேற்றி உற்பத்தியிலும், வெவ்வேறு இடங்களுக்கு இவற்றை எடுத்துச் செல்லப்படுவதிலும் ஏற்படும் பசுமையில்ல வாயுக்களை ஓர் ஆண்டுக்குக் குறைந்தபட்சம் 10 முதல் 20 மில்லியன் டன்கள் அளவுக்குக் குறைக்கும்.[102] செல்பேசி உற்பத்தி நிறுவனங்களின் இடம் மாற்றக்கூடிய மின்விசையேற்றிகளைப் பற்றிய செய்தி அறிக்கைகள் புரட்சிகரமானதாகத் தோன்றினாலும், உண்மையில் இது செல்பேசிகள் முதன் முதலில் வடிவமைக்கப்பட்டும் உருவாக்கப்பட்டும் வந்தபோதே வடிவமைப்பாளர்களின் விருப்பங்களில் ஒன்றாக இருந்திருக்க வேண்டும்.

புரட்சிகரமான வடிவமைப்புத் தொடர்பான, உண்மையிலேயே மிகுந்த கிளர்ச்சியூட்டும் போக்குகளில் ஒன்று உயிரிப்பாவனை *(பயோமிமிக்ரி)* எனப்படுகிறது. இதில் வடிவமைப்புத் தீர்வுகள்

இயற்கையால் உந்தப்படுகின்றன. உயிரிப்பாவனை நிறுவனம் கூறுவது போன்று, உண்மையிலேயே 'தேவை யின் காரணமாகக் கற்பனை வளம்மிக்க நாம் எதிர்கொண்ட பிரச்சினைகள் பலவற்றை இயற்கை ஏற்கனவே தீர்த்து வைத்துள்ளது. விலங்குகள், தாவரங்கள், நுண்ணுயிரிகள் ஆகிய அனைத்துமே முழுமையான பொறியாளர்களாகும். எவை செயல் படக்கூடியவை, எது மிகவும் சரியானது, எது முக்கிய மானது, புவியில் எவை நிலைத்து நிற்கின்றன போன்ற வற்றை அவை கண்டுபிடித்துள்ளன. இவைதாம் உயிரிப் பாவனை யின் உண்மையான செய்திகளாகும்: 3.8 பில்லியன் ஆண்டுகளாக மேற்கொள்ளப்பட்ட ஆய்வுகளுக்கும் வளர்ச்சிக்கும் பின்பு ஏற்பட்ட தோல்விகள் தொல்படிமங்களாகவும் எவை நம்மைச் சுற்றித் தொடர்ந்து காணப்படுகின்றனவோ அவை நிலைத்து வாழ உதவும் இரகசியங் களையும் கொண்டுள்ளன.'[103]

உயிரிப் பாவனை வல்லுநர்கள் எப்படி இயற்கைச் செயல்படுகிறது என்பதைப் பின்வரும் பட்டியலில் உள்ள முக்கியக் கொள்கைகள் மூலம் அடையாளம் கண்டுணர்ந்துள்ளனர். இயற்கை:

- சூரிய ஒளியில் செயல்படுகிறது; அதற்குத் தேவையான அளவு ஆற்றலை மட்டுமே எடுத்துக்கொள்கிறது.
- நீர் அடிப்படையிலான வேதியியலைப் பயன்படுத்துகிறது.
- வடிவைச் (உருவத்தைச்) செயலோடு பொருத்துகிறது.
- எல்லாவற்றையும் மறுசுழற்சி செய்கிறது.
- கூட்டுறவிற்குப் பரிசளிக்கிறது.
- வேற்றுமைகளைச் சார்ந்திருக்கிறது.
- வட்டாரத் திறமைகளை வேண்டுகிறது.
- உள்ளிருந்துகொண்டே அத்துமீறல்களைக் குறைக்கிறது.
- வரம்புகளின் திறனைப் பயன்படுத்துகிறது.

உயிரிப் பாவனை மேற்கூறிய அனைத்துக் கொள்கைகளை யும் எடுதுக்கொண்டு எப்படி மனிதத் தொழில்நுட்பங்கள், உள் கட்டமைப்பு, உற்பத்திப் பொருட்கள் போன்றவற்றை இவற்றோடு பிணைக்க முடியும் என்பது நோக்கி முயற்சி செய்கிறது.[103]

செயல்படுத்தப்படும்போது உயிரிப் பாவனை எப்படி இருக்கும்? உயிரிப் பாவனை நிறுவனத்தின் நிறுவனரான ஜேனைன் பெனியஸ் இதற்கான முடிவற்ற எடுத்துக்காட்டுகளைக் காட்டுகிறார். உற்பத்திப் பொருட்களுக்கு நிறமேற்ற நச்சு நிறைந்த மைகளையும், தேலேட்களை

யும் பயன்படுத்துவதற்குப் பதிலாக, தன்னுடைய இறகுகளில் நாம் காணும் மிக அழகான நிறங்களை வடிவம் மூலம் உருவாக்கும் மயிலை நாம் ஏன் பாவனை செய்யக்கூடாது. இதனுடைய இறகுகளில் உள்ள அடுக்குகள் ஒளியைக் குறிப்பிட்ட வகைகளில் பிரதிபலிக்க வைப்பதன் மூலம் நம் கண்களுக்குப் புலனாகும் நிறங்களாக மாற்றுகின்றன. தொல்படிம எரிபொருட்களை எரித்துச் சூளையைச் சூடாக்கி உயர் தொழில்நுட்பப் பீங்கானை உருவாக்குவற்குப் பதிலாக, நாம் முத்து உண்டாக்கும் சிப்பியைப் பாவனை செய்யலாம்; இது பீங்கானை விட இரண்டு மடங்கு வலுவான பொருளைக் கடல் நீரில் சுய-கோத்தல் மூலம் உருவாக்குகிறது; இங்கு எந்த வெப்பமூட்டலும் தேவைப்படுவ தில்லை. ஒரு சிப்பியைக் கடல் பாறையோடு ஒட்ட வைக்கும் இழைகள் இரண்டு ஆண்டுகளுக்குப் பின்புதான் கரைகின்றன. இதைப் போன்று நாம் வடிவமைக்கும் பொட்டலம் கட்டமைப்பு செய்யப்பட்டு, அது தேவைப்படாத போது கரையும்படி உருவாக்கப்படலாம். கன்னித் தன்மை வாய்ந்த கனிமங்களைத் தோண்டுவதற்குப் பதிலாக, நீரிலிருந்து உலோகங்களைப் பிரித்தெடுக்கும் நுண்ணுயிரிகளை நகலெடுக்கலாம்.[104] பொறியாளர்களும் சூழல் காப்பு வேதியியலாளர்களும் இந்த அனைத்து மாற்றங்களையும் ஏற்கனவே வெற்றிகரமாகச் சோதித்து வருகிறார்கள். முழு வெற்றியை அடைய தொடர் ஆய்வுகளுக்கும் வளர்ச்சிக்கும் அவர்களுக்கு நிதியுதவி தேவைப்படுகிறது; மேலும் தேவைப்படுவது அவர்களுக்கு உறுதுணையான அரசுக் கட்டுப்பாடுகள்தாம்.

நம்முடைய உற்பத்திப் பொருட்கள் உண்டாக்கப்படுவதில் மற்றொரு புரட்சி நிச்சயம் தேவை; அது சாத்தியமானதாகும். ஏற்கனவே உள்ள, வளர்ந்து வருகின்ற அணுகுமுறைகளை வைத்துக்கொண்டு ஒரு பத்தாண்டுக்குள் இன்றைய மிகவும் சிதைவுறுத்தும் செயல்முறைகளை நம்மால் மாற்ற முடியும்; நம்முடைய தொழிற்சாலைகளிலிருந்தும் பொருட்களிலிருந்தும் மிகவும் நச்சு நிறைந்த உட்கூறுகளை நீக்க முடியும். அரசு இந்த அளவு மாற்றங்களைக் கட்டாயப்படுத்தும் போதும் வியாபாரிகள் எங்கு தங்களுடைய ஆன்மாக்கள் (மற்றும் பேரக் குழந்தைகள்) உள்ளனவோ அங்கு தங்களுடைய பணத்தை முதலீடு செய்யும்போதும், வடிவமைப்பாளர்களும், அறிவியல் அறிஞர்களும் புதுமையாக்கத்திற்கும் மேம்பாட்டிற்கும் தம்முடைய முழுமையான ஆற்றலைப் போடும் போதும் நாமும் உடனடியாக அங்கே இருப்போம்.

இயல் 3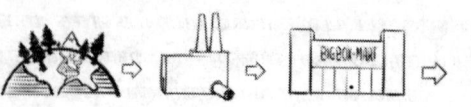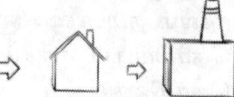

விநியோகம்

ஒரு காலத்தில் இது மிகவும் எளிதாக இருந்தது; நமக்குக் கிடைத்த பொருட்கள் அனைத்துமே அந்தந்த வட்டாரங்கள் அல்லது பகுதியிலேயே உண்டாக்கப்பட்டவை. நாம் அவற்றை அருகிலிருந்த சிறு நகரத்தில் பெற்றோம் அல்லது அவை நமக்கு ஒரு வண்டி மூலம் கொண்டு வரப் பட்டன; பெரும்பாலும் எவர் அதை உற்பத்தி செய்தாரோ அவராலேயே பட்டு அல்லது நறுமணப் பொருட்கள் போன்ற சிறப்புப் பொருட்கள் எப்பொழுதாவது மிகத் தூரங்களில் உள்ள மூலங்களிலிருந்து மூன்று வழிகளில் ஏதோவொரு வழியின் மூலமாக வந்துசேர்ந்தன: போரின் போது அபகரிக்கப்பட்ட பொருட்களோடு திரும்பி வரும் படைகளின் மூலம், உலகின் புதிதாகக் கண்டறியப்பட்ட பகுதிகளிலிருந்து திரும்பி வரும் ஆய்வாளர்களின் மூலம், அல்லது தாம் எதிர்கொண்ட அபாயங்களை வென்று வெளிநாட்டுப் பயணத்தின் செலவுகளை மேற்கொண்ட அரிதான பன்னாட்டு வணிகர்கள் மூலம். பதினைந்தாம் நூற்றாண்டின் போது ஐரோப்பா புது நில ஆய்வுக்கால கட்டத்தில் (ஏஜ் ஆஃப் எக்ஸ்பொலரேஷன்) நுழைந்தது. பணக்கார மக்கள் கனிமங்கள் (குறிப்பாகத் தங்கம்), ஜவுளிகள், நறுமணப் பொருட்கள், பழங்கள், காப்பி, சர்க்கரை போன்ற மதிப்புமிக்க உற்பத்திப் பொருட்களைத் தாம் பெறுவதற்காக இத்தகைய முயற்சிகளுக்குக் குறிப்பாக நிதியுதவி செய்தனர். அப்பொழுதும்கூட, பணக்கார நுகர்வோர் இத்தகைய பொருட்களின் பயனைப் பெறுவதற்காக, வெளிநாட்டுப் பயணத்திற்குப் பிறகு கொண்டு வரப்படும் பொருட்களுக்காக, அதிக பொறுமையைக் கடைப்பிடிக்க வேண்டியிருந்தது. மேலும் அவை வந்திறங்கியவுடன் அவற்றிற்கு மிக அதிக விலை கொடுக்க வேண்டியிருந்தது.[1]

இன்று உலகில் உள்ள ஒவ்வொருவரும் உலகின் மறுபக்கத்தில் உண்டாக்கப்பட்ட உற்பத்திப் பொருட்களை நுகர முடிகிறது. உலகில் உற்பத்திப் பொருட்கள் மின்னல் வேகத்தில் பயணிக்கின்றன. நாம் விரும்பும் அதே நிறம், அதே வடிவில் அனைத்தையும் நம்முடைய விரல்

நுனியில் பெற்றிருக்க எதிர்பார்க்கிறோம்; வேகமாக இல்லாமல் உடனடியாக. ஒன்றிரண்டு சந்ததிகளுக்குள்ளேயே, மனித இனம் மனத்தைக் குழப்பும் தகைவேகத்தில் பொருட்களின் விநியோகத்தை முடுக்கிவிட்டுள்ளது, மட்டுமின்றி சிக்கலாக்கியுமுள்ளது. நம்முடைய தாத்தா பாட்டிகள் 'செக்கர்' விளையாடும் போது அவர்களுடைய எளிய, உருண்டையான 'காய்களை' ஒன்றிரண்டுக் கட்டங்களுக்கு முன்னோக்கியோ சாய்வாகவோ வேகமாக நகர்த்தி விளையாடினார்கள்; பின்பு நம்முடைய பெற்றோர்கள் பாதிரிகள் *(பிஷப்ஸ்)*, படைவீரர்கள் *(நைட்ஸ்)*, யானைகள் *(ரூக்ஸ்)*, ராணி *(குயின்)* போன்ற காய்களைக் கொண்டு, மிகவும் புதியவகை இருபரிமாண நகர்த்தல்கள் மூலம் சதுரங்கம் விளையாடினார்கள். என்னுடைய சந்ததியில்? ஸ்டார் ட்ரெக் திரைப் படத்தில் ஸ்போக் விளையாடும் முப்பரிமாண விண்வெளிக் கால செஸ் போன்று நாம் பொருட்களை இடம்பெயரச் செய்கிறோம்.

நம்முடைய உற்பத்திப் பொருட்களின் கதையின் இந்த நிலையை நாம் காண்பதற்குப் பயணங்களின் வகைகளைப் பற்றி (நிலம், நீர், காற்று வழியாக) அறிந்துகொள்ள வேண்டும். அவை பற்றி ஆய்வு செய்வதையும், தொழிற்சாலைகள், கொள்கலன்கள் *(கண்டைனர்ஸ்)*, சேமிப்புக் கிடங்குகளுக்கு உள்ளேயும், வெளியேயும் பொருட்கள் உலகின் வெவ்வேறு பகுதிகளுக்குச் செல்லும் வழிகளையும் தாண்டி நாம் அறிந்துகொள்ள வேண்டும். விநியோகம் மிகவும் அதிகமான தகவல் தொழில்நுட்ப ஒருங்குகளை (எடுத்துக்காட்டாக, வால்மார்ட் அதனுடைய உற்பத்திப் பொருட்களின் இடப்பெயர்ச்சியை அறிவ தற்குப் பென்டகனின் கணினி வலையமைப்பை விஞ்சும் அளவிற்குப் பெற்றிருப்பதாக நம்பப்படுகிறது) உள்ளடக்கியது. தற்போதைய விநியோக ஒருங்கைச் சரியாகச் செயல்படுத்த பொருளாதார மட்டத்தை ஒரு முக்கியக் கூறாகப் பெற்றுள்ள மிக அதிக எண்ணிக்கையிலான பன்னாட்டுச் சில்லறை வணிக நிறுவனங்களை இது உள்ளடக்கி யுள்ளது. இந்த அனைத்து வகைச் செயல்பாடுகளும் கோளில் எவ்வாறு உற்பத்திப் பொருட்கள் இடப்பெயர்ச்சியடைகின்றன என்பதற் கான ஒரு பெரிய சந்தர்ப்பத்தை உருவாக்கும். பொருளாதார உலகமயமாக்கம், பன்னாட்டிடையேயான வணிகத் திட்டவரைகள், பன்னாட்டளவிலான நிதி நிறுவனங்கள் போன்றவற்றின் பின்னணி யிலும் இந்த இடப்பெயர்ச்சி நடைபெறுகிறது.

வழங்கல் சங்கிலிகளின் (தொடர்வணிகத்தின்) பிரச்சினைகள்

நம்மை அடைந்துள்ள உற்பத்திப் பொருட்கள் எடுத்துக்கொண்ட பாதையைப் புரிந்துகொள்வதற்கு நாம் அவற்றின் வழங்கல் சங்கிலி களைப் *(சப்ளை செயின்ஸ்)* பற்றி அறிந்துகொள்ள வேண்டும். இந்தத்

சங்கிலிகளில் பொருட்கள் புள்ளி Aஇலிருந்து (அது உண்டாக்கப் படும் இடம்) புள்ளி Bக்கு (அதை வாங்குமிடம்) செல்வதைவிட அதிக விஷயங்களை உள்ளடக்கியுள்ளன. இதில் வழங்குபவர்கள் *(சப்ளையர்ஸ்)*, கூறுகளை உருவாக்குபவர்கள், தொழிலாளர்கள், இடைத்தரகர்கள், நிதி முதலீட்டாளர்கள், சேமிப்புக் கிடங்குகள், சுமையேற்றும் பகுதிகள், ரயில்கள், சரக்கு வண்டிகள் போன்றவை ஈடுபட்டுள்ளன. அதாவது, இயற்கை மூலங்களிலிருந்து சில்லறை வணிகம் செய்யப்படும் இடம்வரை உள்ள ஒவ்வொரு கட்டத்தையும் இது ஈடுபடுத்துகிறது. இன்றைய உலகளாவிய பொருளாதாரத்தில் ஓர் உற்பத்திப் பொருளின் வழங்கல் சங்கிலிகள் உலகின் பல கண்டங் களையும் கணக்கிலடங்கா வியாபாரங்களையும் உள்ளடக்கியது. இவற்றில் ஒவ்வொன்றும் வழங்கல் சங்கிலிகளோடு தன்னை இணைத்துக் கொள்ளுமிடத்தில் தன்னுடைய லாபத்தை எந்த அளவுக்கு அதிகப் படுத்திக்கொள்ள முடியுமோ அந்த அளவுக்கு அதிகப்படுத்திக்கொள்ள முயல்கிறது. இந்த இலக்கை நோக்கி முழுவதும் சிக்கலான வழங்கல் சங்கிலிகள் பற்றிய மேலாண்மை அறிவியல் பரிணமித்துள்ளது. இது எவ்வளவு விரைவாகவும் எவ்வளவு செலவுக் குறைவாகவும் செய்ய முடியுமோ அவ்வளவு விரைவாகவும் செலவுக் குறைவாகவும் பொருட் களை உருவாக்குவதிலும், இடப்பெயர்ச்சி செய்வதிலும் உள்ள ஒவ்வொரு விவரத்தையும் நுட்பமாக ஒத்திசைவு செய்கிறது.

வழங்கல் சங்கிலிகளைப் பற்றி பேராசிரியர் டாரா ஓ'ரூர்க்கேவுக்கு உள்ள அறிவைவிட வேறு எவருக்கும் இல்லையென்று கூறலாம். உலகம் முழுவதும் உள்ள மாசுறுத்தல் தொழிற்சாலைகளையும் குப்பைக் குழிகளையும் நான் சென்று ஆய்வு செய்த ஆண்டுகளில் ஏற்பட்ட புரட்சிகளை இரண்டு முக்கிய கருத்துகளில் உள்ளடக்கலாம் என்று

ஒரு மடிக்கணினியின் வழங்கல் சங்கிலி

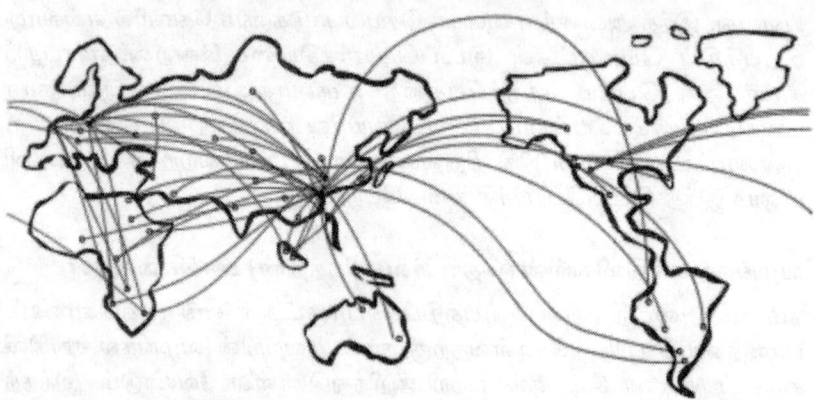

182 ❋ பொருட்களின் கதை

இவர் கூறியுள்ளார்: சிக்கன [ஒடுங்குநிலை/மெலிவுநிலை] உற்பத்தி *(லீன் மேனுஃபேக்சரிங்)*, சிக்கனச் [ஒடுங்குநிலை/மெலிவுநிலை] சில்லறை வணிகம் *(லீன் ரீடைல்)*.

ஓ'ரூர்க்கே சிக்கன உற்பத்திக்கு டொயோட்டாவை முன்னோடி வகையமாக *(புரோட்டோடைப்)* காட்டுகிறார். இந்த நிறுவனம் செயல் நிலையங்களை *(வொர்க் ஸ்டேஷன்ஸ்)* மறுவடிவமைத்ததற்காக நன்கு அறியப்பட்ட ஒன்றாகும். இதனால் கோத்தல் வரிசைத் *(அசம்ப்ளி லைன்)* தொழிலாளர்கள் அவர்களுக்குத் தேவையான உட்கூறினைப் பெறுவதற்கு ஒரு கூடுதல் நொடியைக்கூட வீணாக்கவோ ஓர் அவுன்ஸ் வெளி ஆற்றலையும் பயன்படுத்தவோ மாட்டார்கள். டொயோட்டா தன்னுடையக் கோத்தல் செயலைத் தொடர்ந்து மேம்படுத்தி, செயல் நன்கு முடியும் வரை வழிமுழுவதும் உள்ள ஒவ்வொரு படிநிலையிலும் நேரத்தைக் குறைக்கின்றது. அவர்களுடைய முன்மாதிரியிலுள்ள முக்கிய மேம்பாடு என்னவெனில், உற்பத்திப் பொருளில் ஏதாவது ஒரு குறையைக் காண நேர்ந்தால் கோத்தல் வரிசையிலுள்ள எந்தவொரு தொழிலாளிக்கும் 'நிறுத்தக் கயிற்றை' *(ஸ்டாப் கார்டு)* இழுப்பதற்கு அதிகாரத்தைக் கொடுத்திருப்பதுதான். உடனடியாக, பிரச்சினையின் அடிப்படைக் காரணி (பழுதான எந்திரம், நோயுற்றத் தொழிலாளர்கள், மோசமான வடிவமைப்பு போன்றவை) கண்டறியப்பட்டு, சரிசெய்யப் படுகின்றது. இந்த வகைப் பழுதுபார்ப்பு, கோத்தல் வரிசையின் முடிவு நிலையில், ஒரு சோதனையாளர் முடிவு பெற்ற உற்பத்திப் பொருட் களில் உள்ள குறைகளைக் கண்டுபிடிப்பதற்கு, காத்திருப்பதைவிட அதிகச் சிக்கனமானது. இந்தப் புதுமையாக்கம் தொழிலாளர்களுக்கு ஓர் அதிக அளவு பொறுப்பையும் பணி நிறைவையும் கொடுக்கிறது என்றாலும் 'கோத்தல் வரிசையை விரைவாக்குவதற்காக' தொழிலாளர்கள் ஒருவருக்கொருவரைக் குறை கூறுவதை ஊக்குவிப்பது மட்டுமின்றி முந்தைய சந்ததியின் போராட்டங்களின் போது தொழிலாளர் இயக்கங்கள் வென்ற பல தொழிலாளர் நலச்சலுகைகளை மறுக்கிறது.

சில ஆண்டுகளுக்குள் சிக்கன உற்பத்திச் செயல் அதிக அளவிற்கு வெறுக்கத்தக்கதாக மாறியது. முடிவுப் பொருளுக்கு மதிப்பைச் சேர்க்காத எந்தவொரு செலவையும் குறைக்கும் அனைத்து வழிமுறை களையும் உற்பத்தியாளர்கள் கண்டுபிடிக்க முயன்றனர். இதற்காகக் கோத்தல் வரிசை உற்பத்தி முறையை வெறுப்படையச் செய்யுமள விற்குப் பகுப்பாய்வு செய்தனர். அந்தச் செலவு ஒரு குறிப்பிடத்தக்கத் தொழில்நுட்பத்தால் உருவாக்கப்பட்ட ஒரு நச்சு நிறைந்த கழிவாக இருந்தால் அந்தத் தொழில்நுட்பத்தை நீக்குவது நல்லது. ஆனால், அந்தச் செலவு ஒரு பாதுகாப்புச் சாதனத்திற்கோ, தொழிலாளர்களுக்கான ஓய்வு அறை இடைவெளி வசதிக்காகவோ இருந்தால் – இதுதான் அடிக்கடி

நடக்கும் ஒன்றாகும் – அந்தச் செலவை நீக்குவதற்கான தொழிற்சாலையின் மறுசெயல்முறை ஒரு வெளிப்படையான பயமுறுத்தலாகும்.

இந்த அனைத்திலும்-திறன் எதிர்பார்ப்பு-மனப்பான்மை தொழிற்சாலைக்கு வெளியிலும் பரவியுள்ளது. இது வழங்கல் சங்கிலியின் முழுமைக்கும் பரவியுள்ளது. எப்படி? உண்மையில், இதைப் பற்றிய முக்கியமான, புதிதாக அறியப்பட்ட உண்மை இதோ: நாம் பொருட்கள் வாங்கும் பெரும்பாலான நிறுவனங்கள் தற்போது தாங்களாகவே உண்மையில் எதுவும் உற்பத்தி செய்வதில்லை. பிற நிறுவனங்களின் உற்பத்திப் பொருட்களை வாங்கித் தங்களுடைய முத்திரைகளைக் குத்திக்கொள்கின்றன. நைக்கி காலணிகளை உற்பத்தி செய்வதில்லை. ஆப்பிள் கணினிகளை உண்டாக்குவதில்லை. கேப் ஆடைகளை உற்பத்தி செய்வதில்லை. இந்த நிறுவனங்கள் அந்தக் காலணிகளை, கணினிகளை, ஆடைகளை (மற்றும் அவற்றைக் கோப்பதற்கான கூறுகளை) உலகின் வெவ்வேறு பகுதிகளிலுமுள்ள பல தொழிற்சாலைகளிலிருந்து வாங்குகின்றன. உண்மையில், ஒரு குறிப்பிட்ட தொழிற்சாலை பெரும்பாலும் ஒரே பொருளை விற்க போட்டி போடும் ஒன்றுக்கு மேற்பட்ட நிறுவனங்களுக்குப் பொருட்களை உற்பத்தி செய்கின்றன: இவற்றிற்கிடையே உள்ள வேறுபாடு, தனித்தனி அடையாள முத்திரைகளைக் குத்தும்போதுதான் அறியப்படுகிறது.

நைக்கி, ஆப்பிள், கேப் போன்ற நிறுவனங்கள் உற்பத்தி செய்பவை உண்மையில் வணிகக்குறிகள்தான் *(பிராண்ட்)* – பொருட்களல்ல. இந்த வணிகக்குறிகளைத்தான் கடைக்காரர்கள் வாங்குகிறார்கள். நைக்கி நிறுவனர் ஃபில் நைட் இதைப் பின்வருமாறு விளக்குகிறார்: ‘பல ஆண்டு களுக்கு நாங்கள் எங்களை ஒரு உற்பத்தி சார்ந்த நிறுவனமாகத் தான் நடத்திக்கொண்டிருந்தோம்; அதாவது, நாங்கள் எங்களுடைய அனைத்துக் கவனத்தையும் பொருளை வடிவமைப்பதிலும் உற்பத்தி செய்வதிலும் செலுத்தினோம். ஆனால், தற்போது நாங்கள் பொருளைச் சந்தைக்குக் கொண்டுசெல்வதுதான் மிக முக்கியம் என்று உணர்கிறோம்.’[2] நிறுவனங்கள் எந்தவொரு உண்மையான பொருளின் விளம்பரத்திற்காக அல்லாமல் பல பில்லியன்களை வணிகக்குறி மேம்பாட்டிற்குச் செலவழிக்கின்றன; தங்களுடைய வணிகக்குறியோடு தம்மை நுகர்வோர் தொடர்ந்து அடையாளம் கண்டுகொள்ளும் உருவகத்தை நிலைநிறுத்துவதற்காக மட்டுமே. ‘ஆப்பிள் உங்களுக்கு ஒரு ஐ-பாடை விற்கும்போது அது ஒரு எம்பீ3 பிளேயரை விற்கவில்லை; அது ஒரு புதுமைக் கூற்றை *(ஃபேஷன் ஸ்டேட்மெண்ட்)* விற்கிறது.’

எந்தவொரு உண்மையான பொருளையும் உருவாக்காமல் வணிகக் குறியை வளர்ப்பதற்குத்தான் அதிகக் கவனம் கொடுக்கப்படுவதால், பொருட்கள் எங்கு உற்பத்தி செய்யப்படுகின்றன என்பது அதிக

முக்கியத்துவமற்று விடுகிறது. உண்மையில் ஒரு பொருளை உற்பத்தி செய்தல் செலவு, தொழிலாளர்கள் ஊதியம், தொழிற்சாலையை நடத்தும் செலவு போன்றவற்றில் ஏற்படும் அடக்கவிலைகள் பொருள் விற்கும் விலையில் ஒரு சிறு பகுதியாகத்தான் கடையின் கணக்கில் சேர்க்கப் படுகின்றன. பெரும்பாலான பணம் வணிகக்குறிக்குச் செல்கிறது. இதன் பொருள் என்னவெனில், வழங்கல் சங்கிலியினூடே எந்த அளவுக்கு அடக்கவிலைகள் குறைக்கப்படுகின்றனவோ அந்த அளவுக்கு வணிகக் குறிகளைப் பெற்றிருப்பவர் லாபத்தைப் பெறுகிறார்.

நுகர்வோர் இதனூடே செயல்படுவதாலும் அதிக அளவிற்கு வணிகக்குறியை மதிப்பதாலும் வழங்கல் சங்கிலியினூடாக உள்ள நிகர அதிகாரம் உற்பத்தியாளர்களிடமிருந்து வணிகக்குறிகளுக்கும் சில்லறை வணிகர்களுக்கும் மாறுகிறது. (இவர்கள் எப்பொழுதும் அல்ல, ஆனால் சிலசமயங்களில் ஒரே நிறுவனமாக இருப்பதில்லை: நைக்கி கடையில், நைக்கி, வணிகக்குறியாளராகவும் சில்லறை வணிக ராகவும் செயல்படுகிறது. இருப்பினும், நைக்கி காலணி நார்ட்ஸ்ட்ராம் கடையில் விற்கப்பட்டால், இவை இரண்டும் தனித்தனியானவை). வணிகக்குறி நிறுவனங்கள்தாம் தற்போது வழங்கல் சங்கிலி முழுவதை யும் தம்முடைய கட்டுப்பாட்டில் கொண்டுள்ளன. இவைதாம் என்ன பொருள், எவ்வளவு விரைவாக, எந்த அளவு உற்பத்தி செய்யப் படவேண்டும் என்பதை நிர்ணயிக்கின்றன – உண்மையான உற்பத்தி யாளர்கள் அல்ல. ஓர் உற்பத்தியாளர் ஒரு வணிகக்குறி நிறுவனத்தின் தேவையைப் பூர்த்தி செய்ய முடியவில்லையென்றாலும், இதர பல உற்பத்தியாளர்கள் அதே உற்பத்திப் பொருளை, எந்தவிதப் புகாரும் இன்றி, அதுவும் சற்றே குறைந்த விலைக்கு, உற்பத்தி செய்யத் தயாராக உள்ளனர். 'வளரும் நாடுகளைச் சிக்கவைக்கும் மிதியோட்டக் கருவி (டிரட்மில்) இதுதான்' என்று த நேஷன் பத்திரிகையின் அரசியல் செய்தி யாளரான வில்லியம் கிரைடர் விளக்குகிறார். 'இந்த உற்பத்தியாளர்கள் தொழிலாளர்களின் ஊதியத்தை அதிகரிக்க முயற்சி செய்தாலோ, தொழிலாளர்களைத் தொழிற்சங்கங்கள் அமைக்க அனுமதித்தாலோ, உடல்நலம் அல்லது சூழல்நலம் போன்ற சமுதாயப் பிரச்சினைகளைக் கையாளத் தொடங்கினாலோ இந்த ஒருங்கு அவர்களைத் தண்டிக் கிறது. உற்பத்தி அடக்கவிலை இல்லாத வேறொரு நாட்டிற்குத் தொழிற் சாலைகள் இடமாற்றம் செய்யப்படுகின்றன.'[3] வென் கார்ப்பொரேஷன்ஸ் ரூல் த வோர்ல்டு என்ற நூலில் டேவிட் கோர்டன் பின்வருமாறு எழுது கிறார்: 'குழந்தைத் தொழிலாளர்களை வேலைக்கு அமர்த்தாமலோ, கூடுதல் பணிநேர ஊதியம் கொடுக்காமல் தொழிலாளர்களை ஏமாற்றாமலோ, கருணையற்ற வேலைப்பளுவைச் சுமத்தாமலோ, பாதுகாப்பற்ற வசதிகளை நடத்தாமலோ பெரிய சில்லறை வியாபாரி

விநியோகம் ✤ 185

ஒருவரிடமிருந்து ஒப்பந்தங்களைப் பெறுவது (தொழிற்சாலைகளுக்கு) ஒவ்வொரு நாள் கடக்கும்போதும் அதிகக் கடினமாகிறது."[4]

பொருட்களை உண்மையாக உண்டாக்குவதிலிருந்து தம்மை விலக்கிக்கொள்வது பெரிய–வணிகக்குறி நிறுவனங்களைத் தொழிற் சாலையில் உள்ள நிலைமைகள் பற்றிய ஓரளவு அறியாமையைத் தாம் பெற்றிருப்பதாக கூறுவதற்குத் தூண்டுகிறது. இது அவற்றை அலட்சியத் துடன் 'ஏய்! இவை நம்முடைய தொழிற்சாலைகள் அல்ல' என்று கூறவைக்கும்: இது அவர்களைப் பொறுப்பிலிருந்தும், சவால்களி லிருந்தும், உலகம் முழுவதும் உண்மையான தொழிற்சாலைகளை நடத்துவதிலுள்ள உள்ளார்ந்த அடக்கவிலையிலிருந்தும் விடுவிக்கிறது.

இத்தகைய அனைத்து மாற்றங்களும் இதனை ஓர் 'இழிவான சிக்கனம்' ஒருங்கு என்று ஓ'ரூர்க்கேயை அழைக்க வைத்தன.

அது புதிய சிக்கனத்தன்மையின் ஒரு பாதியேயாகும். மற்றொரு பாதி சிக்கனச் சில்லறை வணிகமாகும். சிக்கன உற்பத்தியைப் போன்று சிக்கனச் சில்லறை வணிகமும் ஒவ்வொரு நிலையிலும் அடக்கவிலையைக் குறைக்க முயல்கிறது. இதைச் செய்வதில் உள்ள வழிமுறைகளில் நன்கு புலப்படும் அனைத்தும் உள்ளடங்கியுள்ளன: கடைகளில் தொழிலாளர்களுக்குக் குறைந்த ஊதியம் வழங்கப் படல், உடல்நல வசதிகள் கொடுக்கப்படாமை; தொழிற்சங்கங்கள் அமைப்பதைக் கெடுத்தல்; பொதுப் போக்குவரத்து மூலம் கடைக்குப் பொருள் வாங்குவோர் வருவதை எளிதாக்கும் நகர மையங்களில் பிரம்மாண்டமான கடைகளைக் கட்டாமல், இடம் மலிவாக உள்ள புறநகர்ப் பகுதிகளில் கட்டுதல்.

ஆனால், சில்லறை வணிகத்தோடு தொடர்புடைய அடக்கவிலை களைக் குறைக்க உள்ள மிகவும் பெரிய வழிமுறை சரக்கு இருப்பை (இன்வென்டரி - இது வணிகத்திற்காகப் பொருட்களைச் சேமித்து வைத்தலைக் குறிக்கும்) அகற்றுவதுதான். சிக்கனச் சில்லறை வணிக முன்மாதிரியில் சரக்கு இருப்புதான் முடிவான விரயமாகும். பாரம் பரியமாக, சரக்கு இருப்புச் செலவு அதிகம் வைக்கக்கூடியதாக இருந்துள்ளது; ஏனெனில், இது சேமிப்புச் செலவுகளை உள்ளடக்கியது; மேலும், இதில் தற்காலிகமாகச் சந்தையில் இல்லாத பொருட்களும் பட்டியலிடப்படுகின்றன. எனினும், விரைவாக மாற்றமடையும் நாகரிகங்களாலும் விரைவாக வழக்கொழியும் தன்மையாலும் சரக்கு இருப்பின் விரயத்தன்மை புதிய எல்லைகளை அடைந்துள்ளது. ஒரு வாரம் வழக்கிலிருந்தும் அடுத்த வாரம் வழக்கிழந்தும் போவது உடைகள் மட்டுமல்ல. தற்பொழுது மின்னணுச் சாதனங்களிலும், பொம்மை களிலும், 'தட்டுமுட்டுக் கலன்களிலும்', கார்களிலும் இந்த நிலைமை

காணப்படுகிறது. சில நாட்களுக்குச் சேமிப்புக் கிடங்குகளில் பொருட் களைச் சேமித்து வைத்திருப்பதுகூட ஓர் அபாயகரமான செயலாகும்.

மைக்கேல் டெல் ஒருமுறை இவ்வாறு கூறினார்: 'சரக்கு இருப்பு (சரக்குகளின் இருப்பு விவரப்பட்டியல்) பறித்த கீரையின் வாழ்நாளைக் கொண்டுள்ளது.'[5] அவருடைய நிறுவனம் சரக்கு இருப்புக் காலத்தைக் குறைப்பதில் தொழில் முன்னோடியாகத் திகழ்ந்துள்ளது. பழைய விநியோக முன்மாதிரிகளில் காணப்பட்டது போன்று டெல் கணினிகள் ஒட்டுமொத்தமாக அதிக எண்ணிக்கைகளில் உருவாக்கப்படுவதில்லை; அவை விற்கப்படும் வரை சரக்கு இருப்பாகச் சேமித்து வைக்கப்படுவ தில்லை. சிக்கலான கணினித் தடமறிதல் ஒருங்குகளின் மூலம் ஒரு நுகர்வோரிடமிருந்து பெறப்படும் எந்தவொரு கொள்முதல் ஆணையும் *(பர்ச்சேஸ் ஆர்டர்)* எங்குக் கணினியின் உட்கூறுகள் தயார்நிலையில் உள்ளனவோ அந்தத் தொழிற்சாலைக்கு மீண்டும் அனுப்பப்படுகிறது. அங்கு விரும்பப்படும் குறிப்பிட்ட வகை நிறம், வடிவம் கொண்ட கணினிக் கோக்கப்பட்டு வேண்டியவருக்கு அனுப்பப்படுகிறது. எனவே, உற்பத்தி தற்போது தனிப்பட்டவரின் தேவையின் அடிப்படையில் நடைபெறுகிறது. [இந்த முன்மாதிரி பெரும்பாலும் ஜேஐடீ *(ஜஸ்ட் இன் டைம்)* அல்லது சரியான-நேர-வழங்கல் என்று வணிக மொழியில் அழைக்கப்படுகிறது.]

அதிகத்திறன் வாய்ந்த 'சிறுதொகுப்பு' உற்பத்தி, 'சூழல்கூறு வியாபாரம் செய்தல்' (நிச் மார்க்கெட்டிங் - அதாவது குறிப்பிட்ட இடத்திற்கு ஏற்ற வியாபாரம்/ஒருசாரரார்சார் சந்தையிடுகை) மற்றும் அவற்றோடு தொடர்புடைய விநியோகம் போன்றவற்றின் மூலம் கூடுதலான உற்பத்தியைக் குறைக்கும் முயற்சிகள் அனைத்தும் நல்லது போன்று தோன்றுகின்றன. வியாபார நோக்கில் காணும்போது அவை நல்லதுதான்; சூழல் அடிப்படையில்கூட அவை நல்லது போன்று தோன்றலாம். எனினும், இந்த ஒருங்கு தொழிலாளர்களுக்கு மோசமான ஒன்றாகும். தொடர்ந்து மாறிவரும் நாகரிகப் போக்குகள், நுகர்வோர் எதிர்பார்க்கும் உடனடித் திருப்தி ஆகிய இரண்டும் தொழிலாளர்களின் மேல் ஏற்கனவே காணப்படும் வலுவான அழுத்தத்தை மேலும் அதிகமாக்குகின்றன. இத்தகையச் சூழல்களில் மேலும் அதிக அளவு தொழிலாளர்கள் ஒரு பாதுகாப்பான, நிலையான, உயிர் வாழத் தேவையான பணியைப் பெறுவதற்கான எந்த வொரு நம்பிக்கை யையும் இழந்துவிடக்கூடும். இதற்கு மாறாக அவர்கள் குறுகிய கால அல்லது பகுதி நேர ஒப்பந்த வேலைகளை ஏற்க வேண்டியிருக்கும்; அதாவது அரசியல் பொருளியல் வல்லுநர்கள் அழைப்பது போல அவர்கள் 'தற்காலிகமாக்கப்படுகிறார்கள்.' இதன் பொருள் குறைந்த அல்லது முழுவதும் நீக்கப்பட்ட நன்மைகள், குறைந்த ஊதியங்கள், ஒட்டுமொத்த குறைந்த பணிப் பாதுகாப்பு ஆகியவை ஆகும்.

பொம்மைத் தொழில் இதற்கான மிகவும் மோசமான எடுத்துக் காட்டுகளில் ஒன்று. பெரும்பாலான பொம்மைகள் கிறிஸ்துமஸ் பருவத்தில் விற்கப்படுகின்றன. நன்கு விற்கலாம் என்று எதிர்பார்க்கக் கூடிய பொம்மைகளைப் பெரும்பாலான அளவில் கையிருப்பில் வைத்துக்கொள்ள ஒவ்வொரு சில்லறை வணிகரும் விரும்புகிறார் என்றாலும், ஒவ்வொரு ஆண்டின் மிக விருப்பமான பொம்மையும் கிறிஸ்துமஸுக்கு சில நாட்களுக்கு முன்புவரை அடையாளம் கண்டறியப்படுவதில்லை. கிறிஸ்துமஸ் பருவத்திற்காக ஆண்டு முழுவதும் உற்பத்தியாளர்கள் தொழிலாளர்களை நிலையாக வேலை கொடுத்து வைத்திருக்க முடியாது: விருப்பமான பொம்மை எது வென்று நிர்ணயிக்கப்படும் வரை அவர்கள் காத்திருக்க வேண்டும். கிறிஸ்துமஸுக்கு முன்பான வாரங்களில் பொம்மைத் தொழிற் சாலைகள் நீண்ட மணி நேரங்கள் வேலைசெய்ய வேண்டியுள்ளது. இந்த வகை நேரமின்மையோடு தொழிற்சாலை நிலைமைகளும், தொழிலாளர்களின் வயது போன்றவை தொடர்பான அனைத்து வகை முடக்கங்களும் குறைக்கப்படுகின்றன. இதைப்பற்றி தொழிலாளர்கள் முறையீடு எதுவும் செய்யாமல் இருப்பதற்காக ஏற்கனவே கட்டமைக்கப் பட்ட ஓர் உந்துதல் உள்ளது; அதாவது, வேலையில்லாப் பருவத்தில் குறைக்கப்படும் தொழிலாளர்களின் அளவில் பாதி அல்லது மூன்றில் இரண்டு பங்குத் தொழிலாளர்களில் தாமும் ஒருவராக இருக்க அவர்கள் விரும்புவதில்லை.

சிக்கனம் இழிவானதாகத்தான் இருக்க வேண்டும் என்பது அவசியமில்லை என்று ஓ'ரூர்க்கே கூறுகிறார். 'இழிவான சிக்கன' *(மீன் லீன்)* ஒருங்கிற்குப் பதிலாக ஒரு 'பசுமையான சிக்கன' *(கிரீன் லீன்)* ஒருங்கு காணப் படலாம். தம்முடைய கோத்தல் வரிசைகளில் எவ்வாறு டொயோட்டா தொழிலாளர்கள் நிறுத்தக் கயிற்றை இழுப்பதற்கு அனுமதிக்கப்படுகிறார்களோ, அதைப் போன்று ஒருங்கு முழுவதும் உள்ள குறைகளை அடை யாளம் கண்டுணர்ந்து பிரச்சினை தீர்க்கப்படும் வரை யில் உற்பத்தியை நிறுத்துவதற்கு அக்கறையுள்ளவர்கள் அனைவரும் ஊக்குவிக்கப்படுகின்றனர். எனவே, இது முழுவதும் வெளிப்படையான தன்மை கொண்ட ஒரு வழங்கல் சங்கிலி ஒருங்கை நாம் பெறுவதற்கு உதவுகிறது. அக்கறை உள்ளவர்களில் தொழிலாளர்கள் மட்டுமின்றி, தொழிற்சாலைகளுக்கு அருகிலுள்ள சமுதாயங்களின் உறுப்பினர்களும் அடங்குவர். இத்தகைய முன்மாதிரியில், நம்முடைய நன்னீர் மூலத்தில் பழுப்பு நிற, நாற்றமடிக்கும் மாசுநீரைக் காணும்போது அவர்கள் 'கயிற்றை இழுக்கலாம்'. அக்கறையுள்ளவர்களில் நுகர்வோரும் அடங்குவர். இவர்கள் உற்பத்திப் பொருளில் நச்சு உட்கூறுகளைக்

கண்டால் அவற்றிற்கெதிரான தம்முடைய கருத்துகளை வழங்கலாம். பிரச்சினை தகுந்த முறையில் தீர்க்கப்படும் வரையில், அந்த உற்பத்திப் பொருளின் வழங்கல் சங்கிலி ஒரு திடீர் நிறுத்தத்தை அடையலாம் (இது வணிகக்குறி-பெயர் நிறுவனங்கள் உடனடிச் செயல்பாட்டிற்கான தூண்டுதல்களைக் கொடுக்கலாம்). 'நிறுவனங்கள் மிகவும் மலிவாகப் பொருட்களை உற்பத்தி செய்ய அழுத்தப்படாமல் அதற்குப் பதிலாகத் தொழிலாளர்கள், சமூகம், சூழல் ஆகியவற்றின் நன்மைகளையும் உண்டாக்கும் வகையில் அழுத்தப்படும் ஓர் ஒருங்கைக் கற்பனை செய்துபாருங்கள்' என்று கூறுகிறார் ஓ'ரூர்க்கே.

இந்த முற்போக்குப் பார்வை அவரை பெர்க்கிலி பேராசிரியர் பதவியிலிருந்து சிறப்பு ஆய்வு விடுப்பு எடுக்கத் தூண்டி அவருடைய நீண்டநாள் கனவை அடைய உதவி செய்தது. இதற்காகப் பல ஆண்டுகள் ஓ'ரூர்க்கே தொழிற்சாலைகளுக்கு வருகை புரிந்தார். நுகர்பொருட்களின் உடல்நல விளைவுகள் மட்டுமின்றி, பாதுகாப்புத் தரவுகளைப் பகுப்பாய்வு செய்தார்; எந்த வகைத் தகவல்கள் எந்தப் புள்ளியில் கொடுக்கப்பட்டால் அவை ஒரு நுகர்வோரின் பொருள் வாங்கும் முடிவை மாற்றும் என்று அறிய முயன்றார். இந்தத் தகவல்களை மக்களுக்கு எளிதில் கிடைக்கும் வகையில் எவ்வாறு கொடுக்கலாம், குறிப்பாக வாங்கும் புள்ளியில், என்ற வழிமுறைகளை ஆய்வு செய்தார். தற்போது, ஓ'ரூர்க்கே எளிதில் தேடுதல் மேற்கொள்ளக்கூடிய *குட்கைட்* என்னும் இலவசமான நிகழ்நிலைத் தரவுத்தளத்தை உருவாக்கியுள்ளார். இது 7,500க்கும் (இது வளர்ந்து கொண்டு வருகிறது) மேற்பட்ட இன்றைய பொருட்கள், அவற்றின் மூல நிறுவனங்களின் சூழல், சமூக, உடல்நலத் தாக்கங்கள் பற்றிய தற்போதைய தரவுகளை நீங்கள் பெறுவதற்கு உதவுகிறது. 2009ஆம் ஆண்டின் கடைசிப் பகுதியில் *குட்கைட்* தன்னுடைய ஐ-ஃபோன் பயன்பாட்டைத் தொடங்கியது. இது, பொருள் வாங்குவோரைத் தங்களுடைய தொலைப்பேசிக் கேமராவைப் பொருளின் பட்டைக் கோட்டை *(பார் கோடு)* நோக்கி வைக்கச் செய்தது; பொருளின் அடையாள அட்டைச் சுட்டுவதைவிட அதிக அளவு அந்தப் பொருளின் சூழல் தரவுகளையும் உடல்நலத் தாக்கத் தரவுகளையும் உடனடியாகப் பெற வகை செய்தது. இது மற்றொரு சூழல் நலப் பொருள் வாங்கும் களம் போன்று தோன்றினாலும், அவ்வாறு இல்லை. ஓ'ரூர்க்கேயின் இலக்கு 'நுகர்வோரைக் குறைந்த நச்சுடைய ஷாம்புவை வாங்க உதவுவது அல்ல (இது ஒரு நல்ல உதவியாக இருந்தாலும்); ஆனால் இந்த உற்பத்திப் பொருட்களில் என்ன கூறுகள் உள்ளன என்பது பற்றியும் அவை எவ்வாறு உண்டாக்கப்படுகின்றன என்பது பற்றியும் பொருட்கள் வாங்கும் முடிவுகள் மேற்கொள்ளும் மக்களுக்கு, வழங்கல் சங்கிலியின் மேல்மட்ட நிலைகளில் சந்தை எச்சரிக்கைகளை அனுப்புவதுதான்.'

நிறுவனங்களின் தொழிலாளர் சார்ந்த வழிமுறைகள், பெரு நிறுவனத் திட்டங்கள், ஆற்றல் பயன்பாடு, சூழல் தாக்கங்கள், மாசுறுத்தல் தடப்பதிவுகள், வழங்கல் சங்கிலித் திட்டங்கள் போன்றவற்றைப் பற்றிய தகவல்களை குட்கைட் அடிக்கடிப் புதுப்பிக்கின்றது. பொருட்களில் உள்ள உட்கூறுகளை இது அடையாளம் கண்டறிந்து குறைந்த நச்சுடைய அல்லது அதிக நல்ல மாற்றுப்பொருட்களைப் பரிந்துரைக்கிறது. அதிக முக்கியத்துவமாக, பொருட்களின் பின்னால் உள்ள நிறுவனங்களுக்குத் தனிப்பட்டவர்கள் செய்திகள் அனுப்பவும் வழி செய்கிறது.

நான் முதன்முதலில் குட்கைடுக்கு வருகை புரிந்தபோது, பான்டீன் புரோ-வீ கூந்தல் பதப்படுத்தும் பொருள் பற்றிப் பார்த்தேன். இதில் உள்ள மோசமான வேதிப்பொருட்கள் பற்றி அறிவதற்கு முன் நான் பல ஆண்டுகள் இதனைப் பயன்படுத்தி வந்தேன். குட்கைடில் இதன் மூல நிறுவனத்தை (புரோக்டர் அண்ட் கேம்பல்) விரும்ப வேண்டாம் என்பதற்கான காரணங்களை நான் பார்த்தேன். பின்பு நான் இந்தச் செய்தியை அனுப்பினேன்: *'ஏன் என்னுடைய கூந்தல் பதப்படுத்தும் பொருள் நச்சுக்கூறுகளைப் பெற்றுள்ளது? ஏன் உங்களுடைய நிறுவனம் இத்தகைய மோசமான காற்று மாசுறுத்தல் எண்ணைப் பெற்றுள்ளது? நான் இனிமேல் இதை வாங்க மாட்டேன்!'* ஓ'ரூர்க்கே கூறுவது என்னவெனில், 'உற்பத்தியாளருக்குத் தகவல் அனுப்புங்கள்' என்பது தான் குட்கைடில் உள்ள இரண்டாவது அதிகம் பயன்படுத்தப்பட்ட பொத்தான் ஆகும். பல நுகர்வோரிடமிருந்து அதிக எண்ணிக்கையில் முறையீடுகளைப் பெற்றபின் ஏற்கனவே சில நிறுவனங்கள் நச்சுப் பொருட்களைத் தம்முடைய உற்பத்திப் பொருட்களிலிருந்து விலக்கி விட்டன.[19]

ஓ'ரூர்க்கேவின் திட்டம் நாம் அனைவரும் பயன்படுத்தும் பொருட்களின் வழங்கல் சங்கிலிகள் பற்றிய தகவல்களை நாம் பெற அதிக அளவில் உதவியுள்ளது: இதனால் நம்முடைய குடும்பங்களுக்கு, இந்த உற்பத்திப் பொருட்களை உற்பத்தி செய்யும் தொழிலாளர்களுக்கு, உலகச் சூழலுக்கு, பொருத்தமான நல்ல விருப்பத் தேர்வுகளை நாம் மேற்கொள்ள முடியும். சிலர் இதனை 'நம்முடைய டாலரைக் கொண்டு வாக்களித்தல்' என்று அழைக்கிறார்கள்.

நான் குட்கைடின் பெரிய ரசிகை; நாம் அனைவரும் இதன் பக்கங்களைத் தேடிச் செல்லும் பழக்கத்தை ஏற்படுத்திக் கொள்ளவேண்டும் என்று பரிந்துரை செய்கிறேன். நான் மேலும் கூற விரும்புவது என்னவெனில் நமக்கு உண்மையில் தேவையானது நம்முடைய நுகர்வு டாலர்களை மட்டும் பயன்படுத்தி வாக்களிப்பதை விட்டு விட்டு நம்முடைய வாக்குச் சீட்டுகளைப் பயன்படுத்தி வாக்களிக்க வேண்டும். குட்கைடை

பயன்படுத்தி எவ்வாறு குழந்தைகளின் ஷாம்புவில் நச்சு வேதிப் பொருட்களைத் தவிர்ப்பது என்பதை அறியும்படி இந்தக் கோளி லுள்ள ஒவ்வொரு பெற்றோருக்கும் தகவலளிப்பதும், அவர்களோடு வாதித்து வழிப்படுத்துவதும் முடியாத செயல்தான்; என்றாலும், சில பெற்றோர் குழுக்களுடன் இணைந்து குழந்தைகளின் ஷாம்புவில் உள்ள நச்சு வேதிப்பொருட்களை அனுமதிக்கும் சட்டங்களை மாற்று வதற்கு முயற்சி செய்வது இயலக்கூடிய செயலே. இதன் காரண மாகவே நான் வழங்கல் சங்கிலியின் வெளிப்படையான தன்மையை மேம்படுத்தும் குட்கைடையும், இதர முயற்சிகளையும் பெரிய மாற்றம் ஏற்படுத்தும் கருவிகளாகக் கருதுகிறேன். அவை நமக்குப் பாட மளிக்கின்றன. அவை நம்மை ஊக்குவிக்கின்றன. அவை மோசமான வற்றைவிட நலமான, நியாயமான பொருட்களையும் நிறுவனங்களை யும் ஊக்குவிக்கின்றன. அவை வழங்கல் சங்கிலியின் மேல்மட்டம் வரையிலான செய்திகளை முடிவெடுப்பவர்களுக்கு அனுப்ப உதவி செய்கின்றனர்; நன்மையை நோக்கிய மாற்றத்தை ஊக்குவிக்கின்றன என்று நான் நம்புகிறேன். எனினும், முடிவில் நாம் நினைவில் வைத்துக் கொள்ள வேண்டியது, அல்லேகெனி கல்லூரியின் அரசியல் அறிவியல் பேராசிரியர் மைக்கேல் மணியேட்டேஸ் கூறும் பின்வரும் கூற்றைத் தான்: நுகர்வோராக நமக்கிருக்கும் விருப்பத் தேர்வுகள் குறைவானவை மட்டுமின்றி இவை கடைச் சந்தைகளுக்குப் புறத்தே உள்ள விசை களினால் முன் நிர்ணயம் செய்யப்படுகின்றன; வரம்பிடப்படுகின்றன. அந்த விசைகள் சமூக, அரசியல் செயல்பாட்டு உந்துசக்திகள் மூலம் மாற்றப்படவேண்டியவையாகும்.

சரக்கு வண்டிகள், கொள்கலன் கப்பல்கள், விமானங்கள்

கப்பல்கள், சரக்கு வண்டிகள், சாலைகள், விமானங்கள், ரயில்கள் போன்றவை இந்த உலகமயமாக்கப்பட்ட வழங்கல் சங்கிலியின் மூலமாக உற்பத்திப் பொருட்களை இடப்பெயர்ச்சி செய்யத் தேவைப் படுகின்றன. இடப்பெயர்ச்சி உள்கட்டமைப்பு மிக அதிக அளவு தொல்படிம எரிபொருட்களைச் செலவழிக்கின்றது; கழிவை வெளியேற்று கின்றது; என்றாலும், இவையனைத்தும் நுகர்வோர் பொருட்களிலுள்ள மிகவும் மறைக்கப்பட்ட, புறவயமாக்கப்பட்ட அடக்கவிலைகளில் சிலவேயாகும்; மேலும், பெரும்பாலான மக்கள் இவற்றைப் பற்றி முழுவதும் அறியாமல் உள்ளனர். உற்பத்திப் பொருட்களிலுள்ள உட்கூறுகளின் மூலத்தைப் பற்றி அறிந்துகொள்ள அந்தப் பொருள் வாங்குவோர்கள்கூட பொருட்கள் எப்படி இடமாற்றம் செய்யப் படுகின்றன என்று அரிதாகவே கேட்கின்றனர். ஆப்பிரிக்காவில் வைரங்கள் வன்செயலைத் தூண்டினவா அல்லது துருக்கியில் பருத்தி வயல்கள் உயிரிக்கொல்லிகளைப் பயன்படுத்துகின்றனவா

விநியோகம் ✦ 191

என்று கேட்கத் தெரிந்த சிலரைப் போன்றவர்கள்கூட இவர்களில் அடங்குவர்.

ஆசியாவிலிருந்து கடல்களைக் கடந்து இறக்குமதி செய்யப்படும் பெரும்பாலான பொருட்கள், பிரம்மாண்டமான கப்பல்களில் உள்ள கொள்கலன்களில் கொண்டுவரப்படுகின்றன என்பது அநேகருக்குத் தெரியும். அமெரிக்காவின் வெளிநாட்டு வணிகப் பொருட்களின் மொத்த எடையில் 99 விழுக்காடு நீர் வழியாகத்தான் தாங்கிச் செல்லப்படுகின்றன.[6] 2004ஆம் ஆண்டில் வருடாந்திர நீர்வழிச் சரக்கு ஏறத்தாழ 1.5 பில்லியன் டன்களாகும். இதன் மதிப்பு ஏறத்தாழ ஒரு டிரில்லியன் டாலர் ஆகும். கொள்கலன் போக்குவரத்து அடுத்த இருபது ஆண்டுகளில் மும்மடங்காக அதிகரிக்கும் என்று எதிர்பார்க்கப்படுகிறது. இவற்றில் பெரும்பாலானவை சைனா, இந்தியா மட்டுமின்றி ஆசியாவின் இதர பகுதிகளிலிருந்து பெறப்படும்.[6] உலகளாவிய கப்பல் வழி வணிகம் ஓராண்டுக்கு 140 மில்லியன் டன்களுக்கும் அதிகமான எரிபொருளைச் செலவழிக்கிறது. மேலும், 2005ஆம் ஆண்டு தொல்படிம எரிபொருள் எரிப்பின் மூலம் வெளியேறிய, வளர்ந்த நாடுகளின், கார்பன் டை ஆக்ஸைடு அளவில் 30 விழுக்காடு இதனால் ஏற்பட்டதாகும். (வளரும் நாடுகளின் கார்பன் டை ஆக்ஸைடு வெளியேற்றங்களையும் சேர்த்து உலக வெளியீட்டில் 23 விழுக்காட்டைக் கொடுத்தது).[7]

'கப்பல் கந்தக வெளியீடு உலக முழுவதுமான கடல் மாசுறுதலையும், கடலோர மாசுறுதலையும் மிகவும் வலுவாகப் பாதிப்பது கண்டுபிடிக்கப்பட்டுள்ளது: டீசல் எந்திரங்களால் ஓட்டப்படும் வணிகப் பொருள் சரக்குக் கப்பல்கள்தான் உலகத்தின் ஒரு டன் எரிபொருளுக்கு அதிகமாக மாசுறுத்தும் எரிப்பு மூலங்களாகும்...'[8] 'கப்பல்களிலிருந்து ஏற்படும் மாசுறுத்தல் இதய, நுரையீரல் நோய்களுடன் தொடர்புடையது: கடற்போக்குவரத்து உலகில் ஒவ்வொரு ஆண்டும் ஏறத்தாழ 60,000 முதிர்வுறா இதய-நுரையீரல் புற்றுநோய் இறப்புகளுக்கும் நுரையீரல் புற்றுநோய் இறப்புகளுக்கும் காரணமாக உள்ளது...'[9] 'வணிகக் கப்பல்கள் உலக அளவில், ஏறக்குறைய உலகின் கார்கள் வெளியிடும் மொத்த அளவில், பாதி அளவுத் துகள் மாசுறுத்திகளைக் காற்றில் வெளிவிடுகின்றன...'[10] 'பெரிய சரக்குக் கப்பல்கள் முன்னால் நிர்ணயித்த அளவைவிட இரண்டு மடங்கு அதிகப் புகைத் துகள்களை வெளியிடுகின்றன...'[11] மேலே குறிப்பிட்டவை அனைத்தும் சரக்குக் கப்பல்கள் உருவாக்கும் சிதைவுகள் தொடர்பான கார்னெஜி மெல்லோன் மட்டுமின்றி இதர பெயர்பெற்ற நிறுவனங்களைச் சேர்ந்த

அறிவியல் அறிஞர்களின் ஆய்வை அடிப்படையாகக் கொண்டு வெளியிடப்பட்ட சில தலைப்புச் செய்திகளாகும்.

அச்சுறுத்தும் கழிவுச் சரக்குகளின் தடமறிய கிரீன்பீஸ் நிறுவனத் திற்காகப் பணிபுரிந்தபோது நான் நியூயார்க்கிலும் மணிலாவிலும் ஓரிரு முறைகள் இந்தவகைக் கப்பல்களில் ஏறியிருக்கிறேன். இந்த மாபெரும் கப்பல்களின் உண்மை நிலையைக் 'கப்பல்' என்ற சொல் எந்த விதத்திலும் பொருத்தமாகக் குறிப்பிடவில்லை. இதற்கு உங்கள் அருகில் அமைந்திருக்கும் பிரம்மாண்டமானப் பல அடுக்குமாடிக் குடியிருப்புக் கட்டடத்தை நினைத்துக்கொள்ளுங்கள். இத்தகைய கப்பல் ஒன்றில் நான் முதன்முதலில் ஏறியது எனக்கு நன்கு நினைவிருக்கிறது. எங்களுடைய குழு உறுப்பினர்கள் வலுவான தொப்பிகளையும் அதிகாரிகள் போன்று தோற்றமளிக்கும் மேலாடைகளையும் அணிந் திருந்தனர். இந்த மேலாடைகளில் 'நச்சு வணிக ரோந்துப்படை' என்று குறிக்கப்பட்டிருந்தது. ஆபத்தான சரக்குகளை எடுத்துக்கொண்டு கப்பல் கிளம்பிவிடக்கூடாது என்பதற்காக எங்களைக் கப்பலுடன் பிணைத்துப் பூட்டிக்கொள்ளும் வகையில் எங்களுடைய பெல்ட் களிலிருந்து தொங்கிக் கொண்டிருக்கும் ஒரு ஜோடி கைவளையப் பூட்டுகளை நாங்கள் பெற்றிருந்தோம். இந்தப் பெரிய கப்பலில் நச்சுக் கழிவுகள் மறைத்து வைக்கப்பட்டுள்ளன என்று நாங்கள் வலியுறுத்திய போது, அந்தக் கப்பலின் மாலுமிகள் கப்பலின் கேப்டனிடம் எங்களைக் கூட்டிச் சென்றனர். அவரைச் சந்திப்பதற்காக ஒரு லிப்டில் ஏறி பதினோராவது தளத்திற்கு நாங்கள் சென்றோம்.

கப்பல்கள் அப்பொழுது மிகவும் பெரிதாக இருந்தன. தற்போதைய கப்பல்கள் அவற்றைவிடப் பெரிதாக உள்ளன. கடலைக் கடந்து செல்கின்ற, எப்பொழுதும் அதிகமாகிக் கொண்டு வருகின்ற, பொருட்களின் குவியல்களை வைப்பதற்காகப் புதிய வகைக் கொள்கலன் கப்பல்கள் பல உருவாக்கப்பட்டுள்ளன. இவற்றில் பல மூன்று கால்பந்தாட்டுக் களங்களைவிட நீளமானவை; ஆயிரக்கணக்காகக் கொள்கலன்களை வைக்கும் அளவுக்குப் பெரிதானவை. இவற்றின் ஒவ்வொரு கொள் கலனும் ஒரு மூன்று படுக்கையறை வீட்டின் அனைத்துப் பொருட் களையும் உள்ளடக்கத்தக்கவை.[12] இவற்றில் உள்ள ஒரு சிறு பிரச்சினை என்னவெனில் உலகிலுள்ள பல துறைமுகங்கள் இந்த அளவு பெரிய கப்பல்களை வரவேற்க முடியாது. இதனால் பல துறைமுகங்கள் மணல் தூர்வாரப்பட்டு ஆழமாக்கப்பட வேண்டியதாக உள்ளன. இத்தகைய கப்பல்கள் எளிதாகச் செல்லுமளவிற்கு பனாமா கால்வாய் விரிவாக்கத் திட்டம் ஏற்கனவே ஏற்றுக்கொள்ளப்பட்டுள்ளது.[6]

தன்னுடைய பொருள் விநியோகத்தை நம்முடைய அரைக்கோளப் பகுதி மட்டுமே விரிவாக்கிக் கொள்ளவில்லை; 2005க்கும் 2010க்கும்

இடையே சைனா ஆண்டிற்கு 70 பில்லியன் டாலர்களைச் சாலைகள், பாலங்கள், குகைவழிகள் போன்றவற்றிற்குச் செலவிடத் திட்ட மிட்டுள்ளது; ஆண்டிற்கு 18 பில்லியன் டாலர் ரயில் போக்குவரத்துக் காகவும் ஆண்டுக்கு 6.4 பில்லியன் டாலர் துறைமுகங்களுக்காகவும் செலவிடத் திட்டமிட்டுள்ளது.[13] ஏற்கனவே, உலகின் நான்கில் மூன்று மிக அதிகக் கொள்ளளவுக் கலன் துறைமுகங்கள் சைனாவில் உள்ளன. ஷாங்காய் இந்தப் பட்டியலில் முதலிடத்தில் உள்ளது. இது 2007ஆம் ஆண்டு 350 மில்லியன் டன்களுக்கும் அதிக சரக்குகளை இடப்பெயர்ச்சி செய்துள்ளது.[13] 2001க்கும் 2005க்கும் இடையே நாற்பத்தியோரு புதிய விமான நிலையங்கள் சைனாவில் கட்டப்பட்டுள்ளன; இவற்றில் தொழிற்சாலைகள் அதிகமுள்ள மேற்குச் சைனாவில் இருபத்து மூன்று கட்டப்பட்டுள்ளன.[13] இத்தகைய புதிய உள்கட்டமைப்பின் முதன் நிலை இலக்கு நாட்டைவிட்டுப் பன்னாட்டுச் சந்தைகளுக்கு உற்பத்திப் பொருட்களின் விநியோகத்தை எளிமையாக்குவதுதான்.

அமெரிக்காவுக்கு உற்பத்திப் பொருட்கள் வந்து சேர்ந்தவுடன் அவை பொதுவாகச் சரக்கு வண்டிகளின் மூலம் இடப்பெயர்ச்சி செய்யப்படுகின்றன. 2005ஆம் ஆண்டு அமெரிக்காவுக்குள் இடப் பெயர்ச்சியடைந்த பொருட்களின் மொத்த எடையில் 77 விழுக்காடு அளவு பொருட்கள் சரக்கு வண்டிகளில் எடுத்துச் செல்லப்பட்டன. இவை 160 பில்லியன் மைல்களுக்கும் அதிகமான தூரத்தைக் கடந்தன. இந்த எண், குறைந்தபட்சம் பொருளாதாரச் சிக்கலுக்கு முன்பு, அடுத்த முப்பது ஆண்டுகளில் இரண்டு மடங்காக அதிகரிக்கும் என்று எதிர்பார்க்கப்பட்டது.[6] குறிப்பாக, பெருவழிச் சாலைச் சந்திப்புகளிலும், துறைமுகங்களிலும் நுழைய அல்லது வெளியேற வரிசைகளில் சரக்கு வண்டிகள் காத்திருக்க வேண்டியுள்ளன; பெருவழிச்சாலை நெரிசல் பகுதிகளில் இந்தச் சரக்கு வண்டிகள் சிக்கிக்கொண்டு அங்கங்கேயே நிறுத்தப்பட்டு, நகராமல் பல மணி நேரங்களை வீணடிக்க வேண்டி யுள்ளன. உண்மையில், அமெரிக்கச் சரக்கு வண்டிகள் ஒவ்வொரு ஆண்டும் ஏறத்தாழ 243 மில்லியன் மணிநேரங்களை நெரிசலில் சிக்கிச் செலவிடுகின்றன என்று ஓர் அண்மைக்கால ஆய்வு கண்டுபிடித்துள்ளது.[6] இத்தகைய தாமதங்கள் சரக்கு அனுப்புபவர்களுக்கு ஒரு மணிக்கு 25 முதல் 200 டாலர் வரை செலவு வைக்கின்றன.[6]

எனினும், காற்றுத்தரம், தட்பவெப்பநிலை போன்ற வற்றின் அடக்க விலைகள் பற்றி என்ன கூறுவது? ஆஸ்துமா, புற்றுநோய்த் தாக்கங்களின் காரணமாக ஏற்படும் பொதுமக்கள் சுகாதார நிலை பற்றி என்ன கூறுவது? கலிஃபோர்னியாவிலுள்ள ஏர்

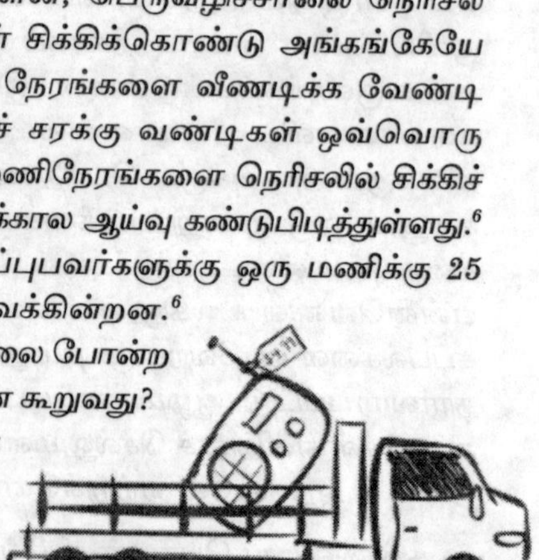

ரிசோர்சஸ் போர்டு பொதுமக்கள் நலத்திற்கு (ஆஸ்துமா, நுரையீரல் நோய்களையும் சேர்த்து) சரக்கு வண்டிகளின் காரணமாக ஒவ்வொரு ஆண்டிலும் ஏற்படும் அடக்கவிலைகளை நிர்ணயித்துள்ளது.[14] நியூ ஜெர்ஸியில் ஒரு ஆண்டுக்கு இந்த அடக்கவிலைகள் 5 பில்லியன் டாலர் என்று சூழல் பாதுகாப்புக் குழுக்கள் கூறுகின்றன.[15] பழைய பிரேக்குகள், டயர்கள், அடிக்கடி ஏற்படும் அதிக பளுவேற்றம் போன்றவை இந்த வண்டிகள் விபத்துக்குள்ளாகும் வாய்ப்பை அதிகரிக்கின்றன. இதன் காரணமாக, பெருவழிச்சாலை ரோந்து, அவசரக் காலப் பணிகள், போக்குவரத்துத் தாமதங்கள் போன்றவை மேலும் அதிக அடக்கவிலை உயர்வை ஏற்படுத்துகின்றன.

முடிவில், விமானச் சரக்கு பற்றிக் காண்போம். இது நுகர்வோர் பொருட்கள் தொடர்பான மிக உயர்ந்த கவனத்தை ஈர்க்கிறது. இது வடிவமைக்கப்பட்ட உடைகள், சிலவகை மின்னணுச் சாதனங்கள் போன்ற உயர்மதிப்பு மற்றும்/அல்லது சரியான நேரத்தில் பெறவேண்டிய சரக்குகளுக்காகவே நிர்ணயிக்கப்பட்டதாகும். மொத்த எடையில் இது அதிக அளவை எடுத்து வருவதில்லையெனினும், பன்னாட்டளவில் வணிகம் செய்யப்படும் பொருட்களின் மதிப்பில் 35 விழுக்காடு விமானம் மூலம் பயணிக்கிறது என்று பன்னாட்டு விமானப் போக்கு வரத்துச் சங்கத்தின் மேலதிகாரியான கியோவன்னி பிசிக்னானி கூறுகிறார்.[16] விமானம் மூலம் சரக்கு இடப்பெயர்ச்சி செய்யப்படுவதில் மேற்கூறியவை மட்டும்தான் உரிய விழுக்காட்டில் காணப்படுவதில்லை என்பது உண்மையல்ல. ஐரோப்பாவில் மேற்கொள்ளப்பட்ட ஓர் ஆய்வு காட்டியது என்னவெனில் அனைத்து ஐரோப்பியச் சரக்குகளிலும் எடையின் அடிப்படையில் 3 விழுக்காடு மட்டுமே விமானங்களால் எடுத்துச் செல்லப்பட்டன என்றாலும் சரக்குப் போக்குவரத்தால் வெளியேற்றப்படும் மொத்த கார்பன் டை ஆக்ஸைடு அளவில் ஆச்சரியப்படுத்தும் வகையில் 80 விழுக்காட்டை இவை உண்டாக்கின.[17]

எண்ணெய் விலைகளில் ஏற்பட்டுள்ள அண்மைக் கால ஏற்றங்களாலும், கார்பன் டை ஆக்ஸைடின் மேல் விதிக்கப்பட்டுள்ள கட்டுப்பாடுகள் மற்றும்/அல்லது வரிகளாலும், சில வணிக நிறுவனங்களும் அரசுகளும் ஏற்கனவே கப்பல் ஓட்டத்தினால் ஏற்படும் ஆற்றல் பயன்பாடு, பசுமை இல்ல வாயு உற்பத்தி பற்றி கவனிக்கத் தொடங்கிவிட்டன. அமெரிக்காவின் சூழல் பாதுகாப்பு அமைப்பு (இபீஏ), ஸ்மார்ட்வே டிரான்ஸ்போர்ட் என்ற திட்டத்தைச் செயல்படுத்துகிறது; இது கப்பல் தொழில் நடத்துவோர்களுடன் சேர்ந்து கார்பன் டை ஆக்ஸைடு வெளியீடுகளைக் குறைக்க பின்வரும் முறைகளில்

செயல்பட்டு வருகிறது: அதிக முறைப்படுத்தப்பட்ட ரயில் சாலைப் போக்குவரத்தைச் சரக்கு வண்டிப் போக்குவரத்தோடு இணைத்தல், சரக்கு வண்டிகள் தம்முடைய முழு கொள்ளளவுக்குப் பளு ஏற்றப்படுவதையும், எந்த இடமும் வீணாக்கப்படாமல் இருப்பதையும் உறுதி செய்தல், தார்ப்பாய்கள் மடங்கி விடாமலும், சுமைகள் கீழ்மட்டமாக அடுக்கப்படுவதாலும் ஓடும்போது காற்றின் எதிர்ப்பைச் சமாளிக்கும் வகையிலும் சரக்கு வண்டியின் வாயு இயக்கவியலை மேம்படுத்துதல், சரக்கு வண்டி டயர்களின் காற்று அழுத்தத்தைக் கண்காணித்துச் சரியான அளவில் வைத்திருத்தல், சாதாரண டயர்களை அகலமான டயர்கள் கொண்டு மாற்றீடு செய்தல், தேவைப்படும் போது வண்டியோட்டுபவர்களுக்கு ஓட்டும் தொழில்நுட்பங்களில் பயிற்சியளித்தல் அல்லது சோம்பேறித்தனமாக இருப்பதைக் குறைத்தல்; குறைந்த வேகங்களைக் கட்டாயப்படுத்துதல் போன்றவையாகும்.[18]

சரக்குப் போக்குவரத்தில் அதிக ஈடுபாடு கொண்ட சில நிறுவனங்கள் தம்மைச் சூழல்நல நிறுவனங்களாக மாற்றிக்கொள்ளத் தகுந்த முயற்சிகளை எடுத்துள்ளன. யுனைடட் பார்சல் சர்வீஸ் *(யுபிஎஸ்)* நீர்ம ஆற்றல் கலப்புத் தொழில்நுட்பம் *(ஹைடிராலிக் ஹைபிரிட் டெக்னாலஜி)* கொண்ட சரக்கு வண்டிகளைப் புகுத்தியுள்ளன. 'இவை யுபிஎஸ்ஸின் பாரம்பரிய டீசல் சரக்கு வண்டிகளின் எரிபொருள் திறனை நகரங்களில் 60-70% குறைக்கும் என்றும், பசுமையில்ல வாயு வெளியீட்டை 40% குறைக்கும் என்றும் கருதப்படுகின்றன.'[19] இதை விஞ்சக்கூடிய வகையில், ஃபெடெக்ஸ் தன்னுடைய வண்டித்தொகுப்பில் கலப்பு மின்விசை வண்டிகளை ஆர்வமுடன் நுழைத்துள்ளது; இவை துகள் வெளியீட்டை 96 விழுக்காடு குறைக்கின்றன; பாரம்பரிய ஃபெடெக்ஸ் சரக்கு வண்டியை விட இவை ஒரு கேலன் எரிபொருளுக்கு மேலும் 57 விழுக்காடு அதிக தூரம் செல்லும் திறனைக் கொண்டவை. இதனால் எரிபொருள் மூன்றில் ஒரு பங்குக்கு மேல் குறைக்கப்படுகிறது.[20] டிஎச்எல் தன்னுடைய சொந்த வகைக் கார்பன் வெளியீட்டு அளவுக்குறைப்புச் சாதனத்தைக் கொண்டுள்ளது; மூன்று விழுக்காடு கூடுதல் கட்டணத்தைத் தம்முடைய வாடிக்கையாளர்களிடம் புகுத்தி அதன்மூலம் பெறப்படும் பணத்தை 'பசுமை ஊர்தித் தொழில்நுட்பம், சூரிய ஒளித் தகடுகள் பொருத்துதல், மீள்காட்டுருவாக்கம் போன்ற பசுமை சூழல் நலத்திட்டங்களில்' முதலீடு செய்யப் போவதாக வாக்களித்துள்ளது.[21]

இந்த முயற்சிகள் சிறந்தவையாகத் தோன்றினாலும், இவை பிரச்சினையின் ஆழத்திற்குச் செல்வதில்லை. இவற்றில் மிக முக்கியமான பிரச்சினைகள் மிகவும் பிரம்மாண்டமான உலகளாவிய வழங்கல் சங்கிலிகள் (சில வல்லுநர்களின் கூற்றுப்படி இவை பத்தாயிரம் மைல்கள் நீளமானவை[22]), நுகர்வோர் அதிக மலிவான உற்பத்திப்

பொருட்களை மிக மிக விரைவாகப் பெற வேண்டுவது போன்றவை யாகும். மேலும், நம்முடைய வீடுகள் அமைந்துள்ளப் பகுதிக்கு அருகில் அல்லாமல், உலகின் மறுபக்கத்தில் பொருட்களை அதிக லாபத்திற்கு உருவாக்குவதற்காக மொத்த நிகழ்வையும் உந்தும் பொருளாதார விதிகள் போன்றவற்றையும் இவற்றோடு சேர்க்கலாம்.

இவையனைத்தையும் மனதில் வைத்துக்கொண்டு, நாம் கடந்த இயல்களில் தேர்ந்தெடுத்த அதே மூன்று பொருட்களின் சில்லறை வணிகத்தைப் பற்றிக் காண்போம். நான் எனக்காக வாங்கிய உற்பத்திப் பொருட்கள் இந்தச் சில்லறை வணிகர்களிடமிருந்து பெறப்படவில்லை என்றாலும், விவாதத்திற்காக என்னுடைய வெண்மை டீ சர்ட் ஸ்வீடன் நாட்டு பெருவணிகக் குழுவான எச் & எம் விற்றது என்றும், புத்தகம் Amazon.com மூலம் வாங்கப்பெற்றது என்றும், கணினி வால்மார்ட்டில் வாங்கியது என்றும் வைத்துக்கொள்வோம் (ஆனால் நிச்சயமாக அல்ல என்று உறுதியளிக்கிறேன்). இந்த மூன்று பெரிய விற்பனையாளர் களைப் பற்றி அறிவது, உலக விநியோகத்தில் சில்லறை வணிகர்களின் பங்கு பற்றி ஓரளவுக்கு வெளிச்சத்தைக் காட்டும்.

எச் & எம்

சிறிய, வெண்மையான டீ சர்ட்டுகளைத் தவிர, ஸ்வீடனின் ஆடைத் தயாரிப்பு முதலையான எச் & எம் ஒவ்வொரு ஆண்டும் 1,700க்கும் மேலான கடைகளின் மூலம் 500 மில்லியன் பொருட்களுக்கும் அதிகமாக விற்பனை செய்கிறது. கேப் நிறுவனத்திற்கும் ஸ்பெயின் இண்டிடெக்ஸ் குழுவிற்கும் அடுத்து இது உலகின் மூன்றாவது பெரிய சில்லறை வணிக ஆடை நிறுவனமாகும். ஓரளவுக்கு மந்தமான 2008ஆம் ஆண்டுகூட இந்த நிறுவனம் 440 மில்லியன் டாலரைவிட அதிக அளவுக்கு நிகர வருமானத்தை ஈட்டியது. வேகத்திற்கும், மாறிவரும் நாகரிகத்திற்கும் ஏற்ப உடனடியாகச் செயல்படுவதற்குப் பெயர் பெற்றது இந்த எச் & எம் நிறுவனமாகும். இது ஆடைகளின் வடிவமைப்பு, உற்பத்தி, விநியோகம் ஆகியவற்றை இருபது நாட்களுக்குள் செய்து விடும் திறன் கொண்டது. இந்த நிறுவனத்தின் ஆடைகள் நீண்ட நாட்கள் உழைப்பதற்காக உருவாக்கப்படுவதில்லை. மிகக் குறைந்த விலையும், அந்த நேரத்திற்கேற்ற வடிவமைப்பும்தான் எச் & எம்-இன் வெற்றிக்கான இரகசியமாகும்.

இங்குதான் சிக்கன உற்பத்திமுறை செயல்படுகிறது. நன்கு அறியப்பட்ட வணிகக்குறிச் சில்லறை வணிகர்கள் பலரைப் போன்று எச் & எம் உலகிலுள்ள மிகவும் மலிவான ஆடை விநியோகஸ்தர்களுடன் ஒப்பந்தம் செய்துகொண்டுள்ளது. அதாவது, எங்கும் எப்பொழுதும் ஊதியங்களை மிகக் குறைவாகக் கொடுக்கும், உற்பத்திக்கு மிகக்

குறைந்த நேரமே எடுத்துக்கொள்ளும் ஆடை உற்பத்தியாளர்களுடன் ஒப்பந்தம் செய்துகொண்டுள்ளது; குறிப்பாக, ஆசியாவிலும், கிழக்கு ஐரோப்பாவிலும். இது ஒரே நேரத்தில் பல விநியோகஸ்தர்களைப் பயன்படுத்துகிறது. இதனால் இந்த நிறுவனத்திற்குப் பாதகங்கள் குறை கின்றன. ஒரு தொழிற்சாலை நேரத்திற்குச் சரக்கைக் கொடுக்கா விட்டாலும், அதனோடு தன்னுடைய ஒப்பந்தத் தொடர்பை முறித்துக் கொண்டு மற்ற தொழிற்சாலைகளின் உதவியோடு தொடர்ந்து தன்னு டைய பொருளின் விற்பனை ஓட்டத்தைச் செயல்படுத்த முடிகிறது. ஏற்கனவே ஒப்பந்தம் செய்த விநியோகஸ்தர்களின் செயல்களைக் குறைத்து, தொடர்ந்து புதிய தொழிற்சாலைகளுக்கான தேடலை மேற்கொள்கிறது. அதாவது, ஏற்கனவே ஒப்பந்தத்தில் உள்ளவர்களோடு உள்ள விசுவாசத்தைப் பற்றி எந்தவிதக் கவலையும் கொள்ளாமல் விநியோகஸ்தர்களை மாற்றுகிறது.[23] வணிகப் பாதுகாப்புச் சட்டங்கள், வரிகள், ஒதுக்கீடுகள் போன்றவைகூட எச் & எம் தேர்ந்தெடுக்கும் விநியோகஸ்தர்களையும் உற்பத்தி இடங்களையும் பாதிக்கின்றன. இதற்கிடையே, எச் & எம்மின் வேகமும், நேரத்திற்கேற்ற வடிவமைப்பும் அதனுடைய விநியோக எந்திரத்துடன் நெருங்கிய தொடர்பு கொண்டுள்ளன. ஆடைகளின் சில்லறை வணிகர்கள் (இவர்களில் மின்னணுச் சாதனங்கள், பொம்மைகள், இதர பொருட்களின் விநியோகஸ்தர்கள்கூட தற்போது அதிக அளவில் உள்ளனர்) 'க்ரைஸ் (greige - சாம்பல்-பழுப்பு நிறமான வெளிறச் செய்யப்படாத, சாயமிடாத நெய்தபொருள்) பொருட்கள்' என்று அழைக்கப்படும் பொருட்களை இறக்குமதி செய்து வழங்கல் சங்கிலியில் உள்ள காலத்தைக் குறைக் கிறார்கள். இவை, குறைந்த ஊதியம் கொடுக்கப்படும் வெளிநாட்டுத் தொழிற்சாலைகளில் உருவாக்கப்பட்ட, ஓரளவுக்குத் தயாரிக்கப்பட்ட /சேர்க்கப்பட்ட கூறுகளாகும் (எடுத்துக்காட்டாக, சாயமேற்றப்படாத கைப்பகுதிகள், உடல்பகுதிகள், முன்வெட்டப்பட்டு ஆனால் ஒன்றாகத் தைக்கப்படாத ஆடைக் கூறுகள்). க்ரைஸ் பொருட்கள் சில்லறைக் கடைகளுக்கு அல்லது அருகிலுள்ள தொழிற்சாலைகளுக்கு முடிவுப் பொருட்களாக (அதாவது முழு ஆடைகளாக) மாற்றுவதற்கு அனுப்பப் படுகின்றன. இதற்குக் காரணம், அந்த வாரம் நுகர்வோர் உடுத்தும் வகையில் கொடுக்கப்பட்ட கழுத்து வரிசை (நெக்லைன்) அல்லது கை நீளம் அல்லது குறிப்பிட்ட நிறம் ஆகியவற்றை எளிதில் தேர்ந்தெடுக்க முடிகிறது என்பதுதான்.

அமெரிக்காவுக்கு க்ரைஸ் பொருட்கள் பொதுவாக ஆசியாவிலிருந்து கப்பல் வழியாகக் கொண்டு வரப்பட்டு பின்பு துறைமுகங்களிலிருந்து சரக்கு வண்டிகளின் மூலம் கோத்தல் மையங்களுக்கும் விநியோக மையங்களுக்கும் அனுப்பப்படுகின்றன; அங்கிருந்து கடைகளுக்கு அனுப்பப்படுகின்றன. மொத்த வழங்கல் சங்கிலியைத் தொடர்ந்து

செயல்பட வைக்க பல்வேறு விநியோகஸ்தர்கள், சரக்கு இருப்புகள், வழங்கல் உத்தரவுகள், போக்குவரத்திலும் கையாளுவதிலும் ஈடுபடும் தொழிலாளர் விவரங்கள் போன்றவற்றைத் தடமறிய ஒரு மிகப் பெரிய தகவல் தொழில்நுட்ப முறையும் வலையொருங்கும் செயல்படுகின்றன. இந்தத் தகவல் தொழில்நுட்ப (ஐடி) ஒருங்கு தொடர்ந்து மேம்படுத்தப் பட்டு வருகிறது. இது அதிக செலவு வைக்கும் ஒரு முயற்சியாக இருந் தாலும், ஒவ்வொரு நாளும் விநியோகத்தை வேகமாக்குவதன் மூலம் இந்தச் செலவு ஈடுகட்டப்படுகிறது.[23] எந்த அளவுக்குப் பெரியதாக இந்த ஒருங்கு இருக்க வேண்டும் என்பதைக் கற்பனை செய்ய, என்னுடைய மடிக்கணினியை உருவாக்குவதில் ஏற்பட்டத் தாக்கங்கள் பற்றி விளக்கப் பட்டுள்ள இந்தப் புத்தகத்தின் பக்கங்களுக்கு மீண்டும் செல்லுங்கள்.

நுகர்வோரின் ஆர்வம் ஒரு குறிப்பிட்ட நிறம் அல்லது துணி வெட்டப்படும் முறையைச் சுட்டும்போது எச்&எம் ஏறத்தாழ உடனடி யாகச் செயல்பட்டு இத்தகைய ஆர்வத்தைப் பூர்த்தி செய்யும் வகையில் கடைகளை அந்தக் குறிப்பிட்ட விருப்ப வகை ஆடைகளால் நிரப்பு கிறது (இதுதான் சிக்கனச் சில்லறை வணிக ஆடையாகும்). டாரா ஒ'ரூர்க்கே இதை மிகவும் நெருக்கமாகத் தடமறிவதால் தம்மை ஒரு 'வழங்கல் சங்கிலி ஆர்வலர்' என்று கூறிக்கொள்கிறார். இவர் என்னிடம் கூறியது என்னவெனில் அந்தந்த நேரத்தில் விரும்பப்படும் ஆடைக் கடைகள் ஐந்து தனிப்பட்ட நாகரிக (ஃபேஷன்) விருப்பப் பருவ காலங்களைப் பொதுவாகக் கொண்டுள்ளன: உண்மையான பருவ காலம் ஒவ்வொன்றும் (வசந்தகாலம், குளிர்காலம், கோடைக் காலம், இலையுதிர்காலம்) மற்றும் கூடுதலாக விடுமுறைக் காலம். தற்போது சில சில்லறை வணிகர்கள் ஏறத்தாழ இருபத்து ஆறு நாகரிகப் 'பருவ காலங்களை'க் கண்டறிந்துள்ளனர். இதன் பொருள் ஒவ்வொரு 'பருவ காலமும்' இரண்டு வாரங்களை மட்டுமே கொண்டதாகும்.

ஒவ்வொரு எச் & எம் கடையும் ஒவ்வொரு நாளும் புதிய சரக்கு களால் தன்னை நிரப்பிக்கொள்கிறது என்றாலும், உயர் கொள்ளளவுக் கடைகள் ஒவ்வொரு நாளும் மூன்று சரக்கு வண்டிகள் அளவுக்குப் புதிய சரக்குகளைப் பெறுகின்றன. பின் கதவுகளின் வழியாகச் சரக்கு களைப் பெறுவதும் முன் கதவுகள் வழியாகச் சரக்குகள் வெளியேறு வதும் ஒரு தொடர்ச்சியான பைத்தியக்காரத்தனமான போக்காகும். ஒவ்வொரு விற்பனையும் தன்னிச்சையாகத் தொழிற்சாலைகளுக்கு எது அப்பொழுது மிகவும் விரும்பப்படும் பொருள் என்பது பற்றிய தகவலை அனுப்பிவிடும். அவர்களுடைய வணிகத்தின் வேகத்தைப் பற்றிப் படிக்கும் ஒவ்வொருமுறையும் அது என்னைக் கவலையுறச் செய்கிறது. பைத்தியக்காரத்தனமான சில்லறை வணிகர்கள் போன்று அவர்கள் செயல்படுகின்றனர். எதற்காக இத்தனை வேகம்? அந்த

வாரத்தின் பிரபலமான ஆடைகளுக்கு நம்முடைய பணத்தைச் செலவழிப்பதைவிட ஒரு சிறந்த புத்தகத்தைப் படிப்பது அல்லது நண்பர்களுடன் சேர்ந்து உண்ணுவது அதிக மகிழ்ச்சியைக் கொடுப்பதில்லையா? கடந்த மாதத்தின் ஆடைகளை அல்லது கடந்த ஆண்டின் டீ சர்ட்டை அணிவது எந்த வேறுபாட்டையும் உண்டாக்குகிறதா? எச்&எம் நிறுவனமும் பல நுகர்வோரும் மேற்கூறிய வேறுபாட்டை உண்டாக்குகிறது என்று தெளிவாக நம்புகிறார்கள்.

இன்றைய விநியோக ஒருங்குகளில் மிகுந்த வேகத்திற்கு எச்&எம் ஒரு புறக்கோடி *(எக்ஸ்ட்ரீம்)* எடுத்துக்காட்டாகும். தொலைக்காட்சி, திரைப்படங்கள், கடைச் சாளரங்கள், விளம்பரங்கள் மூலம் நுகர்வோரை நோக்கி முழக்கம் செய்யப்படுகின்ற, எப்பொழுதும் மாறிக் கொண்டிருக்கின்ற, வணிகச் சலுகைகளுக்கு வேகமான நாகரிகப் போக்குகளில் ஈடுபாடு கொண்ட நுகர்வோர் அடிமைகளாகி விடுகிறார்கள்; இதன் காரணமாக, எச்&எம் தன்னுடைய பொருட்களைத் தொடர்ந்து வழங்கி வருகிறது. இதர பொருட்களிலும் சில்லறை வணிகர்களிடமும் நாம் இதே போன்ற பல பொருளாதார உந்துதல்களைக் காணமுடிகிறது.

அமேசான்

இணையதளம் மூலம் (நிகழ்நிலை-*ஆன்லைன்*) பொருள் வாங்குதல் தொடங்கியபோது இந்த வளர்ச்சி சூழலுக்கும் சிறிய தனிப்பட்ட வணிகத்திற்கும் நன்மை செய்யுமென்று பலர் நினைத்தனர். எந்தவித இயற்பியல் கட்டமைப்பும் தேவைப்படாமல் நீங்கள் திடீரென்று ஒரு வணிகத்தைத் தொடங்கலாம். உங்களுக்கு ஒரு சரக்கு இருப்பு விவரப் பட்டியல்கூட தேவையில்லை. ஏனெனில், ஒரு நுகர்வோரிடமிருந்து ஒரு மின்னஞ்சல் வந்தவுடன், ஓரளவுக்கு நியாயமான காலக் கெடுவிற்குள் உங்களால் இந்த வாங்கல் ஆணையை *(பர்ச்சஸ் ஆர்டர்)* நிறைவேற்ற முடியும் என்று நினைத்தால், பொருட்களை உற்பத்தி செய்யலாம். ஆனால், மேற்கூறியவை மட்டும்தான் உண்மை. ஏனெனில், நிகழ்நிலைச் சில்லறை வணிகம் செங்கல்-சுண்ணாம்பு உலகில் ஓங்கிச் செயல்படும் அதே பெரிய, உணர்ச்சியற்ற, நிறுவனங்களை ஆதரிப்பதில் வெற்றிகொள்ளும் வகையில் முடிவடைந்துள்ளது. சிறிய நிறுவனங்களும் வருங்கால நுகர்வோர்களை நேரடியாக அடைவதற்கான புதிய வாய்ப்புகள் இருந்தாலும், 2003ஆம் ஆண்டில் அமெரிக்கர்கள் நிகழ்நிலையில் *(ஆன்லைன்)* செலவழித்த 70 பில்லியன் டாலரில் (இந்த எண் ஏற்கனவே 100 பில்லியன் டாலரை 2006இல் எட்டிவிட்டது[24]) ஏறத்தாழ மூன்றில் ஒரு பங்கு, முதல் இருபது வலைதள சில்லறை விற்பனையாளர்களுக்கு *(வெப் ரீடைலர்ஸ்)* சென்றது; இவற்றில் பன்னிரண்டு பெரிய வணிகச் சங்கிலி நிறுவனங்களாகும்.[54]

அமேசான்.காம் இந்தத் தொழிலில் மறுக்க முடியாத பேரரசராகும். இது உலகத்தின் மிகப்பெரிய பொருட்களின் வகைகளை, வேறெங்கும் நிலவும் விலையைவிடக் குறைவான அல்லது அதனோடு போட்டி போடும் விலையில் விற்பதில் பெருமை கொண்டுள்ளது. பொருட் பட்டியை மேலும் விரிவாக்குவதற்கு இது மற்ற விற்பனையாளர்களுடன் (டார்கெட் போன்ற பெரிய விற்பனையாளர்கள்கூட) பங்குதாரர்களாகி அவர்களுக்குச் சேமிப்புக் கிடங்கு வசதிகளையும், விநியோகத்தையும் ஏற்பாடு செய்து கொடுக்கிறது. தொழில்நுட்பம் தான் அமேசானின் மிகப்பெரிய தகுதியும், மிகப்பெரிய முதலீடும் ஆகும். (இது எச் & எம்மின் விநியோக இடப்பெயர்ச்சி வசதி ஒருங்கைப் பல மடங்கு சிறிதாக்கு கிறது.) இந்தத் தொழில்நுட்பம் வாடிக்கையாளருடன் இடைத் தொடர்பை (இன்டர்ஃபேஸ்) நிறுவுவதற்கு மட்டுமின்றி அவர்கள் வேண்டிய புத்தகத்தை அவர்களுக்கு எளிதில் விற்பனை செய்யவும் உதவுகின்றது. மேலும், இதன் தொழில்நுட்ப நிரல்கள் மக்களுக்கு ஒரு தனிப்பட்ட பொருள் வாங்கும் அனுபவத்தை உருவாக்கும்; மேலும், பயன்பாட்டாளர்களுக்குத் தகுந்த பொருட்களைப் பரிந்துரைக்கும். (இதன் நிறுவனரும் முதன்மை நிர்வாக அதிகாரியுமான ஜெஃப் பிஜோஸ் கூறுவது போல், தேர்வு செய்வதற்குப் பல உருப்படிகள் இருக்கும் போது 'உற்பத்திப் பொருட்களை வாடிக்கையாளர்கள் கண்டுபிடிப் பதற்கு உதவுவது மட்டுமின்றி, உற்பத்திப் பொருட்கள் வாடிக்கை யாளர்களைக் கண்டுபிடிப்பதற்கும் உதவும்' விதிமுறைகளை அவர்கள் உருவாக்க வேண்டியிருந்தது.) சில ஆயிரம் பொருட்களுக்குப் பதிலாக சில மில்லியன்கள் எண்ணிக்கையில் வெவ்வேறு பொருட்கள் இருக்கும் போது, அவற்றைத் தடம் அறிவதைப் பற்றிக் கற்பனை செய்து பாருங்கள். அமேசான் தன்னுடைய சொந்த 'பொருள் விவரப்பட்டியல் உகப்பு நிலைப்படுத்தம்'* (இன்வென்டரி ஆப்டிமிசேஷன்) தொடர்பான மென்பொருளை உருவாக்க வேண்டியிருந்தது. இதனை பிஜோஸ் ஒரு விமான வழி நிர்ணயத்திற்கு ஒப்பிடுகிறார்: பல மில்லியன் சேமிப்புக் கிடங்குகள் ஊடே ஓர் அனுகூலமான 'தேர்வு வழியை' (பிக்பாத்) சிக்கலான ஆணைத்தொடர்கள் (அல்கோரிதம்ஸ்) உருவாக்குவதால், எந்திரங்கள் வழங்கல், கொள்முதல் செய்யப்படும் குறிப்பிட்டப் பொருளைக் கண்டுபிடித்துப் பெறமுடியும். நுகர்வோரின் சொந்த அனுபவத்திற்குப் பின்னால் இந்தப் பிரம்மாண்டமான தேர்வும் தொழில்நுட்ப 'உஸ்' சத்தமும்தான் அமேசான் வணிகக்குறியின் முக்கிய அம்சங்களாகும்.

அமேசானைத் தவிர்த்துவிட்டு அதற்குப் பதிலாகப் புத்தகத்தின் அட்டையில் உள்ள அதே விலைக்கு விற்கும் ஒரு வட்டாரப் புத்தகக்

* இதன் பொருள் மிகவும் அதிகமாகவும் இல்லாமல், மிகவும் குறைவாகவும் இல்லாமல் நுகர்வோர் தேவைக்கேற்ப உற்பத்திப் பொருட்களை சேமிப்பில் வைத்திருத்தல் ஆகும். (மொ-ர்)

விநியோகம் ❖ 201

கடையைத் தேர்ந்தெடுக்க பெரும்பாலான மக்களுக்கு இரும்பை ஒத்த மனவுறுதி வேண்டும். மேலும், வட்டாரக் கடைகளில் ஒரு புத்தகத்தின் கள சரக்கு இருப்பு *(ஆன்-சைட் இன்வெண்டரி)* குறைக்கப்பட்டதாக இருப்பதால் அதனைப் பெறுவதற்குச் சிறப்பு வழங்கல் ஆணை *(சப்ளை ஆர்டர்)* கொடுக்க வேண்டும். இதன் விளைவாக வட்டார, தனிப்பட்ட முறையில் சொந்தமான, சிறிய புத்தகக் கடைகள் முழுவதும் அழிக்கப் பட்டு விட்டன. இது ஒரு மிகப் பெரிய இழப்பாகும்.

எனினும், பாரம்பரியச் சில்லறை வணிகத்தைவிட நிகழ்நிலைப் பொருள் வாங்குதல் குறைந்த சூழல் காலடிச்சுவடைப் பெற்றுள்ளதா, இல்லையா என்பது பற்றி சூழலியல் வல்லுநர்களிடையே காரசாரமான வாக்குவாதம் தொடர்ந்து நடந்து வருகிறது. தம்முடைய கட்டடத்தில் ஒளியேற்றம், குளிர்வித்தல், வெப்பமேற்றல் போன்றவற்றிற்காகச் சில்லறை வணிகக் கடைகள் மூலப்பொருட்களை நுகர வேண்டி யுள்ளது. மேலும், நுகர்வோர் பொதுவாகத் தம்முடைய கார்களில் ஏறி அவற்றை அடைய வேண்டியுள்ளது. மாறாக, மின்-வணிகம் அதிகப் பொட்டலம் கட்டுதலைப் பயன்படுத்துகிறது; உற்பத்திப் பொருளின் பயணத்தில் ஒரு பகுதிக்காவது இது விமானப் போக்குவரத்தைச் சார்ந்திருக்க வேண்டியிருக்கிறது. புத்தக விற்பனை பற்றி மேற்கொள்ளப் பட்ட ஓர் ஆழமான ஆய்வு இந்த இரண்டு வகை விநியோகங்களையும் ஒப்பிட்டுள்ளது. பாரம்பரிய முன்மாதிரியில் அச்சடிப்பவரிடமிருந்து சரக்கு வண்டியில் புத்தகங்கள் ஒரு தேசிய சேமிப்புக் கிடங்கிற்கு எடுத்துச் செல்லப்படுகின்றன. பின்பு அங்கிருந்து சில்லறை வணிகப் புத்தக நிலையங்களுக்கு அனுப்பப்படுகின்றன. நுகர்பவர் கடைக்குப் பயணம் செய்து புத்தகத்தை வாங்கி வீட்டுக்குக் கொண்டு வருகிறார். நிகழ்நிலை முன்மாதிரியில், அச்சிடுபவரிடமிருந்து ஒரு மைய சேமிப்புக் கிடங்கிற்கு சரக்கு வண்டிகள் மூலம் புத்தகங்கள் அனுப்பப்படுகின்றன. ஒரு நுகர்பவர் அதற்கு வாங்கல் ஆணை கொடுத்தபின்பு அது பொட்டலம் கட்டப்படுகிறது; (நாட்டின்) ஒரு பகுதியிலமைந்த முக்கியப்பகுதிக்கு விமானம் மூலம் அனுப்பப்படுகிறது; பின்பு நுகர்வோரின் வீட்டுக்குச் சரக்கு வண்டி மூலம் அனுப்பப்படுகிறது.

விற்கப்படாத புத்தகங்கள் (அச்சடிக்கப்பட்ட எண்ணிக்கையில் சராசரியாக 25 முதல் 55 விழுக்காடு வரை, வகையைப் பொறுத்து[26]) தொடர்பாக ஒரு வியப்பான, சுவையான செய்தியை இந்த ஆய்வு எழுப்புகிறது. விற்பனையாகாத புத்தகங்கள் பொதுவாகச் சிதைக்கப் பட்டு மறுசுழற்சி செய்யப்படுகின்றன அல்லது ஒரு தள்ளுபடி புத்தகக் கடைக்கு விற்கப்படுகின்றன. இவை அனைத்துமே குறைந்தபட்ச வழிமுறையாக கூடுதல் போக்குவரத்தை மட்டுமே கொண்டுள்ளன; கழிவும் இதில் அடங்கலாம். நிகழ்நிலை முன்மாதிரியில் மைய சேமிப்புக்

கிடங்கு ஒரு தனிப்பட்ட பொருள்விவரப் பட்டியலுக்கான சாவடியாக இருப்பதால், விற்கப்படாத புத்தகங்கள் குறைவாகவே உள்ளன. இதனால் வீணாக்கப்பட்ட தாள்களின் அளவும் போக்குவரத்தும் குறைகின்றன. இந்த ஆய்வு, நிகழ்நிலை பொருள் வாங்குதல் அதிகத் திறனும் முறைப்படுத்தப்பட்டத் தன்மையும் கொண்டதாகும் என்று அறிந்தது. இதைப் பயன்படுத்தப்பட்ட ஆற்றல், உருவாக்கப்பட்ட பாரம்பரியக் காற்று மாசுறுத்திகள், உருவாக்கப்பட்டக் கழிவுகள், வெளிவிடப்பட்டப் பசுமையில்ல வாயுக்கள் போன்றவற்றின் அடிப் படையில் கண்டுபிடித்தது.[27] விமானங்கள், சரக்குவண்டிகள், கார்கள் போன்றவற்றிற்கான சராசரியான எரிபொருள் நுகர்வுத்தகைவுகளையும், ஒரு சராசரியான அளவுப் புத்தகங்களைச் சராசரியாகப் பொட்டலம் கட்டவும், விற்கப்படாமல் எஞ்சியிருக்கும் புத்தகங்களின் சராசரித் தகைவையும் பயன்படுத்தி இந்தக் கண்டுபிடிப்பைப் பெற்றனர். தேவை ஏற்படும்போது அச்சடிக்கும் தொழில்நுட்பம் அதிகப் பரவலாக இருந்தால் இந்தத் திறனை மேலும் அதிகரிக்கலாம். இதில் ஒரு வாசகர் ஒரு வேண்டல் ஆணையைக் கொடுக்கும்வரை, குறைந்த வாசகர் களைக் கொண்ட ஒரு புத்தகம் நுகர்வோருக்கு மிக அருகிலுள்ள அச்சகத்தைப் பயன்படுத்தி அச்சடிக்கப்படமாட்டாது. தொழிற்சாலை ஆய்வுகளில் ஈடுபட்டுள்ள சிலர் 2010ஆம் ஆண்டிற்குள் உலகம் முழுவதும் விற்கப்படும் புத்தகங்களில் பாதி எண்ணிக்கை தேவையின் அடிப்படையில், விற்பனைப் பகுதிக்கு அருகில்தான் அச்சடிக்கப்படும் என்று முன்னறிவிப்புச் செய்துள்ளனர்.

எனினும், நிகழ்நிலை சூழல் சஞ்சிகையான ட்ரீஹக்கர் குறிப்பிடுவது போன்று, இன்றைய நிகழ்நிலை பொருள் வாங்குவதிலோ நேரடியாகப் பொருள் வாங்குவதிலோ உள்ள விருப்பங்களை மதிப்பிடுவதில் விவரங்கள்தாம் அதிக முக்கியத்துவம் பெறுகின்றன. நீங்கள் பொதுப் போக்குவரத்தில், இரு சக்கர வாகனத்தில் அல்லது நடந்து உள்ளூர்ப் புத்தகக் கடைக்குச் சென்றால், அது நிகழ்நிலையில் புத்தகம் வாங்குவதைவிட சிறந்தத் தேர்வாகும். இந்த சஞ்சிகை நிகழ்நிலை பொருள் வாங்குவதைப் பின்வரும் நிலைமைகளில்தான் பரிந்துரைக் கிறது: 'நீங்கள் புறநகர்ப் பகுதியில் வாழும்போது, மெகா மார்ட்களால் சூழப்பட்டிருக்கும்போது; போக வர ஆறு அல்லது எட்டு மைல்கள் காரை ஓட்டிச்சென்று பொருளை வாங்க வேண்டியிருக்கும் போது; நிகழ்நிலை வேண்டல் ஆணைகளை மிகக் கவனமாகவும் அவசர மாகவும் மேற்கொள்ளும் போது; விமானம் மூலம் ஒரு நாளைக்குள் பெறுவதைவிட நிலவழி வாங்குதல்களை மேற்கொள்ளும்போது.'[28]

புத்தகங்களை இலக்கமாக்கலிலும் (டிஜிடலைசேஷன்), அமேசானின் கிண்டில் போன்ற உத்திகளிலும் பல பிரச்சினைகள் உள்ளன.

விநியோகம் ❋ 203

காகிதத்தைப் பயன்படுத்தாத புத்தகங்கள் காடழிப்பைத் தாமதப் படுத்தும் என்பதில் எந்தவிதக் கருத்து வேறுபாடும் இல்லையென்றாலும், இந்தத் தொழில்நுட்ப வளர்ச்சி மற்றொரு மின்னணுச் சாதனத்தைச் சந்தையில் புகுத்துகிறது. நாம் முன்னமே அறிந்தபடி, செல்பேசிகள், கணினிகள், கேமராக்கள் போன்ற பல வகை மின்னணுச் சாதனங்கள் சந்தையில் இருக்கும்போது இவை ஒவ்வொன்றிலும் சில ஆண்டு களுக்குள் புதிய வடிவமைப்புகள் வர வாய்ப்புள்ளது. இதன் காரணமாகக் கனிமங்களுக்கான தோண்டல்களும், உற்பத்தியின் போது நச்சுப்பொருட்களின் உள்ளேற்றமும் வெளியேற்றமும், எப்பொழுதும் அதிகரிக்கும் மின்னணுக் கழிவுக் குன்றுகளும் தொடர்ந்து ஏற்படுகின்றன.

நான் பின்வரும் முன்மாதிரியின் விசிறி: நான் நடந்தோ, என்னுடைய சைக்கிளில் சென்றோ அடையக்கூடிய ஒரு வட்டாரப் புத்தகக்கடை, அதிலுள்ள கல்லாவிற்குப் பின் உள்ள ஒரு அறிமுகமான முகம், எனக்கு நேரடியாகப் புதிய, நல்ல, புத்தகங்களைப் பரிந்துரைத்தல்; புத்தகத்தை நான் படித்து முடித்தவுடன், நான் அதனைப் பரிந்துரைத்தல், எனக்குத் தெரிந்த ஒருவருக்கு நான் படிப்பதற்கு இரவலாகக் கொடுத்தல்; அப்படியில்லையென்றால் நான் அதனை ஃபிரீசைக்கிள் செய்தல். ஃபிரீசைக்கிள் 7 மில்லியன் மக்களைக் கொண்ட ஓர் நிகழ்நிலை வலையமைப்பாகும். இதன் உறுப்பினர்கள் தாங்கள் பயன்படுத்திய பொருட்களை இலவசமாக மற்றவர்களுக்கு அனுப்புகிறார்கள் அல்லது மற்றவர்களிடமிருந்து பெறுகிறார்கள். இதனால் கழிவுகள் குறைகின்றன; இதன் காரணமாக, அந்தப் புத்தகம் வேறொருவரிடம் ஓர் இரண்டாவது வாழ்க்கையைப் பெறுகிறது.

என்னுடைய பத்து வயது மகள் புத்தகங்களை விரைவாகப் படித்து முடிப்பதால், அடிக்கடி நாங்கள் அவளுடைய நண்பர்களை அழைத்து ஒரு 'புத்தகமாற்று உணவுக் கூட்டத்தை' ஏற்பாடு செய்து எங்களுடைய நிரம்பி வழியும் அலமாரிகளைக் காலி செய்கிறோம்; இலவசமாக வேறு சில புத்தகங்களையும் பெறுகிறோம். இதன்மூலம் ஓர் இணக்கமான சமுதாயத்தை வளர்க்கிறோம். உணவின் முடிவில் எஞ்சியுள்ள புத்தகங் களை வட்டாரப் பள்ளிகளுக்கு நன்கொடையாக வழங்குகிறோம். நான் வாழ்ந்த எல்லா இடங்களிலும் நூலகங்கள் இருந்துள்ளன. என்னுடைய விருப்பமான இடங்களில் நூலகங்களும் ஒன்று. அங்கு எனக்குத் தேவையான புத்தகங்களைப் பெறுகிறேன்; அங்கு என்னுடைய அண்டைவாழ் மக்களைச் சந்திக்கிறேன்; பொது விவாதக் கூட்டங் களில் கலந்துகொள்கிறேன்; சமுதாயப் பிரச்சினைகளை அலசுகிறேன். சில சமயங்களில் நேரடி இசையைக் கேட்கிறேன். அதனுடைய அளவில் அமேசான் எளிதானதாகவும், வேகமானதாகவும், மிகவும்

வியப்பு ஏற்படுத்தக் கூடியதாகவும் இருக்கலாம் என்றாலும், தரமான வாழ்க்கையின் கூடுதல் இன்பங்களை அது கொடுப்பதில்லை.

வால்மார்ட்

அமெரிக்காவில் விற்கப்படும் நுகர்வோர் மின்னணுச் சாதனங்களில் ஏறத்தாழ 20 விழுக்காடு வால்மார்ட்டால்தான் விற்கப்படுகின்றன.[29] எனவே, கடந்த இயலில் விவரித்த மடிக்கணினி இந்தச் சில்லறை வணிகப் பெரு நிறுவனத்தால் வினியோகம் செய்யப்பட்டிருக்கலாம் என்று கருதுவது தவறாக இருக்காது.

எச் & எம்மின் சிறப்புத் திறன்கள் வேகமும், அந்தந்த நேர புதுமைப் போக்கிற்கு ஏற்பச் செயல்படுவதும் (மிக மிகக் குறைந்த விலையுடன்) என்றால், அமேசானின் சிறப்புத்திறன் வரம்பற்ற விருப்பத் தேர்விற்கு வாய்ப்பளிப்பது (அடக்கவிலையைவிடக் குறைந்த விலையில்) என்றால், வால்மார்ட்டின் சிறப்புத்திறன்கள் எளிதான அடைதல் *(ரீச்)*, விரிவான தன்மை *(ப்ரெத்)*, குறைந்த விலை போன்றவை ஆகும். வால்மார்ட் உண்மையிலேயே மிகவும் பிரம்மாண்டமானது. இதனை ஒப்பிடும் போது உலகிலுள்ள மற்ற எந்தச் சில்லறை வணிக நிறுவனமும் ஒரு நுண்ணிய ஓசையையே கொண்டவையாகும். உண்மையில் நீங்கள் கேப் இன்ங், டார்கெட், சியர்ஸ், கோஸ்டோ, ஜேசி பென்னி, பெஸ்ட் பை, ஸ்டேப்பில்ஸ், டாய்ஸ் 'ஆர்' யுவர்ஸ், நார்ட்ஸ்ரோம், பிளாக்பஸ்டர், பார்நெஸ் அண்ட் நோபிள் ஆகிய அனைத்தையும் ஒன்றாகத் திரட்டினால்கூட அவையனைத்தும் ஒன்று சேர்ந்து வால்மார்ட்டின் இலக்கை எட்ட முடியாது.[29] இதனுடைய 2008ஆம் ஆண்டின் வருமானம் 401 பில்லியன் டாலர் ஆகும். உலகின் மிகப் பெரிய பொருளாதார அமைப்பில் இதுவும் ஒன்று. ஆஸ்திரியா, சிலி, இஸ்ரேல் போன்றவற்றின் மொத்த உள்நாட்டு உற்பத்திப் பொருட்களை (ஜிடிபீ) விட இதன் அளவு பெரியதாகும். சீனாவின் முதல் பத்து

வணிகக் கூட்டாளிகளில் யுனைடட் கிங்டம் அல்லது ஜெர்மனியையும் தாண்டிய இடத்தை இது வகிக்கிறது.[29]

உலகம் முழுவதும் எட்டாயிரத்திற்கும் மேற்பட்ட வால்மார்ட் கடைகள் உள்ளன. அமெரிக்காவில் நாலாயிரம் உள்ளன. இவை ஒவ்வொன்றும் ஏறத்தாழ மூன்று கால்பந்தாட்டக் களங்களுக்கு இணையான அளவு கொண்டவை.[29] *பிக்-பாக்ஸ் ஸ்விண்டில்* என்ற நூலின் ஆசிரியரான ஸ்டேஸி மிட்செல் பின்வருமாறு குறிப்பிடுகிறார்: 'அமெரிக்காவில் 600 மில்லியன் சதுர அடித் தரைப்பரப்பைக் கொண்ட வால்மார்ட் நாட்டின் ஒவ்வொரு ஆண், பெண், குழந்தையையும் தன்னுடைய கடைகளுக்குள் அடக்கி விடலாம்.'[29] அமெரிக்காவில் இந்தக் கடைகளின் பரவல் தன்மை காரணமாக எவருமே தமக்கருகில் உள்ள ஒரு வால்மார்ட் கடையை அடைய 60 மைல்களுக்கு மேல் தாண்டவேண்டாம்; மேலும், இந்தச் சங்கிலி ஒவ்வொரு ஆண்டும் ஏறத்தாழ 50 மில்லியன் சதுர அடிகள் என்ற அளவில் தொடர்ந்து விரிவடைந்துகொண்டே வருகிறது.[29]

இதனுடைய விரிவைப் பற்றிக் குறிப்பிடும்போது எழும் வினா, வால்மார்ட்டில் எது கிடைக்காது? உணவுப் பொருட்கள், துணிமணிகள், வீட்டுக்கலன்கள், பொம்மைகள், இசைசார் பொருட்கள் போன்றவற்றை விற்பதில் அமெரிக்காவிலேயே இது முதல் நிலை வகிக்கிறது.[29] அமெரிக்கர்கள் தம்முடைய பல டிவிடிக்கள், கேமராக்கள், வீட்டுப் பயன்பாட்டுப் பொருட்களான பற்பசை, ஷாம்பு, டயாபெர்கள் போன்றவற்றை இங்குதான் வாங்குகிறார்கள். பெட்ரோலியத்தையும் இது விற்கிறது. இது உடல்நல மருந்தகங்களையும் திறந்துள்ளது. சட்டங்களைத் தூக்கியெறிய முயற்சி செய்து வங்கிச்சேவையைத் தொடங்கவும் இது முயன்று வருகிறது.[29] *வால்-ஈ* என்ற திரைப்படத்தில் காட்டப்பட்ட, கோளையே சொந்தமாக்கிக் கொண்டுள்ள, அனைத்துப் பொருட்களையும் சேவைகளையும் புவியைத் தாண்டியும் (?) கொடுக்கும் பெருவணிக நிறுவனத்தை மனதில் ஒப்பிட்டுப் பாருங்கள். வால்மார்ட் அந்த நிலையை இன்னும் அடையவில்லை என்றாலும், அந்த திசையை நோக்கி அது சென்றுகொண்டிருக்கிறது என்பதில் எந்தவித ஐயமுமில்லை.

எனினும், அமேசானுக்கு மாறாக, வால்மார்ட் எந்தவொரு பொருளிலும் ஒன்றிரண்டு வகைகளைத்தான் கொண்டுள்ளது. விற்கப்படும் பொருட்களில் ஏறத்தாழ 40 விழுக்காட்டுப் பொருட்கள் அதன் சொந்த, தனிப்பட்ட, அடையாள வணிகக்குறியைப் பெற்றுள்ளன. இதன் பொருள் என்னவெனில், அவை வால்மார்ட்டுக்காகத் தயாரிக்கப்படுகின்றன என்பதாகும்.[30] அமேசானில் கிடைக்கும் ஒரு பொருளின் வேறுபட்ட வகைகள் இங்குக் கிடைப்பதில்லை. ஆயினும் அனைத்தும் ஒரே இடத்தில் கிடைக்கின்ற இந்த மிகப்பெரிய விற்பனை நிலையங்கள்

ஒரு வாக்குறுதி தருகிறது. 'எப்பொழுதுமே குறைந்தவிலை, எப்பொழுதுமே' என்ற வாக்குறுதி மக்களைத் திரும்பத் திரும்ப இங்கு வரவைக்கிறது.

இந்த 'எப்பொழுதுமே குறைந்தவிலை'யைப் பற்றிய வேடிக்கையான விஷயம் என்னவென்றால், அவை உண்மையிலேயே எப்பொழுதுமே அவ்வளவுக் குறைவாக இருப்பதில்லை என்பதுதான். 1962ஆம் ஆண்டு ஆர்க்கன்சாஸில் தம்முடைய முதல் கடையைத் தொடங்கினார் சாம் வால்டன். அவருடைய மொத்த வியாபார தந்திரம் என்னவெனில், ஷாம்பு, பற்பசை போன்ற ஜனரஞ்சகமான பொருட்களைக் கடையின் முகப்பில் அடுக்கி, அவற்றின் அடக்க விலையைவிட மிகக் குறைவான விலையை அவற்றின் பகட்டான விலைச்சீட்டில் குறிப்பதுதான். இவை 'இழப்பு முன்னோடிகள்' (லாஸ் லீடர்ஸ்) என்று அழைக்கப்பட்டன. இவை நுகர்வோரைக் கடைக்குள் நுழையும்படியும், போட்டிக் கடைகளுக்குப் போகாமலும் ஈர்த்தன. மக்கள் வேறு சில பொருட்களை வாங்கும்போது அவற்றின் விலைகள் இழப்பு முன்னோடிகளால் ஏற்பட்ட நஷ்டத்தை ஈடு செய்வதோடு, லாபத்தையும் கொடுக்கின்றன.[29] தாங்கள் வாங்கும் பொருட்களின் விலைகள் குறைவு (ஆனால் இது எப்பொழுதுமே உண்மையில்லை) என்று நுகர்வோரை நினைக்க வைக்கும் தம்முடைய தந்திரமான விலையமைப்புகளை வால்மார்ட் போன்ற சில்லறை வணிகக் கடைகள் சார்ந்துள்ளன என்று 2005ஆம் ஆண்டு ஒரு கன்சியூமர் ரிபோர்ட்ஸ் எடுத்துக்காட்டியுள்ளது.[31] மேலும், வால்மார்ட் ஒரு புதிய சந்தையில் ஒரு புதிய கடையைத் திறக்கும் போது, போட்டியாளர்களை விலக்குவதற்காக, அது தன்னுடைய விற்பனைப் பொருட்களின் மேல் மிக அதிகமான தள்ளுபடியைக் காட்டி, பொருட்களை வாங்குவதற்கு வேறு எந்த இடமுமில்லை என்ற நிலை வந்தவுடன் தன்னுடைய விலைகளைக் கூட்டுகிறது.[29] இந்த நடைமுறை காரணமாக நாடு முழுவதிலும் உள்ள சூழல்நல ஆர்வலர்கள் வால்மார்ட் மீது ஒரு பெரும் குற்றச்சாட்டைச் சுமத்துகிறார்கள். பல்வேறுபட்ட வட்டாரப் பொருளாதாரத்தையும், சமுதாயத்தையும் இந்தச் சில்லறை வணிகப் பெரு நிறுவனம் பலவீனப்படுத்துகிறது என்று அவர்கள் குறை கூறுகிறார்கள்.

விலை அட்டை எந்த விலையைச் சுட்டினாலும், வால்மார்ட்டில் உள்ள ஒவ்வொரு தனிப்பட்ட பொருளின் உண்மையான அடக்க விலை மிகவும் அதிகமாகும். இதர ஏழ்மையான நாடுகளிலிருந்து பெரும்பாலும் கொள்ளையிடப்பட்ட அல்லது அரசுகளால் மானிய விலையில் பெறப்பட்ட மூலப்பொருட்களிலிருந்தே உண்மையான விலைகள் தொடங்குகின்றன. இவை புவியின் நீர், விலங்குகள், காற்று, காடுகள், மக்கள்தொகை போன்றவற்றிற்கு வருத்தமூட்டக்கூடிய தொடர் விளைவுகளை ஏற்படுத்துகின்றன. இந்த அடக்கவிலைகள்

ஆசியாவிலுள்ள வெப்பமான, காற்றோட்டமற்ற தொழிற்சாலை களிலிருந்து தொடங்குகின்றன. அவர்களுடைய மோசமான நிலைமை களிலிருந்து மீள்வதற்கு அதிக நம்பிக்கை இல்லாமல் இங்குள்ள ஆயிரக்கணக்கான தொழிலாளர்கள் நாள்தோறும் ஐந்து டாலர்களுக்கும் குறைவான ஊதியத்திற்காக அடிமைகள் போன்று வேலை செய்கிறார்கள். தேவையான பாதுகாப்போ, உடல் நல வசதிகளோ இல்லாமல், நச்சுவேதிப்பொருட்களுக்குத் தம்மை அடிக்கடி உட்படுத்திக் கொள் கிறார்கள். ஊதியம் கொடுக்கப்படாமல் வேலை செய்யக் கட்டாயப் படுத்தப்படுகிறார்கள். இவற்றின் காரணமாக ஏற்படும் அடக்க விலைகள் கடைகளில் முடிவடைகின்றன. இங்கு பல பணியாளர்கள் மிகவும் குறைவாகவே சம்பாதிப்பதால் அவர்கள் ஏழ்மைக் கோட்டிற்குக் கீழேயே உள்ளனர். இந்தப் பெரிய கடையின் செயல்முறைகளை மேம்படுத்த முயற்சி கொள்ளும் வேக்அப்வால்மார்ட்.காம் என்ற இயக்கத்தின் படி ஒரு சராசரி முழு-நேர உதவியாளர் *(அசோசியேட்)* (இப்படித்தான் வால்மார்ட் தொழிலாளர்கள் அழைக்கப்படுகிறார்கள்) 2008ஆம் ஆண்டு ஒவ்வொரு மணிக்கும் 10.84 டாலர் சம்பாதித்தனர். ஆண்டு ஊதியமான 19.165 டாலர் (வாரத்திற்கு முப்பத்து நான்கு மணிநேர வேலைக்கு) தேசிய ஏழ்மைக் கோடு ஊதியத்தை விட 2,000 டாலர் குறைவாகும். இதற்கு மாறாக, 2007ஆம் ஆண்டு வால்மார்ட்டின் முதன்மை நிர்வாக அதிகாரியான லீ ஸ்காட் 29.7 மில்லியன் டாலர் சம்பாதித்தார்; அல்லது ஒரு சராசரி முழு நேர வால்மார்ட் உதவி யாளரைவிட 1,550 மடங்கு அதிக ஆண்டு வருமானத்தைப் பெற்றார்.[32]

கண்காணிப்புக் குழுக்களின் *(வாட்ச்டாக் குரூப்ஸ்)* அறிக்கையின்படி வால்மார்ட் கடைகள் அடிக்கடி குறைந்த எண்ணிக்கை பணியாளர் களைக் கொண்டிருப்பதால் இந்தப் பெருவணிக நிறுவனம் மேலும் அதிகப் பணத்தைச் சேமிக்க முடிகிறது. மேலும், மேலாளர்கள் பணி யாளர்களின் நேர அட்டைகளிலிருந்து வேலை செய்த மணிநேரங்களை, குறிப்பாகக் கூடுதல் நேரப் பணியின் மணிநேரங்களை இரகசியமாக நீக்கும்போது கண்டுபிடிக்கப்பட்டுள்ளனர்.[33] பணியாளர்களுக்கு மிகவும் குறைவான சம்பளம் கொடுக்கப்படுவதால், அவர்களால் நிறுவனத்தின் உடல்நல உதவித் திட்டங்களில் சேரமுடிவதில்லை. இதன் காரணமாக வால் மார்ட்டில் 1.4 மில்லியன் பணியாளர்களில் ஏறத்தாழப் பாதி பணி யாளர்கள் இந்தத் திட்டங்களின் கீழ் வர முடியவில்லை.[34] வால்மார்ட் நிர்வாகத்தால் தொழிலாளர்கள் முற்றிலுமாக மருத்துவ உதவி *(மெடிக்கெய்டு)*, உணவு முத்திரை வில்லைகள் *(ஃபுட் ஸ்டாம்ப்ஸ்)*, மானிய வீட்டு வசதிகள் போன்ற கூட்டாட்சி உதவிகளைப் பெறுவதற்கு அடிக்கடி ஊக்குவிக்கப்படுகிறார்கள். உண்மையில் வாஷிங்டன் டிசியில் உள்ள குட் ஜாப்ஸ் ஃபர்ஸ்ட் என்ற நிறுவனத்தின்படி, தரவுகள் கிடைக்கப்பெற்ற இருபத்து மூன்று மாநிலங்களில் இருபத்தொன்றில்,

வேலைக்கு வைத்துக்கொள்ளும் பிற எந்த நிறுவனங்களைக் காட்டிலும், வால்மார்ட் தமது பெரும்பாலான பணியாளர்களை வரிகட்டுவோர் - நிதியுதவி பெற்ற உடல்நலப் பராமரிப்புத் திட்டத்தை நம்பியிருக்குமாறு கட்டாயப்படுத்துகிறது.[35]

எனவே, பல பணியாளர்களுக்கு உடல்நலத் திட்டக் காப்பளிப்பை வால்மார்ட் கொடுப்பதற்குப் பதிலாக, அமெரிக்காவில் வரி கட்டு பவர்கள் கொடுக்கின்றனர். இந்த நிறுவனத்திற்கு வரி கட்டுபவர்களின் உதவி இத்துடன் முடிந்துவிடவில்லை. வரிகட்டுபவர்களான நாம் அறியாமலேயே வால்மார்ட்டின் வெற்றிக்கு அதிக அளவில் உதவி வருகிறோம். குட் ஜாப்ஸ் ஃபர்ஸ்ட் அமைப்பு வால்மார்ட் மானிய கவனிப்பு *(வால்மார்ட் சப்சிடி வாட்ச்)* என்ற திட்டத்தை மேற்கொண்டு வால்மார்ட்டின் செயல்பாட்டைத் தடமறிகிறது என்பது மட்டுமின்றி எப்படி வரி கட்டுபவரின் பணத்தால் அது நடைபெறுகிறது என்றும் எடுத்துக்காட்டியுள்ளது. 'இவற்றில் 1.2 பில்லியன் டாலருக்கும் அதிகமாக வரிவிலக்குகள், இலவச நிலம், உள்கட்டமைப்பு உதவி, குறைந்த அடக்கவிலை நிதியுதவி, நாடு முழுவதிலுமிருந்து மாநில அரசுகளிடமிருந்தும் வட்டார அரசுகளிலிருந்தும் ஒட்டுமொத்த நிதியுதவி' ஆகியவை ஒரு சிலவே.[36]

வால்மார்ட் போன்ற பெரிய கடைகள் மீண்டும் மீண்டும் பலவீனப் படுத்திய ஒரு சமூகக் கட்டமைப்பின் மேல் சுமத்திய தாக்கங்களுக்கான டாலர் மதிப்பைக் கணக்கிட முயலுங்கள். வட்டார அடிப்படையில் அமையப் பெற்ற, சிறு வணிகர்களின் சேர்க்கையால் மிகவும் ஆரவார மாகத் திகழும், நடந்து செல்பவர்கள் விரும்பும் நகராட்சி மையங்களின் டாலர் மதிப்பை உங்களால் உணர முடிகிறதா? அங்கு வாழும் நட்பு மிகுந்த அண்டை அயலாரின் மதிப்பை உங்களால் அறிய முடிகிறதா? கடை கல்லாவில் சாய்ந்துகொண்டு நம்முடைய குழந்தைகளிடம் பள்ளிக்கூடம் எப்படி நடைபெறுகிறது என்றோ, நாம் மறதியாகப் பணப்பையை வீட்டிலேயே விட்டுவிட்டு வந்தபோது நீங்கள் நாளை பணத்தைக் கொடுங்கள் என்றோ கூறுகின்ற, நம்முடைய பெயர்களை அறிந்துள்ள, கடைக்காரர்களின் மதிப்பை உங்களால் உணர முடிகிறதா? இவையனைத்தும் மிகவும் விலை மதிக்க முடியாத ஒன்றாகும்.

ஒரு சராசரி பிக்-பாக்ஸ் (பெரிய பெட்டிக்கடை) சில்லறை வணிக வளாகத்திற்காகவும் அதன் கூடவே கட்டாயமாக்கப்பட்ட வண்டி நிறுத்தத்திற்காகவும் தேவைப்படும் பன்னிரண்டு ஏக்கர் இடத்திற்காக ஈரநிலங்கள், பண்ணை நிலங்கள், காடுகள் போன்றவை அழிக்கப் படுவதைப் பற்றிக் கூறவே வேண்டாம்.[29] வால்மார்ட் அமெரிக்காவில் 100க்கும் மேற்பட்ட விநியோக மையங்களையும் நடத்துகின்றது. இதன் மிகப்பெரிய சேமிப்புக் கிடங்குகள் வாரத்தின் ஏழு நாட்களின்

24 மணி நேரங்களிலும் செயல்படுகின்றன. இவை ஒவ்வொன்றிலும் 5 மைல்கள் நீளமுள்ள சுமை செலுத்திப் பட்டைகள் (*கன்வேயர் பெல்ட்ஸ்*) உள்ளன. இவை காத்திருக்கும் சரக்கு வண்டிகளின் தொடர்களில் 9000 வெவ்வேறு வழித் தடங்களுக்கான பொருட்களை ஏற்றுகின்றன.[37] ஒவ்வொரு விநியோக மையமும் 400,000 முதல் 1 மில்லியன் சதுர அடி இடத்தை ஆக்கிரமிக்கின்றன.[38] இதைச் சரியாகக் கூறவேண்டு மென்றால், 1 மில்லியன் சதுர அடிகள் ஏறத்தாழ இருபது கால் பந்தாட்டக் களங்களுக்கு இணையானவை. நாடு முழுவதும் வால்மார்ட் ஆயிரக்கணக்கான நிலத்தோற்ற அமைப்புகளையும் (*லேண்ட்ஸ்கேப்*) அழித்துவிட்டன. இந்த இழப்புகள் எல்லாம்கூட 'எப்பொழுதுமே குறைந்த விலைகள்' என்பதன் உண்மையான அடக்க விலைகளாகும்.

அடக்கவிலைகள் அங்கேயே முடிவடைந்து விடவில்லை. மூலப் பொருட்கள், தொழிற்சாலைகள், விநியோக மையங்கள், கடைகள் ஆகியவற்றிற்கிடையே எவை உள்ளன? நான் முன்பு குறிப்பிட்ட அந்தச் சரக்கு வண்டிகள், கொள்கலன் கப்பல்கள், விமானங்கள் போன்றவை தான். அமெரிக்காவின் சாலைகளில் வால்மார்ட்டைவிட எந்தவொரு நிறுவனமும் அதிக சரக்கு வண்டிகளைப் பெற்றிருக்கவில்லை என்பது வியப்பை ஏற்படுத்தவில்லை. ஒவ்வொரு ஆண்டும் 850 மில்லியன் மைல்களுக்கும் அதிகமான தூரத்திற்கு எட்டாயிரத்திற்கும் மேற்பட்ட டிரைவர்கள் ஓட்டுகிறார்கள்.[39] மற்ற பெரும்பாலான சில்லறை வணிகர்களைப் போன்று வால்மார்ட்டும் அடிக்கடி தன்னுடைய சேவையை விற்கும் சரக்கு வண்டித் தரகர்களுடன் ஒப்பந்தங்கள் மூலம் இணைந்து செயல்படுகிறது. இதன் பொருள் என்னவெனில், வால்மார்ட் சரக்கு வண்டிகளை வாங்க வேண்டியதில்லை அல்லது பராமரிக்க வேண்டியதில்லை; எரிபொருளுக்குப் பணம் கொடுக்க வேண்டியதில்லை; இந்த ஒப்பந்த ஓட்டுநர்களுக்கு எந்தவித அனுகூலங் களையும் கொடுக்க வேண்டியதில்லை. உடல்நலக் காப்பீடு, வேலை யில்லா நிலைக் காப்பீடு, சமுதாயப் பாதுகாப்பு, ஓய்வூதியத் திட்டங்கள், விடுமுறைகள் அல்லது உடல்நலமின்மை விடுப்பு நாட்கள் போன்ற எதையும் கொடுக்க வேண்டியதில்லை. ஓட்டுநர்களுக்கான அமெரிக்க அரசினுடைய பணியிட பாதுகாப்பு மற்றும் நலவாழ்வுத் துறையின் (ஓஷா) விதிமுறைகளை உறுதிப்படுத்தும் வகையில் செயல்பட வேண்டியதில்லை. நியூ ஜெர்ஸியில் மேற்கொள்ளப்பட்ட ஒரு ஆய்வு 75 விழுக்காட்டுச் சரக்கு வண்டிச் சொந்தக்காரார்கள் (மாநிலம் முழுவதும், வால்மார்ட்டுக்கு மட்டுமல்ல) தனிப்பட்ட ஒப்பந்தக்காரார்கள் என்று எடுத்துக்காட்டியுள்ளது. இவர்கள் சராசரி யாக ஓர் ஆண்டுக்கு 28,000 டாலர் மட்டுமே சம்பாதிக்கிறார்கள். இவர் களுக்கு வேலை கொடுக்கும் எஜமானர்கள் வழங்கும் அனுகூலங்கள் வெறும் சுழிதான். வால்மார்ட் கடைப் பணியாளர்கள் போன்று இந்த

ஓட்டுநர்களும் அரசின் பொது உடல்நல வசதித் திட்டங்களையே நம்பியிருக்க வேண்டியுள்ளது. எனவே, வரி கட்டுபவர்கள்தாம் ஏறத்தாழ வால் மார்ட்டுக்கும் இதர சில்லறை வணிகர்களின் போக்கு வரத்து ஒருங்குகளுக்கும் மானியம் வழங்குகிறார்கள்.

மேற்கூறப்பட்ட அனைத்தையும் கருத்தில்கொள்ளும் போது, முறைப் படுத்தப்பட்ட வளர்ச்சிக்கான தன்னுடைய பொறுப்பை வெளிப் படுத்திக் கொள்ளும்போது வால்மார்ட் அதை மனப்பூர்வமாகக் கூறு கிறது என்று எடுத்துக்கொள்ள முடியவில்லை. என்றாலும், வால்மார்ட் உண்மையிலேயே சில சூழல் மேம்பாடுகளைத் தன்னுடைய செயல் பாடுகளில் மேற்கொண்டுள்ளது. வளர்ந்துவருகின்ற, உண்மையான சூழல் விழிப்புணர்வு நிறுவனத்தின் தலைமையிலுள்ள பலரிடம் இருப்பதாக என்னைவிட நிறுவனத்திற்கு அதிக நெருக்கமாக உள்ள மனிதர்கள் சபதம் செய்கிறார்கள். வால்மார்ட் தன்னுடைய கார்களை கலப்பு வகைகளாக மாற்றிவிட்டது. தன்னுடைய பொட்டலம் கட்டும் பொருட்களை மக்கி அழியச் செய்தல் மட்டுமின்றி அதிக அளவு மறுசுழற்சி செய்யும் வகையில் மாற்றிவிட்டது. சில கடைகளில் சூரிய ஆற்றல் தட்டுகளைப் பொருத்தியுள்ளது. பாலிவினைல் குளோரைடு (பீவிசி) குளியலறைத் திரைகளையும், தேலேட்கள் என்ற நச்சுவேதிப் பொருட்களைப் பெற்றுள்ள குழந்தை பொம்மைகளையும் நீக்குவதற்கு உறுதி எடுத்துக்கொண்டுள்ளது.[40] ஒரு அகன்ற கண்ணோட்டத்தில் நோக்கும் போது, இத்தகைய மாற்றங்களும் படிநிலைகளும் போது மானவைதானா என்ற வினா எழுகிறது. அளவு தொடர்பாக வால்மார்ட் தொடர்ந்து ஒரு பெரிய பிரச்சினையைக் கொண்டுள்ளது. பல காலம் நிலைத்து நிற்காத, நச்சு நிறைந்த உற்பத்திப் பொருட்களை மிகவும் வேகமாகவும் அதிக தூரங்களுக்கும் இந்த நிறுவனம் கொண்டு செல்வதால், அனைத்துக் கலப்புவகைக் கார்களையும் சூரிய ஒளி ஆற்றல் தட்டுகளையும் பெற்றிருப்பது மட்டுமே அதன் மிகப்பெரிய (அடக்கவிலை) காலடித் தடத்தை எந்த வகையிலும் குறைத்து விடாது.

நான் உண்மையாகவே பின்வருமாறு நினைக்கிறேன்: 'எங்களுடைய உள்ளறை சோஃபா ஜோடி ஒன்றின்மேல் உள்ள பொட்டல அளவைக் குறைப்பதால் மட்டுமே நாங்கள் அதை வாடிக்கையாளருக்குப் பட்டு வாடா செய்வதில் 400 கொள்கலன்களைக் குறைக்க முடிந்துள்ளது' என்று வால்மார்ட் பீத்திக்கொள்வதை எடுத்துக்கொள்வோம். பொட்டலம் கட்டுவதில் புதுமையைப் புகுத்துவதால் மட்டுமே நானூறு கூடுதல் கொள்கலன்களைப் பயன்படுத்துவது தவிர்க்கப் படுகின்றது என்றால், உலகம் முழுவதுமாக உள்ளறை சோஃபா ஜோடிகளை அனுப்புவதற்கு எவ்வளவு கொள்கலன்கள் தேவைப்படும்? எனவே டீ சர்ட் முதல் உள்ளறைக் கலன்கள்வரை எல்லாவற்றையும்

உலகின் பாதி வழிக்குத் தொடர்ந்து அனுப்பும் இந்த விநியோக ஒருங்கில் ஏதோவொரு தவறு உள்ளது என்பது தெளிவாகிறது. தொடர்ந்து அதிகரித்துவரும் மூலப்பொருள் பற்றாக்குறையும் தட்ப வெப்பநிலை மாற்றமும் உள்ள இந்தக் காலகட்டத்தில் மேற்கூறிய (வழங்கல் சங்கிலி) முன்மாதிரி சரியானதாகத் தோன்றவில்லை.

சூப்பர் மார்க்கெட்: சூப்பர் இழிவு

பிக்-பாக்ஸ் கடைகளின் எழுச்சி என்ற பெரிய நிகழ்வின் பொழிப்பாக வால்மார்ட் திகழ்கிறது. டார்கெட், கோஸ்ட்கோ, வால்மார்ட் போன்றவை சாலையின் ஒவ்வொரு திருப்பத்திலும் காணப்படாத காலத்தை நீங்கள் கற்பனை செய்து பார்ப்பது மிகவும் கடினம். இது இன்றைய குழந்தைகளால் நிச்சயமாகக் கற்பனை செய்ய முடியாத ஒன்றாகும். உண்மையில், இவை 1980ஆம் ஆண்டுகளில்தான் தோன்றின. ஊல்வொர்த் போன்ற சங்கிலிக் கடைகள் பத்தொன்பதாம் நூற்றாண்டின் இறுதியில் தோன்றின. இவற்றைத் தொடர்ந்து சியர்ஸ், ரோபக், மொண்ட்கோமெரி வார்டு போன்ற கடைகள் தோன்றின. 1929ஆம் ஆண்டுவாக்கில் சங்கிலிக் கடைகளான இவை சில்லறை வணிகத்தின் 22 விழுக்காட்டைத் தங்களின் கட்டுப்பாட்டில் வைத்திருந்தன. ஆனால், 1950ஆம் ஆண்டுகளின் மையத்தில் இவை 24 விழுக்காட்டிற்கும் குறைவாகவே வளர்ச்சியடைந்திருந்தன. இதற்கான ஒரு காரணம் பலர் இவற்றை ஒதுக்கியதுதான்; குறிப்பாகப் பங்குச்சந்தை சரிவினால். இந்தச் சரிவுக்குக் காரணங்களாக அவர்கள் நம்பியது (சரியாகவே) இந்த சங்கிலிக் கடைகள் ஊதியங்களைக் குறைத்தன என்பதும், சிலரிடம் அதிகாரம் குவிந்து காணப்பட்டு ஜனநாயகம் பலவீனப்படுத்தப்பட்டது என்பதும்தான்.[29]

ஆனால், 1950-களில் புறநகர் வீடுகளின் எண்ணிக்கை பெருகியது. இதன் கூடவே புறநகர் விற்பனை வணிகக்கூட்டு வளாகங்களின் (மால்ஸ்) வளர்ச்சியும் ஏற்பட்டது. வரி செலுத்துவோர் நூற்றுக்கணக் கான பில்லியன் டாலர்களை மாநிலங்களுக்கிடையேயான பெருவழிச் சாலைகளை உருவாக்கக் கொடுத்தனர் என்பது ஒரு புதியவகை வாழ்க்கை உருவாகக் காரணமாகத் திகழ்ந்தது. வங்கிகளும் தம்முடைய கடன் கொடுக்கும் வழக்கத்தைச் சற்று மாற்றி, ஏற்கனவே உருவான பகுதிகளைவிட இந்தப் புதிய புறநகர் வளர்ச்சிகளுக்கு ஆதரவு கொடுத்தன. பின்பு 1954இல் காங்கிரஸ் வரிச்சட்டத்தை மாற்றியது; விற்பனை வணிகக் கூட்டு வளாகங்களை உருவாக்குவது அதிக லாபம் தரக்கூடியது என்று நகர வளர்ச்சியாளர்களுக்கு எடுத்துக் காட்டியது. விற்பனை வணிகக் கூட்டு வளாகங்கள் கட்டப்படுவது அடிப்படையில் வரியின் ஒரு புகலிடமாக மாறியது.[29] பிக்-பாக்ஸ் ஸ்விண்டில் என்னும்

நூலில் ஸ்டேஸி மிட்செல் எழுதியுள்ளது போன்று, 1953இல் 6 மில்லியன் சதுர அடிகள் அளவிற்கு விற்பனை மையங்கள் கட்டப் பட்டன. அடுத்த மூன்று ஆண்டுகளுக்குப் பின்பு இந்த எண் 500 விழுக்காடு அதிகமாகியது. அடுத்த இருபது ஆண்டுகளில் அமெரிக்கா முழுவதும் பதினெட்டாயிரம் விற்பனை மையங்கள் கட்டப்பட்டன.[29] இந்த விற்பனை மையங்களின் சொந்தக்காரர்கள் தம்முடைய இடத்தில் வாடகைக்குக் கடை வைத்துள்ளவர்கள் சங்கிலித் தொடர்க் கடை களை வைப்பதைப் பெரும்பாலும் விரும்பினர் (நிலச் சொந்தக்காரர் களுக்கு இது ஒரு சிறந்த நடவடிக்கையாகத் தோன்றியது). இவர்களில் சிலர், தனிப்பட்டவர்கள் மால் தவிர்த்த வேறு இடங்களில் சொந்த மாகக் கடைகள் வைத்திருப்பதைத் தடுத்தனர்.[29]

இன்று தங்களுடைய சமுதாயத்தில் ஒரு கடையை நிறுவ நினைக்கும் வட்டார நகராட்சிகளின் விருப்பத்தை ஆதாயமாக்கிக் கொண்டு, பிக்-பாக்ஸ் கடைகள் வட்டார மானியங்களை மட்டுமின்றி, மாநில மானியங்களையும், வரிச்சலுகைகளையும் பெறுகின்றன. வட்டார நகராட்சிகள் வட்டாரப் பிக்-பாக்ஸ் கடைகளைப் பெறுவது தங்களுடைய பொருளாதார வளர்ச்சியை அதிகரிக்கும், புதிய பணிகளை மக்களுக்குக் கொடுக்கும், வரிகள் மூலம் வருமானம் அதிகரிக்கும் என்று நம்புகின்றன; என்றாலும், வாய்ப்புக்கேடாக இவை அனைத்தும் நிகழ்வதில்லை. இதற்குப் பதிலாக, பிக்-பாக்ஸ் கடைகள் வட்டாரப் பொருளாதாரத்திலிருந்து பணத்தை உறிஞ்சுகின்றன. இதன் காரணமாக, அந்த அதிர்ஷ்டசாலிகளான வால்டன் குடும்ப உறுப்பினர்கள் (மற்றும் இதர வணிகச் சங்கிலிகளின் பங்குதாரர்கள்) தமக்கே சொந்தமான மற்றுமொரு ஜெட் விமானத்தைத் தம்முடைய விரிவான போக்குவரத்து வசதிகளுடன் சேர்க்க முடிகிறது; இது மட்டு மின்றி அணு விபத்துக்குத் தயாராக உள்ள தரைகீழ்த் தளங்களில் அமைந்துள்ள ஏற்கனவே உள்ள தங்களுடைய கோட்டையில் – அதாவது கட்டடங்களில் (இது உண்மைதான்) மற்றொரு புதிய வரிசைக் கட்டடங்களைக் கட்ட முடிகிறது. பிக்-பாக்ஸ் நிறுவனத்தின் ஒவ்வொரு கடையிலும் செலவு செய்யப்படும் ஒவ்வொரு டாலரிலிருந்தும் பத்து சென்டுக்கும் குறைவாகவே அதன் ஊழியருக்கு சம்பளமாக செல்கிறது.[29] மேலும், அவர்களுடைய குறைந்த ஊதியங்கள் (எடுத்துக் காட்டாக, 2008ஆம் ஆண்டில் ஒரு சராசரி சில்லறை வணிகத் தொழிலாளி யைவிட வால்மார்ட் தொழிலாளிக்கு சம்பளம் 16 விழுக்காடு குறை வாகும்[41]) பிற இடங்களிலுள்ள சில்லறை வணிகத் தொழிலாளர்களின் ஊதியங்களைக் குறைக்க வைத்தது இதன் மற்றொரு முக்கிய விளை வாகும். இதற்கிடையில், பிக்-பாக்ஸ் சங்கிலிகள் பெரிய நிதிநிலை அறிக்கையைத் தயாரிக்கின்றன. அவற்றின் மூலம் பணியாளர்கள் தொழிலாளர் சங்கங்கள் அமைக்கவும் தங்களுடைய நிலைமைகளை

மேம்படுத்தவும் மேற்கொள்ளும் எந்த முயற்சியையும் எதிர்ப்பதற்காகச் சிறப்பாகப் பயிற்சியளிக்கப்பட்ட செயற்குழுக்களை அமைத்துள்ளன. வேக்அப்வால்மார்ட்.காமின்படி, இந்த நிறுவனம் 'தொழிற்சங்கங் களின்றி இருப்பதற்கான ஒரு மேலாளரின் கருவிப் பெட்டியை'க்கூட உருவாக்கி உள்ளது. இந்தக் கருவிப்பெட்டி 'பணி உதவியாளர்களின் வீடுகளில் அடிக்கடிக் கூட்டம் போடுவது, இதுவரை ஒருவரை யொருவர் ஒன்றாகப் பார்த்திராத பணி உதவியாளர்கள் பேசிக் கொள்ளத் தொடங்குவது அல்லது ஒருவரோடு ஒருவர் தொடர்பு கொள்வது' போன்ற சங்கம் அமைப்பு செயல்முறைகளைப் பற்றிய எச்சரிக்கை அடையாளங்களைப் பட்டியலிட்டுள்ளது.[42]

பிக்-பாக்ஸ் கடைகளும் இதர வழங்கல் சங்கிலிகளும் தம்முடைய பெரிய அளவின் காரணமாக, தனிப்பட்டவர்கள் சொந்தமாக வைத்துள்ள வட்டார, வணிக நிறுவனங்களை விரட்ட முயற்சி செய்து வருகின்றன; இந்த விரட்டல் செயல் சில ஆண்டுகள் நீடித்தாலும், எவ்வளவு காலத்திற்கு முடியுமோ அவ்வளவு காலத்திற்கு, விலைகளைச் செயற்கையாகக் குறைவாக வைத்திருக்க முடிகிறது. இதனால், இதர வட்டாரப் பொருளாதாரச் செயல்களும் பாதிக்கப்படுகின்றன. எடுத்துக் காட்டாக, வட்டாரக் கணக்காளர்களை அல்லது வடிவமைப்பாளர் களை வேலைக்கு வைத்துக் கொள்வதற்குப் பதிலாகவும், வட்டார மக்கள் சொந்தமாகப் பெற்றிருக்கும் சிறிய கடைகள் செய்வது போல் வட்டாரச் செய்தித் தாள்களில் விளம்பரம் செய்வதற்குப் பதிலாகவும், பிக்-பாக்ஸ் தலைமை நிறுவனம் இவற்றைக் கையாளுகின்றன.

நகரில் ஒரு புதிய பிக்-பாக்ஸ் கடையை அமைப்பதற்கான திட்டம் தொடங்கவிருக்கும் போதே வணிக நிலைச்சொத்து *(ரியல் எஸ்டேட்)* விலைகளும் குறையத் தொடங்குவது எடுத்துக்காட்டப்பட்டுள்ளது. ஏனெனில், ஏற்கனவே உள்ள வியாபாரங்களுக்குக் கடின நிலைமைகள் தோன்றுமென்று மக்கள் எதிர்பார்க்கிறார்கள்; மேலும் காலியாக்கப் பட்ட சொந்த கடை முகப்புகளுக்குப் புதிய முதலீட்டாளர்களைக் கண்டுபிடிப்பது கடினமாகிறது. வலுவற்றச் சூழல் கட்டுப்பாடுகளும், நடைமுறைப்படுத்தல்களும் உள்ள வெளிநாட்டிலிருந்து பிக்-பாக்ஸ் உற்பத்தித் தொடர்பான வேலையைப் பெறுவதால் *(அவுட்சோர்ஸ்)* அமெரிக்க உற்பத்தியில் ஏற்படக்கூடிய, மில்லியன் கணக்கில் இல்லா விட்டாலும், ஆயிரக்கணக்கான வேலைகளை, திறம்பட நீக்கிவிட்டன. 1992ஆம் ஆண்டின் அதிபர் வேட்பாளரான ராஸ் பெட்ரோ பல அமெரிக்கப் பணிகள் அமெரிக்கப் பொருளாதாரத்தில் இருந்து மறைந்து மெக்சிகோவில் தோன்றியபோது அவற்றை தன்னுடைய நாஃப்டா மீண்டும் அமெரிக்காவில் உருவாக்கும் என்று கருதிய 'மிகப் பெரிய உறிஞ்சும் ஓசை' இதுதான்.[43] (மிக அண்மையில், நியூயார்க்

டைம்ஸின் செய்திப் பத்திரிகையாளரான தாமஸ் ஃபிரீட்மேன் பின்வருமாறு கருத்துத் தெரிவித்தார்: 'மெக்சிகோ மக்கள்... இந்த 'மிகப் பெரிய உறிஞ்சும் ஓசையை' இந்த நாட்களில் ஸ்டீரியோவில் கேட்டுக் கொண்டிருக்கிறார்கள் - ஒரு காதில் சைனாவிலிருந்தும் மற்றொரு காதில் இந்தியாவிலிருந்தும். "⁴⁴)

இவையனைத்துமே இந்த நாட்டின் நிலத்தோற்ற அமைப்பையே மாற்றிவிட்டன. நான் கூறுவது இயற்பியல் மாற்றங்களை. மொத்த சில்லறை வணிக இட அளவு 1990க்கும் 2005க்கும் இடையே இரட்டிப் பாகியுள்ளது; மேலும், ஒவ்வொரு மனிதருக்கும் 19 முதல் 38 சதுர அடி களாக உயர்ந்துள்ளது; ஒவ்வொரு சதுர அடி புதிய கடைப்பகுதிக்கும் 3 அல்லது 4 சதுர அடிகள் கார்களுக்காக ஒதுக்கப்படுகின்றன.²⁹ ஆனால், நான் சமூக-பொருளாதார மாற்றங்களைப் பற்றியும் இங்குக் கூறுகிறேன். பாரம்பரியமாக இந்த நாட்டின் நடுத்தரவர்க்க மக்கள் உற்பத்திப் பணிகளிலும், சிறிய சொந்த வணிகத்திலும் வாழ்கின்ற வாய்ப்பை ஏறத்தாழ இழந்துவிட்டனர் என்றாலும், பணக்காரர்கள் இதற்கு முன்பில்லாத அளவு லாபங்களை அடைந்துள்ளனர். எனவே, நாட்டில் ஒட்டுமொத்தப் பொருளாதார வளர்ச்சி இருந்தாலும், பணக்காரர்களுக்கும் ஏழைகளுக்கும் இடையேயான இடைவெளி தொடர்ந்து விரிவாகிக் கொண்டே வருகிறது. முதன்மை நிர்வாக அதிகாரியின் ஊதியத்திற்கும் தொழிலாளர் ஊதியத்திற்கும் இடையே உள்ள வேறுபாடு இதற்கான பல சுட்டுகளில் ஒன்றாகும். எடுத்துக் காட்டாக, 1970இல் ஒரு பெருவணிக நிறுவனத்தின் தலைவர் ஒரு சராசரித் தொழிலாளியைவிட ஏறத்தாழ 30 மடங்கு அதிகம் சம்பாதித்தார். 1977இல் சிஇஓ ஒரு சராசரித் தொழிலாளியைவிட 116 மடங்கு அதிகம் சம்பாதித்தார். 2007இல் சிஇஓக்கள் சராசரித் தொழிலாளியைவிட ஏறத்தாழ 300 மடங்கு அதிகம் சம்பாதித்தனர்.⁴⁵

தன்னிச்சையான, இடைவிடாத, சுழற்சியின் ஒரு கொடூரமான மாற்றத்தின் காரணமாக, சாதாரண மக்கள் குறைந்த வருமானத்தைப் பெற்றிருக்கும் போது, பிக்-பாக்ஸ் கடைகள் உறுதியளித்த பேரங்கள் அதிக ஈர்ப்புடையனவாக இருந்தன; எனவே, நுகர்வோர் தம்முடைய வட்டாரப் பொருளாதாரத்திலிருந்தும் சமுதாயத்திலிருந்தும் உறிஞ்சி எடுக்கும் அதே அமைப்பை ஆதரிக்க வேண்டிய நிர்பந்தம் ஏற்பட்டது.

எனினும், சிறிது நம்பிக்கையுள்ளது. வட்டாரச் சமுதாயங்கள் பிக்-பாக்ஸ் வளர்ச்சியின் காரணமாக ஏற்பட்ட ஏமாற்றத்திற்கும் அழிவுக்கும் எதிராக ஆரவாரமாக எழுச்சியடைந்துள்ளன. வட்டாரப் பொருளாதார வளர்ச்சிக்கு அதிக நிலைத்தன்மை கொண்ட பணிகளை யும், பணச்சுழற்சியையும் ஏற்படுத்தும் வட்டார வணிக நிறுவனங் களுக்காகப் புதிய பிக்-பாக்ஸ் கடைகளை எதிர்க்க வட்டாரச்

சமுதாயங்கள் தங்களை ஒருங்கமைத்துக் கொண்டு வருகின்றன. வால்மார்ட்டுக்கு எதிராக மேற்கொள்ளப் பட்ட கலிஃபோர்னியாவின் அதிகப் பிரபலமான இங்கில்வுட் வழக்கு இத்தகைய வெற்றிகளில் ஒன்றாகும். 2003ஆம் ஆண்டு லாஸ் ஏஞ்செல்ஸ் பகுதியின் இங்கில்வுட் நகரத்தில் பதினேழு கால்பந்தாட்டக் களங்களுக்கு இணையான அளவு பரப்பில் வால்மார்ட் ஒரு பெரிய கடையைக் கட்டுவதற்குத் திட்டமிட்டது. நகர ஆட்சிக்குழு வால்மார்ட்டின் திட்டத்தைத் திறம் படத் தடுத்தபோது, இந்த நிறுவனம் அதைத் தவிர்த்துப் பிரச்சினையை நேரடியாக வாக்காளர்களிடம் எடுத்துச்செல்ல முடிவு செய்தது. அங்குள்ள மக்களின் ஆதரவைப் பெறுவதற்காக, வால்மார்ட் 1 மில்லியன் டாலரைச் செலவு செய்தது. இது 110,000க்கும் சற்று மேலான மக்கள்தொகையைக் கொண்ட நகரத்திற்கு மிக அதிக அளவிலான பணமாகும். நகரில் வாழ்வோருக்கு இலவச உணவைக் கொடுக்குமளவிற்கு இது இழிநிலைக்குச் சென்றது. எனினும், வால்மார்ட் அதிர்ச்சியடையும் வகையில் 2004ஆம் ஆண்டு ஏப்ரல் மாதம் இங்கில்வுட் வாக்காளர்கள் அதிக வாக்குகள் வித்தியாசத்தில் வால்மார்ட்டின் திட்டத்தை நிராகரித்தனர்; கடை கட்டுவதைத் தடுத்தனர்.[46] பேர வியாபாரத்தை அதிக அளவுக்கு எதிர்பார்த்தவர்கள் அங்கு இருந்தும் கூட, அதிக மக்கள் ஒட்டுமொத்தமாகச் சூழல், பொருளாதார, சமுதாய நலத்திற்கு அதிக முன்னுரிமை கொடுத்தனர்.

இங்கில்வுட்டிலும் இதர சமுதாயங்களிலும் பெற்ற வெற்றி நம்முடைய நாடு சுதந்திர நாடாக ஆவதற்குக் காரணமான முக்கிய நிகழ்வுகளில் ஒன்றை எனக்கு நினைவுபடுத்துகிறது – பாஸ்டன் தேநீர் விருந்தை. ஆக்கிரமிக்கப்பட்டிருந்த காலனிப் பகுதியில் வட்டார வளர்ச்சிகளை ஆதரிக்க நம்முடைய துணிவான முன்னோடித் தாய் களும் தந்தைகளும் அப்பொழுது மிகவும் சக்தி வாய்ந்த கிழக்கிந்தியக் கம்பெனியில் இருந்து கிடைத்த தேயிலையை நிராகரித்தனர். பின்பு, அவர்கள் அனைத்து பிரிட்டிஷ் பொருட்களையும் (இது ஓரளவுக்கு சங்கடங்களைக் கொடுத்தபோதிலும், அவர்களுக்கு ஏற்கனவே பழக்கமான சில பொருட்களை இழக்க வேண்டியிருந்தபோதிலும்) நிராகரித்தனர். இது சுதந்திரத்திற்கான ஒரு படிநிலையாகும்.

உண்மையில், புதிய நாடுகளை ஆக்கிரமிப்பவர்களோடு இன்றைய பெரிய பன்னாட்டுப் பெருவணிக நிறுவனங்களை ஒப்பிடக்கூடிய வர்கள் இருக்கின்றனர். ஆக்கிரமிப்பாளர்களின் அதிகாரங்களைப் போன்றே பெருவணிக நிறுவனங்களின் மைய இலக்குகள் வட்டாரப் பொருளாதார வளர்ச்சி, மகிழ்ச்சி, மேம்பாடடைதல் போன்றவற்றை

ஆதரிப்பதல்ல. எடுத்துக்காட்டாக, ஆப்பிரிக்காவில் ஆக்கிரமிப்பாளர்கள் ரயில் பாதைகளைக் கட்டமைப்புச் செய்தது வட்டார ஆப்பிரிக்க நகரங்களை ஒன்றோடொன்று இணைக்க இல்லை; மாறாக, கடற்கரையில் உள்ள துறைமுகங்களை உள்ளூர்ப் பகுதிகளோடு இணைக்கும் ஒரு கோட்டுப் பாதைகளாகக் கட்டமைப்புச் செய்தனர்; இவை, மூலப் பொருட்களையும் அடிமைகளையும் திறமையுடன் தேர்ந்தெடுத்துக் கையாளுவதற்குப் பயன்படுத்தப்பட்டன. இதையேதான் பெரிய வியாபாரச் சங்கிலிகள் பன்னாட்டு வணிகச் செயல்திட்டங்கள் மூலம் செய்துள்ளன. வட்டாரச் சமுதாயங்களின் செல்வம் ஒரே திசையை நோக்கிச் செல்வதற்காக அவை பாதைகளைக் கட்டமைப்புச் செய்துள்ளன; அதாவது, தம்முடைய பைகளை நோக்கி. (இந்தச் செல்வம் ஆப்பிரிக்காவின் இயற்கை மூலங்களிலிருந்து, சைனாவின் தொழிலாளர்களைப் பயன்படுத்தி உற்பத்தி செய்யப்பட்ட நச்சுப் பொருட்களிலிருந்து அல்லது அமெரிக்காவின் குறைந்த ஊதியம் பெறும் சில்லறை வணிகப் பணியாளர்களின் வியர்வையிலிருந்து, எவரிடமிருந்து பெறப்பட்டிருந்தாலும்).

சட்டம் உண்டாக்குபவர்கள்

இதுவரை நான் விவரித்த எதுவும் ஒரு வெற்றிடத்தில் நடைபெறவில்லை. கடந்த இருபத்து ஐந்து ஆண்டுகளில் தகவல் தொழில்நுட்பத்தில் நடைபெற்ற மிகப்பெரிய வளர்ச்சியால்தான் இவையனைத்தும் சாத்தியமாயின: கணினியின் பரிணாமம், பகுதிக் கடத்திகள் *(செமிகண்டக்டர்ஸ்)*, நார் ஒளியியல் பொருட்கள் *(ஃபைபர் ஆப்டிக்ஸ்)*, செயற்கைக் கோள்கள். இவை விநியோகிப்பதற்கும், மிகவும் மலிவான விரைவான பாதையைக் கண்டுபிடிப்பதற்கும் நிறுவனங்களுக்கு உதவியுள்ளன; விரிவான மேலாண்மை ஒருங்குகளுக்கான அடிப்படையை அமைத்துள்ளன. இவற்றைத் தவிர இயற்பிய உள்கட்டமைப்புகளுக்கான ஆற்றல் நிலையங்கள், தொழிற்சாலைகள், துறைமுகங்கள், சாலைகள் போன்றவை ஏற்பட்டுள்ளன. குறிப்பாக, மிகவும் வேகமாக வளர்ந்து வரும் நாடுகளான சைனா, இந்தியா போன்றவற்றில்.

இந்தப் புதிரின் ஒரு கடைசி பெரிய துண்டு உலகப் பொருளாதாரத்தின் அமைப்பை ஈடுபடுத்துகிறது. இந்த அமைப்பில், சில உலகக் கட்டுப்பாடு நிறுவனங்களும் வணிகத்தையும் 'வளர்ச்சியையும்' மேம்படுத்த நாடுகளுக்கிடையே ஏற்படுத்தப்பட்ட சில ஒப்பந்தங்களும் அடங்கியுள்ளன. வணிக ஒப்பந்தங்கள் மட்டுமின்றி பன்னாட்டு நிதி நிறுவனங்களின் ஊடுருவும் முக்கியத்துவத்தைப் பற்றி இங்கு வெளிக்கொணர்வது மிகவும் முக்கியமானதாகும். இவையின்றி உற்பத்திப் பொருட்களின் கதையைப் புரிந்துகொள்வதற்கு வழி எதுவும்

இல்லை. ஏனெனில், இவைதாம் உலக விநியோக ஒருங்கு மட்டுமின்றி எடுத்தல் – செய்தல் – கழிவு நீக்கல் பொருளாதார முன்மாதிரி செயல்படுவதற்கான விதிகளையும் நிறுவுகின்றன.

இந்தப் பன்னாட்டு நிதி அமைப்புகள் (ஐஎஃப்ஐ) எவ்வாறு உருவாகின என்பதைப் புரிந்துகொள்ள, நாம் வரலாற்றிற்குள் சுருக்கமாகச் செல்ல வேண்டும். குறிப்பாக, 1929இல் ஏற்பட்ட பொருளாதார மந்தம் பற்றியும் அதன் காரணமாக 1930களில் முழுவதும் நிலைத்துக் காணப்பட்டு, இரண்டாம் உலகப்போருக்கு வழிவகுத்த, பெரிய பொருளாதாரக் குலைவு பற்றியும் அறிய வேண்டும். அந்தப் புள்ளி வரை இருந்த பல ஆண்டுகளில் அரசுகள் வியாபாரம் நடைபெறக் கட்டுப்பாடற்றச் சந்தையை நம்பியிருந்தன. வியாபாரத்தில் அரசுக் கட்டுப்பாடுகள் மிக மிகக் குறைவாகவே இருந்தன. வியாபார இணைப்பு எதிர்ப்புச் (ஆண்டிட்ரஸ்ட்) சட்டங்களும் உணவுப் பாதுகாப்புக் கட்டுப்பாடுகளும், 1890க்கும் 1920க்கும் இடையேயான வளர்ச்சிக் காலம் என்று அழைக்கப்பட்ட அந்தக் காலத்தில்கூட, பெருவணிக நிறுவனங்களின் ஈடுபாடுகள்தாம் ஓங்கியிருந்தன. அரசின் ஈடுபாடுகள் அல்ல.

பின்பு, பெரிய மந்தநிலையின் விளைவாக உலகம் முழுவதுமுள்ள நாட்டு அரசுகள் தங்களுடைய தொழிலாளர்களையும் வியாபாரங்களையும் பாதுகாப்பதற்காகப் போராடின. இதற்காக அவை வெளிநாட்டு உற்பத்திப் பொருட்களின்மேல் வரிகளை விதித்தன. இது பன்னாட்டு வணிகத்தின் சிதைவுக்கு வழிகோலின; மேலும், உலகம் முழுவதும் வேலையில்லாத் திண்டாட்டமும் மக்களின் ஏழ்மையும் மேலும் மோசமாயின. பொதுமக்கள் நலத்திற்காக அரசு பெருமளவில் செலவு செய்தும்கூட இந்தப் பிரச்சினைகளைத் தீர்க்கமுடியவில்லை. இத்தகைய தீவிரமான அரசியல் அழுத்தமும் பொருளாதார அழுத்தமும் இருந்த பன்னாட்டுச் சூழலில், அடால்ஃப் ஹிட்லர் இரண்டாம் உலகப்போரைத் தொடங்கினார். இது அமெரிக்காவைப் பொருளாதார மந்தத்திலிருந்து மீட்டது என்றாலும், ஐரோப்பாவிலும் ஆசியாவின் பெரும் பகுதியிலும் இருந்த தொழில் தளத்தைத் தகர்த்தது. 1944ஆம் ஆண்டு போர் முடிவுக்கு வந்த நிலையில், அமெரிக்காவால் தலைமை தாங்கப்பட்ட கூட்டுப்படைகள் அமெரிக்க டாலர் என்ற நிதர்சனமான, புதிய உலகச் செலவாணி நாணயத்தைச் சுற்றி உலகப் பொருளாதாரத் தொடர்புகளை மீளமைக்க ஒரு வழி தேவை என்று முடிவெடுத்தன. அதே நேரத்தில் போரால் அண்மையில் அழிக்கப்பட்டப் பொருளாதாரத்தில் முதலீட்டிற்கு உதவவும் முடிவு எடுத்தன.

எனவே, நியூஹாம்ப்ஷயரின் பிரெட்டன்வுட்ஸில் உள்ள ஒரு ஓட்டலில் மிகவும் அதிகாரமுடைய இரண்டு பன்னாட்டு நிறுவனங்கள்

உருவாக்கப்பட்டன. 'பிரெட்டன்வுட்ஸ் நிறுவனங்கள்' என்றழைக்கப் பட்ட பன்னாட்டு நிதி நிறுவனம் *(ஐஎம்எஃப்)*, உலக வங்கி [வேர்ல்ட் பேங்க் – இதன் மாற்றுப்பெயர் மறுகட்டமைப்பு மற்றும் வளர்ச்சிக்கான பன்னாட்டு வங்கி *(இன்டர்நேஷனல் பேங்க் ஃபார் ரீகன்ஸ்ட்ரக்ஷன் அண்ட் டெவலப்மெண்ட்)*] பின்னால் உலக வணிக நிறுவனத்தால் *(வேர்ல்ட் ட்ரேடு ஆர்கனைசேஷன் - டபிள்யூடீஓ)* [இது 1948ஆம் ஆண்டின் வணிகக் காப்பு வரிகள் மற்றும் வணிகம் பற்றிய பொது ஏற்பு ஒப்பந்தத்திலிருந்து *(ஜெனரல் அக்ரீமெண்ட் ஆன் டாரிஃப்ஸ் அண்ட் ட்ரேடு - காட்)* பரிணமித்தது] சேர்க்கையுற்றன. நாடுகளுக் கிடையேயுள்ள நிதிச் சமனின்மையைச் சமாளிக்க பன்னாட்டு நிதி நிறுவனம் உருவாக்கப்பட்டது. இதன் முதன்மை வேலைகள் பன்னாட்டு வணிகத்தை ஆதரிப்பது; உலக வணிகத்தில் பங்குபெற முடியாதபடி எந்த நாட்டின் பொருளாதாரம் மிகவும் மோசமான நிலையில் உள்ளதோ அந்த நாட்டிற்கு அவசர காலக் கடன் கொடுத்தல்; இதற்கேற்ப உலக செலவாணி நாணயத்தை நிலையாக, பரிமாற்றத் தகுந்ததாக வைப்பது. இரண்டாம் உலகப்போரால் அழிக்கப்பட்ட நாடுகளின் அரசுகளுக்குக் கடன் கொடுப்பதற்காக குறிப்பாக உலக வங்கி உருவாக்கப்பட்டது. இதன் மூலம் அவை தம்முடைய பொருளாதாரங்களை மீள் கட்டமைப்புச் செய்யவும், உலக வணிகத்தில் மீண்டும் பங்கு பெறவும் முடியும். விரைவில், உலக வங்கி தன்னுடைய கவனத்தை இலத்தீன் அமெரிக்கா, ஆப்பிரிக்கா மற்றும் ஆசியாவிலுள்ள ஐரோப்பியக் காலனிகளிலும் நாடுகளிலும் செலுத்தியது. காட் என்பது ஒரு சிக்கலான ஒப்பந்தமாகும். இது நாடுகளுக்கிடையே உள்ள வணிகத் தடைகளைக் குறைப்பதற்காக உருவாக்கப்பட்டதாகும். 1995இல் இது உலக வணிக நிறுவனம் (டபிள்யூடீஓ) என்ற பன்னாட்டு நிறுவனத்தால் பதிலீடு செய்யப்பட்டது; இதற்கு மேலும் விரிவான அதிகாரங்கள் கொடுக்கப்பட்டன. இவை மூன்றும்தான் மிகப்பெரிய நிறுவனங்கள் என்பதைக் கவனியுங்கள். இவற்றைத் தவிர டஜன் கணக்கில் கூடுதல் பன்முகப்பு வங்கிகள், அரசு நிறுவனங்கள், பன்னாட்டு நிதி நிறுவனம்/ உலக வங்கி / உலக வணிக நிறுவனம் முன்மாதிரிகளை இரட்டிப்பாக்கும் வணிக ஒப்பந்தங்கள் போன்றவை வட்டார அல்லது துறைசார்ந்த வடிவங்களில் உள்ளன.

இந்த நிறுவனங்களை அமைப்பதற்கான சில குறிக்கோள்கள் நல்லவையாக இருந்தாலும், கடந்த அரை நூற்றாண்டில் அவற்றின் பரிணாமம் உலகில் உள்ள பெரும்பாலான மக்களுக்கும் கோளுக்கும் நாசகரமான முடிவுகளைக் கொடுத்துள்ளது. மிகப்பெரிய ஆட்டக்காரர் களால், குறிப்பாக அமெரிக்காவால், மேலோங்கப்பட்ட பன்னாட்டு நிதி நிறுவனம், உலக வங்கி, உலக வணிக நிறுவனம் போன்றவை உலக செல்வத்தில் மிகப்பெரிய சமனின்மைகளை உருவாக்கி வளர்த்து

விட்டன. அதே சமயத்தில் அர்ஜென்டினா முதல் ஜிம்பாப்வே வரை யிலும், அவற்றிற்கிடையே உள்ள எல்லா இடங்களிலும் இயற்கைச் சூழலைக் குப்பைக் கூளமாக்கியும் சமுதாயங்களைச் சீரழித்தும் செயல்பட்டுள்ளன.

பன்னாட்டு நிதி அமைப்புகளின் எதிர்மறைத் தாக்கங்கள் பற்றிய இந்தக் கசப்பான உண்மையை நிரூபிக்க அமெரிக்காவில் உள்ள என்னைப் போன்ற பலருக்கு வாய்ப்பு சில நேரங்களில் கிடைத்தாலும், வளர்ந்துவரும் உலகப் பகுதிகள் முழுவதிலும் உள்ள சாதாரண மக்கள் இவற்றைப் பற்றிய மிக அதிக நேரடி அனுபவங்களைப் பெற்றுள்ளனர்: இந்த நிறுவனங்கள் இந்தச் சாதாரண மக்களின் அனைத்துச் செயல்கள்/திறன்களை – அதாவது அவர்கள் விவசாயிகளாக வாழ்வதை, அவர் களுக்கு மிகவும் தேவையான மருந்துகளை, அவர்களின் குழந்தைகள் பள்ளிக்குச் செல்வதை அல்லது ஏழ்மையின் பிடியிலிருந்து தப்பித்தல் போன்ற பலவற்றை – பாதிக்கின்றன

இந்தியாவிலுள்ள சிங்ரௌலியில் உலகவங்கி உதவி செய்த நிலக்கரியால் உந்தப்படும் ஒரு ஆற்றல் நிறுவனத்தால், தம்முடைய நிலங்களிலிருந்து விரட்டப்பட்ட (உலகவங்கியின் மொழியில் 'தன்னிச்சையற்ற மறுகுடியேற்றம்') கிராம மக்களை நான் சந்தித்தேன். இந்த நிறுவனத்திலிருந்து வெளியேறிய நிலக்கரிச் சாம்பலால் உண்டாக்கப்பட்ட, நிலைத்த, சாம்பல் நிறப் பின்புலத்தால் நான் மிகவும் அதிர்ச்சியுற்றேன். ஒரு தலைமுறைக்கு முன்பு, சிங்ரௌலி மிக வளமானக் காடுகளாலும், காட்டுயிரிகளாலும், சுத்தமான நீரினாலும், உயிர்வாழத் தேவையான பயிர்களாலும் நிரம்பியிருந்தது. இன்று நிலக்கரித் தோண்டுதல், எரித்தல், சாம்பல் போன்றவை காற்று, நீர், நிலத்தோற்ற அமைப்பு போன்றவற்றை மிக அதிக அளவிற்கு மாசுபடுத்திவிட்டதால், சில இந்தியப் பத்திரிகையாளர்கள் இதனை தாந்தேயின் *இன்பெர்னோ* (புவிநரகம்) என்று அழைத்தனர்.[47] இடப்பெயர்ச்சி செய்யப்பட்ட குடும்பங்களுக்குக் கொடுக்கப் பட்ட இழப்பீடுகள் நல்ல நீரைப் பெறுவதற்கான அதிகப்படி யான தூரம், பயிர்நில இழப்பு, மாற்றிடத்தால் ஏற்பட்ட சமூகக் கட்டமைப்பின் சிதைவு போன்றவற்றை ஈடுசெய்யத் தேவையான அளவுக்கு இல்லை.

இங்குள்ள பிரச்சினை பெருவழிச்சாலை அமைத்தல், பசுமையில்ல வளிமத்தை உமிழும் நிலக்கரி ஆற்றல் நிறுவனங்கள் அல்லது டயாக்சின் வெளியேற்றும் சாம்பலாக்கிகள் போன்றவற்றை அமைக்கும் திட்டங் களைச் சார்ந்தது மட்டுமல்ல; இது கடன் வாங்கும் நாடுகளின் மேல் கட்டாயப்படுத்தப்படும் விரிவான வளர்ச்சி முன்மாதிரிகளிலும் உள்ளது. எடுத்துக்காட்டாக, பன்னாட்டு நிதி நிறுவனம் பணத்தைத்

தேவைப்படும் நாடுகளுக்குக் கடனாகக் கொடுக்கிறது என்றாலும், இந்தக் கடன்கள் பல இரக்கமில்லாதக் கட்டுப்பாடுகளுடன் கொடுக்கப் படுகின்றன. கடனைத் திருப்பிக் கட்டுவதை உறுதிப்படுத்தும் வகையில் கடன் வாங்கும் நாடுகள் ஏற்றுமதியை அதிகப்படுத்துவதற்காகத் தம்முடைய இயற்கை மூலங்களை அதிகமாகச் செலவழிக்கவும், பொது சுகாதாரம், கல்வி மட்டுமின்றி இதர சமூகத் தேவைகளுக்கான நிதிகளைத் திசை திருப்பவும் உந்தப்படுகின்றன. வேறு சொற்களில் கூற வேண்டுமென்றால், பன்னாட்டுக் கடனைத் திருப்பிக் கட்டுவதற்காக ஏற்கனவே குறைந்த வாழ்க்கைத் தரத்தைக் கொண்ட இவை அதை மேலும் குறைக்க வேண்டியுள்ளது. இந்தக் கட்டுப்பாடுகளை ஒரு நாடு மறுத்தால், அது இதர பன்னாட்டுக் கடன் கொடுக்கும் நிறுவனங் களால் தவறிழைத்தோர் பட்டியலில் *(பிளாக் லிஸ்ட்)* சேர்க்கப் படுகின்றன; மிகவும் தேவைப்படும் நிதியுதவியைப் பெற முடியாமல் அவதிக்குள்ளாகின்றன.

உலக வங்கியும் பன்னாட்டு நிதி நிறுவனமும் *(ஐஎம்எஃப்)* ஒன்றாகச் செயல்படுகின்றன. கடன் வாங்கும் நாடுகள் அதிக இயற்கை மூலங் களை ஏற்றுமதி செய்ய வேண்டும் என்று பன்னாட்டு நிதிநிறுவனம் கேட்கும்போது, உலகவங்கி, இந்த நூலின் முதல் இயலில் பிரித் தெடுத்தல் பற்றி விவரித்துள்ள தொழில்நுட்பங்களைப் பயன்படுத்தி, இந்த மூலப்பொருட்களைப் பிரித்தெடுக்கத் தேவையான தொழில் நுட்ப நிபுணத்துவத்தையும் கடனையும் மகிழ்ச்சியுடன் கொடுக்கிறது. வட்டாரக் கடன் கொடுப்பவர்கள் கேட்கும் வட்டியைவிட அதிக மான வட்டி விகிதத்தைப் பொதுவாகச் சுமத்தி உலகவங்கி உலகம் முழுவதும் சாலைகள், துறைமுகங்கள், ஆற்றல் நிலையங்கள், தொழிற் சாலைகள், பெரும் குப்பைக்குழிகள், சாம்பலாக்கிகள், நீர்த்தேக்கங்கள் போன்றவற்றிற்கு நிதி உதவி செய்கிறது. இதனுடைய திட்டங்கள் சர்ச்சைகளால் நிறைந்துள்ளன: வட்டார மக்களின் கட்டாய – சில சமயங்களில் மிகவும் பலாத்காரமான – இடப்பெயர்ச்சி முதல் காடுகள், நிலத்தடி நீர் ஆதாரங்கள், மொத்த சூழல் தொகுதிகளின் பெருமளவு அழிவு, பெருமளவு லஞ்சங்கள் போன்றவற்றால். உலக வங்கியின் இலக்கு ‘வளரும் நாடுகளுக்கும் அவற்றின் மக்களுக்கும் உதவுதல்... ஏழ்மையை நீக்குதல்’ ஆகும்.[48] இது ஓர் உன்னதமான இலக்காகும்; நிச்சயமாகவே ஓர் உன்னதமான இலக்காகும் என்றாலும், உலகவங்கி இதனை எவ்வாறு அடைகிறது என்பதுதான் உண்மையான பிரச்சினை. எந்த விழுமியங்களும் நம்பிக்கைகளும் இந்த இலக்குகளை அடைய உதவும் உத்திகளை வழிநடத்துகின்றன? உலக வங்கிக்கு இவை மிகத் தெளிவாகத் தெரியும். பிற பன்னாட்டு நிதி அமைப்புகளை *(ஐஎஃப்ஐ)* போல உலக வங்கியும் அதிகப் பொருளாதார வளர்ச்சி,

அதிக உலகமயமாக்கல், அதிகத் தடையில்லா மூலதனப் பாய்வு, அதிக இயற்கை மூலங்களின் சுரண்டல் போன்றவை ஏழ்மையைக் குறைக்கும் என்று கருதுகிறது.

உண்மையில், உலக வங்கி வேறு விதமாகச் செயல்படுகிறது என்பதற்கு மிக அதிகமான ஆய்வுவழி அடிப்படை ஆதாரங்கள் உள்ளன. வளரும் நாடுகளை இலக்காகக் கொண்ட இந்த அனைத்துத் தேவைப்படும் பொருளாதார 'மாற்றங்கள்', கடன்கள், 'வளர்ச்சித் திட்டங்கள்' இருந்தால்கூட (உண்மையில், ஓரளவிற்கு இவற்றால்தான்), தொடர்ந்து அவற்றிலிருந்து பணக்கார நாடுகளை நோக்கிய நிகர செல்வ ஓட்டம் நடைபெற்றுக் கொண்டிருக்கிறது. இதற்கு ஓரளவுக்குக் காரணம், ஒவ்வொரு முறையும் உலகவங்கி அல்லது பன்னாட்டு நிதி நிறுவனம் ஒரு வளரும் நாட்டிற்குப் பணத்தைக் கடனாகக் கொடுக்கும் போதும், கடன் கொடுக்கும் நாடுகளின் தொழில்நுட்பங்களை வாங்குவதாலோ, பன்னாட்டு அறிவுரையாளர்களாலோ இந்தப் பணத்தில் ஓரளவு, பணம் கொடுக்கும் நாடுகளுக்கு மீண்டும் சென்று விடுகிறது. இதைத் தவிர, கடனுக்கு அதிக விழுக்காட்டில் வட்டி கட்ட வேண்டியுள்ளது; மேலும், கடனைத் திருப்பித் தர வேண்டியுள்ளது. வளரும் நாட்டின் செலவாணி நாணயங்களின் மதிப்பு குறையும்போது இது மேலும் அதிகக் கடினமாகிறது (இதுதான் பெரும்பாலான நேரங்களில் நடைபெறுகிறது).

எடுத்துக்காட்டாக, ஜாம்பியாவின் 2004ஆம் ஆண்டு பன்னாட்டு நிதி நிறுவனத்துக்கான கடன் திரும்பக் கட்டுதல் மட்டுமே 25 மில்லியன் டாலரை எட்டியது. இது அந்த மொத்த நாட்டின் கல்விக்கான வரவு-செலவுத் திட்டப் பணத்தைவிட மிக அதிகமாக இருந்தது.[49] 2005-2006ஆம் ஆண்டில் கடன் திருப்பிக் கட்டலுக்கான தொகை கென்யாவின் வரவு-செலவுத் திட்டப் பணத்தின் நீர், பொதுச் சுகாதாரம், வேளாண்மை, சாலைகள், போக்குவரத்து, நிதி ஆகியவற்றின் கூட்டுத் தொகைக்குச் சமமாக இருந்தது.[50] ஒட்டுமொத்தமாக, 2006ஆம் ஆண்டு உலகின் மிகவும் ஏழ்மையான நாடுகள் (சராசரி ஆண்டு வருமானம் ஒவ்வொரு மனிதருக்கும் 935 டாலருக்கும் குறைவானது) 34 பில்லியன் டாலரைவிட அதிகப் பணத்தைக் கடனுக்காகத் திருப்பிக் கட்டின (வட்டியும் அசலுமாக). இது நாளொன்றுக்கு 93 மில்லியன் டாலர் ஆகும். நீங்கள் அனைத்து நாடுகளையும் சேர்த்தால், திருப்பிச் செலுத்திய தொகை 573 பில்லியன் டாலர் ஆகும்.[51] இந்த விவரங்களைக் கொடுக்கும் ஜூபிலீ டெப்ட் இயக்கத்தின் கூற்றுப்படி 2007, 2008இல் சில கடன் ரத்துச் செய்தல்கள் இருந்தாலும், இன்றைய கடன் பணஅளவு ஏறத்தாழ அதே அளவு இருக்கலாம்; புதிய கடன்களும் கொடுக்கப்பட்டிருக்கின்றன.[51]

முடிவில், மதிப்புமிக்க இயற்கை மூலப்பொருட்களின் ஏற்றுமதியின் மூலமாகவும் செல்வ மாற்றம் செய்யப்படுகிறது. பிரித்தெடுத்தல் இயலில் நான் குறிப்பிட்ட மூலப்பொருள் சாபம் பற்றி உங்களுக்கு நினைவிருக்கிறதா? எனவே, பெரும்பாலான கடன் வாங்கும் நாடுகள் பன்னாட்டு உதவியாகப் பெறும் பணத்தை விட எப்பொழுதும் அதிகமாகக் கொடுக்கும் ஒரு நிலைமைக்கு உலக வங்கியும் பன்னாட்டு நிதி நிறுவனமும் பங்களித்துள்ளன.

ஆனால், நாம் ஏன் இதைப் பற்றிக் கவலைப்படவேண்டும்? இவை பன்னாட்டு அமைப்புகள் அல்லவா? உண்மையில், உலக வங்கியின் மொத்த நிதியில் 18 விழுக்காட்டை அமெரிக்கா கொடுக்கிறது. இதனால் அது பன்னாட்டு நிதி நிறுவனத்தில் 18 விழுக்காடு வாக்கு அதிகாரத்தைப் பெற்றுள்ளது – அதாவது, வெட்டதிகாரத்தைப் *(வீடோ பவர்)* பெற்றுள்ளது. ஏனெனில், ஒரு முடிவெடுக்க 85 விழுக்காடு பெரும்பான்மை தேவைப்படுகிறது.[52] இதன் பொருள் என்னவெனில் பன்னாட்டு நிதி நிறுவனத்திலும் உலக வங்கியிலும் அமெரிக்கா ஒரு சமனற்ற அதிகாரத்தைப் பெற்றுள்ளது என்பதாகும். மேலும், நாம் நம்முடைய வரியாக டாலர்களைக் கொடுப்பதன் மூலம் இதில் மறைமுகமாக ஈடுபட்டுள்ளோம். நம்முடைய ஓய்வூதியங்களாலும், நகராட்சிகள், தேவாலயங்கள் அல்லது பல்கலைக்கழக அறக்கட்டளைகள் போன்றவற்றால் வாங்கப்படும் கடன் பத்திரங்களில் *(பாண்ட்ஸ்)* இருந்து உலக வங்கி பெறும் வட்டி திருப்பிக் கொடுத்தல்கள் மூலமும் நாம் பயனடைகிறோம். அதாவது, நாம் இந்த அனைத்துச் சூழல் அழிவுத் திட்டங்களுக்கும், இரக்கமற்ற பொருளாதார மாற்றங் களுக்கும், வளர்ந்து வரும் பல நாடுகளின் பொருளாதாரத்தைத் திணறடிக்கும் மோசமான கடன்களுக்கும் பணம் கொடுக்கிறோம். எனவே, நமக்குப் பொறுப்புணர்வும், அதே நேரத்தில் பன்னாட்டு நிதி நிறுவனமும், உலக வங்கியும் என்ன செய்கின்றன என்பதைக் கண்காணிப்புச் செய்து அவற்றை அடக்கி வைக்கும் உரிமையும் உண்டு.

இந்த முடமாக்கும் பன்னாட்டுக்கடனைத் திருப்பித் தருவது வளரும் நாடுகளுக்கு எளிதாக இருப்பதில்லை. இவற்றில் பெரும் பாலான கடன்கள் நன்றாகத் திட்டமிடப்படாதத் திட்டங்களின்மேல் தவறான அல்லது நிர்பந்த அடிப்படைகளில் கொடுக்கப்பட்டவை யாகும். அல்லது, இவை ஜனநாயகமற்ற லஞ்ச லாவண்ய அரசியல் தலைவர்களால் பெறப்பட்டவையாகும். இவர்கள் தம்முடைய சொந்த நலனுக்காக நிதியை வேறுபக்கம் திசைதிருப்புகின்றனர். அல்லது அதிகாரத்தைத் தக்க வைத்துக்கொள்வதற்காக ஆயுதங்களின்மேல் இந்தப் பணத்தைச் செலவழிக்கின்றனர். பல்லாண்டுப் பழமையான கடனால் பிணையாளியாக வைக்கப்பட்டிருக்கும் நிலையில், இந்த

எளிய நாடுகளை முறைப்படுத்தப்பட்ட வளர்ச்சிப் பாதையை மேற்கொள்ளுமாறும், நியாயமான, ஆரோக்கியமான பொருளாதார வளர்ச்சியை மேற்கொள்ளுமாறும் செய்வது மேலும் அதிகக் கடின மாகும். உலக வங்கியும், பன்னாட்டு நிதி நிறுவனமும் உலக ஏழை களின் வாழ்க்கையை மேம்படுத்துவதில் மிகக் குறைவான ஆர்வங் கொண்டிருந்தால்கூட இந்தக் கடன்களைத் தள்ளுபடிச் செய்திருக்க வேண்டும். அதற்குப் பதிலாக இவை கடந்த ஆண்டுகளில் அவற்றுடைய திட்டங்களாலும் திட்ட வரைவுகளாலும் ஏற்படுத்திய சமுதாய, சூழல் சிதைவுகளுக்கு ஈடுசெய்யும் வகையில் உலகம் முழுவதும் உள்ள சமுதாயங்களுக்கு சூழல் கடனைத் திருப்பித் தர வேண்டும்.

ஜூபிலீ இயக்கம் பைபிளின் ஜூபிலீ வருடக் கருத் துருவால் உந்தப்பட்ட ஒன்றாகும்; இந்த ஆண்டில் அனைத்துக் கடன்களும் மன்னிக்கப்பட்டு, தள்ளுபடி செய்யப்பட்டு மீண்டும் சமன்நிலை எட்டப்பட வேண்டும் என்ற பைபிளின் கருத்தை அடிப்படையாகக் கொண்டது இந்த இயக்கம். இது மனித உரிமைகள், தொழிலாளர் நலன், பொருளாதார நியாயத்தன்மை போன்றவற்றிற்காகப் போராடுகிறது. நம்பிக்கை அடிப்படையில் அமைந்த, சமுதாயங்களை இணைக்கும், இந்த இயக்கம் உலகம் முழுவதிலுமுள்ள பல நாடு களில் செயல்படுகிறது. இது பன்னாட்டுக் கடன் களைத் தள்ளுபடி செய்வதற்கும் நாடுகளுக்கிடையே நல்ல, சுமுகமான உறவை மீள்கொணர்வதற்கும் பாடுபடுகிறது. இந்த இலக்கை நோக்கி ஓரளவுக்கு முன்னேற்றம் ஏற்பட்டுள்ளது. ஜூபிலீ சட்டம் என்றழைக்கப் படும் சட்ட முன்வடிவம் ஒன்று அமெரிக்கக் காங்கிரசிடம் சமர்ப்பிக்கப் பட்டுள்ளது. இதில் உலகின் மிக ஏழ்மையான நாடுகளின் கடன் களைத் தள்ளுபடி செய்யப் பரிந்துரைக்கப்பட்டுள்ளது; எதிர்கால நிதியுதவியில் வெளிப்பாட்டுத் தன்மையும், பொறுப்புணர்வும் அதிகரிக்கப்பட வேண்டும் என்று வலியுறுத்தப்பட்டுள்ளது. 2008ஆம் ஆண்டு இந்த ஜூபிலீ சட்டம், அமெரிக்கப் பிரதிநிதிகளின் சபையிலும் *(யுஎஸ் ஹவுஸ் ஆஃப் ரெப்ரசன்டேடிவ்ஸ்)*, செனட்டின் வெளிநாட்டு உறவுகள் குழுவிலும் அங்கீகரிக்கப்பட்டது என்றாலும், முழு செனட்டிலும் வாக்கெடுப்பிற்காக அங்கீகரிக்கப்படவில்லை.[53] ஜூபிலீ சட்டம் அங்கீகரிக்கப்படுவதற்குக் காத்திருக்கும் நிலையில் வேறு சில நம்பிக்கை அடையாளங்கள் தோன்றியுள்ளன. இவற்றில் ஏப்ரல் 2009இல் ஒபாமா அரசு, உலக வங்கியும் அதனுடைய தொடர்பு வங்கியான அமெரிக்க வளர்ச்சி வங்கியும் முற்றிலும் செயலிழக்க வைத்திருந்த ஹைட்டியின் கடனைத் தள்ளுபடி செய்ய 20 மில்லியன் டாலர் கொடுப்பதாக அறிவித்த வாக்குறுதியும் ஒன்றாகும்.[54]

உலகின் மிகப் பெரிய மூன்று நிறுவனங்களில் மூன்றாவது, உலக வணிக நிறுவனம் ஆகும். இது 1995இல் காட் ஒப்பந்தத்தைத் தொடர்ந்த ஒரு நிறுவனமாக உருவாக்கப்பட்டது. முதலில் வணிகக்காப்பு வரி களைக் *(டாரிஃப்ஸ்)* குறைப்பதை இலக்காகக் கொண்டு தொடங்கப்பட்ட இது பின்பு 'வணிக தாராளமயமாக்கலுக்கு' மாறிவிட்டது – அதாவது, வணிகத்தை அதிகரிப்பதற்குத் தடையாக உள்ள அனைத்தையும் நீக்கு வதற்காகச் செயல்பட்டது. நான் வணிகத்திற்கு எதிரியல்ல. வணிகம் மக்கள் தோன்றிய நாட்களிலிருந்து நடைபெற்றுக் கொண்டிருக்கிறது. பல நல்ல விஷயங்களை ஏற்படுத்தியுள்ளது. வாழும் சூழலையும், நல்ல பணிகளையும், நலமான மக்கள் சமுதாயங்களையும், பண்பாட்டு வளத்தையும் ஆதரிக்கும் சூழலில் அது நடைபெற வேண்டும். எந்த விஷயங்கள் அதன் இலக்குகளாகத் திகழ்கின்றனவோ அந்த அனைத்து விஷயங்களையும் வணிகம் ஆதரிக்கலாம்; அவற்றை அடைய வணிகம் தான் ஒரே வழி (ஒரே ஒரு வழி) என்றால். உலக வணிக நிறுவனத்தின் அடிப்படைப் பிரச்சினை என்னவென்றால் அது வணிகமேதான் இலக்கு என்று செயல்படுகிறது என்பதும், சிறிய விஷயங்களான பொதுநலம், தொழிலாளர் உரிமைகள் மட்டுமின்றி வலுவான உயிர்ப்புள்ள வட்டாரப் பொருளாதாரத்தைவிட வணிகத்திற்கு அதிக முக்கியத்துவம் கொடுக்கிறது என்பதும்தான்.

வணிகம்தான் முக்கியம் என்ற உலக வணிக நிறுவனத்தின் அணுகு முறை, எந்த ஒரு பொருளும் எவ்வாறு உண்டாக்கப்படுகிறது என்பதை நாடுகள் சீர்தூக்கிப் பார்ப்பதைத் தடுக்கின்ற, மிகவும் விவாதத்திற் குரிய, அதனுடைய ஷரத்துக்களிலிருந்து தெளிவாகிறது. பொருட்களை உண்டாக்குவதில் பயன்படுத்தப்படும் தொழில்நுட்பம் மிகவும் அதிகமாக மாசுறுத்துகிறதா அல்லது தொழிலாளர்களுக்குப் பாதுகாப் பற்றதாக இருக்கிறதா என்பதைப்பற்றி அதற்குக் கவலையில்லை. பெரு வணிக நிறுவனங்களால் உந்தப்பட்ட எந்தவொரு நாடும் மற்றொரு நாட்டின் சட்டத்தை, அது 'வணிகத்திற்கு எதிரானது' என்று கூறி மறுக்கலாம். இத்தகைய சர்ச்சைகள் இரகசியமாகக் கூடும் 3 பேர் கொண்ட நடுவர் குழுவால் முடிவு செய்யப்படுகின்றன. இந்தக் குழுக்கள் முரண்பாடான அக்கறைகள் கொண்டுள்ளதா என்பது தெரிவதில்லை.[55]

*1990*ஆம் ஆண்டுகளின் இறுதியில் நான் வாஷிங்டன் டிசியில் உள்ள ரால்ஃப் நாடெரின் அலுவலகத்தில் பணிபுரிந்து கொண்டிருந்தேன். அங்கிருந்த, ஹார்வேர்டு பயிற்சிபெற்ற வழக்கறிஞரும், உலக வணிக நிறுவனத்தின் முக்கிய விமர்சகரும், என்னுடைய சக ஊழியருமான ரோப் வெய்ஸ்மான் தொழிற்சாலைக் குப்பைக்குழிகளின் மேல் எனக் கிருந்த கொள்கைப் பிடிவாதத்தை வசை கூறுவது வழக்கம். இதற்குப் பதிலாக உலக வணிக நிறுவனத்திற்கு எதிராகப் போராடுவோரோடு

என்னைச் சேர்த்துக்கொள்ளுமாறு அவர் வலியுறுத்தினார். குறிப்பாக, குப்பைகளின் மேல் ஆய்வு செய்வதோடு இந்தப் போராட்டங்களிலும் செயல்பட வலியுறுத்தினார். நான் ஓய்வின்றி உழைத்து வலுவேற்றிய ஒவ்வொரு சட்டமும், ஒரு மோசமான உற்பத்திச் செயலுக்கு எதிராக நான் பெற்ற ஒவ்வொரு வெற்றியும் உலக வணிக நிறுவனத்தால் அழிக்கப்படும் அல்லது சட்டத்திற்கு எதிரானதாக மாற்றப்படும் என்று அவர் சுட்டிக் காட்டினார்.

வெய்ஸ்மான் கூறியது சரியானதுதான்: என்னுடைய பல வட்டார அளவிலான பிரச்சாரங்கள், எடுத்துக்காட்டாக, ஒரு சாம்பலாக்கியையோ, மாசுறுத்தும் தொழிற்சாலையையோ தடுப்பதற்கான என்னுடைய போராட்டங்கள், வெற்றிபெற்றன என்றாலும் ஒரு ஒட்டுமொத்த போரில் இந்த வெற்றிகள் கிடைக்காமல் போயின. இதற்குக் காரணம் உயர்மட்டச் செயல்திட்டங்கள் ஒரு வேறுபட்ட, நீண்டகால விளைவை நிர்ணயித்தன. உலக வணிக நிறுவனத்தின்கீழ் சூழல் சட்டங்கள், தொழிலாளர் வாழ்க்கைத் தரங்கள், மனித உரிமைக்கான சட்டமியற்றுதல், பொதுச் சுகாதாரச் செயல்திட்டங்கள், உள்ளூர்ப் பண்பாட்டுப் பாதுகாப்பு, உணவுத் தற்சார்பு போன்ற அனைத்தும் பாதிக்கப்பட்டன. அதுமட்டுமின்றி, இவையெல்லாம் தடைகளற்ற வணிகத்திற்குத் தடைகளாகக் கருதப்பட்டு மாற்றப்பட்டும் விட்டன. எடுத்துக்காட்டாக, ஐரோப்பியக் கூட்டமைப்பின் சட்டம் செயற்கை வளர்ச்சி ஹார்மோன்கள் மூலம் வளர்க்கப்பட்ட மாட்டின் இறைச்சியைத் தடைசெய்தது. அப்போது ஐரோப்பாவிற்கு வெளியிலுள்ள மாட்டிறைச்சி உற்பத்தியாளர்கள் இந்தப் பொதுமக்கள் நலச் சட்டம் வணிகத் தடையாகச் செயல்படுகிறது என்று பிரச்சினை எழுப்பினர். அச்சமயத்தில் உலக வணிக நிறுவனம் ஐரோப்பியக் கூட்டமைப்பின் செயலைத் தள்ளுபடி செய்தது. பொதுமக்கள் நலத்திற்காகக் கொண்டுவரப்படும் அரசு சட்டங்கள், எந்தவிதக் காரணங்களும் சுட்டப்படாமல், உலக வணிக நிறுவனத்தினால் தள்ளுபடி செய்யப்படலாம். மூலப்பொருட்களைப் பிரித்தெடுத்து உற்பத்திப் பொருட்களை உருவாக்கும் பல நிறுவனங்கள் இதை நிச்சயமாக விரும்புகின்றன. ஏனெனில், இது அவர்களுடைய வியாபாரத்தில் ஏற்படும் தடைகளை அதிக அளவில் குறைக்கிறது. எப்படி மூலப் பொருட்கள் பிரித்தெடுக்கப்படுகின்றன, எப்படி உற்பத்திப் பொருட்கள் உண்டாக்கப்படுகின்றன, எப்படிப் பணியாளர்களும் சமுதாயங்களும் நடத்தப்படுகின்றன போன்றவற்றில் உயர்ந்த தரங்களுக்காகவும், அதிக நன்மையான செயல்முறைக்காகவும் உழைக்கும் என்னைப் போன்றவர்களுக்கு இது ஒரு பெரிய பிரச்சினை. நமது அனைத்து இலக்குகளும் அதிவேகமான, மலிவான வணிகத்திற்கு இரண்டாம் பட்சமாக மாறுகின்றன.

மக்களின் நலத்திற்கும் கோளின் நலத்திற்கும் உள்ளுறைந்த ஆபத்தைக் கொண்டிருந்தாலும், உலக வணிக நிறுவனம் (மற்றும் இதை நோக்கிச் செயல்படும் பன்னாட்டு வணிக ஒப்பந்தங்களும்), ஏதோவொரு வகையில், அரை நூற்றாண்டிற்கும் மேலாக, அமெரிக்கப் பொது மக்களின் கண்காணிப்பிலிருந்து தவிர்க்கப்பட்டு வந்துள்ளது. ஆனால், **1999**ஆம் ஆண்டு உலக வணிக நிறுவனத்தின் ஏதோவொரு அதிகாரி வாஷிங்டனின் சியாட்டிலில் வருடாந்திர மந்திரிகளின் கூட்டத்தை நடத்த முடிவு செய்தார். உலக வணிக நிறுவனத்தினர் என்ன நினைத்துக் கொண்டிருக்கிறார்கள்? அவர்கள் அந்த நகர மக்கள்தொகையைப் பற்றியும் மக்களின் சூழல்-சார்பு அரசியல் அறிவைப் பற்றியும் அறியாமல் இருந்தனரா? உலக வணிக நிறுவனம் பற்றிய பொதுமக்கள் விழிப்புணர்வில் மேற்குறிப்பிட்டக் கூட்டம் ஒரு பெரிய திருப்பு முனையை ஏற்படுத்தியது. உலக வணிக நிறுவனம் பற்றிய தம்முடைய எதிர்ப்பை அகிம்சையான முறையிலும், விழிப்புணர்வு ஏற்படுத்தும் பொருட்களைக் கொண்டும், போராட்டக் கூட்டங்கள் மூலமும் எடுத்துக்காட்டுவதற்காக ஏறத்தாழ எழுபதாயிரம் மக்கள் உலகின் அனைத்துப் பகுதிகளிலிருந்தும் சியாட்டில் நகரில் வந்திறங்கினர்.[56] இந்தப் போராட்டம் அதனுடைய அளவிலும் வகைகளிலும் மிகவும் திகைப்பூட்டுவதாக இருந்தது. தங்களுக்கிடையே உள்ள தவறான எண்ணங்களிலும் இறுக்கங்களிலும் ஒரு பெரிய வரலாற்றையே கொண்டிருந்த இரண்டு வகைச் சமுதாயங்களாகப் பணக்கார நாடு களும், ஏழை நாடுகளும் விளங்குகின்றன. இந்த இரண்டு வகை நாடுகளிலிருந்தும் பிரதிநிதிகள், சூழல்நல ஆர்வலர்கள், தொழிற்சங்கத் தலைவர்கள் போன்றோர் வந்திருந்தனர்; கோள், சமுதாயங்கள், தொழிலாளர்களைவிட வணிகத்திற்கு முன்னுரிமை கொடுத்த பன்னாட்டு நிர்வாகத்திற்கு எதிராக ஒன்று திரண்டனர்.

நானும் அங்கிருந்தேன். நான் பிறந்த நகரில் இது நடக்கும் போது நான் எவ்வாறு அங்கு இல்லாதிருப்பேன்? என்னுடைய தாயும் குழந்தைப் பருவ அண்டை மக்களும் என்னுடைய கூட்டாளிகளுக்குத் தங்களுடைய வீட்டையும் விருந்தினர் அறைகளின் கதவுகளையும் திறந்துவிட்டனர்; சோஃபாக்களைக் கொடுத்தனர். இது என்னுடைய நான்கு மாத மகளின் முதல் பெரிய போராட்டமாகும். சியாட்டில் பகுதியைச் சேர்ந்த ஒரு ஓவியர் அவளுக்கு ‘உலக வணிக நிறுவனம் உறிஞ்சுகிறது’ என்ற வாசகத்தையும், குழந்தையைச் சமாதானப்படுத்து பவருடைய ஒரு உருவத்தையும் கொண்ட ஒரு சிறிய டீ சர்ட்டைத் தயாரித்துக் கொடுத்தார்.

இந்தியா, ஃபிலிப்பைன்ஸ், பிரேசில், நைஜீரியா போன்ற நாடுகளி லிருந்து வந்திருந்தவர்களின் உரைகளைக் கேட்டேன். அவர்கள்

மிகவும் விரிவுபடுத்தப்பட்ட, கட்டுப்படுத்தப்படாத வணிகத்தின் இலக்குகளுக்காகத் தியாகம் செய்யப்பட்ட இயற்கை மூலப்பொருட்கள் பற்றியும் சமுதாயங்களைப் பற்றியும் தங்களுக்கு ஏற்பட்ட சொந்த அனுபவங்களை எடுத்துக்காட்டினர். பெரிய போராட்ட நாளுக்கு முதல் நாள் நான் சியாட்டில் வீதிகளில் நடந்து செல்ல வேண்டியிருந்தது; அப்பொழுது நான் மக்களின் அமைதியான, நம்பிக்கைச் சக்தியை உணர முடிந்தது. அங்கிருந்த மக்கள் புத்திசாலிகள்; நல்ல செயல்களுக்காகத் தம்மை அர்ப்பணித்துக் கொண்டவர்கள்; தங்களுடைய நேரத்தை முறைப்படுத்தப்பட்ட வளர்ச்சிக்கும், நியாயமானப் பிரச்சினைகளைப் பற்றி அறிந்துகொள்வதற்கும் ஒதுக்கியவர்கள். இவர்கள் அனைவருமே பொதுவாக நல்ல மனிதர்கள். எங்களைப் போன்ற பலர் அங்கு காணப்பட்டதால், சரியான மாற்றங்கள் எங்களுக்குக் கிட்டும் தூரத்தில்தான் உள்ளன என்று நாங்கள் உணர்ந்தோம்.

திட்டமிடப்பட்டிருந்த மிகப்பெரிய ஊர்வல நாளன்று போராட்டக் காரர்களின்மேல் காவல்துறையின் விரோத மனப்பான்மையைப் பற்றிய வதந்திகள் பரவின. இதனால் நான் என்னுடைய பெண் குழந்தையுடன் வீட்டிலேயே இருக்க முடிவு செய்தேன். என்னுடைய தாயின் சிறிய தொலைக்காட்சிப் பெட்டியில் இந்த ஊர்வலம் பற்றிய ஒளிபரப்புகளை நாங்கள் கண்டோம்; மேலும் என்னுடைய கூட்டாளிகளிடமிருந்து அவர்களுடைய செல்பேசிகள் மூலம் நேரடித் தகவல்கள் அடிக்கடி வந்துகொண்டிருந்தன. உலகின் அனைத்துப் பகுதிகளிலிருந்தும் பல்லாயிரக்கணக்கான மக்கள் போராட்ட ஊர்வலமாகச் சென்றனர். நான் என்னுடைய பள்ளி நாட்களில் மூடியக் காலணிகள் வாங்கிய பல்பொருள் அங்காடியையும் இருபது ஆண்டுகளுக்கு முன்பு நான் குழந்தைக் காப்பக வேலை செய்தபோது குழந்தைகளுடன் வந்திறங்கிய ஒற்றைத் தண்டவாள ரயில் நிறுத்தத்தையும் அவர்கள் கடந்து செல்வதைக் கண்டேன்.

தொலைக்காட்சியில் இந்த நிகழ்வுகள் பற்றிய ஒலி/ஒளிபரப்பு என்னை மிகவும் பாதித்தது. உலக வணிக நிறுவனத்தின் முழுப் பின்னணியைப் பற்றி தொலைக்காட்சி செய்தியாளர்கள் விளக்க முற்படவில்லை. ஏறத்தாழ ஒரு நூறு ஆயிரம் மக்கள் உலக வணிக நிறுவனத்தின் மேல் தங்களுடைய கவனங்களைச் செலுத்தி வருகிறார்கள் என்பது எவ்வளவு திகைப்பான ஒன்று என்பதைக் குறித்து அவர்கள் கவலைப்படவில்லை. மேலும், உலக வணிக நிறுவனத்தின் பிரச் சினைகள் என்ன என்பதைப் பற்றியும் அறிய முற்படவில்லை. ஏன் இவ்வளவு மக்கள் தங்களின் வேலைகளையும் வீடுகளையும் விட்டு விட்டுத் தம்முடைய அமைதியான எதிர்ப்புகளை வெளிப்படுத்த வந்திருக்கிறார்கள் என்றும் அறிய முற்படவில்லை. இதற்குப் பதிலாக,

ஒரே ஒரு காட்சியை மீண்டும் மீண்டும் நாள் முழுவதும் தொலைக்காட்சி யில் காட்டிக் கொண்டிருந்தார்கள். சியாட்டில் நகரின் கீழ்ப்பகுதியில் ஒரு கடையின் முகப்பு ஜன்னல்களை உடைத்துக் கொண்டிருந்த ஒன்றிரண்டு இளைஞர்களையே தொடர்ந்து காட்டிக் கொண்டிருந் தனர்.[57] நான் இதைக் கண்டு மிகவும் கொதித்துப் போனேன். அங்கிருந்த உண்மையான உலக வணிக நிறுவன எதிர்ப்பாளர்களின் முகங்களை அவர்கள் காட்ட விரும்பியிருந்தால், தங்களுடைய அனுபவங்களைக் கூற வந்த மற்ற வெளிநாட்டுப் பேச்சாளர்களை ஏன் பேட்டி எடுக்க வில்லை? அல்லது, அங்கிருந்த பப்ளிக் சிட்டிசன் என்ற அமைப்பின் லோரி வல்லாக்கை ஏன் அவர்கள் சந்திக்கவில்லை? லோரி உலக வணிக நிறுவனத்தின் சட்ட உடன்படிக்கைகள் பற்றி நன்கு அறிந்தவர்; அவருடைய உரையின்போது, உரையைக் கேட்டுக் கொண்டிருந்த உறுப்பினர்களை ஏதாவது தலைப்பைக் கூறுமாறு கேட்டு, பின்பு அது எவ்வாறு உலக வணிக நிறுவனத்தால் பாதிக்கப்பட்டது என்பதை அவர் விளக்கினார். அவரிடம் கேட்கப்பட்ட தலைப்புகளில் சுகாதார வசதி, வங்கிக் கட்டுப்பாடுகள், மீனவர் பிரச்சினைகள் போன்ற பல தலைப்புகள் இருந்தன. எந்தத் தலைப்பைப் பற்றி விளக்கும் போதும் அவர் சோடை போகவில்லை.

தொலைக்காட்சி செய்தியாளர்கள், தம்முடைய ஊடகத்தின் 'தரத்தை' நிலை நிறுத்த, பலாத்காரத்தைப் பற்றி மட்டுமே செய்திகள் காட்ட வேண்டும் என்று விரும்பியிருந்தால், உலக வணிக நிறுவனம் ஆதரித்த ஒருங்கினால் உருவாக்கப்பட்ட பலாத்கார நிகழ்வுகள் நிறைய இருந்தன அவற்றைக் காட்டியிருக்கலாமே! ஆடைத் தயாரிப்பு நிலையங்களில் வேகமாக வேலைசெய்ய வேண்டிய கட்டாயத்தால் எஞ்சின்களால் தம்முடைய விரல்களை இழந்தவர்களின் படங்களைக் காட்டியிருக்கலாம்; அல்லது நாள் முழுக்க செய்த வேலையின் முடிவுகள் திருப்திகரமாக இல்லை என்பதற்காக அடித்து நொறுக்கப்பட்ட காங்கோ சுரங்கப் பணியாளர்களின் படங்களைக் காட்டியிருக்கலாம். இவற்றிற்குப் பதிலாக, ஊடகங்கள் அந்த நாளின் நிகழ்வுகளை மிகவும் மோசமாகவும் தவறாகவும் எடுத்துக்காட்டின. குடிமக்கள் எழுப்பிய முக்கியமான பிரச்சினைகளைக் குறைத்து மதிப்பிட்டன; மேலும், உலகப் பிரச்சினைகளில் நம்முடைய சமூகத்தின் பேதமையைப் பெரிது படுத்திக் காட்டின.

இன்றளவில், அமெரிக்காவில் நடந்த மிகப்பெரிய உலக வணிக நிறுவனம் பற்றிய போராட்டம், தகுதியற்ற வகையில் 'சியாட்டில் போர்' என்று பெயரிடப்பட்டாலும், இத்தகைய போராட்டங்கள் இதர நாடுகளில் மிகவும் சாதாரணமாக நடத்தப்பட்டன. எடுத்துக் காட்டாக, 2001ஆம் ஆண்டு ஒரு மில்லியனுக்கும் அதிகமான

விவசாயிகள், மற்ற நாடுகளில் பெருவணிக வேளாண் நிறுவனங்கள் வளர்த்த உணவுகளுக்கும், இந்தியாவின் சிறு விவசாயிகள் வளர்த்த உணவுகளுக்கும் சமமான முன்னுரிமை கொடுக்கப்பட வேண்டும் என்று கட்டாயப்படுத்திய உலக வணிக நிறுவனத் திட்டத்திற்கு எதிராகப் போராடினர்.[58] வெள்ளப்பெருக்கு போன்று மிக வேகமாகவும் அதிகமாகவும் இறக்குமதியாகும் உணவுப் பொருட்களின் காரணமாக உணவு விலைகள் குறையும் என்று வட்டார விவசாயிகள் பயந்தனர். ஏனெனில், பெருவணிக நிறுவனங்கள் பொருளாதார அளவுகோலை எளிதில் மாற்றியமைக்க முடியும். இந்தச் செயல் மில்லியன் கணக்கான இந்தியர்களின் வாழ்வாதாரத்தை - இவர்களில் பெரும்பாலோர் ஏற்கனவே பட்டினி நிலையை நெருங்கி வாழ்கின்றனர் - அழித்து விடும். இதனால் தம்முடைய நாடு வேறொரு நாட்டை எப்பொழுதுமே சார்ந்திருக்க வேண்டிய நிலை ஏற்படும் என்றும் தமக்கு வேண்டிய உணவைத் தாமே வளர்த்துத் தயாரித்துக்கொள்ளும் திறன் பெற்றவர்கள் என்றும் அவர்கள் வாதிட்டனர். வெளிநாட்டிலிருந்து உணவுப் பொருட்களை வாங்குவது தங்களுடைய மூலப்பொருட்களைப் பெருவணிக நிறுவனங்களின் சொந்த நாடுகளுக்கு வடிகால் செய்து விடும்; வட்டார விவசாயிகளிடமிருந்து அவற்றை வாங்குவது தம்முடைய சமுதாயத்தில் அதிகப் பணத்தை சுழற்சி செய்ய உதவும்; இதனால் ஒரு வலுவான, அதிக மீட்சியடையக்கூடிய வட்டாரப் பொருளாதாரத்திற்கு வழிவகுக்க முடியும். மேற்கூறியவாறும் அவர்கள் வாதிட்டனர்.

வாய்ப்புக்கேடாக, இந்திய விவசாயிகள் சந்தையைவிடக் குறைந்த விலையில் பெறப்படும் இறக்குமதி வெள்ளத்திலிருந்துத் தம்மைப் பாதுகாத்துக்கொள்ள முடியவில்லை. அவர்களுடைய மோசமான பயங்கள் உண்மைகளாக மாறின. எனினும், அவர்கள் தொடர்ந்து போராடி வருகின்றனர். ஏனெனில், அவர்களுடைய வாழ்க்கை இதைச் சார்ந்துள்ளது. தேசிய அளவிலான விவசாயிகள் இயக்கங்களுக்கான இந்திய ஒருங்கிணைப்புக்குழு 2005ஆம் ஆண்டு பிரதம மந்திரிக்கு விவசாயிகள் தற்போது எதிர்கொண்டுள்ள அவசரநிலையை வலியுறுத்தி ஒரு கடிதம் எழுதியது: 'இந்த வேளாண் பொருட்களை இங்கு வந்து கொட்டுவது உள்நாட்டுப் பயிர்ப் பொருட்களின் விலையில் ஒரு சரிவை ஏற்படுத்திவிட்டது. இதனால் ஒரு பெரிய வேளாண் சிக்கல் உருவாக்கப்பட்டுள்ளது. அதிக எண்ணிக்கையில் விவசாயிகளின் தற்கொலைகள் அதிகரித்துள்ளன... எனவே, உலக வணிக நிறுவன விதிகளின் அமைப்பே சிறு விவசாயிகளுக்கு எதிராக, நாட்டின் இறையாண்மைக்கு எதிராக, வணிக நியாயத்திற்கு எதிராக, வணிகத்தை மாற்றியுள்ளது என்று நாங்கள் நம்புகிறோம். எனவேதான், உலக

வணிக நிறுவனத்திலிருந்து வேளாண்மையை நீக்கவேண்டும் என்று குரல் கொடுக்கிறோம்... இந்தியாவில் வேளாண்மை ஒரு தொழில் அல்ல, 75% மக்களின் வாழ்வாதாரம். எனவே, நாங்கள் உலக வணிக நிறுவனத்திலிருந்து வேளாண்மையை நீக்க வேண்டும் என்று இந்திய அரசை வேண்டுகிறோம்.'[59] நான் இந்தப் புத்தகத்தை 2009இன் கடைசியில் முடிக்கும் தருணத்தில் இந்தியா முழுவதும் உள்ள விவசாயிகள், அதிகப் பலவீனத்துடன் தங்களுடைய வாழ்வாதாரத்தைப் பாதுகாக்குமாறும், தங்களுடைய பொருளாதாரத்தைக் காப்பாற்றுமாறும், உலக வணிக நிறுவனத்தின் மிக அண்மைக்கால சேதத்திலிருந்து பாதுகாப்பு தருமாறும் தொடர்ந்து போராடி வந்தனர்.

லத்தீன் அமெரிக்கா, ஐரோப்பா, ஆசியாவின் இதரப் பகுதிகள் போன்றவற்றிலும் உலக வணிக நிறுவனத்திற்கு எதிராகப் பெரும் போராட்டங்கள் நடந்தன. 2003ஆம் ஆண்டு ஒரு பெரிய பன்னாட்டுக் கூட்டத்தை உலக வணிக நிறுவனம் நடத்தியபோது, 150,000க்கும் மேற்பட்ட மனித உரிமை, வேளாண்மை, சூழல், தொழிலாளர் நல ஆர்வலர்கள் மெக்சிகோவிலுள்ள கேன்கன் நகரை வந்தடைந்தனர்.[60] தங்களுடைய குரல்களை உரையாடல்களுக்கிடையே சேர்ப்பதற்காக இந்த ஆர்வலர்கள் உலகின் அனைத்துப் பகுதிகளிலிருந்தும் வந்திருந்தனர். இவர்களில் பலர் மிகவும் துணிச்சலுடன் கொள்கைப் பற்றாளர்களாய் இருந்தனர். தெற்குக் கொரியாவின் விவசாயிகள் மற்றும் மீனவர்களின் கூட்டமைப்பு (ஃபெடரேஷன் ஆஃப் ஃபார்மர்ஸ் அண்ட் ஃபிஷர்மேன்) என்ற அமைப்பின் தலைவராக இருந்த லீ கியூங்ஹே கொரியாவின் விவசாயிகளின் மேல் உலக வணிக நிறுவனத்தின் மோசமான தாக்கங்கள் பற்றிய கவன ஈர்ப்பைக் கொண்டு வருவதில் மிகவும் உறுதியாக இருந்தார். அதனால், உலக வணிக நிறுவனத்திற்கான தன்னுடைய எதிர்ப்பைத் தெரிவித்துக்கொள்வதற்காகத் தன்னைத்தானே கத்தியால் குத்திக்கொண்டு உயிரிழந்தார். அவருடைய கூட்டாளியும், தெற்குக் கொரியாவின் விவசாயிகளுக்காகப் போராடி வருபவருமான சோங் நான் சௌ பின்வருமாறு விளக்கினார்: 'அவருடைய இறப்பு ஒரு தனிப்பட்டவரின் விபத்தல்ல; அது 3.5 மில்லியன் கொரிய விவசாயிகளின் துணிச்சலான போராட்டத்தைப் பிரதிபலிக்கிறது.'

முடிவற்ற விருப்பத் தேர்வுகளுக்கும் உடனடித் திருப்தியடைதலுக்கும் அதிக வாய்ப்புகள் உள்ள அமெரிக்காவில் வாழ்க்கையின் விளிம்பில் வாழ்வது என்பதன் உண்மையான பொருள் என்ன என்பதை நம்மில் பெரும்பாலோரால் கற்பனைக்கூட செய்ய முடியாது. நமக்கு ஒரு மோசமான நாள் என்பது ஃபெடெக்ஸ் அஞ்சலைப் பெறுவதில் ஏற்படும் கால தாமதத்தையோ, இணையதளத்தில் ஏற்படும் தடங்கலையோ தான் குறிக்கிறது. ஆனால், உலகின் இதரப் பகுதிகளில் மில்லியன்கள்

எண்ணிக்கையில் சுரங்கத் தொழிலாளர்கள், விவசாயிகள், தொழிற் சாலைப் பணியாளர்கள் உண்மையிலேயே உயிர்ப்பிழைத்தலின் *(சர்வைவல்)* விளிம்பில் உள்ளார்கள். இந்த வகையான மக்களுக்குத் தான் வணிகச் செயல்திட்டங்கள் மிக அதிகமாகப் பயனடையும் வகைகளில் உருவாக்கப்பட வேண்டும்; ஆனால், இவர்கள்தாம் உலக வணிக நிறுவனத்தின் செயல்திட்டங்களின் விளைவாக மிகவும் அதிக மாகப் பாதிக்கப்பட்டுள்ளார்கள். இவர்களின் குரல்கள், பொதுமக்கள் பங்கேற்பை வரவேற்காத தன்மைக்காக அவப்பெயரைப் பெற்ற, உலக வணிக நிறுவனத்தால் கேட்கப்படுவதில்லை. இந்த மக்கள் அதிகமாக நம்பிக்கையற்றுப் போவதில் எந்தவித வியப்பும் இல்லை.

2009ஆம் ஆண்டு ஜூன் மாதம் வணிகச் சீர்திருத்தம், பொறுப்புடைமை வளர்ச்சி மற்றும் வேலையமைப்பு சட்டம் *(டிரேட் ரீ்ஃபாம், அக்கவுண்டபிளிடி, டெவலப் மெண்ட் அண்ட் எம்ப்ளாய்மெண்ட் - டிஆர்ஏடிஇ)* அமெரிக்க காங்கிரஸில் மீண்டும் புகுத்தப்பட்டது; இது சபையின் ஜனநாயகக் கட்சியின் உறுப்பினர்கள், தொழிலாளர்கள், நுகர்வோர், சூழல் நல ஆர்வலர்கள், குடும்பப் பண்ணை, நம்பிக்கை-அடிப்படைக் குழுக் களின் கூட்டமைப்பு ஆகியவற்றின் மிகப் பரவலான ஆதரவுடன் புகுத்தப்பட்டது. பொதுக் குடிமகனின் உலகளாவிய வணிகக் கண்காணிப்பு *(பப்ளிக் சிட்டிசன்ஸ் குளோபல் டிரேடு வாட்ச்)* பிரிவின்படி, இந்தத் திட்டம் ஒரு நல்ல வணிக ஒப்பந்தமாகும். எதைச் செய்ய வேண்டும், எதைச் செய்யக்கூடாது என்பதை இது நிர்ணயிக்கிறது. இந்தச் சட்டவரைவில் உள்ள இதைவிட நல்ல அம்சம் என்னவெனில் உலக வணிக நிறுவனம் மட்டுமின்றி, என்ஏஎஃப்டீஏ *(நார்த் அமெரிக்கன் ஃப்ரீ ட்ரேட் அக்ரீமெண்ட்)* உள்ளடக்கிய இதர வணிக ஒப்பந்தங்கள் பொருளாதார, சூழல்நல, சமூக, மனித உரிமைகள் அடிப்படைகளில் விமர்சனங்களுக்கும் மதிப்பீடுகளுக்கும் உட்பட வேண்டும்; சுட்டிக்காட்டப்பட்ட பிரச்சினைகளை எவ்வாறு களைவது என்பதற்கான திட்டங்களை அதிபர் காங்கிரஸுக்குச் சமர்ப்பிக்க வேண்டும். வருங்காலத்தில் ஏற்படுத்தப்படும் வணிக ஒப்பந்தங்களும் இதே உயர்ந்த தரங்களுக்கு உட்படுத்தப்படும்.[61] இந்தச் சட்டத்தை அங்கீகரிப்பது சூழல் உரிமை களையும் தொழிலாளர் உரிமைகளையும், தன்னுடைய வணிகக் கூட்டாளிகளுடன் அமெரிக்காவின் உறவுகளையும் மேம்படுத்து வதற்கு ஏதுவான முன்னோக்குப் பார்வையுடைய ஒரு பெரிய படிநிலையாகும். இந்தச் சட்ட முன்வரைவைச் சட்டமாக மாற்ற உதவுவதற்குப் பார்க்க: www.citizen.org/trade/tredeact.

ஹைட்டியில் நான் அறிந்துகொண்டவை

இந்த நிறுவனங்கள் மாறவே மாறாதா? ஏன் இவை உயர்ந்த சூழல் நலத் தரங்களையும் தொழிலாளர் நலத் தரங்களையும் ஏற்கக்கூடாது? அல்லது, ஏன் சமன்தன்மையையும் சூழல் பேணலையும் மேம்படுத்தும் வளர்ச்சியையும் வணிக முன்மாதிரிகளையும் அனுசரிக்கக்கூடாது?

பல ஆண்டுகள் அனுபவத்தின் காரணமாக உண்மையான பிரச்சினை நிறுவனங்கள் அல்ல (அவை நிச்சயமாகப் பிரச்சினைகளை உருவாக்குகின்றன: திறனற்றவை, ஜனநாயகத்தன்மையற்றவை, எவருக்கும் பதில் சொல்ல வேண்டியதில்லை) என்பதை நான் உணரத் தொடங்கிவிட்டேன். எந்த விழுமியங்கள், தற்கோள்கள், நம்பிக்கைகள் – நம்பிக்கைக் கருத்துரு – போன்றவற்றின் அடிப்படைகளில் இந்த நிறுவனங்கள் அமைந்துள்ளனவோ அந்த அடிப்படைகள்தாம் இங்குள்ள உண்மையான பிரச்சினையாகும். மிகவும் செல்வாக்கான இந்த நிறுவனங்களை நடத்துபவர்களில் பெரும்பாலானோர் உண்மையிலேயே தங்களுடைய நடைமுறைகளால்தான் இந்த நிறுவனங்கள் செயல் படுகின்றன என்றும், முடிவில் ஒவ்வொருவரின் வாழ்க்கையையும் மேம்படுத்துகின்றன என்றும் நம்புகின்றனர். நடைமுறைகளைவிட அவற்றின் வழங்கல் அளவுகள்தாம் பிரச்சினையானவை என்று அவர்கள் நினைக்கின்றனர் என்று டஃப்ட்ஸ் பல்கலைக்கழகத்தில் பன்னாட்டு உறவுத்துறையில் பேராசிரியராக உள்ள கெவின் கல்லாகெர் விளக்குகிறார்: ‘சீர்திருத்தங்கள் தவறானவை என்று அவர்கள் நினைப்பதில்லை. ஆனால், இவற்றை முழு மனத்துடன் செயல்படுத்தவில்லை என்று நினைக்கிறார்கள். அவர்கள் கூறுவது என்னவெனில், வளரும் நாட்டின் பொருளாதாரங்கள் தம்முடைய திட்டங்களுக்கு அதிக இணக்கமாக நடந்துகொண்டால், அப்பொழுது செயல்கள் மிக நன்றாக நடைபெறும்’ என்பதுதான்.

சில ஆண்டுகளுக்கு முன் நான் ஹைட்டிக்கு முதன்முறையாகச் சென்றபோது மேற்கூறியது உண்மையில் என்னுள் அமிழ்ந்துவிட்டது. நான் ஹைட்டிக்குச் சென்றதற்கு முக்கியக் காரணம் இருந்தது. ஃபிலடெல்ஃபியா நகராட்சிக் கழிவு சாம்பலாக்கியிலிருந்து பெறப்பட்ட கன உலோகம் நிரம்பியச் சாம்பல், உரமென்று வேண்டுமென்றே தவறாக அடையாளமிடப்பட்டு ஹைட்டிக்கு ஏற்றுமதி செய்யப் பட்டது; பிறகு அங்குள்ள கோனைவஸ் கடற்கரையில் உள்ள ஒரு பெரிய, திறந்தவெளிக் குப்பைக்குழியில் கொட்டப்பட்டது. இதைப் பற்றிய விவரங்கள் பெறத்தான் ஹைட்டி சென்றேன். இது என்னை மிகவும் கோபத்திற்கு உள்ளாக்குகிறது. எப்படி உலகின் ஒரு மிகப் பெரும் பணக்கார நாட்டிலிருந்து கழிவின் ஒரு சுமை அதே அரைக் கோளத்திலுள்ள ஒரு மிகவும் ஏழ்மையான நாட்டில் கொட்டப்பட்டு

அங்கு நிலையாக விட்டுவிடப்படுகிறது? எப்படி அமெரிக்கா ஹைட்டியை, பல மட்டங்களில், மிக நீண்டகாலமாகவே மோசமாக நடத்தி வந்துள்ளது என்பதற்கான ஓர் உருவகமாக *(மெடாஃபர்)* இந்த நிகழ்ச்சியைக் கொள்ளலாம். எனவே, ஃபில்டெல்ஃபியா தன்னுடைய நச்சு நிறைந்த சாம்பலைத் திரும்பப் பெறச்செய்ய அங்குள்ள மக்களுடன் ஒருங்கிணைந்துச் செயல்பட சில ஹைட்டியர்கள் என்னை வருமாறு அழைத்தனர். அந்தக் காலகட்டத்தில் எப்படி உலகின் பெரிய ஒருங்குகள் செயல்பட்டன என்பது பற்றி எனக்கு அதிகம் தெரியாது. எனக்குத் தெரிந்ததெல்லாம் குப்பைக் கூளங்கள் பற்றிதான்.

அங்கு நான் முதலில் சந்தித்தவர்கள், நான் இதற்கு முந்தைய இயலில் விவரித்த, டிஸ்னி உடைத் தயாரிப்பு நிலையப் பெண்கள்தாம். இந்தத் தொழிற்சாலையின் நிலைமைகள் பற்றி அவர்கள் கூறியவுடன், சில பெண்கள் எப்படித் தாங்கள் ஹைட்டியின் கிராமப் பகுதிகளிலிருந்து நகரத்திற்கு வேலைகளைத் தேடி வந்தனர் என்பது தொடர்பான தம்முடையக் கதைகளை என்னுடன் பகிர்ந்துகொண்டனர். அதிக இடவசதியும் சுத்தமான காற்றும் உள்ள கிராமப் பகுதிகளைவிட்டு விட்டு, ஏன் நகரத்தில் தங்கி விட்டீர்கள், எப்படி மிகக் குறைந்த மின் வசதியும் நீர் அல்லது சுகாதார வசதியற்ற சேரிகளில் தங்குகிறீர்கள், ஏன் சுகாதாரமற்ற சூழல்களில் வாழ்கிறீர்கள் என்று நான் அவர்களைக் கேட்டேன். அதற்கு அவர்கள், கிராமப் பகுதிகள் தொடர்ந்து தங்களுக்கு வாழ்வளிக்க முடியவில்லை என்று கூறினர். அவர்களுடைய குடும்பங்கள் விவசாயம் செய்வதை விட்டு விட்டன; ஏனெனில், அந்தக் குடும்பங்களால் எங்கும் நிறைந்து காணப்பட்ட, அவர்களால் 'மியாமி அரிசி' என்றழைக்கப்பட்ட அரிசியோடு போட்டி போட முடியவில்லை. இந்த வெண்மை நிற அரிசி, அமெரிக்காவிலிருந்து இறக்குமதி செய்யப்பட்டதாகும். 'மியாமி அரிசி' அமெரிக்காவின் மிகப்பெரிய பண்ணைகளில் பயிரிடப்பட்ட ஒன்றாகும் (உண்மையில் மியாமியில் அல்ல). இது அதிக உழைப்பு செறிந்த, ஆனால் அதிக ஊட்டச்சத்துள்ள (ஹைட்டி மக்களின் கூற்றுப்படி அதிகச் சுவையும் கொண்டது) வட்டார அரிசி வகையைவிட குறைந்த விலைக்கு ஹைட்டி மக்களுக்குக் கொடுக்கப்பட்டது. இதனால் வேளாண்மை ஹைட்டியில் அழிந்து வருகிறது என்று இந்தப் பெண்கள் கூறினர். எனவே, அவர்களுக்கு வேறு வழி இல்லாததால் நகரத்திற்கு இடம்பெயர வேண்டியிருந்தது.

அடுத்த நாள் நான் விவசாயிகளையும் முன்னாள் விவசாயிகளையும் சந்தித்தேன். நான் தெளிவாக நினைவில் வைத்துள்ள ஒரு விவசாயி, ஒரு குறிப்பிட்ட தருணத்தில் தன்னுடைய குரலைக் குறைத்துக் கொண்டு பேசினார். மியாமி அரிசியும் விவசாயிகளுக்குக் கொடுக்கப்பட்டு வந்த மானியங்களும் நீக்கப்பட்டது குறித்துப் பேசினார்; உலக வங்கியும்

அதன் கூட்டாளியான பன்னாட்டு வளர்ச்சிக்கான அமெரிக்க நாட்டு முகவாண்மையும் *(யூஎஸ்எய்ட்)* ஒன்று சேர்ந்து, ஹைட்டியர்களை தங்களுடைய நிலங்களை விட்டுவிட்டு நகரங்களுக்குத் துரத்தியது பற்றியும் பேசினார். அவ்வாறு துரத்தியதற்குக் காரணம் அங்கு பணக்கார அமெரிக்கர்களின் உடைகளைத் தைப்பதற்காக மேற்கொண்ட திட்டத்தின் ஒரு பெரும் பகுதிதான் என்றும் கூறினார். அதாவது, குறைவான விவசாயிகள். அதிக ஆடைத் தொழிலாளர்கள். வேளாண்மை யென்ற வாழ்வாதாரத்தின் அழிப்பு மக்களை நகரம் நோக்கித் துரத்துகிறது என்றும் அதனால் மக்கள் மனச்சோர்வுற்று நாள் முழுவதும் மோசமான சூழல் நிலவும் ஆடைத் தயாரிப்பு நிறுவனங்களில் வேலை செய்ய வேண்டிய கட்டாயத்திற்கு உட்பட வேண்டியிருந்தது என்றும் அவர் விளக்கினார். இதைப் பற்றி அவர் பேசியபோது, அவர் மிகவும் மெல்லிய குரலில், இரகசியம் பேசுவது போன்று பேசினார். அவருடைய கண்கள் மேலும் அதிகத் தீவிரமாகின. அவர் மிகவும் வேகமாக முடிவுகளை மேற்கொள்கிறாரோ என்றும், ஏதோவொரு திட்டம் போட்டுச் செயல்படுகிறாரோ என்றும் நான் சந்தேகப் பட்டேன். எனக்கு உண்மையாகவே தோன்றியது என்னவெனில், எப்படி ஏழ்மையைப் போக்குவதற்காகத் தம்மை ஈடுபடுத்திக் கொள்ளும் உலக வங்கி போன்ற நிறுவனங்கள் உண்மையில் ஹைட்டி மக்களைத் தம்முடைய சமுதாயங்களுக்காக, உணவு வளர்ப்பதற்குப் பதிலாக, பெண்களின் இரவு ஆடைகளைத் தைப்பதை விரும்பும்? நான் முன்னமே கூறியபடி இது நடந்தது நீண்ட காலத்திற்கு முன்பு. மேலும் அப்பொழுது நான் கள்ளங்கபடம் அறியாதவளாக இருந்தேன்.

போர்ட்-அவ்-பிரின்ஸுக்கு நான் திரும்பி வந்துகொண்டிருந்த போது, வண்டியின் கண்ணாடி ஜன்னலில் என்னுடைய தலையை அழுத்திக்கொண்டு ஹைட்டியின் கிராமப் பகுதிகளைப் பார்த்துக் கொண்டு கடந்து வர வேண்டியிருந்தது. மக்கள் அதிகமாகக் காணப் படாத அந்தக் கிராமப்பகுதிகளில் தம்முடைய வாழ்க்கையை நடத்த உதவும் வேலைகளில் ஈடுபடுவது கடினமானது என்றாலும், நகரத்தின் நெரிசலான சேரிப்பகுதிகளைவிட கிராமப்பகுதிகள் மிக அதிக அளவு தேர்வு செய்யப்படக்கூடியவை என்று எனக்குத் தோன்றியது.

அடுத்த நாள் நான் ‘பெரும் நாசங்களிலிருந்து மீண்டு வருகின்ற, ஏழ்மையிலிருந்து தப்பிப்பதற்கு முயற்சி செய்கின்ற, ஜனநாயகச் சீர்திருத்தங்களில் ஈடுட்டுள்ள நாடுகளுக்கு உதவிக்கரம் நீட்டும் முக்கிய அமெரிக்க நிறுவனம்’ என்று தன்னைத்தானே விவரித்துக்கொள்ளும் அரசு நிறுவனமான யூஎஸ்எய்டுக்குச் (பன்னாட்டு வளர்ச்சிக்கான அமெரிக்க நாட்டு முகவாண்மை) சென்றேன். அதுவரை பன்னாட்டு வளர்ச்சி நிறுவனங்கள் பற்றி நான் அதிகம் அறிந்திருக்கவில்லை.

கிராமப்புறச் சூழலை மீள்கொணரல் தொடர்பான உத்திகளைப் பற்றி அறிய வேண்டும்; அந்த வேளாண் நிலங்களை மீண்டும் செயல்படும் நிலைக்குக் கொண்டு வரவேண்டும்; உணவை வட்டார அளவில் உற்பத்தி செய்யவேண்டும்; அதே நேரத்தில் விவசாயிகள் முறைப் படுத்தப்பட்ட முறையிலும் கௌரவமாகவும் வாழ வழி செய்ய வேண்டும்; விவசாயத் தொழிலை விரும்புவோர்களை அனுமதிக்கத் தேவையான உத்திகளைப்பற்றி அறிய வேண்டும்; மேற்கூறியவற்றை பற்றி அறிய அதிக ஆர்வமாக இருந்தேன். ஒரு காலத்தில் மிகவும் செழிப்பாக இருந்த இந்த வெப்ப மண்டலத் தீவு வேளாண்மையை அலட்சியம் செய்வதும், உணவை இறக்குமதி செய்வதும் எனக்கு விநோதமாகத் தோன்றியது. வட்டார உணவு குறைந்த பொட்டலம் கட்டுதலையும், குறைந்த போக்குவரத்தையும், அதிக வட்டாரப் பணிகள் உருவாக்கம் செய்வதையும், புத்தம் புதிய சுகாதாரமான உணவைக் கொடுப்பதையும் சுட்டும். எப்படி ஒருவர் இவையெல்லாம் தேவையில்லை என்று கூறுவார்?

போர்ட்-அவ்-பிரின்ஸின் கீழ்ப்பகுதியில் யூஎஸ்எய்ட் அலுவலகம் அமைந்திருந்தது. நான் அங்குச் சென்றபோது நான் ஹைட்டியில் வந்து சேர்ந்ததிலிருந்து முதன் முறையாகக் குளிர்சாதன வசதியையும், கோட்டு சூட்டணிந்த ஆண்களையும், வெள்ளைத் தோலுடைய மக்கள் கொண்ட சூழலையும் அங்குக் கண்டேன். நான் அந்த நாட்டில் இருந்த காலத்தில் முதன்முறையாக என்னுடைய உடைகளும் செருப்பு களும் சூழ்நிலைக்கு ஏற்றவையாக இல்லை என்பதை உணர்ந்தேன்.

யூஎஸ்எய்டின் பிரதிநிதி ஹைட்டியை 'வளர்ப்பதற்கான' தன்னுடைய நிறுவனத்தின் முன்னோக்குப் பார்வையைப் பற்றி விளக்கத் தொடங் கினார். எனக்கு அதிர்ச்சியைக் கொடுக்கும் வகையில் அந்த இரகசியக் குரல் கொண்ட விவசாயி கூறிய அதே திட்டத்தை அவரும் எடுத்துக் கூறினார். ஆனால், அவர் இதை ஒரு மெல்லிய குரலில் கூறாமல் அதிகத் தீவிரமாகக் கண்களை மாற்றிக்கொள்ளாமல், என் காதுகளை நோக்கிச் சாய்ந்திராமல் கூறினார். அவர் நேராக உட்கார்ந்து கொண்டு, ஹைட்டி மக்கள் உணவு உற்பத்தி செய்வதைத் 'திறனானது' என்று யூஎஸ்எய்ட் கருதவில்லை என்று அறிவித்தார். அதற்குப் பதிலாக அவர்கள் தம்முடைய முக்கியத் திறன்களைப் பயன்படுத்தி உலகப் பொருளாதாரத்தில் கலந்து கொள்ள வேண்டும் என்று கருத்து தெரிவித்தார். இதன் பொருள் என்ன வென்றால், பட்டினியின் விளிம்பிலுள்ள பல்லாயிரக்கணக்கான மக்கள் காலை முதல் இரவு வரை *தூங்கும் அழகியின்** *(ஸ்லீப்பிங் பியூட்டி)*

* *தூங்கும் அழகி* என்பது ஒரு அழகிய இளவரசி மற்றும் ஒரு இளவரசன் பற்றிய செவ்வியல் தேவதைக் கதை ஆகும். 1697 ஆம் ஆண்டில் சார்லஸ் பெரால்ட் வெளியிட்ட 'மதர் கூஸ் கதைகள்' தொகுப்பில் இது முதலாவதாகும். ☞

பைஜாமாக்களைத் தைப்பதற்குத் தயாராக உள்ளவர்களாகவும், உடல்/பாலியல் பலாத்காரங்களைத் தாங்குபவர்களாகவும், சேரிகளில் வாழத் தயாரானவர்களாகவும், ஒரு நாளைக்குத் தம்முடையக் குழந்தைகளுக்குப் பாதி உணவை மட்டுமே கொடுக்கக்கூடியவர்களாவும் இருக்க வேண்டும் என்பதுதான்.

வட்டார உணவின் நிறைவு நிலை விரும்பத்தகாதது அல்லது தேவையற்றது என்று அவர் பகிரங்கமாகக் கூறினார். இதைவிட நல்ல கருத்துரு 'உணவுப் பாதுகாப்பு' என்று அவர் விளக்கினார். அதாவது, ஒரு மக்கள்தொகை அதற்குத் தேவையான உணவைத் தானே உற்பத்தி செய்ய வேண்டும் என்பது அவசியமில்லை என்றும், அதற்குப் பதிலாக உணவை இறக்குமதி செய்துகொள்ள வேண்டும் – இங்கு அமெரிக்காவில் இருந்து – என்றும் வலியுறுத்தினார். ஏனெனில், அமெரிக்க விவசாயிகள் (அதிக மானியங்கள் பெறுபவர்கள் என்பதை நான் குறிப்பிட விரும்புகிறேன்), ஹைட்டியின் சிறிய விவசாயிகளைவிட, அரிசியை அதிகத் 'திறனுடன்' வளர்க்க முடியும் என்பதால், ஹைட்டிக்கு அமெரிக்காவில் இருந்து அரிசி அனுப்பப்படுவதையும், ஹைட்டி மக்கள் தங்களுடைய வயல்களை விட்டுவிடு ஆடைத் தயாரிப்பு தொழிற்சாலைகளில் பணி செய்வதையும் யூஎஸ்எய்ட் தேர்வு செய்தது. இந்த வேலைக்கு அமெரிக்க மக்கள்தொகை பொருத்தமற்றது என்றும் அவர் கூறினார்.

திறன் மட்டுமே இதற்கான காரணமாக அமைய முடியாது என்று நான் கோபத்தில் கூறினேன். நான் மேலும் கூறினேன்: தன்னுடைய நிலம் மட்டுமின்றி நலமான, கௌரவமான வேலை ஆகியவற்றோடு ஒரு விவசாயிக்கு உள்ள தொடர்பு, தன்னுடைய குழந்தைகளுடன் பள்ளி நேரம் முடிந்தவுடன் நேரம் செலவிடுவதில் ஒரு பெற்றோர் காட்டும் ஆசை, பல தலைமுறைகளுக்குப் பண்பாடு மாறாமல் ஒரு சமுதாயம் நிலைத்து நிற்பது ஆகிய அனைத்திலுமே ஒரு விழுமியம் உள்ளது; ஓர் உண்மையான வளர்ச்சித் திட்டம் இவற்றிற்கு முன்னுரிமை கொடுக்கும். அவர் கூறினார்: 'நல்லது, ஒரு ஹைட்டி மனிதன் உண்மையிலேயே விவசாயம் செய்ய வேண்டும் என்று விரும்பினால், அவருக்கு நல்ல வாய்ப்புள்ளது. அவர் உயர் இலக்கு ஏற்றுமதிச் சந்தைக்கு கரிம மாம்பழங்கள் போன்றவற்றை பயிரிடட்டும்.' இதைக் கேட்டதும் நான் ஏறத்தாழ என்னுடைய நாற்காலியிலிருந்துக் கீழே

☞ பெரால்டின் பதிப்புதான் நன்கு அறியப்பட்டதாய் இருக்கிறது. எனினும், *சன், மூன், அண்ட் டாலியா* என்னும் 1634ஆம் ஆண்டில் வெளியான ஒரு பழைய பதிப்புக் கதையும் இருக்கிறது. 1959ஆம் ஆண்டில் வால்ட் டிஸ்னி தயாரித்த அசைவூட்டப் படமான *தூங்கும் அழகி*தான் ஆங்கிலம் பேசுவோரிடையே மிகவும் பிரபலப்பட்டது ஆகும். (நன்றி: விக்கிபீடியா)

விழ இருந்தேன். ஹைட்டி விவசாயி என்னுடன் பகிர்ந்துகொண்ட செய்திகள் திட்டமிட்டுச் செய்யப்பட்ட சதிக்கொள்கையல்ல என்று உணர்ந்தேன். ஒரு திட்டமிட்டுச் செய்யப்படும் சதி இரகசியம் உள்ளடக்கிய ஒரு முயற்சியாக இருக்க வேண்டும். ஆனால், இங்கு யூஎஸ்எய்ட் ஹைட்டி மக்களுக்குத் தன்னுடைய ஒரு மிகப் பெரிய திட்டத்தை வலை விரித்துள்ளது. அதாவது, அவர்களைச் சுய நிர்ணயம் செய்யக்கூடிய மக்களாக அல்லாமல் தங்களுடைய கூடுதலாக உற்பத்தி செய்யப்பட்ட அரிசிக்கு ஒரு சந்தையாகவும், மலிவான தையல் ஆட்களை வழங்கும் ஒரு மூலமாகவும், டீன் அண்ட் டி லூகா கடையில் விற்பதற்காகக் கரிம மாம்பழங்களை எப்பொழுதாவது உண்டாக்கும் ஒரு பகுதியாகவும் மாற்றும் திட்டத்தைத் தீட்டியுள்ளது. நிச்சயமாக இது ஓர் இரகசியமான திட்டமல்ல; அவர்களால் வெளிப்படையாக ஏற்றுக்கொள்ளப்பட்ட, நியாயப்படுத்தப்பட்ட சதித்திட்டமாகும்.

2008ஆம் ஆண்டின் தொடக்கத்தில் *நியூயார்க் டைம்ஸின்* முதல் பக்கத்தில் வெளியிடப்பட்ட ஒரு கட்டுரை, எனக்கு உண்மையை உணர்த்த உதவிசெய்த என்னுடைய ஹைட்டி வருகையைப் பற்றி நினைவூட்டியது. யூஎஸ்எய்ட் திட்டம் மிகவும் சக்தி வாய்ந்ததாக இருந்தது; 2008ஆம் ஆண்டில் ஹைட்டி தன்னுடைய 80% அரிசித் தேவையை இறக்குமதி மூலம் ஈடுகட்டியது. இது உலகளாவிய அரிசி வழங்கல்களிலும் விலைகளிலும் அதன் ஏற்ற இறக்கங்களுக்கும் மிகுந்த பலவீனமாக்கப்பட்ட ஒன்றாக ஹைட்டியை மாற்றியது. அதிகரித்து வரும் எரிபொருள் அடக்க விலைகள், மிகவும் மோசமான வறட்சி, சில இடங்களில் அதிக லாபமீட்டும் பயிர்களுக்கு நீரைத் திருப்பிவிடுதல் போன்றவற்றின் ஒருமித்த விளைவு உலக அளவில் அரிசி உற்பத்தியைக் குறைத்தது. இதன் விளைவாக, 2008ஆம் ஆண்டின் தொடக்கத்தில் சில மாதங்களுக்குள் அரிசி விலை மூன்று மடங்கு அதிகமாயிற்று. உலக அரிசி விலை உயர்ந்தது. இது ஆயிரக்கணக்கான ஹைட்டி மக்களை இந்த முக்கிய உணவை வாங்கிப் பெறமுடியாத நிலைமைக்குத் தள்ளி விட்டது. இந்தச் செய்தித்தாள், வெண்ணெய் அல்லது இறைச்சியின் துண்டுகளால் ஒன்றாக ஒட்டப்பட்ட தூசு நிறைந்த 'பை' என்ற உணவுப் பண்டத்தை உண்ணும் நிலைமைக்குத் தள்ளப்பட்ட ஹைட்டி மக்களின் புகைப்படங்களைப் பிரசுரம் செய்திருந்தது.[62] இவை என் மனத்தை வாட்டின.

நான் அந்த யூஎஸ்எய்ட் அதிகாரியைப் பற்றி நினைத்துக் கோபத்தால் கொதித்துப் போனேன். அவருடைய நிறுவனம் தன்னுடைய மூலதனத்தை ஆடை தயாரிப்புத் தொழிற்சாலைகளை ஆதரிக்கும் உள்கட்டமைப்பு, செயல்திட்டங்கள் போன்றவற்றிலும் ஏற்றுமதிச் செயல்பாடுகளிலும் முதலீடு செய்ததற்குப் பதிலாக, விவசாயிகளின்

முறைப்படுத்தப்பட்ட வேளாண் நடைமுறைகளை வளர்ப்பதற்கும், ஆதரவு கொடுப்பதற்கும் பயன்படுத்தியிருந்தால், பாதி பூமி தூரம் தள்ளி அமைந்துள்ள ஆஸ்திரேலியாவில் ஏற்படும் வறட்சி ஹைட்டி மக்களைப் பட்டினியால் வாடும் நிலைமைக்குக் கொண்டுவந்திருக்காது. சுருக்கமாகக் கூறவேண்டுமென்றால், உலக வணிக நிறுவனங்களும் 'வளர்ச்சி' நிறுவனங்களும் நமக்கு விட்டுவிட்டுச் செல்வது இதுதான்.

வட்டார மாற்று

இந்தக் கட்டத்தில் மீண்டும் நாம் பொருட்களின் கதை வரம்புகளை நோக்கிச் செல்கின்றோம். தொல்படிம எரிபொருளின் பற்றாக்குறை அதிகரிப்பாலும், கார்பன் வெளியேற்ற அளவுக் குறைப்புக் கட்டாயப் படுத்தலாலும் ஒரு பெரிய வரம்பு ஏற்படுகிறது. இந்த இரண்டுமே தற்போது காணப்படும் விநியோக ஏற்பாடுகள், போக்குவரத்து, சரக்குகள் போன்றவற்றின் மொத்த ஒருங்குகளிலும் தடைகளை ஏற்படுத்தக்கூடியவை. தம்முடைய அடிப்படைத் தேவைகளை எதிர்கொள்ள வளரும் நாடுகள் போராடும் போது, அமெரிக்கர்களான நம்முடைய மிகவும் பெரிதாக்கப்பட்ட நுகர்வோர் வாழ்க்கை முறையை ஆதரிக்கும் மூலப்பொருட்களையும் மலிவான தொழி லாளர்களையும் கொடுத்து அந்த நாடுகள் சலிப்படைந்துவிட்டன என்பதுதான் மற்றொரு வரம்பாகும். தம் மேல் சுமத்தப்பட்ட இந்த வேலைப் பங்கீட்டை (டிவிஷன் ஆஃப் லேபர்) அதிக அளவில் அவர்கள் தற்போது ஏற்க மறுக்கிறார்கள்; மேலும், தம்முடைய சொந்த வளர்ச்சிப் பாதைகளைத் தாங்களே தயார் செய்துகொள்ள முடியும் என்றும் வலியுறுத்துகிறார்கள்.

பன்னாட்டு நிதி அமைப்புகளின் விதிகளின்படி செயல்பட மறுக்கும் நாட்டுக்கான மிகவும் சிறந்த எடுத்துக்காட்டு பொலிவியா ஆகும். இந்த நாட்டில் நடந்த நீர்ப் போர்கள் குறிப்பிடத்தக்கவை. உலக வங்கியும் பன்னாட்டு நிதி நிறுவனமும் கடன் வாங்கும் நாடுகள் தம்முடைய சந்தையை வெளிநாட்டு நிறுவனங்களுக்குத் திறந்து விட வேண்டும் என்றும், அரசால் நடத்தப்படும் நிறுவனங்களும் கொடுக்கப்படும் சேவைகளும் தனியார்மயமாக்கப்பட வேண்டும் என்றும் எதிர்பார்க்கின்றன. பொலிவியா முதலில் இதைச் செய்தது. 1990ஆம் ஆண்டு அந்த நாட்டின் மூன்றாவது பெரிய நகரமான கோச்சபம்பாவில் நீர் வழங்கல் சேவையைத் தனியார்மயமாக்கியது; இதற்காக அமெரிக்காவைத் தலைமையிடமாகக் கொண்ட பெக்டெல் என்ற நிறுவனத்தால் தலைமையேற்கப்பட்டப் பன்னாட்டு பெரு நிறுவனங்களின் கூட்டமைப்புடன் ஒரு 40 ஆண்டு ஒப்பந்தத்தை அரசு செய்துகொண்டது. பயன்பாட்டுச் சேவைகளையும் தனியார்மய

மாக்குவது பெரும்பாலும் ஏழை மக்களுக்கு மிக அதிகமான பணச் செலவை ஏற்படுத்தும் என்பதாலும் குறைக்கப்பட்டச் சேவைகளையே கொடுக்கும் என்பதாலும் கோச்சபம்பாவின் குடிமக்கள் தாம் எப்படி நீரைப் பெறுவது என்று கவலையுற்றனர். இத்தகைய கவலைக்குப் போதிய காரணம் இருந்தது என்பது உடனேயே அறியப்பட்டது.

2000ஆம் ஆண்டிலேயே நீருக்குச் செலுத்த வேண்டிய வரிப்பண அளவு 200% வரை உயர்ந்தது. ஒரு மாதத்திற்கு 100 டாலருக்கும் குறைவான ஊதியத்தைக் கொண்ட ஒரு நகரில் பலர் தம்முடைய ஊதியத்தில் கால் பங்கை நீருக்காகக் கொடுக்க வேண்டிய நிலைமை ஏற்பட்டது. அங்கு வாழ்வோரின் வீட்டில் உள்ள மழைநீர் சேகரிப்பு அமைப்பில் சேரும் மழைநீர்கூட பெக்டெல் நிறுவனத்தின் சொந்தச் சொத்தாகக் கருதப்பட்டது. நீர்ப் பாசனத்திற்காக நீர்த் தேவையைக் கொண்ட விவசாயிகளும், குறைந்த வருவாய் கொண்ட குடிமக்களும், மாணவர்களும், தொழிலாளர்களும், வேறு பலரும் ஒன்று சேர்ந்து வெளிநாட்டால் நடத்தப்படும் இந்தக் கூட்டமைப்பை நீக்க வேண்டும் என்று கோரிக்கை வைத்தனர். வெளிநாட்டு முதலீட்டாளர்களுக்கு இத்தகைய நடவடிக்கை ஒரு தவறான சமிக்ஞையைக் கொடுக்கும் என்ற கவலையில் அரசு முதலில் இதற்கு மறுப்பு தெரிவித்தது; என்றாலும், பொதுமக்களின் போராட்டங்கள் வலுவடைந்தன. 175 பேர் காயம் அடைந்தனர்; 2 பேர் குருடாக்கப்பட்டனர்; ஆயுதமற்ற 17 வயது இளைஞர் ஒருவர் காவல்துறையால் சுடப்பட்டார். இவையெல்லாம் ஒளிப்படத்தில் பதிவான பின்பு, அரசு இறங்கிவந்து ஒப்பந்தத்தை ரத்து செய்தது. நீர் வழங்கல் சேவையைப் பொதுத்துறைக் கட்டுப்பாட்டுக்கு மீண்டும் கொண்டு வந்தது. இதனால் நீர் ஒரு வியாபாரப் பொருளாகக் கருதப்படாமல் ஒரு சமுதாயப் பொருளாகக் கருதப்பட்டு மேலாண்மை செய்யப்பட்டது.[63]

வால்மார்ட், அமேசான் போன்றவற்றின் இடமான இங்கும்கூட செயல்கள் நடக்கும் பைத்தியக்கார வேகத்தைக் கண்டு நுகர்வோர் சோர்வடைந்துள்ளனர் என்றும் நான் கூறுவேன். முன்பெல்லாம் உருவாக்கப்படுவதற்குப் பல காலம் எடுத்துக்கொள்ளும் டீ சர்ட், தற்போது ஒன்றிரண்டு வாரங்களுக்குள் நிறுவனங்களால் வடிவமைக்கப்பட்டு, உருவாக்கப்பட்டு, பல இடங்களுக்கு அனுப்பப்பட்டு, விற்கப்படுகின்றன என்பதைக் காண்பது மனத்தில் பதியத்தக்க வகையில் உள்ளது. ஆனால், எந்த முடிவை நோக்கி? அவ்வப்போது ஏற்படும் நாகரிக மாற்றங்களுக்கேற்ற உடைகளும் கருவிகளும் வாழ்வை மேலும் சிறப்பானதாக மாற்றுவதில்லை. உண்மையில், எனக்குத் தெரிந்த ஏறத்தாழ ஒவ்வொருவரும் சோர்வுற்றுள்ளனர்; வேகமாக இல்லாமல் மெதுவாகச் செயல்பட ஏக்கம் கொண்டுள்ளனர். அண்மையில்,

என்னுடைய மகளின் பள்ளியில் நடந்த பெற்றோர் கூட்டத்தில் கூட்ட ஒருங்கிணைப்பாளர் பின்வருமாறு வினவினார்: 'இங்குள்ள எவர் பெரும்பாலான நேரங்களில் அவசரத்தில் இருப்பதில்லை?' கூட்டத்தி லிருந்த ஒருவர்கூட தம்முடைய கைகளை உயர்த்தவில்லை.

நல்வாய்ப்பாக, ஒரு விஷயத்தை மேற்கொள்ள அதிக சிறப்பான வழிகள் எப்பொழுதுமே உள்ளன. வழங்கல் சங்கிலியில் ஒளிவுமறை வின்மைச் செயலை அதிகரித்தல் (டாரா ஓ'ரூர்க்கேவின் மிகச்சிறந்த குட்கைட் போன்ற), உலக வணிக நிறுவனம், பன்னாட்டுநிதி நிறுவனம், உலக வங்கி போன்ற கட்டுப்படுத்தும் ஒருங்குகளிலிருந்து தம்முடைய முதலீடுகளைத் திரும்பப்பெறுதல், 'வட்டாரப் பொருளாதாரங் களை' மேம்பத்துவதன் மூலம் வழங்கல் சங்கிலியின் அளவைக் குறைத்தல் போன்ற அனைத்து முகப்புகளிலும் மக்கள் செயல்பட்டுக் கொண்டிருக்கிறார்கள்.

நீங்கள் வட்டார உணவு இயக்கம் பற்றிக் கேள்விப்பட்டிருக்கலாம். இந்த இயக்கத்தில் உணவகங்களும் சந்தைகளும் தமக்கு வந்து சேரும் உணவுகள் பயணம் மேற்கொள்ளும் மைல்களின் எண்ணிக்கையைக் குறைக்கும் நடவடிக்கைகளை மேற்கொண்டுள்ளன. பலர் தங்களை 'வட்டார உண்ணிகள்' என்று அழைத்துக்கொள்கின்றனர். பிளென்டி: ஈட்டிங் லோகலி ஆன் த 100 மைல் டயெட் என்ற நூலின் ஆசிரியர் களான அலிசா ஸ்மித், ஜே.பி. மெக்கின்னோன் ஆகிய இருவரும் குறிப்பிடுவது என்னவெனில், ஒரு வட்டார உணவு என்பது 'பருவங் களைப் பற்றி அறிந்துகொள்வது, எங்கிருந்து நம்முடைய உணவு பெறப்படுகிறது என்பதைப் புரிந்துகொள்வது, நம்முடைய உடல் நலத்திற்கும் சூழலுக்கும் அது எந்த அளவு பாதிப்பை ஏற்படுத்துகிறது என்பதை அறிந்துகொள்வது' போன்றவற்றை உள்ளடக்கியது.[64] மேலும் மேலும் அதிக அமெரிக்க நுகர்வோர் தற்போது வட்டார விவசாயிகளையும் உணவு வழங்குவோர்களையும் ஆதரிப்பதைத் தேர்ந்தெடுக்கிறார்கள். ஏனெனில், உணவு அதிக புத்தம் புதியதாகவும், அதிக சுகாதாரமானதாகவும், அதிக சுவை உடையதாகவும் உள்ளது.

தங்களுடைய சொந்த சமுதாயங்களின் செல்வத்தையும் முறைப் படுத்தப்பட்ட வளர்ச்சியையும் தாங்கள் ஆதரிக்க வேண்டும் என்பதை யும் இவர்களில் பலர் உணர்கிறார்கள். எனவே, ஒரு நெறிசார் நாட்டுப் பற்று அவர்களுடைய விருப்பத் தேர்வுகளில் உள்ளது; மேலும், ஒரு சமுதாயத் தொடர்பும் உள்ளது. இன்றைய மிகப்பெரிய சூழல் எழுத்தாளர்களில் ஒருவரான பில் மெக்கிப்பென் தன்னுடைய டீப் எகானமி (ஆழமான பொருளாதாரம்) என்ற நூலில் விவசாயிகளின் சந்தை யைப் புகழ்கிறார். இந்தச் சந்தைகள் அமெரிக்க உணவுத் தொழிலின் மிக வேகமாக வளரும் கூறுகளாகும் என்று அவர் எழுதியுள்ளார்.

நல்ல, புத்தம் புதிய, சுவையான உணவைக் கொடுப்பதோடு, பயன் படுத்துவதற்கும் மகிழ்ச்சிகரமானது என்பதால் இவை சிறந்தவை என்று அவர் கூறுகிறார். மேலும், மிகவும் அதிக அளவில் உலகமயமாக்கப் பட்டதால் அரித்துப் போன நம்முடைய சமுதாயத்தையும் சமூக அமைப்பையும் இவை மீள்கட்டமைப்புச் செய்கின்றன. சராசரியாக, மக்கள் ஒரு விவசாயியின் சந்தையில் ஒரு பல்பொருள் அங்காடியை விட பத்து மடங்கு அதிக சமூக இடைவினைகளை மேற்கொள்ள முடிகிறது என்றும் மெக்கிப்பென் எடுத்துக்காட்டியுள்ளார்.[65] நான் இதை முழுவதும் நம்புகிறேன். பெர்க்கிலியில் என்னுடைய வட்டார விவசாயச் சந்தை என் வீட்டிற்கு சில தெருக்கள் தள்ளி அமைந்துள்ளது. இது சிறியது, ஓரளவுக்குப் பலவகைப் பொருட்களையும் அனைத்து வட்டார, கரிம *(ஆர்கானிக்)* உணவுப் பொருட்களையும் கொண்டது. நான் அங்குச் செல்வதை விரும்புகிறேன். அங்கு என்னுடைய அண்டை அயலார்களைக் காண முடிகிறது. இது ஐரோப்பியச் சமுதாயங்களைப் போன்று நல்ல உணர்வைக் கொடுக்கிறது. இது சந்தைக்குச் சாவகாச மாகச் செல்லும் ஒரு நடையையும், என்னுடைய துணிப்பையில் புத்தம் புதிய காய்கறிகளையும், ரொட்டியையும் நிரப்புவதையும், நண்பர் களோடு உரையாடுதலையும், மீண்டும் வீட்டுக்கு நடந்து வருவதையும் கொண்ட ஓர் இனிய அனுபவமாகும். என்னுடைய நாளின் தரத்தைப் பலவீனப்படுத்துவதைவிட இது கூடுதலாக்குகிறது. ஒரு மிகப்பெரிய கடைக்குச் செல்லும்போது இதே வகை உணர்வுவையும் மகிழ்ச்சி யையும் நான் அடைவதில்லை.

உணவைத் தவிர, இதர வட்டாரப் பொருட்களைத் தயாரிப்பவர் களை ஆதரிக்கும் ஓர் இயக்கமும் உள்ளது. ஆனால் இந்த இயக்கம் சிறியது; இப்பொழுதுதான் வளர்ந்து வருகிறது; அமெரிக்காவில் வட்டார வாழ்க்கைப் பொருளாதாரத்திற்கான வணிகக் கூட்டமைப்பு *(பிஸினஸ் அலையன்ஸ் ஃபார் லோக்கல் லிவிங் எகானமீஸ் - பிஏஎல்எல்இ)* என்றழைக்கப்படும் ஓர் அமைப்பு உள்ளது; இது குழு வட்டாரப் பொருளாதாரத்தையும் சமுதாயச் சுயசார்பையும் மேம்படுத்தும் வகையில் நாட்டளவில் நன்கு செயல்படும் வியாபாரங்களை ஒன்று சேர்க்கிறது. இதில் வட்டார ஒருங்கு மட்டுமல்லாமல் வட்டார ஆற்றல் [சூரிய ஆற்றல் கலன்கள், காற்றுச் சுழலிகள் *(டர்பைன்)* போன்றவற்றை நினைவுகொள்ளுங்கள்], வட்டார உடை தயாரிப்பு, வட்டாரப் பொருட்களாலான சூழல்நல வீடுகள் கட்டுதல் போன்றவையும் அடங்கும்.[66] இந்த முன்மாதிரியில், ஓர் உலகளாவிய பொருளாதாரமும் காணப்படுகிறது; என்றாலும், தாங்களே உண்டாக்க முடியாத பொருட்களை விற்கின்ற, வட்டார அளவில் முறைப்படுத்தப்பட்ட, பொருளாதாரங்களின் வலையமைப்பு மூலம் இது நடைபெறுகிறது.

நாட்டளவு அல்லது பன்னாட்டு வணிகம் இங்கு இலக்கல்ல; உடல் நலம், நல்ல பணிகள், நலமான சூழல் போன்றவற்றை மேம்படுத்த மேற்கொள்ளப்பட்ட ஒரு வழிமுறைதான்.

வட்டார வாழ்க்கைப் பொருளாதாரத்திற்கான வணிகக் கூட்டமைப்பு, வட்டார உணவு இயக்ககம் போன்றவற்றைத் தொடங்கியவர்களில் ஒருவரான ஜூடி விக்ஸ் வட்டாரச் சுயசார்புக்கும் பாதுகாப்புக்கும் இடையேயான ஒரு தொடர்பைக்கூட ஏற்படுத்தியுள்ளார்: 'அடிப்படைத் தேவைகளான ஆற்றல், உணவு, நீர் போன்றவற்றைப் பெறுவதற்காக அடிக்கடிப் போர்கள் ஏற்பட்டுள்ளன. உலகின் ஒவ்வொரு பகுதியும் உணவுப் பாதுகாப்பு, நீர்ப் பாதுகாப்பு, ஆற்றல் பாதுகாப்பு போன்றவற்றை அடைய உதவுவது உலக அமைதிக்கான அடிப்படையை நிறுவும். சுய சார்புடைய சமுதாயங்கள் எண்ணெய், நீர் அல்லது உணவு போன்றவற்றுக்காக நீண்டதூர இடப்பெயர்ச்சியைச் சார்ந்திருப்பதைவிட போர்களைத் தொடங்குவது மிகவும் அரிதே.'[66]

பன்னாட்டளவில், தம்மை 'மாற்றமடையும் நிலையிலுள்ள நகரங்கள்' *(டிரான்சிஷன் டவுன்ஸ்)* என்று பிரகடனம் செய்துகொண்ட ஒரு நூறுக்கும் மேற்பட்டச் சமுதாயங்களின் வளர்ந்துவரும் குழு ஒன்றுள்ளது. இவற்றில் பல கிரேட் பிரிட்டனிலும், சில அமெரிக்கப் பகுதிகளிலும் (இவற்றில் போல்டர் பகுதி, கொலராடோ, சேண்ட் பாயின்ட், ஐடாஹோ, கெண்டக்கியிலுள்ள பெரியா போன்றவை அடங்கும்) வேறு பகுதிகளிலும் உள்ளன. இவை ஆற்றல் நுகர்வுக் குறைப்பு மட்டுமின்றி வட்டார ஆற்றல் உற்பத்தி அதிகரிப்பு, உணவுச் சுய சார்பு, ஒரு தொழிற்சாலையின் அல்லது வியாபாரத்தின் கழிவு அடுத்த தொழிற்சாலையில் அல்லது வியாபாரத்தின் மூலப்பொருட்களாகப் பயன்படுத்தப்படும் தொழில்சார் சூழல்நிலை போன்றவற்றில் தம்முடைய கவனத்தைச் செலுத்துகின்றன. மாற்றமடையும் நிலையிலுள்ள நகரங்களுக்கான வழிகாட்டி மையக் கருத்துகள் பல உள்ளன. அவற்றில் ஒன்று தொல்படிம எரிபொருளைச் சார்ந்திராத வட்டாரச் சார்பு வாழ்க்கைதான் அதிக மகிழ்ச்சி தரக்கூடியதாகவும் நிறைவு தரக்கூடியதாகவும் இருக்க வேண்டும் என்பதாகும். 'மலிவு எண்ணெய் யுகத்திற்குப் பின் வரவிருக்கும் யுகத்தை ஓர் அபாயமாகக் கருதுவதைவிட ஒரு வாய்ப்பாகக் கருதினால், நாம் வருங்காலத்தை ஒரு குறைந்த கார்பன் யுகமாக நிலைத்திருக்கும் வகையிலும் மீளும் தன்மை கொண்டதாகவும், அபரிமிதமானதாகவும் வடிவமைக்கலாம். பேராசை, போர், தொடர் வளர்ச்சி என்ற மாயை போன்றவற்றின் அடிப்படையில் அமைந்த நம்முடைய தற்போதைய விரோதத்தன்மை வாய்ந்த நுகர்வுப் பண்பாட்டிற்குப் பதிலாக, ஓரளவுக்கு நன்றாக வாழ இது உதவும்.'[67]

நல்ல உணர்வு, சூழல்நிலையியல் வரம்புகள் ஆகிய இரண்டும் வட்டார விநியோக ஒருங்குகள் மட்டுமின்றி வட்டாரப் பொருளாதாரங்கள் நோக்கிய ஒரு மாற்றத்தின் தேவையை வலியுறுத்துகின்றன என்பது தெளிவு. வாங்குவது, விற்பது, பொருட்களை இடப்பெயர்ச்சிச் செய்வது, வட்டார அளவில் பொருட்களைப் பங்கிட்டுக் கொள்வது போன்றவை மூலப்பொருட்களை முடிந்த அளவு பேணவும் சமுதாயத்தைக் கட்டமைக்கவும் உதவும். இந்த இரண்டும்தான் நாம் மிகவும் துணிச்சலாக முன்னுரிமை கொடுக்க வேண்டியவையாகும்.

எனினும், உலக அளவில் இந்த ஒருங்கைக் கருதும்போது ஒரு குழப்பம் ஏற்படுகிறது. பல நூற்றாண்டுகளாக ஓர் உலகளாவிய வேலைப் பங்கீடு (டிவிஷன் ஆஃப் லேபர்) இருந்து வந்துள்ளது. இதில் சில நாடுகள் மூலப்பொருட்களையும், தொழிலாளர்களையும் கொடுப்பதில் சிறப்படைந்துள்ளன. வேறு சில நாடுகள் இந்த மூலதனங்களையும் அந்தத் தொழிலாளர்கள் உண்டாக்கிய பொருட்களையும் நுகர்வதில் சிறப்புப் பெற்றுள்ளன. உண்மையில் இது ஐரோப்பிய காலனி ஆதிக்கத்தின் வளமான நாட்கள் வரை பின்னோக்கிச் செல்கிறது. மேலும், இது இன்றும் உண்மையானதாகும். அமெரிக்காவின் மூன்றில் ஒரு பங்கு இறக்குமதிகள் ஏழை நாடுகளிலிருந்து பெறப்படுகின்றன. இவற்றில் அங்கு நாம் பிரித்தெடுக்கும், வளர்க்கும் அல்லது கோக்கும் பொருட்களும் அடங்கும். உலக அளவில், பல மில்லியன் தொழிலாளர்கள் ஏற்றுமதித் தொழில்களில் வேலை செய்கிறார்கள். ஒரு சராசரி அமெரிக்க வீட்டில் பெரும்பாலான நமது பொம்மைகள், துணிகள், மின்னணுச் சாதனங்கள், வீட்டு உபயோகப் பொருட்கள் போன்றவை சைனா முழுவதிலுமுள்ள மிகப்பெரிய தொழிற்சாலைகளிலிருந்து பெறப்படுகின்றன. என்னுடைய பெண், எழுத்துகளைக் கற்றுக்கொள்ளத் தொடங்கியது எனக்கு நினைவிருக்கிறது. அவள் தன்னுடைய அறையில் விளையாடிக் கொண்டிருந்தாள். பின்பு மாடியிலிருந்து கீழிறங்கி என்னைக் கேட்டாள்: 'அம்மா, சி-எச்-ஐ-என்-ஏ என்பதன் எழுத்துக் கூட்டுதல் *(ஸ்பெல்லிங்)* என்ன?' நான் 'சைனா' என்று கூறினேன் (இந்தச் சொல்லுக்கு என்ன பொருள் என்று அவளுக்குத் தெரியும் – அவளுக்கு அங்கு நண்பர்கள் உள்ளனர்). அவள் அடுத்து இவ்வாறு கேட்டாள்: 'சரி, பின்பு ஏன் அது எல்லாவற்றிலும் எழுதப்பட்டிருக்கிறது?'

எனவே, அதிக வட்டாரமாக்கப்பட்ட பொருளாதாரங்கள் நோக்கிச் செல்வது ஒரு நல்ல விஷயம்தான் என்றாலும், பல நூறு ஆண்டுகளாக இருந்து வந்த இந்தக் காலனியாதிக்க வகை வேலைப் பங்கீட்டின் பாரம்பரியத்தையும் நாம் சரியாகக் கையாள வேண்டியுள்ளது. திடீரென்று 'சரிதான், நாம் நம்முடைய மனத்தை மாற்றிக்கொண்டு

விட்டோம். உலகமயமாக்கப்பட்ட உற்பத்திப் பொருட்களின் விநியோக ஒருங்கிலிருந்து நாங்கள் விலகிக்கொண்டு விட்டோம். அதிர்ஷ்டம் நல்ல விதமாக இருக்கட்டும்' என்று கூறுவது அவ்வளவு நல்லதல்ல.

ஓர் உண்மையான தீர்வின் மையத்திலிருப்பது ஒருமைப்பாடு ஆகும். இதனை எழுத்தாளர் பார்பரா எஹ்ரென்ரெய்க் மிகவும் நன்றாக வரையறுக்கிறார்: 'ஆனால் ஒரே நியாயத்தையும் ஜனநாயகத் தையும் ஒரு முன்னோக்குப் பார்வையைப் பகிர்ந்துகொள்கின்ற, அதை அடைய மேற்கொள்கின்ற போராட்டத்தில் ஒருவரையொருவர் ஆதரித்துக்கொள்கின்ற, ஆனால் ஒருவரையொருவர் இதுவரை சந்திக்காத, மக்களுக்கிடையே அன்பு ஏற்படுவது.'[68] உலகப் பொருளா தாரத்தின் சிதைவுறுத்தும் பக்கத்திலிருந்து நம்மை விலக்கிக்கொள்ளும் போதும், வளமான வட்டாரப் பொருளாதாரங்களை மறுகட்டமைப்புச் செய்வதில் முதலீடு செய்யும்போதும் முறைப்படுத்தப்பட்ட வட்டார வளர்ச்சிக்கு தம்மை மாற்றிக்கொள்ளும் (அல்லது சில நேரங்களில் அவற்றை நோக்கி மீண்டும் செல்லும்) வளரும் நாடுகளிலுள்ள தொழிலாளர்களையும் சமுதாயங்களையும் நாம் ஆதரிக்க வேண்டும் என்று பன்னாட்டு ஒருமைப்பாடு கட்டாயப்படுத்துகிறது. நாம் மிகவும் பொறுமையாக இருக்க வேண்டும்; ஏனெனில், அவர்களுக்காகவே செயல்படும் ஒரு வளர்ச்சி முன்மாதிரியாக வளரும் நாடுகள் மாறுவதற்கு அதிக காலம் ஆகும். மாறுவதற்கு நாம் எடுத்துக்கொள்ளும் காலத்தை விட அதிக காலத்தை அது எடுத்துக்கொள்ளும். உலக மூலப்பொருட் களின் (நீர், மருந்துகள், தொல்படிம எரிபொருட்கள்) சமனற்ற நுகர்வும் அவர்களுக்கு வேண்டியதைத் தேர்ந்தெடுக்கும் உரிமைகளை வரைமுறைப்படுத்துகிறது; ஆதலால், நம்முடைய நியாயமான பங்கை விட அதிகமாக நுகர்வு செய்யும் உலகப் பகுதிகளில் உள்ள நாம் அவற்றைக் குறைந்த அளவே பயன்படுத்த வேண்டும். இதுவரை அதிகமாகப் பயன்படுத்தியதற்காக நாம் பெற்ற கடன்களைத் திருப்பிக் கொடுக்கும் வழிமுறைகளைக் கண்டுபிடிக்க வேண்டும்; வருங்காலத்தில் சமமாகப் பங்கிட்டுக்கொள்ள வேண்டும்.

இயல் 4

நுகர்வு

நாம் தற்போது நுகர்வு பற்றிக் காணப் போகிறோம். அனைத்து வகை உற்பத்திப் பொருட்களும் கடைகளின் உண்மையான அல்லது மாய அலமாரிகளில் அடுக்கப்பட்டுள்ளன. இவை வாங்கப்பட்டுக் கடையின் தள்ளுவண்டிகளில் போடுவதற்குத் தயாராக உள்ளன அல்லது நம்முடைய தேவைகளுக்கேற்ப அனுப்பப்படுவதற்காகக் கோத்தலுக்குத் தயாராக உள்ளன. இங்குதான் நுகர்வோர் நுழைகின்றனர். இவர்கள் கடைகளுக் குள்ளும் நிகழ்நிலைக் கடைகளின் நுழைவாயில்களுக்குள்ளும் நுழைந்து தங்களுடைய கடன் அட்டைகளையும் (கிரிடிட் கார்ட்ஸ்), பணமாக மாற்றிய சம்பளக் காசோலைகளையும் வைத்துக்கொண்டு பொருட்களை வாங்கு கிறார்கள். ஆட்டத்தின் இந்தக் கட்டம் 'இவையனைத்தும் எதற்காக' என்ற விளக்கத்தை எதிர்பார்க்கிறது; குறைந்தபட்சம் இப்படித்தான் நமக்குச் சொல்லப்பட்டுள்ளது. விருப்பத் தேர்வுகளின் நீண்ட பட்டியலில் இருந்து மிகவும் வலிமை வாய்ந்த ஒரு நுகர்வோர் தன்னுடைய தேர்வை மேற்கொள்ளும் அந்த ஒரு தருணத்தில் அவரைச் சுற்றி மொத்த உலகமும் சுற்றுகிறது. தன்னுடைய கடின உழைப்பின் மூலம் பெற்ற பணத்தைக் கொண்டு ஓர் அவசியத் தேவைக்கோ, தன்னுடைய மனத்தின் விசித்திரமான எண்ணங்களுக்கு இடங் கொடுப்பதற்கோ, ஒரு மோசமான மனநிலையை மாற்றுவதற்கோ இந்த மூன்றையும் ஒருசேர அடைவதற்கோ ஓர் உற்பத்திப் பொருளை வாங்கி அதன் சொந்தக்காரராக ஆகும்போது அவர் ஒருவித ஆற்றல் எழுச்சியைப் பெறுகிறார். ஒரு காரின் முட்டில் (பம்பர்) ஒட்டப்படும் ஒட்டுச்சீட்டு (sticker) கூறுவதுபோல, 'நிலைமைகள் கடினமாகும் போது, கடினமானவர் கடைக்குச் செல்வர்' ('வென் திங்க்ஸ் கெட் டஃப், தி டஃப் கோ ஷாப்பிங்').

நமக்குப் பிடித்தமான பல கதாபாத்திரங்களும் பண்பாட்டு விக்ரகங் களும் தங்களைச் சுற்றி தங்களுக்கே உரித்தான அடையாளப் பொருட் களைக் கொண்டுள்ளன. அண்மைக்காலச் சாதனங்களுடன் மிக நேர்த்தியாகத் தைக்கப்பட்ட ஆடைகள் அல்லது கார் (இங்கு உங்களுக்கு

விருப்பமான வருங்காலக் கார் முன்மாதிரியை நுழைத்துக் கொள்ளவும்) இல்லாதிருந்தால் 007 எப்படி இருந்திருப்பார்? மேலாடைகள் *(கவுன்ஸ்)* இல்லாமல் ஆஸ்கார்கள் எப்படியிருப்பார்கள்? கொடுமையான விளிம்புத் தொப்பிகளும், வடிவமைக்கப்பட்ட வண்ணங்களும், சுருங்கி மடிந்த ஆடைகள் கொண்ட பளபளக்கும் கடைப் பொருட்கள் வாங்கும் பைகளும், மிக உயர்ந்த குதிகால் காலணிகளும் கொண்டிராத கேரி பிராட்ஷாவை நாம் எவ்வாறு விரும்பியிருக்க முடியும்? டிஃப்பானியோடு தீவிரக் காமம் கொள்ளாத ஹோல்லி கோலைட்லியை நாம் எவ்வாறு அடையாளங் கண்டுகொள்ள முடியும்? இத்தகைய கதாபாத்திரங்களின் உடைமைகளோடும் கொள்கைப்பிடிப்புகளோடும் அவர்களுடைய தனிப்பட்ட தன்மைகளோடும் நாம் பிணைப்பு கொண்டுள்ளோம். இவையனைத்தும் நம்முடைய நாட்டின் புராணங்களின் கூறுகளாகும். நாம் ஏன் நம்முடைய பொருட்களோடு பிணைப்புக் கொண்டுள்ளோம் என்பதன் பொருள் தற்போது நன்கு விளங்குகிறது.

நான் மேலும் விவரிப்பதற்கு முன்பு, அனைத்து நுகர்வுக்கும் நான் எதிரியல்ல என்பதைக் கூற விரும்புகிறேன். பொருட்களின் கதை பற்றியத் திரைப்படத்தைப் பற்றிக் கோபம் கொண்ட ஒருவர் எனக்கு அனுப்பிய ஒரு மின்னஞ்சலில் இவ்வாறு குறிப்பிட்டிருந்தார்: ‘நீங்கள் நுகர்வுக்கு எதிரானவர் என்றால், நீங்கள் அணிந்துள்ள ஆடையை எங்கிருந்து பெற்றீர்கள்?’ வாழ்வதற்காக அனைவருமே நுகர்வது அவசியம் என்பது உண்மைதான். நாம் உண்ணுவதற்கு உணவு தேவை; நம்முடைய தலைக்கு மேலே ஒரு கூரை தேவை; நாம் நோயுறும் போது நமக்கு மருந்து தேவை; நம்மை வெப்பமாகவும் உலர்வாகவும் வைத்திருக்க நமக்கு ஆடைகள் தேவை. உயிர்வாழத் தேவையான பொருட்களைத் தவிர, கூடுதலான ஒரு நுகர்வு அளவு நம்முடைய வாழ்வை இனிமையாக வைத்துக்கொள்ளத் தேவைப்படுகிறது. இசையைக் கேட்பதில், நண்பர்களுடன் ஒரு பாட்டில் வைனைப் பகிர்ந்து கொள்வதில், எப்பொழுதாவது ஒரு நல்ல, புதிய உடையை உடுத்துவதில் மற்றவர்களைப் போன்று நானும் மகிழ்ச்சியுறுகிறேன்.

நான் வினா தொடுப்பது நுகர்வை அதன் இழிவான பொருளில் அல்ல; நுகர்வுக் கலாச்சாரம் *(கன்ஸ்யூமரிஸம்)* பற்றியும் மிகை நுகர்வு *(ஓவர் கன்சம்ப்ஷன்)* பற்றியும்தான். ஒருவரின் தேவைகளை ஈடுகட்ட பொருட்களையும் சேவைகளையும் *(சர்வீசஸ்)* பயன்படுத்துதல் நுகர்வு எனப்படும். ஆனால், நம்முடைய உணர்வுப்பூர்வமான மட்டுமின்றி சமூகத் தேவைகளைப் பொருட்கள் வாங்குதல் மூலம் ஈடுகட்ட நாம் முயற்சி செய்யும்போது நுகர்வோடு ஏற்படும் குறிப்பிட்டத் தொடர்புதான் நுகர்வுக் கலாச்சாரமாகும்; மேலும், நுகர்வுக் கலாச்சாரத்தில் நாம்

சொந்தமாக்கிக் கொள்ளும் உற்பத்திப் பொருட்களின் மூலம் நம்முடைய சுயமதிப்பை *(செல்ஃப்-வொர்த்)* வரையறுக்கவும் எடுத்துக் காட்டவும் முக்கியத்துவம் கொடுக்கின்றோம். மிகை நுகர்வு என்பது, அமெரிக்காவின் பெரும்பகுதிகளிலும், அதிக எண்ணிக்கையான இதர நாடுகளிலும் காணப்படுவது போன்று, நமக்குத் தேவையானதை விடவும் இந்தக் கோள் தாங்குவதை விடவும் அதிக அளவு பொருட் களைப் பயன்படுத்துவதாகும்.

நுகர்வுக் கலாச்சாரம் உபரித்தன்மையைப் பற்றியது; பொருட் களைத் தேடுவதில் எது முக்கியத்துவம் வாய்ந்தது என்பதைப் பற்றி அறிய முற்படாமையைப் பற்றியது. உங்களுக்கு டிமைடாய் டாமெளர் பற்றி நினைவிருக்கிறதா? 2008ஆம் ஆண்டு நவம்பர் மாதத்தில் ஒரு கருப்பு வெள்ளிக்கிழமையன்று, அந்த ஆண்டின் விடுமுறைப் பொருள் வாங்கல் பருவம் தொடங்கியது. நாடு முழுவதும் மக்கள் தம்முடைய நன்றி நவிலல் *(தாங்க்ஸ்கிவிங்/அறுவடைத்)* திருவிழா இரவு உணவை விரைவாக முடித்துக் கொண்டு அடுத்த நாள் கடை திறக்கும் நேரத் திற்குப் பலமணி நேரங்களுக்கு முன்பே நிறுத்தங்களில் தங்களுடைய கார்களை நிறுத்தித் தூங்கத் தொடங்கினர். அன்று மட்டும் பல இடங் களில் காலை 5.00 மணிக்கே கடைகள் திறந்துவிடுகின்றன. நியூயார்க் நகரின் வேலீ ஸ்ட்ரீம் என்ற பகுதியிலிருந்த வால்மார்ட் கடையின் கார் நிறுத்தத்தில் பொருள் வாங்குவதற்காக மக்கள் நன்றி நவிலல் நாளன்று மாலையில் திரளத் தொடங்கினர். காலை 5.00 மணிக்குக் கடை திறக்கப்படும் நேரத்தில் இரண்டாயிரம் மக்களுக்கும் அதிகமான கூட்டம் அங்கு திரண்டிருந்தது. கடையின் கதவுகள் திறக்கப்பட்டவுடன், ஹைட்டி நாட்டைச் சேர்ந்த டிமைடாய் டாமெளர் – அவருடைய நண்பர்கள் அவரை ஜிம்போ என்று அழைப்பார்கள் – என்ற பெயர் கொண்ட, ஒரு முப்பத்து இரண்டு வயதுத் தற்காலிகப் பணியாளர் விரைவாக முண்டியடித்துக் கொண்டு நுழைந்த கூட்டத்தால் நசுக்கப் பட்டார்; மோதப்பட்டுக் கீழே தள்ளப்பட்டார். நிகழ்வை நேரில் கண்டவர் கூறியபடி மக்கள் அவருடைய உடலின் மேல் நடந்து விடுமுறை நாள் பேரங்களைப் பெறுவதற்கு விரைந்தனர். உதவிக்கு வந்த அவசரகால மருத்துவத் தொழில்நுட்பர்களும் கீழே தள்ளப்பட்டு மிதிபட்டனர். டாமெளர் காலை 6.00 மணியளவில் இறந்துவிட்டதாக அறிவிக்கப்பட்டது. அவர் மூச்சுத்திணறலால் இறந்தார்[1]; காலடிகள் மிதிபட்டு இறந்தார். இந்த நெரிசல் நடந்த நேரத்தில் அங்கிருந்த அந்தக் கடையின் மின்னணுச் சாதனப் பிரிவில் பணியாளராக இருந்த ஒருவர் பின்வருமாறு தொடர்ந்து கூறிக்கொண்டே இருந்தார்: 'இது பைத்தியக்காரத் தனமானது... கடை அறிவித்த தள்ளுபடிகளும் பேரங்களும்கூட அவ்வளவு சிறந்தவையாக இல்லை.'[2]

இது நடந்தது ஒரு பொருளாதாரத் தேக்கநிலை ஆண்டில். இது நடந்த போது வளர்ந்துவரும் பொருளாதாரப் பாதுகாப்பின்மை, உயர்ந்து கொண்டிருந்த பெட்ரோலிய விலைகள், சேர்ந்து கொண்டிருந்த நுகர்வோர் கடன்கள், சிதைந்து கொண்டிருந்த அடமானங்கள், அதிகரித்துக் கொண்டிருந்த வேலையில்லாத் திண்டாட்டம் போன்றவற்றின் பின்னணி காணப்பட்டது. அந்தச் சோகமான வெள்ளிக்கிழமையன்று வருமானங்கள் பாதிக்கப்படும் என்று சில்லறை வணிகர்கள் கவலையுற்றனர். இதற்கு மாறாக, டாமௌரின் இழப்பை நாம் பெற்றாலும், அமெரிக்க மக்கள் தொடர்ந்து கடைகளுக்கு வந்து பொருட்களை வாங்கினர். நமக்குக் கூறப்பட்டிருப்பது என்னவெனில், நாம் ஒரு நுகர்வோர் சமுதாயம். நாம் தோளை உயர்த்திக்கொள்கிறோம், தலையை ஆட்டுகிறோம், இதனை ஒரு தவிர்க்க முடியாத, அடிப்படை உண்மையாக ஏற்றுக்கொள்கிறோம். இது ஒரு மனித இயல்பாகும்; இதைத்தான் ஏறத்தாழ, நமக்கு நாமே கூறிக்கொள்கிறோம்.

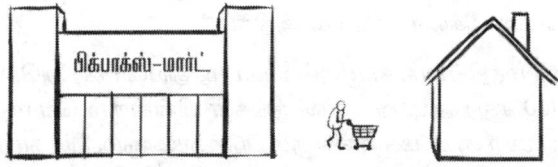

ஆஹா! நாம் எவ்வளவு அதிக அளவுக்குப் பொருட்களை வாங்குகிறோம். உலக அளவில், மனிதனின் தனிப்பட்ட நுகர்வுச் செலவுகள் (வீட்டு உபயோகப் பொருட்களின் அளவில் மட்டும், அதாவது பொருட்கள், சேவைகளில் செலவிடப்படும் பணத்தின் அளவில் மட்டும்) 1960ஆம் ஆண்டில் இருந்த 4.8 டிரில்லியன் டாலரிலிருந்து (1995ஆம் ஆண்டு டாலர் மதிப்பில்) 2005ஆம் ஆண்டு 24 டிரில்லியன் டாலராக உயர்ந்தது.[3] 2004-05இல் நம்முடைய 11 டிரில்லியன் டாலர் பொருளாதாரத்தில் மூன்றில் இரண்டு பங்கினை அமெரிக்கர்கள் நுகர்வுப் பொருட்கள் வாங்குவதில் மட்டும் செலவழித்துள்ளனர்.[4] இவற்றில் அதிகமாகச் செலவழிக்கப்பட்டது காலணிகள், நகைகள், கைக் கடிகாரங்கள் (இவை ஒன்று சேர்ந்து 100 பில்லியன் டாலர் ஆகும்) போன்றவற்றிற்காக. இது கல்விக்காகச் செலவிட்டதைவிட (99 பில்லியன் டாலர்) அதிகமாகும்.[5] ஐக்கிய நாடுகள் சங்கத்தின்படி, 2003ஆம் ஆண்டு உலகம் முழுவதும் மக்கள் 18 மில்லியன் டாலரை உடல் அலங்காரப் பொருட்களில் மட்டும் செலவழித்துள்ளனர். மாறாக, அனைத்துப் பெண்களுக்கான இனப்பெருக்க நலத்திட்டத்திற்கான செலவு 12 பில்லியன் டாலர் மட்டுமே. 19 பில்லியன் டாலர் மட்டுமே தேவைப்படும் பசி, குறை ஊட்டம் போன்றவற்றை நீக்குவதற்குப்

பதிலாக, அமெரிக்கா, ஐரோப்பா ஆகிய இரண்டின் மக்கள் ஒன்று சேர்ந்து 17 பில்லியன் டாலரை வளர்ப்பு/செல்லப் பிராணிகளின் உணவுக்காகச் செலவிட்டுள்ளனர். கடற்படகுகளில் உல்லாசப் பயணம் மேற்கொள்வதற்காக நாம் செலவிட்டது 14 பில்லியன் டாலர் ஆகும்; ஆனால் 10 பில்லியன் டாலர் மட்டுமே செலவழித்திருந்தால் சுத்தமான குடிநீர் நம்மில் அனைவருக்கும் கிடைத்திருக்கும்.[4] 2000ஆம் ஆண்டில், இருபது வயதுக்குட்பட்டவர்கள் (12 முதல் 19 வயதானவர்கள்) 115 பில்லியன் டாலர்களைச் செலவழித்துள்ளனர்; இவர்கள் 2004இல் 169 பில்லியன் டாலர்களைச் செலவழித்துள்ளனர்.[6] அமெரிக்காவின் நூறு ஏக்கர் பல்பொருட்கடை வளாகம் – ஏழு அமெரிக்க விளையாட்டு அரங்குகளின் அளவு கொண்டது – அமெரிக்க மக்களை ஈர்க்கும் மிகப் பெரிய அமைப்புகளில் ஒன்றாகும்.[7] ஒரு சராசரி அமெரிக்கர் 6.5 கடன் அட்டைகளை *(கிரெடிட் கார்ட்ஸ்)* வைத்துள்ளார்.[8] ஒரு சராசரி அமெரிக்கப் பல்பொருள் அங்காடி முப்பதாயிரம் வகைப் பொருட்களைக் கொண்டது.[5] இதேபோல் 2003ஆம் ஆண்டு அமெரிக்காவில் ஓட்டுநர் உரிமம் பெற்றவர்களைவிட சொந்தக் கார்களை வைத்திருப்பவர்களின் எண்ணிக்கை மிகவும் அதிகம்.[4]

ஒரு சராசரி மத்தியவர்க்க, முதல் உயர் மத்தியவர்க்க, அமெரிக்கனின் ஏறத்தாழ 2000 சதுர அடி வீட்டில்[9] நீங்கள் பின்வரும் பொருட்களைக் காண்பீர்கள்: பல நீண்ட மஞ்சங்களும் படுக்கைகளும், பல நாற்காலிகள், மேஜைகள், போர்வைகள், குறைந்தபட்சம் இரண்டு தொலைக்காட்சிகள், குறைந்தபட்சம் ஒரு கணினி, அச்செடுக்கும் சாதனம், ஸ்டீரியோ, கணக்கற்றப் புத்தகங்கள், இதழ்கள், புகைப்படங்கள், குறுந்தகடுகள் (இவற்றிற்கு முன்பிருந்த வினைல், ஒலி-ஒளி நாடாக்கள் போன்று இவையும் தற்போது அழிந்துகொண்டிருக்கின்றன; குப்பையாக மாறப் போகின்றன); சமையலறையில் சூளை, ஒரு அடுப்பு, ஒரு குளிர்பதனப்பெட்டி, ஒரு உறைப்பனியூட்டி *(ஃப்ரீஸர்)*, ஒரு காப்பித் தயாரிப்புக் கருவி, ஒரு உணவுப் பதமாக்கி, ஒரு மிக்சி, ஒரு நுண்ணலை அடுப்பு, ஒரு ரொட்டி சுடும் கருவி *(டோஸ்டர்)*, முடிவற்ற பாத்திரங்கள், கிண்ணங்கள், தட்டுகள், சேமிப்புக் கலன்கள், கண்ணாடிப் பொருட்கள், லினன்கள் (குறைந்தபட்சம் கைத்துடைக்கும் துணிகள்); குளியல் அறையில் கூந்தல் உலர்த்தி, முடிநீக்கி, சீப்புகள், தூவிகள், ஒரு எடை காட்டும் கருவி, துண்டுகள், மருந்துகள், பூச்சி மருந்துகள், பல சொந்த நலப் பொருட்கள் கொண்ட பாட்டில்கள், குழல்கள்; துணி அலமாரிகளில் உடைகள், ஸ்வெட்டர்கள், டீ சர்ட்டுகள், கோட்டுசூட்டுகள், காலாடைகள், தொப்பிகள், பல்வேறு காலணிகள் போன்றவை (2002ஆம் ஆண்டில் ஒரு சராசரி அமெரிக்கக் குடிமகன் ஐம்பத்திரண்டு கூடுதல் உடைக் கூறுகளையும் வாங்கினார்; ஆனால், ஒரு சராசரி வீடு ஒவ்வொரு வாரமும் 1.3 பவுண்டு எடை கொண்ட ஜவுளியைத் தூக்கி

எறிகிறது[10]). ஒரு சராசரி வீட்டில் ஒரு துணி துவைக்கும்/உலர்த்தும் சாதனம், சைக்கிள்கள், பனி சறுக்கு விளையாட்டுக் கருவிகள், இதர விளையாட்டுப் பொருட்கள், மூட்டை முடிச்சுகள் (லக்கேஜஸ்), தோட்டக் கருவிகள், நகைகள், மேஜை இழுப்பறைகளில் ஓரளவுக்குப் பயன்படுத்தப்படும் (ஸ்டேப்ளர்கள், ஸ்காட்ச் நாடாக்கள், அலுமினியத் தாள்கள், மெழுகுவர்த்திகள், பேனாக்கள்), அதிகமாகப் பயன்படுத்தப் படாத (புதுமையான சாவிச் சங்கிலிகள், வெகுமதிப் பொருள் சுற்றுத் தாள்கள், காலம் கடந்த வாழ்த்து அட்டைகள், செயல்படுத்தப்படாத செல்பேசிகள்) பொருட்கள் போன்றவை. நாம் மிகவும் அதிகமான பொருட்களைப் பெற்றிருப்பதால், வீடுகட்டி விற்பவர்களின் கூற்றுப்படி, குடும்பங்கள் பெரும்பாலும் மூன்று கார் கொட்டகைகள் கொண்ட வீடுகளை வாங்குகிறார்கள். இதில் மூன்றில் ஒரு பங்கு இடப்பரப்பைப் பொருள் சேமிப்பிற்காக மட்டுமே பயன்படுத்த முடிகிறது.[11]

இருந்தும், நம்முடைய வீடுகள் பொருட்களால் தொடர்ந்து நிரம்பி வழிகின்றன. இதனால், வீடுகளில் தனிப்பட்ட சுய சேமிப்பு வசதி களில் மிகக் கூடுதலான அதிகரிப்பை ஏற்படுத்த நாம் உந்தப்படு கிறோம். அமெரிக்காவில் 1985க்கும் 2000க்கும் இடைப்பட்ட காலத்தில் சுய சேமிப்புத் தொழில், மக்கள்தொகை உயர்வு வேகத்தை விட, மூன்று மடங்குகள் அதிக வேகத்தைக் கொண்டிருந்தது. இதனால், ஒரு மனிதருக்கான சேமிப்பு வசதியின் சதுர அடிப்பரப்பு 6.33 விழுக்காடு அதிகரித்துள்ளது. இத்தகைய வியப்பான அபரிமிதம் இருந்தபோதிலும் எப்படியோ மேலும் அதிகப் பொருட்களை வாங்கு வதற்காக, அந்திப் பூச்சிகள் நெருப்புச் சுடரை நோக்கி ஈர்க்கப்படுவது போன்று, நாம் கடைகளை நோக்கி ஈர்க்கப்படுகிறோம் என்பதை உணர்கிறோம்.

பொருட்கள் வாங்குவதன் புனிதத்தன்மை

அமெரிக்காவில் பொருட்கள் வாங்குவது ஏறத்தாழ ஒரு புனிதமான சடங்காகும். உண்மையில், 9/11 துயர நிகழ்வுக்குப் பின்பு, அதிபர் ஜார்ஜ் புஷ் அன்றாடச் செயல்களில் பொருட்கள் வாங்குவதும் சேர்ந்துதான் என்றும், அது 'பயங்கரவாதத்தை முடிவாக மறுக்கும்' செயல் என்றும் கூறினார். அப்பொழுது நம்முடைய நாடு அதிர்ச்சியில் உறைந்திருந்தது. அடுத்து என்ன நிகழும் என்பதுபற்றி எவருக்கும் தெரியவில்லை. புஷ் நமக்குக் கூறியது என்னவெனில் 'அமெரிக்கா வணிகத்திற்காகத் திறந்துள்ளது' என்ற அடையாளத்தை நாம் நம்முடைய வீடுகளின் ஜன்னல்களில் தொங்கவிட்டு, தொடர்ந்து பொருட்களை வாங்க வேண்டும் என்பதுதான்.

பொருட்களை வாங்கவில்லை என்றால் நம்முடைய பணியாளர்களைத் தோல்வியடையச் செய்கிறோம் என்றும் நம்முடைய பொருளாதாரத்தைத் திணறச் செய்கிறோம் என்றும் பொருள்படும் என்று பெரும்பாலான பொருளியல் வல்லுநர்களும், அரசியல்வாதிகளும் கூறுகிறார்கள். நுகர்வுக் கலாச்சாரத்தின் நெறிமுறையை எதிர்க்க முயற்சி செய்பவர்கள் நாட்டுப் பற்றற்றவர்கள் என்றோ, வடிகட்டிய முட்டாள்கள் என்றோ கருதப்படுகிறார்கள். *த ஸ்டோரி ஆஃப் ஸ்டஃப்* திரைப்படம் பற்றி *நியூயார்க் டைம்ஸில்* 2009ஆம் ஆண்டின் தொடக்கத்தில் ஒரு கட்டுரை வெளியானது. இதில் பல ஆசிரியர்கள் எப்படி இந்தத் திரைப்படத்தைத் தம்முடைய வகுப்பறைக் கற்பித்தலுக்குப் பயன்படுத்தி, நுகர்வுக் கலாச்சாரத்தையும் சூழல் பிரச்சினைகளையும் பற்றிய விவாதத்தைத் தூண்டியுள்ளனர் என்பது சிறப்பாக எடுத்துக் காட்டப்பட்டிருந்தது. இதைக் கண்ட பாரம்பரிய விமர்சகர்கள் நான் அமெரிக்க வாழ்க்கை முறையை அச்சுறுத்துகிறேன் என்றும் குழந்தைகளைப் பயமுறுத்துகிறேன் என்றும் குற்றம் சாட்டி என்னை 'பெண் மார்க்ஸ்' *(மார்க்ஸ் இன் போனிடெயில்)* என்றழைத்தனர். 'எந்தப் பாதிப்பும் ஏற்படுத்தாத மனிதர்' என்று அழைக்கப்பட்ட காலின் பீவான் ஓராண்டு காலத் திட்டம் ஒன்றின் மூலம் நியூயார்க் நகரக் குடும்பத்தின் நுகர்வை மிகக்குறைந்த அளவாக மாற்றியபோது அவருக்கு மிரட்டல் அஞ்சல்கள் வந்தன. இவற்றில் ஒரு அனாமதேயக் கடிதம் கொலை மிரட்டலை விடுத்திருந்தது. ஹென்றி டேவிட் தோரோ 1800ஆம் ஆண்டுகளின் மையத்தில் எளிமையாகவும் இயற்கையோடு ஒன்றியும் மக்கள் வாழவேண்டும் என்று *வால்டன்* என்னும் தமது நூலில் எழுதியபோது, அவரை விமர்சகர்கள் 'ஆண் தன்மையற்றவர்', 'மிகவும் கெட்டவர்', 'கடவுள் நம்பிக்கையற்றவர்' என்றும் 'சமூகத் தன்மையற்றவர், ஒரு வகைத் துறவி' என்றும் விமர்சித்தனர்.

நுகர்வுத் தொடர்பான பிரச்சினைகளில் செயல்படும் பல லாப நோக்கமற்றவர்களும் நியாயவாதிகளும்கூட இதை அடிப்படையளவில் விமர்சிப்பதில்லை. நாம் நுகரும் பொருட்களின் தரம் பற்றி பல சிறப்புக் குழுக்கள் தம் கவனத்தைச் செலுத்துகின்றன. எடுத்துக்காட்டாக, இவை 'அடிமைச் சாக்லேட்டுக்கு' பதிலாக நியாய வணிக சாக்லேட்டுக்காகவும், பாரம்பரிய நச்சு நிறைந்த பருத்தி ஆடைகளைவிட கரிமப் *(ஆர்கானிக்)* பருத்தி ஆடைகளுக்காகவும், அல்லது பாலிவினைல் குளோரைடு (பீவிசி) அற்ற குழந்தை பொம்மைகளுக்காகவும் போராடி வருகின்றன. ஆனால், ஒரு சிலரே பொருட்களின் அளவு பற்றி கவனம் செலுத்துகின்றனர். மேலும், நாம் மிக அதிக அளவுக்கு நுகர்கிறோமா என்ற கடினமான வினாவைத் தொடுக்கின்றனர். இந்த வினாதான் இந்த ஒருங்கின் மையப்பிரச்சினைக்கு நம்மைக் கொண்டு செல்கிறது. இது ஒரு ஜனரஞ்சகமான வினா அல்ல என்பதை நான் அறிந்துகொள்கிறேன்.

ஒரு காலத்தில் நம்முடைய நாட்டின் பொருளாதார வளர்ச்சிக்குப் பங்களித்தக் காரணிகளில் இயற்கை மூலப்பொருட்களைப் பிரித்தெடுத்தலிலும், பொருட்களை உற்பத்தி செய்வதிலும் உள்ள மிகப் பரவலான செயல்கள் அடங்கும். எனினும், இரண்டாம் உலகப் போருக்குப் பிறகு நுகர்வில் கவனம் திருப்பப்பட்டது. 1950ஆம் ஆண்டுகளில் அதிபர் ஐசனோவரின் பொருளாதார ஆலோசனைக் குழுவின் தலைவர் கூறினார்: ‘அமெரிக்கப் பொருளாதாரத்தின் முடிவான நோக்கம் மேலும் அதிக அளவு நுகர்வுப் பொருட்களை உருவாக்குவதுதான்.’[12] இது உண்மையா? சுகாதார வசதி, பாதுகாப்பான சமுதாயங்கள், இளைஞர்களுக்குச் சிறப்பான கல்வி அல்லது ஒரு நலமான வாழ்க்கை போன்றவற்றைக் கொடுப்பதற்குப் பதிலாக நம்முடைய பொருளாதாரத்தின் நோக்கம் பொருட்களை உருவாக்குவதுதானா? 1970ஆம் ஆண்டுகளில் பண்பாட்டு மட்டத்திலும் பொருளாதார மட்டத்திலும் நுகர்வு ஒரு முக்கியப் பங்கினைப் பெற்றது. இன்று உயிர்வாழும் நம்மில் பலர் நுகர்வினால் உந்தப்படும் பொருளாதாரம் தவிர்க்க முடியாத, விவேகமான, நலமான ஒன்று என்ற எண்ணத்தின் பின்னணியில் வளர்க்கப்பட்டவர்கள் ஆவர். வினாக்கள் எதுவும் எழுப்பாமல் நாம் இந்தப் பொருளாதார முன்மாதிரியில் பங்கு ஏற்கவேண்டும் என்று எதிர்பார்க்கப்படுகிறது. எனினும், அதிக மக்களால் இது தொடர்ந்து விமர்சனங்களுக்கு உட்படுத்தப்பட்டு வருகிறது. இவர்களில் நானும் நிச்சயமாக இருக்கிறேன்.

டாமெளரின் பரிதாபமான இறப்பு நடைபெற்ற அதே விடுமுறைப் பருவத்தில் டிஸ்கவர் கடன் அட்டை நிறுவனம் ஒரு புதிய விளம்பரப் பரப்புரையில் ஈடுபட்டது. கிடாரில் எழுப்பப்படும் ஒரு எளிய சுருதியின் அமைதியான ஓசை ஓட்டத்தின் ஊடே ஒரு குரல் கூறுகிறது:

> *நாம் அனைவருமே நுகர்வோராலான ஒரு நாட்டைச் சேர்ந்தவர்கள். இதில் எந்தவிதத் தவறும் இல்லை. உண்மையில் இங்கு மிக அதிக அளவில் பொருட்கள் உள்ளன. ஆனால், இங்குள்ளப் பிரச்சினை என்னவெனில், இங்கு மிக அதிக அளவில் பொருட்கள் உள்ளதால் நாம் எளிதில் உணர்ச்சிவசப்பட்டு விடுகிறோம். இது நடந்தால் நம்முடைய பொருள்சார்ந்த உலகம் மிகவும் சிறப்பாக இருப்பதை நிறுத்திவிடும்; அழுத்தத்திற்கு உட்படத் தொடங்கிவிடும். ஆனால், ஒரு கடன் அட்டை நிறுவனம் இதை உணர்ந்தால் எப்படியிருக்கும்? உலக மக்கள் செலவழிப்பதற்கு ஒரு நேரமும் சேமிப்பதற்கு ஒரு நேரமும் உள்ளன என்பதை ஏற்றுக்கொண்டால் எப்படி இருக்கும்? குறைந்த கடனும் அதிக மகிழ்ச்சியும் நாம் பெறலாம். இந்தப் பொருள் சார்ந்த உலகம் மேலும் அதிக அளவுக்குப் பிரகாசமாக மாறலாம்.*[13]

ஒரு கடன் அட்டை நிறுவனம் நுகர்வுக் கலாச்சாரத்திற்கு சவால் விடுவது முதலில் எனக்கு வியப்பாகத் தோன்றியது. செலவழிப்பு பற்றியும் கடன் பற்றியும் மக்கள் கவலையுறும் தருணத்தில் அதிக நுகர்வோர் வெற்றி பெற ஓர் ஒளிவுமறைவில்லாத நாடகமாக இது இல்லாதிருந்தால் நான் மிகவும் சிலிர்ப்படைந்திருப்பேன். ஆனால், இந்த விளம்பரத்தைப் பற்றி எது உண்மையில் என்னைத் திகைப்படைய வைத்தது என்றால், விளம்பரத்தின் முடிவில் காட்டப்பட்ட உருவக வரிசைதான். ஒரு தந்தையும் மகனும் மிகவும் பரந்து காணப்பட்ட, பசுமையான வயல்வெளியின் நடுவில் நிற்கிறார்கள்; பின்பு மிகவும் திறந்தவெளிக் கடற்கரை மணலில் ஒரு நாயுடன் ஒரு ஜோடி மனிதர்கள் நிற்கிறார்கள்; பின்பு ஒரு தோட்டத்தின் பெஞ்சில் ஒரு ஜோடி காதல் களியாட்டத்தில் ஈடுபட்டுள்ளது; முடிவில் ஒரு காரின் பின் இருக்கை யில் ஒன்றாகக் கூச்சலிட்டுக் கொண்டும் கேலி செய்துகொண்டும் பல பெண்கள் உள்ள காட்சி. இது எனக்குக் கூறுவது என்னவெனில் டிஸ்கவர் அட்டை, ஏதோவொரு மட்டத்தில், சரியான உண்மை யைப் பற்றி நிச்சயமாக உணர்ந்துள்ளது என்பதுதான். பொருட்கள் (நமக்குப் பிடித்த உற்பத்திப்பொருட்கள்கூட) நம்மை மகிழ்ச்சிகரமாக வைத்திருப்பதில்லை. நம்முடைய குடும்பங்கள், கூட்டாளிகள், நண்பர்கள், அழகான இயற்கை, உலக அனுபவம் போன்றவைதான் நம்மை மகிழ்ச்சியாக வைத்துக்கொள்கின்றன.

மகிழ்ச்சி இழந்த மக்கள்

1950ஆம் ஆண்டில் அமெரிக்க மக்கள் மிக உயர்ந்த அளவு திருப்தியை யும் மகிழ்ச்சியையும் பெற்றிருந்தனர் என்று பதிவு செய்யப்பட்டதைப் பற்றி தற்போது கருத்தில் கொள்வோம். அதாவது, அந்த ஆண்டில்தான் நம்மில் மிக அதிக எண்ணிக்கையினர் (ஏறத்தாழ 35 விழுக்காடு) தம்மை 'மிகவும் மகிழ்ச்சியானவர்கள்' என்று கூறிக்கொண்டார்கள்; இந்த அளவை அதற்குப்பின் எப்பொழுதுமே நாம் எட்டவில்லை.[14] *இன்று ஐம்பது ஆண்டுகளுக்கு முன்பு இருந்ததைவிட நாம் அதிக அளவு பணத்தைப் பெற்றிருந்தாலும், அதிக அளவு பொருட்களை வாங்கிக் கொண்டிருந்தாலும் நாம் மகிழ்ச்சியுடன் இல்லை. தெளிவாகக் கூற வேண்டும் என்றால், புதிய பணம், புதிய பொருட்கள் ஆகியவற்றில் எதுவும் நம்மை மகிழ்ச்சியில் ஆழ்த்தவில்லை என்று இதற்குப் பொருளல்ல. இவற்றில் சில நம்மை மகிழ்வித்திருக்கின்றன. எனினும், பெற்ற கூடுதல் மகிழ்ச்சி மற்ற முகப்புகளிலிருந்து பெற்ற அதிகத் துன்பங்களால் தள்ளுபடிச் செய்யப்பட்டுவிட்டது. ஒரு மனிதன் பசி அல்லது குளிரினால் அல்லல் படும்போதும், தங்குவதற்கும் மற்ற அடிப்படைப் பொருட்களுக்கும் ஒரு தேவையைக் கொண்டிருக்கும் போதும் அதிகப் பொருட்கள் அவனை மகிழ்விக்கும். மக்களின்*

அடிப்படைத் தேவைகள் பெறப்பட்ட பின்பு (உலகக் கண்காணிப்பு நிறுவனத்தின் ஸ்டோரி ஆஃப் த வோர்ல்டு 2004 அறிக்கையின்படி மக்கள் உலக சராசரியான ஒரு ஆண்டுக்குப் பதின்மூன்றாயிரம் டாலர்களைச் சம்பாதித்து நுகரும்போது இது நடைபெறும்)[15], பொருட்களிலிருந்து நாம் மேலும் பெறக்கூடிய ஓரளவுக்கான மகிழ்ச்சி உண்மையிலேயே குறைகிறது.[24] வேறு சொற்களில் கூறவேண்டுமென்றால், நம்முடைய முதல் இரண்டு ஜோடி காலணிகள் (ஷூ) நம்முடைய பதினான்காம், பதினைந்தாம் ஜோடி காலணிகளைவிட அதிக மகிழ்ச்சியை அளிக்கும். ஃபிலிப்பைன்ஸில் உள்ள ஸ்மோக்கி மவுண்டன் என்ற ஏறத்தாழ குப்பை மேட்டுப் பகுதியில் வாழும் ஒரு பெண்ணின் வாழ்வில் சுரங்க வேலையில் பெறப்படும் ஊதியம் ஏற்படுத்தும் மகிழ்ச்சியைவிட ஒரு கூடுதலான மகிழ்ச்சியை ஒரு நூறு டாலர்கள் பெறுவது கொடுக்கும்.

ஓர் இதழில் வெளியாகும் ஓர் அழகான பெண்ணும் விளம்பரங்களிலும் வணிகப்படங்களிலும் சிரித்துக்கொண்டு காட்சியளிக்கும் நூற்றுக்கணக்கான கவர்ச்சியான முகங்களும் நுகர்வு தொடர்பாக நம்மை வேறு விதங்களில் தூண்டுகின்றன. நாம் ஏற்கனவே பெற்றிருக்கும் பொருளிலிருந்து மிகச்சிறிய அளவே வேறுபட்ட (விளம்பரப்படுத்தப்படும்) அந்தப் புதிய பொருளை நாம் அடைந்தால் ஒரு புதிய, கூடுதலான, மகிழ்ச்சியை நாம் பெறுவோம் என்று இவை நமக்கு வாக்குறுதி கொடுக்கின்றன. எனினும், நாம் அந்தப் பொருளைப் பெற்றவுடன் அது ஒரு சிறிய அளவு மகிழ்ச்சியைக் கொடுத்தாலும், அந்த மகிழ்ச்சியுணர்வு மிகவும் விரைவாக மறைந்து விடுகிறது. எனவே, அதிக உற்பத்திப்பொருட்கள் நம்மைத் தொடர்ந்து மகிழ்ச்சியுறச் செய்வதில்லை; குறிப்பாக, அவற்றிற்காக நாம் கூடுதல் நேரம் உழைத்துப் பணத்தைக் கொடுக்க வேண்டியிருக்கும்போதும், அப்பொருட்களை வைத்துக் காப்பாற்றும் போதும், பொருட்கள் நிறைந்த நம்முடைய மேஜை இழுப்பறைகளிலும், அலமாரிகளிலும், வீடுகளிலும் இவற்றைத் தேடுவதற்குக் கூடுதல் நேரங்கள் எடுத்துக்கொள்ளும் போதும்.

இதற்கிடையில், நம்முடைய சிதைந்துகொண்டிருக்கும் சமூக உறவுகளில் மகிழ்ச்சி இழப்பு அதிகரித்துக் கொண்டிருக்கிறது. நம்முடைய அடிப்படைத் தேவைகள் பெறப்பட்ட பின்பு, குடும்பம், நமக்குச் சமமானவர்கள், கூட்டாளிகள், அண்டை மக்கள், சமுதாய உறுப்பினர்கள் போன்றோருடன் உள்ள உறவுகள்தாம் நம்முடைய மகிழ்ச்சியை மீண்டும் மீண்டும் நிர்ணயிக்கும் முக்கியக் காரணிகளாக எடுத்துக்காட்டப்பட்டுள்ளன.[16] எனினும், இந்தப் பொருட்களைப் பெறுவதற்கும் காப்பாற்றுவதற்கும் நாம் முன்பு எப்பொழுதும் இருந்ததைவிட அதிகமாக உழைக்க வேண்டியிருப்பதால், நாம் தனியாகச் செலவழிக்கும் நேரம், குடும்பம், நண்பர்கள், அண்டை

மக்கள் போன்றோருடன் செலவழிக்கும் நேரத்தைவிட அதிகமாகி யுள்ளது.

பொது நிகழ்வுகளிலும், சமுதாயக் கட்டமைப்புகளிலும்கூட நாம் குறைந்த அளவு நேரத்தையே செலவிடுகிறோம். *பௌலிங் அலோன்* என்ற நூலில் ஹார்வேர்டு பேராசிரியர் ராபர்ட் புட்னம் சமூகக் குழுக்களிலும் குடிமக்கள் குழுக்களிலும் நம்முடைய பங்கேற்பு குறைந்துள்ளதை எடுத்துக்காட்டியுள்ளார்: பந்து வீச்சுக் குழுக்களி லிருந்து பெற்றோர்- ஆசிரியர் கூட்டங்கள், அரசியல் அமைப்புகள் வரை அனைத்திலும்.[17] இதன் காரணமாக, நாம் மிகக் குறைந்த நண்பர்களையும், நம்மை ஆதரிக்கும் குறைந்த அண்டை மக்களையும், குறைந்த ஆரோக்கியமான சமுதாயத்தையும் பெற்றதோடல்லாமல், ஒரு ஜனநாயக அரசியல் ஒருங்கினுள் நம்முடைய பங்களிப்புப் பற்றிய ஒரு ஏறத்தாழ முழுமையான அக்கறையின்மையையும் பெற்று விட்டோம்.

இதன் காரணமாக, நம்முடைய சமுதாயங்கள் முன்பு நமக்குக் கொடுத்து வந்த பொருட்களைத் தற்போது கொடுக்க முடிவதில்லை. கால் பங்கு அமெரிக்கர்கள் தற்போது தம்முடைய சொந்தப் பிரச்சினை களைப் பற்றி விவாதிக்கத் தம்முடைய வாழ்வில் எவருமில்லை என்று கூறிவருகிறார்கள். சமூக அளவில் தனிமைப்படுத்தப்பட்டு விட்ட தாகக் கூறிக்கொண்டிருந்த மிகக் குறைவான மக்களின் எண்ணிக்கை 1985க்குப் பிறகு இரட்டிப்பாகி விட்டது.[18] உணர்ச்சி சார்ந்த ஆதரவோடு, உடல்சார்ந்த ஆதரவும் குறைந்துவிட்டது. உங்களுடைய குழந்தையைப் பார்த்துக்கொள்வதற்கான உதவியோ, ஓரிடத்திற்குக் கூட்டிச் செல்வதற்கான உதவியோ, விமான நிலையத்திற்கு அழைத்துச் செல்வதற்கான உதவியோ, நீங்கள் உடல் நலமின்றி இருக்கும்போது உங்களுக்குத் தேவையான உணவை வாங்கி வருவதற்கான உதவியோ, உங்களுடைய கடிதங்களை வீட்டுக்குள் எடுத்து வருவதற்கான உதவியோ, உங்களுடைய நாயைச் சற்றுநேரம் வெளியில் அழைத்துச் செல்லும் உதவியோ, நீங்கள் வேறு இடத்திற்குப் பயணம் செல்லும் போது உங்கள் தோட்டத் தாவரங்களுக்கு நீர் ஊற்றும் உதவியோ அல்லது கூடைப்பந்து, மென்பந்து அல்லது சீட்டாட்டம் ஆடும்போது விளையாடுபவரின் உதவியோ உங்களுக்குத் தேவை என்றால் நீங்கள் அதிர்ஷ்டமில்லாதவர்களாக இருப்பதற்கு அதிக வாய்ப்புகள் உள்ளன. நாம் அனைவருமே அதிக அளவுக்கு நேரம் இல்லாதவர்களாகி விட்டோம்; மற்றும்/அல்லது மேலே கூறிய உதவிகளைப் பெறுவதற்கு முடியாமல் அதிக அளவுக்குத் தனிமைப்படுத்தப்பட்டு விட்டோம். இவற்றில் எல்லா விஷயங்களும் நமக்குத் தொடர்ந்து தேவைப் படுவதால், சந்தை இந்த வெற்றிடத்தை நிரப்பி விட்டது. நம்முடைய

செல்லப் பிராணிகளைப் பார்த்துக்கொள்ள, கடினமான நேரங்களில் நமக்கு உதவ, அல்லது நம்முடைய பொருட்களை வேறு இடத்திற்கு எடுத்துச் செல்ல தற்போது எவரோ ஒருவரை வாடகைக்கு அமர்த்திக் கொள்ள வேண்டியுள்ளது. நம்முடைய குழந்தைகளைக் கவனித்துக் கொள்ளவும் அவற்றை மகிழ்ச்சியாக வைத்திருக்கவும் தற்போது ஊதியம் கொடுக்கிறோம். உயிருள்ள எதிராளியுடன் விளையாடுவதை ஒத்திருக்கும் கணினி விளையாட்டுகளைக்கூட நாம் விலைக்கு வாங்க முடிகிறது. இது வேலையை வணிகப்பாடாக்கும் செயல் ஆகும். ஒரு காலத்தில் பொது வசதிகளாக, அண்டைமக்களின் செயல்பாடுகளாக (உதவிகளாக), அல்லது நண்பர்களின் பணியாக இருந்தவையெல்லாம் தற்போது தனிப்பட்ட முறையில் வாங்கப்படும் பொருட்களாக அல்லது சேவைகளாக மாறிவிட்டன – அதாவது விற்பனைப் பொருட்களாக.

ஒருங்குகளைப் பற்றி எண்ணுபவர்கள் நேர் பின்னூட்ட வளையங்கள் *(பாசிட்டிவ் ஃபீட்பேக் லூப்ஸ்)* பற்றி அடிக்கடிப் பேசுவார்கள்; அதாவது, முன்னமிருந்த பிரச்சினைகளை அதிகப்படுத்தும் வகையில் ஒரு விளைவை ஏற்படுத்துவது. எடுத்துக்காட்டாக, உலக வெப்ப அளவு அதிகரிக்கும்போது பனிக்கட்டிப் பாறைகள் உருகுகின்றன. இதனால் நம்முடைய கோளின் பனியிலிருந்து சூரிய ஒளியைப் பிரதிபலிக்கும் திறன் குறைகிறது. எனவே, உலக வெப்பநிலை மேலும் உயர்கிறது. இதேபோன்ற நேர் பின்னூட்ட வளைய விளைவுதான் நம்முடைய சிதைந்து வரும் சமுதாயங்களிலும் நடைபெறுகிறது. அண்டை மக்கள், நண்பர்கள், பொது நிறுவனங்கள் போன்றோர் நமக்குப் பொதுவாகக் கொடுத்து வந்த உதவிகளுக்கும் சேவைகளுக்கும் நாம் தற்போது பணம் கொடுக்க வேண்டியிருப்பதால் அதிக அளவில் துன்புறுத்தப்படுகிறோம். இதனால் நம்மால் சமுதாயத்திற்கு அதிக அளவில் பங்களிப்புக் கொடுக்க முடிவதில்லை. இது ஒரு கீழ்நோக்கிய வளர்ச்சியாகும்.

ஒரு சமூகமாக நம்முடைய முன்னேற்றத்தை அளவிட நாம் கண்டு பிடித்துள்ள ஏறத்தாழ ஒவ்வொரு அளவுகோலும், கடந்த பல ஆண்டு களாகப் பொருளாதார வளர்ச்சி தொடர்ந்து ஏற்பட்டிருந்தாலும், நம்முடைய பல விஷயங்கள் மோசமாகி உள்ளன என்பதை எடுத்துக் காட்டுகிறது. அமெரிக்காவில் உடல் பருமன் *(ஒபிசிடி)* மிக அதிகமாகக் காணப்படுகிறது. இருபதுக்கு மேற்பட்ட வயதுடையவர்களில் மூன்றில் ஒரு பங்கு மக்களும், ஆறு முதல் பதினோரு வயதுவரை உள்ள சிறுவர் சிறுமிகளில் ஏறத்தாழ 20 விழுக்காடும் பருத்த உடலுடன் காணப்படுகின்றனர். 2007ஆம் ஆண்டில் வெளியிடப்பட்ட அறிக்கை ஒன்று 15 விழுக்காடு பதின்பருவத்தினர் 2003க்கும் 2004க்கும் இடையே தற்கொலை செய்துகொண்டுள்ளனர் என்று பதிவு செய்துள்ளது. மேலும், இந்த எண்ணிக்கை கடந்த பதினைந்து ஆண்டுகளில்

ஓராண்டுக்குள் நடந்த தற்கொலைகளில் மிகவும் அதிகமானது என்றும் பதிவுசெய்துள்ளது.[19] 2005ஆம் ஆண்டில் 1945ஆம் ஆண்டில் காணப் பட்டதைவிட பத்து மடங்கு அதிக மனச்சோர்வு (டிப்ரஷன்) காணப் பட்டது. 1994க்கும் 2004க்கும் இடையே மனச்சோர்வு தடுப்பு மருந்துகளின் பயன்பாடு மும்மடங்கு அதிகமாகியுள்ளது.[5] ஏறத்தாழ 40 மில்லியன் அமெரிக்கர்கள் தம்முடைய சொந்த வீடுகளுக்கே ஒவ்வாத் தன்மையைப் பெற்றுள்ளனர் – அதாவது, பெயின்ட்களில் உள்ள வேதிப்பொருட்களுக்கு, சுத்தமாக்கும் பொருட்களுக்கு, பதப் படுத்தப்பட்ட மரக்கட்டைகளுக்கு, சுவர்த்தாள்களுக்கு, பிளாஸ்டிக் களுக்கு. 1900இல் நாம் பெற்றிருந்த நிம்மதியான இரவுத் தூக்கத்தில் சராசரி 20 விழுக்காட்டளவிற்குக் குறைவாகவே நாம் தற்போது பெறுகிறோம்.[5] வேறு எந்தத் தொழில்மயமாக்கப்பட்ட நாட்டையும் விட அமெரிக்கர்கள் அதிக மணி நேரங்கள் கூடுதலாக உழைக்கின்றனர்.[14] வருவாய்களைவிட, தனிப்பட்ட நுகர்வோரின் கடன்கள் இரண்டு மடங்குக் கூடுதலான தகை வேகத்தில் வளர்ந்து வருகின்றன.[4] அமெரிக்க மக்கள்தொகைக் கணக்கெடுப்பு அமைப்பின் கூற்றுப்படி 2005இல் அமெரிக்கர்கள் ஏறத்தாழ 832 பில்லியன் டாலர் அளவுக்குக் கடன் அட்டைகள் மூலம் கடன் பெற்றிருந்தனர் என்றும், இது 2010இல் 1.091 டிரில்லியன் டாலராகப் பெருக்கமடையும் என்றும் எதிர்பார்க்கப் படுகிறது. இது ஏறத்தாழ ஒவ்வொரு கடன் அட்டை வைத்திருப்ப வருக்கும் 5,000 டாலர் கடன் சராசரியாக உள்ளது என்பதைச் சுட்டு கிறது. (இது 2010இல் ஏறத்தாழ 6,200 டாலராக உயரும் என்றும் எதிர் பார்க்கப்படுகிறது).[20] நம்முடைய சக்திக்கு மேலே செலவிட்டாலும் நம்முடைய நாடு தொடர்ந்து வருவாய்ச் சமனின்மை, ஏழ்மை, வீடில்லாமை, பசி, உடல்நலக் காப்பீடின்மை போன்றவற்றில் சிதை வுறுத்தும் அளவுகளை எதிர்கொண்டிருக்கிறது.

உலோகாயதம் (மெட்டீரியலிசம்) பற்றி மிக அதிகமாக எழுதியுள்ள நாக்ஸ் கல்லூரி உளவியல் பேராசிரியரான டிம் கேசரின் கூற்றுப்படி அன்பையும் பொருட்களையும் பணத்தால் வாங்க முடிய வில்லையே என்று நினைப்பது மட்டுமே நம்மை மகிழ்ச்சியற்று வைப்பதற்கான காரணமில்லை. வெவ்வேறு வயதுக் குழுக்கள், வகுப்புப் பின்னணிகள், வெவ்வேறு நாட்டு மக்கள் போன்றோரிடம் மேற்கொள்ளப்பட்ட விரிவான ஆய்வுகளின்படி பொருள்முதல்வாதம் தான் நம்மை உண்மை யிலேயே மகிழ்ச்சியற்றவர்களாக மாற்றுகிறது என்று அறியப்படுகிறது. கேசரின் கள ஆய்வுகளின்படி மக்கள் பொருள்முதல்வாதிகளின் மதிப்பீடுகளை விரும்புகின்றனர்; 'அதிக ஊதியம் கொடுக்கும் உயர்ந்த அந்தஸ்து கொண்ட வேலை எனக்கு வேண்டும்', 'நான் மிகவும் பிரபலமாக வேண்டும்', 'மிகுந்த விலைமதிப்புள்ள பொருட்களை நான் பெற்றிருப்பது மிக முக்கியம்', 'நான் எவ்வளவு கவர்ச்சிகரமாக

இருக்கிறேன் என்பதைப் பற்றி மக்கள் விமர்சிப்பதை நான் விரும்பு கிறேன்' போன்ற பல கூற்றுகளுக்கு உடன்பாடாக இருப்பதிலிருந்து மக்களின் உலோகாயத மதிப்பீடுகள் தெளிவாகின்றன. கேசரின் இந்த ஆய்வு அறிவிப்பது என்னவெனில் 'மிக வலுவான உலோகாயத மதிப்பீடுகள் மக்களின் நலவாழ்வைப் பரவலாக ஊடுருவிப் பலவீனப் படுத்துவதுடன் தொடர்புகொண்டுள்ளன; அதாவது, மிகக் குறைந்த வாழ்க்கைத்திருப்தி, மனச்சோர்வு, கவலை, தலைவலிகள் போன்ற உடல்சார் பிரச்சினைகள், ஆளுமைக் கோளாறுகள், தன்னையே நினைத்துப் பெருமைப்படும் தற்காதல் *(நார்சிஸ்ஸம்)*, சமூக எதிர்ப்பு நடத்தை வரையிலான பல வகைப் பலவீனப்படுத்தல்கள் ஏற்படு கின்றன.'[21] கேசர் மேலும் ஒரு படி சென்று எப்படி இந்தப் பெருந் துன்பங்கள் (குறைந்த திருப்தி, உடல், உள நலப் பிரச்சினைகள், சமூக எதிர்ப்புப் போக்குகள்) பின்பு அதிக அளவு நுகர்வைத் தூண்டுகின்றன என்று எடுத்துக் காட்டியுள்ளார்.[21] நம்முடைய ஆர்வங்களை அதிகரிப் பதற்காக நமக்குத் தேவைப்படுவது பொருள் வாங்கும் சிகிச்சைதான் என்ற மரபுவழி 'ஞானத்தின்' மேல் நாம் சார்ந்து விடுகிறோம். இது ஒரு நச்சுச் சுழற்சியாக மாறிவிடுகிறது.

மகிழ்ச்சி இழந்த நாடு

இதர நாட்டு மக்களைவிட நாம் ஆற்றல், காகிதம், தனிமங்கள் போன்ற மூலப்பொருட்களையும் உற்பத்திப் பொருட்களையும் அதிக அளவு நுகர்வதாலும், நலவாழ்வின் பல்வேறு சுட்டிகளில் *(இன்டீசஸ்)* அமெரிக்கா குறைவான மதிப்பெண்களையே பெறுகிறது. ஐக்கிய நாடு சபையின் வளர்ச்சித் திட்டத்தின் ஏழ்மை, வாழ்நாள் காலம், சமூகச் சேர்க்கை *(சோஷியல் இன்குலூசன்)* போன்ற காரணிகளை ஆய்வு செய்யும் மனித ஏழ்மை நிலைமைக் குறியீடு அமெரிக்காவைத் தொழில் மயமான நாடுகளில் கடைசியாகக் காட்டுகிறது.[4] மகிழ்வுக் குறியீடு என்ற மற்றொரு அளவீடு ஒரு நாடு எவ்வளவு மகிழ்ச்சியாக உள்ளது என்பதை (எதிர்பார்க்கும் வாழ்நாள் காலம், வாழ்க்கைத்திருப்தி ஆகிய இரண்டின் கூட்டு) அளவிடுகிறது; இது அந்த நாடு எவ்வளவு மூலப் பொருட்களைப் பயன்படுத்துகிறது என்பதோடு ஒப்பிடப்பட்டுப் பெறப்படுகிறது. அடிப்படையில் ஒரு நாடு எவ்வளவு சிறப்பாகத் தன்னுடைய மூலப் பொருட்களை நலவாழ்வாக மாற்றுகின்றது என்பதன் அளவீடாகும் இது. 2009ஆம் ஆண்டின் மகிழ்வுக் குறியீடு மதிப்பிடப்பட்ட 143 நாடுகளில் அமெரிக்கா மிக மோசமான 114வது இடத்தில் உள்ளது. இதைவிட நல்ல மதிப்பெண்கள் பெற்ற நாடுகளில் (லக்சம்பெர்க் தவிர்த்து) ஸ்காண்டிநேவிய நாடுகளும் ஒவ்வொரு ஐரோப்பிய நாடும், அனைத்து லத்தீன் அமெரிக்க, கரீபிய நாடுகளும், ஆப்பிரிக்காவைத் தவிர்த்த அனைத்து இதர பகுதிகளும் அடங்கும்.

அமெரிக்காவுக்குக் கீழே உள்ளதாக அறியப்பட்டுள்ள 28 நாடுகளில் 25 ஆப்பிரிக்க நாடுகளாகும். போரால் சீரழிந்த காங்கோகூட அமெரிக்காவுக்கு ஒன்றிரண்டு இடங்கள் மேலே உள்ளது.[22] 2009ஆம் ஆண்டின் குறியீட்டில் அதிக மதிப்பெண் பெற்று உயர்ந்த இடத்தில் இருக்கும் நாடு கோஸ்டா ரிகா ஆகும். இது தன்னுடைய இராணுவத்தை 1949ஆம் ஆண்டே கலைத்துவிட்டு, அதற்காகச் செலவிடப்பட்ட பணத்தையெல்லாம் கல்வி, பண்பாடு மட்டுமின்றி ஒரு நீண்ட, நலமான, அர்த்தம் நிறைந்த வாழ்க்கைக்குப் பங்களிக்கும் இதர முதலீடுகளில் போட்டுள்ளது. இதற்கு மாறாக, அமெரிக்கா உலகிலேயே மிக உயர்ந்த அளவு இராணுவ வரவு-செலவுத் திட்டத்தைக் கொண்டுள்ளது. இது 607 பில்லியன் டாலர் அல்லது உலக ஆயுதத் தளவாடங்களில் 42 விழுக்காட்டைச் செலவழிக்கிறது.[23] இந்த அளவு பணத்தைக் கொண்டு நாம் அதிக நலவாழ்வைப் பெற முடியும்; உடல்நல வசதி, கல்வி, சுத்தமான ஆற்றல், திறன்பெற்ற பொதுமக்கள் போக்குவரத்து போன்றவற்றில் இந்தப் பணத்தைச் செலவிடலாம்.

வருடாந்திர மகிழ்வுக் குறியீட்டைத் தயாரிக்கும் அமைப்பான புதிய பொருளியல் அறக்கட்டளை (*நியூ எகனாமிக்ஸ் பவுண்டேஷன்*) பின்வருமாறு விளக்குகிறது: 'மிக உயர்ந்த நுகர்வுகளைக் கொண்ட நாடுகளில் காணப்படுவதைவிட மிகச்சிறிய சூழல்சார் காலடிச் சுவடைக் கொண்டு ஒரு நீண்ட, மகிழ்ச்சியான வாழ்வை வாழ்வது சாத்தியமான ஒன்றாகும். எடுத்துக்காட்டாக, அமெரிக்காவில் உள்ள மக்களை விட நெதர்லாந்தில் உள்ள மக்கள் சராசரியாக ஒரு ஆண்டு கூடுதலாக வாழ்கிறார்கள்; ஆனால், நெதர்லாந்தின் ஒரு தனிமனிதருடைய சூழல்சார் காலடிச்சுவடு அமெரிக்கர்களின் சுவடில் பாதி அளவுதான் (9.4 உலக ஹெக்டேர் – அமெரிக்கா, 4.4 உலக ஹெக்டேர் – நெதர்லாந்து). இதன் பொருள் என்னவெனில், நெதர்லாந்து நலவாழ்வை அடைவதில் சூழல் நிலையியல் மட்டத்தில் இரண்டு மடங்கு அதிகத் திறனைப் பெற்றுள்ளது என்பதுதான். இதைவிடக் குறிப்பிடத்தக்க வேறுபாட்டை கோஸ்டா ரிகாவும் அமெரிக்காவும் கொண்டுள்ளன. கோஸ்டா ரிகா மக்களும் அமெரிக்கர்களைவிட சற்றுக் கூடுதலான காலத்திற்கு வாழ்கிறார்கள்; அதிக அளவு வாழ்க்கைத் திருப்தியைக் கொண்டுள்ளனர் என்றாலும் அவர்களுடையக் காலடிச்சுவடு அமெரிக்கர்களின் சுவட்டில் கால் பங்கு அளவுதான்.'[22] இந்தத் தரவு எனக்கு சற்று நம்பிக்கையூட்டுகிறது. ஏனெனில், நம்முடைய குறைந்த மதிப்பெண்கற்களில் பொறிக்கப்பட்ட ஒரு எண் அல்ல; நாம் நம்முடைய

மூலப்பொருட்களைத் தவறான இடத்தில் முதலீடு செய்ததால் ஏற்பட்டதாகும். இது நம்மால் மாற்றப்படக்கூடிய ஒன்றுதான்.

மகிழ்ச்சி இழந்த கோள்

மிக அதிக அளவில் பொருள் வாங்குதல், பொருள் சேர்த்தல், நுகர்தல் போன்றவை நம்மை மகிழ்ச்சி இழந்தவர்களாக்குகின்றன; இவை தனிப்பட்ட மனிதர்களாகவும் (நம்முடைய அடிப்படைத் தேவை களை ஏற்கனவே பெற்றுவிட்டோம் என்று நினைத்துக்கொண்டால்) சமுதாயங்களாகவும் நம்மைக் கவலையில் திளைக்க வைக்கின்றன என்றாலும், அவை நம் கோளை மகிழ்ச்சி இழந்த கோளாகவும் மாற்று கின்றன. குளோபல் ஃபுட்பிரிண்ட் நெட்வொர்க் (ஜிஎஃப்என் – உலகக் காலடிச்சுவடு வலையமைப்பு) என்ற அமைப்பு பல நாடுகளின் சூழல் சார் காலடிச்சுவடுகளை மட்டுமின்றி மொத்த புவியின் காலடிச் சுவடையும் கணிக்கிறது. இயற்கை மூலப்பொருட்கள், தட்பவெப்ப நிலை கட்டுப்பாடு, நீர்ச்சுழற்சி போன்ற சூழல் தொகுதிச் சேவைகள் ஆகியவற்றின் பயன்பாட்டைக் கணித்து, பின்பு எந்த அளவு நிலம் இந்தப் பயன்பாட்டை அனுமதிக்கத் தேவை என்று கண்டுபிடிப்பதன் மூலம் காலடிச்சுவடு அளவு இந்த அமைப்பினால் நிர்ணயிக்கப்படுகிறது.

உலக அளவில், தற்போது ஒவ்வொரு ஆண்டும் 1.4 புவிகள் உருவாக்கும் அளவுக்குச் சமமான பொருட்களை நாம் நுகர்ந்து வருகிறோம் என்று குளோபல் ஃபுட்பிரிண்ட் நெட்வொர்க் பதிவு செய்கிறது.[24] நாம் தற்போது பெற்றிருக்கும் புவியைவிட இது 40 விழுக்காடு அதிக புவியாகும்! நாம் ஓர் ஆண்டில் பயன்படுத்துவதை மீண்டும் உருவாக்க ஓர் ஆண்டையும் ஐந்து மாதங்களையும் (அல்லது ஏறத்தாழ 17 மாதங்களை) புவி தற்போது எடுத்துக்கொள்கிறது என்று இது பொருள்படும். இது எவ்வாறு சாத்தியமாகும்? கோள் ஓரளவு இயற்கை மூலப்பொருட்களை ஒவ்வொரு ஆண்டும் உற்பத்தி செய்கிறது. நாம் இவற்றில் அனைத்தையும் பயன்படுத்துவது மட்டுமின்றி, உலகம் தோன்றிய நாளிலிருந்து அது உருவாக்கி சேர்த்து வைத்திருக்கும் மூலப் பொருட்களிலும் கை வைக்கிறோம். ஆனால், இவ்வாறு செய்வதை அதிகக் காலத்திற்கு நீட்டிக்க முடியாது. நான் அண்மையில் ஒரு கூட்டத்தில் கலந்துகொண்டேன். இதில் நாம் ஒவ்வொரு ஆண்டும் பயன்படுத்தும் பொருட்களின் அளவு உண்மையில் புவியின் உற்பத்தித் திறனில் 1.4 மடங்கா அல்லது 1.6 மடங்கா என்பதுபற்றி மக்கள் விவாதித்துக் கொண்டிருந்தனர். மக்களே! இதுபற்றி விவாதிப்பது உண்மையிலேயே தேவைதானா? 1.0க்கு மேலுள்ள எந்த அளவுமே ஒரு மிகப்பெரிய பிரச்சினைதான்; குறிப்பாக மக்கள் தொகை அடுக்குக் குறியீட்டு எண்ணாக (எக்ஸ்பொனென்சியல்) அதிகரிக்கும் போது. இந்தக்

கசப்பான உண்மை 'ஒரு கோள் வாழ்வு' *(ஒன் பிளானெட் லிவிங்)* என்ற சொற்றொடர் தோன்ற ஓர் உந்தமாகச் செயல்பட்டது. நம்முடைய பொருளாதாரங்களையும் சமுதாயங்களையும் நம்முடைய ஒரே கோளின் சூழல்நிலையியல் வரம்புகளுக்குள் வைத்திருக்கும்படி செய்யும் இலக்கினை இந்தச் சொற்றொடர் குறிக்கிறது.

அமெரிக்கா, ஐரோப்பா போன்ற பணக்கார பகுதிகளில் காணப்படும் மிக உயர்ந்த தகைவேக நுகர்வு வரலாற்றுக் காலங்களாக நடைபெற்று வரும்போது, பெரும்பாலான வளரும் நாடுகள் தற்போது, அதிகரித்துக் கொண்டிருக்கும் 'நுகர்வோர் வகுப்பை' (கன்ஸ்யூமர் கிளாஸ்) கொண்டுள்ளன. முதலில் கூறப்பட்ட பகுதிகளில் காணப்படும் அதே மிகை நுகர்வுப் பாங்குகளை இந்த வகுப்பும் அதிக அளவில் ஏற்றுக்கொண்டுள்ளது. இந்தியாவின் நுகர்வோர் வகுப்பு மட்டுமே 1 மில்லியனுக்கும் அதிகமான வீடுகளைக் கொண்டிருப்பதாகக் கருதப்படுகிறது. 2002ஆம் ஆண்டில் உலக நுகர்வோர் வகுப்பு 1.7 மில்லியன் மக்களைக் கொண்டிருந்தது. இந்த எண் 2015ஆம் ஆண்டில் 2 மில்லியனாக உயரும் என்று எதிர்பார்க்கப்படுகிறது. இந்த அதிகரிப்பில் பாதி வளரும் நாடுகளில் காணப்படும் என்று கூறப்படுகிறது.[4]

அமெரிக்காவின் வேகத்தில் புவியில் உள்ள அனைவரும் நுகர்வு செய்தால் என்ன நடக்கும்? வளர்ந்த, வளரும் என்ற இரண்டு பகுதிகளிலும் உள்ள சில நாடுகளின் நுகர்வு வேகம் என்ன? ஒன்பது வெவ்வேறு நாடுகளில் உள்ள நுகர்வுப் பாங்குகளை நாம் உலகமயமாக்கினால் நமக்கு எவ்வளவு கோள்களின் உயிரித்திறன் *(பயோகெபாசிடி)* தேவைப்படும் என்பதைக் கீழே கொடுக்கப்பட்டுள்ள பட்டியல் எடுத்துக் கூறுகிறது:

அமெரிக்கா: 5.4
கனடா: 4.2
யுனைடட் கிங்டம்: 3.1
ஜெர்மனி: 2.5
இத்தாலி: 2.2
தெற்கு ஆப்பிரிக்கா: 1.4
அர்ஜென்டினா: 1.2
கோஸ்டா ரிகா: 1.1
இந்தியா: 0.4

உலகக் காலடிச் சுவடு வலையமைப்பு ஒவ்வொரு ஆண்டும் எந்த நாளில் நாம் 'மிகை நுகர்வு' (ஓவர்ஷூட்) செய்கிறோம் என்பதை அடையாளம் கண்டுள்ளது. மிகை நுகர்வு என்பது பின்வரும் பொருளில் சுட்டப்பட்டுள்ளது. அந்த ஆண்டில் எந்தப் புள்ளியைத் தாண்டி நாம்

வரலாற்றின் ஊடே சிக்கனம்

கோளின் வரம்புகளுக்கு எதிராக நாம் மிகவும் முனைப்பாகச் செயல்பட்டதற்கு மிக நீண்ட காலத்திற்கு முன்பே நம்முடைய மூலப்பொருட்களின் நுகர்வில் ஒரு கட்டுப்பாட்டை மேற்கொள்ள வேண்டுமென்று வாதிட்டவர்களில் முதலாமவர் நிச்சயமாக நான் இல்லை. நம்முடைய மரியாதைக்குரிய, உலகம் முழுவதும் பரவிக் காணப்படும் பண்பாடுகளின் ஞானமூலங்கள்தான் இதைக் கூறின. பண்டைய காலத்திலிருந்து தற்போதைய காலம்வரை, பொருள் முதல்வாதத்தைத் தவிர்த்து போதுமென்ற உணர்வை மேற்கொள்வது தான் சரியான வழியில் வாழ்வது என்று அவை வலியுறுத்தின. பின்வரும் எடுத்துக்காட்டுகளைச் சிறிது எண்ணிப் பாருங்கள்:

புத்தமதம்: 'இந்த உலகத்தில் எவனொருவன் தன்னுடைய சுயநல ஆசையிலிருந்து மீண்டு வருகிறானோ, அவனுடைய சோகங்கள், எப்படித் தாமரைப் பூவிலிருந்து நீர்த்துளிகள் சொட்டுகின்றனவோ அப்படி அவனிடமிருந்து நீங்கிவிடும்.' (தம்ம பதம். 336)

கிறித்துவ மதம்: 'மனிதன் உலகம் முழுவதையும் ஆதாயப்படுத்திக் கொண்டாலும், தன் ஜீவனை நஷ்டப்படுத்தினால் அவனுக்கு லாபம் என்ன?' (மாற்கு 8:36)

கன்ஃபூசிய மதம்: 'கூடுதல், பற்றாக்குறை ஆகிய இரண்டுமே சமமானத் தப்பு கொண்டவை.' (கன்ஃபூசியஸ் XI, 15)

இந்து மதம்: 'எந்த மனிதன் முழுமையாக ஆசையிலிருந்து விடு பட்டும் எதிர்பார்ப்புகள் இல்லாமலும் இருக்கிறானோ அவனே அமைதியை அடைகிறான்.' (பகவத் கீதை, II.71).

கலீல் கிப்ரான்: 'சொகுசு வாழ்க்கையின்மேல் வெறிகொள்வது ஆன்மாவின் உணர்வுகளைக் கொல்வதற்கும் அதன்பின் அதன் இறுதிச் சடங்கில் பல்லை இளித்துக்கொண்டு நடப்பதற்கும் ஒப்பாகும்.' (நபிகள் நாயகம்)

இஸ்லாம்: 'மிகையான ஆசைகளை விட்டொழிப்பதுதான் மிக உயர்ந்த வகைச் செல்வமாகும்.' (இமாம் அலீ)

யூத மதம்: 'எனக்கு ஏழ்மையையோ, தனங்களையோ கொடுக்காதீர்.' (பழமொழிகள் 30:8)

விடுதலை மறையியல்: 'ஏழைகளின் ஏழ்மை தாராளமான உதவிச் செயல்கள் தேவைப்படுகின்றன என்பதற்கான ஒரு அழைப்பு அல்ல; ஒரு மாறுபட்ட சமுதாய அமைப்பைக் கட்டமைப்பதற்கு

> நாம் முயற்சி செய்ய வேண்டும் என்பதற்கான ஒரு வேண்டுதல் தான்.' (குஸ்டவோ குட்டிரெஜ்)
>
> **பூர்வீக அமெரிக்கக் கூற்று:** 'உங்களுடைய கண்களுக்கு நாங்கள் பரிதாபகரமானவர்களாகத் தோன்றினாலும் நாங்கள் உங்களை விட அதிக மகிழ்ச்சி கொண்டவர்களாகக் கருதிக்கொள்கிறோம்... மிகக் குறைவாகப் பெற்றிருப்பதில் மிக அதிகத் திருப்தி கொண்டவர்களாக உள்ளோம்.' (பாரம்பரியக் கூற்று)
>
> **ஷாகர்:** 'எளிமையாக இருப்பதே ஒரு வெகுமதி ஆகும்.' (முதிய ஜோசஃப் பிராக்கெட்).
>
> **டாவோ:** 'தனக்குப் போதுமானது தன்னிடம் உள்ளது என்று உணர்ந்துகொண்டவன்தான் உண்மையிலேயே பணக்காரன் ஆவான்.' (தாவோ தே ஜிங்).
>
> **தோரோ:** 'எந்த எண்ணிக்கையிலான பொருட்களைத் தன்னிடமில்லாமல் ஒரு மனிதன் தனியாக விட்டுவைப்பானோ அந்த அளவுக்கு அவன் பணக்காரனாவான்.' (வால்டன்)

புவி மீண்டும் உண்டாக்கும் அளவைவிட அதிகமாக நுகர்கிறோமோ அந்தப் புள்ளி மிகைநுகர்வு ஆகும். கோள் கொடுக்கும் அளவைவிட நாம் அதிகம் செலவிட்ட முதல் ஆண்டு 1986 ஆகும்; ஆனால், இது மிக மிகச் சிறிய கூடுதல்தான். அந்த ஆண்டின் புவியின் மிகை நுகர்வு நாள் டிசம்பர் 31 ஆகும். அதற்குப்பின், பத்து ஆண்டுகளுக்குள், 1995இல் நாம் வரம்பை எட்டிய நாள் ஒருமாதம் முன்னேறியது; அதாவது நவம்பர் 27ஆம் தேதிக்கு. அடுத்த பத்து ஆண்டுகளில் அது மேலும் ஒரு மாதம் முன்னேறியது, அதாவது 2005ஆம் ஆண்டு அக்டோபர் 2ஆம் தேதிக்கு.[24] எனவே, மனித இனம் ஒவ்வொரு ஆண்டும் கோள் மீண்டும் உருவாக்கும் அளவைவிட அதிக அளவுக்கு நுகர்கிறது. அதே சமயத்தில் மில்லியன் எண்ணிக்கையிலான மக்கள் உண்மையிலேயே தம்முடைய அடிப்படைத் தேவைகளைக்கூட ஈடுகட்டுவதற்காக அதிக அளவுக்கு நுகர வேண்டிய கட்டாயத்தில் உள்ளனர்: உண்ண உணவு, இருக்க இடம், உடல்நலம், கல்வி (இந்தப் பிரச்சினை பற்றி நான் இந்த இயலின் பின்பகுதியில் முழுமையாக விவாதிக்க உள்ளேன்). இது ஒரு நல்ல வளர்ச்சிப் பாதையல்ல. உண்மையில் இந்தச் சொல் முறைப்படுத்த முடியாத ஒன்றைச் சுட்டுகிறது.

மாறுபட்ட ஒரு வழியை நாம் உருவாக்க வேண்டியுள்ளது. நம்முடைய பொருளாதாரத்தின் மைய இலக்கும் பொறியும் பொருட்களை உற்பத்திச் செய்தலும் நுகர்தலும்தான் என்று நாம் நினைத்துக்

கொண்டிருப்பதைச் சவால் விடுவதன் மூலம் இந்த வழிப்பாதையைத் தொடங்குவோம். மிகை நுகர்வுக்கான உந்துசக்தி மனித இயல்போ பிறப்புரிமையோ அல்ல என்பதை முதலில் நாம் புரிந்துகொள்ள வேண்டும். நம்முடைய நாடு ஒரு 'நுகர்வோர் நாடு' என்று அடையாள மிடப்பட்டால் நாம் அதனை மறுக்க வேண்டும். தனிப்பட்ட முறை யிலும் ஒன்று சேர்ந்தும். நாம் நுகர்வோர் மட்டுமல்ல, நம்முடைய அந்த இதர கூறுகள் நீண்ட நாட்களாகவே இரண்டாம் நிலை பணிகளுக்கும் செயல்களுக்கும் தள்ளப்பட்டுவிட்டன. இந்த நுகர்வுப் பித்திலிருந்து நம்மை விடுவிக்க வேண்டும். கடந்த நூற்றாண்டு முழுவதும் நம்முடைய பண்பாடும் அமைப்புகளும் வேண்டுமென்றே நுகர்வுக் கலாச்சாரத்தை எப்படி ஆதரித்தன என்பதைப் பற்றி முதலில் புரிந்துகொண்டால் இந்த நுகர்வுப் பித்திலிருந்து விடுபட அது நமக்கு உதவும்.

ஒரு நுகர்வோர் நாட்டின் கட்டமைப்பு

ஒரு நூற்றாண்டுக்கு முன்பு அமெரிக்காவின் பொருளாதார, அரசியல், சமூக வாழ்க்கை நுகர்வுக் கலாச்சாரத்தில் இவ்வளவு ஒருமித்தக் கவனத் தைச் செலுத்தவில்லை. ஆமாம், மக்கள் பொருட்களை வாங்கினாலும், அந்தச் செயல் இதர செயல்களோடும் இலக்குகளோடும் மிகவும் சரியாகச் சமன் செய்யப்பட்டது. மிகை நுகர்வுக் கலாச்சாரத்திற்கான மாற்றத்தை எது உருவாக்குகிறது?

ஓபர்லின் கல்லூரிப் பேராசிரியரான டேவிட் ஓர் பின்வருமாறு எழுதினார்: 'ஒரு நுகர்வோர் சமூகம் தவிர்க்க முடியாததோ தற்செய லானதோ அல்ல. மாறாக, இது நான்கு விசைகளின் ஒன்றுபட்டக் குவியத்தால் ஏற்பட்டதாகும்: நம்முடைய புவி நாம் பயன்படுத்துவதற் காக ஏற்பட்ட ஒன்று என்று வலியுறுத்திய பல கருத்துகள்; தற்கால முதலாளித்துவத்தின் எழுச்சி; தொழில்நுட்பத்தின் புத்திசாலித்தனம்; வெகுஜன நுகர்வுக் கலாச்சார முன்மாதிரி முதலில் எழுந்த வட அமெரிக்காவின் மிகச் செழுமையான வளம் ஆகிய நான்கும். இன்னும் நேரடியாகக் கூற வேண்டுமென்றால், கவர்ச்சியான விளம்பரப் படுத்துதல், எளிதாகக் கிடைக்கும் கடனால் சிக்க வைக்கப்படுதல், நாம் நுகரும் பொருட்களில் உள்ள ஆபத்தான உள்ளடக்கக் கூறுகள் பற்றிய பேதைமை, சமுதாயச் சிதைவு, வருங்காலத்தைப் பற்றிய கவலையற்ற தன்மை, அரசியலின் லஞ்ச லாவண்யம், நமக்குத் தேவையான பொருட்களை மாற்று வழிமுறைகள் மூலம் பெறும் முயற்சி படிப்படியாக அழிதல் போன்றவைதான் நம்முடைய நுகர்வு நடத்தைக்குக் காரணங்களாகும்.'[25]

வேறு சொற்களில் கூறவேண்டுமென்றால், குறிப்பாக அமெரிக்காவில், மிக அதிக மூலப்பொருட்கள் பயன்படுத்துவதற்காகத் தயாராக

இருந்தன என்பதால், அவற்றைப் பயன்படுத்துவது நமது உரிமை என்று நாம் நினைத்தோம்; நாம் அவற்றைப் பயன்படுத்த பல புதிய வழிமுறைகளையும் கண்டுபிடித்தோம். முதலாளித்துவம் (முதலாளித்துவம் பற்றி அதிக விவரம் பெற, காண்க முன்னுரையை), அதன் தொடர்ச்சியான லாப நோக்குத் தேவையின் மூலம் ஒரு ஓங்கிய பொருளாதார முன்மாதிரியாக வளர்ச்சியடைந்த போது, அதனை ஆதரிக்க நுகர்வுக் கலாச்சாரம் தேவையான ஒன்றாக மாறியது.

காலமும் உற்பத்திப்பொருட்களும்

கையால் உருவாக்கப்பட்ட பொருட்களுக்குப் பதிலாக நீராவி எஞ்சின் ஆற்றலால் உந்தப்பட்ட கோத்தல் வரிசை தொடங்கியது. இந்த வழியாக வெகுஜன உற்பத்திக்கான தொழிற்புரட்சியும் ஏற்பட்டது. இதனுடைய 'தொழில்நுட்பப் புத்திசாலித்தன' மாற்றத்தின்மூலம் தொழில்மயமாக்கப்பட்ட நாடுகள் பொருட்களை உருவாக்குவதில் மிகவும் அதிகத் திறனைப் பெற்றன. 1913ஆம் ஆண்டு ஒரு தானியங்கி வண்டியின் கூண்டுச் சட்டகத்தை *(சாஸிஸ்)* உருவாக்க ஒரு தொழிலாளிக்கு 12.5மணி நேரம் பிடித்தது; 1914ஆம் ஆண்டு இதற்கு 1.5 மணி நேரம் மட்டுமே பிடித்தது.[4] 1970ஆம் ஆண்டு கணினி ஆற்றலில் ஒரு மெகா பிட்டை உருவாக்குவதற்கான அடக்கவிலை இருபதாயிரம் டாலராகும்; 2001ஆம் ஆண்டில் இதன் அடக்கவிலை இரண்டே சென்ட்தான்.[4]

உற்பத்தியில் ஏற்பட்ட மிகப்பெரிய அதிகரிப்பினால், தொழில்மயமாக்கப்பட்ட சமூகங்கள் ஒரு விருப்பத்தேர்வை எதிர்நோக்கின: முன்பு காணப்பட்டது போன்று ஏறத்தாழ அதே அளவு உற்பத்திப் பொருட்களை உருவாக்கி குறைந்த நேரம் மட்டுமே வேலை செய்வதா, அல்லது முன்னால் செயல்பட்ட அதே அளவு மணி நேரங்கள் வேலை செய்து எவ்வளவு அதிக அளவு உற்பத்திப்பொருட்களை உருவாக்க முடியுமோ அவ்வளவு அதிக அளவுக்கு உருவாக்குவதா? ஜூலியட் ஷோர் *த ஓவர்வொர்க்கடு அமெரிக்கன்* என்ற நூலில் விளக்கியிருப்பது போன்று, இரண்டாம் உலகப்போருக்குப் பின்பு அரசியல், பொருளாதாரத் தலைவர்கள், பொருளாதார வல்லுநர்கள், வணிகக் கொள்கை நிறைவேற்றும் அதிகாரிகள், தொழிலாளர் நலச் சங்கப் பிரதிநிதிகளும் கூட மேற்கூறியதில் இரண்டாவது விருப்பத் தேர்வை ஏற்றனர். 'பொருட்களை' தொடர்ந்து உற்பத்திசெய்தனர்; எப்பொழுதும் விரிவடைந்து கொண்டிருக்கும் பொருளாதாரத்தின் வெறித்தனமான வேகத்திற்கு ஈடுகொடுத்தனர்.[26]

இதே போன்ற முடிவெடுத்தலை எதிர்நோக்கியிருந்த ஐரோப்பா முதல் விருப்பத்தேர்வை நோக்கிச் சென்றது. மிகைநுகர்வை விட சமூக நலத்திற்கும், தனிப்பட்டவரின் நலத்திற்கும், நலவாழ்விற்கும்

முன்னுரிமை கொடுத்தது. அமெரிக்காவும் ஐரோப்பாவும் வெவ்வேறுப் பாதைகளை மேற்கொள்ள பல வரலாற்றுக் காரணிகளும் பண்பாட்டுக் காரணிகளும் இருந்தன. ஐரோப்பாவில் அரசுகள் பொதுவாக வணிக இலக்கைவிட அதிகமான அளவு சமூக இலக்கைக் கொண்டிருந்தன (அல்லது மக்கள் இத்தகைய இலக்கைக் கொண்டிருந்தனர்). ஐரோப்பியத் தொழிற்சங்கங்கள், அரசியல் கட்சிகள், இதர குடிமக்கள் குழுக்கள் போன்றவை – தங்களுடைய போர்க்கால அனுபவங்களாலும், அதிக சமூகச் சார்புடைய பண்பாட்டாலும் – இதே போன்ற வெறும் வணிக ஆர்வங்களை மட்டும் கொள்ளாமல், பொதுமக்கள் நலன்களின் மேல் கவனம் செலுத்தின. இது போருக்குப் பின்பு வந்த யுகம் என்பதை நினைவுகொள்க. ஐரோப்பாவின் பெரும் பகுதி போரால் மிகவும் அழிக்கப்பட்டுவிட்டன என்பதையும் அவை தம்முடைய மக்களின் முன்னேற்றத்தைக் கவனிக்க வேண்டியிருந்தது என்பதையும் நினைவில் கொள்க (பெரிய வியாபார நிறுவனங்களான ஐபிஎம், ஜிஎம், கோடாக், டுபான்ட், ஜிஇ, ஷெல்[27] போன்றவை நாஜிகளோடு தம்மைப் பிணைத்துக் கொண்டன; இதனால் அந்த நேரத்தில் ஓரளவுக்குக் கெட்ட பெயரையும் பெற்றிருந்தன). இதற்கிடையில், அமெரிக்காவில் தொழிற்சாலைகள் எந்தக் காலத்தையும்விட அதிகமாக உற்பத்தி செய்தன; அதிக வேலை வாய்ப்பை ஏற்படுத்தின; நாட்டின் கர்வத்தை உயர்த்தின. இதனால் இந்தப் பொருளாதார முன்மாதிரியை எவரும் கேள்வி கேட்க முடியவில்லை. ‘சிவப்பாக இருப்பதைவிட இறப்பதே மேல்’ *(பெட்டர் டெட் தென் ரெட்)* – இங்கு ‘சிவப்பு’ என்பது பொதுவுடைமைக் கொள்கையைக் குறிக்கிறது போன்ற முழக்கங்களும் மெக்கார்த்தி-காலத் துன்புறுத்தலும் பொருளாதாரத்தைப் பற்றிய மாற்றுக் கருத்துகளைக் கூறுவதை மேலும் தடை செய்தன.

ஐரோப்பாவிலுள்ள நண்பர்களைப் பார்ப்பதற்காக நீங்கள் அங்குச் சென்றிருந்தால் அவர்களிடம் சிறிய வீடுகளும், குளிர்சாதனப் பெட்டிகளும், கார்களும் உள்ளன என்பதை நீங்கள் கண்டிருப்பீர்கள். நாம் பயன்படுத்துவதைவிட அதிக அளவுக்குப் பொதுப் போக்குவரத்தைப் பயன்படுத்துகிறார்கள். வீட்டுக் கதவுகளில் தொங்கிக் கொண்டிருக்கும் நன்கு வடிவமைக்கப்பட்ட அலமாரிகளையும் துணிகளைக் காற்றில் உலர்த்தும் சாதனங்களையும் கொண்டுள்ளனர். அவர்களிடம் குறைவான, சிறிய, குறைந்த வணிக விளம்பரங்களைப் பரப்பும் தொலைக்காட்சிகள்தான் பெரும்பாலும் உள்ளன. அவர்களுடைய உணவு புத்தம் புதியதாகவும், அதிக வட்டாரத் தன்மைகொண்டதாகவும், குறைந்த பொட்டலம் கட்டப்பட்டதாகவும் உள்ளது. நம்முடன் இயல்பாக உரையாடும் கடைக்காரர்களிடமிருந்து பொருட்களைப் பெரும்பாலும் வாங்குகிறார்கள்; ஏனெனில், கடைக்காரர்களுக்கு இவரைத் தெரியும்; இவருக்கும் அவர்களுக்கும் அதிக அவசரம் இல்லை.

அமெரிக்காவில் காணப்படுவது போன்றல்லாமல், பல்கலைக்கழகக் கல்விக்கும் உடல்நலத்திற்கும் பணம் செலுத்துவது ஐரோப்பியர்களுக்கு அழுத்தம் கொடுக்கும் செயல்களாக இருப்பதில்லை. பெரும்பாலான ஐரோப்பிய நாடுகள் குறைந்த சூழல்சார் காலடிச்சுவடையும் ஒரு உயர்ந்த வாழ்க்கைத் தரத்தையும் கொண்டுள்ளன.

சிறிய வீடுகளில் வாழ்வதில், சிறிய கார்களை ஓட்டுவதில், குறைந்த அளவு உற்பத்திப் பொருட்களால் சூழப்பட்டிருப்பதில் அவர்கள் வருத்தமுற்று உள்ளனரா? நாடுகளின் மகிழ்ச்சி பற்றிய அனைத்துத் தரவுகளின்படி அவர்களுக்கு வருத்தம் நிச்சயமாக இல்லை. ஒரு குறைந்த நுகர்வின் மேல் கவனம் செலுத்தும் சமூகத்தில் மேலும் அதிக, பெரிய, புதிய பொருட்களைக் குவிப்பதுதான் அனைத்தும் அல்ல, முடிவும் அல்ல. எடுத்துக்காட்டாக, நமது நாட்டில் நம்முடைய பெரிய வீட்டில், மற்ற பொருட்களுக்கிடையே தனியாகப் பல மணிநேரம் தொலைக்காட்சி காண்பதைவிட, ஐரோப்பாவில் மக்கள் தம்முடைய நேரத்தைப் பொது இடங்களுக்குச் சென்று நண்பர்களுடனும் அண்டை மக்களுடனும் கலந்து செலவிடுகின்றனர்.[28] கடந்த ஆண்டு ஒரு கூட்டத்தில் கலந்துகொள்வதற்கும் *த ஸ்டோரி ஆஃப் ஸ்டஃப்* திரைப் படத்தை வெளியிடுவதற்கும் நான் துருக்கி நாட்டிற்குச் சென்றிருந்த

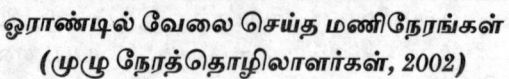

ஓராண்டில் வேலை செய்த மணிநேரங்கள்
(முழு நேரத்தொழிலாளர்கள், 2002)

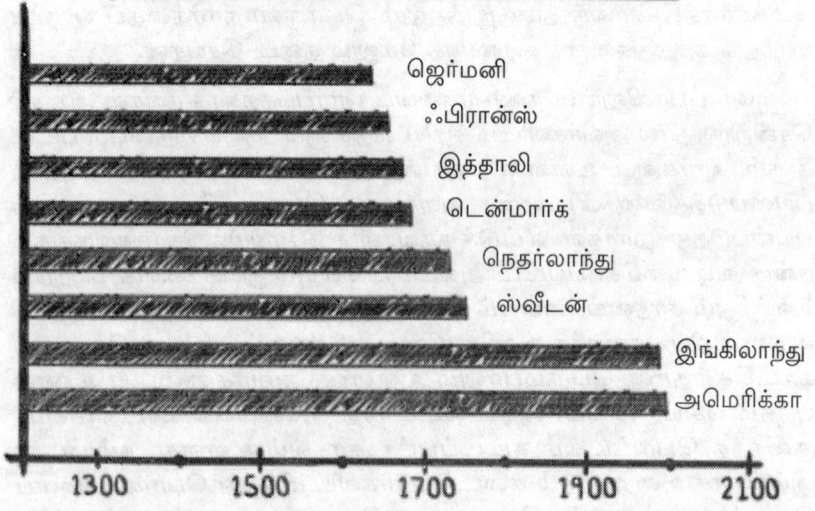

ஆதாரம்: ஆர். லேயார்டு, *ஹேப்பினஸ் லெசன்ஸ் ஃப்ரம் ஏ நியூ சயின்ஸ் (2006)*

போது, நான் பல மணி நேரங்கள் என்னுடைய புதிய துருக்கி நண்பர்களுடன் ஒரு ஓட்டலின் பக்கவாட்டு நடைபாதையில், அனைத்து மேஜை வரிசைகளையும் நிரப்பிக்கொண்டு, உட்கார்ந்து செலவழித்தேன். அப்பொழுது நாங்கள் ஒரு நீண்ட, உற்சாகமான, உரத்த உரையாடலைக் கொண்டிருந்தோம்; மக்கள் தொடர்ந்து வந்துகொண்டும் போய்க் கொண்டும் இருந்தார்கள். அமெரிக்காவில், இந்த வகையில் ஓட்டலில் கூடி நேரத்தை மகிழ்ச்சிகரமாகச் செலவிடும் வழக்கம் காணப்படுவதில்லை என்பது எவ்வளவு வாய்ப்புக்கேடானது என்று நான் அங்கிருந்தவர்களிடம் கூறினேன். இங்குதான் நாம் நீண்ட நேரம் செலவிட்டு அரசியல், கலை, அன்பு, எப்படி இந்தக் கோளை ஒரு நல்ல இடமாக மாற்றுவது போன்ற பலவற்றைப் பற்றி விவாதிக்க முடிகிறது. என்னுடைய துருக்கி நண்பர்கள் இதைக் கேட்டு ஆச்சரியமுற்று நாங்கள் ஏன் அவ்வாறு செய்வதில்லை என்று அறிய விரும்பினர். நான் அவர்களிடம் கூறியது என்னவெனில், அமெரிக்காவில் நாம் அனைவரும் நம்முடைய வேலைகளில் அதிக நேரங்களைச் செலவிடுகிறோம்; அதன் காரணமாக ஏற்படும் அழுத்தங்களால் நாம் சாவகாசமாக உட்கார்ந்துகொண்டு உரையாடல்களில் கலந்துகொள்ள முடிவதில்லை. கல்லூரி மாணவர்களாக இருந்தபோது நாம் கூடி ஓட்டல்களில் ஒருவர்க்கொருவர் உரையாடிக் கொண்டிருந்திருக்கலாம் என்றாலும், வளர்ந்த பின் மிக அரிதாகவே இதைச் செய்திருக்கிறோம். ஒரு ஓட்டலில் அரிதாக நாம் நண்பர்களைச் சந்திக்கும்போது நாம் உண்மையிலேயே மிக மெதுவாகப் பேசுகிறோம்; இல்லையெனில், அனைத்து மக்களும் தங்களுடைய மடிக்கணினிகளோடு பின்னிப் பிணைந்துகொண்டு நம்மை நோக்குகின்றனர்.

ஏறத்தாழ தொழில்மயமாக்கப்பட்ட வேறு எந்தவொரு நாட்டின் குடிமக்களையும்விட, உண்மையில், அமெரிக்கர்கள் தற்போது அதிகக் கடினமாக உழைக்கிறார்கள்.[14] வேலை-கவனி-செலவிடு என்று என்னால் அழைக்கப்படும் எந்திரத்தனமான வாழ்க்கையில் சிக்கிவிடுகிறார்கள். இது நம்மை வேலையில் மூழ்கடித்துக் களைப்புறச் செய்துவிடுகிறது. பின்பு இதனால் ஏற்படும் அழுத்தத்தில் இருந்து மீள தொலைக்காட்சியின்முன் உட்கார்ந்து கொள்கிறோம்; தொலைக்காட்சியில் காட்டப்படும் விளம்பரங்கள் நாம் மேலும் பொருட்களை வாங்குவதைத் தூண்டுகின்றன; இதனால் கடைகளுக்குச் சென்று, பொருட்களை வாங்குகிறோம்; இவற்றை வாங்குவதற்குத் தேவையான பணத்தைப் பெறுவதற்காக மேலும் அதிகமாக உழைக்கிறோம். இந்த சுழற்சி தொடர்கிறது. இதன் விளைவாக நாம் மற்றவர்களுக்கு எதைக் காட்ட வேண்டியுள்ளது? பிரம்மாண்டமான வீடுகள், பெரிய கார்கள், வளர்ந்து வரும் உடல், மன, சூழல் நலமின்மை (டன் கணக்கில் குப்பைகள்,

கார்பன் டை ஆக்ஸைடு உருவாக்கம் போன்றவற்றைப் பற்றிக் கூறவே தேவையில்லை) போன்றவற்றைத்தான்.

இதன் விளைவாக, ஏறத்தாழ ஒவ்வொருவரும் தமக்குக் கவலைகள் அதிகரித்து வருவதாகக் கூறுகின்றனர். அண்மையில் நான் உணவுப் பிரச்சினைகள் பற்றிய ஒரு பொதுக் கூட்டத்தில் இருந்தேன். அங்கு உரை நிகழ்த்தியவர்களில் ஒருவர், எங்களுடைய கல்லூரிச் சமையல் அறை பைபிள் என்று அழைக்கப்பட்ட, மூஸ்வுட்குக் புக் என்ற நூலின் ஆசிரியரான மொல்லி காட்ஜென் ஆவார். தாம் இருபத்து ஐந்து ஆண்டுகளாகச் சமையல் குறிப்புகள் எழுதிக் கொண்டு வருவதாகவும் சமையல் பற்றிய அறிவுரைகளைப் பங்கிட்டுக் கொள்வதாகவும் அவர் விளக்கினார். மேலும், உணவுத் தயாரிப்பில் நம்முடைய தொடர்பில் ஒரு பெரிய மாற்றம் இருப்பதைத் தாம் கண்டுள்ளதாக அவர் கூறினார். பல ஆண்டுகளுக்கு முன்பு குறிப்பிட்ட நறுமணப் பொருட்கள் அல்லது அரிதான காய்கறிகளை என்ன செய்வது என்பதுபற்றி தாம் ஆச்சரியமான வினாக்களை நேயர்களிடமிருந்து பெற்றுள்ளதாக அவர் கூறினார். ஆனால், தற்போது தாம் அடிக்கடி நேயர்களிடமிருந்து பெறும் வேண்டுகோள் விரைவாகச் சமைப்பது எப்படி, எளிதாகச் சமைப்பது எப்படி, மிகக் குறைவான பொருட்களைக் கொண்டு சமைப்பது எப்படி, மிகக் குறைந்த நேரத்தில் சமைப்பது எப்படி என்பது பற்றியே இருக்கின்றன என்று அவர் வருத்தப்பட்டார். நாய்கள் போன்று உழைப்பதற்குப் பரிசாக நமக்குக் கிடைப்பது அழுத்தமும் விரைவு உணவும்தான்.

அமெரிக்காவிலும் பன்னாட்டளவிலும் வளர்ந்து வரும் ஒரு மக்கள் இயக்கம் இந்த இரக்கமற்ற எந்திரத் தனமான வாழ்க்கையிலிருந்து விடுபட முடிவு செய்துள்ளது. கீழ்நோக்கிய மாற்றம் (டவுன் ஷிப்டிங்), போதுமென்ற கொள்கை (எனஃப்-இஸம்) அல்லது தன்னிச்சை எளிமை (வாலண்டரி சிம்ப்ளிசிடி) என்று வெவ்வேறு பெயர்களில் அழைக்கப்படும் இந்த அணுகு முறையின்படி மக்கள் குறைவாக வேலை செய்வதும் குறைவாகச் செலவு செய்வதும் ஊக்குவிக்கப்படு கின்றனர். சில நேரங்களில் இது தன்னிச்சையாக நடைபெறுகிறது. வேறு நேரங்களில் ஒருவர் ஒரு வேலையை இழந்தபின் வேறு வேலையோடு ஒரு புதிய தொடர்பைத் தொடங்க முயலும்போது இது நடைபெறுகிறது. கீழ்நோக்கிய மாற்றத்தை வலியுறுத்துபவர்கள் அதிக உற்பத்திப் பொருட்களைச் சேர்ப்பதற்குப் பதிலாக ஓய்வு நேரத்திற்கும், சமுதாயக் கட்டமைப்புச் செய்வதற்கும், சுய வளர்ச்சிக்கும், உடல் நலத்திற்கும் முன்னுரிமை

கொடுக்கிறார்கள். வேறு சிலர் முன்னமே பயன்படுத்தப்பட்ட உடைகளை வாங்குதல், தமக்குத் தேவையான சில உணவுப் பொருட்களைத் தாமே தயாரித்துக் கொள்ளுதல், வேலைக்குக் காரில் செல்வதற்குப் பதிலாக சைக்கிளில் செல்லுதல் போன்ற சிறிய இணக்கங்களைச் செய்துகொள்கிறார்கள். வேறு சிலர் பெரிய படிநிலை மாற்றங்களை மேற்கொள்கிறார்கள். இவர்கள் பகுதி நேர வேலைக்குச் செல்வதற்கு ஏதுவாக மிகக் குறைந்த பணத்தில் நன்றாக வாழ்வதற்குத் தம்முடைய செலவுப் பாங்கினை மாற்றிக்கொள்கிறார்கள். சிலர் வீடுகளை, கார்களை, பெரிய செலவு செய்யும் விஷயங்களை மற்ற மக்களோடு பகிர்ந்துகொண்டு வாழ்கிறார்கள். இவர்களுடைய முனைப்பு, பொருட்கள் இல்லாமல் வாழ்வதல்ல, வாழ்க்கையை அதிகப் பொருள் சார்ந்ததாக அமையாமல் பார்த்துக்கொள்வதுதான். இதன் மூலம் அதிக மகிழ்ச்சியையும் பாதுகாப்பையும் எப்படியோ பெறமுடிகிறது என்று அவர்கள் நம்புகிறார்கள். இதற்குத் தகுந்த ஆதாரங்கள் உள்ளன. *வாலண்டரி சிம்ப்ளிசிட்டி* என்ற நூலின் ஆசிரியரான டுவேன் எல்ஜின் விளக்குவது போல, 'குறைந்த பொருட்களோடு பிடிவாதமாக வாழ்வதல்ல இதன் குறிக்கோள்; சமன்தன்மையோடு வாழ வேண்டும் என்ற அதிகத் தேவையான நோக்கம்தான் இதன் குறிக்கோள். இதன் மூலம் அதிக விருப்பமான, நிறைவான, திருப்தியான வாழ்க்கையைக் கண்டுபிடிக்க முடியும்.'[29]

தம்முடைய பெரிய வாழ்க்கை மாற்றத்தில் சிறப்புரிமையின் பங்கு பற்றி விழிப்புணர்வு இல்லாதவர்கள் என்று சில நேரங்களில் கீழ்நோக்கிய மாற்றத்தை வலியுறுத்துபவர்கள் மற்றவர்களால் கண்டிக்கப் படுகிறார்கள்: அவர்கள் அதிகக் கல்வியைப் பெற (பெரும்பாலும் பட்டப்படிப்பு வரை), தொடர்புகளைப் பெற, ஒருங்கினைச் சரியாகச் செலுத்துவதற்கான தம்முடைய திறனிலுள்ள நம்பிக்கையைப் பெற முயல்கிறார்கள். இவையனைத்துமே குறைந்த பொருட்களை வைத்துக் கொண்டு *தன்னிச்சையற்ற* முறையில் வாழும் ஏழை மக்களிடமிருந்து அவர்களை வேறுபடுத்திக் காட்டுகின்றன. ஒருங்கிலிருந்து 'தப்பித்த பிறகு', கீழ்நோக்கிய மாற்றத்தை வலியுறுத்துபவர்களில் பலர் தம்மை அரசியலில் ஈடுபடுத்திக்கொள்ளத் தவறிவிடுகிறார்கள். பேராசிரியர் மைக்கேல் மணியேட்டஸ் தம்முடைய *கன்ஃப்ரான்டிங் கன்சம்ப்ஷன்* என்ற நூலில் வாதிடுவது போன்று நானும் பின்வருமாறு வாதிடுவேன்: குறைந்த நேரங்களுக்கு மட்டுமே பணி செய்துவிட்டு மிச்சம் பிடிக்கும் நேரங்களை இந்தக் கீழ்நோக்கிய மாற்றத்தை வலியுறுத்துபவர்கள் 'நுகர்வுக் கலாச்சாரத்தையும், மிகை நுகர்வுக் கலாச்சாரத்தையும் உந்தும் அமைப்புகளை மாற்றுவதற்கு ஒன்று சேர்ந்து போராட' தங்களை அர்ப்பணித்துக்கொள்ளவேண்டும்.[30] ஒரு முழுமையான கீழ்நோக்கிய மாற்றச் சமூகத்தை (எனவே இதன்மூலம் அதிக அளவு சிறிய சூழல்

காலடிச்சுவடையும், முக்கியமாக, அதிக மகிழ்ச்சியையும்) உருவாக்க மேற்கொள்ளப்படும் சில செயற்கொள்கைப் போராட்டங்களில் பின்வருபவை உள்ளடக்கப்பட வேண்டும்: பகுதி நேர வேலையின் அனுகூலங்கள்; பெரு வணிக நிறுவனத் தலைவர்களின் மிக அதிக ஈட்டுத்தொகையில் வரம்புகள் நிர்ணயித்தல் (இதன் மூலம் சேமிக்கப் படும் பணம் குறைந்த அளவு ஊதியங்களில் அதிகரித்தல்); நேரம் குறுக்கப்பட்ட வேலை வாரம் பெறுதல்; பூங்காக்கள், நூலகங்கள், பொதுப் போக்குவரத்து போன்றவை உருவாக்கப்படுதல்; ஒவ்வொரு முறையும் வாங்குவதற்குப் பதிலாக மக்களுக்குத் தேவையான பொருட் களை எளிதில் பெறுவதற்கான இதர பொதுவசதிகள் செய்து தருதல்; மேற்கூறியவை போன்ற சமூகப் பொது அமைப்புகளில் முதலீடு செய்தல் போன்றவை.

விமர்சனங்கள் இருந்த போதிலும், கீழ்நோக்கிய மாற்றத்தை வலியுறுத்துபவர்கள்; ஐம்பது மணி நேரத்திற்கும் அதிகமான வேலை வாரத்திற்கும் இரண்டாவது மூன்றாவது பணிகள் போன்றவற்றிற்கும் பதிலாக நன்கு செயல்படுகின்ற, மகிழ்ச்சி பெறக்கூடிய மாற்றுகள் உள்ளன என்பதை நிரூபிக்க உதவுகிறார்கள். கூடுதலாக உழைத்தல் அமெரிக்கர்களின் ஜீன் அமைப்பினாலோ, உள்ளார்ந்த ஆசையினாலோ தவிர்க்க முடியாதபடி எழவில்லை. மாறாக அரசு, வணிகம், சில தொழிலாளர் தலைவர்களின் தர்க்கம் போன்றவற்றால் உருவாக்கப் பட்ட, மனம் ஒப்பிய முடிவுகளின் விளைவுதான் கூடுதல் உழைப்பு-கூடுதல் செலவு முன்மாதிரி. கீழ்நோக்கிய மாற்றத்தை வலியுறுத்து பவர்கள் தனிப்பட்ட அளவில் எடுத்துக்காட்டுவது போன்று, இந்த முடிவுகள் மேற்கொள்ளப்படாமலும் இருக்கலாம் என்பது ஒரு நல்ல செய்திதான்.

ஒரு நுகர்வோர் வகுப்பை உருவாக்குதல்

அதிக உற்பத்திப் பொருட்களை உருவாக்குவதற்கென்று ஓர் ஒருங்கு தோன்றியவுடன் இந்த உற்பத்திப் பொருட்களை எப்படிப் போதுமான அளவிற்கு விற்று உற்பத்திச் செயலைத் தொடர்ந்து இயக்க வைப்பது என்ற குழப்பம் தோன்றியது. நுகர்வோர் பொருள் உற்பத்தித் திறனில் உள்ள இந்த மிகை அதிகரிப்பு முதன்முதலில் நடந்தபோது, மேலும் அதிக உற்பத்திப் பொருட்களைச் சேர்க்கையுறுத்திக் கொள்ளும் வகையில் தம்முடைய வாழ்க்கையை ஒருங்கமைவு செய்துகொள்ள பெரும்பாலான மக்களிடம் பணமோ ஆசையோ இல்லை.

கோத்தல் வரிசையைச் சிறப்பாகவும் திறம்படவும் செய்ததற்காக நன்கு அறியப்பட்ட ஹென்றி ஃபோர்டு மேற்கூறிய பிரச்சினைக்குத் தீர்வு கண்டார். தம்முடைய நிறுவனத்தின் வெற்றி நம்பிக்கையான

பொருட்களை எவ்வளவு விரைவாகவும் மலிவாகவும் உற்பத்தி செய்ய முடியும் என்பதையும் தம்முடைய கார்களை நிச்சயமாக வாங்கக்கூடிய மிகவும் பரவலான மக்களாலான ஒரு நுகர்வோர் வகுப்பை உருவாக்கும் முயற்சியைச் சார்ந்திருப்பதையும் அவர் அறிந்தார். ஃபோர்டின் மொத்த உற்பத்திக் கொள்கைகள் மிகவும் செல்வாக்குடன் திகழ்ந்ததால் அது மிகவும் பரவலாக ஃபோர்டியம் (ஃபோர்டிஸம்) என்று அழைக்கப் பட்டாலும், பெரும்பாலான மக்கள் உணராதது என்னவெனில் கோத்தல் வரிசைக்கூறு இந்தக் கதையின் ஒரு பகுதி என்பதைத்தான். மொத்த உற்பத்தியை அதிகரிப்பதில் ஈடுபட்டிருந்தாலும் ஃபோர்டியம் மொத்த நுகர்வுக்கும் வழிவகுக்க வேண்டும் என்பதிலும் அதே அளவுக்கு ஈடுபட்டது. ஏனெனில், ஃபோர்டு உணர்ந்தது போன்று எவராவது வாங்கிக் கொண்டிருப்பதை நிறுத்தாமல் இருக்கும்வரை தான் உற்பத்தியாளர்கள் பொருட்களைத் தொடர்ந்து உற்பத்தி செய்துகொண்டிருக்க முடியும்.

1914இல் ஃபோர்டு தன்னிச்சையாகத் தம்முடைய தொழிலாளர் களின் சம்பளத்தை இரண்டு மடங்காக – ஒரு நாளைக்கு ஐந்து டாலர்களாக – உயர்த்தி, அதுவரை காணப்படாத ஒரு நடவடிக்கையை மேற்கொண்டார் (இது 2008ஆம் ஆண்டு டாலர் மதிப்பில் ஏறத்தாழ ஒரு நூறு டாலர்களின் மதிப்புக்குச் சமமானதாகும்). மேலும், அவர் தொழிலாளர்களின் வேலை நேரத்தை ஒன்பதிலிருந்து எட்டு மணி நேரமாக மாற்றினார். இந்த மாற்றங்களின் பரிசு: குறைந்த தொழிலாளர் முதலீடு, ஒரு நாளைக்கு இரண்டு வேலை மாற்றங்களுக்குப் (ஷிஃப்ட்ஸ்) பதிலாக மூன்று வேலை மாற்றங்களை நுழைத்தல், தொழிலாளர்களே அவருடைய நுகர்வோர் அந்தஸ்தில் சேர்ந்ததால் ஏற்பட்ட அதிக கார் விற்பனைகள் போன்றவையாகும். இந்த நிகழ்வைக் கவனித்துக் கொண்டிருந்த இதர நிறுவனங்களும் ஃபோர்டின் வழிகாட்டலைத் தொடர்ந்தனர். இதனால் வெகுஜன நுகர்வுக் கலாச்சாரத்தின் (மாஸ் கன்ஸ்யூமரிஸம்) அடிப்படை உருவாக்கப்பட்டது.[31]

ஃபோர்டியம் வழக்கில் கொண்டு வரப்பட்ட பின்பு, மக்கள் அதிக பொருட்களை எளிதாக வாங்குவதற்கான வழிமுறைகளைப் பெற்றனர் என்றாலும், அதற்கான மனப்போக்கை அடையவில்லை. இரண்டாம் உலகப் போர் முடிந்து சிறிது காலத்திற்குப் பின் விக்டர் லிபோ என்ற சில்லறை வணிகப் பகுப்பாய்வாளர் மக்கள் தொடர்ந்து நுகர்வு செய்வதையும், தொழிற்சாலைகள் தொடர்ந்து உற்பத்தி செய்வதையும் ஏற்படுத்த என்ன செய்ய வேண்டியிருந்தது என்பதைப் பின்வருமாறு விளக்கினார்: 'நம்முடைய மிக அதிகமான உற்பத்தி செய்யும் பொருளாதாரம்... நுகர்வை நம்முடைய வாழ்க்கை முறையாக மாற்றவேண்டும்; பொருட்கள் வாங்குவதையும், பயன்படுத்துவதையும்

நாம் சடங்குகளாக மாற்றவேண்டும்; நுகர்வில் நம்முடைய ஆன்மிகத் திருப்தியையும் நம்முடைய தற்பெருமைத் திருப்தியையும் தேட வேண்டும்; எப்பொழுதும் இல்லாத முடுக்க வேகத்தில் பொருட்களை நுகர்தல், பயன்படுத்துதல், மாற்றீடு செய்தல், விலக்குதல் போன்ற வற்றிற்கு நமக்குப் பொருட்கள் தேவை போன்றவற்றை விரும்பியது."[32]

இந்த இலக்கை அடைவதற்காக தொழில் நிர்வாகிகளும் அவர் களுடைய கூட்டாளிகளும் ஒரு நீண்ட வரிசை உத்திகளை உருவாக்கி யுள்ளனர்:

- நான் விநியோகம் பற்றிய 3வது இயலில் விளக்கியவாறு வட்டாரக் கடைகளிலிருந்து எங்கும் நிறைந்திருக்கும் பல்பொருள் அங்காடிகள், வணிகக் கூட்டு வளாகங்கள், பிக்-பாக்ஸ் கடைகள், இன்றைய இணையதள சில்லறை வணிகர்கள் வரை அனைத்தும் மாற்றம் பெறுதல்.
- நுகர்வோர் தற்போது கடனில் வாங்கிவிட்டுப் பின்பு பணம் செலுத்தும் (வட்டியுடன்) வழிமுறைகளை மேற்கொள்ளுதல்; இதில் கடன் அட்டைகள் போன்றவற்றைக் கண்டுபிடித்து அவற்றை அதிக அளவுக்குப் பயன்படுத்தத் தூண்டுதல்.
- திட்டமிடப்பட்ட, உணரப்பட்ட வழக்கொழித்தல் கருத்துருக் களை ஒருங்குபடுத்துதலும் இயல்பாக்கம் செய்தலும் (இதைப் பற்றி அடியில் விளக்கவுள்ளேன்).
- சுயசார்பு மற்றும்/அல்லது சமுதாய அடிப்படை வழிமுறைகளில் அடிப்படைத் தேவைகளைப் பூர்த்தி செய்தலை நீக்குதல். எடுத்துக் காட்டாக, பெரிய கார் உற்பத்தியாளர்களால் (டிராம்கள் போன்ற) எளிய தண்டவாள ஒருங்குகள் வேண்டுமென்றே அழிக்கப்படுதல்.
- நுகர்வோடு அடையாளத்தையும் அந்தஸ்தையும் வேண்டுமென்றே இணைத்தல் (அதாவது, நீங்கள் என்ன வாங்குகிறீரோ அதுதான் நீங்கள்).
- இவற்றிற்கெல்லாம் மேலாக, விளம்பரம் செய்தல்.

இத்தகைய கருவிகள்/உத்திகள் பற்றி பல நூல்கள் எழுதப்பட்டிருப் பதால், இவற்றில் இரண்டு தந்திரமான விஷயங்களைப் பற்றி மட்டும் கீழே விவரிக்க உள்ளேன்.

வணிகத்தின் இரண்டு தந்திரங்கள்

1. திட்டமிடப்பட்ட வழக்கொழித்தல்

பொருட்களின் உருவாக்கம் பெருகியபோது, நுகர்வோருக்குத் தெரிவிக்கப்பட்ட செய்திகளில் ஒன்று, ஒன்றுக்கு மேற்பட்ட

எண்ணிக்கையில் பொருட்களைப் பெற்றிருப்பது நல்லது என்பது தான். பெரும்பாலான பெண்களுக்கு இருந்த முந்தைய வழக்கம் ஒரே ஒரு உடுப்போடு இருந்த நிலையிலிருந்து இரண்டாவது (அதற்குப்பின் மூன்றாவது, நான்காவது, ஐந்தாவது) குளியல் உடுப்பு வாங்குவது. ஒரு இரண்டாவது கார், முடிவில், மொத்த பொருட்களால் நிரப்பப்பட்ட இரண்டாவது வீடும். எனவே முடிவில் ஒவ்வொரு பொருளிலும் குறைந்தபட்சம் இரண்டு எண்ணிக்கையை நீங்கள் பெறுகிறீர்கள். இப்படி இருந்தும், எந்த அளவுக்கு மக்கள் நுகரவேண்டும் என்பதற்கு ஒரு முடிவான வரம்பு உள்ளது என்பதை உற்பத்தியாளர்கள் உணர்ந் தார்கள். ஏதோவொரு புள்ளியில், ஒவ்வொருவரும் போதுமான எண்ணிக்கையில் மூடியக் காலணிகள், ரொட்டி சுடும் கருவிகள், கார்கள் போன்றவற்றைப் பெற்றிடுவார்கள். ஏதோவொரு புள்ளியில் முழுதாகத் தெவிட்டும் நிலை ஏற்படும். உற்பத்திப்பொருட்களின் நுகர்வு தெவிட்டும் நிலையை அடையும்போது, தொழிற்சாலைகள் தொடர்ந்து உற்பத்திப் பொருட்களை உருவாக்கிக் கொண்டிருந்தால் அப்பொழுது அபரிமிதம் ஏற்படும். அபரிமிதம் உண்மையில் வணிகத் திற்கு ஒரு மிக மோசமான நிலையாகும்.

எனவே நுகர்வோர் தொடர்ந்து உற்பத்திப் பொருட்களை வாங்கு வதை ஊக்குவிக்க இந்த ஒருங்கின் கட்டமைப்பாளர்கள் ஓர் உத்தியைக் கண்டுபிடித்தார்கள்: திட்டமிடப்பட்ட வழக்கொழித்தல் *(பிளாண்டு ஆப்சொலன்ஸ்)*. திட்டமிடப்பட்ட வழக்கொழித்தலுக்கு மற்றொரு பெயர் 'குப்பையாக்குவதற்காக வடிவமைத்தல்' ஆகும். புரூக்ஸ் ஸ்டீவென்ஸ் என்ற அமெரிக்கத் தொழில்சார் வடிவமைப்பாளர்தான் 1950ஆம் ஆண்டுகளில் இந்தச் சொற்றொடரைப் பின்வருமாறு வரையறுத்தார்: 'பழைய பொருளைவிட ஓரளவுக்குப் புதிய, சிறந்த பொருளை, தேவையைவிட, சற்று விரைவாகப் பெறுவதைப் பற்றி வாங்குவோரிடம் எப்பொழுதுமே ஒரு ஆசையை ஊட்டுவது.'[33]

திட்டமிடப்பட்ட வழக்கொழித்தலில் பொருட்கள் தூக்கி எறியப் படுவதற்காக எவ்வளவு சீக்கிரம் எதிர்பார்க்கப்பட்டனவோ அவ்வளவு விரைவில் தூக்கியெறியப்பட்டு பின்பு மாற்றீடு செய்யப்படுகின்றன (இது 'மாற்றீட்டுச் சுழற்சியை சுருக்குவது' என்று அழைக்கப்படுகிறது). உண்மையான தொழில் நுட்பத் திட்டமிடப்பட்ட வழக்கொழித்தலில் இருந்து இது வேறுபட்டதாகும். முதல் வகையில் தொழில்நுட்பத்தில் ஏற்பட்ட சில உண்மையான முன்னேற்றங்களால் முந்தைய வகைச் சாதனம் பயனற்று, செயலற்று விடுகிறது. எடுத்துக்காட்டாக, தொலைப்பேசிகள் தந்தியை மாற்றீடு செய்ததைக் குறிப்பிடலாம். புதிய தொழில்நுட்பம் உண்மையாகவே பழையதை மாற்றீடு செய்வ தென்பது தொடர்பான நிகழ்வுகள் நாம் நினைத்துக் கொண்டிருப்பதை

விட அரிதானவை. எடுத்துக்காட்டாக, ஏறத்தாழ சராசரியாக, ஒரே ஒரு வருட வாழ்நாளைக் கொண்ட இன்றைய செல்பேசிகள், நாம் அவற்றைத் தூக்கியெறிந்து புதியவற்றால் மாற்றீடு செய்யும்போது, தொழில்நுட்ப ரீதியில் நிச்சயம் பயனற்றுப் போகக்கூடியவை அல்ல. இங்குத் திட்டமிடப்பட்ட வழக்கொழித்தல் புகுத்தப்படுகிறது.

திட்டமிடப்பட்ட வழக்கொழித்தல் பற்றிய கருத்துரு **1920**ஆம் ஆண்டுகளிலும் **1930**ஆம் ஆண்டுகளிலும் வலுவடைந்தது. நம்முடைய தொழிற்சாலைகள் உற்பத்திப் பொருட்களை உருவாக்கிய போது அவற்றை மக்கள் கவனிக்காத அல்லது வாங்குவதற்குத் திறனில்லாத நிலை ஏற்பட்டதை உணர்ந்த அரசும், வர்த்தக மக்களும் இந்தக் கருத்துருவின் 'பயனை' உணர்ந்தனர். **1932**ஆம் ஆண்டில் பெர்னார்டு லண்டன் என்னும் பெயருடைய நிலைச்சொத்துத் தரகர் *(ரியல் எஸ்டேட் ஏஜெண்ட்)* பொருளாதாரப் பங்கீட்டை தூண்டும்விதமாக இப்போது பிரபலமிழந்த, தன்னுடைய *எண்டிங் டிப்ரஷன் த்ரூ பிளாண்ட் ஆப்சொலன்ஸ் (வழக்கொழித்தல் திட்டத்தின் மூலமாக பொருளாதார வீழ்ச்சியை முடிவுக்குக் கொண்டு வருதல்)* என்னும் சிற்றேட்டை விநியோகித்தார். அதில் குறிப்பிட்ட நுகர்வுப் பொருட்களுக்கு 'இறப்பு நாளை' *(டெத் டேட்/ எக்ஸ்பைரி டேட்)* கொடுக்கும் வேலையைச் செய்வதற்கான ஓர் அரசு அமைப்பை உருவாக்க வேண்டும் என்பதை வலியுறுத்தினார். இந்தக் காலத்திற்குப் பின்பும் அவை தொடர்ந்து நன்றாக வேலை செய்தாலும், நுகர்வோர் பொருட்களை மாற்றீடு செய்வதற்காக உந்தப்படுவார்கள். இந்த ஒருங்கு தொழிற்சாலைகளைத் தொடர்ந்து உற்பத்தி செய்யத் தூண்டும் என்று லண்டன் விளக்கினார்.[34]

சில திட்டமிடப்பட்ட வழக்கொழித்தல்கள் *விரைவில்* என்பதற்குப் பதிலாக உடனே என்பதை நோக்கித் திட்டமிடப்பட்டன. இது உடன்விலக்கம் *(டிஸ்போஸபிள்)* செய்யப்படக்கூடியப் பொருட்களின் தோற்றத்தோடு தோன்றியது. இவ்வாறு முதலில் புகுத்தப்பட்டவை டையபர்களும் (அரைக்கச்சை) மகளிர் பயன்படுத்தும் துப்புரவுத் திண்டுகளும் *(சானிட்டரி பாட்ஸ்)* ஆகும். ஏன் இந்தக் குறிப்பிட்டப் பொருட்கள் முதலில் கவனத்தில் கொள்ளப்பட்டன என்பது மிகவும் தெளிவு. ஆனால், கூடிய விரைவில் மீண்டும் கழுவவேண்டாம் எனும் காரணத்திற்காக உடனே விலக்கப்படும் சமையல் தட்டுகள் விற்கப் பட்டன. பூங்காவிலிருந்து வீட்டுக்குக் கொண்டுவரத் தேவையில்லாத, உடனே விலக்கக்கூடிய இறைச்சிவாட்டிகள் *(பார்பெக்யு)* விற்கப் பட்டன. தற்போது நமக்குப் பயன்படுத்தப்பட்டபின் உடனே விலக்கக் கூடிய கேமராக்கள், துடைப்பான்கள், மழைக்குடைகள், முடி நீக்கிகள், சமையல் பாத்திரங்கள், தட்டுகள், கழிப்பறைத் தூவிகள் (நீரோடு சேர்த்து விலக்கக்கூடியவைகூட!) போன்றவை கிடைக்கின்றன.

இவற்றைத் தவிர உடனே விலக்கத்தக்கவை என்று விளம்பரப் படுத்தப் படாவிட்டாலும் நடைமுறையில் அவ்வாறு செய்யப்படும் பொருட்களும் உள்ளன. எடுத்துக்காட்டாக, வீட்டுப் பயன்பாட்டுச் சாதனங்களும் மின்னணுப் பொருட்களும் தற்காலத்தில் மிகவும் சாதாரண மாக உடைந்து விடுவதாலும், அவற்றைப் பழுது பார்ப்பதில் பல சிக்கல்கள் இருப்பதாலும், புறவயமாக்கப்பட்ட அடக்க விலைகளின் காரணமாகப் புதிய மாற்றீடுகள் மலிவானவையாக இருப்பதாலும், நாம் அவற்றை உடனே மாற்றீடு செய்துவிடுகிறோம். 'நாம் மற்றொன்றைப் பெற்று விடுவோம்' என்று முடிவுசெய்து பெருமூச்சு விடுகிறோம். என்னுடைய வீட்டில் அதே தொலைப்பேசி, குளிர்சாதனப்பெட்டி, சமையலறைக் கடிகாரம் போன்றவற்றுடன் கூடவே வளர்ந்ததால் பல ஆண்டுகள் தொடர்ந்து இவற்றில் எதுவுமே என்னுடைய தாயால் மாற்றீடு செய்யப்படவில்லை. குளிர்சாதனப் பெட்டி கடைசியில் முற்றிலும் செயலற்றுப் போன பின்பு அதையும், தன்னுடைய அனைத்துக் குழந்தைகளும் கல்லூரிக்குச் சென்றபின் ஒரு புதிய பதில்கூறும் கருவியையும் *(ஆன்சரிங் மெஷின்)* வாங்கும்வரை பழைய சுழற்றும் தொலைப்பேசியையும் அவள் மாற்ற வில்லை. (ஆனால், அந்தக் கடிகாரத்தைத் தொடர்ந்து வைத்துள்ளார்).

நுகர்வோர் வேறுவழியில்லாமல் இந்தப் பொருட்களின் உடன் விலக்கத்தன்மையை உண்மையில் பொறுமையுடன் சகித்துக் கொண்டனர்; அதனை ஏற்கத் தொடங்கிவிட்டனர். இந்த ஒருங்கின் வெற்றிக்கு முக்கியமாகத் திகழ்ந்தது எப்பொழுதையும்விட அதிக விரைவாகத் திட்டமிடப்பட்ட வழக்கொழித்தலின் பரவலான சமூக ஏற்புதான். நாம் இதற்கு இவ்வளவு இணக்கமாக மாறுவதற்குப் பல விஷயங்கள் நடைபெற வேண்டியிருந்தன. முதலில், ஒரு பொருளைப் பழுது பார்ப்பதற்கான விலை அதனை மாற்றீடு செய்வதற்கான விலைக்கு நெருக்கமாகவோ அதை விஞ்சும் வகையிலோ இருந்தது, நாம் உடைந்த பொருளைத் தூக்கி எறிவதைத் தூண்டியது. மாற்றீடுக் கூறுகளைப் பெறுதலும் பழுதுபார்த்தலுக்கு ஏற்பாடு செய்தலும் மிகவும் கடினமாக இருக்க வேண்டியிருந்தது. இதை அண்மையில் நுகர்வோர் சேவை மையத்தைத் தொலைப்பேசி மூலம் தொடர்புகொண்ட எவரும் நிரூபணம் செய்வர். தற்போது வழக்கில் உள்ள பொருட்கள் புதிய மேம்படுத்தல்கள் அல்லது துணைக் கருவிகளோடு *(ஆக்ஸலரீஸ்)* ஒவ்வாத் தன்மை கொண்டவையாக இருக்க வேண்டும். மேலும், உற்பத்திப் பொருட்கள் எப்படிக் காட்சியளிக்க வேண்டும் என்பது தொடர்ந்து மாறிக்கொண்டிருக்க வேண்டும். இதன் காரணமாக, பொருட்கள்/சாதனங்கள் தொடர்ந்து நன்கு செயல்பட்டாலும், ஒரு பழைய பொருளைத் தூக்கி எறிய ஒரு காரணத்தைக் கொடுக்கிறது.

மேற்கூறியவற்றில் கடைசிப்பண்பு 'உணரப்பட்ட வழக்கொழித்தல்' என்று அழைக்கப்படுகிறது. இங்கு பொருள் உடையவில்லை அல்லது உண்மையிலேயே வழக்கொழியவும் இல்லை. ஆனால் நாம் அதை வழக்கிழந்த ஒன்றாக உணர்கிறோம். சிலர் இதை 'விருப்ப வழக் கொழித்தல்' அல்லது 'உளவியல் வழக்கொழித்தல்' என்றழைக்கின்றனர். இங்குதான் ரசனையும் நாகரிகப் போக்கும் தம் பங்கை வகிக்கின்றன. பெண்களின் பாவாடைகள், உடைகள் போன்றவற்றின் மடிப்பின் உயரம் எப்பொழுதுமே மாறிக் கொண்டிருத்தல்; ஒரு பருவத்தில் நாகரிகமாகக் கருதப்பட்ட பருத்த குதிகால் கொண்ட காலணிகள் மற்றொருப் பருவத்தில் மெல்லிய கட்டாரி போன்ற குதிகால் கொண்ட காலணிகளால் மாற்றீடு செய்யப்படுதல்; ஆண்களின் டை அகலம் மாறுதல்; தொலைப்பேசிகள், ஐ-பாட், ரொட்டிவாட்டிகள், மிக்சிகள், படுக்கைகள், சமையலறை அலமாரிகள் போன்றவற்றின் இந்த ஆண்டு வண்ணங்கள்; இவை அனைத்துமே உணரப்பட்ட வழக்கொழித்தல் செயல்படும் விஷயங்களாகும். நான், த ஸ்டோரி ஆஃப் ஸ்டஃப் வீடியோவில் கூறியது போன்று மிகவும் சிறந்த எலும்பு மண்டலத் தாங்கு திறனைக் கொடுப்பது தடித்த அல்லது மெல்லிய குதிகால் பகுதிகளைக் கொண்ட காலணிகளா என்பதுபற்றி மிகவும் வலுவாக வாக்குவாதம் ஒன்றும் நடைபெறவில்லை. நான் முந்தைய இயலில் விவரித்த இருபத்து ஆறு நாகரிகப் பருவங்கள் ஓராண்டில் கடைக்குள் வந்து செல்வது உணரப்பட்ட வழக்கொழித்தல் உத்தியின் ஒரு கூறாகும். சில்லறை வியாபாரிகளும் உற்பத்தியாளர்களும் அதே வண்ண அல்லது வடிவமைப்பைக் கொண்ட உடையை இந்த வாரமும் அடுத்த வாரமும் உடுக்கக்கூடாது என்று நீங்கள் நினைக்க வேண்டும் என்று விரும்புகிறார்கள். அவ்வாறு செய்தால் குறைந்த பரபரப்பற்றவர் களாகவும், குறைந்த விவேகம் கொண்டவர்களாகவும், குறைவாக விரும்பப்படுபவர்களாகவும் இருப்பீர்கள் என்றும் நீங்கள் நம்ப வேண்டும் என்று அவர்கள் விரும்புகிறார்கள்.

தற்போது, தொழில்நிறுவனங்கள் செய்த ஒவ்வொரு மோசமான விஷயமும் வேண்டுமென்றோ சாதுரியமாக மாற்றப்பட்டோ செய்யப் படவில்லை என்றாலும் திட்டமிடப்பட்ட வழக்கொழித்தல் நிச்சய மாக அப்படிப்பட்ட ஒன்றுதான். பெரு நிறுவன முடிவெடுப்பவர்கள், தொழில்சார் வடிவமைப்பாளர்கள், பொருளாதாரத் திட்டமிடுப வர்கள், விளம்பர மனிதர்கள் போன்றோர் செயலூக்கத்துடனும் தகுந்த உத்தியுடனும் திட்டமிடப்பட்ட வழக்கொழித்தலை ஆதரித்தனர்; அதைப் பொருளாதார எந்திரத்தைத் தொடர்ந்து செயல்பட வைக்கும் வழிமுறையாக்கினர். 1960ஆம் ஆண்டு தன்னுடைய நூலான த வேஸ்ட் மேக்கர்ஸில் (எனக்கு மிகவும் பிடித்தமான நூல்) சமூக விமர்சகர் வோன்ஸ் பக்கார்டு 1950, 1960ஆம் ஆண்டுகளில் நுகர்வுப்

பொருட்களில் காணப்பட்ட திட்டமிடப்பட்ட வழக்கொழித்தல் பற்றிய தொடக்ககால வாதங்களைப் பதிவு செய்துள்ளார். இது நெறியற்றது, வியாபார நம்பகத்தன்மையைப் பாதிக்கும் என்ற அடிப்படைகளில் சிலர் இந்தக் கருத்தை எதிர்த்தாலும், வேறு சிலர் தாம் வடிவமைத்த, உற்பத்திசெய்த, விளம்பரம் செய்த அனைத்துப் பொருட் களுக்கும் முடிவற்ற சந்தைகளை நிச்சயப்படுத்த இது ஒரு வழிமுறை என்று அறிந்தனர்; எனவே, இதை முழுவதும் ஏற்றுக்கொண்டனர். பக்கார்டு, பின்வருமாறு வெட்கமில்லாமல் விவரித்த புரூக்ஸ் ஸ்டீவென்சை, எடுத்துக் காட்டுகிறார்: 'நாம் நல்ல உற்பத்திப் பொருட் களை உருவாக்குகிறோம்; நாம் அவற்றை வாங்குமாறு மக்களைத் தூண்டுகிறோம்; அதற்கு அடுத்த ஆண்டு நாம் வேறொன்றை நுழைக் கிறோம். இதனால் ஏற்கனவே உள்ள பொருட்கள் பழைய வகை யினதாக மாறுகின்றன. வழக்கிழக்கின்றன... இது ஒருங்கமைக்கப் பட்டக் கழிவு அல்ல. இது அமெரிக்கப் பொருளாதாரத்திற்கான வலுவான பங்களிப்பாகும்.'

இந்த உத்தி, இதைப் புகுத்திய மக்களின் நம்பமுடியாத கனவு களையும் தாண்டி செயல்பட்டது. திட்டமிடப்பட்ட வழக்கொழித்தல் தொடர்ந்து ஓங்கியிருக்கிறது; இன்றைய நுகர்வுப் பண்பாட்டை வரையறுக்கிறது. மேலும், நாம் பொருட்களை (பெரும்பாலும் நல்ல நிலையிலுள்ள) எப்பொழுதும் உள்ளதைவிட அதிகத் தகைவேகத்தில் விலக்குகிறோம். குறிப்பாக, உணரப்பட்ட வழக்கொழித்தலின் சேவை யில் ஒட்டுமொத்தத் தொழிலும் கடினமாக உழைத்து, ஒவ்வொரு ஆண்டும் பில்லியன்கள் கணக்கிலான டாலர்களைச் செலவழித்து நம்மையும் நம்மில் பலரையும் புதிய, நல்ல, வேறுபட்ட பொருள் எதையேனும் வாங்கும்படிச் செய்கிறது. இந்தத் தொழில்... விளம்பரப் படுத்துதல் என்று அழைக்கப்படுகிறது.

2. விளம்பரப்படுத்துதல்

விளம்பரப்படுத்துதல் நம்முடைய வாழ்க்கையில் தொடர்ந்து நடை பெறும் ஒரு பின்புல ஓசை போன்றது. ஒரு சராசரி அமெரிக்கக் குடிமகன் தன்னுடைய வாழ்க்கையின் மொத்தக் காலத்தில் ஓர் ஆண்டு விளம்பரங் களைக் காண்பதில் செலவிடுகிறான். ஓர் அமெரிக்கக் குழந்தை ஒரு நாளைக்கு 110 தொலைக்காட்சி வணிக விளம்பரங்களைக் காண் கிறது.[29] இருபது வயதை எட்டும் போது, ஒரு சராசரி அமெரிக்கக் குடிமகன் ஏறத்தாழ ஒரு மில்லியன் விளம்பரச் செய்திகளுக்குத் தன்னை உட்படுத்திக் கொள்கிறான். புதிய அமெரிக்கனின் கனவுக்கான மையம் (சென்டர் ஃபார் நியூ அமெரிக்கன் ட்ரீம்) என்ற அமைப்பின்படி, வணிகக் குறி விசுவாசம் குழந்தைகளிடம் இரண்டு வயதிலேயே ஏற்பட்டு

விடுகிறது; அவர்கள் பள்ளிக்குச் செல்லும் பருவத்தில் நூற்றுக்கணக்கான வணிகக்குறிகளை அவர்களால் அடையாளம் கண்டு பிடிக்க முடிகிறது.

நம்முடைய செய்தித்தாள்களின் மொத்தப் பரப்பில் மூன்றில் இரண்டு மடங்கும், நமக்கு வரும் அஞ்சல்களில் 40 விழுக்காடும் நம்மால் படிக்கப்படாத/கேட்கப்படாத விளம்பரங்களால் நிரம்பி உள்ளன.[29] 2002ஆம் ஆண்டில் விளம்பரப்படுத்துவதில் உலக அளவில் செலவு செய்யப்பட்ட தொகை 446 பில்லியன் டாலரை எட்டியது[4]; இது 1950க்குப் பின் ஏற்பட்ட பல மடங்கு அதிகரிப்பாகும். 2005ஆம் ஆண்டு, அமெரிக்காவில் மட்டும் 276 பில்லியன் டாலர் விளம்பரங் களில் செலவிடப்பட்டது. இதற்கிடையில், சைனா 12 பில்லியன் டாலரை 2006ஆம் ஆண்டு செலவிட்டது; இது 2011ஆம் ஆண்டில் 18 பில்லியன் டாலராக உயரும் என்று எதிர்பார்க்கப்படுகிறது. இது அந்த நாட்டை உலகின் மூன்றாவது பெரிய விளம்பரம் செய்யும் சந்தையாக மாற்றிவிடும். மூழ்கிப் போகும் நிலையிலிருந்து தடுப்பதற்காக அரசின் மானிய உதவியைத் தொழில் நிறுவனங்கள் கேட்டதற்கு முந்தைய ஆண்டான 2007ஆம் ஆண்டில் அமெரிக்காவின் மூன்று பெரிய கார் உற்பத்தியாளர்கள் 7.2 பில்லியன் டாலருக்கும் அதிகமான தொகையை விளம்பரங்களில் செலவழித்தனர். ஜெனரல் மோட்டார் 3 பில்லியன் டாலருக்கும் அதிகமாகவும், ஃபோர்டு 2.5 பில்லியன் டாலருக்கும் அதிகமாகவும், கிரைஸ்லர் 1.7 பில்லியன் டாலரையும் செலவழித்தன.[35] 2008ஆம் ஆண்டு ஆப்பிள் நிறுவனம் 486 மில்லியன் டாலரை விளம்பரப் படுத்துவதில் செலவழித்தது.[36] இந்தப் பிரமிக்க வைக்கும் தொகைகள் மனித இனத்திற்கு எந்தவிதச் சேவையையும் கொடுப்பதில்லை.

விளம்பரம் செய்தல் பல சந்ததிகளாக நம்மிடம் இருந்திருந்தாலும் தொடக்கத்திலிருந்ததைவிட இதன் புதுமையாக்கமும், பொலிவான நுட்பமும், அளவீடும் அதை ஒரு முழுவதும் வேறுபட்ட அமைப்பாக மாற்றிவிட்டன. தொடக்கத்தில் விளம்பரங்கள் இருப்பில் உள்ள பொருட்களைப் பற்றித் தெரிவிப்பதற்காக மட்டும் முக்கியமாகப் பயன்படுத்தப்பட்டன ('இப்பொழுதுதான் இறக்குமதி செய்யப் பட்டது!', 'தற்போது கிடைக்கிறது!'); குறிப்பிட்ட வணிகக்குறிகள் கூட பெயரிடப்படவில்லை. நான், குழந்தையாக இருந்தபோது, 1960இன் கடைசி ஆண்டுகளிலும் 1970இன் தொடக்க ஆண்டுகளிலும் விளம்பரப்படுத்துதல் ஒரு வலுவான தொழிலாக மாறியது என்றாலும், இன்றைய நிலையை ஒப்பிடும் போது அப்பொழுது ஒன்றுமில்லை எனலாம். இன்று, விளம்பரதாரர்கள் உளவியல் வல்லுநர்கள், நரம்பு அறிவியல்

வல்லுநர்கள் மட்டுமின்றி இன்றைய போக்குகள் பற்றி அறிந்த நுகர்வோரைக்கூட பயன்படுத்தித் தம்முடைய விளம்பரங்கள் எவ்வளவு சிறப்பாக அதிக எண்ணிக்கையான பொருள் வாங்கு வோரை அடையக்கூடும், பாதிக்கும் என்பதை நிர்ணயிக்கிறார்கள். அவர்களுடைய முக்கியக் குறிக்கோள் நாம் என்ன பொருட்களைப் பெற்றிருக்கிறோமோ அல்லது எது இல்லாமல் இருக்கிறோமோ அதைப்பற்றி நாம் மோசமாக எண்ணும்படிச் செய்வதும், நம்மை ஒரு குறிப்பிட்டப் பொருளை வாங்கும் விருப்பத்தைத் தூண்டி அதை வாங்க வைப்பதும்தான்.

என்னுடைய இளமைப் பருவத்தில் எனக்கு நினைவிலுள்ள விளம்பரங்கள் ஏன் ஒரு குறிப்பிட்ட பொருள் அதனுடைய போட்டிப் பொருளைவிடச் சிறந்தது என்பதில் கவனம் செலுத்தின. எடுத்துக் காட்டாக, ஒரு பாத்திரம் கழுவும் சோப்பு தன்னுள் சிறப்புக் கூறுகளைக் கொண்டு உங்களுடைய கண்ணாடிப் பாத்திரத்தை பளிச்சென்று ஒளிவிடச் செய்யும்; அல்லது உங்களுடைய தட்டுகளிலிருந்து தூசிப் பொருட்களை நீக்கும்; அல்லது இந்தச் சலவை அழுக்கு நீக்கி உங்களுக்குச் சங்கடம் கொடுக்கும் சட்டைக் கழுத்து வளையப் பகுதியில் காணப்படும் அழுக்கைப் போக்கும் போன்றவற்றைக் கூறலாம். அந்தக் காலகட்டத்தில் நமக்குத் தேவையான அல்லது நாம் விரும்பிய செயலை ஒரு பொருள் செய்யும் என்று நமக்குச் சொல்லப் பட்டதால் நாம் அதை வாங்கினோம்.

ஆனால், இந்த நாட்களில் நூற்றுக்கணக்கான வணிகக்குறிகளில் சோப்புகளும், மூடியக் காலணிகளும் மற்ற எந்தப் பொருளும் உள்ளன. வணிகக்குறிகள் தம்முடைய உற்பத்திப் பொருள் பற்றி சரியான தகவல் அடிப்படையில் மட்டுமே தம்மை எந்த விதத்திலும் வேறுபடுத்திக் கொள்வதில் நம்பிக்கை கொண்டிருப்பதில்லை. எனவே, இன்றைய விளம்பரங்கள் பெரும்பாலும் தம்முடைய பொருள் தொடர்பான விவரிப்புகள் கொடுப்பதைப்பற்றிகூட கவலைப்படுவதில்லை. ஆனால், இதற்கு மாறாக அந்தப் பொருளை ஒரு உருவத்தோடு, ஒரு வாழ்க்கை முறையோடு, ஒரு சமுதாய அந்தஸ்தோடு தொடர்புபடுத்துகின்றன. பொருளின் பண்புகள் அல்லது உடகூறுகள் பற்றி விவரிக்கப்படாத, ஆனால், அந்தப் பொருளைப் பயன்படுத்தும் மக்களின் வகையைக் (அந்தஸ்தை) காட்டும் விளம்பரங்களை நாம் காண்கிறோம். இதில் உள்ள கருத்து என்னவெனில், விளம்பரத்தில் காட்டப்பட்டுள்ள மனிதர் போன்று நாம் இருக்க வேண்டும் (ஒல்லியாக, மகிழ்ச்சியாக, அன்பு பெறுபவராக, இதர அழகான மக்களால் சூழப்பட்டவராக) என்றால் நமக்கு அந்தப் பொருள் தேவை என்பதுதான். ஒரு தொலைக் காட்சிப் பெட்டிக்கான ஒரு தற்போதைய விளம்பரம் கூறுகிறது,

'உங்களுடைய தொலைக்காட்சியை மாற்றுங்கள், உங்களுடைய வாழ்க்கையை மாற்றிக் கொள்ளுங்கள்.'[37]

அதிகப் பொலிவுநுட்பம் பெற்றுள்ளதைத் தவிர, விளம்பரங்கள் அதிக ஊடுருவும் தன்மையையும் பெற்றுள்ளன. இந்தக் காலத்தில் அவை எல்லா இடங்களிலும் இருப்பது போன்று வியாபித்துள்ளன; வணிகச் செய்திகளின் வரம்புகளைத் தாண்டிய இடங்களிலும். நான், பிறந்த பெண்குழந்தையுடன் மருத்துவமனையிலிருந்து வெளிவந்த போது, மருத்துவமனைச் செவிலி எனக்கு ஒரு குழந்தை வளர்ப்பு பற்றிய 'அறிவுறுத்தும்' தகவல் தொகுப்பைக் கொடுத்தாள். அதில் கடன் அட்டை மனு விண்ணப்பப் படிவங்களும் குழந்தைப் பொருட்கள் பற்றிய விளம்பரங்களும் அடங்கியிருந்தன. பாகிஸ்தானிலிருந்து இந்திய எல்லைக்கு நான் நடந்தபோது, அந்த நாட்டின் எல்லை வளையத்தில் பின்வருமாறு பெயின்ட் செய்யப்பட்டிருந்தது: 'இந்தியா விற்கு வரவேற்கிறோம் – பெப்சி குடியுங்கள்.'

ஹேங்கர் நெட்வொர்க் என்ற புதுமைப் புகுத்தும் ஒரு நிறுவனம் உடைகளைத் தொங்கவிடும் தொங்கு தாங்கிகளை *(ஹேங்கர்ஸ்)* உற்பத்தி செய்து அவற்றை ஒரு அட்டை உறையால் மூடி வியாபாரம் செய்கிறது. இந்த அட்டையில் விளம்பரங்கள் அச்சிடப்படுகின்றன. இவற்றை இந்த நிறுவனம் இலவசமாக நாடு முழுவதிலும் உள்ள சலவையகங்களுக்குக் கொடுக்கிறது. இந்த நிறுவனம் கூறுவது என்னவெனில் அதனுடைய தொங்கு தாங்கிகள் (விளம்பரம் செய்வதில்) நேரடி விளம்பர அஞ்சல் களையும் விட சிறந்தவை என்பதைத்தான்: முதலாவதாக சலவை வாடிக்கையாளர்கள் பொதுவாக உயர் வருமான வகுப்பைச் சேர்ந்தவர் களாக இருப்பதால் அவர்கள் சிறந்த விளம்பர இலக்குகளாகத் திகழ் கின்றனர். இரண்டாவதாக, பெரும்பாலான வாடிக்கையாளர்கள் தம்முடைய சலவை செய்யப்பட்டத் துணிகளைக் கொண்ட தொங்கு தாங்கிகளைச் சுற்றியுள்ள (விளம்பரம் கொண்ட) அட்டை உறையை நீக்காமல், மதிப்பற்ற விளம்பர அஞ்சல்களைப் பிரிக்காமல் திறக்காமல் வைத்திருப்பது போன்று, அப்படியே துணி அலமாரிகளில் மாட்டி விடுகிறார்கள். எனவே, தம்முடைய துணி அலமாரியைத் திறக்கும் ஒவ்வொரு முறையும், சலவை வாடிக்கையாளர்கள் இந்த விளம்பரங் களைக் காண நேருகிறது; பல வாரங்களல்ல பல மாதங்கள்கூட. இதனால் இந்த அட்டைஉறை விளம்பரங்கள் '(அவர்களுடைய) படுக்கையறையில் தொடர்ந்து காணப்படும் ஒரு சுவரொட்டி' போன்று செயல்படுகின்றன.[38] எவர் தம்முடைய படுக்கை அறையில் ஒரு சுவரொட்டியை விரும்புவார்?

விளம்பரதாரர்கள் எந்த அளவுக்குச் செல்வார்கள் என்பதற்கான ஒரு வரம்பே இல்லை. சில பெருவணிக நிறுவனங்கள் நூற்றுக்கணக்கான அல்லது ஆயிரக்கணக்கான டாலர்களை சில மக்களுக்குக் கொடுத்துத்

தம்முடைய வணிகக்குறிகளை அவர்களுடைய உடலில் பச்சை குத்த வைத்துள்ளன. அது 2005ஆம் ஆண்டு. காரி ஸ்மித், உட்டா நகரைச் சேர்ந்த ஒரு தாய். அவருடைய மகன் ஒரு வட்டாரப் பொதுப் பள்ளியில் படித்துக் கொண்டிருந்தான். படிப்பு சரியாக வராமல் தவித்துக் கொண்டிருந்த அவனுக்கு, தனியார் சிறப்புப் பயிற்சி வகுப்புக்கு ஏற்பாடு செய்தார். அந்தச் செலவை ஈடுகட்டுவதற்காக, தன்னுடைய நெற்றியை 10,000 டாலருக்கு இ-பேயில் விற்றார். இதற்காக அவர் நிகழ்நிலை (ஆன்லைன்) சூதாட்டத்தை மேற்கொள்ளும் ஒரு கனடா நாட்டு நிறுவனத்தின் இணைய வலைதள முகவரியைத் தன் நெற்றியில் பச்சை குத்திக்கொண்டார்.[39]

இவற்றைத் தவிர, பதுங்கல்தனமான விளம்பரங்களும் உள்ளன. இவற்றைப் பலரால் விளம்பரங்கள் என்றே நினைக்க முடிவதில்லை. தொலைக்காட்சி, திரைப்படங்கள் போன்றவற்றின் காட்சிகளில் தம்முடைய பெயர்கள் அல்லது வணிகக்குறிகளைத் தாங்கிய பொருட்கள் இயல்பாக வைக்கப்பட்டிருப்பது போன்ற 'விளம்பரங்கள்' மிகவும் பரவலாகக் காணப்படுகின்றன (மேஜையின் மேல் ஒரு ஆப்பிள் மடிக்கணினியோ, கல்லாவின் மேல் பெப்சி பாட்டில் ஒன்றோ வைக்கப் படுவது போன்று). அல்லது டைகர் வுட்ஸும் அந்த நைக்கி பொருட் களும்... அந்தத் தொப்பி அவருடைய தலையோடு சூப்பர்குளூ (ஒட்டுதல்) செய்யப்பட்டுள்ளதா? நைக்கி நிறுவனத்துடன் அவர் மேற்கொண்டுள்ள ஒப்பந்தம் பொதுமக்களிடையே அவர் எப்பொழுதாவது கோல்ஃப் பந்து பறந்து செல்லும் போது உண்டாக்கும் ஓசையைக் கேட்காமல் இருப்பதைத் தடை செய்திருக்கிறதா?

இவையனைத்தையும் விட மோசமானது என்னவெனில், விளம்பர தாரர்கள் தம்முடைய இலக்குப் பார்வையாளர்களில் குழந்தைகளை முடிவான எல்லையாக அடையாளம் கண்டிருப்பதுதான். குழந்தைகள் தம்முடைய பெற்றோர்களின் பொருள் வாங்குதல்களில் தாக்கங்களை ஏற்படுத்தக்கூடிய முயற்சிகளில் விளம்பரதாரர்கள் வெற்றிபெற்றுள்ளனர்; அதுமட்டுமின்றி, குழந்தைகளின் குறிப்பிடத்தக்க சொந்த செலவிடுதல் களிலும் தாக்கத்தை ஏற்படுத்தியுள்ளனர். அதே நேரத்தில் அவர்கள் அடுத்த சந்ததி வணிகக்குறி–விசுவாச வாடிக்கையாளர்களையும் உருவாக்குகிறார்கள். பரிதாபகரமாக, பணத்தட்டுப்பாடுள்ள பல கல்விக் குழுக்கள் விளம்பரதாரர்களைப் பள்ளிகளுக்கு வருமாறு அழைப்பு விடுக்கின்றன. எனவே, தற்போது பெருவணிக நிறுவன வணிகக் குறிகள் விளையாட்டுச் சீருடைகளிலும், கல்விச் சுவரொட்டிகளிலும், புத்தக அட்டைகளிலும் காணப்படுகின்றன. கணிதப் பாடத்திட்டம், தொலைக்காட்சி, திரைப்படம் போன்றவற்றில் விளம்பரப் பொருட்கள் வைக்கப்படுவதை முழுமையாக ஊக்குவிக்கின்றது (12 எம் & எம் + 24

எம்&எம் = எவ்வளவு எம்&எம்); வணிகக்குறிப்பெயர்கள் கல்வி நிறுவனச் சிற்றுண்டிச் சாலைகளின் சரக்கு இருப்பு பட்டியலில் காணப் படுகின்றன. சேனல் ஒன் என்ற தொலைக்காட்சியின் நிகழ்ச்சிகள் 2002ஆம் ஆண்டில் மிக அதிக அளவில் காணப்பட்டவையாகும். அந்தத் தொலைக்காட்சி அந்த ஆண்டில் மட்டும் தினமும் 10 மில்லியன் சிற்றிளைஞர்களால் (11 வயது முதல் 20 வயது வரை) 320,000 வகுப்பறைகளில் காணப்பட்டது.[40] இதன் நிகழ்வுகளில் 'கற்பித்தல் உள்ளடக்கப் பொருட்கள்', செய்திகள், வணிக விளம்பரங்கள் போன்றவை காட்டப்பட்டன. பள்ளிகளின் வகுப்பறைகளில் (பள்ளிப் பேருந்துகளிலும் இதைப்போன்ற பேருந்து ரேடியோ வானொலி மூலம்) சிறைப்பிடிக்கப்பட்டக் குழந்தை நேயர்களுக்கு சேனல் ஒன் தொலைக்காட்சியின் விளம்பரங்கள் பலாத்கார மற்றும்/அல்லது பாலியல் உணர்வுகளைக் கொண்ட திரைப்படங்கள் மூலம் காட்டப் பட்டன; மட்டுமின்றி தொலைக்காட்சி நிகழ்ச்சிகள், நிகழ்நிலை சமூக வலையமைப்புக் களங்கள், அமெரிக்கத் தரைப்படை/விமானப்படை/ கடற்படைகள், ஊட்டமதிப்பற்ற உணவுகள் பற்றிய திரைப்படங்கள் (2007ஆம் ஆண்டு எதிர்ப்பாளர்கள் வெற்றி பெறும் வரையில்) விளம்பரங்களை ஊக்குவித்தன.[40]

குழந்தைகளுக்கு இரக்கமற்ற முறைகளில் கொடுக்கப்படும் விளம்பரங்களைப்பற்றி நான் கேள்விப்பட்டுள்ளேன் என்றாலும், இவை எந்த அளவுக்கு மிகவும் சிறப்பாக ஒருங்கமைக்கப்படுகின்றன என்பதை நான் என்னுடைய மகளைப் பெறும் வரையில் உண்மையில் அறியவில்லை. அபரிமிதமான சந்தையாக்கத்திலிருந்து தம்முடைய குழந்தைகளைப் பாதுகாப்பது பெற்றோரின் பொறுப்பு என்று கூறித் தம்முடைய செயல்கள் சரியானவைதாம் என்று விளம்பரதாரர்கள் வாதிடுகின்றனர். ஆனால், என்னுடைய அனுபவத்தில், என்னுடைய முழுமுயற்சியையும் தாண்டி, என்னுடைய மகளை விளம்பரங்களின் தாக்கங்களிலிருந்து பாதுகாப்பது எனக்குக் கடினமாக இருந்தது. என்னுடைய கருத்தின்படி, பல்வேறு சூழல் நிலைகளிலும் பல்வேறு தளங்களிலும் அமைக்கப்பட்ட விளம்பரங்களின் தாக்கங்களைத் தவிர்ப்பது குழந்தைகளுக்குத்தான் மிகவும் கடினமாக அமைகிறது. என் மகள் குழந்தையாக இருந்தபோது அவளுடைய தோற்றத்தை முழுவதும் ஒத்திருந்த ஆய்வாளர் டோரா (டோரா, தி எக்ஸ்ப்ளோரர்) தான் மிகப்பெரிய பழிவாங்கும் தேவதையாகும். டோரா எங்கும் தோன்றக் கூடியவள் – தொலைக்காட்சி, பல்துலக்கும் பிரஷ்கள், ஷாம்பு, முதுகில் மாட்டும் பைகள், மின்னணு விளையாட்டுச் சாதனங்கள், பென்சில் பெட்டிகள், ஜட்டிகள், சைக்கிள்கள், வியர்வை உறிஞ்சும் சட்டைகள், பிறந்த நாள் கூட்டப் பைகள், தலையணை உறைகள், கடற்கரை மணல் வாளிகள், ஐஸ்கிரீம், காலையுணவு தானியம் போன்றவற்றில். அந்தச்

சமயத்தில் மூன்று வயதான என்னுடைய மகள், டோரா செய்யும் அனைத்திற்கும், அவளைத் தன்னுடைய நண்பி என்று நினைத்துக் கொண்டு, தானும் பதிலுக்கு ஏதாவது செய்வாள். பல்பொருள் அங்காடியில் பற்பசைப் பிரிவில் காணப்பட்ட டோரா படத்தைப் பார்த்துவிட்டு 'அங்கே டோரா இருக்கிறாள்' என்று கத்துவாள் (பள்ளிக்குச் செல்லும் வயதை எட்டாதக் குழந்தைகளுக்குப் பொதுவாக உணர்ச்சிகளைத் தூண்டக்கூடிய இடம் அது அல்ல என்றாலும்). அந்தப் பற்பசையை வாங்குவது அவளுக்குத் தன்னுடைய தோழியை வீட்டுக்குக் கூட்டிக்கொண்டு வருவது போன்றது. யாருக்குத்தான் மற்றொரு தோழியின் மேல் விருப்பம் இருக்காது?

நீங்கள் நீங்களாகவும் நான் நானாகவும் இருக்க விரும்புதல்

புதுமைப் போக்கின் (ஃபேஷன்) வெற்றியும் (உணரப்பட்ட வழக் கொழித்தலின் மிகவும் தெளிவாகக் காணப்படும் அந்த வடிவம்) வணிகக்குறி சந்தையாக்கமும் (எப்படி நிறுவனங்களும் அவற்றின் விளம்பரதாரர்களும் அவற்றுடைய உள்ளார்ந்தப் பண்புகளை எடுத்துக் கூறாமல் ஒரு பொருளின் வாழ்க்கைமுறை உருவகத்தைக் காட்டி நம்மிடம் விற்பனை செய்கிறார்கள் என்பதைச் சுட்டுவது) அமெரிக்காவின் குடிமக்களாக நம்மைப் பற்றி நாமே கொண்டுள்ள சில அடிப்படைக் கருத்துகளோடு தொடர்புடையனவாகும். தனிப்பட்ட மனிதர்கள் என்பதில் நாம் மிகுந்த பெருமை கொள்கிறோம்: கரட்டுத்தன்மை வாய்ந்த தனிப்பட்ட மனிதர்கள், முன்னோடிகள், நிலாவில் காலடி வைத்த முதல் மனிதன், சொற்புரட்டு கொண்ட தனிப்பட்ட மனிதர்கள், வலுவான தனிப்பட்டச் சாயல், நடை அல்லது அடையாளம் கொண்டவர்கள். நமக்குக் கொடுக்கப்பட்ட வரம்பற்ற சுதந்திரம் பற்றிய எண்ணத்தில் நாம் திளைத்துக் கொண்டிருக்கிறோம். துன்பத்திலிருந்து தோன்றிய விடுதலையினாலும், தனிப்பட்டவர்களாக இருப்பதற்கான சுதந்திரம் போன்ற கருத்துகளிலிருந்தும் நம்முடைய நாடு கட்டமைக்கப்பட்ட தாகும். முடிவாகக் கூறவேண்டுமெனில் இங்குப் புனிதமான அமெரிக்கக் கனவும் உள்ளது, அதாவது சுய உருவாக்கம் பெற்ற மனிதன் மட்டுமின்றி வறுமையிலிருந்து வளமை பெற்ற கதையும் இங்கு உள்ளது. நம்முடைய பரந்த, திறந்த, வளமான நாடு மிகத் தாழ்வான நிலையிலுள்ள ஒருவரைக்கூட, அதற்காகப் போதிய அளவு உழைத்தால், மிக உயர்ந்த அந்தஸ்தை எட்ட வழி செய்யும் என்ற கருத்தை நாம் விரும்புகிறோம்.

அல்லது, இதற்காகப் போதுமான பொருட்களை வாங்க வேண்டுமா? நுகர்வுக் கலாச்சாரத்தின் வடிவமைப்பாளர்கள், நாம் மனத்திற்கு மிகவும் பிடித்தமாகக் கருதும் இந்த விழுமியங்களில் பெருமளவில் செயலாற்றியுள்ளனர். நம் நாட்டுப் பெருமைகளுக்குக் காரணமாகத்

திகழ்ந்த இந்த விஷயங்களை அவர்கள் எடுத்துக்கொண்டு அவற்றைப் பொருட்களை வாங்குவதற்கான காரணங்களாகத் திரித்துள்ளனர். இவர்களின் கூற்றுப்படி நம்முடைய தனிச் சுதந்திரத்தை வெளிக்காட்ட அல்லது பிச்சைக்கார நிலையிலிருந்து பணக்கார நிலைக்கு மாற்ற, தற்போது நாம் செய்ய வேண்டியதெல்லாம் ஒன்றே ஒன்றுதான்: பொருட்களை வாங்குவதுதான். எப்படி இந்த இலக்கை அவர்கள் அடைந்தார்கள்? இது மக்களாகிய நம்மை எந்த அளவுக்குப் பாதிக்கும்?

இன்று அதிக அளவில், அதிகப் புதியதான, அதிக அழகான பொருட்களை வாங்குவதற்கான அழுத்தம் நம்முடைய அடையாளத்தையும் அந்தஸ்தையும் வெளிப்படுத்துவதற்கான அழுத்தத்தோடு முழுவதும் தொடர்புடையதாக உள்ளது. த பிரிட்ஜ் அட் த எண்ட் ஆஃப் த வோர்ல்டு என்னும் நூலில் கஸ் ஸ்பேத் பின்வருமாறு எழுதுகிறார்: 'மனிதர்கள் பாதுகாப்பு தேடுவதற்காகத் தம்மை 'நீட்டிக்கொண்டும்' (ஸ்டிக்கிங் அவுட்) அதே சமயத்தில் 'பொருந்திக்கொண்டும்' (ஃபிட்டிங் இன்) உள்ளவர்களாக உளவியல் அறிஞர்களால் கட்டமைக்கப்படுகிறார்கள். நுகர்வு இந்த இரண்டு இலக்குகளையும் அடைய உதவுகிறது. முதலாளித்துவ, வணிகமயமாக்கப் பண்பாடு 'நீட்டிக் கொண்டிருத்தல்', 'பொருந்திக் கொண்டிருத்தல்' ஆகிய இரண்டையும் பொருட்களைப் பெற்றிருத்தல் மூலமும் அவற்றை வெளிக்காட்டுதல் மூலமும் வலியுறுத்துகின்றன.'[41]

இதன் காரணமாகவே, நாம் தனிமையில் நுகர்வு செய்யும் பொருட்களில் செலவிடுவதைவிட, வெளிப்பாடாகத் தெரியும் பொருட்களில் மிகத் தாராளமாகச் செலவழிக்க முயற்சி செய்கிறோம். பொருளாதார வல்லுநரான ஜூலியட் ஷோர்வீடு, கார், உடை, அலமாரி போன்றவற்றை 'வெளிப்பாடான முக்கோணம்' என்று அடையாளம் கண்டு ணர்ந்துள்ளார். மற்றவர்கள் காணமுடியாத உற்பத்திப் பொருட்களில் நாம் மிகவும் குறைவாகவே செலவழிக்கிறோம். எடுத்துக்காட்டாக, சுகாதாரக் கிளப்கள் பிரபலமடைந்தது நன்கு வடிவமைக்கப்பட்ட உள்ளாடைகளின் உருவாக்கத்திற்குப் பங்களித்தன என்று ஷோர் கூறுகிறார்; குளியலறையை விட்டு அரிதாகவே வெளிவரும் முக அழுக்கு நீக்கிகளைவிட, வெளிப்பாடாகத் தெரியும் உதட்டுப் பூச்சுகளில் பெண்கள் மிகவும் அதிகமாகச் செலவழிக்கிறார்கள்.[42]

இந்த நிகழ்வு பெருமளவு சமூக ஒப்பிடல்களின் அடிப்படையில் ஏற்படுகிறது. இதர பொருளியல் வல்லுநர்கள் போன்றே ஷோரும் எப்படி நம்முடைய செல்வம் மட்டுமின்றி, பொருள்செழிப்பு பற்றிய உணர்வும் சார்பகத் தன்மையைக் கொண்டது என்பதைப் பதிவு செய்துள்ளார்; அதாவது, மற்ற மக்களோடு ஒப்பிடும்போது எந்த அளவுப் பொருட்களை நாம் பெற்றுள்ளோம் என்பதோடு நம் உணர்வு

சார்பகத் தன்மையைக் கொண்டது. எனவே, நாம் ஆடம்பரமாக வீண் செலவு செய்யும் கும்பல்களுக்கிடையில் இருந்தால் நம்மை ஏழைகளாக உணர்கிறோம். பொருளாதார ஏணியில் நம்மைவிடக் கீழ் மட்டத்தில் உள்ள மக்களோடு நாம் இருந்தால் நம்மைப் பணக்காரர்களாக உணர்கிறோம். இருபதாம் நூற்றாண்டின் தொடக்கக் காலத்தில் இருந்த ஒரு நகைச்சுவைத் துணுக்கான அடுத்த வீட்டுக்காரரை அனுசரித்துப் போங்கள் (கீப்பிங் அப் வித் தி ஜோனெஸஸ்) என்ற பழமொழி நம்முடைய பொருள்சார் நலத்தன்மையை நம்முடைய அண்டை மக்களோடு ஒப்பிடும் போக்கைச் சுட்டுகிறது. அப்பொழுது, நம்முடைய வீட்டு வரவேற்பறை அறைக்கலன்களை நம்முடைய அண்டை மக்களின் அறைக்கலன்களோடு ஒப்பிடுவதுதான் சாதாரணமாகக் காணப்பட்டது. ஏனெனில், உங்களைச்சுற்றி ஒப்பிடும் அளவுகோல்களாக வேறு மக்கள் இல்லை. ஆனால், இந்த நிலைமை தொலைக் காட்சி மூலம் முற்றிலும் மாறிவிட்டது.

1950ஆம் ஆண்டு 5 விழுக்காடு அமெரிக்க வீடுகளில் மட்டுமே தொலைக்காட்சிப் பெட்டிகள் இருந்தன. ஒரு பத்தாண்டுக்குப் பின்பு 95 விழுக்காடு வீடுகள் அவற்றைப் பெற்றுவிட்டன. தற்போது அமெரிக்க வீடுகள் சராசரியாக, அவற்றிலுள்ள மக்களைவிட அதிகத் தொலைக்காட்சிப் பெட்டிகளைப் பெற்றுள்ளன. 2008ஆம் ஆண்டு, ஒரு சராசரி அமெரிக்கன் ஒரு நாளைக்கு மிக அதிக அளவாக ஐந்து மணி நேரங்களும், ஒரு மாதத்திற்கு 151 மணி நேரங்களும் தொலைக்காட்சி காண்பதில் செலவிட்டுள்ளான்; அதாவது அதற்கு முந்தைய ஆண்டில் ஒரு அமெரிக்கன் பார்த்த ஏறத்தாழ 145 மணி நேரங்களில் 3.6 விழுக்காடு அதிக நேரத்தை த ஓவர்ஸ்பென்ட் அமெரிக்கன் என்னும் நூலில் ஜூலியட் ஷோர் தொலைக்காட்சி காண்பதற்கும், நுகர்வினால் ஏற்பட்டுள்ளக் கடனுக்கும் உள்ள பிணைப்பை விளக்கியுள்ளார். ஒவ்வொரு வாரமும் ஐந்து மணிநேரக் கூடுதல் தொலைக்காட்சிப் பார்த்தலும் ஓராண்டுக்குக் கூடுதலான ஆயிரம் டாலர்கள் செலவழிப் பதில் முடிவடைகிறது.⁴³

அமெரிக்காவில் உள்ள நாம் ஒவ்வொருவரும் ஒரு நாளைக்கு மூவாயிரம் வணிகச் செய்திகளின் தாக்கத்திற்கு உட்படுகிறோம்; இவற்றில் தொலைக்காட்சி விளம்பரங்கள், சுவரொட்டிகள், விளம்பரப் பொருட் களைத் தகுந்த இடங்களில் காட்சியாக வைத்திருத்தல், பொட்டலங்கள், இதர பலவும் அடங்குகின்றன. இந்த வணிக விளம்பரங்கள் மட்டு மல்லாது, தொலைக்காட்சிகளிலும் திரைப்படங்களிலும் காட்டப்படும் உருவங்களும்கூட முக்கியத்துவம் வாய்ந்த விளம்பரங்களாகும். தொலைக்காட்சிகளில் மக்கள் சமனற்ற வகையில் பணக்காரர்களாக, மெல்லியவர்களாக, நாகரிகமானவர்களாகக் காட்டப்படுகிறார்கள்.

எனவே, திடீரென்று அடுத்த வீட்டிலுள்ள ஜோனெஸுடன் நம்மை ஒப்பிட்டுக்கொள்வதற்குப் பதிலாக, நாம் நம்மை மில்லியனர்களுடனும் புகழ்பெற்றவர்களுடனும் ஒப்பிட்டுக் கொள்கிறோம். இதன் காரண மாகவே, தொலைக்காட்சியை மக்கள் எந்த அளவுக்கு அதிகமாகக் காண்கிறார்களோ அந்த அளவுக்கு மற்ற ஒவ்வொருவரும் எவ்வளவு செல்வம் பெற்றவர்கள் என்பதை மிகை நிர்ணயம் செய்கின்றனர்; அவர்களோடு ஒப்பிட்டுத் தம்மை ஏழைகளாகவும் உணர்கின்றனர்.[42] இது எந்த அளவுக்கான அழுத்தத்தைக் கொடுக்கும் என்பதை உணர்க! என்னுடைய சக ஊழியர்களோடும், என்னுடைய குழந்தையின் பள்ளி யில் உள்ள இதர பெற்றோர்களுடனும் சமமாக என்னுடைய துணி களும், வீடும், காரும் இருக்க வேண்டும் என்று நினைப்பது மட்டு மின்றி, ஜென்னிஃபர் அனிஸ்டன், பியான்ஸ் போன்றோரின் டாம்பீக மான வாழ்க்கை முறையுடன் ஒப்பிடும் வகையில் என்னுடைய வாழ்க்கை முறையும் இருக்க வேண்டும் என்றும் விரும்புகின்றேன். ஜூலியட் ஷோர் இந்த நிகழ்வை 'நாம் ஒப்பிடுவோர் தொகுதியின் (மக்களின்) செங்குத்துப் பெருக்கம்' என்று அழைக்கிறார்.[16]

இந்தக் கருத்துரு பற்றி ஷோரின் *த ஓவர்ஸ்பெண்ட் அமெரிக்கனில்* படித்தவுடனேயே, நானும் இந்த வலையில் எண்ணற்ற தடவை வீழ்ந்துள்ளேன் என்பதை நினைத்துக்கொண்டேன். பல ஆண்டுகள் என்னுடைய பணிக்கு நிறைய பன்னாட்டுப் பயணங்கள் தேவைப் பட்டன. நான் அணிந்திருந்த ஒரே உடை டாக்காவில் என்னை ஆடம்பரமாகவும் நன்றாகவும் எடுத்துக்காட்டியது என்றாலும் பாரிஸ் நகரில் மோசமானதாகவும் வழக்கொழிந்ததாகவும் காட்டியது என்பதை நான் உணர்ந்தேன். நான் பெர்க்கிலியில் வாழ்கிறேன். நல்வாய்ப்பாக, அங்கு அதிக அளவில் நாகரிக மோக அழுத்தம் காணப்படுவதில்லை. பெரும்பாலான நாட்கள் என்னுடைய பக்கம் மாற்றி அணியும் உடை, அல்லது மரக்கட்டை அடி கொண்ட செருப்புகளை அணிகிறேன். இவற்றில் நான் சௌகரியமாக இருப்பதை உணர்கிறேன்; நான் கடந்து செல்லும் பல மக்களும் இவை போன்றே அணிந்திருப்பதும் எனக்கு நிம்மதி கொடுக்கிறது. ஆனால், பல ஆண்டுகளாகச் செல்லும் மன்ஹாட்டனுக்குப் போகும் ஒவ்வொரு முறையும் நான் எல்லா இடங்களிலும் சிறப்பாக வடிவமைக்கப்பட்ட காலணிகளை (ஷூ) அணிந்த மக்களைக் காண்கிறேன். எனக்கு மேலும் அதிக மூடியக் காலணிகள் தேவை இல்லாத போதும் – என்னை நம்புங்கள் – ஒரு புதிய ஜோடி காலணிகளை வாங்கக் கட்டாயம் உந்தப்படுகிறேன். இந்த இச்சை தவிர்க்க முடியாத ஒன்றாகும். மிகச்சிறந்த காலணிகள் அங்கு ஏறத்தாழ மூலை முடுக்கெல்லாம் தள்ளுபடி விலையில் கிடைக்கின்றன. அப்பொழுது நான் ஷோரின் புத்தகத்தைப் படிக்கிறேன். என்னுடைய அனுபவத்தில் இத்தகைய மோசமான

நிலைமைகளிலிருந்து மீள்வதற்கான மிகவும் திறனான வழிமுறை என்ன என்று அறிந்துகொள்வதுதான். தற்போது, நான் மன்ஹாட்டனில் இருக்கும் போதெல்லாம் எனக்கு இவ்வாறு கூறிக்கொள்கிறேன்: 'என்னுடன் ஒப்பிடுவோர் தொகுதியின் செங்குத்துப் பெருக்கம் இங்கு மறுபடியும் செயல்படுகிறது; வீடு திரும்பும் வரை பொறுமையாக இரு'. தற்போது அந்தக் காலணிக் (ஷூ) கடைகளை என்னால் வேகமாகக் கடந்து செல்ல முடிகிறது.

மேற்கூறியதைப் போன்ற ஒரு போலித்தனமான ஒப்பீட்டுத் தொகுதியினால் உண்டாக்கப்பட்ட சமமான *(பீர்)* மக்களின் அழுத்தத்தைக் கண்டும் அதற்கு உட்பட மறுக்கக்கூடிய என்னுடைய திறன்தான் உண்மையான சுதந்திரம் என்று என்னுடைய மனதிற்குத் தோன்றுகிறது. ஆனால், இதற்கு மாறாக, இந்தப் பொருளாதார ஒருங்கு என்னுடைய சொந்த சுதந்திரத்தை நுகர்வோடு தொடர்புப்படுத்திக் கொள்ளுமாறு விரும்புகிறது.

இந்த நாட்டில் தனிப்பட்ட உரிமைகளின் மேல் உள்ள நம்முடைய பிடிவாதம் திசைமாறிப் போய்விட்டது. உரிமைகள் நீக்கப்பட்ட பாரம்பரிய பண்டைய அமெரிக்கர்கள், ஆப்பிரிக்க அடிமைகள் போன்றோர் எதிர்கொள்ளும் மிக மோசமான பிரச்சினைகளை ஒதுக்கி விட்டு, தனிப்பட்டவர்களின் மிகவும் பலமான உரிமைகளை அடிப்படையாகக் கொண்டு அமெரிக்கா கட்டுமானம் செய்யப்பட்டதாகும். ஆனால், நாட்டுப் பற்றுடைய அந்தத் தொடக்ககால அமெரிக்கர்கள் நுகர்வு உரிமைகளைப் பற்றி அல்லாமல் *அரசியல் உரிமைகளைப்* பற்றிக் கூறியிருப்பார்கள் என்பது எனக்கு நிச்சயமாகத் தெரியும். தாம் எதை வாங்குகிறார்களோ அதில் நுகர்வோருக்கு விருப்பத்தேர்வு இருக்கக் கூடாது என்று நான் கூறவில்லை; என்றாலும், சந்தையில் பொருட்களை வாங்குவதில் உள்ள சுதந்திரம்தான் அனைத்துச் சுதந்திரங்களிலும் மிகவும் முக்கியமானது என்பதில் எனக்கு உடன்பாடில்லை.

நுகர்வோர் விருப்பத்தேர்வு

தற்போது இந்நாட்டில் விருப்பத்தேர்வு பற்றி நம்மிடையே மிகப் பெரிய திரித்துணர்வு *(இல்லியூசன்)* காணப்படுகிறது. ஆனால், இது ஏறத்தாழ முற்றிலும் நுகர்வோரின் கட்டுப்பாட்டில்தான் உள்ளது. இந்த நாட்களில் நாம் எந்தவொரு பல்பொருள் அங்காடியில் நுழைந்தாலும் காண்பது விருப்பத்தேர்வுக்கான ஒரு வாய்ப்பு அல்லது விருப்பத்தேர்வு வாய்ப்பு போன்ற ஒரு *வெளித்தோற்றம்* ஆகும்: ஆயிரக்கணக்கான பொருட்கள். உற்பத்தியாளர்கள் மகிழ்ச்சியுடன் பல்வேறு வகை முடிகட்டுப்படுத்திகளை *(ஹேர் கண்டிஷனர்ஸ்)* – உலர்ந்த, துவளுகின்ற, வண்ணம் தீட்டப்பட்ட அல்லது நலமான முடிக்கு ஏற்றவற்றைக் – கொடுக்கிறார்கள்

என்றாலும், நச்சு வேதிப்பொருட்கள் இல்லாத ஒன்றை என்னால் கண்டு பிடிக்க முடியுமா? என்னுடைய மகளுக்காகப் பல வகைப் பைஜாமாக்களிடையே ஒன்றையோ, என்னுடைய வரவேற்பறைக்கு ஒரு அறைகலனையோ என்னால் பொறுக்கி எடுக்க முடியும் என்றாலும், நச்சு நிறைந்த தீத்தடுப்புப் பொருட்களால் பதப்படுத்தப்படாத எதையும் என்னால் பொறுக்கி எடுக்க முடியாது. ஏனெனில், சட்டம் இத்தகைய பதப்படுத்தலைத் தொடர்ந்து ஆதரிக்கிறது. எனக்கு ஒரு கோப்பை காப்பி தேவைப்பட்டால் நான் கிராண்டே, வெண்டி, சிங்கிள், டபுள், டால், ஷார்ட், ஸ்கீம், சோயா, டிகேஃப் போன்ற பல வகைகளில் இருந்து விருப்பத் தேர்வு செய்ய முடியும். ஆனால், காப்பியைப் பற்றிய நல்ல முடிவுகளை எடுப்பது அது எங்கு பயிர் செய்யப்பட்டது, இடப்பெயர்ச்சியடைந்தது, பதப்படுத்தப்பட்டது, விற்கப்பட்டது, தோட்டங்களிலிருந்து தொழிலாளர் நிலைமைகள் உட்பட பன்னாட்டு வணிக உடன்பாடுகள் வரை அனைத்தையும் பொறுத்தது; அது கொடுக்கப்படும் கடையில் மேற்கொள்ளப்படும் முடிவுகளாலல்ல.

2002ஆம் ஆண்டு, கலிஃபோர்னியாவின் பெர்க்கிலி நகரத்தில் விற்கப்படும் அனைத்துக் காப்பியும் நியாய வணிகச் சான்றிதழைப் பெற வேண்டும்; கரிமத்தன்மையைக் கொண்டிருக்க வேண்டும்; இவ்வாறு வலியுறுத்தியும், அதற்கான பொது வாக்கெடுப்பை மேற்கொள்ள வேண்டும் என்றும் சில ஆயிரம் மக்கள் ஒரு மனுவில் கையெழுத்திட்டனர். இந்த வாக்கெடுப்பு அங்கீகரிக்கப்படவில்லை என்றாலும், இந்த முயற்சி சிறப்பாக அமைந்தது. இப்படிப்பட்ட முயற்சிகளையும் வாதங்களையும்தான் நாம் மேற்கொள்ள வேண்டும்; காப்பியைப் பற்றிக் குறிப்பாகவும் நம்முடைய நுகர்வு விருப்பத் தேர்வுகளைப் பற்றிப் பொதுவாகவும் மேற்கொள்ள வேண்டும். தாங்கள் விரும்பும் காப்பி வகையைக் குடிப்பதற்கு (இதைவிட மலிவான, அதிக சிதைவுறுத்தும் பொருட்களைக்கூட குடிப்பதற்கு) தமக்கு உரிமை உண்டு என்று வலியுறுத்திய பலரிடமிருந்து இந்தச் சட்ட முன்வரைவு வலுவான எதிர்ப்பைப் பெற்றது. வணிகச் சமுதாய மக்கள் சிலரும் இந்த முன்மொழிவை எதிர்த்தனர். ஜான் டிகிளௌர்க் என்ற பெர்க்கிலி வணிக அமைப்பின் தலைவர் கூறினார்: 'வியாபாரத்தில் இது ஒரு முறையற்ற தடையாகும்... விருப்பத்தேர்வுக்கு எதிரானது. விருப்பமான காப்பிக்குத் தடை கொடுக்கப்பட்டால் நம்மிடம் அரசியல் அடிப்படையில் சரியாக அமைந்த சாக்லேட்கள், மாட்டிறைச்சி, காய்கறிகள் போன்றவை உள்ளனவா? இதற்கு ஒரு முடிவே கிடையாது.'[42]

நம்முடைய நுகர்வு அடிப்படையிலான பொருளாதாரத்தின் திறன் வாய்ந்த ஆதரவாளர்களால் கொழுந்தெரியச் செய்யப்பட்ட நுகர்வோரின் குரல் எந்த நேரத்திலும், எந்த இடத்திலும் வரம்பற்ற

உண்மையிலேயே யார் தூண்டுகிறார்கள்?

நுகர்வோர் தேவைதான் பொருட்கள் உருவாக்கப்படுவதையும் விற்கப்படுவதையும் உண்டாக்கும் முக்கியத் தூண்டுதலா? இந்த அனைத்து விசையையும் பொருட்கள்தான் உண்டாக்குகின்றன என்று பலர் இதை நம்புகிறார்கள். இந்த நம்பிக்கைதான் அவர்களை மகிழ்ச்சியாக வைத்திருக்கிறது என்று நான் நினைக்கிறேன். ஆனால், நான் இதில் மாற்றுக்கருத்து கொண்டிருக்கிறேன். இதற்கான ஒரு எடுத்துக்காட்டாக...

என்னுடைய பெண்குழந்தையை நான் பெற்றெடுத்தவுடனேயே ஒரு நர்ஸ் எனக்கு ஒரு பொட்டலத்தில் 'அறிவுறுத்தல்' பொருட்களைக் கொடுத்தார் என்பது பற்றியும், அதில் கடன் அட்டை விண்ணப்பப் படிவங்களும், கூப்பன்களும், விளம்பரங்களும் இருந்தன என்பது பற்றியும் நான் ஏற்கனவே குறிப்பிட்டிருந்தேன். அவள் கொடுத்தது இவை மட்டுமல்ல. 'புதிய தாயை வரவேற்கிறோம்' என்ற பொட்டலத்தில் இருந்த இதர பொருட்களில் அடங்கியவை ஒரு பவுண்டு என்ஃபேமில் – வணிகக்குறி சிசு மருந்துக் கூட்டு (ஃபார்முலா) கலன் ஒன்று, உடன்விலக்கு உறிஞ்சுதுணிகள் (டையாபெர்ஸ்), ஒரு உறிஞ்சுதுணிப் பை போன்றவையாகும். இந்த டையாபெர் பை எந்தப் பொருளால் ஆனது என்று ஊகிக்க முடிகிறதா? எளிதில் சுத்தம் செய்யக்கூடிய, முழுவதும் நச்சு நிறைந்த பீவிசி. இதைக்கண்டு நான் திடீரென உலுக்கப்பட்டேன். பெருவணிக நிறுவனங்கள் இந்த ஆபத்தான பொருட்களைப் புதிய தாய் களுக்கும், அவர்களுடைய விலை மதிக்க முடியாத குழந்தைகளுக்கும் விநியோகம் செய்ய மருத்துவ மனை ஏன் அனுமதிக்கின்றது?

இது எத்தகைய நெறிமுறைத் தவறு என்றும், எப்படிப் பெரு வணிக நிறுவனங்கள் அனைத்து நெறிமுறை வரம்புகளையும் மீறிவிட்டன என்றும் ஒரு வட்டார செய்தித்தாளுக்குக் கடிதம் எழுதினேன். அது அந்தச் செய்தித்தாளால் ஏற்கப்பட்டு முதல் பக்கச் செய்தியாக வெளியிடப்பட்டது. இதன் விளைவாக, பல தாய்களிடமிருந்து பல கடிதங்கள் எனக்கு வந்து குவிந்தன. இவர்களில் சிலர் எனக்கு நன்றி தெரிவித்தனர்.

நான் பெற்ற கடிதங்களில் ஒன்றை நான் தொடர்ந்து வைத்துக் கொண்டிருக்கிறேன். அதற்கான என்னுடைய பதிலையும் கீழே சுருக்கமாகக் கொடுத்துள்ளேன்:

அன்புள்ள திருமதி லியோனார்டு,

உங்களுடைய குழந்தையின் பிறப்பிற்கு என்னுடைய வாழ்த்துகள்! எங்களைப் போன்றவர்களுக்காக அதைக் (கிடைப்பதை) கெடுப் பதை நிறுத்துங்கள். உண்மையில் நான் உங்கள் செய்திக் கட்டுரை யைத்தான் குறிப்பிடுகிறேன்... மாதிரிகளுடன் கூடிய ஒரு இலவச டயாபெர் பை போன்றவற்றை மகப்பேறு மருத்துவமனையி லிருந்து பெற்றதற்கான உங்களுடைய அதிருப்தி தொடர்பான கட்டுரையில் 'மிகவும் அதிகமாகக் காணப்படும் வர்த்தகத்தன்மை... மருத்துவமனை – நோயாளி உறவைப் பாதித்துள்ளது' என்ற கருத்தை அதில் நீங்கள் தெரிவித்திருந்தீர்கள். கடவுளே! பெண்கள் அந்த உறவை உண்மையில் பெற்றுள்ளனர்! நாம் நுகர்வினால் உந்தப்பட்ட ஒரு சமூகத்தில் வாழ்கிறோம் என்பது உண்மை, அல்லது அது பற்றி உங்களுக்குத் தெரியாததா? அதாவது, நுகர்வோராகிய நாம், உற்பத்தியாளர்களைக் கட்டுப்படுத்துகிறோம். அவர்கள் நம்மைக் கட்டுப்படுத்துவதில்லை, எப்பொழுதும் இல்லை. இலவசக் கூப்பன் களை உங்களுக்குப் பிடிக்கவில்லையா? அவற்றைத் தூக்கியெறிந்து விடுங்கள். அவர்கள் இதற்காகச் செலவழித்தப் பணத்திற்கு எந்த வித உபயோகமும் இல்லை! இது உங்களுக்குப் புரிகிறதா? இந்த உலகத்திலுள்ள நம்மைப் போன்ற பலர் நீங்கள் நினைப்பது போன்று முட்டாள்தனமான, ஏலத்திற்கு விடப்படும் செம்மறி யாடுகள் அல்ல. ஒவ்வொருவருக்கும் அவர்களுக்கே உரித்தான ஒரு எண்ணம் உண்டு. நீங்கள் ஏதோவொரு எண்ணத்தோடுதான் 'ஏழ்மைத் தாயார்களுக்கு' ஆதரவு கொடுக்கிறீர்கள் என்று நான் நிச்சயமாக நம்புகிறேன். இவர்களில் பெரும்பாலோர் நிச்சயமாக உடனே சென்று கூப்பன்களைக் கொடுத்துக் கூட்டு மருந்துகளை (ஃபார்முலேஷன்) வாங்கப் போவதில்லை என்று நான் உங்களுக்கு உறுதியளிக்கிறேன்! இன்றைய மகப்பேறு மருத்துவமனைகளில் குழந்தை பெற்றுக்கொள்ளும் பெரும்பாலான தாய்மார்கள் நீங்கள் நினைப்பது போன்று அவ்வளவு எளிதாக ஏமாறக்கூடியவர்கள் அல்ல.

இவர்களில் நானும் சேர்ந்தவள். டோபி தற்போது நாலு மாதக் குழந்தை. நான் அவனுடைய இலவச என்ஃபேமில் டயாபெர் பையைத் தினமும் பயன்படுத்துகிறேன். இன்றுவரை, நான் கணக் கற்ற கூப்பன்களையும் இலவசப் பொருட்களையும் உற்பத்தியாளர் களிடமிருந்தும், கூட்டு மருந்து நிறுவனங்களிடமிருந்தும் பெற்றிருக் கிறேன். இலவசப் பொருட்களைப் பெறுவது சுழல்காற்று போன்றது.

உங்கள் உண்மையுள்ள,

(இந்தக் கடிதம் கையொப்பமிடப்பட்ட ஒன்று என்றாலும் நான் இந்தப் புத்தகத்தில் அந்தப் பெயரைக் கொடுக்கவில்லை).

அன்புள்ள திருமதி...,

என்னுடைய குழந்தை பிறந்ததற்கான வாழ்த்துகள் கொண்ட உங்களுடைய அண்மைக் கடிதத்திற்கு மிகவும் நன்றி. நானும்கூட உங்களுடைய மகன் டோபி அண்மையில் பிறந்ததற்கான வாழ்த்துகளைத் தெரிவித்துக் கொள்கிறேன். அவனுடைய நலமான வருங்காலத்திற்கு என்னுடைய ஆசிகள்...

எனினும், உங்களுடைய கருத்துகளில் எனக்கு உடன்பாடில்லை. குறிப்பாக, 'அதாவது நுகர்வோராகிய நாம்தான் உற்பத்தியாளர்களைக் கட்டுப்படுத்துகிறோம். அவர்கள் எப்பொழுதும் நம்மைக் கட்டுப்படுத்துவதில்லை' என்ற உங்கள் வாதத்தை நான் ஏற்க முடியவில்லை. உலகம் முழுவதுமுள்ள பெருவணிக நிறுவனங்கள் பல காரணிகளின் அடிப்படைகளில் முடிவுகளை மேற்கொள்கின்றன. நுகர்வோர் தேவையல்ல, லாபம்தான் முதன்மையான உந்துவிசை. ஒவ்வொரு நாளும் பெருவணிக நிறுவனங்கள் மேற்கொள்ளும் செயல்கள் நுகர்வோரால் வேண்டப்பட்டவையல்ல; மாறாக அவை நுகர்வோரின் முக்கிய நன்மைகளுக்கு எதிரானவையாக உள்ளன... எடுத்துக்காட்டாக, என்ஃபேமில் சிசு கூட்டுமருந்து நிறுவனத்தால் உண்டாக்கப்பட்டு, உங்களுக்கு மருத்துவமனையால் கொடுக்கப்பட்ட டையாபெர் பையை எடுத்துக்கொள்வோம். இந்தப் பையை ஒவ்வொரு நாளும் நீங்கள் பயன்படுத்துவதாக உங்கள் கடிதம் கூறுகிறது. நான் பெற்ற அதே பையாக அது இருந்தால் ('பீட்டர் முயல்' படம் பொறிக்கப்பட்ட ஒரு பச்சை நிறப் பையாக இருந்தால்), அது பாலிவினைல் குளோரைடு பிளாஸ்டிக்கால் ஆனதாகும்.

உற்பத்தியிலிருந்து, பயன்பாடு, விலக்கம் வரை பீவிசியின் வாழ்க்கைச்சூழல் பல சூழல் தாக்கங்களையும் பொதுச்சுகாதாரத் தாக்கங்களையும் கொண்டதாகும். மிகவும் முக்கியமாக இதன் உற்பத்தியும் விலக்கமும் டயாக்சினின் உருவாக்கத்தோடு பிணைப்பு கொண்டுள்ளன. இது அறிவியலால் அறியப்பட்ட, மிகவும் நச்சுத் தன்மை வாய்ந்த, மனிதனால் தயாரிக்கப்பட்ட ஒரு பொருளாகும். டயாக்ஸின் கொழுப்பில் அதிக செறிவடைவதாலும், தாய்ப் பால் மிக அதிக அளவில் கொழுப்பைக் கொண்டிருப்பதாலும், உலகிலுள்ள பெண்களின் தாய்ப்பாலை இந்த மிகவும் நச்சுநிறைந்த வேதிப்பொருள் தன்னுடைய இருப்பால் மிகுந்த மாசடைய வைத்துள்ளது. இது புற்றுநோயை உருவாக்குகிறது; ஹார்மோன் ஒருங்குகளைக் குலைக்கிறது. என்னுடைய குழந்தைக்கு நான் தாய்ப்பால் ஊட்டும் ஒவ்வொரு முறையும், நம்முடைய சூழலில்

டயாக்சினை உருவாக்கி, வெளியேற்றும் பெருவணிக நிறுவனங்களை நினைத்துக்கொள்கிறேன். என்ஃபேமில் பாலிவினைல் குளோரைடு தொடர்பான பிரச்சினைகளை முழுவதும் அறிந்துள்ளது. நான் தொடர்புகொண்ட அவர்களுடைய பிரதிநிதிக்கு இந்தப் பாதிப்புகள் பற்றியும் விவரங்கள் பற்றியும் நன்கு தெரியும். இதில் உள்ள முரண்பாடு என்னவெனில் ஒரு சிசு கூட்டு மருந்து நிறுவனமே நம்முடைய தாய்ப்பாலைக் குறைந்த பாதுகாப்புடையதாக மாற்றும் ஒரு குற்றவாளியாக மாறியிருப்பதுதான்.

என்ஃபேமில் டையாபெர் பையிலிருந்து கசியும் வேதிப்பொருட்கள் டோபியின் இனப்பெருக்க ஒருங்குகளையும் ஹார்மோன் ஒருங்குகளையும், நரம்புத் தொகுதி வளர்ச்சியையும் அச்சுறுத்துவது மட்டுமின்றி புற்றுநோயையும் உருவாக்கலாம் என்று அறிந்துகொண்டும் நீங்கள் தொடர்ந்து பயன்படுத்தப் போகிறீர்களா? ஓர் ஆபத்தான, தேவையற்ற பிளாஸ்டிக்கிலிருந்து உருவாக்கப்பட்ட ஒரு டையாபெர் உற்பத்தியும், விநியோகமும் நுகர்வோரால் உந்தப்பட்டது என்பதை நீங்கள் உண்மையிலேயே நம்புகிறீர்களா? ஒரு மருத்துவமனையின் நர்ஸ் பிரிவு ஒரு பீவிசி டையாபெர் பையை அதனுடைய ஆபத்துகள்பற்றி எச்சரிக்கை கொடுக்காமல், விநியோகம் செய்தது ஒரு சரியான செயல்தான் என்று நீங்கள் நம்புகிறீர்களா?

மீண்டும், உங்களுடைய மகனின் நலமான வருங்காலத்திற்கு என்னுடைய ஆசிகள்.

உண்மையுள்ள,
ஆனி லியோனார்டு

என்னுடைய கருத்து, அப்போதும் இப்போதும் என்னவெனில் எது பெருவணிக நிறுவனங்களுக்குச் சிறந்ததோ அது எப்பொழுதுமே நுகர்வோருக்குச் சிறந்ததல்ல என்பதுதான். நமக்கு வழங்கப்படும் விருப்பத்தேர்வுகள் நுகர்வோரால் உந்தப்படுபவை என்று கருதப்படலாம் என்றாலும், அதிக அளவில் பெருவணிக நிறுவனங்களால் உந்தப்பட்டவையாகும்; அதாவது, லாபநோக்கத்தால் உந்தப்பட்டவை ஆகும்.

காப்பி விருப்பத் தேர்வுகளை வேண்டுகிறது. மற்றும், இதைத்தவிர எதுவுமே சுதந்திரத்திற்கு எதிராகச் செயல்படுகிறது என்றும் கருதுகிறது. ஆனால், சுதந்திரத்தைப் பற்றிய ஓரளவுக்கு குழந்தைத்தனமான கருத்தாக இது தோன்றவில்லையா? தன்னுடைய நூலான கன்சூம்டு: *ஹெள மார்கெட்ஸ் கரப்ட் சில்ரன், இன்ஃபண்டலைஸ் அடல்ட்ஸ் அண்ட்*

ஸ்வாலோ சிட்டிசன்ஸ் ஹோலில் பெஞ்சமின் பார்பர் நுகர்வுக் கலாச்சாரம் மிகுந்தத் திறமையோடு பெரியவர்களை ஒரு குழந்தைத்தனமான மனநிலையில் வைக்கிறது என்றும், அந்த நிலைமையில் 'அதை எனக்குக் கொடு' என்ற வேண்டலுக்கு எப்பொழுதுமே சரி என்று கூறப்படும் என்றும், மிகுந்த நம்பகத்தன்மையோடு வாதிடுகிறார். நுகர்வுக் கலாச்சாரம், ஆழ்ந்த யோசனையை விட, உத்வேகத்திற்குச் சிறப்புரிமைக் கொடுக்கிறது. நீண்டகாலத் திருப்தியைவிட உடனடித் திருப்தியையும், சமூக உணர்வைவிட தற்பெருமையையும், பொறுப்புணர்வைவிட உரிமைகளையும், கடந்த காலத்தையும் வருங்காலத்தையும்விட நிகழ்காலத்தையும் ஆதரிக்கிறது.[44]

காப்பி (அல்லது எந்த நுகர்வுப் பொருளாக இருந்தாலும்) பிரச்சினை பற்றி விவாதிக்க நாம் (குழந்தைகளாக அல்லாமல்) முதிர்ச்சியடைந்தவர்களாக இருக்க வேண்டுமென்றால், நமக்குப் பொறுப்புணர்வுகளும் உரிமைகளும் உள்ளன என்பதை நாம் உணரவேண்டும். உலகம் சிக்கலானது, இடைத்தொடர்புகள் கொண்டது என்பதையும், ஒவ்வொரு செயலும் (மற்றும் வாங்குதலும்) விளைவுகளைக் கொண்டுள்ளன என்பதையும் நாம் அறிவோம். இந்தக் கோணத்திலிருந்து அணுகும்போது மண்ணின் ஊட்டத்தைக் காலி செய்யாத அல்லது நம்முடைய நீர், காற்று அல்லது உடல்களில் அதிக உயிரிக்கொல்லிகளைச் சேர்க்காத காப்பியை நாம் தேர்வு செய்வது நல்லதாகத் தோன்றுகிறது. ஜோ காஃபி-குரோயரும் என்னை அல்லது உங்களைப் போன்ற ஒரு மனிதர்தான் என்பதையும் ஒரு உசிதமான, குடும்பத்தை ஆதரிக்கும் அளவுக்கான ஊதியத்தையும் ஒரு நலமான பணிச்சூழலையும் பெறுவதற்கு அவருக்கு ஒரு பெரிய உரிமையுண்டு என்பதையும் நாம் உணர வேண்டும். உலகம் முழுவதுமுள்ள காப்பி வளர்க்கும் சமுதாயங்களின் செழிப்புத்தன்மை, தன்னிறைவு போன்றவற்றை ஆதரிப்பது நம்முடைய நாட்டின் பாதுகாப்பிற்குப் பங்களிக்கின்றன என்ற கருத்தைக்கூட நாம் ஏற்றுக் கொள்ளலாம். ஒரு குழந்தைத்தனமான நோக்கில் காணும்போது நான் விரும்புவது சிறந்த, மலிவான, விரைவான ஒரு காப்பியை. முதிர்ச்சியடைந்த ஒருவரின் நோக்கில் காணும்போது நான் விரும்புவது ஒரு பாதுகாப்பான, நலமான, நியாயமான உலகத்தை உருவாக்கும் ஒரு காப்பியை.

ஓர் அதிகாரமிக்க, சுதந்திரமான மனிதனாக இருப்பதன் உண்மையான பொருள் தொழிலாளர்களையும் சூழலையும் சுரண்டுவதற்குப் பதிலாக, மதிக்கின்ற ஒரு பொருளாதார ஒருங்கை வேண்டுவதுதான். கணக்கற்ற எண்ணிக்கைகளில் மணங்களையும் வகைகளையும் கொண்ட காப்பிகளுக்கிடையே ஒரு விருப்பத்தேர்வை மேற்கொள்ள முடியாமை சுதந்திர மனிதனா இல்லையா என்பதை நிர்ணயம்

செய்வதில்லை. *கன்ஸ்யூம்டு (நுகரப்பட்டவை)* என்னும் நூலில் பார்பர் பின்வருமாறு எழுதுகிறார்: 'ஒரு பட்டியலில் இருந்து தேவை யானதைத் தேர்ந்தெடுக்கும் உரிமைதான் விடுதலையின் சாரம் என்று நினைக்கும்படி நமக்குத் துர்போதனை செய்துவிட்டார்கள். ஆனால், தகுந்த முடிவுகளைக் கருதும்போது நம்முடைய உண்மையான சக்தி, உண்மையான சுதந்திரம், அந்தப் பட்டியலில் என்ன இருக்கிறது என்பதை நிர்ணயிப்பதில்தான் உள்ளது. பட்டியலை உருவாக்கு பவர்கள்தாம் வலிமையானவர்கள்; அது கொடுக்கும் மாற்றுகளில் ஒன்றைத் தேர்வு செய்பவர்கள் அல்ல.' பட்டியலில் என்ன உள்ளது என்பதை வரையறை செய்து நிகழ்ச்சி நிரலை உருவாக்குவதில் உள்ள நம்முடைய உண்மையான சுதந்திரங்களை நடைமுறைப்படுத்தும் இடங்கள் எவை என்பதுதான் முக்கியமானவை. இந்த இடங்கள் நம்முடைய நகர மன்றங்கள், சமுதாயக் கூடங்கள், தேர்வு செய்யப் பட்ட அதிகாரிகளின் அலுவலகங்கள், செய்தித்தாள்களின் பக்கங்கள், சில சமயங்களில் வீதிகள் போன்றவையேயன்றி, பல்பொருள் அங்காடி யின் நடைபாதைகளோ காப்பிக் கடைகளின் கல்லாக்களோ அல்ல.

நுகர்வோர் தன்னிலையும் குடிமகன் தன்னிலையும்

ஒரு சமுதாயக் குழுவிலோ ஒரு கல்லூரியிலோ நான் எவ்வளவு முறை உரை நிகழ்த்தியிருக்கிறேன் என்பதைப் பற்றியோ, அங்கு என் உரை யைக் கேட்க வந்தவர்கள் எவ்வளவு முறை, 'சரிதான், இப்பொழுது நான் எதைத்தான் வாங்குவது?' என்று கேட்டிருக்கிறார்கள் என்பதைப் பற்றியோ என்னால் சரியாகக் கூறமுடியாது.

நம்மில் ஒவ்வொருவரும் நம்முடைய அடையாளத்தில் இரண்டு பகுதிகளைக் கொண்டிருக்கிறோம் என்று நான் நம்பத் தொடங்கி விட்டேன்: ஒன்று நுகர்வோர் தன்னிலை *(கன்ஸ்யூமர் செல்ஃப்)*, மற்றொன்று குடிமகன் அல்லது சமுதாய உறுப்பினர் தன்னிலை *(கம்யூனிடி செல்ஃப்)*. இன்றைய அமெரிக்கச் சமூகத்தில் நம்முடைய தன்னிலையின் நுகர்வோர் கூறு நாம் பிறந்த முதல் நாளிலிருந்தே பேசப்பட்டு, உறுதி செய்யப்பட்டு, வளர்க்கப்பட்டு வந்துள்ளது. நாம் பிறந்த நொடி யிலிருந்து செய்திகளின் தாக்கங்களுக்கு உட்படுத்தப்பட்டு, நாம் நுகர்வோர் என்று உறுதி செய்யப்பட்டுள்ளோம். நுகர்வு செய்வதில் நாம் திறன் படைத்தவர்கள். எங்கு, எப்படி, எப்பொழுது சிறந்த பேரங்களைப் பெற முடியும் என்பதை நாம் நன்கறிவோம். கடையின் தள்ளுபடி அலமாரிக்கு நாம் விரும்பும் சட்டை வந்துசேர்வதற்கு எவ்வளவு காலம் நாம் காத்திருக்க வேண்டும் என்பதை நன்கு அறிவோம். அடுத்த நாள் நாம் விரும்புவதைப் பெறுவதற்கு எப்படி இணையதளத்தைப் பயன்படுத்துவது என்பதையும் நாம் அறிவோம்.

நம்முடைய நுகர்வோர் தன்னிலை எந்த அளவுக்கு மிகை வளர்ச்சி பெற்றுள்ளது என்பது, அது நமது இதர பல அடையாளங்களை மூழ்கடித்து விட்டது என்பதிலிருந்து தெரிகிறது. நம்முடைய முக்கிய மான அடையாளங்கள் – பெற்றோர்களாக, மாணவர்களாக, அண்டை மக்களாக, தொழிலாளர்களாக, வாக்களிப்பவர்களாக – என்ன என்பது நுகர்வோர் தன்னிலையில் ஒடுக்கப்பட்டுவிட்டன. குடிமகன் என்ற அந்தஸ்தை எப்படிப் பயன்படுத்துவது என்பதைப் பற்றிய அடிப்படைப் புரிதலை நாம் தற்போது இழந்துவிட்டோம்.

நம்முடைய நுகர்வுத் தன்னிலையின் மிகை வளர்ச்சியும் குடிமகன் தன்னிலை யின் மீக்குறை வளர்ச்சியும் இயற்கை யானவை அல்ல; சமூக அறிவிய லாளர்கள், வரலாற்று அறிஞர்கள், குழந்தை வளர்ச்சி வல்லுநர்கள், கல்வியாளர்கள் மட்டுமின்றி வேறு பலரும் இதனை ஏறத்தாழ ஒரு நூற்றாண்டு நுகர்வுச் செயல் கட்டுப்பாட்டின் ஒரு விளைவாகக் கருதுகின்றனர். நம்முடைய பண்பாட்டின் அதிகப்படியான வணிகமய மாக்கம் பற்றியும், அதே நேரத்தில் குடியுரிமைக் கல்வியறிவிலும் ஈடுபாட்டிலும் செய்யப்பட்ட முதலீட்டுக் குறைப்பு பற்றியும் பல ஆய்வுகள் எடுத்துக்காட்டியுள்ளன. கல்லூரிகளிடை ஆய்வு நிறுவனம் *(இன்டர் காலேஜியேட் ஸ்டடீஸ் இன்ஸ்டிடியூட்)* ஒவ்வொரு ஆண்டும் அமெரிக்கர்களின் குடியுரிமை அறிவைச் சோதிக்கின்றது. இதன் 2008ஆம் ஆண்டின் அறிக்கை கண்டுபிடித்தது என்னவெனில் அமெரிக்காவில் உள்ள நம்மில் பாதிபேருக்கும் சற்று குறைவான எண்ணிக்கையிலான மக்களுக்கு நம்முடைய ஆட்சி ஒருங்கினைப் புரிந்துகொள்வதற்குத் தேவையான அரசின் அடிப்படையான மூன்று பிரிவுகளின் பெயர்கள் தெரியவில்லை; மேலும் நாம் எந்த அளவுக்கு அதிகமாக தொலைக் காட்சியை – செய்திகளையும் சேர்த்து – காண்கிறோமோ அந்த அளவுக்குக் குறைவாக நம்முடைய குடியுரிமை அறிவு உள்ளது என்பதும்தான்.

மக்கள்
சக்தி
நுகர்வோர்
சக்தி

'அமெரிக்கர்கள் அரசியல் சாசனத்தை ஏற்கவில்லை என்பது இதன் பொருளல்ல; உண்மையில் அதை அவர்கள் நேசிக்கிறார்கள்' என்று எழுதுகிறார்கள் சட்டப் பேராசிரியரான எரிக் லேனும் பத்திரிகையாள ரான மைக்கேல் ஓரஸ்கெஸூம் தம்முடைய 2007ஆம் ஆண்டு நூலான *த ஜீனியஸ் ஆஃப் அமெரிக்கா - ஹௌ த கான்ஸ்டிடியூஷன் சேவ்டு அவர் கண்ட்ரீ அண்ட் வொய் இட் கேன் எகெய்ன்* என்னும் நூலில். இவர்கள் மேலும் தொடர்கிறார்கள்: 'ஆனால்... அதன் உள்ளடக்கம் அல்லது அதன் அமைப்புப் பற்றி அவர்களுக்கு எந்தவித அறிவும் தற்போது

நுகர்வு ❋ 297

இல்லை. அவர்களுக்கு அரசு என்பது ஒரு பொருளைப் பெறுவதற்கான இடமாக மாறிவிட்டது; அரசு அந்தப் பொருளைக் கொடுக்காமல் செயலிழக்கும்போது அதன்மேல் அவர்களின் கோபம் அதிகரிக்கிறது.[45] சிலர் அரசை ஒரு சேவையாற்றும் அமைப்பாக மட்டுமே கருதுகின்றனர். இந்த இரண்டு வகைகளிலும் அரசின் அடிப்படை முக்கியத்துவம் நமக்குப் புறத்தே அமைந்துள்ளது அல்லது நம்மிடமிருந்து பிரிக்கப்பட்டு அமைந்துள்ளது. அரசிலும் ஆட்சி செலுத்துவதிலும் நாம் பங்கு கொள்ளக்கூடும் அல்லது உண்மையில் பங்குபெற வேண்டும் என்ற எண்ணம் மக்களுக்கு ஏன் ஏற்படவில்லை? 'மக்களாலான அரசு, மக்களால் நடத்தப்படும் அரசு, மக்களுக்கான அரசு' என்ற கூற்று உங்களுக்கு நினைவிருக்கிறதா? நம்மால் – அதாவது, மக்களால்! ஆனால், இந்த அனைத்தும் நம்மை விட்டு நழுவுவதற்கு நாம் அனுமதித்துள்ளோம்; ஏனெனில், நாம் தொலைக்காட்சி காண்பதிலும் பல வணிகக்கூட்டு வளாகங்களில் பொருட்களை வாங்குவதிலும் அதிக நேரத்தைச் செலவிடுகிறோம்.

இதன் விளைவு: இரண்டு வயதுக் குழந்தைகள்கூட வணிகக்குறி விருப்பத் தேர்வுகளைத் தெளிவாக உச்சரிக்கின்றன. பதின்பருவத்தினர் படிப்பதற்கோ உடற்பயிற்சிக்கோ செலவிடாமல், தம்முடைய அதிக நேரத்தைப் பல வணிகக் கூட்டு வளாகங்களில் பொருட்களை வாங்குவதில் செலவழிக்கிறார்கள். வளர்ந்தவர்களில் ஏறத்தாழப் பாதி மக்கள் பொதுத் தேர்தல்களில் பெரும்பாலும் வாக்களிப்பதில்லை.[46] 15 விழுக்காட்டுக்கும் குறைவானவர்கள் ஒரு பொதுக்கூட்டத்திற்குக் கூடச் சென்றதில்லை.[47]

கோளின் நிலைமை பற்றிய கவலையளிக்கும் அனைத்துத் தரவுகளிலும் போக்குகளிலும் நான் மிகவும் கவலையும் வருத்தமும் கொண்டுள்ள ஒன்று இந்தச் சமுதாய/குடிமகன் தன்னிலை தொடர்ந்து

அழிந்து வருவதுதான். ஏனெனில், இந்தத் தன்னிலைதான் நமக்குத் தற்போது மிகவும் தேவையான ஒன்றாகும். நம்மை நுகர்வோராக வலியுறுத்தும் செய்திகளால் எவ்வளவு தொடர்ச்சியான தாக்கத்திற்கு நாம் உட்படுத்தப் படுகின்றோம் என்பதைக் கருதும்போது, நாம் அங்கு நிலைத்து நின்று விடுவது புரிந்துகொள்ளக்கூடிய ஒன்றாகும். இது நமக்குப் பழக்கமானது என்பது ஆறுதலளிக்கிறது. நம்மிடமிருந்து எது எதிர்பார்க்கப்படுகிறது என்பது நமக்குத் தெரியும்; விதிகள் பற்றி நமக்குத் தெரியும்; ஒருங்கைப் பற்றியும் நமக்குத் தெரியும்.

முனைவர் ரீட்டா லஸ்ட்கார்ட்டன் என்ற பெயர்கொண்ட, எனக்குத் தெரிந்த ஒரு புத்தமத ஆசிரியர் நெருங்கிய பழக்கத்தின் வசீகரம் *(லூர் ஆஃப் ஃபெமிலியாரிடி)* பற்றி என்னை எச்சரித்தார். மீண்டும் மீண்டும் பெறப்படும் அனுபவங்கள் தங்களுடன் கூடவே ஒரு நம்பிக்கையூட்டும் உணர்வையும் எடுத்து வருகின்றன. எப்பொழுது நெருங்கிய பழக்கம் மட்டுமே வசீகரமாக உணரப்படுகிறதோ அப்பொழுது இந்த உணர்வை ஒரு நல்ல விஷயம் என்று தவறாகக் கருதி விடுகிறோம். நெருங்கிய பழக்கம் ஒரு பழைய நண்பன் போன்று உணரப்படலாம். இதன் காரணமாகவே, நாம் நமக்கு எப்பொழுதுமே நன்றாக அமையாத அனைத்து வகைப் பாங்குகளையும் நம்முடைய வாழ்க்கையில் மீண்டும் மீண்டும் கொண்டு வருகிறோம். வேறு சொற்களில் கூறவேண்டுமென்றால் என்னுடைய நண்பர் பீட்டர் ஃபாக்ஸ் குறிப்பிட்டது போன்று, 'சில நேரங்களில் நாம் ஒரு பாதையின் தேய்ந்த சுவட்டில் மிக ஆழமாக இருக்கும்போது, நாம் அதனை ஒரு பள்ளம் தான் என்று நினைக்கிறோம்.' ஒரு பழக்கப் பட்ட சாலையின் மூடப்பட்ட ஒரு முனை பெரும்பாலான நேரங் களில் தெரியாத திறந்த சாலையைவிட அதிக கவனத்தை ஈர்ப்பதாக உள்ளது.

உணர்வு நுகர்தல்

நாம் இருக்கும் குழப்பத்திலிருந்து மீள்வதற்கு நுகர்வை முயற்சி செய்வது என்பது ஒரு பழக்கப்பட்ட சாலையின் மூடிய முடிவுப் பகுதி போன்றது. சூழல் நலனைப் பாதுகாக்கும் பொருட்களை நாம் வாங்கினாலோ ஒன்றுக்குப் பதிலாக இன்னொன்றை வாங்கினாலோ எல்லாம் சரியாகி விடும் என்று பலர் நம்புகிறார்கள். இங்கு இதைப்பற்றிப் பேசுவதற்கு வருத்தப்பட்டாலும், இதைவிடச் சிறந்தவழி தேவைப்படுகிறது. இதன் காரணமாகவே அனைத்து இடங்களிலும் எழுந்து கொண்டிருக்கும் மிகவும் அண்மைக்கால, 'பசுமை' பொருள் வரிசை அல்லது 'பசுமைப் பொருள் வாங்கும் வழிகாட்டிகள்' போன்றவற்றின் மிகைப்படுத்தலால் நான் ஊக்கமடைவதில்லை.

நம்பிக்கை இல்லாதவர்கள் இந்தக் கருத்துருவை 'பசுமை நுகர்வு' *(கிரீன்சம்ப்ஷன்)* என்று அழைக்கிறார்கள் என்றாலும், ஆதரிப்பவர்கள் இதனை 'உணர்வு நுகர்தல்' என்று அழைக்கின்றனர். இது உங்களுடைய நுகர்வுக்கு ஒரு புதிய அளவு விழிப்புணர்வைக் கொண்டு வருதல் தொடர்பானது. நடைமுறையில் இதன் பொருள் மிகக்குறைந்த நச்சுத்தன்மை, சுரண்டல், மாசுறுத்தல் கொண்ட பொருட்களுக்கு ஒரு விருப்பத்தேர்வு கொடுத்தலும், சூழல், உடல்நல அல்லது சமூக நியாயமின்மைகளோடு பிணைப்பு கொண்ட பொருட்களிலிருந்து விலகியிருத்தலும் ஆகும்.

என்னைத் தவறாகப் புரிந்துகொள்ளாதீர்கள்: நாம் பொருட்கள் வாங்கும்போது கிடைப்பனவற்றில் மிகக் குறைந்த அளவு நச்சுத் தன்மை, சுரண்டல் தன்மை, கெடுதி விளைவிக்கும் தன்மைகொண்ட பொருட்களைத்தான் வாங்கவேண்டும். குட்கைடின் உதவியால் நாம் மேலும் நன்றாகவும் வேகமாகவும் அவை எந்தப் பொருட்கள் என்பதைக் கண்டறியலாம். ஆனால், உணர்வு நுகர்தல் என்பது குடிமகன் ஈடுபாடு *(எங்கேஜ்மெண்ட்)* என்பதற்குச் சமமான ஒன்றல்ல; நன்கு அறிந்த, ஈடுபாடுடைய நுகர்வோராக இருப்பது என்பது நன்கு அறிந்த, ஈடுபாடுடையக் குடிமகனாக இருப்பதற்கான ஒரு பதிலி அல்ல. நாம் தற்போது எதிர்கொள்ளும் ஆபத்தான, முக்கியச் சூழல் மற்றும் சமூகச் சிக்கலுக்கான 'நான் எதை வேறுவிதமாக வாங்க வேண்டும்' என்ற பதில் செயல் என்னைக் கவலையுறச் செய்கிறது; ஏனெனில், நம்முடைய குடிமகன் அல்லது சமூகத் தன்னிலை எந்த அளவு உறக்கநிலையை எட்டிவிட்டது என்பதை இது காட்டுகிறது. நமக்கு உண்மையிலேயே தேவைப்படுவது என்னவென்றால் அந்தக் குடிமகன் தன்னிலையின் மறு உயிர்ப்பூட்டல்தான்.

உங்களுடைய உள்ளார்ந்த குடிமகன் தன்னிலையை மறு உயிர்ப் பூட்டம் செய்ய வேண்டியிருப்பதற்கான மூன்று காரணங்கள்

1. வலுவான, உயிர்ப்புள்ள சமுதாயங்களில் பங்குகொள்வது நம்மை அதிக மகிழ்ச்சிகரமாகவும் நலம் கொண்டவராகவும் மாற்றும்.

நம்முடைய மகிழ்ச்சிக்கு மிகப்பெரிய பங்களிப்பைத் தருவது நம்முடைய சமூகத் தொடர்புகள்தாம் என்பதற்குப் பல ஆதாரங்கள் உள்ளன.[48] வலுவான சமூகப்பிணைப்புகள் உள்ள மக்கள் நீண்ட காலத்திற்கு வாழ்பவராகவும் நல்ல உடல்நலம் உள்ளவர்களாகவும் உள்ளனர். வலுவான சமுதாயங்கள் குறைந்த அளவு குற்றங்களைக் கொண்டுள்ளன என்பது மட்டுமின்றி இயற்கைப் பேரழிவுகளிலிருந்து மீண்டு எஞ்சி வாழ்கிறார்கள்; ஏனெனில், அண்டை மக்கள் ஒருவருக்கொருவர் கவனித்துக் கொள்கிறார்கள்; ஒரு பிரச்சினை எழக்கூடும் என்று உணரும் போது அவர்கள் குரல் கொடுப்பதற்கு அதிக வாய்ப்புகள் உள்ளன.

இதற்கு ஒரே ஒரு எடுத்துக்காட்டு: சூழல் நலத் திரைப்படத் தயாரிப்பாளரான ஜூடித் ஹெல்ஃபாண்டு, 1955ஆம் ஆண்டு சிகாகோவில் ஏற்பட்டு ஏறத்தாழ ஆறு நூறு மக்களைக் கொன்ற, ஒரு மிகப்பெரிய வெப்ப அலையைப் பற்றிய ஒரு திரைப்படம் எடுத்துக் கொண்டிருக்கிறார்.[16] இதில் பாதிக்கப்பட்டவர் அனைவரிடமும் பொதுவாகக் காணப்பட்ட மிகப்பெரிய விஷயம் என்னவென்றால், அவர்கள் அனைவரும் சமூக அளவில் தனிமைப்படுத்தப்பட்டவர்கள் ஆவர். அவர்களுக்கு நண்பர்களோ, குடும்பங்களோ இல்லை; அண்மைக்காலத்தில் அவர்கள் வீட்டைவிட்டு வெளிவரவில்லை என்பதைக் கவனிக்கவோ அவர்களுடைய குளிர்பதனச் சாதனம் சரியாகச் செயல்படுகிறதா என்பதைச் சரிபார்க்கவோ நம்பிக்கையான அண்டை மக்களைக் கொண்டவர்கள் இல்லை.[49] உண்மையில், நான்கில் மூன்று அமெரிக்கர்களுக்குத் தம்முடைய அண்டை வாழ் மக்களைத் தெரியாது. வருங்கால வெப்ப அலைகளிலிருந்து இறப்புகளைத் தடுப்பதற்கான சிறந்த வழி குளிர்ப்பதனச் சாதனங்களுக்கான தள்ளுபடிக் கூப்பன்கள் கொடுக்கும் செயல்திட்டத்தில் இல்லை; அதற்கு மாறாக ஆண்டு முழுவதும் சமூகப் பிணைப்புகளை வலுவூட்டும் சமுதாயக் கட்டமைப்புச் செயல்களை மேற்கொள்வதில்தான் உள்ளது என்று ஜூடித் வாதிடுகிறார்.

2. ஒரு வலுவான தனிப்பட்டவரின் வாழ்க்கை முறைக்கு எதிராக ஒரு உயிர்ப்புள்ள சமுதாய வாழ்க்கைமுறை இந்தக் கோளில் நம்முடைய இறப்பு எண்ணிக்கையைக் குறைக்கும்

வலுவான வட்டாரச் சமுதாயங்களைப் பெற்றிருப்பது என்பது குறைந்த அளவு பொருட்களை நாம் வாங்குகிறோம், குறைந்த அளவு ஆற்றலைப் பயன்படுத்துகிறோம், குறைந்த அளவு மூலப்பொருட்களை நுகர்கிறோம் என்று பொருள்படும்; ஏனெனில், நாம் பொருட்களைப் பங்கிட்டுக் கொள்ளலாம்; ஒருவருக்கொருவர் உதவி செய்து கொள்ளலாம். வட்டார அளவில் எந்த அளவுக்கு அதிக மூலப்பொருட்களைப் பெறுகிறோமோ – காய்கறிகளிலிருந்து கடன் வாங்கிய கைக் கருவிகள் வரை – அந்த அளவுக்குக் குறைந்த அளவே கோள் முழுவதும் இந்த உற்பத்திப் பொருளை இடப்பெயர்ச்சி செய்வதிலுள்ள ஆற்றல் செலவிடப்படுகிறது. இந்தக் கருத்து நடை முறைப்படுத்தப்படுவதற்கான எடுத்துக்காட்டுகள் நாடு முழுவதும் உள்ள விவசாயச் சந்தைகள், பெர்க்கிலி பொது நூலக ஒருங்கின் கருவிக்கடன் நூலகம் போன்றவையாகும். இந்த நூலகத்திலிருந்து எவரொருவரும் ஒரு நூலக அட்டையின் உதவியுடன் சுத்தியல், துளைப்பான்கள், ஏணிகள் போன்றவற்றை இலவசமாகப் பெறலாம்!

3. குடிமகனின் உழைப்பு அரசியலில் பொதுமக்கள் பங்கேற்பை மீள்கட்டமைப்புச் செய்தலையும், இந்தக் கோளில் நாம் எதிர்நோக்கும் அடிப்படைப் பிரச்சினைகளுக்கு உண்மையான கூட்டுத் தீர்வுகளை உருவாக்குதலையும் மறு உற்சாகமூட்டல்

இந்தக் கருத்து உண்மையிலேயே முக்கியத்துவம் வாய்ந்ததாகும். நம்முடைய நுகர்வோர் தன்னிலைக்கூறை ஓங்கியிருக்குமாறு நாம் அனுமதிக்கக்கூடாது; ஏனெனில் எதைப் பற்றிய நம்முடைய சிந்தனையும் – எந்தப் பொருளை வாங்குவது என்பது முதல் மறுசுழற்சி அல்லது உலக வெப்பமயமாதல் போன்றவற்றைப் பற்றிய நம்முடைய மனநிலை வரை – நம்மை ஒரு பெரிய சமுதாயத்தின் கூறாகக் கருதிக் கொள்வதை விட, நம்மைத் தனிப்பட்ட மனிதர்களாக (அல்லது குடும்பங்களாக) கருதிக்கொள்வதை நோக்கிச் செல்ல வைத்துவிடும். அப்பொழுது எனக்கும் என்னுடைய குடும்பத்திற்கும் மிகச் சிறந்த தேர்வாகத் திகழ்வது எப்பொழுதுமே மிக வேகமான, மலிவான, எளிதான, பாதுகாப்பான பொருட்கள்தான். ஆனால், நாம் நம்முடைய சமுதாய அல்லது குடிமகன் தன்னிலைக்கூறை நோக்கிச் செயல்பட்டால் நம்முடைய சிந்தனை மிகுந்த விசாலமாக இருக்கும். நம்முடைய செயல்களின் தாக்கங்களைப் பற்றி நன்கு யோசிக்கலாம் (அதாவது, எவ்வாறு இந்த வாங்கல் அல்லது இந்தச் செயல்பாடு விரிவான சூழலை, தொழிலாளர்களை, தட்பவெப்ப நிலையை, சமுதாயங்களைப் பாதிக்கும்?); மேலும், முக்கியமாக மாற்றங்களை உண்டாக்குவதற்கான உத்திகளைப் பற்றிய நம்முடைய சிந்தனைகளை நாம் விரிவாக்கலாம். நுகர்வோரின் செயற்கள வரம்புகளையும் தாண்டி நாம் செல்லலாம். நாம் உண்மையாகவே செய்யவேண்டியதும் இதுதான். ஏனெனில், நமக்குத் தேவையான தீர்வுகள் கடையில் விற்பனை செய்யப்படுவதில்லை! எனவே, 'நான் ஒரு தனிப்பட்ட நுகர்வோராக என்ன செய்ய முடியும்?' என்று கேட்பதற்குப் பதிலாக, 'நாம் சமுதாயமாக, குடிமக்களாக, இந்தப் பிரச்சினையை என்ன செய்து ஒரேயடியாகத் தீர்க்க முடியும்?' என்று கேட்டுக்கொள்ளலாம்.

இதில் உள்ள நன்மை என்னவென்று உங்களுக்குத் தெரியுமா? பங்கிட்டுக்கொள்ளும் ஒரு இலக்கோடு மற்றவர்களோடு சேர்வது மகிழ்ச்சிகரமானது. பொருளாதார வல்லுநரும், மகிழ்ச்சி பற்றிய துறையின் வல்லுநருமான ரிச்சர்டு லேயார்டு கூறுகிறார்: 'மிகப்பெரிய மகிழ்ச்சி உங்களுக்கு வெளியே அமைந்துள்ள ஏதோவொரு இலக்கில் உங்களை ஐக்கியமாக்கிக் கொள்வதுதான்.'[14] பொதுவான சுகாதார வசதி, ஏழ்மை, தட்பவெப்பநிலைச் சிக்கல், நீர்ப்பற்றாக்குறை போன்ற சவால்களைத் தீர்க்கக்கூடிய அதே விஷயம் நம்மை மிகவும் மகிழ்ச்சிகரமாக மாற்றும் விஷயமாக இருப்பது எவ்வளவு அதிர்ஷ்டகரமானது! நேர்ப் பின்னூட்ட வளையத்தைக் *(பாசிடிவ் ஃபீட்பேக் லூப்)* கற்பனை

செய்துகொள்ளுங்கள்! தொலைக்காட்சி காண்பதிலும், பொருட்களை வாங்குவதிலும் குறைந்த நேரத்தைச் செலவிட்டு, சமுதாயக் கட்டமைப்பிலும் குடிமக்கள் சமூகத்தில் ஈடுபடுதல் போன்றவற்றிலும் அதிக நேரத்தைச் செலவிட்டால் நம்முடைய சமுதாயமும் உலகமும் அதிக சிறப்புடனும், அதிக நிறைவுடனும், அதிக மகிழ்ச்சியுடனும் மாறும்; அதன் காரணமாக அவற்றோடு மேலும் அதிக அளவுக்கு ஈடுபட நாம் விரும்புவோம். ஒரு பெரிய இரவு உணவு மேஜையைச் சுற்றி நம்முடைய அண்டை மக்களுடனும், நண்பர்களுடனும் சேர்ந்திருந்து மகிழ்வதை விட எவர் ஒரு நாளைக்கு ஐந்து மணி நேரம் தொலைக்காட்சி காண்பார்கள்?

நுகர்வைச் சமன்செய்தல்

உங்களையும் என்னையும் போன்ற மக்களுக்கு வேலை செய்தல் – கவனித்தல் – செலவழித்தல் என்ற எந்திரத்தனமான நடைமுறையிலிருந்து மாறி குறைந்த அளவு பொருட்களை நுகர்வதில்தான் தீர்வின் ஒரு பெரும்பகுதி உள்ளது. ஆனால், மனத்தில் முக்கியமாகக்கொள்ள வேண்டிய ஒரு விஷயம் என்னவெனில், உலகம் முழுவதிலும் பலர் மற்றவர்களை விட ஓரளவுக்கு அதிகமாக நுகர வேண்டியுள்ளது. இதற்குக் காரணம், உலகின் நுகர்வு அளவுகளில் மிகப்பெரிய வேறுபாடுகள்

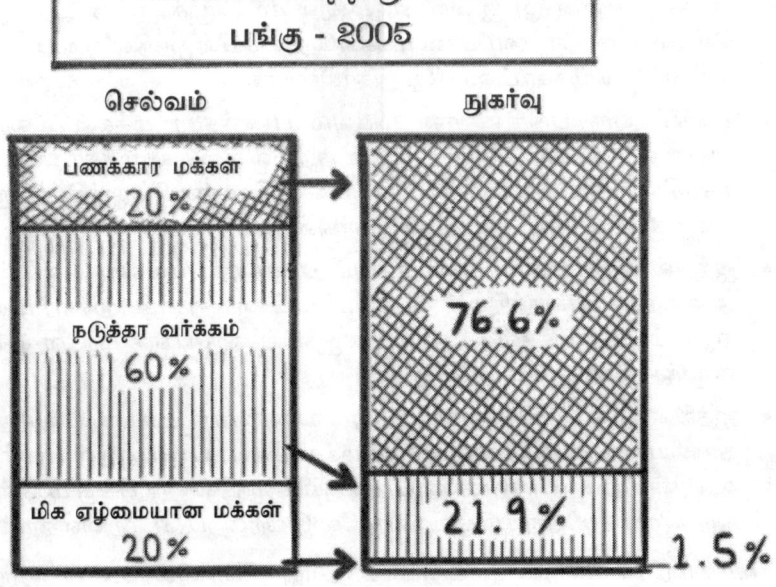

ஆதாரம். உலக வங்கி வளர்ச்சிக் குறியீடுகள், 2008.

உள்ளன என்பதுதான். ஒன்றிரண்டு தலைமுறைகளுக்கு முன்பு நினைத்தே பார்த்திராத அளவுக்குப் பொருட்செல்வத்தைத் தற்போது பெரும் பாலான அமெரிக்கர்கள் அனுபவிக்கிறார்கள் என்பது உண்மை யென்றாலும், இது அமெரிக்காவிலுள்ள அனைத்து மக்களுக்கும் உண்மை யல்ல. உலகின் இதர பகுதிகளிலும் மிக அதிக அளவு மக்கள் தங்களின் அடிப்படைத் தேவைகளைக்கூட பூர்த்தி செய்துகொள்ள முடியவில்லை.

ஸ்டேட் ஆஃப் த வோர்ல்டு 2004 அறிக்கைப்படி, நுகர்வின் ஒட்டுமொத்த உலக வளர்ச்சியின் கணக்கீடுகள் மிக அதிக அளவில் காணப்பட்ட வேறுபாடுகளை மறைத்துவிடுகின்றன. வட அமெரிக்கா விலும், மேற்கு ஐரோப்பாவிலும் வாழும் மக்கள் தனிப்பட்ட மனிதர் களின் உலகளாவிய நுகர்வுச் செலவுகளில் 60 விழுக்காட்டைப் பெற்றிருந்தனர்[16] என்றாலும், தெற்கு ஆசியாவிலும் சகாராவுக்குக் கீழே அமைந்துள்ள ஆப்பிரிக்காவிலுமுள்ள மூன்றில் ஒரு பங்கு உலக மக்கள்தொகை இதில் 3.2 சதவீதத்தை மட்டுமே கொண்டிருந்தது.[4] உலக அளவில் மிக உயர்ந்த வருமானம் கொண்ட நாடுகளில் வாழும் 20 விழுக்காடு மக்கள் மொத்தத் தனிப்பட்டவரின் நுகர்வுச் செலவு களில் 86 விழுக்காட்டையும் மிக ஏழ்மையான 20 விழுக்காடு மக்கள் நுகர்வுச் செலவுகளில் 1.3 விழுக்காட்டையும் கொண்டுள்ளனர்.[4] குறிப்பாகக் கூறவேண்டுமென்றால்:

- உலக மக்கள்தொகையில் மிகவும் பணக்கார, ஐந்தில் ஒரு பங்கு மக்கள், அனைத்து இறைச்சி, மீனில் 45 விழுக்காட்டை நுகர் கின்றனர். மிக ஏழ்மையான மக்கள்தொகையில் ஐந்தில் ஒரு பங்கு மக்கள் 5 விழுக்காட்டையே நுகர்கின்றனர்.

- ஐந்தில் ஒரு பங்கினரான மிகவும் பணக்கார மக்கள் உலக அளவில் உற்பத்தி செய்யப்படும் ஆற்றலில் 59 விழுக்காட்டை நுகர்கின்றனர்; மிக ஏழ்மையான மக்கள்தொகையில் ஐந்தில் ஒரு பங்கு 4 விழுக்காட்டைதான் நுகர்கின்றனர்.

- ஐந்தில் ஒரு பங்கினரான மிகவும் பணக்கார மக்கள், உலகின் அனைத்துக் காகிதத்திலும் 84 விழுக்காட்டை நுகர்கின்றனர்; மிக ஏழ்மையான மக்கள்தொகையில் ஐந்தில் ஒரு பங்கு மக்கள் 1.1 விழுக்காட்டை மட்டுமே நுகர்கின்றனர்.

- ஐந்தில் ஒரு பங்கினரான மிகவும் பணக்கார மக்கள் உலகின் தானியங்கி ஊர்திகளில் 87 விழுக்காட்டைப் பெற்றுள்ளனர்; உலகின் ஏழ்மையான மக்கள்தொகையில் ஐந்தில் ஒரு பங்கு மக்கள் ஒரு விழுக்காட்டிற்கும் குறைவாகவே இவற்றைப் பெற்றுள்ளனர்.[50]

வரலாற்றில் முதன் முறையாக நமது கோளில் உள்ள ஒரு பில்லியனுக்கும் அதிகமான மக்கள் — மொத்த மக்கள்தொகையில்

ஆறில் ஒரு பங்கு – மிகவும் மோசமான பட்டினியில் வாழ்கிறார்கள்; இவர்கள் ஒரு நாளைக்கு 1000 கலோரிக்கும் குறைவாகவே சாப்பிடு கிறார்கள். இதில் ஒரு எல்லைக்கல் ஜூன் 2009ஆம் ஆண்டு எட்டப் பட்டது; அதாவது அதற்கு முந்தைய ஆண்டை விட 2009ஆம் ஆண்டில் 100 மில்லியன் மக்கள் பட்டினி நிலையை எட்டினர்.[50] அமெரிக்காவில் உள்ள நாம் இதுவரை எட்டாத, செல்வம் தொடர்பான நோய்களான உடல்பருமன், முழங்கால் வீக்கத்தின் மீள் தோன்றல் (இது உயர்-கொழுப்பு உணவுகளால் உண்டாக்கப்படுகிறது; பாரம்பரியச் செல்வச் செழிப்புடன் தொடர்புடையது)[51] போன்றவற்றை அடையும்போது, உலகின் பாதி மக்கள்தொகை ஒரு நாளைக்கு மூன்று டாலருக்கும் குறைவான வருமானத்தில் வாழ்ந்து வருகிறது.[52] ஆப்பிரிக்கா, ஆசியா, லத்தீன் அமெரிக்கா, அமெரிக்காவில்கூட பலர் நிச்சயமாகத் தம்முடைய தேவைகளை ஈடுகட்ட ஓரளவுக்காவது நுகர வேண்டிய தேவையுள்ளது.

உலகத்தில் அனைத்தையும் பெற்றிருக்கும் (பெற்றிராதவர்களை ஒப்பிடும்போது) மக்களான நம்மைப் போன்றவர்களிடம் உள்ள வசதி நம்முடைய கற்பனையை மழுங்கடித்து விடுகிறது என்று சில நேரங் களில் நான் நினைப்பதுண்டு. உண்மையிலேயே, எதுவுமே இல்லாமல் இருப்பது எப்படியிருக்கும் என்பதைக் கற்பனை செய்து பார்ப்பது கடினம். கடந்த ஆண்டு ஒரு நாள் முழுவதும் நடந்த ஒரு கூட்டத்தில் நான் எனக்கருகில் இருந்த, ஹைட்டியில் பல ஆண்டுகள் வாழ்ந்த, ஒரு பெண்ணிடம் சிந்தனையின்றி கூறினேன்: ‘இந்தக் கூட்டம் விரைவில் முடிந்தால் நல்லது. எனக்குப் பசிக்கிறது.’ அவள் என் பக்கம் மெதுவாகத் திரும்பி எனக்கு நினைவூட்டினாள்: ‘என் அன்பான சகோதரியே, நீ பட்டினியில் வாடவில்லை.’ நாம் பட்டினியில் வாடாத போது, நாம் எஞ்சிய வாழ்வின் விளிம்பிற்கு அருகில் இல்லாதிருக்கும் போது, அவ்வாறு இருப்பவர்களின் நிலைமை பற்றி கற்பனை செய்வதுகூட மிகக் கடினம். என்னுடைய பன்னாட்டுப் பயணங்களின் போது ஏழ்மை யின் பரிதாபமான நிலைமை என்னைக் குலுக்கிய சந்தர்ப்பங்கள் உண்டு என்றாலும், நான் என்னுடைய வீட்டுக்குத் திரும்பியவுடன் அங்கு காணப்பட்ட குழந்தை வளர்ப்பு, நாகரிக வாழ்க்கை போன்றவற்றில் இருந்த குழப்பங்கள் என்னுடைய பெரும்பாலான நினைவுகளை மந்தப்படுத்தியுள்ளன. பெரும்பாலான, ஆனால் அனைத்து நினைவு களையும் அல்ல.

நான் எப்பொழுதுமே மறக்க முடியாத நிகழ்வு சிட்டி சொலைல் என்ற இடத்தில் நடந்தது; சேரிகளால் நிறைந்த இந்த இடம் ஹைட்டி நாட்டின் தலைநகரான போர்ட்-அவ்-பிரின்ஸின் எல்லையில் இருந்தது. இங்கு மில்லியனுக்கும் சற்று அதிகமான எண்ணிக்கை மக்கள், மிகுந்த ஏழ்மையில் வாழ்ந்து வந்தார்கள். அவர்களுடைய ஒற்றை அறை

வீடுகள் உலோக அல்லது பிளாஸ்டிக் துண்டுகளால் ஆக்கப்பட்டவை யாகும்; இவற்றின் அழுக்கான தரையில் பெரும்பாலும் ஒரு அறைக் கலன்கூட கிடையாது. அழுகிக் கொண்டிருக்கும் குப்பைக் கூளம் கொண்ட திறந்த சாக்கடைகளும் குட்டைகளும் சேரி முழுவதும் ஒரு வலையமைப்பை உருவாக்கின. கடைகள் எதுவும் இல்லை; சுத்தமான நீர் எங்கும் கிடைக்கவில்லை; மின்சார வசதியும் ஏறத்தாழ இல்லை. சில குடியிருப்போரே ஐம்பது வயதைத் தாண்டியவர்கள்.

பொருட்களைப் பொறுத்தவரை மிக மோசமான நிலைமையே காணப்பட்டது. பட்டினியாக இருப்பதை ஒரு சிறிய இரைப்பை முனகலாகத் தவறாகக் கருதும் என்னைப் போன்ற ஒருவருக்கு சிட்டி சொலைலுக்கு வருவது ஒரு முக்கியமான நிகழ்வாகும்; இதை எளிதில் மறக்க முடியாது. ஒரு குறிப்பிட்ட பெண்ணை எனக்கு நன்கு நினைவிருக்கிறது. நம்பிக்கையற்ற ஏழ்மை என்பது எப்படியிருக்கும் என்பதை அவளுடைய நிலைமை எனக்கு உணர்த்தியது. அவள் ஒரு சிறிய ஆறு அல்லது ஏழு மாதக் குழந்தையைக் கையில் ஏந்தியிருந்தாள். அவளுடைய நெற்றி மிகவும் மோசமாக எரிந்திருந்தது; தான் தவறி சமையல் தீயில் விழுந்துவிட்டதால் அது ஏற்பட்டது என்று எனக்கு அவள் விளக்கினாள். அந்தப் பகுதியில் நான் நடந்துசென்றபோது நான் எதிர்பார்த்த அளவு கவனத்தை ஈர்த்தேன். அப்பொழுது அவள் அந்தக் குழந்தையை என்னிடம் கொடுத்து உதவி வேண்டினாள். அந்தக் குழந்தையின் நெற்றி நிறைய கருநீல நிறத்தில் ஏதோவொரு பொருள் பூசப்பட்டிருந்தது. அந்தக் குழந்தைக்கு ஏற்கனவே இருந்த நோய்த் தொற்றலுடன் சேர்ந்து வேறு ஏதோ ஒரு பிரச்சினை நிச்சயமாக உள்ளது என்று அந்த நெற்றி எடுத்துக் காட்டியது. நோய்த்தொற்றை எதிர்க்க ஒருவகை அயோடின் நெற்றியில் பூசப்பட்டிருக்கலாம் என்ற எண்ணத்தோடு, அந்தக் கருநீலப்பொருள் என்னவென்று அவளை நான் கேட்டேன். அதற்கு எந்தவிதப் பதிலுமில்லை. உயிரி எதிர்ப்புப் பொருளோ, சல்லடைத் துணியோ, சுத்தமான நீர்கூட கிடைக்காமல், ஏதோவொரு பொருளை அதன் நெற்றியில் தடவியிருக்கிறாள் என்று எனக்குத் தோன்றியது. அவளுக்குக் கிடைத்த, அங்கு குப்பையோடு குப்பையாகக் கிடந்த ஒரு பால்பாயின்ட் பேனாவை உடைத்துத் திறந்து அதிலுள்ள மையைக் குழந்தையின் நெற்றியில் தடவினாள். என்னுடைய பர்ஸைக் காலி செய்து, அவளுடைய வருடாந்திர வருமானத்தை இரட்டிப்பாக்கும் அளவிற்குப் பணத்தை அவளுக்குக் கொடுத்துவிட்டு, என்னுடைய செயல் போதுமானதல்ல என்ற மன வருத்தத்தோடு அந்த இடத்தை விட்டுச் சென்றேன்.

எனினும், நீங்கள் அவ்வளவு தூரம் பயணம் செய்துதான் இத்தகைய, அதிக பொருள் தேவைப்படும் மக்களைக் காணவேண்டும் என்ற

அவசியம் இல்லை. அமெரிக்காவிலேயே சமனின்மை உள்ளது – எந்த நகரத்தை நீங்கள் நோக்கினாலும். 2008-2009இல் ஏற்பட்ட சங்கடமான பொருளாதாரச் சிக்கல் காலம் வரை, நம்முடைய பொருளாதாரத் திட்டம் தீட்டுபவர்கள் ஒவ்வொரு ஆண்டும் இந்த நாட்டில் உருவாக்கப்பட்ட அதிக மொத்த செல்வத்தை ஆதாரமாகக் காட்டித் தம்முடைய வெற்றிக் கதையைக் கூறுவதற்கு விரும்பினார்கள். ஆனால், அந்த எண் முழுக்கதையையும் கூறவே இல்லை; பணக்காரர்கள் மேலும் பணக்காரர்கள் ஆனார்கள். ஏழைகள் மேலும் ஏழைகளா னார்கள். தன்னுடைய 1999ஆம் ஆண்டு நூலான *லக்ஜரி ஃபீவரில்* ராபர்ட் ஃபிராங்க் 1970ஆம் ஆண்டுகளின் மத்தியிலிருந்து 1990ஆம் ஆண்டுகளின் மத்தி வரை, முதல் ஒரு விழுக்காடு சம்பாதிப்பவர்கள் மொத்தத்தில் 70 விழுக்காடு சம்பாத்தியத்தைப் பிடித்தனர் என்று கணக்கிட்டுள்ளார்.[53] இந்தச் சுழற்சி தொடர்ந்து வளர்ந்து வருகிறது; அடிக்கடி செய்திகளிலும், திரைப்படங்களிலும், தொலைக்காட்சி நிகழ்ச்சிகளிலும் காட்டப்படும் பெரும் பணக்காரர்கள் தொடர்ந்து நம்மைப் போன்ற இதர மக்கள் அடைய விரும்பும் ஒரு புதிய நுகர்வு வரம்பை உருவாக்கிக் கொண்டே இருக்கின்றனர்.

இது செயல்படப் போவதில்லை. இந்த உயர்ந்த வரம்பு அளவிற்கு, நுகர்வதற்கும் எல்லோரிடமும் போதுமான வசதிகள் இல்லை. அந்தப் பாதையில் மேலும் செல்ல விரும்பும் சுயநலமான, நெறியற்ற விருப்பத் தேர்வை நாம் மேற்கொள்ள நினைத்தால் நாம் மேலும் பெரிய சுவர்களையும் வேலிகளையும் கட்டி அவற்றின் கீழ் தங்க வேண்டி யிருக்கும். ஐநா உணவுத் திட்டத்தின் ஓர் அதிகாரி கூறியபடி, ‘பசியோடுள்ள ஒரு உலகம் ஒரு அபாயகரமான உலகமாகும். உணவு இல்லாத நிலையில் மூன்று தேர்வுகள்தான் உள்ளன: சூறையாடுவது, வேறு இடத்திற்குக் குடிபெயர்வது அல்லது இறப்பது. இவற்றில் எதுவுமே ஏற்கக்கூடிய தேர்வல்ல.’[54]

நுகர்வு, தட்பவெப்பநிலை, சமநிலை

தட்பவெப்பநிலையைச் சீராக்க எந்த அளவுக்கு கார்பன் டை ஆக்ஸைடு வெளியீட்டை அவசரமாகக் குறைக்க வேண்டிய தேவையுள்ளது என்பது பற்றி தற்போது நாம் அதிக அளவில் கேள்விப்படுகிறோம். பொருட்களின் கதையில் கார்பன் டை ஆக்ஸைடு ஒவ்வொரு நிலையிலும் வெளியிடப் படுகிறது – பெட்ரோலிய எண்ணெய்க்காகத் துளையிடும்போது, தொழிற்சாலைகளை நடத்தும்போது, கோளின் அனைத்துப் பகுதி களுக்கும் பொருட்களை எடுத்துச் செல்லும்போது. பொருள்தான் இங்கு அனைத்திற்கும் பொதுவான ஒரு கூறு ஆகும். எவ்வளவுக்கெவ்வளவு அதிகமாக நாம் பொருட்களை நுகர்கிறோமோ, அவ்வளவுக்கவ்வளவு

அதிகமாக நாம் கார்பன் டை ஆக்ஸைடை வெளியேற்றுகிறோம். இதிலுள்ள சிக்கல்: கார்பன் டை ஆக்ஸைடு அளவுகள் ஏற்கனவே ஒரு வரம்பை எட்டிவிட்டன. இதற்கும் அதிகமாக வெளியேற்றப்பட்டால், சிறந்த அறிவியல் வல்லுநர்களால் நிர்ணயிக்கப்பட்ட, அழிவு ஏற்படுத்தும், தட்பவெப்ப நிலைமாற்றம் உண்டாகும். எனினும், பலர் தம்முடைய அடிப்படைத் தேவைகளைக்கூட பெறுவதற்குத் தம்முடைய நுகர்வு அளவை அதிகரித்துக்கொள்ள வேண்டிய கட்டாயம் உள்ளது.

இந்தச் சிக்கல் தட்பவெப்பநிலைத் தீர்வுகளை நோக்கிய பன்னாட்டு முயற்சிகளுக்கு ஒரு பெரிய தடையாக அமைகிறது. பணக்கார, மிகை நுகர்வு நாடுகள் அனைத்தும் அவ்வாறு செய்யாதவரை குறிப்பிடத்தக்க கார்பன் டை ஆக்ஸைடு குறைப்புக்குத் தாங்களும் பொறுப்பேற்க மாட்டோம் என்று வளரும் நாடுகள் கூறுகின்றன. எல்லா நாடுகளும் குறிப்பாக, உயர்ந்த அளவு கார்பன் டை ஆக்ஸைடு வெளியிடும் நாடுகளின் பட்டியலில் சேர மிகவேகமாக அணுகி வரும் இந்தியாவும் சைனாவும் ஏற்றுக் கொண்டாலேயொழிய. ஆனால், இந்த இரு நாடுகளின் மக்கள்தொகை நம்மைவிட மிகவும் பெரியது (எனவே, தனிமனித கார்பன் டை ஆக்ஸைடு வெளியீடுகள் மிகக்குறைவு).

வளரும் நாடுகள் தங்களுடைய தொழிற்செயல்களிலும் பொருளாதார வளர்ச்சிகளிலும் வரம்புகள் சுமத்தப்படுவதைத் தீவிரமாக எதிர்க்கின்றன; குறிப்பாக வரலாற்று அடிப்படையில் பணக்கார நாடுகளைவிடக் குறைந்த அளவே சூழல்நிலையியல் சிக்கல்களுக்குப் பங்களிப்புகள் செய்துள்ள நிலையில். 1997ஆம் ஆண்டு கியோட்டோ தட்பவெப்பநிலைக் கூட்டத்தில் கலந்துகொண்ட பிரேசில் நாட்டு அரசு அதிகாரி ஒருவர் தட்பவெப்பநிலை பேரங்களை வளரும் நாட்டின் பின்னணியில் பின்வருமாறு விளக்கினார்: ‘அவர்கள் (வளர்ந்த நாடுகள்) உங்களை (வளரும் நாடுகளை) இரவு உணவுக்குப் பின் கொடுக்கப் படும் காப்பியை மட்டும் குடிக்க வருமாறு அழைக்கிறார்கள்; பிறகு, நீங்கள் எதுவும் சாப்பிடாத நிலையில், மொத்த பில் தொகையைப் பங்கிட்டுக்கொள்ளுமாறு உங்களைக் கேட்கிறார்கள்.’[55] ஓஸ்லோவிலுள்ள அறிவியல் தொழில்நுட்பத்திற்கான நார்வே பல்கலைக் கழகத்தின் பன்னாட்டு வெப்பநிலை மற்றும் சூழல் ஆய்வு மையத்தைச் சேர்ந்த ஆய்வாளர்களால் உருவாக்கப்பட்ட வெவ்வேறு நாடுகளின் கார்பன் காலடிச்சுவடுகள் முதன்முதலாகப் பகுப்பாய்வுக்கும் ஒப்பிடல்களுக்கும் உட்படுத்தப் பட்டன. வியப்பு எதுவும் ஏற்படுத்தாத வகையில் அது பின்வருமாறு எடுத்துக்

காட்டியது: ஒரு நாடு எவ்வளவுக்கெவ்வளவு அதிகமாகத் தனிமனித பொருள்-நுகர்வுச் செலவைக் கொண்டிருக்கிறதோ, அவ்வளவுக் கவ்வளவு அதன் கார்பன் காலடிச்சுவடும் பெரிதாக இருக்கும். மலாவி, மொசாம்பிக் போன்ற ஆப்பிரிக்க நாடுகளில் ஒரு ஆண்டுக்கு ஒரு டன் கார்பன் டை ஆக்ஸைடுக்குச் சமமான அளவிலிருந்து, அமெரிக்கா, லக்சம்பெர்க் போன்ற தொழில்மயமாக்கப்பட்ட நாடுகளில் காணப் பட்ட ஏறத்தாழ ஓராண்டிற்கு 30 டன் அளவு வரை இது மாறுபட்டி ருந்தது. இந்த ஆய்வின்படி ஏழ்மை நாடுகளில் உணவும், அத்யாவசிய சேவைகளும் கார்பன் காலடிச்சுவட்டிற்கு அதிகப் பங்களித்தன; ஆனால், பணக்கார நாடுகளில் போக்குவரத்தும், உற்பத்திச் செய்யப் பட்ட பொருட்களின் நுகர்வும் அதிக அளவு பசுமையில்ல வாயு வெளி யீட்டிற்குக் காரணமாகத் திகழ்ந்தன.[56]

இந்த ஆய்வின் மிக முக்கியப் புதுமை என்னவெனில், எந்த நாடு பொருட்களை இறக்குமதி செய்கிறதோ, அந்த நாட்டின் இறக்குமதி களிலிருந்து உலகக் கார்பன் காலடிச் சுவடை இது ஒதுக்குகிறது; எந்த நாடு அந்தப் பொருளை உற்பத்தி செய்ததோ அதற்கு ஒதுக்கவில்லை. இந்த அணுகுமுறை உண்மையில் முக்கியமானது. ஏனெனில், உலகமய மாக்கப்பட்ட உற்பத்திச் சங்கிலிகள் கார்பன் அதிகம் செலவாகும் பொருட்களின் உற்பத்தியை ஒரு நாட்டு நிறுவனங்கள் வெளிநாடு களுக்குக் கொடுப்பதை இது அனுமதிக்கிறது; இதன்மூலம் இறக்குமதி செய்யப்பட்ட பொருட்களின் உண்மையான கார்பன் அடக்க விலை மறைக்கப்படுகிறது. நாம் எதைத் தவிர்க்க வேண்டும் என்றால், மிகவும் கடினமான கார்பன் வெளியீட்டு வரம்பைக் கொண்ட நாடுகள் எங்கு கார்பன் வெளியீட்டளவில் வரம்பு கட்டுப்படுத்தப்படவில்லையோ அந்த நாடுகளுக்குத் தாம் நுகரும் உற்பத்திப் பொருட்களின் உருவாக்கத்தை எளிய முறையில் தள்ளி விடுவதைத்தான்.

மறு விநியோகமும் மரியாதையும்

தற்போதைய நுகர்வுப் பாங்குகள் உலகம் முழுவதும் எஞ்சியுள்ள சூழல் மூலப்பொருட்களையும், புவி கொடுக்கும் சேவைகளையும் அழித்துக் கொண்டிருக்கின்றன; சமநிலையின்மைகளையும் அதிகரித்துக் கொண்டிருக்கின்றன. ஏழ்மை, சமனின்மை, சூழல் போன்றவற்றின் சிக்கல்கள் ஒன்றுக்கொன்று தொடர்புடையவை. செல்வச் செழிப்புள்ள நாடுகளிலுள்ள நம்மைப் போன்றோருக்கு நம்முடைய நுகர்வுப் பாங்கு களை மறுபரிசீலனை செய்ய மறுப்பது வெறும் விருப்பத் தேர்வு மட்டுமல்ல. நம்முடைய கோள் ஒரு பெரிய சிக்கலில் உள்ளது; நாம் நியாயமான முறையில் எவற்றையும் பங்கீடு செய்துகொள்வதில்லை; அது நம்மை மகிழ்ச்சியாகக்கூட வைத்திருக்கவில்லை.[57]

ஒரு மாற்று வழிமுறை இங்குக் கொடுக்கப்பட்டுள்ளது; பல விஷயங்கள் நிச்சயமாக மாறவேண்டும் என்பதை நாம் உணர்கிறோம்; ஏனெனில், முன்னால் கூறப்பட்ட வழிமுறையில் விவரிக்கப்பட்டது நாம் விரும்பும் உலகமல்ல. இதுவரை உட்கார இடம் இல்லாதவர் களுக்கு மேஜைக்கருகில் நாம் ஓர் இடத்தைத் தயார் செய்யவேண்டும். *வாலண்டரி சிம்பிளிசிட்டி* என்ற நூலின் ஆசிரியரான டுவேன் எல்ஜின் கூற்றுப்படி, 'அனைவருக்கும் ஓரளவுக்கு நல்ல, தரமுள்ள வாழ்க்கையை அடையும் இலக்கை மனித இனம் ஏற்படுத்திக்கொள்ள வேண்டும்; கணினி வழிமுற்கூற்றுகள் எடுத்துக் கூறுவது என்னவெனில், இவ்வாறு செய்தால் ஐரோப்பாவில் உள்ள சராசரி அளவு பொருள்சார் வசதி களுக்குச் சமமான அளவு முறைப்படுத்தப்பட்ட ஒரு பொருளாதாரச் செயல்பாட்டை உலகம் ஏறத்தாழ அடையும்.'[58] தற்போது, இது எனக்குப் பாதி அளவுக்குக்கூட மோசமானதாகத் தோன்றவில்லை; உண்மையில், இது நாம் செல்ல வேண்டிய வழிப்பாதை போன்றுதான் தோன்றுகிறது.

மேற்கூறிய நுகர்வு அளவு எப்படியிருக்கலாம் என்ற ஆலன் டுர்னிங்கின் கவித்துவமான தொலைநோக்குப் பார்வை எனக்குப் பிடித்திருக்கிறது: 'மிகையான ஒன்றைவிட, இருப்பதே போதுமென்ற மனநிலையை ஏற்றுக்கொண்டு, அதன்படி வாழ்தல்; இதைப் பண்பாட்டு மொழியில் கூறவேண்டுமென்றால் இந்த வகை வாழ்க்கை எது மனித இல்லமோ அதற்கு நாம் திரும்புதலைக் கொடுக்கிறது: குடும்பம், சமுதாயம், நல்ல பணி, நல்ல வாழ்க்கை என்ற பண்டைய வரிசையை (கொடுக்கிறது); திறமை, உருவாக்கும் திறன், உருவாக்கம் போன்ற வற்றிற்கான ஒரு மரியாதையை (கொடுக்கிறது); ஒரு தினசரிப்பாட்டின் இனிய தாளத்தை எவ்வளவு மென்மையாகக் கொடுக்க முடியுமோ அவ்வாறு கொடுத்து நம்மைச் சூரிய மறைவைக் கண்டுகளிக்கவும் நீரின் விளிம்பில் நடந்து செல்லவும் அனுமதிக்கிறது; நம்முடைய வாழ்நாள் முழுவதையும் நல்லமுறையில் ஒரு சமுதாயத்துடன் செலவிடவும் பல சந்ததிகளின் நினைவுகளைத் தாங்கி நிற்கும் வட்டார இடங்களில் செலவிடவும் உதவுகிறது.'[59]

நாம் செய்ய வேண்டியதெல்லாம் குறைந்த உற்பத்திப் பொருட்களை உருவாக்கி நுகர்தல்; நம்மிடையே உள்ள மூலப்பொருட்களையும் உற்பத்திப் பொருட்களையும் நல்ல முறையில் பங்கிட்டுக் கொள்ளுதல். இவற்றை அடைவதற்காக அடுத்த இயலான *அகற்றுதல்* வகை செய்யும். ஒரு வாழ்க்கையை நாம் எவ்வாறு வாழவேண்டும் என்பதைப் பற்றிய ஒரு மறுசிந்தனையும் மறுவடிவமைப்பையும் தரும்.

இயல் 5

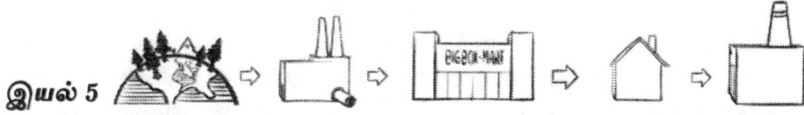

அகற்றுதல்

ஏறத்தாழ நாம் வாங்கியவுடனேயே நம்முடைய பொருட்களுக்கு ஒரு வேடிக்கையான விஷயம் நடைபெறுகிறது. நாம் கடையில் விலை கொடுத்து வாங்கி வீட்டுக்குக் கொண்டுவந்த பொருள் – ஒரு பளபளக்கும் பொம்மையோ, நன்கு வடிவமைக்கப்பட்ட டீ சர்ட்டோ, மிக அண்மையான செல்பேசி, மடிக்கணினி அல்லது கேமரா வகையோ – ஒரு செல்வமாகும், ஒரு பரிசாகும். ஆனால், அது நமக்குச் சொந்தமாகி, நம்முடைய வீட்டில் ஓர் இடத்தை ஆக்கிரமித்தவுடனேயே, அந்தப் பொருள் தன்னுடைய மதிப்பைச் சிறிது சிறிதாக இழக்கத் தொடங்குகிறது. 'நம்முடைய வீடுகள் அடிப்படை யில் குப்பைப் பதப்படுத்தும் மையங்கள்' என்று நகைச்சுவை நடிகர் ஜெர்ரி செய்ன்ஃபெல்டு 2008ஆம் ஆண்டு மேற்கொண்ட ஒரு பயணத்தின் போது கூறினார்.[1] நம்முடைய வீடுகளில் உற்பத்திப் பொருட்கள் நுழைந்த வுடனேயே அவை மாற்றங்களடையத் தொடங்குகின்றன. நாம் ஒரு பொருளை வாங்குகிறோம்; அதை மிகவும் கவரக்கூடிய வகையில் வெளிப்படுத்திக் காட்டுகிறோம். பின்பு அதை ஒரு அலமாரிக்குள்ளோ, மேஜை இழுப்பறைக்குள்ளோ இடம்பெயரச் செய்கிறோம்; அதன் பின்பு அது ஒரு பிரத்யேகமான அறைக்குள் அடைக்கப்படுகிறது. முடிவில், அது பெட்டியில் போடப்பட்டு குப்பையாக மாறும்வரை கொட்டகையில் வைக்கப்படுகிறது. 'கொட்டகை' என்பதைச் சுட்டும் 'காரேஜ்' என்ற ஆங்கிலச் சொல்லும் 'குப்பைக்கூளம்' என்பதைச் சுட்டும் 'கார்பேஜ்' என்ற ஆங்கிலச் சொல்லும் ஒன்றுக்கொன்று தொடர்புடையனவாக இருக்க வேண்டும் என்று செய்ன்ஃபெல்டு குறிப்பிடுகிறார்; ஏனெனில், முதலில் கூறப்பட்டதில் நுழைந்த எந்தப் பொருளும் இரண்டாவதாகக் கூறப்பட்டதாக நிச்சயமாக மாறுகிறது.

ஆனால், பொருட்களுக்கு ஏற்படும் இந்த மாற்றத்திற்கு ஓர் உண்மை யான சொல்லைப் பொருளாதார வல்லுநர்கள் கொண்டுள்ளார்கள்: 'தேய்மானம்'. நாம் வாங்கும் அனைத்துப் பொருட்களுமே தேய்மானம் அடைவதில்லை என்பது உண்மை. கலைப்பொருட்கள், பண்டைய

பொருட்கள், சேகரிக்கக்கூடிய இதர பொருட்கள், நகைகள், நன்கு உருவாக்கப்பட்டக் கம்பளங்கள் போன்றவை. இவை மிகச் சிலரால், இவற்றை வாங்கக்கூடிய வசதி உள்ளவர்களால் மட்டுமே வாங்கப் படுகின்றன; மேலும், இவற்றின் மதிப்பு பின்னால் உயரும் என்ற எதிர்பார்ப்பினால் இவை வாங்கப்படுகின்றன. ஆனால், நம்முடைய வீடுகளையும் வாழ்க்கையையும் நிரப்பும் அனைத்துச் சாதாரணப் பொருட்களும் தம்முடைய மதிப்பை, ஒரு காற்றூதிய பீவிசி குளியல் குள மிதவை காற்றை இழப்பது போன்று, இழந்து விடுகின்றன.

எடுத்துக்காட்டாக, கடையில் ஒரு கார் அது வாங்கப்பட்ட நாளிலேயே, வேறு எந்த நாளைவிட, தன்னுடைய பெரும்பாலான மதிப்பை (ஏதாவது மோதும் விபத்து நடந்தால், அந்த நாளைத் தவிர) இழந்து விடுகிறது. அந்த ஒரு நொடியில், நீங்கள் அதை வாங்கிய ஒன்றிரண்டு நிமிடங்களுக்குள், நீங்கள் வாங்கிய விலையில் 10 விழுக்காட்டை இழந்து விடுகிறது.[2] அது புதிய காரின் மணத்தைப் பெற்றிருந்தாலும் (இது பாலிவினைல் குளோரைடு நச்சுப்பொருட் களால் ஏற்படும் நாற்றம் என்பதை நான் உங்களுக்கு நினைவூட்டு கிறேன்), இதில் ஒரு கீறலும் விழாத போதும்!

'பரிசு', 'புகழ்தல்', 'பாராட்டுதல்', 'தேய்மானம்' ஆகிய அனைத்தை யும் குறிக்கும் ஆங்கிலச் சொற்கள் ஒன்றுக்கொன்று தொடர்புடை யவை – இவை அனைத்தும் ஒரே லத்தீன் வேர்ச்சொல்லான 'pretium' (இதன் பொருள் 'மதிப்பு' ஆகும்) என்பதிலிருந்து தோன்றியவை யாகும். ஒரு பளபளப்பான புதிய பொருள் நாம் புகழும், பாராட்டும், ஒரு அதிக விலையைக் கொடுக்கும் பரிசிலிருந்து எப்பொழுது, ஏன் திடீரென்றும், சிறிது சிறிதாகவும், தன்னுடைய மதிப்பிலிருந்து தேய்மானம் அடைகிறது? நகைச்சுவை நடிகர் ஜார்ஜ் கார்லின் கூறியது போன்று, 'அவர்களுடைய உற்பத்திப் பொருள் மலம் போன்றும், உங்களுடைய மலம் உற்பத்திப் பொருள் போன்றும் இருப்பதைக் கண்டுள்ளீர்களா?'[3] நாம் ஒரு பொருளுக்குக் கொடுக்கும் மதிப்பு அல்லது மதிப்பின்மை உண்மையிலேயே பயன்படுத்தும் மக்களைப் பொறுத்தது.

கணக்காளர்கள் சிக்கலான கணிப்புகளைப் பயன்படுத்திப் பொருட் களின் மதிப்பு (அல்லது பணம் அல்லது வர்த்தக உருப்படிகள் அல்லது மொத்த நாடுகளின் மதிப்பு) எப்படி நாட்கள் கடந்த பின் குறைகின்றது என்பதைக் கணிக்கிறார்கள். இது பொதுவாகப் பயன்பாட்டளவு, தேய்மானம், சிதைவு, தொழில்நுட்ப வழக்கிழத்தல், பற்றாக்குறை அல்லது மாறிவரும் நாகரிகத்தால் ஏற்படும் உணரப்பட்டப் பற்றாக் குறை போன்றவற்றோடு தொடர்புடையது. ஆனால், பொருட்களின் மதிப்புப் பற்றிக் கணக்காளர்கள் கூறுவதையும் மீறி வேறு பல

விஷயங்கள் நிர்ணயிக்கின்றன என்று நான் நினைக்கிறேன். நம்முடைய பொருட்கள் பற்றிய நம்முடைய கருத்துகளைப் பாதிக்கின்ற, நாம் கடந்த இயலில் கண்ட ஒருங்கு பற்றிய அதே செய்திகளும் முக்கியத் துவம் பெறுகின்றன. இந்தச் செய்திகள் நமக்குக் கூறுவது நம்முடைய பொருட்கள் தொடர்ந்து நமக்கு நன்மை அளிக்கப்போவதில்லை என்பதும், அதிகப் பொருட்களுக்கான ஆசையைத் தூண்டுகின்றன என்பதும்தான். நம்முடைய பொருள் நமக்கு மேலும் நன்மை பயக்கப் போவதில்லை எனும்போது, அதன்மேல் ஒரு மந்திரக்கோல் ஆட்டப் பட்டு அது ஒரு கழிவாக மாற்றப்படுகிறது.

நான் ஒரு பள்ளியில் பேசும்போது அங்குள்ள குழந்தைகளுக்கு ஒரு பயிற்சியைக் கொடுப்பதுண்டு. நான் ஒரு காலியாக்கப்பட்ட அலுமினிய சோடா கலனை எடுத்து அதை மேஜை மேல் வைத்து, 'எவராவது இது என்ன என்று கூறமுடியுமா?' என்று கேட்பேன். 'இது ஒரு கலன்' என்று அவர்கள் எப்பொழுதும் கத்துவதுண்டு. பின்பு, ஒரு குப்பைக் கூடையைக் காட்டி, 'இது என்ன?' என்றதும், அவர்கள் 'இது குப்பை' என்று கூறுவர். பின்பு, நான் குப்பைக் கூடையிலுள்ள ஒரு காலியான சோடா கலனைக் காட்டுவேன். குப்பைக்கூடைக்குள் அது குப்பை. அதை எடுத்து முதல் கலனுக்கருகில் வைப்பேன். 'தற்போது இது என்ன?' மேஜையிலுள்ள கலனுக்கும் குப்பைக்கூடைக்குள் இருந்த கலனுக்கும் எந்த வேறுபாடும் இல்லை. எனவே, கழிவு என்பது ஒரு பொருள் எங்கிருக்கிறது என்பதால் வரையறுக்கப்படுகிறதே யொழிய, அது என்ன என்பதால் அல்ல. எந்த இடம் என்பதுதான் முக்கியம்; என்ன பொருள் அதில் உள்ளது என்பதல்ல.

இதே வாதத்தைத்தான் முனைவர் பால் கோனெட் என்ற புனித லாரன்ஸ் பல்கலைக்கழக வேதியியல் பேராசிரியர் எடுத்து வைக்கிறார். கழிவுப்பொருள் பற்றிய இவரது ஆர்வம் என்னுடைய ஆர்வத்தை விட அதிகமாகும். கடந்த இருபத்து ஐந்து ஆண்டுகளுக்கு மேல் கோனெட் கழிவு பற்றி மாணவர்கள், நகரத் திட்ட அலுவலர்கள், சமுதாயக் குடிமக்கள், செயற்திட்டம் தீட்டுபவர்கள் போன்ற பலருக்கு 200க்கும் மேற்பட்ட உரைகளை நிகழ்த்தியுள்ளார். அவருடைய உரைகளில், கோனெட் சில சமயம் ஒரு குப்பைக் கூளக்கலனை எடுத்து வைத்துக் கொண்டு அதனுடைய உள்ளடக்கப் பொருட்களை எடுத்து விளக்கி, மக்கள் அதைப்பற்றிச் சிந்தனை செய்வதற்குத் தூண்டுவார். ஒரு காகிதம், கண்ணாடி பாட்டில், மையற்ற ஒரு பேனா, ஒரு பிளாஸ்டிக் பை, ஒரு வாழைப்பழத் தோல் போன்றவற்றைக் கையில் எடுத்துக்காட்டி அவற்றை அடையாளம் கண்டுபிடிக்கச் சொல்வார். 'இங்குள்ள எதுவாவது கழிவு என்று அழைக்கப்படக்கூடியவையா? இல்லை – இவையெல்லாம் தவறான இடத்தில் உள்ள மூலப்பொருட்களாகும்.'

‘கழிவு என்ற சொல்லைச் சுட்டும் ‘waste’ ஆங்கிலச் சொல் ஒரு வினைச்சொல்லல்ல; ஒரு பெயர்ச்சொல்லாகும். இந்தப் பொருட்களை யெல்லாம் ஒன்றாகச் சேர்ப்பதன் மூலம் நாம் என்ன செய்கிறோமோ அதுதான் கழிவாகும். ...அவற்றைத் தனித்தனியாகப் பிரித்தால் அவை மூலப்பொருட்களாகி விடுகின்றன; ஒன்றாகச் சேர்த்தால் நாம் அவற்றை வீணாக்குகிறோம்.’

பல விஷயங்களில் நான் கோனெட்டின் கருத்துகளை ஏற்கிறேன்; இவற்றிற்கு விதிவிலக்குகள் மோசமாக வடிவமைக்கப்பட்ட/உருவாக்கப் பட்டப் பொருட்கள் அல்லது நச்சுக் கூறுகளைக் கொண்ட பொருட்கள் தான். இவற்றை உற்பத்தியே செய்திருக்கக்கூடாது; விற்றிருக்கக்கூடாது. பாலிவினைல் குளோரைடாலான (பீவிசி) குளியலறைத் திரைகள் அல்லது எந்த ஒரு பொருளும், உடன் விலக்கக்கூடிய மின்னிணைப் புடன் செருகும் காற்று நறுமணமாக்கி, ஒரே ஒருமுறை பயன்படுத்தக் கூடிய மலத் தொட்டி சுத்திகரிக்கும் தூரிகை, ஹம்மர் சொந்த வண்டி, புதிய மின்னணுச் சாதனங்களை உள்ளடக்கியுள்ள வலுவான பிளாஸ்டிக் உறைகள், அல்லது என்னைப் பொறுத்தவரை ஸ்கைமால் சரக்கு இருப்புப் பட்டியலிலுள்ள எந்தவொரு பொருளும். மேலும், என்னைப் பொறுத்தவரை (கோனெட்டின் கருத்தும் இதுதான்) இந்த அனைத்துப் பொருட்களுமே கழிவுப் பொருட்கள்தாம். பொருட்கள், ஆற்றல், மக்களுடைய உண்மையான தேவைகளை நல்ல முறைகளில் ஈடுகட்டுவது எப்படி என்பதில் தம்முடைய நேரத்தைச் செலவிடாமல் இந்த வகை யான மோசமான பொருட்களை வடிவமைப்பதில் செலவிடப்படும் மனித புத்திச் சாதுரியம் போன்றவற்றின் வீணாக்கம் தான் இவை.

கழிவுக்கும் மூலப்பொருட்களுக்கும் இடையேயுள்ள வேறுபாடுகள் எந்த அளவுக்குத் தற்சார்பு *(சப்ஜெக்டிவிடி)* கொண்டவை என்பதை நாம் மிகக்குறைந்த அளவு உற்பத்திப் பொருட்களைக் கொண்ட சமுதாயங் களில்தான் காண முடியும். நான் இந்தத் தற்சார்பை மிகவும் தெளிவாகத் தெற்கு ஆசியாவில்தான் அறிந்துகொண்டேன். இங்கு நான் 1990ஆம் ஆண்டுகளின் மையத்தில் மூன்று ஆண்டுகள் கழித்தேன். அங்கு உடைந்த, செயலிழந்த அல்லது காலியான பொருட்கள்கூட குப்பைத் தொட்டிக்குச் சேர வேண்டியதல்லாத, மேலும் பயன்படுத்தக்கூடிய பொருட்களாக அறியப்பட்டன. ‘தேவைதான் அனைத்துக் கண்டு பிடிப்புகளுக்கும் தாய்’ என்ற பழமொழியை நீங்கள் கேள்விப்பட்டி ருப்பீர்கள். ஆனால், ‘குப்பைகூட மதிப்புமிக்க மூலப்பொருட்களைக் கொண்டுள்ளது என்பதை உணர்ந்துகொள்வதன் தாய் ஏழ்மைதான்’ என்பதைக் கேள்விப்பட்டிருக்கிறீர்களா? இது அவ்வளவு வசீகரமான பழமொழி அல்ல என்று எனக்குத் தெரியும்; எனினும் இது உண்மை யாகும்.

டாக்காவில் அரை டஜன் வங்கதேச மக்கள் வாழ்ந்த ஒரு வீட்டில் நான் வாழ்ந்தேன். ஒரு மேற்கத்திய நாட்டுப் பெண் அவர்களிடையே வாழ்வது ஒரு புதுமையாக இருந்தது. என்னுடைய வருகைக்காக அவர்கள் ஒரு சுத்தமான, ஆனால் குறைவான வசதிகள் கொண்ட ஒரு படுக்கை அறையைத் தயார் செய்திருந்தனர். அந்த அறையில் என்னுடைய பொருட்களைப் பிரித்தெடுத்து வைக்கும் போது (சில துணிமணிகள், சொந்த 'நலப்' பொருட்களான பான்டீன் புரோ-வி; இது குட்கைட் தோன்றுவதற்கு முந்தி வாங்கியது; எனக்கு இதன் மோசமான வேதிக்கூறுகள் பற்றி அப்போது தெரியாது) அந்த அறையில் குப்பைத் தொட்டி இல்லையென்பதைக் கவனித்தேன். எனவே, நான் அங்கு முதன்முறை சந்தைக்குச் சென்றபோது ஒரு எளிய, சிறிய குப்பைத் தொட்டியை வாங்கினேன். ஆனால், நான் அமெரிக்காவில் கழிவு என்று தூக்கி எறிந்த பொருட்கள் இங்கு வேறு பொருளில் கருதப்பட்டன என்பதை நான் விரைவிலேயே கண்டு பிடித்தேன். நான் என்னுடைய குப்பைத் தொட்டியில் தூக்கி எறிந்த கழிவுப் பொருட்கள் என்னுடைய வீட்டின் அண்டைப் பகுதியில் மீண்டும் தோன்றி பயன்படுத்தப்பட்டன. என்னுடைய வெளிர்நீல நாற்றம் நீக்கிக் கலன் அண்டை வீட்டின் வரவேற்பறை அலமாரியில் காணப்பட்டது. இது பூக்களால் செருகப்பட்டு ஒரு பூத்தாங்கியாகப் பயன்படுத்தப்பட்டது. என்னுடைய காலியான பான்டீன் பாட்டில் ஒரு பொம்மையாகப் பயன்படுத்தப்பட்டது. யாரோ ஒருவர் அதற்குள் சிறிய குச்சிகளை நுழைத்து, சக்கரங்களைப் பொருத்தி, அதை நூலால் கட்டிக் கொடுத்தபின் சிறுவன் ஒருவன் அதைப் பொம்மைக்கார் போன்று இழுத்துச் சென்று விளையாடினான்.

அமெரிக்காவிலும் (வீணடிக்கும் இதர பணக்கார நாடுகளிலும்) மறுபயன்பாடு ஒரு சமூக இழுக்கு என்று கருதப்படுவதிலிருந்து நாம் மீண்டுவரவேண்டிய தேவையுள்ளது. 'கைமாறிய,' 'பயன்படுத்தப் பட்ட,' அல்லது 'முன்னால் சொந்தம் கொண்டாடப்பட்ட' என்ற சொற்றொடர்கள் ஏன் அனைவருக்கும் ஒரு வசீகரமான, விரும்பக் கூடிய, விருப்பத்தேர்வாக இல்லாமல் ஏழ்மையால் உந்தப்பட்ட தேவையாகத் திகழ்கின்றன? தனிப்பட்ட அளவில் அல்லது நாட்டளவில் வாழ்க்கை மிகக் கடினமாக இருந்த நம்முடைய நாட்டின் வரலாற்றுக் காலம் முழுவதும் நம்முடைய துலங்கல் செயல்கள் வீணாக்குவதைக் குறைப்பது, பங்கிட்டுக் கொள்வதை அதிகப்படுத்துவது போன்றவை யாக இருந்தன. 2008ஆம் ஆண்டு தோன்றிய பொருளாதார வீழ்ச்சி, சிக்கனம், குறைவாகச் செலவு செய்தல் போன்றவை பற்றி பலரை மீண்டும் எண்ணத் தூண்டியது. நாடு முழுவதுமுள்ள கழிவு நீக்கு பவர்கள் கழிவு உற்பத்தியில் அளவு குறைப்பு மட்டுமின்றி, கழிவு

வகைக் குறைப்பையும் பதிவு செய்தனர். மக்கள் குறைந்த அளவு (பொருட்களை) வாங்கும் போதும் பணச்சேமிப்பு ஏற்பட்டது; கழிவுக் குறைப்பு மாற்றுகளுக்கு மாறியபோது குறைந்த பொட்டலம் கட்டுதலையும், ஒருமுறை பயன்படுத்தப்பட்டவுடன் விலக்கப்படும் பொருட்களைக் குறைந்த எண்ணிக்கையில் பயன்படுத்தப்படுதலும் காணப்பட்டன.[3] வெளியில் சாப்பிடுவதற்கு அல்லது ஏற்கனவே பதப்படுத்தப்பட்ட உணவை வாங்குவதற்குப் பதிலாக குடும்பங்கள் வீட்டில் தங்கி உணவைச் சமைக்கத் தேர்வு செய்ததால் ஏற்பட்ட பெரிய உணவுக் கலன்களை சில மீள்சுழற்சி செய்பவர்கள் கண்டனர்.[4]

எனினும், 'கழிவு மேலாண்மை' என்றழைக்கப்படும் ஒரு பெரிய தொழிலே தற்போது உள்ளது. இது கழிவைப் பற்றி நன்கு புரிந்து கொள்வதைச் சார்ந்துள்ளது. கழிவின் மூலம் இந்தத் தொழில் ஓர் ஆண்டுக்கு ஏறக்குறைய 50 பில்லியன் டாலர் அளவுக்குப் பணத்தை ஈட்டுவதால்[5], கழிவின் வரையறையைப் பற்றி நாம் கேள்வி கேட்பதை விரும்புவதில்லை. அவர்களுக்குக் கழிவு என்பது சந்தேகமின்றி கழிவு தான்; மேலும், 'மேலாண்மைக்காக' கழிவு எவ்வளவுக்கெவ்வளவு அதிகமாக உற்பத்திச் செய்யப்படுகிறதோ அவ்வளவுக்கவ்வளவு அவர்கள் மகிழ்ச்சியடைகிறார்கள்.

கழிவின் மூலப்பொருள், அது எதனால் உண்டாக்கப்படுகிறது, அதை எவ்வாறு கையாளுவது போன்ற அடிப்படைகளில் அந்தத் தொழிலால் பல வகைகளாகப் பிரிக்கப்படுகிறது. முக்கியமான கழிவு வகைகள் பின்வருமாறு: தொழில்சார் கழிவு, நகராட்சிக் கழிவு, கட்டுமான-தகர்ப்புக் கழிவு போன்றவை. மருத்துவக் கழிவும் மின்னணுச் சாதனக் கழிவும் உள்ளன. இவை இங்குத் தனியாக விவரிக்கப்பட்டுள்ளன; ஏனெனில், இவை இரண்டிலும் குறிப்பிட்ட அபாயகரமான கூறுகள் உள்ளன என்பதுதான். இந்தக் கழிவு வகைகள் கீழே விவரிக்கப்பட்டுள்ளன.

தொழில்சார் கழிவு

காகிதம், எஃகு, இரும்பு, பிளாஸ்டிக்குகள், துணிகள், கண்ணாடிப் பாத்திரங்கள், பீங்கான்கள், மின்னணுச் சாதனங்கள், பதப்படுத்தப் பட்ட உணவு, மருத்துவப் பொருட்கள், உயிரிக்கொல்லிகள் போன்ற பொருட்களை உற்பத்திச் செய்வதில் உள்ள பிரித்தெடுத்தல் மட்டுமின்றி உற்பத்திச் செயல்களின் எச்சங்களைத் தொழில்சார் கழிவு உள்ளடக்கி யுள்ளது. இது சுரங்கங்கள், தொழிற்சாலைகள், ஆடை உற்பத்தி நிலையங்கள், காகித உற்பத்தித் தொழிற்சாலைகள் போன்றவற்றால் உருவாக்கப்படுகிறது. இது 'நிர்மாணித்தல், செயற்கை உருவாக்கம், முன்மாதிரியாக்கம், வார்ப்புருவாக்கம், வெளியேற்றம், பற்ற வைத்தல்,

கொல்லன் பட்டறை உலையாக்கம், காய்ச்சி வடித்தல், சுத்தமாக்கம், சுத்திகரித்தல் மட்டுமின்றி நம்முடைய உற்பத்தி உலகத்தின் தயாரித்து முடிக்கப்பட்ட, ஓரளவுக்கு முடிக்கப்பட்டப் பொருட்களை இதர விதங்களில் பதப்படுத்துதல் போன்ற செயல்களில் கழிவுகள் உண்டாக்கப்படுகின்றன' என்று முறைப்படுத்தப்பட்ட வணிக வல்லுநரும் நூலாசிரியருமான ஜோயல் மகோவெர் கூறுகிறார்.[6] இந்தப் பதப்படுத்தம் நிகழ்வுகளில் பயன்படுத்தப்படும் துப்புரவாக்கிகள், கரைப்பான்கள், பெயிண்டுகள், மைகள், உயிரிக்கொல்லிகள், வேதியச் சேர்க்கைப் பொருட்கள் போன்ற நூற்றுக்கணக்கான ஆபத்தான பொருட்களும் இவற்றில் அடங்கும். இண்டர்பேஸ் என்ற தரைவிரிப்பு நிறுவனத்தின் முதன்மை நிர்வாக அதிகாரியும் முறைப்படுத்தப்பட்ட வணிக முன்னோடியுமான ரே ஆண்டர்சன் கூறுவது என்னவெனில், உற்பத்திப்பொருட்களில் பயன்படுத்தப்படும் அனைத்து ஆற்றலிலும், பொருட்களிலும் ஒரு முழுமையான 97 விழுக்காடு வீணாக்கப் படுகிறது. 'நாம் செயல்படுத்திக் கொண்டிருக்கும் தொழில்சார் ஒருங்கு உண்மையில் முதலாவதாகவும் முக்கியமானதாகவும் ஒரு கழிவு உண்டாக்கும் எந்திரமாகும்.'[7]

தொழில்கள் (காகிதம், எஃகு இரும்பு, கண்ணாடி, கான்கிரீட் உற்பத்தியாளர்கள் தொடங்கி உணவுப்படுத்தப்படுத்தல், ஜவுளி, பிளாஸ்டிக், வேதிப்பொருள் உற்பத்தி, நீர் சுத்தமாகும் தொழில்வரை) மிகவும் அதிகமாக, ஓர் ஆண்டுக்கு 7.6 பில்லியன் டன்கள் அளவுக்கு வீணாக்குகின்றன என்று அமெரிக்கச் சூழல் பாதுகாப்பு நிறுவனம் எடுத்துக்காட்டியுள்ளது.[8] ஆனால், வேறு சில ஆதாரங்களின்படி இது ஏறத்தாழ 13 பில்லியன் டன்களாகும்.[9] இந்த இரண்டு புள்ளிவிவரங் களும் கூடுதல் பில்லியன் டன்கள் அளவான வேளாண் கழிவையும் பசுமையில்ல வாயு வெளியீடுகளையும், காற்று, நீர் மாசுறுத்தல் களையும் சேர்க்கவில்லை. ஆனால், இவற்றையும் உண்மையில் சேர்த் திருக்கவேண்டும்.[6] எனினும், தொழில்சார் கழிவு நம்மில் பெரும் பாலோரால் காண முடியாத இடத்தில் உருவாக்கப்பட்டு, அகற்றப் படுவதால் (நாம் அந்தத் தொழிற்சாலையில் பணிபுரிந்தாலோ, தொழிற் சாலையின் அல்லது கழிவு அகற்றக் களங்களின் அருகிலேயோ வாழும் துர்பாக்கிய நிலையில் இருந்தாலேயொழிய), அதன் இருப்பை நாம் கவனிக்காமல் இருந்து விடுகிறோம். கண்ணில்படாத களத்திற்கு வெளியில் நடைபெறும் கழிவு மனத்திற்கு வெளியில் நடைபெறும் ஒன்றாகும்.

இந்தப் பிரச்சினையை வெளிச்சத்திற்குக் கொண்டுவர ஜோயல் மகோவெர் நம்முடைய நாட்டின் மொத்த குப்பைக் கூளத்தைப் பின்வருமாறு வரைபடம் செய்தார்:

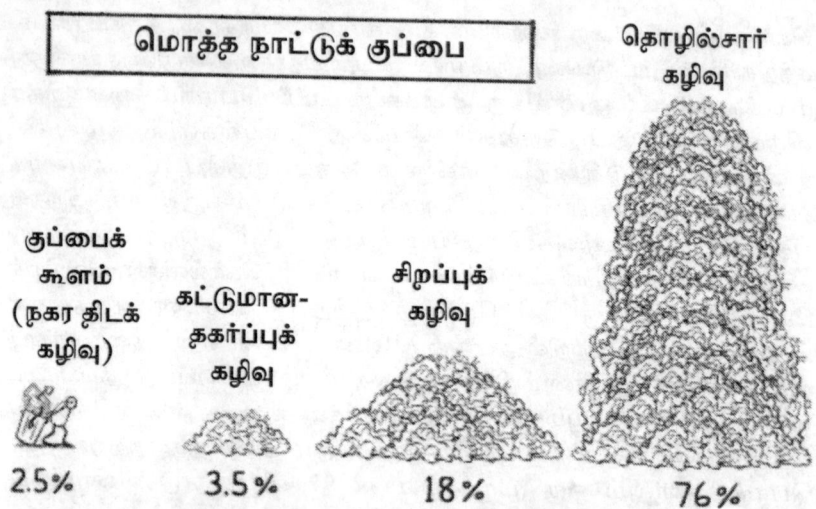

ஆதாரம்: J.Makower, 2009. குறிப்பு: 'சிறப்புக் கழிவு' என்பது *யுஎஸ் ரீசோர்ஸ் கன்சர்வேஷன் அண்ட் ரெகவரி ஆக்ட்*, 1976இல் வரையறுக்கப்பட்டது. இது சுரங்கம் தோண்டுதல், எரிபொருள், உற்பத்தி, உலோகப் பதப்படுத்தல் போன்றவற்றைக் குறிப்பிடுகிறது. வேறு சொற்களில் கூற வேண்டுமென்றால் இது அதிக அளவில் தொழில்சார் கழிவாகும்.

மகோவெர் எழுதுகிறார்:

மொத்த நாட்டுக் குப்பைப் பற்றியக் கதை சொல்லப்படுவதற்கும், நகரக் குப்பைக்குழிகளில் முடிவடையும் ஒவ்வொரு பவுண்டு குப்பைக் கூளத்திற்கும் குறைந்தபட்சம் 40 மடங்கு அதிகக் குப்பைக் கூளங்கள் மேற்கால் *(அப்ஸ்ட்ரீம்)* நிலையில் தொழிற்சாலை பதப் படுத்தங்களால் உருவாக்கப்படுகின்றன என்பதை மக்கள் உணர் வதற்கும் இடையே ஒரு சிறிது நேரம்தான் எடுத்துக்கொள்ளப் படுகிறது. இவற்றில் பெரும்பாலான கழிவு, நம்முடைய செய்தித் தாள்கள் எடுத்துக் காட்டுவதைவிட, சூழலுக்கும் மனித நலத்திற்கும் அதிக ஆபத்தை ஏற்படுத்துகிறது.* அந்த நிலையில் பிரச்சினையின்

* வீடுகளைவிட மேற்கால் நிலையில் நாற்பத்து இரண்டு மடங்கு அதிகக் கழிவு உருவாக்கப்படுகிறது என்று தற்போது மகோவெர் நிர்ணயித்துள்ளார் என்றாலும், முந்தைய நிர்ணயங்கள் இதைவிட அதிகமாக இருந்தன. எழுபது மடங்குகள் அதிகம் என்று நான் *த ஸ்டோரி ஆஃப் ஸ்டஃப்* திரைப்படத்தில் கூறிய தகவல் வாஷிங்டன் டிசியில் உள்ள வட்டார சுய-சார்பு நிறுவனம் *(இன்ஸ்டிடியூட் ஆஃப் லோக்கல் செல்ஃப்-ரிலையன்ஸ்)* என்ற அமைப்பைச் சேர்ந்த பிரண்டா பிளாட் என்ற கழிவுப் பகுப்பாய்வாளரிடமிருந்து பெறப்பட்டது. அவருடைய அறிக்கையான (நீரில் செல்ட்மேனுடன் சேர்ந்துத் தயாரித்தது) *வேஸ்டிங் அண்ட் ரீசைக்ளிங் இன் த யுனைடட் ஸ்டேட்ஸ் 2000* கூறுவது என்னவெனில், 'ஒவ்வொரு டன் வீணாக்கப்பட்ட நகராட்சிக் கழிவுக்கும், ஏறத்தாழ 71 டன்கள் உற்பத்தி, சுரங்க, எண்ணெய், வளிம கள ஆய்வு, ☞

களம் நுகர்பானக் கலன்கள், பலசரக்குப் பைகள், தினசரி வாழ்க்கையில் எஞ்சிவிடப்படும் இதர பொருட்களிலிருந்து இவற்றின் பின்னணியில் என்ன நடைபெறுகிறது என்பதற்கு மாறிவிடுகிறது:[6] நாம் வாங்கும், பயன்படுத்தும் பொருட்களின் உற்பத்தி, வடிவமைத்தல், சேமித்து வைத்தல், இடப்பெயர்ச்சி செய்தல் போன்றவற்றிற்கு.

தொடர்ந்து விதிவிலக்காக இருந்தாலும், பல தொழில்கள் தம்முடைய கழிவுகளைக் குறைப்பதில் தீவிரக் கவனம் செலுத்தத் தொடங்கியுள்ளன. இவ்வாறு செய்வது சாத்தியமானது மட்டுமின்றி மலிவானது என்று மற்றவர்களுக்கு இவை காட்டுகின்றன. தாங்கள் அதிகப்பணம் செலுத்தி வாங்கிய பொருட்களால் தான் இந்தக் கழிவுகள் உருவாயின என்பதாலும், குறைந்த அளவு மாற்றீட்டுப் பொருட்களை வாங்குவதாலும் கழிவு அகற்றுவதில் ஏற்படும் செலவைக் குறைப்பதாலும் அதிக லாபங்கள் பெறமுடியும் என்பதாலும் பலர் இவ்வாறு செய்துள்ளனர். அவர்களுடைய இயக்குநர்கள் கோளைப்பற்றி உண்மையாகவே கவலைப்படுவதால் தம்முடைய கழிவைக் குறைக்கிறார்கள். வேறு சிலர் இது ஒரு நல்ல பொதுமக்கள் தொடர்புச் செயல் என்பதால் இதனை மேற்கொண்டுள்ளனர். மேலும், எந்த உந்துசக்தி கழிவுக் குறைப்பைச் செய்ய வைக்கிறது என்பது முக்கியமல்ல. ஏதோவொரு மட்டத்தில், கழிவுகளிலும், சூழல் தாக்கத்திலும் அந்த உந்துசக்தி ஒரு மிகுந்த குறைப்பை உண்டாக்க வேண்டும் என்பதுதான் முக்கியம். தம்முடைய வியாபாரம் நன்றாக நடைபெறுகிறது என்று காட்டவும் வேறு சிலர் தம்முடைய கழிவைக் குறைப்பது போன்று நடிக்கிறார்கள்; அல்லது ஓரளவு மட்டுமே குறைக்கிறார்கள். இந்தச் செயல்முறை பொய்மை விளம்பரம் *(கிரீன்வாஷிங்)* எனப்படுகிறது. இந்தப் பொய்யான விளம்பரப்படுத்துதல் ஒரு பெரிய பிரச்சினையாகும். வியாபார உலகில் உள்ள நல்ல, நம்பிக்கையான முயற்சிகளை எடுக்கும் சிலரின்

☞ வேளாண், நிலக்கரி எரிப்பு மட்டுமின்றி இதரகழிவுகளும் உண்டாக்கப்படுகின்றன.' பிளாட் தன்னுடைய கணிப்பை தொழில்நுட்பத் தரநிர்ணய அலுவலகத்தின் *(ஆஃபீஸ் ஆஃப் டெக்னாலஜி அஸஸ்மெண்ட்)* அறிக்கையான *மேனேஜிங் இண்டஸ்டிரியல் சாலிட் வேஸ்ட் ஃபிரம் மானுஃபாக்சரிங் மைனிங், ஆயில் அண்ட் கேஸ் புரொடக்ஷன், அண்ட் யுட்டிலிட்டி, கோல் கம்பஸ்டன் (ஓடிஏ-பிபீ-82) பெப்ருவரி 1992,* பக்கங்கள் **7, 10**இல் உள்ள தரவுகளிலிருந்து பெற்றார். எப்படியிருந்த போதும், ஒவ்வொரு வாரமும் நம்முடைய வீட்டு வெளிச்சுவரின் அருகிலிருந்து எடுக்கப்படும் பொருட்களைவிட அதிகமான அளவு கழிவை உண்டாக்கு கிறோம் என்பது தெளிவு. எனவே, நம்முடைய கழிவு உற்பத்தியை உண்மையில் நாம் குறைக்க வேண்டுமெனில் நாம் எங்கு பெரும்பாலான அளவு கழிவு உருவாக்கப்படுகிறதோ அந்த மேற்கால் நிலையில் நம்முடைய கவனத்தைச் செலுத்த வேண்டும்.

நம்பகத்தன்மையை இது பலவீனப்படுத்துகிறது; மேலும், இது கவனத்தைத் திசைதிருப்புகிறது; வணிகங்கள் தம்முடைய மிகப்பெரிய சூழல் தாக்கத்தை எடுத்துச் செல்வதற்குத் தொடர்ந்து மிகவும் திறனான வழிமுறையான உயர்ந்த தரத்தை வலியுறுத்திப் புகுத்தும் அரசு முயற்சிகளை இது தாமதப்படுத்துகிறது.

தொழில்சார் கழிவுக் குறைப்பில் எனக்கு மிகவும் பிடித்தவர், முன்னமே குறிப்பிடப்பட்ட, இண்டர்ஃபேஸ் நிறுவனத்தின் முதன்மை நிர்வாக அதிகாரியான ரே ஆண்டர்சன் ஆவார். உலகிலேயே மிகப் பெரிய தரை விரிப்பு உற்பத்தியாளரான இந்த நிறுவனம் உலக அளவில் 40 விழுக்காடு தரை ஓடுகளை விநியோகம் செய்கிறது.[10] 1994ஆம் ஆண்டு, அவரே தமக்குப் புலப்பட்டதாகக் குறிப்பிடும் உணர்வு என்னவெனில், நம்முடைய கோள், தன்னுடைய பேரக்குழந்தை களையும் சேர்த்து, மிகவும் ஆபத்தான சிக்கலில் மாட்டியுள்ளது; தன்னுடைய நிறுவனமும் இந்தச் சிக்கலுக்குப் பங்களிக்கிறது; கன்னி மூலப்பொருட்கள் மறுசுழற்சி செய்யப்பட்டப் பொருட்களால் மாற்றீடு செய்யப்படவேண்டும் என்று ஆண்டர்சன் தற்போது நம்புகிறார். நேர்க்கோட்டு ஒருங்கான 'எடுத்தல் - செய்தல் - கழிவுநீக்கல்' என்பது ஒரு வட்டதிலமைந்த 'மூடிய சுற்று' ஒருங்காக மாறவேண்டும் என்றும் அவர் கருதினார். (இதில் பொருட்கள் முடிவற்ற வகையில் மறு பயன் பாடோ வேறு வகைகளில் பயன்படுத்தப்பட்டோ கழிவு உற்பத்தி நீக்கப்படுகிறது.) மேலும், தொல்படிம எரிபொருட்கள் புதுப்பிக்கக் கூடிய ஆற்றலால் *(ரினிவபிள் எனர்ஜி)* மாற்றீடு செய்யப்பட வேண்டும்; அதிகக் கழிவு உண்டாக்கும் செயல் முறைகள் கழிவு உண்டாக்காத செயல்முறைகளாக மாறவேண்டும்; தொழிலாளர் உற்பத்தித் திறன் மூலப்பொருள் உற்பத்தித் திறனால் மாற்றீடு செய்யப்பட வேண்டும்.[11] சுருக்கமாகச் சொல்ல வேண்டுமென்றால், இங்கு அடுத்தத் தொழில் புரட்சி உள்ளது, குறைந்தபட்சம் பொருட்கள் மட்டத்திலாவது.

ஆண்டர்சன் இந்த நிறுவனத்தில் ஒட்டுமொத்த மாற்றங்களை ஏற்படுத்தினார். ஒரு பில்லியன் டாலர் பெட்ரோலிய-அடிப்படைத் தொழிலை ஒரு முறைப்படுத்தப்பட்ட சூழல்சார் தொழிலால் மாற்றுவது சாத்தியமானதுதான் என்பதை அந்த மாற்றங்கள் நிரூபித்தன. 1995ஆம் ஆண்டு அந்த நிறுவனத்தால் கொண்டுவரப்பட்ட சுழி-தாக்க இலக்குகள் நடைமுறைக்கு வந்ததிலிருந்து அந்த நிறுவனத்தில் தொல்படிம எரிபொருட்களின் பயன்பாடு, நீரின் பயன்பாடு, பசுமையில்ல வாயு வெளியீடு, கழிவு உற்பத்தி போன்றவையும் குறிப்பிடத்தக்க அளவு குறைந்துள்ளன. ஆனால், அதனுடைய விற்பனை மூன்றில் இரண்டு மடங்குகள் அதிகமாகியுள்ளது; லாபம் இரட்டிப்பாகியுள்ளது. இண்டர்ஃபேஸ் 148 மில்லியன் பவுண்டு (74,000 டன்கள்) அளவிலான

பயன்படுத்தப்பட்ட தரைவிரிப்புகள் குப்பைக்குழிகளை அடைவதை மாற்றியுள்ளது. 25 விழுக்காடுகளுக்கும் அதிகமான அதன் பொருட்கள் மீள்புதுப்பித்தலும், மறு சுழற்சியும் செய்யப்படக்கூடியவை. இந்த விழுக்காடு மேலும் வேகமாக வளர்கிறது என்று ஆண்டர்சன் கூறுகிறார். சுழி-கழிவு இலக்கைக் கடைப்பிடித்தலின் மூலம் அடக்க விலைகளில் இண்டர்ஃபேஸ் சேமித்த 400 மில்லியன் டாலர் அதனுடைய செயல்முறைகளையும் வசதிகளையும் மாற்றுவதற்கான அனைத்து அடக்கவிலைச் செலவுகளையும் கொடுத்துவிட்டது.[11] ஆண்டர்சனின் கூற்றுப்படி நிறுவனத்தின் 'உற்பத்திப் பொருட்கள் எப்பொழுதும் இருந்த மாதிரியே தொடர்ந்து மிகச் சிறப்பாக இருக் கின்றன; ஏனெனில், முறைப்படுத்தப்பட்ட வடிவமைப்புகள் எதிர் பாராத புதுமையாக்கங்களைக் கொடுத்துள்ளன. பங்கிடப்பட்ட, உயர்ந்த இலக்கு ஒன்றைச் சுற்றி தொழிலாளர்கள் முடுக்கிவிடப் பட்டுள்ளனர்; அதிக சிறப்பு கொண்ட மக்கள் இங்கு வேலைக்கு விண்ணப்பிக்கின்றனர்; மிகச்சிறந்தவர்கள் இங்கு நிலைத்து நின்று ஒரு குறிக்கோளோடு செயல்படுகின்றனர். முறைப்படுத்தப்பட்ட வளர்ச்சியில் செலுத்தப்பட்ட எங்களுடைய கவனத்தால் சந்தையில் உருவாக்கப்பட்ட நல்ல பெயரை எந்தவித விளம்பரமும் அல்லது சந்தையாக்கச் செலவும் உருவாக்க முடியாது.' இண்டர்ஃபேஸ் எடுத்துக்காட்டு 'சூழலுக்கும் பொருளாதாரத்திற்கும் இடையேயான பொய்விருப்பத் தேர்வு பற்றியக் கட்டுக் கதையைப் போக்குகிறது... ஒரு அதிக பெட்ரோலியப் பயன்பாட்டு நிறுவனமான நாங்களே இதைச் செய்ய முடியுமென்றால், வேறு எவரும் இதைச் செய்ய முடியும். வேறு எவராவது இதைச் செய்ய முடியுமென்றால் ஒவ்வொருவரும் இதைச் செய்ய முடியும்.'[11]

பசுமை வணிக வல்லுநர்கள் அடிக்கடிக் கூறுவது என்னவெனில், இன்று பல பெரிய நிறுவனங்களில் பெரிய அளவு உற்பத்திக்குக் காரண மாக சில நம்பிக்கையூட்டும் விஷயங்கள் உள்ளன என்பதுதான். உலகம் முழுவதும் பல விநியோகஸ்தர்களைக் கொண்ட ஒரு பெரிய நிறுவனம் அதிக அளவு பசுமைத் தரங்களை வேண்டினால் – எடுத்துக் காட்டாக, பீவிசியால் ஆன பொட்டலங் கட்டுதலைத் தடை செய்ய விரும்பினால் – அதன் வழங்கல் சங்கிலி முழுவதுமே ஒரு சிற்றலை விளைவு ஏற்படும்; (நேரடியான) நல்ல மாற்றங்களைப் பரப்பும்; வழங்குபவர்கள் இந்தப் புதிய வேண்டல்களை ஏற்பதற்கான வழிமுறைகளைக் கடைப்பிடிப்பார்கள். பசுமை வணிக ஆர்வலர்கள் மேலும் சுட்டிக்காட்டுவது என்னவெனில், பெரிய நிறுவனங்கள் தம்முடைய பொருளாதார அளவைப் பயன்படுத்தி நிக் ஹோால் புட்ஸ், வால்மார்ட் போன்றவை செய்தது போன்று சூழல் மேம்பாட்டுத்

திட்டங்களுக்குப் பண உதவி செய்யலாம். எனினும், இந்த வாதங்களால் சொல்லப்படாதவை என்னவெனில், அந்த வணிகங்களின் அடிப்படை, தொடர்ந்து அதிக பொருட்களை உற்பத்திச் செய்வதும் விற்பதும்தான். இது ஏற்கனவே உள்ள பொருட்களைக் குப்பைக் கூளமாக்கி மேலும் பொருட்கள் உற்பத்தியாவதற்கு வழிவகுக்கும்.

இண்டர்ஃபேஸ் பற்றி என்னை மிகவும் கிளர்ச்சியுறச் செய்தது என்னவெனில், வணிகத்தின் வேலை மேலும் அதிக உற்பத்திப் பொருட்களை உற்பத்தி செய்து விற்பதுதான் என்ற அந்த அடிப்படைக் கருத்துருவை மாற்றுவதில், எப்படி அந்த நிறுவனம் பரிசோதனை செய்கிறது என்பதுதான். வணிக சிந்தனையுடைய மக்களே, கவனியுங்கள்! இது ஒரு முக்கியமான, பெரிய புதுமையாக்கமாகும்.

இண்டர்ஃபேஸ் ஒரு பாரம்பரிய சில்லறை வணிக முன்மாதிரியின் அடிப்படையில் கட்டமைக்கப்பட்டதாகும். வாடிக்கையாளர்கள் தரை விரிப்புகளை வாங்குகிறார்கள். அது தேய்மானம் அடையும்போது மக்கள் அதைத் தூக்கி எறிகிறார்கள் (அது ஒரு குப்பைக்குழியையோ, சாம்பலாக்கியையோ அடைகிறது). பின்பு ஒரு புதிய தரைவிரிப்பை வாங்குகிறார்கள். ஒவ்வொரு ஆண்டும் மிக அதிக எண்ணிக்கையில் பயன்படுத்தப்பட்டு, விலக்கப்பட்டத் தரைவிரிப்புகள் குப்பைக்குழியை அடைவதைக் கண்டு ரே ஆண்டர்சன் கவலையுற்றார். பெரும்பாலான தேய்மானம் தரைவிரிப்பின் ஏறத்தாழ 20 விழுக்காட்டுப் பரப்பில்தான் ஏற்படுகிறது என்பதையும் அவர் உணர்ந்தார். எனினும், மொத்தத் தரைவிரிப்பும் கிழித்தெறியப்படுகிறது. இது தொடர்பாக இரண்டு விஷயங்களைப் பற்றித் தீவிர சிந்தனை மேற்கொண்டார்: 1. தரை விரிப்புகள் தனித்தனி அலகுகளால் ஆனதாக வடிவமைக்கப்பட்டால் (மாற்றீடு செய்யப்படக்கூடியப் பகுதிகளாக ஆக்கப்பட்டிருந்தால்) தேய்மானம் அடைந்த பகுதிகளை மட்டும் மாற்றலாம்; 2. வியாபார நிறுவனத் தரைவிரிப்புப் பயன்பாட்டாளர்கள் அதைச் சொந்தமாக்கிக் கொள்ள விரும்பாமல் அதனால் கொடுக்கப்படும் சேவையை மட்டுமே விரும்பினால் (எடுத்துக்காட்டாக, ஓசைக்குறைப்பு அல்லது கவர்ச்சிகரமான உள்ளிடம்), அதற்குத் தகுந்த முடிவுகளை எடுத்தல். எனவே, அவருடைய வணிக நிறுவனம் தரைவிரிப்பு ‘அலகுத் துண்டுகளை’ விற்பனை செய்யத் தொடங்கியது. தரை விரிப்புகளைக் குத்தகைக்குக் கொடுப்பதைச் சோதனை செய்து பார்த்தது. தன்னுடைய சொந்த நகல் எடுக்கும் கருவியை எப்படி ஒரு நிறுவனம் ஒருவருக்குக் குத்தகைக்குக் கொடுத்து சேவை செய்கிறதோ அதே போன்று இந்த நிறுவனமும் செயல்பட்டது.[12]

1995ஆம் ஆண்டு இண்டர்ஃபேஸ் தன்னுடைய என்றும் பசுமைக் குத்தகைத் திட்டத்தைத் தொடங்கி தரையை மூடும் தரைவிரிப்புச்

சேவையை விற்கத் தொடங்கியது; உண்மையான தரைவிரிப்பை யல்ல. ஒரு தரைவிரிப்பை மிக அதிக விலை கொடுத்து ஒருமுறை வாங்குவதற்குப் பதிலாக வணிக நிறுவனங்கள் மாதாந்திர வாடகைத் தொகை ஒன்றைக் கொடுத்துத் தரைவிரிப்புச் சேவையைப் பெற முடிந்தது; இதன் கூடவே பழுதுபார்ப்பு வசதியும், அதன் பராமரிப்பு வசதியும் கொடுக்கப்பட்டன. அந்தத் தரைவிரிப்பு அதன் வாழ்நாள் முடிவை அடையும் தருணத்தில் அந்த நிறுவனம் அதை என்ன செய்வது என்று நிச்சயமாகக் கவலைப்பட வேண்டியதில்லை. இண்டர்ஃபேஸ் அதை மீண்டும் எடுத்துக்கொண்டு, மறுசுழற்சி செய்து, சூழல் வளையத்தை மூடிவிடும்.[13]

இது மிகவும் சிறந்த கருத்தாகும். இதில் மிக அதிகமான சூழல் நன்மைகளும் பொருளாதார நன்மைகளும் உள்ளன. இது ஒரு செப்பனிடும் நிகழ்விலிருந்து ஒரு பெரிய மாற்றம் நோக்கிய செயலாகும். ஆனால், இந்த மாற்றம் (இதுவரை) மற்றவர்களால் ஏற்கப்படவில்லை. இதில் உள்ள பல தணிக்கைப் பிரச்சினைகளும், வரிச் சட்டங்களும், நிறுவனத் தடைகளும், எண்ணெய் போன்ற மூலப்பொருட்களுக்குக் கொடுக்கப்படும் மானியங்களும் குத்தகை முன்மாதிரியைப் பொருத்து வதற்குக் கடினமான தடைகளாக உள்ளன. எனினும், ஆண்டர்சன் இந்தக் கருத்தை விடுவதாக இல்லை. இதற்கான நேரம் நிச்சயமாக வரும் என்று அவர் நம்பிக்கை கொண்டுள்ளார்; மூலப்பொருட்கள், எண்ணெய் போன்றவற்றின் விலை கூடும்போது இதற்கான நேரம் வரும்.

வால்மார்ட்டுக்குச் சொந்தமான டிவிடி கருவியை நீங்கள் குத்தகைக்கு எடுப்பதாகக் கற்பனை செய்து பாருங்கள். அப்பொழுது, நாம் உண்மை யில் ஒரு டிவிடி கருவியைச் சொந்தமாக்கிக் கொள்ள வேண்டும் என்ற அவசியமில்லை. நமக்குத் தேவை டிவிடியைக் காண்பதற்கான ஒரு வழிமுறைதான். இந்தக் கருவி உடைந்தால்/பழுதடைந்தால் வால்மார்ட் அதனை எடுத்துச்சென்று பழுது பார்க்கும். இதனால் 100 விழுக்காடு அகற்றப்பட வேண்டிய ஒரு கருவிக்குப் பதிலாக, அலகுத்தன்மை (யூனிட் கேரக்டர்) வாய்ந்த, பழுது பார்க்கத்தக்க, மேம்படுத்தக்கூடிய ஒரு டிவிடி கருவியை வடிவமைப்பதற்கான ஒரு நிதி சார் தூண்டலை அவர்கள் பெறுவார்கள். இந்த மாற்றம் ஒவ்வொரு வாரமும் நாம் நம்முடைய வீட்டுக் குப்பைத் தொட்டியில் போடும் குப்பையின் உள்ளடக்கப் பொருட்களின் மேல் எந்த அளவு தாக்கத்தை ஏற்படுத்தும் என்பதை நினைத்துப் பாருங்கள்.

நகராட்சித் திடக் கழிவு (எம்எஸ்டபிள்யூ)

இன்றைய உலகில், குறிப்பாக அமெரிக்காவில், நாம் டன் கணக்கில் பொருட்களைத் தூக்கி எறிகிறோம். ஒரு பொருளை எப்படிப் பழுது

பார்ப்பது என்று நமக்குத் தெரியாத போது, புதிய பொருட்களுக்கு இடமளிக்க நாம் விரும்பும்போது, அல்லது பழைய பொருட்களின் மீது நமக்கு வெறுப்பு ஏற்படும் போது அவை வெளியே தூக்கி எறியப்படுகின்றன. நமக்குத் தேவைப்படும்வரை ஒரு பொருளைச் சேமிப்பதைவிட, அதைப் பின்னால் வேறொன்றால் மாற்றீடு செய்து கொள்ளலாம் என்று நினைத்துக்கொண்டு நாம் சில சமயம் பொருட் களைத் தூக்கி எறிகிறோம். சில சமயங்களில் பொருட்களைத் தூக்கி எறிவதை ஒரு பேதி மருந்து செயல் போன்றுகூட கருதுகிறோம். உற்பத்திப் பொருட்களை வீட்டை விட்டுத் தூக்கியெறிந்த நாளை ஒரு பலன் தரக்கூடிய நாளாகக்கூட கருதி நம்மை நாமே வாழ்த்திக் கொள்கிறோம்.

நாம் குப்பைக் கூளம் என்று பொதுவாக நினைக்கும் ஒவ்வொன்றும் – பொட்டலத்திலிருந்து, புறக்கடைக்கழிவு, உடைந்த பொருட்கள், கெட்டுப்போன உணவு அல்லது மறுசுழற்சி செய்யக்கூடிய பொருட்கள் போன்றவை மட்டுமின்றி, நம்முடைய வீட்டு வெளிச்சுவர் அருகில் உள்ள குப்பைத் தொட்டியில் சேரும் பொருட்களும் – ஒன்று சேர்ந்து நகராட்சித் திடக்கழிவு *(முனிசிபல் சாலிட் வேஸ்ட் - எம்எஸ்டபிள்யூ)* என்று நாம் அழைக்கும் கழிவாகக் கருதப்படுகிறது. உற்பத்தி பற்றி நாம் இயல் 2இல் எடுத்துக்காட்டிய, நுகர்வோர் பொருட்களாக முடிவடை கின்ற, அனைத்து மோசமான உட்கூறுகளும், பாதரசம், ஈயம், தீப்பிடிப்பு எதிர்ப்புப் பொருட்கள், உயிரிக்கொல்லிகள் போன்ற எண்பதாயிரம் இதர வேதிப்பொருட்களும் எம்எஸ்டபிள்யூ வரிசையில் சேர்ந்தவையாகும்.

மறுசுழற்சித் தொழிலிலும் மறுபயன்பாட்டுத் தொழிலிலும் உள்ள சிலர் சுட்டிக் காட்டுவது என்னவெனில் 'நகராட்சித் திடக்கழிவு' என்ற சொற்றொடர் அதனுடைய பயன்பாட்டை இழந்துவிட்டது என்றும் அது மக்கள் தூக்கியெறியும் மதிப்புள்ள பொருட்களைப் பற்றி வேறு விதமாக நினைப்பதை உண்மையில் தடை செய்கிறது என்றும் தான். கலிஃபோர்னியாவின் பெர்க்கிலி நகரைச் சேர்ந்த முதன்மை மறுபயனீட்டு மையமான அர்பன் ஓர் என்ற அமைப்பின் கூட்டு நிறுவனரான டான் நாப், எம்எஸ்டி என்ற மாற்றுக் கருத்துருவைப் பயன்படுத்துமாறு வலியுறுத்தி வருகிறார்: 'நகராட்சி வழங்கும் விலக்கப்பட்ட பொருட்கள்' *(முனிசிபல் சப்ளை ஆஃப் டிஸ்கார்ட்ஸ்)* அல்லது எம்எஸ்டி. 'கழிவு' குறிப்பிடுவது போன்று எம்எஸ்டி ஒரு எதிர்மறைச் சுட்டினால் குறிப்பிடப்படவில்லை' என்று நாப் விளக்கு கிறார்.[21] எனக்கு நாப்பின் கருத்து பிடித்திருக்கிறது; எவரோ ஒருவர் ஏதோவொன்றை விலக்கிவிட்டார் என்பதால் மட்டுமே அந்தப் பொருளுக்கு எந்த மதிப்புமில்லை என்று கருதக்கூடாது. எனினும், நான் 'எம்எஸ்டபிள்யூ' என்ற சொல்லை இங்குப் பயன்படுத்தியுள்ளேன்;

இந்தச் சொல்லைப் பயன்படுத்தும் அமெரிக்கச் சூழல் பாதுகாப்பு நிறுவனத்தின் *(இபீஏ)* தரவுகளையும் தொழிற்சாலைகளின் தரவுகளையும் நான் பெருமளவுப் பயன்படுத்துவதால், நானும் இந்தச் சொல்லைப் பயன்படுத்துகிறேன்.

*1960*ஆம் ஆண்டு அமெரிக்காவில் *88* மில்லியன் டன்கள் அளவுக்கான எம்எஸ்டபிள்யூவை உண்டாக்கினோம். அதாவது, ஒரு நாளைக்கு ஒருவருக்கு *2.68* பவுண்டுகள். *1980*ஆம் ஆண்டு, இது ஒவ்வொருவருக்கும் *3.66* பவுண்டுகளாக உயர்ந்தது; மறுசுழற்சி வீட்டளவில் பயன்படுத்தப்படும் சொல்லாக மாறிய *1999*ஆம் ஆண்டில் நாம் தற்போதைய தகை வேகத்தைவிட சற்றே குறைந்த அளவான *4.55* பவுண்டுகளை எட்டினோம். சூழல் பாதுகாப்பு அமைப்பின் *(இபீஏ)* படி *2007*ஆம் ஆண்டில் அமெரிக்கர்கள் *254* மில்லியன் டன்கள் அளவுக்கு நகராட்சித் திடக்கழிவை உண்டாக்கினர். இது ஒரு நாளைக்கு, ஒருவருக்கு *4.6* பவுண்டுகள் ஆகும்![14] கனடா *(1.79* பவுண்டுகள்/ஒரு நாளைக்கு*)*, நார்வே *(2.30)*, ஜப்பான் *(2.58)* அல்லது ஆஸ்திரேலியா *(2.70)* சராசரிகளோடு இதனை ஒப்பிட்டுப் பாருங்கள். சைனாவில் இந்த எண் ஒரு நாளைக்கு *0.70* பவுண்டுகள்தான்.[15]

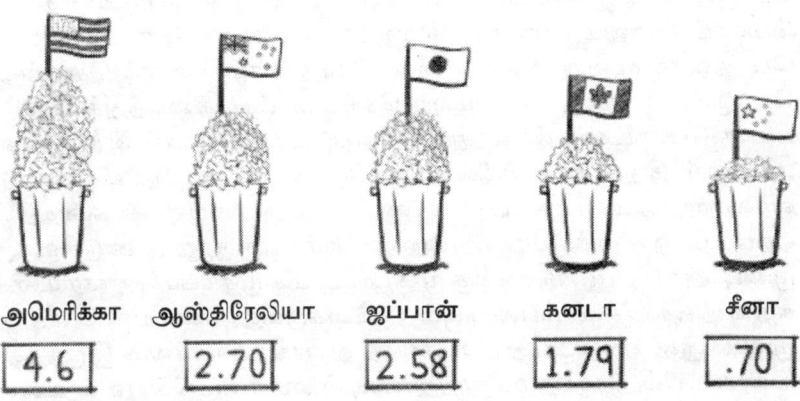

ஒரு தனிமனிதருக்கான குப்பைக் கூள உற்பத்தி

ஒரு நாளைக்கு ஒருவருக்கான சராசரி பவுண்டுகள்

ஆதாரம். *ஐநா புள்ளி விவரப் பிரிவு, ஸ்டாடிஸ்டிக்ஸ் கனடா* தரவுகளின் அடிப்படையிலும் *இண்டெக்ஸ் முண்டி* தரவுகளின் அடிப்படையிலும் அமைந்தது. இந்த இயலின் 24ஆவது குறிப்பைக் காணவும்.

நம்முடைய நகராட்சிக் கழிவில் உண்மையில் எந்த உட்கூறுகள் உள்ளன? அமெரிக்காவில் உள்ள நிலைமை பற்றிப் படத்தில் காண்க.

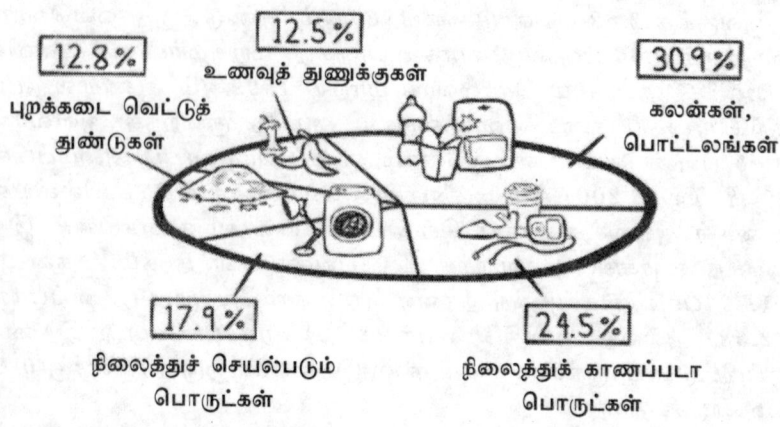

அமெரிக்க வீட்டுக் குப்பைக் கூளம்
(நகராட்சித் திடக்கழிவு)

ஆதாரம். யூஎஸ் என்வைரென்மெண்டல் புரோடக்ஷன் ஏஜென்ஸி, 2007.

இபீஏ-இன்படி, நகராட்சித் திடக்கழிவின் மொத்த எடையில் ஏறத்தாழ நான்கில் மூன்று பங்கு உற்பத்திப் பொருட்களாலும் – அதாவது, வடிவமைக்கப்பட்டு, உற்பத்தி செய்யப்பட்டு (பொதுவாக, பல பொருட்களின் இணைப்பால்) விற்கப்பட்ட பொருட்களாலும் – திடப் பொருட்களாலும் ஆனவை. இவற்றில் கலன்கள், பொட்டலங்கள், பொதுவாக மூன்று ஆண்டுகளை மிகாத வாழ்நாளைக் கொண்ட பொருட்கள் என்று வரையறை செய்யப்பட்ட நிலைத்துச் செயல் படாத பொருட்கள், நிலைத்துச் செயல்படும் பொருட்கள் போன்றவை அடங்கும். இந்தக் கலவையில் உள்ள பொருட்களின் இந்த விழுக்காடு, வரலாற்று அடிப்படையில் காணும் போது, குப்பைக் கூளத்தில் ஏற்பட்ட ஒரு முக்கியமான மாற்றமாகும். ஒரு நூறு ஆண்டுகளுக்கு முன்பு, அறுபது ஆண்டுகளுக்கு முன்புகூட, மிக முக்கியமான நகராட்சிக் கழிவு நிலக்கரிச் சாம்பலாகவும் (சூடாக்குவது, சமையல் செய்வது மூலம் இது ஏற்பட்டது), உணவுத் துணுக்குகளாகவும் இருந்தது. உண்மையில், இருபதாம் நூற்றாண்டில் எம்எஸ்டபிள்யூவில் உள்ள பொருட்களின் எண்ணிக்கை 10 மடங்கிற்கும் அதிகமாக உயர்ந்துள்ளது; அதாவது, ஒரு ஆண்டிற்கு, ஒருவருக்கு 92இல் இருந்து 1,242 பவுண்டு உற்பத்திப் பொருட் கழிவு அதிகரித்துள்ளது.[16]

குப்பைக் கூளத்திலுள்ள உற்பத்திப் பொருட்களின் பெரும் அதிகரிப்பு எந்தவித வியப்பையும் அமெரிக்காவில் உள்ள பெரும்பாலான மக்களுக்குக் கொடுத்திருக்காது. நுகர்வோர் பொருட்கள் மிகவும் அதிகமாகவும், ஓரளவுக்கு மலிவாகவும் இருப்பதால் பொருட்களைப் பழுதுபார்ப்பதைவிட அவற்றை மாற்றீடு செய்வது உண்மையிலேயே மிகவும் எளிது, மலிவானது. இந்த உண்மை பற்றிய டஜன் கணக்கான எடுத்துக்காட்டுகளை நாம் அனைவரும் கொண்டிருக்கிறோம். என்னுடைய விசிஆர் (இதைப்பற்றி உங்களுக்கு நினைவிருக்கிறதா?) செயலிழந்தபோது, ஒரு பழுதுபார்ப்பாளர் அதைப் பார்ப்பதற்கு எனக்கு 50 டாலர் செலவு ஏற்பட்டது. ஆனால், ஒரு புதிய டிவிடி கருவி 39 டாலர் மட்டுமே. என்னுடைய கம்பளி மேலாடையின் ஜிப் உடைந்தபோது ஒரு புதிய ஜிப்பை அதில் தைப்பதற்கு 35 டாலர் எனக்குச் செலவாயிற்று. ஆனால் இதற்குப் பதிலாக ஒரு புதிய ஆடையை இதே விலைக்கு நான் வாங்கியிருக்க முடியும். நான் ரேடியோஷாக் கடையில் 4.99 டாலருக்கு வாங்கிய ஒரு சிறிய ரேடியோவின் செவிப்பேசி *(இயர்ஃபோன்)* உடைந்தது. இது பெரிய வியப்பைக் கொடுக்கிறதா? இதில் பிரச்சினை எதுவுமில்லை என்று நான் நினைத்தேன். நானே என்னுடைய மேஜை இழுப்பறையில் இருந்த இதர உடைந்த மின்னணுச் சாதனங்களிலிருந்து இதைப் பழுது பார்த்துவிடலாம் என்று நினைத்தேன். ஆனால், எனக்கு அதிர்ஷ்ட மில்லை. மொத்த ரேடியோவும் ஒரே கூறாக இருந்தது, ஸ்க்ரூ ஆணி களாலோ, அழுத்தி மூடும் விதமோ *(ஸ்நாப்ஸ்)* இது இணைக்கப்பட வில்லை. எனவே, இதன் ஒரு பகுதி உடைந்தால்/செயலிழந்தால் – முகப்புத் தட்டு, சட்டகம் அல்லது காது கருவி *(இயர்பட்)* – அதை மாற்றீடு செய்ய முடியாது; அல்லது பழுதுபார்க்க முடியாது. *கன்ஸ்யூமர் ரிபோர்ட்ஸின்* படி 2003க்கும் 2006க்கும் இடையில் விற்கப்பட்ட பயன்பாட்டுப் பொருட்களில் (பாத்திரம் கழுவும் சாதனம், துணி துவைக்கும் கருவி, சமையல் எரிவாயுச் சாதனங்கள்) குறைந்தபட்சம் ஐந்தில் ஒன்று மூன்று ஆண்டுகளுக்குள் உடைந்துவிடக் கூடியதாக இருந்தன; மேலும், ஐஸ்கட்டிக் கருவியும் பகிர்வு அமைப்புகளும் *(டிஸ்பென்சர்ஸ்)* கொண்ட மூன்றில் ஒரு குளிர்பதனப்பெட்டிகள் அதே மூன்றாண்டுகளுக்குள் பழுதுபார்க்கப்பட வேண்டியதாக அமைந்தன.[17]

என்னுடைய, பல ஆண்டுப் பழமையானக் குளிர்சாதனப் பெட்டியை கடந்த ஆண்டு மாற்ற வேண்டியிருந்தது. இது மிக அதிகமான ஆற்றல் திறன் கொண்டது என்ற அடிப்படையில் அது என்னால் வாங்கப்பட்டது. ஆனால், வாங்கிய முதல் நாளிலிருந்தே அதன் ஐஸ் உற்பத்திச் சாதனம் சரியாகச் செயல்படவில்லை. முதல் தொண்ணூறு நாட்களில் பழுது பார்ப்பவர் மூன்று முறை தனித்தனியாக அதைப்

பழுதுபார்க்க வந்தார். இதன் பின் அதனுடைய உத்தரவாதக் காலம் முடிந்துவிட்டது என்பதால் அவர் வருவதை நிறுத்திவிட்டார். அவருடைய மூன்றாவது வருகையின் போது நாங்கள் இருவரும் ஒருவருக்கொருவர் நன்கு அறிமுகமாகிவிட்டோம். தற்போது இன்றைய குளிர்சாதனப் பெட்டிகளின் முக்கியக் கூறாக விளங்கும் மின்னணுச் சாதனங்களைப் பற்றிய தன்னுடைய வெறுப்பை அவர் என்னுடன் பகிர்ந்துகொண்டார். சில குளிர்சாதனப் பெட்டிகளின் கதவு களில் சிறிய திரைகொண்ட தொலைக்காட்சிக் கருவிகூட உள்ளது. பெருமூச்சு விட்டுக்கொண்டே அவர் என்னிடம் கூறினார்: 'நான் ஒரு குளிர்சாதனப் பெட்டி பழுதுபார்ப்பவன்; கணினி தொழில்நுட்பம் அறிந்தவன் அல்ல; நிச்சயமாகத் தொலைக்காட்சிக் கருவியைப் பழுது பார்ப்பவனும் அல்ல.' இதனை மாற்றுவதற்கு என்னுடைய நான்காவது கிரேடு படிக்கும் மகள் கல்லூரிக்குச் செல்லும்வரை பொறுத்திருக்கலாம் என்ற எண்ணத்தோடு, இந்தக் குளிர்சாதனப் பெட்டி எவ்வளவு காலம் செயல்படும் என்று நான் அவனைக் கேட்டபோது, அவன் கூறினான்: 'முன்பெல்லாம் இவை இருபது, முப்பது ஆண்டுகள் செயல்படும்; ஆனால், தற்போது இவை ஐந்து ஆண்டுகள் செயல்பட்டாலே நீங்கள் அதிர்ஷ்டசாலிதான்.' இதற்குக் காரணம் என்னவென்று கேட்டபோது, அவன் தன்னுடைய தலையைக் குளிர்சாதனப் பெட்டியின் பனி அறையிலிருந்து வெளியில் நீட்டி, சற்று நேரம் கழித்து என்னைப் பார்த்துக் கூறினான்: 'நீங்கள் ஒன்றை அறிய வேண்டும்; அது வேடிக்கை யானது என்றாலும் நீங்கள் புதியது ஒன்றை விரைவில் வாங்க வேண்டும் என்பதுதான் அவர்களின் விருப்பம்.'

இன்று அமெரிக்காவில் இதுதான் வழக்கமாக உள்ளது. இந்த வகைப் பொருட்களை மேலும் உற்பத்தி செய்வதற்கு பலர் ஈடுபடாமல் இருப்பதால் இவற்றைப் பழுது பார்ப்பதற்குத் திறனுள்ள சிலரே உள்ளனர்! பொருட்களைப் பழுதுபார்ப்பதில் நம்முடைய திறனின்மையும் அவற்றை எளிதில் மாற்றிக்கொள்ளும் நிலையும் ஒன்று சேர்ந்து மிகவும் நல்ல பொருட்களை எளிதாகக் கழிவாக மாற்றும் தவறை நாம் செய்துவிடுகிறோம். உலகின் வேறுபகுதிகளில் பழுதுபார்ப்பது நிச்சயமாக நன்கு மேற்கொள்ளப்படுகிறது. என்னுடைய வங்கதேச நண்பர்கள் தம்முடைய உடைகளை நீண்டநாள் பயன்படுத்து கிறார்கள்; நாகரிகப் போக்கு மிகவும் வலுவாக மாறும்போதுதான் பழைய உடைகளின் எண்ணிக்கையைக் குறைக்கிறார்கள். ஏனெனில், அவர்களில் பலருக்கு துணி தைக்கத் தெரியும்; மற்றும் அண்டைப் பகுதிகளில் நிறைய தையல் கடைகளும் உள்ளன. அறைக்கலன் துணி அல்லது ரெக்சின் நிறமிழக்கும் போதோ, கிழியும்போதோ அவை மட்டுமே மாற்றப்படுகின்றன – மொத்த நாற்காலியோ, மஞ்சமோ அல்ல.

இந்தியா முழுவதும் பல சிறிய கடைக்காரர்கள் உள்ளனர்; சில சமயம் நடைப் பாதையில் ஒரு ஜமுக்காளத்தைக் கூரை போன்று போட்டுக் கொண்டு. இவர்கள் மிகவும் திறமையாக உடைகளையும், காலணிகளையும், மின்னணுச் சாதனங்களையும் பழுதுபார்க்கிறார்கள். இந்தியாவில் என்னுடைய இரண்டு நீலநிற ஜீன்கள் முழங்காலுக்கருகே கிழிந்துவிட்டன. இவற்றை கல்கத்தா நகரின் பக்கவாட்டுத் தெரு ஒன்றில், ஒரு உயர்ந்த சிமெண்ட் மேடையில் ஒரு சதுரமீட்டர் அளவே கடையை வைத்திருந்த தையல்காரரிடம் எடுத்துச் சென்றேன். நாள் முழுவதும் கால்களைச் சம்மணம் போட்டுக் கொண்டு மக்களின் உடைகளைப் பழுதுபார்த்துக் கொண்டும், தன்னுடைய அண்டைக் கடைக்காரர்களுடனும் வாடிக்கையாளர்களுடனும் தேநீர் பகிர்ந்து கொண்டும் அவர் இருந்தார். ஒரு மணி நேரம் கழித்து என்னுடைய ஜீன்களைத் திரும்பப் பெறச் சென்றபோது, நான் மிகவும் வியப்புற்றேன். உண்மையில், அவர் கிழிசலின் மேல் ஒரு துணிப்பட்டையைக்கூட பொருத்தாமல், ஜீனைக் கிழிசல் தெரியாதபடி மீண்டும் தைத்திருந்தார். அதற்குப் பின், அமெரிக்காவிலிருந்து இந்தியா வந்த ஒவ்வொரு முறையும் நான் பெட்டி நிறையக் கிழிந்த துணிகளையும், அறுந்த காலணிகளையும், பழுதடைந்த கேமராக்களையும், இதர மின்னணுச் சாதனங்களையும் பழுதுபார்க்க எடுத்துவரப் பழகிக் கொண்டேன். இவற்றைச் சரியாகப் பழுதுபார்க்க இந்தியாவில் நிச்சயமாக எவராவது இருப்பார்கள் என்று எனக்குத் தெரியும். அமெரிக்காவில் இவை யனைத்தும் குப்பைக் கூளங்களாய் மாறியிருக்கும்.

பழுதுபார்த்தல் அமெரிக்காவில் மீண்டும் திரும்பும் என்பதற்கான அறிகுறிகள் தென்படுகின்றன. வீட்டு உபயோகப் பொருட்கள், நுகர்வோர் மின்னணுப் பழுதுபார்ப்பு மையங்கள் பற்றிய வருடாந்திர தரவுகளைச் சேகரிக்கும் பழுதுபார்ப்பு சேவையாளர் சங்கத்தின் (புரஃபஷனல் சர்வீசஸ் அசோசியேஷன்) கூற்றுப்படி, 2008இல் ஏற்பட்ட பொருளாதாரச் சிதைவின் காரணமாக, கடந்த பதினான்கு ஆண்டுகளில் முதன்முறையாக, நுகர்வோர் மின்னணுச் சாதனப் பழுதுபார்ப்பு மையங்களின் எண்ணிக்கை அதிகரித்தது; 2002ஆம் ஆண்டுக்குப் பிறகு வீட்டு உபயோகப் பொருட்களின் பழுதுபார்ப்பு மையங்களும் முதன்முதலில் அதிகமாயின.[18] நீண்ட நாள் சரிவுக்குப்பின்பு காலணிப் (ஷூ) பழுதுபார்ப்புக் கடைகளும் ஓர் அதிகரிப்பைப் பெற்றுள்ளன. மிகப் பெரிய பொருளாதாரப் பின்னடைவின் போது அமெரிக்காவில் 120,000 காலணிப் பழுதுபார்ப்புக் கடைகள் இருந்தன. ஆனால், இன்று 7,000 மட்டுமே உள்ளன;[19] எனினும், 2008இல் பொருளாதாரச் சிதைவு தொடங்கியதிலிருந்து இவற்றில் பல 50 விழுக்காடு கூடுதல் வியாபாரத்தைப் பதிவு செய்துள்ளன. 2009ஆம் ஆண்டு கான்சாஸின் டோபிகா என்ற இடத்தில் உள்ள ராய்டர் காலணிப் பழுதுபார்ப்புக் கடையின் சொந்தக்காரரான ரோண்டா ஜென்சன் ஒரு நாளைக்குப் பழுதுபார்த்தல் எண்ணிக்கை முப்பத்து ஐந்திலிருந்து ஐம்பதாக அதிகமாகியுள்ளது என்று பதிவு செய்துள்ளார்: 'பொருளாதாரம் மோசமாகும்போது மக்கள் தம்முடைய காலணிகளைப் பழுதுபார்க்க அனுப்புவதால் எங்களுடைய கடைக்கு வரும் மக்களின் எண்ணிக்கையும் அதிகமாகிறது. அந்தக் காலணியைத் தூக்கி எறிவதற்குப் பதிலாக அவர்கள் அதைப் பழுதுபார்க்க விரும்புகிறார்கள்.'[20]

பொட்டலமாக்கல்

அமெரிக்காவில் நாம் வீணடிக்கும் மிகப்பெரிய, கவலையளிக்கும் சாதனங்கள் பொருட்கலன்களும் (கண்டய்னர்ஸ்) பொட்டலங்களும் தான். 'பொருட்கள்' என்ற தலைப்பில் இந்த இரண்டு உற்பத்திப் பொருட்களும் சேர்க்கப்பட்டிருப்பதில் நீங்கள் வியப்பும் அடையலாம். ஆனால், இந்தச் சேர்க்கை சரியானதுதான். ஏனெனில், இவை எவரோ ஒருவரால் வடிவமைக்கப்பட்டு, இந்த நோக்கத்திற்காகவே உண்டாக்கப்பட்டவையாகும் (உங்களுக்குப் பொதுவாக தேவைப்படுவது ஒரு ஜாடிக்குள் அடைக்கப்பட்டுள்ள நிலக்கடலை வெண்ணெய்தான்; ஜாடியல்ல; அல்லது எம்பீ3 பிளேயர்தானேயொழிய இதைச் சுற்றியுள்ள பிளாஸ்டிக் உறையல்ல; அல்லது முடிநீக்கி நுரைதானேயொழிய

அதனுடைய உலோக டப்பி அல்ல.) ஆனால், வணிக நிறுவனங்கள் இவற்றை வடிவமைத்து, உற்பத்தி செய்வதற்கான காரணம் வாடிக்கை யாளர்களை வசீகரிக்கத்தான் – சில நேரங்களில் வெளிப்படையாக, சில நேரங்களில் மறைமுகமாக; அதற்குள் என்ன இருந்தாலும். சில உணவுகள் அல்லது மென்மையான பொருட்களைப் பொறுத்தவரை, பொட்டலங்கள் அவற்றைப் புத்தம் புதியதாகவோ மாற்றமடையாமல் அப்படியே வைத்துக்கொள்ளவோ பயன்படுகின்றன. ஆனால், அவ்வாறிருந்தும் வாடிக்கையாளர்களை ஈர்ப்பதுதான் தொடர்ந்து பொட்டல வடிவமைப்பாளர்களின் முதன்மை இலக்காக உள்ளது.

த வேஸ்ட் மேக்கர்ஸ் என்ற நூலில், வோன்ஸ் பக்கார்டு, சில சந்தை உளவியலாளர்களை மேற்கோள் காட்டி, பொட்டலத்திற்குள் ஒரு பெல்ட் உள்ளடைக்கப்பட்டு விற்கப்படுவதை நியாயப்படுத்தியுள்ளார்: 'பொதுவாக ஒரு பெண் ஓர் அலமாரியிலிருந்து ஒரு பெல்ட் தொங்கிக் கொண்டிருப்பதால் ஈர்க்கப்படமாட்டாள்... அது ஈர்க்கமுடியாத, விரும்பத்தகாத ஒன்றாகும். ஒரு இயல்பான, ஆரோக்கியமான, ஆற்றல் மிகுந்த பெண்ணுக்குத் தொங்கிக் கொண்டிருக்கும் ஒரு பெல்ட் உயிர்ப்புத் தன்மை அல்லது தரத்தின் அடையாளமாகத் தோன்றாது. அதை அவளுடைய ஆணோடு தொடர்புபடுத்த முடியாது... இதற்கு மாறாக, 'உளவியல் தன்மையின் அடிப்படையில் உருவாக்கப்பட்ட ஒரு பொட்டலத்திற்குள் மூடப்பட்டுக் காணப்படும் ஒரு பெல்ட்' ஒரு விரும்பத் தகுந்த அடையாளக் குறியாகும்; 'அதற்கு மரியாதை, அபிமானம், அதிக அளவு அன்பு போன்றவற்றை அடையாளமிடும் பணியை இயற்கையாகவே சுட்டுகிறது.'[21]

பொட்டலமிடுதலில் மிகவும் குறிப்பிடத்தக்க கேடு விளைவிக்கும் எடுத்துக்காட்டுகள், வாங்கிய பொருட்களை வீட்டுக்கு எடுத்துச் செல்ல கடைகளால் கொடுக்கப்படும் மிகவும் மெல்லியப் பிளாஸ்டிக் பைகளும் ஒரே ஒருமுறை மட்டுமே பயன்படுத்தப்படும் பான கலன் களும்தான். இவற்றில் முதல் பொருள் பற்றி அரசுக் கட்டுப்பாடுகள் அதிகரித்துக் கொண்டு வருகின்றன. சான் ஃபிரான்சிஸ்கோ, லாஸ் ஏஞ்சலிஸ், சைனா, தெற்கு ஆப்பிரிக்கா போன்ற இடங்களில் இவை அறவே தடைசெய்யப்பட்டுவிட்டன – குறைந்தபட்சம் இவற்றில் மிகவும் மெல்லிய, மிகவும் நிலைத்து நிற்காதப் பைகள். அயர்லாந்து, இத்தாலி, பெல்ஜியம், தாய்வான் போன்ற இடங்களில் பிளாஸ்டிக் பைகளின் மேல் வரிகள் விதிக்கப்படுகின்றன.[22] 2002ஆம் ஆண்டு இந்த வரி நடைமுறைக்கு வந்த ஆறு மாதங்களுக்குள் அயர்லாந்தில் இவற்றின் பயன்பாடு 90 விழுக்காடு குறைந்தது. இந்தத் தடையைச் செயல்படுத்தி மூன்று மாதங்களுக்குள் பிபிசி பதிவு செய்தது என்னவெனில், கடைகள் 23 மில்லியன் பிளாஸ்டிக் பைகளுக்குச் சற்றுக் கூடுதலான அளவுக்கே

கொடுத்துள்ளன – இது பொதுவாக முன்பு இருந்ததைவிட 227 மில்லியன் குறைவாகும்.[23]

பானங்களின் கலன்களைப் பொறுத்தவரை நாம் அதிகம் அறிய வேண்டியுள்ளது. அமெரிக்காவில் ஒவ்வொரு நாளும் நாம் 150 பில்லியனுக்கும் அதிகமான ஒருமுறை பயன்படும் பானக் கலன்களை யும், மற்றொரு 320 மில்லியன் கோப்பைகளையும் பயன்படுத்து கிறோம்.[24] உடன் விலக்க (அல்லது 'ஒரு வழி') பான பாட்டில்கள் இந்த நாட்டில் ஓரளவுக்கு ஒரு புதிய நிகழ்வாகும். பல ஆண்டுகளாக நாம் மீண்டும் மீண்டும் நிரப்பக்கூடிய கண்ணாடி பாட்டில்களிலிருந்து குடித்து வந்திருக்கிறோம். இந்த பாட்டில்கள் அடிக்கடி கழுவப்பட்டு வட்டார அளவில் மீண்டும் நிரப்பப்பட்டன. இந்த நிகழ்வு பொருட் களையும் ஆற்றலையும் பேணியது; வேலை வாய்ப்பை உருவாக்கியது. 1960ஆம் ஆண்டில் இங்கே 'ஒருவழி'க்கலன்கள் 6 விழுக்காடு பொட்டலமிடப்பட்ட மென்பானங்களில் மட்டுமே பயன்படுத்தப் பட்டன. 1970இல் இந்த எண் 47 விழுக்காடாக உயர்ந்தது. இன்று ஒரு விழுக்காட்டுக்கும் குறைவான அளவே பொட்டலம் கட்டப்பட்ட மென்பானங்கள் மீண்டும் நிரப்பக்கூடிய பாட்டில்களில் கிடைக் கின்றன.[25] நான் வாழும் பெர்க்கிலியில் ஒரு உடன் விலக்கு பிளாஸ்டிக் பாட்டிலுடன் நடப்பது ஒரு கம்பளிக் கோட்டைப் போட்டுக் கொள்வது போன்றே வெட்ககரமானதாகக் கருதப்படுகிறது. ஆனால், சில இடங்களில் உடன் விலக்குகளின் பயன்பாடு தொடர்ந்து அதிகரித்து வருகிறது. தொழில் பகுப்பாய்வாளர்கள் அமெரிக்காவில் ஒருமுறை மட்டும் பயன்படும் பான கலன்களின் தேவை ஓர் ஆண்டுக்கு 2.4 விழுக்காடுகள் தொடர்ந்து அதிகரித்து 2012ஆம் ஆண்டு 272 பில்லியன் அலகுகளை எட்டும் என்று எதிர்பார்க்கிறார்கள்.[26]

ஒரு எளிய பாட்டில் சட்டமுன்வரைவு பாட்டில் கழிவைக் குறைக்கிறது; மறுநிரப்புப் பாட்டில்களையும் மறுசுழற்சிகளையும் உற்சாகப்படுத்துகிறது. ஒரு தனித் தன்மையான, திறமை வாய்ந்த, கட்டுப்பாட்டுக் கருவி யாக அது நிரூபிக்கப்பட்டுள்ளது. இது மூலப்பொருட் களைப் பேணவும், ஆற்றலைச் சேமிக்கவும், வட்டார வேலைவாய்ப்புகளை உருவாக்கவும்கூட உதவுகிறது. பாட்டில் சட்ட முன்வரைவு ஒரு கலனுக்கு (பானக் கலன்கள் அல்லது பாட்டில்கள்) ஒரு சிறிய, பொது வாக 5 அல்லது 10 விழுக்காடு வைப்புத் தொகையை எதிர்பார்க்கிறது; பாட்டிலை/கலனைத் திருப்பிக் கொடுக்கும்போது இந்தப் பணம் வாடிக்கையாளருக்குத் திருப்பிக் கொடுக்கப்படுகிறது. மிகப்பெரிய தொழில் எதிர்ப்பு இருந்தும், பாட்டில்

சட்ட முன்வரைவு அமெரிக்காவின் பதினோரு இடங்களிலும், கனடாவின் எட்டுப் பகுதிகளிலும், வேறு பல நாடுகளிலும் (இவற்றில் டென்மார்க், ஜெர்மனி, நெதர்லாந்து, ஸ்வீடன் போன்றவை அடங்கும்) தற்போது நடைமுறைப் படுத்தப்பட்டுள்ளது.[27] 2009ஆம் ஆண்டு, மசாசூசெட்ஸின் பிரதிநிதியான எட் மார்க்கீ காங்கிரஸுக்கு பாட்டில் மறுசுழற்சி தட்பவெப்பநிலை பாதுகாப்பு சட்டமுன் வரைவு *(பாட்டில் ரீசைக்ளிங் கிளைமேட் புரடக்‌ஷன் ஆக்ட்)* 2009ஐ அறிமுகப்படுத்தினார். எச்ஆர் 2046 என்ற இந்தச் சட்ட முன்வரைவு, ஒரு கேலன் வரையிலான அனைத்து நிர்ணயிக்கப்பட்ட அளவு கலன்களிலும் நிரப்பப்பட்ட அனைத்துப் பானங்களுக்கும் ஒரு குறிப்பிட்ட வைப்புத் தொகையை நிர்ணயிக்கிறது. மக்களால் திரும்பிப் பெறப்படாத வைப்புத்தொகைப் பணம் பசுமை இல்ல வாயு உற்பத்தியைக் குறைக்கும் அரசுத் திட்டங்களுக்கு நிதியுதவி செய்யும்.[28]

பாட்டில் சட்டமுன்வரைவு மிகவும் பலனுள்ளதாக இருப்பதால் அதை நுழைக்க அல்லது விரிவுபடுத்த முயற்சிகள் மேற்கொள்ளும் போதெல்லாம் பானத்தொழில்கள் அதை எப்பாடுபட்டாவது எதிர்க்கின்றன; 1989க்கும் 1994க்கும் இடையே ஒரு நாட்டளவிலான சட்ட முன்வரைவைத் தோற்கடிப்பதற்காக ஏறத்தாழ 14 மில்லியன் டாலரை இந்தத் தொழில்கள் செலவழித்துள்ளன.[29] எதிர்ப்பவர்கள் வாதிடுவது என்னவெனில், வைப்புத்தொகைகள் திறனற்றவை; பழமையானவை; பாட்டில்களைப் பயன்படுத்துவது பொதுமக்கள் நலத்தை அச்சுறுத்துகின்றது; மறுசுழற்சியால் ஏற்கனவே அடையப் பெற்றவையை வைப்புத் தொகைகள் மீண்டும் அடைய வைக்கின்றன; வட்டார வணிகங்களைப் பாதித்து பணி இழப்புகளுக்கு வழிவகுக்கும் ஒரு பின்னோக்கிய வரி போன்று இது அமைகிறது.

அவர்களுடைய வாதங்கள் போலியானவை. உண்மையில், இது பணத்தைப் பற்றியதாகும்; இந்தச் சட்டம் நடைமுறைக்கு வந்தால் பாட்டில்களைச் சேகரித்து அவற்றை மறுநிரப்புச் செய்வதில் உள்ள அடக்கவிலைகளைப் பானத் தொழில்கள்தான் ஏற்க வேண்டியிருக்கும். பாட்டில் சட்ட முன்வரைவின் நிலைமையைத் தடமறியும் கலன் மறுசுழற்சி நிறுவனம் *(கன்டய்னர் ரீசைக்ளிங் இன்ஸ்டிடியூட்)* பின்வருமாறு கூறுகிறது: ‘பாட்டில் சட்ட முன்வரைவுகளுக்கு மிகவும் வன்மையாக அறியப்படும் எதிரிகள் அனைவரும் ஏறத்தாழ பெரிய பெயர் கொண்ட பானத் தயாரிப்பாளர்கள் மட்டுமே. கொக்கோ கோலா நிறுவனம், பெப்சிகோ, ஆன்ஹாய்சர் புஷ் போன்றவையும், அவற்றுடைய பாட்டில் நிரப்பும் விநியோகஸ்தர்களும் வைப்புத்தொகைச் சட்டங்களை எதிர்க்கின்றனர்; மேலும் அண்மைக் காலத்தில் மதிப்புமிக்க அலுமினியக் கலன்களிலிருந்து பணம் சம்பாதிப்பதை எதிர்பார்க்கும்

கழிவு சேகரிப்பவர்களும் பொருட்கள் மீட்பு வசதிகளின் சொந்தக் காரர்களும் எதிர்ப்பவர்களில் சேர்ந்துள்ளனர்.'[30] இதே நிறுவனங்கள் தான் விளம்பரச் செய்திகளிலும் பொதுமக்கள் தொடர்பு ஊடகங் களிலும் மறுசுழற்சியை ஆதரிக்கிறோம் என்றும் கூறுகின்றன. இதன் தேவையை விரும்பும் பாட்டில் சட்ட முன்வரைவுகள் இல்லாதவரை நிச்சயமாக அவர்கள் மறுசுழற்சியை விரும்புவார்கள்.

1953ஆம் ஆண்டு உடன்விலக்கு பானக்கலன்களை உருவாக்குவ திலும் விற்பதிலும் ஈடுபட்டிருந்த பல நிறுவனங்கள் கீப் அமெரிக்கா பியூட்டிஃபுல் (கேஏபி – அமெரிக்காவை அழகாக வைத்திடுக) என்று அழைக்கப்படுகின்ற, இன்றுவரை செயல்பட்டு வருகின்ற, ஒரு முன்னணிக் குழுவை உருவாக்கின. தொடக்கம் முதல், கீப் அமெரிக்கா பியூட்டிஃபுல் மிகவும் அக்கறையுடன் செயல்பட்டுக் கழிவு என்பது தனிப்பட்டவர் களின் பொறுப்பினால் தீர்க்கப்படவேண்டிய ஒரு பிரச்சினையே தவிர, கடுமையான கட்டுப்பாடுகளாலோ பாட்டில் சட்ட முன்வரைவு களாலோ தீர்க்கப்பட வேண்டியதல்ல என்பதை நிச்சயப்படுத்தி வந்தது. குற்றவாளியை அடையாளம் சுட்ட அது 'கூளக்கிருமி' *(லிட்டர்பக்)* என்ற சொற்றொடரையும்கூட உருவாக்கியது. 'மக்கள் மாசுறுத்தலைத் தொடங்கினர், எனவே மக்கள்தான் இதைத் தடுக்க வேண்டும்' போன்ற முழக்கங்களைப் பரப்பி கீப் அமெரிக்கா பியூட்டிஃபுல் மிகவும் திறமையாக ஒரு அவப்பெயர் பெற்ற 'கத்தும் இந்தியன்' என்ற கதாபாத்திரத்தைக் கொண்ட விளம்பரப் பிரச்சாரத்தை உருவாக்கியது.[32] (இந்தக் கதாபாத்திரத்தில் நடிக்கும் நடிகர் அயன் ஐஸ் கோடி ஆவர்; இவர் பழங்குடி அமெரிக்கர் அல்ல; இத்தாலிய வழிவந்தவர்.)[31] இதைப் பற்றி எழுத்தாளர் டெட் வில்லியம்ஸ் பின்வருமாறு எழுதினார்:

> இதுவரை உண்டாக்கப்பட்ட விளம்பரச் செய்திப் படங்களிலேயே இது மிகவும் மோசமான, வெறுக்கத்தக்க ஒரு விளம்பரப் படமாகும்... பழங்குடி அமெரிக்கர்களை மிகவும் மோசமான முறையில் தம்முடைய சுயநலத்திற்குப் பயன்படுத்தியது நாம் முதலில் அவர்களை அவர் களுடைய சொந்த இடங்களிலிருந்து உதைத்துத் தள்ளி விட்டோம்; பின்பு அந்த இடங்களைக் குப்பைக் கூளமாக்கினோம்; தற்போது அவர்களைக் குப்பைக் கூளமாக்குபவர்களாகச் சித்திரிக்கிறோம்.[33]

மிகவும் அண்மைக் காலத்தில், 2009ஆம் ஆண்டின் மையத்தில், அமெரிக்காவில் உள்ள திறமையான மறுசுழற்சியாளர்கள், மறுசுழற்சி ஆர்வலர்கள் ஆகியோரின் மிகப் பெரிய நாட்டளவுக் கூட்டமைப்பான நேஷனல் ரீசைக்ளிங் கொயலிஷனை (என்ஆர்சி – தேசிய மறுசுழற்சிக் கூட்டமைப்பு) விலைக்கு வாங்கும் (லஞ்சம் கொடுக்கும்) முயற்சியை கீப் அமெரிக்கா பியூட்டிஃபுல் மேற்கொண்டது. அது தோல்வியில்

முடிந்தது. நேஷனல் ரீசைக்ளிங் கொயலிஷன் உறுப்பினர்கள் மிகவும் உரத்த குரலில் இதை எதிர்த்துச் செயல்பட்டனர். இவர்களின் கூற்றுப்படி, கீப் அமெரிக்கா பியூட்டிஃபுல் 'மறுசுழற்சியை மேம்படுத்தத் தேவையான முழு அளவிலான மாற்றங்களை மேற்கொள்ள முடியாத அல்லது விருப்பமில்லாத பெரும்பாலான வியாபார நோக்கத்தை மட்டுமே கொண்டவர்களால் நிறைந்துள்ளது.'[34] நேஷனல் ரீசைக்ளிங் கொயலிஷன் உறுப்பினர்களின் முக்கியப் புகார்களில் சிறப்பானவை: சட்ட முன்வரைவு அல்லது கட்டுப்பாட்டு அணுகுமுறைகளை கீப் அமெரிக்கா பியூட்டிஃபுல் எதிர்க்கின்றது; மேலும், தெளிவாகச் செயல்படாதவை என்று அறியப்பட்ட, தன்னிச்சையான தொழில் முயற்சிகளை மட்டுமே போதிக்கிறது.

மிக நன்றாகப் பொட்டலமாக்கல்

இதுவரை பொட்டலக் கழிவைக் குறைப்பதில் மிகவும் தீவிர முயற்சியை ஜெர்மனிதான் மேற்கொண்டுள்ளது. 1991ஆம் ஆண்டில் ஜெர்மன் அரசு பொட்டல அவசரச் சட்டம் ஒன்றை இயற்றியது. இதன் அடிப்படை என்ன வெனில் பொட்டலமாக்குவதை வடிவமைக்கின்ற, உருவாக்குகின்ற, பயன்படுத்துகின்ற, அதிலிருந்து லாபம் ஈட்டுகின்ற நிறுவனங்கள்தான் கழிவு நீக்கலுக் கான நிதிசார் பொறுப்பை ஏற்றுக்கொள்ள வேண்டும். இந்தக் கருத்து நீடித்த உற்பத்தியாளர் பொறுப்பு என்றும் அழைக்கப் பட்டது.[35] எவ்வளவு சிறந்த கருத்துரு!

நிறுவனம் பயன்படுத்தும் பொட்டல அளவு, வகை ஆகிய இரண்டிற்கும் ஏற்ப நிறுவனங்கள் பணம் கொடுக்க வேண்டுமென்று இந்த அவசரச் சட்டம் எதிர்பார்க்கிறது. இதனால் பொட்டலத்தைக் குறைக்க மட்டுமின்றி, இதற்காக மிகப் பாதுகாப்பான பொருட் களைப் பயன்படுத்துவதற்கும் ஒரு நிறுவனம் உந்தப்படுகிறது. 72 விழுக்காடு பாட்டில்கள் மறுநிரப்புச் செய்யப்பட வேண்டிய நிலையில் உள்ளன![35] தேவைகளை ஈடுகட்டுவதை எளிதாக்க சில நிறுவனங்கள் ஒன்றுசேர்ந்து ஜெர்மனியின் டுவலெஸ் சிஸ்டம் டாய்ட்ஸ்லாண்ட் (டிஎஸ்டி – இரட்டை ஒருங்கு அமைப்பு) என்னும் இயக்கத்தை நிறுவின. தம்முடைய பொட்டலப் பயன்பாட்டின் அடிப்படையில் நிறுவனங்கள் டுவலெஸ் சிஸ்டம் டிஎஸ்டிக்கு பணம் கொடுக்கின்றன. இந்தப் பணத்தைப் பொட்டலக் கழிவுச் சேகரிக்க, அதைப் பாதுகாப்பாக மறுபயன்பாடு, மறுசுழற்சி செய்ய அல்லது அகற்ற இந்த அமைப்புப் பயன்படுத்து கின்றது. டிஎஸ்டி பொதுவாக பசுமைப்புள்ளித் திட்டம் (கிரீன் டாட் புரோகிராம்) என்று அழைக்கப்படுகிறது; ஏனெனில், இதில் பங்குபெறும்

நிறுவனங்கள் ஒரு பசுமைப் புள்ளியைத் தம்முடைய பொட்டலங் களில் போட்டு இந்தத் திட்டத்தில் தாங்கள் பங்குபெறுகிறோம் என்பதைச் சுட்டுகின்றன.[36] இது ஒருவகை யிங்-யாங் (சரியா-தப்பா) அடையாளம் ஆகும்; இது சரியானதாகத்தான் தோன்றுகிறது.

இந்த அவசரச் சட்டத்திற்கு முன்பு, ஜெர்மனியில் பொட்டலக் கழிவு ஒவ்வொரு ஆண்டும் 2 முதல் 4 விழுக்காடு அதிகமாகிக் கொண்டிருந்தது. பின்பு, 1991க்கும் 1995க்கும் இடையே அதனுடைய பொட்டலக் கழிவு ஒட்டுமொத்த 14 விழுக்காடாகக் குறைந்தது; ஆனால், அதே காலகட்டத்தில் அமெரிக்காவில் கழிவு 13 விழுக்காடாக அதிகரித்தது. மிகச் சிறப்பான தொடக்கக் குறைப்புகளுக்குப் பின், கூடுதல் குறைப்புகளின் தகைவேகம் குறைந்தது. இதற்குப்பின் இந்தத் திட்டம் திறமையான சேர்க்கை, மீள்பெறுதல், மறுசுழற்சி போன்ற வற்றை நடைமுறைப்படுத்தும் தொழில்களில் தன் கவனத்தைச் செலுத்தியது. இதன்மூலம் கண்ணாடி, காகித, அட்டைப் பொட்டலக் கழிவு, உலோகங்கள், உயிரியக் கழிவு போன்றவற்றின் மீள்பெறுதல் தகை வேகங்கள் 2001ஆம் ஆண்டில் 60 விழுக்காட்டிற்கும் 90 விழுக் காட்டிற்கும் இடையே உள்ளவாறு செய்யப்பட்டன.[37]

ஜெர்மனியின் ஒருங்கு முழுமையானதல்ல. தொடக்கத்தில் அரசு இதற்கு மானியம் கொடுத்தது. ஏனெனில், இதை எளிதாகச் செயல்பட வைக்கத் தேவையான உள்கட்டமைப்பு அங்கு இல்லை. மறுசுழற்சி பற்றிய அவர்களுடைய வரையறை மிகவும் விரிவானதாக இருந்த தால் ஒரு பொருளின் மறுசுழற்சி ஒரே ஒரு பயன்பாட்டிற்கானதாக மட்டும் இல்லை என்பதை அவர்கள் உணர்ந்தனர். பெரும்பாலான பிளாஸ்டிக்குகள் பிளாஸ்டிக்குகளாக மட்டுமே திரும்பவும் மறுசுழற்சி செய்யப்படுவதில்லை. இவை செயற்கையாகத் தயாரிக்கப்பட்ட பண்படாத எண்ணெயாகவோ, வேதிப்பொருட்களாகவோ எஃகு இரும்பு உற்பத்தியில் ஒரு குறைப்பு முகவியாகவோ பதப்படுத்தப் படுகின்றன. இந்த அவசரச் சட்டத்திலுள்ள 'மீள்பெறுதல்' என்பதன் வரையறையில் பொட்டலக் கழிவை ஓரளவுக்கு எரிப்பதும் அனுமதிக்கப் படுகிறது.[38] வளரும் நாடுகளின் குப்பை மேடுகளில் பசுமைப்புள்ளி (கிரீன் டாட்) இடப்பட்ட பொருட்களின் தொகுப்பு காணப்படும் அவதூறுகள் அறியப்பட்டுள்ளன; நான்கூட இவற்றைக் கண்டுள்ளேன். இவையெல்லாம் நிச்சயமாகப் பிரச்சினைகள்தாம் என்றாலும், ஜெர்மானிய அரசு இதற்குப் பொறுப்பு உற்பத்தியாளர்கள்தாம் என்றும் அவர்கள்தாம் இந்தப் பிரச்சினையைத் தீர்க்க வேண்டும் என்றும் ஒரு நிலைப்பாட்டை எடுத்துள்ளது. ஆனால், அமெரிக்காவில் நாம் பொட்டலம் கட்டுவதில் மீளமுடியாத ஆழத்திற்குத் தொடர்ந்து சென்று கொண்டிருக்கிறோம். ஜெர்மன் முன்மாதிரி ஐரோப்பியக்

கூட்டமைப்பை ஊக்குவித்து ஐரோப்பா முழுவதும் பொட்டலம் கட்டுவது பற்றியும் பொட்டலக் கழிவுபற்றியும் ஓர் உத்தரவை 1994ஆம் ஆண்டில் போட வைத்தது.[39] மீண்டும், இது முழுமையானதல்ல என்றாலும், குறைந்தபட்சம் அரசுகள் ஏதோவொன்றை முயற்சி செய்து பொட்டலத்தைக் குறைத்துள்ளன; சரியான திசையில் தம்முடைய செயலைச் செலுத்தியுள்ளன; சற்று மெதுவாக என்றால்கூட. இந்த இரண்டு உத்தரவுகள் பற்றி இதுவரை பெறப்பட்ட முன்னேற்றம் அமெரிக்காவின் மிகவும் அதிக அளவு பொட்டலக் கழிவு நிச்சயமாகத் தவிர்க்க முடியாத ஒன்றல்ல என்பதை எடுத்துக் காட்டியுள்ளது.

குப்பைக் கூளத்தை நீக்குவது: யாருடைய வேலை இது?

உண்மையில், பொட்டலக் கழிவுக்கான தீர்வு அனைத்து வகைப் பொருட்கழிவுக்கான சிறந்த தீர்வாகும். நம்முடைய நகராட்சிக் கழிவுகளைப் பொறுத்தவரை நமக்கு ஒரு பெரிய பிரச்சினையுள்ளது. ‘நகராட்சி’ என்ற சொல்லின் பொருள் அது ஒரு வட்டார அரசின் கட்டுப்பாட்டு வரம்பிற்குள் உள்ளது என்பதுதான். குப்பைக் கூள மேலாண்மை முதலில் வட்டார அரசின் பணியாக (தனிப்பட்ட மனிதர்களின் பணியாக இல்லாமல்) 1910க்கும் 1930க்கும் இடையில் தொடங்கப்பட்டது. நகரச் சூழல்களில் போதுமான மக்கள் செறிவு ஏற்பட்டவுடன் இது தொடங்கப்பட்டது. மேலும், அவர்களுடைய சாக்கடைப் பொருட்கள், அழுகும் உணவுத் துணுக்குகள், அவர் களுடைய விலங்குகளின் கழிவுகள் போன்றவை பொது சுகாதாரப் பிரச்சினையாக மாறியபின்பு இது தோன்றியது. இந்தப் பிரச்சினைக்கு ஓர் ஒருங்கமைந்த, மையப்படுத்தப்பட்ட, குடிமக்களின் உடல்நலத்தை யும் உயிர்களையும் பாதுகாக்கக்கூடிய ஒரு தீர்வு தேவைப்பட்டது.[16] எனினும், இன்று, நம்முடைய வட்டார அரசுகள் குப்பைக்கூளப் பிரச்சினையால் அதிக அளவு நசுக்கப்பட்டுவிட்டன. நம்முடைய வரி டாலர்களால் நிதியுதவி பெற்ற வட்டார அரசுகள் தவிர்க்க முடியாதபடி ‘உற்பத்தியாளர்களும் நுகர்வோர்களும் உருவாக்கும் வீணான பொருட்களைச் சுத்தம் செய்ய வேண்டிய பளுவைச் சுமக்க வேண்டியுள்ளது... கழிவுத் தாக்கங்களிலிருந்து மக்கள் விடுபட ஏற்பாடு செய்ய வேண்டும்’ என்று உற்பத்திப் பொருள் செயல்திட்ட நிறுவனம் (புரொடக்ட் பாலிசி இன்ஸ்டிடியூட் - பீபீஐ) குறிப்பிடுகிறது.[40]

கழிவு அகற்றல் பற்றிய தரவுகளை நாற்பது ஆண்டுகளுக்கும் அதிகமான காலத்திற்குப் பகுப்பாய்வு செய்ததன் அடிப்படையில், லாபநோக்கமற்ற நிறுவனமான பீபீஐ பின்வருமாறு முடிவு செய்தது: ஒரு வகைக் கழிவை மட்டுமே திறன்படக் குறைப்பதில் நகராட்சிகள் உண்மையில் வெற்றி பெற்றுள்ளன: புறக்கடை வெட்டுத் துண்டுகள்!

உணவுத் துணுக்குகளை நகராட்சி மீள்பெறுதல் (இது உரமாக்கல் என்றும் அழைக்கப்படுகிறது) சில ஆண்டுகளுக்கு முன்புதான் தொடங்கப் பட்டது. இதுவும் அதேபோன்று வெற்றிபெறும் என்பதுபோல் தெரி கிறது.[16] எனினும், நகராட்சிகள் மலைத்துப் போவது எதனாலென்றால் பொருட்களின், மறுசுழற்சிச் செய்யப்படக்கூடியவற்றையும் சேர்த்து, தொடர் அதிகரிப்புதான். (இந்த இயலின் முடிவில் மறுசுழற்சி செய்வதி லுள்ள சிக்கல்கள் பற்றி மிக ஆழமாக விளக்கவுள்ளேன்).

பீபீஐயின் பரிந்துரை – நான் இதனோடு வலுவாக ஒத்துப்போகிறேன் – என்னவெனில், நகராட்சிக் கழிவுத்துறைகள் எந்த வகைக் கழிவைக் கையாளுவதற்காக முதன்முதலில் உருவாக்கப்பட்டனவோ அதே வகைக் கழிவைக் கையாள வேண்டும் என்பதுதான்: உயிரிக்கழிவு களும் மக்கி அழியும் பொருட்களும். மற்ற எதுவும் நீட்டிக்கப்பட்ட உற்பத்தியாளர் பொறுப்பு (இபீஆர்) என்பதன்கீழ் வகைப்படுத்தப் படவேண்டும். இதன் பொருள் என்னவெனில், எந்த நிறுவனம் பொருளை உற்பத்திச் செய்கிறதோ, பொட்டலம் செய்கிறதோ, அந்த நிறுவனம்தான் அதன் வாழ்நாள் முடிவில் அதைக் கையாள வேண்டும் (இதில் அதன் மறுசுழற்சி அல்லது மறு பயன்பாட்டுக்குத் தேவை யான விருப்பத் தேர்வு கொடுக்கப்படவில்லை). பீபீஐ கூறுவது போன்று, 'உற்பத்தியாளர்களின் மேல் பொறுப்பை ஒப்படைப்பதன் அடிப்படை என்னவெனில், அவர்கள்தாம் வடிவமைப்பு முடிவுகளை யும் சந்தையாக்க முடிவுகளையும் மேற்கொள்கிறார்கள். எனவே, அவர்களுடைய பொருட்களின் சூழல்தாக்கத்தைக் குறைப்பதில் அவர்கள்தாம் மிக அதிகமான திறனைப் பெற்றுள்ளனர்.'[41] இது அவர் களுடைய வேலை தான் என்பதையும் நாம் மறக்கக்கூடாது: அந்தப் பொருட்கள் அனைத்தையும் உருவாக்குவதிலும் விற்பதிலும் அவர்கள் லாபமடைகிறார்கள். இபீஆர் சரியானதைத்தான் சுட்டுகிறது, இது உண்மைதானா?

நீடித்த உற்பத்தியாளர் பொறுப்பு ஒருங்குகள் இல்லாத சூழ்நிலை யில் நகராட்சிக் கழிவுத்துறைகள் – நான் மீண்டும் நினைவுபடுத்த விரும்புகிறேன், இவை நம்மால் பணம் கொடுக்கப்பட்டவையாகும் – இந்த ஒருங்கின் ஊடே வரும் ஒவ்வொரு பொருளையும் எப்படிச் சேகரிப்பது, இடப்பெயர்ச்சிச் செய்வது, பாதுகாப்பாக அகற்றுவது என்பதைக் கண்டுபிடிக்க முயற்சிகள் மேற்கொள்ள அனுமதிக்கப் படுகின்றன. மனப்பூர்வமான ஈடுபாடும் அர்ப்பணிப்பும் கொண்ட, மறுசுழற்சித் தகைவேகத்தை எவ்வாறு அதிகரிப்பது என்று கவலையுறு கின்ற, மறுசுழற்சி வல்லுநர்களை நான் அடிக்கடி சந்திக்கிறேன். எனினும், தங்களையே சுத்தப்படுத்திக்கொள்ள முயலாமல் நகராட்சிகள் இருக்கும்போது அவை ஏன் சுத்தமாக்குவது பற்றிய இந்த அனைத்து

முயற்சிகளையும் மேற்கொள்ள வேண்டும் என்று நான் கேட்க வேண்டியுள்ளது.

நான் ஒரு தாயாக இருப்பதனால் ஏற்பட்ட ஓர் உள்ளுணர்வைப் பற்றி எனக்கு நினைவு வருகிறது. வீடு முழுவதும் சிதறிக் கிடந்த என்னுடைய குழந்தையின் காலணிகள் (ஷூ), பள்ளிப் புத்தகங்கள், இசைக் கருவிகள், கலைச் செயல்திட்டப் பொருட்கள் போன்றவற்றைப் பொறுக்கி ஒருங்குபடுத்துவதில் ஏற்பட்ட வெறுப்பில் ஒரு நாள் நான் வீட்டில் இங்குமங்கும் நடந்துகொண்டிருந்தேன். நான் ஏன் எப்பொழுதும் அவளுடைய பொருட்களை, அவை சிதறியவுடன், பொறுக்குகிறேன்? அவ்வாறு ஏன் செய்கிறேன் என்பதை மிகவும் தெளிவாகத் திடீரென்று உணர்ந்தேன். ஏனெனில், அவள் அவ்வாறு இறைப்பதால்தான் நான் அவற்றைப் பொறுக்கி ஒழுங்குபடுத்துகிறேன்! அவள்தான் இதற்குப் பொறுப்பு என்று கூறுவது, மேற்கால் நிலையில் முதலில் அதிக வேலையைக் கொடுக்கும். இதே போன்று, குடிமக்கள் எளிதில் மறுசுழற்சிச் செய்ய முடியாத, எளிதில் உடையக்கூடிய, மோசமாக வடிவமைக்கப்பட்ட, அதிகமாகப் பொட்டலம் செய்யப் பட்ட, நச்சுப்பொருட்கள் கொண்ட பொருட்களைத் தொடர்ந்து உற்பத்திச் செய்யும் நிறுவனங்களின் மோசமான நடத்தையை வலியுறுத்த இங்குமங்கும் ஓடிச் செயல்பட வேண்டியதில்லை. இந்த உற்பத்திப் பொருட்களை வடிவமைத்து, உற்பத்திச் செய்யும் நிறுவனங்கள் இதற்கான பொறுப்பு என்றால் அவை மிக நல்ல நீண்ட நாள் செயல் படுகின்ற, குறைந்த நச்சுத்தன்மை கொண்ட பொருட்களை முதலில் உருவாக்குவார்கள். இந்த நிலைமையில் நகராட்சிகள் உரமாகக்கூடிய, மக்கி அழியக்கூடிய கழிவுகளை மட்டுமே கையாளும். ஆனால், நமக்குத் தொடர்ந்து திறனான, ஏற்கனவே உள்ள கழிவுகளை மட்டுமின்றி, வருங்காலக் கழிவுகளை மறுசுழற்சி, மறுபயன்பாடு செய்யும் உள்கட்டமைப்புகள் தேவை. இபீஆர் செயல்பட்டால் உற்பத்திப் பொருட்களை உருவாக்குபவர்கள் இந்த மறுசுழற்சி ஒருங்கிற்கும் எளிதாக மறுசுழற்சிச் செய்யக்கூடிய உற்பத்திப் பொருள் வடிவமைப் பிற்கான மாற்றத்தை நோக்கிச் செல்வதற்கும் தம்முடைய முயற்சிகளை மேற்கொள்வார்கள். இதன் மூலம் இபீஆர் மறுசுழற்சிக்கு ஒரு மாற்று அல்ல என்பது தெளிவானாலும், அது ஒரு தேவையான கூடுதல் அமைப் பாகும். இவையனைத்தும் சரியாகச் செயல்பட்டால் பெரு நிறுவனப் பொறுப்புடைமை, சுழி கழிவு ஆகிய இரண்டையும் நோக்கிய ஒரு பெரிய படிநிலையை நாம் அடைந்துவிட்டோம் என்று பொருள்படும்.

கட்டுமானமும் தகர்ப்புக் கழிவும்

இந்தவகைக் கழிவு எம்எஸ்டபிள்யூவின் ஒரு துணைக் கூறாகக் கருதப்பட்டாலும் இது குப்பைக்குழிகளின் அதிக அளவு இடத்தை

ஆக்கிரமிப்பதால் ஒரு தனி வகையாகக் கருதப்படுகிறது. கட்டுமான-தகர்ப்புக் கழிவுகளில் கான்கிரீட், மரக்கட்டை, ஜிப்சம் உலர் சுவர், உலோகம், செங்கல்கள், கண்ணாடி, பிளாஸ்டிக், கட்டடக் கூறுகளான கதவுகள், ஜன்னல்கள், பழைய குளியல் தொட்டிகள், குழாய்கள், இதரப் பொருட்கள் அடங்கும். நீங்கள் உங்கள் வீட்டை மறுவடிவமைப்பு செய்யும்போதோ, பழைய வீட்டை இடிக்கும் போதோதான் இந்த வகைக் கழிவுப்பொருட்கள் உண்டாக்கப்படுகின்றன. நீங்கள் இவற்றில் ஒன்றை எப்பொழுதாவது செய்திருந்தால், ஒரு தேவையற்ற சுவரை, அறையை அல்லது முழு கட்டடத்தை நீக்குவதற்குத் தகர்ப்புதான் சிறந்தது என்பதை அறிந்திருப்பீர்கள். ஆனால், இவ்வாறு தகர்த்து, பொருட்கள் எல்லாம் ஒன்று சேர்க்கப்பட்டிருந்தால் நீங்கள் பெறுவது ஒரு புழுதி நிறைந்த கழிவுத் தொகுப்புதான். மற்றபடி, நீங்கள் பெற்றது மறுபயன்பாடு செய்யக்கூடிய கட்டுமானப் பொருட்களாகும். கட்டுமானப் பொருட்கள் மறுசுழற்சி சங்கம் *(கன்ஸ்ட்ரக்ஷன் மெட்டீரியல்ஸ் ரீசைக்ளிங் அசோசியேஷன்)* 325 மில்லியன் டன்னுக்கும் அதிகமான கட்டுமான-தகர்ப்புக் கழிவு ஒவ்வொரு ஆண்டும் அமெரிக்காவில் உருவாக்கப்படுகிறது என்று குறிப்பிட்டுள்ளது.[42] இவற்றில் பெரும்பான்மையானவை நல்ல பொருட்களைக் கொண்டுள்ளன. இவற்றை மீட்டு மறுபயன்பாடு செய்யலாம். இதனால் கழிவைக் குறைக்கலாம்; அதிக மரங்கள் வெட்டப்படுவதிலும் அதிக உலோகங்கள் தோண்டப்படுவதிலும் உள்ள அழுத்தத்தைக் குறைக்கலாம்.

நல்வாய்ப்பாக, இவ்வகைப் பொருட்கள் குப்பைக் குழிகளில் நிரப்பப்படுவதில் உள்ள அதிகரிப்புச் செலவுகளும், கட்டுப்பாடுகளும், கழிவைத் தவிர்க்கும் விருப்பமும், அதிக வேலை வாய்ப்புகள் உருவாக்குவதற்கான ஒரு நிலைமையும் இந்த மதிப்புமிக்க பொருட்களை மீட்பு செய்யும் டஜன் கணக்கான புதிய வணிகங்களைத் தூண்டியுள்ளன. வெப்பமூட்டுமிட தட்டு மாடங்கள் *(ஃபயர் பிளேஸ் மேண்டல்ஸ்)*, கதவுகள், ஜன்னல்கள், மரக்கட்டையால் ஆன இதர பொருட்கள், உலோகப் பொருட்கள் போன்றவற்றைப் பழைய கட்டடங்களிலிருந்து மீட்பது கட்டடங்கள் கட்டத் தொடங்கிய நாட்களிலிருந்து நடைமுறை வழக்கமாக இருந்திருந்தாலும், மிக அண்மைக்காலத்தில், ஒரு முழுமையான பசுமைத்தொழில் மலர்ந்துள்ளது. கட்டமைப்பு நீக்கம் கட்டமைப்பின் எதிர்மறையாகும்; உடைந்து நொறுங்கி சிதைப்பதற்குப் பதிலாக கட்டடங்களை அதன் கூறுகளை மீட்பதற்கு ஏற்றபடி மிகவும் கவனமாகத் தகர்ப்பதாகும். பெர்க்கிலியிலிருந்து புரோன்க்ஸ் வரை கட்டமைப்பு நீக்க நிறுவனங்கள்

பழைய கட்டடங்களிலிருந்து கூறுகளை மீட்டு மறுவிற்பனை செய்கின்றன; குப்பைக்குழிகளில் கழிவுகள் நிரம்புவதைத் தடுக்கின்றன; கன்னி மூலப் பொருட்கள் பிரித்தெடுக்கப்படுவதையும் அதே நேரத்தில் வெளியிலிருந்து பெற முடியாத நல்ல வட்டார வேலை வாய்ப்புகளையும் உருவாக்குகின்றன.

பெர்க்கிலியிலுள்ள என்னுடைய வீட்டிலிருந்து அதிக தூரமில்லாத இடத்தில் 1980ஆம் ஆண்டிலிருந்து அர்பன் ஓர் என்ற நிறுவனம் செயல்பட்டு வருகிறது. அது இந்தத் துறையின் ஒரு முன்னோடி நிறுவனமாகும். இது கழிவுப் பாதையிலிருந்து மதிப்புமிக்கப் பொருட்களை மீட்டு மறு பயன்பாட்டிற்காக விற்கின்றது. என்னுடைய அலுவலக மேஜை, என்னுடைய குளியலறைத் தொட்டி, வீட்டுக் கொட்டகை ஒளிவிளக்கு அமைப்புக்கான ஒரு மாற்றீட்டுத்தட்டு, என் வீட்டின் புறக்கடையில் சிதைந்து கொண்டிருந்த வேலியில் தாங்கியிருக்கும் உலோகக் கம்பங்கள் ஆகிய அனைத்தையுமே இங்கிருந்துதான் பெற்றேன். இவை அனைத்தும் ஏற்கனவே பயன்படுத்தப்பட்டவை; நான் வாங்காமல் இருந்தால் குப்பைக்குப் போயிருக்கக்கூடியவை. புதியதில் ஒரு சிறுபகுதி விலையே உள்ளவை. அர்பன் ஒரு மறுசுழற்சியைவிட மறுபயன்பாட்டைத்தான் பரிந்துரைக்கிறது. ஏனெனில், மறுபயன்பாடு ஒரு பொருளில் உள்ள உட்கூறுப் பொருட்களைப் பேணுவது மட்டுமின்றி அதை உருவாக்குவதில் ஏற்பட்ட புதைந்த ஆற்றலையும் கலையையும் பேணுகின்றது. அவர்கள் ஒரு பித்தளை வடிகுழாய் அல்லது ஒரு பழைய கலையம்சம் பொருந்திய ஒரு கதவை மறு பயன்பாட்டிற்காக விற்கும்போது மறுசுழற்சிக்கான அதன் சந்தை மதிப்பிற்கு அதே உலோக அல்லது கட்டைக்கூறை விற்றிருந்தால் பெறப்படும் பணத்தைவிட அதிக பணத்தைப் பெற்று விடுகிறார்கள். அர்பன் ஓர் ஒவ்வொரு விற்பனை ரசீதிலும் 'கழிவு யுகத்திற்கு முடிவு கட்டுவோம்' என்று அச்சடித்துள்ளது.

2008ஆம் ஆண்டின் வசந்த காலத்தில் தெற்கு புரோன்க்ஸ் நகரத்தில் *ரீபில்டர்ஸ் சோர்ஸ்* என்றழைக்கப்படுகின்ற, கூட்டாக நடத்தப்படுகின்ற வணிகம் தொடங்கப்பட்டது. இது அதிக வேலையில்லாத் திண்டாட்டத்தையும், அனைத்து இடங்களிலும் குவித்திருக்கும் கழிவுகளையும், சூழல் சிதைவையும், ஆஸ்துமா, புற்றுநோய், இதர சூழல்சார் நோய்களின் அதிக சிதைவுத் தகை வேகத்தையும் கொண்டது. ஒவ்வொரு நாளும் தெற்கு புரோன்க்ஸில் உள்ள கழிவுமாற்ற நிலையங்களுக்கு வந்து சேரும் ஏறத்தாழ 2,000 டன்கள் கட்டுமான-தகர்ப்புக் கழிவில் பெரும்பாலானவற்றை அவர்களுடைய 18,000 சதுர அடி சில்லறைச் சேமிப்புக் கிடங்கில் விற்கிறார்கள். அவர்களுடைய இலக்குக் கூற்று பின்வருமாறு: 'கட்டடப் பொருட்களை மறுசுழற்சியும் மறு பயன்பாடும் செய்து உயிர்வாழத் தேவையான ஊதியப் பணிகளை

உருவாக்க நாங்கள் உழைக்கிறோம். நாங்கள் சமன்வாய்ப்புக்கு மட்டுமின்றி பொருளாதார, சூழல் நியாயங்களுக்காகப் போராடு கிறோம்.'[43] இது ஒரு சிறந்த முன்மாதிரி என்பதற்கான காரணம் என்னவெனில் ரீபில்டர்ஸ் சோர்ஸ் சூழல், பொருளாதார, நியாயப் பிரச்சினைகளுக்கிடையேயான தொடர்பை உணர்ந்துள்ளது; அவை அனைத்தையும் உடனேயே தீர்க்கவும் முயற்சி செய்கிறது என்பதுதான்.

மருத்துவக் கழிவு

இந்த வகைக் கழிவு அதிகக் கவனத்தை – பெரும்பாலும் இதற்குத் தேவையானதைவிட அதிகக் கவனத்தை – பெறுகிறது. உண்மையான அபாயத்திற்கும் உணரப்பட்ட அபாயத்திற்கும் இடையே உண்மை யிலேயே ஒரு பெரிய இடைவெளி உள்ளது. மருத்துவ வசதிகளிலிருந்து வரும் கழிவு பற்றி மக்கள் அதிகக் கவலையுறுகிறார்கள். அது எய்ட்ஸ் அல்லது இதர வைரஸ்களைப் பரப்பிவிடும் என்று பயப்படுகிறார்கள். உண்மையில், ஒரு மருத்துவ வசதியிலிருந்து வரும் பெரும்பான்மை யான கழிவு ஒரு ஓட்டல் ஒரு உணவு விடுதி அல்லது அலுவலகத்தி லிருந்து வரும் கழிவை ஒத்தது; ஏனெனில், மருத்துவமனைகள் மேற்கூறிய அனைத்து வேலைகளையும் செய்கின்றன. இதர நகராட்சிக் கழிவுகளிலிருந்து இது அதிகம் மாறுபட்டதல்ல.

மருத்துவக் கழிவில் ஒரு சிறிய பகுதிதான் ஆபத்தானது; அல்லது ஆபத்தானதாக இருக்கலாம். இதற்கு நிச்சயமாகச் சிறப்பான நடவடிக்கையை மேற்கொள்ள வேண்டும். இந்த வகை மருத்துவக் கழிவில் குத்தும் பொருட்கள் (ஊசிகள்), சில மருத்துவக் கழிவுகள், சிறப்பு மருத்துவமனைகளிலிருந்து பெறப்படும் சில குறைந்த அளவு கதிரியக்கக் கழிவுகள், நோயுற்ற மனிதர்களோடு தொடர்புற்ற, மற்றவர்களை நோயுறச் செய்யும் கழிவுகள் போன்றவையும் அடங்கும்.

சிஜிஎச் சூழல் உத்திகள் *(என்வைரென்மெண்டல் ஸ்ட்ராடிஜீஸ்)* என்ற நிறுவனத்தின் நிறுவனரும், **1990**ஆம் ஆண்டிலிருந்து மக்கள் நலத்தில் பாதுகாப்பான மேலாண்மைக்காக உழைத்து வருபவரும், உலகம் முழுவதும் மருத்துவமனைக் கழிவுகளைப் பிரித்தறிந்தவருமான கிளென் மெக்ரே பின்வருமாறு கூறுகிறார்: 'உண்மையிலேயே ஆபத்தானவை மிகச் சிறிய அளவே ஆகும். மேலும், மருத்துவமனைகளின் வகை யைப் பொறுத்து மிகக் கவனமாகப் பிரிக்கப்பட்டால், **5-10** விழுக்காடு களுக்குக் குறைவானவையே, நோய்த் தொற்றுத்தன்மை கொண்டவை யாகும்.'

இதன் பொருள் என்னவெனில் ஒரு திறன்மிக்க வகைப்பிரித்தல் ஒருங்குதான் நமக்குத் தேவை; இதன்மூலம் மருத்துவமனையின்

அலுவலகக் காகிதம், சாதனப் பொட்டலங்கள், எஞ்சியுள்ள உணவு போன்றவற்றிலிருந்து இந்த 5-10 விழுக்காடு ஆபத்தான கழிவைத் தனிப்படுத்தி ஒதுக்க வேண்டும். இதனோடு சேர்ந்து அனைத்து உடன்விலக்குப் பொருட்களையும் (தட்டுகள், மேலாடைகள், துணிவிரிப்புகள், சாதனங்கள்) மறுபயன்பாட்டுப் பொருட்களைக் கொண்டு முறையான மாற்றீடு ஒன்றைச் செய்ய வேண்டும். இதன் மூலம் ஒரு மருத்துவமனை தன்னுடைய கழிவு அகற்றல் தேவையையும் செலவுகளையும் மிகவும் அதிகமாகக் குறைக்கலாம். நியூயார்க் நகரிலுள்ள பேத் இஸ்ரேல் மருத்துவ மையம் மேம்படுத்தப்பட்டக் கழிவு பிரித்தல், கழிவுக்குறைப்பு நடவடிக்கைகள் மூலம் ஒரு ஆண்டுக்கு 600,000 டாலருக்கும் மேல் சேமித்துள்ளது.

உண்மையான சிவப்புப் பைக் கழிவான (ஆபத்தான கழிவு) நோய் தொற்றக்கூடிய 5 முதல் 10 விழுக்காட்டை என்ன செய்வது? அதற்கான மிகச்சிறந்த, அதிகச் செலவு இல்லாத தீர்வு அவற்றை அதிக வெப்ப அழுத்தத்திற்கு *(ஆட்டோகிளாவிங்)* உட்படுத்துவதுதான். அடிப்படையில் ஒரு பாத்திரம் கழுவும் கருவி போன்றிருக்கும் இதில் அதிக வெப்ப நிலை நீராவியில் நோய்க் கிருமிநீக்கம் செய்யப்படுகிறது. இது சாம்பலாக்கத்தைவிட அதிகப் பாதுகாப்பான ஒரு வழிமுறையாகும் என்றாலும், பல மருத்துவமனைகள் சாம்பலாக்கியைப் பயன்படுத்தி நோய்க் கிருமிகளைக் கொல்வதை விரும்புகின்றன. சாம்பலாக்கம் கிருமிகள் அல்லது வைரஸ்களை எரிப்பது மட்டுமின்றி இவை ஒட்டிக் கொண்டிருக்கும் பொருட்களையும் – இவை பொதுவாகப் பிளாஸ்டிக் – எரிக்கின்றது. பிளாஸ்டிக் எரிப்பு காற்றில் நச்சுப்பொருட்களின் வெளியேற்றத்தை உண்டாக்குகிறது. இந்தச் செயல் ஆஸ்துமா, நரம்புக் கோளாறுகள், இனப்பெருக்கக் கோளாறுகள், புற்றுநோய் போன்றவற்றை உருவாக்குகின்றது.[44] மருத்துவக் கழிவுச் சாம்பலாக்கம் மிகவும் அதிக மாசுறுத்தலை உருவாக்குவதால், இந்தியாவின் என்னுடைய நியூ டெல்லி சூழல் ஆர்வலர் நண்பர்கள் ஒரு புற்றுநோய் சிறப்பு மருத்துவ

மனையில் ஒரு கொடித்துணியைத் தொங்கவிட்டு அதில் ஒரு சாம்பலை வெளித்தள்ளும் சாம்பலாக்கியை வரைந்து அதில் பின்வருமாறு எழுதிவைத்தனர்: 'CANCER caused AND cured here' ('இங்குப் புற்றுநோய் உண்டாக்கப்படும், குணப்படுத்தப்படும்').

உடல்நல சிறப்புப் பணியாளர்கள், சூழல் நல ஆர்வலர்கள், சமுதாய உறுப்பினர்கள் போன்றவர்களால் அமைக்கப்பட்ட தீங்கிழைப்பு இல்லாத உடல் நலப் பாதுகாப்பு *(ஹெல்த் கேர் வித்தவுட் ஹார்ம்)* என்று அழைக்கப்படும் பன்னாட்டுக் கூட்டமைப்பு ஒன்று

மருத்துவமனைகளுடன் ஒன்று சேர்ந்து கழிவுகளைக் குறைக்கவும், பாதரசம், பாலிவினைல் குளோரைடு போன்ற அதிக நச்சுத்தன்மை வாய்ந்தவற்றைப் பாதுகாப்பான, குறைந்த செலவு கொடுக்கும் மாற்றுகளினால் மாற்றீடு செய்யவும் செயல்பட்டு வருகிறது. காண்க அதிகத் தகவலுக்கு: www.noharm.org.

மின்னணுச் சாதனக் கழிவுகள்

மின்னணுச் சாதனக் கழிவுகள் அல்லது மின்னணுக் கழிவுகள் நாம் தூக்கி எறியும் செல்பேசிகள், கணினிகள், தொலைக்காட்சிகள், டிவிடி கருவிகள், மின்னணுப் பொம்மைகள், பயன்பாட்டுப் பொருட்கள், தொலைக் கட்டுப்படுத்திகள் போன்றவற்றை உள்ளடக்கியவை. மிகவும் விரைவாக வளர்கின்ற, மிகவும் நச்சுத்தன்மை வாய்ந்த இன்றைய குப்பைப் பொருட்களான மின்னணுக் கழிவு, இதர நகராட்சிக் கழிவை விட மூன்று மடங்கு வேகமாக அதிகரித்து வருகின்றது. இதில் ஆபத்து நிறைந்த உலோகங்களும் வேதிப்பொருட்களும் நிறைந்துள்ளன.[45] மின்னணுச் சாதனத் திரும்பப் பெறுதல் கூட்டமைப்பின் *(எலக்ட்ரானிக் டேக்பேக் கொயலிஷன்)* அறிக்கைப்படி, மின்னணுக் கழிவிற்கான ஐந்து மிகச் சாதாரண மூலங்களும் காரணங்களும் பின்வருமாறு:

1. செல்பேசி மேம்படுத்தல்கள்: நடமாடும் தொலைப்பேசி சேவை கொடுப்பவர்கள் இலவச அல்லது மலிவான தொலைப்பேசிகளை புதிய அல்லது மீள்புதிப்பிக்கப்பட்ட ஒப்பந்தங்களுடன் கொடுக்கிறார்கள். இவற்றில் பெரும்பான்மையான செல்பேசிகள் ஒன்றிரண்டு ஆண்டுகளுக்குள் செயலிழக்கும் வகையில் உருவாக்கப் பட்டிருக்கின்றன; அனைத்து வகை அண்மைக் கால மிகை ஓசை உருவாக்கிகள், ஓசைகள் போன்றவற்றைப் பெற்ற பளபளப்பான புதிய வகை செல்பேசிக்கான அந்த நிறுவனங்களின் பேரத்தை மறுப்பது கேவலம் என்று மக்கள் நினைக்கிறார்கள் (மாற்றீடு செல்பேசிகள் அதிக விலையைக் கொண்டிருந்தாலும்); பழைய செல்பேசி ஒப்பந்தக் காலத்தில் செயல்படாததாக இருந்தாலும் மக்கள் கவலைப்படுவதில்லை. பழைய செல்பேசி வெளியேறுகிறது!
2. இலக்கமுறைத் தொலைக்காட்சி மாற்றம்: இதுவரை காணப்பட்டதிலேயே அரசு-திட்டமிட்ட மிகப்பெரிய செயலிழப்புக் காரணமாக, 2009ஆம் ஆண்டு ஒப்புமை *(அனலாக்)* தொலைக்காட்சி ஒலி/ஒளிபரப்பு தன்னுடைய முடிவைக் கண்டது; இது இலக்கமுறை (டிஜிட்டல்) ஒலி/ஒளிபரப்பால் மாற்றீடு செய்யப்பட்டது. ஆனால், மிகவும் நன்கு செயல்பட்டுக் கொண்டிருந்த மில்லியன் கணக்கான தொலைக்காட்சிக் கருவிகள் குறிப்பிட்ட மாற்றீட்டுப் பெட்டி இல்லாமல் பயனிழந்தன.[46] மாற்றீட்டுப் பெட்டிகளை

வாங்குவதில் இருந்த சிரமங்களால், அவர்கள் வாங்கவேண்டும் என்று விரும்பிக் கொண்டிருந்த புதிய தட்டை திரை அல்லது ஹெச்டி தொலைக்காட்சிப் பெட்டி வாங்குவதற்கான உந்துசக்தியைப் பல மக்களுக்கு இது உருவாக்கியது. இதனால் பழைய தொலைக்காட்சிகள் – ஒவ்வொன்றும் 4 முதல் 7 பவுண்டுகள் ஈயத்தைக் கொண்டவை – வெளியேறின![47] குப்பைக்குழிகளில் இந்த நச்சு நிறைந்த தொலைக்காட்சிப் பெட்டிகளைக் கொட்டுவதைத் தற்போது ஆறு மாநிலங்கள் மட்டுமே தடைப்படுத்தியிருப்பது வியப்பாக உள்ளது: நியூ ஹேம்ப்ஷைர், கலிஃபோர்னியா, மெய்ன், மாசசூசெட்ஸ், மின்னசோட்டா, ரோட் தீவு. வேறு ஆறு மாநிலங்கள் (ஓரிகான், நியூயார்க், கனெக்டிகட், நியூஜெர்சி, இல்லினாய், வடக்கு கரோலினா) 2010க்கும் 2012க்கும் இடையே தடையை மேற்கொள்ள ஏற்றுக்கொண்டுள்ளன. 2009ஆம் ஆண்டின் நச்சுப் புயலைத் தடுப்பதற்காக எடுத்த ஓரளவுக்குத் தாமதமான முடிவாகும் இது.[48]

3. மென்பொருள் மேம்படுத்தல்கள்: பல நேரங்களில் புதிய மென்பொருள் பழைய கருவிகளில் செயல்படாது. ஏனெனில் அவை நினைவையும் (மெமரி) வேகத்தையும் இழந்து விடுகின்றன. இதனால் நன்கு செயல்படும் பழைய கணினிகள் வெளியேற்றப்படுகின்றன. எடுத்துக்காட்டாக, மைக்ரோசாஃப்ட் தன்னுடைய விஸ்டா செயல்பாட்டு ஒருங்கை வெளியிட்டபோது, அது மின்னணுக் கழிவில் ஒரு பெரிய அதிகரிப்பை ஏற்படுத்தியது. பிளாஸ்டிக் உலோகங்கள், கண்ணாடி போன்றவற்றின் மிக நெருக்கமான கலப்பினால் கணினிகளை மறுசுழற்சி செய்வது உண்மையிலேயே மிகக் கடினமாகிறது.

4. மின்கலனை மாற்ற முடியாது: சில சமயங்களில் சில மின்னணுப் பொருட்களில் புதிய மின்கலன்களைப் பெற்று, மாற்றீடு செய்வது மிகவும் கடினமாக இருப்பதால் மொத்த பொருளையுமே மாற்றீடு செய்ய மக்கள் உந்தப்படுகிறார்கள். என்னுடைய மகள் சிறியவளாக இருந்தபோது அவள் ஒரு *சீசேம் ஸ்ட்ரீட்* புத்தகத்தை மிகவும் விரும்பினாள். இதில் இணைக்கப்பட்டிருந்த ஒரு தொலைப்பேசி மூலம் அவள் புத்தகத்தின் கதாபாத்திரங்களை அழைத்து அவர்களின் பதிவு செய்யப்பட்ட செய்திகளைக் கேட்க முடிந்தது. இதன் மின்கலன் செயலிழந்தபோது அந்தப் புத்தகத்தின் விலையைவிட மிக அதிக விலையைக் கொடுத்து ரேடியோஷேக் நிறுவனத்திலிருந்து ஒரு புதிய மின்கலத்தை வாங்க வேண்டியிருந்தது. ஆப்பிள் நிறுவனத்தின் ஐ-பாடுகள் மிகவும் அவப்பெயர் பெற்ற மின்கலச் சவால்களைக் கொடுத்தன. நீங்கள் மின்னணுவியலில்

திறனைப் பெற்றிருந்தாலேயொழிய, நீங்களே இவற்றின் மின்கலன் களை மாற்ற முடியாது. ஆப்பிள் நிறுவனத்திடம் மீண்டும் கொடுத்துதான் புதிய மின்கலன் பொருத்த முடியும்; இதற்கு ஒரு கட்டணத்தை அவர்களுக்குக் கொடுக்க வேண்டும்; கருவி யில் சேமித்து வைத்திருந்த சில செய்திகளையும் இழக்க வேண்டி யிருக்கும். ஐ-பாடுகளின் விலை குறைந்துவரும் சூழலில் இதற்காக ஏன் கவலைப்பட வேண்டும்? பழையதை நீக்கிவிடுங்கள்!

5. உடன் விலக்கக்கூடிய அச்சடிக்கும் கருவிகள்: அச்சுப் பொறிகள் *(பிரிண்டர்ஸ்)* மிகவும் மலிவாக இருப்பதால், சில சமயம் ஒரு புதிய கணினியுடன் இவை இலவசமாகக்கூட கொடுக்கப்படுகின்றன. இவை ஒரு பொதியுறை *(கார்ட்ரிட்ஜ்)* மாற்றீட்டு மையைவிட பெரும் பாலும் ஒரு குறைவான விலையைக் கொண்டுள்ளன! உற்பத்தி யாளர்களின் வாடிக்கையாளர் சேவை மையத்தின் ஒரு மனிதரைத் தொடர்புகொண்டு சரியாகச் செயல்படாத ஒன்றைப் பற்றி அறிய முயல்வதைவிட புதிய ஒன்றை வாங்குவது அதிக கஷ்டத்தைக் கொடுக்காது. மீண்டும் ஒரு பழைய பொருள் வெளியேறுகிறது!

'நாம் புதிய ஒன்றைப் பெறுவோம்' என்பது மின்னணுச் சாதனங்கள் அல்லது பயன்பாட்டுப் பொருட்கள் செயலிழக்கும் போது அல்லது ஏதோவொரு வகை மாற்றீடு தேவைப்படும்போது ஓர் இயல்பிருப்பு *(டிஃபால்ட்)* பரிகாரமாக மாறிவிட்டது. இதன் காரணமாக, ஏறத்தாழ 400 மில்லியன் மின்னணுப் பொருட்கள் அமெரிக்காவில் ஒவ்வொரு ஆண்டும் விலக்கப்படுகின்றன. நமக்குத் தகவல் கிடைத்துள்ள மிக அண்மைக்கால ஆண்டான 2005ஆம் ஆண்டில் இது 4 மில்லியன் பவுண்டு மின்னணுக் கழிவுக்குக் காரணமாகியது. இவற்றில் பெரும்பாலானவை தொடர்ந்து செயல்பட்டுக் கொண்டிருக்கின்றன![50] மேலும், இந்தப் பொருட்கள் அதிக நச்சுத்தன்மை கொண்டவை. இன்றைய மின்னணுச் சாதனங்களில் பாதரசம், ஈயம், காட்மியம், ஆர்செனிக், பெரில்லியம், புரோமின் கொண்ட தீப்பிடிப்பு எதிர்ப்புப் பொருட்களும், வேறு பல நச்சுப்பொருட்களும் உள்ளன. எனினும், இவ்வளவு மோசமான நச்சு அளவு இருப்பதால் அவசியம் தேவைப்படுகின்ற, மிகவும் கவனமான, பொறுப்பான முறையில் வகைப்பிரித்துக் கையாளுவதை விட்டு விட்டு அவற்றை அமெரிக்காவில் நாம் தொடர்ந்து நம்முடைய மின்னணுக் கழிவில் 85 விழுக்காடு அளவுக்குக் குப்பைக்குழியில் போடுகிறோம். அல்லது மேலும் மோசமான வகையில் அவற்றைச் சாம்பலாக்கிகளில் எரிக்கிறோம்.[49]

2009ஆம் ஆண்டு நான் கலிஃபோர்னியாவின் ரோஸ்வில்லே என்ற ஊரில் அமைந்திருந்த மிகப்பெரிய ஒரு மின்னணுக் கழிவு மீள்சுழற்சி வசதிக்குச் சென்றேன். இதன் முதல் அறை ஒரு கோஸ்ட்கோ கடை

போன்று காட்சியளித்தது; இதில் தரையிலிருந்து கூரைவரை அமைந்த அலமாரிகள் சுவர்களில் அமைக்கப்பட்டிருந்தன. ஆனால், இவற்றில் விற்கப்பட வேண்டிய பொருட்கள் நிரப்பப்பட்டிருப்பதற்குப் பதிலாக, அழிப்பதற்காகக் காத்திருக்கும் பொருட்கள் நிரம்பியிருந்தன: பல அச்சடிக்கும் கருவிகள் நிறைந்த பெட்டிகள், தொலைக்காட்சிக் குவியல்கள், பல அட்டைப் பெட்டிகளில் (இவை கேலார்டுகள் என்று அழைக்கப்படுகின்றன) செல்பேசிகள், எம்பீ3 கருவிகள், பிளாக்பெர்ரிகள் நிரம்பியிருந்தன. பிளாக்பெர்ரிகள் நிரம்பியிருந்த ஒரு கேலார்டை நான் எட்டிப்பார்த்த போது அவற்றில் பலவற்றில் புதிதாக வாங்கும் போது காணப்படும் பாதுகாப்பு பிளாஸ்டிக் படலம் பிரிக்கப்படாமல் இருந்தது. 'இவை அனைத்தும் புதியவை' என்று எங்களுடைய வழிகாட்டி விளக்கினார்.

பிரிக்கப்படுவதற்காகவே அங்கு ஒவ்வொரு பொருளும் காத்திருந்தன. சில முதலில் ஒரு வரிசையிலமைந்த தொழிலாளர்களால் மர சம்மட்டிகளாலும், சுத்தியல்களாலும் கையால் நொறுக்கப்பட்டன. ஒரே மாதிரியான அச்சடிக்கும் கருவிகள் பல, வரிசையாக நொறுக்கப் படுவதற்காக அனுப்பப்பட்டதை நான் கவனித்தேன். அவற்றில் ஒவ்வொன்றும், அவற்றைப் பயன்படுத்துவதற்கு முன்பே நீக்கப்பட வேண்டிய நீலநிற அடையாள அட்டைகளைப் பெற்றிருந்தன. இவை அனைத்துமே புதியவை. நொறுக்கு, நொறுக்கு, நொறுக்கு! அங்கு வரும் பொருட்களில் எவ்வளவு விழுக்காடு புத்தம் புதியவை என்று அங்குள்ள வழிகாட்டியைக் கேட்டபோது அவள், 'ஏறத்தாழ பாதி' என்று கூறினாள். நான் மிகவும் அதிர்ச்சி அடைந்தேன். மிகவும் நல்ல மின்னணுச் சாதனங்களை விற்காமல் அல்லது பகிர்ந்துகொள்ளாமல் அவற்றை அழிப்பது எந்தவகைப் பொருளாதார ஒருங்கிற்கு நல்லதாகத் தோன்றுகிறது? ஒரு கார் நிறுத்தப் பகுதியில் இவற்றையெல்லாம் வைத்து 'இலவசம்' என்ற அடையாளத்தை இவற்றின் மேல் ஏன் போடக்கூடாது? எங்களுடைய வழிகாட்டியான ரெனீ விளக்கினாள்: 'இந்தப் பொருட்கள் உத்தரவாதத் திட்டங்களின் மூலம் தமக்கே திரும்பி வரக்கூடாது என்று நிறுவனங்கள் விரும்புகின்றன. ஏனெனில், அப்பொழுது அவர்களே அவற்றிலுள்ள குறைகளுக்குப் பொறுப்பாகி விடுவார்கள். எனவே அவற்றை அழிப்பது எளிதாகி விடுகிறது.' அங்குள்ள அனைத்துப் பொருட்களும் புதியவையல்ல என்றாலும், நன்கு செயல்படக்கூடியவை. எப்படிப்பட்ட வீணாக்கம்!

இந்தப் பொருட்கள் வரிசையாக நகரும் பட்டைகள் (பெல்ட்கள்) பலவற்றின் வழியாகப் பயணம் செய்து இதர தொழிலாளர்களால் பிளந்து திறக்கப்பட்டு அவற்றின் மின்கலன்கள் தனியாகப் பிரித் தெடுக்கப்படுகின்றன (ஏனெனில் அவை அபாயகரமான கழிவு

அகற்றுதல் ✦ 347

என்பதால்). சட்டத்தின்படி இந்தப் படிநிலை உண்மையிலேயே தேவைப்படுவதில்லை என்றாலும், முக்கியமான ஒன்றாகும். ஏனெனில், மின்கலன்களிலுள்ள அபாயகரமான வேதிப்பொருட்கள் பின்நிலையில் பொருட்களின் சிதைவுக் கூறுகளோடு கலந்துவிடாமல் இந்தப் படிநிலை தடுக்கிறது. பின் நிலையில் இந்தக் கூறுகளில் சில குப்பைக்குழிகளை அடைகின்றன அல்லது சாம்பலாக்கப்படுகின்றன. ரோஸ்வில்லே வசதியில் நடைமுறைப்படுத்தப்படும் பல வழிமுறைகளில் ஒன்றான இது இந்த வசதியை மின்னணுக் கழிவு பதப்படுத்துவதில் சிறந்த ஒன்றாக எடுத்துக் காட்டுகிறது.

மின்கலன்கள் நீக்கப்பட்டவுடன் மேலும் அதிக நகரும் பட்டைகளின் மூலம் பொருட்கள் அரவை எந்திரங்களுக்கு அனுப்பப்படுகின்றன. இந்த வளாகத்தின் மையத்தில் அமைந்துள்ள ராட்சச அரவை எந்திரங்கள், ஒரு சூழப்பட்ட, இரண்டு மாடிக் கட்டடத்தை ஆக்ரமிக்கின்றன. என்னுடைய மஞ்சம் அளவில் ஒரு தொலைக் காட்சிப் பெட்டியை நான் அங்கு கண்டேன். இதன் மூலம் அரவை எந்திரங்கள் தொடர்ந்து மோதல்கள் அல்லது வெடிப்புகள் ஏற்படாமல் இருக்க கண்காணிக்கப்படுகின்றன.

அரவை எந்திரங்களால் அரைக்கப்பட்டு வெளியே உமிழப்பட்டவுடன் பொருட்களின் துண்டுகள் மேலும் பல நகரும் பட்டைகளால் எடுத்துச் செல்லப்பட்டுப் பல நகரும் நடைமேடைகள், காந்தங்கள், பிரிதிரைகள் வழியாக அனுப்பப்படுகின்றன. இவை சிதைந்த துண்டுகளை கேலார்டுகளாக வகை பிரிக்கின்றன. பிளாஸ்டிக்குகள் ஓரிடத்தில் கொட்டப்படுகின்றன. இவை மிகவும் நெருக்கமாகச் சேர்க்கையுற்றிருப்பதால் இவற்றைக் குப்பைக்குழிகள் அல்லது சாம்பலாக்கத்திற்கு அனுப்புவதைத் தவிர வேறு வழியில்லை. மதிப்புமிக்க உலோகங்கள் மட்டுமே இந்தப் பதப்படுத்தத்தின் முடிவில் பயனுள்ள, பணம் கொடுக்கக் கூடிய பொருளாக அமைகின்றன. இவை மற்றொரு பெட்டியில் கொட்டப்படுகின்றன. இந்த உலோகங்கள் பின்பு ரயில்கள் மூலம் மூவாயிரம் மைல்கள் கடந்து கனடாவின் க்யூபெக் நகரிலுள்ள நோராண்டா செம்பு உருக்காலைக்கு அனுப்பப்படுகின்றன; அங்கு இவை உருக்கப்பட்டு இதர பொருட்களில் பயன்படுத்துவதற்காகப் பதப்படுத்தப்படுகின்றன. இந்தச் செம்பு கப்பல் மூலம் சைனாவுக்கு அனுப்பப்பட்டு அங்கு ஒரு அச்சடிக்கும் கருவி, கணினி, அல்லது செல்பேசித் தயாரிப்பில் பயன்படுத்தப்பட்டு அவை மீண்டும் ரோஸ்வில்லேவுக்கு வரக்கூடிய வாய்ப்பைப் பெறுகின்றன. இந்த மொத்த செயலுமே அதிர்ச்சியையும் மீறிய ஒன்றாகும்; நான் இதை என்னுடைய சொந்தக் கண்களால் பார்க்காமல் இருந்திருந்தால் – குறிப்பாகப் பாதிப்பொருட்கள் புத்தம் புதியவையாக இருந்தன

என்பது உண்மையாக இருக்கும்போது – நான் இதனை நம்பியிருக்க மாட்டேன். மூலப் பொருட்களைக் குப்பைக் கூளமாக்கச் சிறப்பாக வடிவமைக்கப்பட்ட ஒரு உலகளாவிய ஒருங்கை ஒரு தீயபெரும் சக்தி உருவாக்குவதை மையக் கருத்தாகக் கொண்டு தயாரிக்கப்பட்ட ஒரு அறிவியல் கதைத் திரைப்படம் போன்று இது காணப்படுகிறது.

அமெரிக்காவில் சில மின்னணுக் கழிவுகள் சிறைச்சாலைகளுக்கு மறுசுழற்சிக்காக அனுப்பப்படுகின்றன. 2003ஆம் ஆண்டிலிருந்து 2005ஆம் ஆண்டு வரை சிறைக் கைதிகள் 120 பவுண்டுக்கும் அதிகமான மின்னணுக் கழிவைப் பதப்படுத்தியுள்ளனர். இதில் உடல்நல, பாதுகாப்பு மீறல்கள் நிறைந்திருந்தன. மின்னணுச் சாதனங்களை உடைப்பதால் ஈயம், காட்மியம் மட்டுமின்றி இதர ஆபத்தானப் பொருட்கள் வெளியேறினாலும், கைதிகளுக்கு எந்தவிதப் பாதுகாப்புக் கவசங்களும் கொடுக்கப்படுவதில்லை.[50] சிறைச்சாலை மின்னணுக் கழிவுப் பதப் படுத்தச் செயலை மேலாண்மை செய்யும் கூட்டாட்சி சிறைச்சாலைத் தொழில் அமைப்பு [இது யூனிகோர் என்றும் அழைக்கப்படுகிறது] மீது தற்போது விசாரணை நடைபெற்று வருகிறது. நச்சுப்பொருட்கள் மூலம் சிறைக் கைதிகளுக்கு பாதிப்பு ஏற்பட்டதால் இந்த விசாரணை நடந்து கொண்டிருக்கிறது; இதற்கிடையில் நேஷனல் இன்ஸ்டிடியூட் ஃபார் ஆக்குபேஷனல் சேஃப்டி அண்ட் ஹெல்த்தால் (நியோஸ்) நடத்தப்பட்ட விசாரணையின் ஓர் இடைக்கால அறிக்கை மின்னணுக் கழிவு மறுசுழற்சி போதுமான அளவு சுகாதார ஏற்பாடோ பாதுகாப்பு ஏற்பாடோ செய்யப்படாமல் நடைபெற்றது என்பதை உறுதி செய்துள்ளது.[51] இதனிடையே இந்த நடைமுறை தொடர்ந்து நடைபெற்று வருகிறது.[52]

அமெரிக்காவில் ஏறத்தாழ 12.5 விழுக்காடு மின்னணுக் கழிவுகள் ரோஸ்வில்லே உள்ள வசதிகள் அல்லது சிறைச்சாலைப் பணி மூலமாக ஏதோவொரு வடிவில் 'மறுசுழற்சிக்காக' சேகரிக்கப்படுகின்றன என்று கருதப்படுகிறது. எனினும், பேசல் ஆக்ஷன் நெட்வொர்க் (பிஏஎன்) என்ற அமைப்பால் மேற்கொள்ளப்பட்ட விசாரணைகள் இந்த அளவில் ஏறத்தாழ 80 விழுக்காடு உண்மையாகவே வளரும் நாடுகளுக்கு ஏற்றுமதி செய்யப்பட்டு அங்குப் பெருமளவு கொட்டப்படுகின்றன என்பதைத் தெரிவிக்கின்றன.[53] இவற்றில் ஓரளவாவது, ஒருவர் கனவில்கூட நினைக்க முடியாத வகையில் மிகவும் மோசமாகப் பதப்படுத்தப் படுகின்றன: எந்தவிதப் பாதுகாப்புக் கவசங்களும் அணியாமல் மொத்த குடும்பங்களும் கணினிகளை நொறுக்கி அவற்றிலுள்ள அரிய உலோகங் களை மீள்பெறுவதில் ஈடுபட்டுள்ளன; செம்பைப் பெறுவதற்காக மின்வடங்களின் பீவிசியை எரிக்கின்றனர். கணினியின் கூறுகளை அமில நீர்மத்தில் மூழ்க வைத்துப் பின்பு அந்த நீர்மத்தை ஆற்றுநீரில் கொட்டுகின்றனர். இது மிகவும் ராட்சசத்தனமான நச்சுக் கொடுங்கனவு

ஆகும். வாழ்க்கையில் போராடும் சமுதாயங்களுக்கு மின்னணுக் கழிவு மறுசுழற்சி பணிகளைக் கொடுக்கிறது என்று மக்கள் வாதிடுவதை நீங்கள் கேட்டிருக்கலாம் என்றாலும், பேசல் ஆக்ஷன் நெட்வொர்க்கின் நிர்வாக இயக்குநரான ஜிம் புக்கெட் கூறுவது போன்று, இவ்வகைப் பணிகளை மக்களுக்குக் கொடுப்பது, அவர்களுக்கு 'நஞ்சுக்கும் ஏழ்மைக்கும் இடையே தேர்ந்தெடுக்க ஒரு வாய்ப்பைக் கொடுப் பதற்கு' ஒப்பாகும். மேலும், உண்மையில் அவர்கள் இதிலிருந்து ஊதியமாக சில்லறைகளுக்கு மேல் பெற முடியாததால் அவர்கள் மேற்கூறிய இரண்டையுமே அடைகிறார்கள்.

*2009*ஆம் ஆண்டின் தொடக்கத்தில் மறுசுழற்சி, மறுபயன்பாடு, பழுதுபார்ப்பு, அல்லது (கழிவு) அகற்றல் போன்றவற்றிற்காகச் செயல்படாத மின்னணுப் பொருட்களை வளர்ந்த நாடுகளிலிருந்து வளரும் நாடுகளுக்கு இனிமேல் அனுப்பமாட்டோம் என்று டெல் நிறுவனம் அறிவித்தது. 'அமெரிக்கச் சட்டங்கள் பெரும்பாலான ஏற்றுமதிகளைக் கட்டுப்படுத்துவ தில்லை என்றாலும், டெல், இந்தப் போதுமானதாக இல்லாத கட்டுப்பாடுகளைத் தாண்டிச் செல்வதற்கு முடிவு செய்தது' என்று டிக்கெட் கூறினார். 'தம்முடைய புதிய மின்னணுக் கழிவுச் செயல்திட்டத்தின் மூலம் தம்மை ஒரு பொறுப்புள்ள பெரு நிறுவனக் குடிமகனாக வழிநடத்து வதற்கு டெல் அதிகப் பாராட்டைப் பெறத் தகுதியுள்ளதாகிறது' என்று அவர் மேலும் கூறினார்.[54]

ரோஸ்வில்லேவிலுள்ள வசதி மிகவும் கவனமாகச் செயல்படும் ஒன்றாக இருந்தாலும், மின்னணுக் கழிவு மிகவும் பெரிய பிரச்சினையாக இருந்தது; ஆகவே, அந்த வசதி மிக அதிக அளவு அபாயகரமான சிக்கல்களைக் கொண்ட ஒரு முன்மாதிரியாகும். மின்னணுக் கழிவுப் பிரச்சினையைத் தீர்ப்பதற்கான மிகவும் திறனான இடம் மேற்கால் நிலையாகும்; ஏனெனில், இந்த நிலையில்தான் வடிவமைப்பு பற்றி யும் உட்கூற்றுப் பொருட்கள் பற்றியும் முடிவுகள் மேற்கொள்ளப்படுகின்றன. கணினியையும் இதர மின்னணுச் சாதனங்களையும் உற்பத்திச் செய்பவர்கள் மின்னணுச் சாதனங்களை அதிக காலம் உழைக்கும் வகையிலும், குறைந்த அபாயகரமானதாகவும், எளிதாக மேம்படுத்துவதற்கும், பழுதுபார்ப்பதற்கும் (கடைசித் தேர்வாக, மறுசுழற்சி செய்யத்தக்கதாகவும்) ஏதுவாக பெரிய அளவு மேம்பாடுகளை நுழைக்கலாம். டெல், ஆப்பிள், ஹெச்பி போன்ற சில நிறுவனங்கள் சரியான

திசையில் செல்லத் தொடங்கிவிட்டன. இதன்மூலம் வாடிக்கை யாளர்கள் புதிய கணினியை வாங்கும்போது பழைய கணினியைத் திருப்பிக் கொடுத்துவிடலாம். ஆனால், இது தொடர்பாக வாடிக்கை யாளர்களும் குடிமக்களும் பெரிய அளவு பிரசாரங்களை, சில சமயங்களில் பல ஆண்டுகளாக, மேற்கொண்டு அழுத்தம் கொடுத்த பின்புதான் இந்தத் திட்டங்களைப் புகுத்தியுள்ளன. இந்தப் பிரச்சினை மிகவும் முக்கியமானது மட்டுமின்றி அவசரமானதும்கூட என்பதால் இந்தப் பிரச்சினைகளைத் தீர்க்க இந்த நிறுவனங்கள் தாமாகவே இந்த மாற்றங்களை மேற்கொள்ளக் காத்திருக்க வேண்டியதில்லை. பழுதான/செயல் இழந்த பொருட்களை மீண்டும் எடுத்துக் கொள்வதையும், மறுசுழற்சி செய்வதையும் கட்டாயமாக்கும்படி உற்பத்தியாளர்களையும் பொறுப்பேற்க வகை செய்யும் சட்டங்கள் நமக்குத் தேவை.

நல்வாய்ப்பாக, இது நடைபெறத் தொடங்கியுள்ளது. இந்த நூலை எழுதும் நேரத்தில் பத்தொன்பது அமெரிக்க மாநிலங்கள் (கலிஃபோர்னியா, மெய்ன், மேரிலாந்து, வாஷிங்டன், கனெக்டிகட், மின்னசோட்டா, ஓரிகான், டெக்சாஸ், வடக்கு கரோலினா, நியூ ஜெர்ஸி, ஓக்லஹோமா, விர்ஜினியா, மேற்கு விர்ஜினியா, மிசௌரி, ஹவாய், ரோட் தீவு, இல்லினாய், மிக்சிகன், இண்டியானா. ஏற்பு நாளின் வரிசை அடிப்படையில் இந்த மாநிலங்களின் பெயர்கள் கொடுக்கப் பட்டுள்ளன) – இவற்றோடு நியூயார்க் நகரமும் – மின்னணுக் கழிவை மறுசுழற்சி செய்ய வேண்டும் என்ற சட்டத்தை அங்கீகரித்துள்ளன. இதைவிடச் சிறப்பாக, கலிஃபோர்னியாவின் சட்டத்தைத் தவிர, அனைத்துச் சட்டங்களும் உற்பத்தியாளர் பொறுப்புத்தன்மை அணுகு முறையைப் பயன்படுத்தியுள்ளன. இதன்படி, கணினியை உற்பத்திச் செய்த நிறுவனமே அதன் மறுசுழற்சிக்கான செலவை மேற்கொள்ள வேண்டும்.[55] இதனால் நச்சுப் பொருட்களை நீக்கவும், பழுதுபார்ப்புக்கும் மறுசுழற்சிக்கும் தகுந்த வகையில் வடிவமைக்கவும் தேவையான வழிமுறையைப் பற்றி மிகக் கவனமாகச் சிந்திக்க உற்பத்தியாளர்கள் அதிகமாகத் தூண்டப்படுகிறார்கள். ஏனெனில், இந்தப் பொருட் களைக் கடைசியில் கையாளுவதற்கான அடக்கவிலைகளை அவர்கள் ஏற்க வேண்டியுள்ளது. நீங்கள் வேறு எந்த அமெரிக்க மாநிலத்தில் இருந்தாலும் உங்களுடைய மாநில மின்னணுக் கழிவு மறுசுழற்சியைப் பெறுவது எப்படி என்றறிய மின்னணுச் சாதனத் திரும்பப் பெறுதல் கூட்டமைப்பைத் தொடர்புகொள்ளுங்கள்.

மற்றொரு உடன்பாடான வளர்ச்சி இ-ஸ்டீவார்ட்ஷிப் (மின்னணு மேற்பார்வையாளர்) திட்டத்தின் வளர்ச்சிப் பெருக்கம்தான்; இது ஒரு மூன்றாம் நபர் சான்றிதழாக்கத் திட்டமாகும். இந்தத் திட்டம்

மின்னணுச் சாதன மறுசுழற்சியாளர்களைச் சோதிக்கிறது; எவர் கடுமை யான சூழல் நியாயத் தகைமைகளையும் சமூக நியாயத் தகைமை களையும் அடைகின்றனரோ அவர்களுக்கு மட்டும் சான்றளிக்கிறது. இ-ஸ்டீவார்ட்ஷிப்களாகச் சான்றிதழ் பெற்ற வசதிகள் மின்னணுக் கழிவை அமெரிக்காவில் உள்ள களங்களில் மறுசுழற்சி செய்ய பொறுப்பேற்கின்றன. (ரோஸ்வில்லே வசதியில் நான் கண்டது போன்ற ஒரு செயல்முறையைப் பயன்படுத்துகின்றன). மேலும், எந்த நச்சு நிறைந்த மின்னணுக் கழிவையும் குப்பைக் குழிகள், சாம்பலாக்கிகள், சிறைச்சாலைகள், வளரும் நாடுகள் போன்றவற்றிற்கு அனுப்ப மாட்டோம் என்றும் பொறுப்பேற்கின்றன.[56] உங்களுக்கு அருகிலுள்ள இ-ஸ்டீவார்ட்ஷிப் சான்று பெற்ற, பொறுப்புள்ள, மறுசுழற்சி செய்பவரை www.e-stewards.orgஇல் காணுங்கள்.

அகற்றல் பற்றிய போலி நம்பிக்கை

பல்வேறு மூலங்களிலிருந்தும் பெறப்படும் இந்த அனைத்துக் கழிவுக் குவியல்களும் இங்குக் காணப்படுகின்றன. இவையனைத்தும் எங்கே செல்கின்றன? நீங்கள் ஏற்கனவே இதனை அறிந்திருக்கலாம். அவ்வாறு இல்லையென்றால் இதோ உள்ளது மிகப்பெரிய இரகசியம்: இந்த பில்லியன்கள் டன் அளவுள்ள பொருட்களில் மிகப் பெரும்பான்மை யானவற்றிற்கு எந்தவொரு 'அகற்றல்' காலமும் இல்லை. நம்முடைய பெரும்பான்மையான கழிவுக்கு நாம் பின்வரும் இரண்டு விஷயங் களில் ஒன்றை மேற்கொள்கிறோம். அதைப் புதைக்கிறோம்; அல்லது எரிக்கிறோம். சில மறுசுழற்சி செய்யப்படுகின்றன. இது 'அகற்றலுக்கு' எவ்வளவு நெருக்கமாக அமையுமோ, அவ்வளவு நெருக்கமாக அமைகிறது. இதைப்பற்றி நான் பின்னால் விவரிக்கிறேன். 'அகற்றல்' என்பதில் மற்றொரு முக்கியமான கூறும் உள்ளது. புதைத்தல் அல்லது எரித்தல் (மறுசுழற்சிகூட) வழிமுறைகளோடு தொடர்புடைய சச்சரவு, மாசுறுத்தல் பற்றி அமெரிக்காவில் கையாள நமக்கு விருப்பமில்லை; ஆதலால் கப்பல் சுமைகள் அளவுகளிலான நம்முடைய அமெரிக்கக் கழிவு உலகின் இதரப் பகுதிகளுக்கு அடிக்கடி அனுப்பப்படுகின்றன – பொதுவாக, அவை அங்கு மறுசுழற்சி செய்யப்படப் போகின்றன என்ற போர்வையில். பெருமளவு நச்சு கலந்த நம்முடைய கழிவுகளை உலகின் சமுதாயங்களின் மேல் கொட்டித் திணிப்பது நெறிமுறை யற்றது மட்டுமின்றி ஒழுக்கங்கெட்ட செயலுமாகும். எப்படியிருந்த போதிலும் சுகாதார, சூழல் விளைவுகளிலிருந்து எந்த விதத்திலும் நாம் தப்பிக்க முடியாது என்பது தெளிவு. ஏனெனில், அவை காற்று, நீர், நாம் உண்ணும் உயிரிகளின் உடல்கள் போன்றவற்றின் மூலம் மீண்டும் நம்மிடமே திரும்பி விடுகின்றன.

புதைத்தல் மூலம் அகற்றல்

அகற்றலுக்கான மிகவும் சாதாரணமான இந்த வழிமுறையில் நாம் நிலத்தில் மிகப்பெரிய பள்ளத்தைத் தோண்டி அதைக் குப்பைக் கூளத்தால் நிரப்புகிறோம். அமெரிக்காவில் 64.5 விழுக்காடு நகராட்சிக் கழிவுகள் இவ்வாறு அகற்றப்படுகின்றன.[57] இந்த வகை அகற்றல் பொதுவாக ஒரு குவிப்பு என்றழைக்கப்படுகிறது. ஆனால், திறந்தவெளிக் குவிப்புகள் ஒரு வகை உருவகப் பிரச்சினையை (ஒரு கொறித்துண்ணும் விலங்குகள் பிரச்சினையையும்) உருவாக்குகின்றன; எனவே, பல பொறியியலாளர்கள் இந்த வகைக் குழிகளில் நீர்மக் கசிவைச் சேகரிக்கும் ஒரு ஒருங்கை அமைப்பதன் மூலம் மேம்படுத்தலாம் என்றும், அதன்பிறகு அவற்றை 'சுகாதாரக் குப்பைக்குழிகள்' என்றழைக்கலாம் என்றும் கருதினர். இந்தச் சொற்றொடர், பசுமைப் பணிகளை ஊக்குவிக்கும் ஃபான் ஜோன்ஸ் சுத்தமான நிலக்கரி என்றழைக்கப்படும் நிலக்கரியைப் பற்றிக் கூறியதை எனக்கு நினைவுபடுத்துகிறது: 'இது நிலக்கரியைச் சந்தையில் பரவலாக ஏற்கச் செய்வதில் ஒரு புரட்சியைக் குறிக்கிறது என்றாலும், அதில் ஈடுபடுத்தப்பட்டுள்ள உண்மையான தொழில்நுட்பத்தை இது குறிக்கவில்லை.'[58] 'சுகாதாரக் குப்பைக்குழி' என்ற சொற்றொடர் (குப்பைக்) குவிப்பு என்ற சொல்லைவிட சிறந்ததாகத் தோன்றுகிறது. எனினும், அவை மண்ணில் உள்ள நாற்றமடிக்கின்ற, கசிகின்ற, குப்பைக் கூளம் நிறைந்த குழிகள்தாம் என்பதும் இவற்றை மறுபயன்பாடு அல்லது மறுசுழற்சி செய்திருக்கலாம் என்பதும்தான் என்னுடைய கருத்து.

குப்பைக்குழியின் நோக்கம் குப்பையை நிலத்தடி நீரிலிருந்து தனிமைப்படுத்தி, உலரவைத்து, காற்றோடு தொடர்புகொள்வதைத் தடுத்துப் புதைத்தலாகும். இந்த நிலைமைகள் அனைத்தும் அடையப் பெற்றால் (அடிப்படையாக இவை எப்பொழுதுமே அடையப்படுவதில்லை) குப்பை அதிக அளவு சிதைவடைவதில்லை; ஆனால், சிதைவுதான் உண்மையாக நடைபெறவேண்டும். இதுதான் இதில் உள்ள 'சுகாதாரப்' பகுதி. உங்களுடைய ஒரு சிறந்த குப்பைக்குழி குறைந்த பட்சம் பல நூறு ஏக்கர்கள் நிலப்பரப்பை ஆக்கிரமிக்க வேண்டும்; இதில் மூன்றில் ஒரு பங்காவது உண்மையான குழிகளுக்காகவே ஒதுக்கப்படவேண்டும்.[59] (மிகப் பிரம்மாண்டமான தற்போது மூடப்பட்டுவிட்ட நியூயார்க்கின் ஸ்டேட்டன் தீவு பிரஷ் கில்ஸ் குப்பைக்குழி 2,200 ஏக்கர் நிலப்பரப்பில் அமைந்திருந்தது.[60]) மீதமுள்ள நிலப்பரப்பு இதற்கு உதவும் சேவைகளுக்காகப் பயன்படுத்தப்படவேண்டும்: நீர்ம ஓட்டச் சேகரிப்புக் குளங்கள், கசிவுப் பொருட்கள் சேகரிப்புக் குளங்கள், (குப்பை) கொட்டும் இடங்கள், குப்பைவண்டி நிறுத்தங்கள், ஐம்பது முதல் நூறு அடி விளைவுத்தாங்கு *(பஃப்பர்)* பரப்புகள் போன்றவற்றிற்காக.[61]

குப்பைக்குழிகளிலுள்ள பிரச்சினைகள் பின்வருமாறு:

1. அனைத்துக் குப்பைக்குழிகளும் கசிபவை

எவ்வளவு சிறப்பாகக் குப்பைக்குழிகள் வடிவமைக்கப்பட்டிருந்தாலும் குழிக்குள் நீர்மம் சேர்க்கையுறுகிறது. மழைநீர் குப்பையின் ஊடே கசிந்து குப்பையின் நீர்மத்தோடு கலக்கிறது (குப்பையின் நீர்மம் அழுகும் உணவுக்கழிவு, நகப்பூச்சு நீக்கி, கெட்டுப்போன பால், பாட்டிலில் உள்ள கடைசித்துளி வின்டெக்ஸ் போன்றவற்றால் உண்டாக்கப்படுகிறது). இந்தக் கலப்பு நீர்மம் உலர்ந்த குப்பை வழியாகச் சொட்டுச் சொட்டாக வந்து, வழி முழுவதும் மாசுகளை (அச்சு மையில் உள்ள கன உலோகங்கள், பெயின்ட்கள், வீட்டு மற்றும் தோட்ட உயிரிக் கொல்லிகள், அடுப்பு சுத்தமாக்கி, வடிதல் தடை நீக்கிகள் போன்ற பல மாசுகளை) ஏற்கிறது. கரைத்தெடுத்தக் கரைசல் என்றழைக்கப் படும் இந்த நீர்மம் நேரடியாக நிலத்திற்குள் கசிந்து பரப்பில் உள்ள நீர் நிலைகளையும், தரையடி நீரையும், அதன் வழியிலுள்ள அனைத்தை யும் மாசுறுத்துகிறது. நிலத்தடி நீர் மாசுறுதல்தான் வேறு எந்த வகை மாசுறுதலையும் விட மோசமானது; ஏனெனில், நாம் அதைக் காண முடியாது; அதன் தடத்தைச் சரியாக அறியமுடியாது. நாம் இதைச் சரியாகச் சுத்தமும் செய்ய முடியாது. மேலும், அதிகமாகிக் கொண்டு வரும் தட்பவெப்பநிலை மாற்றத்தின் காரணமாக நமக்கு நிலத்தடி நீர் மேலும் அதிகமாகத் தேவைப்படும். நாம் நதிகளையும் மாசுறுத்தக் கூடாது என்றாலும், அவற்றில் புதிதாக வரும் நீர் பழைய மாசுறுத்தப் பட்ட நீரை அடித்துச் சென்றுவிடும். புவியின் பரப்பிலுள்ள அனைத்து நதிகள், இதர நீர் நிலைகள் போன்றவற்றிலுள்ள நன்னீரின் கொள் ளளவை விட ஒரு நூறு மடங்கு அதிக நீரைக் கொண்ட தரையடி நீர் ஊற்றுகள் இதைச் செய்வதற்கு ஆயிரக்கணக்கான ஆண்டுகளை எடுத்துக்கொள்கின்றன.[62]

இதைத் தடுப்பதற்குப் பொறியியலாளர்கள் குப்பைக்குழிகளின் அடிப்பகுதியில் குழாய்களின் வலையமைப்புகளாலான சேர்ம ஒருங்கு களை உருவாக்கியுள்ளனர். இதன் மூலம் கரைந்தெடுத்தக் கரைசல் திசைதிருப்பப்பட்டு, சேகரிக்கப்பட்டு, பின்பு அது கழிவுநீர் போன்று சுத்திகரிக்கப்படுகிறது (இதில் பிரச்சினையெதுவுமில்லை). ஆனால், நீர்மம் முதலில் குழியின் உள்பரப்பை ஒட்டியுள்ள உறை அடுக்கு (*லைனர்*) வழியாக வெளியேறாமல் இருந்தால்தான் அதைச் சேகரிக்க முடியும்; எனினும், இங்குள்ள பிரச்சினை என்னவெனில் குப்பையிலுள்ள பல பொருட்கள் இந்த உள்ளுறை அடுக்குப் பொருளைத் துளையிடக்கூடும் அல்லது அரித்துவிடக்கூடும். மேலும், சேகரிப்புக் குழாய்கள் அடை படக்கூடும். அல்லது குப்பையின் எடையால் உடைந்துவிடலாம். கரைந்தெடுத்தக் கரைசல் குப்பைக்குழியின் மேல்பகுதியிலிருந்து

(நீர் நிரம்பும் குளியல் தொட்டியில் காணப்படுவது போன்று) வழியலாம். உண்மையில், இதற்கு மாறான கருத்தைக் குப்பைக்குழி களை மேற்பார்வை செய்து செயல்படுத்துபவர்கள் தெரிவித்தாலும், குப்பைக்குழி உள்பரப்பு உறையடுக்குகளில் கசிவுகள் ஏற்படுவது தவிர்க்க முடியாததாகும் என்று சூழல் பாதுகாப்பு அமைப்பும் (இபீஏ) ஏற்றுக்கொண்டுள்ளது.

2. குப்பைக்குழிகள் எப்பொழுதுமே நச்சுத்தன்மை வாய்ந்தவை

அமெரிக்காவில் நம்முடைய சட்டங்கள் அபாயகரமான கழிவுகளை யும் அபாயகரமற்ற கழிவுகளையும் வேறுபடுத்துகின்றன; ஆனால், இது ஒரு சட்டம் சார்ந்த வேறுபாடேயொழிய, உண்மைநிலை அதுவல்ல.[63] நகராட்சித் திடக்கழிவுக்கான ஒன்றைவிட அபாயகரக் கழிவுகளுக்கான குப்பைக்குழிகள் மிகக் கடுமையாகக் கட்டுப்படுத்தப் பட்டவை; வடிவமைக்கப்பட்டவை. வாய்ப்புக்கேடாக, நகராட்சித் திடக்கழிவு அபாயகரமானதல்ல என்று கருதப்பட்டாலும், அது பல அபாயகரமான வேதிப்பொருட்களைக் கொண்டுள்ளது. இவற்றைத் தனித்தனியாகப் பிரிக்க மக்கள் கவனம் செலுத்துவதில்லை. ஆகவே குப்பையில் போடப்படும் மின்கலன்கள், பெயின்ட் கலன்கள், மின்னணுச் சாதனங்கள் மட்டுமின்றி, எப்பொழுதுமுள்ள வீட்டுக் கழிவுகளில் காணப்படும் இதுவரை தடைசெய்யப்பட்டத் தீப்பிடிப்பு எதிர்ப்புப் பொருள் கொண்ட துணிகள், பாலிவினைல் குளோரைடு சூழப்பட்ட மின் வடங்கள், ஈயம் பூசப்பட்ட பொம்மைகள், வீடு சுத்தப்படுத்தும் பொருட்கள், நகப்பூச்சு நீக்கி போன்றவையும் காணப்படுகின்றன. காண்பதற்கு தீமையற்றதாகத் தோன்றும் பிளாஸ்டிக்குகளில் நிலை நிறுத்திகளாக நச்சு நிறைந்த கன உலோகங்கள் உள்ளன. நகராட்சிக் குப்பைக்குழிகளில் உள்ள கரைந்தெடுத்தக் கரைசலில் அபாயகரமான கழிவுக் குப்பைக்குழிகளின் அளவுக்கு நச்சுகள் உள்ளன என்று ஆராய்ச்சியாளர்கள் கண்டுள்ளனர். உண்மையில் நம்முடைய நாட்டு மேம்பாட்டு நிதியுதவித் திட்டத்தின் கீழ் சுத்தப்படுவதற்காகக் காத்திருக்கும் மிகுந்த முன்னுரிமை கொண்ட 20 விழுக்காடு மாசுறுத்தப் பட்டக் களங்களில் முன்பிருந்த நகராட்சிக் குப்பைக்குழிகளும் அடங்கும்.[64]

3. குப்பைக்குழிகள் காற்றை துர்நாற்றமடையச் செய்வது மட்டுமின்றி தட்பவெப்பநிலைக் குழப்பங்களுக்கும் பங்களிக்கின்றன.

குப்பைக்குழிகளிலிருந்து மாசுறுத்தல் மோசமான வாயுக்களின் வடிவத்தில்கூட நடைபெறுகிறது. கரிமப் பொருட்கள் (வாழைப்பழத் தோல்கள், புறக்கடைக் கழிவு, ஈரமான பீட்சா பெட்டிகள், கெட்டுப் போனப் பச்சடிகள் போன்றவை) குப்பைக்குழிகளில் அழுகும்போது

மிகவும் ஆற்றல் நிறைந்த பசுமையில்ல வாயுவான மீத்தேன் வளிமம் வெளியேற்றப்படுகிறது. இது மிகவும் வேகமாகப் பரவினாலும், அதிகப் பிரபலமானக் கார்பன் டை ஆக்ஸைடை விட இருபது மடங்குக்கும் அதிகமான அபாயத்தை விளைவிக்கிறது.[65] மணமற்றதும் வெடிக்கக் கூடியதுமான மீத்தேன் தரையின் கீழும் பயணம் செய்து அருகிலுள்ள கட்டடங்களின் அடித்தளத்தை அடையமுடியும். அப்பொழுது தீ உண்டானால் பெரும் ஆபத்து ஏற்படக்கூடும்.

மீத்தேன் வாயு விரைந்து ஆவியாகக்கூடியக் கரிம வேதிப்பொருள் அல்லது விஓசி என்றழைக்கப்படுகிறது. மீத்தேனில்லாத விஓசிகளும் குப்பைக் குவியல்களிலிருந்து பெயின்ட்கள், பெயின்ட் நீர்மமாக்கிகள், சுத்தமாக்கிகள், பசைகள், கரைப்பான்கள், உயிரிக்கொல்லிகள், சில கட்டடப் பொருட்கள் போன்றவற்றிலிருந்து வெளிப்படலாம். எப்பொழுதும் வெளிவரும் விஓசி வெளியீடுகள் நாம் ஏன் குப்பைக் குழிகளுக்கருகில் வாழ்வது அபாயகரமானது என்பதற்குக் காரண மாகின்றன. அதிக செறிவு கொண்ட விஓசிக்கு உட்படுவதால் ஏற்படும் பொதுவான உடல் அறிகுறிகள் தலைவலி, மயக்கம், கண் எரிச்சல், தோல்புண்கள், சுவாசித்தல், சைனஸ் பிரச்சினைகள் போன்றவை யாகும். புற்றுநோய் (குறிப்பாக, வெண்புற்றுநோய், சிறுநீரகப்பை புற்றுநோய்) மட்டுமின்றி இதர உடல்நலப் பிரச்சினைகள் குப்பைக்குழி களின் அருகில் வாழும் சமுதாயங்களில் அதிகரித்து வருவதாகப் பல ஆய்வுகள் பதிவு செய்துள்ளன.

கழிவுத்தொழில் பிரதிநிதிகள் பொதுவாகக் குப்பைகளிலிருந்து பெறப்படும் எரிவாயுவை ஒரு புதுப்பிக்கத்தக்க ஆற்றல் மூலமாகக் கருதலாம் என்ற கருத்துருவை ஆதரிக்கிறார்கள். இதனால் குப்பைக் குழிகள் அரசின் பெரிய மானியங்கள் அல்லது கார்பன் நீக்கக் கடன்கள் போன்றவற்றைப் பெறுவதற்குத் தகுந்தவையாக ஆகலாம்; அவற்றிற்குச் சில மதிப்புமிக்க பொதுஜனத் தொடர்புகள் வழங்கப் படலாம். எப்படியிருந்தபோதிலும், இவற்றில் வாயு உண்டாக்கப் படும் என்பதால் அவற்றை எரித்து ஆற்றலை உருவாக்குவது, அவற்றை அப்படியே வளிமண்டலத்தில் கசிய விட்டுவிடுவதைவிடச் சிறந்தது என்று அவர்கள் வாதிடுகின்றனர். ஆனால், இதிலுள்ள உண்மை என்ன வெனில், குப்பையிலிருந்து வெளிவரும் வாயு ஒரு மோசமான வாயு வாகும். இதில் மீத்தேன் மட்டுமின்றி வேறு பல மோசமான விஓசிக் களும் மாசுக்களும் உள்ளன என்பதால் மிகுந்த நச்சுத்தன்மை வாய்ந்த டயாக்சின் வாயு எரிக்கும்போது ஏற்படக்கூடும். குப்பைக்குழிக் கழிவை எரித்து ஆற்றலை உருவாக்குவது, இயற்கையாகக் கிடைக்கும் வாயுவை எரித்து ஆற்றல் பெறுவதைவிட அதிக மாசுறுத்தும் தன்மை கொண்டது. எனினும், குப்பைக்குழிக்கு ஆதரவு தேடும் கூட்டம்

2009ஆம் ஆண்டின் வாக்ஸ்மேன்-மார்க்கீ தட்பவெப்பநிலை சட்ட முன்வரைவிலும், செனட்டின் புதுப்பிக்கத்தக்க ஆற்றல் தரத்துடனும் குப்பை வாயு எரிப்பைப் பயன்படுத்துவதைச் சேர்ப்பதிலும் வெற்றி பெற்றுவிட்டது.[66]

தொழு உரமாக்கல்

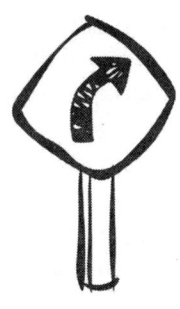

மீத்தேனின் முக்கியமூலம், சிதைவடையும் கரிமப் பொருட்களாகும். இவையே, மழையைத் தவிர, பெரும்பாலான கரைந்தெடுத்தக் கரைசலாக மாறும் நீர்மத்தின் மூலமாகும். அனைத்துக் கரிமப் பொருட்களையும் குப்பைக்குழிகளில் சேராமல் செய்தால் கரைந்தெடுத்தக் கரைசல்கள் கணிசமாகக் குறையும். அதுமட்டுமின்றி, நம்முடைய தட்பவெப்ப நிலையைக் குளிர்ச்சியாகவும் வைக்கும். பல நகரங் களில் கரிமப் பொருட்கள் – உணவுத் துணுக்குகள், புறக்கடை வெட்டுத்துண்டுகள், அழுக்கான காகிதங்கள் – நகராட்சிக் கழிவில் மூன்றில் ஒரு பங்கு அல்லது அதற்கு மேலும் அதிக அளவில் காணப் படுகின்றன.[67] இதன் பொருள் என்னவெனில், குப்பையில் கரிமப் பொருட்களைச் சேரவிடாமல் செய்தால், நாம் நம்முடைய நகராட்சிக் கழிவில் மூன்றில் ஒரு பங்கைக் குறைக்கலாம்! இதைச் சிறப்பாகச் செய்வதற்கான வழிமுறை மூலத்திலேயே – அதாவது, நம்முடைய சமையலறையிலும் நாம் உண்ணும் வேறு இடங்களிலும் – ஈரக்குப்பை களையும் உலர்க்குப்பைகளையும் தனியாகப் பிரித்தல்தான்; பின்பு எஞ்சிய உணவைத் தொழுவுரமிடுதல் மூலம் விலக்க வேண்டும். இந்தப் பிரித்தல் மறுசுழற்சி செய்யக்கூடியவற்றை முந்தைய நாளின் உணவோடு கலக்காமலும், நுகர்வுப் பொருட்களில் உள்ள நச்சுக் கூறுகளிலிருந்து கரிமப்பொருட்கள் மாசுறாமலும், மண்ணில் சேரக் கூடிய மதிப்புமிக்க சேர்க்கைப் பொருட்களை, அதாவது உரங்களை உருவாக்கவும் செய்கிறது.

தொழு உரமாக்கல் (மக்களிடம்) ஓர் உருவகப் பிரச்சினையைப் பெற்றுள்ளது என்று நினைக்கிறேன். தொழு உரத்தைப் பற்றி – அல்லது மண்புழுத் தொட்டிகள் பற்றி – பெரும்பாலான மக்களிடம் கூறிப் பாருங்கள், அவர்கள் விந்தையான விவசாயிகளை அல்லது புராதன ஹிப்பிகளைக் கற்பனை செய்துகொள்கிறார்கள். ஆனால், உண்மை யில் தொழு உரமாக்கல் நாம் அனைவரும் எளிதில் செய்யக்கூடிய ஒன்றாகும். இதன்மூலம் நம்முடைய சொந்தவீட்டுப் பொருட்கள் அதிக சமமான வகையில் ஓட்டம் பெறுகின்றன. இது ஒரு பெரிய அரசியல் கூற்றல்ல; ஆனால் செய்வதற்கு எளிதான, பொறுப்பான,

புத்திசாலித்தனமான ஒரு செயலாகும். மேலும், இது உங்களுடைய தோட்டத்தை நன்கு வளர்க்கும். நீங்கள் சாப்பிட்டால், மிச்சத்தைத் தொழுவுரமாக்குங்கள். ஏனெனில் இது மிகவும் எளிய செயலாகும்.

நான் வாழும் சான் ஃபிரான்சிஸ்கோ வளைகுடா பகுதியில் மக்கள் தம்முடைய வீட்டின் வெளித்தடுப்புச்சுவர் உட்பகுதியில் கரிமப் பொருளைச் சேமிக்கின்றனர். ஒவ்வொரு குடிமகனும் உணவுத்துணுக்கு களைப் போடுவதற்காக அவருடைய சமையலறையில் ஒரு சிறிய பச்சைக் குப்பைத் தொட்டியை வைக்கின்றனர். இந்தக் கழிவு பின்பு ஒரு பெரிய பச்சைத் தொட்டியில் உங்களுடைய புறக்கடைத் தாவர வெட்டுத்துண்டுகளோடு சேர்த்துப் போடப்படுகிறது. இது மறுசுழற்சி செய்யப்படவேண்டிய (மிகவும் குறைந்த அளவு) குப்பையோடு ஒவ்வொரு வாரமும் காலியாக்கப்படுகிறது. நாட்டின் முதல், மிகப் பெரிய அளவில் தொடங்கப்பட்ட நகர உணவுத்துண்டு தொழுவுரத் திட்டமான இதில், ஒவ்வொரு நாளும் சான் ஃபிரான்சிஸ்கோ நகர வாழ் மக்களும், உணவகங்களும், இதர வியாபாரிகளும் 400 டன் களுக்கும் அதிக அளவு உணவுத்துண்டுகளைக் குப்பைக்குழிகளுக்கு அனுப்பாமல் தொழுவுரமாக்க அனுப்புகின்றனர்.[68]

உங்களுடைய நகரின் நகராட்சி ஒரு தொழுவுரத் திட்டத்தைப் பெறவில்லையென்றால் கவலைப்படாதீர்கள். கரிமக் கழிவை வீட்டளவில் அல்லது அண்டை மக்கள் அளவில் தொழுவுரமாக்கலாம். எப்படியிருந்தாலும் மையமாக்கப்படாத *(டிசென்ட்ரலைஸ்டு)* புறக்கடை அல்லது அண்டைப் பகுதித் தொழுவுரமாக்கல் சிறந்தது என்று நான் நினைக்கிறேன். ஏனெனில், அப்பொழுது பெரும்பாலும் நீர்மமாக இருக்கும் இந்தப் பொருளை அங்குமிங்கும் எடுத்துச்செல்ல நாம் சரக்கு வண்டிகளைப் பயன்படுத்த வேண்டியதில்லை. புறக்கடைத் தொழுவுர மாக்கலில் பல எளிய ஒருங்குகள் உள்ளன. நான் மண்புழுக்கள் நிரம்பிய சிறிய, நேர்த்தியான, நான்கு கறுப்பு நிறக் குப்பைத் தொட்டிகளை என்னுடைய வீட்டின் பின் கதவுக்குப் பின்னால் வைத்திருக்கிறேன். இவை என்னுடைய உணவுத் துண்டுகள், உணவு மேஜைப் பொருட் களின் துணுக்குகள், புறக்கடைத் தாவரத் துண்டுகள், அழுக்கான காகிதங்கள் போன்றவற்றை உண்டு ஒரு வளமான திறமான உரமாக மாற்றுகின்றன. நான் என்னுடைய நண்பர் ஜிம் புக்கெட்டின் ஆம்ஸ்டார்டாமில் உள்ள அவருடைய சிறிய வீட்டிற்குச் சென்றபோது அவரிடம் ஒரு வசீகரமான மரப்பெட்டி வீட்டின் முன் கதவுக்குச் சற்று உள்ளே இருந்தது. அது உட்காரும் பென்ச் போன்று காட்சியளித்தது என்றாலும், உட்காரும் பலகையைத் தூக்கினால் அதன் உள்ளே மண்புழுக்கள் கரிமப்பொருட்களை உண்டு தொழுவுரமாக்கிக் கொண்டிருந்தன.

எனினும், நீங்கள் தொழுவுரமாக்கலைத் தொடங்க வேண்டு மென்றால் அழகான தொழுவுரக் குப்பைத்தொட்டிதான் வேண்டு மென்பதில்லை. இந்தியாவின் நியூடெல்லியிலும், ஃபிலிப்பைன்ஸின் குவிசோன் நகரிலும் அண்டைப் பகுதித் தொழுவுரத் தயாரிப்புத் திட்டங்களை நான் பார்த்திருக்கிறேன். இவை பழைய ஐம்பத்து ஐந்து கேலன் பீப்பாய்கள் அல்லது நீண்ட சாக்கடைக் குழாய்களைத் தொழுவுரம் தயாரிக்கப் பயன்படுத்துகின்றன. இவை மண்புழுக்களால் நிரப்பப்பட்டுள்ளன; அங்குக் குடியிருப்போர் இதனுள் தம்முடைய கரிமக் கழிவைக் கொட்டுகின்றனர். வளரும் நாடுகளில், தொழுவுரத் தயாரிப்பு மேலும் எளிதானது; ஏனெனில், இது பொதுவாக மிக அதிக அளவுத் தொழில்மயமாக்கப்பட்ட நுகர்வுப் பைத்திய நாடுகளின் கழிவைவிட மேலும் அதிக அளவு கரிமப்பொருட்களைக் கொண் டுள்ளது. கெய்ரோவிலிருந்து கல்கத்தா வரை சமுதாய நிறுவனங்களும், சில சமயங்களில் முற்போக்கு சிந்தனையுள்ள நகராட்சி அலுவலர் களும் தொழுவுரத் தயாரிப்புத் திட்டங்களை உருவாக்குகிறார்கள்.

புறக்கடை (அல்லது கொட்டகை, லாண்டரி அறை அல்லது முகப்புக் கூடம்) அல்லது அண்டைப்பகுதித் தொழுவுரத் தயாரிப்பு தனிப்பட்ட வீடுகளில் அல்லது சமுதாய அளவில் நடந்துகொண்டிருந்தாலும், இதைப் பல வழிகளில் அரசு ஆதரிக்கலாம். நான் வாழும் இடத்தில் அரசுக் கழிவு நிறுவனமான அலமேடா நகரப் பகுதி கழிவு மேலாண்மை நிர்வாகம் (அலமேடா கவுன்டி வேஸ்ட் மேனேஜ்மெண்ட் அதாரிட்டி) குடியிருப்போருக்குத் தொழுவுரக் குப்பைத் தொட்டிக்கு மானியம் கொடுக்கிறது. இந்த உயர்நிலைப் புறக்கடைத் தொழுவுரமாக்கிகள் அல்லது மண்புழுத் தொட்டிகள் பொதுவாக ஒரு கடையில் வாங்கினால் நூறு டாலர்கள் செலவாகும். இந்த நிர்வாகம் இவற்றை மொத்தமாகத் தள்ளுபடி விலையில் வாங்கி, மீதமுள்ள விலையில் ஒரு பகுதிக்கு மானியமளித்து, பின்பு பொதுமக்களுக்கு ஒவ்வொன்றையும் ஐம்பது டாலருக்கு விற்கிறது. அடக்க விலையில் மானியம் கொடுப்பதற்கு அது தயங்கவில்லை. ஏனெனில், அனைத்துக் கரிமக் கழிவையும் சேகரிப்பதற்குத் தேவையில்லாததால் அது மேலும் அதிக அளவு பணத்தை மிச்சப்படுத்துகின்றது. 1991ஆம் ஆண்டு இந்தத் திட்டம் தொடங்கப்பட்டதிலிருந்து (ஜூலை 2009 வரை) அது 72,000க்கும் அதிகமான தொழுவுர மண்புழுத் தொட்டிகளை விற்றுள்ளது. இவற்றின்மூலம் 110,000 டன்னுக்கும் அதிகமான கழிவு குப்பை களை அடையாமல் திசைதிருப்பப்பட்டிருப்பதாக மதிப்பிடப் பட்டுள்ளது.

மேலும் பெரிய வகைகளில் அரசும் இதில் ஈடுபடலாம். 1999ஆம் ஆண்டில் ஐரோப்பியக் கூட்டமைப்பு குப்பைக்குழிகள் பற்றிய

ஆணையை நிறைவேற்றியது. இதன்படி அடுத்த இருபது ஆண்டுகளில் குப்பைக்குழிகளுக்கு அனுப்பப்படும் கரிமக் கழிவில் ஒரு நிலையான அளவைக் குறைக்க வேண்டும் என்று எதிர்பார்க்கப்படுகிறது. 1998இல் கனடாவில் நோவாஸ் கோஷியா கரிமப் பொருட்களைக் குப்பைக் குழிகளுக்கு அனுப்பப்படுவதற்கோ, சாம்பலாக்கப்படுவதற்கோ ஒரு முழுத்தடையை விதித்தது. இதன்மூலம் மனதில் பதியத்தக்க ஒரு தொழுவுரத் தயாரிப்புக் கட்டமைப்பை வளர்க்கத் தூண்டப்பட்டது.[69] அமெரிக்காவில் இதுவரை இருபத்தியோரு மாநிலங்கள் புறக்கடைக் கழிவுகள் குப்பைக்குழிகளுக்கு அனுப்பப்படுவதைத் தடைசெய்துள்ளன.[70] இது ஒரு நல்ல தொடக்கமாகும். ஏனெனில், புறக்கடைக் கழிவு ஒருங்குகள் உருவாக்கப்பட்டவுடன் ஒரு சமையலறை அல்லது உணவு விடுதிக் கரிமத்துண்டுகளைச் சேர்ப்பது கடினமாக இராது. எந்த வகைத் தொழுவுரமாக்கலும் குறைந்த செலவு கொடுப்பவை. சுகாதாரக் குப்பைக்குழிகளையோ உயர் தொழில்நுட்பச் சாம்பலாக்கிகளையோ கட்டமைப்புச் செய்தலைவிட இவை குறைந்த செலவு கொடுப்பவை, புத்திசாலித்தனமானவையும்கூட.

4. குப்பைக்குழிகள் மூலப்பொருட்களை வீணாக்குகின்றன

மூலப்பொருட்கள் எப்படி வீணாக்கப்படுகின்றன? இதன் வழிமுறை களை நான் சிந்தித்துப் பார்க்கிறேன். முதலாவது, நூற்றுக்கணக்கான, ஆயிரக்கணக்கான ஏக்கர்களில் அமைந்த நல்ல நிலங்கள் குப்பைக் குழிகளுக்காக எடுத்துக் கொள்ளப்படுகின்றன. குப்பைக்குழிகள் நிறைந்தவுடன் அவை அசுத்தமாக மாறிவிடுகின்றன என்றாலும் மீண்டும் அங்கு தாவரங்கள் நடப்படுகின்றன. அதன்பின் அவை பூங்காக் களாகவோ, கார் நிறுத்தங்களாகவோ, பல அங்காடி வளாகங்களாகவோ மாற்றப்படுகின்றன. எனினும், இவையனைத்தும் தவறாக முடிவடை கின்றன. சிறிது காலத்திற்குப் பின்பு, குப்பைகள் நிலத்தை நிலையற்றதாக மாற்றிவிடுவதால், அங்கு கட்டப்பட்ட கட்டடங்கள் இடம்பெயர்ந்து அமிழ்ந்துவிடுகின்றன. பூங்காக்கள் குழந்தைகளை ஈர்க்கின்றன என்றாலும், குப்பை மேடுகளிலிருந்து கசியும் விஷசிக்களுக்கு அவர்கள் உட்படுகின்றனர்.

சூழல் ஆய்வு நிறுவனத்தில் (என்வைரென்மெண்டல் ரிசர்ச் ஃபவுண்டேஷன்) இயக்குநரான பீட்டர் மாண்டேகு விளக்குவது போன்று 'மனித முயற்சிகள் நிற்கும் தருணத்தில் இயற்கை செயல்படத் தொடங்கு கிறது; அப்பொழுது சிதைவு தொடங்குகிறது. ஒரு குப்பைக்குழியைச் சிதைக்க பல உயிரிகளையும் உயிரற்ற விசைகளையும் இயற்கை பெற்றுள்ளது: சிறிய பாலூட்டிகள் (சுண்டெலிகள், அகழெலி, பெருச்சாளி, மர எலி, பிரெய்ரி நாய்கள் போன்றவை), பறவைகள்,

பூச்சிகள், ஊர்வன, நிலநீர் வாழ்வன, புழுக்கள், பாக்டீரியங்கள், தாவர வேர்கள், புதர்கள், குறுமரங்கள், காற்று, மழை, மின்னல், உறைபனி சுழற்சிகள், மண்ணரிப்பு போன்றவை. இவை அனைத்தும் ஒன்று சேர்ந்து மிகவும் கவனமாக வடிவமைக்கப்பட்ட குப்பைக்குழிகளைக் கூட சிதைத்துவிடும். முடிவில் ஒரு குப்பைக்குழியின் உள்ளடக்கப் பொருட்கள் வட்டாரச் சூழலில் சிதறிவிடுகின்றன. பின்பு அங்கிருந்து பெரும்பாலும் வட்டார நீர்வழங்கல் மூலத்தை அடைகின்றன. ஒரு குப்பைக்குழி தன்னுடைய உள்ளடக்கப் பொருட்களைச் சிதறத் தொடங்க 50 ஆண்டுகள் அல்லது அதற்கு மேற்பட்ட காலங்கள் ஆகலாம் என்றாலும் இயற்கை இதைப்பற்றிக் கவலைப்படுவதில்லை. ஆழம் குறைந்த குப்பைக்குழிகளில் புதைக்கப்பட்டக் கழிவுகள் விரைவிலேயே வெளியேறிப் பரவுகின்றன.[71]

ஆனால், வீணாக்கப்படும் முக்கியக் கழிவு குப்பைதான். இந்தப் புத்தகத்தில் பொருட்களின் வாழ்க்கைச் சூழல் பற்றி முன்பு குறிப் பிட்டிருப்பதை இங்கு நினைவுகூர்க. ஒவ்வொரு துண்டு குப்பையின் பின்னாலும் ஒரு நீண்ட வரலாறு உள்ளது. சுரங்கங்களில் அதன் பிரித்தெடுத்தல், காடுகள் அல்லது வயல்களில் அறுவடை செய்தல், தொழிற்சாலைகளில் உருவாக்கல், வழங்கல் சங்கிலிகளின் மிகப் பரவலான இடப்பெயர்ச்சி போன்றவற்றில். முதன்முதலில் இவ்வளவு முயற்சிகள் செலவிட்டு அவற்றைப் பிரித்தெடுத்து, உருவாக்கி, விநியோகித்த பின்பு அத்தகைய அனைத்து மூலப்பொருட்களையும் நிலத்தடியில் (குப்பை வடிவத்தில்) பூட்டி வைப்பது எவ்வளவு அபத்தமானது! நான் இதை முன்னமே கூறியுள்ளேன் என்றாலும் மீண்டும் கூறுவேன்: இந்தக் கோளில் உள்ள மூலப்பொருட்களின் அளவு முடிவானது. நம்மிடம் இருந்து அவை வேகமாக மறைகின்றன. எனவே, தரைக்கடியில் அவற்றை (குப்பை வடிவில்) பூட்டிவைப்பது வடிகட்டிய முட்டாள்தனமாகும்.

எரித்தல் மூலம் அகற்றுதல்

சாம்பலாக்கிகள் கழிவை எரிக்கும் மிகப்பெரிய எந்திரங்களாகும். 1885ஆம் ஆண்டில் நியூயார்க்கின் கவர்னர் தீவில் நாட்டின் முதல் சாம்பலாக்கி கட்டமைக்கப்பட்டது. அப்போது உருளைக்கிழங்கு தோல்கள், கோழி எலும்புகள், துணித்துண்டுகள் போன்றவற்றை நீக்க அது சிறந்த வழிமுறையாகத் தோன்றியது. அப்பொழுதுகூட இத்தகையப் பொருட்களை அகற்றுவதற்கு அதிகக் கவலையளிக்காத மிக நல்ல முறைகள் (தொழுவுரம், காகிதம் தயாரிப்பு, சோப்பு தயாரிப்பு போன்றவை) இருந்தன என்றாலும், இன்று நாம் எந்தவிதச் சமாதானமும் கூறமுடியாத நிலையில் உள்ளோம். குப்பையை

அகற்றுவதற்கு எரித்தல் ஒரு சரியான வழிமுறையல்ல; குறிப்பாக இன்றைய குப்பையில் செல்பேசிகள், விசிஆர்கள், பெயின்ட் கலன்கள், பிவிசி மின்கலன்கள் இருப்பதால்.

அறிவியல் அறிஞர்கள், மறுசுழற்சியாளர்கள், சூழல் நல ஆர்வலர்கள், நகராட்சி அலுவலர்கள் மட்டுமின்றி இதர பலரும் சாம்பலாக்கிகளுக்கு எதிராகச் செயல்பட்டு வருகிறார்கள். ஏன் சாம்பலாக்கம் ஒரு தவறான வழிமுறை என்பதற்கான மேற்கூறியவர்களின் அறிக்கைகளைக் கொண்டு நீங்கள் ஒரு நூல்நிலையத்தையே நிரப்பிவிடலாம். என்னுடைய பத்து முக்கியக் காரணங்களை இங்குக் கொடுக்கிறேன்.

1. சாம்பலாக்கிகள் சூழலை மாசுறுத்துகின்றன

பொருட்களிலுள்ள நச்சுப்பொருட்களைச் சாம்பலாக்கிகள் காற்றில் வெளிவிடுகின்றன. நாம் அந்தக் காற்றைச் சுவாசிக்கிறோம். காற்றில் தங்கியிருக்கும் இந்த நச்சுப்பொருட்கள் எளிதாக நீரில் விழுகின்றன. நாம் அந்த நீரைக் குடிக்கிறோம்; நம்முடைய உணவுப் பயிர்நிலங்களில் பாசனம் செய்கிறோம். காற்றிலுள்ள நச்சுப்பொருட்கள் வயல்களிலும், மற்ற நிலப்பரப்புகளிலும், கடலிலும்கூட விழுகின்றன; இவை உணவுச் சங்கிலியில் மேலேறி நாம் சாப்பிடும் மீன், இறைச்சி, பாலில் கடைசியாக வந்தடைகின்றன. இதைவிட மோசமாக, எரியும் குப்பை, கழிவில் முன்பில்லாத புதிய நச்சுப்பொருட்களை உருவாக்குகிறது. இதற்குக் காரணம் எரித்தல் வேதிப்பொருட்களைப் பிரித்து, அவற்றின் புதிய பிணைப்புகளை ஏற்படுத்தி, அதிக நச்சுத்தன்மை வாய்ந்த புதிய நச்சுப்பொருட்களை உருவாக்குகிறது என்பதுதான்.

எரித்தல் மூலம் பெறப்படும் சில துணை-விளைவுப் பொருட்களில், மனிதனால் உருவாக்கப்பட்ட, மிகுந்த நச்சுத்தன்மை வாய்ந்த, டயாக்சின் போன்ற தொழில்சார் மாசுறுத்திகளும் அடங்கும். இவற்றிற்கு உலகளாவிய சாம்பலாக்கிகள்தான் முக்கிய மூலங்களாகும்.[72] எடுத்துக் காட்டாக, குளோரின் கொண்டுள்ள எந்தவொரு பொருளும் – ஆடைகள், காகிதம், தரைவிரிப்புப் பொருட்கள், பிவிசி, சுத்தமாக்கிகள் போன்ற எந்தவொரு பொருளும் – எரிக்கப்பட்டால் டயாக்சின் உருவாக்கப்படுகிறது. பழைய, மிகவும் மோசமாக இயக்கப்படும் சாம்பலாக்கிகள் நச்சுப் பொருட்களைக் காற்றிலும் சாம்பலிலும் சேர்க்கின்றன. ஆனால், மிகுந்த மேம்பட்டச் சாம்பலாக்கிகள் நச்சுப் பொருட்களைப் பெரும்பாலும் சாம்பலில் சேர்க்கின்றன. இந்த இரண்டிலும் புற்றுநோய்கள், பிறவிக் கோளாறுகள், உறுப்புச் சிதைவு – குறிப்பாக, நுரையீரல், கண்கள் – மட்டுமின்றி, நாளமில்லாச் சுரப்பு, நரம்பு, இரத்த ஓட்ட, இனப்பெருக்க மண்டலங்களிலும் பிரச்சினைகள் ஏற்படுகின்றன. இதற்கிடையில் இதன்மூலம் உருவாகும் பெரும்பாலான நச்சுப்பொருட்களின் உடல்நலத் தாக்கங்கள் பற்றி சோதனைகள் மேற்கொள்ளப்பட்டுள்ளன.

2. சாம்பலாக்கிகள் குப்பைக்குழிகளின் தேவையை நீக்குவதில்லை

சாம்பலாக்கிகளின் பயன்பாட்டை ஆதரிப்பவர்கள் தாங்கள் கழிவின் ஒட்டுமொத்த நீக்கத்தை உண்டாக்குவதாகக் கூறிக்கொள்கிறார்கள்; அவை 99 விழுக்காடு அழிவு அகற்றல் திறன் (டிஆர்இ) கொண்டவை என்று தற்பெருமையடித்துக் கொள்கிறார்கள். இதன் பொருள் என்ன வெனில், 99 விழுக்காடுக் கழிவு உண்மையில் மறைந்து விடுகின்றன என்பதுதான். ஆனால், இது உண்மையல்ல; கழிவு காற்று மாசுறுத்த லாகவும் சாம்பலாகவும் மாற்றப்பட்டுவிட்டது என்பதுதான் உண்மை. இந்தச் சாம்பல் குப்பைக்குழிகளில் நிரப்பப்பட வேண்டியுள்ளது என்பதும் உண்மை. பொதுவாக, ஒரு சாம்பலாக்கியில் போடப்படும் ஒவ்வொரு 3 டன் கழிவுக்கும் குப்பைக்குழியில் போட வேண்டிய ஒரு டன் சாம்பல் பெறப்படுகிறது. சாம்பலாக்கிகளில் கழிவு அழிக்கப் படுவதில்லை; அதன் தோற்றம்தான் மாற்றப்படுகிறது. ஒரு சரக்கு வண்டி அளவுக்கான குப்பைக்கூளத்திற்குப் பதிலாக நாம் அதைவிடக் குறைந்த அளவுக்கான சாம்பல் மேட்டைப் பெறுகின்றோம்; மேலும், காற்று, நம்முடைய நுரையீரல்கள், நம்முடைய உணவுப் பொருட்கள் போன்றவற்றின் மாசுறுத்தலையும் பெறுகிறோம்.

சாம்பலாக்கியின் சாம்பல் முன்னமிருந்த கழிவைவிட அதிக நச்சுத் தன்மை வாய்ந்தது; ஏனெனில், கன உலோகங்கள் (இவை தனிமங்கள், இவற்றை அழிக்க முடியாது) மேலும் செறிவடைகின்றன. சாம்பல்கள்

இரண்டு வகைப்படும்: புகையோடு புகைப்போக்கி வழியாக வெளி வரும் தூசிச்சாம்பல் (ஃபிளை ஆஷ்), எரிகலத்தின் அடியிலேயே தங்கி விடும் அடிச்சாம்பல் (பாட்டம் ஆஷ்). தூசிச்சாம்பல் பொதுவாகச் சிறிய கொள்ளளவு கொண்டிருக்கும் என்றாலும், அடிச்சாம்பலைவிட அதிக நச்சுத்தன்மை வாய்ந்தது. எப்படியிருந்த போதிலும், சாம்பலாக்கியைச் செயல்படுத்தும் சிலர் இந்த இரண்டு வகைச் சாம்பல்களையும் கலந்த பின்புதான் குப்பைக்குழிகளில் கொட்டுகிறார்கள்.

இதைவிட அதிர்ச்சியானது பின்வருமாறு: புகைப்போக்கியின் மேல் பகுதியிலுள்ள வடிகட்டி எவ்வளவு திறன் வாய்ந்ததோ அவ்வளவு அதிக நச்சுத்தன்மை பெற்றது அதனுள்ளே உள்ள சாம்பல். (இதைப் பற்றி நினைத்துப் பாருங்கள்: அதிக அளவு மோசமான பொருளை வெளியேற்றக்கூடிய ஒரு மோசமான வடிகட்டியையும், சாம்பலைப் பிடித்துவைத்துக் கொள்ளும் ஒரு வடிகட்டியையும்; இவற்றில், இரண்டாவதில் நச்சுப்பொருட்களும் சாம்பலுடன் சேர்ந்து பிடிக்கப் படுகின்றன). எல்லாப் பிரச்சினைகளும் தீர்ந்துவிடும் என்று கூறிக் கொள்ளும் வடிகட்டித் தொழில்நுட்ப மேம்பாடுகள் பற்றி நீங்கள் அதிகம் கேள்விப்படுகிறீர்கள். ஆனால், வடிகட்டிகள் நச்சுப்பொருட் களை நீக்குவதில்லை; அவை இவற்றை வேறு இடத்தில் வைக்கின்றன. இது ஒரு கிளிஞ்சல் விளையாட்டு போன்றதாகும்; இதில் பட்டாணி இரகசியமாக ஒரு கிளிஞ்சலிலிருந்து மற்றொரு கிளிஞ்சலுக்கு மாற்றப் படுகிறதேயொழிய பட்டாணி முற்றிலும் மறைவதில்லை.

3. சாம்பலாக்கிகள் சூழல் நியாயக்கொள்கைகளை மீறுகின்றன

உற்பத்தி பற்றிய இயல் 2இல் நான் விவரித்த மோசமான தொழில் வளர்ச்சி வகையில் சாம்பலாக்கிகள் உள்ளடக்கப்படுகின்றன. மோச மான வளர்ச்சி, குறைந்த தடை கொண்ட வழிமுறையைத் தொடர்கிறது. அதாவது, இந்தவகை வளர்ச்சியாளர்கள், கட்டுப்பாடுகளைக் கொண்டு வரக்கூடாத பொருளாதார, கல்வி அல்லது அரசியல் மூலங்களைப் பெற்றிராத சமுதாயங்களைத்தான் தேடுகிறார்கள். இதன்பொருள் என்னவெனில், சாம்பலாக்கிகள் குறைந்த வருவாய் கொண்ட சமுதாயங்கள் அல்லது நிறத்தோல் (வெள்ளையரல்லாத) மக்களைக் கொண்ட சமுதாயங்களில்தான் கட்டமைக்கப்படுகின்றன என்பதாகும். இதன்மூலம் ஏற்படும் நச்சு நிறைந்த மாசுறுத்தல் அங்கு வாழும் மக்களின் மேல் சமனற்ற முறையில் திணிக்கப்படுகிறது. மேலும், சாம்பலாக்கி தன்னுடைய புகைப்போக்கி மூலம் நேரடியாக மாசுறுத்தலை உருவாக்குவது மட்டுமின்றி, அபாயகர, நாற்றமடிக்கும் குப்பைக் கூளத்தைக் கொண்டுவந்து கொட்டும்; புகை வெளியீட்டை உமிழும். சரக்கு வண்டிகளின் மிகுந்த போக்குவரத்தையும் தூண்டும்.

4. 1980ஆம் ஆண்டுகளில் சாம்பலாக்கிகள் எப்படி இருந்தனவோ அப்படியே தற்போதும் உள்ளன

1980ஆம் ஆண்டுகளில் நடைமுறையிலிருந்த எந்தவொரு நாகரிக வளர்ச்சிப் போக்கும் மீண்டும் நடைமுறையில் வருவதற்கான மதிப்பை உண்மையிலேயே பெற்றுள்ளனவா? அவ்வாறு நடைபெறும் என்று நான் நினைக்கவில்லை என்றாலும், நிச்சயமாக சாம்பலாக்கிகள் அவ்வாறு அல்ல. 1980ஆம் ஆண்டுகளில் அமெரிக்காவில் நகராட்சிக் குப்பைச் சாம்பலாக்கிகளுக்கான திட்டங்கள் மிகவும் அதிகமாக இருந்தன. பல ஆண்டுகளாக நகராட்சிக் கழிவுச் சாம்பலாக்கிகளின் வழித்தடங் களை ஆய்வு செய்த *வேஸ்ட் நாட்* என்ற செய்தி கடிதச் சஞ்சிகையின் ஆசிரியர்களான எல்லன் கோனெட்டும், பால் கோனெட்டும் 1980ஆம் ஆண்டுகளில் நானூறுக்கும் அதிகமான சாம்பலாக்கிகள் வாங்கு வதற்காகத் திட்டமிடப்பட்டிருந்ததாகக் கண்டுபிடித்துள்ளனனர். சாம்பலாக்கிகளின் பயன்பாட்டை வலியுறுத்துபவர்கள் ஒவ்வொரு சமுதாயமாகச் சென்று குப்பைகளை எரிப்பதில் உள்ள சூழல் நன்மை களை வலியுறுத்தினர்; வளர்ந்துவரும் கழிவுப் பிரச்சினைக்கு இவை ஒரு தொழில்நுட்பத் தீர்வு என்று வலியுறுத்தினர்; அதனால்தான் இந்த அளவுக்குச் சாம்பலாக்கிகளை வாங்குவது தூண்டப்பட்டது. எனினும், இவ்வாறு திட்டமிடப்பட்டப் பெரும்பாலான சாம்பலாக்கிகள் வாங்கப்படுவது விஷயமறிந்த சமுதாயத் தடைகளால் தடுக்கப்பட்டு விட்டன. இவற்றையும் மீறி கட்டமைக்கப்பட்டவை தொழில்நுட்பப் பிரச்சினைகளாலும் நிதிசார் பிரச்சினைகளாலும் பாதிக்கப்பட்டன. இவற்றைத் தவிர, உண்மையிலேயே நச்சு நிறைந்த புகையையும் தவிர்க்க முடியாத சாம்பலையும் இவை வெளிவிடுகின்றன என்பதை யும் இங்குக் குறிப்பிட வேண்டும்.

இத்தகைய தோல்விகளைத் தொடர்ந்து, இருபது ஆண்டுகளுக்கு அமெரிக்காவில் சாம்பலாக்கித் தொழில் ஏறத்தாழ நிறுத்தப்பட்ட நிலையை அடைந்தது. 1992க்குப் பிறகு ஒரு நாளைக்கு 2,000 டன்னை எரிக்கும் சாம்பலாக்கியை விட பெரிய அளவு சாம்பலாக்கி உருவாக்கப் படவில்லை. இதற்கிடையில் சாம்பலாக்கித் தொழில் தன்னுடைய கவனத்தை வெளிநாடுகளின் மேல் செலுத்தியது, குறிப்பாக அகற்றல்-நுகர்வு அணியில் அப்பொழுதுதான் தீவிரமாக நுழைந்த நாடுகளின் மேல். இந்தத் தொழிலே ஆச்சரியப்படும் வகையில் அங்கிருந்த மக்களும் சாம்பலாக்கிகளை விரும்பவில்லை! சாம்பலாக்கி மாற்றுகளுக்கான உலகக் கூட்டமைப்பு (*குளோபல் அலையன்ஸ் ஃபார் இன்சினிரேட்டர் ஆல்டர்நேடிவ்ஸ் - ஜிஏஐஏ*) என்ற அமைப்பு ஏறத்தாழ ஓராயிரம் உறுப்பினர்களை எண்பத்தியோரு நாடுகளில் பெற்றுள்ளதாகவும், இவர்கள் தமக்கிடையே தகவல்களையும் உத்திகளையும் பகிர்ந்து

கொள்கிறார்கள் என்றும், சாம்பலாக்கிகளைத் தடுப்பதில் ஒன்று திரள்கிறார்கள் என்றும், முறைப்படுத்தப்பட்ட தீர்வுகளை ஆதரிக் கிறார்கள் என்றும் பெருமையுடன் கூறிக் கொள்கிறது.[73]

உலகளாவிய தடை இயக்கத்தின் வலிமையை சாம்பலாக்கித் தொழில் உணர்ந்தபோது அது தன்னுடைய ஓரளவு மேம்படுத்தப்பட்ட தொழில்நுட்பங்களுக்குப் புதுமையான பெயர்களைச் சூட்டத் தொடங்கியது. 'சாம்பலாக்கம்' என்ற சொல் இன்றைய விற்பனை மேம்பாட்டுப் பொருட்களில் அரிதாகவே காணப்படுகிறது. இதற்குப் பதிலாக, புதிய சாம்பலாக்கி வசதிகள் பிளாஸ்மா ஆர்க், வெப்பச் சிதைவு *(பைரோலிசிஸ்)*, வளிமமாக்கம், கழிவிலிருந்து ஆற்றல் தரும் எந்திரம் போன்ற சொற்றொடர்களால் அழைக்கப்படுகின்றன. ஜிஏஐஏ இவற்றை 'மறைமுகமான சாம்பலாக்கிகள்' என்று குறிப்பிடுகின்றது.[74] இத்தகைய புதுமையான சொற்றொடர்களால் ஏமாந்துவிடாதீர்கள். அவை குப்பைக் கூளத்தை (இது மூலப்பொருள் என்றும் அழைக்கப் படுகிறது) எரித்து ஆபத்தான காற்று மாசுறுத்தலையும் சாம்பலையும் தொடர்ந்து உண்டாக்கும் பிரம்மாண்டமான, மிக உயர்ந்த விலை கொண்ட எந்திரங்கள்தான்.

5. கழிவிலிருந்து ஆற்றல் தரும் எந்திரங்கள் ஆற்றல் வீணாக்கிகள் என்றழைக்கப்பட வேண்டும்

சாம்பலாக்கிகளை ஆதரிப்போர்களின் மிகவும் அண்மைக்காலப் புதுமைப்போக்கு என்னவெனில், அவற்றைக் கழிவிலிருந்து ஆற்றல் தரும் எந்திரங்கள் என்று அழைப்பதுதான். அதாவது, அனைத்து நாற்றமடிக்கும் குப்பைகளையும் முற்றிலும் எரித்து அவற்றை ஆற்றலாக மாற்றுவோம் என்று உறுதியளித்தல், குப்பையை ஒரு புதுப்பிக்கத்தக்க ஆற்றல் என்று வலியுறுத்தல், இந்தப் பிரம்மாண்டமான சாம்பலாக்கிகள் புதுப்பிக்கத்தக்க ஆற்றல் நன்மதிப்புச் சான்றிதழைப் பெறுதல் போன்றவைதான் இவர்களின் இலக்குகளாகும்! நம்மிடம் மிக அதிக அளவுக் குப்பைகள் இருப்பதாலும், தேவையான அளவு ஆற்றல் இல்லாததாலும் மேற்கூறிய வாதங்கள் உங்களைக் கவரக்கூடியதாக இருக்கலாம். ஆனால் உண்மை இதுதான். குப்பையை எரிப்பதன் மூலம் கிடைக்கும் சிறிதளவு ஆற்றல்கூட மிகவும் மோசமான, அழுக்கான ஆற்றலாகும். இயற்கை எரிவாயு, பெட்ரோலிய எண்ணெய் அல்லது நிலக்கரி எரிப்பதன் மூலம் வெளிவிடப்படும் பசுமையில்ல வாயுக் களின் அளவைவிட அதிக அளவு வாயுவை இது வெளிவிடுகிறது. அமெரிக்க சூழல் பாதுகாப்பு நிறுவனத்தின் கூற்றுப்படி, கழிவு சாம்பலாக்கிகள் ஒரு கிலோவாட் மணி நேரத்திற்கு **1,355** கிராம் கார்பன் டை ஆக்ஸைடை உருவாக்குகின்றன; ஆனால் நிலக்கரி **1,020,**

எண்ணெய் 758, இயற்கை வாயு 515 கிராம் கார்பன் டை ஆக்ஸைடை தான் வெளிவிடுகின்றன.[75]

இரண்டாவதாக, இந்தப் பிரச்சினையை நாம் சற்று விலகி நின்று ஆய்வு செய்வோம். ஏதோவொன்றை நீங்கள் எரிக்கிறீர்கள். அப்போது, அந்தப் பொருளின் ஆற்றல் மதிப்பில் (கலோரியில்) ஒரு சிறு பங்கு மட்டுமே நீங்கள் மீள்பெறமுடியும் பெரும்பாலான ஆற்றலாகும். அந்தப் பொருளின் மொத்த வாழ்க்கைச் சுழலில் முதலீடு செய்யப்படும் ஆற்றலில் எதையும் உங்களால் மீள்பெறமுடியாது. நாம் ஒரு பொருளை எரிக்கும்போது அந்தப் பொருளைப் பதிலீடு செய்ய நாம் பின்னோக்கிச் சென்று புதிய பொருளைப் பிரித்தெடுத்து, தோண்டியெடுத்து, வளர்த்து, அறுவடை செய்து, பதப்படுத்தி, முழுமைப்படுத்தி, இடப்பெயர்ச்சி செய்ய வேண்டியுள்ளது. இவையனைத்தையும் செய்ய தயாரித்த அப்பொருளின் கழிவை எரித்தல் மூலம் பெறப்படும் மிகக் குறைந்த அளவு ஆற்றல் அளவைவிட மேலும் அதிக அளவு ஆற்றல் தேவைப் படுகிறது. நம்முடைய முடிவான இலக்கு ஆற்றலைப் பேணுவதாக இருந்தால், நாம் அதை எரிப்பதன் மூலம் பெறும் ஆற்றலைவிட நாம் அதிக அளவு ஆற்றலை அதை மறுபயன்பாடு, மறுசுழற்சி மூலம் 'உருவாக்கலாம்.'

6. சாம்பலாக்கிகள் வட்டாரப் பொருளாதாரத்தைச் சுரண்டி விடுகின்றன; குறைந்த அளவுப் பணிகளை மட்டுமே உருவாக்குகின்றன

தொழில்மயமாக்கப்பட்ட நாடுகளில் சாம்பலாக்கிகளைக் கட்டமைக்கத் தேவைப்படும் முதலீட்டு அடக்கவிலைகள் பெரும்பாலும் 500 மில்லியன் டாலர் அளவுக்கு இருக்கும். 2009ஆம் ஆண்டில் மேரிலாந்தில் ஒன்றை அமைக்க 527 மில்லியன் டாலர் செலவாயிற்று.[76] இதற்கிடையில் வளரும் நாடுகளில் இதே போன்ற வசதியமைக்கப் பொதுவாக 13,000 டாலருக்கும் 700,000 டாலருக்கும் இடையேயான அடக்கவிலைதான் ஏற்பட்டது; இதன் பொருள் என்னவெனில், இரண்டு விதமான தரங்கள் இந்தத் தொழிலில் கடைப்பிடிக்கப்படுகின்றன என்பதாகும்.[77] ஏழை நாடுகளில் கட்டமைக்கப்பட்ட பெரும்பாலான சாம்பலாக்கிகள் அமெரிக்கா அல்லது ஐரோப்பிய சுகாதார, பாதுகாப்புச் சட்டங்கள் எதிர்பார்க்கும் தர அளவை எப்பொழுதும் எட்டுவதில்லை; அந்தச் சட்டங்கள் எவ்வளவுக் குறைபாடுகளைக் கொண்டுள்ளனவோ, அந்த அளவுக்குக் குறைபாட்டுத் தர அளவுகளையும் கொண்டிருந்தன. எப்படி இருந்தபோதிலும், இவற்றில் பெருமளவு பணம் செலவழிக்கப் படுகிறது; இந்தப் பணத்தில் பெரும்பான்மையானவை வெளிநாடு களில் தயாரிக்கப்படும் உயர் தொழில்நுட்பச் சாதனங்களிலும், சாம்பலாக்கி வசதியின் கட்டுமானம் முடிந்தவுடன் தேவைப்படாத

பொறியியலாளர்களுக்கும் ஆலோசனை வல்லுநர்களுக்கும் செலவிடப் படுகின்றன. கட்டமைக்கப்பட்டவுடன் சாம்பலாக்கிகள் முதலீடு அடிப்படையிலும் எந்திர அடிப்படையிலும் தீவிரமாகச் செயல்படு கின்றனவேயொழிய தொழிலாளர் அடிப்படையில் தீவிரமாகச் செயல் படுவதில்லை; மேலும், இவை சில மோசமான பணிகளையும், மிகச் சிறப்புப் பணிகளையும் தொழிலாளர்களுக்குக் கொடுக்கின்றன. இதற்கு மாறாக, மறுசுழற்சியும் சுழிகழிவுத் திட்டங்களும் மிக அதிக அளவு பணிகளைக் கொடுக்கின்றன. இந்தப் பணிகள் மிகப் பாதுகாப்பானவை, சுத்தமானவை, சூழல் இணக்கமானவை. மறுசுழற்சி யிலும் சுழிகழிவுத் திட்டங்களிலும் முதலீடு செய்யப்பட்ட ஒவ்வொரு டாலருக்கும், சாம்பலாக்கிகளில் கிடைக்கும் பணிகளைவிட அதிக பணிகள் நமக்குக் கிடைக்கும் – மூலப்பொருட்களைப் பேணும், சமுதாயத்தைக் கட்டமைக்கும் வட்டார அளவிலான, மரியாதை நிறைந்த பணிகள்.[78]

7. சாம்பலாக்கிகள்தான் கசிவு மேலாண்மை வழிமுறைகளில் மிகவும் அதிக செலவு வைக்கும் வழிமுறையாகும்

நம்முடைய கழிவுப் பிரச்சினைக்கான எந்தவொரு தீர்வும் பணச் செலவை ஏற்படுத்தும். ஆயினும், நம்மைச் சரியான திசையில் உண்மையாகவே செலுத்தும் வழிமுறைகளிலும் வசதிகளிலும்தான் நாம் பணத்தை முதலீடு செய்ய வேண்டும். சாம்பலாக்கிகள் மிகவும் அதிகச் செலவு வைக்கக்கூடியவை. நமக்குள்ள கழிவு அகற்றல் வழிமுறை களில் மிகவும் அதிகச் செலவு வைக்கக்கூடியவை – கழிவுப் பொருட் களைச் சந்திரனுக்கு அனுப்பும் (இதையும் சிலர் கருதியுள்ளனர்) அளவு செலவுக்கு ஏறத்தாழ இணையான செலவைக் கொண்டது. முன்பு குறிப்பிட்ட, 500 மில்லியன் டாலரைவிட அதிக விலைகொண்ட மேரிலாந்து சாம்பலாக்கிக்கு மாறாக, ஒரு புதிய, அண்மைக்கால வசதிகள் நிறைந்த பொருட்கள் (மீள்கொணர்வு) சீரமைப்பு *(ரீக்ளமேஷன்)* மையமும், என்னுடைய வீட்டிலிருந்து அதிக தூரமில்லாத வடக்கு கலிஃபோர்னியாவில் உள்ள டேவிஸ் தெரு மாற்று மையமும் *(டேவிஸ் ஸ்ட்ரீட் ட்ரான்ஃபர் சென்டர்* – மேற்குக் கடற்கரையின் மிகவும் மேம்பட்ட வசதியும் கொண்ட மையம்) 9 மில்லியன் டாலருக்கும் சற்றுக் கூடுதலான அளவே செலவு வைத்தது. மேரிலாந்து சாம்பலாக்கி ஒரு நாளைக்கு 2,000 டன்கள் அளவு குப்பையை எரிக்கும் என்று எதிர்பார்க்கப்பட்ட நிலையில், டேவிஸ் தெரு மையம் ஒரு நாளைக்கு 4,000 டன் பொருட்களைக் கையாளுகிறது. இதில் தற்போது 40 விழுக்காடு மறுசுழற்சி செய்யப்படுகிறது. டேவிஸ் தெரு மையம் 250 பேர்களுக்குப் பணிகளை வழங்கியுள்ளது; இதற்கு மாறாக,

சாம்பலாக்கி 30 முழு நேரப் பணிகளை மட்டுமே கொடுத்திருக்க முடியும்.[79] நீங்களே எது நல்லது என்று கணக்கிட்டுப் பாருங்கள்.

மறுசுழற்சியும் தொழுவுரமாக்கலும் அதிக எந்திரங்களைப் பயன் படுத்தாமலும், அதன் காரணமாக, அதிக தொழிலாளர்களை ஈடுபடுத்தும் வகையிலும் உள்ள வளரும் நாடுகளில் அடக்கவிலை வேறுபாடுகள் மேலும் அதிகமாகக் காணப்படுகின்றன. உலகின் தெற்குப் பகுதி நாடு களில் உள்ள, மைய வசதியாக்கப்படாத, குறைந்த தொழில்நுட்ப தொழுவுரமாக்கல் சாதனங்களின் விலைகள் சாம்பலாக்கி முதலீடு விலையைவிட குறைந்தபட்சம் இரண்டு மடங்காவது குறைவாக இருக்குமென்று உலக வங்கிகூட மதிப்பிட்டுள்ளது. அவ்வாறு இருந்த போதும் அந்த வங்கி வளரும் நாடுகளில் சாம்பலாக்கிகளுக்கு நிதியுதவி செய்கிறது.[80] எரிப்பதற்காகப் பணத்தை வைத்துக்கொண்டிருக்கின்ற சமுதாயங்கள் மட்டுமே சாம்பலாக்கிகளை வாங்கிச் செயல்படுத்த முடியும். இதன் மூலம் நான் கூறுவது என்னவெனில் அத்தகைய எந்தவொரு சமுதாயமும் உண்மையில் இல்லை என்பதைத்தான்.

8. சாம்பலாக்கிகள் அதிகக் கழிவு உற்பத்தியை உண்மையில் தூண்டுகின்றன

சாம்பலாக்கிகள் கழிவுக்கான துர்பழக்கம் கொண்டவையாகும். அதாவது, அவற்றைத் தொடர்ந்து இயக்கினால்தான் நன்றாக இயங்கு கின்றன; எனவே, அவற்றிற்கு ஒரு தொடர்ச்சியான கழிவு வழங்கல் தேவைப்படுகிறது. ஒரு குறிப்பிட்டப் புள்ளிக்குக் குறைவான அளவுக்கு வட்டாரக்கழிவு உற்பத்தி குறைந்தால், சாம்பலாக்கி நிறுவனங்கள் மற்ற இடங்களிலிருந்து கழிவை இறக்குமதி செய்ய வேண்டும் என்று தம்முடைய ஒப்பந்தங்களில் சேர்ப்பதற்கு முயற்சி செய்கின்றன. இது எவ்வளவு பிற்போக்குத்தனமான செயல்! நாம் கழிவைக் குறைப்பதற்கு நம்மை ஈடுபடுத்திக்கொள்ள வேண்டுமே தவிர, அதை மீண்டும் மீண்டும் அதிக அளவில் உண்டாக்க அல்ல!

மேலும், மிகமிக எளிதாக எரியக்கூடிய குப்பைதான் அதிகமாகத் தடுக்கப்படவேண்டிய கழிவாகும் (ஒரு முறை பயன்படும் உடன் விலக்குப் பொருட்கள், பொட்டலப் பொருட்கள்); மிகவும் மறுசுழற்சி செய்யப்பட வேண்டியவை காகிதம் போன்ற கழிவாகும். இதன் பொருள் என்னவெனில், சாம்பலாக்கிகள் பொருட்களைக் குறைக்கும் அல்லது மறுசுழற்சி செய்யும் முயற்சிகளோடு நேரடியாகப் போட்டி யிடுகின்றன. பல நகரங்களில் சாம்பலாக்கிச் சொந்தக்காரர்கள் வட்டார அரசுகளை வலியுறுத்தி பதிவு செய்யாத மறுசுழற்சியாளர்களைத் தடை செய்யும் வழிமுறைகளை எடுக்க வைக்கின்றனர்; அதன்மூலம் தாம் எரிப்பதற்குப் போதுமான அளவு பொருட்களின் இருப்பை உறுதி செய்துகொள்கின்றனர்.

9. உருவாக்கத் திறனால் உண்டாக்கப்பட்ட உண்மையான தீர்வுகளைச் சாம்பலாக்கிகள் பலவீனப்படுத்துகின்றன

இத்தகைய சாம்பலாக்கி ஒன்றை உங்களுடைய நகரம் கட்டமைக்க நூற்றுக்கணக்கான மில்லியன் டாலர்களை முதலீடு செய்கிறது. அப்போது, நீங்கள் கழிவு உண்டாக்கப்படும் இடத்திலேயே கழிவைக் குறைக்க மிகவும் புத்திசாலித்தனமான கருத்துகளைப் பெற்றால் அவற்றை மறந்துவிடுங்கள்! குப்பைக் கூளச் சவாலைத் தீர்க்க நீங்கள் ஒரு சாம்பலாக்கியைச் சார்ந்திருந்தால் அது உங்களுடைய சிந்தனைத் திறனின் ஒரு உண்மையான தோல்வியைக் குறிக்கும். இது உணர்ச்சி வசப்பட்ட, தற்காலிக நடைமுறையைக் கடைப்பிடிப்பவர்களுக்குப் பொருந்தும் என்றாலும், தீர்வு தொடர்பான ஒரு நீண்ட கால நோக்கினையும் முதலில் இந்தப் பிரச்சினையை உருவாக்கிய விரிவான ஒருங்கையும் கருத்தில் கொள்பவர்களுக்கு இது பொருந்தாது. இந்தக் கழிவு தோன்றிய உற்பத்தி, வழங்கல், நுகர்வு, அகற்றல் புள்ளிகளில் என்ன முடிவுகள் எடுக்கப்பட்டன? எவ்வாறு அந்தப் புள்ளிகளுக்கு நாம் மீண்டும் செல்வது? ஒருங்கிலிருந்து கழிவை நீக்குவதை வடிவமைக்கத் தேவையான வேறு முடிவுகளை எப்படி எடுக்க முடியும்? ஒரு விரைவான தீர்வின் மேல் கடைசிப் படிநிலையில் கவனம் செலுத்துவதை விட மேற்கால் நிலையில் ஒரு பிரச்சினையைத் தடுப்பது அதிக விரும்பத் தகுந்தது; அதிக சிக்கனமானதும்கூட.

10. சாம்பலாக்கிகளின் பயன்பாடு விவேகமற்றதாகும்

தன்னுடைய மிக அண்மைக்காலச் சாம்பலாக்கி உண்மையிலேயே வேறுபட்டது என்று என்னை நம்பவைக்க முயற்சி செய்யும் பல பொறியியலாளர்களை நான் சந்தித்திருக்கிறேன். அது உண்மையிலேயே டயாக்சின் பிரச்சினைக்குத் தீர்வு காண்கிறது; அது உண்மையிலேயே ஆற்றலை மீள்பெறுகிறது போன்ற வாதங்களைப் பற்றி சாம்பலாக்கிகள் தொடர்பான பல நீதிமன்ற விசாரணைகளில் சாட்சியளித்துள்ள முனைவர் பால் கோனெட் கூறும் மந்திரம் இதுதான்: ‘அவற்றைப் பாதுகாப்பானதாக நீங்கள் உருவாக்கினால்கூட அவற்றை விவேகமான ஒன்றாக மாற்ற உங்களால் முடியாது.’ மூலப்பொருட்களை அழிப்பதற்காக வடிவமைக்கப்பட்ட எந்திரங்களை உருவாக்க நூற்றுக்கணக்கான மில்லியன் டாலர்களை முதலீடு செய்வது ஒரு புத்திசாலித்தனமான செயலல்ல. அது சரியான வகையில் செய்யப்பட்ட முதலீடும் அல்ல.

மாசசூசெட்ஸில் நச்சுப்பொருட்கள் பயன்பாட்டில் குறைப்பு

நகராட்சித் தலைவர்கள், சமுதாயத்தில் வசிப்பவர்கள், வியாபாரிகள் போன்றவர்கள் உண்டாக்கப்படும் கழிவை என்ன செய்வது என்ற

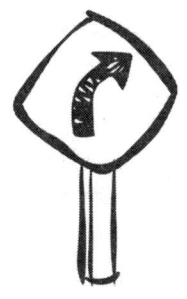

வினாவில் அடிக்கடி தம்முடைய கவனத்தைச் செலுத்துகின்றனர். புதைத்தல், எரித்தல் ஆகிய இரண்டுமே இல்லையென்றால் வேறு என்ன மாற்று வழிமுறை உள்ளது? உண்மையில், ஒரு சரியான தீர்வு நம்முடைய கவனத்தை மேற்கால் நிலைக்குத் திருப்புகிறது. அதாவது, கழிவு உண்டாக்கப்படும் இடத்திலேயே அதன் உற்பத்தியையும் ஓட்டத்தையும் நிறுத்துவதில்தான் தீர்வு உள்ளது. ஒரு ஆற்றில் கழிவை ஊற்றிக் கொண்டிருக்கும் ஒரு வடிகால்குழாயை நீங்கள் பார்த்துக் கொண்டிருக்கும்போது மேற்கூறியது உங்களுடைய உள்ளுணர்விற்கு எதிரானது போன்று தோன்றும் என்றாலும், மேற்கால் நிலைத்தடுப்புச் செயல்கள்தான் நீண்டகால மாற்றங்களுக்கான சிறந்த உத்தியாகும்.

நான் அடிக்கடிப் பயன்படுத்தும் ஒப்புவமை இதோ: ஒரு நீண்ட விடுமுறைக்குப் பின்பு நீங்கள் உங்கள் வீட்டிற்குத் திரும்புகிறீர்கள்; அப்போதுதான் உங்கள் வீட்டுச் சமையலறை வடிகுழாயைத் திறந்து விட்டு மூடாமல் சென்றுவிட்டீர்கள் என்பதைக் காண்கிறீர்கள் என்று வைத்துக் கொள்வோம். சமையலறைத் தொட்டி நிரம்பி வழிந்து அறையின் தரை, சாப்பிடும் அறையின் தரை, வரவேற்பறையின் பெரும் பகுதி முழுவதும் நீர் காணப்படுகிறது என்றும் வைத்துக்கொள்வோம். இதனால் வீடு முழுவதிலும் ஓர் அசுத்த நிலை நிலவுகிறது என்றும் கருதுவோம். இந்த நிலைமையில், நீங்கள் உங்கள் செயலை எங்கே தொடங்குவீர்கள்? முதலில், அழகான கீழைநாட்டுக் கம்பளத்தில் உள்ள நீரைத் துடைத்தெடுப்பீர்களா அல்லது நீர்க்குழாயை மூடுவீர்களா? இதில் மூளையின் வேலை எதுவும் இல்லை, சரிதானே? அபாயகரமான கழிவுகளைப் பொறுத்தவரை, குழாயை உடனே மூடுவது உற்பத்தியில் பயன்படுத்தப்படும் நச்சு வேதிப்பொருட்களின் அளவைக் குறைப்பதற்கு ஒப்பானதாகும்.

இது எவ்வாறு செயல்படும் என்பதற்கு மிகவும் குறிப்பிடத்தக்க ஓர் எடுத்துக்காட்டு உண்டு. 1989இல் ஏற்றுக்கொள்ளப்பட்ட மாசசூசெட்ஸின் நச்சுப்பொருட்கள் பயன் குறைப்புச் சட்டம்தான் அது *(டாக்சிஸ் யூஸ் ரிடக்‌ஷன் ஆக்ட் - டீயூஆர்ஏ)*. இந்தச் சட்டம் 'பேராசை' மிகுந்த கழிவுக் குறைப்பு இலக்குகளை உள்ளடக்கியது. இதன்படி மாசசூசெட்ஸ் வணிக நிறுவனங்கள் தங்களுடைய வேதிப்பொருட்களின் பயன்பாடு, வெளியீடு ஆகியவற்றின் தடத்தை அறிய வேண்டும்; சரியான திட்டங்களை உருவாக்கி எப்படித் தம்முடைய நிறுவனம் தாம் பயன்படுத்திய பொருட்கள் அல்லது பதப்படுத்தச் செயல்களை மாற்றி நச்சுப் பொருட்களைக் குறைக்க முடியும் என்று செயல்பட வேண்டும். 1990இல்

டீயூஆர்ஐ, லோவெல்லில் உள்ள மாசசூசெட்ஸ் பல்கலைக்கழகத்தில் நச்சுப் பொருட்கள் பயன்குறைப்பு நிறுவனம் *(டாக்சிஸ் யூஸ் ரிடக்ஷன் இன்ஸ்டிடியூட் - டீயூஆர்ஐ)* ஒன்றை நிறுவியது. இது நச்சு வேதிப் பொருட்களில் ஆய்வு செய்யவும், புதுமையான, மலிவான மாற்று களைக் கண்டறியவும், நச்சுப்பொருள் பயன்பாட்டுக் குறைப்பிலும், நீர் பயன்பாட்டுத் திறனிலும் பலவகைத் தொழில்நுட்ப உதவிகளைக் கொடுக்கவும், இவற்றின் மூலம் வணிக நிறுவனங்களுக்கும் சமுதாயத் திற்கும் உதவுவதற்காகவும் நிறுவப்பட்டது.

இந்த முயற்சி வெற்றி பெற்றது. இந்த வெற்றிக்கான ஒரு எடுத்துக் காட்டு பின்வருமாறு: லைட்ஒலியர் என்ற ஒளி கொடுக்கும் நிறுவனம் அதனுடைய விஓசி வெளியீட்டை 95 விழுக்காடும், அதனுடைய நச்சுப் பொருட்களின் பயன்பாட்டை 58 விழுக்காடும், அதனுடைய மின்சார, இயற்கை எரிவாயு பயன்பாட்டை முறையே 19, 30 விழுக்காடும் குறைத்தது. இந்தச் செயலின்மூலம் அதனுடைய செயல்பாட்டு அடக்க விலைகளில் மில்லியன் கணக்கில் டாலர்களை மிச்சம் பிடித்தது.[81] மாநிலம் முழுவதும் டீயூஆர்ஐயின் உதவியால் தொழிற்சாலைகளில் நச்சு வேதிப்பொருட்களின் பயன்பாடு 41 விழுக்காடு குறைந்தது; மேலும், இவற்றின் வெளியேற்றம் குறிப்பிடத்தக்க வகையில் 91 விழுக்காடு குறைந்தது. இந்தத் திட்டத்தில் பங்குபெறும் உற்பத்தி யாளர்கள் அண்மையில் வருடாந்திரச் செயல்பாட்டு அடக்கவிலையில் மிச்சம் பிடித்தது 4.5 மில்லியன் டாலராகும்.[82]

மேற்கூறிய அனைத்தும் குறிப்பிடத்தக்கப் புள்ளிவிவரங்கள். அபாயகரமான கழிவுகளை நீக்க சாம்பலாக்கிகளையோ குப்பைக் குழிகளையோ பயன்படுத்தக் கருதும் ஒவ்வொரு பொதுநல அலுவல ருக்கும் இந்தத் தகவலைத் தருகிறேன். இத்தகைய நிரூபிக்கப்பட்ட, திறன்மிக்க வழிமுறை இருக்கும்போது வேறு எந்த அணுகுமுறையை யும் கருதுவதற்கு முன்பு, டீயூஆர்ஐ வகை வழிமுறைகள் முயற்சி செய்யப் பட வேண்டும். தொழிற்சாலைகள் தம்முடைய கழிவைப் பாதிக்கும் மேலாகக் குறைக்கவும் முடியும் என்று டீயூஆர்ஐ நிரூபித்துள்ளது.

டீயூஆர்ஐயின் பணி மாசசூசெட்ஸின் மேல் கவனம் செலுத்தினாலும், அதனுடைய மூலப்பொருட்கள், கருவிகள், உதவிகள் ஆகியவை நிகழ் நிலையில் *(ஆன்லைன்)* எவருக்கும், எங்கும் கிடைக்கக்கூடியவை யாக உள்ளன. தொழிற்சாலைகளைச் சுத்தப்படுத்தும் செயலில் ஈடுபட்டோருக்கு டீயூஆர்ஐயைக் கண்டுபிடித்து, உதவிக்கு நாடுவது ஒரு பெரிய பரிசை வெல்வதற்கு ஒப்பாகும். நாங்கள் மாற்றமடைய விரும்புகிறோம், ஆனால் எங்களுக்கு எந்தவித மாற்றுவழியும் இல்லை என்று சொல்லிக்கொண்டு மாசுறுத்தும் தொழிற்சாலைகள் இனிமேல் தப்பிக்க முடியாது. டீயூஆர்ஐயின் க்ளீனர் சொல்யூஷன் தரவு வங்கி

(டேட்டா பேங்க்) 'அதிக சுத்தமான', 'கரைப்பானை மாற்றுங்கள்' போன்றவற்றை உள்ளடக்கிய வழிமுறைத் தகவல்களைக் கொடுக்கிறது. அதனுடைய நிகழ்நிலை பொல்லூஷன் பிரிவென்ஷன் ஜெம் (P2 gems.org), குறிப்பிட்டத் துறைகளில் தொழிற்சாலை செயல்முறைகளிலும் உற்பத்திப் பொருட்களிலும், வெளிர்த்தல் (நிறம் நீக்கல்) முதல் உலோகச் சீராக்கல் *(மெட்டல் ஃபினிசிங்)*, அச்சடித்தல், மரப்பொருள் சீராக்கல் *(வுட் ஃபினிசிங்)* வரை அனைத்திலும், நச்சுப் பொருட்களைக் குறைப்பது பற்றி மிக அதிகத் தகவல்களைக் கொடுக்கிறது.

இந்த நூல் அச்சுக்குச் சென்ற போது நான் பெற்ற வருத்தமான செய்தி என்னவெனில், டீயூஆர்ஐக்கான நிதியுதவியில் பிரச்சினைகள் எழுந்துள்ளன என்பதுதான். நச்சு வேதிப்பொருள் பயன்பாட்டுக் குறைப்பில் குறிப்பிடத்தக்க வெற்றியை அடைந்தாலும், மாசசூசெட்ஸ் மாநில நிதிநிலை குறைப்பிற்கு அது பலியாகும் வாய்ப்புள்ளது. இந்தத் திட்டம் தனக்குத்தானே நிதியுதவி செய்துகொள்ளும் திறன் கொண்டது என்று சூழல்நல ஆர்வலர்கள் இந்தப் பிரச்சினை நீக்குவதற்காகப் போராடி வருகின்றனர். ஏனெனில், தொழிற்சாலைகளின் கட்டணம் டீயூஆர்ஐ-ஐ நடத்தத் தேவையான செலவைக் கொடுத்துவிடும். கழிவைப் பின்னால் சுத்தப்படுத்துவதற்குப் பதிலாக அபாயகரமான கழிவு ஏற்படுவதைத் தடுப்பது அதிக சிக்கனமானது. மேலும் புதிய விவரங்களுக்கு டீயூஆர்ஐக்குப் பார்க்க: www.turi.org

கடல் மேலும், கடல் கடந்தும் (குப்பை அகற்றல்)

கழிவு தொடர்பாகக் கடந்த இருபது ஆண்டுகளாக வேலை செய்து வருகிறேன். நம் நாட்டு நிறுவனங்கள் அவற்றின் குப்பைகளை, குறிப்பாக பிரச்சினை தரும் நச்சுக் குப்பைகளை, உலகின் வேறெங்கேயோ கப்பல்கள் மூலம் அகற்ற நிறைய முயற்சிகளை மேற்கொண்டுள்ளனர் என்பதை நான் அறிந்தேன். ஆனால், இதில் உண்மை என்னவெனில் இந்த முயற்சிகளால் பிரச்சினைகள் தீர்வதில்லை. நான் மீண்டும் வலியுறுத்திக் கூறுகிறேன்: இதனால் பிரச்சினைகள் அகற்றப்படுவதில்லை. உலகம் முழுவதும் கழிவுப் போக்குவரத்து பற்றி தடமறிந்த போது நான் சேகரித்த சில பரிதாபகரமான கதைகளை இங்குக் கொடுத்திருக்கிறேன்.

வங்கதேசம் நோக்கி

1991ஆம் ஆண்டு கடைசியில் ஒரு நிகழ்வு நடைபெற்றது. தெற்குக் கரோலினாவில் அமைந்துள்ள நான்கு நிறுவனங்கள் இரகசியமாக அதிக அளவு ஈயமும் காட்மியமும் கொண்ட 1,000 டன் அபாயகர மான கழிவை ஆசியா வளர்ச்சி வங்கி மூலம் வங்கதேச அரசு வாங்கிய

உரத்தோடு கலந்துவிட்டன. வட்டார அளவிலும், மாநில அளவிலும் ஸ்டோலர் கெமிக்கல் நிறுவனத்தின் தொழில் வசதியில் (இது உரத்தைத் தயாரித்த நிறுவனமாகும்) மேற்கொள்ளப்பட்ட ஒரு வழக்கமான சோதனையின் போது அமெரிக்காவின் சூழல்துறை நிர்வாகிகளால் இது கண்டுபிடிக்கப்பட்டது. சட்ட வரம்பை மீறிய ஈயம், காட்மியம் அளவுகளைக் கொண்ட ஓர் அனுமதிக்கப்படாத பொருளை இந்த நிறுவனம் கலப்பதை அவர்கள் அறிந்தனர். பின்பு சூழல் பாதுகாப்பு நிறுவனத்தின் குற்றவியல் ஆய்வாளர்களுக்குத் தகவல் கொடுத்து, அவர்களை எச்சரித்தனர். அந்த நேரத்தில் நான் பன்னாட்டளவில் நடைபெறும் கழிவு அகற்றல் பற்றித் தடமறிவதில் ஈடுபட்டிருந்த சூழல் பாதுகாப்பு அமைப்பு (இபீஏ) அலுவலர்களுடன் நெருங்கிய தொடர்பு கொண்டிருந்தேன். அவர்களில் ஒருவர் எனக்கு இந்த விஷயத்தைப் பற்றித் தகவல் கொடுத்தார்.

வாய்ப்புக்கேடாக, இந்தச் சட்டத்திற்குப் புறம்பான ஏற்றுமதி பற்றி மாசுறுத்தப்பட்ட உரம் வங்கதேசத்தை அடையும்வரை சூழல் பாதுகாப்பு அமைப்பு அறிந்து கொள்ளவில்லை. அமெரிக்கச் சட்டத்தின்படி, இறக்குமதி செய்யும் நாட்டிலிருந்து எழுத்து வடிவில் சம்மதம் பெறப்பட்ட பின்புதான் இந்த வகை நச்சு நிறைந்த கழிவை நிறுவனங்கள் ஏற்றுமதி செய்ய முடியும்.[83] இந்த விஷயத்தில் அவர்கள் இந்த நடைமுறையைப் பின்பற்றாததால், ஏற்றுமதி செய்தது சட்டப்படித் தவறானதாகும். இந்தச் செயல்பாட்டு மீறல்களுக்காக இந்த நிறுவனங்களுக்கு அபராதம் விதிக்கப்பட்டது என்றாலும், அமெரிக்காவோ வங்கதேச அரசோ இந்தக் கழிவைத் திரும்பப் பெற எந்தவிதச் செயலும் மேற்கொள்ளவில்லை.

நான் நேரடியாக வங்கதேசம் சென்றேன். என்னுடைய இலக்கு இந்த உரத்திற்கு என்ன நடந்தது என்பதைக் கண்டுபிடிப்பதுதான். அது ஏற்கனவே விவசாயப் பண்ணைகளில் பயன்படுத்தப்பட்டிருந்தால் அந்த இடங்களின் மண் மாதிரிகளைச் சேகரித்து, அதை ஆதாரமாகக் காட்டி இரண்டு அரசுகளையும் அந்த மண்ணைச் சுத்தம் செய்ய ஏற்பாடு செய்வதுதான். முதலில் நான் அதன் தலைநகரான டாக்காவிலுள்ள அமெரிக்கத் தூதரகத்திற்குச் சென்றேன். தூதரகம் இதைப்பற்றி ஓரளவுக்காவது கவலைப்படும் அல்லது குறைந்தபட்சம், தர்ம சங்கடத்தையாவது பெறும் என்று நான் நம்பினேன். இதற்கு மாறாக, தூதரக அலுவலக ஆள் தொடர்ந்து பின்வருமாறு கூறினார்: 'இது எங்களுடைய பொறுப்பல்ல. சரக்கு இரண்டு தனியார் நிறுவனங்களுக்கிடையே மேற்கொள்ளப்பட்ட தனிப்பட்ட வியாபார நடவடிக்கையாகும். நாங்கள் தனியார் வர்த்தக நடவடிக்கைகளில் தலையிடுவதில்லை.' உண்மைதான். வங்கதேசத்தின் களைப்படையாத

கொசுக்கள் என்னுடைய முகத்தைத் தவிர்ப்பது போன்று, அமெரிக்கத் தூதரகங்கள் வெளிநாட்டு அமெரிக்க வர்த்தகங்களில் தலையிடுவதைத் தவிர்க்கின்றன.

வங்கதேசத்தில் இருந்த ஒரு வட்டார சூழல் நல நிறுவனப் பிரதிநிதி எனக்குப் பெரிதும் உதவியாக இருந்தார். என்னுடன் பேருந்திலும் பின்பு சைக்கிள் ரிக்ஷாவிலும் கிராமப் புறத்திலிருந்த சிறு ஊருக்கு வந்தார். அங்கு மாசுறுத்தப்பட்ட உரம் விற்பனைக்கு வைக்கப்பட்டிருப் பதாக ஒரு வதந்தி இருந்தது. பேருந்திலிருந்து இறங்கியவுடன்தான் ஏன் எந்தவொரு விவசாயியும் இந்தச் சூழலில் உரமிட வேண்டிய தேவை யைப் பெற்றுள்ளார் என்று என்னால் கற்பனை செய்ய முடிந்தது. நான் திரும்பிய இடமெல்லாம் பசுமையான நெற்பயிரால் நிரம்பியிருந்தது.

ஆனால், உண்மையில் அந்த வட்டார வேளாண்பொருள் வழங்கல் கடையில் அமெரிக்கா, வங்கதேசம் ஆகிய இரண்டு நாட்டு அரசுகளும் இந்த மாசுறுத்தப்பட்ட உரம் பற்றி அறிவித்துப் பல மாதங்களுக்குப் பின்புகூட, விலக்கப்படாத அந்த மாசுறுத்தப்பட்ட உரத்தின் கடைசி மூட்டை விற்பனைக்காகக் காத்திருந்தது. எந்தவிதச் சந்தேகமும் இல்லாமல் ஒரு விவசாயி அதை வாங்குவதற்கு முன்பு அதை நீக்க வேண்டும் என்ற எண்ணத்தில் நான் நான்கு டாலருக்குச் சமமானப் பணத்தைக் கொடுத்துவிட்டு அந்தக் கடைசி உரமூட்டையை வாங்கி விட்டேன். இவ்வகை உர மூட்டைகளை முன்னால் வாங்கிய சில வட்டார விவசாயிகளின் பெயர்களையும் நான் பெற்றுக்கொண்டேன். இவர்களில் ஒருவரின் பண்ணைதான் என்னுடைய அடுத்த நிறுத்தமாக அமைந்தது.

அந்த வங்கதேச விவசாயி எங்களை வரவேற்றுத் தன்னுடைய சிறிய வீட்டிற்குள் தேநீர் அருந்த அழைத்தார். அவருடைய வீடு மண்ணால் ஆன சுவர்களைக் கொண்டு புற்களாலான கூரையைப் பெற்றிருந்தது. எங்களை நாங்கள் அறிமுகப்படுத்திக் கொண்ட பிறகும், எங்களுடைய வருகையின் நோக்கத்தைக் கூறிய பின்பும், அவர் ஆர்வமுடன் தன்னுடைய வயல்களுக்கு எங்களைக் கூட்டிச்சென்றார்; மண் மாதிரிகளை எடுக்க உதவி செய்தார். அமெரிக்காவிலிருந்து சட்டத் திற்குப் புறம்பாக அனுப்பப்பட்டு, அவருடைய வயல்களில் பயன் படுத்தப்பட்ட உரத்தில் நச்சுக் கழிவுகள் உள்ளன என்று என்னுடைய மொழிபெயர்ப்பு நண்பர் அவருக்கு விளக்கிய போது அவர் ஏன் தொடர்ந்து புன்னகை புரிந்துகொண்டிருந்தார் என்பது எனக்கு மிகவும் குழப்பமாக இருந்தது. அதற்கு அவர் என்ன பதில் கூறினார் என்பதை என்னுடைய நண்பர் மொழிபெயர்த்தார்: 'இப்பொழுது உங்களுடைய அரசுக்கு நச்சு நிறைந்த உரம் பயன்படுத்தப்பட்டுள்ளது என்பது தெரியும் என்பதால் அவர்கள் இங்கு வந்து இதைச் சுத்தம்

செய்வார்கள்; நாங்கள் பாதுகாப்பாக இருக்க முடியும்.' வருத்தமும் வெட்கமும் கொண்டு நான் அங்கு நின்றேன். அமெரிக்கத் தூதரக அலுவலரோடு நடைபெற்ற என்னுடைய சந்திப்பை நினைத்துக் கொண்டு, 'இல்லை, அவர்கள் இங்கு வருவார்கள் என்று எனக்கு நம்பிக்கையில்லை' என்று நான் அவரிடம் கூறினேன். எனினும், இந்த சுத்தம் செய்வது தொடர்பாக அவருடைய வேண்டுதலை என்னுடைய அரசிடம் சேர்ப்பிப்பேன் என்றும், இந்தப் பிரச்சினை தொடர்பான ஆதாரங்களைப் பயன்படுத்தி உலகளாவிய கழிவுப் போக்குவரத்திற்கு ஒரு முடிவு கட்டுவதற்கான ஆதரவுகளைத் தேடுவேன் என்றும் அவருக்கு உறுதி கூறினேன். அவருடைய வயல்களில் அவர் நச்சு நிறைந்த கழிவைப் போட்டுவிட்டார் என்று அப்பொழுதுதான் கூறப் பட்ட அந்த விவசாயியிடம் இதைச் சொல்லும்போது நான் என்னை ஒரு முட்டாள் போன்று உணர்ந்தேன். கழிவுப் போக்குவரத்துப் பற்றிய ஒரு உலக நாடுகளின் கூட்டத்தை உருவாக்க அவருடைய வயலிலிருந்து பெறப்படும் ஆதாரத்தைப் பயன்படுத்துவேன் என்பதை அவர் அறிவதில் அவருக்கு என்ன நன்மை ஏற்பட்டுவிடப் போகிறது? நச்சு நிறைந்த கழிவைப் பற்றி ஆய்வு செய்ய உலகம் முழுவதும் நான் செலவழித்த நேரங்கள் அனைத்தையும்விட அந்தத் தருணம்தான் மிகவும் கீழ்த்தரமான ஒன்றாகும்.

மிகவும் வருத்தமான இதயத்துடனும் எடை அதிகமான ஒரு உரமூட்டையுடனும் நான் தலைநகரான டாக்காவிற்குத் திரும்பினேன். இந்த இரண்டையும் என்ன செய்வது என்று எனக்குத் தெரியவில்லை. சில நாட்களின் யோசனைக்குப் பிறகு நான் ஒரு திட்டத்தைத் தீட்டினேன். அமெரிக்கத் தூதரகங்கள் வெளிநாடுகளில் உள்ள அமெரிக்க மண்ணாகக் கருதப்படுகின்றன. அமெரிக்க அபாயகர கழிவுச்சட்டம் மற்றொரு நாட்டிற்கு இந்த வகை அபாயகரமான கழிவை ஏற்றுமதி செய்ய எழுத்துவடிவில் அனுமதியை அந்த நாட்டிலிருந்து பெற்றிருக்க வேண்டும் என்று எதிர்பார்க்கிறது. இந்தச் சட்டத்தை முதலில் ஏற்றுமதி செய்தவர் மீறியிருந்தாலும், அமெரிக்கத் தூதரகம் இதே தவறைத் தானும் செய்யாது என்று நான் நம்பினேன் – குறிப்பாக நான் இதைத் தொடர்ந்து கவனித்து வருகிறேன் என்பதை அது அறிந்ததால். எனவே, இந்த மாசுறுத்தப்பட்ட உரத்தை அமெரிக்கத் தூதரகத்திற்கு அனுப்ப, அதன் அலுவலர்கள் இதைக் குப்பையில் கொட்ட மாட்டார்கள் என்பதை அறிந்து, நான் முடிவு செய்தேன்.

இந்த உரமூட்டையை நன்கு பொட்டலம் செய்து, அதனை நான் முன்னால் சந்தித்தத் தூதரக அலுவலருக்கு விலாசமிட்டு, தூதரகத்தின் முகப்பு மேஜையில் கொடுத்து விட்டேன். அதனுடன் வைத்த குறிப்பில் அமெரிக்கக் கழிவை அமெரிக்க மண்ணிற்கே திருப்பி அனுப்புகிறேன்

என்றும் அதை அமெரிக்காவிற்கு நான் அனுப்புவது சட்டத்தின்படி தவறு என்றும் குறிப்பிட்டிருந்தேன். தூதரகம் என்னை அதற்குப்பிறகு தொடர்பு கொள்ளவில்லை என்றாலும், அரசு உள்துறையின் எவரோ ஒருவர், தன்னுடைய பெயரைக் குறிப்பிடாமல், டாக்கா தூதரகத்தி லிருந்து வாஷிங்டனிலுள்ள உள்துறை அலுவலகத்திற்கு அனுப்பப் பட்ட தொலைநகல் செய்தியின் நகலை அனுப்பியிருந்தார். இதில் கழிவு பற்றிப் புகார் செய்திருந்ததும், என்னுடைய தலையீட்டைப் பற்றிக் கவலையும் வருத்தமும் தெரிவித்து, அதனை என்ன செய்வது என்று தங்களுக்கு அறிவுறுத்துமாறும் குறிப்பிடப்பட்டிருந்தது. 'லியோனார்டை தாங்கள் கடைசியாகப் பார்க்கவில்லை' என்றும் அவர்கள் முடிவில் குறிப்பிட்டிருந்தனர்.

தென்னாப்பிரிக்காவை நோக்கி

தெற்கு ஆப்பிரிக்காவிலுள்ள ஒரு சிறிய, மிகவும் தொழில்மயமாக்கப் பட்ட நகரமான கேட்டோ ரிட்ஜ் என்ற இடத்தில், நான் இதுவரை கண்ட பன்னாட்டளவுக் கழிவுப் போக்குவரத்துகளிலேயே மிகவும் மோசமான ஒன்றைக் கண்டேன். தோர் கெமிக்கல்ஸ் என்றழைக்கப் பட்ட பிரிட்டனுக்குச் சொந்தமான தெற்கு ஆப்பிரிக்க நிறுவனம் அங்கு பாதரசக் கழிவை அமெரிக்கா, ஐரோப்பா போன்ற இடங்களிலிருந்து இறக்குமதி செய்து வந்தது; இது மறுபதப்படுத்தம் செய்வதற்காக என்று கருதப்பட்டது. பிரிட்டனில் உள்ள இதன் மூல நிறுவனமான தோர் கெமிக்கல்ஸ் ஹோல்டிங்ஸ் முன்பு பிரிட்டனில் ஒரு பாதரசப் பதப்படுத்த நிறுவனத்தை நடத்தி வந்தது. அதிக அளவு சச்சரவு காரண மாகவும், காற்றிலும் தொழிலாளர்களிடமும் அதிக அளவு பாதரசம் காணப்படுகிறது என்ற அடிப்படையில் அமைந்த அரசுத் தடுப்புச் செயல் எதிர்பார்க்கப்பட்டதாலும் இது 1987ஆம் ஆண்டில் மூடப்பட்டது. இதனால் தோர் நிறுவனம் தன்னுடைய பாதரசப் பதப்படுத்தச் செயல் முறைகளை 1988இல் தெற்கு ஆப்பிரிக்காவிற்கு மாற்றிவிட்டது.[84]

கேட்டோ ரிட்ஜில் இருந்த தோர் கெமிக்கல்ஸ் ஒரு சுறுசுறுப்பான தொழிற்சாலை. 1990ஆம் ஆண்டுகளில் இது ஆயிரக்கணக்கான டன்கள் அளவு பாதரசத்தை இறக்குமதி செய்தது. மிகப்பெரிய ஏற்றுமதி நிறுவனங்களில் இரண்டு அமெரிக்க நிறுவனங்களான நியூஜெர்ஸியின் அமெரிக்கச் சயனமிட்டும் லௌசியானாவின் போர்டன் கெமிக்கலும் அடங்கும். அமெரிக்காவில் பாதரசப் பதப்படுத்தத் தொழிற்சாலைகள் இருந்தாலும் இந்த இரண்டு நிறுவனங்களும் உற்பத்திச் செய்யும், மிக அதிக அளவு கரிம மாசுறுத்தலைக் கொண்ட பாதரசத்தை அவற்றில் எதுவும் ஏற்றுக்கொள்வதில்லை. எனவே, தோர் கமிக்கல்ஸ் மிகவும் மகிழ்ச்சியுடன் அவற்றை ஏற்றுக்கொண்டது; இதற்காக ஒவ்வொரு

டன்னுக்கும் ஆயிரம் டாலருக்கும் அதிகமான கட்டணத்தைப் பெற்றுக்கொண்டது.[86]

இங்கிலாந்தில் இருந்ததைவிட தென் ஆப்பிரிக்காவில் தோர் நிறுவனத்தின் செயல்பாடுகள் மேலும் மோசமாக இருந்தன. செயல் பாடுகளைத் தொடங்கிய ஒரு ஆண்டிற்குள்ளேயே ஒரு வட்டாரக் குழு அருகிலிருந்த ஒரு நதியில் அதிக அளவில் பாதர மாசுறுத்தலைக் கண்டறிந்தது. 1989ஆம் ஆண்டில் *செயின்ட் லூயி போஸ்ட்-டெஸ்பாட்ச்* பத்திரிகையின் பில் லாம்பிரெக்ட் என்ற ஓர் அமெரிக்க செய்தியாளர் இந்த விஷயத்தில் அதிக ஆர்வம் கொண்டார். அவர் கேட்டோ ரிட்ஜ பகுதிக்குத் தாமே நேரில் வந்து தண்ணீரைச் சோதித்தார். இந்தத் தொழிற்சாலைக்குப் பின்னால் ஓடிக்கொண்டிருக்கும் நேகேவேனி நதியில் பாதரச அளவுகள் பில்லியனில் 1.5 மில்லியன் பகுதிகள் இருந்தன என்று கண்டறிந்தார். இது நச்சுத்தன்மைக்கான அமெரிக்க அளவைவிட 1,500 மடங்குகள் அதிகமாகும்.[86] நேகேவேனி நதி உம்கேனி நதியில் இணைகிறது. உம்கேனி நதி மக்கள்தொகை நிறைந்த பகுதிகள் வழியாக ஓடி வேளாண், கால்நடை மேய்ப்பு நிலங்களைப் பாசனம் செய்கிறது; கழுவுவதற்கும் விளையாடுவதற்கும் பயன்படுத்தப் படுகிறது; மேலும், பெரிய கடலோர நகரமான டர்பன் நகருக்கு குடிநீரைக் கொடுக்கிறது. டர்பனுக்கு அருகில் கீழ்க்கால் நிலையிலுள்ள நாற்பது மைல்களைப் பொறுத்தவரை, பாதரச அளவுகள் அமெரிக்க வரம்புகளைவிட 20 மடங்குகள் அதிகமாகக் காணப்பட்டன.[85]

தோர் நிறுவனத்தின் தொழிலாளர்கள் உடனடியாகத் தம்முடைய வாயில் ஒரு உலோகச் சுவையையும், கறுப்பு நிற நகங்களையும், தோல் பிரச்சினைகளையும், மயக்கத்தையும் பாதரச குறியீடுகளையும் தாம் கொண்டிருப்பதாகப் புகார் செய்தனர். ஒரு நிலையில், ஏறத்தாழ மூன்றில் ஒரு பங்குத் தொழிலாளர்கள் பாதரச நஞ்சைப் பெற்றிருந்தனர். தார் நிறுவனத்தின் ஆவணங்கள் தென் ஆப்பிரிக்க நிறுவனமான எர்த் ஆப்பிரிக்காவிற்கு (கசிந்து) வெளியாகிவிட்டன. இவற்றில் உலக சுகாதார நிறுவனம் குறிப்பிட்டிருந்த அளவைவிட நூற்றுக் கணக்கான மடங்குகள் அதிக அளவுப் பாதரசச் செறிவு சில தொழிலாளர்களின் சிறுநீரில் காணப்பட்டது பற்றி தகவல்கள் இருந்தன. 1942ஆம் ஆண்டு மூன்று தொழிலாளர்கள் பாதரசத்தால் தூண்டப்பட்ட நினைவற்ற ஆழ் உறக்கத்தை அடைந்து பின்பு உயிரிழந்தனர். நெல்சன் மண்டேலா 1993இல் ஒரு நோயுற்ற தொழிலாளியின் படுக்கைக்கு வருகை புரிந்த போது இந்த நிலைமை பன்னாட்டுக் கவனத்தை ஈர்த்தது.[86]

எர்த் ஆப்பிரிக்கா, என்வைரென்மெண்டல் ஜஸ்டிஸ் நெட்வொர்க் போன்றவை உள்ளடக்கிய தென் ஆபிரிக்காவின் வட்டாரச் சூழல்

நல ஆர்வலர்கள் கிரீன்பீஸ் இண்டர்நேஷனல் அமைப்புடன் சேர்ந்து இந்தப் பேரழிவைப் பகிரங்கப்படுத்திப் பொதுமக்கள் கவனத்திற்குக் கொண்டுவந்து, அதைத் தடுக்க முயற்சி செய்தனர். கழிவு ஏற்றுமதி யாளர்களையும், தோர் நிறுவனத்தையும் இங்கிலாந்திலும், தென் ஆப்பிரிக்காவிலும் எதிர்த்துப் போராட்டங்களும் கடிதம் எழுதும் பிரச்சாரங்களும் ஒருங்கமைக்கப்பட்டன. 1990ஆம் ஆண்டுகளின் மையத்தில் தென் ஆப்பிரிக்க அரசு இந்தத் தொழிற்சாலையை மூடுமாறு உத்தரவிட்டது. எனினும், இந்த இடத்தில் மிக அதிக அளவு பாதரசக் கழிவு எஞ்சி விடப்பட்டது.

1996ஆம் ஆண்டு நான் கேட்டோ ரிட்ஜ் பகுதிக்குச் சென்றேன். அங்கு இந்த நச்சுக் கழிவைச் சாம்பலாக்குவதனால், ஏற்படக்கூடிய தாக்கங்கள் பற்றிக் கவலையுற்ற வட்டாரச் சூழல் நல ஆர்வலர்களுடன் பணிபுரியச் சென்றேன். என்னுடைய விருந்தோம்புநரான, டர்பன் நகரிலிருந்து செயல்படும் சூழல் நியாய ஆர்வலரான பாபி பீக் பாதிப்பு நடந்த தடத்தின் வழியே காரில் கூட்டிக்கொண்டு தொழிற்சாலையின் வேலிவரை சென்றார். களத்தில் தொழிலாளர்கள் எவரும் இல்லாத, பாதுகாப்பு நபர்கள்கூட இல்லாத நிலையில், தடை எதுவும் இல்லாமல் எங்களால் தொழிற்சாலையைப் பார்க்க முடிந்தது. பாதரசக் கழிவைத் தக்கவைத்துக்கொள்ளும் குளத்தை நாங்கள் கண்டோம்; இது மூடப் படாத நீச்சல் குளம் போன்றிருந்தது. அதாவது, நிச்சயமாகக் கனமழை யின்போது வழிந்தோடும் வகையில் நீர்மத்தை இது பெற்றிருந்தது. இதைத் தவிர சேமிப்புக் கொட்டில்களைக் கண்டோம். இவை மேலும் அதிக பீப்பாய்களில் பாதரசத்தைப் பெற்றிருந்தன என்று பீக் குறிப் பிட்டார். பதப்படுத்தப்படாத பாதரசம் இந்த இடத்தில் அதிகமாகக் காணப்பட்டதால் தோர் நிறுவனம் இந்தக் கழிவைப் பதப்படுத்து வதற்காக அமைக்கப்படவில்லை என்று சூழல் நல வல்லுநர்கள் சந்தேகம் கொண்டிருந்தனர். இதைவிட மோசமானது என்னவெனில், தொழிற் சாலையிலிருந்து வெளிவரும் சாக்கடைதான். அது ஒரு பெரிய நதியோடு கலக்கும் புள்ளிவரை தொடர்ந்து சென்றபோது அதன் வழியாக, அதிக அளவு பாதரசம் நதியை அடைந்தது தெரிந்தது. அந்தச் சாக்கடையின் பரப்புகளில் வெள்ளி போன்ற கோடுகள் (பாதரசக் கோடுகள்) காணப்பட்டன. இது நான் குழந்தையாக இருந்தபோது உடைந்த வெப்பமானியிலிருந்து வெளிவந்த பாதரசப் பந்துகளை என்னுடைய தாய் தொடாமல் இருக்கும்படி எச்சரித்ததை எனக்கு நினைவூட்டியது.

2003ஆம் ஆண்டுதான் தோர் நிறுவனம் – தற்போது இது கூயெர்னிக்கா கெமிக்கல்ஸ் என்று மறுபெயரிடப்பட்டுள்ளது – முடிவாகத் தொழிற்சாலையைச் சுத்தம் செய்வதற்காக 24 மில்லியன்

ரேண்ட் (2.5 மில்லியன் டாலர் தொகை, இந்தப் புத்தகம் எழுதப்படும் போது) கொடுப்பதாக ஒத்துக்கொண்டது. களத்தில் எஞ்சிவிடப்பட்ட ஏறத்தாழ 8,000 டன் பாதரசத்தைச் சுத்தம் செய்வதற்காக நிர்ணயிக்கப் பட்ட செலவில் பாதிக்கும் குறைவாகவே இது இருந்தது.[87]

இதை எழுதும் போதுகூட மேற்குறிப்பிட்ட சுத்தமாக்கல் செய்யப் படவில்லை. இதற்கிடையில், பாதரச மாசுறுத்தல் தொழிற்சாலை வேலியையும் தாண்டிய ஒரு பிரச்சினையாகத் தொடர்ந்தது. 2008ஆம் ஆண்டு அக்டோபர் மாதம் தென் ஆப்பிரிக்க மருத்துவ ஆய்வுக்குழு தன்னுடைய அறிக்கையை வெளியிட்டது. இதில் வட்டார அணைக்கு அருகிலுள்ள சமுதாயங்கள், டர்பனின் முக்கியக் குடிநீர் மூலமான இனாடர் என்ற ஏரி போன்றவற்றின் மிக அதிக பாதரச அளவுகள் பற்றிய விவரங்கள் காணப்பட்டன. தோர் தொழிற்சாலையின் கீழ்க்கால் நிலையில் உள்ளது உம்கேனி நதி. இந்த நதியில் மாதிரியாக எடுக்கப் பட்ட மீன்களில் 50 விழுக்காடு மீன்கள் உலக சுகாதார நிறுவனத்தால் பரிந்துரைக்கப்பட்ட பாதுகாப்பான உணவு வரம்புகளைவிட அதிக பாதரச அளவுகளைப் பெற்றிருந்தன.[88]

நஷ்டஈடும் நியாயமும் கோரி தோர் நிறுவனத்திற்கு எதிராகச் சட்ட நடவடிக்கையை சில தொழிலாளர்கள் எடுத்துள்ளனர். 1994ஆம் ஆண்டிலும், மீண்டும் 1998ஆம் ஆண்டிலும் கோளாறுகளால் பாதிக்கப் பட்ட பல தொழிலாளர்களும் இறந்துபோன மூன்று தொழிலாளர் களின் பிரதிநிதிகளும் இங்கிலாந்தில் தோர் நிறுவனத்தின் தாய் நிறுவனமான தோர் கெமிக்கல் ஹோல்டிங்ஸின் (டீசிஎச்) மேல் சட்ட நடவடிக்கையை எடுத்தனர். நிச்சயமாக இத்தகைய ஒரு பாதுகாப்பற்ற வசதியை வடிவமைப்பதிலும், மேற்பார்வை செய்வ திலும் கவனக்குறைவாக தாய் நிறுவனம் செயல்பட்டதாகவும், தொழிலாளர்களின் நோய்களுக்கும், இறப்புக்கும் காரணமாக இருந்த தாகவும் தொழிலாளர்கள் தம்முடைய வழக்கில் குறிப்பிட்டிருந்தனர். இந்த இரண்டு வழக்குகளிலும், டீசிஎச் சட்ட நடவடிக்கைகளிலிருந்து தன்னை விடுவித்துக் கொள்வதற்கு முயற்சி செய்தது; முதலில் இந்த வழக்கை, அங்கு தமக்குச் சாதகமான தீர்ப்புகளைப் பெறுவதற்குச் செல்வாக்கு உள்ளது என்று கருதி, தென் ஆப்பிரிக்க நீதிமன்றங்களுக்கு மாற்றுவதற்கு முயற்சி செய்து தோல்வியுற்றது. இரண்டு வழக்குகளிலும், நீதிமன்றங்களுக்கு வெளியேயான தீர்ப்பை டீசிஎச் ஏற்றுக்கொண்டது. 1997ஆம் ஆண்டில் அது 1.3 மில்லியன் பிரிட்டிஷ் பவுண்டுகளை (2 மில்லியன் டாலருக்கும் அதிகமான தொகையை) கொடுத்தது. 2003ஆம் ஆண்டில் அது மற்றொரு 240,000 பிரிட்டிஷ் பவுண்டுகளை (அப்பொழுது வழக்கிலிருந்த பரிமாற்ற அளவில் 300,000 டாலருக்கும் அதிகமான அளவு) கொடுத்தது.[89]

ஹைட்டி நோக்கி

நான் என்னுடைய எழுதும் மேஜையின் மேல் சாம்பல் பொடி கொண்ட ஒரு சிறிய ஜாடியை வைத்திருக்கிறேன். ஒரு கொத்துத் தாள்களுக் கிடையே அதைப் பொதுவாக எவரும் கவனிப்பதில்லை என்றாலும், எப்போதாவது சிலர் அதைப்பற்றி என்னிடம் கேட்பார்கள். உண்மை யில் அது ஃபிலடெல்ஃபியாவிலிருந்து பெறப்பட்டதாகும். இது ஹைட்டியிலிருந்து நான் பெற்ற ஃபிலடெல்ஃபியா நகராட்சியின் சாம்பலாக்கியிலிருந்து பெறப்பட்டச் சாம்பலாகும். அப்படியா என்று நீங்கள் ஆச்சரியத்துடன் கேட்கக்கூடும். ஆமாம்! அது உலகிலேயே மிகப் பிரபலமான சாம்பலைக் கொண்ட ஜாடியாகும்.

பல ஆண்டுகளாக ஃபிலஃடெல்ஃபியா நகரம் தன்னுடைய குப்பையை ஒரு நகராட்சிக் கழிவுச் சாம்பலாக்கியில் எரித்து வந்தது. பல சாம்பலாக்கிகள் போன்றே இதைச் செயல்படுத்தியவர்களிடமும் இதில் உண்டாக்கப்படும் சாம்பல் மேடுகளை அகற்றுவதற்கான ஒரு சிறப்புத்திட்டம் எதுவுமில்லை. எனவே, சாம்பலைச் சாம்பலாக்கி அமைந்த இடத்திற்கு அருகிலேயே குவித்தனர். 1986ஆம் ஆண்டு இந்த நகரம் ஜோசஃப் பவோலினோ அண்ட் சன்ஸ் நிறுவனத்தைத் தேர்ந்தெடுத்தது; அதற்கு 6 மில்லியன் டாலரைக் கொடுத்து, இந்தச் சாம்பலை அகற்றும் பணியை அதனிடம் ஒப்படைத்தது. இந்த நிறுவனம் கியான் சீ என்ற பெயர் கொண்ட ஒரு சரக்குக் கப்பலைச் சொந்தமாகப் பெற்றிருந்த மற்றொரு நிறுவனமான அமால்கமேட்டட் ஷிப்பிங் என்ற நிறுவனத்தைக் கழிவை அகற்ற நியமித்தது. இந்த நிறுவனம் 14,000 டன்கள் சாம்பலைக் கியான் சீ கப்பலில் ஏற்றி அதைக் கரிபியன் பகுதியில் அமைந்த ஒரு (குப்பை) கொட்டும் களத்தை நோக்கி அனுப்பியது.[90]

அந்த நேரத்தில் நான் கிரீன்பீஸின் நச்சுப் பரிமாற்றக் குழுவில் பணியாற்றி வந்தேன். இந்தக் குழு கழிவின் பன்னாட்டுப் போக்கு வரத்தைத் தடமறிந்து, அபாயகரமான உள்ளடக்கப் பொருட்களைப் பற்றி இலக்கு நாடுகளுக்கு எச்சரிக்கை கொடுத்து வந்தது. பெரும் பாலும், எங்களுடைய எச்சரிக்கைகளின் விளைவாக கியான் சீ கப்பல் பஹாமாஸ், பெர்மூடா, டோமினிகன் குடியரசு, ஹோண்டுராஸ், கினி-பிஸ்ஸாவ், நெதர்லாந்து ஆன்டிலெஸ் போன்ற நாடுகளால் திருப்பி அனுப்பப்பட்டுவிட்டது. (இதற்கு நன்றிக் கடனாக வாஷிங்டன் டிசியின் கிரீன்பீஸ் அலுவலகங்களுக்கு இவற்றின் தூதரகங்கள் பல மிகச்சிறந்த ரம் பாட்டில்களை அனுப்பி வைத்தன.) கியான் சீ கப்பல் குப்பைக் கொட்டும் இடத்தைத் தேடி தொடர்ந்து தன்னுடைய பயணத்தை மேற்கொண்டது.

1987ஆம் ஆண்டு டிசம்பர் மாதத்தில் கியான் சீ கப்பல் கோனைவ்ஸ் என்று மிகச்சிறிய, புழுதி நிறைந்த, மிக ஏழ்மையான ஹைட்டியின் துறைமுக நகரத்தை அடைந்தது. அதனிடம் 'உர' இறக்குமதி தொடர்பான, ஹைட்டி அரசால் கையெழுத்திடப்பட்ட ஒரு அனுமதி இருந்தது. தன்னுடைய மோசமான கடற்பயணத்தை எப்படியாவது முடிவுக்குக் கொண்டு வரவேண்டும் என்ற எண்ணத்தோடு கப்பல் மாலுமிகள் உடனடியாகச் சாம்பல் சரக்கைக் கடலோர மணல்வெளியில் அவசர அவசரமாக இறக்கத் தொடங்கினர். ஆனால் ஹைட்டி அரசைச் சரக்கின் உண்மையான உள்ளடக்கப் பொருட்களைப் பற்றி கிரீன்பீஸ் எச்சரிக்கை செய்தபோது, அரசு அலுவலர்கள் சாம்பலை மீண்டும் கப்பலில் ஏற்றி அகற்றுமாறு கட்டளையிட்டனர். மாலுமிகள் சரக்கு இறக்குவதை நிறுத்தினர் என்றாலும், ஏற்கனவே இறக்கிய 4,000 டன்கள் சாம்பலைத் திறந்த கடற்கரை ஓர மணலில் விட்டுவிட்டுச் சென்று விட்டனர்.

மீதமிருந்த 10,000 டன்தான் இதுவரை அதிகம் பயணம் செய்த சாம்பல்குவியல் ஆகும். இதன் பயணம் இருபத்து ஏழு மாதங்கள் நீடித்தது. இது அண்டார்டிகாவைத் தவிர அனைத்துக் கண்டங்களுக்கும் சென்றது. கியான் சீ கப்பலை எங்களுடைய கிரீன்பீஸ் குழு தொடர்ந்து தடமறிந்து, அது அணுகிய ஒவ்வொரு நாட்டையும் எச்சரித்தது. பயணத்தின்போது, அந்தக் கப்பல் பெயின்ட் வேலை செய்யப்பெற்று அதன் பெயர் கியான் சீ என்பதிலிருந்து ஃபெலிசியா என்றும், பின்பு பெலிசினோ என்றும் மாற்றப்பட்டது என்றாலும், அது எங்களுடைய கண்களிலிருந்து தப்பமுடியவில்லை. பயணத்தின் ஒரு நிலையில் முதல் ஒப்பந்தக்காரரான பவோலினா அண்ட் சன்ஸிடம் சரக்கைத் திருப்பிக் கொடுத்துவிடலாம் என்ற நம்பிக்கையுடன் கப்பல் ஃபில்டெல்ஃபியாவிற்குத் தோல்வியுடன் திரும்பியது. எனினும், அந்த நகரிலிருந்த தன்னுடைய கப்பல் நிறுத்துமிடத்தில் கப்பலை நிறுத்துவதற்கு இந்த நிறுவனம் மறுத்துவிட்டது. ஒரு விநோதமான ஒத்திசைவாக அந்த இரவிலேயே அந்தக் கப்பல் நிறுத்துமிடம் தீயில் எரிந்து நாசமாகிவிட்டது. இதனால் கப்பலை அங்கு நிறுத்தமுடியவில்லை. முடிவில், 1988ஆம் ஆண்டின் நவம்பர் மாதத்தில் கப்பல் சிங்கப்பூரில் காட்சியளித்தபோது அதில் எந்தவிதச் சரக்குமின்றிக் காணப்பட்டது. கப்பலின் காப்டன் சரக்கு எங்கே கொட்டப்பட்டது என்பதைக் கூற மறுத்து விட்டார். முடிவில் நீதித்துறையின் சூழல் குற்றப்பிரிவைச் சேர்ந்த ஹோவார்டு ஸ்டீவார்ட் என்ற ஒரு சுறுசுறுப்பான வழக்கறிஞர், மாலுமி ஒருவர் இரகசியமாக எடுத்த ஒளிப்படங்களைக் கண்டுபிடித்தார்; இவற்றில், சாம்பல் கடலில் கொட்டப்படுவது காட்டப்பட்டுள்ளன. இது பன்னாட்டுச் சட்டத்தை மீறிய செயலாகும்.

இதற்கிடையில், கோனைவ்ஸ் கடற்கரை மணலில் மூடப்படாமல் இருந்த இதர 4,000 டன்கள், அவற்றில் அதிக அளவு காற்றால் அடித்துச் செல்லப்பட்டதாலும், ஒவ்வொரு மழைக்காலத்தின் போதும் கடலுக்கு அடித்துச் செல்லப்பட்டதாலும் அளவில் குறைந்தது. இந்தச் சாம்பல் கடற்கரை மணலில் இருந்த காலகட்டத்தில் நான் மூன்று முறை ஹைட்டிக்குச் சென்றேன். நான் ஹைட்டியில் எங்கு சென்றாலும் இந்தச் சாம்பல் பற்றிப் பரவலாக அறியப்பட்டிருந்தது எனக்கு ஆச்சரியத்தைக் கொடுத்தது. நான் கழிவு பற்றி ஆய்வு செய்யும் ஒருவராக என்னை அறிமுகப்படுத்திக் கொண்டால் உடனேயே ஒவ்வொருவரும் என்னைக் கோனைவ்ஸில் உள்ள சாம்பலைப் பார்த்திருக்கிறீர்களா என்று கேட்டார்கள். நான் என்னுடைய ஹைட்டி நண்பரை கேட்டேன்: குறிப்பாக ஹைட்டி அதிக உடனடி உடல்நல அபாயங்களையும் சேர்ந்துப் பல பிரச்சினைகளைப் பெற்றுள்ள போது, ஏன் இந்தச் சாம்பல் இந்த அளவுக்குக் கவனத்தைப் பெற்றுள்ளது என்று தம்முடைய நாட்டில் அமெரிக்காவில் பல காலம் குப்பை 'கொட்டப்படுவதைப் போன்ற' உணர்வை ஹைட்டி மக்கள் பெற்றுள்ளார்கள் என்றும், இத்தகைய கவலையற்ற மனநிலையின் சுருக்கமாகத்தான் இந்த உண்மையான சாம்பல் கொட்டல் மிகப்பரவலாக உணரப்பட்டது என்றும் என்னுடைய நண்பர்கள் கூறினார்கள். இந்த அரைக் கோளத்தின் மிகப் பணக்கார நாடு அதே அரைக்கோளத்தின் மிக ஏழ்மையான நாட்டில் தன்னுடைய கழிவைக் கொட்டிவிட்டுப் பின்பு உதவிக்கான அனைத்துக் குரல்களுக்கும் செவிசாய்க்காமல் இருப்பதைவிட அதிக மோசமான செயல் வேறு எது இருக்க முடியும்? எனவே, ஹைட்டி மக்கள் சாம்பலைத் திருப்பி அனுப்பத் தம்மைக் குறிப்பாக உறுதி பூண்டுள்ளனர். இது சூழல் நலத்தைப் பற்றிய விஷயம் மட்டுமல்லாது பெருந்தன்மை, நியாயம் சார்ந்த ஒன்றாகும்.

ஃபிலடெல்ஃபியாவாலோ, அமெரிக்கச் சூழல் பாதுகாப்பு நிறுவனத்தாலோ பொறுப்பை ஏற்க விருப்பமில்லாததால் அமெரிக்காவில் வாழும் சில ஹைட்டி மக்கள் வெறுப்படைந்தனர்; அவர்கள் கிரீன்பீஸ் நிறுவனத்தை அணுகி உதவி கேட்டனர். அவர்களின் உதவியோடு, கிரீன்பீஸின் என்னுடைய கூட்டாளியான கென்னி புரூனோவும், நானும் ஃபிலடெல்ஃபியாவின் நம்பிக்கை அடிப்படை கொண்ட சமுதாயங்களின் உறுப்பினர்களை, குறிப்பாக குவேக்கர்களை, அணுகி அனுப்பியவர்களுக்கே திருப்பி அனுப்பும் திட்டம் என்ற அமைப்பைத் தொடங்கினோம். கோனைவ்ஸில் உள்ள சாம்பலுக்கு ஃபிலடெல்ஃபியாதான் பொறுப்பு ஏற்கவேண்டும் என்றும், இந்த நாட்டில் உள்ள ஒரு கட்டுப்படுத்தப்பட்டக் குப்பைக்குழிக்கு அதை அகற்ற வேண்டும் என்றும் நாங்கள் வலியுறுத்தினோம். பத்து ஆண்டு களுக்கும் மேலாக ஃபிலடெல்ஃபியாவின் மேயர்களை நாங்கள்

துரத்தினோம்; நகர அறைக் கூட்டங்களில் இதைப் பற்றி குடிமக்கள் ஒருங்கமைந்த முறையில் பேசுவதையும் வலியுறுத்தினோம்; ஹைட்டி மக்களை இது தொடர்பாகச் சந்தித்தோம். இதற்குப் பதிலாக அடுத் தடுத்து வந்த நகர நிர்வாகங்கள் அரசு நிலைப்பாட்டைத் தொடர்ந்து மாற்றிக்கொண்டே வந்தன. சில நேரங்களில் ஃபிலடெல்ஃபியா எந்தவிதப் பொறுப்பையும் ஏற்க முடியாது என்றும் கூறியது. வேறு சில நேரங்களில் சாம்பலைத் தாங்கள் திருப்பிப்பெற விரும்புகிறோம் என்றும் ஆனால் அதற்கான செலவை ஏற்கப் பணமில்லை என்றும் கூறின. அது தங்களுடைய பிரச்சினையல்ல என்று கூறி மேயர் எட்வர்டு ரெண்டெலும் பெரும்பாலான நகராட்சி உறுப்பினர்களும் இதற்குச் செவிசாய்க்கவில்லை.

எனவே, முடிவில் நாங்கள் அதை அவர்களுடைய பிரச்சினையாக மாற்றுவதென்று முடிவு செய்தோம்.

*1990*ஆம் ஆண்டுகளின் மத்தி முதல் பின்பகுதி வரை அனுப்பியவர் களுக்கே திருப்பி அனுப்பும் திட்டம் பல புதிய செயல்முறைகளை ஃபிலடெல்ஃபியாவிலும் வாஷிங்டனிலும் உள்ள அரசியல் தலைவர் களின் கவனத்தைப் பெறுவதற்காக ஒருங்கமைப்பு செய்தது. ஃபிலடெல்ஃபியா மேயரும், சூழல் பாதுகாப்பு அமைப்பு (இபீஏ) நிர்வாகியும் நூற்றுக்கணக்கான கடித உறைகளைத் தனிப்பட்ட ஹைட்டி மக்களிடமிருந்து பெற்றனர். ஒவ்வொரு கடித உறையிலும் ஒரு சிட்டிகை சாம்பல் வைக்கப்பட்டு, அதனோடு **'எச்சரிக்கை:** உரமென்று தவறாக அடையாளமிடப்பட்ட நச்சுச் சாம்பல் இது. அனுப்பியவருக்கே திருப்பி அனுப்பப்படுகிறது' என்ற குறிப்பும் வைக்கப்பட்டிருந்தது. நாடு முழுவதிலுமுள்ள அமெரிக்க மாணவர்கள் மேயருக்கு வேலன்டைன்களை அனுப்பி அவரை 'கொஞ்சம் இரக்கம் காட்டுங்கள், ஃபிலடெல்ஃபியா சாம்பலைச் சுத்தம் செய்யுங்கள்' என்று கேட்டுக்கொண்டனர். ஃபிலடெல்ஃபியா குடிமக்கள் நகராட்சிக் கூட்டங்களில் கலந்துகொண்டு தங்களுடைய கழிவுக்கு நகரம்தான் பொறுப்பேற்க வேண்டும் என்று வலியுறுத்தினர். ஒற்றுமைக்கு ஒரு சிறந்த எடுத்துக்காட்டாக, ஒரு ஃபிலடெல்ஃபிய மக்கள் குழு அங்கிருந்து ஹைட்டிக்குச் சென்று அங்குள்ள சாம்பலைக் காணவும் அங்குள்ள அமெரிக்க தூதரகத்திற்கு எதிரில் போராட்டம் மேற்கொள்ளவும் சென்றனர்.

பல மாதங்களுக்கு மேயரின் அலுவலகம் மேயரின் ஒவ்வொரு நாளின் நிகழ்ச்சிக் குறிப்பையும் எனக்குத் தொலையச்சு செய்தது. (இது வேண்டுவோருக்கு எளிதில் கிடைக்கும் வசதியாகும் – அதற்குப் பின் இந்தத் திட்டம் மறுபரிசீலனை செய்யப்பட்டிருக்கலாம்). மாணவர் குழுக்கள், குவேக்கர்கள் அல்லது ஹைட்டி மக்கள் அவரை ஒவ்வொரு

நிகழ்ச்சியின் போதும், பின்குறிப்பிட்டுள்ள, ஒரு ராட்சச சுவரொட்டிப் பலகை கொண்டு வரவேற்பதை வழக்கமாகக் கொண்டனர்: 'மேயர் ரெண்டெல்: சரியான செயலை மேற்கொள்ளுங்கள்; சாம்பலை மீண்டும் கொண்டு வாருங்கள்.' விமான நிலையத்தில் நெதர்லாந்திற்கான ஒரு நேரடிப் போக்குவரத்தைத் தொடங்குவதைக் கொண்டாடு வதற்காக அவர் வந்தபோது நாங்கள் அங்கிருந்தோம். அருங்காட்சி சாலையில் நடந்த பிரம்மாண்டமான நிகழ்வில் கோட்டும், சூட்டும், மாலை நேர மேலாடையும் அணிந்த பலர் தங்களுடைய காரிலிருந்து நுழைவாயிலை அடைந்த போது, அவர்கள் எங்களுடைய சுவரொட்டிப் பலகையைக் கடந்து செல்ல வேண்டியிருந்தது.

ஒரு நாள் காலை மேயர் ரெண்டெலின் நிகழ்ச்சி நிரலைப் பார்த்து விட்டு நான் மகிழ்ச்சியுற்றேன். அன்று மாலை அவர் பங்குபெறும் டிசி நிகழ்ச்சியின் போது நானும் அங்கிருக்க வேண்டியிருந்தது. ஃபிலடெல் ஃபியா நகரம் கேபிடல் ஹில்லில் உள்ள ஒரு பெரிய ஹோட்டலில் ஒரு பெரிய நிகழ்வை ஏற்பாடு செய்திருந்தது. என்னுடைய நண்பர்கள் டானா கிளார்க்கும், ஹெய்டி குவாண்டேவும், நானும் அவ்விடத்தை நோக்கிக் கிளம்பினோம். உயர்ந்த குதிகால் காலணிகள் போட்டுக் கொண்டு, நச்சு நிறைந்த சாம்பலைச் சுத்தம் செய்யும் முயற்சிக்காக நாங்கள் அங்குச் சென்றது வேடிக்கையாக இருந்தது. நிகழ்ச்சி நடைபெற விருந்த பிரம்மாண்டமான நடன அரங்கின் நுழைவாயில் அருகே அங்குமிங்கும் நடந்துகொண்டும், பேண்டு வாத்தியத்தைக் கேட்டுக் கொண்டும், எங்களுடைய நடவடிக்கைகளை மேற்கொள்வதற்கான சரியான தருணத்திற்காகக் காத்திருந்தோம். மேயர் ரெண்டெல், அவருடை மனைவி, சில வட்டார அரசியல்வாதிகள் நுழைவாயிலுக்கு அருகில் நின்றுகொண்டு நுழைபவர்கள் ஒவ்வொருவரையும் வாழ்த்தி வரவேற்றுக் கொண்டிருந்தனர். ஊடகக் கேமராக்கள் மேயர் ரெண்டெலின்மேல் கவனம் செலுத்தியபோது என்னுடைய நண்பர் களும் நானும் நுழைவோர் வரிசையில் சேர்ந்து கொண்டோம். நான் மேயர் அருகில் வந்ததும் கடற்ரை மணலில் விட்டுவிடப்பட்ட நச்சுச் சாம்பல் பற்றி அவரிடம் கூறினேன். அவர் விலகிவிடாமல் இருப்பதற் காக அவருடைய கையை மிகவும் வலுவாகப் பிடித்துக்கொண்டேன். அப்பொழுது ஹெய்டி ஓர் ஒளிரும் சிவப்புநிற அடையாள அட்டையை அவருடைய ஆடையின் மடிப்பில் குத்திப் பொருத்தினாள். அதில் 'மேயர் ரெண்டெல்! சரியான செயலை மேற்கொள்ளுங்கள். சாம்பலை மீண்டும் கொண்டு வாருங்கள்' என்று குறிப்பிட்டிருந்தோம். அவர் என்னைப் பக்கவாட்டில் தள்ளிவிட்டாலும் வரிசையில் நின்றிருந்த அடுத்த பெண் அதே விஷயத்தை அவரிடம் வலியுறுத்தினாள். இது தொடர்ந்தது. முடிவில் அவர் கூறினார்: 'சரி, நான் ஐம்பதாயிரம் டாலர் தருகிறேன், அதற்கு மேல் ஒரு பென்னிகூட தரமாட்டேன்.'

மதிப்பிடப்பட்ட 600,000 டாலரில் ஐம்பதாயிரம் டாலர்கள் ஒரு சிறிய பகுதிதான் என்றாலும் நாங்கள் அதைக் கொண்டாட வேண்டும் என்ற எண்ணத்தை அது எங்களிடம் ஏற்படுத்தியது. எனவே, நாங்கள் அந்தக் கொண்டாட்ட நிகழ்ச்சியில் கலந்துகொண்டோம். வியக்கத் தக்க வகையில் எங்களை எவரும் அரங்கிலிருந்து வெளியேற்றவில்லை. நடன அரங்கில் நாங்கள் இங்குமங்கும் நடந்தோம். எங்களுடைய பெரிய சிவப்பு அடையாள அட்டைகளைப் பற்றிக் கேட்டவர்களிடம் உண்மை நிலைமைகளை விளக்கி, அவர்களுக்கும் அடையாளக் கொடி களைக் கொடுத்தோம். என்னுடைய சொந்த நகரமான சியாட்டிலைச் சேர்ந்த ஒருவர் மிக ஆர்வம் கொண்டு எங்களிடம் பல வினாக்களைக் கேட்டறிந்தார். இதற்குச் சற்று நேரம் கழித்து இசை நிறுத்தப்பட்டது; மேயர் மேடைக்குச் சென்றார்; மக்களை வரவேற்றார். சகோதர அன்பின் அடையாள நகரமான ஃபிலடெல்ஃபியாவின் மேன்மைகள் பற்றி விளக்கினார். எங்களை ஆச்சரியப்படுத்தும் வகையில் சியாட்டில் நபர் 'சாம்பலை மீண்டும் கொண்டு வாருங்கள்' என்று கத்தினார். நாங்கள் அவருடன் சேர்ந்துகொண்டு கத்தத் தொடங்கினோம். அதன்பிறகு, நாங்கள் அங்கு அதிக நேரத்தைச் செலவிட்டோம் என்று பாதுகாப்புக் காவலர்கள் எங்களுக்கு அறிவித்து எங்களை வெளியேற்றினர்.

பல சிக்கலான பேச்சு வார்த்தைகளின் மூலம் கடைசியில் ஒரு உடன்பாடு ஏற்பட்டது; சாம்பலை மீண்டும் அமெரிக்காவுக்கு எடுத்து வருவதென்று, 2008ஆம் ஆண்டு ஏப்ரல் 5ஆம் தேதி மீதமிருந்த சாம்பல் ஒரு கப்பலில் ஏற்றப்பட்டு கோனைவ்ஸிலிருந்து நீக்கப்பட்டது. இன்று அந்த இடத்தில் ஒரு பெரிய சுவரொட்டி காணப்படுகிறது. அதில் 'ஹைட்டியில் நச்சுக்குப்பைக் கொட்டடல்: இனிமேல் எப்பொழுதும் கிடையாது.'

அகற்றல் வழிமுறை எதுவும் தென்படவில்லை

பன்னாட்டுக் கழிவுக் கொட்டலாலும் கொட்டப்பட்டக் குப்பையாலும் பாதிக்கப்பட்ட சமுதாயங்களைச் சேர்ந்த மக்களைச் சந்திக்கப் பல ஆண்டுகள் பயணித்தேன். அதற்குப் பிறகு, என்னுடைய திட நம்பிக்கை அசைக்க முடியாத ஒன்றாயிற்று. உலகின் மிகவும் பணக்கார நாடுகள் உலகின் ஏழ்மையான நாடுகளில் தம்முடைய அபாயகரமான கழிவைக் கொட்டுவது மிகவும் தவறான செயலாகும். நான் அமெரிக்கக் காங்கிரசின் ஒரு பிரதிநிதியைச் சந்தித்துப் பேசிக் கொண்டிருந்தபோது அவர் நான் ஒரு இடைப்பட்ட நிலைப்பாட்டைக் கண்டுபிடிக்க வேண்டும் என்று கூறினார். எந்த மாதிரியான நிலைப்பாட்டை? வளர்ந்தவர்களின் மேல் கொட்டலாம், குழந்தைகளின்மேல் கொட்டக்

கூடாது என்ற நிலைப்பாட்டையா? அல்லது, ஆசிய மக்களின் மேல் கொட்டலாம், ஆப்பிரிக்கர்களின் மேல் கொட்டக்கூடாது என்ற நிலைப்பாட்டையா? இவ்வாறு செயல்பட முடியாது, செயல்படக் கூடாது. என்னுடைய குழந்தைக்கும் அது அபாயகரமான ஒன்றுதான்.

உலகளாவியப் பன்னாட்டுக் கழிவு அகற்றல் அவதூறுகளால் கோபமுற்று பேஸல் ஒப்பந்தம் *(பேஸல் கன்வென்ஷன்)* என்றழைக்கப்படும் ஐக்கிய நாடுகள் சபையின் கூட்டம் ஒன்றில் பல நாடுகள் கையொப்பமிட்டுள்ளன. இது அபாயகரமான கழிவுகளின் எல்லை தாண்டிய இடப்பெயர்ச்சியையும் அகற்றலையும் தடுக்கும் ஒப்பந்தம் என்று அழைக்கப்பட்டது. பேஸல் ஒப்பந்தம் 1989ஆம் ஆண்டு மார்ச் 22ஆம் தேதி நடைமுறைக்கு வந்தது. முதன்முதலில் ஏற்கப்பட்ட அதன் ஷரத்துக்களின்படி, கழிவுகள் பணக்கார நாடுகளிலிருந்து ஏழ்மை நாடுகளுக்கு ஏற்றுமதி செய்யப்படுவதைத் தடுப்பதற்குப் பதிலாக இந்த ஒப்பந்தம் அதைக் கட்டுப்படுத்தியது.[91] உலகம் முழுவதும் மனித உரிமை ஆர்வலர்கள், சூழல் நல ஆர்வலர்கள், வளரும் நாடுகளின் பிரதிநிதிகள் (அதாவது, கழிவு கடத்துபவர்களின் இலக்குகள்) போன்றோர், 'நச்சுக் கழிவைச் சட்டபூர்வமாக்கும்' ஷரத்திற்காக இந்த ஒப்பந்தத்தைக் கண்டித்தனர். நல்வாய்ப்பாக, இந்த ஒப்பந்தம் மேம்படுத்தப்பட்டது. இதில் உலகின் மிகப் பணக்கார நாடுகள் (முக்கியமாக, ஓஇசிடி உறுப்பினர்கள்) குறைந்த பணக்கார நாடுகளுக்கு (ஓஇசிடி அல்லாத நாடுகள்) கழிவு ஏற்றுமதியைத் தடைசெய்யும் ஷரத்துக்கள் சேர்க்கப்பட்டன. இது 1988ஆம் ஆண்டு ஜனவரி 1ஆம் தேதியிலிருந்து நடைமுறைக்கு வந்தது.[92] உலகில் பேஸல் ஒப்பந்தத்தை ஏற்றுக்கொள்ளாத ஒரே ஒரு தொழில் மயமாக்கப்பட்ட நாடு அமெரிக்காதான்.

பேஸல் ஒப்பந்தம் ஒரு மிகச்சிறப்பான வெற்றி என்றாலும் போராட்டம் இன்னும் முடிவு பெறவில்லை. சில நாடுகளும் வர்த்தகச் சபைகளும் சில கழிவு வகைகளுக்குத் தடைவிதிப்பதிலிருந்து விலக்கு அளிக்குமாறு தொடர்ந்து வாதிட்டு வருகின்றன. ஒரு கண்காணிப்பு என்ஜிஓ குழுவான பேஸல் செயல்பாடு வலையமைப்பு *(பேஸல் ஆக்ஷன் நெட்வொர்க்)*, பேஸல் ஒப்பந்தத்தின் நடைமுறையைக் கண்காணிக்கிறது; தடையை இரகசியமாகப் பலவீனப்படுத்தும் அமைப்புகளின் பட்டியலை வெளியிடுகிறது. முழு நாடுகளே இந்தப் பட்டியலில் உள்ளன: ஆஸ்திரேலியா, கனடா, நியூசிலாந்து, அமெரிக்கா போன்றவை. பட்டியலில் உள்ள சில வர்த்தகச் சபைகள் பின்வருமாறு: சுரங்கம் மற்றும் உலோகங்களுக்கான பன்னாட்டுக் குழு *(இன்டர்நேஷனல்*

கவுன்சில் ஆன் மைனிங் அண்ட் மெட்டல்ஸ்), வணிகத்திற்கான பன்னாட்டு அமைப்பு (இன்டர்நேஷனல் சேம்பர் ஆஃப் காமர்ஸ்), வணிகம் மற்றும் வளர்ச்சிக்கான ஐக்கிய நாடுகளின் மையம் (யுனைடெட் நேஷன்ஸ் சென்டர் ஃபார் டிரேட் அண்ட் டெவலப்மெண்ட்). உலகம் முழுவதுமுள்ள சந்தேகப்படாத சமுதாயங்களின் மேல் கழிவைக் கொட்டுவதிலிருந்து தடைபடுத்துவதற்கும், இதில் ஈடுபடுவதற்கும் பேஸல் ஒப்பந்த வலைதளத்திற்கு பார்க்க: www.ban.org.

மறுசுழற்சியும் இங்குள்ளது

மக்களைத் தூண்டுவதற்கான திறனைப் பெற்றிருப்பதால் மறுசுழற்சி மிகவும் விநோதமானது – சிலர் இதனால் உற்சாகப்படுத்தப்படுகிறார்கள்; சிலர் இதைப்பற்றி கர்வம் கொள்கிறார்கள்; சிலர் இதனால் சலிப் படைந்துள்ளனர்; நம்பிக்கையற்றுள்ளனர் அல்லது கோபப்படுகின்றனர். நான், உண்மையில் ஒவ்வொரு நாளும் மேற்கூறிய அனைத்து நிலைப்பாடுகளையும் அனுபவிக்கிறேன்.

பலரைப் போன்று, சூழல்சார் பிரச்சினைகள் பற்றிய என்னுடைய மிகத் தொடக்கநிலைத் தொடர்பு மறுசுழற்சி மூலம்தான் ஏற்பட்டது – என்னுடைய குழந்தைப் பருவத்திலேயே இது தொடங்கப்பட்டது. இது என்னுடைய வீட்டு வேலிச்சுவருக்குப் பக்கத்தில் மறு சுழற்சித் திட்டத்தைத் தொடங்குவதற்கு முதல்நாள் ஏற்பட்டது. அன்று, என்னு டைய தாய் குழந்தைகளாகிய எங்களை எங்களுடைய செய்தித்தாள்கள், பாட்டில்கள், கலன்கள் போன்றவற்றைச் சேகரிக்க வைத்து அவற்றை எங்களுடைய சரக்குக் காரில் ஏற்றி பின்பு வட்டாரப் பலசரக்குக் கடையின் கார் நிறுத்தத்திற்கு அருகிலிருந்த சேகரிப்பு மையத்திற்குக் கொண்டு சென்றார். சேமிப்புக் கொட்டகையின் பக்கத்திலிருந்த மிகப்பளுவான மூட்டைகளும், வானவில் வண்ண ஓவியங்களும் இன்னும் எனக்கு நினைவிருக்கின்றன. சரியான நிறக் குறியீடு கொண்ட குப்பைத் தொட்டிகளில் பாட்டில்களைப் போட்ட போது இருந்த நல்ல உணர்வை நான் நினைவுகூர்கிறேன். இந்த அனுபவத்தை உள்ளுணர்ந்தவர்களில் நான் மட்டுமில்லை, மற்றவரும் இருந்தனர். உலகம் முழுவதும், பலர் மறுசுழற்சியிலிருந்து நல்ல உணர்வைப் பெறுவதைக் கண்டறிந்துள்ளனர்.

மறுசுழற்சி பற்றிய விவாதத்தில் மையமாக அமைந்துள்ளது இந்த நல்ல உணர்வுக் கூறுதான். மேலும் மிக மோசமாக வடிவமைக்கப்பட்ட,

நச்சான உற்பத்திப் பொருட்களைத் தொழிற்சாலைகள் தொடர்ந்து உற்பத்தி செய்கின்றன; அவை எந்தவிதக் கட்டுப்பாடும் இல்லாமல் செயல்படும் போது நாம் கோளுக்கு உதவி செய்கிறோம் என்ற உணர்வில் நம்மை ஏமாற்றும் ஒரு சாதகமற்ற அமைப்பாக மறுசுழற்சி செயல்படுகிறதா? குப்பைக் கூளத்தைப் பற்றிய *கான் டுமாரோ* என்னும் நூலின் ஆசிரியரான ஹீதர் ரோஜர்ஸ் பின்வருமாறு எழுதுகிறார்: *'சில பொருட்கள் மட்டுமின்றி தனிப்பட்ட பதப்படுத்தச் செயல்பாடுகளைத் தடைப்படுத்துதல், உற்பத்திக் கட்டுப்பாடுகள், உற்பத்திப் பொருட்களின் நிலைத்துச் செயல்படும் தன்மைக்கான குறைந்தபட்சத் தரங்கள், மூலப்பொருள் பிரித்தெடுத்தலுக்கான உயர்ந்த தரங்கள் போன்றவற்றில் அதிக அடிப்படையான மாற்றங்களை ஏற்படுத்துவதற்குப் பதிலாகத் தொழில் நிறுவனங்கள் மறுசுழற்சியை ஏற்றுக் கொண்டுள்ளன.'*[93]

அல்லது மறுசுழற்சி விரிவான விழிப்புணர்வு, முறைப்படுத்தப்பட்ட வளர்ச்சிப் பிரச்சினைகள் தொடர்பான செயற்பாட்டுத்தன்மை போன்றவற்றை நோக்கிய ஒரு நல்ல முதல் படிநிலையா? அல்லது, மக்களை ஆர்வம் கொள்ளச் செய்து, அதன்பிறகு அவர்களை வழிநடத்தி அதிக உத்தியான, திறனான செயலை எடுக்க உதவும் ஒரு தொடக்க அனுபவமா? வட்டார தற்சார்புக்கான நிறுவனம் என்ற அமைப்பின் தலைவரான நீல் செல்டுமேன் அமெரிக்காவில் முப்பது ஆண்டுகளாக நடைபெறும் மறுசுழற்சிப் பற்றிய விவரங்களைச் சேர்த்துள்ளார். அவருடைய கூற்றுப்படி, மறுசுழற்சி தொழிலை முற்றிலும் மாற்றியமைக்கும் திறன் பெற்றதாகும்: *'சமூகத்தின் மிகவும் இம்மைக்குரிய பிரச்சினைகளில் ஒன்றான குப்பைக்கூளம் அல்லது விலக்கப்பட்ட பொருட்களைப் பற்றியதாக இது இருக்கலாம் என்றாலும், அதனுடைய தொடர்புகள் நம்முடைய தொழில் ஒருங்கின் மையம்வரை பரவியுள்ளன.'*[94]

உண்மையில், மறுசுழற்சி மேற்கூறப்பட்ட இரண்டும்தான் என்று நான் கருதுகிறேன். உண்மையில் எதுவுமே நடைபெறாத நிலையில், நாம் நம்முடைய பங்கை வகித்துவிட்டோம் என்று நம்மை நம்பச் செய்ய மறுசுழற்சி சமாதானப்படுத்தும். மேலும், ஒரு அதிக முறைப்படுத்தப்பட்ட, அதிக நியாயமான, பொருளாதாரத்தை உருவாக்க மறுசுழற்சி ஒரு முக்கிய பங்கு வகிக்கலாம்.

(மறுசுழற்சியிலுள்ள) நல்ல விஷயங்கள்

தரவுகள் கிடைக்கப்பெற்றுள்ள மிக அண்மைக்கால ஆண்டான 2007ஆம் ஆண்டில் அமெரிக்காவில் உள்ள மக்கள் 254 மில்லியன் டன் அளவுக்குக் குப்பைகளை உருவாக்கியுள்ளனர். இவற்றில் 85 மில்லியன்

டன் அல்லது மேற்கூறப்பட்ட அளவில் மூன்றில் ஒரு பங்கு மறுசுழற்சி செய்யப்பட்டது.[95]

இதன் சூழல் நன்மைகள் தெளிவாகத் தெரிகின்றன. மறுசுழற்சி பொருட்களைத் தொடர்ந்து பயன்பாட்டில் வைத்திருக்க உதவுகிறது. எனவே, புதுப்பொருட்களைப் பிரித்தெடுப்பதற்கும் உற்பத்திச் செய்வதற்கும் ஆன தேவையை குறைக்கிறது; மேலும், ஒரு பொருளின் அளவு கழிவாக மாறும் நிலையைத் தவிர்க்கிறது அல்லது அதிக அளவில் தாமதிக்கிறது. அறுவடை செய்தல், சுரங்கம் தோண்டுதல், மூலப் பொருட்களை வலிந்து எடுப்பது போன்றவற்றையும், புதிய பொருட் களின் உற்பத்தியையும் குறைப்பது ஆற்றல் பயன்பாட்டையும், பசுமை யில்ல வாயு வெளியீட்டையும் குறைக்கும். அமெரிக்காவில் உள்ள நம்முடைய மிகக்குறைந்த 33.4 விழுக்காட்டு மறுசுழற்சித் தகைவேகமே வருடாந்திர நன்மையான 193 மில்லியன் டன் அளவு கார்பன் டை ஆக்ஸைடு குறைப்பில் முடிவடைந்துள்ளது என்றும், இது சாலையி லிருந்து 35 மில்லியன் பயணி வண்டிகளை நீக்குவதற்குச் சமமானது என்றும் சூழல் பாதுகாப்பு நிறுவனம் மதிப்பிட்டுள்ளது.[96]

இந்த அளவு கார்பன் டை ஆக்ஸைடு குறைப்பு ஒரு தொடக்கம் தான். இதர கழிவு மேலாண்மை வகைகளை விட மறுசுழற்சி அதிக பணிகளையும் – அதிக நல்ல பணிகளையும் – கொடுக்கிறது. வாஷிங்டன் டிசியில் உள்ள கழிவிலும் பொருளாதார வளர்ச்சியிலும் சிறப்புக் கவனம் செலுத்தும் வட்டார தற்சார்புக்கான நிறுவனம் மறுசுழற்சியால் உருவாக்கப்பட்ட ஒவ்வொரு நூறு பணிகளுக்கும், கழிவை வலிந்து எடுப்பு செய்யும் 10 பணிகள் இழக்கப்படுகின்றன என்று மதிப் பிட்டுள்ளது.[96]

மறுசுழற்சியிலுள்ள ஆட்சேபிக்கத்தக்க விஷயங்கள்

நம்முடைய 100 விழுக்காடு உற்பத்திப் பொருட்களை எளிதாகவும் பாதுகாப்பாகவும் மறுபயன்பாடு, மறுசுழற்சி அல்லது தொழுவுர மாக்கல் போன்றவற்றிற்கு உட்படுத்தலாம் என்று கருதும் போது, 33 விழுக்காடு என்பது மிகவும் குறைவான மறுசுழற்சித் தகை வேகமாகும். கழிவு உற்பத்திக்கான தரவுகளை நாம் காணும் போது இது குறிப்பிடத் தக்க அளவு பயமுறுத்துகிறது. ஆமாம், மறுசுழற்சி அதிகரித்துக் கொண்டு வருகிறது என்றாலும், நாட்டளவிலும் தனிமனித அளவிலும் மொத்தக் கழிவு உற்பத்தியும் அதிகரித்துக் கொண்டு வருகிறது.

நம்முடைய இலக்கு *அதிக மறுசுழற்சி* மேற்கொள்வதாக மட்டும் இருக்கக்கூடாது, *குறைந்த வீணாக்கத்தை* மேற்கொள்வதாகவும் இருக்க வேண்டும். பிரச்சினையின் தவறான பகுதியின்மேல் கவனம்

செலுத்துவது நம்முடைய முயற்சிகளைத் தவறான திசையில் திருப்பி விடும். எடுத்துக்காட்டாக, மறுசுழற்சி செய்வதற்காக மிக அதிக அளவு பிளாஸ்டிக் பாட்டில்களை எவர் சேகரிக்கிறார் என்று பார்க்க அமெரிக்காவின் பல கல்லூரிகள் கலந்துகொண்ட ஒரு மறுசுழற்சி போட்டி பற்றி நான் கேள்விப்பட்டேன். இந்தப் போட்டியில் வெற்றி பெறுவதற்காக ஒரு பள்ளியில் குழந்தைகள் கோஸ்டோவுக்குச் சென்று ஒருமுறை மட்டுமே பயன்படுத்தப்படும் பாட்டில்களைப் பெட்டி பெட்டியாக வாங்கினர்! கழிவைக் குறைப்பதற்குப் பதிலாக மறுசுழற்சியை அதிகரிப்பதன் மூலம் முன்னேற்றத்தை அளவிட மக்கள் முயலும் எந்தவொரு இடத்திலும் மேற்கூறியது போன்ற மோசமான முயற்சி நடைபெறும்.

அண்மையில் நடந்த, நான் பங்கு பெற்ற, ஒரு மறுசுழற்சிக் கூட்டத்தில் நான் ரீசைக்கிள் பேங்க் (மறுசுழற்சி வங்கி) என்பதைப் பற்றி அறிந்து கொண்டேன். இந்தத் திட்டத்தின்படி மக்களின் மறுசுழற்சிக் குப்பைத் தொட்டிகள் எடை போடப்பட்டு எவருடைய தொட்டி அதிக எடை கொண்டுள்ளதோ அவருக்கு அதிகப் புள்ளிகள் கொடுக்கப்பட்டன. இப்போட்டியில் ஒரு வடிகட்டியைப் பயன்படுத்தி வீட்டுக் குழாயில் வரும் நீரை ஒரு மறுபயன்பாட்டுப் பாட்டிலில் குடிப்பவரைவிட, ஒரு முறை மட்டுமே பயன்படுத்தப்படும் பாட்டில்களை அதிக எண்ணிக்கையில் வாங்கும் உங்களுடைய அண்டைவீட்டார் ஒருவர் அதிகப் புள்ளிகளைப் பெறுவார்! பொறுங்கள், இதில் பகிர்ந்துகொள்ள மேலும் பல விஷயங்கள் உள்ளன. அதிகப் புள்ளிகள் பெற்றவருக்கு என்ன பரிசு கொடுக்கப்படுகிறது என்பதை உங்களால் ஊகிக்க முடிகிறதா? அதிக உற்பத்திப் பொருட்கள்! அதிகப் புள்ளி பெற்றவர்கள் அந்தப் புள்ளிகளுக்காகப் பொருட்களை டார்கெட், ஐகேஇஏ, ஃபுட் லாக்கர், பெட் பாத் அண்ட் பியாண்ட் போன்றவை சேர்க்கப்பட்ட சில்லறை வணிகக் கடைகளில் வாங்கிக் கொள்ளலாம். இந்தத் திட்டங் களை எவர் உருவாக்கினார் என்பது தெரியுமா? 'அமெரிக்காவை அழகாக வைத்திருங்கள்' என்ற நிறுவனத்தினர்.

மேற்கூறியது போன்ற திட்டங்கள் அதிக நுகர்வையும் அதிகக் கழிவையும் ஊக்குவிப்பதன்மூலம் மறுசுழற்சிக்கு ஒரு கெட்ட பெயரைக் கொடுக்கின்றன. தம்முடைய வீணாக்கத்தக்கப் பொட்டலங் களின் உருவாக்கத்திற்கும் விலக்கக்கூடிய உற்பத்திப் பொருட்களின் உருவாக்கத்திற்கும் மானியம் கொடுத்தல் போன்ற பொறுப்புகளி லிருந்து உற்பத்தியாளர்கள் தப்பிப்பதற்கு இவை அனுமதிக்கின்றன. இவை அனைத்தையும்விட மோசமானது இத்தகைய திட்டங்கள் உண்மையான மாற்றங்களைத் தாம் ஏற்படுத்துவதாகக் கூறிக் கொள்வதுதான்.

மறுசுழற்சியிலுள்ள மோசமான விஷயங்கள்

வானவில் போன்ற பிரகாசமான உருவகத்தைப் பெற்றிருந்தாலும், மறுசுழற்சி பல விஷயங்களில் ஒரு மோசமான செயல்முறையாகும். உற்பத்திப் பொருள் நச்சுக்கூறுகளைக் கொண்டிருந்தால், அப்பொழுது மறுசுழற்சி அந்த நச்சுக்கூறுகளை மீண்டும் மீண்டும் சூழலில் நிலைத்து வைத்திருக்கும்; மறுசுழற்சி செய்யும் தொழிலாளர்களையும் மற்றொரு வளைய நுகர்வோரையும், சமுதாயக் குடிமக்களையும் உடல்நலத் தாக்கங்களுக்கு உட்படுத்தும். மறுசுழற்சிப் பொருள் நச்சற்றதாக இருந்தாலும் பெரிய அளவு நகராட்சிக் கழிவு மறுசுழற்சிக்குச் சரக்கு வண்டிகள், தொழிற்சாலை வசதிகள் போன்றவை தேவைப்படுகின்றன. இவை அதிக அளவு ஆற்றலைப் பயன்படுத்துகின்றன; அதிகக் கழிவை உற்பத்திச் செய்கின்றன. இவை மறுசுழற்சி என்று அழைக்கப் படுவதாலேயே, சூழல்நலம் சார்ந்தவை என்று கருதிவிடக்கூடாது. தற்போது மறுசுழற்சி செயல்படுத்தப்படும் முறையில், பெருமளவில் வேஸ்ட் மேனேஜ்மெண்ட் நிறுவனம் போன்ற பெரிய கழிவு நீக்க நிறுவனங்களால் கட்டுப்படுத்தப்படுகிறது. இவற்றின் வசதிகள் மறுசுழற்சி, வீணாக்கம் ஆகிய இரண்டையும் செயல்படுத்துகின்றன (இதில் வீணாக்கப் பகுதிக்கான லாபம்தான் மிக அதிகமாகும்).

உயிரிப் பிளாஸ்டிக்குகள்: ஒரு முரண்பாடா அல்லது நம்பிக்கை யின் அடையாளமா?

தற்போது பெரும்பாலான பிளாஸ்டிக்குகள் பெட்ரோலியத்தி லிருந்தும் வேறு பல வேதிப்பொருட்களிலிருந்தும் உண்டாக்கப் படுகின்றன. இவற்றில் பெரும்பாலான வேதிப்பொருட்கள் நச்சுத் தன்மை வாய்ந்தவை. புதுப்பிக்கத்தக்க, பாதுகாப்பான, சூழ்நிலை யியல் அடிப்படையில் அமைந்த பொருட்களைப் பயன்படுத்தி எவ்வாறு நம்முடைய தேவைகளை ஈடுகட்டுவது என்று நாம் சிந்திக்க வேண்டும். எனவே, உயிரிப் பிளாஸ்டிக்குகள் பற்றித் தற்போது கருதுவோம்.

தற்போது அறியப்படும் உயிரிப் பிளாஸ்டிக்குகளில் இரண்டு தலைமுறைகள் உள்ளன. மரக்கூழின் செல்லுலோஸிலிருந்து பெற்ற செல்லோஃபேன் போன்ற தாவரப் பொருட்களிலிருந்து உருவாக்கப்பட்ட, சில தொடக்ககாலப் பிளாஸ்டிக்குகளை நான் இங்கு சேர்க்கவில்லை. முதல் தலைமுறை டோட்டல் ஸ்கேம் வட்டம் என்று என்னால் அழைக்கப்படும் மக்கி அழியக்கூடிய பிளாஸ்டிக்குகள் ஆகும். இரண்டாவது தலைமுறை என்னால்

ஜூரிஸ் ஸ்டில் அவுட் வட்டம் என்றழைக்கப்படும் மக்கி அழியக் கூடிய பிளாஸ்டிக்குகள் ஆகும்.

வட்டம் ஒன்று: *1980ஆம் ஆண்டுகளின் கடைசிப் பகுதியில், குப்பைக்கூளங்கள் பீதியடைந்த அமெரிக்க மக்களின் கவனத்தில் இருந்தன. இதற்கான துலங்கலாக ஹெஃப்டி வணிகச்சின்னம் கொண்ட பிளாஸ்டிக் குப்பைப் பைகளின் உற்பத்தியாளரான மோபில் கெமிக்கல் நிறுவனம் மக்காச்சோள மாவை (ஸ்டார்ச்) பெட்ரோலியப் பிளாஸ்டிக்குடன் கலந்து தன்னுடைய பைகள் மக்கி அழியக்கூடியவை என்று அறிவித்தது. மோபில் நிறுவனத்தின் செய்தித் தொடர்பாளர் இது ஒரு பொதுஜனத் தொடர்பு விளம்பர வித்தைதான் என்று உண்மையில் ஏற்றுக்கொண்டார்; இது மக்கி அழியும் தன்மை பற்றிய எந்தவொரு வகை உண்மையான கூற்று மல்ல என்றும் இவர் ஏற்றுக்கொண்டார்.*

சூழல் ஆர்வலர் குழுக்கள், அறிவியல் அறிஞர்கள், சில மாநில அரசுகள்கூட, மோபில் நிறுவனத்தின் பைத்தியக்காரத்தனமான கூற்று பற்றி கோபமுற்றனர். ஒன்றிரண்டு ஆண்டுகளுக்குள் ஏழு மாநிலங்கள் சட்ட வழக்குகள் போடப்பட்டதன் காரணமாகவும் கூட்டாட்சி வணிகக்குழுவுடன் மேற்கொள்ளப்பட்ட ஒரு உடன் பாட்டின் காரணமாகவும் மோபில் தன்னுடைய 'மக்கி அழியக் கூடியது' என்னும் சின்னத்தை விட்டுவிட்டது.

வட்டம் இரண்டு: *இன்று பல நிறுவனங்கள் தாவரங்களிலிருந்து – மக்காச்சோளம், உருளைக் கிழங்குகள், வேளாண் கழிவுகள் போன்றவற்றிலிருந்து – 100 விழுக்காடு பிளாஸ்டிக்குகளை உருவாக்குகின்றன. இந்த உயிரிப் பிளாஸ்டிக்குகள் உணவுப் பொட்டலம் கட்டுதல், நீர் பாட்டில்கள், கணினிகள், செல்பேசிகள், கார் பகுதிகள் போன்ற சிலவற்றில் பயன்படுத்தப்படுகின்றன. இந்தப் புதிய உயிரிப் பிளாஸ்டிக்குகள் உண்மையிலேயே நிலைத்துச் செயல்படக்கூடியவையா? அல்லது, அவை வெறுமனே நம்முடைய உடன் விலக்க பழக்கத்தையும் உள் கட்டமைப்பையும் வலியுறுத்து கின்றனவா?*

வாய்ப்புக்கேடாக, தற்போது இன்றைய உயிரிப் பிளாஸ்டிக்கு களை உண்டாக்கும் பயிர்கள் மிகப்பெரிய, மையப்படுத்தப்பட்ட பெரிய பண்ணைகளில் பெரும்பாலும் வளர்க்கப்படுகின்றன. அவை மிக அதிக அளவு உயிரிக்கொல்லிகளையும் தொல்படிம எரிபொருட்களையும் உள்ளீடாகக் கொண்டுள்ளன. மேலும் அவை மரபு மாற்ற உயிரிகளை பயன்படுத்தியும் மிகக் குறைவாக ஊதியம்

பெறும் பண்ணைத் தொழிலாளர்களைக் கொண்டும் வளர்க்கப் படுகின்றன. அவற்றுள் சில உணவு-தர பயிர்களைப் பிளாஸ்டிக் பயன்படுத்துகின்றன. ஒருமுறை பயன்படுத்தப்பட்டு தூக்கி எறியப் படும் உயிரிப் பிளாஸ்டிக், கலன்களாக இவற்றைப் பயன்படுத்து வதற்குப் பதிலாக இந்தப் பயிர்களை உணவாகப் பயன்படுத்தலாம்.

தொழில்நுட்ப அடிப்படையில் இவற்றைத் தொழுவுரமாக்கலாம் என்றாலும் நமக்கு வேண்டிய மட்டத்திற்கு இவற்றைச் சிதை வடையச் செய்ய பெரிய அளவுத் தொழுவுரமாக்கல் செயல்களை மேற்கொள்ள வேண்டியுள்ளது. ஒரு சோதனையாக நான் ஒரு உயிரிப் பிளாஸ்டிக் கோப்பையையும் சில உணவுத் தட்டுகளையும் நான்கு ஆண்டுகளுக்கு முன்பு என்னுடைய வீட்டுப் புழக்கடை தொழுவுரமாக்கல் குப்பைத் தொட்டியில் போட்டேன்; இவற்றில் ஒன்றில்கூட ஒரு சிறிய துளைகூட இதுவரை உண்டாகவில்லை. உயிரிப் பிளாஸ்டிக்குகள் பெரும்பாலும் பொதுவான குப்பைகளாக முடிவடைகின்றன அல்லது குளறுபடியான மறுசுழற்சித் திட்டங் களில் முடிவடைகின்றன; ஏனெனில், இதர பிளாஸ்டிக் கலன்களி லிருந்து மிகவும் வேறுபட்ட பண்புகளை இவை பெற்றுள்ளன; எனவே, மறுசுழற்சிக்கு முன்பு இவை தனியாகப் பிரிக்கப்பட வேண்டும்.

உயிரிப் பிளாஸ்டிக்குகளை உண்மையிலேயே முறைப்படுத்தப் பட்ட வகையில் உருவாக்க முடியுமா என்பது தொடர்ந்து சர்ச்சைக் குரியதாக உள்ளது. இவை பொட்டலக் குறைப்பிற்கு உதவுமா அல்லது ஒருமுறை பயன்படுத்தப்படும் பொட்டலம் கட்டுவதை முழுவதுமாகத் தவிர்க்குமா? சூழல் நல வேதியியல் கொள்கை களுக்கு ஏற்றவாறு இவை இருக்குமா? இவை தொல்படிம எரிபொருள் பயன்பாட்டைத் தவிர்க்குமா? இதுபோன்ற வினாக்களுக்கும் சரியான விடைகள் தெரியவில்லை. இந்தப் பிரச்சினை தொடர்பாக சஸ்டெயினபில் பயோமெட்டீரியல்ஸ் கோல்லாபோரேடிவ் என்றழைக்கப்படும் ஒரு பெரியகுழு ஆராய்ந்து வருகிறது.

மேலும், மறுசுழற்சிக்காகச் சேகரிக்கப்படும் நம்முடைய கழிவில், பெரும்பகுதி வெளிநாட்டிற்கு ஏற்றுமதி செய்யப்படுகிறது, குறிப்பாக ஆசியாவிற்கு; இங்கு சூழல் சட்டங்களும் தொழிலாளர் பாதுகாப்புச் சட்டங்களும் மிகவும் பலவீனமானவை; வலுவாக நடைமுறைப் படுத்தப்படுவதில்லை. பிளாஸ்டிக் கழிவு, பயன்படுத்தப்பட்ட கார் மின்கலங்கள், மின்னணுக் கழிவு, நம்முடைய நகராட்சிக் கழிவிலுள்ள

இதர நச்சுள்ள கூறுகள் போன்றவை வங்கதேசம், இந்தியா, சைனா, இந்தோனேஷியா போன்ற இதரப் பகுதிகளுக்குச் செல்வதை நான் தடமறிந்துள்ளேன். நான் தொழிற்சாலைகளுக்குள் நுழைந்து (பல வேஷங்களில்!) வெளிநாட்டில் நம்முடைய கழிவுக்கு என்ன நடக்கிறது என்பதை நேரடியாக அறிய முயன்றுள்ளேன். நான் நேரில் கண்ட மோசமான நிலைமைகள் பற்றி அமெரிக்காவில் உள்ள மனசாட்சியுள்ள மனிதர்கள், தம்முடைய பிளாஸ்டிக் பாட்டில்களைக் கழுவும்போதோ பயன்படுத்தப்பட்ட கார் மின்கலன்களைத் திருப்பிக் கொடுக்கும் போதோ, தம்முடைய மனத்தில் வைத்துக் கொள்வதில்லை.

மறுசுழற்சி பற்றிய மற்றொரு பிரச்சினை என்னவெனில் அது மறுசுழற்சியே அல்ல என்பதுதான்; ஆனால், உண்மையில் செய்யப்படும் செயல் குறைவுச்சுழற்சி *(டவுன்சைக்ளிங்)* என்றழைக்கப்படுகிறது. உண்மையான மறுசுழற்சி ஒரு முழுவட்ட மூடிய சுற்று உற்பத்திச் செயலைச் செய்கிறது (அதாவது, ஒரு பாட்டிலிலிருந்து மற்றொரு பாட்டில், அதிலிருந்து மற்றொரு பாட்டில் உற்பத்தி). ஆனால், குறைவுச் சுழற்சியில் ஒரு பொருள் ஒரு குறைந்த மட்டப் பொருளையும், மற்றும் ஒரு இரண்டாம் நிலைப் பொருளையும் உருவாக்குகிறது (அதாவது, ஒரு பிளாஸ்டிக் ஜாடியை ஒரு தரைவிரிப்பு அடிப்பகுதியாக). அதிக பட்சமாக, குறைவுச் சுழற்சி இரண்டாம் நிலைப் பொருட்களுக்கான கன்னி உட்கூறுகளின் தேவையைக் குறைக்கிறது; முதலில் இருந்த பொருளுக்கான மாற்றீடு மூலப்பொருட்களின் தேவையை எப்பொழுதும் குறைப்பதில்லை. உண்மையில், ஒரு பொருளை 'மறுசுழற்சிச் செய்யத்தக்கது' என்று விளம்பரம் செய்வதினால், அந்த முதல் பொருளின் தேவை உண்மையிலேயே அதிகரிக்கலாம். இது, முரண்பாடாக, அதிக அளவு ஒரு மூலப்பொருளைக் காலி செய்வதற்கு ஒப்பாகும்.

இதற்கான சிறந்த எடுத்துக்காட்டு பிளாஸ்டிக் ஆகும். பிளாஸ்டிக் தொழில் புத்திசாலித்தனமாக ஜனரஞ்சகமான 'துரத்தும் அம்புக்குறி' மறுசுழற்சி அடையாளக்குறியைப் பயன்படுத்தி, அதன் கூடவே அந்தப் பிளாஸ்டிக்கின் தர அளவைச் சுட்டுவதற்கு 1 முதல் 9 வரையிலுள்ள எண்ணையும் சேர்க்கிறது. கான்டுமாரோ நூலில் ஹீதர் ரோஜர்ஸ் சுட்டிக் காட்டியுள்ளபடி இந்தக் 'கொள்கலன்கள் மறுசுழற்சி செய்யப்படக் கூடியவை; மறுபதப்படுத்தப்பட்ட பொருட்களால் ஆக்கப்பட்டதாகக் கூட இருக்கலாம்; இவ்வாறு தவறாகத் திசைதிருப்பும் வகையில் வாக்களிக்கும் மக்களுக்குத் தந்தி மூலம் தகவல் அனுப்பப்பட்டிருக்கலாம்.'[93] உண்மையைக் கூறவேண்டுமென்றால், பிளாஸ்டிக்கை மறுசுழற்சி செய்வது உண்மையில் மிகக் கடினமாகும்; இது, ஏறத்தாழ

அகற்றுதல் ✦ 395

எப்பொழுதுமே, குறைவுச் சுழற்சிகள்தான் செய்யப்படுகிறது. இது உங்களுக்கு வியப்பாக இருந்தால், உங்களுடைய வட்டார மறுசுழற்சியாளர்களைக் கேட்டுப் பாருங்கள்; அவர்கள் பொறுக்கி எடுக்கும் பிளாஸ்டிக் பாட்டில்களை என்ன செய்கிறார்கள் என்று. அவை புதிய பாட்டில்களாக மாற்றப்படுகின்றனவா அல்லது சைனாவுக்கு அனுப்பப்பட்டு அங்கு ஏதோவொரு இரண்டாம் நிலைப் பொருளாக மாற்றப்படுகின்றனவா என்று.

முனைவர் பால் கோனெட் பின்வருமாறு கூறுகிறார்: 'மறுசுழற்சி மேற்கொள்வது தோல்வியை ஏற்றுக்கொண்டதாகப் பொருள்படும்; அதிக நிலைத் தன்மை கொண்டதாக அல்லது பழுதுபார்க்கத் தகுந்ததாக ஒரு பொருளை வடிவமைக்க நாம் போதுமான அளவு புத்திசாலிகள் அல்ல; அல்லது அதைப்பற்றி அதிக அளவு கவலைப்படுவதில்லை; அல்லது அதைப் பயன்படுத்துவதைத் தவிர்ப்பதற்காகவே உருவாக்கப் பட்டதாக இந்த ஏற்பு சுட்டுகிறது.' மறுசுழற்சி செய்வது தவறு அல்ல; அதை அளவுக்கு அதிகமாக வலியுறுத்துவதுதான் பிரச்சினை. சூழல் நல மந்திரமான 'குறை, மறுபயன்பாடு செய், மறுசுழற்சி செய்' (ரெடியூஸ், ரீயூஸ், ரீசைக்கிள்) என்பதில் மறுசுழற்சி கடைசியாகத்தான் சுட்டப் பட்டுள்ளது. எனவே, நம்முடைய பொருட்களைக் *கடைசியாகத்தான்* மறுசுழற்சி செய்ய வேண்டும், முதலில் அல்ல. தவிர்க்க முடியாத சூழலில், குப்பைக்குழி அல்லது சாம்பலாக்கத்தைவிட மறுசுழற்சி நிச்சயமாகச் சிறந்தது. இந்த நாட்டில் காணப்படும் மறுசுழற்சி உள்கட்டமைப்பை உருவாக்கி அதை மிகவும் தீவிரமாக ஆதரித்த, அர்ப்பணிப்புக் கொண்ட மக்களை நான் வணங்குகிறேன். நாம் இந்த உள்கட்டமைப்பைத் தேவையான நேரத்தில் பயன்படுத்திக் கொள்வோம். நமக்கு இதைவிடச் சரியான செயல்முறை கிடைக்க வில்லை என்றாலும், நாம் எதையாவது சோதிக்க வேண்டுமென்றாலும் மறுசுழற்சியைப் பயன்படுத்துவோம்.

ஆனால், வாய்ப்புக்கேடாக, மறுசுழற்சி பெரும்பாலும் தவிர்க்க முடியாத கடைசிச் செயல்முறையாகப் பார்க்கப்படுவதில்லை; செயல் படும் ஒரு குடிமகனின் முதல்நிலைச் சூழல் கடமைகளில் ஒன்றாக மறுசுழற்சி உள்ளது. தங்களுடைய சூழல் பொறுப்பில் மக்கள் இதை முதல் செயல்முறையாகக் கருதுகின்றனர். உண்மையில், இந்த நாட்டில், அதிக மக்கள் வாக்களிப்பதில் கலந்துகொள்வதை விட, மறுசுழற்சி செய்கிறார்கள்! நீங்கள் வாழ்க்கைப் பணியாக எதை வைத்துக் கொண்டிருக்கிறீர்கள் என்று பலரைக் கேட்டபோது, அவர்கள் பெருமையுடன் 'ஓ! நான் மறுசுழற்சி செய்கிறேன்' என்று கூறுவதை நான் பலமுறை கேட்டிருக்கிறேன். அவர்கள் அவ்வாறு செய்வது நல்லதுதான் என்றாலும், மறுசுழற்சியின் குறைபாடுகள்

பற்றிய அதிக விழிப்புணர்வு அவர்களுக்கு இருக்க வேண்டும்; கழிவு பற்றிய நம்முடைய பிரச்சினையைத் தீர்க்க வேறு என்ன விஷயங்கள் நடைபெற வேண்டும் என்பதைப் பற்றிய ஒரு விரிவான புரிதலும் அவர்களுக்கு இருக்க வேண்டும்.

மாற்றத்திற்கான பிரச்சினைகளைப் பற்றியும் ஒரு பரவலான தொலைநோக்குப் பார்வையைப் பற்றியும் ஒரு விரிவான பகுத்தறியப் பட்ட புரிதலும் உள்ளவர்களை மறுசுழற்சியின் இந்தக் கூறுதான் அதிக அளவிற்கு வெறுப்பேற்றுகிறது. மறுசுழற்சி எளிதானது: உற்பத்தி, நுகர்வு போன்றவற்றைப் பற்றிய தற்போதைய ஒருங்குகள் மட்டு மின்றி வளர்ச்சியை மட்டும் நோக்கிய பொருளாதார முன்மாதிரியின் நீண்ட கால முறைப்படுத்தத் தன்மை அல்லது கோளின் மூலப்பொருட் களைச் சமமான முறையில் பங்கீடு செய்வது பற்றிய உள்ளார்ந்த பிரச்சினைகளைப் பற்றிய வினாக்களை எப்பொழுதுமே எழுப்பா மலேயே மறுசுழற்சியை மேற்கொள்ளலாம். பயன்படுத்தப்பட்ட பாட்டில்கள், காகிதங்கள் போன்றவற்றை ஒரு நீல நிறக் குப்பைத் தொட்டியில் பிரித்துப் போடுதல் அடிப்படையாக நம்முடைய வாழ்க்கையில் அனைத்து உற்பத்திப் பொருட்களையும் எவ்வாறு பிரித்தெடுக்கிறோம், உருவாக்குகிறோம், விநியோகிக்கிறோம், பயன்படுத்துகிறோம், பங்கிட்டுக் கொள்கிறோம் அல்லது பங்கிட்டுக் கொள்ளவில்லை என்பனவற்றால் ஏற்படும் மிகப்பெரிய எதிர்மறைப் பாதிப்புகளை நிச்சயமாக மாற்றவோ, மறுக்கவோ போவதில்லை. உண்மையில், அது நம்மை நல்ல உணர்வுகளைப் பெற உதவுவதாலும், நாம் ஏதோவொரு பயனுள்ள செயலைச் செய்கிறோம் என்பதை நாம் உணர உதவுவதாலும் எனக்கு ஒரு கவலை ஏற்படுகிறது. அது என்ன வெனில், மறுசுழற்சி இந்தக் கோளைக் குப்பைக் கூளமாக்கும் அதே உற்பத்திப் பாங்குகளுக்கும் நுகர்வுப் பாங்குகளுக்கும் உண்மையில் உதவுகிறது; மேலும், ஒரு ஆழமான மாற்றத்தை நோக்கி நாம் செயல்படுவதிலிருந்து நம்மைத் திசைதிருப்புகிறது என்பதுதான்.

மறுசுழற்சியைச் சரியான முறையில் செய்தல்

ஆனால், மேற்கூறிய அனைத்தும் நாம் மறுசுழற்சியை விட்டுவிட வேண்டும் என்பதை வலியுறுத்து கின்றனவா? நிச்சயமாக இல்லை.

நம்முடைய கழிவைப் பற்றிக் கவனம் கொள்வது தான் நாம் செல்ல வேண்டிய பாதை என்று நான் நினைக்கிறேன்; மற்றும் யார், எதற்குப் பொறுப்பு என்பதைக் கண்டறிவதும் மிகவும் முக்கியம்.

பசுமைக் கழிவுகளான புழக்கடை (தாவர) வெட்டுத் துண்டுகள், இலைகள், உணவுத் துணுக்குகள் போன்றவை நம்முடைய சொந்த, தனிமனிதப் பொறுப்பின் கீழ் வருகின்றன என்று எனக்குத் தோன்று கிறது. நாம் உணவை உண்டோம், தாவரத்தை வளர்த்தோம் அல்லது குறைந்தபட்சம் அதனுடைய நிழலை அனுபவித்தோம். எனவே, இந்தப் பசுமைக் கழிவை மேலாண்மை செய்வது நம்முடைய பொறுப்புதான், நம்முடைய வீட்டின் இதரக் கூறுகளை மேலாண்மை செய்வது போன்று. இதன் பொருள் என்னவெனில், நாமே இவற்றைத் தொழுவுர மாக்கலை மேற்கொள்ள வேண்டும் அல்லது வரி கொடுப்பவர்களின் டாலர்களால் நடத்தப்படும் ஒரு நகராட்சித் தொழுவுரமாக்கல் திட்டத்தை ஏற்படுத்த வலியுறுத்த வேண்டும்.

குப்பையில் இதரப் பொருட்களும் உள்ளன – நாம் விரும்பிய வகையில் வடிவமைப்பு, உற்பத்திச் செய்யப்பட்ட பொருட்களும், நம்முடைய உடனடித் தாக்கத்திற்கு வெளியிலமைந்த விருப்பத் தேர்வுகளின் விளைவாக உருவாக்கப்பட்டப் பொருட்களும்.

இந்தப் பொருட்கள் வேறு ஒருவரின் பொறுப்பின் கீழ் வருகின்றன. அதாவது இந்தப் பொருட்களை வடிவமைத்து, உற்பத்திச் செய்து, அவற்றில் இருந்து லாபமடைந்தவர்களின் பொறுப்பில் வருகின்றன. தக்காளி சட்டினி *(கெட்ச்அப்)* உற்பத்தியாளரான நீங்கள் ஒரு மறுசுழற்சி செய்யக்கூடிய கண்ணாடி பாட்டிலிலிருந்து, மறுசுழற்சிக்காக எப்பொழுதுமே பிரிக்க முடியாத, ஒரு பல்வகை பிளாஸ்டிக் பிசின் களின் கலவையால் உருவாக்கப்பட்ட, பிதுக்கக்கூடிய ஒன்றிற்கு மாறும்போது, அதன் வாழ்க்கைச் சூழல் முடியும் போது, அதை எவ்வாறு கையாளுவது என்பதைப் பற்றி நீங்கள்தான் அறிந்துகொள்ள வேண்டும். கணினி அச்சுக்கருவி உற்பத்தியாளரான நீங்கள், திறந்து மீண்டும் மை நிரப்ப முடியாத, தொடர்ந்து செயல்படக்கூடிய, ஆனால் தூக்கி எறிய வேண்டிய கட்டாயத்திலுள்ள, மை கார்ட்ரிடஜ் களை உருவாக்க முயற்சி செய்தால், நீங்கள்தான் அதைக் கையாள வேண்டும். அது உங்களுடைய விருப்பத்தேர்வு, என்னுடையதல்ல.

'நீங்கள் இதைத் தயாரித்தீர்கள், எனவே நீங்கள் இதைக் கையாளுங்கள்' அணுகுமுறைக்கான அலுவலகச் சொற்றொடர் – இந்த சொற்றொடர் எனக்கு மிகவும் பிடித்தமான ஒன்றாகும் – 'நீடித்த உற்பத்தியாளர் பொறுப்பு' *(எக்ஸ்டென்டட் புரடியூசர் ரெஸ்பான்ஸிபிலிடி - இபீஆர்)* என்பதாகும். இதன்படி, பொருளின் முழு வாழ்க்கைச் சூழலிலும் அதற்கு அவர்கள்தாம் பொறுப்பு. இது உற்பத்தியாளர்களை மேற்கால் உற்பத்தி நிலையில் மேம்பாடுகளை மேற்கொள்வதற்குத் தூண்டுகிறது; குறிப்பாக வடிவமைப்பு, உற்பத்தி நிலைகளில். மோசமாக வடிவமைக்கப்பட்ட, நச்சு உள்ளடக்கப்பட்ட, மேம்படுத்த முடியாத

'குப்பைப்' பொருளைக் குவியலாக உற்பத்திச் செய்வதைத் தவிர்க்க அவர்கள் உந்தப்படுவார்கள். நான் முன்னமே குறிப்பிட்டபடி, வலுவான, அரசாங்கத்தைக் கட்டாயப்படுத்தும் 'நீடித்த உற்பத்தியாளர் பொறுப்பு' முன்மாதிரிகள் உள்ளன. குறிப்பாக ஜெர்மனியின் பசுமைப் புள்ளி ஒருங்கும், ஐரோப்பியக் கூட்டமைப்பின் வேஸ்ட் எலெக்ட்ரிக்கல் அண்ட் எலெக்ட்ரானிக் எக்யூப்மெண்ட் (மின்சார, மின்னணுச் சாதனக் கழிவு) ஆணையைக் குறிப்பிடலாம். இந்த அணுகுமுறை முற்றிலும் சாத்தியமான ஒன்றுதான் என்பதை இவை எடுத்துக்காட்டுகின்றன.

பூஜ்யக் கழிவு (ஸீரோ வேஸ்ட்)

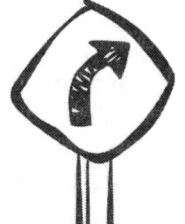

உண்மையான மறுசுழற்சியும், நீடித்த உற்பத்தியாளர் பொறுப்பும் விரிவான பூஜ்யக் கழிவுத் திட்டத்தின் கூறுகளாகும். பூஜ்யக் கழிவு மறுசுழற்சியை உள்ளடக்கியது என்றாலும், அதையும் தாண்டிச் செயல்படுகிறது. பிரித்தெடுத்தல், உற்பத்தி, நுகர்வு, அகற்றல் ஆகியவற்றை உள்ளடக்கிய ஒரு பரவலான ஒருங்கினையும் கருத்தில் கொள்ளுமாறு பூஜ்யக் கழிவு வலியுறுத்துகிறது. இந்த அடிப்படையில் பூஜ்யக் கழிவு ஒரு தத்துவமாகும்; ஓர் உத்தியாகும்; சில செயல்பாட்டுக் கருவிகளைக் கொண்டதாகும்.

பூஜ்யக் கழிவு பற்றிய நல்ல விஷயம் என்னவென்றால், 'இந்த அனைத்துக் கழிவையும் என்ன செய்வது?' என்ற சுய-தோல்வியுறுத்தும் நம்பிக்கைக் கருத்துருவிலிருந்து விடுபடுவதுதான். கழிவு ஏற்கக் கூடிய, தவிர்க்க முடியாத ஒன்று என்பதையே பூஜ்யக் கழிவுக் கருத்துரு சவால் விடுகிறது. இது கழிவை நீக்கக் கோருகிறது, மேலாண்மை செய்ய அல்ல. இதன் காரணமாகவே, பூஜ்யக் கழிவு ஆர்வலர்கள் 'கழிவு மேலாண்மை' என்ற சொற்றொடரை விரும்புவதில்லை. அவர்களுடைய முயற்சிகள் எவ்வாறு கழிவை மேலும் நல்ல முறையில் மேலாண்மை செய்வது என்பதில் இல்லை. பூஜ்யக் கழிவு நிலையை நோக்கி மிகவும் நெருங்குவதில்தான் உள்ளன. இது உண்மைக்குப் புறம்பானது போல் உள்ளதா? அவ்வாறு இருக்கலாம் என்றாலும், இதுதான் ஒருவர் மேற்கொள்ள வேண்டிய சரியான இலக்காகும். எப்படித் தொழிற்சாலைகள் பூஜ்ய குறை இலக்கைத் தம்முடைய பொருட்களின்மேல் கொண்டுள்ளனவோ, எப்படி விமானப் போக்குவரத்து நிறுவனங்கள் பூஜ்ய விபத்து இலக்கைக் கொண்டுள்ளனவோ அதைப் போன்று. அந்த இலக்கை அவை எட்டவில்லை என்றாலும், தாம் எந்த இலக்கை நோக்கிச் செல்கிறோம் என்பதில் தெளிவாக உள்ளனர். யுனைடெட் ஏர்லைன்ஸ் இவ்வாறு கூறுவதை உங்களால் நினைத்துப் பார்க்க

முடிகிறதா, 'பூஜ்ய விபத்துகள்... அல்லது அதற்கு நெருக்கமாக?' இல்லை; நான் பூஜ்யத்தை இலக்காகக் கொண்டுள்ளேன்.

பல காலங்களுக்கு நான் 'பூஜ்யக் கழிவு' என்ற சொற்றொடரைத் தன் போக்கில் அமைந்த *(ரேண்டம்)* உரையாடல்களில் (என்னுடைய பல் மருத்துவர், பேருந்து நிறுத்தத்தில் நின்று கொண்டிருக்கும் ஒரு நபர், அல்லது விமானத்தில் எனக்கருகில் உட்கார்ந்திருக்கும் பெண் போன்றோரோடு) சோதித்துப் பார்த்தபோது, நான் அவர்களிடம் ஒரு உணர்ச்சியற்ற முறைப்பைத்தான் கண்டிருக்கிறேன். பெரும்பாலான மக்களுக்கு 'பூஜ்யமும்' 'கழிவும்' ஒன்றாக இணைவு கொள்வதில்லை; கணிப்பு அடைவதில்லை. கழிவு தவிர்க்க முடியாத ஒன்று என்றும், அது முன்னேற்றத்திற்காகக் கொடுக்கப்படும் விலை என்றும் நம் அனை வருக்கும் கற்றுக்கொடுக்கப்பட்டுள்ளது. நான் விநோதமான முறைப்பைத் தொடர்ந்து அடிக்கடிப் பெற்றாலும், இந்தச் சொற்றொடர் தொடர்ந்து ஏற்கப்பட்டு வருகிறது என்பதில் எனக்கு மகிழ்ச்சியே. *நியூஸ்வீக்* சஞ்சிகையின் 2008ஆம் ஆண்டின் புவிநாள் இதழில் 'கோளுக்கான 10 செயல்களில்' பூஜ்யக் கழிவு சேர்க்கப்பட்டுள்ளது. *நியூஸ்வீக்* கட்டுரை முக்கியமாகக் குறிப்பிட்டது என்னவெனில், காகிதம், பிளாஸ்டிக், அலுமினியம் போன்றவற்றின் மறுசுழற்சி ஒரு தொடக்கமே என்றாலும், இருபதாம் நூற்றாண்டும் அவ்வாறே உள்ளது.[97] நச்சுத்தன்மையற்ற, மறுசுழற்சி செய்யப்பட்ட துடைக்கும் காகிதத் துண்டுகளையும் *(டவல்ஸ்)* இதரப் பொருட்களையும் உற்பத்திச் செய்யும் செவன்த் ஜெனரேஷன் என்ற நிறுவனத்தின் நிர்வாகத் தலைவரான ஜெஃப்ரீ ஹோலெண்டர் கூறுகிறார்: 'பூஜ்யக் கழிவு சூழல் அறிவற்றவர்களின் தாய் ஆகும்.'[98]

இந்தக் கருத்துரு பொதுச் சொற் பயன்பாட்டிலும், ஊடகங்களிலும் கசிந்து விடுகிறது. மிகவும் நல்லதாக இருந்தாலும் நேரடிச் செயல் பாட்டில் அது நுழைய வேண்டும் என்பதில்தான் நான் உண்மையில் அதிக ஆர்வம் காட்டுகிறேன். இதுவும் நடந்துகொண்டுதான் வருகிறது. கழிவு முழுவதும் குறைந்த இடம் எதுவுமில்லை என்றாலும் சில இடங்களில் பூஜ்ய நிலைமைக் கூறுகள் உள்ளன என்று நாம் கூறலாம். இந்தக் கூறுகள் வெவ்வேறு இடகளில் வெவ்வேறாகக் காணப் படுகின்றன; ஏனெனில், பூஜ்யக் கழிவு பிஸ்கட் வெட்டும் கருவி முன்மாதிரி போன்றதல்ல என்றாலும், அது நடைமுறைப்படுத்தப் படும் ஒவ்வொரு இடத்தின் தேவைகளை ஈடுகட்டும் வகையில் வடிவமைக்கப்பட்ட ஒரு அணுகுமுறையின் தொகுப்பாகும்.

பன்னாட்டு ஒருங்கமைவு நிறுவனமான ஜிஏஐஏ பூஜ்யக் கழிவுத் திட்டங்களின் ஒன்பது முக்கிய கூறுகளை எடுத்துக்காட்டியுள்ளது; இவற்றைச் சரியான முறையில் வடிவமைத்துப் பள்ளிகள், அண்டைப்

பகுதி அல்லது மொத்த மாநிலங்கள் அல்லது நாடுகள் போன்ற வெவ்வேறு சூழல்களில் சேர்க்கலாம்:

1. நுகர்வையும் விலக்கங்களையும் குறைத்தல்
2. விலக்கங்களை மறுபயன்பாடு செய்தல்
3. நீடித்த உற்பத்தியாளர் பொறுப்பு
4. பரவலான மறுசுழற்சி செய்தல்
5. பரவலான தொழுவுரமாக்கல் அல்லது கரிமப் பொருட்களை மக்கி அழியச் செய்தல்
6. குடிமக்கள் பங்கேற்பு
7. கழிவுச் சாம்பலாக்கத்தில் ஒரு தடையை ஏற்படுத்துதல்
8. மேற்கால் நிலையில் உற்பத்திப் பொருட்களின் வடிவமைப்பை மேம்படுத்தி அதன்மூலம் நச்சுப்பொருட்களை நீக்குதல்; அதற்குப் பதிலாக நிலைத்துச் செயல்படுவதற்கும் பழுதுபார்ப்பதற்கும் ஏற்ப வடிவமைத்தல்.
9. இந்த ஒருங்குகளை ஆதரிக்க மிகவும் திறன்மிக்கச் செயல் திட்டங்கள், கட்டுப்பாடுகள், ஊக்கங்கள், நிதியுதவி அமைப்புகள் போன்றவற்றை உருவாக்குதல்.

மேற்கூறிய அனைத்தும் இதை உள்ளடக்குகின்றன: இவை யனைத்தையும் செயல்படுத்த மேற்கால் நிலைக் கழிவுத் தடுப்பும் (அப்ஸ்ட்ரீம் வேஸ்ட் பிரிவென்ஷன்) பெரு நிறுவனப் பொறுப்புத்தன்மை யும், கீழ்க்கால் நிலைக் கழிவு மறுபயன்பாடும், தொழுவுரமாக்கலும் மறுசுழற்சியாக்கமும், செயலூக்கம் நிறைந்த விவரமறிந்த பொது மக்களும் தேவையான செயல்திட்டங்களை உருவாக்கவும் நடைமுறைப் படுத்தவும் உதவும் அரசும் நமக்குத் தேவை. பூஜ்யத்தை அடைய வேண்டுமென்றால் நமக்குத் தேவை ஒரு மொத்த ஒருங்குகள் அணுகு முறையாகும்.

ஜிஏஐஏ குறிப்பிடுவது என்னவெனில், 'ஒரு பூஜ்யக் கழிவு அணுகு முறை, தட்பவெப்பநிலையைப் பாதுகாக்கும் மிக விரைவான, மலிவான, மிகுந்த திறன்வாய்ந்த உத்திகளில் ஒன்றாகும்.' தன்னுடைய 2008ஆம் ஆண்டு அறிக்கையான ஸ்டாஃப் டிராஷிங் த கிளைமேட் என்ற அறிக்கையில் ஜிஏஐஏ விளக்குவது என்னவெனில் குப்பைக்குழிகளிலும், சாம்பலாக்கிகளிலும் அகற்றப்படும் கழிவைக் குறிப்பிடத்தக்க அளவில் குறைப்பது என்பது பசுமையில்ல வாயுவை அமெரிக்காவின் நிலக்கரி எரிப்பின் மூலம் ஆற்றலூட்டப்படும் தொழிற்சாலைகளில் ஐந்தில் ஒரு பங்கிற்குச் சமமான அளவு குறைக்கும்.[99]

ஏற்கனவே பூஜ்யக் கழிவுச் செயல்திட்டங்களையும் இலக்குகளை யும் அல்லது உண்மையான திட்டங்களையும் கொண்ட நகரங்கள் பல

உலகில் உள்ளன: அர்ஜென்டைனாவின் பியூனோஸ் அயர்ஸும் ரோசாரியோவும்; ஆஸ்திரேலியாவின் கான்பெரே; கலிஃபோர்னியாவின் ஒக்லாந்து, சான்டாகுரூஸ், சான் ஃபிரான்சிஸ்கோ, இந்தியாவின் கோவளம். நியூசிலாந்தில் 71 விழுக்காடு வட்டார ஆட்சியாளர்கள் பூஜ்யக் கழிவு நோக்கிய ஒரு தீர்மானத்தை அங்கீகரித்துள்ளனர்; மேலும் இதில் தம்முடைய முன்னேற்றத்தைத் தடமறிய அரசு 'பூஜ்யக் கழிவுப் பயணத்தின் மைல் கற்கள்' *(மைல்ஸ்டோன் ஆன் தி ஸீரோ வேஸ்ட் ஜனி)* என்றழைக்கப்படும் நாட்டளவிலான ஒரு தர நிர்ணய ஒருங்கை நடத்துகிறது.[100]

அமெரிக்காவில் சான் ஃபிரான்சிஸ்கோதான் மிகவும் தீவிரமான பூஜ்யக் கழிவுத் திட்டத்தையும் பூஜ்யம் நோக்கிய ஒரு தீவிரமான நகர்வையும் தழுவிய முதல் நகரமாகும். சான் ஃபிரான்சிஸ்கோ 2010க்குள் தன்னுடைய 75 விழுக்காடு நகராட்சிக் கழிவை விலக்குவதை மாற்றுவதற்கும், 2020க்குள் பூஜ்யக் கழிவு நிலையை எட்டுவதற்கும் தன்னை உறுதிப்படுத்திக் கொண்டுள்ளது. சான் ஃபிரான்சிஸ்கோவின் மேயரான கவின் நியூசோம் 'உற்பத்தியாளரின் கழிவையும், நுகர்வோரின் கழிவையும் தடுப்பதற்கான, நம்முடைய நாட்டின் மறுசுழற்சித் திட்டங்களையும் தொழுவுரமாக்கல் திட்டங்களையும் முழுமையாகப் பயன்படுத்துவதற்கான பொறுப்புத் தன்மையின்' பங்கை எடுத்துக்காட்டியுள்ளார்.[102] தற்போது அமெரிக்காவில் சான் ஃபிரான்சிஸ்கோதான் வீடுகளுக்கும், வியாபாரங்களுக்குமான மிகவும் வலுவான மறுசுழற்சி, தொழுவுரமாக்கல் சட்டங்களைப் பெற்றுள்ளது. மேலும், தற்போது தன்னுடைய கழிவில் 72 விழுக்காட்டைத் திசை திருப்புகிறது; இது நாட்டிலேயே மிக அதிக அளவு ஆகும்.[101]

உலகின் அடுத்த பகுதியில் தென்னிந்தியாவின் கடற்கரை நகரமான கோவளமும் பூஜ்யக் கழிவு நோக்கி மிகவும் தீவிரமாகச் செயல்பட்டு வருகிறது. கோவளம் ஒரு சாதாரண மீன்பிடிப்பு நகரத்திலிருந்து மக்கள் நிரம்பிய ஒரு விடுமுறை இலக்கு நகரமாக ஒரு தலைமுறைக் காலத்திற்குள் மாறியுள்ளது. மேற்கத்திய நாட்டுச் சுற்றுலாப் பயணி களின் பெருக்கம் அங்குக் கழிவின் பெருக்கத்தையும் ஏற்படுத்தியது அல்லது என்னுடைய நண்பர் சிபு நாயர் அழைப்பது போன்று 'குப்பைக்கொட்டும் சுற்றுலாப் பயணிகளின் கூட்டு அடையாளமாக' மாறியது. கடற்கரை மணல், சாலைகள், அந்தப் பகுதியின் தற்காலிகக் குப்பை மேடுகள் போன்றவை ஷாம்பு, சூரியக்கதிர் விளைவுத் தடுப்புப் பசைகள், அதிகமாகிக் கொண்டுவரும் காலி தண்ணீர் பாட்டில்கள் போன்றவற்றால் நிரம்பி வழிந்தன. இதனால் கவலையுற்ற வட்டாரச் சுற்றுலாத்துறை 2000ஆம் ஆண்டு ஒரு சாம்பலாக்கியைக் கட்டமைக்கத் திட்டமிட்டது. ஆனால், வட்டாரச் சூழல்நல ஆர்வலர்கள் ஒரு

பன்னாட்டு மின்னஞ்சல் போராட்டத்தை ஒருங்கமைவு செய்தனர். இதில் உலகம் முழுவதுமுள்ள, இப்பகுதிக்கு வருகை புரியவிருந்த, சுற்றுலாப் பயணிகள் சுற்றுலாத்துறைக்குப் பின்வருமாறு எழுதினர்: ஒரு சாம்பலாக்கு அருகிலுள்ள எந்தவொரு கடற்கரைச் சுற்றுலாத் தலத்திற்கும் நாங்கள் வரமாட்டோம். சுற்றுலாத்துறை அமைச்சர் வட்டாரச் சூழல் நலக்குழுவைத் தொடர்பு கொண்டதால் பூஜ்யக் கழிவுக் கோவளம் பிறந்தது.[102]

பூஜ்யக் கழிவுக் கோவளம் ஆர்வலர்கள் ஒருங்கிலிருந்து கழிவை நீக்கக்கூடிய வடிவமைப்பிற்கான வழிமுறைகளைக் காணத் தொடங்கினர். புதிய பாட்டில் நீரை வாங்குவதற்குப் பதிலாக, பாட்டில்களில் காய்ச்சிய, வடிகட்டிய குடிநீரை நிரப்ப மக்களுக்காகப் பல நிலையங்களை அமைத்தனர். தையல்கடைகளில் எஞ்சிய துணித்துண்டுகளிலிருந்து மறுபயன்பாடுச் செய்யக்கூடியத் துணிப்பைகளை உருவாக்க வட்டார வேலையற்ற மக்களுக்குப் பயிற்சிகள் கொடுக்கத் தொழிலாளர் கூட்டுறவு நிலையங்களை அமைத்தனர்.

பூஜ்யக் கழிவுக் கோவளத்தின் நிறுவனரான ஜெயக்குமார் கிலாட்டன் எப்படிக் கோவளத்தின் கழிவு பற்றிய பிரச்சினை, பெரிய பிரச்சினைகளான ஆட்சி செய்தல், சூழல்நலம், பொருளாதார நியாயம் போன்ற வற்றோடு தொடர்புடையது என்பதில் பெருமை கொண்டுள்ளார். அவருக்கு பூஜ்யக் கழிவுத் தத்துவம்: 'உறவுகள் பற்றியது. அது மக்களையும் சமுதாயங்களையும் பொறுத்தது; நாம், எப்படி ஒன்றாக வாழ வேண்டும் என்பதையும் பொறுத்தது.'[103]

இதன் காரணமாகவே நான் ஏறக்குறைய இருபது ஆண்டுகளுக்கு முன்பே கழிவு பற்றி மிகுந்த ஆர்வம் கொண்டேன். கழிவு நம்முடைய உலகத்திலுள்ள அனைத்துடனும் தொடர்புகொண்டது. கழிவு பற்றிய கதையை வெளிக்கொணர்வதுதான் என்னைப் பொருட்களின் கதைக்கு வழிகாட்டியது.

முடிவுரை

புதிய கதையை எழுதுதல்

மக்கள் இதைப்பற்றி நினைப்பதை நிறுத்தும் போது (அல்லது நிறுத்தி விட்டால்) பொருட்களின் கதையை மீண்டும் எழுதுவதற்குத் தேவையான தியாகங்கள் பற்றி ஏதோவொரு மட்டத்தில் நாம் அனைவருமே கவலைப் படுகிறோம். பொருட்கள் உற்பத்திச் செய்யப்படும் தொழிற்சாலைகளில் இழக்கப்பட்ட பணிகள் போன்ற பெரிய விஷயங்களைப் பற்றி நாம் கவலைப்படுகிறோம்; மேலும், உடன் விலக்கக்கூடிய பாட்டில்களும், கலன் களும் மறையும்போது, வசதியின்மை போன்ற சிறிய விஷயங்களைப் பற்றியும் நாம் கவலைப்படுகிறோம். பொருளாதார முன்னேற்றத்தைப் பற்றிய வளர்ச்சியால் உந்தப்பட்ட முன்மாதிரியிலிருந்து மாறுவதும், நம்முடைய முன்னுரிமைகளை மேலும் அதிக பொருட்களை அடைவதி லிருந்து திசை மாற்றுவதும் வாழ்க்கையின் தரத்தைக் குறைத்து விடலாம் என்றும் நம்மை மீண்டும் குகைவாழ் மனிதர்கள் போன்று வாழவைத்து விடலாம் என்றும் சிலர் கவலையுறுகின்றனர்.

நான் தியாகம் பற்றிய பயத்தை ஆட்சேபித்தும், நம்முடைய பொருட் களின் அளவைவிட நம்முடைய வாழ்க்கையின் தரம் பற்றி நம்முடைய கவனத்தை மேற்கொண்டால் வாழ்க்கை எவ்வளவு சிறப்பாகக் காட்சியளிக்கும் என்பதைப் பற்றிய ஒரு கருத்தை விவரித்தும் இந்தப் பகுதியைத் தொடங்க விரும்புகிறேன். வேலை செய்–கவனி–செலவிடு என்ற எந்திரத்தனமான மனப்பான்மையில் குறைந்த நேரத்தைச் செலவிட்டால் எப்படி ஒரு சூழலோடு இயைந்த வாழ்வை மனிதன் வாழ்வான் என்பதைப் பற்றிய ஒரு கற்பனைக் காட்சியல்ல இது. இதுதான், தற்போது என்னுடைய உண்மையான வாழ்க்கை முறையாகும்.

நான் பெர்க்கிலியின் நிர்வாக-வணிகப் பகுதியில் அமைந்துள்ள ஒரு இறுக்கமான சமுதாயத்தில் வாழ்கிறேன் என்பதை ஏற்கனவே குறிப்பிட்டிருந்தேன். இதை ஒருவகைக் கூட்டு-வீட்டு வாழ்வு எனக் கருதலாம். இது ஒரு ஹிப்பி சமுதாயமல்ல; நாங்கள் இணைகளை (அதாவது கணவன், மனைவிகளை) மாற்றிக்கொள்வதில்லை; எங்களு டைய குழந்தைகளுக்குத் தம்முடைய பெற்றோர் எவர் என்பது தெளிவாகத் தெரியும். உண்மையில் ஒரு குழுவாக, ஒருவருக்கொருவர்

அருகில் வாழ விரும்பும், நல்ல நண்பர்களைப் போன்று வாழ்ந்து வருகிறோம் – உண்மையிலேயே அருகில், அடுத்த வீட்டுக்காரர்கள் போன்று. ஒருவரோடு ஒருவர் ஒரு சமுதாயம் போன்று வாழ்வதற்காக நாங்கள் நாட்டின் வெவ்வேறு பகுதிகளிலிருந்து குடிபெயர்ந்து இங்கு வாழத் தேர்ந்தெடுத்தோம். நாங்கள் வாழ்க்கையை எளிதாகவும் அதிகப் பயனளிப்பதாகவும் உணர்ந்தோம். ஏனெனில், பொருட்களை வாங்குவதைவிட சமுதாயத்தைக் கட்டமைக்க நாங்கள் அதிகக் கவனம் செலுத்தினோம். நாங்கள் ஒரு பெரிய இடத்தைப் பகிர்ந்துகொள் கிறோம்; நாங்கள் அடிக்கடி உணவை ஒன்றாக உண்கிறோம். ஆனால், தனிமையாக இருக்க விரும்பும்போது நாங்கள் செல்வதற்கென்று ஒவ்வொரு குடும்பமும் தம்முடைய, சொந்தமான, அனைத்து வசதி களையும் பெற்ற வீட்டைப் பெற்றிருக்கின்றன. எங்களில் சிலர் தொலைக்காட்சி காண்கிறோம் என்றாலும், பொதுவாக ஒன்றுசேர்ந்து தான் காண்கிறோம். எனவே, இதுவும்கூட ஒரு சமுதாயச் செயல்தான்.

நாங்கள் பொருட்களை எல்லா நேரங்களிலும் பகிர்ந்துகொள் கிறோம். எங்களுடைய சமுதாயத்தின் குழந்தைகள் வளரும்போது அவர்களுடைய பொம்மைகள், புத்தகங்கள், துணிமணிகள் போன்ற வற்றைச் சிறிய குழந்தைகள் பெறுகிறார்கள். ஒருமுறை, என்னுடைய மகள் தன்னைப் பனிச்சறுக்கல் செய்ய அனுமதிக்குமாறு என்னைக் கெஞ்சியபோது, நான் என்னுடைய சமுதாய உறுப்பினர்களுக்கு மின்னஞ்சல் அனுப்பி, நான் அவளை எங்கு அழைத்துச் செல்ல வேண்டும், அதற்கான பயணத்திற்கு எனக்கு என்ன தேவை (எனக்குப் பனிச்சறுக்கல் பற்றி எதுவும் தெரியாது) என்று ஆலோசனை கேட்டேன். அடுத்தநாள் நான் வேலையிலிருந்து திரும்பியவுடன் என் வீட்டின் முகப்புப் படிக்கட்டில் மூன்று பைகள் நிறைய பனிச்சறுக்குச் சாதனங் களும் உடைகளும் எனக்காகக் காத்திருந்தன. இது ஒன்றும் அரிதான தல்ல. எனக்குத் தேவையான சிறப்புக் கருவிகளை நான் வாங்குவதற்கு முன்பு சமுதாயத்தில் வேறு எவராவது அவற்றைப் பெற்றிருக்கின்றனரா என முதலில் அறிந்துகொள்வேன்.

நாங்கள் ஆலோசனைகளைப் பகிர்ந்துகொள்வோம். எங்களுடைய சொந்த அல்லது பணிசார் வாழ்வில் கடினமான முடிவுகளை எடுக்கும் போது நாங்கள் ஒருவருக்கொருவர் பயிற்சி கொடுத்துக் கொள்வோம். எப்படி நல்ல பெற்றோராக இருக்க முடியும் என்பதைக் கற்பிக்கப் பணம் கொடுத்தாலும் வாங்க முடியாத அளவுக்குக் கற்றுத்தர இந்தச் சமுதாயத்தில் மிக நல்ல பெற்றோர்கள் இருந்தனர்; நல்ல முன்மாதிரி களாக எனக்கு ஐந்து ஜோடி பெற்றோர்கள் இங்கு இருந்தனர் – இவை எந்தவிதச் செலவுமில்லாமல் கிடைத்தது. நாங்கள் சேவைகளை ஒருவருக்கொருவர் மாற்றிக்கொள்வோம். நன்றாகக் கேக் தயாரிக்கும்

ஒருவர் ஏறத்தாழ அனைவருக்கும் பிறந்தநாள் கேக் தயாரித்துத் தருவார். திருகுக் குறடை நன்கு கையாளும் ஒருவர் அனைவரின் அவசரக்கால குழாய்த் தொடர்பான பழுதுபார்ப்பில் உதவி செய்வார். நாங்கள் கார்களின் சேர்க்கையை ஒருங்கமைவு செய்கிறோம். மற்றவர் களுக்கு வேலை இருக்கும்போது குழந்தைகளை மாறி மாறி கவனித்துக் கொள்வோம்; அல்லது வெளியில் கூட்டிச் செல்வோம். நாங்கள் கூட்டமாக விருந்துகள் கொடுப்போம், இவற்றிற்கான செலவைப் பகிர்ந்துகொள்வோம். அடுத்தநாள் அந்த இடத்தை அனைவரும் சேர்ந்து சுத்தம் செய்வோம்.

நான் உண்மையிலேயே 102 டிகிரி காய்ச்சலால் நோயுற்ற போது (இந்த நூலின் படியைத் தயாரிப்பதற்குக் கடைசி வாரங்களுக்கு முன்பு) ஒருவர் என்னை மருத்துவரிடம் தன்னுடைய காரில் கூட்டிச் சென்றார்; மற்றொருவர் என்னுடைய குழந்தையைக் கவனித்துக் கொண்டார்; மூன்றாமவர் எனக்குப் பூக்கள் வாங்கி வந்தார். எங்களுடைய சமுதாயத்தில் எவராவது நோயுற்றால் நான் இந்த உதவிகளை அவர் களுக்கு நிச்சயமாகச் செய்து கொடுப்பேன். செய்நன்றிக்காக நான் இதைச் செய்யமாட்டேன்; பங்கிட்டுக்கொள்வதிலுள்ள மகிழ்ச்சியால் நான் இதைச் செய்வேன்.

எங்களுக்குத் தேவையான பல பொருட்களை நாங்கள் பங்கிட்டுக் கொள்ளவும், கடன் வாங்கவும் செய்வதால் நாங்கள் குறைந்த உற்பத்திப் பொருட்களை நுகர முடிகிறது. குழந்தையைப் பார்த்துக் கொள்ளுதல், பழுதுபார்த்தல், கவனித்துக்கொள்ளுதல் போன்ற சேவைகளை நாங்கள் ஒருவருக்கொருவர் கொடுத்துக் கொள்வதால், மற்றவர்கள் கொடுப்பதைவிட சேவைகளுக்குக் குறைவாகவே பணம் கொடுக்கிறோம். வணிகச் சந்தைப் பகுதியைச் சார்ந்திருப்பதற்கு முன்பு நாங்கள் முதலில் ஒருவருக்கொருவர் உதவிக்கொள்கிறோம். என்னு டைய கருத்து என்னவெனில் அந்தப் பொருட்களுக்கும் சேவை களுக்கும் பணம் கொடுக்கும் ஒருவர் வாழும் அதே வாழ்க்கை முறையை நாங்களும் வாழ்கிறோம் என்பதுதான். இந்த அனைத்து வகைகளிலும் நாங்கள் தியாகம் செய்வதில்லை; நாங்கள் பகிர்ந்துகொள்கிறோம்.

எங்களுடைய பகிர்வில் (பணத்தை மிச்சப்படுத்துதல்; குறைந்த அளவு கழிவை உருவாக்குதல்; ஏனெனில், நாங்கள் குறைந்த அளவு நுகர்வே செய்கிறோம்) பொருள்சார் நன்மைகள் இருந்தாலும், உண்மையான நன்மைகள் இவற்றையும் தாண்டி உள்ளன. நாங்கள் எவ்வளவு மணி நேரம் அல்லது எந்த அளவு பொருட்களை ஒருவருக் கொருவர் கொடுத்துக் கொள்கிறோம் என்பதில் சரியான கவனம் வைக்காமல், ஒருவருக்கொருவர் சார்ந்திருக்கும் வழக்கத்தை வளர்க் கிறோம். தன்னுடைய புத்தகமான பௌலிங் அலோனில் ராபர்ட்

புட்னம் பின்வருமாறு விளக்குகிறார்: 'சமுதாயச் செயல்பாடுகளின் வலையமைப்பு மிகவும் வலுவான சார்புத்தன்மையின் இயல்புகளை வளர்க்கிறது: தற்போது நான் இதை உங்களுக்காகச் செய்கிறேன், நீங்கள் (அல்லது வேறொருவர்) இந்த உதவியைத் திரும்பிக் கொடுப் பீர்கள் என்ற எதிர்பார்ப்பில்.'[1]

புட்னம் இரண்டு வகை பரஸ்பரத் தன்மை பற்றிக் குறிப்பிடு கிறார். குறிப்பிட்ட வகை: இதில் நீங்கள் தனிப்பட்ட, பரஸ்பர உதவியை உண்மையில் அளவீடு செய்து பேரம் செய்கிறீர்கள் ('நான் உங்களுடைய குழந்தைகளைப் பள்ளியிலிருந்து திங்கட்கிழமை கூட்டி வருகிறேன், நீங்கள் இதைச் செவ்வாய்க் கிழமையன்று செய்யுங்கள்':) பொதுமையாக்கப்பட்ட வகை: இது அதிக மதிப்புள்ள வகையான பரஸ்பரத் தன்மையாகும். ('நான் உங்களுக்கு இதைச் செய்வேன், இதற்காக உங்களிடமிருந்து வேறு எதையும் எதிர்பார்க்க மாட்டேன்; ஆனால், வேறு ஒருவர் எனக்கு வேறு ஓர் உதவி செய்வார் என்பதில் எனக்கு நம்பிக்கை உள்ளது'.) ஒவ்வொரு இடைவினையையும் பேரம் செய்யும் ஒன்றைவிட பொதுமையாக்கப்பட்ட பரஸ்பரத் தன்மையை அடிப்படையாகக் கொண்ட ஒரு சமூகம் அதிகத் திறன் வாய்ந்தது. இது அதிகப் பாதுகாப்பை அளிக்கிறது, அதிக மகிழ்ச்சிகரமானது. 'நம்பிக்கைத் தன்மையைப் பெற்றிருப்பது சமூக வாழ்க்கையைச் சீராக்குகிறது' என்று புட்னம் கூறுகிறார்.[1] எங்களிடம் ஒருவருக் கொருவர் உதவும் மக்கள் உள்ளனர். என்னுடைய ஊர்தியின் சக்கரம் காற்றிழந்தால், எனக்கு அவசரக்காலக் குழந்தைப் பாதுகாப்புத் தேவைப்பட்டால், எனக்குப் பசியாக இருந்தால், சமைப்பதற்குக் களைப்பாக இருந்தால், எனக்கு உதவி செய்ய எவரோ ஒருவர் எப்பொழுதுமே உள்ளார். சில நேரங்களில் நான் இந்தச் சமூகக் கட்டமைப்பை, பல ஆண்டுகளாக இது உருவகமாகச் செய்தது போன்று, என்னைச் சுற்றியுள்ள, நான் விழுந்தால் என்னைப் பிடித்துக் கொள்கின்ற ஓர் உண்மையான கட்டமைப்பாக உணர்கிறேன்.

தனிப்பட்டவரின் துலங்கல்

எனவே, இதுதான் என்னுடைய வளமான சமுதாய வாழ்க்கைமுறை யாகும். எதையும் இழக்காத உணர்வுடன் நாங்கள் பணத்தையும் மிச்சப்படுத்துகிறோம்; அதிக மகிழ்ச்சியையும் பெறுகிறோம். எனினும், நான் மிகவும் தெளிவாகக் கூற விரும்புவது இதுதான்: எங்களுடைய சமுதாயம் முற்றிலும் முழுமையானதல்ல. அவ்வாறு இருந்தாலும் அதிக சமுதாயநோக்கு உள்ள வாழ்க்கையை வாழ்வது மட்டுமே உலகின் அழுத்தமான சூழல் பிரச்சினைகளையும் சமூகப் பிரச்சினைகளையும் தீர்க்காது. உலகிலுள்ள அனைத்து ஆறறை பில்லியன் மனிதர்களும்

எதிர்காலச் சந்ததியினரும் வயிற்றை நிரப்பும் அளவுக்குப் போதுமான அளவு உணவும், குடிப்பதற்கு நல்ல குடிநீரும், நோயுற்றால் மருந்தும் பெற வேண்டும் என்று நாம் விரும்பினால், தனிப்பட்ட மனிதர்களின் வாழ்க்கை முறை, என்னுடைய வாழ்க்கை முறை போன்று, மாறுவதால் மட்டுமே அதைத் தீர்க்காது. அமெரிக்காவில் நாங்கள் தொல்படிம எரிபொருட்கள், கார்பன் வெளியீடுகள், நச்சு வேதிப்பொருட்கள், வீணாக்கப்பட்ட மூலப்பொருட்கள் போன்றவற்றின் அடிப்படையில் அமைந்த ஒருங்கிற்குள் வாழ்கிறோம்; இந்தக் காரணத்தால் நாங்கள் எந்த அளவுக்கு எங்களுடைய நுகர்வின் அளவைக் குறைத்துக் கொண்டாலும், நாங்கள் உண்மையிலேயே முறைப்படுத்தப்பட்ட, ஒரு வாழ்க்கைமுறையை அடைய முடியாது – அதாவது, புவியின் திறனுக்குள் அடங்கிய ஒரு வாழ்க்கை முறையை அடைய முடியாது. இதைத்தான் தாக்கமடையாத மனிதன் *(நோ இம்பேக்ட் மேன்)* என்று அழைக்கப்படும் காலின் பீவான் தம்முடைய குடும்பத்துடன் ஒரு வருடம் மன்ஹாட்டனில் மிக மிகக் குறைந்த தாக்கத்தைக் கொண்ட வாழ்க்கையை வாழ்ந்த போது கண்டார்: குப்பையில்லாத, லிப்ட் இல்லாத, துணைப்பாதை *(சப்வே)* இல்லாத, பொட்டலமாக்கப்படாத (பொருட்களுடன்), பிளாஸ்டிக் இல்லாத, குளிர்சாதன வசதியில்லாத, தொலைக்காட்சி இல்லாத, 250 மைல்களுக்கு அப்பாலிருந்து பெறப் படும் உணவில்லாத வாழ்க்கையை அவர் வாழ்ந்தார்; அப்போது ஒரு தொழில்மயமாக்கப்பட்ட நாட்டில் நான் கேள்விப்பட்டதிலேயே மிகக் குறைந்த அளவுத்தாக்கத்தை மட்டுமே அவர் அடைந்தார். இன்றுள்ள அமெரிக்க பெரிய நகரம் ஒன்றில் முறைப்படுத்தப்பட்ட வாழ்க்கை ஒன்றை வாழ்வதென்பது முடியாது என்பதை பீவன் உணர்ந்தார். அவ்வாறு வாழ்வதற்கான ஒரே வழி தற்கால வாழ்க்கையிலிருந்து முற்றிலும் விலகுவதுதான்; பீவன் குறிப்பிடுவது போன்று, 'அது அந்த வகை வாழ்க்கையாக இருக்கக்கூடாது.'[2]

கோளின் வரம்புகளுக்குள் வாழ்வதற்கு நாம் மேற்கொள்ள வேண்டிய மாற்றம் மிகப்பெரியதாகும். நம்முடைய அரசு, வங்கிகள், தொழிலாளர் சங்கங்கள், ஊடகங்கள், பண்பாட்டுப் போக்குகளை உருவாக்குபவர்கள், பள்ளிகள், பெருவணிக நிறுவனங்கள், வியாபாரிகள் ஆகிய அனைவரும் ஒன்று சேர்வதை இந்த மாற்றம் எதிர்பார்க்கிறது. இந்த அளவு பெரிய மாற்றத்தை உருவாக்குவதற்கு முடிவற்ற பட்டியல் களின் வரிசைகள், 'கோளைப் பாதுகாக்க நீங்கள் செய்ய வேண்டிய பத்து எளிய விஷயங்கள்' போன்ற புத்தகங்களின் மூலம் தீர்வு களைக் கொடுக்கும் எளிய வாழ்க்கை முறை மாற்றங்களையும் நாம் தாண்டிச் செல்ல வேண்டும். அல்லேஜெனி கல்லூரியின் அரசியலியல், சூழலியல் பேராசிரியரும், நுகர்வுப் பிரச்சினைகளில் ஒரு வல்லுநருமான மைக்கேல் மணியேட்டஸ் 'பத்து எளிய விஷயங்கள்' அணுகுமுறையில்

உள்ள அடிப்படைக் குறைகளைப் பின்வருமாறு குறிப்பிட்டுள்ளார்: 1. நாம் நுகர்வோர்களாகப் பங்கு கொள்கிறோம் என்பதுதான் நம்முடைய தனிப்பட்ட மிகப்பெரிய பலமாகும். 2. மனிதர்களாகிய நாம் இயல்பாகவே எளிதாக இல்லாத எதிலும் ஆர்வம் கொண்டிருப்ப தில்லை அல்லது எதையும் செய்வதில் விருப்பம் கொண்டிருப்பதில்லை. 3. கோளில் உள்ள ஒவ்வொரு தனிமனிதரையும் நம்மோடு சேருமாறு செய்தாலேயொழிய மாற்றத்தை ஏற்படுத்த முடியாது. எனவே, நாம் உண்மையை உணர்வோம். எந்தவொரு விஷயத்திலும் ஏறத்தாழ 7 பில்லியன் மக்களிடமிருந்து 100 விழுக்காடு இசைவைப் பெறுவது அவ்வளவு எளிதல்ல; மேலும், நம்முடைய சூழல்நிலை ஒருங்கு மிகுந்த சுமையைப் பெற்றுள்ளதால் நமக்கு இதற்கான முயற்சிகள் செய்வதற்கான நேரமும் இல்லை. பெண்களுக்கான ஓட்டுரிமை அல்லது அடிமைத்தனத்தை ஒழித்தல் போன்றவற்றில் 100 விழுக்காடு இசைவைப் பெறுவதற்காக நாம் காத்திருக்க வேண்டும் என்று நினைத்தால், நாம் நினைத்துக் கொண்டேதான் இருக்க வேண்டும்; காத்துக்கொண்டேதான் இருக்க வேண்டும்.

கோளைக் காப்பாற்றுவதில் தனிப்பட்ட மனிதரின் பொறுப்பு ஒரு கடினமான செயல் என்பதைப் பற்றிக் கூறவே வேண்டாம். நாம் இதை எதிர்கொள்ள வேண்டும். நீங்கள் உடன்விலக்கக்கூடிய கோப்பைகளின் காவலராகவோ, பாலிவினைல் குளோரைடு (பீவிசி) எச்சரிக்கையாளராகவோ, அழகு சாதனப் பொருட்களிலுள்ள நச்சுப் பொருட்களின் டெப்பி டவுனராகவோ இருந்தால் நீங்கள் மிகவும் புகழற்றவராக ஆவீர்கள். மக்களிடம் நீங்கள் மறுசுழற்சியை வலியுறுத் தினால் அவர்கள் உங்களை விருந்துகளுக்குக் கூப்பிட மாட்டார்கள் (என்னை நம்புங்கள், அவர்கள் கூப்பிட மாட்டார்கள்). மோசமான தொழிலாளர் நலச் செயல்திட்டங்களாலோ, சூழல் தாக்கங்களாலோ நீங்கள் தவிர்க்க விரும்பும் அனைத்து நிறுவனங்களையும் தடம் அறிய முயல்வது உங்களுடைய கவலைக்கும் அழுத்தத்திற்கும் எந்தவித முடிவையும் கொடுக்காது. ஒவ்வொரு செயலையும் ஒவ்வொரு விருப்பத் தேர்வையும் மிகவும் சரியாக மேற்கொள்ள வைப்பது நம்மிடையே உள்ள மிகவும் தீவிர கொள்கைப் பிடிப்புள்ள மனிதர்களுக்குக்கூட முடியாத அளவிற்கு இந்த ஒருங்கில் அதிக அளவு தவறுள்ளது. அந்த நிலைமை மிக அதிக அளவுக்கு வெற்றிகொள்வதாக இருப்பதால், மாற்றத்தின் தனிமனிதப் பொறுப்பு முன்மாதிரி மக்களை விநோத மனப்பான்மையுடையவர்களாக மாற்றுவதற்குத் துணிகிறது; அவர் களை நம்பிக்கையற்றவர்களாக மாற்றுகிறது; மேலும், மீநுகர்வும் வீணாக்கும் தன்மையும் கொண்ட ஒரு வாழ்க்கை முறைக்குத் தள்ளுகிறது. மக்கள் ஏற்கனவே மிகவும் சுறுசுறுப்பாக உள்ளனர்: அவர்களுக்குச் சூழல்நலப் பசுமை வாழ்க்கைமுறை விருப்பத்

தேர்வுகளுக்கான ஒரு பெரிய வீச்சைக் *(ரேன்ஜ்)* கொடுப்பதற்குப் பதிலாக, அதிக நல்ல மாற்றங்களை உண்டாக்கும் பெரிய விருப்பத் தேர்வுகளை (எடுத்துக்காட்டாக, செயற்கொள்கை) உருவாக்குவதற் கான பொருள் பொதிந்த வாய்ப்புகள் தேவை.

2007ஆம் ஆண்டு *வாஷிங்டன் போஸ்டில்* வெளியிடப்பட்ட ஒரு கட்டுரையில் மணியேட்டஸ் பின்வருமாறு வருத்தப்பட்டார்: ‘இத்தகைய ஒரு சிக்கலான தருணத்தில் பல விஷயங்கள் பற்றி எப்பொழுதுமே மிகக் குறைவான அளவு மட்டுமே பிரச்சினைகள் எழுப்பப்பட்டுள்ளன. இதில் உள்ள கசப்பான உண்மைகள் பின்வரு மாறு: நாம் அனைவரும் ஏற்றுக்கொள்ள வேண்டிய, எளிதான, சிக்கன மான, சூழல் திறன்மிக்க வழிமுறைகளை நாம் ஒன்று திரட்டினால் நாம் பெறும் மிகச்சிறந்த விஷயம் சூழல் சிதைவு மிகவும் மெதுவாக ஆதல்தான். மறுசுழற்சிப் பற்றி மனதில் பிடிவாதமாக நினைத்துக் கொண்டிருப்பதும், சில சிறப்புச் செயல்பாடுகளை மேற்கொள்வதும் சூழல் சிதைவை நிறுத்தாது. தேவைக்குமேல் அதிகமான ஒரு தொழில் நுட்பத் தூண்டலுக்குப் பதிலாக நம்முடைய ஆற்றல், போக்குவரத்து, வேளாண் ஒருங்குகளில் ஓர் அடிப்படை மாற்றத்தைக் காண்பது நமக்குத் தேவை. இதன் பொருள் என்னவெனில், நம்முடைய தற்போதைய தலைவர்களும் வருங்காலத் தலைவர்களும் விவாதிக்கப் பயப்படும் மாற்றங்களும் அதற்கான அடக்க விலைகளும் ஆகும்... ஒன்றிணைக்கப்படாத தனிமனிதச் செயல்பாடுகளைச் சுற்றியமைக்கப் பட்ட ஓர் உணர்வூட்டமற்ற அரசியலின் தவறை ஏற்பதுதான் நாம் செய்யக்கூடிய மாற்றங்களில் சிறந்தது என்று எண்ணக்கூடாது. வருங்காலத்திற்கான துணிவான சாத்தியக் கூறுகளை நோக்கி மற்றவர் களோடு சேர்ந்து செயல்படுவதில் உள்ள பலமும் உற்சாகமும் வேறு எதில் கிடைக்கும்?’[3]

மேலே குறிப்பிடுவதில் எந்தவிதச் சந்தேகமுமில்லை; ஒருங்கு செயல்படும் முறையை மாற்றும் மிகப்பெரிய, கடினமான வேலையை ஏற்கவேண்டிய தேவை மனித இனத்திற்கு உள்ளது. இந்த வகையில் ஒவ்வொருவரும், குறைந்த தாக்கமுள்ள விருப்பத் தேர்வுகளை – ஏனெனில், அதுதான் புதிய, நல்ல விருப்பத் தேர்வாகும் – தெரிவு செய்வதில் முடிவடையலாம். மிகவும் சுறுசுறுப்பான அல்லது களைப் படைந்த அல்லது கவலைப்படுவதற்குக் காரணமறியாத அந்தத் தனிமனிதருக்கும்கூட இது பொருந்தும். சரியான நோக்கத்தைக் கொண்டுள்ள ஒரு தீர்வின் மூலம், நுகர்வோராக நாம் பெற்றுள்ள செல்வாக்கு, முறைப்படுத்தப்பட்ட வகையிலும் நியாயமான வகை யிலும் சேவை செய்ய உலக ஒருங்கு அடிப்படையாக மாறிய பின்புதான் வலியுறுத்தப்படுகிறது. இதன் காரணமாக, நம்முடைய பணத்தை

எப்படிச் செலவு செய்வது என்பது பற்றிய முற்றிலும் வேறுபட்ட விருப்பத் தேர்வுகள் எழுகின்றன. முதலாவதாக, நாம் தனிமனிதர்களாகப் பெற்றுள்ள செல்வாக்கு ஒரு விவரமறிந்த, செயல்படும் குடிமகனாக நாம் பங்குகொள்வதிலிருந்து பெறப்படுகிறது: சமுதாயங்களிலும், விரிவான அரசியல் களத்திலும் மிகத் தீவிரமாகப் பங்கு கொள்ளும் குடிமகனாக. இந்தக் களத்தில் நாம் செயல்படக்கூடிய, உண்மையில் ஒரு முக்கிய வேறுபாட்டை உருவாக்கக்கூடிய, ஏறத்தாழ முடிவற்ற எண்ணிக்கைகளில் செயல்திட்டங்கள், சட்டங்கள், ஒருங்குகள், புதுமைகள் போன்றவை உள்ளன.

உற்பத்திப் பொருட்களின் கதைத் திட்டத்தைப் பற்றிப் பல மக்கள் எனக்கு எழுதித் தாங்கள் மாற விரும்புவதாகத் தெரிவித்தனர் என்றாலும் தாங்கள் ஒரே ஒரு மனிதராக இருப்பதால் என்ன செய்வதென்று தெரியவில்லை என்றும் கூறியிருந்தனர். ஆனால், இதை உணருங்கள்: நானும் ஒரு தனிமனிதர்தான்; நாம் ஒவ்வொருவரும் தனிமனிதர்கள்தாம். ஒன்று சேர்வதன் மூலம், தனிமனிதர்களாக அடைய முடியாத இலக்குகளை நாம் அடையலாம். இதன் காரணமாகவே, ஒரு நிறுவனத்தோடு, ஒரு கூட்டுப் பிரச்சாரத்தோடு, அல்லது ஒரே மாதிரியான எண்ணங்கள் கொண்ட நண்பர்கள் அல்லது அண்டை அயலார்களை கொண்ட ஒரு பொதுவான இலக்கை நோக்கிச் செயல்படும் ஒரு குழுவோடு இணைந்துகொள்வது ஒரு தேவையான முதல் படிநிலையாகும்.

நாம் அரசியலில் ஈடுபடுவதில் கவனத்தைச் செலுத்துவதைப் பொறுத்தவரை, அதன் எங்கும் பரவியுள்ள, ஒருங்கு-மட்ட பிரச்சினையின் மிகப்பெரிய விஷயங்களில் ஒன்று, மக்கள் தலையிடுவதற்கு அதில் பல இடங்கள் உள்ளன என்பதுதான். இந்த ஒருங்கில் எங்கு ஓட்டையை அடைக்க வேண்டும் என்பதை அறிய உங்களுடைய ஆர்வங்கள், ஆசைகள், திறமைகள் போன்றவை பொருத்தமானவைதானா என்று அறிந்துகொள்ளுங்கள் என்று நான் உங்களுக்குப் பரிந்துரைக்கிறேன். நுகர்வுப் பொருட்களில் உள்ள நச்சுப்பொருட்கள் உங்களுக்குக் கவலையளித்தால், அமெரிக்காவில் உள்ள சேஃபர் ஸ்டேட்ஸ் கூட்டமைப்பு போன்று, வேதியச் செயல்திட்டச் சீர்திருத்தத்திற்கான நாட்டளவுப் பிரச்சாரம் ஒன்றில் சேரலாம் அல்லது ஒன்றை உருவாக்கலாம். ஆரோக்கியமான உணவு ஒருங்குகள் உங்களுடைய விருப்பம் என்றால் நீங்கள் சமுதாய-ஆதரவு வேளாண்மை (கம்யூனிட்டி சப்போர்ட்டட் அக்ரிகல்ச்சர் - சிஎஸ்ஏ) அமைப்போடு உங்களை ஈடுபடுத்திக் கொள்ளலாம். என்னுடைய மகளின் பள்ளி ஒரு வட்டாரக் கரிம வேளாண் பண்ணையின் சமுதாய-ஆதரவு வேளாண்மைக்கு ஒரு களமாகச் செயல்படுகிறது. நீங்கள் வாழும் இடத்தில் இது செயல்படக்

கூடியதா? தங்களுடைய ஒரு மாத நீண்ட விடுமுறைகள், ஓய்வு நேரம் பற்றி உங்களுடைய ஐரோப்பிய நண்பர்கள் பேசுவதைக் கேட்பது உங்களுக்கு அலுப்பாக இருந்தால், ஒரு குறுகிய வேலை வார அல்லது கட்டாய விடுமுறைச் சட்டத்திற்கான ஒரு நாட்டளவுப் பிரச்சாரத்தில் நீங்கள் உங்களை ஈடுபடுத்திக் கொள்ளலாம். உங்களுடைய பகுதி அல்லது உங்களுடைய ஆர்வமான துறை தொடர்பான ஒரு நிறுவனத் தைக் கண்டுபிடிக்க ஒரு சிறந்த இடம் வைசர் எர்த் என்றழைக்கப்படும் ஒரு நிகழ்நிலைத் தரவு வங்கியாகும். இது பால் ஹாக்கென் என்ற முறைப்படுத்தப்பட்ட ஒரு வணிகக் குழுவால் உருவாக்கப்பட்ட தாகும். சூழல் மட்டுமின்றி சமூக நியாயத்திற்காகச் செயல்படும் ஏறத்தாழ ஒரு மில்லியன் நிறுவனங்களை வைசர் எர்த் உள்ளடக்கியது. இவற்றைத் தலைப்பு அடிப்படையிலும், உலகின் எந்தப் பகுதியில் அமைந்துள்ளன என்ற அடிப்படையிலும் எளிதில் தேடலாம்; எனவே, ஒத்த எண்ணம் கொண்ட மக்களோடு ஒன்று சேர்ந்து செயல்படலாம். நம்முடைய தற்போதைய ஒருங்குகளைச் சீர்ப்படுத்த மிகவும் அதிகமாக வேலை செய்ய வேண்டியிருப்பதால், நீங்கள் எந்தப் பிரச்சினையைத் தேர்ந்தெடுக்கிறீர்கள் என்பது உண்மையிலேயே ஒரு முக்கியமான விஷயமில்லை; ஒவ்வொருவருக்கும் ஒரு முறைப்படுத்தப்பட்ட, நியாயமான உலகம் தேவை என்ற விரிவான இலக்கு நோக்கிச் செயல்படுவதுதான் முக்கியமான விஷயமாகும்.

நம்பிக்கைக் கருத்துரு மாற்றங்கள்

பொருளாதாரம், இயற்கை மூலப்பொருட்கள், தொழில்சார் உற்பத்தி, பண்பாட்டுப் பிரச்சினைகள், பெருவணிக நிறுவனப் பொறுப் புடைமை, சமுதாய ஒருங்கமைப்பு போன்ற துறைகளைச் சேர்ந்த டஜன் கணக்கிலான கூட்டாளிகளுடனும் வல்லுநர்களுடனும் மேற்கொண்ட உரையாடல்களிலிருந்து பெறப்பட்டத் தரவுகளின் அடிப்படையில் நான் நான்கு முக்கிய மாற்றங்களின் ஒரு பட்டியலைத் தயார் செய்துள்ளேன்; இவை இவ்வுலகில் சூழல் நிலையியலோடு ஒத்துப்போகும் ஒரு வாழ்க்கையை – அதிக மகிழ்ச்சி, அதிக சமன் தன்மை, நம்மைப் போன்ற பலருக்கும் குறைந்த மாசுறுத்தும், குறைந்த வீணாக்கும் குப்பைக்கூளமான பொருட்களைக் கொண்ட வாழ்க்கையை – உருவாக்குவதற்கான அடிப்படையை அமைக்கும்.

1. முன்னேற்றத்தை மறுவரையறை செய்தல்

முதலில் நாம் அளவீடு செய்ய விரும்புவதன் மேல் கவனம் செலுத்து வோம். அளவீடு ஒருங்கு ஒன்றை நிறுவுவது நம்முடைய இலக்குகளைத் தெளிவுபடுத்த நமக்கு உதவுகிறது, மேலும், அவற்றை நோக்கிய

நம்முடைய வளர்ச்சியைக் குறிக்க உதவுகிறது. தற்போது ஒரு நாடு எவ்வளவு நன்றாகச் செயல்படுகிறது என்பதை அளக்கும் முக்கிய அளவீடு மொத்த உள்நாட்டு உற்பத்திப் பொருள் *(கிராஸ் டொமஸ்டிக் புராடக்ட் - ஜிடிபீ)* ஆகும். நான் ஏற்கனவே விவாதித்தபடி, மேலும் நல்லதாக ஆக்கும் பொருளாதாரச் செயல்பாடுகளுக்கும் (பொதுப் போக்குவரத்தில் முதலீடு செய்வது போன்று), அதை மோசமான தாக்கும் பொருளாதாரச் செயல்பாடுகளுக்கும் (ஒரு புதிய உமிழும் சாம்பலாக்கியை உருவாக்குவது) இடையே எந்தவித வேறுபாட்டை யும் மொத்த உள்நாட்டு உற்பத்திப் பொருள் காட்டுவதில்லை. நல்வாழ்வை உண்மையாகவே மேம்படுத்தும் விஷயங்களை அளக் கின்ற, புதிய கருத்துரு முன்மாதிரியோடு ஒத்திருக்கும் ஒரு புதிய அளவீடு நமக்குத் தேவைப்படுகிறது: மக்கள் நலம், சூழலின் நலம், மகிழ்ச்சி, பரிவு, சமன்தன்மை, நல்ல சமூகத் தொடர்புகள், கல்வி, சுத்தமான ஆற்றல், குடிமை ஈடுபாடு போன்றவை சுட்டும் நல்வாழ்வை. இவைதாம் நாம் எவ்வளவு நன்றாகச் செயல்படுகிறோம் என்பதன் ஒரு அளவீடாகும்; பொருளாதார அளவீடுகள் மட்டுமல்ல.

ஜிடிபீக்கான மாற்றுகளில், 1980ஆம் ஆண்டுகளில் உண்டாக்கப் பட்ட முறைப்படுத்தப்பட்ட பொருளாதார நல்வாழ்வுக் குறியீடு *(இன்டெக்ஸ் ஆஃப் சஸ்டைனபிள் எகனாமிக் வெல்ஃபேர் இன்டிகேட்டர்)* உள்ளடங்கியது. இது, உண்மையான வளர்ச்சிக் குறியீடாகப் *(ஜெனியூன் புராக்ரஸ் இன்டிகேட்டர் - ஜிபீஐ)* பின்பு பரிணமித்தது. இந்த அளவீடு மாசுறுத்தல், மூலப்பொருள் குறைப்பு, ஓய்வுநேர அளவு, வருவாய்ப் பங்கீடு போன்றவற்றை உள்ளடக்கிய, பாரம்பரியப் பொருளாதாரச் செயல்பாட்டையும் தாண்டிய பல காரணிகளை மதிப்பிடுகிறது; எனினும், சிலர் ஜிடிபீ போன்ற, அதே அடிப்படையிலான, வளர்ச்சி சார்ந்த கருத்துரு முன்மாதிரியின் உள்ளிருந்தே இது செயல்படுவதாக விமர்சித்துள்ளனர்.[4] உலக நாடுகள் சபையின் மனித வளர்ச்சிக் குறியீடு *(ஹியூமன் டெவலப்மெண்ட் இன்டெக்ஸ்)* பொருளாதார வளர்ச்சியைத் தாண்டிய விரிவான வளர்ச்சி இலக்குகளை நோக்குகிறது. இவற்றைத் தவிர, ஏற்கனவே குறிப்பிட்ட மகிழ்ச்சியான கோள் குறியீடு *(ஹேப்பி பிளானெட் இன்டெக்ஸ்)* உள்ளது. இது சூழல் தாக்கத்தையும் மனித நல வாழ்வையும் இணைத்து ஒவ்வொரு நாட்டிலும் மக்கள் நீண்ட காலமும், மகிழ்ச்சியாகவும் வாழ்வதைச் சுட்டும் சூழல் திறனை அளவிடுகிறது.

பன்னாட்டு, நாட்டு, வட்டார மட்டங்களில் ஒரு வேறுபட்ட அளவீட்டை ஒரு அதிகாரபூர்வமான பெருநிலைப் பொருளாதார நலவாழ்வுக் குறியீடாக உண்மையிலேயே ஏற்றுக்கொள்ளப்படுவதை நாம் எப்படி ஊக்குவிக்கப்போகிறோம்? உண்மையான வளர்ச்சிக்

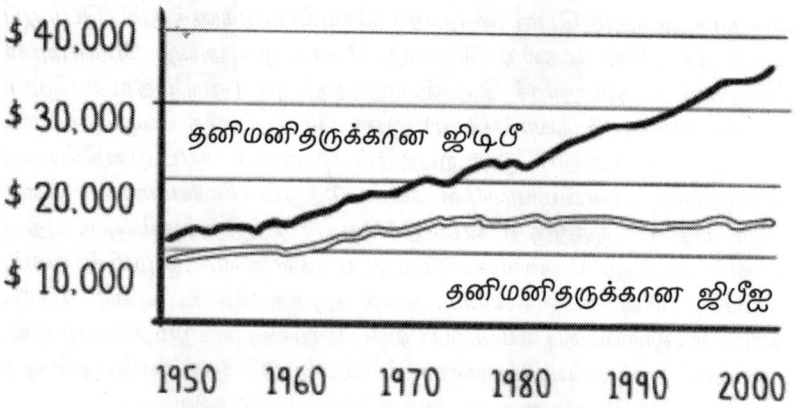

அமெரிக்காவின் தனிமனிதரின் உண்மையான ஜிடிபீ, ஜிபீஐ 1950-2004 (2004ஆம் ஆண்டு டாலர் மதிப்பில்)

ஆதாரம்: ரீடிஃபைனிங் புரோக்ரஸ், 2007.

குறியீடு (ஜிபீஐ) பற்றி ஆய்வு செய்த, முறைப்படுத்தப்பட்ட பொருளியல் மையத்தின் *(சென்டர் ஃபார் சஸ்டைனபிள் எக்கானமி)* ஒரு மூத்த, பொருளாதார வல்லுநரான ஜான் டால்பொர்த் சமுதாய-அடிப்படையில் அமைந்த முறைப்படுத்தப்பட்ட திட்டமிடுதல் ஒரு வளமான அடிப்படையைக் கொடுக்கும் என்று கூறுகிறார்: முக்கியமான சூழல், பொருளாதார, சமூகக் குறிக்கோள்களை வரையறுக்கவும், அந்தக் குறிக்கோள்களை நோக்கிச் செல்லும் வளர்ச்சியை அளவிடவும் சமுதாயத் தலைவர்களுக்கு அடிக்கடி உதவி தேவைப்படுகிறது. முறைப்படுத்தப்பட்ட வளர்ச்சியை மேம்படுத்தும் பொதுமக்களுக்கான திட்டமிடுதல்களையும் சட்டங்களையும் முறைப்படுத்தப்பட்ட பொருளிய மையம், புவிப் பொருளியல் *(எர்த் எக்கனாமிக்ஸ்)* போன்ற பல அமைப்புகள் தடமறிகின்றன. விரிவான தகவல்களுக்குப் பார்க்க: www.sustainable economy.org, www.eartheconomics.org

அளவிடுவதற்காகவே நாம் அளவீடு செய்வதில்லை என்பது உண்மை. புதிய குறியீடுகள் மக்கள் மட்டுமின்றி கோளின் நலவாழ்விற்கும் முன்னுரிமை கொடுக்கும் ஒரு விரிவான தொகுதி இலக்குகள், செயல்திட்டங்கள், ஒருங்குகள் போன்றவற்றிற்குத் தகவல் கொடுப்பது மட்டுமின்றி அவற்றை மதிப்பிடவும் வேண்டும்.

2. போரை அறவே ஒழியுங்கள்

2008ஆம் ஆண்டில் உலகம் முழுவதுமுள்ள அரசுகள் இராணுவப்

படைகளை மேம்படுத்த இதுவரை இல்லாத அளவு பணத்தைச் செலவழித்தன. இந்தப் பணத்தின் அளவு தொடர்ந்து அதிகமாகிக் கொண்டு வருகிறது. அவை 2008ஆம் ஆண்டில் 1.40 டிரில்லியன் டாலரைச் செலவழித்தன; இது 2007ஆம் ஆண்டில் செலவழித்ததை விட 4 விழுக்காடு அதிகம்; பத்து ஆண்டுகளுக்கு முன்பு செலவழித்ததை விட 45 விழுக்காடு அதிகம். இராணுவத் தளவாடங்களுக்காகச் செலவழித்ததில் அமெரிக்கா தொடர்ந்து முன்னிலையிலும் சைனா அதற்கு அடுத்த இடத்திலும் உள்ளன.[5] நாட்டு முன்னுரிமைகள் திட்டம் (நேஷனல் பிரையாரிட்டீஸ் பிராஜக்ட் - என்பிபி) என்ற லாப நோக்கமற்ற அமைப்பு தற்போது போர்களுக்காகச் செலவிடப்படும் பணத்தைக் கணக்கிட்டு வருகிறது; 2001ஆம் ஆண்டிலிருந்து 2009ஆம் ஆண்டு ஜூலை மாதம் வரை ஈராக், ஆப்கானிஸ்தான் போர்களில் அமெரிக்கா செலவழித்த பணத்தின் அளவு 915 பில்லியன் டாலரையும் தாண்டி விட்டது என்று இந்த அமைப்பு கணித்துள்ளது.[6]

மீள்புதுப்பிக்கத்தக்க ஆற்றல், கார்பன் குறைப்பு, பொதுமக்கள் போக்குவரத்து, தொழிற்சாலை உற்பத்தியில் நச்சற்ற மாற்றுகள், மாசுறுத்தப்பட்ட களங்களைச் சுத்தப்படுத்துதல், அனைவருக்கும் நலவாழ்வு, சிறப்பான பொதுப்பள்ளிகள் போன்ற எந்தவொரு நல்ல சமூகப் பணியிலும் எங்களுடைய ஆலோசனைகள் நன்றாக உள்ளன என்றாலும் செலவு அதிகமாகும் என்று பல முறை நாங்கள் மற்றவர் களிடமிருந்து கேட்டிருக்கிறோம். நாங்கள் விரும்பும் மாற்றங்களுக் காகக் கொடுக்கப் போதுமான பணம் இல்லையா? மக்கள் வாழ்வை யும், சமுதாயங்களையும் அழிக்கின்ற, சூழலை நாசப்படுத்துகின்ற, தேவையற்றப் போர்களுக்காக நாம் பில்லியன்கள் எண்ணிக்கையில் பணத்தைச் செலவழிக்கும்போது, இதைக் கேட்டால் எங்களுக்கு அதிக கோபமேற்படுகிறது. நம்முடைய போர்களில் பல, எந்தப் பொருளை நாம் நிச்சயமாகத் தவிர்க்க வேண்டுமோ அந்த (பெட்ரோலிய) எண்ணெயைத் தொடர்ந்து பெறுவதற்காக மேற்கொள்ளப்படுகின்றன என்பதை மறவாதீர்கள்! போருக்காக முதலீடு செய்த பணத்தை உண்மையான பிரச்சினைகளுக்குத் தீர்வு காண செலவழித்திருந்தால் மிகவும் நன்றாக இருந்திருக்கும். இந்தப் பணத்தில் மின்சாரக் கம்பி வலைகளை (கிரிட்ஸ்) கட்டமைத்திருந்தால் மீள்புதுப்பிக்கத்தக்க ஆற்றல் உற்பத்தியை மையமாக்கப்படாமல் (டிசென்ட்ரலைசேஷன்) செய்திருக்கலாம்; மில்லியன் கணக்கிலான தனிப்பட்ட கார்களை உயர்வேக ரயில் வலையமைப்பில் முதலீடு செய்வதன் மூலம் தவிர்த்திருக்கலாம்; மேலும், பல உயிர்களைக் காப்பாற்றியிருக்கலாம். முன்னமே குறிப்பிட்டபடி மகிழ்ச்சியான கோள் குறியீட்டில் முதலிடத்தை வகிக்கும் கோஸ்டா ரிகா 1959ஆம் ஆண்டு தன்னுடைய

இராணுவத்தைக் கலைத்து அதற்கான பணத்தைச் சமூக இலக்கு களுக்காகத் திசைதிருப்பியது.[7]

என்னுடைய சொந்த மாநிலமான கலிஃபோர்னியாவில் மிக மோசமான நிதிச்சிக்கல் ஏற்பட்டது. கூடுதல் ஆசிரியர்கள் வேலை இழந்தனர்; நூலகங்களும் பூங்காக்களும் மூடப்பட்டன; ஏழைக் குழந்தைகளின் நலவாழ்வுத் திட்டங்களில் குறைப்பு போன்ற செய்திகள் எங்களுடைய செய்தித்தாள்களில் நிரம்பியிருந்தன. கலிஃபோர்னியாவின் வரி செலுத்துபவர்கள் ஏறத்தாழ 115 பில்லியன் டாலரை ஈராக், ஆஃப்கானிஸ்தான் போர்களுக்காக 2001ஆம் ஆண்டிலிருந்து கொடுத் துள்ளனர் என்று என்பிபி கணித்துள்ளது.[8] இதே அளவு பணத்தில் நாம் பின்வருவனவற்றைப் பெற்றிருக்கலாம்:

ஓர் ஆண்டுக்கு 47,712,271 மக்களுக்கு நல உதவி, அல்லது ஓர் ஆண்டுக்கு 206,545,462 வீடுகளுக்குப் புதுப்பிக்கத்தக்க ஆற்றல், அல்லது 346,992 மக்கள் ஏற்கக்கூடிய செலவுகொண்ட வீடுகள், அல்லது ஓர் ஆண்டுக்கு 1,664,958 தொடக்கக் கல்வி ஆசிரியர்கள் அல்லது ஓர் ஆண்டுக்கு 2,070,973 பொது மக்கள் பாதுகாப்பு அலுவலர்கள், அல்லது ஓர் ஆண்டுக்கு 1,464,132 துறைமுகக் கலன் ஆய்வாளர்கள்.[8]

போதிய பணம் இல்லை என்று காரணம் கூறி மிக முக்கியமான பொதுமக்கள் சேவைகளைத் துண்டித்த அல்லது நம்முடைய பொருளாதாரத்தை முறைப்படுத்தப்பட்ட வளர்ச்சி நிலைக்கு மாற்றுவதற்கான நிதியுதவியை மறுத்த நம்முடைய தலைவர்களை இதுவரை அனுமதித்தது போதும். பணம் உள்ளது; மிக அதிகமாகவே உள்ளது; ஆனால், இது உலகம் முழுவதுமுள்ள போர்களில் வீணாக்கப்படுகிறது. தம்முடைய விழுமியங்களோடு பொருந்தும் வகையில் நம்முடைய அரசின் செலவிடுதல் இருக்க வேண்டும் என்பதை உறுதி செய்வது குடிமக்களாகிய நம்முடைய உரிமையும் பொறுப்புமாகும். பள்ளிகளையும் மக்கள் நல மருத்துவமனைகளையும், இதர முக்கிய சமூகத் தேவைகளையும் துண்டித்துவிட்டுப் போருக்கு நிதியுதவி செய்வது எனக்குப் பொருத்தமானதாகத் தோன்றவில்லை; உங்களுக்கும் அவ்வாறே தோன்றும் என்று நான் நம்புகிறேன்.

3. புறவயமாக்கலை அகவயமாக்குங்கள்

நீங்கள் இந்த நூல் முழுவதும் கண்டது போன்று, நம்முடைய வாழ்வில் அனைத்துப் பொருட்களையும் உருவாக்குவது, இடப்பெயர்ச்சி செய்வது, கழிவு அகற்றுவது போன்றவற்றிற்கான பல அடக்கவிலைகள் வியாபாரங்களால் அடிப்படையில் புறக்கணிக்கப்படுகின்றன. இதற்குப் பதிலாக இவை செயற்கையாகக் குறைந்த விலைகளை நிர்ணயித்து நுகர்வோரை ஈர்க்கின்றன. எனினும், அந்தப் 'புறவயமாக்கப்பட்ட அடக்கவிலைகள்' குவிந்து கொண்டிருக்கின்றன – இறுக்கம், நோய், இதர பொதுச் சுகாதாரச் சிக்கல்கள், சூழல் தாக்கங்கள், மண் அரிப்பு, வருங்காலச் சந்ததிகளுக்கு ஏற்படக்கூடிய தீங்குகள் போன்றவை; பொருட்களின் விலை அட்டைகளில் அடக்க விலைகள் பிரதிபலிப்பதில்லை. *நியூ யார்க் டைம்ஸ்* அண்மையில் ஒரு முதல் பக்கச் செய்திக் கட்டுரையை வெளியிட்டிருந்தது. இதில், உலகம் முழுவதுமுள்ள பழங்குடிச் சமுதாயங்கள் எப்படித் தாங்கள் உயிர்வாழச் சார்ந்திருக்கும் இயற்கை ஒருங்குகளில் ஏற்படும் தட்பவெப்பநிலை மாற்றங்களால் உண்மையாகவே இறக்கக்கூடிய வகையில் பயமுறுத்தப்படுகின்றன என்று விவரிக்கப்பட்டிருந்தது. அமேசானிலுள்ள கமயூரா பழங்குடியினம் உயிர்வாழ மீன்களைச் சார்ந்துள்ளது; ஆனால், நீர் வெப்பமடைந்து மறையும்போது, மீன்தொகை அழிந்து விடுகிறது. ஆக்ஸ்ஃபோர்டு பல்கலைக்கழகத்தின் சூழல் மாற்றம் நிறுவனத்தைச் சேர்ந்த முனைவர் தாமஸ் தோர்ன்டன் பின்வருமாறு கூறினார்: 'அவர்கள் (பழங்குடிமக்கள்) இந்தப் பிரச்சினையை உருவாக்கவில்லை; அவர்களுடைய வாழ்க்கை முறை தொழில்மயமாக்கப்பட்ட நாடுகளின் மாசுறுத்தலால் பயமுறுத்தப்படுகிறது."[9] மொத்தப் பழங்குடிச் சமுதாயமே அழிவதுதான் மாசுறுத்தும் தொழில்களால்

உருவாக்கப்படும் மறைந்துள்ள அடக்கவிலைகளில் மிக மோசமான ஒன்றாகும் என்று நான் நினைக்கிறேன்.

அனைத்தும் ஒருவிதமான 'அனுகூலமான' சமன்நிலையில் நிற்கும் வகையில், திறந்த சந்தையின் (ஃபிரீ மார்க்கெட்) அற்புதமான செயல் விலைகளை ஒழுங்குபடுத்த முடியும்; அதன்மூலம் விநியோகத்தையும் தேவையையும் மாற்றலாம் என்று பல பொருளியல் வல்லுநர்கள் தொடர்ந்து வாதாடுகின்றனர். ஆனால் எவருக்கு அனுகூலமாக? புறவயமாக்கப்பட்ட அடக்கவிலைகளைச் சரியாகக் கணக்கிடாமல் இருப்பது மீநுகர்வை ஊக்குவிக்கிறது. நம்முடைய உற்பத்தி மட்டு மின்றி நுகர்வு ஒருங்குகளின் உண்மையான அடக்கவிலைகளை நியாயமற்ற முறையில் மற்றவர்கள் ஏற்க வேண்டியுள்ளது. ஆனால், வியாபாரச் சொந்தக்காரர்கள் அதிக லாபத்தைச் சட்டவிரோதமாகச் சம்பாதிக்கின்றனர்; ஏனெனில், அவர்களுடைய உற்பத்திச் செயல் முறைகளின் முழுச் செலவையும் அவர்கள் கொடுப்பதில்லை. இது ஒரு சந்தைத் தோல்வி ஆகும் – அவ்வாறு ஒன்றிருந்தால்.

பால் ஹாக்கென் குறிப்பிடுகிறார்: 'சரியான தகவல்களைச் சந்தைகள் கொடுப்பதற்குப் பதிலாக, வேறு அனைத்துமே நமக்குச் சரியான தகவல்களைக் கொடுக்கின்றன: நம்முடைய காற்றுப் பிடிப்புப் பகுதிகள், நீர்ப்பிடிப்புப் பகுதிகள், நம்முடைய மண், ஆற்று ஒருங்குகள், நம்முடைய உடல்களும் உடல்நலமும், நம்முடைய சமுதாயம், உள்ளமைந்த நகரங்களும் நாட்டுப்புறப் பகுதிகளும், உலகளாவிய நிலைத்தன்மைச் சிதைவு, சூழல் பற்றாக்குறைகளின் அடிப்படையில் எழுந்த பூசல்கள் போன்றவை. விலைகள் கொடுக்க வேண்டிய தகவல்களை மேற்குறிப்பிட்ட அனைத்தும் கொடுக்கின்றன; ஆனால், விலைகள் இந்தத் தகவல்களைக் கொடுப்பதில்லை.'[10]

சமூகம் மட்டுமின்றி சூழல்நிலையியல் இழப்புகளுக்கான அடக்க விலைகளைக் கணக்கிடுவது முடியும் என்பதிலிருந்து முழுதும் முடியாதது வரையிலான நீண்ட நெடுக்கத்தைக் கொண்டது. தொழிலாளர் களிடம் ஏற்படும் புற்றுநோய், நரம்புச் சிதைவு போன்றவற்றைப் பிரதிபலிக்குமாறு ஒரு மடிக்கணினியின் விலையை, காங்கோவின் கோல்டான் சரணாலயத்திலுள்ள கொரில்லாக்களின் வாழ்விட இழப்பின் விலையை, கணினி குப்பையாகும் போது அதனால் ஏற்படும் மண், நிலத்தடி நீர் போன்றவற்றின் மாசுறுத்தலின் விலையை எப்படி நீங்கள் கணிப்பீர்கள், ஒழுங்குபடுத்துவீர்கள்? விலைகள் அதிகமாக ஏறும் என்பது மட்டும் நிச்சயம்.

எடுத்துக்காட்டாக, அமெரிக்காவில் பெட்ரோலியத்தின் விலை 2007ஆம் ஆண்டு ஒரு கேலனுக்கு ஏறக்குறைய மூன்று டாலர்கள்

இருந்தது. இது எண்ணெய்க் கண்டுபிடிப்பு, அதை நிலப்பரப்பிற்குக் கொண்டு வருதல், அதைப் பெட்ரோலியமாகச் சுத்திகரித்தல், பின்பு பெட்ரோல் விற்பனை நிலையங்களுக்கு எடுத்து வருதல் போன்ற வற்றின் அடக்கவிலைகளைப் பிரதிபலித்ததாகக் கருதப்பட்டது. எண்ணெய் நிறுவனங்களுக்குக் கொடுக்கப்பட்ட வரிச் சலுகைகள், அவற்றின் செயல்பாடுகளை வசதிப்படுத்தும் பொது உள்கட்டமைப்பு களை உருவாக்குதல், எண்ணெய் துளைத்து எடுக்கப்படும் அல்லது பதப்படுத்தப்படும் இடங்களில் உள்ள சமுதாயங்களின் உடல்நலப் பேணல் அல்லது தட்பவெப்பநிலை மாற்றத்தோடு தொடர்புடைய குறிப்பிடத்தக்க அடக்க விலைகள் போன்றவற்றை இது சேர்க்க வில்லை. அந்த எண்ணெயைப் பாதுகாப்பாகப் பெறுவதற்காக எண்ணெய் உற்பத்திச் செய்யப்படும் உலகின் மத்திய கிழக்குப் பகுதிகளில் இராணுவ இருப்பை வைத்திருப்பதற்கான மிக அதிக அளவிலான அடக்கவிலைகளையும் இது சேர்க்கவில்லை. தொழில் நுட்ப தரநிர்ணயத்திற்கான பன்னாட்டு மையத்தால் *(இன்டர்நேஷனல் சென்டர் ஃபார் டெக்னாலஜி அஸ்ஸஸ்மெண்ட்)* மேற்கொள்ளப்பட்ட ஒரு ஆய்வு அறிந்தது என்னவெனில் இந்த அடக்க விலைகள் ஏறத்தாழ ஒரு கேலனுக்குப் பன்னிரண்டு டாலராகும். அதாவது, ஒரு கேலனுக்கான மொத்த டாலர் மதிப்பு பதினைந்தாகும்.[11]

புறவயமாக்கத்தை அகவயமாக்குதல் அவசியமான ஒன்றுதான் என்றாலும், அதுவே பிரச்சினைக்கான முழுத்தீர்வாகாது என்று டேவ் பட்கெர் என்ற பொருளியல் வல்லுநர் கூறுகிறார்: ‘ஒரு குழந்தைக்கு பாதரச நஞ்சு ஏற்படுத்துவதால் உண்டாகும் பொருளாதார அடக்க விலையைக் கண்டுபிடித்து அதை நிலக்கரி ஆற்றலால் உண்டாக்கப் படும் மின்சாரத்திற்கான உங்களுடைய செலவில் சேர்ப்பதைவிட நிறுவனங்கள் பாதரச உமிழ்வை நிறுத்த வேண்டும்; அதற்கு முற்றுப் புள்ளி வைக்க வேண்டும். இந்த நச்சுப் பொருட்களையும் பதப்படுத்தல் களையும் நாம் முற்றிலுமாகத் தடை செய்வோம். ஒரு சிக்கலான சூழ்நிலை பிரச்சினைக்குள் நம்மைத் தள்ளாத அல்லது வாழ்வதற்கும் நல்ல உடல்நிலையைப் பெறுவதற்கும் ஆன மக்களின் உரிமைகளைக் கொடுக்காத அந்த அடக்கவிலைகளைப் பொருளின் விலையில் அகவயப்படுத்தினால் அது சந்தைத் தோல்விகளைச் சரிப்படுத்தும்.’

4. உற்பத்திப் பொருட்களைவிட நேரத்திற்கு அதிக மதிப்பு கொடுங்கள்

மிக அதிகமாக வேலை செய்வது அதிக அளவு இறுக்கம், சமூகத் தனிமைப்படுத்தம், மீநுகர்வு, உடல்நலப் பிரச்சினைகள் மட்டுமின்றி தட்பவெப்பநிலை மாற்றத்தையும்கூட உருவாக்கும் என்பதற்கான போதிய ஆதாரம் உள்ளது. வேலை நேரத்தைக் குறைப்பது மக்களுக்கும்

கோளுக்கும் நல்லது. ஜூலியட் ஷோர் என்ற பொருளியல் வல்லுநர் விளக்குவது போன்று, 'நுகர்வுகளை மிகவும் குறைப்பதற்கான வழியை அடைவதற்கான திறவு (கீ) உற்பத்தி வளர்ச்சியை அதிக வருவாய்க்குப் பதிலாகக் குறைக்கப்பட்ட வேலை நேரங்களாக மாற்றுவதுதான்.'[12] ஒரு புதிய அமெரிக்கக் கனவுக்கான மையம் (*சென்டர் ஃபார் ஏ நியூ அமெரிக்கன் ட்ரீம்*) என்ற அமைப்பு மேற்கொண்ட ஒரு ஆய்வின்படி ஐந்தில் ஒரு பங்கு முதல் மூன்றில் ஒரு பங்கு வரை மக்கள் தம்முடைய நேரத்தை வருவாயாக மாற்ற விரும்புகிறார்கள்.[13] வேலை செய்-கவனி-செலவிடு என்ற எந்திரத்தனமான வாழ்க்கையால் அவர்கள் சோர்வுற்றுப் பின்பு 'அதிகப் பொருட்களை வாங்க உதவும் ஒரு சிறிய வருவாய் உயர்வைவிட தங்களுடைய நண்பர்களுடனும், குடும்பத்துடனும் செலவிடும் அதிக நேரத்தால் ஏற்படும் மகிழ்ச்சியும் குறைக்கப்பட்ட இறுக்கமும் அதிக நன்மைகளைத் தரும்' என்று உணர்கிறார்கள்.

நாம் அனைவரும் குறைந்த அளவு வேலை செய்து, குறைந்த அளவுப் பொருட்களை வாங்கினால் என்ன நடக்கும்? பொருளாதாரம் குலைந்து விடாதா? ஏனெனில், தற்போது, பொருளாதாரம் சமனற்ற முறையில் நுகர்வோர் செலவிடுவதால் உந்தப்படுகிறது. இது ஒரு நாளைக்குள் நடைபெற்றால், நிச்சயம் இந்தக் குலைவு ஏற்படும். ஆனாலும் கவலைப் படாதீர்கள்; அவ்வாறு நடைபெறுவதற்கான வாய்ப்புகள் இல்லை. குறைவாக வேலை செய்து, குறைவாகப் பொருட்களை வாங்குவது படிப்படியாகச் செய்யப்பட வேண்டும். அதே நேரத்தில், இந்த மாற்றம் எவ்வளவு சுமுகமாக நடைபெற வேண்டுமோ அவ்வளவு சுமுகமாக நடைபெற வேண்டும். நம்மால் இதைச் செய்ய முடியும். இந்த நாட்டில் மிகப்பெரிய அளவில் உற்பத்திச் செயல் நடைபெறுகிறது. நுகர்வோர் தேவையும் தொழிலாளர் சந்தையும் இணக்கமான முறையில் குறைப்பை மேற்கொள்ள வேண்டும் என்பது மிக முக்கியம். ஷோர் கூறுவதுபோன்று, 'இந்த மாற்றத்தின் செயல்திட்டக் கூறுகள் எப்படி மேலாண்மை செய்யப்படுகிறது என்பதைப் பொறுத்து ஒவ்வொரு பணியிலும் செலவிடப்படும் சராசரி மணிகளின் எண்ணிக்கையைக் குறைப்பதன்மூலம் வேலை வாய்ப்புகளை விரிவாக்கலாம்.'[12] நமக்குத் தேவை எந்தவிதப் பாதிப்பும் இல்லாமல் மக்கள் தம்முடைய வேலை யைக் குறைக்க வழி செய்யும் ஒரு படிப்படியான அமைவு மாற்றம்தான். இதனை ஊக்குவிக்கும் சில செயல்திட்டங்கள் கட்டாயமாக்கப்பட்ட விடுமுறைச்சட்டம், முழு நேரப் பணியில்லாமல் வாழ்க்கைப்பணி முன்னேற்றத்தை அனுமதிக்கும் விருப்பத்தேர்வுகள், பணி பங்கீட்டுத் திட்டங்களின் பெருக்கம் போன்றவையாகும். பல ஐரோப்பிய நாடுகள் இத்தகைய வசதிகளைப் பெற்றிருக்கின்றன. எடுத்துக்காட்டாக, நெதர்லாந்திலும் டென்மார்க்கிலும் மக்கள் தொகையில் 40 விழுக்காடு

வரை மக்கள் பகுதிநேர வேலைகளைச் செய்கிறார்கள்; இவர்கள் பாகுபாடில்லாச் சட்டங்களால் பாதுகாக்கப்படுகின்றனர்.[13] வேலை நேரங்களைக் குறைப்பதற்கான மற்றொரு வழி விடுமுறைக் காலத்தை அதிகரிப்பதுதான். 14 விழுக்காடு அமெரிக்கர்கள் மட்டுமே இரண்டு வாரங்கள் அல்லது அதற்கு மேற்பட்ட கால விடுமுறையைப் பெறுகிறார்கள்; 127 இதர நாடுகளைப் போன்றல்லாமல், நம்மிடையே தற்போது ஊதியத்தோடு கூடிய விடுமுறைக்கான சட்டம் எதுவுமில்லை.[14]

முழு நேர வேலையிலிருந்து அதன் அனுகூலங்களைப் (குறிப்பாக, உடல்நலப் பாதுகாப்பை) பிரிப்பது வேலை நேரக் குறைப்பை வசதி செய்வதற்கான ஒரு மிகவும் திறன்மிக்க கருவியாகத் திகழலாம். தற்போது, குறைந்த வேலை செய்ய வேண்டும் என்று பயப்படுவதனால், பலர் முழு நேர வேலையை விடுவதில்லை. அவர்களின் பணி அந்தஸ்தைக் கருத்தில் கொள்ளாமல், தேவைப்படும் அனைத்து மக்களுக்கும் நல்ல உடல்நலப் பாதுகாப்பு வசதிகளை உறுதி செய்கின்ற, நாட்டளவிலான ஒரு பொதுவான உடல்நலத்திட்டத்தை நிறைவேற்றுவதுதான் மேற்கூறியதை அடைவதற்கான சிறந்த வழியாகும். இந்தத் திட்டத்தை நிறைவேற்றும் வரை ஒரு குறுகிய கால, இடைக்காலத் திட்டத்தை மேற்கொள்ளலாம்: ஒரு தொழிலாளி வேலை செய்யும் மணிகளுக்கேற்ப அல்லது தொழிலாளர்களின் எண்ணிக்கையைக் கணக்கில் எடுத்துக்கொள்ளாமல், ஊதியத்தில் ஒரு குறிப்பிட்ட விழுக்காட்டை உடல்நலப் பாதுகாப்பிற்காக வேலை கொடுப்பவர் வழங்கலாம். தொழிலாளர் அடிப்படையில் நிறுவனங்கள் உடல்நலப் பாதுகாப்பிற்குப் பணம் கொடுக்கும் போது, இரண்டு பகுதி நேரத் தொழிலாளர்களைவிட ஓர் அதிக வேலை செய்யும் தொழிலாளியை வேலைக்கு அமர்த்துவது நிறுவனங்களுக்கு ஒரு கட்டமைக்கப்பட்ட அனுகூலத்தைக் கொடுக்கிறது. இங்குள்ள குறிப்பிடத்தக்க அம்சம் என்னவெனில், ஒரு ஒருங்குசார் நோக்கு இல்லாத காரணத்தால், பெரும்பாலான சூழல்நல ஆர்வலர்கள் உடல்நலப் பாதுகாப்புச் சீர்திருத்தங்களை ஒரு முக்கிய முன்னுரிமையாக அடையாளம் கண்டுணர்வதில்லை. எனினும், நாட்டளவிலான ஓர் உடல்நலப் பாதுகாப்புத் திட்டத்தை அடைவது நம்முடைய ஒட்டுமொத்தச் சூழல்தாக்கத்தைக் குறைப்பதை நோக்கிய ஒரு குறிப்பிடத்தக்கப் படிநிலையாகும் என்பது தெளிவாகிறது. ஏனெனில், உடல்நல அனுகூலங்களைப் பெறுவதற்கு மக்கள் முழுநேரப் பணி செய்ய வேண்டியதில்லை என்றால், பலர் குறைந்த மணி நேரங்கள் வேலை செய்வார்கள்; குறைந்த அளவு பொருட்களை வாங்குவார்கள்; குறைந்த குப்பையாக்கம் செய்வார்கள்; மேலும் கோளுக்கு உதவி செய்யும் சமுதாயச் செயல்பாடுகளிலும் குடிமைச் செயல்பாடுகளிலும் தம்மை ஈடுபடுத்திக்கொள்ள அதிக நேரம் பெறுவார்கள்.

புதிய உலக முற்போக்குப் பார்வை

இன்றைய உலகம் பின்வருமாறு காட்சியளிக்கிறது என்று நமக்குத் தெரியும்: தட்பவெப்பநிலை ஒருங்கின்மை, புதிதாகப் பிறந்த குழந்தைகளையும் சேர்த்து இந்தக் கோளிலுள்ள ஒவ்வொருவரின் உடலிலும் உள்ள நச்சு வேதிப்பொருட்கள், வளர்ந்துவரும் சமூகச் சமனின்மை, மறைந்துவரும் காடுகளும் தூய்மையான காற்றும், அதிகரித்துவரும் சமூகத் தனிமைப்படுத்தம், குறைந்து வரும் மகிழ்ச்சி, தேவையான மாற்றங்களை நாம் உண்டாக்கிய பின்பு, எதிர்காலம் எப்படியிருக்கும்? என்னுடைய கனவுகளால் தூண்டப்பட்ட, பல்வேறு அறிவியல் அறிஞர்களின் திட்டங்களாலும், பொருளியல் வல்லுநர்களின் திட்டங்களாலும் அறியப்பட்ட ஒரு காட்சியமைப்பு இதோ. மற்றவர்களோடு ஒன்று சேர்ந்து உருவாக்கப்படும் நம்முடைய சமுதாயத்தின் புதிய உலகப் பார்வை, இந்தக் காட்சி அமைப்பிலிருந்து வேறுபடும் என்றாலும், இதில் உள்ள முக்கிய விஷயம் என்னவென்றால் நாம் எதற்காகப் போராடுகிறோம் என்பதைத் தெளிவாக நம்முடைய கண் பார்வையிலேயே வைத்துக்கொள்ள வேண்டும். ஏனெனில், நாம் எந்த விஷயங்களுக்கு எதிராகப் போராடுகிறோமோ அவையெல்லாம் நம்மைச் சுற்றியே உள்ளன:

இது 2030ஆம் ஆண்டு. இந்த நகரத்தில் சிரிப்பின் ஓசையும் பறவைப் பாட்டும் கேட்கின்றன. வீதிகளில் குழந்தைகள் எல்லா இடங்களிலும் விளையாடிக் கொண்டிருக்கின்றன. முன்பிருந்த கார் நிறுத்தங்களிலும், புல் மைதானங்களிலும் வளர்க்கப்பட்டிருக்கும் காய்கறித் தோட்டங்களைப் பராமரித்துக்கொண்டும், துவைத்தத் துணிகளைக் காற்றில் உலர்த்திக் கொண்டும் இருந்த பெரியவர்களின் பார்வையிலிருந்து சற்றே விலகிதான் குழந்தைகள் விளையாடிக் கொண்டிருக்கின்றன. சமுதாய வாழ்க்கையை மனத்தில்கொண்டு அதிக நெருக்கமான வீட்டு வசதிகள் கட்டுமானம் செய்யப்பட்டுள்ளன. மிதிவண்டிப் பாதைகள், மக்கள் கூடுவதற்கான நிழலான இடங்கள், பழ, காய்கறி வண்டிகள், சுகமான உணவு விடுதிகள் போன்றவை வீதிகளை நிரப்பியுள்ளன.

இரண்டு முக்கியக் காரணங்களால் இப்பொழுதெல்லாம் காற்று சுத்தமாக இருக்கிறது. முதலாவது, சொந்த கார்கள் ஏறத்தாழ முற்றிலுமாக மறைந்துவிட்டன. நகரத்தின் மூலை முடுக்கெல்லாம் சரியான நேரத்தைக் கடைப்பிடிக்கும் பொது போக்குவரத்து ஒருங்கு தற்போது சேவை செய்துவருகிறது. இவை சுத்தமான, புதுப்பிக்கத்தக்க ஆற்றலால் உந்தப்படுகின்றன. இரண்டாவது, மாசுறுத்தும் தொழிற்சாலைகள் அழிந்துவிட்டன; கார்பன், கழிவு, மாசுறுத்திகள் போன்றவற்றின் மேல் ஒன்றின் மேல் ஒன்றாகப் போடப்பட்ட அதிக வரிகளின் தாக்கத்தால் அவை துரத்தப்பட்டுவிட்டன. கன்னித்தன்மையான மூலக்கருப் பொருட்களின்

உயர்ந்த விலையும், சுத்தமான தொழிற்சாலைகளுக்கான அரசு ஊக்கங்களும் இவற்றைத் துரத்துவதற்கான காரணங்களாகும்.

நச்சு வேதிப்பொருட்களின் மேல் மிகவும் கடினமான தடை இருப்பதாலும், பொது சுகாதாரத்திற்கும் சூழலுக்கும் கடந்தகாலத்தில் நடந்த சிதைவுகளைப் பழுதுபார்க்க செலவு செய்ய வேண்டியிருப்பதாலும், தொழிற்சாலைகள் தங்களுடைய உற்பத்திப் பொருட்களில் அபாயகரமான வேதிப்பொருட்களைத் தொடர்ந்து பயன்படுத்த முடியாத நிலையில் உள்ளன. சூழல் நல வேதியியலாளர்களும், உயிரிப் பாவனை வல்லுநர்களும் முனைப்பாகச் செயல்படுகின்றனர். அதன் விளைவாக நச்சு அற்ற மாற்றுகளை அழகு சாதனப் பொருட்களிலுள்ள பாராபென்கள், ீதலேட்கள் முதல், அறைக்கலன்களிலுள்ள தீத்தடுப்புப் பொருட்கள், பொம்மைகளிலுள்ள பாலிவினைல் குளோரைடு வரையிலான ஒவ்வொரு பொருளுக்கும் கொடுக்க முயன்று வருகிறார்கள். திறனற்ற, நச்சு நிறைந்த கட்டடங்கள் மாற்றிமையக்கப்பட்டு, வீடுகளுக்கும் அலுவலகங்களுக்கும் இதுவரை மக்கள் பெற்றுவந்த ஒவ்வாத் தன்மை நீக்கப்பட்டுவிட்டது.

சூழலோடு ஒத்துப் போகும் பொருளாதார மாற்றத்தோடு நாங்கள் இயங்கத் தொடங்கிவிட்டோம். உலகம் முழுவதுமுள்ள அரசுகள் கூட்டாக ஓர் உயிரியல், தட்பவெப்பநிலையியல், சூழ்நிலையியல் வல்லுநர்களின் குழுவை அமைக்கின்றன. உலகின் வரம்புகளுக்கும், சமூகச் சமன்நிலையைப் பாதுகாக்கும் வகையிலும், எந்த அளவுகள் நுகர்வும் வெளியீடும் முறைப்படுத்தப்பட்ட வளர்ச்சி நிலைக்குச் சாதகமானவை என்பதை அறிய அந்தக் குழு முயற்சி செய்து வருகின்றது. கோளால் மீண்டும் உருவாக்கத் தேவையான நேரத்தைவிட வேகமாக நாம் இயற்கை மூலப் பொருட்களைப் பயன்படுத்துவதில்லை; இந்த மதிப்புமிக்க மூலப் பொருட்களை நாம் நியாயமாகவும், விவேகத்துடனும் பங்கிடுகிறோம்; பூஜ்யக் கழிவு நோக்கிய எங்களுடைய இலக்கை நாங்கள் நெருங்கிவிட்டோம். தற்போது தேவையற்ற பொட்டலம் கட்டுதல் இல்லை; இதன் மூலம் முந்தைய கழிவுப்பாதை பிரம்மாண்டத்தின் ஒரு பகுதி நீக்கப்பட்டுவிட்டது. தொழுவுரமாக்கக்கூடிய அளவிற்கு மட்டுமே நாங்கள் தற்போது கரிமக் (ஆர்கானிக்) கழிவுகளை உருவாக்குகிறோம்; அவற்றின் மதிப்புமிக்க ஊட்டச்சத்துகளை மண்ணுக்கே திருப்பி அனுப்பிவிடுகிறோம்.

வடிவமைப்பாளர்களும், பொறியாளர்களும், தொழில்நுட்பவியலாளர்களும் நாம் ஏற்கனவே பெற்றுள்ள மூலப்பொருட்களிலிருந்து அதிகமான பொருட்களை எவ்வழிகளில் பெறுவது என்பதைப்பற்றி தொடர்ந்து ஆய்வு செய்து, கண்டுபிடித்து மேம்படுத்துகிறார்கள். மூலப் பொருட்களின் திறனை முடிந்த அளவுக்குப் பெருக்கவும் கழிவுகளை முடிந்த அளவுக்குக் குறைக்கவும் வியாபாரிகள் ஒத்துழைக்கிறார்கள். மேலும், ஒரு தொழிற்சாலையின் கழிவு மற்றொன்றின் மூலப்பொருளாகப்

பயன்படுத்தப்படுவதை ஊக்குவிக்கும் 'தொழில்சார் சூழ்நிலையியல்' பரவலாகக் காணப்படுகிறது.

பொருட்களோடு நாங்கள் வேறு விதமான உறவைப் பெற்றுள்ளோம். இயற்கை மூலப்பொருட்களைப் பிரித்தெடுத்தலிலிருந்து உற்பத்திப் பொருள் விநியோகம் வரையிலுள்ள ஒவ்வொரு நிலையிலும் புறவய மாக்கப்பட்ட அடக்கவிலைகள் அகவயமாக்கப்படுகின்றன; இதனால் உற்பத்திப் பொருட்களில் பல, கோளின் மீது அவற்றின் தாக்கம் அல்லது அதை வாங்குவதற்கும் பராமரிப்பதற்கும் நாம் செலவிடும் நம்முடைய நேரத்தின் அளவு ஆகிய இரண்டு அடிப்படைகளிலும், வாங்குவதற்குத் தகுதியற்றவை என்பதை நாங்கள் உணர்ந்துவிட்டோம். தற்போது நம்முடைய நேரத்தை வேறு பல விஷயங்களில் செலவிட வாய்ப்புகள் உள்ளன. பல சமுதாயங்களில் வட்டார உற்பத்தி மூலம் பெறப்பட்ட ஆரோக்கியமான பொருட்கள், குறிப்பாக உணவு, ஜவுளிகள், ஆற்றல், போன்றவற்றைப் பெற்ற உயிர்ப்புள்ள வட்டாரப் பொருளாதாரங்கள் உள்ளன. உடன்விலக்கக்கூடிய பொருட்கள் அதிக விலை கொண்டவை, அரிதானவை. நிலைத்துச் செயல்படக்கூடிய வகையில் உற்பத்திப் பொருட்கள் கட்டமைக்கப்படுகின்றன. நுகர்வோரால் வாங்கப்படுவதற்குப் பதிலாக, பல பொருட்கள் சேவை ஒப்புதல்களுடன் கூடிய குத்தகைகள் மூலம் பெறப்படுகின்றன. அவற்றின் பயனுள்ள வாழ்க்கையின் முடிவில் பொருட்கள், அவற்றை உருவாக்கிய நிறுவனங்களால் மீண்டும் எடுத்துக் கொள்ளப்படுகின்றன. பின்பு பழுதுபார்க்கப்படுகின்றன அல்லது பிரிக்கப் பட்டுப் பயனுள்ள கூறுகள் பெறப்படுகின்றன.

பராமரிப்பு, பழுதுபார்த்தல், பிரித்தல் போன்றவை உற்பத்திக்கு மாறாக, முன்பிருந்ததைவிட, வேலைகளுக்கான அதிக முக்கியத்துவம் வாய்ந்த மூலங்களாக உள்ளன. இதேபோன்றுதான் அறிவியலும், தொழில் நுட்பவியலும் உள்ளன. முன்பிருந்த அளவு பொருளாதார வளர்ச்சி இல்லாததால் நாம் முழுநேரப் பணிகளை வைத்திருக்க முடியவில்லை என்றாலும், ஒருவர்கூட இதைப்பற்றி முறையிடுவதில்லை. பதிலாக, முழு அனுகூலங்களுடன்கூடிய பகுதி நேர வேலைகளை மக்கள் செய்கிறார்கள், பெரும்பாலும் வியாபாரத்தில் சொந்தம் கொண்டாடும் வகையில்.

மூலப்பொருள் பயன்பாட்டுக்கு வரி வசூலிக்கப்படுகிறது; அடிப்படைத் தேவைகளுக்கான பயன்பாடுகளுக்குக் குறைந்தபட்ச வரி அல்லது வரி யின்மை நிலவுகிறது என்றாலும், உயர் கொள்ளளவுப் பயன்பாடுகளுக்கு அதிகவரி வசூலிக்கப்படுகிறது. இதனால், அந்த மூலப்பொருட்களின் விலை உயர்கிறது; மேலும், மக்களாலும் தொழிற்சாலைகளாலும் அவற்றின் திறன்மிக்க, அரிதான பயன்பாடு ஊக்குவிக்கப்படுகிறது. பழைய வளர்ச்சி-அடிப்படை ஒருங்கிலிருந்து நாம் அதிக அளவில் பெற்ற சமனற்ற, செல்வப் பங்கீட்டைச் சமாளிப்பதற்கு, வருவாய்ச்

சமனின்மைக்கு உயர் வரம்புகளை நிர்ணயிப்பதன் மூலம் படிப்படியாக மூலப்பொருட்களை நாங்கள் மறுபங்கீடு செய்கிறோம். கடின உழைப்பும் கூடுதல் பங்களிப்புகளும் தொடர்ந்து வெகுமானம் பெறுகின்றன என்றாலும், முன்னால் இருந்த மிக அதிக அளவுக்கல்ல. (அமெரிக்கப் பெருவணிக நிறுவனங்களில் இருபத்து ஒன்றாம் நூற்றாண்டின் தொடக்கக் காலங்களில் நிர்வாக அதிகாரியின் சம்பளம் ஒரு நிறுவனத்தின் குறைந்த பட்ச சம்பளத்தைவிட ஐந்நூறு மடங்குகள் கூடுதலாக இருந்தது). இந்தச் சம்பள நெருக்கத்தை நாங்கள் ஐம்பது மடங்குகள் குறைத்துவிட்டோம்; எனவே, ஒரு நிறுவனத்தின் குறைந்தபட்ச சம்பளம் 20,000 டாலராக இருந்தால், அதிகபட்சம் 1,000,000 டாலராக மட்டுமே உள்ளது. வரும் ஆண்டுகளில் இந்த இடைவெளியை மேலும் குறைக்கத் திட்டங்கள் தீட்டப்பட்டுள்ளன. வளர்ச்சியின் ஒரு அளவீடாகப் பரவலாகப் பயன் படுத்தப்படுவது மகிழ்ச்சிக் கோள் குறியீடு ஆகும்; இது நாம் நல்வாழ்வைப் பெற எவ்வளவு திறம்பட இயற்கை மூலப்பொருட்களைப் பயன்படுத்து கிறோம் என்பதைப் பிரதிபலிக்கிறது.

வாழ்வின் மொத்த வேகமும் இளைப்பாறுதலாக இருக்கிறது; 'மெதுவான, குறைந்த (தாக்கம்)' என்பது புதிய மந்திரமாகத் திகழ்கிறது. வருவாய்கள் குறைவாக இருந்தாலும், முன்னால் நம்மில் பலர் அனுப விக்காத ஏதோவொன்றில் நாம் செல்வந்தர்களாக இருக்கிறோம். நமக்கு அதிக அளவுக்கு ஓய்வு நேரம் கிடைக்கிறது. உடல்பருமன், மனச்சோர்வு, தற்கொலை, புற்றுநோய் போன்றவற்றின் அளவுகள் குறைவாக உள்ளன. நூலகங்களும் குடிமைசார் உறுப்பாண்மையும் (சிவிக் மெம்பர்சிப்) அதிகமாகியுள்ளன; இதுபோன்றே, கூடைப்பந்து, கால்பந்து, பொக்சி (ஒருவகை பந்து விளையாட்டு) கிளப்களும் அதிகமாகியுள்ளன. குறிப்பிடத்தக்க அதிக எண்ணிக்கையில் மக்கள் வாக்களிக்கிறார்கள், மேலும், தாங்கள் அக்கறை கொண்டுள்ள விஷயங்களில் தன்னார்வத் தொண்டும் (வாலன்டீரிங்), பிரச்சாரமும் செய்கிறார்கள். பெருவணிக நிறுவனங்கள் அல்லாமல், குடிமக்கள்தான் மிக அதிக அளவுத் தாக்கங் களைப் பெற்றுள்ளனர். தற்போது அரசு எளிதில் அணுகக்கூடியதாகவும், வசீகரிக்கக்கூடியதாகவும், துலங்கல் மேற்கொள்ளக்கூடியதாகவும் இருப்பதால் வாழ்க்கையை மேலும் சிறப்பானதாக்க ஏறத்தாழ முடிவற்ற எண்ணிக்கைகளில் வழிமுறைகள் உள்ளன. திட நம்பிக்கையும் எதிர் பார்ப்பு உணர்வுகளும் மக்களிடம் நிரம்பிக் காணப்படுகின்றன.

மாற்றமும் நம்பிக்கையும்

ஒருங்கு மாற்றம் தவிர்க்க முடியாததாகும். நாம் மாறுவோமா என்பது முக்கியமல்ல, எப்படி மாறுவோம் என்பதுதான் முக்கியம். நம்முடைய வடிவமைப்பினால் மாறுவோம் என்று எண்ணும் அளவுக்கு நாம் முற்போக்குச் சிந்தனைகள் கொண்டுள்ளோமா அல்லது தவறு

களால் மாறுவதற்கு வலியுறுத்தப்படும் வரை நாம் காத்திருக்கப் போகிறோமா? வடிவமைப்பால் மாறுவதற்கு நமக்குக் கடின உழைப்பும் கொஞ்சம் சகிப்புத்தன்மையும் தேவைப்படப் போகின்றன என்றாலும், அதிக லாபம் கிடைக்கும். முதலாம் ஜார்ஜ் புஷ் கூறியபடி (அல்லது டிக் செனி - இந்தக் கூற்று இருவருக்கும் உரித்தாக்கப் பட்டுள்ளது) மற்றவர்கள் எங்களை வலியுறுத்த வேண்டும் என்பதை மறுத்தும், அமெரிக்க வாழ்க்கைமுறை பேரம் செய்யக்கூடிய ஒன்றல்ல என்று எண்ணியும், மற்றொரு கோளை நாம் சேமிப்பில் பெற்றிருக் கிறோம் என்ற தவறான எண்ணத்துடன் நம்முடைய மூலப் பொருட் களின் பயன்பாட்டில் சிறிதளவுகூட மாற மறுப்போம் என்றும் இருந்தால், தேவையில்லாமல் மேலும் அதிக அளவு பலாத்காரம், துன்பம், நியாயமின்மை போன்றவை காணப்படும். இத்தகைய நிலைமையிலும் மாற்றம் தொடர்ந்து நடைபெறக்கூடும். சுத்தமான நீர், நல்ல மகசூல் அளிக்கும் பண்ணை நிலம், தொல்படிம எரிபொருட்கள் போன்ற வற்றைக் கோள் இழக்கும் தருவாயில் மிக மோசமான நிலைமைகள் ஏற்படும்; வாழ்க்கையை பயமுறுத்துகின்ற, மூலப்பொருட்களின் பற்றாக்குறையால் உலக முழுவதுமுள்ள அவற்றைப் பெறும் குறைந்த பட்ச வாய்ப்பு (ஆக்ஸஸ்) கொண்ட மக்கள் - நீர், மீன், தங்குமிடம் ஆகிய எதுவுமில்லாத மக்கள் - மூலப்பொருள் பயன்பாட்டில் உள்ள மிகப்பெரிய சமனின்மையை முடிவில் தாங்கமாட்டார்கள். இது நடக்கும்போது, நாம் கோளின் திறன் இயல்பு வரம்புகளை எட்டுவது மட்டுமல்லாது சமூக, நெறிசார் வரம்புகளையும் எட்டி விடுவோம். அந்த நிலையில் மாற்றங்கள் நம் மேல் திணிக்கப்படும்.

செயலற்றுப் போன எடுத்தல்-செய்தல்-கழிவுநீக்கல் ஒருங்கின் அடக்க முடியாத தன்மை காணப்படும் போதும், தட்பவெப்ப நிலைக் குழப்பம், இயற்கை மூலப்பொருட்களின் இழப்பு போன்றவை தொடர்பான புள்ளிவிவரங்களின் கடுமை நிலவும் போதும் எவ்வாறு நான் நம்பிக்கையுடன் இருக்கிறேன் என்று மக்கள் அனைத்து நேரங் களிலும் என்னைக் கேட்கிறார்கள். உண்மையிலேயே, இன்றும் நமக்கு நம்பிக்கை இருக்கிறது என்று நான் நம்புகிறேன். மாற்று ஒருங்குகள் இருக்கின்றன என்பதைப் பற்றிய அறிவின் அடிப்படையிலும், போது மான அளவு மக்கள் மாற்றம் வேண்டும் என்று விரும்பும் போதும், நாம் ஒன்றுசேர்ந்து ஒரு புதிய பாதையைத் தேர்ந்தெடுத்துச் செயல்படலாம் என்பதில் என்னுடைய அசைக்க முடியாத தன்னம்பிக்கை உள்ளது. ஐந்தில் நான்கு பங்கு அமெரிக்கர்கள் பசுமையில்ல வாயுக்களின் மேல் கட்டாயமாக்கப்பட்ட கட்டுப்பாடுகளைப் புகுத்த வேண்டும் என்று விரும்புகிறார்கள்; நம்மில் பத்தில் ஒன்பது பேர் அதிக எரிபொருள் திறன் திட்டங்களை விரும்புகிறார்கள்; மூன்றில் ஒரு பங்கு மக்கள் சுத்தமான ஆற்றலை, தாங்கள் சிறிது கூடுதல் பணம் கொடுக்க

வேண்டும் என்றால்கூட, விரும்புகிறார்கள்.[15] தம்முடைய சக்திக்குள் எப்படி வாழ்வது என்பதையும் எதிர்காலத்திற்காக எப்படிச் சேமிக்க வேண்டும் என்பதையும் அதிக அமெரிக்கர்கள் மீண்டும் கற்றுக்கொள் கிறார்கள் – 2008ஆம் ஆண்டிலிருந்து தனிமனிதரின் சேமிப்பு வேகம் பத்து ஆண்டுகளில் இப்பொழுதுதான் அதிகமாகியுள்ளது.[16] 1968ஆம் ஆண்டுக்குப்பின் எந்த ஆண்டையும்விட வாக்களிக்கக்கூடிய வயதில் உள்ள அதிக மக்கள் 2008ஆம் ஆண்டு கூட்டாட்சித் தேர்தலில் வாக்களிக்க வந்தனர் (ஏறக்குறைய 57 விழுக்காடு).[17] இவையனைத்தும் நல்ல அறிகுறிகளாகும். சூழல் தொலைநோக்காளரான பால் ஹாக்கென் அண்மையில் இவ்வாறு கூறினார்: 'புவியில் என்ன நடக்கிறது என்பதன் அறிவியலைக் கண்டு சோர்வு மனப்பான்மை கொள்ளாதவராக நீங்கள் இருந்தால் தரவுகளை நீங்கள் புரிந்துகொள்ளவில்லை என்று பொருள் படும். ஆனால், இந்தப் புவியையும் ஏழைகளின் வாழ்க்கையையும் நல்ல நிலைக்கு மீள்கொணர வேண்டும் என்பதை நோக்கி-உழைக்கும் மக்களைச் சந்தித்தபின்னும் தன்னம்பிக்கை கொள்ளாதவராக இருந்தால் உங்களுக்கு நாடித்துடிப்பு இல்லை என்று பொருள்படும்.'[18]

உயிரிக்கோளத்தை *(பயோஸ்பியர்)* நல்ல நிலைமைக்கு மீள் கொணரவும், சமூகச் சமன்நிலையை மேம்படுத்தவும் உழைத்து வருகின்ற, உலக முழுவதுமுள்ள, மக்களை நான் தொடர்ந்து சந்தித்து வருகிறேன். தாங்கள் வளர்த்து வரும், செயல்படுத்தும் அனுபவப் பூர்வமான தீர்வுகளுடன்கூட அவர்களின் இருப்பே நம்பிக்கை யின்மைக்கான ஒரு வலுவான மாற்று மருந்தாகும். ஒரு மாற்று உலகத்தை உருவாக்குவதில் உள்ள நம்முடைய திறனில் எனக்குள்ள நம்பிக்கையை அவர்கள் பலப்படுத்துகின்றனர். நம்முடைய ஆற்றல் தேவைகளைப் பேணுதல் மூலமும் புதுப்பிக்கத்தக்கவற்றின் மூலமும் பூர்த்தி செய்துகொள்ள முடியும். நம்முடைய உற்பத்திப் பொருட்களை நச்சுகளோ கழிவுகளோ இல்லாமல் உண்டாக்க முடியும். நுகர்வுப் பழக்கத்தைச் சமுதாய, குடிமைச் செயல்களில் ஈடுபாடு கொள்வதன் மூலம் மாற்ற முடியும் போன்றவை முழுவதும் சாத்தியமானவையே என்று நாம் அறியும்போது எப்படி நாம் இந்த முயற்சிகளைக் கைவிட முடியும்?

2009ஆம் ஆண்டின் மையத்தில் ஒரு குடும்ப நிகழ்வுக்காக நான் இங்கிலாந்திற்குச் செல்ல வேண்டியிருந்தது. அங்கிருந்த போது வேல்ஸின் ஒரு கிராமப் பகுதிக்கு ஒரு வார சுற்றுலாவிற்கு என்னுடைய நண்பர் ஒருவர் என்னை அழைத்துச் சென்றார். என்னுடைய மனதில் பதிந்த விஷயங்கள் அனைத்தும் ஏழு நாள்களுக்குள் ஏற்பட்டவை என்றாலும், அந்தக் கால கட்டத்திற்குள் நாங்கள் அந்த நாட்டின் பெரும் பகுதிக்குச் செல்ல முடிந்தது; மேலும், நான் கண்டவை, அல்லது உண்மையில் நான் காணாதவை, என்னை மிகவும் கவர்ந்தன. வேல்ஸ் ஒரு சிறிய, ஓரளவுக்கு ஒருமித்தமைந்த நாடாகும். எனினும், எப்படி மகிழ்ச்சிக் கோள் குறியீட்டில் நம்மைவிட அதிக தர எண்ணைப் பெற்றுள்ள அனைத்து லத்தீன் அமெரிக்க, ஆசிய நாடுகளிலிருந்து நாம் கற்றுக் கொள்ள வேண்டியது நிறைய உள்ளதோ, அதேபோன்று வேல்ஸின் வெற்றிகளிலிருந்தும் நாம் கற்றுக்கொள்ள வேண்டியது அதிகமுள்ளது.

வேல்ஸில் நான் காணாத இரண்டு விஷயங்கள் குறிப்பாக என்னை அதிர்ச்சிக்குள்ளாக்கின. முதலாவது, ஏறத்தாழ ஒரு விளம்பரத்தையும் சுவரொட்டியையும் நான் காணவில்லை. ஒவ்வொரு நகரமாக நாங்கள் சென்றபோது, இந்தப் பொருளை வாங்குங்கள் என்று நமக்குக் கூறும் உரத்த அடையாளங்களை நான் காணவில்லை/கேட்கவில்லை. நான் காலத்தால் ஒரு நூறு ஆண்டுகளுக்கு முன்பு சென்றுவிட்டேனோ என்ற உணர்வு என்னுள் எழுந்தது. தொடர்ந்து காணப்படும்/கேட்கப்படும் விளம்பரங்களிலிருந்து விலகியிருப்பது எனக்கு ஒரு பெரிய மாற்றமாக இருந்தது. எப்பொழுதும் முடியாத ஒரு கட்டடக் கட்டமைப்புத் திட்டத்தின் செவிடாக்கும் ஓசைக்குப் பழக்கப்பட்டு வளர்ந்த நான் ஒரு ஓசையற்ற அமைதியை மீண்டும் அனுபவிப்பது போன்று உணர்ந்தேன். அந்த வாரம் முழுவதும் பெருவழிச்சாலையில் ஒரே ஒரு வணிகக் கூட்டு வளாகத்தையும் *(மால்)*, இரண்டு பிக்-பாக்ஸ் சில்லறை வணிகக் கடைகளையும் மட்டுமே நான் கண்டேன். நகரங்களிலிருந்த கடைகள் பெரும்பாலும் சிறியவை, வட்டார மக்களுக்குச் சொந்தமானவை; இவை இறக்குமதி செய்யப்பட்ட பொருட்களையும் வட்டாரப் பொருட்களையும் விற்றன. இதன் மூலம் வட்டாரச் சமுதாயத்தில் அதிகப் பணத்தை வைத்துக்கொள்ள முடிந்தது. அமெரிக்காவில் நம்முடைய நிலத்தோற்றக் காட்சியை வணிக நிறுவனங்களின் செறிவு எந்த அளவுக்கு ஆக்கிரமித்துள்ளது என்பதை மீண்டும் உணர இது உதவியது. மேலும், எப்படி ஒவ்வொரு நாளும் அந்த ஓயாதத் தாக்கம் நம்மில் அனைவரையும் பாதிக்கிறது என்பதையும் உணர்ந்தேன்.

இரண்டாவது, மேலும் அதிக முக்கியமான ஒன்றின் இல்லாமையை நான் கண்டேன்: வீடு இல்லாத ஒரு மனிதரை மட்டுமல்ல ஒரு சேரியைக்

கூட என்னால் காண முடியவில்லை. குப்பைக் கூளத்தால் நிரம்பிய ஓர் அண்டைப் பகுதியைக்கூட காண முடியவில்லை. நகராட்சி அலுவலர்களால் முக்கியத்துவம் அற்றவை என்று கருதப்பட்ட அண்டைப் பகுதிகளில்கூட குப்பைக்குவியல் காணப்படவில்லை. நாங்கள் கடந்த வீடுகள் அமெரிக்காவில் மெக்மான்ஷன்களோடு ஒப்பிடும்போது சாதாரணமானவையாகத் திகழ்ந்தன என்றாலும், அவை நல்ல நிலையில் இருந்தன. நன்கு பராமரிக்கப்பட்டிருந்தன. வட்டாரக் கழிவு வல்லுநரான, என்னுடைய நண்பர் ஆலன் வாட்சனை எங்கு ஏழை மக்கள் வாழ்கிறார்கள் என்று கேட்டேன். அதற்கு அவர் என்னை விந்தையுடன் பார்த்துவிட்டுக் கூறினார்: 'ஒரு வலுவான சமூக வலையமைப்பு இங்கு உள்ளதால், உங்களிடம் இருப்பது போன்று எங்களிடம் அதிக எண்ணிக்கையில் ஏழைமக்கள் இல்லை.'

முடிவில், நான்கு சிறு குடிசைகள் போன்று தூரத்திலிருந்து தெரிந்த சிறிய அமைப்புகளின் ஒரு தொகுப்பைக் கண்டேன். 'ஆகா! அங்குதான் ஏழை மக்கள் வாழ்கிறார்கள்' என்று நான் கூறினேன். என்னுடைய நண்பர் கூறினார்: 'இல்லை; அவையெல்லாம் விடுமுறையைக் கழிக்க வந்திருக்கும் மக்கள் முகாமிட்டிருக்கும் மூடுவண்டிகள்.'

காரிலிருந்து நாங்கள் வெளிவந்த ஒவ்வொரு முறையும், காரின் முழுக்கொள்ளளவிலும் எங்களுடைய முகாமிடும் பொருட்களும், என்னுடைய புத்தகத்தின் எழுத்துப் பிரதியும், மடிக்கணினியும் நிரம்பியிருந்தாலும், நான் காரைப் பூட்ட வேண்டிய தேவை இல்லை என்று வாட்சன் என்னை நினைவுபடுத்தினார். தன்னுடைய குடும்பம் அரிதாகவே வீட்டின் கதவைப் பூட்டுவதாகவும் அவர் கூறினார்: 'எதுவும் கெடுதலாக நடக்காது' என்று அவர் எனக்கு உறுதி கூறினார். அவர் சரியாகத்தான் கூறியிருக்கிறார்.

நான் என்னுடைய மகளைப் பற்றியும் அந்தச் சூழலைக் கொண்ட ஒரு உலகில் அவள் வளர்வது எவ்வளவு வித்தியாசமாக இருக்கும் என்றும் நினைத்துப் பார்த்தேன்: *எந்தவிதக் கெடுதலும் நடைபெறாது.* நம்மால் முடிந்த அளவுக்கு மேற்கூறிய அந்த உறுதிமொழியை நம்முடைய குழந்தைகளுக்கும் வருங்காலச் சந்ததிகளுக்கும் நம்மால் கொடுக்க முடியும். இதற்காகப் பொருட்களின் கதையை மாற்றி எழுத வேண்டும் என்றால் – அவ்வாறு நடக்கும் என்று நான் வலுவாக நம்புகிறேன் – அப்பொழுது நாம் அதைச் செய்வோம்.

பின்னிணைப்பு 1

நம்பிக்கையூட்டும் செயல்திட்டங்கள், சீர்திருத்தங்கள், சட்டங்கள் போன்றவற்றுக்கான எடுத்துக்காட்டுகள்

ஒவ்வொரு சமுதாயத்திற்கும் நாட்டிற்கும் ஒரு பழக்கவழக்கம் தொடர்பான அணுகுமுறை தேவைப்பட்டாலும், மனித இனத்தின் நலவாழ்வையும் கோளின் நிலைமையையும் மேம்படுத்தக்கூடிய சாத்தியமான செயல் திட்டங்கள், கட்டுப்பாடுகள், சட்டங்கள், திட்டங்கள் போன்றவற்றுக்கான ஒரு சுவைமிக்கக் கலவை உள்ளது.

இவற்றில் சில ஏற்கனவே நடைமுறையில் உள்ளன; சிலவற்றைச் சற்று மேம்படுத்த வேண்டும். சிலவற்றை உடனே, சிலவற்றை ஒரு குறுகிய காலத்திற்கு, மேலும் சிலவற்றைப் படிப்படியாக நடைமுறைப் படுத்தலாம். சில நேரடியானவை; சிலவற்றைக் கருணையுடனும் நியாயத்துடனும் நிறைவேற்றுவதற்குக் கொஞ்சம் சீரிய சிந்தனையும் திட்டமிடுதலும் தேவைப்படும்.

இது ஒரு முழுமையான பட்டியல் அல்ல; என்னை அதிகமாகக் கவர்ந்த சாத்தியக்கூறுகள்தாம்; இவை பொருட்களின் கதையின் ஐந்து நிலைகளோடு பொருந்தும் வரிசையில் எடுத்துக் கூறப்பட்டுள்ளன.

பிரித்தெடுத்தல்

1. தங்கம், வைரங்கள், நிலக்கரி, கோல்ட்டான், மற்ற பொருட்கள் போன்ற அனைத்துச் சுரங்க வேலைகளுக்குமான சூழல்சார் முறைப் படுத்தப்பட்ட வளர்ச்சியையும், மனித உரிமைப் பிரச்சினைகள் தொடர்பான, அரசினால் வழிநடத்தப்படுகின்ற, பன்னாட்டு உடன்பாடுகள், கண்காணிப்பு ஒருங்குகள் (தன்னிச்சையான, ஆனால், தொழில்களால் உந்தப்பட்ட நடத்தை நெறி அல்ல) போன்றவற்றையும் மேம்படுத்தி நடைமுறைப்படுத்த வேண்டும். கிம்பெர்லி செயல்முறை திறனாக இயங்குவதற்கு வலுவேற்றப்

பட வேண்டும்; மேம்படுத்தப்பட வேண்டும்; மேலும், இதர வகை சுரங்கத் தோண்டல்களை உள்ளடக்கும்படியான கூடுதல் ஒருங்குகள் தேவைப்படும். சுரங்கத் தோண்டுதல் செயல்முறை களைச் சீர்திருத்த பல நிறுவனங்கள் செயல்பட்டு வருகின்றன; அமெரிக்காவில் உள்ள எர்த் வொர்க்ஸ், ஆஸ்திரேலியாவிலுள்ள மினரல் பாலிசி இன்ஸ்டிடியூட் (கனிம செயல்திட்ட நிறுவனம்), இந்தியாவிலுள்ள மினரல் அண்ட் பீப்பிள் (கனிமமும் மனிதமும்) போன்றவற்றைத் தொடர்புகொள்ளுங்கள்.

2. கனடாவின் வடதிசைக் காடுகளிலிருந்து இந்தோனேசியாவின் மழைக்காடு வரையிலுள்ள கோளின் அழியும் நிலையிலுள்ள எஞ்சி யுள்ள காடுகளில் மரம் வெட்டுதலை நிறுத்துங்கள். இதர காடு களில் மரம் வெட்டுவதற்காகக் கடுமையான சூழல் தரங்களையும் மனித உரிமைகள் தரங்களையும் நிறுவி அவற்றை நடைமுறைப் படுத்துங்கள். இவ்வாறு செய்யும்போது தட்பவெப்ப நிலையின் நிலைத்தன்மையை மீள் கொணரத் தேவைப்படும் இயற்கைக் காடுகளைப் பாதுகாப்பதற்கு முன்னுரிமை கொடுக்க வேண்டும்.

3. தட்பவெப்பநிலையை நிலைப்படுத்தத் தேவையான அளவு பசுமையில்ல வாயு வெளியீட்டைக் குறைக்க நாம் தொல்படிம எரிபொருட்களை மறக்க வேண்டும். அதிக அளவில் கார்பன் வெளியேற்றங்களைக் குறைக்க வேண்டும். ஈக்வெடார், நைஜீரியா, அப்பலாச்சியா போன்ற இடங்களைச் சேர்ந்த செயல் வீரர்கள் போன்று நாம் பின்வருமாறு கூறவேண்டும்: 'எண்ணெயை மண்ணிலேயே வைத்திருங்கள்; நிலக்கரியைச் சுரங்கத்திலேயே வைத்திருங்கள்.' இந்த வழிமுறையை ஊக்குவிக்கும் செயல் திட்டங்களில் பின்வருவன அடங்கும்:

   - பிரித்தெடுத்தல் ஆற்றல் தொழிற்சாலைகளுக்கு அரசு கொடுக்கும் மானியங்களைச் சுத்தமான, மீள்புதுப்பிக்கத் தக்கச் சூழல் வழிமுறைகளை நோக்கி திசைதிருப்புதல்.
   - பொதுப்போக்குவரத்தை மேம்படுத்துவதற்காக எரிவாயுவில் ஓடும் ஊர்திகளுக்கும் பெருவழிச் சாலைகளுக்கும் கொடுக்கப் படும் மானியத்தைத் திசைதிருப்புதல்; ஊர்திகள் சாலை யைக் கண்டபடிப் பயன்படுத்துவதை ஊக்குவிக்காமல் அதைப் பகுதிகளாகப் பிரித்துப் பக்கவாட்டு நடைபாதைகள், இரு சக்கர வாகனப் பாதைகள், பொதுப் போக்குவரத்து போன்றவற்றிற்கான தனித்தனிப் பாதைகள் அமைத்தலுக் கான சட்டங்களை இயற்றுதல். இதனால் மக்கள் தாங்கள் சேர வேண்டிய இடங்களுக்குக் காரோட்டிச் செல்ல வேண்டியதில்லை.

- கார்களின் எரிபொருள் திறன்களுக்கும், கட்டடங்களுக் கான ஆற்றல் திறன்களுக்கும் கடுமையான வழிமுறைகளை நிறுவுதல்; எரிபொருள் திறன், ஆற்றல் தரங்கள் போன்றவை அரசினால் நிறுவப்பட்டு, நடைமுறைப்படுத்தப்பட வேண்டும். இவை தொழிற்சாலைகளின் தலையீடு இல்லாமல், வலுவான அறிவியல் அடிப்படையில் அமையவேண்டும். ஒபாமா நிர்வாகம் அண்மையில் ஒரு கேலனுக்குச் சராசரியாக 35.5 மைல்கள் என்ற இலக்கை அமெரிக்க ஊர்திகளுக்கு 2016க்குள் நடைமுறைப்படுத்த வேண்டும் என்று அறிவித்தது. சில தற்காலக் கார்கள் ஒரு கேலனுக்கு 50 மைல்கள் என்ற திறனைவிட அதிகமாகப் பெற்றிருக்கின்றன; இதைவிட அதிக எரிபொருள் திறனை அடைவதற்குத் தகுந்த தொழில் நுட்பமும் உள்ளன. இந்த நிலைமையைக் கருத்தில் கொள்ளும் போது, ஒரு கேலனுக்கு 35.5 மைல்கள் என்ற குறைந்த இலக்கில் ஏன் நிறுத்த வேண்டும்? இதே போன்று, குளிர்ப் படுத்தல், வெப்பப்படுத்தல் ஆகியவற்றில் ஆற்றலைச் சேமித்துக் கட்டடங்களை மிக அதிக அளவு ஆற்றல் திறன் மிக்கதாக மாற்ற வேண்டும். அமெரிக்காவின் தற்போது வழக்கிழந்த 1872ஆம் ஆண்டின் பொது சுரங்கச் சட்டத்தை (ஜெனரல் மைனிங் ஆக்ட் ।) திருத்தி, மேம்படுத்தி நீர் மூலங் களைப் பாதுகாக்கவும், நிலத்தைப் பண்படுத்தவும், இதர மூலப் பொருட்களோடு முரண்பாடு கொண்டுள்ள சுரங்கம் தோண்டுதல் செயல்களைத் தடுக்கவும் முயற்சிகள் மேற் கொள்ளப்பட வேண்டும். வாஷிங்டன் டிசியில் உள்ள எர்த்ஒர்க்ஸ் என்ற சூழல் நிறுவனம் இந்தப் பழைய கால சட்டத்தைத் திருத்தவும், அமெரிக்காவிலும் உலக நாடுகளிலும் உள்ள சுரங்கம் தொடர்பான இதர சூழல், சமூகப் பிரச்சினை களைத் தீர்க்கவும் ஏற்ற பரப்புரையை ஒருங்கு செய்கிறது.
- உள்ளே உள்ள நிலக்கரியை எளிதில் அடைவதற்காக மொத்த மலையுச்சியையும் தகர்க்கும் மலையுச்சி நீக்கச் சுரங்கச் செயல்களைத் தடுக்க வேண்டும். இது எவ்வாறு இருக்கும் என்பதைப் பற்றி அறியவும் இதில் ஈடுபடவும் பார்க்க: www.ilovemountains.org.
- கனடாவின் தார் மணல்களின் பயன்பாட்டு வளர்ச்சியை நிறுத்துதல். தார் மணலில் எடை அதிகமான, பண்படுத்தப் படாத எண்ணெய், மணல், களிமண், தார் போன்றவை கலந்துள்ளன. இதிலிருந்து எண்ணெயைப் பிரித்தெடுக்க இயற்கை வாயு எரிக்கப்பட்டு, போதுமான அளவு

வெப்பமும் நீராவியும் உண்டாக்கப்பட்டு மணலிலிருந்து அது உருக்கிப் பிரிக்கப்படுகிறது. இதில் ஒவ்வொரு பீப்பாய் எண்ணெய்க்கும் ஐந்து பீப்பாய் அளவு நீர் பயன்படுத்தப் படுகிறது. மழைக்காடு செயல் வலையமைப்பின் *(ரெய்ன் ஃபாரெஸ்ட் ஆக்ஸன் நெட்வொர்க் - ஆர்ஏஎன்)* கூற்றுப்படி, தார் மணல் எண்ணெய் தட்பவெப்ப நிலைக்கு மிகவும் மோசமான மாசுறுத்தியாகும். சாதாரணமாக உற்பத்திச் செய்யப்படும் எண்ணெய்யைவிட இது மூன்று மடங்குகள் அதிக பசுமையில்ல வாயுவை உருவாக்குகிறது. ஏனெனில், இதைப் பிரித்தெடுத்துப் பதப்படுத்த அதிக அளவு ஆற்றல் தேவைப்படுகிறது. தார் மணல் உள்கட்டமைப்பில் அமெரிக்கா முதலீடு செய்யத் திட்டமிட்டுள்ள 70 முதல் 100 மில்லியன் டாலரை மின்சார ஊர்திகள், கலப்பு ஊர்திகள், சூரிய ஆற்றல், காற்று ஆற்றல் போன்ற முறைப் படுத்தப்பட்ட ஆற்றல் மாற்றுகளின் ஆய்வுக்கும் வளர்ச்சிக்கும் திசைதிருப்ப ஆர்ஏஎன் முயன்று வருகிறது.

உற்பத்தி

1. வேதிப்பொருட்கள் தொடர்பான செயல்திட்டங்களைச் சீர்திருத்த வேண்டும். அபாயகரமான வேதிப்பொருட்கள் நம்முடைய உற்பத்திப் பொருட்களிலும், சூழலிலும், உடலிலும் பரவியதற்குப் பின்பு அவற்றைக் கட்டுப்படுத்த மேற்கொள்ளப்படும் பயனற்ற முயற்சிகளைவிட அவற்றைத் தடுப்பதில் கவனம் செலுத்த வேண்டும். நம்முடைய உடல்களில் சேர்க்கையுறும் வேதிப் பொருட்களையும் (இவை நிலைத்து நிற்கும் உயிரிச் சேர்க்கை யுறும் நஞ்சுகள் அல்லது பீபிடீக்கள் என்று அழைக்கப்படுகின்றன) ஈயம், பாதரசம் போன்ற கன உலோகங்களையும் சேர்த்து மீநஞ்சுத்தன்மை கொண்ட வேதிப்பொருட்களைத் தடை செய்ய வேண்டும். அமெரிக்காவில், கடந்த முப்பது ஆண்டுகளுக்குப் பிறகு இப்பொழுதுதான் ஒருங்கமைந்த வேதிப்பொருள் செயல் திட்டச் சீர்திருத்தம் மூலம் பொதுமக்களின் உடல்நலத்தைப் பாதுகாக்க முதன்முறையாக ஒரு வாய்ப்பு கிடைத்துள்ளது. குழந்தை நல வேதிப்பொருட்கள் சட்டம் *(கிட்-சேஃப் கெமிக்கல் ஆக்ட்)* போன்றவற்றை அங்கீகரிக்க உதவும் வாய்ப்பை நாம் பெற்றுள்ளோம். இதற்கான பரப்புரையில் கலந்துகொள்ள www.saferchemicals.orgஇல் கையொப்பமிடுக.
2. உடைகள் முதல் ஓட்டல்கள் வரை எல்லாவற்றிலும் தொழிற்சங்க உதவி கொண்ட வியாபாரங்களை ஒருங்கமைக்கவும், தேர்ந்

தெடுக்கவும் உள்ள உரிமையைப் பாதுகாக்கத் தொழிற்சங்கங் களை வலுவாக்குங்கள். தொழிலாளர் கூட்டு வணிகத்தையும் ஆதரியுங்கள். இவை ஜனநாயக ஈடுபாட்டையும், லாபங்கள் வட்டாரப் பொருளாதாரத்திலேயே வைக்கப்படுவதையும், அவை அதிகச் சமமாகப் பங்கிட்டுக்கொள்வதையும் ஊக்குவிக்கின்றன.

3. மாசுறுத்தலைத் தடுப்பது மிக மிக விலை மலிவாக இருப்பதற் காக மாசுறுத்தலுக்கு அதிக வரிகளை விதிக்க வேண்டும். வாயு மண்டலத்தில் கார்பன் அளவு மிகவும் சிக்கலான அளவை எட்டி விட்டதாலும், அதனை 350 பீபீஎம் (அதிகத் தகவலுக்குக் காண்க www.350.org) அளவுக்கு நாம் குறைக்கவேண்டும் என்பதாலும் இந்தக் குறிப்பிட்ட மாசுறுத்திக்கு வரிகள் போடுவது மட்டும் போதுமானதல்ல. கார்பனுக்கு, நாம் பிரச்சினைகளின் முக்கிய உமிழ்வு மூலத்திற்கே செல்ல வேண்டும். மேலும், அவற்றுடைய ஆற்றல் நுகர்வு ஒருங்குகளை மாற்றுவதற்கு, சில நேரங்களில் மிக அதிக அளவுக்குக் கட்டாயப்படுத்த வேண்டும். இதற்குமுன், பிரித் தெடுத்தல் பகுதியில் குறிப்பிடப்பட்டுள்ள பல ஆலோசனைகள் இதை அடைய உதவும்.

விநியோகம்

1. அனைத்து வணிக உடன்படிக்கைகளிலும் முறைப்படுத்தப்பட்ட வளர்ச்சியும், சமன்தன்மையும்தான் உயர்ந்த இலக்குகள் என்பதை உறுதிப்படுத்துங்கள். அமெரிக்காவில் 2009ஆம் ஆண்டின் வணிகச் சீர்திருத்தம், பொறுப்புடைமை வளர்ச்சி மற்றும் வேலையமைப்பு சட்டம் (ட்ரேட் சட்டம், எச்ஆர்3012) ஆகியவற்றை ஆதரியுங்கள்; இது நாஃப்டா, உலக வணிக நிறுவனம் போன்றவற்றின் வணிகச் செயல்திட்டங்கள் போன்ற அழிவூட்டும் செயல்திட்டங்களைக் குறிப்பிடத்தக்க அளவிற்கு மேம்படுத்தும். இதைப்பற்றி விரிவாகத் தெரிந்துகொள்வதற்கும் இதில் ஈடுபடுவதற்கும் பார்க்க: www.citizen.org/trade/tradeact/.

2. எவ்வளவு தூரம் அவை பயணம் செய்துள்ளன என்ற அடிப்படை யில் அமைந்த, பொருட்களின் மேல் விதிக்கப்படும் படிப்படி யானத் தீர்வை (காப்புவரி) போன்ற கருவிகளைக் கொண்டு வட்டார அளவில் உருவாக்கப்பட்டப் பொருட்களுக்கு முன்னுரிமை கொடுங்கள். போக்குவரத்தைக் குறைக்கவும் வட்டாரப் பொருளாதாரத்தை மேம்படுத்தவும் வட்டார வியாபாரத்தையும் வட்டார அளவில் உருவாக்கப்பட்டப் பொருட்களையும் ஆதரியுங்கள். இதன் இலக்கு அனைத்து நீண்ட தூரப் பொருட் களைத் தடை செய்வதல்ல; ஆனால், அதிக அளவில் வட்டார

உற்பத்தியையும் விநியோகத்தையும் வலுவேற்றிச் சுய சார்புச் சமுதாயங்களை உருவாக்கும் வகையிலும், அதே நேரத்தில் ஏற்றுமதி சார்ந்த பொருளாதாரங்களைக் கொண்டுள்ள சமுதாயங்கள் ஒரு நியாயமான மாற்றத்தை அடையும் வகையிலும் இந்த இலக்கு அமைய வேண்டும். நீண்ட தூரங்களுக்கு அனுப்பப்படும் பொருட்களைப் பொறுத்தவரை, அதிக மாசுறுத்தும் விமானங்களையும் சரக்கு ஊர்திகளையும் தவிர்த்து ரயில் போக்குவரத்துக்கு முன்னுரிமை கொடுங்கள்.

3. வழங்கல் சங்கிலிகளில் ஒளிவு மறைவற்றத் தன்மையையும் ஜனநாயகத்தையும் ஊக்குவியுங்கள். இதனால் ஒவ்வொருவரும் – வழங்கல் சங்கிலியின் ஊடே தொழிலாளர்கள், வியாபார நிறுவனங்கள் – தகவல்களைப் பெற முடிகிறது; மேலும், முடிவு எடுத்தலில் பங்குகொள்ள முடிகிறது. இதை ஆதரிக்கும் சட்டங்கள், தன்னுடைய அனைத்து விநியோகஸ்தர்களின் பட்டியல்களையும் வெளியிட வைக்கும்; தொழிலாளர் உரிமைகளையும் சூழல் முறைப்படுத்தலையும் உறுதி செய்யும்; இதற்காக நிறுவனங்களை (டெல், ஹியூலெட் பக்கார்டு ஆகிய இரண்டும் தற்போது இதைச் செய்கின்றன) வலியுறுத்துவது மட்டுமின்றி, இந்தத் தகவலைப் பொதுமக்கள் பெறவும் வழிமேற்கொள்ளும்.

நுகர்வு

1. நம்முடைய பண்பாட்டை வியாபாரமாக்கலிலிருந்து விடுபட வையுங்கள். நம்முடைய உளத் தோற்றத்தையும் இயற்பிய நிலத்தோற்றத்தையும் வணிகச்சார்பு விளம்பரதாரர்களிடமிருந்து மீட்டெடுங்கள். சுவரொட்டிகளையும் இதர உள்நுழைவு விளம்பரங்களையும் தடை செய்யுங்கள். குழந்தைகளுக்கான வணிக விளம்பரங்களைத் தடை செய்யுங்கள்; மேலும், பொது இடங்களிலும் இவற்றைத் தடை செய்யுங்கள். பாடநூல்கள், வகுப்பறைகள், இதர கல்வி நிறுவனங்களிலிருந்து வணிக விளம்பரங்களை நீக்குங்கள். வணிகத் தாக்கம் இல்லாத குழந்தைப் பருவத்திற்கான பரப்புரை அமைப்பு இதைப் பற்றி ஆய்வு செய்து, பாதுகாப்புச் செயல்திட்டங்களைப் பரிந்துரை செய்கிறது. இதில் ஈடுபட பார்க்க: www.commercials-exploitation.org. கமர்சியல் அலெர்ட் (www.commercialalert.org) என்ற அமைப்பு பல பரப்புரைகளை நடத்தி பள்ளிகள், ஊடகங்கள், சமுதாயங்களை வணிகத் தாக்கங்களிலிருந்து விடுவிக்க முயன்று வருகிறது.

2. குடிமக்கள் பொருட்களை வாங்காமல் தம்முடைய தேவைகளைப் பெற்று, தம்முடைய ஓய்வு நேரத்தை மகிழ்ச்சியாக

அனுபவிக்கும் வகையில் பொது நிறுவனங்களான நூலகங்கள், களவிளையாட்டு வசதிகள், பூங்காக்கள் போன்றவற்றில் பொது மக்கள் முதலீடு செய்வதை நிச்சயப்படுத்துங்கள். நகர சபைக் கூட்டங்களில் கலந்துகொண்டு நிதிநிலை அறிக்கை முன்னுரிமை களைப் பற்றிய உங்களுடைய கருத்துகளைத் தெரிவியுங்கள் அல்லது நீங்களே உறுப்பினர் பதவிக்குப் போட்டியிடுங்கள்!

3. மூலப்பொருள் நுகர்வில் ஒரு முற்போக்கான வரிவிதிப்புச் செயலை ஏற்றுக்கொள்ளுங்கள். அடிப்படைத் தேவைகளை செலவில்லாமல் பெறுவதையும் அதிக அளவுப் பயன்பாட்டிற்கு வரியிடுவதையும் ஏற்றுக்கொள்ளுங்கள். எடுத்துக்காட்டாக, குடிநீருக்குப் பணம் கிடையாது; ஆனால் உங்களுடைய காரைக் கழுவுவதற்கும், உங்களுடைய காய்ந்துபோன புல் மைதானத்திற்கு நீர் ஊற்றுவதற்கும் அதிகப் பணம் கட்ட வேண்டும். அடிப்படைத் தேவைகள் என்ன என்பதைப் பற்றிய ஒரு உயிர்ப்புள்ள, பெரும்பாலும் உணர்ச்சிவசமான, விவாதம் பன்னாட்டளவில் நடைபெற்று வருகிறது.

அகற்றுதல்

1. நீடித்த உற்பத்தியாளர் பொறுப்பு (இபீஆர்) சட்டங்களை ஏற்றுக் கொள்ளுங்கள். இவை உற்பத்தியாளர்களையே தம்முடைய உற்பத்திப் பொருட்களின் வாழ்க்கை முடிவில், அவற்றை மேலாண்மைச் செய்வதற்குப் பொறுப்பாக்குகின்றன. இது, பொருள் உற்பத்தியில் மேற்கால் நிலையில் நல்ல வடிவமைப்பை யும் கீழ்க்கால் நிலையில் கழிவுக் குறைப்பையும் ஊக்குவிக்கின்றது. ஏற்கனவே செய்யப்பட்டு வரும் நீடித்த உற்பத்தியாளர் பொறுப்பு களுக்கான எடுத்துக்காட்டுகளாக பாட்டில் சட்ட முன்வரைவுகள், ஜெர்மனியின் பசுமைப்புள்ளித் திட்டம், அமெரிக்காவின் பல மாநிலங்களிலுள்ள கணினி மீள் பெறுதல் சட்டம் போன்றவற்றைக் குறிப்பிடலாம். உங்களுடைய சமுதாயத்தில் நீடித்த உற்பத்தி யாளர் பொறுப்பை எப்படி மேம்படுத்துவது என்பதைப் பற்றி அறிவதற்கு பார்க்க: www.production.org, www.productpolicy.org மட்டுமின்றி, www.productstewardship.US.
2. முறைப்படுத்தப்படும் பானக் கலன்கள், உடன் விலக்கக்கூடிய பிளாஸ்டிக் பைகள் போன்ற வீண்விரயம் நிறைந்த பொட்டலம் கட்டுதல்களையும் பொருட்களையும் தடை செய்கின்ற குறிப் பிடத்தக்க வரிகளை நடைமுறைப்படுத்துங்கள். பாதரசம் அல்லது பாலிவினைல் குளோரைடு கொண்ட நுகர்வுப் பொருட்கள் போன்ற உள்ளார்ந்த நச்சுத்தன்மை வாய்ந்த பொருட்களை

உடனே தடை செய்க. ஜெர்மனியின் பசுமைப் புள்ளித் திட்டம், தேசிய அளவிலான பாட்டில் சட்ட முன்வரைவுகள், பல நாடுகளிலுள்ள உடன் விலக்குக் குப்பை வரிகளும் தடைகளும் இந்தக் கழிவுக் குறைப்புத் தன்மையை நிரூபிக்கின்றன.

3. குப்பைக்குழிகளில் கரிமக் *(ஆர்கானிக்)* கழிவுகள் சேராமை, எண்ணத்திலிருந்து செயல்வடிவத்திற்கு உயிரிப்பொருட்களின் தொழுவுரமாக்கல் மாறுவது ஆகியவற்றை உறுதிப்படுத்தும் வகையில் ஒரு தேசிய தொழுவுரமாக்கல் உள்கட்டமைப்பை உருவாக்குங்கள். எங்கு நடைமுறைச் சாத்தியமோ அங்கு மைய மாக்கப்படாத (வீட்டின் புழக்கடை அல்லது சமுதாயமட்ட) தொழுவுரமாக்கல் இதில் சேர்க்கப்பட வேண்டும். இதனுடன் நகராட்சித் தொழுவுரமாக்கச் செயல்பாடுகள் சேர்க்கப்பட வேண்டும்.

4. அனைத்துக் கழிவுச் சாம்பலாக்கத்தையும் தடை செய்யுங்கள். இது நிச்சயமாகத் தேவையே இல்லை; தொழில்நுட்ப அடிப்படையில் சிறந்த, குறைந்த மாசுறுத்தல், சாம்பலாக்கம் அற்ற மாற்றுகள் மருத்துவ, நகராட்சிக் கழிவுகளுக்கு மட்டுமின்றி, அபாயகரமான கழிவுகளுக்கும் உள்ளன. மாறாக, ஒரு பூஜ்யக் கழிவு இலக்கை ஏற்றுக்கொள்ளுங்கள். மூலப்பொருட்களைப் பேணுகின்ற, பசுமையில்ல வாயுக்களைக் குறைக்கின்ற, பணிகளை உருவாக்கு கின்ற கழிவுத்தடுப்பு, மறுபயன்பாடு, மறுசுழற்சித் திட்டங்களில் முதலீடு செய்யுங்கள். கழிவுச் சாம்பலாக்கிகளுக்கும் குப்பைக் குழி வாயுவை எரித்தல் போன்றவற்றிற்கும் கார்பன் நீக்க நன்மதிப்புகள் அல்லது மீள்புதுப்பிக்கத்தக்க ஆற்றல் நன்மதிப்புகள் கொடுத்தல் போன்ற அனைத்து முறைகேடுகளையும் தடை செய்யுங்கள்! இதில் ஈடுபடுவதற்கு குளோபல் அலையன்ஸ் ஃபார் இன்சினெரேட்டர் ஆல்டர்நேடிவ்ஸ் என்னும் இயக்கத்துடன் www.no-burn.org என்னும் வலைத்தளத்தின் மூலமாக தொடர்பு கொள்ளலாம்.

5. நகராட்சிக் கழிவுகளுக்கு வட்டார அளவில் நீங்கள் எறியும் பொருட்களுக்குப் பணம் கட்டும் திட்டங்களை நடைமுறைப் படுத்துங்கள்; இதன்படி, எந்த அளவுக்கு அதிகமாகக் கழிவுகளை எறிகின்றனவோ, அந்த அளவுக்கு வீடுகளும் வியாபார நிறுவனங் களும் பணம் கட்ட வேண்டும். அபாயகரமான கழிவுகளுக்கு, நச்சுப் பொருட்கள் பயன்குறைப்பு நிறுவனம் (டாக்ஸிக்ஸ் யூஸ் ரிடக்ஸன் இன்ஸ்டிடியூட், www.tuiri.org) சாத்தியமான ஒன்று என்று எடுத்துக்காட்டியது போன்று, தடுத்தலில் அதிகக் கவனத்தைச் செலுத்துங்கள்.

இதர நல்ல கருத்துகள்

வரிகளும் வங்கிச் செயல்களும்

1. தொழிலாளர்களுக்குப் பதிலாக மூலப்பொருட்களுக்கு வரி விதியுங்கள். இது வேலை கொடுப்பவர்களை மூலப்பொருட்களைப் பேணவும் அதிக மக்களை வேலைக்குச் சேர்க்கவும் தூண்டும்.
2. சுரங்கம் தோண்டுதலிலிருந்து பந்தைய வாகனங்கள் (எஸ்யூவி) வரை, சூழல் சிதைவு செயல்பாடுகளுக்கும் பொருட்களுக்கும் உள்ள அரசு மானியங்களை நீக்குங்கள்.
3. ஏழை நாடுகளுக்கான கடன்களை நீக்குங்கள்; இந்தக் கடன்களில் பெரும்பான்மையானவை நேர்மையற்ற வகைகளில், கடன் கொடுக்கும் நாட்டிற்கு அனுகூலமான திட்டங்களைக் கட்டமைக்கும் என்ற போர்வையில் பெறப்பட்டவையாகும்.

பெருவணிக நிறுவனப் பொறுப்புத்தன்மை

1. பெருவணிக நிறுவனத் தவறுகளுக்கு மிகக் குறைவான பொறுப் பிற்கான உத்திரவாதங்களை முடிவுக்குக் கொண்டுவாருங்கள்; அமெரிக்கப் பெருவணிக நிறுவனச் சட்டத்தின்கீழ் அதன் பெருவணிக நிறுவனச் சாசனங்கள் மூலம், தனிப்பட்ட மனிதர்கள் போன்று பெருவணிக நிறுவனங்களுக்கும் தற்போது கொடுக்கப் பட்டுள்ள பாதுகாப்புகளையும் முடிவுக்குக் கொண்டுவாருங்கள்.
2. நிர்வாக அதிகாரிகளின் சம்பளத்திற்கு வரம்புகளை நிர்ணயுங்கள்; மற்றவர்களின் குறைந்தபட்ச ஊதியத்தை உயர்த்துங்கள். இதன் மூலம் அமெரிக்காவில் பணக்காரர்களுக்கும் ஏழைகளுக்கும் இடையே உள்ள மோசமான இடைவெளியைக் குறையுங்கள். குறைந்த ஊதியம் பெறும் தொழிலாளிக்கும் மிக அதிக அளவு ஊதியம் பெறும் நிர்வாகிக்கும் இடையிலான ஊதிய வேறுபாடு நூறு முதல் இருநூறு மடங்குகளுக்கு மிகாமல் இருக்க வேண்டும். இதை உடனடியாகச் செய்வது ஒரு நல்ல தொடக்கமாகும் (மற்ற நாடுகளில் உள்ளதைவிட இது தொடர்ந்து அதிகமாகக் காணப் படும் இடைவெளியாகும்).
3. ஒளிவுமறைவின்மையை வலுப்படுத்த வேண்டும்; அதேபோல் முடிவெடுப்பதில் பொதுமக்களை ஈடுபடுத்துவது தொடர்பான விதிகளை மேம்படுத்துவதன் மூலம் பெருவணிகப் பொறுப்புத் தன்மையை உள்நாட்டளவிலும் பன்னாட்டளவிலும் வலுப் படுத்த வேண்டும். அமெரிக்காவின் எல்லைக்கு வெளியே உள்ள அமெரிக்க வணிக நிறுவனங்கள் மனித உரிமைகள் மீறல் அல்லது சூழல் கேடுகளை உண்டாக்கியுள்ளன. அவற்றிற்கு எதிரான

சட்ட வழக்குகளை வெளிநாட்டுக் குடிமக்கள் கொண்டுவருவதை அனுமதிக்கின்ற வேற்று நாட்டவர் நஷ்டஈடு கோரும் சட்டத்தைப் *(ஏலியன் டார்ட் கிளைம்ஸ் ஆக்ட் - ஏடிசிஏ)* பாதுகாப்புச் செய்யுங்கள். பெருவணிக நிறுவன உரிமைகள், கட்டுப்பாடற்ற வணிகம் போன்றவற்றை வலியுறுத்தும் நேஷனல் ஃபாரின் டிரேட் கவுன்சில் (தேசிய வெளிநாட்டு வணிகக்குழு), யுஎஸ்ஏ எங்கேஜ் போன்ற வணிக நிறுவனங்கள் அமெரிக்க அரசிடம் வேற்று நாட்டவர் நஷ்டஈடு கோரும் சட்டத்தை நலிவாக்க அல்லது ரத்து செய்ய பேரம் மேற்கொண்டு வருகின்றனர். இந்த முக்கியமான சட்டத்தை ஆதரிக்க அரசியல் சட்ட உரிமைகளுக்கான மையம் (சென்டர் ஃபார் கன்ஸ்டிடியூஷனல் ரைட்ஸ், www.ccrjustice.org), எர்த் ரைட்ஸ் இண்டர்நேஷனல் (www.earthrights.org), மனித உரிமைகள் கண்காணிப்பகம் (ஹியூமன் ரைட்ஸ் வாட்ச், www.hrw.org) போன்றவற்றைத் தொடர்புகொள்க.

பன்னாட்டு ஒத்துழைப்பும் ஒற்றுமையும்

1. தீர்வுகளின் ஒரு பங்காகத் திகழுங்கள்; பிரச்சினைகளின் ஒரு பங்காக அல்ல. பன்னாட்டுச் சூழல் நல மன்றங்களிலும் உடன் படிக்கைகளிலும் அமெரிக்க அரசு ஒத்துழைக்குமாறு வலியுறுத் துங்கள். பன்னாட்டுக் கழிவு நடமாட்டத்தைப் பற்றிக் கையாளும் பேஸல் உடன்படிக்கை முதல், மிகவும் முக்கியமான பல தட்ப வெப்பநிலை கூட்டங்கள் வரை அனைத்திலும் அமெரிக்கப் பிரதிநிதிக்குழு எப்பொழுதுமே சூழல் நல உடன்படிக்கைகளை ஏற்காமல் சூழல் நலம் தொடர்பான வளர்ச்சியைத் தடுத்து வந்திருக்கிறது. நம்முடைய உலகளாவிய சூழல் பயமுறுத்தல் களுக்கு உண்மையான தீர்வுகளை அடைய வேண்டும்; பல ஆண்டுகளாக நிலவிவரும் தர்மசங்கடமான இடையூறு நிலைமை களுக்குப் பின்பு அமெரிக்கச் சூழல் நலத் தலைமைப் பொறுப் பிற்கும் ஒத்துழைப்பிற்குமான ஒரு புதிய சகாப்தத்தைத் தொடங்க வேண்டும்; நம்முடைய அரசு பன்னாட்டுச் சூழலில் சூழல்சார் பிரச்சினைகளுக்குத் தீர்வுகளை ஆர்வத்துடன் காணத் தொடங்க வேண்டும். தாமதிப்பதற்கு நேரமில்லை – குறிப்பாகத் தட்ப வெப்பநிலை தொடர்பாக. நீங்கள் தேர்ந்தெடுத்த பிரதிநிதி களுக்கு எழுதி கார்பன் வெளியீட்டைக் குறைக்க வலுவான செயல்களை மேற்கொள்ளத் தூண்டுங்கள். தட்பவெப்பநிலைச் சிக்கலுக்கு கடிதம் எழுதித் தீர்வு காண்பதை விட அதிக செயல்கள் தேவைப்படுவதால், விரிவாக அறிந்து கொள்வதற்குப் பார்க்க: www.350.org, www.1sky.org மட்டுமின்றி கிளைமேட் ஜஸ்டிஸ் நவ் இயக்கத்தின் வளைத்தளம்: www.climate-justice-now.org.

2. அழிவூட்டும் பிரித்தெடுத்தல், உற்பத்தி அல்லது அகற்றல் வழிமுறைகளில் ஈடுபட்டுள்ள பெருவணிக நிறுவனங்களுக்கெதிராக, குறிப்பாக அந்தப் பெருவணிக நிறுவனங்கள் நம்முடைய சொந்த நாட்டைச் சேர்ந்ததாக இருக்கும்போது, தாங்கள் மேற்கொள்ளும் வேலைகளுக்கு ஆதரவு திரட்டும் சமுதாயங்கள், தொழிற் சங்கங்கள், சூழல்நல ஆர்வலர்கள் போன்றோரால் வழிநடத்தப் படும் பன்னாட்டு ஒற்றுமைப் பரப்புரைகளில் சேருங்கள். இத்தகைய பிரச்சாரங்கள் – தென் ஆப்பிரிக்காவில் நிறவெறிக்கு எதிரான தண்டனைகள், பர்மாவின் இராணுவ ஜன்டா அல்லது போபாலில் நியாயத்திற்கான பன்னாட்டு போராட்டங்கள் போன்றவை – பெருவணிக நிறுவனப் பொறுப்புத்தன்மையை உண்டாக்குவதற்கும் தொழிற்செயல்பாடுகளை மேம்படுத்துவதற்கும், முடிவு எடுப்பதில் வட்டார ஈடுபடுதலை அதிகரிப்பதற்கும், விரிவான சூழல்-சமூக மேம்பாட்டை ஆதரிப்பதற்கும், பன்னாட்டு ஒற்றுமையை வலியூட்டவும் முக்கியமான கருவிகளாகும்.

பின்னிணைப்பு 2

தனிமனிதர்களுக்குப் பரிந்துரைக்கப்படும் செயல்முறைகள்

கோளைப் பாதுகாக்கத் தனிப்பட்ட மனிதர்கள் செய்யக்கூடிய பத்து எளிதான விஷயங்களைக் கொடுப்பதற்கு நான் எப்பொழுதுமே தயங்குவேன்; ஏனெனில், நான் விளக்கியவாறு, கோளைப் பாதுகாக்கும் பத்து எளிய விஷயங்கள் எதுவும் இல்லை. தனிப்பட்ட மட்டத்திலும் வீட்டு மட்டத்திலும் நம்முடைய செயல்களில் பொறுப்பாகவும், புத்திசாலித்தனமாகவும் இருப்பதைப் பற்றி நாம் கவலைப்படக் கூடாது என்று நான் கூறவில்லை. நம்முடைய குடும்பங்கள், தொழிலாளர்கள் மேல் உள்ள சூழல் நலத் தாக்கங்களைக் குறைப்பதற்கு நாம் செய்யக்கூடிய விஷயங்கள் பல உள்ளன. இந்தச் செயல்கள் நம்முடைய சூழல்சார் காலடிச் சுவடை சிறிது குறைக்கவும் கூடும். எனவே, நாம் அடைய வேண்டியதை அடைந்து விட்டோம் என்ற ஒரு பொய்யான உணர்வை நம்முள் அனுமதிக்காதவரை, அல்லது இந்த நிலையான, இறுக்கமான, கடுமையான, பசுமைத்திரையின் விளைவுகளைப் பராமரிக்கும் முயற்சியில் நம்முடைய வாழ்க்கைமுறை நம்மை முழுமை யாகக் களைப்படையச் செய்யாத வரை, இந்தச் செயல்பாடுகளில் நாம் ஈடுபட வேண்டும். வேறு சொற்களில் கூறவேண்டுமெனில், உண்மை யான மாற்றத்திற்கான விரிவான அரசியல் களத்தில் நீங்கள் ஈடுபடுவதை இந்தச் செயல்கள் தடை செய்வதில்லை எனும்போது, உங்களை நீங்களே தோற்கடித்துக் கொள்கிறீர்கள்.

ஒரு பசுமையான வாழ்க்கையை வாழ்வது எப்படி என்பதற்குப் பல வழிகாட்டிகள் உள்ளன. இந்தப் புத்தகம் அவற்றில் ஒன்றல்ல. எனினும், பொருட்களின் கதைத் திரைப்படத்தைப் பார்த்த பலர் என்னிடம் குறிப்பிட்ட ஆலோசனைகளைக் கேட்டனர். நான் கடைப்பிடிக்கும் செயல்களை உங்களோடு பகிர்ந்துகொள்கிறேன். ஆனால், இது ஒரு முழுமையான பட்டியல் அல்ல. இது எந்தவிதக் குறிப்பிட்ட வரிசையிலும் இல்லை என்றாலும் இது ஒரு நல்ல தொடக்கமாகும். மேலும், இது கூடுதல் மூலத் தரவுத் தகவல் ஆலோசனைகளையும் உள்ளடக்கியது ஆகும்.

வீட்டில்

1. நம்முடைய உணவு, உடல்கள் அல்லது வீடுகளில் நச்சுப்பொருட்களைக் கசியவிடும் பொருட்களைத் தவிர்த்துவிடுங்கள். இந்த அபாயகரமான வேதிப்பொருட்களை ஒரு பொருள் பெற்றிருக்கிறதா, இல்லையா என்பது பற்றி உங்களுக்கு நிச்சயமாகத் தெரியவில்லை என்றால், அதன் பொட்டலத்திலுள்ள நுகர்வோர் சேவை எண்ணைக் கூப்பிடுங்கள். அது நச்சற்றது என்பதை அவர்களால் உறுதி செய்ய முடியவில்லை என்றால் அதை வாங்காதீர்கள். ஆயிரக்கணக்கான குறிப்பிட்ட உற்பத்திப் பொருட்களில் நச்சு வேதிப்பொருட்கள் பற்றிய விவரத்தை GoodGuide.comஇல் சோதித்துக் கண்டறியுங்கள். இந்த நச்சு வேதிப் பொருட்கள் பற்றி மிக அண்மைக்கால அறிவியலை நீங்கள் அறிய விரும்பினால் சூழலியல்சார் நலவாழ்வுச் செய்திகளுக்கு பார்க்க: www.environmental healthnews.org. இதில் மதிப்புமிக்க தகவல்கள் உள்ளன.

சில முக்கியக் குற்றவாளிகள்:

- டெஃப்லான் ஒட்டாதத் தட்டுகள்: இவற்றில் உள்ள ஒட்டாதப் பொருள் பாலிடெட்ரஃப்ளூரோ எத்திலீன் ஆகும்; இதனை வெப்பப்படுத்தும் போது – தட்டுகள் பெரும்பாலும் வெப்பப் படுத்தப்படுகின்றன – நச்சுத்தன்மை வாய்ந்த வாயுக்களை வெளிவிடுகின்றன. இவை புற்றுநோய், உறுப்புச் செயலிழப்பு, இனப்பெருக்கச் சிதைவு மட்டுமின்றி இதர மோசமான விளைவுகளோடு தொடர்புடையவை.
- பாலிவினைல் குளோரைடு கொண்ட பொம்மைகள், குளியல் அறைத் திரைகள், உணவு உறைகள் மற்றும் இதர பொருட்கள். அதனுடைய அனைத்து வாழ்க்கைச்சுழல் நிலைகளிலும் பாலிவினைல் குளோரைடு (பீவிசி) மிகவும் அபாயகரமான பிளாஸ்டிக் ஆகும்: உற்பத்தி, பயன்பாடு, அகற்றல் நிலைகளில். இதனை உங்களுடைய வீட்டிற்குக் கொண்டு வராதீர்கள். இப்பொருள் பற்றி விரிவாக அறிந்துகொள்வதற்குப் பார்க்க: www.besafe.com/pvc/.
- பாலிபுரோமினேட்டட் டைஃபினைல் ஈதர்கள் (பிபிடிஇ) என்ற மிகுந்த நச்சுத்தன்மை வாய்ந்த வேதிப்பொருளால் பதப் படுத்தப்பட்ட மெத்தைகள், தலையணைகள், மஞ்சங்கள் அல்லது அறைக்கலன்கள்; இந்த வேதிப்பொருள் கல்லீரல், தைராய்டு, நரம்பு வளர்ச்சி நச்சுத்தன்மையோடு தொடர் புடையது. இதனுடைய அடையாள அட்டை 'தீப்பிடிப்புத்

தவிர்ப்புப் பொருளால் பதப்படுத்தப்பட்டது' என்று கூறினால் கவனமாக இருங்கள். தீப்பிடிப்புத் தடுப்புப் பொருட்கள் பற்றி மேலும் அதிகம் அறிந்துகொள்ள, காண்க: www.cleanproduction.org மட்டுமின்றி www.greensciencepolicy.org -ஐயும். பிபிடிஇக்கள் பற்றிய *வாஷிங்டன் டாக்சிக்ஸ் கொயலிசன்ஸ் க்ரீன் சைட்* என்னும் நூல் எப்படி நுகர்வோர் பொருட்களில் தீப்பிடிப்புத் தடுப்புப் பொருட்களைத் தவிர்ப்பது என்பதை விளக்குகிறது; விவரங்கள் நிகழ்நிலையில் www.eatoxics.org/files/greenproduct Guide.pdfஇல் கிடைக்கின்றன.

2. உங்களுடைய கழிவுகளைக் குறையுங்கள். தொழில்சார் கழிவை ஒப்பிடும்போது வீட்டுக்கழிவு ஒரு சிறு பங்கே என்றாலும், அதைக் குறைக்க நாம் என்ன செய்யலாம் என்பதை முடிவு செய்வது கடினமில்லை. இது எளிதானது. இது மூலப்பொருட்களைப் பேணுகிறது. ஒரு குப்பைக்குழியில் கொட்டப்படாமல் தடுக்கப்படுகின்ற அல்லது அதைவிட மோசமாக ஒரு சாம்பலாக்கியில் எரிக்கப்படாமல் தடுக்கப்படுகின்ற ஒவ்வொரு பை குப்பையும் ஒரு நல்ல விஷயம்தான். இதைத் தொடங்குவதற்கான சில இடங்கள் பின்வருமாறு:

   - ஒருமுறை பயன்படுத்தப்படும் பாட்டில்கள், பிளாஸ்டிக் பைகள், காப்பிக் கோப்பைகள், கலன்கள் போன்றவற்றைத் தவிருங்கள். இந்தப் பொருட்கள் சில நொடிகளே பயன்பாட்டில் இருக்குமாறு வடிவமைக்கப்படுகின்றன; ஒட்டுமொத்தமாக வீணாக்கப்படுகின்றன; மேலும், ஒரு முன்கூட்டிய திட்டத்தின் மூலம் ஏறத்தாழ முழுவதும் தவிர்க்கப்படக் கூடியனவாகும். தவிர்க்க முடியாமல் இவற்றில் ஒன்றைப் பயன்படுத்த நேரிட்டால் கவலைப்படாதீர்கள்; ஆனால் அதை ஒரு விதிவிலக்காகக் கருதுங்கள்.
   - தொழுவுரமிடுதல்: உங்களுடைய சமையலறையில் உணவுத் துண்டுகளுக்காக ஒரு தனியானக் குப்பைக் கூடையை வையுங்கள்; இந்தத் துண்டுகளை ஒரு நகராட்சித் தொழுவுரத் திட்டத்தின்கீழ் தொழுவுரமாக்குங்கள்; அல்லது வீட்டுத் தொழுவுரமாக்கல் வகைகளில் ஏதாவது ஒன்றைப் பயன்படுத்துங்கள். இது எளிதானது. இது குப்பைக்குழிகளிலிருந்து கரிமப் பொருட்களைத் தவிர்க்கிறது; உங்களுடைய சமையலறைப் பையை நாற்றமடிக்காமல் தடுக்கிறது; மண்ணிற்கும், தோட்டத்திற்கும், வீட்டுத் தாவரங்களுக்கும் ஒரு நல்ல இயற்கையான உரத்தைக் கொடுக்கிறது (இதன் மூலம் மிக மோசமான வேதிய உரங்கள் தடுக்கப்படுகின்றன). கிராமப்புற,

சிறு நகர, நகரச் சூழல்களுக்கான பல தொழுவுரமாக்கல் வழிகாட்டிகள் நிகழ்நிலையில் உள்ளன. நான் மண் புழுக்கள் கொண்டு தொழுவுரமாக்கலைத் தனிப்பட்ட முறையில் விரும்புகிறேன். எவ்வாறு என்பதை அறிய காண்க: www.wormwoman.com.

3. உங்களுடைய உணவு, தோட்டம், தூய்மையாக்கிப் பொருட்கள் போன்றவற்றில் கரிம வழியைப் பின்பற்றுங்கள். உயிரிக்கொல்லி களுக்கும், நச்சு வேதிப்பொருட்களுக்கும் நம்முடைய உணவு, வீட்டுப் புழக்கடைகள், வீடுகள் போன்றவற்றில் இடமில்லை. உயிரிக்கொல்லிகள் கொல்வதற்காக வடிவமைக்கப்பட்டவை என்பதை நினைவில் கொள்ளுங்கள்; அதற்காகத்தான் அவை உள்ளன. புற்றுநோய் முதல் நரம்பு, இனப்பெருக்க மண்டலங் களின் பிரச்சினைகள் வரையிலான உடல்நலப் பிரச்சினை களோடு அவை தொடர்பு கொண்டவை; அவை நம்முடைய சூழலிலும், உடல்களிலும் சேர்க்கையுறுகின்றன. குளோரின் வெளிர்ப்பான்களை தவிருங்கள். அதற்குப் பதிலாக நச்சுத்தன்மை யற்றத் தூய்மைப்படுத்திகளைப் பயன்படுத்துங்கள். புதுமையாகப் பொட்டலம் கட்டப்பட்டவை அதிக விலை கொண்டவை; மலிவான, எளிதான மாற்றீடுகளை காடி (வினிகர்), ஆப்ப சோடா, எலுமிச்சம் பழச்சாறு போன்ற அதிகச் செலவு வைக்காத கூறுகள் கொண்டு உருவாக்கலாம். இது எவ்வளவுக் கடினமானது? நச்சுத் தன்மையற்ற, வீட்டில் உருவாக்கக் கூடிய தூய்மைப் படுத்திகளைத் தயாரிப்பது எப்படி என்று நீங்கள் அறியா விட்டால் உங்களுடைய பாட்டியைக் கேளுங்கள் அல்லது செய்முறைகள் கொண்ட வலைத்தளங்கள் ஒன்றிற்கு வாருங்கள். எனக்குப் பிடித்தது பூவுலகுக்கான பெண்களின் குரல்கள் என்னும் அமைப்பின் வளைத்தளம்: www.women and environmet.org/ compaigns and programs/safecleaning/recipes.

4. ஆற்றல் பயன்பாட்டைக் குறையுங்கள்: வண்டி ஓட்டுவதைக் குறையுங்கள். சைக்கிளைப் பயன்படுத்துங்கள். வீட்டு வெப்ப மூட்டியை அணைத்துவிட்டுக் கம்பளி ஆடையை அணியுங்கள். வீட்டு ஆற்றல் பயன்பாட்டைத் தணிக்கை செய்யுங்கள். இங்கு அதிக விளக்கம் தேவையில்லை என்று நினைக்கிறேன்.

5 தொலைக்காட்சி இணைப்பைத் துண்டியுங்கள். பல மகிழ்ச்சி கரமான மாற்றுகள் உள்ளன எனும்போது ஒரு நாளைக்குப் பல மணி நேரம் அந்தத் தொலைக்காட்சிப் பெட்டி முன் உட்கார்ந்து கொண்டுள்ள உங்களின்மேல் ஒரு நுகர்வுக் கலாச்சாரத்தைப் புகுத்தும் அதனுடைய ஒளி-ஒலிபரப்புகளை ஏன் கேட்க வேண்டும்?

நான் சில ஆண்டுகளுக்கு முன்பே இதை உணர்ந்துவிட்டேன்; தொலைக்காட்சி மூடு வாரம் (டார்ன்ஆஃப் வீக் - ஒரு வாரத்திற்கு தொலைக்காட்சிப் பார்க்கமாட்டோம் என்று குழந்தைகள்/ சிறுவர்கள் உறுதி எடுத்துக்கொள்ளும் ஒரு திட்டம்) ஒன்றின் முடிவில் என்னுடைய மகள் என்னிடம் கூறினாள், 'கடந்த வாரத்தை நான் மிகவும் மகிழ்ச்சியாகச் செலவிட்டேன்; ஒவ்வொரு வாரமும் தொலைக்காட்சி மூடுவாரமாக இருந்தால் எவ்வளவு நன்றாக இருக்கும்.' உண்மையில் அதுதான் சரியாக இருந்தது.

6. நீங்கள் விரும்பும் பொருளாதாரத்தில் முதலீடு செய்யுங்கள்: நீங்கள் பொருட்கள் வாங்கும்போது, முதலீடு செய்யும்போது, ஒரு வங்கியைத் தேர்வு செய்யும்போது, வீட்டில் உங்களுக்கு உதவிய ஒருவருக்கு ஊதியம் கொடுக்கும்போது – அதாவது உங்களுடைய பணத்தைக் கொண்டு உண்மையில் எது செய்தாலும் – நீங்கள் விரும்பும் பொருளாதாரத்தையா அல்லது நீங்கள் தப்பித்துக் கொள்ள விரும்பும் ஒன்றையா, நீங்கள் கடுமையாக உழைத்துப் பெற்ற டாலர் ஆதரிக்கிறது என்பதைப் பற்றி நினைத்துப் பாருங்கள். வட்டார அளவில் உற்பத்திச் செய்யப்பட்ட, கூட்டுறவுச் சங்கங் களால் உற்பத்திச் செய்யப்பட்ட அல்லது நியாய வணிகச் சான்றிதழ் பெற்ற பொருட்களை வாங்குவது ஆகிய அனைத்துமே நல்லவை தாம். நினைவில் வைத்துக்கொள்ளுங்கள். கை மாறிய பழைய பொருட்களை வாங்குவது அல்லது பொருட்களை வாங்காமலேயே இருப்பதுதான் அனைத்திலும் சிறந்ததாகும்.

பள்ளியில், பணியிடத்தில், வழிபாட்டுத்தளங்களில்

தனிமனிதர் மட்டுமின்றி வீட்டின் செயல்பாட்டுக் கருத்துகள் நீங்கள் உங்களுடைய நாட்களின் ஒரு முக்கிய நேரத்தைச் செலவழிக்கும் வீடு, பணியிடம் அல்லது சர்ச் போன்ற அனைத்துச் சூழல்களுக்கும் பொருந்தும். இந்த இடங்களில் ஏற்கனவே ஒரு தொகுப்பு மக்களின் ஒரு பகுதியாக நீங்கள் திகழ்கிறீர்கள் என்ற உடனடி அனுகூலம் உங்களுக்குள்ளது; அதாவது, உங்களுடைய தாக்கமும் செல்வாக்கும் அதிகமாகின்றன. இந்தச் சூழல்களை மேலும் சிறப்பாக்க சில கூடுதல் கருத்துகள் வருமாறு:

- சூழல் மட்டுமின்றி சமூக முறைப்படுத்தப்பட்ட வளர்ச்சிக்கு அதனுடைய ஈடுபாட்டை உறுதி செய்யும் முறைப்படுத்தப்பட்ட ஒரு செயல்திட்டத்தை உங்களுடைய நிறுவனம் ஏற்குமாறு செய்யுங்கள். இந்தச் செயல்திட்டம் வெளிப்படையாக ஆதரிக்கப் படுகிறது என்பதை உறுதிப்படுத்திக் கொள்ளுங்கள். இதில் மாணவர்கள், புதிய உறுப்பினர்கள், அல்லது புதிதாக வேலைக்குச்

சேர்க்கப்பட்டவர்கள் போன்றவர்களுக்கான 'வெளியாரை அடையும்' *(அவுட்ரீச்)* பொருட்கள்/செய்திகள், மறுபயிற்சி தகவல்கள் மற்றும் இதர வெளியீடுகளை, அவை அந்த நிறுவனத்தின் வழக்கமாக மாறும் வகையில், மேற்கொள்ளுங்கள். பின்பு, உங்கள் துறையைச் சார்ந்த இதர நிறுவனங்களை அணுகி உங்களோடு சேருமாறு அவர்களுக்கு அழைப்பு விடுங்கள். கே-12 பள்ளிகளோடு செயல்படுவதற்கான வழிகாட்டிகளுக்கு க்ரீன் ஸ்கூல்ஸ் இனிசியேடிவ் இயக்கத்தை www.greenschools.netஇல் தொடர்பு கொள்ளுங்கள். இறைநம்பிக்கை அடிப்படையிலான நிறுவனங்களோடு செயல்படுவதற்கு க்ரீன் ஃபெய்த் அமைப்பைத் தொடர்பு கொள்க: www.greenfaith.org.

- பொருட்களை வாங்குவதற்கான டாலர்களைச் சரியாகச் செலவிடுங்கள்: பல்கலைக்கழகங்கள், வியாபார நிறுவனங்கள், அனைத்து வகை இதர நிறுவனங்கள் போன்றவை பொதுவாகத் தனிமனிதர்களைவிட அதிக அளவு உற்பத்திப் பொருட்களை வாங்குகின்றன. எனவே, இந்த நிறுவனங்கள் தமக்குப் பொருட்கள் விநியோகம் செய்பவர்களிடமிருந்து அதிகமானவற்றைக் கேட்கலாம். அச்சிடுபவர்களிடமிருந்து மறுசுழற்சி செய்யப்பட்ட காகிதங்களை வலியுறுத்தலாம். உணவு விநியோகம் செய்பவர்களிடமிருந்து கரிம உணவை வேண்டலாம். விநியோகஸ்தர்களை பொட்டலம் கட்டுதலைக் குறைக்கச் சொல்லலாம். சுத்தச் சேவை *(ஜேனிடோரியல் சர்வீஸ்)* செய்யும் அமைப்புகள் நச்சற்றத் தூய்மையாக்கிகளைப் பயன்படுத்த வலியுறுத்தலாம். இதன்மூலம் சிறிது சிறிதாக இந்த வியாபாரத்துறைகள் மேலும் நல்ல சேவைகளைச் செய்வதற்கான மாற்றங்களைப் பெறும்.

சூழலை மாற்ற இவை போதாது என்று நாம் அறிந்தும், இவற்றில் ஏதாவதொன்றை அல்லது அனைத்தையுமே, ஏன் செய்ய வேண்டும்? தனிமனிதச் செயலின் மதிப்பில் பின்வருவன அடங்கும்:

- எப்படி வாழ்வது என்பதற்கான நல்ல வழிமுறைகளையும் மாற்றுகளையும் இது எடுத்துக்காட்டுகிறது. உற்பத்திப் பொருட்களின் அளவைவிட வாழ்வின் தரத்தை வெளிப்படையாக நாம் தேர்ந்தெடுக்கும் ஒவ்வொரு முறையும், மிக அண்மைக்காலச் சாதனங்களை நாம் பெற வேண்டும் என்று அந்த நுகர்வோர் செய்திகள் நமக்குக் கூறுவதைப் புறக்கணிக்கின்ற ஒவ்வொரு முறையும், மற்றொரு வழிமுறை உள்ளதற்கான வாய்ப்புகளை நாம் எடுத்துக் காட்டுகிறோம். என் வீட்டுக் கூரையின்மேல் நான் சூரிய ஆற்றல் தகடுகளைப் பொருத்தியுள்ளேன். துணி உள்ளுறையைப் பொருத்துவது மூலமும், தடுப்புத் திரைகள்

அமைப்பது மூலமும் (வீட்டை வெப்பமூட்டுவதற்கான) ஆற்றல் பயன்பாட்டளவைக் குறைத்து விடுகிறேன்; சூரிய ஆற்றல் தகடுகள் என்னுடைய மொத்த வீட்டிற்குப் போதுமான அளவு ஆற்றலையும், என்னையும் என்னுடைய மகளையும் நகரத்தின் பகுதிகளுக்கு அழைத்துச் செல்ல உதவும் சிறிய, மின்சாரக் காருக்குத் தேவையான ஆற்றலையும் கொடுக்கிறது. சூரிய ஆற்றல் தகடுகளும், சூரிய ஆற்றலால் உந்தப்படும் மின்சாரக் காரும் பலரால் பெறமுடியாத அளவுக்கு விலை உயர்ந்தவை என்று எனக்குத் தெரியும். உண்மையில், இவை என்னுடைய நாட்டின் மிக அதிக கார்பன் டை ஆக்ஸைடு வெளியீட்டில் எந்தவித மாறுபாட்டையும் ஏற்படுத்தாது என்றும் எனக்குத் தெரியும். எனினும், என்னுடைய காரை நிறுத்தி எவரொருவர் அதைப் பற்றிக் கேட்டாலும் நான் அவரிடம் பின்வருமாறு கூறுவேன்: நான் இனிமேல் பெட்ரோல் விற்பனை நிலையத்திற்குப் போக வேண்டிய அவசியம் இல்லை என்று. இந்தக் கருத்து சிலரையாவது அடையும் வாய்ப்புள்ளது. நம்முடைய தற்போதைய தொழில்சார் முன்மாதிரி தவிர்க்க முடியாத ஒன்று என்ற நம்பிக்கையைத் தகர்க்கிறது.

- உணர்வு அடிப்படையிலான நுகர்வில் மிகவும் குறைந்த நச்சுத் தன்மை கொண்ட, மிகவும் குறைந்த சுரண்டல் தன்மை கொண்ட பொருட்களை வாங்குவது, அல்லது சில நேரங்களில் வாங்காமலேயே இருப்பது போன்றவை அடங்கும். நச்சுப் பொருட்கள் கொண்ட நுகர்வுப் பொருட்களைத் தவிர்ப்பது நச்சுப் பொருட்களுக்கு நம்மையும் நம்முடைய குடும்பத்தையும் வெளிப்படுத்திக் கொள்வதைக் குறைக்கிறது. இது தேவையான அளவு விளைவைக் கொண்டிருந்தால் மேற்கால் நிலையில் உற்பத்தியாளர்களுக்குச் செய்திகளை அனுப்பி நச்சுப்பொருட்களைச் சிறிது சிறிதாகக் குறைப்பதற்கு வழி வகை செய்யும். இதன்மூலம் தொழிலாளர்களும் சமுதாயங்களும் சூழலும் பரவலான நன்மை பெறும். வட்டார அளவில் வாங்குவது உங்களுடைய பணத்தை வட்டாரப் பொருளாதாரத்திலேயே நிலைத்து வைத்திருக்க உதவும்; வட்டார வேலைவாய்ப்பைப் பெருக்கும்; உங்களுக்குத் தேவையான உற்பத்திப் பொருட்கள் பல மைல்களாகத் தாண்டி வருவதும் தவிர்க்கப்படும். இவையனைத்துமே இந்தக் கோளுக்கும் சமுதாயங்களுக்கும் நன்மை பயக்கும்.

- நம்முடைய தாக்கத்தைக் குறைப்பதற்கு, நாம் மேற்கொள்ளும் தனிமனிதச் செயல்பாடுகள் நம்முடைய ஒருங்கில் மாற்றவேண்டிய குறைகளைக் கண்டுபிடிப்பதற்கு நமக்கு உதவும். அவற்றில் எவை தவறானவை என்பதைக் கண்டறிந்து திருத்தும் மெட்டல் டிடெக்டர்களாக (உலோகத்தைத் தடமறிய உதவும் கருவி) நான்

கருதுகிறேன். சரியான செயலை நாம் தனிமனிதராகச் செய்ய வேண்டும் என்ற பொறுப்பு எங்குள்ளதோ, ஒருங்கின் அந்த இடங்கள்தான் மாற்றம் செய்யப்படவேண்டியவையாகும். நான் சான் ஃபிரான்சிஸ்கோவிற்குக் காரில் செல்லும்போது பாலத்தைக் கடக்கக் கட்டும் சுங்கவரியைவிட ஏன் பொதுப் போக்குவரத்து அதிக செலவை வைக்கிறது? இது ஒருங்கின் தவறாகும்! நிச்சயமாகப் பொதுமக்கள் முதலீடு மூலமும் மானியங்கள் மூலமும் பொதுப் போக்குவரத்தை விரிவாக்குவது நமக்குத் தேவை. எந்த ஷாம்பு, சூரியக்கதிர் திரை, தோல் கழுவும் நீர்மம் (லோஷன்) போன்றவற்றில் புற்றுநோய்ப் பொருட்களும் இனப்பெருக்க மண்டல நச்சுப்பொருட்களும் இல்லை என்பதை அறிய ஏன் பல மணி நேரங்கள் குட்கைடை படிக்க வேண்டும்? இதுவும் ஒருங்கின் தவறாகும்! இவற்றிற்குப் பதிலாக, நம்முடைய உடல் அலங்காரப் பொருட்களில் நாம் நச்சுப்பொருட்களைத் தடை செய்வோம்; இதன் மூலம் ஒவ்வொரு வரும் ஆய்வில் பல மணி நேரங்களைச் செலவழிக்காமலே நச்சுப்பொருட்களை வாங்குவதைத் தவிர்க்கலாம்.

- நேர்மை: மக்கள் நல்லவர்கள் என்று நான் நம்புகிறேன். நாம் நல்ல விஷயங்களைச் செய்ய விரும்புகிறோம். நாம் நம்முடைய கோள், நம்முடைய உலகளாவிய அண்டை அயலார், நம்முடைய பேரக் குழந்தைகள் போன்றவர்களைப் பற்றி கவலை கொள்கிறோம். நம்முடைய பல, தினசரி விருப்பத் தேர்வுகள் நம்முடைய கோளின் நலத்தைச் சுரண்டுகின்றன; சமனின்மையைப் பெருக்குகின்றன; நச்சுகள் நிறைந்தவை என்பதை அறிவது, நல்ல உணர்வுகளை மேற்கொள்வது நம்முடைய விழுமியங்களிலும் செயல்பாடுகளிலும் அதிக நேர்மையைக் கொண்டுவர உதவுகின்றன; இவை நம்மைப் பற்றியே நாம் நன்றாக உணர உதவுகின்றன. இந்தச் சிறிய படிநிலைகள் ஒரு பெரிய அமைப்பில் நம்மைச் செயலற்றவர்களாக முடக்கிவைத்தால், அவை நிச்சயமாக நன்மை பயக்கக்கூடியதாக இருக்காது. எனினும், நம்முடைய சொந்த நேர்மையைப் பற்றிய உணர்வை அதிகமாகப் பயன்பாட்டிற்குக் கொண்டு வந்தாலும், இதன்மூலம் பெறப்படும் புதிய நேரத்தை உண்மையான மாற்றங்களை உருவாக்க செலவழித்தாலும் அது நிச்சயமாக ஒரு நல்ல விஷயம்தான்.

பின்னிணைப்பு 3

பாலிவினைல் குளோரைடு சில்லறை வணிகர்கள், உற்பத்தியாளர்கள், விற்பனைக்கு ஆதரவு தேடுபவர்களுக்கான மாதிரிக் கடிதம்

தவிர்க்க வேண்டும் என்ற மிகச்சிறந்த நோக்கங்கள் இருந்தால்கூட, பீவிசி – பாலிவினைல் குளோரைடு – பிளாஸ்டிக் எப்படியாவது, எப்பொழுதாவது என்னுடைய வீட்டுக்குள் நுழைந்துவிடுகிறது. நல்ல சொந்தக்காரர்களிடமிருந்து பெறப்பட்ட குழந்தைகளின் பொம்மைகளாக இருந்தாலும், எங்களுடைய வீட்டில் விட்டுவிட்டுச் செல்லப்பட்ட, மிகவும் மோசமான, குழந்தை அளவிலான பார்பி இளஞ்சிவப்பு மழைக்கோட்டாக இருந்தாலும், நான் வாங்கிய பொருட்களின் பொட்டலத்தைப் பிரிக்கும்வரையிலும், அந்த விநோதமான நாற்றத்தை உணரும் வரையிலும், அவற்றிலெல்லாம் இந்தப் பாலிவினைல் குளோரைடு உள்ளது. சில நேரங்களில் இது பொருட்களில் உள்ளது. சில நேரங்களில் அது பொட்டலத்தில் உள்ளது. இந்தப் பொருளில் உள்ள பிரச்சினை என்னவெனில், நாம் அதைப் பெற்றுவிட்டால் நாம் அதை விட்டுவிலக முடியாது. நாம் இதை ஒரு கூட்டுறவு கடைக்குக் கொடுக்க முடியாது; அங்கு அதனுடைய அபாயத்தை உணராத எவரோ ஒருவர் அதைத் தம்முடைய வீட்டுக்குக் கொண்டு சென்று தம்முடைய குடும்பத்தை அதற்கு வெளிப்படுத்திக் கொள்வார். நாம் அதைத் தூக்கி எறியமுடியாது; ஏனெனில், இப்பொருள் குப்பைக்குழிகளை அடைந்தாலும், மேலும் மோசமாக சாம்பலாக்கப்பட்டாலும் நச்சுப்பொருட்களை வெளிவிடுகிறது. எனவே, என்ன செய்வது? அதை ஒரு உறையில் அல்லது பெட்டியில் போட்டு மூடி அதை வாங்கிய சில்லறைக் கடைக்கோ, உண்டாக்கிய உற்பத்தியாளருக்கோ திருப்பி அனுப்பிவிடுங்கள் அல்லது இந்த இரண்டையும் கண்டு பிடிக்க முடியவில்லை என்றால் அதை வினைல் நிறுவனத்திற்கு அனுப்பி விடுங்கள்; இதுதான் வாஷிங்டன் டிசியில் உள்ள, பீவிசி தொழிலுக்காக ஆதரவு தேடும் அமைப்பாகும். இதன் கூடவே ஒரு கடிதம் எழுதி விளக்கத்துடன் அதில் இத்தகைய பொருட்களை விற்காதீர்கள், உருவாக்காதீர்கள், நச்சுப் பிளாஸ்டிக்குகளை ஆதரிக்காதீர்கள் என்று குறிப்பிடுங்கள். நான் வாங்கிய ஒரு பொருளைத் திருப்பி அனுப்புகிறேன் என்றால், நான் அவர்களிடம் வாங்கிய பொருளின் விலையைத் திருப்பித் தருமாறு கேட்கிறேன்;

மேலும், அந்தப் பணத்தை பீவிசியைத் தடைசெய்ய முயன்று வரும் ஒரு நிறுவனத்திற்கு நன்கொடையாகக் கொடுத்து விடுகிறேன். நுகர்வுப் பொருட்களில் பீவிசியைக் கண்டுபிடிக்க தேவையான அதிகத் தகவலை விரும்பினாலோ, இந்த நச்சு நிறைந்த பிளாஸ்டிக்கைத் தவிர்க்க நடைபெறும் ஒரு போராட்டத்தில் சேர விரும்பினாலோ வருகைபுரிக www.besafenet.com/pvc.

உங்களுடைய சொந்தப் பயன்பாட்டிற்காக நீங்கள் கீழே கொடுக்கப்பட்டுள்ள கடிதத்தை மாற்றியமைத்துக் கொள்ளலாம். இதை உங்களுடைய நண்பர்களுடன் பகிர்ந்துகொள்ளுங்கள். கடிதங்கள் மூலம் இத்தகைய செய்திகளைக் கடைகள் போதுமான அளவு பெற்றால் அவை பீவிசியைப் பயன்படுத்துவதையும் விற்பதையும் நிறுத்த ஒத்துக்கொண்டுள்ள பல சில்லறை வணிகர்களையும் உற்பத்தியாளர்களையும் இணைக்கும்.

வினைல் நிறுவனத்தின் முகவரி பின்வருமாறு: Vinyl Institute, 1737 King Street, Suite 390, Alexandria, VA, 22314 USA.

அன்புள்ள (உற்பத்தியாளர், கடைக்காரர், வினைல் நிறுவனம்),

இத்துடன் இணைக்கப்பட்டிருக்கும் (மழைக்கோட்டு, கைப்பை, ரப்பர் மூழ்கி, பிணைப்பான், குளியலறைத் திரை போன்றவை) பொருளை நான் உங்களுக்குத் திருப்பி அனுப்புகிறேன்; ஏனெனில், இதில் பாலிவினைல் குளோரைடு உள்ளது. ஒரு நலமான வீட்டுச் சூழலுக்கோ, ஒரு நலமான கோளுக்கோ பாலிவினைல் குளோரைடு பங்களிப்பதில்லை. உண்மையில், உற்பத்தியிலிருந்து, பயன்பாடு, அகற்றல் வரையிலும் உள்ள அதனுடைய வாழ்க்கைச் சூழலில் அனைத்து நிலைகளிலும் இது மிகவும் அபாயகரமான பிளாஸ்டிக் ஆகும். நான் உங்களை இப்பொருளை (உண்டாக்குவது, விற்பது அல்லது ஆதரிப்பது போன்ற செயல்களில்) நிறுத்துமாறு கேட்டுக் கொள்கிறேன். இதற்குப் பதிலாகத் தொழிலாளர்கள், சமுதாயங்கள், நுகர்வோர், கோள் போன்றவற்றிற்குப் பாதுகாப்பான பொருட்களைத் தேர்ந்தெடுக்குமாறு கேட்டுக்கொள்கிறேன்.

உற்பத்தி: இப்பொருள் உற்பத்தி குறிப்பாகத் தொழிலாளர்களுக்கும் இதைத் தயாரிக்கும் தொழிற்சாலைகள் அமைந்த இடங்களில் வாழும் சமுதாயங்களுக்கும் ஆபத்தானது. இதன் உற்பத்திக்கு வினைல் குளோரைடு தனிமூலக்கூறு (விசிஎம்) தேவைப்படுகிறது. இது ஒரு ஆபத்தான வெடிபொருள் மட்டுமின்றி, நச்சுக் கழிவுகளை உருவாக்குகிறது; குறிப்பாக எத்திலீன் டை குளோரைடு (இடிசி) தார்களை. இந்த இரண்டு பொருட்களையும் எந்த அண்டைப் பகுதியும் வேண்டாது. இதன் உற்பத்தியால் ஏற்படும் கழிவுகளில்

டயாக்சின் என்ற மிகவும் திறன் வாய்ந்த புற்றுநோய் உண்டாக்கி இருப்பதாக நிரூபிக்கப்பட்டுள்ளது. கழிவு எங்கெல்லாம் புதைக்கப் படுகின்றனவோ எரிக்கப்படுகின்றனவோ அங்கெல்லாம் இது பரவுகிறது. பாலிவினைல் குளோரைடின் உள்ளார்ந்த ஆபத்து களைத் தவிர, அதனுடைய பல்வேறு பயன்களுக்கான உற்பத்தி மேலும் அதிக நச்சு வேதிப்பொருட்களின் சேர்க்கையை வேண்டு கிறது: (தேலேட்டுகள் போன்ற) நெகிழ்வாக்கிகள் அதனுடன் சேர்க்கப்பட்டு அதை மென்மையானதாகவும் நெகிழ்வுத் தன்மை கொண்டதாகவும் மாற்றுகின்றன; கன உலோகங்கள் (ஈயம், காட்மியம் போன்ற) நிலைநிறுத்திகளாகச் சேர்க்கப்படுகின்றன. மேலும், இதர சேர்ப்புப் பொருட்களைப் பூஞ்சைகள் உண்ணாமல் இருக்க பூஞ்சைக் கொல்லிகள் சேர்க்கப்படுகின்றன.

பயன்பாடு: பீவிசியுடன் சேர்க்கப்படும் வேதியச் சேர்க்கைப் பொருட்கள் பிளாஸ்டிக்குடன் வன்பிணைப்புக் கொள்ளாததால் அவை எளிதில் வெளியே கசிகின்றன அல்லது சிறிது சிறிதாக ஆவியா கின்றன. இதன் காரணமாக பொருட்கள் பெரும்பாலும் 'புதிய கார் நாற்றத்தை' கொண்டுள்ளன. மேலும் இந்தப் பொருளால் ஆன ஜன்னல் சட்டங்களிலிருந்தும் சிறிய ஜன்னல் திரைத் தகடுகளிலிருந்தும் பெரும்பாலும் ஈயத்தூசுகள் வெளிவிடப்படுகின்றன. இதில் பயன் படுத்தப்படும் மிகச்சாதாரண நெகிழ்வாக்கி டிஇஎச்பி ஆகும். இது ஒரு புற்றுநோயுண்டாக்கி மட்டுமின்றி நாளமில்லாச் சுரப்பிகளைச் செயலிழக்கச் செய்யும் ஒரு பொருளாகும். மேலும், தற்போது இந்தக் கோள் முழுவதுமுள்ள மனிதர்கள், இயல்பு மிருகங்களின் உடலிலும் இது காணப்படுகின்றது. இந்தப் பொருளை நம்முடைய வீடுகளுக்கு, பள்ளிகளுக்கு, பணியிடங்களுக்குக் கொண்டு வந்தால் நம்முடைய உடல்களுக்குள் இந்த நச்சு சேர்ந்து விடுகிறது.

அகற்றுதல்: பாலிவினைல் குளோரைடை எரித்தால் டயாக்சினும் அமில வாயுக்களும் வெளிவிடப்படுகின்றன. விலக்கப்பட்ட பாலிவினைல் குளோரைடு ஒரு திறந்த எரிப்புக் குப்பையையோ கழிவுச் சாம்பலாக்கியையோ அடைந்தால் டயாக்சின் வெளிவிடப் படுகிறது. கட்டடங்கள் தீப்பிடித்து எரிந்தால்கூட இது நடைபெறு கிறது; ஏனெனில், கட்டடப் பொருட்களில் இது பரவலாகப் பயன்படுத்தப்படுகிறது. இது குப்பைக்குழியில் கொட்டப்பட்டால் இதன் சேர்க்கைப் பொருட்கள் சூழலில் கசிகின்றன. குப்பைக் குழிகளில் தீப்பிடிப்பது மிகவும் சாதாரணமாகக் காணப்படுவதால் இது எரிவதும் அதிக சாத்தியமான ஒன்றே.

பீவிசி மறுசுழற்சி ஒரு தீர்வாகாது. தொழில் நுட்ப அடிப்படை யில் இந்த மறுசுழற்சி கடினமான ஒன்றாகும், பொருளாதார

அடிப்படையில் சாத்தியமானதல்ல, மாசுறுத்தும் தன்மை கொண்டது; காற்றில் பலவிதமான நச்சுப்பொருட்களை வெளிவிடும் ஒன்றாகும். இவற்றைவிட அடிப்படையானது என்னவெனில், ஒரு ஆபத்தான பொருளை மறுசுழற்சி செய்வது அந்த ஆபத்தையே மறுசுழற்சி செய்வது போன்றதாகும். இத்தகைய தனித்தன்மை வாய்ந்த ஆபத்தான பொருளை நாம் கையாளும்போது, ஒரு நல்ல வழிமுறை அதை மீண்டும் எப்படிப் பயன்படுத்துவது என்பதைப் பற்றி நினைக்காமல் அதன் சுழற்சியைக் குறைப்பதுதான்.

பாலிவினைல் குளோரைடைப் பற்றிய நல்ல செய்தி என்னவெனில் அது நமக்குத் தேவையில்லை என்பதுதான். இதற்கு மாற்றுப் பொருட்கள் உள்ளன; இந்த மாற்றுப் பொருட்கள் அதிகப் பாதுகாப்பானவை; இவற்றில் பல அண்மைக் காலங்களில் பாலிவினைல் குளோரைடால் மாற்றீடு செய்யப்பட்டவையாகும்: கண்ணாடி, பருத்தி, உலோகம், பீங்கான், தோல், மரம், குறைந்த அபாயகரமான பிளாஸ்டிக்குகள். நைக்கி, ஐகேஇஏ, சோனி, பாடி ஷாப் ஒரு டஜன் தானியங்கி ஊர்தி உற்பத்தியாளர்கள், வால் மார்ட்டும் சேர்ந்த, உலகம் முழுவதுமுள்ள பல நிறுவனங்கள் தம்முடைய உற்பத்திப் பொருட்களில் இப்பொருளைக் குறைக்க அல்லது முழுவதும் நீக்க முயற்சி எடுத்துக்கொண்டுள்ளன.

பீவிசி எவ்வளவு அபாயகரமானது என்று அறிந்தும், இதற்கான மாற்றுகள் உள்ளன என்று அறிந்தும் நீங்கள் ஏன் இந்தப் பொருளைத் தொடர்ந்து (பயன்படுத்துகிறீர்கள்/விற்கிறீர்கள்/ஆதரவு அளிக்கிறீர்கள்?). அந்த அனைத்து நிறுவனங்களும் சமுதாயத்திற்கு, தொழிலாளர்களுக்கு, சூழல் நலத்திற்கு ஆதரவான ஒரு நிலைப் பாட்டை எடுத்தால் நீங்களும் அவ்வாறு எடுக்கலாம்.

பாலிவினைல் குளோரைடு பற்றிய உங்களுடைய (இங்கு நிறுவனத்தின் பெயரைச் சுட்டவும்) நிலைப்பாட்டை எனக்குத் தெளிவுபடுத்தி எழுதுமாறு பணிவோடு கேட்டுக்கொள்கிறேன். உங்களுடைய செயல்பாடுகளிலிருந்து இப்பொருளைச் சிறிது சிறிதாக நீக்க உங்களிடம் ஒரு திட்டமிருந்தால், கால அட்டவணை யுடன் அதைப்பற்றிக் குறிப்பாக அறிய விரும்புகிறேன்.

உங்களிடமிருந்து பதிலை எதிர்பார்க்கிறேன்.

அன்புள்ள
(உங்களுடைய பெயர்)

குறிப்புகள்

முன்னுரை

1. 'Recycle City: Materials Recovery Centre,' U.S. Environmental Production Agency (epa.gov/recyclecity/print/recovery.htm).
2. Ken Stier, 'Fresh Kills: Redeveloping one of the biggest landfills in the world,' *Waste Management World,* December 2007 (waste-management-world.com/display-article/314941/123/ARCHI/none/none/1/Fresh-Kills).
3. 'Earth at a glance,' Ecology Global Network (ecology.com/features/earthataglance/youarehere.html).
4. Astronomy: 'Measuring the Circumference of the Earth,' Schlumberger Excellence in Educational Development (seed.slb.com/v2/FAQView.cfm?ID=1105).
5. CO_2 Now website.co2now.org/.
6. 'Body Burden-The Pollution in Newborns: A Benchmark investigation of industrial chemicals, pollutants and pesticides in umbilical cord blood,' executive summary, Environmental Working Group, 2005 (ewg.org/reports/bodyburden2execsumm.p»).
7. *Fourth Global Environmental Outlook-Environment for Development,* summary, United Nations Environment Programme, 2007 (unep.org/geo/goe4/media/fact-sheets/Fact_3_Air.pdf).
8. 'Ten Facts About Water Scarcity,' World Health Organization (who.int/features/factfiles/water/en/index.html).
9. 'Income Inequality,' UC Atlas of Global Inequality (ucatlas,ucsc.edu/income.php).
10. Tim Jackson, 'What Politicians Dare Not Say,' *New Scientist,* October 18, 2008, p.43.
11. Joseph Guth, 'Law for the Ecological Age', *Vermont Journal of Environmental law,* vol.9, no.3, 2007-2008 (vjel.org/journal.php?vol=2007-2008).
12. Thom Hartmann, *The Last Hours of Ancient Sunlight* (New York: Three Rivers Press, 2004), pp. 14-15.
13. Bill McKibben, *Deep Economy* (New York: Henry Holt & Company, 2007), pp.203-4.

14. James Pethokoukis, 'McCain or Obama: Who's Pro-Growth?' *US News & World Report,* June 2, 2008 (usnews.com/blogs/capital-commerce/2008/06/02/mccain-or-obama-whos-pro-growth.html).
15. Donella Meadows, *The Global Citizen* (Washington, D.C.: Island Press, 1991), p.4.
16. Donella Meadows, 'Places to Intervene in a System,' *Whole Earth Review,* winter 1997 (wholeearth.com/Issue/2091/article/27 places.to.intervene.in.a.system).

சொற்களைப் பற்றி ஒரு சொல்

1. Thomas Princen, Michael Maniates, and Ken Conca, *Confronting Consumption* (Boston: MIT Press, 2002), pp.45-50.
2. James Gustave Speth, *The Bridge at the Edge of the World: Capitalism, the Environment, and Crossing from Crisis to Sustainability* (New Haven: Yale University Press, 2008).
3. Herman E. Daly and Joshua Farley, *Ecological Economics* (Washington D.C.: Island Press, 2003), p.433
4. N. Senanayake and L.Karalliedde, 'Neurotoxic effects of organophosphorus insecticides', *New England Journal of Medicine,* March 26, 1987, pp. 761-63.
5. Ken Geiser, *Materials Matter* (Boston: MIT Press, 2001), p.22.
6. *Report of the World Commission on Environment and Development,* UN World Commission on Environment and Development, 1987 (Worldinbalance.net/pdf/1987-brundtland.pdf).
7. Robert Gilman's definition of sustainability is widely quoted, by organizations such as the Environmental Production Agency (Yosemite.epa.gov/R10/OI.NSF/5d5e619248fe0bd88825650f00710fbc/7dc483330319d2d888256fc4007842da! Open Document and the Center for World Leadership (earthleaders.org/sii/goal).
8. Center for Sustainable Communities, quoted in Sustainable Sonoma Country's 'Key Concepts: Defining Sustainability' (sustainalesonoma.org/keyconcepts/sustainability.html).

இயல் 1: பரித்தெடுத்தல்

1. Paul Hawken and Amory L.Hunter, *Natural Capitalism* (New York: Little Brown & Co., 1999), p.50.
2. Bill Chameides, 'Pulse of the Planet: U.S. Whiffs on Climate Change While Rain Forests Burn,' *The Huffington Post,* July 14, 2008 (huffingtonpost.com/bill-chameides/pulse-of-the-planet-us-wh_b_112588.html).
3. Charles Czarnowski, Jason Bailey, and Sharon Bal, 'Curare and a Canadian Connection,' *Canadian Family Physician,* vol.53, no.9, September 2007, pp.1531-32 (pubmedcentral.nih.gov/articlerender.fcgi?artid=2234642).
4. Peter Rillero, 'Tropical Rainforest Education' (ericdigests.org/2000-1 tropical.html).

5. 'Cancer Cured by the Rosy Periwinkle,' The Living Rainforest (livingforest.org/about-rainforests/anti-cancer-rosy-periwinkle).
6. 'Rainforest Facts,' Raintree (rain-tree.com/facts.htm). Raintree is an informational website founded by Leslie Taylor, Author of *The Healing Power of Rainforest Herbs* (Square Garden City Park One Publishers, 2005) and Founder of the company Raintree Nutrition, which markets rainforest botanicals.
7. *Global Diversity Outlook,* Secretariat of the Convention on Biological Diversity, United Nations Environment Programme, 2001, p.93 (cbd.int/gbo1/gbo-pdf.shtml).
8. 'About Rainforests,' Rainforest Action Network (ran.org/new/kidscorner/about_rainforest/forests_of_the_world_map/').
9. Don E. Wilson and DeeAnn M.Reeder (eds.), *Mammal Species of the World: A Taxonomic and Geographic Reference,* 3rd. ed. (Baltimore: Johns Hopkins University Press, 2005); Available Online from Bucknell University's Mammal Species of the World database (bucknell.edu/msw3/browse.asp?id=14000691).
10. 'Promoting Climate-Smart agriculture' Food and Agriculture Organization of the United Nations (fao.org/forest/28811/en).
11. Condition and Trends working Group of the Millennium Ecosystem Assessment, Ecosystems and *Human Well-Being: Current States and Trends,* vol.1 (Washington, D.C.: Island Press, 2005), p.2.
12. 'The Economics of Ecosystems and Biodiversity,' European Commission (ec.europa.eu/environment/nature/biodiversity/economics/).
13. Richard Black, 'Nature Loss Dwarfs Bank Crisis." BBC News, October 10, 2008 (news.bbs.co.uk/2/hi/science/nature/7662565.stm).
14. 'Deforestation and net forest area change,' Food and Agriculture Organizaiton of the United Nations (fao.org/forestry/30515/en/).
15. *State of the World's Forests 2007,* Food and Agriculture Organization of the United Nations (fao.org/docrep/009/a0773e00.htm).
16. 'Old Growth,' Rainforest Action Network (ran.org/what_we_do/old_growth/about_the_campaign/).
17. Allen Hershkowitz, *Bronx Ecology* (Washington, D.C.: Island Press, 2002), p.75.
18. Stephen Leahy, 'Biofuels Boom Spurring Deforestation,' Inter Press Services, March 21, 2007 (ipsnews.net/news.asp?idnews=37035).
19. Jack Kerouac, *The Dharma Bums* (New York: Viking Press, 1958; Penguin Books, 1976), pp.225-26.
20. John Muir, *My First Summer in the Sierra* (Boston: Houghton Mifflin, 1911; Sierra Club Books, 1988).
21. 'Forestry; Wood; Pulp and Paper: ILO Concerns,' International Labour Organization (ilo.org/public/english/dialogue/sector/sectors/forest/concern.htm).
22. Leahy, 'Biofuels Boom Spurring Deforestation.'

23. 'Common and Uncommon Paper Products,' TAPPI (tappi.org/paperu/all_about_paper/products.htm). TAPPI is the Leading technical association for the worldwide pulp, paper, and converting industry.
24. 'Facts About Paper,'Printers National Environmental Assistance Center (pneac.org/sheets/all/paper.cfm).
25. 'Environmental Trends and Climate Impacts: Findings from the U.S. Book Industry,' Book Industry Study Group Press Initiative (ecolibris.net/book_industry_footprint.asp).
26. 'Forest Products Consumption and Its Environmental Impact' Sierra Club (sierra club.org/sustainable_consumption/factsheets/forestproducts_factsheet.asp).
27. 'Good Stuff? Paper,' Worldwatch Institute (worldwatch.org/node/1497).
28. 'What are some ways to save paper at the office?' *E/The Environmental Magazine,* october 18, 2004 (enn.com/top_stories/article/186).
29. 'Recycling Facts and Figures' Wisconsin Department of Natural Resources, 2002 (dnr.state.wi.us/org/aw/wm/publications/).
30. International Institute for Environment and Development, *A Changing Future for Paper: An Independent Study on the Sustainability of the Pulp and Paper Industry* (Geneva: World Business Council for Sustainable Development, 1996), p.4 (wbcsd.org/web/publications/paper-future.pdf).
31. Environmental Paper Network website: environmentalpaper.org.
32. *FCS-US: Leading Forest Conservation and Market Transformation,* Forest Stewardship Council (fscus.org/images/documents/FSC_prospectus.pdf).
33. 'What Percentage of the Human Body is Water?' *The Boston Globe,* November 2, 1998 (boston.com/globe/search/stories/health/how_and_why/011298.htm).
34. 'Fascinating Water Facts,' Agua Solutions (aguasolutions.com/facts.html).
35. Seth H.Frisbie, Erika J.Mitchell, Lawrence J. Mastera, et al., 'Public Health Strategies for Western Bangladesh That Address Arsenic, Manganese, Uranium, and other Toxic Elements in Drinking Water' *Environment Health Perspectives,* vol.117, no.3, March 2009 (ehponline.org/docs/2008/11886/abstract.html).
36. Amie Cooper, 'The Lawn Goodbye,' *Dwell Magazine,* February 26, 2009 (dwell.com/articles/the-lawn-goodbye.htm).
37. 'Cleaner Air: Gas Mower Pollution Facts,' People Powered Machines (people poweredmachines.com/faq-environment.htm).
38. Rebecca Lindsey, 'Looking for Lawns,' *NASA Earth Observatory,* November 8, 2005 (earthobservatory.nasa.gov/Features/Lawn/printall.php).
39. 'Productgallery: Paper,' Water Footprint Network (waterfootprint.org/?page=files/productgallery&product=paper).
40. 'Siemens Offers Tips for Manufacturers to Reduce Their Water Footprint,' PRNews-wire/Reuters, August 17, 2009 (reuters.com/article/pressRelease/idUS142222+17 Aug-2009+PRN20090817).

41. 'Where Is Earth's Water Located?' U.S. Geological Survey (ga.water.usgs.gov/edu/earthwherewater.html).
42. Ger Bergkamp and Claudia W.Sadoff, 'Water in a Sustainably Economy,' *State of the World 2008* (Washington, D.C.: The Worldwatch Institute, 2009), p.107.
43. World Health Organization and UNICEF, *Water for Life: Making it Happen* (Geneva: WHO Press, 2005), p.5
44. 'Human Appropriation of the World's Fresh Water Supply,' University of Michigan Global Change Program (globalchange.umich.edu/globalchange2/current/lectures/freshwater_supply/freshwater.html).
45. Bergkamp and Sadoff, 'Water in a Sustainable Economy,' p. 108
46. Maude Barlow, 'A UN Convention on the Right to water – An Idea Whose Time Has Come,' Blue Planet Project, November 2006 (blueplanetproject.net/documents/UN_convention_MB_Dec06.pdf).
47. 'Running Dry,' *The Economist*, August 21, 2008. The quote 'water is the oil of the 21st century' was from Andrew Liveris, the chief executive of Dow Chemical Company.
48. 'The Soft Path for Water,' Pacific institute (pacinst.org/topics/water_and_sustainability/soft-path/index.htm).
49. "Virtual Water' Innovator Awarded 2008 Stockholm Water Prize,' Stockholm International Water Institute (siwi.org/sa/node.asp?node=25).
50. Quote appears on the Water Footprint website: waterfootprint.org/?page=files/home.
51. 'Dublin Statements and Principles,' Global Water Partnership (gwpforum.org/servlet/PSP?iNodeID=1345).
52. Ray Anderson, 'The business logic of sustainability,' TED talk filmed February 2009, posted May 2009 (ted.com/talks/ray_anderson_on_the_business_logic_of_sustainability.html).
53. *Dirty Metals: Mining Communication, and the Environment,* Earthworks and Oxfam America, 2004, p.4 (nodirtygold.org/pubs/DirtyMetals.pdf).
54. *Rich Lands Poor People: Is Sustainable Mining Possible?* Centre for Science and the Environment, 2008, p.1 (cseindia.org/programme/industry/pdf/miningpub.pdf).
55. 'Mining: Safety and Health,' International Labour Organization (ilo.org/public/english/dialogue/sectors/mining/safety.htm).
56. 'Mineworkers Rights,' GRAVIS (gravis.org.in/content/view/26/46).
57. '1872 Mining Law,' Earthworks (earthworksaction.org/1872.cfm).
58. Ken Geiser, *Materials Matter* (Boston: MIT Press, 2001), p.170.
59. 'H.R. 699: Hardrock Mining and Reclamation Act of 2009,' Congressional Research Service summary, GovTrack (govtrack.us/congress/bill.xpd?bill=h111-699&tab=summary).

60. Radhika Sarin, *No Dirty Gold: Consumer education and action for mining reform* (Washington, D.C.: Earthworks, 2005), pp.305-6.
61. 'Why a Campaign Focused on Gold?' No Dirty Gold (nodirtygold.org about_us.cfm).
62. 'Poisoned Waters,' No Dirty Gold (nodirtygold.org/poisoned_waters.cfm).
63. 'The Gold Discovery That Changed the World: Coloma, California, 1848,' Coloma Valley website, adapted from *Discover Coloma: A Teacher's Guide*, by Alan Beilharz (coloma.com/gold/).
64. Pratap Chatterjee, *Gold, Greed and Genocide* (Berkeley, Calif.: Project Underground, 1998).
65. Rebecca Solnit, 'Winged Mercury and the Golden Calf,' *Orion*, September/October 2006 (orionmagazine.org/index.php/article/176/).
66. 'The Golden Rules,' No Dirty Gold (nodirtygold.org/goldenrules.cfm).
67. 'Combating Conflict Diamonds,' Global Witness (globalwitness.org/pages/en/conflict_diamond.html)
68. 'Leaders of diamond-fuelled terror campaign convicted by Sierra Leone's Special Court,' press release from Global Witness, February 26, 2009 (globalwitness.org/media_library_detail.php/723/en/leaders_of_diamond_fuelled_terror_campaign_convicted_by_sierra_leones_special_court).
69. 'The Kimberley Process,' Global Witness (globalwitness.org/peace/en/the_kimberley_process.html).
70. 'Conflict Diamonds: Sanctions and War,' United Nations (un.org/peace/africa/Diamond.html).
71. *Loupe Holes: Illicit Diamonds in the Kimberley Process*, Partnership Africa Canada and Global Witness, November 2008, p.1 (globalwitness.org/media_Library_detail.php/674/en/loupe_holes_illicit_diamonds_in_the_Kimberley_proc).
72. 'Congo's Tragedy: The war the world forgot,' *The independent* [UK], May 5, 2006 (Independent.co.uk/news/world/africa/congos-tragedy-the-world-forgot-476929.html).
73. *Faced with a Gun, What Can you Do? War and the Militarisation of Mining in Eastern Congo*, Global Witness, July 2009. Tables with statistics on the mineral exports from 2007 and the first half of 2008 can be found on p.90 (globalwitness.org/media_library_detail.php/786/en/global_witness_report_faced_with_a_gun_what_can_yo).
74. Jack Ewing, 'Blood on your Phone? Unlikely It's 'Conflict Coltan,'' *Der Speigel Online International*, November 18, 2008 (speigel.de/international/world/0,1518, 591097,00.html).
75. Larry Greenemeier, 'Trashed Tech: Where Do Old Cell Phones, TVs and PCs Go to Die?' *Scientific American*, November 29, 2007 (sceientificamerican.com/article.cfm?id=trash-tes\ch-pc-tv-waste).

76. American Chemical Soceity, *Chemistry in the Community,* 5th ed. (New York: W.H.Freeman, 2006), p.176.
77. Steve Connor, 'Warning: Oil supplies are running out fast,' *The Independent* [UK], August 3, 2009 (independent.co.uk/news/science/warning-oil-supplies-are-running-out-fast%C2%ADI766585.html).
78. Lou Dematteis and Kayna Szymczak, *Crude Reflections: Oil, Ruin, and Resistance in the Amazon Rainforest* (San Francisco: City Lights Publishers, 2008), pp.6-18.
79. 'Carbon plan in Ecuador would leave jungle oil reserves untapped,' *Yale Environment 360,* Yale School of Forestry and Environmental Studies (e360.yale.edu/content/digest.msp?id=1897).
80. Haroon Siddique, 'Pay-to-protect plan for Ecuador's rainforest on the brink,' *The Guardian* [UK], October 9, 2008 (guardian.co.uk/environment/2008/oct/09/endangeredhabitats.endangeredspecies).
81. Jess Smee, 'Oil or Trees? Germany Takes Lead in Saving Ecuador's Rainforest,' Sustainable Development Media Think Tank, June 24, 2009 (sustainabilitank.info/2009/06/24/will-germany-go-for-the-oil-of-ecuador-or-for-the-trees-as-credits-for-its-own-pollution-who-are-the-future-good-samaritans/).
82. 'The Ogoni Bill of Rights,' Movement for the Survival of the Ogoni People, October 1990 (mosop.org/ogoni_bill_of_rights.html).
83. Andrew Walker, 'Fresh start for Nigerian oil activities?' BBC News, August 11, 2008 (news.bbc.co.uk/2/hi/africa/7509220.stm).
84. 'Shell in Nigeria: What are the Issues?' Essential Action (essentialaction.org/shell/issues.html).
85. Andy Rowell, 'Secret papers show how Shell targeted Nigeria oil protests,' *The Independent* [UK], June 14, 2009 (independent.co.uk/news/world/americas/secret-papers-show-how-shell-targeted-nigeria-oil-protests-1704812.html).
86. 'Ken Saro-Wiwa's closing statement to the Nigerian military-appointed special tribunal,' *Southern Africa Report,* vol. 11, no.2, January 1996 (africafiles.org/article.asp?ID=3906).
87. Stephen Kretzmann, 'Shell's Settlement Doesn't Hide Unsettling Reality in Nigeria,' *The Huffington Post,* June 10, 2009 (huffingtonpost.com/stephen-kretzmann/shells-settlement-doesnt_b_213352.html).
88. 'The Case Against Shell,' Center for Constitutional Rights and EarthRights International (wiwavshell.org/the-case-against-shell/).
89. Jad Mouawad, 'Shell to Pay $15.5 Million to Settle Nigerian Case,' *The New York Times,* June 8, 2009 (nytimes.com/2009/06/09/business/global/09shell.html?_r=1&ref=global).
90. *Oil for Nothing: Multinational Corporation, Environmental Destruction, Death and Impunity in the Niger Delta,* a U.S. nongovernmental delegation trip report, September 6-20, 1999, p.18 (essentialaction.org/shell/Final_Report.pdf).

91. 'Bowoto v.Chevron Case Overview,' Earth Rights International (earthrights.org/site_blurbs/bowoto_v_chevrontexaco_case_overview.html).
92. David Morris and Irshad Ahmed, *The Carbohydrate Economy: Making Chemicals and Industrial Materials from Plant Matter* (Washington D.C.: Institute for Local Self Reliance, 1992). This and many other titles about alternatives to petroleum are listed on the website of the Institute for Local Self-Reliance at.ilsr.org/pubs/pubscarbo.html.
93. Jeff Goodell, *Big Coal: The Dirty Secret Behind America's Energy Future* (New York: Houghton Mifflin Harcourt, 2006), p.146.
94. Deborah Brautigam, *Taxation and Governance in Africa,* American Enterprise Institute for Public Policy Research, April 2008 (aei.org/outlook/27798).
95. *United Nations Declaration on the Right of Indigenous Peoples,* adopted by the General Assembly September 13, 2007 (un.org/esa/socdev/unpfii/en/declaration.html).
96. 'Sustainable Development and Indigenous Peoples,' International Work Group for Indigenous Affairs (iwgia.org/sw219.asp).
97. 'Extractive Industries,' issue brief, World Bank Group (ifc.org/ifcext/media.nsf/AttachmentsByTitle/AM08_Extractive_Industries_IssueBrief.pdf).
98. Extractive Industries Transparency Initiative (eiti.org/ru/node/614).
99. 'Anti World Bank, IMF Activities Say,' Agence France-Presse, March 14, 2000 (global policy.org/component/content/article/209/43161.html).
100. 'World Bank Bonds Boycott,' Center for Economic Justice (econjustice.net/wbbb/).
101. Jared Diamond, 'What's your consumption Factor?' *The New York Times,* January 2, 2008 (nytimes.com/2008/01/02/opinion/02diamond.html).
102. 'The State of Consumption Today,' Worldwatch Institute (worldwatch.org/node/810).
103. 'Earth Overshoot Day,' Global Footprint Network (footprintnetwork.org/en/index.p›/GFN/page/earth_overshoot_day/). For much more detailed information on the resource use of individual countries, see the *Living Planet Report 2008,* coauthored by the World Wildlife Fund and the Global Footprint Network (footprintnetwork.org/en/index.p›/GFN/page/national_assesments/).
104. One Planet Living website: oneplanetliving.org/index.html.
105. Hawken and Hunter, *Natural Capitalism,* p.8
106. '1994 Declaration of the Factor 10 Club' Factor 10 Institute (techfak.uni-bielefeld.de/-walter/f10/declaration94.html).

இயல் 2. உற்பத்தி

1. Many references, including: Our Stolen Future (Ourstolenfuture.org). *State of the World 2006,* Worldwatch Institute; Nancy Evans, ed., *State*

of the Evidence 2006, executive summary, Breast Cancer Fund, p.4 (breastcancerfund.org/atf/cf/%7BDE68F7B2-5F67-9794-AFE5D27A3CFF%7D/ State%20of%20the%20Evidence%202006.pdf)] Gay Daly, 'Bad Chemistry,' OnEarth, Winter 2006 (nrdc.org/onearth/06win/chem 1.asp).

2. Theo Colburn, John Peter Myers, and Dianne Dumanoski, *Our Stolen Future: Are we Threatening Our Fertility, intelligence, and Survival?* (New York: Plumme Books, 1997). See the Our Stolen Future website for chapter synopses (ourstlonefuture.org/Basics/chapters.htm) and recent news about chemical exposures (ourstolenfuture.org/New/recentimportant.htm).

3. Fred Pearce, *Confessions of an Eco-Sinner: Tracking Down the Sources of My Stuff* (Boston: Beacon Press, 2008), p.89.

4. A.K.Chapagain, A.Y.Hoekstra, H.H.G.Savenije, and R.Gautam, 'The Water footprint of cotton consumption,' *Ecological Economics*, vol.60, no.1. November 1, 2006, pp.201-2 (waterfootprint.org/Reports/Report18.pdf).

5. Worldwatch Institute, *State of the World 2004* (New York: W.W.Norton & Company, 2004), p.162.

6. 'Problems with conventional cotton production,' Pesticide Action Network North America (panna.org/Node/570).

7. Charles Benbrook, *Pest Management at the Crossroads* (Yonkers, N.Y.: Consumer's Union, 1996), p.2.

8. Billie J.Collier, Martin Bide, and Phyllis Tortora, *Understanding Textiles* (Upper Sadle River, N.J.: Prentice Hall, 2008), p.11.

9. Micheal Lackman, 'Care What You Wear: Facts on Cotton and Clothing Production,' Organic Consumers Association, June 29, 2007 (organicconsumers.org/articles/article_6347.cfm).

10. Micheal Lackman, 'Permanent Press: Facts behind the fabrics,' Organic Clothing.blogs.com, January 3, 2009 (organicclothing.blogs.com/ my_weblog/2009/01/permanent-press-facts-behind-the-fabrics,html).

11. 'Formaldehyde,' U.S. Environmental Protection Agency (epa.gov/iaq/ formalde.html#Health Effects).

12. 'Haitian Garment Factory Conditions,' *Campaign for Labor Rights Newsletter*, July 8, 1997 (hartford-hwp.com/archives/43a/136.html).

13. 'Lawmakers Vote to Increase Minimum Wage for Haitians,' Caribarena, August 5, 2009 (caribarena.com/caribbean/haiti/haiti-lawmakers-vote-to-increase-minimum-wage-for-haitians.html).

14. 'The Footprint Chronicles: Tracking the Environmental and Social Impact of Patagonia Clothing and Apparel,' Patagonia (patagonia.com/web/us/ footprint/index.jsp).

15. Susan Kinsella, 'The History of Paper,' *Resource Recycling*, June 1990 (conservatree.org/learn/Papermaking/History.shtml).

16. 'Environmentally Sound Paper Overview: Environmental Issues, Part III-Making Paper: Content,' Conservatree (conservatree.org/learn/ Essential%20Issues/EIPaper Content.shtml).

குறிப்புகள் ❖ 461

17. 'Book Sector,' Green Press Initiative (greenpressinitiative.org/about/bookSector.htm).
18. 'The Trees of Central Park,' Central Park Conservancy (centerparknyc.org/site/PageNavigator/virtualpark_cptreedbase).
19. 'Impacts on Climate,' Green Press Initiative (greenpressinitiative.org/impacts/climateimpacts.htm).
20. 'Paper Making and Recycling,' U.S. Environmental Protection Agency (epa.gov/waste/conserve/materials/paper/basics/papermaking.htm).
21. *Comparison of Kraft, Sulfite, and BCTMP Manufacturing Technologies for Paper*, White paper, Environmental Defense Fund, December 19, 1995 (edf.org/documents/1632_WP12.pdf).
22. Carola Hanisch, 'Finished in 15 Minutes: Paper Industry Global View,' *Clariant*, February 1999 (emt-india.com/process/pulp_paper/pdf/Paper_industry_globalview.pdf).
23. *Pulp and Paper Chemicals: Industry Forecasts for 2011 and 2016*, Freedonia Group, February 2008 (reuters.com/article/pressRelease/idUS68793+23-Jan-2008+BW20080123).
24. Jeffrey Hollender, 'Putting the Breast Cancer/Chlorine Connection on Paper, '*The Non-Toxic Times*, July 2004 (consumerhealthreviews.com/articles/WomansHealth/BreastCancerChlorine.htm).
25. *The American People's Dioxin Report*, Center for Health Environment and Justice (mindfully.org/Pesticide/Dioxin-Report-CEHJ.htm).
26. 'Chlorine Free Processing,' Consevatree (conservatree.org/paper/PaperTypes/GFDisc.shtml).
27. 'Getting Mercury Out of Paper Production,' Natural Resources Defense Council (nrdc.org/cities/living/mercury.asp).
28. Michelle Carstensen and David Morris, *Biochemicals for the Printing Industry*, Institute for the Local Self-Reliance; available for purchase at ilsr.org or online at pneac.org/sheets/all/Biochemicals_for_the_Printing_ Industry.pdf.
29. Elizabeth Grossman, *High Tech Trash* (Washington D.C.: Island Press, 2006), p.5.
30. Michael Dell, speech given at the Gartner Symposium/ITxpo, October 2002, quoted in *Clean Up Your Computer*, a Catholic Agency for Overseas Development report (cafod.org.uk/var/storage/original/application/phpYyhizc.pdf).
31. Andrew S.Grove, *Only the Paranoid Survive* (New York: Doubleday Business, 1996).
32. *Trade and Development Report, 2002*, UN Conference of Trade and Development, p.vii (unctad.org/en/docs/tdr2002overview_en.pdf).
33. Alexandra McPherson, Beverley Thrope, and Balke, *Brominated Flame Retardants in Dust on Computers: The Case for safer Chemicals and Better Computer Design*, Clean Production Action, June 2004, p.5 (cleanproduction.org/library/BFR%20Dust%20Computer.pdf).

34. Eric Williams, Robert Ayers, and Miriam Heller, 'The 1.7 Kilogram Microchip: Energy and Material Use in the Production of Semiconductor Devices,' *Environmental Science and Technology* Vol.36, no.24, 2002, p.5509.
35. Peter Singer, 'The Greening of the Semi-Conductor Industry,' *Semiconductor International*, December 1, 2007 (semiconductor.net/article/205812-The-Greening_of_the_Semiconductor_Industry.php).
36. Michiel van Dijk and Irene Schipper, *Dell: CSR Company Profile*, SOMO, the Centre for Research on Multinational Corporations, May 2007, p.19 (somo.nl/publications-en/publication_1956).
37. 'Environmental Responsibility,' Dell (content.dell.com/us/en/corp/dell-earth.apx).
38. 'Soesterberg Principles Electronic Sustainability Commitment,' Clean Production Action (cleanproduction.org/Electronics.Green.php).
39. 'Life Cycle Studies: Aluminium Cans,' *World Watch*, vol.19, no.3, May/June 2006 (worldwatch.org/node/4062).
40. Alan Thein Durning and John C.Ryan, *Stuff: The Secret Lives of Everyday Things* (Washington, D.C.: World Future Society, 1988).
41. Jennifer Gitliz, *The role of the Consumer in Reducing Primary Aluminum Demand*, a report by the Container Recycling Institute for the International Strategic Round-table on the Aluminum Industry, Sao Luis, Brazil, October 16-18, 2003.
42. 'The Aluminum Can's Dirty Little Secret: On-going Environmental Harm Outpaces the Metal's 'Green' Benefits,' press release from the Container Recycling Institute and International Rivers Network, May 17, 2006 (container-recycling.org/media/newsrelease/aluminum/2006-5-AlumDirty.htm).
43. 'Calculating the Aluminum Can Recycling Rate,' Container Recycling Institute (container-recycling.org/facts/aluminum/data/UBCcalculate.html).
44. Elizabeth Royte, *Garbageland: On the Secret Trail of Trash* (New York: Little, Brown & Co., 2005), p.155.
45. Michael Belliveau and Stephen Lester, *PVC-Bad News Comes in Threes: The Poison Plastic, Health Hazards and the Looming Waste Crisis*, The Environmental Health Strategy Center for Health, Environment and Justice, 2004, pp.16-18 (chej.org/BASAFE/pvc/pvcreports.htm).
46. Stephen Lester, Michael Schade, and Caitlin Weigand, 'Volatile Vinyl: the New Shower Curtain's Chemical Smell,' Center for Health, Environment and Justice, June 12, 2008 (cela.ca/publicationa/volatile-vinyl-new-shower-curtains-chemical-smell-0).
47. Beverley Thorpe, 'Closing the Product Loop: How Europe Is Grappling with Waste,' Clean Production Action, February 11, 2003 (ecologycenter.org/recycling/beyond 50percent/closingtheloop.ppt).
48. 'PVC Government Policies Around the World,' Center for Health, Environment and Justice (besafenet.com/pvs/government.htm).

49. Payal Sampat and Gary Gardner, *Mind Over Matter: Recasting the Role of Materials in Our Lives*, Worldwatch Institute, December 1998 (worldwatch.org/node/846).
50. 'Lead, Cadmium, and Other Harmful Chemicals Found in Popular Children's Toys,' press release from the Washington Toxics Coalition, December 12, 2007 (watoxics.org/pressroom/press-release/popular-holiday-toys-contaminated-with-high-levels-of-toxic-chemicals/).
51. David Duncan, *Experimental Man* (Hoboken, N.J.: John Wille & sons, 2009).
52. Michael Hawthorne, 'Pregnant women get new mercury warning,' *Chicago Tribune*, February 7, 2004 (ewg.org/node/22671).
53. 'Mercury in the Environment,' U.S. Geological Survey (usgs.gov/themes/factsheet/146-00/).
54. 'Historic Treaty to Tackle Toxic Heavy Metal Mercury Gets Green Light,' Press release from the United Nations Environment Programme, February 20, 2009 (unep.org/Documents.multilingual/Default.asp?DocumentID=562&ArticleID=6090&l=en/).
55. Stacy Malkan, *Not Just a Pretty Face: The Ugly Side of the Beauty Industry* (Gabriola Island, B.C.: New Society Publishers, 2007), p.2.
56. Jane S.Fisher, 'Environmental anti-androgens and male reproductive health: Focus on phthalates and testicular dysgenesis syndrome,' white paper for the University of London School of Pharmacy, Department of Toxicology, 2004 (reproduction-online.org/cgi/content/full/127/3/305).
57. Malkan, *Not Just a Pretty Face,* 9.26, citing, Jane Houlihan, Charlotte Brody, and Bryony Schwan, *Not to Pretty: Pthalates, Beauty Products and the FDA*, Environmental Working Group, Coming Clean, and Healthcare Without Harm, July 8, 2002 (ewg.org/reports/nottoopretty).
58. 'A Poison Kiss: The Problem of Lead in Lipstick,' The Campaign for Safe Cosmetics, October 2007 (safecosmetics.org/article.php?id=327).
59. 'No More Toxic Tub,' The Campaign for Safe Cosmetics, March 2009 (safecosmetics.org/article.p>?id=414).
60. 'Statement of Jane Houlihan on Cosmetics Safety. Discussion Draft of the 'Food and Drug Administration Globalization Act' Legislation: Device and Cosmetics Safety Before the Subcommittee on Health of the Committee on energy and Commerce United States House of Representatives, May 2008,' Environmental Working Group (ewg.org/node/26545).
61. Skin Deep cosmetics safety database (cosmeticsdatabase.com).
62. Barry Commoner's foreword to Ken Geiser, *Materials Matter* (Boston: MIT Press, 2001), p. x.
63. 'Chemical Body Burden,' Coming Clean (chemicalbodyburden.org/).
64. 'The Foundation for Global Action on persistent Organic Pollutants: A United States Perspective,' U.S.Environmental Protection Agency, March 2002 (scribd.com/doc/1799026/Environmental-Protection-Agency-POPsa).

65. David Santillo, Iryna Labunska, Helen Davidson, et al., *Consuming Chemicals Hazardous chemicals in house dust as an indicator of chemical exposure in the home*, Greenpeace Research Laboratories (greenpeace.org/international/press/reports/consuming-chemicals-hazardou).
66. 'Body Burden: The Pollution in Newborns,' Environmental Working Group, July 14, 2005 (ewg.org/reports/bodyburden2/exesusumm.p›).
67. Sonya Lunder and Rence Sharp, *Mother's Milk: Record Levels of Toxic Fire Retardants Found in American Mother's Breast Milk*, Environmental Working Group, September 2003, (ewg.org/reports/mothersmilk/).
68. Jone Hendry, 'Being Breast-fed May Lower Cancer Risk,' *Reuters Health*, May 9, 2008 (breastcancer.org/risk/new_research/20080509.jsp).
69. 'What is REACH?' EUROPA-Environment (ec.europa.eu/environment/chemicals/reach/reach_intro.htm).
70. 'Why We Need the Kid-Safe Chemicals Act,' Environmental Working Group (ewg.org/kid-safe-chemicals-act-blog/kid-safe-chemicals-act/).
71. "Lautenberg, Solis, Waxman Introduce Legislation to Product Americans from Hazardous Chemicals in Consumer Products-'Kid Safe Chemical Act' Would Ensure All Chemicals Used in EveryDay Products, Including Those Used in Baby Bottles and Children's Toys, Are Proven Safe,' press release from the office of Senator Frank R.Lautenberg, May 20, 2008 (lautenbarg.senate.gov/newsroom/record.cfm?id=298072).
72. 'Landmark Chemical Reform Introduced in Congress, 'press release from the Environmental Working Group, May 20, 2008 (ewg.org/node/26571).
73. 'More than a Paycheck,' Sweet Honey in the Rock (youtube.com/watch?v=UzIEGxiHpEU).
74. 'Occupational Cancer,' National Institute for Occupational Safety and Health (cdc.gov/niosh/topics/cancer/).
75. 'Environmental Justice,' U.S. Environmental Protection Agency (epa.gov/oecaerth/basics/ejbackground.html).
76. Benjamin F.Chavis, Jr., and Charles Lee, *Toxic Wastes and Race in the United States: A National Report on the Racial and Socio-Economic Characteristics of Communities with Hazardous Waste Sites*, United Church of Christ, 1987, p.xiv (ucc.org/about-us/archives/pdfs/toxwrace87.pdf).
77. Temma Kaplan, *Crazy for Democracy: Women in Grassroots Movements* (New York: Routledge, 1997), p.69.
78. Robert D.Bullard, Paul Mohai, Robin Saha, and Beverly Wright, *Toxic Wastes and Race at Twenty:1987-2007*, United Church of Christ, March 2007, p. xii (ucc.org/justice/pdfs/toxic20.pdf).
79. Steve Lerner, 'Fenceline and Disease Cluster Communities: Living in the Shadow of Heavily-Polluting Facilities,' Collaborative on Health and the Environment, October 1, 2006 (healthandenvironment.org/articles/homepage/751).
80. Mick Brown, 'Bhopal gas disaster's legacy lives on 25 years later,' Telegraph.co.uk, August 6, 2009 (telegraph.co.uk/news/asia/india/

5978266/Bhopal-gas-disasters-legacy-lives-on-25-years-later.html); Helene Vosters, 'Bhopal Survivors Confront Dow,' CorpWatch, May 15, 2003 (corpwatch.org/article.php?id=6748).

81. 'What Happened in Bhopal?' The Bhopal Medical Appeal (bhopal.org/index.php?id=22).

82. I.Labunska, A. Stephenson, K.Brigden, et al., 'Toxic contaminants at the former Union Carbide Factory site, Bhopal, India: 15 years after the Bhopal accident,' Greenpeace Research Laboratories, April 1999.

83. Srishti, *Surviving Bhopal 2002: Toxic Present, Toxic Future*, Fact Finding Mission on Bhopal, January 2002 (bhopal.net/oldsite/documentlibrary/survivingbhopal 2002.doc).

84. Ann Larabee, *Decade of Disaster* (Chicago: University of Illinois Press, 2000), p.136.

85. Kim Fortun, *Advocacy after Bhopal: Environmentalism, Disaster, New Global Orders* (Chicago: University of Chicago Press, 2001). p.58.

86. 'Responsible Care,' American Chemistry Council (americanchemistry.com/s_responsiblecare/sec.asp?CID=1298&DID=4841).

87. *Trust Us. Don't Track Us: An Investigation of the Chemical Industry's Responsible Care Program*, U.S. Public Interest Research Group Education Fund, January 28, 1998 (static.usprig.org/usp.asp?id2=6997&id3=USPIG&).

88. 'What is the Toxics Release Inventory (TRI) Program,' U.S.Environmental Protection Agency (epa.gov/TRI/triprogram/whatis.htm).

89. '2007 TRI Public Data Release,' U.S. Environmental Protection Agency (epa.gov/TRI/tridata/tri07/index.htm).

90. 'Pollution Report Card for Zip Code 94709, Alameda Country,' Scorecard.org (scorecard.org/community/index.tcl?zip_code=94709&set_community_zipcode_cookie_p=t&x=0&y=0).

91. 'Limitations of EPA's Exposure Estimates,' Scorecard.org (scorecard.org/env-release/def/tri_ei_risk_methods.html).

92. 'What You Need to Know About Mercury in Fish and Shellfish: 2004 EPA and FDA Advice for: Women Who Might Become Pregnant, Women Who Are Pregnant, Nursing Mothers, Young Children,' press release from the U.S. Food and Drug Administration, March 2004 (fda.gov/Food/FoodSafety/Product-SpecificInformation/Seafood/FoodbornePathogensContaminants/Methymercuery/ucm115662.htm).

93. Ricardo Alonso-Zaldivar, 'FDA Moves to Advise Pregnant Women to Consume More Mercury-Laced Seafood,' Associated Press, December 15, 2008 (ewg.orgnode/27440).

94. Lyndsey Layton, 'FDA Draft Report Urges Consumption of Fish, Despite Mercury Contamination,' *The Washington Post*, December 12, 2008 (washingtonpost.com/wp-dyn/content/article/2008/12/11/AR2008121103394.html).

95. 'Federal Advisory Committee Act: Issues Related to the Independence and Balance of Advisory Committees,' U.S. Government Accountability Office, GAO-08-611T, April 2, 2008 (gao.gov/htext/d08611t.html).

96. 'FDA Statement on Release of Bisphenol A (BPA) Subcommittee Report,' press envents/newsroom/pressannouncements/2008/ucm116973.htm).
97. 'NTP, FDA at Odds on Bisphenol-A,' *Integrity in Science Watch,* Center for Science in the Public Interest, week of September 8, 2008 (cspinet.org/integrity/press/200809081.html).
98. Kirsten Stade, *Twisted Advice: Federal Advisory Committees Are Broken,* Center for Science in the Public Interest, January 2009 (cspinet.org/new/pdf/twisted_advice_final_report.pdf).
99. Ken Geiser, 'Comprehensive Chemicals Policies for the Future,' Lowell Center for Sustainable Production, University of Massachusetts Lowell, November 2008 (hhh.umn.edu/centers/stpp/pdf/Geiser_Chemicals_Policy_Paper.pdf).
100. M.King Hubbert, 'Nuclear Energy and the Fossil Fuels,' *Drilling and Production Practice,* American Petroleum Institute, 1956 (energybulletin.net/node/13630).
101. William McDonough quoted in *Sidwell Friends Alumni Magazine,* Spring 2005, p.9 (sidwell.edu/data/files/news/AliminiMagazine/spring_2005.pdf)
102. 'Mobile Industry Unites to Drive Universal Charging Solution for Mobile Phones,' press release from the GSMA, February 17, 2009. GSMA (Groupe Special Mobile) is the association of the worldwide mobile communications industry.
103. Biomimicry Institute website: biomimicryinstitute.org.
104. Janine Benyus, 'Janine Benyus shares nature's designs,' TED talk filmed February 2005 (ted.com/talks/janine_benyus_shares_nature_s_designs.html)

இயல் 3: விநியோகம்

1. Sarah Anderson, John Cavanagh, and Thea Lee, *Field Guide to the Global Economy,* rev.ed. (New York: New Press, 2005), p.6.
2. Robert Glodman and Stephen Papson, *Nike Culture: The Sign of the Awoosh* (London: Sage Publications Ltd., 1999), p.168
3. William Greider, 'A New Giant Sucking Sound,' *The Nation,* December 31, 2001 (thenation.com/doc/20011231/greiter).
4. David C.Korten, *When Corporations Rule the World,* 2nd ed. (San Francisco: Berrett-Koehler Publishers, 2001), p. 216.
5. Gary Fields, *Territories of Profit: Communications, Capitalist Development and the Innovative Enterprises of G.F.Swift and Dell Computer* (Palo.Atlo.Calif.: StanfordUniversity Press, 2004), p. 208.
6. *America's Freight Challenge,* a report by the American Association of State Transportation Policy and Revenue Study Commission, May 2007, p.25.
7. Wayne Ellwood, *The No-Nonsense Guide to Globalization* (London: Verso, 2005), p. 18.

8. 'Ship Sulfur Emissions Found to Strongly Impact Worldwide Ocean and Coastal Pollution,' *Science Daily,* August 20, 1999, based on research from Carnegie Mellon and Duke universities.
9. Rochester Institute of Technology, 'Pollution from Marine Vessels Linked to Heart and Lung Disease,' FirstScience News, November 7, 2007 (firstscience.com/home/news/breaking-news-all-topics/pollution-from-marine-vessels-linked-to-heart-and-lung-disease_39078.html).
10. 'Commercial Ships Spew Half as Much Particulate Pollution as World's Cars,' NASA Earth Observatory, February 26, 2009 (earthobservatory.nasa.gov/ Newsroom/view.php?id=37290).
11. 'Large Cargo Ships Emit Double Amount of Soot Previously Estimated,' *Science Daily,* July 11, 2008 (science.com/release/2008/07/080709103848.htm).
12. John W. Miller, 'The Mega Containers Invade,' *The Wall Street Journal,* January 26, 2009 (online.wsj.com/article/SB123292489602813689.html).
13. *Freight and International Connectivity in China,* a report sponsored by the U.S.Department of Transportation, Federal Highway Administration, May 2008, (international.fhwa.dot.gov/pubs/p108020/p108020.pdf).
14. 'Quantification of the Health Impacts and Economic Valuation of Air Pollution from Ports and Goods Movement in California,' California Air Resources Board, April 20, 2006 (arb.ca.gov/planning/gmerp/gmerp.htm).
15. David Bensman and Pael Bromberg, 'Deregulation has wrecked port trucking system,' *The Record/*NorthJersey.com, March 29, 2009.
16. David R. Butcher, 'The State of U.S. Rail, Air and Sea Shipping,' ThomasNet News, February 3, 2009 (news.thomasnet.com/IMT/archives/2009/02/shipping-carrier-container-trends-challenges-in-use-state-of-industry.html).
17. Helen Lindblom and Christian Stenqvist, 'SKF Freight Transports and CO2 Emissions: A study in environmental management accounting,' master's thesis, Department of Energy and Environment, Chemicals University of Technology, 2007 (chalmers.se/ee/SV/forskning/forskargrupper/miljosystemanalys/publikasioner/pdf-filer/2007_2/downloadFile/attachfile_3_fo/2007-18.pdf).
18. 'SmartWay,' U.S. Environmental Protection Agency (epa.gov/smartway/basic-informationa/index.htm).
19. Justin Thomas, 'UPS Unveils 'World's Most Efficient Delivery Vehicle,' TreeHugger, August 10, 2006 (treehugger.com/files/2006/08/ups_unveils_wor_1.php).
20. Michael Graham Richard, 'FedEx Converts 92 Delivery Trucks to Diesel Hybrids with 'Lithium-Ion Batteries, TreeHugger, July 21, 2009 (treehugger.com/files/2009/07/fedex-converts-92-delivery-trucks-to-diesel-electric-hybrids.php).
21. Andrew Posner, 'DHL Unveils Guilt-free Shipping,' TreeHugger March 9, 2008 (treehugger.com/files/2008/03/dhl-guiltfree-shipping.php).

22. Mark Bernstein, 'Drilling the Integrated Global Supply Chain from the Top,' *World Trade 100,* September 1, 2005 (worldtrademag.com/Articles/Feature_Article/5a7707fc6aaf7010VgnVcm100000f932a8c0).
23. Susanne Goransson, Angelica Johnson, and Michaela Persson, 'Extreme Business Models in the Clothing Industry: A case study of H&M and ZARA,' dissertation, Department of Business Studies, Kristianstad University, December 2007.
24. Keisha Lamothe, 'Online retail spending surges in 2006,' CNNMoney.com, January 4, 2007 (money.cnn.com/2007/01/04/news/economy/online_sales/?postversion=2007 010410).
25. Stacy Mitchell, *Big-Box Swindle: The True Cost of Mega-Retailers and the Fight for American's Independent Business* (Boston: Beacon Press, 2007), p.12.
26. Rence Wilmeth of Google Books and Literary Architects, quoted by Dave Taylor, Ask Dave Taylor (askdavetaylor.com/what_percentage_of_books_printed_end_up_destroyed.html).
27. H.Scott Matthews and Chris T.Hendricks, 'Economic and Environmental Implications of Online Retailing in the United States,' dissertation, Graduate School of Industrial Administration, Carbegie Mellon University, August 2001.
28. Collin Dunn, 'Online Shopping vs.Driving to the Mall: the Greener Way to Buy,' TreeHugger, February 13, 2009 (treehugger.com/files/2009/02/online-shopping-vs-driving-mall-greener.p›).
29. Mitchell, *Big-Box Swindle,* p.13.
30. Sonia Rayes, 'Study: Wal-Mart Private Brands Are Catching On,' *Brandweek,* August 21, 2006 (brandweek.com/bw/esearch/article_display.jsp?vnu_content_id=1003019846).
31. 'Where to buy appliances: Big stores aren't necessarily the best,' *Consumer Reports,* September 1, 2005.
32. 'The Real Facts About Wal-Mart,' WakeUpWalMart.com (wakeupwalmart.com/facts/).
33. *Wal-Mart: The High Cost of Low Price,* Robert Greenwald, director, 2005.
34. 'The Real Facts About Wal-Mart,' citing data from the UFCW analysis of Wal-Mart's health plan, WakeupWalMart.com, March 2008 (wakeupwalmart.com/facts/).
35. 'Disclosures of Employers Whose Workers and Their Dependents Are Using State Health Insurance Programs,' Good Jobs First, updated October 26, 2009 (goodjobsfirst.org/corporate_subsidy/hidden_taxpayer_costs.cfm).
36. 'How Wal-Mart Has Used Public Money in Your State,' Wal-Mart Subsidy Watch (walmartsubsidywatch.org)
37. Al Norman, 'Barstow, CA., Lawsuit Freezes Wal-Mart Distribution Center Until May,' Wal-Mart Watch, January 12, 2009 (walmartwatch.com/battlemart/archives/barstow_ca_lawsuit_freezes_wal_mart_distribution_center_ until_may/).

38. Mike Troy, 'High-tech DC Streamlines supply chain,' *DSN Retailing Today*, May 9, 2005 (findarticles.com/p/articles/mi_mOFNP/is_9_44/13734506/ai_n).
39. Norman, 'Barstow, CA., Lawsuit Freezes Wal-Mart Distribution Center Until May.'
40. Stephanie Rosenbloom and Michael Barbaro, 'Green-Light Specials, Now at Wal-Mart,' *The New York Times*, January 24, 2009 (nytimes.com/2009/01/25/business/25walmart.html?pagewanted=1&_r=1). Also see the fact sheets that Wal-Mart regularly up-dates on their company website (walmartstores.com/FactsNews/FactSheets/#Sustainability).
41. 'The Real Facts About Wal-Mart,' WakeUpWalMart (wakeupwalmart.com/facts/), based on data from the U.S. Department of Labor, Bureau of Labor Statistics (bls.gov/news.release/empsit.t16.htm).
42. "The Real Facts About Wal-Mart,' quoting directly from Wal-Mart's 'A Manager's Toolbox to Remaining Union Free,' pp.20-21.
43. Ross Perot with Pat Choate, *Save Your Job, Save Our Country* (New York: Hyperion Books, 1993), p.4.
44. Thomas Friedman, 'Mexico feels job-loss pain,' *Arizona Daily Star*, April 3, 2004 (azstarnet.com/sn/related/16486).
45. Uri Berliner, 'Haves and Have-Nots: Income and Inequality in America,' National Public Radio, February 5, 2007 (npr.org/templates/story/story.php?id-7180618).
46. John M. Broder, 'California Voters Reject Wal-Mart Initiative,' *The New York Times*, April 7, 2004 (nytimes.com/2004/04/07/national/07CNDWALM.html).
47. 'World Bank energy complex creates hell on earth for Indian citizens,' Probe International, March 1, 1998 (probeinternational.org/export-credit/world-bank-energy-complex-creates-hell-earth-indian-citizens).
48. 'About Us,' The World Bank (web.worldbank.org/WBSITE/EXTERNAL/EXTABOUTUS/0,,contentMDK:20040565-menuPK:1696892-pagePK:51123644-piPK:329829-theSitePK:29708,00.html).
49. Amitayu Sen Gupta, 'Debt relief for LDCs: The new Trojan Horse of Neo-Liberalism,' International Development Economics Associates (networkideas.org/news/aug2006/Debt_Relief.pdf).
50. 'Status of Kenya's Debt,' fact sheet, Jubilee USA (jubileeusa.org/fileadmin/user_upload/REsources/Kenya_2005.pdf), citing Njoki Gihthewa, 'Government of Kenya should declare official position on debt,' press release from the Kenya Debt Relief Network, July 19, 2005 (odiousdebts.org/odiousdebts/index.cfm?DSP=content&ContentID=13408).
51. 'How Big is the Debt Poor Countries?' Jubilee Debt Campaign (jubileeDebtcampaign.org.uk/2How big is the debt of poor countries%3F+2647.twl).
52. 'World Bank/IMF Question and Answers,' Global Exchange (globalexchange. org/campaign/wbimf/faq.html). See also 50 Years Is Enough, a campaign of the U.S.Network for Global Economic Justice (50 years.org/issues/).

53. 'H.R.2634: Jubilee Act for Responsible Lending and Expanded Debt Cancellation of 2008,' Open Congress (opencongress.org/bill/110-h2634/actions_votes).

54. 'Clinton pledges more than $50m in aid for Haiti,' Agence France-Presse, April 14, 2009 (google.com/hostednews/afp/article/ALeqM5i0vtqlmpiKl-5VkFrRKXqINsYsJw).

55. 'Top Reasons to Oppose the WTO,' Global Exchange (globalexchange.org/campaigns/wto/OpposeWTO.html). See also Ellwood, *The No-Nonsense Guide to Globalization,* p.34.

56. Amory Starr, *Global Revolt: A Guide to the movements against globalization* (London: zed Books, 2005), p.30.

57. For Images of the 1999 Battle of Seattle, see youtube.com/watch?v=_JXPIBsxdk$; youtube.com/watch?v=YdACqgxRLsQ; video.google.com/videosearch?q=News+WTO+Seattle+1999&hl=en&client=firefox-a&emb=0&aq=f#.

58. 'A Million Farmers Protest Against the WTO in India,' Karnataka State Farmers Association, March 21, 2001 (organicconsumers.org/corp wtoindia.cfm).

59. 'Memorandum submitted to the Prime Minister: Keep Agriculture Out of WTO,' Members of the Indian Coordination Committee of Farmers Movements, October 2, 2005 (focusweb.org/india/index.php?option=com_content&task-view&id-744&Itemid=30).

60. 'Suicide and protects mar summit,' BBC News, September 11, 2003 (news.bbc.co.uk/2/hi/business/3098916.stm).

61. 'TRADE Act Fact Sheet 2009,' Public Citizen (citizen.org/trade/tradeact/).

62. Marc Lacey, 'Across Globe, Empty Bellies Bring Rising Anger,' *The New York Times,* April 18, 2008 (nytimes.com/2008/04/18/world/americas/18food.html?pagewanted=1&_r=1).

63. Oscar Olivera and Tom Lewii, *Cochabamba: Water War in Bolivia* (Boston: South End Press, 2004).

64. '100 Mile Diet: An interview with James and Alisa' (100milediet.org/faqs). Find out more in their book: Alisa Smith and J. B. MacKinnon, *Plenty: Eating Locally on the 100 Mile Diet* (New York: Three Rivers Press, 2007).

65. Bill McKibben, *Deep Economy* (New York: Times Books, 2007), p.128.

66. David kupfer, 'Table for Six Billion Please: Judy Wicks on her plan to change the world, one restaurant at a time,' *The Sun Magazine,* iss. 392, August 2008 (thesunmagazine.org/issues/392/table_for_six_billion).

67. Rob Hopkins and Peter Lipman, *Who We Are and What We Do,* Transition Network, February 1, 2009 (transitionculture.org/wp-content/uploads/who_we_are_high.pdf).

68. Barbara Ehrenreich, Foreword to Anderson, Cavanagh, and Lee, *Field Guide to the Global Economy,* p.viii.

இயல் 4: நுகர்வு

1. Robert D.McFadden and Angela Macropoulos, 'WalMart Employee Trampled to Death,' *The New York Times,* November 28, 2008 (nytimes.com/2008/11/29/business/29walmart.html).

2. Ken Belson and Karen Zraick, 'Mourning a Good Friend and Trying to Make Sense of a Stampede,' *The New York Times,* November 29, 2008 (nytimes.com/2008/11/30/nyregion/30walmart.html).

3. Christian Sylt, 'Christopher Rodrigues: Visa is far more than just a card, says its Cambridge Blue boss,' *The Independent* [UK], November 6, 2005 (independent.co.uk/news/people/profiles/christopher-rodrigues-visa-is-far-more-than-just-a-card-says-its-cambridge-blue-boss-514061.html).

4. Worldwatch Institute, *State of the World 2004: Special Focus-Consumer Society* (New York: W.W.Norton & Company, 2004).

5. John De Graaf, David Wann, and Thomas H. Naylor, *Affluenza: The All-Consuming Epidemic,* 2nd ed. (San Francisco: Berrett-Koehler Publishers, Inc.,2005), p.13.

6. Benjamin Barber, *Consumed: How Markets Corrupt Children. Infantilize Adults, and Swallow Citizens Whole* (New York: W.W.Norton&Co., 2008), p.8.

7. Paul Lomartire, 'The Monster That Is the Mall of America,' *Chicago Tribune,* May 11, 2003 (chicagotribune.com/travel/midwest/minnesota/chi-071219twincities-monstermall, 0,1792859.story).

8. Mellody Hobson, 'Mellody's Math: Credit Card Cleanup,' ABC News, February 28, 2009 (abcnews.go.com/GMA/FinancialSecuritystory?id=126244&page=1).

9. Margor Adler, 'Behind the Ever-Expanding American Dream House,' National Public Radio, July 4, 2006 (npr.org/templates/story.php?storyid=5525283).

10. Juliet Schor, 'Cleaning the Closet,' essay in Duane Elgin's *The voluntary Simplicity Discussion Course* (Portland: Northwest Earth Institute, 2008), p.35.

11. Michelle Hofmann, 'The s-t-r-e-t-c-h Garage,' *Los Angeles Times,* October 1, 2006 (articles.latimes.com/2006/odt/01/realestate/re-gerages1).

12. Eisenhower quoted by Joni Seager in *Earth Follies: Coming to Feminist Terms with the Global Environmental Crisis* (New York: Routledge, 1993), p.221.

13. 'Brighter' by Discover Card (youtube.com/watch?v=LKFZjg4eGMk).

14. Bill Mckibben, *Deep Economy* (New York: Henry Holt& Company, 2007).

15. Worldwatch Institute, *State of the World 2004,* p. 166. (The thirteen thousand dollars is annual per person income in 1995 dollars or 'purchasing parity.')

16. Richard Layard, *Happiness: Lessons from a New Science* (London: Penguin Press, 2005).

17. Robert Putnam, *Bowling Alone* (New York: Simon & Schuster, 2000).

18. Shankar Vedantam, 'Social Isolation Growing in U.S., Study Says,' *The Washington Post,* June 23, 2006 (washingtonpost.com/wp-dyn/content/article/2006/06/22/AR2006062201763.html).

19. From the U.S. Center for Disease Control and Prevention's *Morbidity and Mortality Weekly Report*, reported in *Science Daily*, September 8, 2007 (sciencedaily.com/releases/2007/09/070907221530.htm).
20. 'Credit Card Debt Statistics,' Money-zine.com (money-zine.com/Financial-Planning/Debt-Consolidation/Credit-Card-Debt-Statistics).
21. Tim Kasser, *The High Price of Materialism* (Boston: MIT Press, 2003).
22. *The Happy Planet Index 2.0: Why good lives don't have to cost the earth*, The New Economics Foundation, 2009.
23. Malin Rising, 'Global Arms Spending Rises Despite Economic Woes, *the Independent* [UK], June 9, 2009 (independent.co.uk/news/world/politics/global-arms-spending-rises-despite-economic-woes-1700283.html).
24. 'Earth Overshoot Day 2009,' Global Footprint Network (footprintwork.org/en/index.php›/GFN/page/earth_overshoot_day/).
25. David W. Orr, 'The Ecology of Giving and Consuming,' in *Consuming Desires: Consumption, Culture and the Pursuit of Happiness*, edited by Roger Rosenblatt (washington D.C.: Island Press, 1999), p.141.
26. Juliet B. Schor, *The Overworked American: The Unexpected Decline of Leisure* (New YorK: Basic Books, 1993), p.77.
27. 'Corporate Deals with Nazi Germany,' *UE News*, United Electrical, Radio and Machine Workers of America (ranknifile-ue.org/uen_nastybiz.html).
28. Elaine Ganley, 'French Spend More Time Sleeping and Eating than Other Nations,' *The Huffington Post*, May 4, 2009 (huffingtonpost.com/2009/05/04/french-spend-more-time-ea_n_195548.html).
29. Duane Elgin, *The Voluntary Simplicity Discussion Course*.
30. Thomas Princen, Michael Maniates, and Ken Conca, *Confronting Consumption* (Boston: MIT Press, 2002), p. 216.
31. Michael Burawoy, *Manufacturing Consent: Changes in the Labor Process Under Monopoly Capitalism* (Chicago: University of Chicago Press, 1979), pp.32-40.
32. Victor Lebow in the *Journal of Retailing*, quoted in Vance Packard, *The Waste Makers* (New York: David McKey, 1960), p.24.
33. 'Industrial Strength Design: How Brooks Stevens Shaped Your World,' Milwaukee Art Museum (mam.org/collection/archives/brooks/index.asp).
34. Bernard London, *Ending the Depression Through Planned Obsolescence*, originally published in 1932. Text of this pamphlet is posted at adbusters.org/blogs/blackspot_blog/consumer_society_made_break.htm.
35. 'Big Three Spent $7.2 Billion on Ads in 2007,' Dollars & Sense Blog (dollarsandsence.org/blog/2008/12/big-three-spent-72-billion-on-ads-in.html).
36. 'Apple's Advertising Budget: Revealed!' BNET Technology Blog (industry.bnet.com/technology/1000574/apples-advertising-budget-revealed/).
37. 'Sharp will change your life?' Media Mentalism (mediamentalisk.com/2008/07/15/sharp-will-change-your-life/).

38. 'Advertisers go after bedroom eyes,' *Sustainable Industries Journal*, February 2007.
39. Aaron Falk, 'Mom sells face space for tattoo advertisement,' *Desert News*, June 30, 2005 (desertnews.com/article/1,5143,600145187,00.html).
40. Mya Frazier, 'Channel 1: New Owner, Old Issues,' Commercial Alert (commercial alert.org/issues/education/channel-one/channel-one-new-owner-old-issues).
41. James Gustave Speth, *The Bridge at the Edge of the World: Capitalism, the Environment, and Crossing from Crisis to Sustainability* (New Haven: Yale University Press, 2008), p. 159.
42. Juliet B. Schor, *The Overspent American: Why We Want What We Don't Need* (New York: Harper Perennial, 1999).
43. Alana Samuels, 'Television viewing at all-time high,' *Los Angeles Times*, February 24, 2009 (articles.latimes.com/2009/feb/24/business/fi-tvwatching24).
44. Sandra Gonzales, 'Berkeley to Vote on Politically-Correct Coffee,' *San Jose Mercury News*, October 24, 2002 (commondreams.org/headlines02/1024-05.htm).
45. 'Our Fading Heritage: Americans Fail a Basic Test of Their History and Institutions,' Intercollegiate Studies Institute, 2008 (americancivicliteracy.org/2008/summary_summary.html).
46. Eric Lane and Micheal Oreskes, 'The Scary Consequences of Our Mindless Indifference to the History of the Constitution,' History News Network, October 8, 2007 (hnn.us/articles/43202.html). Lane and Oreskes are authors of *The Genius of America: How the Constitution Saved Our Country -and Why It Can Again* (NY: Bloomsbury USA, 2007).
47. 'National Voter Turnout in Federal Elections,' Infoplease (infoplease.com/ipa/A0781453.html).
48. Putnam, *Bowling Alone:* an excerpt published online by the League of Women Voters cites the number of people ever attending a public meeting as 13 percent in 1993 (xroads.virgina.edu/~HYPER/DETOC/putnam1/putnam.htm).
49. Jane E.Dematte, 'Near-Fatal Heat Stroke During the 1995 Heat Wave in Chicago,' *Annals of Internal Medicine*, vol. 129, no. 3, August 1, 1998, pp. 173-81.
50. 'Overview,' *Human Development Report 1998*, United Nations Development Programme (hdr.undp.org/en/media/hdr_1998_en_overview.pdf).
51. '1.02 Billion People Hungry: One Sixth of Humanity Undernourished, More than Ever Before,' *Science Daily*, June 20, 2009 (sciencedaily.com/releases/2009/06/090619151443.htm).
52. Andrew Pollack, 'Disease of Rich Extends Its Pain to Middle Class,' *The New York Times*, June 12, 2009 (nytimes.com/2009/06/13/health/13gout.html?_r-1&scp=1&sq=disease%20kings&st=cse).

53. Robert Frank, 'Market Failures,' *Boston Review,* Summer 1999 (bostonreview.net/BR24.3/frank.html) and in *Luxury Fever,* New York: Free Press, 1999.
54. World Resources Institute, quoting Josette Sheera, executive director of the World Food Programme (earthrends.wri.org/updates/node/349).
55. 'More than Half the World Lives on Less than $2 a Day,' Population Reference Bureau (prb.org/Journalists/PressReleases/2005/MoreThan HalfWorldLivessonLessThan2aDayAugust2005.aspx), citing data from *the World Bank's World Development Report 2000/2001.*
56. Carbon Footprint of Nations website, Norwegian University of Science and Technology: carbonfoorprintofnations.com.
57. William Greider, 'One World of Consumers,' in *Consuming Desires,* p.27.
58. Elgin, *The Voluntary Simplicity Discussion Course.*
59. Alan Durning, *How Mush Is Enough? The Consumer Society and the Future of the Earth* (Washington, D.C.: Worldwatch Institute, 1992), p.150.

இயல் 5: அகற்றல்

1. Jerry Scienfeld live on tour, 2008 (My friend, Andre Carothers, was in attendance and reported this to me).
2. 'George Carlin Talks About 'stuff'' (youtube.com/watch?v=MvgN4gCuLac).
3. 'The Impact of the Economic Downturn on Solid Waste Services,' Solid Waste Association of North America (sawanacal-leg.org/downloads/SWANA%20LTF%20whiote%20paper%20letterhead.pdf).
4. Maria Elena Baca, 'One Silver Lining of the Economic Downturn,' Star Tribune, August 2, 2009 (startribune.com/local/north/52269857.html).
5. 'U.S. Waste Management Industry Overview,' Themedica, February 23, 2009 (themedica.com/articles/2009/02/us-waste-management-industry-o.html).
6. Joel Makower, 'Industrial Strengh Solution,' *Mother Jones,* May/June 2009 (motherjones.com/environment/2009/05/industrial-strengh-solution).
7. Ray Anderson, *Confessions of a Radical Industrialist* (New York: St.Martin's Press, 2009), pp.64-65.
8. 'Non-Hazardous Waste,' U.S. Environmental Protection Agency (epa.gov/epawaste/nonhaz/).
9. Joel Makower, 'Calculating the Gross National Trash,' March 17, 2009 (readjoel.com/joel_makower/2009/03/calculating-the-gross-national-trash.html).
10. 'A Natural Step Network Case Study: Interface, Atlanta, Georgia,' The Natural Step (naturalstep.org/en/usa/interface-atlanta-georgia-usa).
11. Ray Anderson, 'The business logic of sustainability,' TED talk filmed February 2009, posted May 2009 (ted.com/talks/ray_anderson_on_the_business_logic_of_sustainability.html).

12. Charles Fishman, 'Sustainable Growth-Interface, Inc.' *Fast Company*, December 18, 2007 (fastcompany.com/magazine/14/sustaing.html).
13. Kate Fietcher, *Sustainable Fashion and Textiles* (London: Earthscan, 2008), p.158.
14. *Municipal Solid Waste in the United States 2007 Facts and Figures*, U.S. Environmental Protection Agency, November 2008, p.3 (epa.gov/waste/nonhaz/municiapl/pubs/msw07-rpt.pdf).
15. Research by Renee Shade based on data from Statistics Canada (40.statcan.gc.ca), the United Nations Statistics Division (unstats.un.org/unsd/environment/wastetreatment.ht), Index Mundi (indexmundi.com), and the U.S. Passport Service Guide figures on China's population (us-passport-service-guide.com/china-population.html).
16. Helen Spiegeman and Bill Sheehan, *Unintended Consequences: Municipal Solid Waste Management and the Throwaway Society*, Product Policy Institute, 2005.
17. Julie Scelfo, 'Appliance Anxiety: Replace It or Fix It?' *The New York Times*, May 27, 2009 (nytimes.com/2009/05/28/garden/28repair.html).
18. 'Industry Statistics for 2008,' *PSA Update*, newsletter of the Professional Service Association newsletter, April 2009 (psaworld.com/ASN_Update_04-09.pdf).
19. Shoe Service Institute of America website: ssia.info/about.asp.
20. Gena Terlizzi, 'Shoe Repair Shops Boom During Tough Economic Times,' KTKA, February 16, 2009 (ktka.com/news/2009/feb/shoe_repair_shops_boom_during_tough_economic_times/).
21. Vance Packard, *The Waste Makers* (New York: David McKey, 1960), p.119.
22. John Roach, 'Plastic-Bag Bans Gaining Momentum Around the World,' *National Geographic News*, April 4, 2008 (nationalgeographic.com/news/2008/04/080404-plastic-bags.html).
23. 'Irish Bag Tax Hailed as Success,' BBC News, August 20, 2002 (news.bbc.co.uk/1/hi/world/europe/2205419.stm).
24. Daniel Imhoff, *Paper on Plastic* (San Francisco: Sierra Club Books, 2005), p.139.
25. 'The Decline of Refillable Bottles in the U.S.,' Container Recycling Institute (container-recycling.org/facts/glass/decline.htm).
26. *Beverage Containers: US Industry Forecasts for 2012 and 2017*, summary, Freedonia Group, November 2008 (reportbuyer.com/industry_manufacturing/chemicals_industry/beverage_containers.html).
27. 'Bottle Bill Resource Guide,' Container Recycling Institute (bottlebill.org/about/whetis.html).
28. 'H.R. 2046-Bottle Recycling Climate Protection Act of 2009,' Open Congress (opencongress.org/bill/111-h2046/show).
29. 'Bottle Bill Opponents,' Container Recycling Institute (bottlebill.org/about/opponents.htm).

30. 'Bottle Bill Toolkit,' Container Recycling Institute (toolkit.bottlebill.org/opposition/opponents.htm).
31. 'Keep America Beautiful: A History,' Container Recycling Institute (toolkit.bottlebill.org/opposition/KABhistory.htm).
32. Chadd De Las Cases, 'Playing Indian: The Iron Eyes Cody Story,' Associated Content, October 15, 2007 (asspciatedcontent.com/article/404817/playing_indian_the_iron_eyes_cody_story_pg2.html?cat=38).
33. Ted Williams, 'The Metamorphosis of Keep America Beautiful,' *Audubon*, March 1990.
34. 'Key Vote for National Recycling Coalition,' *BioCycle*, vol.50, no.7, July 2009, p.6.
35. Bette K.Fishbein, *Germany, Garbage and the Green Dot: Challenging a Throwaway Society* (Philadelphia: Diane Publishing, 1996), p.46.
36. Extended Producer Responsibility, Clean Production Action, 2003, p.28 (cleanproduction.org/library/EPRtoolkitFINAL.pdf).
37. Deanne Toto, 'Green with Envy: Germany's Green Dot program continues generating good collection numbers,' *Recycling Today*, October 2004 (thefreelibrary.com/Green+with+envy%3a+Germany's+Green+Dot+program+continues+generating...a0123753975).
38. 'Summary of Germany's packaging take-back law,' Clean Production Action September 2003, p.3 (cleanproduction.org/library/EPR_dvd/DualesSystemDeutsch_REVISEDoverview.pdf).
39. Garth T. Hickle, 'The Producer Is Responsible for Packaging in the European Union,' *Package Design Magazine*, 2006 (packagedegigning.com/issues/2006.11/special.producer.shtml).,
40. 'History of Waste,' Product Policy Institute (productpolicy.org/content/history-waste).
41. 'Fees,' Product Policy Institute (productpolicy.org/content/fees).
42. Construction Materials Recycling Association website:cdrecycling.org.
43. 'Mission Statement,' Rebuilders Source (rebuliderssource.coop/index.p›?option=com_content&task=view=14&Itemid=32).
44. 'Waste Management,' Healthcare Without Harm (72.32.87.20/us_canada/issues/waste/) and Paul Connett, 'Medical Waste Incineration: A mismatch between problem and solution,' *The Ecologist Asia*, vol. 5, no. 2, March/April 1997 (bvsde.psho.org/bvsacd/cd48/mismatch.pdf).
45. 'Electronics,' Clean Production Action (cleanproduction.org/Producer.International.Europe.Electronics.p›).
46. 'Problem: Electronics Become Obsolete Quickly,' Electronics TakeBack Coalition (computertakeback.com/problem/made_to_break.htm).
47. 'Poison PCs and Toxic TVs,' Silicon Valley Toxics Coalition, p.9. Based on data from Microelectronics and Computer Technology Corporation's *Electronics Industry Environmental Roadmap* 1996.

48. *E-Waste: The Exploding Global Electronic Waste Crisis,* Electronics TakeBack Coalition, p.8 (computertakeback.com/legislation/Ewaste%20Briefing%20Book.pdf).
49. 'Facts and Figures on E-Waste Recycling,' Electronics Takeback Coalition (computertakeback.com/Tools/Facts_and_Figures.pdf).
50. Brandon Sample, 'Prisoners Exposed to Toxic Dust at UNICOR Recycling Factories,' *Prison Legal News,* July 15, 2009 (prisonlegalnews.org/displayArticle.aspx?articleid=20750&AspxAutoDetectCookiesSupport=1).
51. Elena H.Page and David Sylvain of the National Institute for Occupational Safety and Health report of the health and safety investigation of the Federal Prison Industries (UNICOR) electronics recycling program at Federal Bureau of Prisons institutions in Ohio, Texas, and California in a July 16, 2008, letter to Randall Human, investigative council, U.S. Department of Justice (peer.org/docs/doj/08_28_7elkton_prison_ niosh_report.pdf).
52. Sample, 'Prisoners Exposed to Toxic Dust at UNICOR Recycling Factories.'
53. Michelle Chen, 'E-waste: American's Electronics Feed the Global Digital Dump,' the Women's International Perspective, April 26, 2009 (thewip.net/contributors/2009/04/ewaste_americas_electronics_fe.html).
54. 'Environmentalists and Consumer Groups, Applaud Dell's Policy on E-Waste Export,' Electronics TakeBack Coalition, May 12, 2009 (computertakeback.com/media/press_releases_dell_export_policy.htm).
55. 'States Are Passing E-Waste Legislation,' Electronics TakeBack Coalition (electronicstakeback.com/legislation/state_legislation.htm).
56. 'The e-Steward Solution,' e-Stewards (e-stewards.org/esteward_solution.html).
57. 'The State of Garbage in America 2008,' *BioCycle,* vol.49, no. 12, December 2008, p.22 (jgpress.com/archives/_free/001782.html).
58. Van Jones, *the Green Collar Economy* (San Francisco: Harper One, 2008), p.7.
59. Landfill Operation Management Advisor website: loma.civil.duth.gr/.
60. 'Fresh Kills Park Project Introduction,' New York City Department of City Planning 2007 (nyc.gov/html/dcp/html/fkl/fkl_index.shtml).
61. Landfill Operation Management Advisor website: loma.civil.duth.gr/.
62. Catherine Brahic, 'Atlas of hidden water may avert future conflict,' *New Scientist,* October 24, 2008 (newscientist.com/article/dn 15030-atlas-of-hidden-water-may-avert-future-conflict.html).
63. Waste Identification, U.S. Environmental Protection Agency (epa.gov/osw/hazard/wastetypes/wasteid/index.htm).
64. Daniel Steinway, 'Trashing Superfund: The Role of Municipal Solid Waste in CERCLA Cases,' *The American Lawyer's Corporate Counsel Magazine,* November 1999 (library.findlaw.com/1999/Nov/1/130490.htm).
65. "Additive to reduce cows' methane emmissions on innovation shortlist,' The Low Carbon Economy (lowerboneconomy.com/community_content/_low_carbon_news/5073).

66. Daphne Wysham, 'Good News, There's a Climate Bill - Bad News, It Stinks,' originally published by Alternet.org (no-burn.org/article.php?id=711), and Kate Sheppard, 'Everything You Always Wanted to Know About the Waxman-Markey Energy/Climate Bill,' *Grist,* June 3, 2009 (grist.org/article/2009-06-03-waxman-markey-bill-breakdown/).
67. 'Organic Materials,' U.S. Environmental Protection Agency (epa.gov/osw/conserve/materials/organics/index.htm).
68. 'Zero Waste: Composing,' SFEnvironment (sfenvironment.org/our_programs/topics.html?it=6).
69. 'Managing MSW in Nova Scotia,' *Biocycle,* February 199, vol.40, no.2, p.31.
70. 'The State of Garbage in America' *BioCycle,* vol.47, no.4, April 2006, p.26 (jgpress.com/archives/_free/000848.html).
71. Peter Montague, 'The Modern Solution to Pollution is Dilution,' *Rachel's Democracy and Health News* no. 996, January 29, 2009 (precaution.org/lib/09/waste_dispersal.090129.htm).
72. *Inventory of Source and Environmental Releases of Dioxin-Like Compounds in the United States for the Years 1987, 1995, and 2000.* final report, United States Environmental Protection Agency, EPA/600/p-03/002f, November 2006. And *Waste Incineration: A During Technology,* Global Alliance for Incinerator Alternatives/Global Anti-Incinerator Alliance, 2003 (no-burn.org/article.php?id-276). Additional information and sources can be found at 'Dioxin Homepage,' EJnet.org (ejnet.org/dioxin/).
73. Global Alliance for Incinerator Alternatives/Global Anti-Incinerator Alliance website: no-burn.org.
74. 'Incinerators in Disguise,' Global Alliance for Incinerator Alternatives/Global Anti-Incinerator Alliance (no-burn.org/article.php?list=type&type=132).
75. U.S. Environmental Protection Agency, eGrid 2000 database, cited in *Zero Waste for Zero Warming: GALA's Statement of Concern on Waste and Climate Change,* Global Alliance for Incinerator Alternatives/Global Anti-Incinerator Alliance, December 2008 (no-burn.org/article.php?id=567).
76. Sherry Greenfield, 'Trip to PA convinces Jenkins that Frederick should build incinerator,' Gazatte.net, May 20, 2009 (gazatte.net/stories/05202009/frednew174253_32537.shtml).
77. Brenda Platt, *Resources up in Flames,* Global Alliance for Incinerator Alternatives/Global Anti-Incinerator Alliance, April 2004, p.12 (no-burn.org/downloads/Resources up in Flames.pdf).
78. *Wasting and Recycling in the United States,* Grass Roots Recycling Network, 2000 (grn.org/order/w2kinfo.html).
79. Information packet from a visit to the Davis Street Transfer Center in May 2009, compared to the data provided in Greenfield, 'Trip to PA convinces Jenkins that Frederick should build incinerator.'
80. T.Rand, J.Haukohl, and U. Marxen, *Municipal Solid Waste Incinerators: Requirements for a Successful Project,* World bank technical paper no. 462, The World Bank, June 2000, p.25.

81. Jay Pateakos, "'Green' Light: City company recognized for helping environment,' *The Herald News,* June 8, 2008 (heraldnews.com/homepage/x313680023/GReen-light).
82. Ken Geiser and Joel Tickner, 'When haste makes toxic waste,' *The Boston Globe,* July 14, 2009 (boston.com/bostonglobe/editorial_opinion/oped/articles/2009/07/14/when_haste_makes_toxic_waste/).
83. 'A Basic Guide to Exporting-International Legal Considerations,' Unz and Co. (unzco.com/basicguide/c9.html).
84. Halina Ward, 'Corporate accountability in search of a treaty?' briefing paper, The Royal Institute of International Affairs, May 2002 (chathamhouse.org.uk/files/3033_corporate_accountability_inlights.pdf).
85. 'The Chemicals and Mercury Exposure in Cato-Ridge, South Africa' (Umich.edu/~snre492/jones/thorchem.htm), using data from the series of articles by Bill Lambrecht for the *St.Louis Post-Dispatch* between 1989 and 1994.
86. 'A Thor Chronology,' *groundWork,* vol. 9, no. 3, September 2007 (groundwork.org.za/Newsletters/September2007.pdf).
87. 'South Africa: Chemical Cleanup begins,' *Pambazuka News,* iss.168, August 5, 2004 (pambazuka.org/en/category/environment/23609).
88. Tony Carnie, 'Poison concerns for Inanda Dam,' *The Mercury* [South Africa], October 15, 2008.
89. *Advising and Monitoring the Clean Up and Disposal of Mercury Waste in Kwazulu-Natal, South Africa: The Case of Thor Chemicals,* groundWork, May 2005 (Zeromercury.org/projects/Propasal_EEB_Thor_Chemicals_Final_revised_new_webvs.pdf).
90. James Ridgeway with Gaelle Drevet, 'How Thousands of Tons of Philadelphia's Toxic Waste Ended Up on a Haitian Beach and What the City of New York Is Doing About It,' *The Village Voice,* January 13, 1998 (ban.org/ban_news/dumping_on_Haiti.html).
91. Website of the Basel Convention of the Control of Transboundary Movements of Hazardous Wastes and Their Disposal: basel.int/.
92. 'Milestones in the Convention's History,' Basel Convention (basel.int/convention/basics.html).
93. Heather Rogers, *Gone Tomorrow: The Hidden Life of Garbage* (New York: New Press, 2005), p.170.
94. Neil Seldman, 'The New Recycling Movement, Part 1: Recycling Changes to Meet New Challenges,' Institute for Local Self-Reliance, October 2003 (ilsr.org/recycling/newmovement1.html).
95. *Municipal Solid Waste in the United States 2007 Facts and Figures,* U.S. Environmental Protection Agency, p.1.
96. 'Recycling Means Business,' Institute for Local Self-Reliance (ilsr.org/recycling/recyclingmeansbusiness.html).
97. Anne Underwood, '10 Fixes for the Planet,' *Newsweek,* April 14, 2008 (newsweek.com/id/130625?tid=relatedcl%20).

98. 'What Is Zero Waste?' Grass Roots Recycling Network (grrn.org/zerowaste/ zerowaste_faq.html).
99. Brenda Platt, David Ciplet, Kate M. Baily, and Eric Lombardi, *Stop Trashing the Climate*, Institute for Local-Self Reliance, the Global Alliance for Incinerator Alternatives/Global Anti-Incinerator Alliance, and Eco-Cycle, June 2008, p. 2 (stoptrashingtheclimate.org/fullreport_ stoptrashingtheclimate.pdf).
100. 'Milestones on the Zero Waste Journey,' Zero Waste New Zealand Trust (zerowaste.co.nz/default,724.sm).
101. John Cote, 'S.F. OKs toughest recycling law in U.S.,' *San Frnacisco Chronicle*, June 10, 2009 (sfgate.com/cgi-bin/article.cgi?f=/c/a/2009/06/10/MN09183NV8.DTL).
102. Zero Waste Kovalam website: zerowastekovalam.org.
103. From a speech by Jayakumar Chelaton at a meeting of international waste activists in Penang, Malaysia, in 2003.

முடிவுரை: புதிய கதையை எழுதுதல்

1. Robert Putnam, *Bowling Alone* (New York: Simon & Schuster, 2000), p.20.
2. Colin Beavan, post from the No Impact Man blog on March 21. 2008 (noimpactman.typepad.com/blog/2008/03/like-failing-of.html). See his book for more: Colin Beavan, *No Impact Man: The Adventures of a Guilty Liberal Who Attempts to Save the Planet, and the Discoveries He Makes About Himself and Our Way of Life in the Process* (New York: Farrar, Stratus and Giroux, 2009).
3. Micheal Maniates, 'Going Green? Easy Dosen't Do It,' *The Washington Post*, November 22, 2007 (washingtonpost.com/wp-dyn/content/article/2007/11/21/AR2007112101856.html).
4. John Talberth, Clifford Cobb, and Noah Slattery, 'The Genuine Progress Indicator 2006,' Redefining Progress, p. 9 (rprogress.org/publications/2007/GPI%202006.pdf).
5. Associated Press, 'Global Arms Spending Up, Study Shows,' *The New York Times*, June 9, 2009 (query.nytimes.com/gst/fullpage.html?res= 9B05E2DD1530F93AA35755C0A96F9C8B63).
6. National Priorities Project website: nationapriorities.org.
7. *The Happy Planet Index 2.0: Why good lives don't have to cost the earth*, The New Economics Foundation, 2009, p.28.
8. National Priorities Project Cost of War Counters: costofwar.com.
9. Elisabeth Rosenthal, 'Amazon Culture Withers as Food Dries Up,' *The New York Times*, July 24, 2009 (nytimes.com/2009/07/25/science/earth/25tribe.html).
10. Sarah van Gelder, 'The Next Reformation,' an interview with Paul Hawken, *In Context: A Quarterly of Humane Sustainable Culture*, no.41, Summer 1995 (context.org/ICLIB/IC41/Hawken1.htm).

11. Lester Brown, *Plan B.3.0: Mobilizing to Save Civilization* (New York: W.W. Norton & Co., 2008), p.7.
12. Juliet Schor, 'Downshifting to a Carbon Friendly Economy,' in *Less Is More: Embracing Simplicity for a Healthy Planet, a Caring Economy and Lasting Happiness* (Canada: New Society Publishers, 2009).
13. 'Americans Eager to Take Back Their Time,' Take Back Your Time Poll highlights, Center for a New American Dream, August 2003 (newdream.org/about/polls/timepoll.php).
14. David wann, 'Why Isn't This Empire Sustainable?' in *Less Is More: Embracing Simplicity for a Healthy Planet, a Caring Economy and Lasting Happiness* (Canada: New Society Publishers, 2009), p.217.
15. 'More of What Matters Poll,' Center for a New American Dream, September 2004 (newdream.org/polls.php).
16. Penny Herscher, 'Will the Rising Personal Savings Rate Boom the US Recovery?' *The Huffington Post,* January 13, 2009 (huffingtonpost.com/penny-herscher/will-the-rising-personal_b_157526.html).
17. 'National Voter Turnout in Federal Elections 1960-2008,' Infoplease.com, from the Federal Election Commission, based on data from Congressional Research Service reports, Election Data Services Inc., and state election offices (infoplease.com/ipa/A0781453.html).
18. Paul Hawken, 'Commencement: Healing or Stealing?' 2009 Commencement address at the University or Portland (up.edu/commencement / default.aspx?cid=9456).

நன்றி

கடந்த இருபது ஆண்டுகளில் உலகின் பல பகுதிகளிலிருந்து, மிகுந்த ஈடுபாடுள்ள, அறிவார்ந்த பலர், பொருட்களின் கதை பற்றிய கூறுகளைப் புரிந்துகொள்ள எனக்கு உதவியுள்ளனர்.

டேவிஸ் பால்ட்ஜ், சார்லோட்டி புரோடி, பேரி காசில்மேன், கேரி கோஹென், டிரேசி எர்த்ஹோப், கென் கெய்சர், லோயிஸ் கிப்ஸ், மைக்கேல் கிரீன், ஜூடித் ஹெல்ஃபாண்டு, மைக்கேல் லெர்னர், ஸ்டேஸி மால்கான், பீட் மையர்ஸ், பீட்டர் ஓர்ரிஸ், ஆர்லீன் ராட்ரிக்ஸ், கேத்தி செஸ்ஸன்ஸ், சாண்ட்ரா ஸ்டைகன்பெர்கர் போன்றோர் நச்சுப்பொருட்களின் சூழல் நலத்தாக்கங்கள் பற்றி அறிவூட்டினர். மார்னி ரோசனும் ஷரைல் பேட்டனும் என்னுடைய சொந்த உடல் சுமை சோதனையை நடத்த உதவினர்; முடிவுகளைப் பகுப்பாய்வுச் செய்ய டெட் ஸ்கெட்லர் எனக்கு உதவினார்.

பிராட்லி ஏஞ்சல், பால் கோன்னெட், பாட் கோஸ்ட்னர், சார்லி கிரே, ஜோர்கே இமானுவேல், மைக் ஈவால், ரிக் ஹைண்ட், ஜோஷ் கார்லினெர், கேரி லிஸ், கிளென் மெக்ரே, பியரி-இமானுவேல் நியூரோர், பிரெண்டா பிளாட், எலிஜபெத் ரோய்ட்டே, நீல் செல்ட்மேன், ஆலன் வாட்சன் போன்றோர் மகிழ்ச்சியளிக்கும் இருபது ஆண்டுகள் குப்பைகள் பற்றி என்னுடன் பேசிக் கழித்திருக்கிறார்கள். மார்டின் போர்க், எரிக் லம்பார்டி, டான் நாப், ஜேக் மாசி, டேவ் வில்லியம்சன் போன்ற முன்னோக்குச் சிந்தனையாளர்களுக்கு என்னுடைய வணக்கங்கள். இவர்களிடமிருந்து மறுபயன்பாடு, தொழுவுரமாக்கல், மறுசுழற்சி போன்ற திட்டங்கள் பற்றிய செயல் முறை நடைமுறைப்படுத்தம் பற்றி நான் கற்றுக்கொண்டேன். பெவர்லி தோர்ப்பும், பில் ஷீகானும் எனக்கு நீடித்த உற்பத்தியாளர் பொறுப்பு (இபீஆர்) பற்றி கற்றுக்கொடுத்தனர். இவர்களின் உதவியால்தான் என்னுடைய மகளின் பின்னாலேயே சென்று வீட்டைச் சுத்தப்படுத்த வேண்டியதில்லை; என்னுடைய மகளே தன்னுடைய பொருட்களைத் தானே சுத்தம் செய்துகொள்கிறாள்; ஏனெனில் – நீடித்த உற்பத்தியாளர் பொறுப்பு கற்றுக்கொடுப்பது போன்று – அவள் குப்பைப் படுத்துவதை

அவளே சுத்தம் செய்வது அவளுடைய பொறுப்பாகிறது. பாரதி சதுர்வேதி, யுவான் ரோசாரியோ, ஓமார் ஃபிரெய்லா, ஹீடென் காலன், லைலா கிங்காண்டர், ஜெயக்குமார் செலாட்டன், ஷிபு நாயர், மெர்ஸி ஃபெர்ரர், டாமு ஸ்மித், டேவிட் பெல்லோ போன்றோர் தீர்வுகள்; மூலப்பொருட்களை வீணாக்காமல், அதனோடுகூட மனிதர் களையும் வீணாக்காமல் இருக்க ஒரு பொறுப்பேற்பை உள்ளடக்க வேண்டும் என்று எனக்குக் கற்றுக் கொடுத்தனர்.

உலகம் முழுவதும் எண்ணெய், நிலக்கரி பிரித்தெடுத்தலைத் தடுப் பதற்காக மேற்கொண்ட தம்முடைய சொந்த அனுபவங்களைப் பலர் என்னுடன் பகிர்ந்துகொண்டனர்: ஓரோண்டோ டக்லஸ், மேரி ஆன் ஹிட், ராபர்ட் ஷிமெக், ஓவன்ஸ் விவா, கா ஷா வா, ஸ்டீவ் கிரெட்ஸ்மான், மைக் ரொசெல் போன்றோர். பாயல் சம்பத், பிரதாப் சட்டர்ஜி, டானி கென்னடி எனக்குச் சுரங்கம் தோண்டுதல் பற்றி கற்றுக் கொடுத்தனர். லஃபாடியோ கேர்ட்டீஸி, டேனியல் கட்ஜ, ஜோஷ் மார்ட்டின், டோட் பக்லியா, மைக் புரூனே, ராண்டி ஹேய்ஸ், டைசன் மில்லர் போன்றோர் வனவளம், காகிதம் தொடர்பான பிரச்சினைகள் பற்றித் தம்முடைய மிகப்பரந்த அறிவை என்னுடன் பகிர்ந்து கொண்டனர். பேட்ரிஷியா ஜூரவிக்ஸ் பருத்தி உற்பத்திப் பற்றிய விவரங்களை எனக்குக் கூறினார்; மைக் ஷேட் பாலிவினைல் குளோரைடு பற்றிய அனைத்து விஷயங்களையும் எனக்கு அறிவுறுத் தினார். வழங்கல்-சங்கிலி பற்றிய என்னுடைய குருவான டாரா ஓ'ரூர்க்கேவுக்கும் நன்றிகள். கேரி ரஸ்கினும் வான்ஸ் பக்கார்டும் எனக்கு விளம்பரத் தொழில் பற்றி கற்றுக்கொடுத்தனர். டெட் ஸ்மித், ஷீலா டேவிஸ், ராபி ராட்ரிக்ஸ் மிகவும் திறன் வாய்ந்த ஐ-பாடு கொடுப்பதைவிட அதிக அளவு நுண் அணுவியல் தகவல்களைக் கொடுத்தனர்.

காலின் பீவன், ஜான் டிகிரஃப், டிம் கேசர், ஆலன் டார்னிங், மைக்கேல் மணியேட்டஸ், டாம் பிரின்சென், விக்கி ராபின்ஸ், ஜூலியட் ஷோர், களைப்படையாத பெட்சி டெய்லர் போன்ற அனைவரும் நம்மில் பலருக்குக் குறைந்த அளவுப் பொருட்களுடன் வாழ்வது அதிக திருப்திகரமானதாக இருக்கும் என்று நான் புரிந்து கொள்ள உதவினார்கள்.

தொழிற்சாலைப் பொருட்களையும் குப்பைகளையும் தடமறிய நான் செலவிட்ட என்னுடைய பல வருட காலத்தில் தங்களுடைய வீடுகளை எனக்குத் திறந்துவிட்ட, தங்களுடைய சமுதாயங்களுக்குள் என்னை வரவேற்றுத் தங்களுடைய சமுதாயங்களுக்குள் என்னை அழைத்துத் தங்களுடைய கதைகளைப் பகிர்ந்துகொண்ட, நூற்றுக் கணக்கான மக்களுக்கும் என்னுடைய நன்றிகள். இவர்களில் பலர்

இருப்பதால் அவர்களைத் தனித்தனியாகப் பெயரிட முடியவில்லை என்றாலும் இவர்களில் பாபி பீக் தென் ஆப்பிரிக்காவிலும், ரால்ஃப் ரைடர் இங்கிலாந்திலும், டோமோரி பலாஸ் ஹங்கேரியிலும், ஃபான் ஹெர்னாண்டெஸ் ஃபிலிப்பைன்ஸிலும், மதுமித்தா தத்தா, பிட்டு சாகால், பிரஃபுல் வித்வாய், நித்தியானந்த் ஜெயராமன் ஆகியோர் [இந்த இந்தியப் பத்திரிகையாளரான ஜெயராமன் என்னுடன் பல தொழிற்சாலை ஆய்வுகளுக்கு வந்திருந்ததால், ஒரு சமயம் என்னைத் தன்னுடைய மிகப் பிரபலமான தொழில்சார் அபாயமாகக் கருதினார்] இந்தியாவிலும் எனக்கு பெருமளவு உதவினர். உலகின் பல பகுதிகளில் உடன் பணி செய்த பல மக்கள் ஜிஏஜஏ உறுப்பினர்கள் ஆவர்; இது சாம்பலாக்கிகளுக்குப் பாதுகாப்பான, நியாயமான மாற்றுகளுக்காக எண்பத்தியொரு நாடுகளில் செயல்படும் மக்களின் பன்னாட்டு வலைஅமைப்பாகும். என்னுடைய இதயங்கனிந்த நன்றிகளை ஜிஏஜஏ-விற்கு செலுத்துகிறேன்.

பொருளியல் பற்றிப் படிப்பது மிகவும் வசீகரமானது மட்டுமின்றி தேவையானதும் என்று எனக்கு உணர வைத்த பின்வரும் பொருளியல் வல்லுநர்களுக்கு என்னுடைய நன்றிகள்: டேவ் பாட்கெர், ஜோஷ் ஃபார்லே, டேவிட் கோர்ட்டென், பிரீத்தம் சிங், ஜான் டால்பெர்த், குறிப்பாக ஜெஃப்ரீ மோரிஸ். கடைசியாகக் குறிப்பிடப்பட்டவர் நுகர்வுப் பொருள் உற்பத்தியோடு தொடர்புடைய, ஏறத்தாழக் கணக்கற்ற, புறவயமாக்கப்பட்ட அடக்கவிலைகளை ஆய்வு செய்வதில் பல காலங்களைச் செலவிட்ட ஒரு தற்கால ஆய்வாளர் ஆவார்.

தீர்வுகள் பற்றியும் மாற்றுகள் பற்றியும் தம்முடைய அறிவை என்னுடன் பகிர்ந்துகொண்டவர்களின் உதவியை நான் பாராட்டு கிறேன்: உயிரிப் பாவனை பற்றி எனக்குக் கற்றுக்கொடுத்த பிரையோனி ஸ்வான், ஜேனைன் பென்யூஸ்; இதர உலகங்கள் சாத்தியமானவை தான் என்று எனக்கு எடுத்துக்காட்டிய பெவர்லி பெல்; சூழல் நல வேதியியல் பற்றிய தகவல்களைக் கொடுத்த ஜான் வார்னர்.

குறிப்பிட்டப் பிரச்சினைத் துறைகளில் பணிபுரியும் மக்களிட மிருந்து பகிர்ந்தளிக்கப்பட்ட மதிப்பிலா பாண்டியத்தைத் தவிர முழு நிலைமையை அறிய எனக்குக் கற்றுக் கொடுத்தவர்களுக்கும் என்னு டைய நன்றியைத் தெரிவித்துக் கொள்கிறேன்; இவர்கள் தனித்தனியாக இருந்த தகவல்களை இணைக்கக் கற்றுக்கொடுத்தனர். முதலாவதாகவும் முக்கியமாகவும் நான் நன்றி கூற விரும்புபவர் தென் ஆப்பிரிக்காவின் டர்பன் நகரின் வாஜீலு பல்கலைக்கழகத்தின் பேட்ரிக் பாண்ட் ஆவர்; இவர் என்னுடைய இந்த நூலின் முன்பிரதியை முழுவதும் படித்துவிட்டு மதிப்புமிக்க விமர்சனங்களையும் குறிப்புகளையும் கொடுத்தார். கூடுதலாக, மாட் பார்லோ, ஜான் கவானா, கோபால்

தயானேனி, எல்லன் டார்சே, அன்வர் ஃபாசல், டாம் கோல்டுடுத், பால் ஹாக்கென், ஃபான் ஜோன்ஸ், ரீட்டா லஸ்ட்கார்ட்டன், ஜெர்ரி மாண்டர், டோனெல்லா மெடோஸ், பீட்டர் மாண்டேகு, ரால்ஃப் நாடெர், பாபி பீக், மீனா ராமன், மார்க் ராண்டாஜோ, கேட்டி ரெட்ஃபோர்டு, ஜான் ரிச்சர்டு, சதிநாத் சாரங்கி, ராபர்ட் வெய்ஸ்மேன் போன்றோரும் மேற்கூறிய உதவியைச் செய்தனர்.

'ஆனால் இது செயல்படக்கூடியதல்ல' என்பதற்குப் பதிலாக, 'நாம் இதை நிச்சயம் செய்ய முடியும்' என்பதை வலியுறுத்திய ஒரு நிறுவனத்தில்தான் என்னுடைய உண்மையான, முதல் பணி இருந்தது என்பதற்கு நான் எப்பொழுதும் கடமைப்பட்டுள்ளேன். *கிரீன்பீஸின்* நச்சுப் பரிமாற்றக் குழுவின் ஜிம் வல்லெட், ஹீதர் ஸ்பால்டிங், கென்னி புரூனோ, கோன்னி முர்டாக், ஜிம் புக்கெட், மார்செலோ ஃபுர்டாடோ, ஃபான் ஹெர்னாண்டெஸ், வெரோனிகா ஓட்ரியோஜோலா, கெவின் ஸ்டேர்ஸ், டேவ் ராபபோர்ட், பீட்டர் பாஹெளத், இதர பல கூட்டாளிகள். எல்லாம் சாத்தியமானவையே என்ற நம்பிக்கை கொண்ட ஒரு சிறிய எண்ணிக்கை மக்கள் குழுவே, பன்னாட்டுக் கழிவுப் பரிமாற்றம் பற்றிய மிகப்பெரிய, மிகப்பரவலான பிரச்சினையை எப்படிக் கையாள முடியும் என்று எனக்குக் கற்றுக் கொடுத்தனர்.

பொருட்களின் கதைத் திட்டத்தின் முக்கியத்துவத்தை முதன்முதலில் உணர்ந்தறிந்த இடலிசே மலாவிக்கும், டைட்ஸ் சென்டரில் உள்ள கேத்தி லெர்ஜா, கிறிஸ் ஹெர்ரேரா போன்றோருக்கும், அவர்களுடைய மதிப்புமிக்க வழிகாட்டலுக்கும் ஆதரவுக்கும் என்னுடைய நன்றி.

உலகம் முழுவதுமுள்ள 8 மில்லியனுக்கும் அதிகமான மக்களுக்கு (இது தொடர்ந்து அதிகரித்து வருகிறது) முதலில் காண வழிவகுத்த 20 நிமிட இணையதளத் திரைப்படத் தயாரிப்பாளர் எரிக்கா பிரிக்கென், இயக்குநர் லூயி ஃபாக்ஸ், அனிமேஷன் அமைத்துக் கொடுத்த ரூபன் டெலூனா, இவர்களுக்கு உதவியாக இருந்த ஜோனா சாக்ஸ், எமிலி வெய்ன்ஸ்டீன், லிஜ கூயெல், ராஸ் நோவா போன்றோர் அடங்கிய ஃப்ரீ ரேன்ஜ் ஸ்டூடியோஸின் மதிநுட்பம் வாய்ந்த குழு இல்லையெனில் சாத்தியமாகி இருந்திருக்காது. இந்த ஸ்டுடியோவின் அமி ஹார்ட்ஜ்லெரும், கிறிஸ் புரூனெலும் இந்தப் புத்தகத்தின் அட்டை உருவகங்களை அமைக்க உதவினர்.

நான் முறைப்படுத்தப்பட்ட வளர்ச்சிக்கான செயல் குழுவுக்கான நிதியுதவியாளர்களின் (*ஃபண்டர்ஸ் வொர்க்குரூப் ஃபார் சஸ்டெயனபிள் டெவலப்மெண்ட்*) பின்வரும் பணியாளர்களுக்கு நன்றியுடையவராக உள்ளேன்: ஜென்னி கர்டிஸ், ஸ்டுவர்ட் கிளார்க், ஸ்காட் டென்மேன், ஜோன் ஜென்சன், டேனியல் கட்ஸ், கேத்தி லெர்சர், ஜென்னி ரஸ்ஸல்,

இனா ஸ்மித், டான் வீடென், டாரில் யங், பாம் ஆலன், நிகில் அஜிஸ், டிம் கிராஸ்பி, வேலன்டைன் டாயில். இவர்கள் தம்முடைய உற்சாக மூட்டல், ஆதரவு, நட்பு போன்றவற்றின் மூலம் இந்தப் புத்தகத்தின் செய்தியைப் பரவலாக அறிய உதவினர்.

பொருட்களின் கதைத் திட்டக்குழுவின் பணியாளர்கள் – குறிப்பாக அலிகன் குக், மைக்கேல் ஓ'ஹியானி, கிறிஸ்டினா சமாலா – எங்களுடைய திட்டத்தை முன்னோக்கி எடுத்துச் சென்றபோது நான் இந்தப் புத்தகத்தை எழுதுவதில் கவனம் செலுத்தினேன். அவர்களுடைய திறன்களும் அர்ப்பணிப்பும் எட்ட முடியாதவை. பொருட்களின் கதை ஆலோசனைக் குழுவின் உறுப்பினர்களுக்கும் (ஸ்டூவர்ட் பேக்கர், ஜென்னி கர்டிஸ், ஓமார் ஃபிரையெல்லா, கென் கெய்சர், மைக்கேல் மணியேட்டஸ், எரிகா பிரிக்கென், பெவர்லி தோர்ப், டெரைல் யங்), சமுதாயக் குழுவின் உறுப்பினர்களுக்கும் (லோர்னா ஏப்பர், நிகில் அஜிஸ், ஆன்டி பேங்க்ஸ், காலின் பீவன், பில் பிஜிலோவ், கேரி கோஹென், லஃப்கேடியோ கோட்டீஸி, ஜோஷ் ஃபார்லீ, மரியாதைக் குரிய ஹார்பர் ஃபிளெட்சர், இலிசே ஹோக், டானி கென்னடி, மாட்டியோ நூபே, டாரா ஓ'ரூர்கே, ரிச்சர்டு ஓரம், டேவிட் பெல்லோ, மரிட்ஜா ஷேஃபர், பிரையோனி ஸ்வான், ராபர்ட் ஷிமெக், டெட்ஸ்மித், பெட்சி டெய்லர், பாமெலா டட்டில், அதிதீ வைத்யா, மோனிகா வில்சன்) நான் நன்றியுடையவளாக உள்ளேன். ஸ்காட் டென்மான், ஜெஃப் கோன்னெண்ட், நாதன் எம்பிரட்சென், பாப்கென் டெர்கிரிகோரியன், கிறிஸ் நஃப், ஜோதி சாலமன் போன்றோரும் எஸ்ஓஎஸ் திட்டத்திற்கு அதிக அளவில் பங்களித்துள்ளனர்.

பொருட்களின் கதைத் திட்டத்திற்கு நிதியுதவி செய்தவர்களுக்கு என்னுடைய நன்றிகள்: 11 மணிநேர புரோஜக்ட், ஆர்ன்ட்ஜ் ஃபேமிதூலலி பவுண்டேஷன், ஜெனிஃபர் அல்ட்மான் பவுண்டேஷன், சூழல் மற்றும் நகரப்பகுதி வாழ்வுக்கான நிதியமைப்பு, கார்ஃபீல்டு பவுண்டேஷன், கிராஸ் ரூட் இண்டர்நேஷனல், த ஓவர் புரூக் பவுண்டேஷன், ஜான்சன் ஃபேமிலி பவுண்டேஷன், வாலஸ் குளோபல் ஃபண்ட், லியா ஃபண்ட், பார்க் பவுண்டேஷன், சிங்கிங் ஃபீல்டு பவுண்டேஷன், சாலிலாகோ பவுண்டேஷன். பீட்டர் பக்லீ, ஜாக் பாக்ஸ்டன் மட்டுமின்றி பல தனிப்பட்டக் கொடையாளர்கள் எங்களுடைய வேலை சாத்தியமாக உதவி செய்தார்கள். இவர்களுக்கு என்னுடைய நன்றிகள்.

பொருட்களின் கதையைக் கண்ட பின்பு இந்தத் திரைப்படம் ஊக்குவித்தக் கருத்துகளும் உள்ளுணர்வுகளும் பற்றி கடிதங்கள் மூலமும், மின்னஞ்சல்கள் மூலமும் எனக்கு எழுதிய பல்லாயிரம் ரசிகர்களுக்கு நான் மிகுந்த கடமைப்பட்டுள்ளேன்.

என்னைச் சிரிக்க வைப்பதற்கும், எப்பொழுதும் குழந்தைகளுக்கு மரியாதை கொடுப்பதை வலியுறுத்தியதற்கும் ரஃபி கவோகியான் அவர்களுக்கு என்னுடைய சிறப்பு நன்றிகள். ரஃபி வலியுறுத்துவது போன்று, நம்முடைய குழந்தைகளுக்கு உண்மையாகவே மரியாதை கொடுக்கும் ஒரு சமூகம் எண்ணெய்யை அடைய போர் செய்ய அனுமதிக்காது அல்லது அறைக்கலன்களில் நரம்பு நச்சுப்பொருட் களைப் பயன்படுத்த அனுமதிக்காது.

அனுபவம்தான் மிகச்சிறந்த ஆசிரியர். நான் இதை ஒவ்வொரு நாளும் ஒரு சமுதாயத்தில் ஒன்றி வாழ்வதால் ஏற்படும் மிகவும் மதிப்புமிக்க அனுகூலங்களை அனுபவிப்பதால் அறிந்துகொண்டேன். புழக்கடைகள், சைக்கிள்கள், தோட்டக் கருவிகள், உணவு, துணிகரச் செயல்கள், அன்பு போன்றவற்றை நான் பகிர்ந்துகொள்ளும் மக்களுக்கு என்னுடைய நன்றிகள்: பில் பார்கிளே, ஆன்ட்ரே கரோதெர்ஸ், ஃபைக் சிமென், லஃப்காடியோ கோர்ட்டீஸி, ஆடம் டாசன், கேத்தி ஃபோகெல், மௌரீன் கிரானீ, பிரையான் மற்றும் சிண்டி ஹான், ஜான் ஹார்வி, ஆன்டிரியா ஹர்டு, ஃபிருஜே மக்மூதி, டிபேரா மூர், ஸ்லோவேன் மற்றும் நிக் மார்கன், ஜோவான் வெல்ஷ்.

நான் வார முடிவுகளில் வேலை செய்து, எப்படி அமெரிக்கர்கள் மிக அதிக அளவு வேலை செய்து தம்முடைய குடும்பங்களை ஒதுக்கி விடுகிறார்கள் என்பது பற்றிய தரவுகளை ஆய்வு செய்து வந்தபோது, என்னுடைய நண்பர்கள்குழு ஒன்று என்னுடைய மகளைக் கூட்டிச் சென்று அவளைக் கவனித்துக் கொண்டது. ஜேன் ஃபிரை, லிசா ஹண்டர், கிறிஸ்டி கீக், ஜோசூ ரிவோலோரியோ, டானி கென்னடி, மியா யோஷிடானி, ஜெரமையா ஹாலண்டு, மிஷெல் ஹேமாண்டு, மைக்கேல் கோஹென், லீ ரெய்ஃபோர்டு, எரிக் மேட்சென், ஜிஃபானியா கோர்ட்டீஸி, ஜோ லியோனார்டு, ரிபெக்கா ஃபிஷர் போன்றோருக்கு என்னுடைய நன்றிகள்: குறிப்பாக என்னுடைய தாய் பாபி லியோனார்டுக்கு என்னுடைய நன்றிகள்; நான் பயணங்களின் போது வெளியே இருந்தபோது என்னுடைய மகளை என் தாய் கவனித்துக் கொண்டதற்காகவும், சில நேரங்களில் என்னுடனும் என்னுடைய மகளுடனும் உண்மையிலேயே தனித்தன்மை வாய்ந்த மூன்று சந்ததிகளின் கலப்பை–பாட்டி, தாய், மகள் கொண்ட ஒரு பாலிவினைல் குளோரைடு தொழிற்சாலையை நோக்கிய விடுமுறைப் பயணங்களில் என் தாய் எங்களுடன் வந்திருக்கிறார்.

என்னுடைய புத்தக முகவர் லிண்டா லோவெந்தால் மிகுந்த திறமையுடன் என்னைப் புத்தக வெளியீட்டு உலகத்தின் மூலம் வழிநடத்தியுள்ளார். என்னுடைய புத்தகப் பதிப்பாசிரியரான ஃப்ரீபிரஸ்ஸின் ஓ'சுல்லிவன் புத்தகம் ஒன்றாகத் திரட்டப்பட்ட

போது மிகவும் மகிழ்ச்சியுடன் தன்னுடைய கருத்துகளை எனக்கு அளித்துள்ளார். டாமினிக் அன்ஃபூசோவும் சிட்னி டனிகாவாவும் மதிப்புமிக்க வழிகாட்டலையும் ஆதரவையும் அளித்துள்ளார். கேரன் ரோமானோவும் சூசேன் டோனாவும் எந்த அளவுக்குப் புத்தகம் சூழல் சார்ந்ததாக இருக்க முடியுமோ அந்த அளவுக்கு அடைய உதவி செய்துள்ளனர். ஆய்வாளர் மார்சியோ, கூகுள் அடைய முடியாத தகவல்களையும் புள்ளிவிவரங்களையும் கண்டுபிடித்து எனக்கு அளித்தார்; ரெனி ஷேடும் இந்தப் புத்தகத்திற்காகக் குறிப்பிட்டத் தரவுகளைத் தடமறிய உதவினார். பேட்ரிக் பாண்டு, ஆலன் வாட்சன், கென் கெய்சர் இந்த நூலின் குறிப்பிட்ட இயல்களைப் பற்றிய மதிப்புமிக்க விமர்சனங்களை அளித்தனர்.

ஒரு பெண்மணியின் உதவி இல்லையெனில் இந்த நூலை எழுதி யிருக்கவே முடியாது. அவர்தான் அரியேன் கான்ராட். அரியேன் இந்த நூல் வெற்றிகரமாக வெளிவரும் வரையிலான நீண்ட, பல மாத உழைப்பில் என்னுடன் ஒத்துழைத்துச் செயல்பட்டார். இந்தக் காலகட்டத்தில் அவர் தம்மை ஒரு புத்தகச் சேவையாளர் என்று விவரித்துக் கொண்டார். அரியேன்னின் புத்திக்கூர்மையான, தர்க்க ரீதியான பங்களிப்புகள் மிகவும் முக்கியத்துவம் வாய்ந்தவையாகும்; இவற்றின் முடிவு த ஸ்டோரி ஆஃப் ஸ்டஃப் புத்தகம் மட்டுமல்ல, ஒரு மதிப்புமிக்க புதிய நண்பரையும் நான் பெற்றேன் என்பதில் நான் மிக்க மகிழ்ச்சியுறுகிறேன். மிக்க நன்றி அரியேன்!

இந்த நூலை நாங்கள் எவ்வாறு உருவாக்கினோம்

இந்த நூலை உருவாக்குவதற்கான எங்களுடைய நோக்கம் நச்சுப் பொருட்களைக் கூடியவரை குறைத்தல், கார்பன் காலடிச் சுவடைக் குறைத்தல், கழிவைத் தவிர்த்தல் போன்றவையாகும். இந்த நோக்கத்தை அடைவதற்காக இந்த நூலின் முன்பிரதி ஏறத்தாழ முற்றிலும் மின்னணு வடிவத்தில் வடிவமைக்கப்பட்டது; பதிப்பு செய்யப்பட்டது. படிப்பவர்கள் வசதியாகப் புத்தகத்தை விமர்சனம் செய்வதற்காக, எளிதில் பதிவிறக்கம் (டவுன்லோடிங்) செய்யும் வகையில் மின்-அச்சுக்கோவைகள் (இ-கேலீஸ்) வழங்கப்பட்டன. பிரபலப்படுத்துவதற்காக மிகக் குறைந்த எண்ணிக்கையில் புத்தகப் பிரதிகள் அச்சிடப் பட்டன; இவை 100 விழுக்காடு நுகர்வோர் பயன்படுத்தி வீணாக்கப் பட்ட மறுசுழற்சி நார்களிலிருந்து தயாரிக்கப்பட்டவையாகும்.

இந்த நூல் ரோலண்ட் இன்வைரோ100 பிரிண்ட்டில் அச்சடிக்கப் பட்டுள்ளது; குளோரின் இல்லாமல் பதப்படுத்தப்பட்ட ஒரு 100 விழுக்காடு நுகர்வோர் பயன்படுத்திய நார்த்தாள்களில் இது அச்சிடப் பட்டுள்ளது. நூலின் உரைப்பகுதி (டெக்ஸ்ட்) தட்டுகள் (பிளேட்ஸ்) மறுசுழற்சி செய்யப்பட்டன; இந்த நூலில் பயன்படுத்தப்பட்டுள்ளவை 20 விழுக்காடுக்கும் அதிகமான சோயா மட்டுமின்றி இதர தாவர அடிப்படை எண்ணெய்களையும் உள்ளடக்கிய மறுபயன்பாடு செய்யக்கூடிய மூலப்பொருட்களைக் கொண்டுள்ளது. ஒட்டுவதற் காகப் பயன்படுத்தப்பட்டுள்ள எங்களுடைய அனைத்து ஒட்டுப் பொருட்களும் கரைப்பான் அற்ற வகையில் தயாரிக்கப்பட்டவை. அட்டைகள் 100 விழுக்காடு மறுசுழற்சி நார்களால் உருவாக்கப் பட்டவை. தாவர அடிப்படை மைகளால் அட்டை அச்சடிக்கப்பட்டது; 100 விழுக்காடு நுகர்வோர் பயன்படுத்திய கழிவிலிருந்து (நார் களிலிருந்து) தயாரிக்கப்பட்டது. இந்த நூலை உருவாக்குவதற்குப் பயன்படுத்தப்பட்ட பொருட்களில் அச்சுத்தட்டுக்களையும் காகிதக் கழிவுகளையும் சேர்த்து, 90 விழுக்காடு மறுசுழற்சி செய்யப்பட்டன.

பயன்படுத்தப்படாத சரக்கு இருப்பு அல்லது திருப்பி அனுப்பப் பட்ட புத்தகங்கள் மறுசுழற்சி செய்யப்படும்.

சுட்டி

அச்சடிக்கும் கருவிகள் *346, 347, 348*
அசிடோன் *102*
அப்பலாச்சியா *59, 62, 431*
அபாச்சா, சானி *54*
அபுதாபி *112*
அமேசான் xl, *51, 112, 200-206, 240, 417*
அமேசான் நதி *112*
அமோனியா *49*
அரசு சட்டங்களும் நிறுவனங்களும் *164*
அல்-கொய்தா *43*
அலுமினியக் கலன்கள் *135, 333*
அலுமினியம் *35, 100, 108-115, 135, 251, 313, 333, 400*
அறிவியலில் நேர்மைத் திட்டம் *170*
ஆக்சிகுளோர்டேன் *136*
ஆண்டர்சன், ரே i, *32, 317, 320-323*
ஆண்டர்சன், வாரன் *158*
ஆண்டிமனி *101*
ஆப்கானிஸ்தான் *62, 415*
ஆர்செனிக் *21, 24, 60, 100, 101, 124, 346*
ஆரல் கடல் *78*
ஆலன், ஜான் *28*
ஆலோசனைக் குழுக்கள் *152, 169 -171, 253, 487*
ஆறு இணைத்திறனுள்ள குரோமியம் *51*
இங்கில்வுட், கலிஃபோர்னியா *216*
இந்தியா xviii, xxiv, *6, 8, 36, 77, 80, 109, 154, 192, 215, 217, 220, 228, 235, 236, 262, 282, 308, 329, 343, 359, 397, 403, 431, 485*
இரண்டாம் உலகப் போர் xiii, *273*
இரும்பு *34, 35, 74, 100, 110, 202, 316, 317, 336*
இலக்கமுறைத் தொலைக்காட்சி மாற்றம் *344*
இலை நீக்க நச்சு வேதிப்பொருட்கள் *80*
ஈக்வெடார் *51, 53, 431*
ஈயம் *24, 37, 40, 58, 59, 72, 73, 100, 104, 105, 117, 124, 126, 131, 132, 135, 148, 157, 161, 166, 173, 176, 324, 345, 346, 349, 355, 373, 374, 433, 451*
ஈராக் *415, 416*
உகாண்டா *46*
உச்சகட்ட எண்ணெய் *49, 50*
உடல் சுமை சோதனை *483*
உடல் பருமன் *257*
உடன்விலக்கம் *276, 277, 314, 332, 346, 369, 393, 404, 409, 424, 436*
உடன்விலக்குப் பொருட்கள் *343, 369*
உணரப்பட்ட வழக்கொழிதல் *274, 278, 279*
உதட்டுப் பூச்சுகள் *286*
உயிரிக்கொல்லிகள் xxxi, lii, *8, 17, 78-80, 86, 87, 125, 134, 136, 148, 164, 166, 191, 295, 316, 317, 324, 356, 393, 354,444*
உயிரிப் பாவனை *177, 178, 423, 485*
உயிரிப் பிளாஸ்டிக்குகள் *392-394*

உயிரியல் ஆக்சிஜன் தேவை 17
உரங்கள் xxxi, 49, 78, 79, 87, 357, 443
உரமாக்கும் கழிவறை 19
உருவாக்கப்பட்ட கரிம வேதிக் கூட்டுப் பொருட்கள் (வீஓசீஸ்) 125
உலக சுகாதார நிறுவனம் 21, 101, 378, 380
உலக வங்கி xiii, xxxix, xli, xlix, 65-67, 219, 221-224, 235, 239, 241, 369
உலக வங்கிக் குழு 66
உழவர் சந்தைகள் 241
உற்பத்தி 74-169, 433-434
உஸ்பெகிஸ்தான் xl, 77, 78
எடியென்னே, யான்னிக் 84, 85
எண்ணெய் xxiv, xlvii, xlviii, liii, 1, 13, 25, 27, 49, 53-58, 60, 63-68, 72, 76, 86, 94, 116, 147, 168, 195, 243, 307, 318, 323, 336, 366, 376, 415, 419, 431-484, 488, 490
எரிசோடா 82, 93, 110
எல்ஜின், டுவேன் 278, 310
ஏழ்மை xxxvii, xliii, xliv, 4, 6, 26, 63, 148, 150, 154, 207, 208, 218, 220-222, 224, 235, 237, 258, 259, 263, 292, 302, 303, 310, 314, 315, 350, 382, 383, 386, 387
ஐக்கிய நாடுகள் சபை (ஐநா) liii, 27, 45, 47, 65, 80, 325, 377
ஐரோப்பிய கூட்டமைப்பு 7, 48, 122, 148, 359
ஐசோபுரோபைல் ஆல்கஹால் 102
ஐஸ்லாந்து 112
எய்ஸ்னர், மைக்கேல் 84
ஒப்பனைப் பொருட்கள் 130
ஒர்ரிஸ், பீட்டர் 146, 483
ஒரே பயிர் வளர்ப்பு 79
ஓகோணி xl, 52-56
ஓகோணிலாந்து, நைஜீரியா 52-54, 57
ஓரஸ்கெஸ், மைக்கேல் 297
ஓ'ரூர்க்கே, டாரா 106, 182, 183, 186, 188-190, 241, 484

ஃபாக்ஸ், பீட்டர் 299
ஃபார்மால்டிஹைடு 81, 82, 162
ஃபாஸ்ஃபரஸ் 101
ஃபாஸ்ஃபோரிக் அமிலம் 102
ஃபிராங்க், ராபர்ட் 307
ஃபிரீட் மேன், தாமஸ் 215
ஃபிலடெல்ஃபியா 233, 381-386
ஃபுளோரைடு 102, 104, 110
ஃபோர்டு மோட்டார் நிறுவனம் 280
ஃபோர்டு, ஹென்றி 272, 273
கசிதல் (கரைவுறுதல்) 24, 51, 59, 77, 87, 94, 103, 117, 139, 173, 174, 178, 294, 353-356, 361, 368, 378, 400, 442, 451
கட்டமைப்பு நீக்கம் 340
கட்டுமான-தகர்ப்புக் கழிவு (சி & டி) 316, 318, 339, 340
கடன் அட்டைகள் 246, 250, 253, 254, 258, 274, 282, 291
கண்ணிமைச் சாயம் (மஸ்காரா) 129
கணினிகள் xvii, xxi, xxxvi, xl, 39, 71, 88, 96-108, 181, 182, 184, 187, 197, 199, 204, 205, 217, 250, 257, 266, 269, 283, 310, 311, 328, 344-346, 348-351, 393, 398, 418, 429, 436
கந்தக அமிலம் 82, 102
கந்தக டை ஆக்ஸைடு 111
கரிமப் பருத்தி 80, 87, 252
கரிமப் பொருள், நீரில் 17, 18
கரைப்பான்கள் 102, 316
கல்லாகெர், கெவின் 233
கலவை உலோகங்கள் 74
கலிஃபோர்னியா தங்க வேட்டை 41, 42, 46
கழிவு நீர் li, 19, 29, 82, 83, 104, 148, 149, 354
கழிவிலிருந்து ஆற்றல் தரும் எந்திரம் 366
கற்பாறைகள் 2, 32, 33, 38, 43, 45, 50, 60

கனிமங்கள் 33, 43, 53, 63, 179, 180, 204
காட்மியம் 40, 51, 100, 104, 124, 346, 349, 373, 391, 451
காட்ஜென், மொல்லி 270
காடழிப்பு xxxi, 7, 13, 14, 90, 204
காடுகள் xi, xii, xv, xvii, xviii, xxii, xxxi, xl, 2-17, 20, 21, 35, 47, 49, 54, 65, 74, 90, 94, 96, 111, 127, 160, 179, 207, 209, 220, 221, 321, 332, 342, 361, 384, 422, 431
காந்தி, மகாத்மா 36
காப்பி xliv, 22-24, 28-29, 105, 164-165, 180, 249, 250, 290, 295, 296, 308, 421, 443
கார்சன், ராச்சேல் ix, 147, 168
கார்-பங்கீட்டுத் திட்டங்கள் 73
கார்பன் டை ஆக்ஸைடு xxiv, 86, 115, 192, 195, 270, 307, 310, 390, 447
கார்பன் செயலிழக்கம் 3
கார்பன் மோனாக்ஸைடு 111
கார்லின், ஜார்ஜ் 312, 483
காலணிப் பழுதுபார்ப்புகள் 330
காற்று ஆற்றல் 56, 433
காஸ்ட்னெர், பாட் 19
கிங், ஊனா 47
கிம்பெர்லி செயல்முறை 45, 48, 59, 430
கியூரேர் 3
கியோட்டோ உடன்படிக்கை 112, 308
கிராஸ்மான், எலிசபெத் 102
கிரைடர்-வில்லியம் 185
கிரையோலைட் 110
கிரௌயாக், ஜேக் 9
கிலாட்டன், ஜெயக்குமார் 402, 480
கிளார்க், டானா 385
கிளிண்டன், பில் 152
கீழ்நோக்கிய மாற்றம் 257, 270-272
குக், கென் 145
குப்பைக்குழிகள் xxxix, 48, 114, 116, 118, 182, 221, 225, 233, 318, 321, 322, 339-341, 345, 346, 348, 352-358, 360, 361, 363, 364, 372, 384, 396, 401, 437, 443, 449, 451
குப்பைத் தபால் 15
குரோமியம் 51, 74, 100, 104, 124, 132
குரோமியம் டிரையாக்சைடு 102
குரோவ், ஆண்டி 100
குவோண்டே, ஹெய்டி 385
குவியல் கரைத்தெடுத்தல் 40
குய்னைன் 3
குளியலறைத் திரைகள் 116, 117, 120, 124, 211, 314, 442, 450
குளோர்டேன் 125, 136
குளோர்-வன்காரத் தொழிற்சாலைகள் 129
குளோரின் xviii, 91, 92, 96, 116, 124, 136, 363, 444, 490
குளோரின் டை ஆக்ஸைடு 92
குறைந்த எடையாக்கம் 71
குறைவுச் சுழற்சி 395, 396
கூடுதல் உற்பத்தி 174
கூடெல், ஜெஃப் 61
கூழாக்கம் 89, 90, 91, 93
கெய்சர், கென் lii, 169, 172, 483, 487, 489
கென்யா 66, 222
கேசர், டிம் 258, 259, 484
கொர்ரியா, ரஃபேல் 52
கொள்கலன் கப்பல்கள் 120, 191-193, 210, 211, 395
கோபால்ட் 100
கோர்டன், டேவிட் 185
கோல்ட்டான் (டாண்டாலம்) 46, 47, 48, 59, 100, 430
கோல்பார்ன், தியோ 75
கோவளம், இந்தியா 402, 403
கோனெட், எல்லன் 365
கோனெட், பால் 313, 314, 365, 370, 396
கோஸ்டா ரிகா 260, 262, 415
சரக்குக் கப்பல்கள் 191-193, 381
சரக்குவண்டிகள் 182, 191, 194-196, 198, 199, 202, 210, 358, 363, 364, 392
சல்ஃபோனமைடுகள் 82

சுட்டி ✦ 493

சூழல் நல ஆதரவு அமைப்பு 49
சமுதாய வனவள (திட்ட) முயற்சிகள் 16, 151
சமுதாயம்/குடிமகன் (நுகர்வோர்) தன்னிலை 296-300, 302
சயனைடு 24, 40, 41
சாரங்கி, சதிநாத் 157, 486
சாரோ-விவா கென் 53, 56, 57
சாயங்கள் 81, 86, 91
சான்ஃபிரான்சிஸ்கோ 42
சிக்கன உற்பத்தி 183, 186, 197
சிக்கனச் சில்லறை வணிகம் 183, 197
சியாட்டில் xi, 2, 6, 227-229, 386
சிலி xxi, 34, 112, 205
சிலிக்கான் 101, 108
சிலிக்கான் பள்ளத்தாக்கு 98
சிலிக்கோசிஸ் 36, 101, 145
சிற்றின மறைவு xxii
சீனி, டிக் 426
சுக்லா, சம்பாதேவி 157
சுக்விகமாட்டா செம்புச் சுரங்கம், சிலி 34
சுடுகாட்டு மல்லி 3, 59
சுழி கழிவு 321, 339, 368
சுன்காங், அயஃபோர் 45
சூரிய ஆற்றல் 57, 62, 211, 242, 433, 446, 447
சூழல்சார் காலடிச்சுவடு 260, 261, 268, 441
சூழல் இனப்பாகுபாடு 150, 152, 153
சூழல்காப்பு வேதியியல் 145
சூழல்நீதி இயக்கம் (இஜே) 117, 150
சூழல் மரபியல் 128
செம்பு 34, 35, 37, 100, 118, 348
செல்பேசிகள் xlii, 33, 39, 46, 50, 73, 88, 97, 168, 177, 204, 228, 251, 276, 311, 344, 347, 348, 362, 393
செல்பேசி மின்விசை ஏற்றிகள் 177
செய்ன்ஃபெல்டு, ஜெர்ரி 311
சைலீன் 102, 161
சைனா xxiv, 8, 77, 83, 89, 106, 109, 192, 194, 215, 217, 244, 245, 280, 308, 325, 331, 348, 395, 396, 415
சொந்தநலப் பொருட்கள் 130-133, 448
சோடியம் ஹைட்ராக்ஸைடு 81, 102
சோயா மைக்கள் 94
டக்கர், கோரா 152
டைமண்ட், ஜேரட் 68
டயாக்சின் 91-92, 117-118, 125, 136, 220, 293, 294, 356, 363, 370, 451
டால்பெர்த், ஜான் 414, 485
டான்டாலம் (கோல்ட்டான்) 46, 47, 48, 59, 100, 430
டிகிஎர்க் 290
டிரைகுளோசான் 136
டிஸ்னி xl, xli, 83-85, 234, 237
டுர்னிங், ஆலன் 310
டீப்ளின் கொள்கைகள் 30
டுமெனொஸ்கி, டயேன் 75
டெகா - பிடிஐ 137, 138
டெட்ரமிதைல் அம்மோனியம் 102
டெல், மைக்கேல் 99, 187
டேவிஸ், மைக் 44
டொல்யூன் 94, 162
டோரா 284, 285
தங்கம் 34, 36, 37, 38, 39, 40, 41, 42, 43, 46, 50, 64, 73, 100, 129, 159, 180, 430
தங்க விதிமுறைகள் 43
தங்க வேட்டை 41, 42, 46
தட்பவெப்பநிலை மாற்றம் li, 21, 26, 52, 61, 86, 105, 169, 212, 354, 417, 419
தனிப்பட்டவரின் துலங்கல்கள் 407
தனிப்பட்ட நுகர்வுச் செலவுகள் 248, 283, 304, 309
தனிமை குளோரினற்ற (பீசிஎஃப்) செயல்முறை 92
தாய்ப்பால் 140, 142, 143, 144, 157, 293, 294
தார் மணல்கள் 432, 433
தார்ன்டன், தாமஸ் 417

தாள்/காகிதம் 13, 81, 90-92, 111, 116, 119, 203, 214, 238, 251, 258, 280, 296, 318, 381, 388, 416, 490
தாவர வழி மருந்துப் பொருட்கள் 5
தானியங்கி ஊர்தித் தொழில் xxii, 49, 304, 452
திறந்த குழிகள் தோண்டல் 34-36, 110
தீத்தடுப்புப் பொருட்கள் 103, 105, 142, 143, 290, 423
துத்தநாகம் 37, 162
துருக்கி 86, 191, 268, 269
தென் ஆப்பிரிக்கா 39, 40, 378, 379, 440, 485
தென் கொரியா 231
தேய்மானம் 311, 312, 322
தேலேட்கள் 117, 122, 128, 129, 131, 211, 423, 451
தொலைக்காட்சி xxxix, xliv, 39, 47, 97, 119, 200, 228, 234, 250, 267, 281, 287, 297, 345, 348
தொழிலாளர் நலனும் பாதுகாப்பும் 98, 146, 154
தொழிற்கழிவு 82, 112, 129, 243, 316, 317, 319, 320, 424
தொழிற்புரட்சி 173, 174, 266, 320
தொழுவுரமாக்கல் 358-360, 369, 394, 398, 401, 402, 423, 437, 443, 444, 483
தோண்டுதல் 34, 36, 39, 42, 67, 100, 129, 179, 220, 318, 390, 431, 432, 438, 484
தோரே, ஹென்றி டேவிட் 252, 264
தோல் காகிதம் 89
நகராட்சித் திடக் கழிவு 323-326, 355
நகைகள் 39, 42, 249, 251, 312
நச்சுக் கழிவு 94, 151, 193, 375, 378, 378, 387, 450
நதிகள் xv, 9, 17-20, 24, 25, 40-42, 51 61, 74, 78, 93, 112, 127, 354
நலவாழ்வு xxxii, xlv, l, li, 142, 153, 172, 210, 259, 260, 266, 413-416, 430

நாப், டான் 324, 327, 483
நாயர், சிபு 402, 484
நிக்கல் 100
நிகழ்நிலை பொருள் வாங்குதல் 203
நிலக்கரி xlviii, 25, 33-35, 59-63, 76, 111, 112, 127, 150, 179, 220, 318, 326, 353, 366, 376, 403, 419, 430-432, 484, 495
நிறம் நீக்கல் (வெளிர்த்தல்) 373
நியூசோம், கவின் 402
நீடித்த உற்பத்தியாளர் பொறுப்பு (இபீஆர்) 335, 338, 398, 399, 401, 436, 483
நீர் xv, xvi, xviii, xx, xxii, xxiii, xxx, xxxi, li, lii, 2-8, 11, 17-32, 35-37, 60, 72, 76-78, 82, 85, 89, 99, 101-104, 110, 112, 114, 116, 118, 124, 125, 127, 131, 134-136, 140, 149-151, 157, 159, 163, 165, 167, 169, 170, 178, 181, 192, 196, 207, 216, 220-222, 234, 245, 250, 256, 261, 263, 295, 304, 307, 317, 329, 349, 352-357, 359, 361, 372, 376, 380, 393, 417, 418, 426, 432, 433, 436, 448, 457
நீர் ஒருங்குகளைத் தனியார் மய மாக்கல் 27
நீர்க் காலடிச்சுவடு 28, 29, 77, 78
நீர்ச் சுழற்சி xv, li, 3, 5, 8, 261
நீர்ப்பற்றாக்குறை xxiii, 20, 23, 26, 27, 29, 78, 302
நீர்ப் பாசனம் 77, 240
நீர்ப்போர்கள் 239
நீர்ப் போராளிகள் 31
நீர் மாசுறுதல் 78, 354
நீராவி எஞ்சின், கண்டுபிடிப்பு 173, 266
நுகர்வு ii, vii, xix, xxii, xxvi-xxix, xxxii, xli, xliii, xliv, xlvii, l, 14, 25, 31, 58, 73, 83, 105, 108, 113, 125, 135, 165, 179, 190, 203, 243, 245-249, 251-255, 257, 259-267, 269, 271, 273, 275-279, 281, 283, 285-310,

357, 359, 365, 370, 397, 399, 408,
409, 411, 418-420, 423, 427,
434-436, 444, 447, 450, 472, 485
நுகர்வுக் கலாச்சாரம் 247, 248, 252,
254, 265, 266, 271, 273, 285, 295,
444
நுண் சில்லுகள் 100-102, 104
நைட், ஃபில் 184
நைட்ரஜன் டை ஆக்ஸைடு 111
நைட்ரிக் அமிலம் 102, 104
நைட்ரேட்கள் 104
நைஜீரியா xl, 51, 52, 54, 57, 59, 227,
431
பங்கிட்டுக் கொள்வதும் கடன்
வாங்குவதும் 406
பசும்புல் தரைகள் (புல்வெளிகள்)
23, 32
பசுமைப் புள்ளித்திட்டம் 336, 399, 432
பசுமையில்ல வளிமங்கள் xxviii, 68,
90, 220
பட்கெர், டேவ் 419
படகோனியா 86, 88
பணிநேரங்கள் 106, 123, 185
பரஸ்பர (உதவி) தன்மை 407
பருத்தி xl, xlii, lii, 24, 28, 76-83,
86-88, 121, 191, 252, 452, 484
பழங்குடிச் சமுதாயம் (மக்கள்) 64, 417
பழுது பார்ப்புகள் 149, 277, 323,
327, 328, 329
பழுப்பு நீர் ஒருங்கு 29
பலபடிச் சேர்மம் (பாலிமர்) 74
பனுவல் செய்திகள் 97
பாக்சைட் 35, 109, 110
பாக்டீரிய எதிர்ப்புப் பொருட்கள் 136
பாக்லியா, டாட் 16
பாட்டிலில் அடைக்கப்பட்ட நீர் 27
பாதரசம் xiv, 40, 42, 51, 60, 68, 73,
93, 100, 104-106, 117, 124, 132,
137, 144-147, 155, 163, 175, 179,
324, 344, 346, 377, 400-403, 419,
433, 436

பாபிரஸ் 89
பார்பர், பெஞ்சமின் 295, 296
பாலியெஸ்டர் 75
பான கலன்கள் 331, 332
பாஸ்டன் தேநீர் விருந்து 216
பிசிக்னானி, கியோவன்னி 195
பிசிம்பா, பெட்ரன்ட் 47
பிரவுட்டிக்காம், டி போரா 63
பிரித்தெடுத்தல் xxiv, xxvi, xxxix, xlvi,
1-74, 90, 100, 125, 149, 223, 316,
361, 396, 403, 424, 430, 431, 439,
454, 484, 497
பிரேசில் 13, 46, 110-113, 227, 308
பிரோட், ராஸ் 214
பிரோல், ஃபடி 50
பிளாஸ்டிக்குகள் xii, xiv, 49, 58, 68,
72, 75, 82, 89, 103, 104, 107,
115-117, 120, 122, 123, 129, 135,
141, 150, 163, 258, 293, 294, 306,
313-317, 330-332, 336, 340, 343,
345, 347, 348, 355, 391-394, 403,
408, 436, 442, 443, 449-452
பிஜோஸ், ஜெஃப் 201
பிஸ்ஃபீனால் ஏ (பிபிஏ) 135, 170
பீ, ரஷீதா 156
பீக், பாபி 379, 485, 486
பீங்கான்கள் 75, 179, 316, 452
பீட்டா - ஹெக்சாகுளோரோ
சைக்ளோ ஹெக்சேன் 136
பீவான், காலின் 252, 408
புக்கெட், ஜிம் 350, 358, 486
புட்னம், ராபர்ட் 256, 406, 407
புத்தகங்கள் xii, xxi, xxxiii, 13, 38, 77,
88-90, 95, 202-204, 250, 339,
405, 408, 490
புதிதாக உருவாக்கப்பட்ட (செயற்கை)
பொருட்கள் 74-76, 125, 129
பர்கினா, ஃபாசோ 77
புருண்டி 46
புரூனோ, கென்னி 383, 486
புரோக்கோவிச், எரின் 51

புரோமைன்கள் 82
புவி மிகை நுகர்வு நாள் 264
புற்றுநோய் xii, xxi, xxx, xxxi, xxxiii,
 xliii, 4, 51, 58, 76, 82, 92, 102,
 103, 116, 117, 127, 131-133,
 135-137, 143, 155, 157, 159, 192,
 194, 293, 294, 341, 343, 356, 363,
 418, 442, 444, 448, 451
புஷ், ஜார்ஜ் எச்.டபிள்யூ. 426
புஷ், ஜார்ஜ் டபிள்யூ. 251
பூச்சிக்கொல்லிகள் 78-80
பூர்வீக அமெரிக்கர்கள் 264
பெட்ரோலியம் li, 33, 49, 53-57, 64,
 65, 76, 86, 93-95, 104, 129, 135,
 160, 179, 206, 249, 320, 321, 366,
 392, 393, 415, 418, 419, 460
பெரில்லியம் 104, 346
பெருவணிக நிறுவனப் பொறுப்புத்
 தன்மை 53, 412, 438, 440
பென்சீன் 51, 81, 124, 161
பெனியஸ், ஜெனைன் 178
பெனின் 77
பேக்கார்டு, வான்ஸ் 278, 331
பொட்டலமாக்கல் 71, 72, 330, 331,
 335, 408
பொம்மைகள் 116, 117, 119, 122,
 123, 126, 135, 136, 158, 186, 188,
 198, 206, 211, 244, 252, 311, 315,
 344, 355, 405, 423, 442, 449
பொருட்கள் வாங்குதல் 184, 189,
 247, 249, 251, 273, 300, 445
பொலிவியா 239
போபால் பேரழிவு 154, 159, 168
போர்னியோ 4
போராண் 101
மகிழ்ச்சி/மகிழ்ச்சியின்மை ix, xi, xxi,
 xxviii, xxxii, xxxiii, xxxvii, xxxviii, xliv,
 xlv, 10, 38, 54, 73, 98, 122, 128,
 133, 142, 158, 200, 216, 221, 242,
 245, 247, 253-255, 257-261, 264,
 268-272, 281, 289, 291, 300, 307,
 309, 310, 316, 377, 385, 400, 406,
 407, 412-415, 420, 422, 425, 428,
 435, 444, 445, 483, 489
மகிழ்ச்சியான கோள் குறியீட்டெண்
 258-259, 413-414, 427
மகோவெர், ஜோயல் 317, 318
மடகாஸ்கர் 4, 59
மண் xx, lii, 3, 6, 9, 11, 15, 18, 20,
 21, 25, 35, 36, 37, 41, 53, 60, 79,
 87, 94, 102, 110, 118, 125, 157,
 158, 295, 353, 357, 375, 376, 377,
 378, 418, 423, 431, 432, 444
மண் அரிப்பு 361, 417
மண் சரிவுகள் 6, 11
மண்டேலா, நெல்சன் 378
மண்புழுக்கள் xxxi, 87, 99, 357, 358,
 359, 444
மணியேட்டஸ், மைக்கேல் ii, xlvi,
 271, 408, 410, 487
மரங்கள் xii, xxvii, xxxi, 1-4, 6, 8,
 10-15, 17, 33, 35, 88-90, 110, 340
மரத்தோட்டங்கள் xix, 8, 14, 90
மரம் வெட்டல் 1, 10, 12, 13, 431
மருத்துவக் கழிவு 118, 316, 342, 343
மலட்டுத் தன்மை 76
மலேசியா 13, 481
மலையுச்சி நீக்கத் தோண்டல் 432
மழைக்காடுகள் xxii, xl, 3-5, 9, 52,
 431, 433
மறுசுழற்சி i, xlii, 14, 15, 31, 37, 42,
 48, 49, 71, 72, 89, 90, 92, 94-96,
 105, 107, 109, 111-114, 118, 119,
 121, 137, 176, 177, 179, 202, 211,
 302, 320, 323-325, 332-336,
 338-341, 345, 349-353, 357, 359,
 363, 368-370, 389-403, 409, 410,
 437, 446, 451, 452, 483, 490
மறுசுழற்சி வங்கி 391
மனச்சோர்வு 235, 258, 259, 425
மனித ஏழ்மை நிலை குறியீடு 259
மனித வளர்ச்சிக் குறியீடு (ஹியூமன்

சுட்டி ✦ 497

டெவலப்மெண்ட் இண்டெக்ஸ்) 413
மாஜோச்சி, டோனி 147
மாசசூசெட்ஸ், நச்சுப் பயன்பாட்டுக் குறைப்பு 169, 333, 345, 370, 385, 386, 387
மாண்டேகு, பீட்டர் 360, 486
மார்க்கீ, எட் 332
மார்ஷல், ஜேம்ஸ் 41
மாய நீர் 28, 77
மாற்றமடையும் (நிலையிலுள்ள) நகரங்கள் 243
மிட்செல், ஸ்டேஸி 206, 213
மின்கலன்கள் 97, 105, 126, 345, 346, 347, 348, 355, 362, 400
மின்னணுக் (சாதன) கழிவு 37, 39, 48, 51, 52, 88, 97-100, 102-108, 135, 137, 154, 173, 176, 186, 195, 198, 204, 205, 244, 248, 314, 316, 327-330, 344, 346, 347, 349-351, 355, 399
மின்னணுவியல் 98, 105, 345
மீண்டும் திரும்பப் பெறுதல் திட்டங்கள் 48
மீத்தேன் 61, 356, 357
மீத்தைல் ஆல்கஹால் 102
மீத்தைல் இதைல் கீட்டோன் 102
மீத்தைல் ஐசோசயனேட் (எம்ஐசி) 154
மீத்தைல் 3 மீதாக்சி புரோபிரியோ னேட் 102
மீன், பாதரசம் கொண்ட 127
முரண்பாட்டுக் கனிமப் பொருட்கள் 43
முன்னேற்றம், மறுவரையறை 412
மூடிய சுற்றுத் தொழிற்சாலைகள் 31
மூயிர், ஜான் 11
மூலப்பொருள் சாபம் 63, 223
மெக்கிப்பென், பில் xxxi, 241, 242
மெக்கின்னோன், ஜெ.பி. 241
மெக்சிகோ 214, 215, 231

மெக்டோனோ, பில் 89, 176
மெக்ரே, கிளென் 342, 483
மையர்ஸ், ஜான் பீட்டர்சன் 75, 403
மைரெக்ஸ் 125, 136
மொசாம்பிக் 112, 309
மொட்டையடித்தல் (காட்டை) 11, 12
மொத்தப் பொருளாதார மதிப்புச் செயல்வரம்பு 30
மோரிஸ், டேவிட் 58
யசூனி மழைக்காடுகள் 51
யுரேனியம் 33, 60
ருவாண்டா 46, 47
ரெண்டல், எட்வர்டு 384, 385
ரோசாரியோ, ஜுவான் 111, 402, 484
ரோவேன் பகுதி, டென்னெசி 60
ரோஜர்ஸ், ஹீதர் 389, 395
லண்டன், பெர்னார்டு 276
லஸ்ட்கார்ட்டன், ரீட்டா 299, 486
லாம்பிரெக்ட், பில் 378
லிக்னின் 90
லித்தியம் 105
லிபோ, விக்டர் 273
லேயார்டு, ரிச்சர்டு 268, 302
லேன், எரிக் 297
லோவேரா, சைமோன் 13
வங்கதேசம் xiii, xxviii, xxxvi, 20-22, 83, 315, 329, 373, 374, 375, 395
வட்டார உணவு இயக்கம் 241, 243
வடக்கு காஸ்கேட்ஸ் தேசிய சரணாலயம் 9, 17
வணிகக் கூட்டு வளாகங்கள் 113, 212, 274, 298, 428
வல்லாக், லோரி 229
வறட்சிகள் xxi, 3, 26, 238, 239
வால்டன், சாம் 207, 213
வால்டன் (தோரோ) 252, 264
வாட்சன், ஆலன் 429, 483, 489
வாஷிங்டன் xxiv, 2, 9, 18, 39, 43, 49, 71, 119, 126, 144, 151, 152, 163, 177, 208, 225, 229, 318, 351,

377, 403, 410, 432, 449
விக்ஸ், ஐஅடி 243
விடுமுறைகள் xliv, 199, 210, 248, 253, 371, 403, 412, 420, 421, 429, 488
விநியோகம் xxviii, 46, 50, 65, 86, 95, 99, 125, 164, 180-245, 274, 276, 291, 294, 309, 320, 321, 333, 361, 402, 418, 424, 434, 435, 446, 467
விமானச் சரக்கு 195
வில்லியம்ஸ், எரிக் 103
விளம்பரப்படுத்துதல் 265, 279, 280, 319
வின்கிரிஸ்டின் 4
வின் பிளாஸ்டின் 4
வுட்ஸ், டைகர் 283
வெய்ஸ்மான், ராப் 225, 226
வெள்ளங்கள் 3, 6, 11, 20, 21, 22, 110, 112, 149, 174, 230
வெள்ளி 33, 37, 100, 127, 379
வேக்ஸ்மேன், ஹென்றி 159
வேதிய மரக்கூழாக்கம் 90, 91
வேல்ஸ் 428
வேலிக்கோட்டுச் சமுதாயங்கள் 150
வைரங்கள் xv, 34, 38, 43, 44, 45, 46, 59, 63, 73, 103, 191, 342, 343, 430
ஜாம்பியா 222
ஜெர்மனி 39, 52, 71, 122, 206, 262, 268, 333, 335, 336, 399, 436, 437
ஜென்சென், ரோண்டா 330
ஜேகு, ஜோரோகே 67

ஜோன்ஸ், ஃபான் 9, 353, 486, 501
ஸ்காட், லீ 208
ஸ்கெட்லர், டெட் 126, 134-137, 483
ஸ்டிவார்ட், ஹோவார்டு 382
ஸ்டிவென்ஸ், புரூக்ஸ் 275
ஸ்பெயின் 52, 122, 197
ஸ்பேத், கஸ் xxxiv, 286
ஸ்மித், அலிசா 241
ஸ்மித், காரி 283
ஸ்மித், டெட் 484, 487
ஸ்விட் கெஸ், கிளென் 112
ஷோர், ஜூலியட் 266, 286-288, 420, 484
ஹாக்கென், பால் 412, 418, 427, 486
ஹெக்சாகுளோரோ பென்சீன் 125, 136
ஹெப்டகுளோர் இபாக்சைடு 136
ஹெல்ஃப்பாண்டு, ஜூடித் 301, 483
ஹேலோஜென் 82
ஹைட்டி 6, 83-85, 87, 224, 233-239, 248, 305, 381-386
ஹைட்ரஜன் குளோரைடு 118
ஹைட்ரஜன் ஃபுளோரைடு 104
ஹைட்ராக்சில் மோனோ எதனோ லமைன் 102
ஹைட்ரோகுளோரிக் அமிலம் 104, 118
ஹைட்ரோ ஃபுளோரிக் அமிலம் 102
ஹேராக்ஸ்ட்ரா, ஆர்ஜென் 28
ஹோலெண்டர், ஜெஃப்ரீ 400
9/11 துயர நிகழ்வு 251

நூலாசிரியர்களைப் பற்றி

ஆனி லியோனார்டு 1964ஆம் ஆண்டு சியாட்டிலில் பிறந்தவர். பசிபிக் வடமேற்குக் காடுகளில் இயற்கையை விரும்பிக் கற்றுக்கொண்டவர். நியூயார்க் நகரில் கல்லூரி மாணவியாக இருந்தபோது தம்மால் விரும்பப்பட்ட மரங்கள் கழிவுக் காகிதங்களாகவும் பொட்டலங் களாகவும் மாற்றப்பட்டிருந்ததைக் கண்டார். அவற்றின் தடத்தைத் தொடர்ந்த போது அவை உலகின் மிகப்பெரிய குப்பைமேட்டை அடைந்தை அறிந்தார்; இதைத் தொடர்ந்து இந்த விஷயத்தைப் பற்றி மேலும் அறிய ஆர்வம் கொண்டார். நியூயார்க்கின் மேற்குப் பகுதியில் உள்ள கார்னெல் பல்கலைக்கழகத்தில் ஆய்வுப் படிப்பை முடித்தவுடன், ஏறத்தாழ இருபது ஆண்டுகள் பன்னாட்டுக் கழிவு இடப்பெயர்ச்சி களைத் தடமறிய முயன்றார்; உலகம் முழுவதுமுள்ள சாம்பலாக்கத் திற்கு எதிராகப் போராடினார். முதலாவதாக கிரீன்பீஸ் இண்டர் நேஷனல் அமைப்பின் பணியாளராக 1988-1996 வரையிலும், பின்பு ரால்ஃப் நாடரின் எசென்ஷியல் ஆக்ஷன் நிறுவனத்தின் வாஷிங்டன் அலுவலகத்திலும் பின்பு குளோபல் அலையன்ஸ் ஃபார் இன்சினிரேட்டர் ஆல்டர்நேடிவ்ஸிலும் (ஜிஏஜஏ), பின்பு ஹெல்த் கேர் வித்தவுட் ஹார்ம், த சஸ்டெய்னபிலிட்டி ஃபண்டர்ஸ் அமைப்பிலும் பணிபுரிந்தார். 2007ஆம் ஆண்டு அவர் பொருட்களின் கதையை உருவாக்கினார். இந்தக் காணொளி (வீடியோ) அவருடைய இருபது ஆண்டு பன்னாட்டுக் கழிவுத் தடமறிதலின் அடிப்படையில் அறியப்பட்டத் தகவல்களைச்

மொழிபெயர்ப்பாளரைப் பற்றி

திருச்சிராப்பள்ளி பாரதிதாசன் பல்கலைக்கழகத்தின் தாவர அறிவியல் துறை முன்னாள் பேராசிரியரும் தற்போது பெங்களூரில் உள்ள ஆயுர்வேதம் மற்றும் ஒருங்கிணைந்த மருத்துவ நிறுவனத்தின் அறிவியல் ஆலோசகராகவும் திகழும் முனைவர் கு.வி. கிருஷ்ணமூர்த்தி 48 ஆண்டு உயர்கல்வி கற்பித்தல், ஆய்வு அனுபவம் கொண்டவர். 21 நூல்களையும், 170 ஆய்வுக் கட்டுரைகளையும் வெளியிட்டுள்ள இவர் 16 சிறப்பு அறிவியல் ஆய்வுத் திட்டங்களையும் ஏற்று முடித்துள்ளார். 32 முனைவர் பட்ட மாணவர்களுக்கு ஆய்வு வழிகாட்டியாகத் திகழ்ந்துள்ள இவர், சூழல் தொடர்பான ஆய்வுகளில் தம்முடைய சிறப்புக் கவனத்தை இன்றுவரை செலுத்திவருகிறார். இவர் பல சிறப்புப் பரிசுகளையும் விருதுகளையும் பெற்றுள்ளார். இதுவரை பெற்ற 23 விருதுகள்/பரிசுகளில் தமிழ்நாடு அரசின் சிறந்த சூழல் அறிவியல் அறிஞர் விருதும், 2002ஆம் ஆண்டின் சிறந்த இந்திய சூழல் அறிவியல் வல்லுநர் என்ற தேசிய விருதும், அமெரிக்க அரசின் ஃபுல்பிரைட் வருகைதரு பேராசிரியர் விருதும் அடங்கும். இவருடைய 21 நூல்களில், தமிழில் எழுதப்பட்ட அடிப்படை உயிரினவள அறிவியல், அறிவியல் வரலாறு, தமிழரும் தாவரமும், அறிவியலில் பெண்கள் போன்ற நூல்கள் குறிப்பிடத்தக்கவையாகும். இவருடைய அறிவியல் படைப்புகளைச் சிறப்பிக்கும் வகையில், லண்டனின் லின்னேயஸ் சங்கம், இந்திய தேசிய அறிவியல் சங்கம், இந்தியத் தாவரவியல் சங்கம், பூக்கும் தாவர வகைப்பாட்டுக்கான இந்திய சங்கம் போன்றவை இவரைத் தம்முடைய சிறப்பு உறுப்பினராகத் தேர்வு செய்துள்ளன.

சுருக்கமாக எடுத்துக் காட்டியது. இது 7 மில்லியன் தடவைக்கும் மேலாகப் பார்க்கப்பட்டது – ஒரு டஜன் மொழிகளில் மொழி பெயர்க்கப்பட்டுள்ளது. 2008ஆம் ஆண்டு *டைம்* இதழின் சூழல் கதாநாயகர்களில் ஒருவரானார். தம்முடைய மகளுடன் இவர் சான் ஃபிரான்சிஸ்கோ வளைகுடா பகுதியில் வாழ்கிறார்; இவர் வாழும் சமுதாயம் முறைப்படுத்தப்பட்ட வளர்ச்சிக்கும் பங்கீடு செய்வதற்கும் தன்னை ஈடுபடுத்திக் கொண்டதாகும்.

அரியேன் கான்ராட், இவர் புத்தகச் சேவையாளர் என்றும் அழைக்கப் படுகிறார் – ஒரு எழுத்தாளர், பதிப்பாசிரியர், சூழல்நல ஆர்வலர். *நியூ யார்க் டைம்ஸின்* மிக அதிகமாக விற்ற *த க்ரீன் காலர் எகானமி* என்னும் நூலை ஃபான் ஜோன்ஸ் என்பவருடன் பிரசுரித்துள்ளார் (ஹார்பர் ஒன், 2008); கிறிஸ்டாபெல் ஐமோருடன் சேர்ந்து *ஹாப்பிங்ஸ்* என்னும் நூலையும் இவர் எழுதியுள்ளார் (வொர்க்மேன் பப்ளிசிங், 2009). அவரைத் தொடர்புகொள்வதற்குப் பார்க்க: bookdoula.com